ഏണസ്റ്റോ ചെ ഗുവേര

ernesto che guevara

•

i lavretsky

•

translation
m s rajendran

•

first edition
september 2011

•

published
chintha publishers, thiruvananthapuram

•

typesetting
minerva graphotechs, attukal

•

•

cover
vinod

•

വിതരണം

ദേശാഭിമാനി ബുക്ക് ഹൗസ്

H O തിരുവനന്തപുരം–695 001

ബ്രാഞ്ചുകൾ

ഓവർബ്രിഡ്ജ് തിരുവനന്തപുരം • കെ എസ് ആർ ടി സി ബസ് സ്റ്റേഷൻ ആലപ്പുഴ • കെ എസ് ആർ ടി സി ബസ് സ്റ്റേഷൻ എറണാകുളം • ഐ ജി റോഡ് കോഴിക്കോട് • മാവൂർ റോഡ് കോഴിക്കോട് • എൻ ജി ഒ യൂണിയൻ ബിൽഡിങ് കണ്ണൂർ • സെൻട്രൽ ബസ് ടെർമിനൽ കോംപ്ലക്സ് താവക്കര കണ്ണൂർ • മച്ചിങ്ങൽ ലെയ്ൻ തൃശൂർ

CO - 1630 / 2762

ഏണസ്റ്റോ ചെ ഗുവേര

ഐ ലവ്‌രേത്‌സ്കി

പരിഭാഷ:

എം എസ് രാജേന്ദ്രൻ

ചിന്ത പബ്ലിഷേഴ്‌സ്
തിരുവനന്തപുരം-695 001

ഉള്ളടക്കം

ഗ്രാൻമയിലേക്കുള്ള വഴി

1

തുടക്കം

ചോദ്യം : താങ്കൾ ഏതു നാട്ടുകാരനാണ്? എവിടെയാണ് ജനനം?

ഉത്തരം : ഞാൻ ജനിച്ചത് അർജന്റീനയിലാണെന്നത് താങ്കളുൾപ്പെടെ എല്ലാവർക്കും അറിവുള്ള സംഗതിയാണല്ലോ.

(*സ്യെമ്പ്ര്* എന്ന മെക്സിക്കൻ പത്രികയുടെ പ്രതിനിധി 1959 സെപ്റ്റംബറിൽ ഏണസ്റ്റോ ചെ ഗുവേരയുമായി നടത്തിയ അഭിമുഖ സംഭാഷണത്തിൽ നിന്ന്)

ആയിരത്തി തൊള്ളായിരത്തി അറുപത്തിഒൻപത് ഫെബ്രുവരിയിലെ ഒരു സായാഹ്നം. ഞങ്ങൾ ആൽബെർട്ടോ ഗ്രനാഡൊസിന്റെ വീട്ടിലെ വിശാലമായ സ്വീകരണമുറിയിൽ ഒത്തുകൂടിയിരിക്കുകയാണ്. ഹവാനാനഗരത്തിന്റെ പ്രാന്തപ്രദേശത്താണ് ഈ വീട്. ഡോൺ ഏണസ്റ്റോ ഗുവേര ലിഞ്ചും ആൽബെർട്ടോയും ഞാനുമാണ് ആ സംഘത്തിലെ അംഗങ്ങൾ. ആൽബെർട്ടോയുടെ വെനിസ്വേലക്കാരിയായ ഭാര്യ ജൂലിയയും ഇടയ്ക്കിടയ്ക്ക് ഞങ്ങളുടെ കൂട്ടത്തിൽ കൂടി. ചെയുടെ ബാല്യവും കൗമാരവുമായിരുന്നു ഞങ്ങളുടെ ചർച്ചാവിഷയം.

ഇടവപ്പാതിയിലെപ്പോലുള്ള കോരിച്ചൊരിയുന്ന മഴ മുറ്റത്തെല്ലാം ഒരു വെള്ളപ്പൊക്കത്തിന്റെ പ്രതീതി സൃഷ്ടിച്ചു. ജനലിലെ കർട്ടനിടയിലൂടെ മുറിക്കുള്ളിലും കൊള്ളിയാന്റെ പ്രകാശം മിന്നിത്തിളങ്ങി. പീരങ്കിപ്രയോഗത്തെ അതിശയിക്കുന്ന ഇടിമുഴക്കം ആരേയും കിടിലംകൊള്ളിക്കുന്ന തരത്തിലുള്ളതായിരുന്നു. അത്തരം വൃത്തികെട്ട കാലാവസ്ഥയിൽ മുറിക്കുള്ളിൽ അടച്ചുപൂട്ടിയിരിക്കുന്നതിന്റെ സുഖം ഒന്നു വേറെതന്നെയാണ്. അപ്പോൾ ആ സാഹചര്യത്തിൽ ഏതെങ്കിലും കുന്നിൻചെരിവുകളിലോ

'മനീഗുവ'യിലോ പെട്ടുപോകുന്ന ഒരുവന്റെ സ്ഥിതി എത്ര പരിതാപകരമായിരിക്കുമെന്ന് പറഞ്ഞറിയിക്കേണ്ടതില്ലല്ലൊ. മുൾച്ചെടികൾ മുറ്റി വളർന്നുനിൽക്കുന്ന പ്രദേശങ്ങൾക്കാണ് ക്യൂബക്കാർ മനീഗുവ എന്നു പറയുന്നത്.

വിഷാദപൂർണമെന്നാണല്ലൊ ഉഷ്ണമേഖലയെപ്പറ്റി പലപ്പോഴും പറയാറുള്ളത്. ഒപ്പംതന്നെ പേടിപ്പെടുത്തുന്നതുമാണ് അതെന്ന് പറയേണ്ടിയിരിക്കുന്നു. അവിടുത്തെ ജീവിതം ദുഷ്കരവും അപകടം നിറഞ്ഞതുമാണ്. അവിടങ്ങളിൽ നിത്യവൃത്തിക്കുള്ള വക കണ്ടെത്തുന്നതിന് അസാമാന്യമായ ധൈര്യവും മനക്കരുത്തും ശരീരശേഷിയും ബുദ്ധിവൈഭവവും ഒപ്പം തന്നെ ഒട്ടൊക്കെ ഭാഗ്യവും ആവശ്യമാണ്.

ഈ കൂടിക്കാഴ്ച നടക്കുന്ന അവസരത്തിൽ ചെയുടെ പിതാവിന് ഏതാണ്ട് എഴുപതിനോടടുത്ത പ്രായമുണ്ടായിരുന്നു. ശരാശരി പൊക്കമുള്ള അദ്ദേഹത്തിന് അൽപ്പംപോലും കൂനുണ്ടായിരുന്നില്ല. ആമത്തോടുകൊണ്ടുള്ള കണ്ണട ധരിച്ചിരുന്ന ആ മനുഷ്യന്റെ കണ്ണുകളുടെ സൂക്ഷ്മദർശിത്വം ആരേയും ആകർഷിക്കുമായിരുന്നു. അദ്ദേഹത്തിന്റെ സംസാരത്തിന് ലാപ്ലാറ്റാ പ്രദേശത്തിന്റെ നല്ല ചുവയുണ്ടായിരുന്നു. ആ സംസാരരീതികൊണ്ട് ഏതൊരു അർജന്റീനക്കാരനേയും നിഷ്പ്രയാസം തിരിച്ചറിയാൻ സാധിക്കും. അർജന്റീനയിലും ഉറുഗ്വെയിലുമുള്ള ഏതൊരാളിനേയും പോലെ അദ്ദേഹവും 'ചെ' എന്ന ആശ്ചര്യച്ചിഹ്നം കൂടെക്കൂടെ ഉപയോഗിച്ചിരുന്നു. അർജന്റീനക്കാർ ഈ 'ചെ' പ്രയോഗം കടമെടുത്തത് ഗുവറാണിയിലെ ആദിവാസികളിൽ നിന്നാണെന്നാണ് പണ്ഡിതമതം. അവരാകട്ടെ ആശ്ചര്യസൂചകമായാണ് ഈ ശബ്ദം പുറപ്പെടുവിക്കുന്നതും. എന്നാൽ പാമ്പാസുകാരെ സംബന്ധിച്ചിടത്തോളം അവർ ഇതുപയോഗിക്കുന്ന സന്ദർഭവും രീതിയുമനുസരിച്ച് മനുഷ്യന്റെ ഉൽക്കടവികാരങ്ങളെയാകെത്തന്നെ പ്രകടമാക്കാൻ ഈ ശബ്ദത്തിനു കഴിയും. ആശ്ചര്യമോ അതിരറ്റ ആഹ്ലാദമോ ദുഃഖമോ ആർദ്രതയോ അംഗീകാരമോ പ്രതിഷേധമോ ഒക്കെ ഇതിലൂടെ ധ്വനിപ്പിക്കാൻ കഴിയും.

ഡോൺ ഏണസ്റ്റോയുടെ പുത്രനായ ഏണസ്റ്റോ ഗുവേരയ്ക്ക് ഈ ആശ്ചര്യച്ചിഹ്നത്തോടുള്ള അളവറ്റ പ്രതിപത്തി കണ്ടിട്ടാണ് ക്യൂബൻ വിപ്ലവകാരികൾ അദ്ദേഹത്തിന് ചെ എന്ന ഓമനപ്പേര് നൽകിയത്. കാലാന്തരത്തിൽ സമരകാലത്ത് ഇത് അദ്ദേഹത്തിന്റെ ഒളിപ്പേരായി മാറി. അങ്ങനെ ചെ എന്നത് അദ്ദേഹത്തിന്റെ പേരിന്റെ തന്നെ ഒരു ഭാഗവുമായി. ക്യൂബയിലെന്നല്ല, ലോകത്തെല്ലായിടത്തും തന്നെ ഏണസ്റ്റോ ചെ ഗുവേര എന്ന പേരിലാണല്ലൊ അദ്ദേഹം അറിയപ്പെടുന്നതും.

ബാറ്റിസ്റ്റായുടെ നിഷ്കാസനത്തിനുശേഷം ക്യൂബൻ ദേശീയ ബാങ്കിന്റെ ഡയറക്ടർ സ്ഥാനമേറ്റെടുത്തപ്പോൾ പുതുതായി പുറത്തിറക്കപ്പെട്ട കറൻസിനോട്ടുകളിലെ ഒപ്പിന്റെ കൂടെ ചെ എന്നുകൂടി അദ്ദേഹം കൂട്ടിച്ചേർത്തത് പ്രതിവിപ്ലവകാരികളുടെ അഗാധമായ രോഷത്തിന് പാത്രമായെന്നതും ഇവിടെ പ്രസ്താവ്യമാണ്.

ഈ പേരിഷ്ടമാണോയെന്ന് ക്യൂബൻ വിപ്ലവത്തിനുശേഷം ആരോ ഒരിക്കൽ ചോദിച്ചപ്പോൾ അദ്ദേഹം മറുപടി നൽകിയത് ഇപ്രകാരമാണ് : "എന്റെ ജീവിതത്തിൽ ഏറ്റവും പ്രധാനപ്പെട്ടതും വിലപ്പെട്ടതുമായ എന്തെല്ലാമുണ്ടോ അതിനെയാണ് ചെ എന്ന സംജ്ഞ സൂചിപ്പിക്കുന്നത്. അത് മറിച്ചാകാനും തരമുണ്ടായിരുന്നില്ല. എന്തുകൊണ്ടെന്നാൽ തികച്ചും നിസ്സാരവും അപ്രധാനവും സ്വകാര്യവുമായ ഒന്നിനെയാണല്ലോ എന്റെ പേരും ഇരട്ടപ്പേരും വ്യഞ്ജിപ്പിക്കുന്നത്."

ഇതെപ്പറ്റി സംസാരിക്കുമ്പോൾ അദ്ദേഹത്തിന്റെ പിതാവ് എന്നോട് പറഞ്ഞു: "എന്റെ മകൻ ക്യൂബൻ വിപ്ലവത്തിന്റെ പടനായകരിൽ ഒരാളായ മേജർ ചെ ആയിത്തീർന്നത് എങ്ങനെയാണെന്നും ബൊളിവിയൻ മലമ്പ്രദേശങ്ങളിലേക്ക് അവനെ ആകർഷിച്ച സംഗതി എന്താണെന്നും ശരിയായി മനസിലാക്കണമെന്നുണ്ടെങ്കിൽ ഭൂതകാലത്തിലേക്ക് ആണ്ടിറങ്ങിച്ചെന്നിട്ട് ഞങ്ങളുടെ പൂർവികരെപ്പറ്റി ചിലതെല്ലാം അന്വേഷിച്ചറിയേണ്ടിവരും. എന്റെ മകന്റെ സിരകളിലൂടെ ഒഴുകുന്നത് ഐറിഷ് കലാപകാരികളുടേയും സ്പാനിഷ് പടയോട്ടക്കാരുടേയും അർജന്റീനിയൻ ദേശാഭിമാനികളുടേയും ചുടുരക്തമാണെന്നതാണ് ആദ്യമായി ശ്രദ്ധിക്കേണ്ടുന്ന സംഗതി. സദാ അസ്വസ്ഥചിത്തരായിരുന്ന ഈ പൂർവികരുടെ പല സ്വഭാവവിശേഷങ്ങളും എന്റെ മകന് കിട്ടിയിട്ടുണ്ടെന്നതിൽ സംശയമില്ല. ദൂരദിക്കുകളിൽ അലഞ്ഞു നടക്കാനും അപകടം നിറഞ്ഞ സാഹസങ്ങളിലേക്ക് എടുത്തുചാടാനും പുതിയ ആശയങ്ങൾ തേടിപ്പുറപ്പെടാനുമുള്ള വാസന അവന്റെ സ്വഭാവത്തിന്റെ അഭേദ്യമായ ഒരു ഭാഗമായിരുന്നു.

ഞാനും ചെറുപ്പകാലത്ത് കൈയും കെട്ടി അടങ്ങിയിരിക്കാൻ കഴിഞ്ഞിരുന്ന ഒരാളല്ല. ആദ്യം ഞാൻ പുറപ്പെട്ടത് മിസിയോനെസ് പ്രവിശ്യയിൽ ഒരു മെയിറ്റ് (പരാഗ്വെ തേയില) തോട്ടം നടത്താനായിരുന്നു. പരാഗ്വെയോടു തൊട്ടുള്ള ഒരു അർജന്റീനിയൻ പ്രവിശ്യയാണിത്. അതു കഴിഞ്ഞ് കോർഡ്ഡബായിലും ബ്യൂനോസ് എയേഴ്സിലും മറ്റും ചെന്ന് പൊറുതിയാരംഭിച്ചു. നിർമാണ ജോലികൾക്കുള്ള കമ്പനികൾ ആരംഭിച്ച എന്റെ സംരംഭങ്ങളെല്ലാം മിക്കപ്പോഴും നഷ്ടത്തിൽ കലാശിച്ചു. വലിയ ലാഭമുണ്ടാക്കാൻ എനിക്കൊരിക്കലും കഴിഞ്ഞില്ല. മറ്റുള്ളവരെ പറ്റിച്ച് കീശവീർപ്പിക്കാൻ ഞാൻ തയാറായിരുന്നില്ല. അതിനാൽ അവരെല്ലാം എന്നെ പറ്റിച്ചു പണമുണ്ടാക്കി. പക്ഷേ, എനിക്കതിൽ യാതൊരു ഖേദവുമില്ല, കേട്ടോ. കാരണം പണത്തേക്കാൾ ജീവിതത്തിൽ പ്രധാനം മനസ്സമാധാനമാണല്ലോ. എന്റെ ധനസ്ഥിതി ഒരിക്കലും അത്ര മെച്ചമായിരുന്നില്ലെങ്കിലും എന്റെ മക്കൾ അഞ്ചുപേർക്കും നല്ല വിദ്യാഭ്യാസം നൽകാൻ എനിക്ക് കഴിഞ്ഞു. അവരെല്ലാം ജീവിതത്തിൽ വിജയിക്കുകയും ചെയ്തു. എന്നാൽ ഏണസ്റ്റൊയെപ്പറ്റിയാണ് എനിക്കേറ്റവും അഭിമാനം. ഒരു യഥാർഥ മനുഷ്യനായിരുന്നു, ശരിയായൊരു പോരാളിയായിരുന്നു, അവൻ."

സംസാരിച്ചിരിക്കുന്നതിനിടയിൽ ആവിപറക്കുന്ന നല്ല ചൂടു കാപ്പി

ഞങ്ങളുടെ മുന്നിലെത്തി. വെനിസ്വേലൻ പാചകവിധി പ്രകാരം ജൂലിയ തയാറാക്കിയ നല്ല കടുപ്പമുള്ള ശരിയായ 'ടിന്റൊ' ആയിരുന്നു അത്.

"താങ്കൾക്ക് അൽപ്പം നല്ല മെയിറ്റ് തരാനില്ലാത്തതിൽ എനിക്കതിയായ വ്യസനമുണ്ട്." ആൽബെർട്ടൊ പറഞ്ഞു. "അവമ്മാരുടെ നശിച്ച ഉപരോധം കാരണം അർജന്റീനയിൽനിന്ന് അത് ഇവിടെ കിട്ടാൻ വളരെ പ്രയാസമാണ്. പക്ഷേ ഇത്തരം പേമാരിയുടെ സമയത്ത് ടിന്റോയും ഒട്ടും മോശമല്ല. പ്രത്യേകിച്ചും, എക്സ്ട്രാ സെക്കോയും റഷ്യൻ വോഡ്ക്കയും മേശപ്പുറത്തുള്ളപ്പോൾ."

അതു കേട്ടപ്പോൾ ജൂലിയ ദേഷ്യത്തോടെ ഞങ്ങളെ സൂക്ഷിച്ചു നോക്കി. കാരണം അവരുടെ കരൾരോഗമുള്ള ഭർത്താവിനോട് മദ്യം തൊടാൻ പാടില്ലെന്ന് ഡോക്ടർമാർ വിലക്കിയിരുന്നതാണ്.

"വല്ലപ്പോഴും ഒരു തുള്ളി അകത്താക്കാൻ ഇഷ്ടപ്പെടുന്ന ഒരാളാണ് ഞാൻ," ആൽബർട്ടൊ ക്ഷമാപണ സ്വരത്തിൽ പറഞ്ഞു. "എന്നാൽ, ചെയ്ക്ക് മദ്യം ഒട്ടും ഇഷ്ടമായിരുന്നില്ല, കേട്ടോ. ചെറുപ്പത്തിൽത്തന്നെ നല്ല വാസനയുള്ള കാസവിരുദ്ധ സിഗററ്റായിരുന്നു അയാൾക്ക് പ്രിയം. ക്യൂബയിലായിരുന്ന കാലത്ത് അയാൾ തബാക്കൊ മാർക്ക് ചുരുട്ടിലേക്ക് മാറി. ആസ്ത്മയുടെ ശല്യം ഒഴിവാക്കാൻ അത് ഒന്നാന്തരമാണെന്ന് അയാൾ വാദിച്ചിരുന്നു. സത്യം പറഞ്ഞാൽ നല്ല ചുരുട്ട് തിരിച്ചറിയാൻ ചെയ്ക്കുള്ള കഴിവ് അപാരമായിരുന്നു. നിറുത്താതെ അയാളത് വലിക്കുകയും ചെയ്തിരുന്നു."

"അപ്പോൾ ഞാൻ നേരത്തെ പ്രസ്താവിച്ചതുപോലെ നമുക്ക് ചരിത്രത്തിലേക്ക് ചുഴിഞ്ഞിറങ്ങേണ്ടിവരും." ഡോൺ ഏണസ്റ്റോ തന്റെ ആഖ്യാനം തുടർന്നു: "ഒരു ചരിത്രകാരനായ നിങ്ങളെ സംബന്ധിച്ചിടത്തോളം പ്രത്യേകിച്ചും അത് പ്രയോജനകരമായിരിക്കും. ബാറ്റിസ്റ്റായുടെ നിഷ്കാസനത്തെ തുടർന്ന് ചെ അത്യന്തം പ്രശസ്തനായതോടെ പത്രക്കാർ അവനെപ്പറ്റിയുള്ള പലതരം കഥകൾ കെട്ടിച്ചമയ്ക്കാൻ തുടങ്ങി. അവൻ അർജന്റീനക്കാരനല്ലെന്നുപോലും ചിലർ പറഞ്ഞുപരത്തി. അർജന്റീനക്കാരനാണെന്നു പറഞ്ഞു നടക്കുന്ന ഒരു റഷ്യക്കാരനാണയാളെന്നു പോലും പറയാൻ ചിലർ മടിച്ചില്ല. എന്നാൽ, ഞങ്ങൾ അർജന്റീനക്കാരാണെന്നതാണ് സത്യം. വാസ്തവത്തിൽ, യൂറോപ്യൻ വംശജർ ഭൂരിപക്ഷമുള്ള ഞങ്ങളുടെ നാട്ടിൽ ഞങ്ങളെപ്പോലുള്ള തന്നാട്ടുകാർ കുറവുമാണ്. എന്റെ കുടുംബം വച്ചുനോക്കിയാൽ പന്ത്രണ്ടാമത്തെ തലമുറയിലും അവന്റെ അമ്മയുടെ വശത്തുനിന്നു നോക്കിയാൽ എട്ടാമത്തെ തലമുറയിലും പെട്ട ഒരു അർജന്റീനക്കാരാണ് ചെ. ഞങ്ങളെക്കാൾ പഴമ അവകാശപ്പെടാവുന്ന ഒരു അർജന്റീനിയൻ കുടുംബത്തെ കണ്ടെത്താൻ താങ്കൾക്ക് നന്നേ പാടുപെടേണ്ടി വന്നേക്കാം.

ഞങ്ങളുടെ പൂർവികരിൽനിന്ന് ഞാൻ ആരംഭിക്കാം. സ്പാനിഷ് ആചാരപ്രകാരം ഞങ്ങൾക്ക് രണ്ട് ഇരപ്പേരുകളുണ്ട്. പിതൃവംശപ്രകാരം

ഞാനൊരു ഗുവേരയും അമ്മയുടെ ഭാഗത്തു നിന്ന് ഞാനൊരു ലിഞ്ചുമാണ്. കൊളോണിയൽ യുഗത്തിലാണ് എന്റെ പിതാവിന്റെ പൂർവികർ അർജന്റീനയിലെത്തിയത്.[1] ചിലിയുടെ അതിർത്തിയിലുള്ള മെൻഡോസ പ്രവിശ്യയിൽ കുടിയേറിപ്പാർത്ത അവർ കൃഷിയിൽ ഏർപ്പെട്ടു. കഴിഞ്ഞ നൂറ്റാണ്ടിന്റെ അന്ത്യത്തിൽ ഞങ്ങളുടെ വിമോചകനായ ജനറൽ ജോസ് സാൻ മാർട്ടിന്റെ പട്ടാളം താവളമടിച്ചിരുന്ന പ്രദേശമായിരുന്നു മെൻഡോസയെന്ന സംഗതി താങ്കൾക്കും അറിയാമായിരിക്കുമല്ലൊ. മാർട്ടിന്റെ നേതൃത്വത്തിലാണ് അർജന്റീന സ്പാനിഷ് നുകം തട്ടിത്തെറിപ്പിച്ചത്. അതിനുശേഷം സാൻ മാർട്ടിന്റെ സൈന്യം മെൻഡോസയിൽ നിന്ന് ചിലിയിലേക്ക് മാർച്ച് ചെയ്ത് ചെന്നിട്ട് സ്പെയിൻകാരെ അവിടെനിന്നും തുരത്തി. പിന്നീട് അവർ വൈസ്രോയി ഭരണത്തിൻ കീഴിലായിരുന്ന പെറുവിന്റെ തലസ്ഥാനമായ ലിമയും വിമോചിപ്പിച്ചു. ആ സന്ദർഭത്തിൽ അർജന്റീനയിൽ ആഭ്യന്തരയുദ്ധം പൊട്ടിപ്പുറപ്പെടുകയും സാൻമാർട്ടിൻ സ്ഥാനത്യാഗം ചെയ്യാൻ നിർബന്ധിതനാവുകയും ചെയ്തു. സൈമൺ ബൊളിവറുടേയും ഗ്രാന്റ് മാർഷൽ സുക്രേയുടേയും കീഴിലുള്ള കൊളമ്പിയൻ സൈന്യമാണ് പെറുവിന്റെ വിമോചനം പൂർത്തിയാക്കിയത്."

"ജനറൽ ജുവാൻ മാനുവൽ ദ് റോസാസ് 1829–ൽ ബ്യൂനോസ് എയേഴ്സിൽ അധികാരം പിടിച്ചെടുത്തതോടെ അർജന്റീനയിലെ ആഭ്യന്തരയുദ്ധം അവസാനിച്ചു. നഗരത്തിലെ കന്നുകാലി പ്രഭുക്കളുടെ ഒരു ആശ്രിതനായിരുന്ന ഈ ജനറൽ കണ്ണിൽച്ചോരയില്ലാതെ തന്റെ പ്രതിയോഗികളെ ഉന്മൂലനാശം വരുത്തി. കുടുംബങ്ങളെ അപ്പാടെ തന്നെ അയാൾ തുടച്ചുനീക്കുകയും അവരുടെ വസ്തുവകകൾ കണ്ടുകെട്ടുകയും ചെയ്തു. നീണ്ട 23 സംവത്സരക്കാലത്തോളം അയാളുടെ ഭരണം നീണ്ടുനിന്നു.

റോസാസിന്റെ പീഡനത്തിൽനിന്നു രക്ഷപെടാനായി എന്റെ പിതാമഹനായ ജുവാൻ അന്റോണിയൊ സഹോദരൻ ജോസ് ഗബ്രിയേൽ ഗുവേരയോടൊപ്പം മെൻഡോസയിൽനിന്ന് വൾപ്പരേസൊയിലേക്ക് പലായനം ചെയ്തു. അപ്പോൾ റോസാസ് അവരുടെ വസ്തുവകകൾ പിടിച്ചെടുത്തു. ചിലിയിലേക്കുള്ള ഈ സഹോദരന്മാരുടെ പലായനത്തിനിടയിൽ ലെഫ്റ്റനന്റ് ഫ്രാൻസിസ്കൊ ലിഞ്ച് എന്ന അയൽക്കാരനും അവരെ അനുഗമിച്ചിരുന്നു. അദ്ദേഹത്തിന്റെ പിതാവായ കേണൽ ലിഞ്ച് അറാന്ദിയ കിരാതനായ റോസാസിന്റെ അനുചരന്മാരാൽ വധിക്കപ്പെട്ടിരുന്നു. ലിഞ്ച് കുടുംബത്തിന്റെ ഭൂമിയും കണ്ടുകെട്ടപ്പെട്ടു."

"ലിഞ്ച് തറവാടിന്റെ അർജന്റീനിയൻ ശാഖയ്ക്ക് രൂപം നൽകിയത് പട്രിക്ക് എന്ന അയർലണ്ടുകാരനായിരുന്നു. പട്രീഷ്യൊ എന്നാണ് ഞങ്ങൾ അദ്ദേഹത്തെ വിളിക്കുന്നത്. ഇംഗ്ലീഷ് ആധിപത്യത്തിനെതിരായി പടവെട്ടിയവരിൽ ഒരാളാണിദ്ദേഹം. ഇംഗ്ലീഷുകാരെ ഒട്ടേറെ ശുണ്ഠി പിടിപ്പിച്ചിരുന്ന ഇദ്ദേഹത്തെ വേട്ടയാടിപ്പിടിക്കാൻ അവർ കിണഞ്ഞു ശ്രമിച്ചു.

അദ്ദേഹം ആദ്യം സ്പെയിനിലേക്കും അവിടെനിന്ന് അർജന്റീനയിലേക്കും ഓടി രക്ഷപ്പെട്ടു. ഗൊവെർനസിയോൺ റിയോദ്‌ല പ്ലാറ്റ എന്ന പേരിലാണ് അർജന്റീന അന്ന് അറിയപ്പെട്ടിരുന്നത്. അവിടെവച്ച് അദ്ദേഹം മെൻഡോസയിലെ ഒരു വൻകിട കന്നുകാലി റാഞ്ചിന്റെ അവകാശിയായ ഒരു ക്രിയോ പ്രഭ്വിയെ വിവാഹം കഴിച്ചു. സ്പെയിനിന്റെ ആധിപത്യം നടമാടിയിരുന്ന പതിനെട്ടാം നൂറ്റാണ്ടിന്റെ ഉത്തരാർധത്തിലാണ് ഇതെല്ലാം നടന്നത്.

ഇപ്പറഞ്ഞതിൽനിന്ന് ഫ്രാൻസിസ്കൊ ലിഞ്ച് എന്റെ മാതാമഹനായിരുന്നുവെന്ന കാര്യം നിങ്ങൾ ശ്രദ്ധിച്ചുകാണുമല്ലൊ. പിന്നീടെന്തു സംഭവിച്ചുവെന്നോ? ഒരു തൊഴിലന്വേഷിച്ച് ഫ്രാൻസിസ്കൊ ലിഞ്ച് ചിലിയിലുടനീളം ചുറ്റിനടന്നു. ഞങ്ങളുടെ ഭൂഖണ്ഡത്തിന്റെ അങ്ങേത്തലയ്ക്കലുള്ള മഗെല്ലൻ കടലിടുക്കുവരെ അദ്ദേഹം സഞ്ചരിച്ചു. പിന്നീട് അദ്ദേഹം അയൽപക്കത്തുള്ള പെറുവിലേക്ക് കടക്കുകയും അവിടെവച്ച് കോളറ പിടിപെട്ട് കിടപ്പിലാവുകയും ചെയ്തു. പെറുവിൽനിന്ന് അദ്ദേഹം ഇക്വഡോറിലേക്ക് പോയി. അവിടെ വച്ച് അദ്ദേഹത്തിന് വസൂരി പിടിപെട്ടു. ഇക്വഡോറിൽനിന്ന് അദ്ദേഹം വൾപ്പരേസൊയിലേക്ക് മടങ്ങുകയും വീണ്ടും ഗുവേരാ സഹോദരന്മാരുമായി കണ്ടുമുട്ടാനിടയാവുകയും ചെയ്തു.

അക്കാലത്ത് വൾപ്പരേസൊയിൽ റോസാസിനെ എതിർത്തിരുന്ന ഒട്ടേറെ അർജന്റീനിയൻ അഭയാർഥികൾ ഉണ്ടായിരുന്നു. ഡൊമിൻഗോ ഫസ്റ്റീനൊ സർമിയേന്തൊ, ബാർത്തലോമ്യേ മിത്രെ എന്നീ എഴുത്തുകാരും ഇവരിൽ പെടുമായിരുന്നു. പിൽക്കാലത്ത് ഇവർ രണ്ടുപേരും അർജന്റീനയുടെ പ്രസിഡന്റന്മാരാവുകയുണ്ടായി. ഞങ്ങളുടെ നാട്ടിലെ. സമുന്നത ജനാധിപത്യവാദികളിൽ ഒരാളും ഫ്രഞ്ച് ഉട്ടോപ്യൻ പക്ഷക്കാരനുമായ ജുവാൻ ബോട്ടിസ്റ്റ അൽബേർദിയും ഇവരോടൊപ്പമുണ്ടായിരുന്നു. സ്ഥലത്തെ പത്രമാസികകളിലൂടെ ഇവരെല്ലാം റോസാസിന്റെ പാതകങ്ങൾ തുറന്നുകാട്ടുകയും, അയാൾക്കെതിരായി ഗൂഢാലോചന നടത്തുകയും ചെയ്തു. പക്ഷേ, അന്ന് രാഷ്ട്രപതിക്കസേരയിൽ അമർന്നിരുന്നിരുന്ന അയാളെ മറിച്ചിടാനുള്ള ശ്രമങ്ങളെല്ലാം അതിൽ പങ്കെടുത്തവരുടെ മരണത്തിൽ മാത്രമാണ് കലാശിച്ചത്.

അങ്ങനെയിരിക്കെ 1848–ന്റെ തുടക്കത്തിൽ ഒരു ദിവസം ലിഞ്ചും ഗുവേരാ സഹോദരന്മാരും സർമിയേന്തൊയുംകൂടി വൾപ്പരേസൊയിലെ ഒരു കഫേയിലിരുന്ന് അർജന്റീനയിൽ നിന്നുള്ള ഏറ്റവും പുതിയ വാർത്തകളെപ്പറ്റി സംസാരിച്ചുകൊണ്ടിരിക്കുകയായിരുന്നു. ആ സമയത്താണ് കാലിഫോർണിയയിൽ വമ്പിച്ച സ്വർണനിക്ഷേപം കണ്ടെത്തിയിട്ടുണ്ടെന്ന അത്ഭുതവർത്തമാനവുമായി ജോസ് കരിയാസ് എന്ന അർജന്റീനക്കാരൻ അവിടെ എത്തിയത്. ഉടനെ അങ്ങോട്ട് ചാടിപ്പുറപ്പെടണമെന്നായിരുന്നു കരിയാസിന്റെ നിർദേശം. 'ശപിക്കപ്പെട്ട ആ ലോഹം' കൈവശമുണ്ടായാൽ ദേശാഭിമാനികളെ ആയുധമണിയിച്ച് റോസാസിനെ അധികാരത്തിൽനിന്ന് താഴെയിറക്കാൻ അത് സഹായകമായിരിക്കുമല്ലൊ.

ആ കഫേയിലെ പതിവുകാർക്കിടയിൽ പ്രസ്തുത നിർദേശത്തിന് വളരെ സമ്മിശ്രമായ ഒരു പ്രതികരണമാണ് ഉണ്ടായത്. 'നിങ്ങൾക്ക് യഥാസമയം കാലിഫോർണിയയിൽ എത്താൻ കഴിഞ്ഞെന്നുതന്നെ വരില്ല.' സർമിയേന്തൊ പറഞ്ഞു. 'അവിടെ എത്തുമ്പോഴേക്കും നിങ്ങൾ അത്യന്തം പരവശരായിരിക്കും. ചെയ്ത പ്രയത്നത്തിന് യാതൊരു പ്രതിഫലവും കൂടാതെ വെറും കൈയുമായി നിങ്ങൾ വൽപ്പരേസോയിലേക്ക് മടങ്ങേണ്ടിവരികയും ചെയ്യും.'

പക്ഷേ, എടുത്തുചാട്ടക്കാരായ ചെറുപ്പക്കാരോട് ഉപദേശിച്ചിട്ട് യാതൊരു കാര്യവുമില്ലല്ലൊ. കലശലായ 'സ്വർണപ്പനി' പിടിപെട്ടു ഫ്രാൻസിസ്കൊ ലിഞ്ചും ഗുവേരാ സഹോദരന്മാരും ഉടനടി കാലിഫോർണിയയിലേക്ക് പുറപ്പെടാൻ തയാറായിരുന്നു.

പക്ഷേ, ഈ ഭാവിലക്ഷപ്രഭുക്കൾക്ക് ഇരട്ടപ്പായുള്ള ഒരു കപ്പലിൽ സാൻഫ്രാൻസിസ്കൊ ലക്ഷ്യമാക്കി പുറപ്പെടുന്നതിന് പിന്നെയും കുറെ ആഴ്ചകൾ വേണ്ടിവന്നു. വലിയ കുഴപ്പമൊന്നും കൂടാതെ 1848–ലെ ശൈത്യകാലത്ത് അവർ അവിടെ എത്തിച്ചേരുകയും ചെയ്തു. അന്ന് നിരവധി ചിലിക്കാരും ആ വഴിക്ക് നീങ്ങിക്കൊണ്ടിരുന്നു. *ജോകിം മുറിയേത്തയുടെ ജീവിതവും മരണവും* എന്ന കാവ്യനാടകത്തിൽ പാബ്ലൊ നെരൂദ വിവരിച്ചിട്ടുള്ളത് ഇക്കൂട്ടരുടെ വീരസാഹസത്തെപ്പറ്റിയുമാണ്.

അന്നത്തെ സാൻഫ്രാൻസിസ്കോയുടെ ചിത്രം വരച്ചുകാട്ടുക അസാധ്യമാണ്. ലോകത്തിന്റെ എല്ലാ കോണുകളിൽ നിന്നുമുള്ള നാനാവംശവർണ വിഭാഗങ്ങളിൽപ്പെട്ട സ്വർണമോഹികളെക്കൊണ്ട് നിറഞ്ഞതായിരുന്നു ആ നഗരം. തങ്ങളുടെ പായ്ക്കപ്പൽ വിറ്റുകിട്ടിയ കാശുമായി വിഖ്യാതമായ സാക്രമെന്റൊ താഴ്‌വരയിലേക്ക് പുറപ്പെടാൻ കടൽതാണ്ടിവന്ന ഈ ചങ്ങാതിമാർക്ക് പിന്നെയും കുറെസമയം കാത്തിരിക്കേണ്ടിവന്നു. അവിടെ എത്തിയാൽ തങ്ങൾ അളവറ്റ സമ്പത്തിന്റെ ഉടമകളായിത്തീരുമെന്ന് അവർ ദൃഢമായി വിശ്വസിച്ചിരുന്നു. എങ്കിലും അവർക്കാർക്കും നഗരം വിട്ടുപോകാൻ കഴിഞ്ഞില്ല. ലിഞ്ച് സാൻഫ്രാൻസിസ്കൊയിൽ കുടുങ്ങിപ്പോയി. കാരണം എലോയിസ് ഒർട്ടീസ് എന്നൊരു ചിലിയൻ യുവതിയുമായി കണ്ടുമുട്ടാനിടയായ അദ്ദേഹം ആ സ്ത്രീയിൽ വളരെയേറെ അനുരക്തനായിപ്പോയി. ഒരു ഇംഗ്ലീഷ് നാവികന്റെ വിധവയായിരുന്ന ആ യുവതിയെ അദ്ദേഹം വിവാഹം കഴിക്കുകയും ചെയ്തു. അപ്പോൾ തന്റെ നവവധുവിനെ അവിടെ വിട്ടിട്ട് സ്വർണം തേടിപ്പോണോ അതോ ഭാര്യയേയും കൂടെക്കൊണ്ടുപോണോ എന്നായി അദ്ദേഹത്തിന്റെ മുന്നിലുള്ള പ്രശ്നം. പക്ഷേ, ആ രണ്ടു പോംവഴികളും അപകടം നിറഞ്ഞതായി തോന്നുകയാൽ ഒരു യഥാർഥ കബല്ലെറൊ ആയ അദ്ദേഹം സാൻഫ്രാൻസിസ്കോയിൽ തന്നെ താമസിച്ചുകൊണ്ട് ഭാഗ്യപരീക്ഷണം നടത്താൻ തീരുമാനിച്ചു. 'കാലിഫോർണിയാ സൗഭാഗ്യങ്ങൾ' എന്നപേരിൽ അദ്ദേഹം അവിടെ ഒരു സലൂൺ ആരംഭിക്കുകയും അത്

ഒരുതരം സ്വർണഖനിയായി മാറുകയും ചെയ്തു. കിട്ടുന്ന കാശുകൊണ്ടെന്തു ചെയ്യണമെന്നു നിശ്ചയമില്ലാത്ത തരത്തിലായിരുന്നു അദ്ദേഹത്തിന് വരവ്....

"താമസിയാതെ ആ ദമ്പതികൾക്ക് അന്ന എന്നൊരു പെൺകുഞ്ഞു ജനിച്ചു. ഈ അന്ന ലിഞ്ച് ഒർട്ടിസ് ആണ് പിന്നീട് എന്റെ അമ്മയും ചെയുടെ അച്ഛമ്മയുമായിത്തീർന്നതെന്ന കാര്യം ഇവിടെ സ്മരിക്കുമല്ലോ."

"അപ്പോൾ, ഗുവേരാ സഹോദരന്മാർക്കെന്തു പറ്റി?"

"ഓ, അതൊരു വലിയ കഥയാണ്. ഭാഗ്യദേവത അവരോട് ഒട്ടും കനിഞ്ഞില്ല. ലക്ഷപ്രഭുക്കളാകുമെന്ന് ഞങ്ങളുടെ ജാതകത്തിൽ ഉണ്ടായിരുന്നില്ല. സാക്രമെന്റോ താഴ്വരയിൽ അവർക്ക് കിട്ടിയ സ്ഥലത്ത് സ്വർണത്തിന്റെ തരിപോലുമുണ്ടായിരുന്നില്ല. അവർ ആ പറമ്പിന്റെ എല്ലാ ഭാഗവും അരിച്ചരിച്ചുനോക്കി. ടൺകണക്കിന് മണ്ണ് അവർ കുഴിച്ചുമാറ്റി. അതെല്ലാം വിഫലമായി. എങ്കിലും ഏതൊരു വൈഷ്യത്തിനും അതിന്റേതായ ഒരു മറുവശവുമുണ്ടല്ലോ. സ്വർണം തേടിപ്പോയ നമ്മുടെ കൂട്ടർ ക്ഷീണിച്ചു വലഞ്ഞ രീതിയിൽ സാൻഫ്രാൻസിസ്കൊയിൽ മടങ്ങിയെത്തി. ലിഞ്ച് അവരെ യഥോചിതം സ്വീകരിച്ച് തന്റെ സലൂണിൽ ജോലിക്ക് വച്ചു. അങ്ങനെ അവിടെ കഴിയുന്ന കാലത്ത് അവർ ഡോൺ ഗില്ലേർമൊദ് കാസ്ട്രൊ എന്നൊരു പ്രഭുവുമായി പരിചയപ്പെടാനിടയായി. അദ്ദേഹത്തിന്റെ ഭാര്യയുടെ മുത്തച്ഛൻ പുത്തൻ സ്പെയിനിലെ (ഇപ്പോഴത്തെ മെക്സിക്കൊ) വൈസ്രോയി ആയിരുന്നു. ഈ കാസ്ട്രോക്ക് സ്വന്തമായ നിരവധി എസ്റ്റേറ്റുകൾ ഉണ്ടായിരുന്നു. അരിസ്രോണയിലെ ഗ്രാന്റ് കാന്യൺപോലും അദ്ദേഹത്തിന്റെ വകയായിരുന്നു.

നിങ്ങൾക്കറിയാൻ കൗതുകമുള്ള പ്രധാന സംഗതിയുമായി വലിയ ബന്ധമൊന്നുമില്ലാത്ത ചപ്പുചവറുകളാണ് ഞാൻ പറഞ്ഞുകൂട്ടുന്നതെന്ന് ധരിക്കരുത്. സംഗതി നേരെമറിച്ചാണ്. ഇപ്പറഞ്ഞ ഡോൺ ഗില്ലേർമൊ കാസ്ട്രോയ്ക്കും അദ്ദേഹത്തിന്റെ പത്നിക്കും — വൈസ്രോയി പെരാൾട്ടയുടെ പൗത്രികൂടിയാണ് ഈ മഹതി — ഈയുള്ളവനുമായും അങ്ങനെ ചെയുമായും ഉറ്റ ബന്ധമുണ്ടെന്ന് താമസിയാതെ തന്നെ നിങ്ങൾക്ക് വ്യക്തമാകും. ഗുവേരാ സഹോദരന്മാരെ കണ്ടപ്പോൾ തന്നെ ഡോൺ ഗില്ലേർമൊയ്ക്ക് അവരോട് എന്തോ ഒരു ഇഷ്ടം തോന്നുകയും, അദ്ദേഹം അവരെ ഇപ്പോഴത്തെ സാൻഡിയാഗോയ്ക്കടുത്ത് സ്ഥിതിചെയ്തിരുന്ന സാൻ ലോറെൻസോയിലെ തന്റെ കന്നുകാലി റാഞ്ചിന്റെ മാനേജർമാരായി നിയമിക്കുകയും ചെയ്തു. ഇതിൽ അദ്ദേഹത്തിന് ഒട്ടും തെറ്റു പറ്റിയതുമില്ല. കാരണം, എന്റെ ഈ പൂർവികർ മേൽപ്പറഞ്ഞ രംഗത്ത് അത്യന്തം നിപുണരായിരുന്നു. ഗുവേരാ സഹോദരന്മാർക്കും തന്മൂലം യാതൊരു നഷ്ടവും സംഭവിച്ചില്ല. എന്നല്ല, എന്റെ മുത്തച്ഛൻ ജുവാൻ അന്റോണിയോയ്ക്ക് അത് വളരയേറെ ഗുണം ചെയ്യുകയാണുണ്ടായത്. അദ്ദേഹത്തിന് യഥാർഥസന്തോഷം കൈവന്നത് ഇവിടെ വച്ചാണ്. കാരണം, ഡോൺ ഗില്ലേർ

മോയുടെ ഏകപുത്രി കൺസെപ്സ്യോണുമായി അദ്ദേഹം കണ്ടുമുട്ടാനിടയായത് ഇവിടെ വച്ചാണ്. അവർ പരസ്പരം അനുരക്തരായി. യഥാർഥ പ്രേമം വിവാഹത്തിന്റെ മുന്നോടിയുമാണല്ലോ. കുറഞ്ഞപക്ഷം, ആ പഴയ കാലത്തെങ്കിലുമുള്ള സ്ഥിതി അതായിരുന്നു. സ്പാനിഷ് രക്തമുള്ള ഒരു അർജന്റീനക്കാരന് തന്റെ മകളെ വിവാഹം ചെയ്തുകൊടുക്കാൻ ഡോൺ ഗില്ലേർമോയ്ക്ക് അതിയായ സന്തോഷമേ ഉണ്ടായിരുന്നുള്ളൂ. വിവാഹത്തെ തുടർന്ന് എന്റെ മുത്തച്ഛൻ ഗ്രാന്റ് കാന്യൺ ഉൾപ്പെടെയുള്ള ഗില്ലേർമൊയുടെ സർവ സ്വത്തുക്കൾക്കും അവകാശിയായിത്തീരുകയും ചെയ്തു. പക്ഷേ, അമേരിക്കൻ ഭരണാധികാരികൾ പിന്നീട് ചതിപ്രയോഗത്തിലൂടെ ഈ വസ്തുവകകളെല്ലാം തനതാക്കിയെന്ന കാര്യം ഇപ്പോൾത്തന്നെ എടുത്തുപറയേണ്ടതുണ്ട്. ഞങ്ങളുടെ വീട്ടുകാർ ഇതു സംബന്ധിച്ച് ദീർഘകാലം കേസ് നടത്തുകയുണ്ടായി. സംഗതി സുപ്രീംകോടതിവരെ എത്തുകയും ചെയ്തു. പക്ഷേ കോടതി വിധി അമേരിക്കൻ ഭരണാധികാരികൾക്ക് അനുകൂലമായിരുന്നു. കോടതിച്ചെലവുമാത്രമായിരുന്നു ഞങ്ങൾക്ക് കിട്ടിയ മിച്ചം. അന്നുപോലും അതൊരു ഭീമമായ സംഖ്യയായിരുന്നുതാനും. എന്നാൽ ഇതെപ്പറ്റി ഞങ്ങളാരും പരാതി പറയുകയില്ല. കാരണം, അന്ന് ആ വസ്തുവകകളെല്ലാം മടക്കിക്കിട്ടിയിരുന്നെങ്കിൽ ഞങ്ങളുടെ കുടുംബത്തിന്റെ ഭാഗധേയം തികച്ചും വ്യത്യസ്തമാകുമായിരുന്നു. അങ്ങനെ സംഭവിച്ചിരുന്നെങ്കിൽ മേജർ ചെയെപ്പോലെ അമേരിക്കൻ സ്വാതന്ത്ര്യത്തിനുവേണ്ടി ജീവാർപ്പണം ചെയ്ത ഒരു വീരസേനാനിക്ക് ജന്മംനൽകാൻ ഞങ്ങളുടെ കുടുംബത്തിന് കഴിയുമായിരുന്നില്ല. ഞങ്ങളും ഭൂമുഖത്തുള്ള അലസരായ അനവധി പ്രഭുകുടുംബങ്ങളിൽ ഒന്നാകുമായിരുന്നേനെ.

എന്റെ മുത്തച്ഛൻ ജുവാൻ അന്റോണിയോയ്ക്കും മുത്തശ്ശി കൺസെപ്സ്യോണും കൂടി ഒരു മകൻ പിറന്നിരിക്കുമെന്ന് നിങ്ങൾ ഊഹിച്ചിരിക്കുമല്ലോ. അതെ, അവർക്ക് അങ്ങനെയൊരു പുത്രനുണ്ടായി. യു എസ് എയിലായിരുന്നു ഈ കുട്ടിയുടെ ജനനം. റോബർട്ടോ എന്ന് അവർ കുട്ടിക്ക് പേരിടുകയും ചെയ്തു. ഈ റോബർട്ടോയാണ് എന്റെ പിതാവ്. എന്റെ അമ്മയെപ്പോലെ അദ്ദേഹവും ഒരു യു എസ് പൗരനായാണ് ജനിച്ചത്. ചരിത്രം എന്തെല്ലാം അത്ഭുതങ്ങളാണ് കാഴ്ചവയ്ക്കുന്നതെന്നോ! അതിനുശേഷം ഈയുള്ളവൻ ഭൂജാതനാകുന്നതിന് ജുവാൻ അന്റോണിയോയുടേയും കൺസപ്സ്യോന്റേയും പുത്രനായ റോബർട്ടോ ഗുവേര, ഫ്രാൻസിസ്കൊ ലിഞ്ചിന്റേയും എലോയിസാ ഒർട്ടിസിന്റേയും പുത്രിയായ അന്നാ ലിഞ്ചിനെ വിവാഹം കഴിക്കേണ്ടത് ആവശ്യമായിരുന്നു. 26 സംവത്സരങ്ങൾക്കുശേഷം താഴെ വിവരിക്കുന്ന സാഹചര്യങ്ങളിലാണ് ഇത് സംഭവിച്ചത്.

ഏതൊരു ചെകുത്താനും അവന്റേതായ അന്ത്യമുണ്ടെന്ന് അർജന്റീനയിലൊരു പഴഞ്ചൊല്ലുണ്ട്. അങ്ങനെ റോസാസിന്റേയും

അന്ത്യമടുത്തു. 1852–ൽ എന്തേറിയോസ് പ്രവിശ്യയുടെ ഗവർണർ ജനറൽ ജസ്റ്റോ ജോസ് ദ് ഉർക്വീസ റോസാസിനെതിരെ തിരിഞ്ഞു. രാജ്യമൊന്നടങ്കം ഈ കലാപത്തിൽ ചേരുകയും റോസാസ് നിഷ്കാസിതനാവുകയും ചെയ്തു. അങ്ങനെ സ്വാതന്ത്ര്യത്തിന്റെ മന്ദമാരുതൻ അർജന്റീനയിൽ വീണ്ടും വീശിത്തുടങ്ങി. ആ മംഗളവാർത്ത സാൻഫ്രാൻസിസ്കോയിൽ എത്തിയതോടെ എന്റെ മുത്തച്ഛനും സഹോദരനും സ്വദേശത്തേക്ക് മടങ്ങാൻ തിരക്കുകൂട്ടി. സ്വദേശസേവനമാണ് ഒരു മനുഷ്യന്റെ ആദ്യത്തെ ചുമതലയെന്ന് ഒരു യഥാർഥ സ്പാനിഷ് 'ഹിദാൽഗോ' യെപ്പോലെ അദ്ദേഹവും മനസിലാക്കി.

സ്വന്തം കാര്യങ്ങൾ ശരിപ്പെടുത്താൻ അവർക്ക് കുറച്ചു ദിവസം വേണ്ടിവന്നു. സാൻഫ്രാൻസിസ്കോയിൽ നിന്ന് കപ്പൽ മാർഗം വൾപ്പരേസൊയിൽ എത്തിയിട്ട് ആൻഡെസിലൂടെ അവർ സ്വദേശമായ മെൻഡോസയിലെത്തിച്ചേർന്നു. റോസാസ് തട്ടിയെടുത്തിരുന്ന ഭൂമി മുഴുവൻ പുതിയ ഗവൺമെന്റ് അവർക്ക് മടക്കിക്കൊടുത്തുവെന്നു പറയേണ്ടതില്ലല്ലൊ. അങ്ങനെ ഒടുവിൽ അവരുടെ ജീവിതം സാധാരണ ഗതിയിലായി.

കാലിഫോർണിയാ സൗഭാഗ്യങ്ങൾ എന്ന സ്ഥാപനത്തിന്റെ ഉടമസ്ഥൻ ഫ്രാൻസിസ്കോ ലിഞ്ചിന് എന്തു സംഭവിച്ചെന്ന് നിങ്ങൾ ചോദിച്ചേക്കാം. ആ കഥ പറഞ്ഞാൽ, ലിഞ്ച് പിന്നെയുമൊരു കാൽനൂറ്റാണ്ടുകൂടി അവിടെത്തന്നെ തുടർന്നു. എന്തുകൊണ്ടാണെന്ന് ചോദിച്ചാൽ ആർക്കും അതിന് ഇപ്പോൾ ശരിയായ ഒരുത്തരം നൽകാൻ പറ്റുമെന്ന് തോന്നുന്നില്ല. സ്വന്തം സലൂൺ വിട്ടിട്ടുപോകാനുള്ള മടി കൊണ്ടായിരിക്കാം അദ്ദേഹമങ്ങനെ തീരുമാനിച്ചത്. അതല്ലെങ്കിൽ കുടുംബത്തിന്റെ വലിപ്പമായിരിക്കാം സ്വദേശത്തേക്ക് മടങ്ങുന്നതിന് പ്രതിബന്ധമായിനിന്നത്. ലിഞ്ച് ദമ്പതികൾക്ക് പതിനേഴു കുട്ടികൾ പിറന്നിരുന്നു. പക്ഷേ, എന്തായാലും കാലിഫോർണിയ മാതൃഭൂമിയാവുകയില്ലല്ലൊ. അതിനാൽ, അർജന്റീനിയൻ സൈന്യത്തിലെ ഈ ലെഫ്റ്റനന്റിന്റെ പതിനേഴുകുട്ടികളും ജനിച്ചത് യു എസിലാണെങ്കിലും സ്വദേശമായ പാമ്പാസിലേക്ക് മടങ്ങാനുള്ള ആ അഭിനിവേശത്തെ ചെറുത്തുനിൽക്കാൻ അദ്ദേഹത്തിന് കഴിഞ്ഞില്ല. 1870–ാം ആണ്ടുകളിൽ അദ്ദേഹം തന്റെ സലൂൺ വിറ്റിട്ട് മുഴുവൻ കുടുംബത്തോടുമൊപ്പം പൂർവികരുടെ ആസ്ഥാനമായ മെൻഡോസയിലേക്ക് മടങ്ങുകയും ഗുവേരാ സഹോദര സുഹൃത്തുക്കളുടെ തൊട്ടടുത്തു തന്നെയുള്ള കുടുംബഭൂമിയിൽ താമസമുറപ്പിക്കുകയും ചെയ്തു.

എന്റെ മുത്തച്ഛനും സഹോദരനും എന്തൊരാഹ്ലാദത്തോടെയായിരിക്കും ലിഞ്ച് കുടുംബത്തെ സ്വാഗതം ചെയ്തതെന്ന് ഊഹിക്കാൻ പ്രയാസമില്ല. എന്റെ പിതാവായ റോബർട്ടൊയ്ക്ക് അന്ന് 26 വയസ്സും ലിഞ്ചിന്റെ മൂത്തമകൾ അന്നയ്ക്ക് 27 വയസ്സും പ്രായമായിരുന്നു. ഇരുവരും അവിവാഹിതരായിരുന്നു. രണ്ടുപേരും ഈയൊരു സന്ദർഭവും കാത്തിരിക്കുകയായിരുന്നെന്ന് തോന്നിപ്പോയി. ഏറെ താമസിയാതെ അവർ വിവാഹി

തരാവുകയും പതിനൊന്ന് കുട്ടികൾക്ക് ജന്മം നൽകുകയും ചെയ്തു. ഇതിൽ ആറാമത്തേത് നിങ്ങളുടെ മുന്നിലിരിക്കുന്ന ഈ ഏണസ്റ്റോ ഗുവേര ലിഞ്ച് ആയിരുന്നുവെന്ന് പറഞ്ഞുകൊള്ളട്ടെ.

എന്റെ പിതാവായ റോബർട്ടൊ ഗുവേര ഭൂമിയുടെ സർവേ ജോലിയിൽ വൈദഗ്ധ്യം നേടിയ ഒരാളായിരുന്നു. ചിലി, ബൊളീവിയ, പരാഗ്വെ, ഉറുഗ്വെ എന്നീ രാജ്യങ്ങളുമായുള്ള അതിർത്തി ശരിപ്പെടുത്തുന്നതിന് നിയുക്തമായ സ്റ്റേറ്റ് കമീഷന്റെ തലവനെന്ന നിലയ്ക്ക് ഗവൺമെന്റിൽ അദ്ദേഹത്തിന് ഉയർന്ന ഒരു സ്ഥാനമുണ്ടായിരുന്നു. അയൽരാജ്യക്കാരുമായി തൽസംബന്ധമായ കൂടിയാലോചനകൾ നടത്തിക്കൊണ്ട് ഏതാണ്ടെല്ലായ്പ്പോഴും തന്നെ അദ്ദേഹം സഞ്ചാരത്തിലായിരുന്നു. അർജന്റീനയുടെ ഇന്നത്തെ അതിർത്തി ഏതാണ്ട് ഇപ്പോഴത്തെ രീതിയിലാക്കുന്നതിൽ അദ്ദേഹം ഗണ്യമായ സംഭാവന നൽകിയിട്ടുണ്ടെന്ന സംഗതി ഇവിടെ ചൂണ്ടിക്കാണിക്കുന്നത് അസംഗതമായിരിക്കില്ല.

അടുത്തതായി, എന്നെപ്പറ്റിക്കൂടി രണ്ടുവാക്ക്. ബ്യൂനോസ് എയേഴ്സിലെ ദേശീയ സർവകലാശാലയുടെ വാസ്തുശിൽപ്പ വിഭാഗത്തിലാണ് ഞാൻ പഠിച്ചിരുന്നത്. പക്ഷേ, പഠനത്തോടൊപ്പം ജോലിയും ചെയ്യേണ്ടിയിരുന്നതുകൊണ്ട് ഇടയ്ക്കിടയ്ക്ക് വിദ്യാഭ്യാസകാര്യത്തിൽ വിഘ്നം നേരിട്ടിരുന്നു. മുത്തച്ഛന്റെ സ്വത്തുക്കളെപ്പറ്റിയുള്ള സ്മരണകളല്ലാതെ മറ്റൊന്നും ഞങ്ങൾക്ക് കൈമുതലായി ശേഷിച്ചിരുന്നില്ല. അദ്ദേഹത്തിന് എന്റെ പിതാവിനെക്കൂടാതെ വേറെയും നിരവധി സന്താനങ്ങളുണ്ടായിരുന്നു. എന്റെ പിതാവിനും പതിനൊന്നു മക്കളായിരുന്നുവെന്ന സംഗതി ഞാൻ പറഞ്ഞുകഴിഞ്ഞതുമാണല്ലോ. അങ്ങനെ പാട്ടം പറ്റി ജീവിതം കഴിക്കാൻ ഞങ്ങൾക്ക് നിർവാഹമുണ്ടായിരുന്നില്ല. അതു നല്ലതുമായിരുന്നു. കാരണം, അതുകൊണ്ട് ഞങ്ങളാരും പരാന്നഭോജികളാകാതെ രക്ഷപ്പെട്ടു.

"ആട്ടെ, ഇതിനിടയിൽ ഒരു കാര്യം ചോദിച്ചോട്ടെ. *ഫ്ളോറിഡയിലെ കഴുകന്മാർ* എഴുതിയ സുപ്രസിദ്ധ അർജന്റീനിയൻ സാഹിത്യകാരനായ ബെനീത്തൊ ലിഞ്ചിന് നിങ്ങളുമായി എന്തെങ്കിലും ബന്ധമുണ്ടോ? ആനുഷംഗികമായി പറയട്ടെ, അദ്ദേഹത്തിന്റെ മേൽപ്പറഞ്ഞ കൃതി റഷ്യനിലേക്ക് പരിഭാഷപ്പെടുത്തിയിട്ടുണ്ട്."

"എന്റെ കസിൻ സഹോദരൻ ഡോൺ ഫ്രാൻസിസ്കൊ ലിഞ്ചിന്റെ പൗത്രനാണ് ബെനീത്തൊ. സത്യം പറഞ്ഞാൽ, ഞങ്ങളുടെ ബന്ധുക്കളുടെ സംഖ്യ ആശ്ചര്യാവഹമാണ്. ധനികരും നല്ല നിലയിൽ കഴിയുന്നവരും മിടുക്കന്മാരും വിഡ്ഢികളും പ്രസിദ്ധരും അപ്രശസ്തരും വിപ്ലവകാരികളും പിന്തിരിപ്പന്മാരുമെല്ലാം അക്കൂട്ടത്തിലുണ്ട്. എന്റെ ഒരു കസിൻ സഹോദരൻ അഡ്മിറൽ ലിഞ്ച് ക്യൂബയിലെ അർജന്റീനിയൻ സ്ഥാനപതിയായിരുന്നു. എന്റെ മകൻ അവിടെ എത്തുന്നതിനു കുറച്ചു മുൻപു മാത്രമാണ് അദ്ദേഹം അവിടെ നിന്ന് പോന്നത്. ലിഞ്ച് കുടുംബത്തിന്

ഒരു ജർമൻ ശാഖ പോലുമുണ്ട്. എന്റെ ഒരു അമ്മായി — ഡോൺ ഫ്രാൻസിസ്കൊയുടെ മകൾ — ജർമൻകാരനായ തന്റെ സംഗീതാധ്യാപകനെ വിവാഹം കഴിച്ചുകൊണ്ട് ഞങ്ങളുടെ വംശവൃക്ഷത്തിന് അൽപ്പം കേടു വരുത്തി. ഈ വിവാഹത്തിൽ നിന്നുണ്ടായ സന്തതികൾ കിറുക്കൻ ഹിറ്റ്ലറുടെ അനുയായികളായി മാറുകയുണ്ടായി. എന്നെപ്പറ്റി പറഞ്ഞാൽ, ജീവിതകാലം മുഴുവൻ നാസിസത്തെയും ഫാസിസത്തെയും എതിർത്തിട്ടുള്ള ഒരുവനാണ് ഞാൻ. എന്റെ ഭാര്യയേയും കുട്ടികളേയും സംബന്ധിച്ചിടത്തോളവും ഇതുതന്നെയാണ് സ്ഥിതി. 1930-ാം ആണ്ടുകളിൽ എന്റെ കുടുംബം ഫാസിസത്തിനും യഹൂദവിരോധത്തിനുമെതിരായ അർജന്റീനിയൻ പ്രസ്ഥാനത്തിലും റിപ്പബ്ലിക്കൻസ്പെയിനിനെ സഹായിക്കാനുള്ള പ്രസ്ഥാനത്തിലും സജീവമായി പങ്കെടുത്തിരുന്നു. രണ്ടാം ലോകമഹായുദ്ധകാലത്ത് സഖ്യകക്ഷികളോട്, പ്രത്യേകിച്ചും ഡിഗോളിന്റെ സ്വതന്ത്ര ഫ്രാൻസ് പ്രസ്ഥാനത്തോട്, അനുഭാവം പ്രകടിപ്പിക്കുന്നതിനുള്ള പ്രസ്ഥാനത്തിലും ഞങ്ങൾ പങ്കാളികളായിരുന്നു. അന്ന് ഞങ്ങളുടെയെല്ലാം ശക്തിയായ പിന്തുണ നേടിയ ഒരു പ്രസ്ഥാനമായിരുന്നു ഇത്.

എന്റെ ഭാര്യ സീലിയ ദ് ല സെർന ദ് ലല്ലോസയും എന്നെപ്പോലെ തന്നെ പഴക്കം ചെന്ന ഒരു അർജന്റീനിയൻ തറവാട്ടിലെ അംഗമായിരുന്നു. 1927-ൽ വിവാഹിതരായ ഞങ്ങൾക്കു തമ്മിൽ അൽപ്പം അകന്ന ഒരു ബന്ധവുമുണ്ടായിരുന്നു.

സീലിയയുടെ മാതുലൻ ജൂവാൻ ദ് ല സെർന വിവാഹം ചെയ്തിരുന്നത് എന്റെ ഒരു ഇളയമ്മയെയാണ്. ഡോൺ ഫ്രാൻസിസ്കൊ ലിഞ്ചിന്റെ മകളായിരുന്നു ഇവർ. സീലിയയുടെ പിതാവ് ജുവാൻ മാർട്ടിൻ ദ് ല സെർന എന്ന അഭിഭാഷകൻ ബ്യൂനോസ് എയേഴ്സിന് സമീപത്തുള്ള അവെല്ലനേഡ എന്ന നഗരത്തിന്റെ സ്ഥാപകനെന്ന നിലയ്ക്ക് അർജന്റീനയിലെ ചരിത്രം സൃഷ്ടിച്ച ഒരാളുമായിരുന്നു. അല്ലെനേഡ ഇപ്പോൾ പ്രധാനപ്പെട്ട ഒരു വ്യാവസായികകേന്ദ്രമാണ്. പേരുകേട്ട ഞങ്ങളുടെ മാംസ ഫാക്ടറികളുടെ ആസ്ഥാനമാണത്. ഞങ്ങളുടെ എന്നുപറയുമ്പോൾ അതിന് ഒരൽപ്പം വിശദീകരണം നൽകേണ്ടതുണ്ട്. കാരണം, സ്വിഫ്റ്റ്, ആർമർ തുടങ്ങിയ ബ്രിട്ടീഷ്-അമേരിക്കൻ കമ്പനികളുടെ വകയാണ് ഈ ഫാക്ടറികളെല്ലാം. എന്നാൽ, താമസിയാതെ അവയെല്ലാം അവയുടെ യഥാർഥ അവകാശികളായ അർജന്റീനിയൻ ജനതയുടെ ഉടമസ്ഥതയിലാകുമെന്നതിൽ എനിക്ക് സംശയമേതുമില്ല.

എന്റെ ഭാര്യയുടെ കുടുംബത്തിലും സ്പാനിഷ് കുലീനരക്തം കലർന്നിട്ടുണ്ടെന്ന സംഗതികൂടി ഇവിടെ പ്രസ്താവിച്ചുകൊള്ളട്ടെ. ഞാനോ എന്റെ ഭാര്യയോ ഇതിന് എന്തെങ്കിലും പ്രത്യേക പ്രാധാന്യം കൽപ്പിക്കുന്നുണ്ടെന്നു ധരിക്കരുത്. പക്ഷേ, വസ്തുതകൾ വിസ്മരിക്കാൻ പാടില്ലല്ലൊ.

"ഒരു ഗാനത്തിൽനിന്ന് ഒരു പദം പോലും വിട്ടുകളയാനാവില്ലെന്നാണ് റഷ്യൻ ചൊല്ല്."

അതെയതെ. ഞാൻ പറഞ്ഞുവന്നത് പെറുവിലെ അവസാനത്തെ സ്പാനിഷ് വൈസ്രോയി ആയിരുന്ന ജനറൽ ജോസ് ദ് ല സെർനയുമായുള്ള ഈ കുടുംബത്തിന്റെ ബന്ധത്തെപ്പറ്റിയാണ്. അയാക്കുച്ചോയ്ക്ക് സമീപത്ത് നടന്ന അവിസ്മരണീയമായ പോരാട്ടത്തിൽ ഗ്രേറ്റ് കൊളംബിയയിലെ മാർഷൽ സുക്രെ തുരത്തിവിട്ടത് ഇദ്ദേഹത്തിന്റെ പട്ടാളത്തെ ആയിരുന്നു."

'അയാക്കുച്ചോ' എന്ന ശീർഷകത്തിലുള്ള ഒരു ലേഖനത്തിൽ മാർക്സും എംഗൽസും ഈ ജോസ് ദ് ല സെർനയെപ്പറ്റി പരാമർശിക്കുന്നുണ്ട്. ലാറ്റിൻ അമേരിക്കയുടെ പതിനഞ്ചു വർഷത്തെ സ്വാതന്ത്ര്യസമരത്തിന്റെ വിജയ പരിസമാപ്തിയെക്കുറിക്കുന്ന ഈ ഐതിഹാസികമായ പോരാട്ടത്തിന്റെ വിശദാംശങ്ങൾ അവർ ഈ ലേഖനത്തിൽ വിവരിച്ചിട്ടുണ്ട്."

ഉവ്വല്ലേ! ആദ്യമായാണ് ഞാൻ അങ്ങനെയൊരു കാര്യത്തെപ്പറ്റി കേൾക്കുന്നത്. എങ്കിലും എനിക്കതിലൊട്ടും അതിശയമില്ല. സകലകലാവല്ലഭരായിരുന്ന മാർക്സും എംഗൽസും അവർക്ക് ചുറ്റും നടന്നിരുന്ന സർവ സംഭവങ്ങളിലും അതിയായ താൽപ്പര്യം പ്രദർശിപ്പിച്ചിരുന്നുവെന്നത് ഏവർക്കും അറിവുള്ള സംഗതിയാണല്ലോ. സ്വാഭാവികമായും, ഞങ്ങളുടെ സ്വാതന്ത്ര്യ സമരത്തിന് അങ്ങേയറ്റത്തെ ആവേശം പകർന്നു കൊടുത്ത അയാക്കുച്ചോ പോരാട്ടം അവരുടെ ശ്രദ്ധയിൽ പെടാതിരിക്കാൻ വഴിയില്ല.

അതിരിക്കട്ടെ, നമുക്ക് ഞാൻ പറഞ്ഞുവന്ന സംഗതിയിലേക്ക് മടങ്ങാം. സീലിയയുടെ കാര്യമാണ് ഞാൻ ഉദ്ദേശിക്കുന്നത്. അങ്ങേയറ്റത്തെ സ്വാതന്ത്ര്യബോധം പുലർത്തിയിരുന്ന ഈ സ്ത്രീ ഞങ്ങളുടെ ആഭിജാത്യ ആചാരങ്ങൾക്കൊന്നും യാതൊരു വിലയും കൽപ്പിച്ചിരുന്നില്ല. രാഷ്ട്രീയത്തിൽ അവർ അതിയായ താൽപ്പര്യം കാണിക്കുകയും ഏതു വിഷയത്തെക്കുറിച്ചുമുള്ള തന്റെ ധീരവും നൂതനവുമായ അഭിപ്രായം എവിടെയും പ്രകടമാക്കുകയും ചെയ്തിരുന്നു. എന്നാൽ, പുറത്തേക്കുള്ള എല്ലാ വാതിലുകളും കൊട്ടിയടക്കപ്പെട്ട ഒരു കത്തോലിക്കാ കോളേജിലാണ് സീലിയ പഠിച്ചിരുന്നത്. അല്ല, ഒന്നാലോചിച്ചാൽ, അങ്ങനെ പഠിച്ചതു കൊണ്ടായിരിക്കാം അവർ അങ്ങനെ ആയിത്തീർന്നത്. വോൾട്ടയറും ഫിദൽ കാസ്ട്രോയും ജെസ്യൂട്ടുകളുടെ ശിക്ഷണത്തിൽ വളർന്നവരാണല്ലോ. എന്നിട്ട് അവർക്കെന്താ സംഭവിച്ചതെന്ന് കാണുന്നില്ലേ? മതത്തെ സംബന്ധിച്ചിടത്തോളം സീലിയയ്ക്കും എനിക്കും പരിപൂർണമായ അഭിപ്രായ ഐക്യം ഉണ്ടായിരുന്നു. ഞങ്ങളോ ഞങ്ങളുടെ മക്കളോ പള്ളിയിൽ പോയിരുന്നില്ല. ചെറുപ്പകാലത്ത് സ്ത്രീസ്വാതന്ത്ര്യ പ്രസ്ഥാനത്തിൽ പങ്കെടുത്തിരുന്ന സീലിയ സ്ത്രീകളുടെ വോട്ടവകാശത്തിനു

വേണ്ടി ഉറച്ചുനിന്ന് പോരാടിയവരിൽ ഒരാളായിരുന്നു. പരസ്യമായി കാറോടിച്ചു നടക്കാൻ ധൈര്യപ്പെട്ട ആദ്യത്തെ അർജന്റീനിയൻ സ്ത്രീകളിലൊരാളായിരുന്നു സീലിയ. വാഹനഗതാഗതം നിരോധിച്ചിരുന്ന ഫ്ളോറിഡാത്തെരുവിലൂടെ പോലും അവർ കാറോടിച്ചു പോവുകയുണ്ടായി. നീണ്ട മുടി ക്രോപ്പ് ചെയ്യാനും സ്വന്തം ചെക്ക് ഒപ്പിടാനും മുതിർന്ന സ്ത്രീകളുടെ കൂട്ടത്തിലും സീലിയ മുൻപന്തിയിൽ തന്നെ ആയിരുന്നു. അന്നെല്ലാം സീലിയയുടെ പെരുമാറ്റം കുലീനവംശജരെ വല്ലാതെ ബേജാറാക്കിയിരുന്നു. തലയ്ക്ക് വെളിവില്ലാത്ത ഒരു ദുസ്സാഹസക്കാരിയായാണ് അവർ ഈ യുവതിയെ വീക്ഷിച്ചിരുന്നതും. പക്ഷേ, മറ്റുള്ളവർക്ക് ഞെട്ടലുളവാക്കിയ ആ പെരുമാറ്റരീതികളാണ് എന്നെ ഏറ്റവുമധികം ആഹ്ലാദം കൊള്ളിച്ചത്. സീലിയയുടെ ബുദ്ധിസാമർത്ഥ്യത്തേയും അവരുടെ തന്റേടത്തേയും പറ്റിയാണ് ഞാൻ പറയുന്നത്.

ഞങ്ങളുടെ ഒന്നിച്ചുള്ള ജീവിതം ആരംഭിച്ചത് എങ്ങനെയാണെന്നോ? സീലിയയ്ക്ക് തന്റെ വീതത്തിൽ ഒരു മെയിറ്റ് തോട്ടം കിട്ടിയിരുന്നു. മിസിയോൺസിലായിരുന്നു ഈ സ്ഥലം. അതൊരു മാതൃകാ സ്ഥാപനമാക്കണമെന്ന ഉദ്ദേശ്യത്തോടെ ഞങ്ങൾ അവിടേക്ക് താമസം മാറ്റി. മെയിറ്റ് എന്നയിനം തേയിലയ്ക്ക് അന്ന് നല്ല വിലയായിരുന്നു. 'ഹരിത സ്വർണം' എന്നുപോലും അന്ന് അതിനു പേരുണ്ടായിരുന്നു. തോട്ടത്തിലേക്ക് വേണ്ട ഏറ്റവും മികച്ച യന്ത്രങ്ങൾ വാങ്ങി ഉപയോഗിച്ചുകൊണ്ട് ഇലനുള്ളുന്ന സീസണൽ ജോലിക്കാരുടെ സ്ഥിതി കഴിയുന്നത്ര മെച്ചപ്പെടുത്താൻ ഞാൻ ശ്രമിച്ചു.

അർജന്റീനക്കാർക്ക് മെയിറ്റ് കൂടാതെ ജീവിക്കാനാവില്ല. മറ്റു നാട്ടുകാർക്ക് കാപ്പിയും ചായയുംപോലെയാണ് അവർക്കിത്. എന്റെ മകനും മെയിറ്റ് വളരെ ഇഷ്ടമായിരുന്നു. ഫെർനാൻ സിൽവ വാൾഡെസ് എന്ന ഞങ്ങളുടെ കവി രുചികരവും ആരോഗ്യദായകവുമായ ഈ പാനീയത്തെപ്പറ്റി പറയുന്നത് ഇപ്രകാരമാണ്:

"നീ, പരുഷമായ വീര്യത്തിന്റെ നിറകുടം!

നീ മനുഷ്യത്വത്തിന്റെ സാലവൃക്ഷങ്ങളിൽ നിന്നും ഉറഞ്ഞൊഴുകുന്ന ജീവശക്തി!

പരുപരുക്കനായ ചങ്ങാതീ!
അഴലിൽ മുഴുകുമ്പോഴും, തൃപ്തനായിരിക്കുമ്പോഴും,
അരികിൽ നിന്റെ സാന്നിധ്യം ഞാനെന്നുമറിയുന്നു!
ഒരു തുള്ളി ഞാൻ പാനം ചെയ്യുമ്പോൾ, അതെൻ നെഞ്ചിൽ
നിറയും വിഷാദചിന്തകളെയകറ്റുന്നു!
ആ വിഷാദത്തിൻസ്ഥാനത്ത്
ആനീതമാകും സന്തോഷം!
എന്റെ വസതിയിൽ ദൗർഭാഗ്യങ്ങൾക്കവസാനം![2]

മെയിറ്റ് കുടിക്കുന്നവർക്ക് സന്തോഷവും സംതൃപ്തിയും ലഭിക്കു

മെങ്കിലും അതിന്റെ ഇല നുള്ളാൻ നടക്കുന്നവരുടെ കഷ്ടപ്പാട് അവർണനീയമായിരുന്നു.

ഈ തോട്ടങ്ങളിലെ തൊഴിലാളികൾ ഒരുതരം തീണ്ടലുള്ളവരെപ്പോലെയായിരുന്നു. കൂലിപ്പണിചെയ്യാൻ നിർബന്ധിതരായിരുന്നു അവർ. അവരുടെ യജമാനന്മാർക്ക് അവരുടെ മേൽ കൊല്ലിനും കൊലയ്ക്കും അവകാശമുണ്ടായിരുന്നു. അവർക്ക് കൂലിയായി കിട്ടിയിരുന്നത് നിലക്കടലയോ വെറും കൂപ്പണോ മാത്രമായിരുന്നു. ഈ കൂപ്പൺ കൊടുത്ത് കമ്പനിവക സ്റ്റോറിൽനിന്ന് അമിതമായ വിലയ്ക്ക് ഒന്നിനും കൊള്ളരുതാത്ത സാധനങ്ങൾ വാങ്ങാൻ അവർ നിർബന്ധിതരായിരുന്നു. ഇതൊന്നും പോരാഞ്ഞിട്ടെന്നോണം കമ്പനിസ്റ്റോറിൽ വേണ്ടത്ര മദ്യത്തിന്റെ സ്റ്റോക്കു സൂക്ഷിച്ചിരുന്നു. തൊഴിലാളികളുടെ ഏതൊരു സംഘടിതമായ ചെറുത്തുനിൽപ്പിനേയും തോട്ടം ഉടമകൾ പൊലീസ് സഹായത്തോടെ നിർദാക്ഷിണ്യം അടിച്ചമർത്തിയിരുന്നു.

കൂപ്പൺ സമ്പ്രദായം അവസാനിപ്പിച്ചിട്ട് തൊഴിലാളികൾക്ക് പണമായി കൂലി നൽകുകയെന്നതാണ് ഞാൻ കൈക്കൊണ്ട ആദ്യത്തെ നടപടി. തോട്ടത്തിൽ മദ്യത്തിന്റെ വിൽപ്പന നടത്തുന്നതിനെ ഞാൻ നിരോധിക്കുകയും ചെയ്തു. അയൽപക്കത്തുള്ള തോട്ടം ഉടമകളുടെ ശത്രുത വിലയ്ക്കു വാങ്ങലായിരുന്നു ഇതിന്റെ ഫലം. എനിക്ക് തലയ്ക്കു സ്ഥിരതയില്ലെന്നാണ് അവർ ആദ്യം ധരിച്ചത്. പക്ഷേ, എന്റെ മാനസികനിലയ്ക്ക് തകരാറൊന്നുമില്ലെന്ന് കണ്ടതോടെ അവരെന്നെ കമ്യൂണിസ്റ്റായി മുദ്ര കുത്താൻ തുടങ്ങി. രാഷ്ട്രീയമായ ചായ്വ് വച്ചു നോക്കിയാൽ അന്ന് ഞാനൊരു തീവ്രവാദിയായിരുന്നു. റാഡിക്കൽ സിവിൽ അലയൻസ് എന്ന കക്ഷിയെയാണ് ഞാൻ പിന്താങ്ങിയിരുന്നത്. പ്രസിഡന്റ് ഹിപ്പൊളിറ്റൊ യ്റിഗോയന്റെ നേതൃത്വത്തിലുള്ള ഒരു ജനാധിപത്യ കക്ഷിയായിരുന്നു ഇത്. അധികാരത്തിലിരുന്നപ്പോൾ നാടിന്റെ നന്മയ്ക്കുവേണ്ടി പലതും ചെയ്ത ഒരാളായിരുന്നു ഈ പ്രസിഡന്റ്. സ്വതന്ത്രമായ ഒരു വിദേശനയം നടപ്പിലാക്കുകയും ഭരണഘടനയെ മാനിക്കുകയും ചെയ്ത ഒരാളാണദ്ദേഹം. മറ്റു തോട്ടം ഉടമകൾ എനിക്കെതിരായ പ്രതികാര നടപടികൾ സ്വീകരിക്കുമെന്ന് ഭീഷണിപ്പെടുത്താൻ തുടങ്ങി. അക്കാലത്ത് മിസിയോൺസിൽ യാതൊരു വിധ നിയമവും ഉണ്ടായിരുന്നില്ല. തദ്ദേശീയ ഭരണാധികാരികളും പൊലീസും തോട്ടം ഉടമകളുടെ കീശയിലായിരുന്നു. ഭീരുവല്ലെങ്കിലും സീലിയയുടെ ജീവിതത്തെ അപായപ്പെടുത്താൻ എനിക്കവകാശമില്ലെന്ന് തോന്നിയതിനാൽ, റൊസാറിയയിലേക്ക് താമസം മാറ്റാൻ ഞാൻ തീരുമാനിച്ചു. അർജന്റീനയിലെ ഏറ്റവും വലിയ നഗരങ്ങളിൽ രണ്ടാമത്തേതാണിത്. അവിടെയൊരു മെയിറ്റ് ഫാക്ടറി ആരംഭിക്കാനായിരുന്നു എന്റെ പ്ലാൻ. ഇവിടെ വച്ചാണ് 1928 ജൂൺ 14–ാം തീയതി ചെ മാസം തികയും മുൻപ് ജനിച്ചത്. എന്നെ ഓർമിക്കാൻവേണ്ടി സീലിയ അവന് ഏണസ്റ്റോ എന്നു പേരിടുകയും ചെയ്തു. വീട്ടിൽ ഞങ്ങളവനെ ടേറ്റെ എന്നും വിളിച്ചു.

റൊസാരിയോയിൽ ഫാക്ടറി ആരംഭിക്കാനുള്ള എന്റെ ശ്രമവും പൊളിഞ്ഞു. ലോക സാമ്പത്തികക്കുഴപ്പം പൊട്ടിപ്പുറപ്പെട്ട കാലമായിരുന്നു അത്. ന്യൂയോർക്കിനേയും ലണ്ടനേയും ആശ്രയിച്ചു കഴിഞ്ഞിരുന്ന അർജന്റീനയുടെ സമ്പദ്വ്യവസ്ഥാകെ തന്മൂലം താറുമാറായി. വിദേശ വാണിജ്യം നന്നേ ചുരുങ്ങുകയും ലോകവിപണിയിൽ ഞങ്ങളുടെ അസംസ്കൃത വിഭവങ്ങളുടെ വില കുത്തനെ ഇടിയുകയും പല കമ്പനികളും പൊളിയുകയും തൊഴിലില്ലായ്മ പടർന്നു പിടിക്കുകയും ചെയ്തു. കിട്ടുമെന്നുദ്ദേശിച്ചിരുന്ന ആ കടം എനിക്ക് ലഭ്യമായില്ല. അങ്ങനെ ഫാക്ടറി ഉടമ ആകാനുള്ള ശ്രമം ഉപേക്ഷിച്ചിട്ട് എനിക്ക് മിസിയോൺസിലെ തോട്ടത്തിലേക്ക് മടങ്ങേണ്ടിവന്നു.

1930 മെയ് 2–ാം തീയതി ടേറ്റെയേയും കൊണ്ട് ഞാനും സീലിയയും ഒരു നീന്തൽക്കുളത്തിലേക്കുപോയി. ഈ തീയതി എനിക്ക് നല്ല ഓർമയുണ്ട്. ഭംഗിയായി നീന്താൻ കഴിവുള്ള സീലിയയ്ക്ക് വെള്ളമെന്നു പറഞ്ഞാൽ ജീവനായിരുന്നു. നല്ല തണുപ്പുള്ള ഒരു ദിവസമായിരുന്നു അത്. കൂട്ടത്തിൽ ശക്തിയേറിയ ഒരു തണുത്ത കാറ്റും വീശിയിരുന്നു. പെട്ടെന്ന് ടേറ്റെ വല്ലാതെ ചുമയ്ക്കാനും വലിക്കാനും തുടങ്ങി. ഞങ്ങളവനെ നേരെ ഒരു ഡോക്ടറുടെ അടുക്കലേക്ക് കൊണ്ടുപോയി. കുട്ടിക്ക് കാസത്തിന്റെ രോഗമാണെന്ന് ഡോക്ടർ പറഞ്ഞു. തണുപ്പടിച്ചതായിരിക്കാം കാരണം. അല്ലെങ്കിൽ പരമ്പരാഗതമായി കിട്ടിയതുമാകാം. അതിനു സാധ്യതയുമുണ്ടായിരുന്നു. കാരണം കുട്ടിക്കാലത്ത് സീലിയയ്ക്കും ഈ രോഗമുണ്ടായിരുന്നു.

അന്ന് ആസ്മയ്ക്ക് യാതൊരു ചികിത്സയുമുണ്ടായിരുന്നില്ല. അലർജി മൂലമുള്ളതാണ് ഇതെന്നെങ്കിലും ഡോക്ടർമാർക്ക് ഇപ്പോൾ പറയാൻ കഴിയുന്നുണ്ട്. പക്ഷേ, അന്ന് അത്രപോലും ആർക്കും നിശ്ചയമുണ്ടായിരുന്നില്ല. കാലാവസ്ഥ മെച്ചപ്പെട്ട ഏതെങ്കിലും സ്ഥലത്തേക്ക് മാറിത്താമസിക്കുകയെന്നത് മാത്രമായിരുന്നു ഡോക്ടറുടെ ഉപദേശം. അതനുസരിച്ച് ഞങ്ങൾ കോർഡബയിലേക്ക് പോകാൻ നിശ്ചയിച്ചു. അർജൻറീനയിലെ ഏറ്റവും മികച്ച സുഖവാസകേന്ദ്രമാണത്. കാരണം, പർവതസാനുക്കളിലാണ് ആ സ്ഥലം സ്ഥിതി ചെയ്യുന്നത്. കോണിഫെറസ് കൂടുകളിൽ നിന്നുള്ള സൗരഭ്യം കലർന്ന അവിടുത്തെ സ്വച്ഛമായ ശുദ്ധവായു അത്യന്തം ആരോഗ്യദായകമാണ്. യാതൊരുവിധ മനപ്രയാസവും കൂടാതെ മിസിയോൺസിലെ തോട്ടം വിറ്റിട്ട് ഞങ്ങൾ കോർഡബയ്ക്കടുത്തുള്ള അൾട്ടാ ഗ്രാസ്യയിലെ നീഡ്യവില്ല എന്ന വീട് വിലയ്ക്കു വാങ്ങി. ഞാൻ വീടുപണിയുടെ കോൺട്രാക്ട് ജോലി ആരംഭിച്ചപ്പോൾ സീലിയ രോഗാതുരനായ ടേറ്റെയുടെ പരിചരണത്തിൽ മുഴുവൻ ശ്രദ്ധയും പതിപ്പിച്ചു.

1930 മെയ് 2 എന്ന ആ ദുർദിനം മുതൽ ടേറ്റെയ്ക്ക് മിക്കവാറും എല്ലാ ദിവസങ്ങളിലും ആസ്മയുടെ ശല്യം അനുഭവപ്പെട്ടു. പ്രത്യേകിച്ചും രാത്രികാലങ്ങളിൽ. അവന്റെ അരികിൽ തന്നെയാണ് ഞാൻ കിടന്നിരു

ന്നത്. വലിവ് തുടങ്ങുമ്പോൾ ഞാൻ അവനെയെടുത്തുകൊണ്ടു നടക്കുകയും മെല്ലെ പുറത്ത് തലോടിക്കൊടുക്കുകയും ചെയ്തിരുന്നു. അങ്ങനെ തളർന്ന് മിക്കപ്പോഴും നേരം വെളുക്കാറാകുമ്പോഴായിരിക്കും അവനൊന്ന് കണ്ണടയ്ക്കുന്നത്.

ടേറ്റേയുടെ താഴെ ഞങ്ങൾക്ക് നാലു കുഞ്ഞുങ്ങൾകൂടി ഉണ്ടായി. സീലിയ (ഭാര്യയുടെ ഓർമയ്ക്ക്), റോബർട്ടോ (എന്റെ പിതാവിന്റെ ഓർമയ്ക്ക്), അന്നാമേരിയ (എന്റെ അമ്മയുടെ ഓർമയ്ക്ക്), ജുവാൻ മാർട്ടിൻ (എന്റെ ശ്വശുരന്റെ ഓർമയ്ക്ക്) എന്നിങ്ങനെയാണ് അവർക്ക് ഞങ്ങൾ പേരിട്ടത്. നാലുപേർക്കും സാമാന്യം നല്ല വിദ്യാഭ്യാസം ലഭിച്ചു. പെൺകുട്ടികൾ രണ്ടുപേരും വാസ്തുശിൽപ്പികളായി. റോബർട്ടോ ഒരു വക്കീലും ഇളയവൻ ഒരു ഡിസൈനറുമായി. അവരെല്ലാം ബാലാരിഷ്ടതകളൊന്നും കൂടാതെയാണ് വളർന്നത്.

എന്നാൽ ടേറ്റെയുടെ സ്ഥിതി തികച്ചും വ്യത്യസ്തമായിരുന്നു. അവനെ സ്കൂളിൽ ചേർക്കാൻ പോലും കഴിഞ്ഞില്ല. രണ്ടു കൊല്ലത്തോളം സീലിയ അവനെ വീട്ടിലിരുത്തിയാണ് പഠിപ്പിച്ചത്. എങ്കിലും നാലാം വയസു മുതൽ അവൻ പുസ്തകം വായിക്കാൻ തുടങ്ങി. മരണം വരെ അവൻ ആ വായനശീലം കൈവെടിഞ്ഞതുമില്ല. ആസ്മയുമായി മല്ലടിക്കുകയും ശത്രുക്കളുമായി ഏറ്റുമുട്ടുകയും ചെയ്തുകൊണ്ട് ബൊളീവിയയിൽ കഴിഞ്ഞിരുന്ന ആ അന്ത്യദിനങ്ങളിലും അൽപ്പസമയമെങ്കിലും വായനയ്ക്കായി നീക്കിവെയ്ക്കാൻ അവനു കഴിഞ്ഞിരുന്നുവെന്നാണറിയുന്നത്.

അവൻ വായിച്ചിരുന്നത് എന്താണെന്നോ? അതിനെങ്ങനെ മറുപടി നൽകുമെന്ന് എനിക്കറിയില്ല.... കാരണം അവൻ വായിക്കാത്തതായി ഒന്നുമുണ്ടായിരുന്നില്ല. സീലിയയ്ക്കും എനിക്കും പുസ്തകക്കമ്പം നല്ലപോലെ ഉണ്ടായിരുന്നു. അനേകായിരം വാല്യങ്ങളടങ്ങിയ ഒരു ഗ്രന്ഥാലയം ഞങ്ങൾക്കുണ്ടായിരുന്നു. ഞങ്ങളുടെ ഏറ്റവും വിലപിടിച്ച കൈമുതലും ഇതായിരുന്നു. സ്പാനിഷ് മുതൽ റഷ്യൻ വരെയുള്ള ഭാഷകളിലെ ക്ലാസിക്കുകളും ചരിത്രം, ദർശനം, മനശ്ശാസ്ത്രം, കല തുടങ്ങിയവ സംബന്ധിച്ച കൃതികളും അക്കൂട്ടത്തിലുണ്ടായിരുന്നു. മാർക്സ്, എംഗൽസ്, ലെനിൻ എന്നിവരുടെ കൃതികളോടൊപ്പം ക്രപ്പോത്ക്കിൻ, ബക്കിനുൻ തുടങ്ങിയവരുടെ പുസ്തകങ്ങളും ഞങ്ങളുടെ പക്കലുണ്ടായിരുന്നു. അർജന്റീനിയൻ വിഭാഗത്തിൽ ജോസ് ഹെർനാൻഡെസ്, സർമിയേന്തൊ തുടങ്ങിയവരുമുണ്ടായിരുന്നു. കൂടാതെ പലേ ഫ്രഞ്ച് കൃതികളും ഞങ്ങളുടെ ശേഖരത്തിലുണ്ടായിരുന്നു. സീലിയയ്ക്ക് ഫ്രഞ്ച് നല്ലപോലെ വശമായിരുന്നു. അവരത് മകനെ പഠിപ്പിക്കുകയും ചെയ്തിരുന്നു.

മറ്റാരേയുംപോലെ ചെയ്ക്കും തന്റേതായ പ്രിയപ്പെട്ട ഗ്രന്ഥകാരന്മാരുണ്ടായിരുന്നുവെന്നു പറയേണ്ടതില്ലല്ലോ. ബാല്യത്തിൽ സൽഗാരി, ജൂൾ വേൺ, ദുമ, വിക്ടർ ഹ്യൂഗൊ, ജാക്ക് ലണ്ടൻ എന്നിവരോടായിരുന്നു അവന് പ്രിയം. പിന്നീട് സെർവാന്റെ, അനത്തോൾ ഫ്രാൻസ് എന്നിവരായി

അവന്റെ പ്രിയപ്പെട്ട എഴുത്തുകാർ. ടോൾസ്റ്റോയി, ദസ്തയേവ്സ്കി, ഗോർക്കി എന്നിവരുടെ കൃതികളും അവൻ വായിച്ചിരുന്നു. അന്ന് പ്രചാര ത്തിലുണ്ടായിരുന്ന എല്ലാ ലാറ്റിൻ അമേരിക്കൻ സാമൂഹ്യാഖ്യായികകളും അവൻ വായിച്ചിരുന്നു. പെറുവിലെ സിറോ അലേഗ്രിയ, ഇക്വഡോറിലെ ജോർജ് ഇക്കാസ, കൊളംബിയയിലെ ജോസ് യുസ്താസിയോ റിവേറ എന്നിവർ അമേരിക്കൻ ആദിവാസികളുടെ ദുഷ്കരമായ ജീവിതത്തെ പ്പറ്റിയും തോട്ടം തൊഴിലാളികളുടെ അടിമവേലയെപ്പറ്റിയും എഴുതിയ നോവലുകൾ ഇക്കൂട്ടത്തിൽ പെടും.

കുട്ടിക്കാലം മുതൽക്ക് ചെയ്ക്ക് കവിത ജീവനായിരുന്നു. ബോദ്‌ലേർ, വെർലെയിൻ, ഗാർഷ്യാ ലോർക, അന്റോണിയോ മച്ചാഡൊ എന്നിവ രുടെ കൃതികൾ അവന് ഭംഗിയായി അറിയാമായിരുന്നു. പാബ്ലൊ നെരൂദ യുടെ കവിതയിൽ ചെയ്ക്ക് ഒരു പ്രത്യേക താൽപ്പര്യം തന്നെ ഉണ്ടായി രുന്നു. പലരുടേയും കവിതകൾ ഹൃദിസ്ഥമായിരുന്ന അവൻ സ്വയംതന്നെ കവിതാരചനയ്ക്ക് മുതിരുകയും ചെയ്തിരുന്നു. പക്ഷേ, താനൊരു കവി യാണെന്ന് എന്റെ മോൻ ഒരിക്കലും കരുതിയിരുന്നില്ലെന്ന് ഞാനിവിടെ പ്രത്യേകിച്ച് എടുത്തുപറയേണ്ടതില്ലല്ലൊ. ഒരു കവിയാകാൻ കഴിയാതെ പോയ ഒരു വിപ്ലവകാരിയാണ് താനെന്ന് അവൻ ഒരിക്കൽ പറയുകയു ണ്ടായി. സ്പാനിഷ് റിപ്പബ്ലിക്കൻ പക്ഷക്കാരനായ ലിയോൺ ഫിലിപ്പെ യുടെ *റെയിൻഡിയർ* എന്ന കവിതാ സമാഹാരം ചെ സദാ തന്റെ കിടക്ക യ്ക്കരികിൽ സൂക്ഷിച്ചിരുന്നു. അദ്ദേഹത്തിനെഴുതിയ കത്തിൽ ചെ തന്നെ വിശേഷിപ്പിച്ചത് 'കാവ്യരചനയിൽ പരാജയപ്പെട്ട ഒരു കവി' എന്നാണ്. അവസാനമായി ക്യൂബ വിട്ടുപോകുന്നതിനു മുൻപായി ചെ തന്റെ പക്കൽനിന്ന് ഒരു സ്പാനിഷ് കവിതാസമാഹാരം എടുത്തിട്ട് നെരൂദയുടെ *വിട* എന്ന കവിത പകർത്തിയെടുക്കുകയുണ്ടായെന്ന് റോബർട്ടൊ ഫെർ ണാണ്ടസ് റെത്തമാർ എന്ന ക്യൂബൻ കവി ഒരിടത്ത് പ്രസ്താവിക്കു കയുണ്ടായി.

ജീവിതത്തിന്റെ അന്ത്യനിമിഷം വരെയും എന്റെ മകൻ കവിതയോട് വിടവാങ്ങിയില്ല. അവൻ ചുമന്നുകൊണ്ടുനടന്നിരുന്ന ഭാണ്ഡത്തിൽനിന്ന് പ്രസിദ്ധമായ *ബൊളീവിയൻ ഡയറി*ക്കു പുറമെ അവനിഷ്ടപ്പെട്ട കവിത കൾ പകർത്തിവച്ചിരുന്ന ഒരു നോട്ടുപുസ്തകവും കണ്ടുകിട്ടുകയുണ്ടാ യെന്ന വിവരം നിങ്ങൾക്കും അറിയാമായിരിക്കുമല്ലൊ. പെയിന്റിങ്ങിലും ഏണസ്റ്റൊയ്ക്ക് കമ്പമുണ്ടായിരുന്നു. കലയുടെ ചരിത്രത്തിൽ അവന് സാമാന്യം നല്ല പരിജ്ഞാനവുമുണ്ടായിരുന്നു. വാട്ടർകളർ ഉപയോഗി ച്ചുള്ള അവന്റെ ചിത്രരചനകൾ ഒട്ടും മോശവുമായിരുന്നില്ല.

"പക്ഷേ, ചെയ്ക്ക് മോഡേണിസ്റ്റ് പെയിന്റിങ് ഒട്ടും ഇഷ്ടമായിരു ന്നില്ലെന്നു കേൾക്കുന്നുണ്ടല്ലൊ," ഞാൻ ഇടയ്ക്ക് കയറിപ്പറഞ്ഞു. ഈ ചിത്രകലാശാഖ തനിക്ക് പിടികിട്ടാത്തതാണെന്നും അതിനാൽ തനിക്ക് അതെപ്പറ്റി ഒന്നും പറയാനില്ലെന്നും ഒരിക്കൽ ഏതോ യൂറോപ്യൻ രാജ്യ

ത്തിൽ നടന്ന അത്തരമൊരു ചിത്രകലാപ്രദർശനം കണ്ടിട്ട് അദ്ദേഹം പത്ര പ്രവർത്തകരോട് പറഞ്ഞതായും അറിയുന്നുണ്ട്. ഒരുപക്ഷേ, അതിലെന്തെങ്കിലും കഴമ്പുകാണുമായിരിക്കാമെന്ന് അദ്ദേഹം സമ്മതിച്ചു. പക്ഷേ, തനിക്കത് പിടികിട്ടുന്നില്ലെന്ന് അദ്ദേഹം തുറന്നു പറയുകയുണ്ടായത്രെ.

"എന്റെ മകന് മറ്റെല്ലാറ്റിലുമുപരിയായി ഇംപ്രഷനിസ്റ്റ് ചിത്രങ്ങളായിരുന്നു കൂടുതൽ ഇഷ്ടം. കൂട്ടത്തിൽ പറയട്ടെ, ചെസ്സിലും അവന് വലിയ ഭ്രമമായിരുന്നു. ക്യൂബൻ വിപ്ലവത്തിന്റെ വിജയത്തിനുശേഷം അവർ ചെസ്സ് മത്സരങ്ങളിൽ പലതിലും പങ്കെടുത്തിരുന്നു. എന്നെങ്കിലും അവൻ വീട്ടിലേക്ക് ഫോൺ ചെയ്തിട്ട് തനിക്ക് ഒരു അത്യാവശ്യപരിപാടിയുണ്ടെന്ന് പറഞ്ഞാൽ കൂട്ടുകാരുമായി ചെസ്സുകളിക്കാൻ പോവുകയാണെന്നാണ് അതിന്റെ അർഥമെന്ന് അവന്റെ ഭാര്യക്കറിയാമായിരുന്നു.

എന്നാൽ, അവന് ഗ്രാഹ്യമില്ലാത്ത ഏതെങ്കിലും സംഗതി ഉണ്ടായിരുന്നെങ്കിൽ അത് സംഗീതമായിരുന്നു. സ്വരവിവേചനത്തിന്റെ കാര്യത്തിൽ അവൻ പൊട്ടനായിരുന്നുവെന്നുപറയാം. ടാംഗൊയും വാൾട്ട്സും തമ്മിൽ തിരിച്ചറിയാൻ പോലും അവന് കഴിയുമായിരുന്നില്ല. നൃത്തം ചെയ്യാനും അവന് വശമുണ്ടായിരുന്നില്ല. ഒരു അർജന്റീനക്കാരനെ സംബന്ധിച്ചിടത്തോളം ഇത് വലിയൊരത്ഭുതവുമായിരുന്നു. കാരണം, സത്യം എപ്പോഴും അങ്ങനെ ആയിക്കൊള്ളണമെന്നില്ലെങ്കിലും തന്നെക്കാൾ മികച്ച മറ്റൊരു നർത്തകനില്ലെന്നാണ് ഏതൊരു അർജന്റീനക്കാരന്റേയും വിശ്വാസം.

"വ്യവസായ മന്ത്രിയായിരിക്കുന്ന കാലത്ത് ആയിടയ്ക്ക് പുറത്തിറക്കപ്പെട്ട ചില റിക്കാർഡുകളുടെ മേന്മയെപ്പറ്റി ചോദിച്ചപ്പോൾ അക്കാര്യത്തിൽ ഒരഭിപ്രായപ്രകടനം നടത്താൻ താൻ അശക്തനാണെന്നും, സംഗീതത്തെപ്പറ്റിയുള്ള തന്റെ അജ്ഞത അത്രയ്ക്ക് സമ്പൂർണമാണെന്നും ചെ പറഞ്ഞതായി കേൾക്കുന്നത് ശരിയാണോ?"

"അതെ, അത് അവന്റെ സ്വഭാവമാണ്. തന്റെ കുറവുകൾ ഏറ്റുപറയാൻ അവന് ഒരിക്കലും വിഷമമുണ്ടായിരുന്നില്ല. മറ്റുള്ളവരെ പരിഹസിക്കുന്ന അവസരത്തിൽ അവൻ സ്വയം തന്നെയും വെറുതെവിട്ടിരുന്നില്ല. സ്വയം വിമർശനം അവന്റെ ഒരു പ്രത്യേകതയായിരുന്നു. സ്വന്തം കാര്യത്തിൽ അവൻ ഒരിക്കലും ദാക്ഷിണ്യം കാണിച്ചിരുന്നില്ലെന്നുപോലും ഞാൻ പറയും. പുതുമവരുത്താൻ കൽപ്പിച്ചുകൂട്ടിയുള്ള ശ്രമമായും ഒരുതരം മാനസികവിഭ്രാന്തിയുടെ ലക്ഷണമായും വെറും ആത്മപ്രദർശനമായും ചിലർ ഇതിനെ വ്യാഖ്യാനിച്ചു കണ്ടിട്ടുണ്ട്. പക്ഷേ, ഇതിന്റെ വാസ്തവത്തിലുള്ള കാരണം കുറെക്കൂടി ഗഹനവും ഗൗരവതരവുമാണ്. എന്തുകൊണ്ടെന്നാൽ, അങ്ങേയറ്റത്തെ നിഷ്കപടതയിൽ നിന്നും പൊള്ളവാക്കുകളോടും കാപട്യത്തോടും പെറ്റിബൂർഷ്വാ സദാചാരത്തോടുമുള്ള സന്ധിയില്ലാത്ത വിരോധത്തിൽ നിന്നും ഉടലെടുക്കുന്ന ഒന്നാണ് ഈ പെരുമാറ്റം. പക്ഷേ, സത്യസന്ധതയെന്നത് ഫിലി

സ്റ്റൈനിനെ സംബന്ധിച്ചിടത്തോളം എല്ലായ്പ്പോഴും ആശ്ചര്യമുളവാക്കും. അങ്ങനെയുള്ള ഫിലിസ്റ്റൈനിന് വ്യത്യസ്തമായ എന്തു കണ്ടാലും അത് ഭ്രാന്തോ കളിപ്പീരോ അഭിനയമോ സൂത്രമോ ആയിരിക്കുകയും ചെയ്യും. ചെയുടെ ജീവചരിത്രകാരന്മാരിൽ ചിലർ അവർക്ക് വിചിത്രമായി തോന്നുന്ന ഈ പെരുമാറ്റത്തെ ഫ്രോയിഡിന്റെ കോംപ്ലക്സുകളുടെ സഹായത്തോടെ വ്യാഖ്യാനിക്കാനും അവന്റെ സ്വഭാവ രൂപീകരണത്തിലും വിപ്ലവപ്രബുദ്ധമായ അഭിപ്രായഗതിയിലും നിർണായകമായ ഘടകം അവന്റെ കാസരോഗമാണെന്ന് വരുത്തിത്തീർക്കാനും ശ്രമിച്ചിട്ടുണ്ട്. ശുദ്ധ അസംബന്ധമാണിതെല്ലാമെന്ന് പറയേണ്ടതില്ലല്ലോ.

രോഗമോ മറ്റെന്തെങ്കിലും ശാരീരിക വൈകല്യമോ അല്ല വിപ്ലവകാരികൾക്ക് ജന്മം നൽകുന്നത്. ഏതെങ്കിലും തരത്തിലുള്ള വൈകാരികമായ ചായ്‌വുമല്ല ഇതിന്റെ പിന്നിലുള്ളത്. മറിച്ച്, ചൂഷണത്തിലധിഷ്ഠിതമായ സാമൂഹ്യവ്യവസ്ഥയും നീതിക്കുവേണ്ടിയുള്ള മനുഷ്യന്റെ സ്വാഭാവികതൃഷ്ണയുമാണ് വിപ്ലവകാരികളെ സൃഷ്ടിക്കുന്നത്.

കവിതയും കലയും പോലുള്ള ഉദാത്തങ്ങളായ വിഷയങ്ങളിൽ മാത്രം ഒതുങ്ങിനിൽക്കുന്നതായിരുന്നില്ല ചെയുടെ അഭിരുചി. ഗണിതത്തിലും മറ്റു നിഷ്കൃഷ്ട ശാസ്ത്രങ്ങളിലും അവനുള്ള അറിവ് അപാരമായിരുന്നു. ഒടുവിൽ അവനൊരു എഞ്ചിനീയറാകുമെന്നാണ് ഞങ്ങളെല്ലാം കരുതിയിരുന്നതെങ്കിലും ഡോക്ടറാകാനാണ് അവൻ തീരുമാനിച്ചത്. ഒരുപക്ഷേ, അവന്റെ തന്നെ രോഗമായിരിക്കാം ഈ വഴിക്ക് തിരിയാൻ അവനെ പ്രേരിപ്പിച്ചത്. അതല്ലെങ്കിൽ അവന്റെ അമ്മൂമ്മയെ പിടികൂടിയ മാരകമായ രോഗമായിരിക്കാം ഇതിലേക്ക് അവനെ തിരിച്ചുവിട്ടത്. അമ്മൂമ്മയോട് അവനുള്ള സ്നേഹം അളവറ്റതായിരുന്നു. ക്യാൻസർ മൂലമാണ് അവന്റെ അമ്മൂമ്മ മരണമടഞ്ഞത്. അവന്റെ അമ്മയുടെ ജീവൻ അപഹരിച്ചതും ഈ രോഗം തന്നെയാണ്... വേണ്ടാ, അക്കഥ പിന്നീടാകാം.

കൊച്ചു കുട്ടിയായിരിക്കുമ്പോൾത്തന്നെ പലവിധ കായികവിനോദങ്ങളിൽ ഏർപ്പെടാൻ ഞങ്ങൾ ടേറ്റെയെയും മറ്റു മക്കളേയും പ്രോത്സാഹിപ്പിച്ചിരുന്നു. ടേറ്റെയ്ക്ക് സ്പോർട്സിൽ വലിയ താൽപ്പര്യമായിരുന്നു. തന്റെ രോഗത്തെ തെല്ലും വകവയ്ക്കാതെ ഏറ്റെടുക്കുന്ന മറ്റേതു പ്രവൃത്തിക്കുമെന്നപോലെ ഇതിനായും അവൻ തന്റെ സർവവും ഉഴിഞ്ഞുവയ്ക്കുകയും ചെയ്തിരുന്നു. ശപിക്കപ്പെട്ട ആ ആസ്ത്മയുടെ ശല്യമുണ്ടായിരുന്നെങ്കിലും തന്റെ സമപ്രായക്കാർക്ക് ഒപ്പം നിൽക്കാൻ മാത്രമല്ല അവരെ കവച്ചുവയ്ക്കാനും തനിക്കു കഴിയുമെന്ന് തെളിയിക്കാൻ അവൻ അന്നുമുതൽക്കേ ശ്രമിക്കുകയായിരുന്നിരിക്കണം. സ്കൂളിൽ പഠിക്കുന്ന കാലത്തുതന്നെ അവൻ സ്ഥലത്തെ 'അത്താലയാ' സ്പോർട്സ് ക്ലബ്ബിൽ ചേർന്ന് ജൂനിയർ ഫുട്ബോൾ ടീമുകളുടെ മത്സരത്തിൽ പങ്കെടുത്തിരുന്നു. കളിയിൽ അവൻ ആർക്കും പിന്നിലായിരുന്നില്ലെങ്കിലും സീനിയർ ടീമുകളുടെ കളികളിൽ അവൻ ചേരാതിരുന്നത് ആസ്ത്മയുടെ ശല്യം

കാരണമാണ്. കാരണം കളിക്കിടയിൽ ആസ്ത്മയുടെ ശല്യം വരുമ്പോൾ തന്റെ ഇൻഹേലർ എടുക്കാനായി അവന് ഫീൽഡിന് പുറത്തേക്കോടേണ്ടിവന്നിരുന്നു. റഗ്ബിയും അവൻ കളിക്കാറുണ്ടായിരുന്നു. കരുത്തന്മാർക്കുള്ള ഈ കളി പലപ്പോഴും ശാരീരിക ബലപരീക്ഷണം ആവശ്യമാകാറുള്ള ഒന്നാണല്ലോ. കുതിരസവാരി, ഗോൾഫ് കളി, ഗ്ലൈഡിങ് തുടങ്ങിയവയിലും അവൻ പങ്കെടുത്തിരുന്നെങ്കിലും ബാല്യത്തിലും കൗമാരത്തിലും അവന് ഏറ്റവുമധികം വാശി സൈക്കിളോടിക്കുന്നതിലായിരുന്നു. തന്റെ പ്രതിശ്രുതവധുവായ ചിൻചിനയ്ക്ക് അവൻ ഒരിക്കൽ സമ്മാനിച്ച ഫോട്ടോയുടെ മറുവശത്ത് എഴുതിയിരുന്നതു തന്നെ ഇപ്രകാരമാണ്: "ചിൻചിയുടെ കാമുകന്മാർക്ക് സൈക്കിളോട്ട രാജാവിൽ നിന്ന്."

"താങ്കളുടെ മകന്റെ പേര് ആദ്യമായി പത്രങ്ങളിൽ സ്ഥലം പിടിച്ചതും ഒരു സൈക്കിൾ റേസിനെ തുടർന്നാണല്ലോ, അല്ലേ?"

ഞാൻ എന്റെ കടലാസ്സുകൾക്കിടയിൽനിന്ന് 1950 മെയ് 5–ാം തീയതിയിലെ *എൽ ഗ്രാഫിക്കൊ* എന്ന അർജന്റീനിയൻ പത്രിക പുറത്തെടുത്തിട്ട് അതിൽ നിന്നുള്ള പ്രസക്തഭാഗം ചെയുടെ പിതാവിനെ വായിച്ചു കേൾപ്പിച്ചു.

"ഫെബ്രുവരി 23, 1950. മൈക്രോൺ മോപ്പഡ് കമ്പനിയുടെ ബഹുമാനപ്പെട്ട പ്രതിനിധികൾക്ക്. എന്റെ പക്കലുള്ള ഒരു മോപ്പെഡ് നിങ്ങളുടെ പരിശോധനയ്ക്കായി അയയ്ക്കുകയാണ്. ഇതുപയോഗിച്ച് ഞാൻ പന്ത്രണ്ട് അർജന്റീനിയൻ പ്രവിശ്യകളിലൂടെ നാലായിരം കിലോമീറ്റർ സഞ്ചരിച്ചിട്ടുണ്ട്. ഒരിക്കൽപ്പോലും ഒരു തകരാറും കൂടാതെ ആ യാത്ര പൂർത്തിയാക്കാൻ ഈ മോപ്പെഡ് എന്നെ സഹായിച്ചു. ഒരൊറ്റ കേടു പോലും അതിൽ കണ്ടുപിടിക്കാൻ എനിക്ക് കഴിഞ്ഞിട്ടില്ല. ഇതേ നിലയിൽ ഇതെനിക്ക് മടക്കി അയച്ചുതരുമെന്നു കരുതുന്നു. എന്ന്, ഏണസ്റ്റോ ഗുവേര സെർന.

കോളേജിൽ ചേർന്നതിനുശേഷമാണ് ടേറ്റെ ആ യാത്ര നടത്തിയത്. പരസ്യത്തിനുള്ള ഒരു നുണുക്കുവേലയെന്ന നിലയ്ക്ക് മൈക്രോൺ കമ്പനി അവരുടെ ഒരു മോപ്പെഡും യാത്രച്ചെലവിനുള്ള കുറച്ചു പണവും അവന് കൊടുത്തിരുന്നു.

വെറുതെ വീട്ടിൽ കുത്തിയിരിക്കാൻ ഇഷ്ടപ്പെടുന്ന പ്രകൃതക്കാരനായിരുന്നില്ല ചെയെന്ന കാര്യം പറയേണ്ടതില്ലല്ലോ. കോളേജിൽ പഠിക്കുന്ന കാലത്ത് ഒരു അർജന്റീനിയൻ ചരക്കുകപ്പലിൽ നാവികനായി ചേർന്ന് അവൻ ട്രിനിഡാഡ്, ബ്രിട്ടീഷ് ഗയാനാ തുടങ്ങിയ പല സ്ഥലങ്ങളിലും പോവുകയുണ്ടായി. പിന്നീട് ഗ്രനാഡോസിന്റെ കൂടെ തെക്കെ അമേരിക്കയുടെ പകുതിയിലധികം ഭാഗങ്ങളിലും അവൻ സഞ്ചരിച്ചു. ചുറ്റിയടിച്ചുവെന്നു പറയുന്നതായിരിക്കും കൂടുതൽ ശരി."

"ഇത്തരം സാഹസങ്ങൾക്ക്, അതും ഇത്ര മോശമായ ആരോഗ്യവും

വച്ചുകൊണ്ട്, മകൻ പുറപ്പെട്ടപ്പോൾ നിങ്ങൾക്കൊട്ടും വിഷമം തോന്നിയില്ലേ?"

"അതു ചോദിക്കാനുണ്ടോ? സീലിയയും ഞാനും എത്രയാ വിഷച്ചതെന്നതിനു ഒരു കണക്കുമില്ല. പക്ഷേ, ഞങ്ങളതൊന്നും പുറത്തു കാണിച്ചില്ല. കുട്ടികളിൽ സ്വാശ്രയബോധം വളർത്താൻ കഴിവതെല്ലാം ഞങ്ങൾ ചെയ്തിരുന്നു. ഇത് ഭാവിയിൽ അവർക്ക് സഹായകമാകാതിരിക്കുകയില്ലെന്ന് ഞങ്ങൾക്ക് നല്ല ഉറപ്പുണ്ടായിരുന്നു. എന്നുമാത്രവുമല്ല, ഇത്തരം കിറുക്കുകളിൽനിന്ന് അവരെ പിന്തിരിപ്പിക്കാൻ സാധ്യവുമായിരുന്നില്ല. ചെറുപ്പത്തിന്റെ വെകിളിയെപ്പറ്റി പറയാനുണ്ടോ! ഒരിക്കൽ ടേറ്റെയും റോബെർട്ടോയും കൂടി ആരും കാണാതെ വീട്ടിൽ നിന്ന് കടന്നുകളഞ്ഞു. അന്ന് ടേറ്റെയ്ക്ക് പതിനൊന്നും റോബെർട്ടൊയ്ക്ക് എട്ടും വയസു പ്രായമായിരുന്നു. വീട്ടിൽനിന്നിറങ്ങിയതിൽ പിന്നെ അവരുടെ പൊടിപോലും കാണാനുണ്ടായിരുന്നില്ല. അടുത്തെങ്ങാനുമുള്ള കാട്ടിൽ അവർ വഴിതെറ്റി ഉഴലുകയായിരിക്കുമെന്ന് കരുതി ഞങ്ങൾ അവിടെയെല്ലാം തെരയുകയും പൊലീസിൽ വിവരം അറിയിക്കുകയും ചെയ്തു. കുറച്ചുദിവസം കഴിഞ്ഞ് കോർഡബായിൽനിന്ന് 800 കിലോമീറ്റർ അകലെയുള്ള ഒരു സ്ഥലത്തുനിന്നാണ് അവരെ കണ്ടുകിട്ടിയത്. അവർ ഒരു ട്രക്കിന്റെ പിന്നിൽ കയറി ഒളിച്ചിരുന്ന് കാശുമുടക്കില്ലാത്ത ഒരു യാത്ര നടത്തുകയായിരുന്നു. പക്ഷേ, ഭാവിയിൽ ഞങ്ങൾക്ക് സഹിക്കേണ്ടിവന്ന പ്രയാസങ്ങളുമായി താരതമ്യപ്പെടുത്തുമ്പോൾ ടേറ്റെയുടെ ചെറുപ്പകാലത്തെ ഈവിധ കുസൃതികളെല്ലാം എത്രയോ നിസ്സാരമായിരുന്നുവെന്നു പറയേണ്ടതില്ലല്ലോ. തെക്കേ അമേരിക്കൻ പര്യടനത്തിനിടയിൽ തങ്ങൾ താസിച്ചിരുന്ന കുഷ്ഠരോഗികളുടെ ചില കോളനികളെപ്പറ്റി അവനും ഗ്രനാഡോസും കൂടി എഴുതിയ കത്ത് വായിച്ചപ്പോൾ ഞങ്ങളാകെ തകർന്നുപോയി. അവന്റെ മറ്റൊരു കത്ത് പെറുവിൽ നിന്നായിരുന്നു. കുഷ്ഠരോഗികൾ കൊടുത്ത ഒരു ചങ്ങാടത്തിൽ അൽബെർട്ടൊയുമൊത്തു ആമസോൺ നദിയിലൂടെ അവൻ ഒരു യാത്രയ്ക്കൊരുങ്ങുകയാണെന്നായിരുന്നു അതിന്റെ സാരം. ഒരു മുന്നറിയിപ്പായി അവൻ അതിൽ ഇത്രയും കൂടി എഴുതിയിരുന്നു. ഒരു മാസത്തിനുള്ളിൽ എന്റെ കത്തൊന്നും കിട്ടുന്നില്ലെങ്കിൽ അതിന്നർഥം ചീങ്കണ്ണികൾ ഞങ്ങളെ ശാപ്പിട്ടിരിക്കുമെന്നാണ്. അതല്ലെങ്കിൽ ജിബാറോയിലെ ആദിവാസികൾ ഞങ്ങളെ പിടികുടിയിരിക്കും. അവർ ഞങ്ങളുടെ തല ഉണക്കിയെടുത്ത് അമേരിക്കൻ ടൂറിസ്റ്റുകൾക്ക് വിറ്റിരിക്കും. ആ സ്ഥിതിയിൽ ഞങ്ങളുടെ കെട്ട തല കാണണമെന്നുണ്ടെങ്കിൽ ന്യൂയോർക്കിലെ സുവനീർ ഷോപ്പുകളിൽ തിരഞ്ഞാൽ മതി. ഞങ്ങളുടെ മകനെ ഞങ്ങൾക്ക് നന്നായറിയാമായിരുന്നതിനാൽ ഇത് അവന്റെ ക്രൂരമായ വിനോദങ്ങളിൽ ഒന്നാണെന്ന് ഞങ്ങൾക്ക് നല്ല നിശ്ചയമുണ്ടായിരുന്നു. ഒടുവിൽ എല്ലാം മംഗളമായികലാശിക്കുമെന്ന് അവനു നല്ല ഉറപ്പും ആത്മവിശ്വാസവുമുണ്ടായിരുന്നു. എങ്കിലും ഞങ്ങൾക്ക് മനസ്സമാധാനമുണ്ടായില്ല.

കാരണം, ഒരു മാസത്തിനു പകരം രണ്ടുമാസം കഴിഞ്ഞാണ് അവന്റെ അടുത്ത എഴുത്ത് കിട്ടിയത്.

പിന്നീട്..... മെക്സിക്കോയിൽനിന്നും അവന്റെ എഴുത്തുവന്നപ്പോൾ അത് ആദ്യവസാനം വായിക്കാൻപോലും എനിക്ക് കരുത്തുണ്ടായിരുന്നില്ല. എനിക്ക് കൂടുതൽ മനഃപ്രയാസം ഉണ്ടാക്കാതിരിക്കാൻ വേണ്ടി സീലിയ അതു വായിച്ചിട്ട് രത്നച്ചുരുക്കം എനിക്ക് പറഞ്ഞുതരികയാണുണ്ടായത്. ഫിദൽ കാസ്ട്രോയുടെ കൂടെച്ചേർന്ന് ബാട്ടിസ്റ്റായ്ക്കെതിരായി പോരാടാൻ താൻ ക്യൂബയിലേക്ക് നീങ്ങിക്കൊണ്ടിരിക്കുകയാണെന്നായിരുന്നു ആ കത്തിന്റെ സാരം. പിന്നീട് രണ്ടുകൊല്ലം കഴിഞ്ഞാണ് ഞങ്ങൾക്ക് അവനെപ്പറ്റിയുള്ള എന്തെങ്കിലും വിവരം കിട്ടുന്നത്. ജോർജ് റിക്കാർഡൊ മസേറ്റി എന്ന അർജന്റീനിയൻ പത്രപ്രവർത്തകന്റെ റിപ്പോർട്ടുകൾ ഒഴിവാക്കിക്കൊണ്ടാണ് ഞാനിത് പറയുന്നത്. അദ്ദേഹം 1958 ഏപ്രിൽ–മെയ് മാസങ്ങൾ സീറാ മെസ്ത്രയിൽ ചെലവിട്ടശേഷം ചെയും ഫിദലുമായുള്ള സംഭാഷണങ്ങൾ ടേപ്പ് ചെയ്തുകൊണ്ടുവന്നിരുന്നു. *പടപൊരുതുന്നവരും കണ്ണീരൊഴുക്കുന്നവരും* എന്ന പേരിൽ അദ്ദേഹം ഒരു പുസ്തകം പ്രസിദ്ധീകരിച്ചിട്ടുണ്ട്. പക്ഷേ, ബാട്ടിസ്റ്റയുടെ പട്ടാളം കലാപകാരികളെ പരാജയപ്പെടുത്തുന്നതിന്റെ റിപ്പോർട്ടുകളാണ് പത്രങ്ങളിൽ നിത്യേന വന്നുകൊണ്ടിരിക്കുന്നത്. അങ്ങനെയുള്ള ഓരോ റിപ്പോർട്ടു കാണുമ്പോഴും മകന് എന്തു സംഭവിച്ചുവെന്നോർത്ത് ഞങ്ങൾ വ്യാകുലരായിരുന്നു.

1958 ഡിസംബർ 31 –ാം തീയതി രാത്രി ഞങ്ങളുടെ കുടുംബം മുഴുവൻ നവവത്സരാഘോഷത്തിനായി ഒന്നിച്ചു കൂടിയിരുന്നു. ബാട്ടിസ്റ്റഭരണം നിലംപതിക്കുന്നതിന്റെ തലേദിവസമായിരുന്നു അത്. ഞങ്ങൾ ആഹ്ലാദത്തോടെയല്ല അന്നവിടെ സമ്മേളിച്ചിരുന്നതെന്നു പറയേണ്ടതില്ലല്ലോ. കാരണം, ക്യൂബയിലെ സംഭവവികാസങ്ങളെപ്പറ്റിയുള്ള പരസ്പര വിരുദ്ധങ്ങളായ റിപ്പോർട്ടുകളാണ് റേഡിയോ പ്രക്ഷേപണങ്ങളിൽ നിന്ന് കിട്ടിയിരുന്നത്. ചെയെപ്പറ്റി ഞങ്ങൾക്കറിയാമായിരുന്ന ഒരേയൊരു സംഗതി സാന്റാ ക്ലാരയ്ക്ക് വേണ്ടിയുള്ള പോരാട്ടത്തിനിടയിൽ അവന് മുറിവേറ്റിരുന്നുവെന്നത് മാത്രവുമായിരുന്നു. ബ്യൂനോസ് എയേഴ്സിൽ ക്യൂബൻ ജനതയോടുള്ള ഐക്യദാർഢ്യത്തിന് വേണ്ടി രൂപീകൃതമായിരുന്ന കമ്മിറ്റി ഫിദലിന്റെ ആസ്ഥാനവുമായി റേഡിയോ ബന്ധം പുലർത്തിയിരുന്നെങ്കിലും ആ ബന്ധം പലപ്പോഴും മുറിഞ്ഞുപോയിരുന്നതിനാൽ അതും കാത്തിരിക്കാൻ പറ്റുമായിരുന്നില്ല.

ആ നവവത്സരപ്പുലരിയും കാത്ത് ഞങ്ങളെല്ലാവരും ഒന്നിച്ചുകൂടിയ അവസരത്തിൽ പതിനൊന്നുമണിയോടടുത്ത് ഒരു മുട്ടുകേട്ട്, വാതിൽ തുറന്നു നോക്കിയപ്പോൾ അവിടെയൊരു കത്ത് കിടന്നിരുന്നു. ആരാണതവിടെ കൊണ്ടുവന്നിട്ടതെന്ന് ഇന്നും ഞങ്ങൾക്ക് നിശ്ചയമില്ല. അതിൽ ഇപ്രകാരം എഴുതിയിരുന്നു. “പ്രിയപ്പെട്ട അച്ഛനും അമ്മയ്ക്കും, എനിക്ക്

വളരെ സുഖം തന്നെ. എന്റെ രണ്ട് കഴിഞ്ഞു. ഇനി അഞ്ച് ബാക്കിയുണ്ട്. ഇപ്പോഴും എന്റെ പ്രവർത്തനം തുടരുകയാണ്. വിവരങ്ങൾ വളരെ വിരളമാണ്. അതിനിയും കൂടുതൽ വിരളമാകാനാണ് സാധ്യത. പക്ഷേ, ദൈവം അർജന്റീനക്കാരനാണെന്ന് വിശ്വസിക്കുക, നിങ്ങളെയെല്ലാം ഗാഢമായി ആലിംഗനം ചെയ്യാൻ എനിക്കാഗ്രഹമുണ്ട്. ടേറ്റെ. പൂച്ചയെപ്പോലെ തനിക്കും ഏഴുജന്മമുണ്ടെന്ന് അവൻ എപ്പോഴും പറയാറുണ്ടായിരുന്നു. അതിൽ രണ്ടു കഴിഞ്ഞെന്നു പറഞ്ഞതിന്റെ അർഥം അവന് രണ്ടു പ്രാവശ്യം മുറിവേറ്റെന്നും ഇനിയും അഞ്ച് ജീവിതം ബാക്കിയുണ്ടെന്നുമായിരുന്നു.

നിനച്ചിരിക്കാതെ ലഭിച്ച ഈ സന്ദേശം ഞങ്ങൾക്കൊരേ സമയം തന്നെ ആശ്ചര്യവും ആഹ്ലാദവുമുളവാക്കി. എന്നാൽ, അവിസ്മരണീയമായ ആ രാത്രിയിൽ ഞങ്ങൾക്കുണ്ടായ ഒരേയൊരു ആശ്ചര്യം ഇതുമാത്രമായിരുന്നില്ല. പത്തു മിനിട്ടുപോലും കഴിയുന്നതിനു മുൻപായ് മറ്റൊരു കവർ കൂടി ഞങ്ങളുടെ കൈയിലെത്തി. ഒരു ചുവപ്പു റോസിന്റെ ചിത്രമുള്ള ഒരു കാർഡ് അതിൽ അടക്കം ചെയ്തിരുന്നു. "ക്രിസ്തുമസ് –നവവത്സരാശംസകൾ! ടേറ്റെയ്ക്ക് പരമസുഖമാണ്." എന്നുമാത്രമാണ് അതിൽ എഴുതിയരുന്നത്. പിറ്റേന്ന് 1959 ജനുവരി ഒന്നാം തീയതി മസേറ്റിയും ആൽബെർട്ടോ ഗ്രനാഡസും ഞങ്ങളുടെ വീട്ടിൽ വന്ന് ബാറ്റിസ്റ്റയുടെ പലായനത്തെപ്പറ്റി ഞങ്ങളെ അറിയിച്ചു. ഒരാഴ്ച കഴിയും മുൻപ് ജനുവരി ഏഴാം തീയതി ഹവാനയും വിമോചിതമായതോടെ ചെയ്ക്ക് സന്തോഷപ്രദമായ ഒരു ആശ്ചര്യം സൃഷ്ടിക്കാൻ വേണ്ടി കമീലൊ സീൻഫ്യൂഗോസ് അവനറിയാതെ ഹവാനയിൽനിന്ന് ഒരു വിമാനം ഞങ്ങൾക്കു വേണ്ടി അയച്ചിരുന്നു. പക്ഷേ, ഈ കോളിളക്കങ്ങളെല്ലാം കാരണം ഞാൻ കിടപ്പിലായിപ്പോയതിനാൽ സീലിയയ്ക്കൊറ്റയ്ക്ക് ഹവാനയിലേക്ക് പോകേണ്ടിവന്നു. വിമാനത്താവളത്തിൽവച്ച് തന്റെ പുത്രനെ മാറോടണയ്ക്കുമ്പോൾ സീലിയയുടെ കണ്ണുകൾ നിറഞ്ഞൊഴുകി. അങ്ങനെയൊരു വൈകാരിക ദൗർബല്യം അവർ പ്രകടമാക്കുന്നത് അതാദ്യമായിരുന്നു.

ഒരു മാസം കഴിഞ്ഞപ്പോൾ ഞാനും ഹവാനയിലേക്ക് പറന്നു. വിമാനത്തിൽ നിന്നിറങ്ങുന്നതിനുള്ള കോണിയിൽ വച്ചുതന്നെ ചെ എന്നെ സ്വാഗതം ചെയ്തു. ഇനിയെങ്കിലും മെഡിക്കൽ പ്രാക്ടീസ് ആരംഭിക്കാനുദ്ദേശമുണ്ടോയെന്ന് ചോദിച്ചപ്പോൾ അവന്റെ മറുപടി ഇപ്രകാരമായിരുന്നു: 'എന്റെ ഡോക്ടർ ഡിഗ്രി ആർക്കെങ്കിലും വേണമെങ്കിൽ ഒരു സുവനീറായി കൊടുത്തേക്കാം. എന്റെ ഭാവിപരിപാടിയെപ്പറ്റി പറഞ്ഞാൽ, ഒന്നുകിൽ ഞാനിവിടെത്തന്നെ നിൽക്കും. അല്ലെങ്കിൽ മറ്റെവിടെയെങ്കിലും ചെന്ന് സമരം തുടരും...'

ആ മറ്റൊരു സ്ഥലം ബൊളീവിയ ആയിരുന്നെന്ന് നിങ്ങൾക്കിപ്പോൾ അറിയാമായിരിക്കുമല്ലൊ. അവൻ അവിടെ പോരാട്ടത്തിലേർപ്പെട്ടിരിക്കുകയാണെന്ന് പത്രക്കാർ എഴുതിക്കൊണ്ടിരുന്നെങ്കിലും ഞങ്ങളുടെ കുടും

ബത്തിലാർക്കും അതേപ്പറ്റി വിവരമുണ്ടായിരുന്നില്ല, 1967 ജനുവരി ആദ്യം ഞങ്ങൾക്ക് ടെറ്റെയുടെ ഒരു കത്തു കിട്ടി. അർജന്റീനയിലെവിടെയോ പോസ്റ്റ് ചെയ്തതായിരുന്നു അത്. കത്ത് എന്റെ പേരിലായിരുന്നെങ്കിലും എന്റെ സഹോദരി ബേട്രിസിന് ജന്മദിനാശംസകൾ നേർന്നു കൊണ്ടുള്ളതായിരുന്നു അത്. എന്റെ സഹോദരിമാരിൽ ചെയ്ക്ക് ഏറ്റവുമിഷ്ടം ബേട്രിസിനോടായിരുന്നു. അതു ഞാൻ വായിച്ചുകേൾപ്പിക്കാം:

'ഡോൺ ഏണസ്റ്റോ:

റോസിനാന്റെയുടെ കുളമ്പടികൾക്കിടയിൽ നിന്നുയരുന്ന പൊടിപടലത്തിനിടയിലൂടെ, എന്നെ പിന്തുടരുന്ന വൻശത്രുക്കൾക്കെതിരായി കുന്തം ചുഴറ്റിക്കൊണ്ട് നിങ്ങളുടെയെല്ലാം ഇംഗിതം മനസിലാക്കിക്കൊണ്ടെന്നോണമുള്ള ഈ സന്ദേശം അയയ്ക്കുകയും പതിവുള്ള നവവത്സരാശംസകൾ നടത്തുകയും എല്ലാവരേയും മാറോടണയ്ക്കുകയും ചെയ്യുന്നു. ബന്ധുമിത്രാദികളുടെല്ലാം സാന്നിധ്യത്തിൽ എന്റെ അമ്മായി തന്റെ പതിനഞ്ചാം പിറന്നാൾ ആഘോഷിക്കുന്ന ഈ അവസരത്തിൽ അവിടെ ഹാജരില്ലാത്ത വികാരജീവിയായ ഈ അംഗരക്ഷകനെ ഓർക്കാൻ ഒരു നിമിഷം കണ്ടെത്തുമെന്നു പ്രതീക്ഷിക്കട്ടെ. കഴിഞ്ഞ തവണത്തേതിനെക്കാൾ വേഗം നിങ്ങളെ ഏവരെയും കാണാൻ ഇവന് ആഗ്രഹമുണ്ടെന്നറിഞ്ഞാലും. ഇന്ദ്രജാലരാജാവിന്റെ ഇംഗിതപ്രകാരം എന്റെ യാത്രയ്ക്കിടയിൽ എന്നെ കണ്ടുമുട്ടിയ ഒരു വഴിപോക്കൻ നക്ഷത്രം മുഖേനയാണ് ഞാനെന്റെ ഈ വ്യക്തമായ ആഗ്രഹം നിങ്ങളെ അറിയിക്കുന്നത്.

താമസിയാതെ നേരിൽ
കാണാം. അഥവാ ഇനി തമ്മിൽ
കാണാൻ പറ്റിയില്ലെങ്കിൽ .....

എന്ന് മകൻ ഡി ...'

അവസാനത്തെ രണ്ടുവരികൾ ഇറ്റാലിയൻ ഭാഷയിലായിരുന്നു. ചെയുടെ പതിവുള്ള ഹാസ്യവും നാടകീയതയും ദുരൂഹതയും കലർന്നതായിരുന്നു ഈ കത്തും. ഉദാഹരണത്തിന്, അത് ബേട്രിസിന്റെ പതിനഞ്ചാം പിറന്നാളായിരുന്നില്ല. എൺപതാമത്തേതായിരുന്നു. ചെയുടെ യൂണിറ്റും ബാഹ്യലോകവും തമ്മിലുള്ള കണ്ണിയായിവർത്തിച്ചിരുന്ന താന്യ മുഖേന ആയിരിക്കണം ഈ കത്തയച്ചതെന്ന് കരുതേണ്ടിയിരിക്കുന്നു. എന്റെ മോന്റെ അവസാനത്തെ വരികളായിരുന്നു അത്..."

"പഠനകാലത്ത് ചെ എങ്ങനെയായിരുന്നു? മിടുക്കനായിരുന്നോ?"

"നല്ല കഴിവും സാമർഥ്യവുമുണ്ടായിരുന്നെങ്കിലും പരീക്ഷയിൽ അവൻ ഒന്നാമനായിരുന്നില്ല. അവന്റെ ആദ്യകാല വിദ്യാഭ്യാസം വീട്ടിൽ വച്ചായിരുന്നെന്നു ഞാൻ പറഞ്ഞത് ഓർക്കുമല്ലോ. പിന്നീട് അൾട്ടാഗ്രാഷ്യയിലെ ഹൈസ്കൂളിൽ പോയിത്തുടങ്ങിയെങ്കിലും അനാരോഗ്യം കാരണം പലപ്പോഴും അവനത് മുടക്കേണ്ടിവന്നു. 1941-ൽ പതിമൂന്നു വയസുള്ളപ്പോൾ അവൻ കോർഡബയിലെ ഡീൻ ഫ്യൂൺസ് സ്റ്റേറ്റ് കോളേ

ജിൽ ചേർന്നു (സ്വാതന്ത്ര്യസമരത്തിൽ സജീവമായി പങ്കെടുത്തിരുന്ന ഒരു പുരോഹിതന്റെ പേരിലുള്ളതായിരുന്നു ഈ കോളേജ്). ഒരു പഴഞ്ചൻകാറിൽ സീലിയ അവനെ നിത്യവും കോളേജിൽ കൊണ്ടുചെന്നു വിടുകയായിരുന്നു പതിവ്. നാലുകൊല്ലം കഴിഞ്ഞ് 1945–ൽ ടേറ്റെ അവിടുത്തെ പഠനം പൂർത്തിയാക്കി. അക്കൊല്ലംതന്നെ ഞങ്ങൾ ബ്യൂനോസ് എയേഴ്സിലേക്ക് താമസം മാറ്റുകയും ടേറ്റെ സ്ഥലത്തെ സർവകലാശാലയിലെ മെഡിക്കൽ ഡിപ്പാർട്ട്മെന്റിൽ ചേരുകയും ചെയ്തു.”

“ഇടയ്ക്കിടയ്ക്ക് ചോദ്യം ചോദിച്ച്, ഞാൻ ശല്യപ്പെടുത്തുകയായിരിക്കും, അല്ലേ! എങ്കിലും എന്നെ സംബന്ധിച്ചടത്തോളം പ്രധാനമായ ഒരു സംഗതികൂടി അറിയാനുണ്ട്. ചെറുപ്പത്തിൽ ചെയുടെ രാഷ്ട്രീയ വളർച്ചയെ സ്വാധീനിച്ച സംഭവങ്ങളും ഘടകങ്ങളും എന്തെല്ലാമായിരുന്നു? പഠിക്കുന്ന കാലത്ത് രാഷ്ട്രീയ പ്രസ്ഥാനങ്ങളിൽ പങ്കെടുത്തിരുന്നോ? ഇതു സംബന്ധിച്ച് എന്തെങ്കിലും അഭിപ്രായം പ്രകടിപ്പിച്ചിരുന്നോ?”

“പല പത്രക്കാരും എന്റെ നേർക്ക് എടുത്തെറിഞ്ഞിട്ടുള്ള ഒരു ചോദ്യമാണിത്. ചെയെ സംബന്ധിച്ച മറ്റെല്ലാറ്റിനെയും പറ്റിയെന്നപോലെ ഇതെക്കുറിച്ചും വിവരംകെട്ട കൂലിയെഴുത്തുകാർ ഒട്ടേറെ അസംബന്ധം തട്ടിമൂളിച്ചിട്ടുമുണ്ട്. എന്റെ കൂടെ താമസിച്ചിരുന്ന കാലത്തെ അവന്റെ രാഷ്ട്രീയ ചിന്താഗതിയെക്കുറിച്ച് എനിക്ക് ചിലതെല്ലാം പറയാൻ കഴിയും. ആഭ്യന്തരനയത്തിന്റെ കാര്യത്തിൽ ഹിപ്പൊളിറ്റൊ യ്റിഗോയനുശേഷം ഒന്നിനുപുറകെ ഒന്നായി മാറിവന്ന ഏകാധിപത്യ–പട്ടാള വാഴ്ചകളെ സീലിയയും ഞാനും ശക്തിയായി എതിർത്തിരുന്നു. 1930–ൽ യ്റിഗോയന്റെ നിഷ്കാസനത്തിനുശേഷം അധികാരത്തിലേറിയ ആദ്യത്തെ അർജന്റീനിയൻ ‘ഗോറില്ല’ കമ്യൂണിസത്തിൽനിന്ന് നാടിനെ രക്ഷിക്കാൻ വന്ന ജനറൽ ഉറിബുരു ആയിരുന്നല്ലോ. അയാൾക്കുശേഷം വന്ന ജസ്റ്റോയെത്തുടർന്നുണ്ടായത് ബ്രിട്ടീഷുകാരോട് ചായ്വുള്ള ഒർട്ടീസിന്റേയും ജർമൻ ചായ്വുള്ള കസ്റ്റീല്ലോയുടേയും നീണ്ട ഭരണമായിരുന്നു. 1941–ൽ കസ്റ്റീല്ലോയെ മറിച്ചിട്ടുകൊണ്ട് റോസൺ, ഫാറെൽ, റമീറെസ് എന്നീ ത്രിമൂർത്തികൾ അധികാരമേറ്റു.. പട്ടാളയൂണിഫോം ധരിച്ച തനി ഗോറില്ലകളായിരുന്നു ഇവർ. പിന്നീട് കേണൽ പെറോൺ അധികാരമേറ്റു. 1956 –ൽ ലൊണാർഡിയുടേയും അറാംബുരുവിന്റെയും നേതൃത്വത്തിലുള്ള ഒരു പട്ടാള ജൂണ്ട പെറോണിനേയും സ്ഥാനഭ്രഷ്ടനാക്കി. ഇതിനപ്പുറത്തേക്കുള്ള കാലത്തെപ്പറ്റി പറഞ്ഞിട്ട് കാര്യമില്ല. കാരണം, 1953–ൽ ടേറ്റെ എന്നെന്നേക്കുമായി അർജന്റീന വിട്ടുപോവുകയുണ്ടായല്ലോ.

ലോകത്തിൽ നടക്കുന്ന പ്രധാനപ്പെട്ട സംഭവങ്ങളും ആഭ്യന്തരസംഭവവികാസങ്ങളും ഒത്തൊരുമിച്ച് അർജന്റീനയിലെ ജീവിതത്തെ ഗണ്യമായി സ്വാധീനിച്ചിട്ടുണ്ട്. ഇതിനു പല കാരണങ്ങളുമുണ്ട്. ഒന്നാമതായി, ഞങ്ങളുടെ സമ്പദ്വ്യവസ്ഥ ലണ്ടനുമായും ന്യൂയോർക്കിലെ വാൾ സ്ട്രീറ്റുമായും അഭേദ്യമായി കെട്ടുപിണഞ്ഞു കിടക്കുന്ന ഒന്നാണ്. അവിടങ്ങ

ളിൽ നടക്കുന്ന സർവതും തന്നെ ഞങ്ങളെ നല്ലതായും ചീത്തയായും ബാധിക്കും. രണ്ടാമതായി, അർജന്റീനക്കാരിൽ നല്ലൊരു വിഭാഗം കുടിയേറിപ്പാർപ്പുകാരോ അവരുടെ മക്കളോ ആണ്. ഒട്ടേറെ ജർമൻകാരും ധാരാളം ജൂതന്മാരും പോളണ്ടുകാരും സിറിയക്കാരും ഇംഗ്ലീഷുകാരും ഞങ്ങളുടെ നാട്ടിൽ താമസമുണ്ട്. തങ്ങളല്ലെങ്കിൽ തങ്ങളുടെ മാതാപിതാക്കൾ ജനിച്ച നാടുകളിൽ എന്തെങ്കിലും പ്രധാന സംഭവമുണ്ടാകുമ്പോൾ ഈ വൻകിട ദേശീയ ഗ്രൂപ്പുകൾക്കിടയിലും അതിന്റെയെല്ലാം അല ശക്തിയായി ആഞ്ഞടിക്കുക സ്വാഭാവികവുമാണല്ലോ. മൂന്നാമതായി, ഞങ്ങളുടെ ബുദ്ധിജീവികൾ, പ്രത്യേകിച്ചും കലാകാരന്മാർ, സദാ ഫ്രാൻസിൽ കണ്ണും നട്ടരിക്കുന്നവരാണ്. ഞങ്ങളുടെ ബുദ്ധിജീവികൾ, എഴുത്തുകാർ, നടീനടന്മാർ, ചിത്രകാരന്മാർ എന്നിവരുടെയെല്ലാം പുണ്യഭൂമി പാരീസാണ്. അതിനാൽ, ഫ്രാൻസിലെന്തെങ്കിലും നടന്നാലുടൻ അതിലെല്ലാം ഞങ്ങളും തൽപ്പരരായിരിക്കും.

മറുഭാഗത്ത്, സോവിയറ്റ് യൂണിയനിൽ നടക്കുന്ന കാര്യങ്ങളിലും ഞങ്ങൾക്ക് താൽപ്പര്യമുണ്ട്. അർജന്റീനയിൽ സജീവമായ കമ്യൂണിസ്റ്റ് പാർട്ടി പ്രവർത്തനം നടത്തുന്നുണ്ട്. പൊതുവിൽ സോഷ്യലിസ്റ്റാശയങ്ങൾക്ക് ഇവിടെ വളരെയേറെ പ്രചാരമുണ്ട്. കഴിഞ്ഞ നൂറ്റാണ്ടിന്റെ അവസാനത്തിൽ തന്നെ ഒരു സോഷ്യലിസ്റ്റ് തൊഴിലാളി പാർട്ടി ഇവിടെ രൂപംകൊണ്ടിരുന്നു. മാർക്സിന്റ *മൂലധനം* ആദ്യമായി സ്പാനിഷ് ഭാഷയിലേക്ക് വിവർത്തനം ചെയ്തത് ഈ പാർട്ടിയുടെ സ്ഥാപകനായ ജുവാൻ ജസ്റ്റൊ ആയിരുന്നുതാനും. സോഷ്യലിസത്തേയും മാർക്സിസത്തേയും കുറിച്ചുള്ള പലേ ഗ്രന്ഥങ്ങളും അർജന്റീനയിൽ ദീർഘകാലമായി പ്രസിദ്ധീകരിച്ചുവന്നിട്ടുണ്ട്. ഇവയിൽ പലതും എന്റെ ഗ്രന്ഥശേഖരത്തിന്റെ ഭാഗവുമാണ്. എന്നാൽ, കമ്യൂണിസത്തേയും സോവിയറ്റ് യൂണിയനെയും പറ്റി എഴുതുന്നവരെല്ലാം സുഹൃത്തുക്കളാണെന്ന് ധരിക്കരുത്. ശത്രുക്കളും ധാരാളം എഴുതിക്കൂട്ടുന്നുണ്ട്. കടകവിരുദ്ധമായ നിലപാടു സ്വീകരിച്ചുകൊണ്ട് അവർ ഇല്ലാത്ത അപവാദങ്ങൾ കോരിച്ചൊരിയുകയും ആകാവുന്ന നുണക്കഥകൾ കെട്ടിച്ചമയ്ക്കുകയും ചെയ്യുന്നുണ്ട്. അന്ന് ഹിറ്റ്ലറും മുസ്സോളിനിയും ഫ്രാങ്കൊയുമാണ് അവരെ സഹായിച്ചിരുന്നതെങ്കിൽ ഇന്ന് യാങ്കികളാണ് ഈ വിഴുപ്പുഭാണ്ഡം പേറിനടക്കുന്നത്. ഇതിന്റെയെല്ലാം ഫലമായി അർജന്റീനയിലെ പത്രങ്ങളിൽ വിദേശവാർത്തകൾക്ക് ധാരാളം സ്ഥലം ലഭിക്കുന്നുണ്ട്. ദേശീയസംഭവങ്ങളെക്കാൾ കൂടുതൽ പ്രാധാന്യം വിദേശവാർത്തകൾക്കാണെന്നു പോലും പറയാം. ലോക സംഭവഗതി ശരിക്കും മനസിലാക്കാൻ തന്മൂലം ടേറ്റെക്ക് കഴിഞ്ഞു.

എന്റെ കുട്ടികൾക്ക് സർവതോമുഖമായ ഒരു വിദ്യാഭ്യാസം നൽകാനാണ് ഞാൻ ശ്രമിച്ചിരുന്നത്. അവരുടെ ചങ്ങാതിമാർക്ക് ഞങ്ങളുടെ വീട്ടിൽ എപ്പോഴും പ്രവേശനമുണ്ടായിരുന്നു. കോർഡബയിലെ ധനികരുടേയും ദരിദ്രരുടെയും കുട്ടികളും കമ്യൂണിസ്റ്റാശയഗതിക്കാരുടെ മക്കളും

ഇക്കൂട്ടത്തിലുണ്ടായിരുന്നു. ഉദാഹരണത്തിന്, ടേറ്റെയ്ക്ക് നെഗ്രീത്ത എന്നൊരു കൂട്ടുകാരിയുണ്ടായിരുന്നു. ഈ കുട്ടിയുടെ പിതാവ് കമ്യൂണിസ്റ്റ് ചിന്താഗതിക്കാരനായ കയേത്തനൊ കോർഡവാ ഇത്തൂർ ബുരു എന്ന കവിയായിരുന്നു. സീലിയയുടെ സഹോദരിയെയാണ് ഇദ്ദേഹം വിവാഹം കഴിച്ചിരുന്നത്."

"ഈ കവിയെ എനിക്ക് പരിചയമുണ്ട്, കേട്ടോ. സ്പെയിനിലെ സാർവദേശീയ ബ്രിഗേഡുകളിൽ ചേർന്ന് സമരം ചെയ്യാൻ എനിക്കും അവസരമുണ്ടായിരുന്നു. 1937-ന്റെ തുടക്കത്തിൽ അങ്ങനെ മാഡ്രിഡിലായിരുന്നപ്പോൾ റാഫേൽ ആൽബെർട്ടി എന്ന എന്റെ കവിസുഹൃത്താണ് ഇത്തൂർബുരുവിനെ എനിക്ക് പരിചയപ്പെടുത്തിത്തന്നത്."

"സത്യത്തിൽ ഈ ലോകം എത്ര ചെറുതാണല്ലേ! നിങ്ങൾ സ്പെയിനിനെപ്പറ്റി പരാമർശിച്ചത് ഇവിടെ സന്ദർഭോചിതവുമായി. കാരണം, സ്പെയിനിലെ ആഭ്യന്തരയുദ്ധം അർജന്റീനയിൽ വലിയൊരു കോളിളക്കം സൃഷ്ടിച്ചു. റിപ്പബ്ലിക്കൻ സ്പെയിനിനെ സഹായിക്കാൻ ഇവിടെ ഒരു കമ്മിറ്റി രൂപംകൊണ്ടു. സീലിയയും ഞാനും ഇതിന്റെ പ്രവർത്തനത്തിൽ സജീവമായി പങ്കെടുത്തു. എന്റെ മക്കളെല്ലാം റിപ്പബ്ലിക്കൻ വാദികളുടെ പക്ഷത്തായിരുന്നു. സ്പാനിഷ് റിപ്പബ്ലിക്കിന്റെ പതനത്തിനുശേഷം അർജന്റീനയിലേക്ക് കുടിയേറിപ്പാർത്ത് അൾട്ടാ ഗ്രാഷ്യയിൽ താമസമുറപ്പിച്ച ഡോക്ടർ ജുവാൻ ഗൊൺസാലെസ് അഗിലാർ ഞങ്ങളുടെ അയൽവാസിയും സുഹൃത്തുമായിരുന്നു. സ്പാനിഷ് റിപ്പബ്ലിക്കൻ ഗവൺമെന്റിൽ ഡപ്യൂട്ടി പ്രധാനമന്ത്രിയായിരുന്നു ഇദ്ദേഹം. എന്റെ മക്കൾ ഗൊൺസാലേസ് കുട്ടികളുടെ കൂട്ടുകാരും സതീർഥ്യരുമായിരുന്നു. കോർഡബയിൽ ഒരേ കോളേജിലാണ് അവർ പഠിച്ചത്. ടേറ്റെയോടൊപ്പം അവരേയും സീലിയയാണ് തന്റെ കാറിൽ നിത്യവും കോളേജിൽ കൊണ്ടുവിട്ടിരുന്നത്. ഫാസിസ്റ്റുകൾക്കെതിരായി പടപൊരുതി മരിച്ച ഫെർനാണ്ടൊ ബറാൽ എന്ന സ്പാനിഷ് പോരാളിയുടെ പുത്രനും ടേറ്റെയുടെ ചങ്ങാതിയായിരുന്നു. ഗൊൺസാലെസിന്റെ വീട്ടിൽ വന്ന് കുറച്ചുകാലം താമസിച്ചിരുന്ന സുപ്രസിദ്ധ റിപ്പബ്ലിക്കൻ ജനറൽ ജൂറാഡൊയേയും എനിക്ക് നല്ല ഓർമയുണ്ട്. ആയിടയ്ക്ക് ജൂറാഡൊ ഞങ്ങളുടെ വീട്ടിൽ വരിക പതിവായിരുന്നു. ആഭ്യന്തര യുദ്ധത്തേയും ഫ്രാങ്കോയുടെ കൂട്ടരും അവരുടെ ജർമൻ-ഇറ്റാലിയൻ സഖ്യകക്ഷികളും കാട്ടിക്കൂട്ടിയ ക്രൂരതകളേയും പറ്റി അദ്ദേഹം ഞങ്ങൾക്ക് വിവരിച്ചു തന്നിരുന്നു. ടേറ്റെയുടെ രാഷ്ട്രീയചിന്തഗതിക്ക് രൂപം നൽകുന്നതിനു ഇതിനെല്ലാം ഗണ്യമായ സ്വാധീനമുണ്ടായിരുന്നുവെന്നു പറയേണ്ടതില്ലല്ലൊ.

അപ്പോഴാണ് രണ്ടാം ലോകയുദ്ധം പൊട്ടിപ്പുറപ്പെട്ടത്, ഞങ്ങളുടെ കുടുംബവും സുഹൃത്തുക്കളുമെല്ലാം സഖ്യകക്ഷികളുടെ, റഷ്യയുടെ പക്ഷത്തായിരുന്നു. അച്ചുതണ്ടുശക്തികൾ തോൽക്കണമെന്ന് ആഗ്രഹിച്ചിരുന്ന ഞങ്ങൾക്ക് ചുവപ്പു സൈന്യത്തിന്റെ വിജയങ്ങൾ എത്ര ആഹ്ലാദ

പ്രദമായിരുന്നുവെന്നു പറഞ്ഞറിയിക്കാനാവില്ല. ജർമൻ പട്ടാളത്തെ തകർത്തുതരിപ്പണമാക്കിയ സ്റ്റാലിൻഗ്രാദ് യുദ്ധം ഞങ്ങളെ ആവേശംകൊള്ളിച്ചു. സഖ്യകക്ഷികളുടെ സമ്മർദത്തെ വകവയ്ക്കാതെ അർജന്റീനയിലെ അന്നത്തെ ഭരണാധിപനായിരുന്ന പെറോൺ അച്ചുതണ്ടുശക്തികളുമായി തന്ത്രബന്ധം പുലർത്തിയിരുന്നു. അച്ചുതണ്ടുശക്തികളുടെ ഏജന്റുമാരേയും ചാരന്മാരേയുംകൊണ്ട് അർജന്റീന നിറഞ്ഞൊഴുകി. അവരുടെ പക്കൽ രഹസ്യമായി പ്രവർത്തിക്കുന്ന റേഡിയോ സ്റ്റേഷനുകൾപോലുമുണ്ടായിരുന്നു. അവരുടെ അട്ടിമറി പ്രവർത്തനത്തിന് അധികൃതരുടെ ഭാഗത്തുനിന്നു യാതൊരെതിർപ്പുമുണ്ടായില്ല. എന്നുമാത്രമല്ല, അവരത് മറച്ചുവയ്ക്കുകയും ആവുംവിധത്തിലുള്ള എല്ലാ സഹായങ്ങളും ചെയ്തുകൊടുക്കുകയുമാണുണ്ടായത്. സഖ്യകക്ഷികളുടെ സുഹൃത്തുക്കളെന്ന നിലയ്ക്ക് ഞങ്ങൾ ഫാസ്സിറ്റ് ഏജന്റന്മാരെ കണ്ടുപിടിച്ച് തുറന്നു കാട്ടാൻ സഹായിച്ചു. ഞാൻ അത്തരം പ്രവർത്തനങ്ങളിൽ ഭാഗഭാക്കായിരുന്നു. ടേറ്റെയ്ക്ക് ഇതെക്കുറിച്ചറിയാമായിരുന്നു. എന്നെയും ഒരു സഹായിയെന്നനിലയ്ക്ക് കൂടെ കൊണ്ടുപോകാൻ അവൻ സദാ എന്നെ നിർബന്ധിക്കുകയും ചെയ്തിരുന്നു.

സീലിയയും ഞാനും പെറോൺ ഭരണത്തിന്റെ സക്രിയരായ എതിരാളികളായിരുന്നു. ഒരിക്കൽ കോർഡബയിൽ നടന്ന ഒരു പ്രകടനത്തിനിടയിൽ സർക്കാർ വിരുദ്ധ മുദ്രാവാക്യങ്ങൾ മുഴക്കിയതിന് സീലിയ അറസ്റ്റ് ചെയ്യപ്പെടുകപോലുമുണ്ടായി. സർക്കാർവിരുദ്ധ പ്രകടനങ്ങളിൽ പങ്കെടുത്തതിന് 1962-ൽ അവർ വീണ്ടും തടവിലാക്കപ്പെടുകയുണ്ടായി. ഒരു കൊല്ലം കഴിഞ്ഞ് ക്യൂബയിൽ നിന്ന് മടങ്ങിയപ്പോൾ മൂന്നാമതും അറസ്റ്റിനു വിധേയയായ അവർക്ക് ഇപ്രാവശ്യം നിരവധി വാരക്കാലം തടവിൽ കഴിയേണ്ടിവന്നു.

അർജന്റീനയിലെ പെറോൺ ഭരണകാലത്ത് ഒളിവിൽ പ്രവർത്തിക്കുന്ന പലേ സമരസംഘടനകളും നിലവിലുണ്ടായിരുന്നു. കോർഡബയിൽ സജീവമായിരുന്ന അത്തരമൊരു സംഘടയിൽ ഞാനും പങ്കെടുത്തിരുന്നു. പ്രകടനങ്ങൾക്കിടയിൽ പൊലീസിനെതിരായ ആത്മരക്ഷയ്ക്കു ആവശ്യമായ ബോംബുകൾ നിർമിക്കുന്നതിനുള്ള ഒരു കേന്ദ്രമായിരുന്നു ഞങ്ങളുടെ വീട്. ടേറ്റെയുടെ കൺമുന്നിലാണ് ഇതെല്ലാം നടന്നിരുന്നത്. ഒരിക്കൽ അവനെന്നോട് പറഞ്ഞു. 'ഒന്നുകിൽ അച്ഛനെ സഹായിക്കാൻ എന്നെയും അനുവദിക്കണം. അല്ലെങ്കിൽ ഞാൻ മറ്റേതെങ്കിലും സമരസംഘടനയിൽ ചേരും. അവന്റെ ഇഷ്ടത്തിന് വഴങ്ങാൻ ഞാൻ നിർബന്ധിതനായി. കാരണം, അവനെ വേണ്ടവഴിക്ക് നയിക്കാനും അവൻ പൊലീസിന്റെ കൈയിൽ പെട്ട് അവരുടെ നാരകീയമായ മർദനത്തിന് ഇരയാകാതെ നോക്കാനും തന്മൂലം സാധിക്കുമെന്ന് ഞാൻ വിശ്വസിച്ചു.

ടേറ്റെ അന്ന് ഒരു ജനാധിപത്യവാദിയും ഫാസിസ്റ്റ് വിരോധിയുമായിരുന്നുവെന്നതിൽ സംശയമില്ല. എന്നാൽ, ആ രാഷ്ട്രീയ സമരങ്ങളിൽ

പൂർണമായും ചേരാതെ സ്വന്തമായൊരു നിലപാടാണ് അവൻ സ്വീകരിച്ചിരുന്നത്. ഭാവിയിൽ നടക്കാനിരിക്കുന്ന കൂടുതൽ ഗൗരവതരവും നിർണായകവുമായി പോരാട്ടങ്ങൾക്കായി അവൻ തന്റെ ശക്തി മുഴുവൻ സംഭരിച്ചുവയ്ക്കുകയായിരുന്നിരിക്കണം.

അവന്റെ അനാരോഗ്യം കാരണം രാഷ്ട്രീയത്തിൽ സജീവമായി പങ്കെടുക്കാൻ ഞാൻ അവനെ പ്രേരിപ്പിച്ചിരുന്നില്ലെന്ന് പറയേണ്ടതില്ലല്ലോ. എന്നാൽ, അവന്റെ അത്തരം പ്രവർത്തനങ്ങളെ നിരുത്സാഹപ്പെടുത്താനും ഞാൻ നോക്കിയില്ല. അന്നത്തെ അവന്റെ പ്രവൃത്തികളെല്ലാം അവന്റെ സ്വന്തം ഇഷ്ടപ്രകാരം മാത്രമുള്ളതായിരുന്നു. ഒരു പ്രത്യേക പരിതസ്ഥിതിയിൽ എന്തു ചെയ്യണമെന്ന് അവൻ സ്വയം തന്നെയാണ് തീരുമാനിച്ചിരുന്നത്.

എന്റെ കുറിപ്പുകളുടെ കൂട്ടത്തിൽ ഫെർണാണ്ടൊ ബറാലിന് ചെ 1959–ൽ എഴുതിയ ഒരു കത്തുണ്ടെന്ന കാര്യം എനിക്കിപ്പോൾ ഓർമവന്നു. ബാട്ടിസ്റ്റയുടെ നിഷ്കാസനം കഴിഞ്ഞിട്ട് അധികമാകുന്നതിന് മുൻപുള്ളതായിരുന്നു ഇത്. ആ കത്തു തെരഞ്ഞുപിടിച്ച് ഞാൻ ഡോൺ ഏണസ്റ്റോയെ വായിച്ചുകേൾപ്പിച്ചു.

'പ്രിയപ്പെട്ട ഫെർണാണ്ടൊ.

എന്റെ വ്യക്തിത്വത്തെക്കുറിച്ച്, എന്തെങ്കിലും കഴമ്പുള്ളവനാണോ ഞാനെന്നതിനെക്കുറിച്ച്, തനിക്ക് സംശയമുണ്ടായിരുന്നെന്ന് എനിക്കറിയാം. എന്നാൽ അന്നത്തെ ഞാൻ നിങ്ങൾ മനസ്സിലാക്കിയിരുന്ന ആ വ്യക്തിയിൽ നിന്ന് തികച്ചും വ്യത്യസ്തനാണ്. അതിന് ശേഷം പാലത്തിനടിയിലൂടെ ധാരാളം വെള്ളം ഒഴുകിപ്പോയിരിക്കുന്നു. പഴയ കാസരോഗിയും താൻപ്രമാണിയുമായ ആ വ്യക്തിയിൽ ഇപ്പോൾ ശേഷിച്ചിട്ടുള്ളത് കാസരോഗം മാത്രമാണ്. തന്റെ കല്യാണം കഴിഞ്ഞെന്നു കേട്ടു; എന്റെയും. എനിക്കിപ്പോൾ രണ്ടു കുട്ടികളുണ്ട്. എങ്കിലും ഞാനിപ്പോഴും ഒരു സാഹസികമനോഭാവക്കാരനാണ്. എന്റെ ഇപ്പോഴത്തെ സാഹസങ്ങൾ ശരിയായ ഒരു ലക്ഷ്യത്തിനു വേണ്ടിയുള്ളതു മാത്രം. തന്റെ വീട്ടുകാരെ എന്റെ അന്വേഷണം അറിയിക്കുക. ഭൂതകാലത്തിന്റെ ഒരു അവശിഷ്ടമാണിതെഴുതുന്നതെന്നു പറയുക. ചെയുടെ—അതാണെന്റെ പുതിയ പേര്—സഹോദരനിർവിശേഷമായ ഈ ആലിംഗനവും സ്വീകരിക്കുക.'

'അപ്പോൾ ചെറുപ്പത്തിൽ ഒരു താൻപ്രമാണിയും സാഹസികനുമായാണ് ചെ തന്നെ കണ്ടിരുന്നത്. അല്ലേ?'

'അതെ, വേണമെങ്കിൽ അത് ശരിയാണെന്നു പറയാം.' ഡോൺ ഏണസ്റ്റൊ സമ്മതിച്ചു.

സമയം അർധരാത്രി കഴിഞ്ഞിരുന്നു. പേമാരി ഒട്ടൊന്നു ശമിക്കുകയും ചെയ്തിരുന്നു. തുറന്നടിക്കുന്ന പ്രകൃതമുള്ള സരസനായ ഈ വൃദ്ധനെ ഇനിയും ഉറക്കമിളയ്ക്കാനിരുത്തുന്നത് ശരിയല്ലെന്ന് കരുതി ഞങ്ങൾ അദ്ദേഹത്തോട് വിട വാങ്ങി.

കുറിപ്പുകൾ

1. തന്റെ വംശവൃക്ഷത്തെ സംബന്ധിച്ചിടത്തോളം ചെ യാതൊരു പ്രാധാന്യവും കൽപ്പിച്ചിരുന്നില്ല. കളിയായി മാത്രമാണ് അദ്ദേഹം അതെപ്പറ്റി പരാമർശിച്ചത്. 1964–ൽ കാസാബ്ലാങ്കക്കാരിയായ ഒരു ശ്രീമതി മറിയാ റൊസാറിയോ ഗുവേര ചെയുടെ വംശോൽപ്പത്തിയെപ്പറ്റി അന്വേഷിച്ചുകൊണ്ട് എഴുതിയ കത്തിന് അദ്ദേഹം മറുപടി നൽകിയത് ഇപ്രകാരമാണ്: "സഖാവെ! എന്റെ പൂർവികർ സ്പെയിനിന്റെ ഏതു ഭാഗത്തുനിന്നാണു കുടിയേറിപ്പാർത്തതെന്നു ചോദിച്ചാൽ എനിക്കതെപ്പറ്റി യാതൊന്നുമറിയില്ലെന്നതാണ് പരമാർഥം. അവർ 'പിറന്നപടി' സ്വന്തം 'തറവാട്' ഉപേക്ഷിച്ചുപോന്നത് അത്രയ്ക്ക് പണ്ടാണ്. അവരുടെ അതേ വേഷത്തിൽ ഞാൻ പുറത്തിറങ്ങി നടക്കാറില്ല. കാരണം അത്ര സുഖമുള്ള ഏർപ്പാടല്ലെന്നതുതന്നെ. ഏതായാലും നാം തമ്മിൽ അത്ര അടുത്ത ബന്ധുക്കളാണെന്ന് എനിക്ക് തോന്നുന്നില്ല. എന്നാൽ ലോകത്തിലെവിടെയെങ്കിലും എന്തെങ്കിലും അനീതി നടക്കുമ്പോൾ അതിൽ രോഷംകൊള്ളുന്ന കൂട്ടത്തിലാണ് നിങ്ങളെങ്കിൽ നാം സഖാക്കളായിരിക്കും. അതാണല്ലോ കൂടുതൽ പ്രധാനവും."
2. ഇതിലെ കവിതാശകലങ്ങളുടെ പരിഭാഷ കവി ഒ എൻ വി കുറുപ്പിന്റേതാണ്.

2

സ്വഭാവരൂപീകരണം

പല സാഹചര്യങ്ങളും ഒത്തു വന്നതുകൊണ്ടും, ഒരുപക്ഷേ, എന്റെ സ്വഭാവം അങ്ങനെ ആയതുകൊണ്ടുമായിരിക്കാം ഞാൻ അമേരിക്കൻ ഭൂഖണ്ഡത്തിലുടനീളം സഞ്ചരിക്കാൻ തുടങ്ങിയത്. അങ്ങനെ ഏതായാലും ഈ ഭൂഖണ്ഡത്തെപ്പറ്റി എനിക്ക് സാമാന്യം അറിവുണ്ടായി.

ഏണസ്റ്റോ ചെ ഗുവേര

ആൽബെർട്ടൊ ഗ്രനാഡൊസിന്റെ ഭാര്യ ജൂലിയ വീണ്ടും ഓരോ കപ്പ് ആവിപറക്കുന്ന ടിന്റോ ഞങ്ങളുടെ മുന്നിൽ കൊണ്ടുവന്നുവച്ചു. കുറഞ്ഞത് പത്താമത്തെയെങ്കിലും കപ്പായിരുന്നിരിക്കണം അത്. നേരം വെളുക്കാൻ പിന്നെയും മണിക്കൂറുകൾ പലതും ശേഷിച്ചിരുന്നു. ചെയുമായുള്ള തന്റെ സൗഹൃദത്തിന്റെ ആരംഭത്തെപ്പറ്റിയും ലാറ്റിൻ അമേരിക്കയിൽ അവരൊന്നിച്ചു നടത്തിയ യാത്രകളെപ്പറ്റിയും വിശദമായി പറഞ്ഞുതരാമെന്ന് ആൽബർട്ടൊ ഏറ്റിരുന്നു.

ക്യൂബൻ പത്രങ്ങളിൽ പ്രസിദ്ധീകരിച്ച ചെയെപ്പറ്റിയുള്ള സ്മരണകളിൽ ആൽബെർട്ടൊ ഇതെക്കുറിച്ചെല്ലാം പ്രസ്താവിച്ചിരുന്നതാണ്. പക്ഷേ, പത്രങ്ങളിൽ വായിക്കുന്നതും, ഒരാളിന്റെ സ്വാനുഭവത്തെപ്പറ്റി നേരിൽ കേൾക്കുന്നതും തമ്മിൽ അജഗജാന്തരമുണ്ടല്ലൊ.

ടേറ്റെയുമായി ശരിക്കുള്ള അടുപ്പം അവകാശപ്പെടാൻ കഴിയുന്നവർ അദ്ദേഹത്തിന്റെ വിദ്യാഭ്യാസകാലത്തെ സുഹൃത്തുക്കളിൽ കുറവായിരുന്നു. വാസ്തവത്തിൽ മറ്റു സമവയസ്കരിൽനിന്നെല്ലാം വ്യത്യസ്തനായിരുന്നു ഈ ചെറുപ്പക്കാരൻ. പുറമോടിക്ക് ചെ യാതൊരു പ്രാധാന്യവും

കൽപ്പിച്ചിരുന്നില്ല. ചുക്കിച്ചുളുങ്ങിയ കോട്ടും തേഞ്ഞ പഴഞ്ചെരിപ്പും ചീകി ഒതുക്കാത്ത മുടിയുമായാണ് ചെ നടന്നിരുന്നത്. എന്നാൽ സഹപാഠികളായ അർജന്റീനക്കാർ ഏറ്റവും പുതിയ ഫാഷനനുസരിച്ചുള്ള കുപ്പായങ്ങളും പോളീഷ് ചെയ്തു മിനുക്കിയ ഷൂവും ധരിച്ച് മുടി ചീകി ഒതുക്കി നടക്കുന്നതിൽ അഭിമാനം കൊള്ളുന്നവരായിരുന്നു.

വെട്ടൊന്നു തുണ്ടം രണ്ടെന്ന ഏണസ്റ്റോയുടെ പ്രകൃതവും മറ്റുള്ളവരുടേതിൽ നിന്ന് വിഭിന്നമായിരുന്നു. തുളച്ചുകയറുന്നതായിരുന്നു ചെയുടെ ഫലിതം. എന്നിട്ടും ഈ യുവാവ് എങ്ങനെയാണവരുടെ ആരാധനാപാത്രമായത്? തങ്ങളുടെ ചങ്ങാതിയുടെ ദുർബലസംരക്ഷണനിഷ്ഠയും കൂട്ടുകാർക്കുവേണ്ടി എവിടെയും വാദിക്കുന്ന സ്വഭാവവും റൊമാന്റിസിസവും ഭാവനയും സർവോപരി ധീരതയുമായിരിക്കും അവരെ ചെയോട് അടുപ്പിച്ചത്. ഗുരുതരമായ ഒരു രോഗത്തിന്റെ പിടിയിലായിരുന്നിട്ടും കളികളിലും വിനോദത്തിലും യുവസഹജമായ ചാപല്യങ്ങളിലുമെല്ലാം ചെ മറ്റുള്ളവരേക്കാൾ മുന്നിലായിരുന്നു. അതേസമയംതന്നെ ചെയ്ക്കും സുഹൃത്തുക്കൾക്കുമിടയിലുണ്ടായിരുന്ന അദൃശ്യമായ കന്മതിൽ ചാടിക്കടക്കുന്നത് ആർക്കും അത്ര എളുപ്പമായിരുന്നുമില്ല. എന്താണിതിനു കാരണം? ചെയുടെ കവിഹൃദയമാണോ (ജീവിതത്തിന്റെ അന്ത്യനിമിഷത്തിൽപ്പോലും കവിതയോടു പുലർത്തിയിരുന്ന ആ ആഭിമുഖ്യം അനുസ്മരിക്കുമല്ലൊ) അതോ ഒരു തീരാവ്യാധിയുടെ ഉരുക്കുമുഷ്ടിയിലമർന്ന ആ ബാലന്റെ വ്രണിതഹൃദയമാണോ അതിന്റെ പിന്നിൽ ഒളിച്ചിരുന്നത്? ചെറുപ്പത്തിൽ ചെയുടെ ഹൃദയം കവർന്ന ചിൻചിനയും ആൽബെർട്ടൊ ഗ്രനാഡൊസും മാത്രമായിരുന്നു ഇപ്പറഞ്ഞതിന് അപവാദങ്ങൾ.

ഈ അപവാദങ്ങൾ രണ്ടും മനസിലാക്കാവുന്നതുമാണ്. കാരണം, ഇതുപോലുള്ള ഒരു ചെറുപ്പക്കാരൻ സ്വഭാവത്തിലും ചിന്താഗതിയിലും താനുമായി യാതൊരു സാദൃശ്യവുമില്ലാത്ത ഒരു കാമുകിയെ ഈ സംരക്ഷണഭിത്തി ചാടിക്കടക്കാൻ അനുവദിച്ചെന്നു വരും. കടലും കടലാടിയും പോലെ വ്യത്യാസമുണ്ടെങ്കിലും തന്റെ ഉള്ളിന്റെ ഉള്ളിലേക്ക് അതിക്രമിച്ചു കടക്കാനോ തന്റെ ആത്മീയഗുരുവും സംരക്ഷകനുമാകാനോ സൗഹൃദത്തിനു പകരം പരിപൂർണമായ കീഴടങ്ങലും നിരുപാധികമായ വിധേയത്വവും അവകാശപ്പെടുന്ന സ്വേച്ഛാധിപതിയാകാനോ ശ്രമിക്കാത്ത ഒരു സ്നേഹിതനേയും ഈ സംരക്ഷണഭിത്തി ചാടിക്കടക്കാൻ അയാൾ അനുവദിച്ചേക്കാം. കൂട്ടിമുട്ടാനാവാത്ത രണ്ടറ്റങ്ങൾ തമ്മിൽ കൂട്ടിമുട്ടുന്നതിന്റെ ഒരുദാഹരണമാണിത്.

ചിൻചിനയുമായുള്ള ബന്ധത്തെപ്പറ്റി ചെയിൽ നിന്നു നമുക്ക് വലുതായൊന്നും ഗ്രഹിക്കാൻ കഴിയുന്നില്ല. എന്നാൽ ഈ സ്ത്രീയുടെ സഹോദരിയുടേയും മറ്റു പരിചയക്കാരുടേയും അനുസ്മരണകൾ വച്ചു നോക്കിയാൽ ചെ ഈ യുവതിയെ പ്രേമിച്ചിരുന്നുവെന്നും, അവരെ വിവാഹംകഴിക്കാൻ ചെയ്ക്ക് ഉദ്ദേശ്യമുണ്ടായിരുന്നെന്നും അനുമാനിക്കേണ്ടിയിരിക്കുന്നു. കോർഡബയിലെ വൻകിട ഭൂവുടമകളിൽ ഒരാളിന്റെ

മകളായ ചിൻചിന അർജന്റീനയിലെ 'മാട്ടിറച്ചി പ്രഭു'ക്കളുടെ മേലേതട്ടിൽ പെട്ട ഒരാളായിരുന്നു. അസൂയാവഹമായ ആരോഗ്യം, അനന്യസിദ്ധമായ സൗന്ദര്യം, പ്രഭുവംശജരുടെ കേമത്തം, അളവറ്റ സമ്പത്ത് തുടങ്ങി ചെയ്ക്ക് ഇല്ലാതിരുന്നതെന്തെല്ലാമാണോ, അതെല്ലാം ഈ യുവതിക്ക് വേണ്ടതിലധികം ഉണ്ടായിരുന്നു. കോർഡബയിലെ മികച്ച കുടുംബങ്ങളിൽപ്പെട്ട ചെറുപ്പക്കാരെല്ലാം ഈ തരുണീമണിയുടെ പ്രീതിക്ക് പാത്രമാകാനും അവരെ വിവാഹം കഴിക്കാനും കാംക്ഷിച്ചിരുന്നു.

ചെയാകട്ടെ ചിൻചിനയുടെ വീട്ടിൽ നടക്കുന്ന വിരുന്നുകളിൽ ചെന്നത് കീറിപ്പറിഞ്ഞ കോട്ടും പൊളിഞ്ഞ ഷൂസും ധരിച്ചായിരുന്നു. ഈ വേഷവിധാനം മാത്രമല്ല സ്ഥലത്തെ ദിവ്യന്മാരെ ഞെട്ടിച്ചിരുന്നത്. അവരുടെ ചോദ്യങ്ങൾക്ക് ചെ നൽകിയിരുന്ന കുത്തിക്കൊള്ളുന്ന മറുപടികളും രാഷ്ട്രീയ രംഗത്തെ അവരുടെ ആരാധനാപുരുഷന്മാരെപ്പറ്റി ചെ നടത്തിയിരുന്ന പരുഷമായ അഭിപ്രായപ്രകടനങ്ങളും അവർക്ക് താങ്ങാൻ കഴിയുന്നതിലുമധികമായിരുന്നു.

എന്താണ് ചെയ്ക്ക് വേണ്ടിയിരുന്നത്? ചിൻചിനയുടെ പ്രേമം. സമ്പൽ സമൃദ്ധിയും പിതൃഗൃഹത്തിലെ സുഖസൗകര്യങ്ങളും ഉപേക്ഷിച്ച് വെനിസ്യൂലയിലേക്ക് തന്റെ കൂടെ പോരാൻ ചെ തന്റെ കാമുകിയോട് ആവശ്യപ്പെട്ടു. ആദ്യത്തെ ലാറ്റിൻ അമേരിക്കൻ പര്യടനത്തിനുശേഷമായിരുന്നു ഇത്. അവിടെ ചെന്നിട്ട് ആൽബെർട്ടോ ഗ്രനാഡൊസിനോടൊപ്പം തന്റെ വീരപുരുഷനായ ആൽബർട്ട് ഷൈറ്റ്സറെപ്പോലെ കുഷ്ഠരോഗികളുടെ ഒരു വാസകേന്ദ്രത്തിൽ താമസിച്ച് പ്രവർത്തിക്കാനായിരുന്നു ചെയുടെ പരിപാടി.

പക്ഷേ, വെറുമൊരു സാധാരണ മനഃസ്ഥിതിയുള്ള ചിൻചിനയ്ക്ക് ചെയോടുള്ള അനുരാഗം സാധാരണമട്ടിലുള്ളതായിരുന്നു. ചെയെ വിവാഹം കഴിക്കാൻ ആ യുവതി തയാറായിരുന്നു. പക്ഷേ, ചെ തന്റെ കൂടെ കഴിയുമെന്നുള്ള നിബന്ധനയിന്മേൽ മാത്രം. അൽപ്പംകൂടി കൃത്യമായി പറഞ്ഞാൽ, ചെ തന്റെ ചൊൽപ്പടിക്ക് നിൽക്കുമെന്നുള്ള നിബന്ധനയിന്മേൽ മാത്രം. വെനിസ്യൂലയിലെ വനാന്തരങ്ങളിൽ ചെന്ന് കുഷ്ഠരോഗ ചികിത്സയിലേർപ്പെട്ടു കഴിയുന്നതിനുള്ള ഭ്രാന്തൻ പരിപാടി അത്യന്തം ഹൃദയാലുത നിറഞ്ഞതും മഹനീയവുമായിരുന്നെങ്കിലും യാഥാർഥ്യബോധം തീണ്ടാത്തതായിട്ടാണ് ആ സ്ത്രീക്ക് തോന്നിയത്. അലൗകികവും ലൗകികവും തമ്മിൽ, ജീവിതത്തിന്റെ കാവ്യാത്മകതയും വിരസമായ ഗദ്യാത്മകതയും തമ്മിൽ, ഒരു സന്ധിയില്ലാത്ത സമരം അനിവാര്യമായിരുന്നു. ഈ സംഘട്ടനത്തിൽ യാതൊരു അനുരഞ്ജനത്തിനും സാധ്യത ഉണ്ടായിരുന്നില്ല. ഇരുവർക്കും അവരുടെ ഉറച്ചനിലപാടിൽനിന്ന് കടുകിട വ്യതിചലിക്കാൻ കഴിഞ്ഞില്ല. അതിനാൽ അവർ യാതൊരു ബഹളവും കൂട്ടാതെ പിരിഞ്ഞു. ആ സ്ത്രീ വിജയകരമായ ഒരു വിവാഹത്തിലേക്കും ചെ ഒരിക്കൽപ്പോലും പിന്തിരിഞ്ഞുനോക്കാൻ സാധ്യമല്ലാത്ത തന്റെ പാതയിലേക്കും.

കൂട്ടുകാർ മിയാൽ എന്നു പറഞ്ഞു സംബോധനചെയ്തിരുന്ന ആൽബെർട്ടൊ ഗ്രനാഡൊസിന് ചെയെക്കാൾ ആറു വയസിന്റെ പ്രായക്കൂടുതലുണ്ടായിരുന്നു. എന്നിട്ടും അവർ ഉറ്റ ചങ്ങാതിമാരായിത്തീർന്നതെങ്ങനെയാണ്? തികച്ചും നൂതനമായ ആൽബെർട്ടൊയുടെ യുക്തിവാദരീതിയും അജ്ഞാതമായത് കണ്ടുപിടിക്കാനുള്ള അദ്ദേഹത്തിന്റെ ആസക്തിയും ചെയുടെ സ്വഭാവവുമായി വളരെ പൊരുത്തപ്പെടുന്നതാണെന്ന് അദ്ദേഹത്തിന്റെ സംസാരം ശ്രദ്ധിച്ചുകൊണ്ടിരുന്നപ്പോൾ എനിക്ക് തോന്നി. കൂടാതെ, ആൽബെർട്ടൊ കുഷ്ഠരോഗികളുടെ ഒരു കോളനിയിൽ പണിയെടുക്കുന്നുമുണ്ടായിരുന്നു. ധാർമികമായ കെട്ടുറപ്പും ധൈര്യവുമുള്ള ഒരാൾക്കു മാത്രമേ അങ്ങനെയുള്ള ഒരു രംഗം തന്റെ ആയുഷ്കാല പ്രവർത്തനത്തിനായി തിരഞ്ഞെടുക്കാൻ കഴിയുമായിരുന്നുള്ളൂ. ഇതിനും പുറമെ, ജീവിതത്തോട് ഈ പരോപകാരിക്ക് കോളാസ് ബ്രോഞ്ഞോണിനെ അനുസ്മരിപ്പിക്കുന്ന തരത്തിലുള്ള ഒരു ഔത്സുക്യവുമുണ്ടായിരുന്നു. സത്യത്തിൽ, ബ്രോഞ്ഞോണുമായി ആൽബെർട്ടൊയ്ക്ക് വളരെ സാദൃശ്യവുമുണ്ടായിരുന്നു. എന്റെ മുന്നിലിരിക്കുന്ന ഈ മനുഷ്യനുമായി ചെയെ ഇത്രയേറെ അടുപ്പിച്ചത് അദ്ദേഹത്തിന്റെ ഈ സവിശേഷതകൾ തന്നെയായിരിക്കില്ലേ?

അതെന്തായാലും, ആൽബെർട്ടൊ ഗ്രനാഡൊസിന് പറയാനുള്ളതെന്താണെന്ന് നമുക്ക് നോക്കാം:

"തോമസ് ഫ്രാൻസിസ്കോ എന്നും ഗ്രിഗോറിയൊ പട്രീഷ്യോ എന്നും രണ്ടു സഹോദരന്മാർ കൂടി എനിക്കുണ്ടായിരുന്നു. തെക്കൻ കോർഡബയിലെ ഹെർനാണ്ടൊ എന്നൊരു കൊച്ചു വാസകേന്ദ്രത്തിലാണ് ഞങ്ങൾ ജനിച്ചത്. ആദ്യം സർവകലാശാലയിൽ ചേർന്ന് ഞാനൊരു ഫാർമസി കോഴ്സ് പൂർത്തിയാക്കിയെങ്കിലും ആ നിലയ്ക്കുള്ള ജീവിതം എന്നെ ഒട്ടും ആകർഷിച്ചില്ല. അതിനിടയിൽ കുഷ്ഠരോഗചികിത്സയിൽ താൽപ്പര്യം ജനിക്കുകയാൽ ബയോകെമിസ്ട്രിയിലെ മറ്റൊരു ത്രിവത്സര കോഴ്സിനു ചേർന്നുകൊണ്ട് ഞാൻ സർവകലാശാലാപഠനം തുടർന്നു. 1945–ൽ ഞാൻ കോർഡബയിൽനിന്ന് 180 കിലോമീറ്റർ അകലെ സ്ഥിതി ചെയ്തിരുന്ന ഒരു കുഷ്ഠരോഗ ചികിത്സാകേന്ദ്രത്തിൽ പണിക്കുചേർന്നു.

1941 –ൽ ചെയ്ക്ക് 13 വയസുള്ളപ്പോഴാണ് ഞങ്ങൾ തമ്മിൽ പരിചയപ്പെടുന്നത്. എന്റെ അനിയൻ തോമസ് മുഖേനയാണ് അങ്ങൾ പരിചയപ്പെടാനിടയായത്. അവരിരുവരും ഡീൻ ഫ്യൂൺസ് കോളേജിൽ സഹപാഠികളായിരുന്നു. വായനാപ്രേമവും പ്രകൃതിയിലുള്ള ആസക്തിയുമാണ് ഞങ്ങളെ തമ്മിൽ അടുപ്പിച്ചത്. ഞാൻ ഗുവേരഗൃഹത്തിലെ ഏതാണ്ടൊരു നിത്യസന്ദർശകനായിത്തീർന്നു. അവിടെ ഒന്നാന്തരമൊരു ലൈബ്രറി ഉണ്ടായിരുന്നത് ഞാനെന്റെ സ്വന്തംപോലെ ഉപയോഗപ്പെടുത്താൻ തുടങ്ങുകയും ചെയ്തു. അവിടെയിരുന്നുകൊണ്ട് വിവിധ ഗ്രന്ഥകാരന്മാരെപ്പറ്റി ചെയും ഞാനും എത്ര രാത്രികളാണ് തർക്കിച്ചിട്ടുള്ളതെന്നതിന് കണക്കില്ല. ചെ അന്നും വലിയൊരു താർക്കികനായിരുന്നുതാനും.

ഞങ്ങൾ സഹോദരന്മാർ മൂവരും ഒഴിവുദിവസങ്ങളിലെല്ലാം തന്നെ കോർഡബയുടെ മനോഹരമായ പ്രാന്തപ്രദേശങ്ങളിലാണ് ചെലവിട്ടിരുന്നത്. അപ്പോഴെല്ലാം മിക്കവാറും ചെയും ഞങ്ങളുടെ കൂടെ കൂടുമായിരുന്നു. ചെയുടെ മാതാപിതാക്കൾ യതൊരു തടസവും പറയാതെ അതിനു മകനെ അനുവദിച്ചിരുന്നു. കാരണം, മലയോരങ്ങളിലെ ശുദ്ധവായു കാസത്തിനെ ചെറുത്തുനിൽക്കുന്നതിൽ വളരെ സഹായകമായിരുന്നു. ഞങ്ങളുടെ ദീർഘ ദീർഘങ്ങളായ സവാരികൾ ചെയുടെ ശരീരത്തെ നല്ലപോലെ പുഷ്ടിപ്പെടുത്തുകയും ചെയ്തിരുന്നു. എന്നാൽ, കടുത്ത വ്യായാമങ്ങൾ ആസ്മാരോഗികൾക്ക് ഒട്ടും നല്ലതല്ലെന്നാണ് ഡോക്ടർ വിശ്വസിച്ചിരുന്നത്. പക്ഷേ, മെഡിക്കൽ വിദ്യാർഥികളായിരുന്ന ഞങ്ങൾക്ക് ആ അഭിപ്രായത്തോട് ഒട്ടും യോജിപ്പുണ്ടായിരുന്നില്ല. അതായത്, കായിക വിനോദങ്ങളാണ് ആ രോഗത്തിനെതിരായ ഏറ്റവും നല്ല ചികിത്സയെന്നായിരുന്നു ഞങ്ങളുടെ അഭിപ്രായം. ചെയുടെ ബന്ധുക്കാർക്കും ഈ അഭിപ്രായത്തോടായിരുന്നു യോജിപ്പ്. ഈ ചുറ്റുപാടുകളിലെ ജീവിതത്തിനിടയിൽ ചെ കാടുമായി വളരെ ഇഴുകിച്ചേർന്നു. മരക്കൊമ്പുകൾ വച്ചുകെട്ടി നല്ലൊരു അഭയസ്ഥാനമുണ്ടാക്കാനും പച്ച വിറകു കത്തിക്കാനും ചെ പഠിച്ചു. പിന്നീട് സീറാമെസ്ത്രയിലെ പോരാട്ടത്തിൽ ഇതെല്ലാം വളരെ പ്രയോജനപ്പെട്ടു. എന്നാൽ ചെയ്ക്ക് തന്റെ ഈ വനജീവിതാനുഭവങ്ങൾ പിൽക്കാലത്ത് ഒളിപ്പോരിനിടയിൽ ഉപയോഗപ്പെടുത്തേണ്ടിവരുമെന്ന് അന്ന് ഞങ്ങളാരും കരുതിയിരുന്നില്ല.

പത്തൊൻപതാം നൂറ്റാണ്ടിലെ ഞങ്ങളുടെ ദേശാഭിമാനികൾ സ്പെയിൻകാർക്കെതിരായി ഒളിപ്പോരു നടത്തിയ കാര്യം ഞങ്ങൾക്കറിയാമായിരുന്നില്ലെന്നല്ല ഇതിനർഥം. മെക്സിക്കൻ വിപ്ലവത്തിനിടയിൽ പാഞ്ചോ വില്ല, സ്സപ്പാത്ത എന്നീ കർഷകനേതാക്കൾ നടത്തിയ സമരരീതിയെപ്പറ്റിയും ഞങ്ങൾക്ക് നിശ്ചയമുണ്ടായിരുന്നു. ഒരു ഐതിഹ്യപുരുഷനായി മാറിയ ജനറൽ സാൻഡിനൊയുടെ നേതൃത്വത്തിൽ നിക്കരാഗ്വാക്കാർ യാങ്കിസാമ്രാജ്യവാദികൾക്കെതിരായി നടത്തിയ പോരാട്ടത്തെക്കുറിച്ചും ഞങ്ങൾ കേട്ടിരുന്നു. ചൈനയിലെ ഒളിപ്പോർ യുദ്ധത്തെപ്പറ്റിയും ഞങ്ങൾക്ക് വിവരം ലഭിച്ചിരുന്നു. രണ്ടാം ലോകമഹായുദ്ധത്തിനിടയിൽ ജർമൻ പട്ടാളത്തിന്റെ പിന്നണികളിൽ കടന്ന് സോവിയറ്റ് ഒളിപ്പോരാളികൾ നടത്തിയ ധീരപരാക്രമങ്ങൾ ഞങ്ങളെ പുളകം കൊള്ളിച്ചിരുന്നു. പക്ഷേ, ഞങ്ങൾക്കതിന് സാധ്യതയുണ്ടാകുമെന്ന് ചെ ഉൾപ്പെടെ ഞങ്ങളാരും കരുതിയിരുന്നില്ല. രാഷ്ട്രീയ സമരത്തിൽ നിന്ന് ഞങ്ങൾ ഒഴിഞ്ഞുനിൽക്കുകയായിരുന്നുവെന്നല്ല ഇതിനർഥം. സംഗതി നേരെ മറിച്ചായിരുന്നു, രാജ്യത്തുടനീളം വിദ്യാർഥികൾ ഇളകിമറിയുകയായിരുന്നു. സാമ്രാജ്യവിരോധികളും ഫാസിസ്റ്റ് വിരോധികളുമായിരുന്ന ഞങ്ങൾ പഠിപ്പുമുടക്കുകളും പ്രകടനങ്ങൾ സംഘടിപ്പിക്കുകയും പൊലീസുമായി ഏറ്റുമുട്ടുകയും ചെയ്തിരുന്നു.

കോർഡ്ഡബ അർജന്റീനയിലെ പ്രധാനപ്പെട്ട സാംസ്കാരികകേന്ദ്രങ്ങളിലൊന്നാണ്. ഡോക്ടാ കോർഡ്ഡബയെന്നാണ് ഞങ്ങളതിന് പേരിട്ടിരിക്കുന്നതു തന്നെ. പഠിപ്പുള്ള അഥവാ ബുദ്ധിയുള്ള കോർഡ്ഡബ എന്നാണതിനർഥം. 1613-ൽ സ്ഥാപിക്കപ്പെട്ടതും അങ്ങനെ അമേരിക്കയിലെ തന്നെ ഏറ്റവും പഴക്കംചെന്നതുമായ സർവകലാശാലയ്ക്കുപുറമേ ഒരു പ്രകൃതിചരിത്ര മ്യൂസിയവും വലിയൊരു മൃഗശാലയും ഒരു ലളിത കലാ അക്കാഡമിയും ഞങ്ങൾക്കുണ്ട്. സ്വാതന്ത്ര്യസമരപാരമ്പര്യത്തിന്റെ കാര്യത്തിലും പേരുകേട്ടതാണ് ഞങ്ങളുടെ നഗരം. 1918-ൽ സർവകലാശാലാ പരിഷ്കാരത്തിനുവേണ്ടി നടന്ന വിദ്യാർഥി പ്രോക്ഷോഭണത്തിന്റെ കേന്ദ്രവും ഞങ്ങളുടെ സർവകലാശാല ആയിരുന്നു. സാമ്രാജ്യവിരുദ്ധ മുദ്രാവാക്യങ്ങൾ ഉയർത്തിയിരുന്ന ഈ പ്രസ്ഥാനം പിന്നീട് ലാറ്റിൻ അമേരിക്കയിലാകെ പടർന്നുപിടിക്കുകയുണ്ടായി. 1930-കളിൽ പ്രശസ്ത ജനകീയ സാഹിത്യകാരനായ ജിയഡോറൊ റോക്കയുടെ നേതൃത്വത്തിൽ കോർഡ്ഡബയിൽ രൂപംകൊണ്ട ഒരു പ്രബലമായ ഗ്രൂപ്പ് പൊലീസ് മർദനത്തേയും ഫാസിസത്തേയും ധീരമായി എതിർത്തിരുന്നു. സോവിയറ്റ് യൂണിയനെ സഹായിക്കാനുള്ള കമ്മിറ്റി തുടങ്ങിയ പുരോഗമന സംഘടനകൾക്കും ഞങ്ങളുടെ നഗരം ജന്മം നൽകുകയുണ്ടായി.

ഞാനും വിദ്യാർഥി പ്രസ്ഥാനത്തിൽ സജീവമായിരുന്നു. പൊലീസ് കലാശാലാപരിസരങ്ങളിൽ കടന്നതിനെ പ്രതിഷേധിച്ച് നടന്ന ഒരു പ്രകടനത്തെ തുടർന്ന് 1943-ൽ മറ്റു പല വിദ്യാർഥികളോടൊപ്പം ഞാൻ അറസ്റ്റു ചെയ്യപ്പെടുകയുണ്ടായി. അന്ന് എന്റെ സഹോദരൻ തോമസിനോടൊപ്പം ചെയും എന്നെ കാണാൻ പൊലീസ് സ്റ്റേഷനിൽ വന്നിരുന്നു. അറസ്റ്റു ചെയ്തവരെ ഉടനടി വിമോചിപ്പിക്കണമെന്നാവശ്യപ്പെട്ടുകൊണ്ട് കോളേജ് വിദ്യാർഥികളെ ഒന്നടങ്കം തെരുവിലിറക്കണമെന്ന് ഞാൻ അവരോട് ആവശ്യപ്പെട്ടപ്പോൾ ചെ പറഞ്ഞ മറുപടി വാസ്തവത്തിൽ എന്നെ ആശ്ചര്യപ്പെടുത്തി. 'എന്താ മിയാൽ, താനീപ്പറയുന്നത്? വിദ്യാർഥികളെ തെരുവിലിറക്കണമെന്നോ? എന്തിനാ, പൊലീസുകാർക്ക് അവരുടെ തല തല്ലിപ്പൊട്ടിക്കാൻ അവസരം നൽകാനോ? ഇല്ലില്ല. അതിന് എന്നെ കിട്ടില്ല. ഒരു കൈത്തോക്ക് കൈയിൽ കിട്ടായാൽ മാത്രമേ ഞാൻ തെരുവിലിറങ്ങി പ്രകടനം നടത്താൻ തയാറാകൂ?'

ചെയുടെ മറ്റൊരു മറുപടിയും എന്റെ മനസിൽ മായാതെ കിടപ്പുണ്ട്. ലാറ്റിൻ അമേരിക്കൻ പര്യടനത്തിനിടയിൽ ഞങ്ങൾ പെറുവിൽ എത്തിയിട്ട് മാച്ചുപ്പിക്ച്ചു എന്ന പുരാതന ഇൻകാനഗരം സന്ദർശിക്കുകയായിരുന്നു. അതിന്റെ അവശിഷ്ടങ്ങൾക്കിടയിലെല്ലാം ചുറ്റിനടന്നിട്ട് ഒരു പ്രാചീന ദേവാലയത്തിനടുത്തുള്ള വെളിസ്ഥലത്ത് ഞങ്ങൾ ഇരുന്നു. ഇൻകാ പുരോഹിതന്മാർ നരബലി നടത്താൻ ഉപയോഗിച്ച സ്ഥലമായിരുന്നു അതെന്നാണ് ഐതിഹ്യം. മെയിറ്റ് അൽപ്പാൽപ്പം മൊത്തിക്കുടിച്ചുകൊണ്ട് ഞങ്ങൾ ഭാവനയ്ക്ക് ചിറകുവിടർത്തിപ്പറക്കാൻ അവസരം

കൊടുത്തു. അപ്പോൾ ഞാൻ ചെയോട് പറഞ്ഞു. 'നമുക്കിവിടെ താമസിച്ചാലെന്താ! ഞാൻ ഏതെങ്കിലും പ്രധാനപ്പെട്ട ഇൻകാ തറവാടിൽനിന്ന് ഒരു യുവതിയെ വിവാഹം കഴിക്കാം. എന്നിട്ട് ചക്രർത്തിയായി സ്വയം പ്രഖ്യാപിച്ചുകൊണ്ട് പെറുവിലെ ഭരണാധികാരം ഞാൻ ഏറ്റെടുക്കാം. തന്നെ പ്രധാനമന്ത്രിയാക്കാം. അങ്ങനെ നമുക്കൊന്നിച്ച് ഒരു സാമൂഹ്യ വിപ്ലവം നടത്താം' അതിന് ചെയുടെ മറുപടി എന്തായിരുന്നെന്നോ? 'തനിക്ക് വട്ടാണ്, മിയാൽ. വെടിവെയ്പുകൂടാതെ ഒരു വിപ്ലവവും നടക്കുകയില്ല.'

"ആട്ടെ, ഈ യാത്രയെപ്പറ്റി അൽപ്പം കൂടി വിശദമായി എന്തെങ്കിലും പറയാൻ പറ്റുമോ?" ഞാൻ ചോദിച്ചു.

"ലാറ്റിൻ അമേരിക്കയിലെ രാജ്യങ്ങൾ സന്ദർശിക്കുകയെന്നത് എന്റെയൊരു ചിരകാല സ്വപ്നമായിരുന്നു. അയൽനാടുകളെങ്കിലും ഞങ്ങൾക്കവയെപ്പറ്റി തുലോം പരിമിതമായ അറിവുമാത്രമേ ഉണ്ടായിരുന്നുള്ളൂ. ഞങ്ങളുടെ ഭൂഖണ്ഡത്തിൽത്തന്നെപെട്ട ഈ രാജ്യങ്ങളിൽ നടക്കുന്ന സംഗതികളെക്കാൾ കൂടുതൽ ഞങ്ങൾക്കറിയാമായിരുന്നത് സ്പെയിനിലോ ഫ്രാൻസിലോ യു എസ് എ യിലോ നടക്കുന്ന സംഭവങ്ങളേയും പൊതുവിൽ അവിടങ്ങളിലെ ജീവിതത്തെപ്പറ്റിയും ആയിരുന്നു. വ്യക്തിപരമായി പറഞ്ഞാൽ എനിക്ക് ഈ യാത്രയിൽ തികച്ചും തൊഴിൽസംബന്ധമായ ഒരു താൽപ്പര്യം കൂടി ഉണ്ടായിരുന്നു. അയൽനാടുകളിലെ കുഷ്ഠരോഗചികിത്സാകേന്ദ്രങ്ങൾ സന്ദർശിച്ച് അവിടങ്ങളിൽ നടക്കുന്ന പ്രവർത്തനം കണ്ടുപഠിക്കുകയും, പറ്റുമെങ്കിൽ അതേപ്പറ്റിയുള്ള ഒരു പുസ്തകം എഴുതുകയും ചെയ്യണമെന്നതായിരുന്നു എന്റെ ആഗ്രഹം.

എന്റെ പക്കൽ ഇപ്രകാരമൊരു യാത്രയ്ക്ക് വേണ്ടുന്ന പണം ഉണ്ടായിരുന്നില്ല. പക്ഷേ, ഒരു പഴഞ്ചൻ മോട്ടോർസൈക്കിളിന്റെ ഉടമസ്ഥനായിരുന്നു ഞാൻ. നിരന്തരം റിപ്പയർ നടന്നുകൊണ്ടിരുന്നതാണെങ്കിലും അതിനെ ഓടാൻ പാകത്തിന് ശരിപ്പെടുത്തിയെടുക്കാൻ പറ്റുമെന്നായിരുന്നു എന്റെ പ്രതീക്ഷ. ഭക്ഷണച്ചെലവിനെ സംബന്ധിച്ചിടത്തോളം എനിക്ക് വലിയ ഉൽക്കണ്ഠയൊന്നും ഉണ്ടായിരുന്നില്ല. കാരണം, വഴിക്കെന്തെങ്കിലുമൊക്കെ ജോലികൾ ചെയ്യാമെന്നും കുഷ്ഠരോഗ ചികിസ്താകേന്ദ്രങ്ങളിലെ ഡോക്ടർമാരായ സഹപ്രവർത്തകരുടെ സഹായസഹകരണം നേടാമെന്നും എനിക്കുറപ്പുണ്ടായിരുന്നു.

ഒടുവിൽ ഒരു സുദിനത്തിൽ എന്റെ 'കുതിര' യാത്രയ്ക്ക് ഏതാണ്ട് സജ്ജമായി. അപ്പോഴേക്ക് ഗുവേരാ കുടുംബം ബ്യൂനോസ് എയേഴ്സിലേക്ക് താമസം മാറ്റിയിരുന്നു. ചെ അവിടെ മെഡിസിന് പഠിക്കുകയായിരുന്നു. അലർജിയെക്കുറിച്ച് ഗവേഷണം നടത്തുന്ന ഇൻസ്റ്റിറ്റ്യൂട്ടിൽ ചെ ഒരു പ്രത്യേക കോഴ്സിനും ചേർന്നിരുന്നു. പ്രമുഖ അർജന്റീനിയൻ വിദഗ്ധനായ ഡോക്ടർ സാൽവഡോർ പിസാനിയായിരുന്നു പ്രസ്തുത ഇൻസ്റ്റിറ്റ്യൂട്ടിന്റെ മുഖ്യസ്ഥാനം വഹിച്ചിരുന്നത്. ഗുവേരാ കുടുംബം പണത്തിന് നന്നേ ഞെരുങ്ങുന്ന ഒരു കാലമായിരുന്നു അത്. അതിനാൽ

ഏണസ്റ്റൊ സ്ഥലത്തെ മുൻസിപ്പൽ ലൈബ്രറിയിൽ ഒരു പാർട്ട്ടൈം ലൈബ്രേറിയന്റെ ജോലിയും നോക്കിയിരുന്നു. വെക്കേഷനു കോർഡബയിലെത്തുമ്പോൾ ചെ എന്നെക്കാണാൻ കുഷ്ഠരോഗ ചികിത്സാകേന്ദ്രത്തിലും വന്നിരുന്നു. കുഷ്ഠരോഗചികിത്സയ്ക്കുള്ള പുതിയ രീതികളിൽ ഒരു പ്രത്യേക താൽപ്പര്യമെടുത്തിരുന്ന ചെ എന്റെ പരീക്ഷണങ്ങളിൽ എന്നെ സഹായിച്ചിരുന്നു.

1951 സെപ്തംബറിൽ അതുപോലൊരു വെക്കേഷൻ വന്നപ്പോഴാണ് അനിയൻ തോമസിന്റെ നിർബന്ധം കാരണം ലാറ്റിൻ അമേരിക്കൻ പര്യടനത്തിന് എന്റെകൂടെ വരാൻ ഞാൻ ചെയെ ക്ഷണിച്ചത്.

കുട്ടിക്കാലം മുതൽ വിദേശയാത്രയെപ്പറ്റി സ്വപ്നം കാണുന്ന ഒരാളായിരുന്നു ചെ. തന്റെ ചുറ്റുപാടുകളെപ്പറ്റിയുള്ള യാഥാർഥ്യം അറിയാൻ ചെയ്ക്കുള്ള അഭിലാഷം ഉൽക്കടമായിരുന്നു. പുസ്തകത്തിൽ നിന്നല്ല, പ്രത്യുത സ്വാനുഭവത്തിൽനിന്ന് ആ യാഥാർഥ്യം മനസിലാക്കാനാണ് ചെ ആഗ്രഹിച്ചത്. തലസ്ഥാനത്തിൽ മാത്രമല്ല, പിന്നെയൊ വിദൂരസ്ഥ പ്രവിശ്യകളിലുമുള്ള തന്റെ നാട്ടുകാരുടെ ജീവിതത്തിൽ ചെ സജീവമായ് താൽപ്പര്യം പ്രദർശിപ്പിച്ചിരുന്നു. അർജന്റീനയിലെ കർഷകരും തൊഴിലാളികളും ആദിവാസികളും കഴിയുന്നതെങ്ങനെയാണെന്നറിയാൻ ചെ ആഗ്രഹിച്ചിരുന്നു. ഇതിനെല്ലാം പുറമെ, പാമ്പാസ് എന്നുപേരുള്ള അനന്തവിശാലമായ സമതലവും, പരുത്തിയും മെയിറ്റും തഴച്ചുവളരുന്ന തോട്ടങ്ങൾ സ്ഥിതിചെയ്യുന്ന മലയോരങ്ങളും കണ്ടാനന്ദിക്കാനും, തന്റെ നാടെങ്ങെനെയുണ്ടെന്നു കണ്ടറിയാനും ആ യുവഹൃദയം കൊതിച്ചിരുന്നു. പക്ഷേ, അതുകൊണ്ടുമാത്രം ആ ജിജ്ഞാസ ശമിച്ചില്ല. കാരണം, അതെല്ലാം കണ്ടുകഴിഞ്ഞപ്പോൾ മറ്റു ലാറ്റിൻ അമേരിക്കൻ രാജ്യങ്ങളും സന്ദർശിച്ച് തന്റെ ഭൂഖണ്ഡത്തിലെ ജനവിഭാഗങ്ങളുടെ ആഗ്രഹാഭിലാഷങ്ങളേയും ഭയാശങ്കകളേയും പറ്റിക്കൂടി അറിയേണ്ടതുണ്ടെന്ന് ചെയ്ക്ക് ബോധ്യമായി. ഈ യുവാവിനെ സദാ അലട്ടിക്കൊണ്ടിരുന്ന പ്രശ്നത്തിന് പരിഹാരം കണ്ടെത്താൻ അപ്പോൾ മാത്രമേ കഴിയുമായിരുന്നുള്ളു. ലാറ്റിൻ അമേരിക്കയിലെ ജനങ്ങളുടെ ജീവിതം എങ്ങനെ മെച്ചപ്പെടുത്താൻ കഴിയും? അവരെ പട്ടിണിയിൽ നിന്നും മാറാവ്യാധികളിൽ നിന്നും എങ്ങനെ വിമുക്തരാക്കാം? ജന്മിമാരുടേയും മുതാലാളിമാരുടേയും വിദേശക്കുത്തകകളുടേയും മർദനത്തിൽനിന്ന് അവരെ എങ്ങനെ മോചിപ്പിക്കാം? അതാണ് ചെയെ അലട്ടിയിരുന്ന പ്രശ്നം.

അതിനാൽ എന്റെ ക്ഷണം സ്വീകരിക്കാൻ ചെയ്ക്ക് സന്തോഷമേ ഉണ്ടായിരുന്നുള്ളുവെന്നതിൽ ആശ്ചര്യത്തിനു യാതൊരു വകയുമില്ലല്ലൊ. ആസന്നമായ പരീക്ഷ കഴിയുന്നതുവരെ യാത്ര നീട്ടിവയ്ക്കണമെന്നു മാത്രമേ ചെ ആവശ്യപ്പെട്ടുള്ളു. അത് മെഡിക്കൽ കോളേജിൽ ചെയുടെ അവസാനവർഷമായിരുന്നു. ചെയുടെ മാതാപിതാക്കൾ അവരുടെ മകൻ എന്റെ കൂടെപോകുന്നതിൽ യാതൊരു തടസവും ഉന്നയിച്ചില്ല. യാത്ര ഒരു കൊല്ലത്തിലധികം നീളരുതെന്നതും അവസാനപരീക്ഷയ്ക്കു മുൻപ്

ഏണസ്റ്റോ മടങ്ങി എത്തണമെന്നതും മാത്രമായിരുന്നു അവരുടെ ഒരു നിബന്ധന.

ആവശ്യമായ സാമഗ്രികളും ഒരു കൊച്ചു ടെന്റും കമ്പിളിപ്പുതപ്പുകളും എന്റെ കുതിരപ്പുറത്തു കയറ്റിവച്ചശേഷം ഒരു കൈത്തോക്കും ക്യാമറയുമായി 1951 ഡിസംബർ 29–ം തീയതി ഞങ്ങൾ യാത്ര ആരംഭിച്ചു. വഴിക്ക് ചിൻചിനയോടു യാത്രപറയാൻ ഞങ്ങൾ അവരുടെ വീട്ടിലൊന്നിറങ്ങി. തനിക്കൊരു ലേസുടുപ്പ് വാങ്ങിക്കൊണ്ടുവരാൻ ആ സ്ത്രീ പതിനഞ്ചു ഡോളർ ചെയെ ഏൽപ്പിച്ചു. ചെ 'തിരിച്ചുവരവ്' എന്നു പേരുള്ള ഒരു പട്ടിക്കുട്ടിയെ തന്റെ കാമുകിക്ക് സമ്മാനിച്ചു. ഏണസ്റ്റോയുടെ മാതാപിതാക്കളോടും ഞങ്ങൾ യാത്ര പറഞ്ഞു. പിന്നീട് അർജന്റീനയിൽ നിൽക്കേണ്ട യാതൊരവശ്യവും ഞങ്ങൾക്കില്ലായിരുന്നതിനാൽ ഞങ്ങൾ ചിലിയെ ലക്ഷ്യമാക്കി പറപ്പെട്ടു. ഞങ്ങളുടെ മാർഗമധ്യേയുള്ള ആദ്യത്തെ വിദേശരാജ്യമായിരുന്നു അത്. മെൻഡോസ പ്രവിശ്യയിലാണ് ഞങ്ങൾ ആദ്യം എത്തിയത്. ചെയുടെ പൂർവികർ പണ്ടു താമസിച്ചിരുന്ന സ്ഥലമായിരുന്നല്ലൊ ഇത്. കുതിരകളെ മെരുക്കിയെടുക്കുന്നതു കാണാനും അവിടുത്തെ ഗാഷൊ വംശജരുടെ ജീവിതം എങ്ങനെയാണെന്നറിയാനും വേണ്ടി ഞങ്ങൾ അവിടെയുള്ള ചില എസ്റ്റേറ്റുകൾ സന്ദർശിച്ചു. ആൻഡെസ് കൊടുമുടികൾ ഒഴിവാക്കാൻ വേണ്ടി അവിടെനിന്നു ഞങ്ങൾ തെക്കോട്ട് തിരിഞ്ഞു. കാരണം, ഞങ്ങളുടെ ഇരുചക്രക്കുതിരയ്ക്ക് ആ കുന്നിൻമേടുകൾ അഗമ്യമായിരുന്നു. വഴിക്ക് അല്ലാതെതന്നെ ഞങ്ങൾക്ക് പല തലക്കുത്തുകളും ഉണ്ടായിരുന്നു. ഇടയ്ക്കിടയ്ക്ക് മോട്ടോർസൈക്കിളിനു കേടുവന്നിരുന്നു. സർവീസിങ് കൂടാതെ അതിനു അധികം മുന്നോട്ടു നീങ്ങാൻ കഴിയുമായിരുന്നില്ല. അത് ഞങ്ങളേയും കൊണ്ട് സഞ്ചരിച്ചതിലും കൂടുതൽ ദൂരം ഞങ്ങൾ അതിനെ തള്ളിക്കൊണ്ടുനടക്കുകയായിരുന്നെന്ന് തോന്നി.

ഏതെങ്കിലും വയലിലോ വനത്തിലോ ആണ് ഈ യാത്രയ്ക്കിടയിൽ ഞങ്ങൾ രാത്രിസമയം ചെലവിട്ടത്. അടുത്തുള്ളത് വനമെങ്കിൽ വനവും വയലെങ്കിൽ വയലുമായിരുന്നു ഞങ്ങളുടെ അഭയസ്ഥാനം. ഭക്ഷണത്തിന്റെ കാര്യമായിരുന്നു കുറെക്കൂടി പ്രയാസം. ആദ്യത്തെ ചില ദിവസങ്ങൾ കഴിഞ്ഞതോടെ യാത്രാരംഭത്തിൽ കൈവശമുണ്ടായിരുന്ന ചില്ലിത്തുട്ടുകൾ മുഴുവൻ തീർന്നു. ചിൻചിനയുടെ പതിനഞ്ചുഡോളറും വേഗം തന്നെ ചെലവായി. പിന്നെ ആഹാരത്തിന് ഞങ്ങൾക്ക് വിയർപ്പൊഴുക്കേണ്ടിവന്നു. ഞങ്ങൾ ചായക്കടകളിൽ പാത്രം കഴുകിക്കൊടുക്കുകയും കർഷകരെ ചികിത്സിക്കുകയും മൃഗഡോക്ടർമാരായും തുറമുഖത്തൊഴിലാളികളായും, ചുമട്ടുതൊഴിലാളികളായും നാവികരായും പണിയെടുക്കുകയും ഗ്രാമീണരുടെ റേഡിയോ നന്നാക്കിക്കൊടുക്കുകയും ചെയ്തു. കുഷ്ഠരോഗികളുടെ കോളനികളായിരുന്നു ഞങ്ങളുടെ അടുത്ത ലക്ഷ്യം. മുസ്ലീങ്ങൾ മക്കയിലേക്കെന്നപോലെയാണ് ഞങ്ങൾ അവിടേക്ക് നീങ്ങിയിരുന്നത്. ജീവൻ രക്ഷിക്കുന്ന മരുപ്പച്ചകൾ പോലെയായിരുന്നു ഞങ്ങൾ

ക്ക് ഈ കോളനികൾ. അവിടെ താമസിക്കുന്നതിനിടയിൽ കായികമായെന്നപോലെ മാനസികമായും ഞങ്ങൾക്ക് ആരോഗ്യം വീണ്ടെടുക്കാൻ സാധിച്ചു. കാരണം, അവിടങ്ങളിലെ സഹപ്രവർത്തകരുമായുള്ള അഭിപ്രായവിനിമയത്തിനിടയിൽ ഉപയോഗപ്രദവും കൗതുകകരവുമായ പലതും ഗ്രഹിക്കാൻ ഞങ്ങൾക്ക് കഴിഞ്ഞു. കുഷ്ഠരോഗപഠനത്തിലും ചികിത്സയിലും താൻ കൂടുതൽ ആണ്ടുപോകുന്നതായി ഏണസ്റ്റോയ്ക്ക് തോന്നി. എന്നെപ്പോലെ അയാൾക്കും കുഷ്ഠരോഗികളുമായി അടുക്കുമ്പോൾ ഭയമോ മനംപുരട്ടലോ തോന്നിയിരുന്നില്ല. മറിച്ച്, സമൂഹവും സ്നേഹിതരും ഒരുപോലെ കൈയൊഴിഞ്ഞ ഈ നിർഭാഗ്യവാന്മാരെ കാണുമ്പോൾ ചെയുടെ ഹൃദയം ആർദ്രമാവുകയും ഈ ദു:ഖിതരുടെ സേവനത്തിനായി ജീവിതം ഉഴിഞ്ഞുവയ്ക്കണമെന്ന ആശയം അയാളുടെ മനസിൽ മൊട്ടിടുകയുമാണുണ്ടായത്.

1952 ഫെബ്രുവരി 18–ാം തീയതി ഞങ്ങൾ തെമുക്കൊ എന്ന ചിലിയൻ നഗരത്തിൽ എത്തിച്ചേർന്നു. അടുത്ത ദിവസത്തെ *ഡയാറിയൊ ആുസ്രാൽ* എന്ന പ്രാദേശിക പത്രത്തിൽ ഞങ്ങളെപ്പറ്റിയുള്ള ഒരു ലേഖനം വരികയുണ്ടായി. 1967 ഒക്ടോബറിൽ ചെയുടെ മരണവാർത്ത ലഭിച്ചയുടൻ ഇത് *ഗ്രാൻമ*യിൽ വീണ്ടും പ്രസിദ്ധീകരിക്കപ്പെടുകയും ചെയ്തു."

ഈ ലേഖനത്തിന്റെ കോപ്പി എന്റെ പക്കലുണ്ട്. "ഞാൻ ആൽബെർട്ടായോട് പറഞ്ഞു. അദ്ദേഹത്തിന് അൽപ്പം വിശ്രമിക്കാനും ജൂലിയ വിഷാദത്തോടെയെങ്കിലും അനുഭാവപൂർവം കൊണ്ടുവന്നുവെച്ചിരുന്ന ആവി പറക്കുന്ന ടിന്റോ കുടിക്കാനും സമയം നൽകുന്നതിനുവേണ്ടി പ്രസ്തുതലേഖനം ഞാൻ അദ്ദേഹത്തെ വായിച്ചുകേൾപ്പിക്കാൻ തുടങ്ങി. "മോട്ടോർ സൈക്കിളിൽ ലാറ്റിൻ അമേരിക്കൻ പര്യടനം നടത്തുന്ന രണ്ട് അർജന്റീനിയൻ കുഷ്ഠരോഗവിദഗ്ധർ" എന്നാണ് ഈ ലേഖനത്തിനു തലക്കെട്ടുകൊടുത്തിരുന്നത്. അതിൽ ഇപ്രകാരം എഴുതിയിരുന്നു:

'ബയോ കെമിസ്ട്രിയിൽ ഡോക്ടറായ ശ്രീമാൻ ആൽബെർട്ടൊ ഗ്രനാഡൊസ്, ബ്യൂനോസ് എയേഴ്സ് സർവകലാശാലയിൽ മെഡിസിന് അവസാനവർഷം പഠിക്കുന്ന ശ്രീമാൻ ഏണസ്റ്റോ ഗുവേര സെർന എന്നിവർ പ്രധാനപ്പെട്ട ലാറ്റിൻ അമേരിക്കൻ രാജ്യങ്ങളിലൂടെയുള്ള തങ്ങളുടെ മോട്ടോർസൈക്കിൾ പര്യടനത്തിനിടയിൽ ഇന്നലെ തെമുക്കൊയിൽ എത്തിച്ചേരുകയുണ്ടായി.

കോർഡബാ പ്രവിശ്യയിൽ നിന്ന് ഡിസംബർ 28–ാം തീയതിയാണ് ഈ മോട്ടോർ സൈക്കിളുകാർ അവരുടെ യാത്ര ആരംഭിച്ചത്. മെൻഡോസ, സാൾട്ട എന്നിവിടങ്ങളിലൂടെ തെക്കോട്ട് നീങ്ങിയ അവർ പ്യൂല്ലയിലുള്ള അതിർത്തി കടന്ന് ചിലിയിലേക്ക് പ്രവേശിച്ചു. വഴിക്ക് പെട്രോബുവെ, ഒസോർണൊ, വൽഡീവിയ എന്നിവിടങ്ങൾ സന്ദർശിച്ചശേഷം അവർ തെമുക്കൊയിലേക്കുള്ള മോട്ടോർസൈക്കിൾ പര്യടനം തുടരുകയും ഇന്നലെ ഈ പട്ടണത്തിൽ എത്തിച്ചേരുകയും ചെയ്തു.'

കുഷ്ഠരോഗവിദഗ്ധർ

കുഷ്ഠത്തിലും ബന്ധപ്പെട്ട രോഗങ്ങളിലും വിദഗ്ധരാണ് വിദ്യാസമ്പന്നരായ ഈ അതിഥികൾ. സ്വദേശത്ത് ഈ രോഗങ്ങളുടെ സ്ഥിതിയെപ്പറ്റി അവർക്ക് നല്ലപോലെ അറിയാം. സെറിറ്റോസ്, ഡിയമാന്റെസ്, ജനറൽ റൊഡ്രീഗെസ്, കോർഡബ, പൊസഡാസ് എന്നിവിടങ്ങളിലെ കുഷ്ഠരോഗാശുപത്രികളിൽ ചികിത്സയിൽ കഴിയുന്ന മൂവായിരത്തോളം രോഗികളുണ്ട്.

ബ്രസീലിലുള്ള കുഷ്ഠരോഗികളുടെ കോളനികളും അവർ സന്ദർശിച്ചിട്ടുണ്ട്. ഈ രോഗബാധിതരുടെ ഏറ്റവുമുയർന്ന നിരക്ക് ബ്രസീലിലാണ്.

ഈസ്റ്റർ ദ്വീപ് സന്ദർശിക്കാൻ താൽപ്പര്യം

വിവിധ ലാറ്റിൻ അമേരിക്കൻ രാജ്യങ്ങളിലെ ആരോഗ്യസ്ഥിതിയെപ്പറ്റി പഠനം നടത്തുന്നതിനുപുറമേ റപ്പാ-നിയിലെ ചിലിയൻ കുഷ്ഠരോഗാശുപത്രി സന്ദർശിക്കാനും സ്വന്തം ചെലവിൽ യാത്ര നടത്തുന്ന ശ്രീമാന്മാർ ഗ്രനാഡൊസിനും ഗുവേരയ്ക്കും പ്രത്യേക താൽപ്പര്യമുണ്ട്. വൽപ്പരേസൊയിലെത്തിയിട്ട് ഈസ്റ്റർ ദ്വീപ് സൗഹൃദ സമിതിയുടെ നേതാക്കളുമായി സമ്പർക്കം സ്ഥാപിച്ചുകൊണ്ട് ശാന്തസമുദ്രത്തിലുള്ള നമ്മുടെ ദ്വീപിൽ സ്ഥിതിചെയ്യുന്ന ഈ വിദൂരസ്ഥ കുഷ്ഠരോഗാശുപത്രി സന്ദർശിക്കുന്നുതിനുള്ള സാധ്യതകൾ ആരായാമെന്നാണ് നമ്മുടെ ഈ സുഹൃത്തുക്കൾ പ്രതീക്ഷിക്കുന്നത്.

വെനിസ്യൂലയിൽ ചെന്നിട്ട് തങ്ങളുടെ പര്യടനം അവസാനിപ്പിക്കാനാണ് സഞ്ചാരികളായ ഈ ശാസ്ത്രജ്ഞരുടെ പ്ലാൻ.

തെമുക്കൊയിൽ ഒരുദിവസം തങ്ങിയിട്ട് ശ്രീമാന്മാർ ഗ്രനാഡൊസും ഗുവേരയും നാളെ രാവിലെ കൺസെപ്സ്യോണിലേക്ക് യാത്ര തുടരും.

ഞാൻ വായനനിർത്തിയപ്പോൾ ആൽബെർട്ടൊ ചിരിച്ചു.

സർവതും കുഴച്ചുമാറിച്ചാണവർ എഴുതിയിരിക്കുന്നത്. ഞങ്ങൾ ബ്രസീലിൽ പോയതേയില്ല. എന്നാൽ, ഈസ്റ്റർ ദ്വീപിൽ പോകാൻ ഞങ്ങൾക്ക് മോഹമുണ്ടായിരുന്നു. പക്ഷേ, അവിടേക്ക് പോകാൻ ഒരു കപ്പൽ കിട്ടണമെങ്കിൽ ആറുമാസം കാത്തിരിക്കേണ്ടിവരുമെന്ന് വൽപ്പരേസൊയിലെത്തിയപ്പോൾ അറിഞ്ഞു. ചെയുടെ പൂർവികർ കാലിഫോർണിയൻ സ്വർണത്തിനുവേണ്ടിയുള്ള യാത്ര ആരംഭിച്ചത് ഈ സ്ഥലത്തുനിന്നാണ്. അത്രയും കാലം കാത്തിരിക്കാൻ നിവൃത്തിയില്ലാതിരുന്നതിനാൽ തോർ ഹെയർദാലുമായി മത്സരിക്കാനുള്ള ആ പ്ലാൻ ഞങ്ങൾക്ക് ഉപേക്ഷിക്കേണ്ടിവന്നു. എങ്കിലും ഈസ്റ്റർ ദ്വീപിന് ചെയുടെ ജീവചരിത്രത്തിൽ ഒരു സ്ഥാനമുണ്ടെന്നതിൽ സംശയമില്ല. പക്ഷേ, അത് ബൊളീവിയൻ ജീവിതവുമായി ബന്ധപ്പെട്ടതാണെന്നു മാത്രം.

വൽപ്പരേസൊയിൽ നിന്ന് ഞങ്ങൾ യാത്ര തുടർന്നെങ്കിലും അത്

കാൽനടയായും ആരുടേയെങ്കിലുമൊക്കെ വാഹനങ്ങളിൽ ലിഫ്റ്റ് ചോദിച്ചു വാങ്ങിയും തീവണ്ടിയും കപ്പലും കയറിയും മറ്റുമായിരുന്നു. സാന്റിയാഗോക്കടുത്തൊരിടത്തു വച്ച്, ഞങ്ങളുടെ ഇരുചക്രക്കുതിര അതിന്റെ അന്ത്യശ്വാസം വലിച്ചു. എത്ര പണിപ്പെട്ടിട്ടും ഒരിക്കൽക്കൂടി അനങ്ങാൻ അത് വിസമ്മതിച്ചു. അതിനാൽ കണ്ണീരോടെ ഞങ്ങൾക്ക് ആ സുഹൃത്തുമായി വിടപറയേണ്ടിവന്നു. ഒരു കുടിൽക്കല്ലറയിൽ അതിനെ അടക്കും ചെയ്തിട്ട് അന്തിമോപചാരങ്ങൾ അർപ്പിച്ചശേഷം ഞങ്ങൾ യാത്രതുടർന്നു.

കാൽനടയായി ഞങ്ങൾ ചുകിക്കമൊറ്റാ ചെമ്പുഖനിയിലെത്തി. അമേരിക്കയിലെ ബ്രാഡൻ ചെമ്പുകമ്പനിയുടെ വകയായിരുന്നു ഈ സ്ഥാപനം. ആ രാത്രി ഞങ്ങൾ ഖനി കാവൽക്കാരുടെ ബാരക്കുകളിൽ കഴിച്ചുകൂട്ടി.

പെറുവിൽവച്ച് ഞങ്ങൾക്ക് കെചവായിലേയും അയ്മാരയിലേയും ആദിവാസികളുടെ ജീവിതരീതികളും ആചാരവിശേഷങ്ങളും നേരിൽ കണ്ടുമനസിലാക്കാൻ കഴിഞ്ഞു. ദാരിദ്ര്യദുഃഖിതരായ അവർ ജന്മിമാരുടെയും അധികൃതരുടേയും കടുത്ത ചൂഷണത്തിനു വിധേയരായിരുന്നു. വിശപ്പടക്കാൻ കൊക്കോചെടിയുടെ ഇല ഭക്ഷിച്ചിരുന്നതിനാൽ കൊക്കെയിൻ വിഷവും അവരെ കാർന്നുതിന്നു. പ്രാചീന ഇൻകാ നാഗരികതയുടെ അവശിഷ്ടങ്ങളിലും ഞങ്ങൾക്ക് താൽപ്പര്യമുണ്ടായിരുന്നു. കുസ്കൊയിലെത്തിയപ്പോൾ–അവിടേക്കുള്ള ഞങ്ങളുടെ യാത്ര സംഭവരഹിതമായിരുന്നില്ല–ഏണസ്റ്റൊ സ്ഥലം ലൈബ്രറിയിൽ ചെന്ന് മണിക്കൂറുകളോളം പ്രാചീന ഇൻകാ സാമ്രാജ്യത്തെപ്പറ്റിയുള്ള ഗ്രന്ഥങ്ങളിൽ മുഴുകിയിരുന്നു. പ്രകൃതിരമണീയമായ മാച്ചുപ്പിക്ച്ച് അവശിഷ്ടങ്ങൾക്കിടയിൽ ഞങ്ങൾ ദിവസങ്ങൾ തന്നെ ചെലവിട്ടു. ഭീമമായ ആ ചരിത്രാവശിഷ്ടങ്ങളിൽ അത്യന്തം മുഗ്ധനായിപ്പോവുക കാരണം പൊയ്പ്പോയകാലത്തെ ആ ഇൻകാചരിതം താൻ സമഗ്രമായി പഠിക്കാൻ പോവുകയാണെന്നുപോലും ഏണസ്റ്റോ പ്രസ്താവിക്കുകയുണ്ടായി. തുടർന്ന് ഞാനയാളെ 'പുരാവസ്തുഗവേഷകൻ' എന്നാണ് കളിയാക്കി വിളിച്ചിരുന്നത്.

ഇൻകാമാരുടെ പവിത്രനഗരത്തെപ്പറ്റി പാബ്ലൊ നെരൂദ എഴുതിയ ആവേശംകൊള്ളിക്കുന്ന വരികൾ അവിടെ നിന്നുകൊണ്ടു ചെ ഉരുവിടുകയുണ്ടായി:

എന്റെ മുന്നിലുയർന്നു കണ്ട,
ഭൂമിയിലേക്കുള്ള നടവരമ്പിൽ,
ഞാൻ ചവുട്ടിക്കയറി.
നഷ്ടവനങ്ങളിൽ കെട്ടുപിണഞ്ഞ
കടുംകുരുക്കുകളിലൂടെ ചവുട്ടിക്കയറി
ഹേ, മാച്ചുപ്പിക്ച്ചു! നിന്നെ പ്രാപിക്കാൻ!..
പാറകൾക്കു മീതേ പടുത്തുയർത്തിയ
മട്ടുപ്പാവായ നഗരം!

അഗാധനിദ്രയുടെ അംഗവസ്ത്രമണിഞ്ഞ്,
ലൗകികർ ഒളിച്ചുനിൽക്കാനാഗ്രഹിക്കാത്ത,
ആവാസസ്ഥാനം!
മിന്നൽപ്പിണരിന്റെയും മനുഷ്യരാശിയുടെയും
മണിത്തൊട്ടിൽ,
നിന്നിൽ, രണ്ടു സമാന്തര ഋജുരേഖകൾപോലെ,
ചീളുകളുതിർക്കുന്നൊരു കാറ്റിൽ,
കെട്ടുപിണഞ്ഞിരിക്കുന്നു !
പാറക്കെട്ടുകളുടെ ജനയിത്രി!
നീ, കഴുകുകൾക്കൊപ്പം
ഒഴുകിപ്പാറുന്ന ഫേനരാജി!
മനുഷ്യരാശിയുടെ ഉദയത്തിന്റെ,
ഉയർത്തിപ്പടുത്ത പടിക്കല്ലുകൾ!
ഈ പുത്തരിയങ്കത്തട്ടിൽ!
നഷ്ടപ്പെട്ടുപോയ തരുച്ഛായ!

എസ് എസ് സ്മിർനോവ് എന്ന സാഹിത്യകാരനും അതിന്റെ തലേ കൊല്ലം മാച്ചുപ്പിക്ച്ചു സന്ദർശിച്ചപ്പോൾ അത്രതന്നെ ആശ്ചര്യചകിതനായെന്ന് ഞാൻ മിയാലിനോട് പറഞ്ഞു. പെറുവിലെ ഈ മഹാത്ഭുതത്തെപ്പറ്റിയുള്ള സ്മിർനോവിന്റെ വിവരണത്തിന്റെ സ്പാനിഷ് പരിഭാഷ ഞാൻ അദ്ദേഹത്തെ വായിച്ചുകേൾപ്പിക്കുകയും ചെയ്തു. അതിൽ പറഞ്ഞിട്ടുള്ളതിപ്രകാരമാണ്:

> വിസ്മയാവഹങ്ങളായ പലേ ചരിത്രാവശിഷ്ടങ്ങളും ലോകത്തിലുണ്ട്. നമ്മുടെ പണ്ടുപണ്ടത്തെ പൂർവികരുടെ അധ്വാനത്തിന്റെയും കലയുടേയും സ്മാരകങ്ങളാണവയെല്ലാം. ഹിമാലയത്തിലോ പാമീർ പർവത നിരകളിലോ ഈ കോർഡില്ലേറയിലോ തന്നെയും ഇത്രതന്നെ പ്രകൃതിരമണീയവും ആദിമവും വന്യവുമായ ഒരു പർവതദൃശ്യം കണ്ടെത്താൻ കഴിഞ്ഞെന്നുവന്നേക്കാം. പക്ഷേ, മനുഷ്യന്റെ കൈവിരുതും പ്രകൃതിയുടെ പ്രൗഢിയും മാച്ചുപ്പിക്ച്ചുവിലെപ്പോലെ ഒത്തിണങ്ങിയിട്ടുള്ള പടുകൂറ്റൻ ഗിരിശൃംഗങ്ങളുടേയും അടികാണാനാവാത്ത പർവതഗഹ്വരങ്ങളുടെയും മുന്നിൽ വെറും കൃമികളെങ്കിലും അവയെ കീഴടക്കി വിജയവൈജയന്തി പാറിച്ച മനുഷ്യർതന്നെയാണ്, നിങ്ങളേയും എന്നേയും പോലുള്ള മനുഷ്യർ തന്നെയാണ്, ഈ നഗരവും അതിലെ ഈ ഗംഭീരഗോവണിയും നിർമിച്ചതെന്നോർക്കുമ്പോൾ നമുക്കെന്തോ മഹത്തായൊരു കണ്ടുപിടിത്തം നടത്തിയ വിചിത്രമായൊരനുഭൂതിയാണുണ്ടാവുക. ഒരു കാലത്ത് ഇൻകാ ജനതയുടെ ഭവനങ്ങളും ദേവാലയങ്ങളുമായിരുന്ന ഈ ശിലാപേടകങ്ങളെ നമ്മളുമായി, ജറ്റ് വിമാനങ്ങളിൽ കയറി ആകാശത്തിൽ വിഹരിക്കുകയും ബഹിരാ

കാശത്തിലേക്ക് തള്ളിക്കയറുകയും ചന്ദ്രതലത്തിൽ ഇറങ്ങി നടക്കുകയും ആറ്റം ന്യൂക്ലിയസിനെ ഭേദിക്കുകയും ചെയ്തിട്ടുള്ള ഇന്നത്തെ തലമുറയുമായി, ബന്ധിക്കുന്ന അദൃശ്യമെങ്കിലും അഭേദ്യമായ ഒരു പാശം അംബരചുംബികളായ ഈ ഗോവണിപ്പടികളിൽ നിന്ന് പൊടുന്നനെ നീണ്ടുവരുന്ന ഒരു പ്രതീതിയാണ് നമുക്കുണ്ടാവുന്നത്. നൂറ്റാണ്ടുകൾക്കപ്പുറത്തുനിന്നു ആരംഭിക്കുന്ന ഈ ബന്ധം വിദൂരസ്ഥമായ ഭാവിയിലേക്ക് നീണ്ടുപോകുന്ന ഒന്നാണ്. മണ്ണിന്റെ മക്കളെപ്പറ്റിയുള്ള, മനുഷ്യരാശിയെപ്പറ്റിയുള്ള, നാം മനുഷ്യവംശത്തിൽപ്പെട്ടവരാണെന്നതിനെപ്പറ്റിയുള്ള അഭിമാനബോധത്തിൽനിന്നു മൊട്ടിടുന്ന ഒരു യഥാർഥ ആഹ്ലാദം നമ്മെ കീഴടക്കുന്നു. ഇപ്രകാരമൊരു അഭിമാനബോധം ഉണർത്തിവിട്ടതിനെങ്കിലും, ഈ കാഴ്ച നമ്മിലുണർത്തുന്ന ആത്മബോധത്തിന്റേയും ആത്മവിശ്വാസത്തിന്റെയും പേരിലെങ്കിലും ഇന്നത്തെ ആളുകൾ ദീർഘകാലം വിസ്മൃതിയിലാണ്ടുകിടന്നിരുന്ന ഇൻകാമാരുടെ നഗരത്തോട്, പെറുവിലെ ഈ മഹാത്ഭുതത്തോട്, കടപ്പെട്ടിരിക്കേണ്ടതാണ്.

ഈ വിവരണം ശ്രദ്ധാപൂർവം കേട്ടിരുന്നതിനുശേഷം മിയാൽ പറഞ്ഞു.

"ഈ സോവിയറ്റ് സാഹിത്യകാരൻ പറയുന്ന സംഗതികൾ മാച്ചുപ്പിക്ച്ചുവിലെ സന്ദർശനവേളയിൽ ഞങ്ങൾക്കുണ്ടായ അനുഭവത്തിൽനിന്ന് വളരെയൊന്നും വ്യത്യസ്തമല്ല. ഈ മൃതനഗരത്തിൽ ജീവിതം തുടിക്കുന്നതായാണ് ഞങ്ങൾക്ക് തോന്നിയത്. ഇങ്ങനെയൊന്ന് നിലവിലുണ്ടെന്നതുതന്നെ ഞങ്ങളുടെ ജനങ്ങളുടെ ഭാസുരമായൊരു ഭാവിയെപ്പറ്റി പ്രതീക്ഷിക്കാൻ ഞങ്ങൾക്ക് വകനൽകി. മാച്ചുപ്പിക്ച്ചു പടുത്തുയർത്തിയവരുടെ പിൻമുറക്കാർ ഇന്നല്ലെങ്കിൽ നാളെ നൂറ്റാണ്ടുകാലത്തെ അടിമത്തച്ചങ്ങല പൊട്ടിച്ചെറിയാതിരിക്കുകയില്ലെന്ന് ഞങ്ങൾക്ക് ബോധ്യമായി. പുതിയൊരു തുപ്പാക്ക് അമാരുവിന്റെ[1] നേതൃത്വത്തിലുള്ള ഒരു ആദിവാസി സൈന്യം ഞങ്ങളുടെയും കൂടി സജീവമായ സഹകരണത്തോടെ പ്രാചീനമായ പെറുവിനെ അതിന്റെ ദീർഘനിദ്രയിൽ നിന്നുണർത്തിക്കൊണ്ട് അതിന് സന്തോഷപ്രദമായ ഒരു സ്വതന്ത്രജീവിതം കൈവരുത്തുന്നതിനെപ്പറ്റി ഞങ്ങൾ സ്വപ്നം കാണുകയും ചെയ്തു..."

മാച്ചുപ്പിക്ച്ചുവിൽ നിന്ന് ഞങ്ങൾ ആ മലനാട്ടിന്റെ ഹൃദയഭാഗത്തുള്ള ഹുവാംബൊ ഗ്രാമത്തിലേക്ക് നീങ്ങി. വഴിക്കുള്ള ഒരു കുഷ്ഠരോഗചികിത്സാകേന്ദ്രവും ഞങ്ങൾ സന്ദർശിച്ചു. ഡോക്ടർ ഹ്യൂഗൊ പെസ്ച്ചെ എന്ന സേവനനിരതനായ ശാസ്ത്രജ്ഞനായിരുന്നു ഇതിന്റെ സ്ഥാപകൻ. പെറുവിലെ കമ്യൂണിസ്റ്റ് പാർട്ടി മെമ്പറും കൂടിയായിരുന്ന അദ്ദേഹം ഞങ്ങളെ ഹാർദ്ദമായി സ്വാഗതം ചെയ്യുകയും തന്റെ ചികിത്സാരീതികൾ ഞങ്ങൾക്ക് കാട്ടിത്തരികയും ചെയ്തു. പെറുവിലെ ലൊറേറ്റൊ പ്രവിശ്യയിൽപ്പെട്ട

സാൻ പാബ്ലൊ നഗരത്തിനടുത്തുള്ള പ്രധാനപ്പെട്ട മറ്റൊരു കുഷ്ഠരോഗ ചികിത്സാ കേന്ദ്രംകൂടി സന്ദർശിക്കാൻ അദ്ദേഹം ഞങ്ങളെ ഉപദേശിച്ചു. അതിനുവേണ്ട ഒരു ശുപാർശക്കത്തും അദ്ദേഹം ഞങ്ങൾക്കു തന്നു.

പക്ഷേ സാൻ പാബ്ലൊയിൽ എത്തുക അത്ര എളുപ്പമായിരുന്നില്ല. റിയോ ഉകയ്യാലിയുടെ കരയ്ക്കുള്ള പുക്കാൾപ്പയിൽ വച്ച് ഇക്വിറ്റോയിലേക്കു പോകുന്ന ഒരു കപ്പലിൽ കയറിപ്പറ്റാൻ ഞങ്ങൾക്ക് കഴിഞ്ഞു. ആമസോൺ നദീതീരത്തുള്ള ഒരു തുറമുഖമാണ് ഇക്വിറ്റോസ്. അറുപതാമാണ്ടുകളിൽ പെറുവിലെ ആദ്യത്തെ ഒളിപ്പോർ സേനാദളങ്ങളിൽ ഒന്ന് പ്രവർത്തനമാരംഭിച്ചത് ഇവിടെനിന്നാണ്. ഇക്വിറ്റോസിൽ വച്ച് ഏണസ്റ്റോയുടെ ആരോഗ്യം നന്നേ ക്ഷയിക്കുകയാൽ ഞങ്ങൾക്ക് കുറച്ചുകാലം അവിടെ തങ്ങേണ്ടിവന്നു. അവിടത്തെ വല്ലാത്ത ഈർപ്പവും മത്സ്യഭക്ഷണവും ആസ്മായ്ക്ക് ഒട്ടും പറ്റുന്നതായിരുന്നില്ല. ആ രോഗം അയാളെ അക്ഷരാർഥത്തിൽത്തന്നെ ശ്വാസംമുട്ടിച്ചു. സ്ഥലത്തെ ആശുപത്രിയിൽ അഭയം പ്രാപിക്കാൻ ഏണസ്റ്റൊ നിർബന്ധിതനായി. പക്ഷേ, ഇരുമ്പുപോലത്തെ ഇച്ഛാശക്തിയിലൂടെ ആസ്മയെ മാത്രമല്ല, മാർഗമധ്യേയുള്ള മറ്റൊരായിരം വൈതരണികളെയും തരണം ചെയ്യാൻ ഏണസ്റ്റോയ്ക്ക് സാധിച്ചു.

ചെയുടെ കൂടെ യാത്ര ചെയ്യുന്നത് അത്ര സുഖകരമായ ഒരു സംഗതിയായിരുന്നില്ലെന്ന് ചൂണ്ടിക്കാട്ടേണ്ടതുണ്ട്. അയാളുടെ സംസാരരീതി കർക്കശവും പലപ്പോഴും കുത്തുവാക്കു നിറഞ്ഞതുമായിരുന്നു. ഏതായാലും തെല്ലിടനേരത്തേക്കുപോലും എനിക്ക് ബോറടിതോന്നിയില്ല. നിസ്സാരകാര്യങ്ങളെച്ചൊല്ലി ഞങ്ങൾ തർക്കിക്കുകയും വഴക്കിടുകയും ചെയ്ത സന്ദർഭങ്ങൾ ഉണ്ടായിട്ടുണ്ട്. പക്ഷേ, ഞങ്ങളിലാരും പ്രതികാര മനോഭാവക്കാരല്ലായിരുന്നതിനാൽ വേഗംതന്നെ അതെല്ലാം മറന്ന് അടുത്ത 'വഴക്കു'വരെ സ്വരുമിപ്പിലെത്താൻ ഞങ്ങൾക്ക് കഴിഞ്ഞിരുന്നു. എങ്കിലും, യാത്രയ്ക്ക് ചെയെപ്പോലൊരു നല്ല പങ്കാളിയെ കണ്ടുകിട്ടാൻ പ്രയാസമാണെന്നുകൂടി പ്രസ്താവിക്കേണ്ടതുണ്ട്. തന്റെ അനാരോഗ്യം വകവയ്ക്കാതെ അയാൾ എല്ലാവിധ ഭാരങ്ങളും സമമായി പങ്കിട്ടിരുന്നു. രോഗിയെന്നനിലയ്ക്ക് എന്തെങ്കിലും സൗജന്യം സ്വീകരിക്കാൻ ചെ ഒരിക്കലും കൂട്ടാക്കിയിരുന്നില്ല. വിഷമസന്ധിയിൽ അയാളുടെ മനഃസ്ഥൈര്യം അസൂയാവഹമായിരുന്നു. എന്തെങ്കിലുമൊരു കാര്യം ചെയ്യാൻ തീരുമാനിച്ചാൽ പിന്നെ അവസാനം വരെ അതിന് യാതൊരിളക്കവും തട്ടുമായിരുന്നില്ല.

കുറച്ചുദിവസം ആശുപത്രിയിൽ കഴിഞ്ഞതോടെ ചെയ്ക്ക് എഴുന്നേറ്റ് നടക്കാമെന്നായി. താമസിയാതെ ഞങ്ങൾക്ക് ആമസോണിലൂടെ സാൻ പാബ്ലൊയിലേക്കു പുറപ്പെടാൻ സാധിക്കുകയും ചെയ്തു.

സാൻ പാബ്ലൊ കുഷ്ഠരോഗാശുപത്രിയിലെ ഡോക്ടർമാർ ഞങ്ങൾക്ക് ഹൃദ്യമായൊരു സ്വാഗതമരുളുകയും ഞങ്ങൾക്കായി ഒരു ലാബറട്ടറി വിട്ടുതരികയും ചെയ്തു. രോഗികളെ ചികിത്സിക്കാനും അവർ

ഞങ്ങളെ ക്ഷണിച്ചു. മന:ശാസ്ത്രപരമായ രോഗചികിത്സ നടത്താൻ ശ്രമിച്ചുകൊണ്ട് ഞങ്ങൾ കുഷ്ഠരോഗികളെ ഉദ്ദേശിച്ചുള്ള വിനോദപരിപാടികൾ സംഘടിപ്പിച്ചു. ഞങ്ങൾ രോഗികളുടേതായ ഫുട്ബോൾ ടീമുകൾ രൂപീകരിച്ച് മത്സരങ്ങൾ നടത്തുകയും അവരോടൊപ്പം കരുങ്ങന്മാരെ വെടിവയ്ക്കാൻ പോവുകയും പലവിഷയങ്ങളെപ്പറ്റിയും അവരുമായി സംസാരിക്കുകയും ചെയ്തു. ഞങ്ങളവരിൽ കാണിച്ച താൽപര്യവും അവരോടുള്ള ഞങ്ങളുടെ സൗഹൃദവും കാരണം അവർ വളരെയേറെ ഉഷാറുള്ളവരായിത്തീർന്നു. അവർക്ക് ഞങ്ങളോട് അതിയായ മമത തോന്നി. ഞങ്ങളോടുള്ള കൃതജ്ഞത പ്രകാശിപ്പിക്കാനെന്നോണം ലൈറ്റീഷ്യയിലേക്ക് പോകാൻ അവർ ഞങ്ങൾക്കായി കോൺടിക്കി പോലൊരു ചങ്ങാടം പണിതുതന്നു. ലെറ്റീഷ്യയും ആമസോൺതീരത്തുള്ള ഒരു തുറമുഖമാണ്.

സാൻ പാബ്ലൊായിൽനിന്ന് ഞങ്ങളുടെ യാത്ര ആരംഭിക്കുന്നതിനു മുമ്പായി പുരുഷന്മാരും സ്ത്രീകളും കുട്ടികളും ഉൾപ്പെട്ട കുഷ്ഠരോഗികളുടെ ഒരു പ്രതിനിധിസംഘം ഞങ്ങളെ യാത്ര അയയ്ക്കാൻ എത്തുകയുണ്ടായി. അവരുടെ ബോട്ട് ഞങ്ങളുടെ ചങ്ങാടം കെട്ടിയിരുന്ന കടവിലേക്കടുത്തു. ഞങ്ങളോടുള്ള സ്നേഹാദരസൂചകമായി മംബോ–ടാംഗൊ എന്നാണ് അവർ ഞങ്ങളുടെ ചങ്ങാടത്തിന് പേരിട്ടിരുന്നത്. ടാംഗൊ എന്നത് ഒരു അർജന്റീനിയൻ നൃത്തത്തിന്റേയും മംബൊ ഒരു പെറൂവിയൻ നൃത്തത്തിന്റേയും പേരാണ്. അർജന്റീനയും പെറുവും തമ്മിലുള്ള സൗഹൃദത്തെ സൂചിപ്പിക്കാനാണ് അവർ ആ പേരു തിരഞ്ഞെടുത്തത്. ആ സമയത്ത് ശക്തിയായൊരു മഴപെയ്തെങ്കിലും യാത്ര അയയ്ക്കാൻ വന്നവരുടെ ഉത്സാഹത്തിന് തന്മൂലം യാതൊരു കോട്ടവും നേരിട്ടില്ല. ആദ്യം ചില പാട്ടുകളും മറ്റും കഴിഞ്ഞ് മൂന്നുപേർ ആശംസാപ്രസംഗങ്ങൾ നടത്തി. ഉദ്ദേശിച്ച കാര്യം ശരിയായി പ്രകടമാക്കാൻ അവർക്ക് കഴിഞ്ഞില്ലെങ്കിലും ഹൃദയത്തിൽ തട്ടിയിട്ടുള്ളതായിരുന്നു അവരുടെ സംസാരം. അതിനുശേഷം എന്റെ ഊഴമായിരുന്നു. പാവങ്ങളായ ഈ നല്ല മനുഷ്യരെ വിട്ടിട്ട് പോകാൻ ഏണസ്റ്റോയെപ്പോലെ എനിക്കും വളരെ വിഷമമുണ്ടായിരുന്നു. ഞങ്ങളുടെ അവിടുത്തെ ഹ്രസ്വമായ താമസത്തിനിടയ്ക്ക് അവരുമായി ഞങ്ങൾ അത്രയ്ക്കടുത്തിരുന്നു.

അടുത്ത ദിവസം, 1952 ജൂൺ 21–ാം തീയതി ഞങ്ങളുടെ പരിമിതമായ സാധനങ്ങളെല്ലാം കൂടി മംബോ–ടാംഗൊയിൽ കയറ്റിവച്ചിട്ട് അനുകൂലമായ കാറ്റുനോക്കി ഞങ്ങൾ ലെറ്റീഷ്യയെ ലക്ഷ്യമാക്കി ആമസോണിലൂടെ മുന്നോട്ട് നീങ്ങി. കാറ്റ് ഞങ്ങൾക്കനുകൂലമായിരുന്നു. ഏണസ്റ്റൊ ധാരാളം ഫോട്ടോ എടുക്കുകയും എന്റെ മാതൃക സ്വീകരിച്ചുകൊണ്ടു ഡയറി എഴുതാൻ തുടങ്ങുകയും ചെയ്തു. പക്ഷേ, ഉഷ്ണമേഖലയിലെ ആ വനഭംഗിയിൽ മുഴുകിയിരിക്കുക കാരണം ഞങ്ങളുടെ ചങ്ങാടം ലെറ്റീഷ്യയും കടന്നു മുന്നോട്ടുപോയത് ഞങ്ങളറിഞ്ഞില്ല. ഞങ്ങളുടെ മംബോ–ടാംഗൊ വലിയൊരു ദ്വീപിൽ ചെന്നടുത്തപ്പോഴാണ് ഞങ്ങൾക്കു പറ്റിയ അബദ്ധം മനസിലായത്. ഈ ദ്വീപാകട്ടെ ബ്രസീലിന്റെ വകയുമായിരുന്നു.

ഒഴുക്കിനെതിരായി ചങ്ങാടം തുഴയാൻ നോക്കുന്നത് തീർത്തും വിഫല മാകുമായിരുന്നുവെന്നതിനാൽ മംബോ-ടാംഗൊയും ഞങ്ങളുടെ തുച്ഛ മായ സമ്പാദ്യവും കൊടുത്തിട്ട് പകരമൊരു ബോട്ട് വാങ്ങാൻ ഞങ്ങൾ നിർബന്ധിതരായി.

തൽഫലമായി ക്ഷീണിച്ചുവലഞ്ഞ് പോക്കറ്റിൽ ഒരു ചില്ലിപോലുമി ല്ലാതെയാണ് ഞങ്ങൾ ലെറ്റീഷ്യയിലെത്തിയത്. ഞങ്ങളുടെ വൃത്തികെട്ട വേഷം പോലീസുകാരുടെ സംശയത്തിന് കാരണമാവുകയും ഞങ്ങൾ ജയിലഴികൾക്ക് പിന്നിലാവുകയും ചെയ്തു. അർജന്റീനയിലെ ഫുട്ബോ ളിന്റെ പ്രശസ്തിയാണ് ഇത്തവണ ഞങ്ങളെ രക്ഷിച്ചത്. ഞങ്ങൾ അർജന്റീനക്കാരാണെന്നറിഞ്ഞപ്പോൾ ഒരു വലിയ ഫുട്ബോൾ പ്രേമി യായിരുന്ന പോലീസ് മേധാവി ഞങ്ങളെ ജയിൽ വിമുക്തരാക്കാൻ തയാ റായി. പകരം, അവിടുത്തെ പ്രാദേശിക ഫുട്ബോൾ ടീമിനെ പരിശീലി പ്പിക്കണമെന്നായിരുന്നു വ്യവസ്ഥ. ഈ ടീം ജില്ലാ മത്സരങ്ങൾക്ക് തയാ റെടുക്കുന്ന അവസരമായിരുന്നു അത്. ഞങ്ങളുടെ ടീം ജയിച്ചപ്പോൾ കൃത ജ്ഞരായ തദ്ദേശീയ ഫുട്ബോൾ ഭ്രാന്തന്മാർ ഞങ്ങൾക്ക് ബൊഗോട്ടയ്ക്ക് പോകാൻ വിമാനടിക്കറ്റ് വാങ്ങിത്തരികയും ഞങ്ങൾ സൗഖ്യമായി കൊളം ബിയൻ തലസ്ഥാനത്തെത്തുകയും ചെയ്തു.

പ്രസിഡന്റ് ലെറിയാനൊ ഗോമസ് ആയിരുന്നു അന്നത്തെ കൊളം ബിയയിലെ ഭരണാധികാരി. മർദനഭരണമാണ് അവിടെങ്ങും നടമാടിയി രുന്നത്. പോലീസും പട്ടാളവും അസംതൃപ്തരായ കർഷകർക്കെതിരായ ഒരു യുദ്ധത്തിൽ ഏർപ്പെട്ടിരിക്കുകയായിരുന്നു. ഭരണാധികാരികൾക്കി ഷ്ടമില്ലാത്ത ആളുകൾ നിത്യേനയെന്നോണം കൊലചെയ്യപ്പെട്ടിരുന്നു. രാഷ്ട്രീയക്കുറ്റങ്ങൾക്കായി തുറുങ്കിലടയ്ക്കപ്പെട്ടവരെക്കൊണ്ട് ജയിലു കൾ നിറഞ്ഞൊഴുകി. ഇവിടെയും ഹാർദമായാണ് പോലീസ് ഞങ്ങളെ സ്വീകരിച്ചത്. അവർ ഞങ്ങളെ പിടിച്ച് ജയിലിലടച്ചു. താമസംവിനാ കൊളംബിയ വിട്ടുപൊയ്ക്കൊള്ളാമെന്ന് ഞങ്ങൾക്ക് സമ്മതിക്കേണ്ടി വന്നു. പരിചയമുള്ള ചില വിദ്യാർഥി സുഹൃത്തുക്കൾ യാത്രച്ചെലവിനു വേണ്ട പണം പിരിച്ചുതന്നു. അങ്ങനെ ഞങ്ങൾ ഒരു ബസ്സിൽ വെനിസ്യു ലൻ അതിർത്തിയിലുള്ള ക്യുക്കുട എന്ന നഗരത്തിലേക്ക് പുറപ്പെട്ടു. അവി ടെയുള്ള ഒരു സാർവദേശീയ പാലം കടന്നപ്പോൾ ഞങ്ങൾ സാൻ ക്രിസ്റ്റോബൽ എന്ന വെനിസ്യൂലൻ നഗരത്തിലെത്തി. തുടർന്ന്, 1952 ജൂലൈ 14-ാം തീയതി ഞങ്ങൾ സസുഖം കാരക്കാസിലും എത്തി ച്ചേർന്നു. ഇതിന് ഒരുമാസം മുൻപ് ചെയ്ക്ക് 24 വയസ്സ് തികഞ്ഞിരുന്നു. കാരക്കാസാണ് ഞങ്ങളുടെ പരിപാടിയിലെ അവസാനത്തെ പട്ടണമായി നിശ്ചയിച്ചിരുന്നതും.

അപ്പോഴേക്ക് അർജൻറീനയിലേക്ക് മടങ്ങാൻ സമയമായിരുന്നു. പക്ഷേ, കുറച്ചുകാലത്തേക്കുകൂടി വെനിസ്യൂലയിൽ നങ്കൂരമിടാനായിരുന്നു എന്റെ പ്ലാൻ. കാരക്കാസിലെ കുഷ്ഠരോഗാശുപത്രിയിൽ വളരെ രസ മുള്ള ഒരു ജോലി ലഭിച്ചതുമാത്രമല്ല ഇതിനു കാരണം. ഇതിനിടയിൽ

ജൂലിയയുമായി ഞാൻ കണ്ടുമുട്ടിയിരുന്നു. ചെയ്ക്ക് ഒറ്റയ്ക്ക് ബ്യൂനോസ് എയേഴ്സിലേക്ക് മടങ്ങുന്നതിനുള്ള വഴി കണ്ടുപിടിക്കേണ്ടിയിരുന്നു. ഞങ്ങളിതേപ്പറ്റി സംസാരിച്ചു. പതിവുപോലെ ഞങ്ങൾ തനി പാപ്പരായിരുന്നു. എന്നാൽ, ഈ യാത്രയിലുടനീളമെന്നപോലെ ഭാഗ്യദേവത ഇവിടെയും ഞങ്ങളെ കടാക്ഷിച്ചു. കാരക്കാസിൽവച്ച് ചെ അവിചാരിതമായി ഒരു അകന്ന ബന്ധുവുമായി കണ്ടുമുട്ടി. നല്ലയിനം കുതിരകളുടെ വിൽപ്പനയിൽ ഏർപ്പെട്ടിട്ടുള്ള ഒരാളായിരുന്നു ഇദ്ദേഹം. ബ്യൂനോസ് എയേഴ്സിൽ നിന്ന് പന്തയക്കുതിരകളെ ഫ്ളോറിഡയിലുള്ള മിയാമിയിൽ എത്തിക്കുന്നതിനിടയിൽ ഇടയ്ക്ക് അദ്ദേഹം കാരക്കാസിൽ ഒന്നിറങ്ങുക പതിവായിരുന്നു. മിയാമിയിൽ നിന്നും വാങ്ങുന്ന പണിക്കുതിരകളെ വിമാനമാർഗം മാറക്കൈബൊ എന്ന വെനിസ്വേലൻ നഗരത്തിൽ കൊണ്ടു ചെന്നു വിൽക്കുന്നതും അദ്ദേഹത്തിന്റെ പരിപാടിയായിരുന്നു. മാറക്കൈബൊയിൽനിന്ന് ആ വിമാനം ചരക്കുകളൊന്നുംകൂടാതെയായിരിക്കും ബ്യൂനോസ് എയേഴ്സിലേക്ക് പറക്കുന്നത്. ചെയ്ക്ക് വേണമെങ്കിൽ അടുത്ത ട്രിപ്പിന് കാരക്കാസിൽ നിന്ന് മിയാമിയിലേക്കും അവിടെനിന്ന് മാറക്കൈബോ വഴി ബ്യൂനോസ് എയേഴ്സിലേക്കും പോകാമെന്ന് അദ്ദേഹം നിർദേശിച്ചു. വഴിച്ചെലവിനുവേണ്ട പണം കൊടുക്കാനും അദ്ദേഹം തയാറായി. ചെ അതിന് സമ്മതിക്കുകയും ജൂലൈ അവസാനം ഞങ്ങൾ തമ്മിൽ പിരിയുകയും ചെയ്തു. പരീക്ഷകഴിഞ്ഞ് ഡിഗ്രിയെടുത്തിട്ട് കാരക്കാസിൽ മടങ്ങിവന്ന് അവിടുത്തെ കുഷ്ഠരോഗാശുപത്രിയിൽ ഡോക്ടറായി പണിയെടുത്തുകൊള്ളാമെന്ന് ചെ വാക്ക് തന്നിരുന്നതാണ്. പക്ഷേ, അതൊന്നും നടന്നില്ല. പിന്നീട് ഞങ്ങൾ തമ്മിൽ കാണുന്നത് ക്യൂബൻ വിപ്ലവത്തിന്റെ ജയം കഴിഞ്ഞ് ചെ ക്യൂബൻ ദേശീയ ബാങ്കിന്റെ പ്രസിഡന്റെന്ന നിലയ്ക്ക് തന്റെ ഹവാനാ ഓഫീസിലിരിക്കുന്ന അവസരത്തിലാണ്. ഇത് 1960 ജൂൺ 18-ാം തീയതി ആയിരുന്നു.

ഞങ്ങളുടെ ഈ സഞ്ചാരകഥ അവസാനിപ്പിക്കുംമുൻപ് ഒരു കാര്യം കൂടി പറയേണ്ടതുണ്ട്. മിയാമിയിൽ ഒരു മുഴുവൻ മാസം തങ്ങേണ്ടിവന്നതിനാൽ പണത്തിന് നന്നേ ഞെരുങ്ങിയെങ്കിലും ചിൻചിന ആവശ്യപ്പെട്ടിരുന്ന ലേസുടുപ്പ് വാങ്ങാൻ ചെ മറന്നില്ല. അർധപട്ടിണിയിലാണ് ചെ മിയാമിയിൽ കഴിഞ്ഞത്. ആ ദിവസങ്ങളിൽ ഇഷ്ടൻ സ്ഥലത്തെ ലൈബ്രറിയിലാണ് അധികസമയവും ചെലവിട്ടിരുന്നത്.

1952 ഓഗസ്റ്റിൽ ബ്യൂനോസ് എയേഴ്സിൽ മടങ്ങിയെത്തി ഉടൻതന്നെ ചെ പാഠപുസ്തകങ്ങളെ കെട്ടിപ്പുണർന്നു. അലർജികളെ സംബന്ധിച്ച ഒരു പ്രബന്ധം തയാറാക്കുന്നതിനു പുറമെ പല അവസാന പരീക്ഷകൾക്കിരിക്കേണ്ടുതുമുണ്ടായിരുന്നു അയാൾക്ക്. പഠിത്തം അവസാനിപ്പിക്കാനുള്ള ചെയുടെ ധിറുതിക്ക് മറ്റൊരു കാരണവും ഉണ്ടായിരുന്നു. പിറ്റേ കൊല്ലം മുതൽ പ്രാബല്യത്തിൽ വരുന്ന ഒരു നിയമമനുസരിച്ച് ജസ്റ്റീസിയാലിസ്മൊ എന്നൊരു പുതിയ പരീക്ഷയ്ക്കുകൂടി ഇരിക്കാൻ അയാൾ നിർബന്ധിതനാകുമായിരുന്നു. പെറോണിന്റെ രാഷ്ട്രീയ-സാമൂഹ്യ തത്വ

സംഹിതയായിരുന്നു ഇതിന്റെ വിഷയം. ഇത് ചെയുടെ മനസിന് ഒട്ടും പിടിക്കുന്നതായിരിന്നുമില്ല.

ഒടുവിൽ 1953 മാർച്ചിൽ ഏണസ്റ്റൊ ഒരു സർജനും ചർമരോഗ വിദഗ്ധനുമെന്ന നിലയ്ക്ക് ഡിഗ്രിയെടുത്തു. പക്ഷേ, നിർബന്ധിത സൈനികസേവനത്തിനുള്ള നോട്ടീസ് കിട്ടിയിരുന്നതിനാൽ അയാൾ അപ്പോഴും സ്വതന്ത്രനായിരുന്നില്ല. അതുകൊണ്ട് ഗറില്ലപ്പടയിൽ ചേരാതിരിക്കുന്നതിന് ഒരു വഴി കണ്ടുപിടിക്കേണ്ടിയിരുന്നു. ഐസ്പോലെ തണുത്ത വെള്ളത്തിൽ ഒരു കുളി പാസാക്കിയിട്ട് ആസ്മായുടെ ശല്യം കടുത്ത നിലയിൽ മെഡിക്കൽ കമ്മീഷന്റെ മുന്നിൽ ഹാജരാവുകയെന്നതാണ് ചെ ഇതിന് സ്വീകരിച്ച മാർഗം. സൈനികസേവനത്തിന് യോഗ്യനല്ലെന്ന് കമ്മീഷൻ അയാൾക്ക് സർട്ടിഫിക്കറ്റ് നൽകുകയും ചെയ്തു.

അങ്ങനെ സർവതന്ത്ര സ്വതന്ത്രനായ ചെയ്ക്ക് ജീവിതത്തിന്റെ ഏത് തുറയിലേക്ക് വേണമെങ്കിലും നീങ്ങാൻ കഴിയുമായിരുന്നു. സ്വദേശത്തു തന്നെ മെഡിക്കൽ പ്രാക്ടീസ് ആരംഭിക്കുകയോ 800 ഡോളർ മാസ ശമ്പളത്തിന് കുഷ്ഠരോഗാശുപത്രിയിലെ ജോലി സ്വീകരിച്ച് കാരക്കാസിലേക്ക് മടങ്ങുകയോ ചെയ്യാമായിരുന്നു. പക്ഷേ, ചെയുടെ തീരുമാനം വേറൊന്നായിരുന്നെന്ന് നമുക്കിപ്പോൾ അറിയാമല്ലോ. അയാളുടെ തലയിലെഴുത്ത് അതായിരുന്നിരിക്കാം.

"ആട്ടെ, കാരക്കാസിൽ വച്ചു പിരിഞ്ഞതിനുശേഷം നിങ്ങൾ തമ്മിൽ എന്തെങ്കിലും കത്തിടപാടുണ്ടായിരുന്നോ?" ഞാൻ ആൽബെർട്ടൊയോട് ചോദിച്ചു.

"ചെ ബ്യൂനോസ് എയേഴ്സിൽ ആയിരുന്നിടത്തോളം ഞങ്ങൾ തമ്മിൽ ബന്ധപ്പെട്ടിരുന്നു. അയാൾ കാരക്കാസിലേക്കു മടങ്ങുമെന്നു തന്നെ ഞാൻ വിശ്വസിച്ചിരുന്നു. അതിനുശേഷം. രണ്ടാമത്തെ ലാറ്റിൻ അമേരിക്കൻ പര്യടനത്തിനിടയിൽ ഇക്വഡോറിലുള്ള ഗയാക്യിൽ എന്ന സ്ഥലത്തുനിന്ന് എനിക്കയാളുടെ ഒരു കാർഡ് കിട്ടി. അതിൽ ഇത്ര മാത്രമേ ഉണ്ടായിരുന്നുള്ളു. 'മിയാൽ, ഞാൻ ഗോട്ടിമാലയ്ക്ക് പോവുകയാണ്. അവിടെ ചെന്നിട്ടെഴുതാം. അതോടെ ഞങ്ങളുടെ ബന്ധം അറ്റു പോയി. ബാട്ടിസ്റ്റായുടെ നിഷ്കാസനത്തിനുശേഷം മാത്രമാണ് അത് പുനഃസ്ഥാപിക്കപ്പെട്ടത്. ഞാൻ ഹവാനയിലേക്ക് ചെയുടെ പേർക്കെഴുതി. താമസിയാതെ അതിനു മറുപടി കിട്ടുകയും ചെയ്തു. ഫിദലിന്റെ കൂടെ കാരക്കാസിൽ വരാൻ പ്ലാൻ ചെയ്തിരുന്നതാണെന്നും, പക്ഷേ താൻ കിടപ്പിലായതുകൊണ്ടാണ് ആ പരിപാടി നടക്കാതെ പോയതെന്നും ചെ എഴുതി. എന്റെ കാര്യം പറഞ്ഞാൽ, ക്യൂബ എന്നെ വളരെയേറെ മാടിവിളിക്കുന്നുണ്ടായിരുന്നെങ്കിലും പല കാരണങ്ങളാൽ എനിക്ക് ആ പരിപാടി ഉപേക്ഷിക്കേണ്ടി വന്നു. 1960–ൽ എനിക്ക് ചെയുടെ മറ്റൊരു കത്തും കിട്ടി. ക്യൂബയിൽ ചെന്ന് സ്ഥിരതാമസമാക്കാനുള്ള ഒരു ക്ഷണമായിരുന്നു അത്. വെറുതെ മെയിറ്റും കുടിച്ചിരുന്നു വർത്തമാനം പറഞ്ഞു രസിക്കാറുള്ള തന്റെ ചങ്ങാതി അടിയുറച്ച ഒരു ലക്ഷ്യബോധത്തോടെ അക്ഷീണം

പണിയെടുക്കുന്ന ഒരു മനുഷ്യനായി മാറുമെന്ന് താൻ സ്വപ്നത്തിലെങ്കിലും കരുതിയിരുന്നോ?' എന്നാണ് ചെ അതിൽ ചോദിച്ചിരുന്നത്.

അതെ, വിപ്ലവം ടേറ്റയെ പുതിയൊരു മനുഷ്യനാക്കി. അത് അയാളെ ഉരുക്കുപോലുറച്ച ഒരു പടയാളിയും അശ്രാന്തമായി പണിയെടുക്കുന്ന ഒരു പ്രവർത്തകനുമായി മാറ്റി. ആ വർഷത്തിന്റെ തന്നെ അവസാനത്തിൽ ഒടുവിൽ ആ സ്വാതന്ത്ര്യദ്വീപിൽ ചെന്നിറങ്ങാൻ കഴിഞ്ഞപ്പോൾ ചെയിലുണ്ടായ ഈ മാറ്റം ഞങ്ങൾക്ക് ശരിക്കും ബോധ്യപ്പെടുകയും ചെയ്തു. ചെറുപ്പത്തിൽ തന്നെ വീർപ്പുമുട്ടിച്ചിരുന്ന ആ പ്രശ്നങ്ങൾക്കുള്ള പരിഹാരമെന്തെന്ന് ചെയ്ക്ക് മനസിലായി. എന്നാൽ, ഒരു കാര്യത്തിന് യാതൊരു മാറ്റവും സംഭവിച്ചിരുന്നില്ല. അത് ചെയുടെ വിനയശീലവും ഭൗതകസുഖങ്ങളിലുള്ള അനാസ്ഥയുമായിരുന്നു., തനിക്ക് ലഭിച്ചിരുന്ന പ്രശംസയും പ്രശസ്തിയും തെല്ലൊരു നർമബോധത്തോടെയാണ് അയാൾ വീക്ഷിച്ചിരുന്നത്. വിപ്ലവത്തിന്റെ ഒരു നേതാവും ഒരു മന്ത്രിയുമായിരുന്നിട്ടും തന്റെ എളിയ ജീവിതരീതി കൈവിടാൻ ചെ ഇഷ്ടപ്പെട്ടില്ല. പലപ്പോഴും ബോധപൂർവംതന്നെ ആ മനുഷ്യൻ ഏറ്റവും മിതമായ സുഖസൗകര്യങ്ങൾപോലും തനിക്ക് നിഷേധിച്ചിരുന്നു. മൂന്നേ മൂന്നു മാനുഷിക ദൗർബല്യങ്ങൾ മാത്രമാണ് ചെയ്ക്കുണ്ടായിരുന്നത്. പുകയിലയും പുസ്തകങ്ങളും ചെസ്സും.

വിപ്ലവത്തിൽ വിശ്വസിക്കുന്ന ഒരു രാജ്യതന്ത്രജ്ഞൻ സന്യാസിമാരുടേതുപോലുള്ള ഒരു ജീവിതമാണ് നയിക്കേണ്ടതെന്ന് ചെ പലപ്പോഴും പറയാറുണ്ടായിരുന്നു. ഇത് യുക്തിക്കു ചേർന്നതാണ്. എന്തുകൊണ്ടെന്നാൽ, ഞങ്ങളുടെ നാടുകളിലെ ഉദ്യോഗസ്ഥന്മാരിൽ ഭൂരിപക്ഷവും, വലിയ ശമ്പളക്കാർ പ്രത്യേകിച്ചും, സർക്കാർ ഖജനാവ് കൊള്ളയടിച്ചും കൈക്കൂലി വാങ്ങിയും കൊട്ടാരസദൃശങ്ങളായ വീടുകളിൽ താമസിച്ചും മദ്യപാനത്തിലും കാമക്രീഡകളിലും ലയിച്ചും സ്വന്തം പള്ള വീർപ്പിക്കുന്നവരാണല്ലോ.

1960-ൽ ക്യൂബയിൽ എത്തിയ ഞങ്ങൾ ചെയുടെ ഉപദേശം സ്വീകരിച്ച് സാന്റിയാഗോയിൽ താമസമുറപ്പിച്ചു. ഞാൻ അവിടുത്തെ സർവകലാശാലയിലെ മെഡിക്കൽ വിഭാഗത്തിൽ ഒരധ്യാപകനായി ചേർന്നു. ചെ ഞങ്ങളോട് എപ്പോഴും പറയാറുള്ളത് ഒരു കാര്യമായിരുന്നു. എളിമയോടെ ജീവിക്കുക. സോഷ്യലിസത്തിൻ കീഴിൽ ഒരു മുതലാളിത്ത ചുറ്റുപാടു വളർത്താതിരിക്കുക. ഞങ്ങൾക്കങ്ങനെയൊരു ചിന്താഗതി ഉണ്ടായിരുന്നുമില്ല.

തന്റെ *ഒളിപ്പോർ സമരം* പുറത്തിറങ്ങിയപ്പോൾ ചെ അതിന്റെ ഒരു പ്രതി എനിക്ക് സമ്മാനിച്ചു. അതിന്മേൽ ഇപ്രകാരമൊരു കുറിപ്പുണ്ടായിരുന്നു. വെടിമരുന്നിന്റെ ഗന്ധമേൽക്കുകയോ ആളുകളുടെ പോർവിളി കേൾക്കുകയോ ചെയ്യാതെ ജീവിതം ഒരിടത്ത് എത്തിക്കാൻ പറ്റുമെന്ന് എനിക്ക് തോന്നുന്നില്ല. ആവേശം കൊള്ളുന്നതിന്റെ ഉദാത്തമായൊരു രൂപമാണത്. ആമസോൺ യാത്രയ്ക്കിടയിൽ നമുക്കുണ്ടായ ആ അനുഭവത്തിന്റത്രതന്നെ ഉജ്ജ്വലവും അതിലും ഉപയോഗപ്രദവുമാണിത്.

ക്യൂബ വിട്ടുപോകുന്നതിനു മുൻപ് എനിക്ക് തന്ന മററൊരു പുസ്തകത്തിൽ ചെ എഴുതിയിരുന്നത് ഇപ്രകാരമാണ്. തനിക്ക് എന്താ തന്നിട്ടു പോകേണ്ടതെന്ന് എനിക്കറിയില്ല. മറ്റാളുകളുടെ കൂടെ ചെന്ന് കരിമ്പു വെട്ടുന്നതിൽ പങ്കു ചേരാൻ ഞാൻ തന്നോടാവശ്യപ്പെടുന്നു. എന്റെ ചലിക്കുന്ന പാർപ്പിടം വീണ്ടും രണ്ടു കാലുകളിലായിരിക്കും നിൽക്കുന്നത്. എന്റെ മോഹങ്ങൾക്ക് അതിരുണ്ടാവുമെന്നും തോന്നുന്നില്ല. ഒരു വെടിയുണ്ടയ്ക്കു മാത്രമേ അതിനൊരറുതിവരുത്താൻ കഴിയൂ. എന്റെ നാടോടിക്കൂട്ടുകാരാ, യുദ്ധത്തിന്റെ പുകയൊന്നടങ്ങിക്കഴിയുമ്പോൾ ഞാൻ തനിക്കായി കാത്തിരിക്കും. തോമസ് ഉൾപ്പെടെ നിങ്ങളെ എല്ലാവരേയും ഞാൻ മാറോടണയ്ക്കുന്നു..... ചെ. താൻ ക്യൂബ വിട്ടുപോവുകയാണെന്ന് ചെ എന്നോട് പറഞ്ഞിരുന്നു. പക്ഷേ, എന്തിനാണെന്നോ എവിടേക്കാണെന്നോ ഞാൻ ചോദിച്ചില്ല.

ക്യൂബയിൽ നിന്നോടിപ്പോയിട്ട് ബൊളീവിയയിലെ ഒളിപ്പോർ പ്രസ്ഥാനത്തിന്റെ നേതൃത്വം ഏറ്റെടുക്കുന്നതിന് ചെയെ പ്രേരിപ്പിച്ചത് രാഷ്ട്രീയത്തിനുപരിയായി വ്യക്തിപരമായ എന്തെങ്കിലും കാരണങ്ങളായിരുന്നോ?" ഞാൻ ആൽബെർട്ടൊയോട് ചോദിച്ചു.

"വാക്കും പ്രവൃത്തിയും രണ്ടായി കണ്ടിരുന്ന ഒരാളല്ല ചെ. തന്നെക്കൊണ്ടു പറ്റാത്തതോ താൻ തയാറല്ലാത്തതോ ആയ ഒരു കടമ ആ മനുഷ്യൻ ഒരിക്കലും മറ്റൊരാളെ ഏൽപിക്കുമായിരുന്നില്ല. സ്വയം സൃഷ്ടിക്കുന്ന മാതൃകയെന്നത് സൈദ്ധാന്തികമായി വാദിച്ചു ജയിക്കുന്നതിന്റത്ര തന്നെ പ്രധാനമാണെന്ന് ചെ വിശ്വസിച്ചിരുന്നു. ഞങ്ങളുടെ നാടുകളിൽ നാം കാണിച്ചുകൊടുക്കുന്ന മാതൃകയ്ക്കുള്ള സ്വാധീനം വമ്പിച്ചതാണ്. സൈദ്ധാന്തികരുടെ, പ്രത്യേകിച്ചും, കസേര രാഷ്ട്രീയക്കാരുടെ, കാര്യത്തിൽ ഞങ്ങൾക്കൊരിക്കലും ഒരു പഞ്ഞവുമുണ്ടായിട്ടില്ല. പ്രവർത്തന സന്നദ്ധതയുള്ളവർക്കായിരുന്നു കുറവ്. ചെ ഈ രണ്ടാമതു പറഞ്ഞ വിഭാഗത്തിൽപെട്ട ആളായിരുന്നു. സീറാ മെസ്ത്രയിൽ വച്ച് ചെ പോരാടുന്നതിനോടൊപ്പംതന്നെ മുറിവേറ്റവർക്ക് ചികിത്സനടത്തുകയും, കുഴികുത്തുകയും, വർക്ക് ഷോപ്പുകൾ സംഘടിപ്പിക്കുകയും, ചുമടു ചുമക്കുകയും എല്ലാം ചെയ്തിരുന്നു. ഒരു കമാൻഡറുടെ മാത്രമല്ല, ഒരു സാധാരണ ഭടന്റെയും ഭാരം അയാൾ താങ്ങിയിരുന്നു. മന്ത്രിയായിരുന്നപ്പോഴും അതു തന്നെയായിരുന്നു സ്ഥിതി. നിർമാണസ്ഥലത്തും കപ്പലിൽനിന്ന് ചരക്കിറക്കുന്നിടത്തും ട്രാക്ടർ ഓടിക്കുന്നിടത്തും കരിമ്പ് വെട്ടുന്നിടത്തുമെല്ലാം ചെയെ കാണാമായിരുന്നു.

പുറമേക്ക് ചെ വളരെ മുരടനും കർശനക്കാരനുമായിരുന്നു. പക്ഷേ, ആ മനുഷ്യന്റെ ഉള്ളെത്ര ലോലമായിരുന്നെന്ന് അയാളുമായി അടുത്തു പെരുമാറിയിട്ടുള്ള ഞങ്ങൾക്കെല്ലാം നന്നായറിയാം. തന്റെ ഏതെങ്കിലും സഖാവോ ഉറ്റ മിത്രമോ തന്റെ മാതൃക സ്വീകരിച്ച് ലാറ്റിൻ അമേരിക്കയുടെ വിവിധ ഭാഗങ്ങളിൽ ഒളിപ്പോരിന്റെ പതാക ഉയർത്തിയ ആരെങ്കിലുമോ മരിച്ചുപോയെന്നു കേട്ടാലത്തെ ചെയുടെ മനോവ്യഥ അവർണ

നീയമായിരുന്നു. ഒരിക്കൽ അത്യന്തം ഹൃദയവേദനയോടെ അയാളെന്നോട് പറഞ്ഞതിപ്രകാരമാണ്. മിയാൽ, തനിക്കറിയാമോ, ഞാനിവിടെയിങ്ങനെ കുത്തിയിരിക്കുമ്പോൾ എന്റെ സുഹൃത്തുക്കൾ എന്റെ ഒളിപ്പോരടവുകൾ അവിദഗ്ധമായി കൈകാര്യം ചെയ്ത് പിടഞ്ഞുമരിക്കുകയാണെന്ന്.

'പരാജിതനായ് ഞാനൊരിക്കലും മടങ്ങുകയില്ല. പരാജയത്തെക്കാൾ സ്വീകാര്യമായിട്ടുള്ളത് മരണമാണ്.' എന്നാണ് യാത്രയ്ക്കു മുൻപ് ചെ അവസാനമായി പറഞ്ഞത്. വെറും ചപ്പടാച്ചിയായിരുന്നില്ല അത്.

തന്റെ പുസ്തകഷെൽഫിൽ നിന്ന് ചെയുടെ *ഒളിപ്പോർ സമരം* എന്ന ഗ്രന്ഥം പുറത്തെടുത്തുകൊണ്ട് ആൽബെർട്ടൊ തുടർന്നു.

"1960–ലാണ് ചെ ഇതെഴുതിയത്. ക്യൂബൻ വിപ്ലവത്തിലെ മറ്റൊരു പടനായകനായ ക്യാമിലൊ സിൻഫ്യുഗോസിനാണ് അത് സമർപ്പിക്കപ്പെട്ടിട്ടുള്ളത്. അത്യന്തം ഖേദകരമായ രീതിയിലാണ് ക്യാമിലൊ ചരമമടഞ്ഞത്. അദ്ദേഹം കയറിയ വിമാനം ക്യാമാഗ്വേയ്ക്കും ഹവാനയ്ക്കുമിടയിലെവിടെയോവച്ച് കാണാതായി. ഒരുപക്ഷേ, പ്രതിവിപ്ലവകാരികൾ അത് വെടിവെച്ചിട്ടിരിക്കാം. അതല്ലെങ്കിൽ അട്ടിമറി കാരണം സമുദ്രത്തിനു മുകളിൽവച്ച് അത് തകർന്നു വീണിരിക്കാം.

തന്റെ കൃതി ക്യാമിലൊയുടെ സ്മരണയ്ക്കായി സമർപ്പിച്ചുകൊണ്ട് ചെ എഴുതിയത് ഇപ്രകാരമാണ്. നൂറു നൂറു പോരാട്ടങ്ങളിലെ സമരസഖാവും യുദ്ധത്തിന്റെ ഏറ്റവും വിഷമംപിടിച്ച ഘട്ടങ്ങളിൽ ഫിഡലിന്റെ ഏറ്റവുമടുത്ത ഒരുപദേഷ്ടാവുമായിരുന്നു ക്യാമിലൊ. തന്റെതന്നെ മനക്കരുത്തു വർധിപ്പിക്കാനും തന്റെ ഭടന്മാരുടെ മനോവീര്യം നിലനിർത്താനുമായി ആത്മാഹുതി ഒരായുധമാക്കാൻ ഈ നിർഭയനായ പോരാളി ഒരിക്കലും മടിച്ചിരുന്നില്ല... പക്ഷേ, തന്റെ വ്യക്തിവൈഭവത്തിന്റെ പ്രേരണകൊണ്ടു മാത്രം വീരകൃത്യങ്ങൾക്ക് ഒരുമ്പെടുന്ന ഒരു ഒറ്റപ്പെട്ട പരാക്രമശാലിയായി ക്യാമിലൊയെ കാണരുത്. മറിച്ച്, തന്നെ രൂപപ്പെടുത്തിയെടുത്ത ആ ജനതയുടെ ശരിക്കുള്ള ഒരു ഭാഗമായി വേണം അദ്ദേഹത്തെ കാണാൻ. അത്യന്തം ക്ലേശകരമായ സമരത്തിലൂടെയാണല്ലൊ ജനത എല്ലായ്പോഴും അവരുടെ വീരസേനാനികളേയും നേതാക്കളേയും വാർത്തെടുക്കുന്നത്...

കൂറ് എന്നത് ഒരു വിശ്വാസപ്രമാണം പോലെ വളർത്തിയെടുത്ത ഒരാളാണ് ക്യാമിലൊ. മറ്റാരേയും കാൾ കൂടുതലായി ജനഹിതത്തിന്റെ ഒരു സാക്ഷാൽക്കാരമായിരുന്ന ഫിഡലിനോടുള്ള വ്യക്തിപരമായ കൂറിനെയും ജനതയോടുതന്നെയുള്ള കൂറിനേയും സംബന്ധിച്ചിടത്തോളം അദ്ദേഹം അതിന്റെ ഒരു ഭക്തനായിരുന്നു...

ക്യാമിലൊ ഒരിക്കലും അപകടത്തെ അളന്നു നോക്കിയിരുന്നില്ല. ഒരു രസത്തിനു വേണ്ടി അദ്ദേഹം അതിനെ ഉപയോഗപ്പെടുത്തുകയാണ് ചെയ്തിരുന്നത്. അദ്ദേഹം അതിനെ പരിഹസിക്കുകയും ക്ഷണിച്ചുവരുത്തുകയും തോന്നുമ്പോലെയിട്ട് പന്താടുകയുമാണ് ചെയ്തിരുന്നത്. എവി

ടെയെങ്കിലും ഒരു കാർമേഘലക്കീറ് കണ്ടാലുടൻ നേരത്തെയുണ്ടാക്കിയ പദ്ധതി മാറ്റിവയ്ക്കാൻ അനുവദിക്കുന്ന ഒന്നായിരുന്നില്ല ഒരു ഒളിപ്പോരാളിയെന്ന നിലയ്ക്കുള്ള അദ്ദേഹത്തിന്റെ മനോഭാവം.

ക്യാമിലൊയെപ്പറ്റി ചെ എഴുതിയതെല്ലാം ചെയെപ്പറ്റിയും പറയാവുന്നതാണ്. ക്യാമിലൊ എന്നു കാണുന്നിടത്തെല്ലാം ചെ എന്നെഴുതിച്ചേർത്താൽ എന്റെ ചെറുപ്പകാലത്തെ സുഹൃത്തും സഖാവുമായിരുന്ന ആ മനുഷ്യന്റെയും ശരിയായൊരു ചിത്രം നമുക്ക് ലഭിക്കും.

അതായിരുന്നു ചെയുടെ പ്രകൃതം. ആ പ്രകൃതത്തിന് ഒരിക്കലും മാറ്റം വരിക സാധ്യമായിരുന്നില്ല.

അത്രയും പറഞ്ഞിട്ട് ആൽബെർട്ടൊ നിശബ്ദനായി. ബാലാർക്കന്റെ ചെങ്കതിരുകൾ കർട്ടനിടയിലൂടെ മുറിയിലേക്ക് എത്തിനോക്കി.

ഞാനെന്റെ കടലാസുകളെല്ലാം അടുക്കിക്കെട്ടി.

രണ്ടു കപ്പ് ടിന്റോയുമായി ജൂലിയ ആ സമയത്തവിടെ എത്തി. ആ സാധ്വിയും രാത്രി മുഴുവൻ ഉറക്കമിളച്ചിരിക്കുകയായിരുന്നു. അവർ കൊണ്ടുവന്ന ആ അവസാനത്തെ കപ്പ് ടിന്റോയും കുടിച്ചിട്ട് ഞാൻ അവരോട് യാത്ര പറഞ്ഞു.

കുറിപ്പുകൾ

1. പതിനെട്ടാം ശതകത്തിന്റെ ഉത്തരാർധത്തിൽ സ്പാനിഷ് ആധിപത്യത്തിനെതിരായ കലാപത്തിന് നേതൃത്വം നൽകിയത് തുപ്പാക്ക് അമാരുവായിരുന്നു.

3

അലസിപ്പോയ ഒരു പോരാട്ടം

ഗോട്ടിമാലയിൽ വച്ചാണ് ഞാനൊരു വിപ്ലവകാരിയാകാൻ തുടങ്ങിയത്.

ഏണെസ്റ്റൊ ചെ ഗുവേര

സാമ്രാജ്യത്വത്തോട് അദ്ദേഹത്തിന് അഗാധമായ വെറുപ്പും അറപ്പുമുണ്ടായിരുന്നു. അദ്ദേഹത്തിന്റെ വളർച്ചയെത്തിയ രാഷ്ട്രീയ ബോധം മാത്രമായിരുന്നില്ല ഇതിനുള്ള കാരണം. സമീപകാലത്ത് ഗോട്ടിമാലയിലായിരിക്കുമ്പോൾ സാമ്രാജ്യവാദികളുടെ നഗ്നമായ ആക്രമണം നേരിൽ കാണാൻ കഴിഞ്ഞിരുന്നുവെന്നതും ഇതിനുള്ള ഒരു കാരണമാണ്. അന്ന് കൂലിപ്പട്ടാളം ആ നാട്ടിലെ വിപ്ലവത്തെ നിർദയം അടിച്ചമർത്തുന്നത് അദ്ദേഹം നേരിൽ കാണുകയുണ്ടായി.

ഫിദൽ കാസ്ട്രോ

ചർമരോഗ ചികിത്സനടത്താനുള്ള ഒരു സർട്ടിഫിക്കറ്റ് കൈവശമുണ്ടായിരുന്ന ഇരുപത്തിനാലുകാരനായ ഈ അർജന്റീനക്കാരൻ വാസ്തവത്തിൽ ആഗ്രഹിച്ചിരുന്നതെന്താണ്? ഈ ചെറുപ്പക്കാരൻ തന്റെ ലക്ഷ്യമായി കണ്ടിരുന്നതെന്താണ്? വളരെ തിരക്കിട്ട് അദ്ദേഹം രാജ്യം വിട്ടുപോയതെന്തിനാണ്? ചെ സ്വയം തന്നെ ഈ ചോദ്യങ്ങൾക്കുള്ള ഉത്തരം കണ്ടുപിടിക്കാൻ സഹായിച്ചിട്ടുണ്ട്. മെക്സിക്കോയിൽ വച്ച് 1955 ജൂലൈ മാസത്തിൽ ഫിദൽ കാസ്ട്രോയുമായി കൈകോർത്തു പിടിക്കും മുൻപ് താനെങ്ങനെയുള്ളവനായിരുന്നെന്ന് ക്യൂബൻ വിപ്ലവത്തിന്റെ വിജയത്തിനുശേഷം ചെ തന്നെ പല പ്രാവശ്യം വെട്ടിത്തുറന്നു പറയുകയുണ്ടായി.

1960 ഓഗസ്റ്റ് 19-ാം തീയതി ഹവാനയിൽ വച്ച് ക്യൂബൻ ഡോക്ടർമാരോടായി അദ്ദേഹം ചെയ്ത പ്രസംഗം ഇതിനുള്ള ഒരു ദൃഷ്ടാന്തമാണ്. താൻ മെഡിക്കൽ പഠനം തുടങ്ങുന്ന അവസരത്തിൽ പിൽക്കാല സമാർജിതമായ വിപ്ലവാശയങ്ങൾ തന്റെ ആദർശങ്ങളിൽ പെട്ടിരുന്നില്ലെന്ന് അദ്ദേഹം അവരോട് പറഞ്ഞു. മറ്റേതൊരാളേയും പോലെ വിജയം മാത്രമാണ് താനും കാംക്ഷിച്ചിരുന്നതെന്ന് അദ്ദേഹം പ്രസ്താവിച്ചു. പേരുകേട്ട ഒരു ഗവേഷകനാകാനും മനുഷ്യരാശിക്ക് ഗുണം ചെയ്യുന്ന എന്തെങ്കിലും കണ്ടുപിടുത്തം നടത്താനും അദ്ദേഹം മോഹിച്ചിരുന്നു. പക്ഷേ, അതെല്ലാം വ്യക്തിപരമായ നേട്ടത്തെക്കുറിച്ചുള്ള ഒരഭിലാഷം മാത്രമായിരുന്നു. തന്റെതന്നെ ഭാഷയിൽ അദ്ദേഹം തന്റെ സാഹചര്യങ്ങളുടെ ഒരു സൃഷ്ടിയായിരുന്നു.

ഗ്രനാഡൊസുമൊത്തുള്ള യാത്രയ്ക്കിടയിലാണ് ഏറ്റവും വലിയ ആ മാറ്റം ഉണ്ടായത്. തെക്കേ അമേരിക്കയുടെ ശാന്തസമുദ്രതീരങ്ങളിലൂടെ സഞ്ചരിച്ചുകൊണ്ട് ചെമ്പുഖനികളും ആദിവാസികേന്ദ്രങ്ങളും കുഷ്ഠരോഗാശുപത്രികളും സന്ദർശിച്ചപ്പോൾ ഗുവേരയെ ഏറ്റവുമധികം പിടിച്ചു കുലുക്കിയ സംഗതി എന്താണ്? ഈ ബൃഹത്തായ ഭൂഖണ്ഡത്തിലെ തൊഴിലാളികളുടേയും കർഷകരുടേയും ആദിവാസികളുടേയും ഭയങ്കരമായ ദാരിദ്ര്യവും, മറുവശത്ത് ഈ ബഹുജനങ്ങളെ ചൂഷണം ചെയ്തും കൊള്ളയടിച്ചും കബളിപ്പിച്ചും പള്ള വീർപ്പിക്കുന്ന കുലീനന്മാരുടെ കണ്ണിൽചോരയില്ലായ്മയും ധനമോഹവും വിഷയലമ്പടത്വവുമാണ് ഈ യുവാവിനെ ഏറ്റവുമധികം അലട്ടിയത്.

പണമില്ലാത്തതുകൊണ്ട് സ്വന്തം കുഞ്ഞുങ്ങളെ ചികിത്സിപ്പിക്കാൻ കഴിയാതെ കഷ്ടപ്പെടുന്ന പല മാതാപിതാക്കളേയും താൻ കാണുകയുണ്ടായെന്ന് അതേ പ്രസംഗത്തിനിടയിൽ അദ്ദേഹം തുടർന്നു പ്രസ്താവിച്ചു. നിരന്തരമായ പട്ടിണിയും കഷ്ടപ്പാടും മൂലം തന്റെ സ്വന്തം കുഞ്ഞു മരിക്കുന്നത് നിസ്സംഗനായി നോക്കിയിരിക്കാൻ ഒരു പിതാവിനു കഴിയുന്ന ഘട്ടം വരെ മനുഷ്യൻ അധഃപതിക്കുന്നത് തനിക്ക് കാണേണ്ടിവന്നെന്നും അദ്ദേഹം പറഞ്ഞു. അപ്പോഴാണ് പേരുകേട്ട ഒരു ഗവേഷകനാവുകയോ മെഡിക്കൽ ശാസ്ത്രത്തിന് ഗണ്യമായ എന്തെങ്കിലും സംഭാവന നൽകുകയോ ചെയ്യുന്നതിനെക്കാൾ മഹത്തരമായ ദൗത്യം ഈ ജനങ്ങളെ സഹായിക്കുകയെന്നതായിരിക്കുമെന്ന് തനിക്ക് ബോധ്യമായതെന്നും അദ്ദേഹം കൂട്ടിച്ചേർത്തു.

പക്ഷേ, ഇതെങ്ങനെ സാധിക്കും? ഏതുവിധത്തിലാണ് അവരെ സഹായിക്കാൻ കഴിയുക? എന്തു ചെയ്താലാണ് അവരുടെ കഷ്ടപ്പാട് തീർക്കാനും ദാരിദ്ര്യത്തിന്റേയും അക്രമത്തിന്റേയും പിടിയിൽനിന്ന് അവരെ രക്ഷിക്കാനും അവരെ സ്വന്തം ജീവിതത്തിന്റെയും ചുറ്റുമുള്ള വമ്പിച്ച പ്രകൃതിസമ്പത്തിന്റെയും ശരിയായ യജമാനന്മാരാക്കാനും സാധിക്കുക?

ദാനധർമാദികളും ചില്ലറ സൽകൃത്യങ്ങളും പടിപടിയായുള്ള പരിഷ്കാരങ്ങളുമാണോ ഇതിനുള്ള പോംവഴി? പലവിധ ബൂർഷ്വാ രാഷ്ട്രീയ

ക്കാരും പരിശോധിച്ചുനോക്കിയിട്ടുള്ള മാർഗ്ഗങ്ങളാണതെല്ലാം. പക്ഷേ, പരിഷ്കാരത്തിനു ശ്രമിച്ചപ്പോൾ അവരുടെ രാജ്യങ്ങൾ വിദേശക്കുത്തകകളുടെ അടിമത്തത്തിലേക്ക് കൂടുതൽ വഴുതിപ്പോവുകയാണുണ്ടായത്. അല്ല, അപ്പോൾ അതല്ല പോംവഴി. ലാറ്റിൻ അമേരിക്കൻ ജനതയുടെ ഭാഗധേയമാകെ തിരുത്തിക്കുറിക്കാനും അവരെ ദാരിദ്ര്യത്തിന്റേയും സ്വേച്ഛാധിപത്യത്തിന്റേയും നീരാളിപ്പിടിത്തത്തിൽനിന്ന് വിടുവിക്കാനും സാമ്രാജ്യത്വത്തിൽനിന്നു മോചിപ്പിക്കാനും ഒരേയൊരു മാർഗമേയുള്ളു. ഒരു സാമൂഹ്യവിപ്ലവത്തിലൂടെ ഈ തിന്മകളുടെയെല്ലാം നാരായവേരിനു തന്നെ കത്തിവയ്ക്കുകയെന്നതാണ് ഈ മാർഗം. ആദ്യത്തെ ലാറ്റിൻ അമേരിക്കൻ പര്യടനത്തിനുശേഷം ചെ എത്തിച്ചേർന്ന നിഗമനം മറ്റൊന്നുമായിരുന്നില്ല. ഈ വിപ്ലവം എവിടെ, ആര്, എങ്ങനെ നടത്തുമെന്നൊന്നും അന്ന് അദ്ദേഹത്തിന് നിശ്ചയമുണ്ടായിരുന്നില്ല. വേറെയും പലതും അദ്ദേഹത്തിന് അവ്യക്തമായിരുന്നു. എന്നുവരികിലും ഒരു കാര്യം അദ്ദേഹം തീർച്ചപ്പെടുത്തിക്കഴിഞ്ഞിരുന്നു. എന്നെങ്കിലും ആരെങ്കിലും എവിടെയെങ്കിലും അങ്ങനെയൊരു വിപ്ലവം നടത്താൻ പുറപ്പെട്ടാൽ താൻ അതിലൊരു പങ്കാളിയായിരിക്കുമെന്നതായിരുന്നു ആ തീരുമാനം. "നിങ്ങളൊരമേരിക്കൻ പടയാളിയെയാണ് യാത്രയാക്കുന്നത്." എന്നു പറഞ്ഞുകൊണ്ട് 1953 ജൂലൈ മാസത്തിൽ ബൽഗ്രാനൊ സ്റ്റേഷനിൽ വച്ച് ബന്ധുമിത്രാദികളോട് വിടവാങ്ങുമ്പോൾ അദ്ദേഹത്തിന്റെ മനസിലുണ്ടായിരുന്നതും ഈ സംഗതി തന്നെയാണെന്നതിൽ സംശയമില്ല.

ചെയുടെ ജീവചരിത്രകാരന്മാരിൽ ഒരാളായ അമേരിക്കൻ എഴുത്തുകാരൻ ഡാനിയൽ ജയിംസ് ചെയുടെ ഈ പ്രതിച്ഛായ വളച്ചൊടിച്ച് അതിനു മങ്ങൽവരുത്താൻ ആവതു പണിപ്പെട്ടിട്ടുണ്ട്. ചെയുടെ കൊലയാളികളുടെ ആഗ്രഹത്തിന് അനുരോധമായിട്ടുള്ളതാണ് ഈ ശ്രമമെന്ന് പറയേണ്ടതില്ലല്ലൊ. അങ്ങേയറ്റം ബാലിശമായ വക്രതയോടെ ഈ ഗ്രന്ഥകാരൻ ചോദിക്കുകയാണ്. "ഇവിടെ കൗതുകകരമായൊരു പ്രശ്നം ഉയർന്നുവരുന്നുണ്ട്. ഏണെസ്റ്റൊ ഗുവേരയെപ്പോലെ കാര്യവിവരവും അന്വേഷണകൗതുകവുമുള്ള ഒരാൾ സമാധാനപരമായ മറ്റു പരിഹാരമാർഗങ്ങൾ പ്രാവർത്തികമാക്കിക്കൊണ്ടിരിക്കുന്നതോ അതിനായി ശ്രമിക്കുന്നതോ ആയ ഇതര രാജ്യങ്ങളുടെ അനുഭവത്തെപ്പറ്റി പഠിക്കാതിരുന്നതെന്തുകൊണ്ടാണ്? യു എസ് എ യോടുള്ള വെറുപ്പുകാരണം അവിടത്തെ സമൂഹത്തെപ്പറ്റി നിഷ്പക്ഷബുദ്ധിയോടെ പഠനം നടത്താൻ അദ്ദേഹത്തിന് കഴിയുമായിരുന്നില്ലെന്നുവച്ചാൽ തന്നെയും അദ്ദേഹത്തിന്റെ ചിന്താഗതിയുമായി അടുപ്പമുള്ള സാമൂഹ്യപരിഷ്കാരങ്ങൾ നടന്നുകൊണ്ടിരുന്ന സ്വീഡന്റേയോ ഇസ്രായേലിന്റേയോ കാര്യം അദ്ദേഹം പരിഗണിക്കാതിരുന്നതെന്തുകൊണ്ടാണ്? ലാറ്റിൻ അമേരിക്കയെന്ന മനംമടുപ്പിക്കുന്ന ആ ഏകസംസ്കാരത്തിനപ്പുറത്തേക്ക് എത്തിനോക്കാൻ അദ്ദേഹത്തിന് കഴിയാതിരുന്നതെന്തുകൊണ്ടാണ്? ഇത്ര ചെറുപ്രായത്തിൽ തന്നെ അദ്ദേഹം മറ്റനുഭവങ്ങൾക്കും മനുഷ്യന്റെ ചിരകാല പ്രശ്ന

ങ്ങൾക്കുള്ള മറ്റു പരിഹാരമാർഗങ്ങൾക്കും എതിരായി തന്റെ മനസ്സ് കൊട്ടിയടച്ചത് എന്തുകൊണ്ടാണ്?"

വികാരംമുറ്റിനിൽക്കുന്ന ഈ ചോദ്യങ്ങൾ എടുത്തിട്ടെങ്കിലും ഡാനിയൽ ജയിംസ് അവയ്ക്കൊരു ഉത്തരം നൽകുന്നതിൽ നിന്ന് ഒഴിഞ്ഞുനിൽക്കുന്നതേയുള്ളു. പക്ഷേ ആ ഉത്തരമന്വേഷിച്ച് നാം ദൂരെയൊന്നും പോകേണ്ടതില്ല. യു എസ് സാമ്രാജ്യവാദികൾ ദശാബ്ദങ്ങളായി ലാറ്റിൻ അമേരിക്കയിൽ നടപ്പിലാക്കിവന്നിരുന്ന അടിമത്ത അക്രമനയം ഒന്നു മാത്രം പരിശോധിച്ചാൽ ചെ എന്തുകൊണ്ടാണ് സാമൂഹ്യവിപ്ലവത്തിന്റെ മാർഗ്ഗം സ്വീകരിച്ചതെന്നു ഏതൊരാൾക്കും വ്യക്തമാകും. ബാങ്കുകൾ, കോർപ്പറേഷനുകൾ തുടങ്ങിയ അമേരിക്കൻ കുത്തകകൾ ലാറ്റിൻ അമേരിക്കയുടെ മൗലികമായ സമ്പത്തു മുഴുവൻ കൈയടക്കുമ്പോൾ പെന്റഗണും സ്റ്റേറ്റ് ഡിപ്പാർട്ടുമെന്റും സി ഐ എയും ഈ രാജ്യങ്ങളുടെ ആഭ്യന്തര കാര്യങ്ങളിൽ കൈയിടുന്നത് ഒരു പതിവാക്കി മാറ്റുകയായിരുന്നു. ലാറ്റിൻ അമേരിക്കയിൽ ഒരു കമ്യൂണിസ്റ്റ് വിപ്ലവം നടക്കുമോയെന്ന യു എസ് ഭരണവൃത്തങ്ങളുടെ ഭീതി മാത്രമല്ല ഇതിന്റെ പിന്നിലുണ്ടായിരുന്നത്. എന്തെങ്കിലും ബൂർഷ്വാ പരിഷ്കാരത്തിനു കാര്യമായി ശ്രമിച്ചാൽ അത് കുത്തകതാൽപര്യങ്ങളെ അപകടത്തിലാക്കുകയും വാൾസ്ട്രീറ്റ് പണച്ചാക്കുകളുടെ ബാങ്ക് ബാലൻസിനു കോട്ടം തട്ടിക്കുകയും ചെയ്യുമെന്നായിരുന്നു അവരുടെ അതിലും വലിയ പേടി.

സാമ്പത്തിക വിലക്കുകളോ സായുധ ഇടപെടലുകളോ മുഖേനയാണ് വാഷിങ്ടൺ ഏതൊരു പരിഷ്കാര നടപടിയേയും നേരിട്ടിരുന്നത്. ഏറ്റവും ഭീരുക്കളായ പരിഷ്കർത്താക്കൾപോലും അധികാരത്തിൽ നിന്ന് നിഷ്കാസനം ചെയ്യപ്പെട്ടു. വാഷിങ്ടണിൽനിന്നുള്ള ആജ്ഞയനുസരിച്ച് പ്രത്യേക പരിശീലനമുള്ള 'ഗറില്ല'കളാണ് അവർക്കായി ഈ പണി നടത്തിക്കൊടുത്തിരുന്നത്. മറ്റുള്ളവരെ വിരട്ടിയോ പേടിപ്പിച്ചോ നക്കാപ്പിച്ചകൾ എറിഞ്ഞുകൊടുത്തോ നിലയ്ക്കു നിറുത്തി. വാഷിംഗ്ടണിൽ നിന്നുള്ള ഉത്തരവനുസരിച്ചാണ് ക്യൂബയിലെ ഗിതേരാസിനേയും കൊളംബിയയിലെ ഗൈതാനേയും പോലുള്ള രാഷ്ട്രീയനേതാക്കൾ വധിക്കപ്പെട്ടത്. സ്വതന്ത്രമായ ഒരു നിലപാട് സ്വീകരിച്ചിരുന്നുവെന്നതു മാത്രമായിരുന്നു അവരുടെ ഒരേ ഒരപരാധം. വെനിസ്യൂലയിൽ പ്രസിഡന്റ് ഗല്ലെഗോസിന്റെ ജനാധിപത്യ ഭരണത്തിന് കത്തിവച്ചതും അതിൻപടി തന്നെയായിരുന്നു. ചിലിയിലെ ഗൊൺസാലസ് വിദേലയെപ്പോലുള്ള പരിഷ്കർത്താക്കൾ' രാജ്യം വിട്ടോടാൻ നിർബന്ധിതരാക്കപ്പെട്ടു. പെറുവിലെ ഓഡ്രിയയെപ്പോലെയുള്ള പെന്റഗൺ സേവകർ അധികാരത്തിൽ വാഴിക്കപ്പെട്ടു. കമ്യൂണിസ്റ്റുകാരും യഥാർഥ ജനാധിപത്യത്തിനും ജനനന്മയ്ക്കുംവേണ്ടി സമരം ചെയ്തിരുന്ന മറ്റു പോരാളികളും ഒളിവിൽ പോകാൻ നിർബന്ധിതരായി. വാഷിങ്ടൺ അധികൃതരുടേയും പ്രഭുവാഴ്ചയുടേയും ചെരുപ്പുനക്കികളായ തദ്ദേശീയ സ്വേച്ഛാധിപതികൾ കമ്യൂണിസ്റ്റുകാരേയും യഥാർഥ ജനാധിപത്യത്തിനും ജനനന്മയ്ക്കുംവേണ്ടി സമരം ചെയ്തി

രുന്ന മറ്റു പോരാളികളേയും ഒളിവിൽപ്പോകാൻ നിർബന്ധിതരാക്കി. അവർ ചീഞ്ഞുനാറുന്ന തടവറകളിൽ കിടന്നു നരകയാതന അനുഭവിക്കേണ്ടിവരികയും ഭീകരമായ മർദനത്തിന് വിധേയരായി കൊല്ലപ്പെടുകയും ചെയ്തു. ഏണസ്റ്റോ ഗുവേര എന്ന ആ അർജന്റീനിയൻ യുവഡോക്ടറും അദ്ദേഹത്തിന്റെ സതീർഥ്യരും സുഹൃത്തുക്കളും ഇതെല്ലാം കാണുകയും മനസ്സിലാക്കുകയും ചെയ്തു. എന്നാൽ, ഇതിൽനിന്ന് അവരെല്ലാം എത്തിച്ചേർന്ന നിഗമനം ഒന്നുതന്നെ ആയിരുന്നില്ല. ഏണസ്റ്റോ ശരിയായ ആ ഒരേയൊരു നിഗമനത്തിൽ തന്നെ എത്തിച്ചേർന്നു. സാമൂഹ്യവ്യവസ്ഥയ്ക്ക് മാറ്റം വരുത്തിയേ സാമൂഹ്യനീതി സാധ്യമാകൂ എന്ന് അദ്ദേഹത്തിന് ബോധ്യമായി.

ചെയുടെ മാത്രമുള്ള ഒരു കണ്ടുപിടിത്തമായിരുന്നില്ല ഇതെന്നു പറയേണ്ടതില്ലല്ലോ. മാർക്സിസം-ലെനിനിസത്തിന്റെ മഹത്തായ ആദർശങ്ങളിൽ അടിയുറച്ചുനിന്നുകൊണ്ട് കമ്യൂണിസ്റ്റുകാർ ഇത്തരം മാറ്റങ്ങൾക്കായി അതിലും വളരെ മുൻപുമുതൽക്കു വാദിക്കുന്നുണ്ടായിരുന്നു. യുവാവായ ഏണസ്റ്റോ, മാർക്സിന്റേയും ലെനിന്റേയും കൃതികൾ പോലെതന്നെ അവരുടെ പ്രതിയോഗികൾ എഴുതിയ പുസ്തകങ്ങളും വായിച്ചിരുന്നുവെന്നതിൽ സംശയമില്ല. ബൂർഷ്വാ പത്രമാസികകളിൽ സോവിയറ്റ് യൂണിയനേയും കമ്യൂണിസ്റ്റുകാരേയും പറ്റിയുള്ള പ്രശംസയെക്കാൾ കൂടുതൽ ശുദ്ധ അപവാദങ്ങളും പച്ചക്കള്ളങ്ങളും അദ്ദേഹത്തിന് വായിക്കാൻ കഴിഞ്ഞിരുന്നു. രണ്ടിൽ ഏതു വഴിക്കുവേണമെങ്കിലും തിരിയാൻ അദ്ദേഹത്തിന് അവസരമുണ്ടായിരുന്നു. വിപ്ലവത്തിന്റെ വഴിക്ക് തിരിയാൻ അദ്ദേഹത്തെ പ്രേരിപ്പിച്ച സംഗതി എന്താണ്? അദ്ദേഹത്തിന്റെ സ്വാനുഭവവും പീഡിതരെ സേവിക്കാനുള്ള മഹനീയമായ ആഗ്രഹവും ഈ ചോദ്യത്തിനുള്ള ഉത്തരം നൽകും.

ബൽഗ്രാനൊ സ്റ്റേഷനിൽ വച്ച് ബന്ധുമിത്രാദികളോട് വിടചോദിക്കുന്ന അവസരത്തിൽ ഈ ഭാവി വിപ്ലവപ്പോരാളി ഒരു കമ്യൂണിസ്റ്റായിക്കഴിഞ്ഞിരുന്നുവെന്നാണോ ഇതിന്നർഥം? അല്ലേയല്ല. കമ്യൂണിസത്തിലേക്ക് എത്താനുള്ള പലേ മാർഗങ്ങളുമുണ്ട്. ചിലരെ സംബന്ധിച്ചിടത്തോളം അന്ധകാരത്തിൽനിന്ന് സ്വാതന്ത്ര്യത്തിലേക്കുള്ളപാതയിൽ പ്രകാശം പരത്തുന്ന ആ ദീപശിഖയായിരിക്കും അവരെ നേരിട്ടവിടേക്കെത്തിക്കുന്നത്. മറ്റുള്ളവർ ആദ്യകാല ആദർശങ്ങളിലുള്ള വ്യാമോഹം അവസാനിച്ചിട്ടായിരിക്കും അവിടെയെത്തുക. അതിനു മുൻപായി അവർ തങ്ങളുടെ നിലപാടുകളെ വിഷമം പിടിച്ച ഒരു ആത്മപരിശോധനയ്ക്ക് വിധേയരാക്കുകയും സാഹചര്യത്തിന്റെയും ആത്മസ്തുതിയുടേയും ഫലമായുള്ള അന്ധവിശ്വാസങ്ങളിൽ നിന്നുടലെടുക്കുന്ന ദേശീയ തിമിരത്തിൽ നിന്ന് രക്ഷപ്രാപിക്കുകയും ചെയ്തിരിക്കും. മറ്റുപല ഇടത്തരം വർഗക്കാരിൽനിന്ന് വിഭിന്നമായി ഏണസ്റ്റോ ഗുവേര വിപ്ലവാശയങ്ങൾ ഉൾക്കൊള്ളുന്നതിന് പലപ്പോഴും ഏറ്റവും വലിയ വിലങ്ങുതടിയാകാറുള്ള ശിലീകൃത ശീലങ്ങൾക്കോ ചിന്താഗതികൾക്കോ അടിമയായിരുന്നില്ല. എന്നു

മാത്രവുമല്ല, ഈ ശീലങ്ങളും ചിന്താഗതികളും തിരസ്കരിച്ചുകൊണ്ടാണ് അദ്ദേഹത്തിന്റെ ബുദ്ധിപരമായ വളർച്ച പുഷ്ടിപ്രാപിച്ചിരുന്നത്. പക്ഷേ, അദ്ദേഹത്തിന്റെ മുന്നിൽ ഒരു ക്രിയാത്മക പരിപാടി രൂപംകൊണ്ടത് സാവധാനത്തിലാണ്. ക്രമേണ മാത്രമാണ് അത് പരിപക്വമായത്. അതുകൊണ്ടാണ് ഈ ഭാവി വിപ്ലവസേനാനി കാരക്കാസിൽ ചെന്ന് കുഷ്ഠരോഗചികിത്സയിൽ തന്റെ സ്നേഹിതൻ ഗ്രനാഡൊസിനെ സഹായിക്കാൻ ആദ്യം തീരുമാനിച്ചത്.

പക്ഷേ, എന്നാൽ പിന്നെ വിമാനത്തിലൊ കപ്പലിലോ കയറി നേരിട്ടവിടെ ചെല്ലുന്നതിനുപകരം അദ്ദേഹം ബൊളീവിയൻ തലസ്ഥാനമായ ലാപാസിലേക്ക് പോകുന്ന ഒരു ട്രെയിനിൽ ചെന്നുകയറിയത് എന്തിനാണ്? വിമാനത്തിലോ കപ്പലിലോ പോകാൻ ടിക്കറ്റ് വാങ്ങാനുള്ള പണമില്ലെന്നതാണ് വെനിസ്യൂലയിലേക്കു ഇങ്ങനെയൊരു വിചിത്രമായ റൂട്ട് സ്വീകരിക്കുന്നതിന് ന്യായമായി അദ്ദേഹം ബന്ധുമിത്രാദികളോട് പറഞ്ഞ സംഗതി. തത്സമയത്ത് അദ്ദേഹത്തിന്റെ കൈവശം അത്രവളരെ പണമുണ്ടായിരുന്നില്ലെന്നത് ശരിയാണ്. അക്കാരണത്താൽ, കർഷകരുടെ പാൽ വീപ്പകൾ ശേഖരിക്കാനായി വഴിനീളെ നിറുത്തിപ്പോയിരുന്ന 'പാൽവണ്ടി'യിലാണ് അദ്ദേഹം യാത്രപുറപ്പെട്ടിരുന്നതും, പക്ഷേ, കാരക്കാസിൽ പ്രതിമാസം എണ്ണൂറു ഡോളർ ശമ്പളമുള്ള ഒരു ജോലി സ്വീകരിക്കാൻ പോകുന്ന ഒരു ഡോക്ടർക്ക് വെനിസ്യൂലയിലേക്കു വിമാനത്തിലോ കപ്പലിലോ സഞ്ചരിക്കാനുള്ള ടിക്കറ്റിന്റെ ആവശ്യത്തിന് ആരോടെങ്കിലും 200 ഡോളർ കടംവാങ്ങാൻ എന്തെങ്കിലും പ്രയാസമുണ്ടാകുമായിരുന്നോ? അപ്പോൾ ഇവിടെ എന്തോ ഒരു പൊരുത്തക്കേടുണ്ടെന്നത് തീർച്ചയാണ്. എന്തായിരുന്നു അത്?

മുമ്പൊരിക്കലും പോയിട്ടില്ലാത്ത ഒരു സ്ഥലമായതുകൊണ്ടാണ് ചെ ബൊളീവിയയ്ക്ക് പോകാൻ തീരുമാനിച്ചത്. ലാറ്റിൻ അമേരിക്കയിലെ എല്ലാ രാജ്യങ്ങളും കാണണമെന്ന് അദ്ദേഹം നിശ്ചയിച്ചുറച്ചിരുന്നതുമാണ്. പക്ഷേ, പ്രാചീന ആദിവാസി ദേവാലയങ്ങളോ പട്ടിണിക്കാരായ കെചാ ആദിവാസികളോ ആയിരുന്നില്ല ഇപ്രാവശ്യം അദ്ദേഹത്തെ ബൊളീവിയയിലേക്കാകർഷിച്ചത്. സ്വന്തം കണ്ണുകൊണ്ട് അന്നത്തെ ബൊളീവിയൻ വിപ്ലവം കാണാൻ അദ്ദേഹം അക്ഷമനായിരുന്നുവെന്നതാണ് വാസ്തവം.

'കനകസിംഹാസനത്തിലിരിക്കുന്ന ഒരു പിച്ചക്കാര'നായാണ് ബൊളീവിയ ചിത്രീകരിക്കപ്പെടുന്നത്. എണ്ണ, ടിൻ, സ്വർണം തുടങ്ങിയ ഈ രാജ്യത്തിന്റെ പ്രകൃതിവിഭവങ്ങൾ അളവറ്റതാണ്. പക്ഷേ, ഈ സമ്പത്തുകളെല്ലാം വിദേശകുത്തകകൾ കൈയടക്കിവച്ചിരിക്കുകയായിരുന്നെന്നു മാത്രം. ഈ കുത്തകകൾ അതിൽ നിന്നെല്ലാം കൊള്ളലാഭം അടിക്കുകയും ചെയ്തിരുന്നു. എന്നാൽ ഇവിടത്തെ ജനങ്ങൾക്കാകട്ടെ പട്ടിണിയും കഷ്ടപ്പാടും പകർച്ചവ്യാധികളും മാത്രമായിരുന്നു മിച്ചം. മർദിതരായ അവർ കൊക്കോച്ചെടിയുടെ ഇല ഭക്ഷിച്ച് അതിലെ വിഷംകൊണ്ട് അനുദിനം നീറിനീറി മരിക്കുകയുമായിരുന്നു. പ്രധാനമായും ആദിവാസികളും

മെസ്റ്റിസൊ വിഭാഗക്കാരുമുൾപ്പെട്ട ദശലക്ഷക്കണക്കിന് ആളുകളുടെ ജീവിതനിലവാരം സമീപകാലം വരെ ലോകത്തിലേക്കു വച്ച് ഏറ്റവും താഴ്ന്നതും ശിശുമരണനിരക്ക് ഏറ്റവും ഉയർന്നതുമായിരുന്നു.

1950–ാം ആണ്ടുകളുടെ തുടക്കം വരെ ടിൻ ഏജന്റന്മാരും എണ്ണക്കുത്തകക്കാരും കഴിഞ്ഞാൽ പിന്നെ മറ്റധികം വിദേശികൾ ബൊളീവിയയിൽ താൽപര്യം കാണിച്ചിരുന്നില്ല. സമുദ്രനിരപ്പിൽനിന്ന് ഏതാണ്ട് നാലായിരം മീറ്റർ ഉയരത്തിൽ സ്ഥിതി ചെയ്യുന്ന ലാപാസ് 'വിദേശികളുടെ ശ്മശാന'മായാണ് വിവരിക്കപ്പെടുന്നത്. കാരണം, അവർക്കവിടെ ചെന്നെത്താൻ അത്രയ്ക്ക് പ്രയാസമാണ്. 1960–കളിൽ മധ്യ ആഫ്രിക്കയിലെ ഘോരവനങ്ങളിലോ ടിബറ്റിലോ ചെല്ലുന്നത്ര ആളുകൾപോലും ലാപാസിൽ എത്തിയിരുന്നില്ലെന്നാണ് ലൂയിസ് ലുക്ക്സിക്ക് എന്ന ബൊളീവിയൻ എഴുത്തുകാരൻ പറയുന്നത്. അവിടുത്തെ കാലാവസ്ഥ – ഭൗതികവും രാഷ്ട്രീയവുമായ കാലാവസ്ഥ–അത്രയ്ക്കു മോശമായിരുന്നു. കൊല്ലത്തിൽ രണ്ടെന്ന കണക്കിനു നടന്നിരുന്ന 'വിപ്ലവങ്ങൾ' ധാരാളം രക്തച്ചൊരിച്ചിൽ സൃഷ്ടിച്ചിരുന്നു.

ആർതർ ലുണ്ട്കിസ്റ്റ് എന്ന സ്വീഡിഷ് സാഹിത്യകാരൻ ബൊളീവിയൻ തലസ്ഥാന നഗരിയിലെ സ്ഥിതി വിശേഷിപ്പിക്കുന്നത് ഇപ്രകാരമാണ്: "മുറില്ലൊ സ്ക്വയറിലേക്കുള്ള നിരത്തുകൾ കുത്തനെയുള്ളതാണ്. ഗവൺമെന്റിന്റെ ആസ്ഥാനവും പ്രസിഡന്റിന്റെ കൊട്ടാരവും ഒരു കത്തീഡ്രലും സ്ഥിതിചെയ്യുന്നത് ഈ സ്ക്വയറിനു ചുറ്റുമാണ്. വിളക്കുകാലുകൾ കണ്ടാൽ അവ പ്രസിഡന്റുമാരേയും മന്ത്രിമാരേയും തൂക്കിലേറ്റാൻ പറ്റിയതരത്തിലാണ് ഡിസൈൻ ചെയ്തിരിക്കുന്നതെന്നു തോന്നും. നഗരത്തിന്റെ ബാഹ്യപരിധിയിലുള്ള തെരുവുകളിലെല്ലാം നിഗൂഢങ്ങളായ രക്ഷാമാർഗങ്ങളുണ്ടെന്ന ഒരു തോന്നൽ കാഴ്ചക്കാരനുണ്ടാകും. വൻതോക്കുകൾക്ക് അവസാനനിമിഷം അടുക്കുമ്പോൾ ഖജനാവ് വക സ്വർണമോ അതിലുമധികം പണമോ കടത്തിക്കൊണ്ട് വേഗം ഒളിച്ചോടാൻ ഈ ഒളിമാർഗങ്ങൾ ആവശ്യവുമാണ്. പോക്കറ്റുകളിൽ ഡൈനാമൈറ്റും നിറച്ചുകൊണ്ടാണ് ഖനിത്തൊഴിലാളികൾ ഈ തെരുവുകളിൽ പ്രകടനത്തിനു വരുന്നതും അന്ത്യശാസനം നൽകുന്നതും. ഏതെങ്കിലും രാജ്യതന്ത്രജ്ഞനെ പിടിച്ചു തുണ്ടുതുണ്ടാക്കുകയോ വെടിവെച്ചുകൊല്ലുകയോ ചെയ്തിട്ട് ബാൽക്കണിയിൽനിന്ന് നടപ്പാതയിലേക്കെറിയുന്നത് ഇവിടെ ഒട്ടും അസാധാരണമായ ഒരു സംഭവമല്ല."

സ്വാഭാവികമായും ഈ അസാധാരണ നഗരം പുതിയ പുതിയ അനുഭവങ്ങൾക്കുവേണ്ടി ദാഹിച്ചുകൊണ്ടിരുന്ന ഈ യുവ അർജൻറീനിയൻ ഡോക്ടറെ ആകർഷിച്ചില്ലെങ്കിലേ അത്ഭുതത്തിനവകാശമുള്ളു. എന്നാൽ, ബൊളീവിയൻ തലസ്ഥാനഗരിയുടെ വൈജാത്യങ്ങൾ അദ്ദേഹത്തെ വളരെയേറെ ആകർഷിച്ചിരുന്നെങ്കിലും ഇപ്രാവശ്യം അദ്ദേഹത്തിന് ഏറ്റവുമധികം താൽപ്പര്യം ബൊളീവിയയിലെ സമീപകാല സംഭവങ്ങളിലായിരുന്നുവെന്ന് പറയേണ്ടതുണ്ട്.

1952 ഏപ്രിൽ ഒൻപതാം തീയതി 179-ാമത്തേതെന്നു പറയാവുന്ന മറ്റൊരു വിപ്ലവം അവിടെ നടന്നിരുന്നു. എണ്ണമറ്റ മുൻ വിപ്ലവങ്ങളിൽ നിന്ന് വ്യത്യസ്തമായി ഖനിത്തൊഴിലാളികളും കർഷകരും കൂടി പങ്കെടുത്ത ഈ വിപ്ലവം ബൊളീവിയയെ പുരോഗതിയുടെ പാതയിലേക്ക് വ്യക്തമായും നയിക്കുന്ന ഒന്നായിരുന്നു. അധികാരം ദേശീയ വിപ്ലവപ്രസ്ഥാനത്തിന്റെ കൈയിലാവുകയും അതിന്റെ നേതാവ് പാസ് എസ്തെൻസരൊ പ്രസിഡന്റാവുകയും ചെയ്തിരുന്നു. വിദേശ ഉടമകൾക്ക് ഉദാരമായ നഷ്ടപരിഹാരം നൽകിക്കൊണ്ടാണെങ്കിലും പുതിയ ഗവൺമെന്റ് ടിൻ കമ്പനികളെല്ലാം ദേശസാൽക്കരിച്ചു. കൂടാതെ അത് ഒരു കാർഷികപരിഷ്കാരത്തിന് തുടക്കമിടുകയും ഖനിത്തൊഴിലാളികളും കർഷകരും ഉൾപ്പെട്ട ഒരു മിലീഷ്യ സംഘടിപ്പിക്കുകയും ചെയ്തു. പരിമിതമെങ്കിലും വളരെയേറെ വാഗ്ദാനം ഉൾക്കൊള്ളുന്നവയായിരുന്നു ഈ നടപടികൾ. ഈ അനുഭവം കണ്ടറിയുന്നതിനായി പുരോഗമനവാദികളായ പലേ ബുദ്ധിജീവികളും രാഷ്ട്രീയ പ്രവർത്തകരും ബൊളീവിയയിലെത്തുകയുണ്ടായി. അവരുടെ ചുവടുപിടിച്ചുകൊണ്ടാണ് ലാപാസ് വഴി കാരക്കാസിലേക്കു പോകാൻ ഏണസ്റ്റോ ഗുവേര തീരുമാനിച്ചത്.

ബൊളീവിയയിലെത്തിയശേഷം ചെ പുതിയ ഗവൺമെന്റിന്റെ പ്രതിനിധികളുമായി കാണുകയും ഖനിത്തൊഴിലാളികളുടെ വാസകേന്ദ്രങ്ങളും മലനാട്ടുകാരായ ആദിവാസികളുടെ ഗ്രാമങ്ങളും സന്ദർശിക്കുകയും ചെയ്തു. കുറച്ചുകാലം അദ്ദേഹം ഇൻഫർമേഷൻ-സാംസ്കാരിക വകുപ്പിലും കാർഷിക പരിഷ്കാരവിഭാഗത്തിലും പണിയെടുക്കുക പോലുമുണ്ടായി.

തന്റെ പുരാവസ്തുഗവേഷണ താൽപ്പര്യം നിലനിർത്തിക്കൊണ്ട് ടിട്ടിക്കാക്കാതടാകത്തിന് സമീപമുള്ള തിയാഹുവനാക്കൊ എന്ന വിഖ്യാതമായ ആദിവാസി കേന്ദ്രം സന്ദർശിക്കാനും അദ്ദേഹം അവിടെ വച്ച് സമയം കണ്ടെത്തി. ഫോട്ടോഗ്രാഫിയിൽ വലിയ കമ്പക്കാരനായിരുന്ന ചെ ആദിവാസികൾ വീരക്കൊച്ച എന്ന അവരുടെ സൂര്യദേവനെ വന്ദിച്ചിരുന്ന സൂര്യകവാടത്തിന്റെ അനവധി ഫോട്ടോകൾ എടുക്കുകയും ചെയ്തു.

എന്നാൽ, മറ്റേതൊരിടത്തുമെന്ന പോലെ ഇവിടേയുമുള്ള അമേരിക്കൻ ആദിവാസികളുടെ പ്രാചീനലോകം അദ്ദേഹത്തെ അതിന്റെ മായാവലയത്തിൽ കുടുക്കുകയും, പാവങ്ങളെങ്കിലും പേടിതോന്നിക്കുന്ന മിതഭാഷികളായ ഈ ആളുകൾ അദ്ദേഹത്തെ അതിയായി ആകർഷിക്കുകയും ചെയ്തെങ്കിലും ആ ബൊളീവിയൻ വിപ്ലവം അദ്ദേഹത്തെ ഇച്ഛാഭംഗപ്പെടുത്തുകയാണുണ്ടായത്. കാരണം, ആ ആദിവാസികൾ അപ്പോഴും സമൂഹത്തിന്റെ ചട്ടക്കൂട്ടിനു പുറത്തുനിന്നുകൊണ്ട് ജീവിതം നിലനിർത്താൻ പാടുപെടുന്ന കാഴ്ചയാണ് അദ്ദേഹം കണ്ടത്. സ്പാനിഷ് വെട്ടിപ്പിടുത്തക്കാരുടെ ദയാദാക്ഷിണ്യങ്ങൾക്ക് പാത്രമായി കഴിയേണ്ടിയിരുന്ന പഴയ സ്ഥിതിയിൽ നിന്ന് അവരുടെ ജീവിതത്തിന് ഇപ്പോഴും വലിയ വ്യത്യാസമൊന്നും സംഭവിച്ചിരുന്നില്ല.

ഈ വിപ്ലവത്തിന്റെ നേതാക്കളെപ്പറ്റി അദ്ദേഹത്തിന് അറപ്പും വെറു

പ്പുമാണ് തോന്നിയത്. ബൂർഷ്വാവിഭാഗത്തിൽപ്പെട്ട അവർ വിപ്ലവപ്രക്രിയയെ പുറകോട്ടടിക്കുകയും വാഷിങ്ടന്റെ ചൊൽപ്പടിക്ക് നിൽക്കുകയുമാണുണ്ടായത്. അവരിൽ പലരും പലേ വെട്ടിപ്പുകളിലും ലാഭക്കച്ചവടങ്ങളിലും പങ്കാളികളുമായിരുന്നു. ട്രേഡ്‌യൂണിയനുകൾ തട്ടിപ്പുകാരായ രാഷ്ട്രീയ പ്രവർത്തകരുടെ കൈയിൽപെട്ടിരുന്നു. കമ്യൂണിസ്റ്റുപാർട്ടിയുടെ കാര്യം പറഞ്ഞാൽ, 1950–ൽ മാത്രം രൂപീകൃതമായ ആ പാർട്ടിക്ക് അധ്വാനിക്കുന്ന ബഹുജങ്ങളുടെമേൽ ഇനിയും കാര്യമായ യാതൊരു സ്വാധീനവും ഉണ്ടായിക്കഴിഞ്ഞിരുന്നില്ല.

ഇല്ല, ഇനിയും ബൊളീവിയയുടെ സമയം ആയിക്കഴിഞ്ഞിരുന്നില്ല. എന്നാൽ, അനതിവിദൂരമായ ഭാവിയിൽ ഒരു കാലത്ത് അത്യന്തം പ്രബലരായിരുന്ന ഇൻകാ ഗോത്രക്കാരുടെ പിന്മുറക്കാരായ ഈ അമേരിക്കൻ ആദിവാസികൾക്കുവേണ്ടി പടപൊരുതാൻ താൻ ഇവിടേക്ക് മടങ്ങിവരുമെന്നും ഒരു വിപ്ലവകാരിയെന്ന നിലയ്ക്കുള്ള ഹ്രസ്വമെങ്കിലും അത്യുജ്ജ്വലമായ തന്റെ ജീവിതം എരിഞ്ഞടങ്ങാൻ പോകുന്നത് ഇവിടെയാണെന്നും ഏണസ്റ്റൊ ഗുവേര സ്വപ്നത്തിൽപോലും കരുതിയിരിക്കുകയില്ല. എങ്കിലും, 1953–ൽ താൻ അവിടം സന്ദർശിച്ച് ആ നാട്ടിലുടനീളം ചുറ്റിയടിക്കുകയും അതേപ്പറ്റി പഠനം നടത്തുകയും അതിന്റെ പ്രശ്നങ്ങൾ ശരിയായി ഗ്രഹിക്കുകയും ചെയ്തിരുന്നുവെന്നത് സുപരിചിതമായ ആ പീഠഭൂമിയിലേക്കു മടങ്ങാനുള്ള അദ്ദേഹത്തിന്റെ തീരുമാനത്തിൽ സ്പഷ്ടമായൊരു പങ്ക് വഹിച്ചിരിക്കുമെന്നതിൽ സംശയമില്ല.

ലാപാസിൽ വച്ച് റിക്കാർഡൊ റോജൊ[2] എന്നൊരു യുവ അർജൻറീനിയൻ അഭിഭാഷകനുമായി ചെ പരിചയപ്പെടാനിടയായി. പോലീസ് മർദനത്തിൽനിന്ന് രക്ഷപ്പെടാൻ വണ്ടി റോജൊ ബ്യൂനോസ് എയേഴ്സിലെ ഗോട്ടിമാലൻ എംബസിയിൽ അഭയം തേടിയിരുന്നു. അങ്ങനെയാണ് ഗോട്ടിമാലയിലേക്ക് പോകാനുള്ള ആശയം ഉടലെടുത്തത്.

അന്ന് ഗോട്ടിമാലയിൽ അധികാരത്തിലിരിക്കുന്നത് പ്രസിഡന്റ് ജക്കോബൊ അർബെൻസ് ഗുസ്മാൻ ആയിരുന്നു. മധ്യ അമേരിക്കയിലെ രാജ്യതന്ത്രജ്ഞരെ സംബന്ധിച്ചിടത്തോളം അന്യാദൃശമായ ധീരത പ്രദർശിപ്പിച്ച ഒരാളായിരുന്നു അദ്ദേഹം. 'പച്ചച്ചെകുത്താൻ' അഥവാ മമിതായുനായി എന്ന് ലാറ്റിൻ അമേരിക്കക്കാർ വിളിക്കാറുള്ള യുണൈറ്റഡ് ഫ്രൂട്ട് കമ്പനിയുടെ വക ഭൂമിയിലൊരു ഭാഗം ദേശസാൽക്കരിക്കാൻ അദ്ദേഹം ധൈര്യപ്പെട്ടു. അർബെൻസിന് മുൻപ് ഗോട്ടിമാലൻ പ്രസിഡന്റ് ആയിരുന്നത് ജുവാൻ ജോസ് അറെവലൊ എന്നൊരു ജനാധിപത്യവാദിയായ തത്വശാസ്ത്ര പ്രൊഫസറാണ്. ഒരു കാലത്ത് ഒരഭയാർഥിയായി അർജന്റീനയിൽ താമസിച്ചിരുന്ന അദ്ദേഹത്തിന് അവിടെ വലിയൊരു സുഹൃദ്‌വലയമുണ്ടായിരുന്നു. റോജൊ ഇവരിൽ ചിലരുടെ ശുപാർശക്കത്തുകൾ കരസ്ഥമാക്കിയിരുന്നു. ആ കത്തുകൾ ഉപയോഗിച്ച് ഗോട്ടിമാലയിൽ സുഖമായി കൂടാൻ റോജൊ പ്ലാനിട്ടിരുന്നു. തന്റെ കൂടെ അവിടേക്കു പോകാൻ റോജൊ ചെയെ ക്ഷണിച്ചു.

ചെ ആ ക്ഷണം സ്വീകരിച്ചെങ്കിലും കൊളംബിയവരെ പോകാൻ മാത്രമേ അദ്ദേഹം തയാറുണ്ടായിരുന്നുള്ളു. ബൊളീവിയൻ വിപ്ലവത്തെ പ്പറ്റിയുള്ള എല്ലാ വ്യാമോഹവും നശിച്ചു കഴിഞ്ഞിരുന്ന ചെയ്ക്ക് ഗോട്ടി മാലയെപ്പറ്റിയുള്ള റോജൊയുടെ അതിശയോക്തി കലർന്ന പ്രശംസ ഒട്ടും പിടിച്ചില്ല. കാരക്കാസിലേക്കു പോകണമെന്നു തന്നെയായിരുന്നു അപ്പോ ഴും അദ്ദേഹത്തിന്റെ തീരുമാനം. അവിടുത്തെ കുഷ്ഠരോഗാശുപത്രിയിൽ മിയാൽ തന്നെ അക്ഷമനായി കാത്തിരിക്കുകയാണെന്ന് അദ്ദേഹത്തിന് അറിയാമായിരുന്നു.

റോജൊ ലീമയിലേക്ക് പറന്നപ്പോൾ ഗുവേരയും കാർലോസ് ഫെറർ എന്ന അർജന്റീനിയൻ വിദ്യാർഥിയും കൂടി ടിട്ടിക്കാക്ക തടാകം വഴി കുസ്കൊയിലെത്തി. ഇത്ര ഉയരത്തിൽ സ്ഥിതി ചെയ്യുന്ന മറ്റൊരു തടാ കവും ലോകത്തിലില്ല. ബൊളീവിയയും പെറുവും തമ്മിലുള്ള അതിർ ത്തിയെ വേർതിരിച്ചു നിറുത്തുന്നത് ഈ തടാകമാണ്. കുസ്കൊയിലെ ത്തിയപ്പോൾ അപകടകാരികളായ പ്രക്ഷോഭകാരികളാണെന്ന് കരുതി ബോർഡർ ഗാർഡുകൾ അവരെ തടഞ്ഞുനിർത്തിയെങ്കിലും ബൊളീവി യൻ വിപ്ലവത്തെപ്പറ്റിയുള്ള ലഘുലേഖകളും പുസ്തകങ്ങളും പിടിച്ചെ ടുത്തശേഷം വിട്ടയച്ചു. തന്റെ ആദ്യയാത്രയ്ക്കിടയിൽ ചെ സന്ദർശിച്ച സ്ഥലങ്ങളിൽ ഒന്നായിരുന്നു കുസ്കൊ. അവിടെനിന്ന് അവർ വേഗം തന്നെ പെറുവിലെത്തി റോജൊയുമായി കണ്ടു.

പെറുവിലെ സ്ഥിതി ഒട്ടും ആശാസ്യമായിരുന്നില്ല. വാഷിങ്ടന്റെ പാദ സേവകനായ ഓഡ്രിയ എന്ന ദുഷ്ടനാണ് രാജ്യം ഭരിച്ചിരുന്നത്. ജയിലു കൾ രാഷ്ട്രീയത്തടവുകാരെക്കൊണ്ട് നിറഞ്ഞൊഴുകുകയായിരുന്നു. അങ്ങനെ ലിമയിൽ അധികകാലം നിൽക്കുന്നത് അത്ര പന്തിയല്ലെന്ന് കണ്ടതിനാൽ എങ്ങനെയോ അൽപ്പം പണം ഉണ്ടാക്കിയിട്ട് റോജൊ, ഫെറർ എന്നിവരോടൊപ്പം ഒരു ബസ്സിൽ തൂങ്ങിക്കയറി ഗുവേര ഇക്വ ഡോറിലേക്ക് പുറപ്പെട്ടു. 1953 സെപ്തംബർ 26-ാം തീയതി അവർ ഇക്വ ഡോർ അതിർത്തി കടന്നു.

ഗയാക്വിൽ എന്ന സ്ഥലത്തെത്തിയിട്ട് അവർ അവിടത്തെ കൊളം ബിയൻ കോൺസലിനോട് ഒരു വിസയ്ക്ക് അപേക്ഷിച്ചു. അദ്ദേഹം വിസ നൽകാൻ വിസമ്മതിച്ചില്ലെങ്കിലും ബഗോട്ടയിലേക്കു പോകാനുള്ള വിമാ നടിക്കറ്റ് ഹാജരാക്കണമെന്നു ശഠിച്ചു. കൊളംബിയയിൽ ആയിടയ്ക്ക് മറ്റൊരു കൊട്ടാരവിപ്ലവം നടന്നിരുന്നു. ലോറിയാനൊ ഗോമെസ് എന്ന ക്രൂരനായ ഭരണാധികാരിയെ നിഷ്കാസനം ചെയ്തിട്ട് ജനറൽ റോജാസ് പിനില്ല അധികാരമേറ്റിരുന്നു. ബസുപോലെയുള്ള സാധാരണക്കാരുടെ ഒരു വാഹനത്തിൽ സഞ്ചരിക്കുന്നത് വിദേശികളെ സംബന്ധിച്ചിടത്തോളം സുരക്ഷിതമായിരിക്കില്ലെന്നായിരുന്നു കോൺസലിന്റെ അഭിപ്രായം.

വിമാനടിക്കറ്റ് ഹാജരാക്കാൻ അവർക്ക് സന്തോഷമേ ഉണ്ടായിരു ന്നുള്ളു. പക്ഷേ, അവരുടെ ധനസ്ഥിതി അതിന് സമ്മതിച്ചില്ല. അതിനാൽ അവർക്ക് മറ്റൊരു വഴി കണ്ടുപിടിക്കേണ്ടിയിരുന്നു. ഒരു പ്രമുഖ അഭിഭാ

ഷകനായിരുന്ന ഗയാകിലിലെ സോഷ്യലിസ്റ്റ് നേതാവിന് ചിലിയിലെ സോഷ്യലിസ്റ്റ് പാർട്ടി നേതാവ് സാൽവഡോർ അലെൻഡെ എഴുതിയ ഒരു ശുപാർശക്കത്ത് അവരുടെ പക്കലുണ്ടായിരുന്നു. ഈ മാന്യൻ യുണൈറ്റഡ് ഫ്രൂട്ട് കമ്പനി വക ഒരു കപ്പലിൽ പോകാൻ അവർക്ക് മൂന്നു സൗജന്യടിക്കറ്റുകൾ എത്തിച്ചുകൊടുത്തു. ഗയാകിലിൽ നിന്ന് പനാമയിലേക്ക് പോകുന്ന ഒരു കപ്പലായിരുന്നു ഇത്. ഇടയ്ക്കിടയ്ക്ക് ബുദ്ധിമുട്ടുള്ള വിദ്യാർഥികളെ ഇപ്രകാരം സഹായിക്കുന്നതിലൂടെ സ്വന്തം 'ദീനാനുകമ്പ' പ്രദർശിപ്പിക്കുന്നതുകൊണ്ട് 'പച്ചച്ചെകുത്താന്' വലിയ നഷ്ടമൊന്നുമുണ്ടാകുമായിരുന്നില്ല...

തന്റെ കൂടെ ഗോട്ടിമാലയ്ക്ക് പോരുന്നതിന് ഗുവേരയെ പ്രേരിപ്പിക്കാൻ റോജൊ നിരന്തരം ശ്രമിച്ചുകൊണ്ടിരുന്നു. റോജോയുടെ ഈ അപേക്ഷകൾ കേട്ട് മടുത്തതും, ഒരുപക്ഷേ, അർബൻസിനെതിരായ യു എസ് ഇടപെടൽ ആസന്നമാണെന്ന പത്രവാർത്തകൾ കണ്ടതും കൊണ്ടായിരിക്കാം താൽക്കാലികമായെങ്കിലും വെനിസ്വേലയ്ക്ക് പകരം ഗോട്ടിമാലയിലേക്ക് പോകാൻ ചെ സമ്മതിച്ചു. അതിൻപ്രകാരം മുകളിൽ പ്രസ്താവിച്ചിട്ടുള്ളതുപോലെ അദ്ദേഹം മിയാലിന് ഒറ്റവരിമാത്രമുള്ള ഒരു കുറിപ്പ് എഴുതി അയയ്ക്കുകയും ചെയ്തു.

പനാമയിൽ വച്ച് അവരുടെ സംഘം രണ്ടായി പിരിഞ്ഞു. റോജൊ ഗോട്ടിമാലയെ ലക്ഷ്യമാക്കി യാത്ര തുടർന്നു, ഗുവേര കൈയിൽ കാശില്ലാത്തതുമൂലം ഫെററോടൊപ്പം അവിടെത്തന്നെ നിന്നു. അയൽരാജ്യമായ കോസ്റ്റാറിക്കവരെയെങ്കിലും എത്താനുള്ള പണം ഉണ്ടാക്കാൻ വേണ്ടി ഗുവേര തന്റെ പുസ്തകങ്ങളെല്ലാം വിൽക്കുകയും ഒരു പ്രാദേശിക വാരികയിൽ മാച്ചുപ്പിക്ച്ചുവിനേയും മറ്റു പെറുവിയൻ ചരിത്രസ്മാരകങ്ങളേയും പറ്റി ചില ലേഖനങ്ങൾ എഴുതി പ്രസിദ്ധീകരിക്കുകയും ചെയ്തു. എന്നിട്ടും അവർക്ക് ആവശ്യമായ പണം ലഭിച്ചില്ല. അതിനാൽ കാശുകൊടുക്കാതെ കയറ്റിക്കൊണ്ടുപോകുന്ന ഏത് വാഹനത്തിലും കയറി കോസ്റ്റാറിക്കൻ തലസ്ഥാനമായ സാൻജോസിലേക്ക് പുറപ്പെടാൻ അവർ തയാറായി. അങ്ങനെ അവർ സഞ്ചരിച്ചുകൊണ്ടിരുന്ന ഒരു ലോറി പെരുമഴയത്ത് മറിഞ്ഞുപോവുകയാൽ ഗുവേരയുടെ ഇടതുകൈക്ക് സാരമായ പരുക്കേറ്റു. വളരെക്കാലത്തോളം ഈ കൈ പൊക്കാൻ അദ്ദേഹത്തിനു വളരെ പ്രയാസമുണ്ടായിരുന്നു.

ഏതായാലും ഡിസംബർ ആദ്യത്തോടെ ഏണസ്റ്റോയും അദ്ദേഹത്തിന്റെ അർജന്റീനിയൻ സുഹൃത്തും സാൻജോസിലെ തെരുവുകളിൽ ചുറ്റിനടക്കാൻ തുടങ്ങിയിരുന്നു. ജനസംഖ്യ കൊണ്ട് ലാറ്റിൻ അമേരിക്കയിലെ ഏറ്റവും ചെറിയ രാജ്യമായിരുന്നു കോസ്റ്റാറിക്ക. അന്ന് അവിടത്തെ ജനസംഖ്യ പത്തു ലക്ഷത്തോളമായിരുന്നു. പക്ഷേ, രാഷ്ട്രീയാവേശത്തിന്റെ കാര്യത്തിൽ ഈ റിപ്പബ്ലിക്ക് മറ്റാർക്കും പിന്നിലായിരുന്നില്ല.

അന്ന് മധ്യ അമേരിക്കയിലും കരീബിയനിലുംപെട്ട രാജ്യങ്ങളിൽനിന്നുള്ള അഭയാർഥികൾ മുഴുവൻ സാൻജോസിലാണ് താവളമടിച്ചിരുന്നത്.

ഗൂഢാലോചനകളും കൊട്ടാരവിപ്ലവങ്ങളും രാഷ്ട്രീയവിപ്ലവങ്ങളും ഇവിടെയിരുന്നുകൊണ്ട് ആളുകൾ ആസൂത്രണം ചെയ്തിരുന്നു. വിമോചന സംഘങ്ങളെ അയയ്ക്കാൻ ഇവിടെയിരുന്നുകൊണ്ട് ആളുകൾ തയാറെടുത്തിരുന്നു. ഇവിടെയിരുന്നുകൊണ്ട് അവർ രാഷ്ട്രീയ പദ്ധതികളേയും പരിപാടികളേയും മാനിഫെസ്റ്റോകളേയും പറ്റി ചൂടുപിടിച്ച വാദപ്രതിവാദങ്ങൾ നടത്തുകയും ചെയ്തിരുന്നു. പക്ഷേ, ഏതെങ്കിലും കഫേയിലിരുന്ന് അൽപം വിസ്കി മോന്തുന്നതിനിടയ്ക്കുള്ള വാചകപ്പോരാട്ടങ്ങൾക്കപ്പുറത്തേക്ക് കാര്യങ്ങൾ നീങ്ങിയിരുന്നില്ലെന്നു മാത്രം.

ജോസ് ഫിഗേറസ് എന്നൊരു കാപ്പിത്തോട്ടം ഉടമയായിരുന്നു അന്നത്തെ കോസ്റ്ററിക്കൻ പ്രസിഡന്റ്. 1948 –ൽ തിയഡോറൊ പിക്കാഡൊയ്ക്കെതിരായി കലാപം നടത്തിയാണ് ഫിഗേറസ് അധികാരത്തിൽ വന്നത്. കമ്യൂണിസത്തോട് അനുഭാവമുണ്ടെന്നു പറഞ്ഞാണ് മുൻ പ്രസിഡന്റിനെ സ്ഥാനഭ്രഷ്ടനാക്കിയതെങ്കിലും സാധാരണ കണ്ടുവരുന്ന പിന്തിരിപ്പന്മാരെപ്പോലെയായിരുന്നില്ല ഫിഗേറസ്. ബൂർഷ്വാജനാധിപത്യമായിരുന്നു അദ്ദേഹത്തിന്റെ ആദർശം. മധ്യ അമേരിക്കയിലേയും കരീബിയനിലേയും ഏകാധിപത്യ വാഴ്ചകൾക്കെതിരായി അദ്ദേഹം തുറന്നടിക്കുകയും, സാൻജോസിൽ താമസിച്ചുകൊണ്ട് അവിടങ്ങളിൽ അധികാരം കരസ്ഥമാക്കാൻ മോഹിച്ചിരുന്ന പലർക്കും പിന്തുണനൽകുകയും ചെയ്തു. സാഹസികരേയും രാഷ്ട്രീയാഭയാർഥികളേയും കൂലിപ്പട്ടാളക്കാരേയും ചേർത്ത് അദ്ദേഹം രൂപീകരിച്ച കരീബിയൻ ലീജിയൻ എന്ന സംഘടനയുടെ ഉദ്ദേശ്യവും ഇതുതന്നെയായിരുന്നു. ഡൊമനിക്കൻ റിപ്പബ്ലിക്ക്, നിക്കരാഗ്വ, ക്യൂബ, ഗോട്ടിമാല എന്നിവിടങ്ങളിൽ നിന്നുള്ളവരും ഫ്രാങ്കൊ അധികാരത്തിൽ വന്നതിനെ തുടർന്ന് ലാറ്റിൻ അമേരിക്കയിലേക്ക് കുടിയേറിപ്പാർത്ത സ്പാനിഷ് റിപ്പബ്ലിക്കൻ വിഭാഗത്തിൽ പെട്ടവരും ഈ ലീജിയനിൽ പങ്കാളികളായിരുന്നു.

ഇവിടെ സാൻജോസിൽ വച്ചുതന്നെയാണ് ഗുവേര ഡൊമീനിക്കൻ റിപ്പബ്ലിക്കിൽനിന്നുള്ള ജുവാൻ ബോസ്ചുമായി കാണാനിടയായത്. പ്രഗത്ഭനായ ഈ സാഹിത്യകാരൻ സാധാരണ മനുഷ്യരുടെ ജീവിതത്തെപ്പറ്റിയും തന്റെ നാടിനു നേരിടേണ്ടിവന്നിരുന്ന പരീക്ഷണങ്ങളേയും കഷ്ടപ്പാടുകളേയും പറ്റിയുമുള്ള ഉള്ളിൽതട്ടുന്ന യഥാർഥ കഥകൾ പലതും എഴുതിയിരുന്നു. നിരവധി വർഷക്കാലം അദ്ദേഹം തന്റെ നാടിനെ ഒരു മധ്യകാല ഇരുട്ടറയ്ക്കു സമമാക്കിമാറ്റിയ ലിയോണിഡാസ് ട്രൂജില്ലോയുടെ ദുഷ്ടകൃത്യങ്ങളെ തുറന്നു കാട്ടിക്കൊണ്ട് ലാറ്റിൻ അമേരിക്കയിലെങ്ങും ചുറ്റിസഞ്ചരിക്കുകയുണ്ടായി. 'ക്രമസമാധാനം' പുനഃസ്ഥാപിക്കാനായി തന്റെ നാട്ടിലേക്ക് പല പ്രാവശ്യം നാവികരെ പറഞ്ഞു വിടുകയും അങ്ങനെ അവരുടെ ചങ്ങാതിയും സഹാശ്ശയഗതിക്കാരനുമായ ട്രൂജില്ലോ എന്ന 'കരീബിയൻ കുറുനരി'യെ രക്ഷിക്കാൻ വേണ്ടതെല്ലാം പ്രവർത്തിക്കുകയും ചെയ്തിരുന്ന അമേരിക്കൻ സാമ്രാജ്യവാദികളെപ്പറ്റി ബോസ്ചിന് വ്യാമോഹമൊന്നും ഉണ്ടായിരുന്നില്ല.

ബാട്ടിസ്റ്റയുടെ ഏകാധിപത്യത്തിനെതിരായി ഒളിവിൽനിന്നുകൊണ്ട് സമരം ചെയ്തിരുന്നവരെയും സാൻജോസിൽ വച്ച് ഗുവേര കണ്ടു സംസാരിക്കുകയുണ്ടായി.

വളരെക്കാലത്തിനു ശേഷം 1963–ൽ *എൽ മൺഡൊ* എന്ന ക്യൂബൻ പത്രത്തിന്റെ ലേഖകനുമായി സംസാരിക്കുന്ന അവസരത്തിൽ ക്യൂബയുടെ കാര്യത്തിൽ തനിക്ക് ആദ്യം താൽപര്യമുണ്ടായ കഥ ചെ തന്നെ വിവരിച്ചിട്ടുണ്ട്. ഏണസ്റ്റോയ്ക്ക് അന്ന് പതിനൊന്നു വയസ്സ് പ്രായമായിരുന്നു. ക്യൂബയിലെ ചെസ്സ് ഗ്രാൻഡ്മാസ്റ്ററായ ജോസ് റൗൾ കപ്പാബ്ലാങ്ക ബ്യൂനോസ് എയേഴ്സിൽ എത്തിയിരുന്നു. ചെസ്സ് കളിയിൽ ഒരു തരം ഭ്രാന്തുതന്നെ ഉണ്ടായിരുന്ന ബാലനായ ടേറ്റെയ്ക്ക് കപ്പാബ്ലാങ്കയോട് ഏതാണ്ടൊരു ആരാധനാമനോഭാവമാണുണ്ടായിരുന്നതെന്നു പറയേണ്ടതില്ലല്ലൊ. വളരെക്കാലത്തോളം ഇതുമാത്രമായിരുന്നു ക്യൂബയെ സംബന്ധിച്ചുള്ള അദ്ദേഹത്തിന്റെ താൽപ്പര്യം. ഒരുപക്ഷേ, ബ്യൂനോസ് എയേഴ്സിൽനിന്ന് ബൊളീവിയയിലേക്ക് പോകുമ്പോൾ ഫിദൽ കാസ്ട്രൊ എന്നൊരു യുവ അഭിഭാഷകന്റെ നേതൃത്വത്തിലുള്ള ഒരു സംഘം ചുണക്കുട്ടികൾ സാന്റിയാഗൊ ദ് ക്യൂബയിലുള്ള മൊങ്കാടാ ബാരക്ക്സിൽ നടത്തിയ ആക്രമണത്തെപ്പറ്റി ചെ വായിച്ചിരുന്നിരിക്കാം. 'വായിച്ചിരുന്നിരിക്കാം' എന്നു മാത്രമേ ഞാൻ പറയുന്നുള്ളു. എന്തുകൊണ്ടെന്നാൽ, ചെ സ്വയം ഇതെപ്പറ്റി ഒരിക്കലും ഒന്നും പറഞ്ഞിട്ടില്ല. ഇനി പത്രങ്ങളിൽ ഇതെപ്പറ്റി വായിച്ചിരിക്കാമെങ്കിൽതന്നെയും അത് അധികകാലം അദ്ദേഹത്തിന്റെ ശ്രദ്ധയിൽ പതിഞ്ഞിരിക്കാനിടയില്ല. ലാറ്റിൻ അമേരിക്കൻ രാജ്യങ്ങളിൽ ചെറുപ്പക്കാരും പോലീസും തമ്മിലുള്ള സംഘട്ടനം ഒരു നിത്യ സംഭവമായിരുന്നു. അമേരിക്കക്കാർ സ്വയം തന്നെ നിർലജ്ജം 'ഞങ്ങളുടെ കോളനി' എന്നു വിളിച്ചിരുന്നതും അവരുടെ പഞ്ചസാരഭരണിപോലെ ആയിരുന്നതുമായ ഇതേ ക്യൂബ തന്നെയാണ് വിപ്ലവയുദ്ധത്തിന്റെ അരങ്ങും സോഷ്യലിസത്തിന്റെ വെന്നിക്കൊടി ഉയർത്തുന്ന പശ്ചിമാർധഗോളത്തിലെ ആദ്യത്തെ രാജ്യവും ആകാൻ പോകുന്നതെന്നും, ഈ സംഭവങ്ങളിൽ തനിക്ക് അതിപ്രധാനമായ ഒരു പങ്കുവഹിക്കേണ്ടിവരുമെന്നും അന്നദ്ദേഹമെങ്ങനെ അറിയാനാണ്?

എന്നു മാത്രമല്ല, സാൻജോസിൽ വച്ച് കാണാനിടയായ ആദ്യത്തെ ആ ക്യൂബക്കാർക്ക് മൊങ്കോടാ ആക്രണത്തിൽ പങ്കെടുത്ത ഫിദൽ കാസ്ട്രോ സംഘത്തിന്റെ പരാജയത്തെപ്പറ്റിയും അവരിൽ പലരുടേയും വീരചരമത്തെപ്പറ്റിയും ശേഷിച്ചവരുടെ അറസ്റ്റിനെപ്പറ്റിയുമല്ലാതെ മറ്റൊന്നും പറയാനുണ്ടായിരുന്നുമില്ല. അതെ, അവർ ചങ്കൂറ്റമുള്ളവരും യാഥാർഥ ദേശാഭിമാനികളുമായിരുന്നുവെന്നതിൽ സംശയമില്ല. പക്ഷേ, അമേരിക്കൻ സാമ്രാജ്യത്വത്തിന്റെ പിൻബലത്തോടെ അടിമുടി ആയുധമണിഞ്ഞു നിന്നിരുന്ന ബാറ്റിസ്റ്റാ സൈന്യത്തെ നേരിടാൻ അവർക്ക് കെൽപ്പുണ്ടായിരുന്നില്ല. 'ഓ, ക്യൂബയിൽ ഒന്നും നടക്കുകയില്ല' എന്നത് അന്നൊരു പാട്ടായിരുന്നു. തൊട്ടുവടക്കുള്ള യു എസ് എ എന്ന ഭീമന്റെ

കാൽച്ചുവട്ടിൽ കിടക്കുന്നതിനാൽ ഈ ദ്വീപിൽ യാതൊരു മാറ്റവും സാധ്യമല്ലെന്നതു മാത്രമായിരുന്നു ആ പറച്ചിലിന്റെ സാരം.

അതെന്തായാലും അന്ന് ലോകശ്രദ്ധ പതിഞ്ഞിരുന്നത് ഫിദലും സഹോദരൻ റൗളും മൊങ്കാടാ ആക്രമണത്തിൽ പങ്കെടുത്ത മറ്റു പോരാളികളും കാരിരുമ്പഴികൾക്ക് പിന്നിലായിരുന്ന ക്യൂബയിലായിരുന്നില്ല, പ്രത്യുത അനുദിനമെന്നോണം കാർമേഘപടലങ്ങൾ കൂടുതൽ കൂടുതൽ ഉരുണ്ടുകൂടിക്കൊണ്ടിരുന്ന ഗോട്ടിമാലയിലായിരുന്നു. അയൽരാജ്യമായ ഹോണ്ടുറാസിലെ ഏകാധിപതിയുടെ സംരക്ഷണയിൽ പലതരം സാഹസികരും കുറ്റവാളികളും ഒത്തുകൂടിക്കൊണ്ടിരിക്കുകയാണെന്ന് പത്രങ്ങൾ എഴുതി. യുണൈറ്റഡ് ഫ്രൂട്ട് കമ്പനിയുടെ ശമ്പളം പറ്റുന്ന ഒരു മുൻ അഭിഭാഷകനായിരുന്നു ഈ ഏകാധിപതി. അയാളുടെ രക്ഷാധികാരത്തിൽ സംഘടിച്ചിരുന്ന ആളുകൾക്ക് സി ഐ എ സ്പെഷ്യലിസ്റ്റുകളിൽ നിന്ന് കൊലപാതകത്തൊഴിലിൽ പ്രത്യേക പരിശീലനം ലഭിച്ചിരുന്നു. സി ഐ എ ആകട്ടെ അർബെൻസിന്റെ ഗവൺമെന്റിനെ മറിച്ചിടാൻ കോപ്പുകൂട്ടിക്കൊണ്ടിരിക്കുകയുമായിരുന്നു. ലെഫ്റ്റനന്റ് കേണൽ മസ്റ്റീലൊ അർമാസ് എന്ന ഗോട്ടിമാലക്കാരനായിരുന്നു മേൽപ്പറഞ്ഞ കൂലിത്തല്ലുകാരുടെ തലവൻ. 1950-ൽ അർബെൻസിനെതിരായ മറ്റൊരു കലാപം നടത്തി പരാജയപ്പെട്ടപ്പോൾ ഹോണ്ടുറാസിലേക്ക് പലായനം ചെയ്തകൂട്ടത്തിലായിരുന്നു ഈ അർമാസ്. ഹോണ്ടുറാസിൽ വച്ച് അയാൾ 'പച്ചച്ചെകുത്താ'ന്റെ സേവനത്തിലേർപ്പെട്ടു. ഒരു ചോറ്റുപട്ടാളത്തെ സംഘടിപ്പിക്കുന്നതിനായി അർമാസിന് അമേരിക്കക്കാരിൽ നിന്ന് പ്രതിമാസം ഒന്നരലക്ഷം ഡോളർ വീതം ലഭിച്ചിരുന്നു. ഗോട്ടിമാലയിലെ ഇടപെടലിനുള്ള ഈ തയാറെപ്പുകളെല്ലാം പരസ്യമായാണ് നടന്നിരുന്നത്. അതിനെല്ലാം തങ്ങളുടെ അംഗീകാരവും പിന്തുണയുമുണ്ടെന്ന് പറയാൻ വാഷിങ്ടണിലെ ഔദ്യോഗികവൃത്തങ്ങൾക്ക് യാതൊരു മടിയുമുണ്ടായിരുന്നുമില്ല.

ഗോട്ടിമാലയിലേക്ക് ഉടനടി പോകേണ്ടത് അത്യാവശ്യമായിരുന്നു. അതിനാൽ, 1953-ന്റെ അവസാനത്തിൽ ഏണസ്റ്റോ ഗുവേരയും മറ്റു ചിലരും കൂടി ഒരു ബസ്സിൽ സാൻ ജോസിൽ നിന്ന് സാൻ സാൽവഡോറിലേക്ക് പുറപ്പെട്ടു. അവിടെനിന്ന് ഡിസംബർ 24-ാം തീയതി അവർ കിട്ടിയ വാഹനങ്ങളിൽ കയറി തലസ്ഥാനമായ ഗോട്ടിമാല നഗരത്തിലെത്തി.

സമുദ്രനിരപ്പിൽ നിന്ന് 1800 മീറ്റർ ഉയരത്തിലാണ് ഈ നഗരം സ്ഥിതി ചെയ്യുന്നത്. മധ്യ അമേരിക്കയിൽ ഇത്ര ഉയരത്തിൽ സ്ഥിതി ചെയ്യുന്ന മറ്റൊരു നഗരവുമില്ല. അഗ്നിപർവതങ്ങളാണ് അതിനോട് തൊട്ടുനിൽക്കുന്നത്. ഭൂമികുലുക്കത്തിൽ പെട്ട് അത് പലപ്രാവശ്യം നശിച്ചിട്ടുള്ളതുമാണ്. മിക്കവാറും ഒറ്റനിലവീടുകൾ നിറഞ്ഞ ഈ നഗരം ഒരു പച്ചപ്പട്ടിൽ പൊതിഞ്ഞപോലെയാണ് കാണപ്പെടുക. അവിടത്തെ ഉദ്യാനങ്ങളിൽ പലതരം പാടുന്ന പക്ഷികളുമുണ്ട്. കണ്ടാൽ ഏതാണ്ടു കുരുവിയെപ്പോലിരിക്കുമെങ്കിലും 'നാനൂറു സ്വരത്തിൽ പാടുന്ന' പക്ഷി എന്നറിയപ്പെടുന്ന

അത്ഭുതകരമായ ടെസോണ്ടിലും ഇക്കൂട്ടത്തിൽപ്പെടും. ഗോട്ടിമാലയുടെ ദേശീയചിഹനവും കെറ്റ്സാൽ എന്ന പക്ഷിയാണ്. വലിപ്പത്തിൽ നന്നേ ചെറുതെങ്കിലും സപ്തവർണത്തുവലുകളോടു കൂടിയ ഇതിന്റെ വാലിന് സാമാന്യത്തിലധികം നീളമുണ്ട്. കൂട്ടിലടച്ചാലുടൻ ഇത് ചത്തുപോകുമെന്നാണ് പറയപ്പെടുന്നത്.

ആദ്യനോട്ടത്തിൽ തന്നെ ഗോട്ടിമാലാ നഗരം ഏണസ്റ്റോയെ ഹഠാദാകർഷിച്ചു. അവിടുത്തെ സാന്ദ്രതകുറഞ്ഞ വായു അൽട്ടാ ഗ്രാഷ്യയെ അനുസ്മരിപ്പിക്കുന്നതായിരുന്നു. അദ്ദേഹത്തിന്റെ പക്കൽ പല ഗോട്ടിമാലക്കാർക്കുമുള്ള ശുപാർശക്കത്തുകൾ ഉണ്ടായിരുന്നു. കൂടാതെ, ഹിൽഡാ ഗേഡിയ എന്ന പെറുവിയൻ വിപ്ലവകാരിക്കുള്ള ഒരെഴുത്തും അദ്ദേഹത്തിന്റെ കൈയിലുണ്ടായിരുന്നു. മെസ്റ്റീസൊ വംശജയായ ഹിൽഡയുടെ സിരകളിൽ സ്പാനിഷ് രക്തവും അമേരിക്കൻ ആദിവാസിരക്തവും ഒന്നായി പ്രവഹിച്ചിരുന്നു. ലിമയിലെ സാൻമാർക്കോസ് യൂണിവേഴ്സിറ്റിയിൽ നിന്ന് സാമ്പത്തിക ശാസ്ത്രത്തിൽ ബിരുദമെടുത്ത ഹിൽഡ എ പി ആർ എ യുടെ ഇടതുപക്ഷ വിഭാഗത്തിൽപെട്ട ഒരു സജീവപ്രവർത്തകയായിരുന്നു. പെറുവിലെ ഏകാധിപതിയായ ജനറൽ ഓഡ്രിയ നിയമവിരുദ്ധമാക്കിയ ഒരു പാർട്ടിയായിരുന്നു ഇത്. ദേശീയ സാമ്പത്തിക വികസനത്തിനുള്ള സ്റ്റേറ്റ് ഇൻസ്റ്റിറ്റ്യൂട്ടിലാണ് ഹിൽഡ സേവനമനുഷ്ഠിച്ചിരുന്നത്. മറ്റു പല ഇടതുപക്ഷ അഭയാർഥികളേയും പോലെ ഹിൽഡയും അർബെൻസ് ഗവൺമെന്റിനെ പിന്താങ്ങിയിരുന്നു. സെർവാന്റ ബോർഡിങ്ങ് ഹൗസിൽ വച്ചാണ് ഏണസ്റ്റോയും ഹിൽഡയും തമ്മിൽ കണ്ടുമുട്ടിയത്. പല ലാറ്റിൻ അമേരിക്കൻ പ്രവാസികളുടേയും താവളമായിരുന്നു ഈ ബോർഡിങ്ങ് ഹൗസ്. അവിടെത്തന്നെയാണ് ഏണസ്റ്റോയും താമസമുറപ്പിച്ചത്.

ഏണസ്റ്റോയെപ്പോലെ ഹിൽഡയും ലാറ്റിൻ അമേരിക്കയിലുടനീളം സഞ്ചരിച്ചിരുന്നു. ഒരു കലാകാരികൂടിയായിരുന്ന ഈ യുവതി ഒരു മാർക്സിസ്റ്റായാണ് തന്നെകണ്ടിരുന്നത്. അഭിപ്രായത്തിലും താൽപ്പര്യങ്ങളിലുമുള്ള ഐക്യം അവരെ തമ്മിൽ വളരെയേറെ അടുപ്പിച്ചു.

ചെറുപ്പക്കാരനായ ഈ അർജന്റീനിയൻ ഡോക്ടറെക്കുറിച്ച് ഹിൽഡ പറയുന്നത് ഇപ്രകാരമാണ്:

“തുടക്കം മുതൽക്കുതന്നെ ഡോ. ഏണസ്റ്റോ ഗുവേരയുടെ ബുദ്ധിസാമർഥ്യവും കാര്യഗൗരവവും അഭിപ്രായങ്ങളും മാർക്സിസത്തിലുള്ള പരിജ്ഞാനവും എന്നെ അതിയായി ആകർഷിച്ചു... ഒരു ബൂർഷ്വാ കുടുംബത്തിൽ ജനിച്ച ഈ ഡോക്ടർ ബിരുദധാരിക്ക് വേണമെങ്കിൽ ഞങ്ങളുടെ നാടുകളിലെ വിദ്യാസമ്പന്നനായ ഏതൊരു സ്പെഷ്യലിസ്റ്റിനേയും പോലെ സുഖമായി ജോലി ചെയ്ത് സ്വദേശത്തുതന്നെ കഴിഞ്ഞുകൂടാമായിരുന്നു. പക്ഷേ, ഏറ്റവും പിന്നോക്ക പ്രദേശങ്ങളിൽ പോയി പണിയെടുക്കാനാണ് അദ്ദേഹം തയാറായത്. പാവപ്പെട്ടവർക്ക് സൗജന്യ ചികിത്സ നൽകാൻപോലും അദ്ദേഹം തയാറായിരുന്നു. വൈദ്യശാ

സ്ത്രത്തോടുള്ള അദ്ദേഹത്തിന്റെ മനോഭാവമാണ് എന്നെ അതിലുമെല്ലാം ആകർഷിച്ചത്. ലാറ്റിൻ അമേരിക്കൻ യാത്രകൾക്കിടയിൽ കാണാനിടയായ പേടിപ്പെടുത്തുന്ന ജീവിതസാഹചര്യങ്ങളേയും പട്ടിണിയേയും പറ്റി സംസാരിക്കുമ്പോൾ അദ്ദേഹം രോഷം കൊണ്ടിരുന്നു. പാവപ്പെട്ടവരോടുള്ള ഡോക്ടറുടെ കർത്തവ്യത്തെ പരാമർശിച്ചുകൊണ്ട് എ ജെ ക്രോണിൻ എഴുതിയ *ദി സിറ്റാഡൽ* (കോട്ട) എന്ന നോവലിനെപ്പറ്റിയും താദൃശങ്ങളായ മറ്റു ഗ്രന്ഥങ്ങളെപ്പറ്റിയുമുള്ള ഞങ്ങളുടെ ചർച്ച എനിക്കിപ്പോഴും നല്ല ഓർമയുണ്ട്. ലാറ്റിൻ അമേരിക്കക്കാരനായ ഒരു ഡോക്ടർ വലിയ പ്രതാപത്തിൽ കഴിയുന്ന ഒരു സ്പെഷ്യലിസ്റ്റാകാൻ പാടില്ലെന്നും, അയാൾ ഉയർന്നവർഗക്കാരുടെ സേവനത്തിനായി മാത്രം നടക്കരുതെന്നും യാതൊരു രോഗവുമില്ലെങ്കിലും പലവിധരോഗങ്ങളുണ്ടെന്നു ഭാവിച്ചുനടക്കുന്നവരെ തൃപ്തിപ്പെടുത്തുന്നതിനുള്ള കൊള്ളരുതാത്ത ഔഷധങ്ങൾ കണ്ടുപിടിക്കാൻ അയാൾ പാടുപെടരുതെന്നും വീറോടെ വാദിക്കുമ്പോൾ ഏണസ്റ്റോ ഈ പുസ്തകങ്ങളുടെ കാര്യം എടുത്തു പറഞ്ഞിരുന്നു.

"ജനസാമാന്യത്തിന്റെ ജീവിതസ്ഥിതി മെച്ചപ്പെടുത്തുന്നതിലായിരിക്കണം ഒരു ഡോക്ടറുടെ ശ്രദ്ധ പതിയേണ്ടതെന്നായിരുന്നു ഡോ. ഗുവേരയുടെ വിശ്വാസം. ഞങ്ങളുടെ രാജ്യങ്ങളിൽ നിലവിലുള്ള ഭരണരീതികളെ ശക്തിയായി അപലപിക്കുന്നതിലാണ് ഈ ചർച്ചകൾ അദ്ദേഹത്തെ എപ്പോഴും കൊണ്ടുചെന്നെത്തിച്ചിരുന്നത്. ഒരുപിടി പ്രഭുക്കന്മാർക്ക് ജനങ്ങളെ ചൂഷണം ചെയ്യാനും യാങ്കി സാമ്രാജ്യവാദികൾക്ക് തോന്നിയപോലെ ഇടപെടാനും അവസരം നൽകുന്ന ഭരണരീതികളാണ് ഇതെല്ലാമെന്നായിരുന്നു അദ്ദേഹത്തിന്റെ അഭിപ്രായം."

ഫിദലിന്റെ സഖാക്കളായ ക്യൂബൻ പ്രവാസികളുമായും ഇവിടെ വച്ചു കാണാൻ ചെയ്ക്കു കഴിഞ്ഞു. നിക്കൊ എന്നറിയപ്പെടുന്ന അന്റോണിയൊ ലോപ്പസ് ഫെർണാണ്ടസ്, മാറിയോ ദൽമോ, ഡാറിയൊ ലോപ്പസ് എന്നിവർ ഇക്കൂട്ടത്തിലുണ്ടായിരുന്നു. ഇവരെല്ലാം പിന്നീട് 'ഗ്രാൻമ'യിൽ ക്യൂബയിലേക്കു പുറപ്പെട്ട സംഘത്തിലെ അംഗങ്ങളുമായിരുന്നു. ബാട്ടിസ്റ്റയ്ക്കെതിരായ ധീരോദാത്തമായ സമരത്തെപ്പറ്റി അവർ ഏണസ്റ്റോയോട് പറയുകയുണ്ടായി. ഗോട്ടിമാലൻ വിപ്ലവം കരീബിയനിലെ ശക്തിസന്തുലനത്തെ ബാട്ടിസ്റ്റയ്ക്കെതിരാക്കുമെന്നും, അങ്ങനെ വെറുക്കപ്പെട്ട ഈ ഏകാധിപതിയെ തുത്തെറിയാൻ അതു തങ്ങളെ സഹായിക്കുമെന്നും അവർ പ്രത്യാശിച്ചു. അമേരിക്കൻ സാമ്രാജ്യത്വത്തിനു പാദസേവ ചെയ്യുന്ന ഏകാധിപത്യവാഴ്ചയുള്ള മറ്റു രാജ്യങ്ങളിൽ നിന്ന് ഗോട്ടിമാലയിലേക്ക് ഓടിരക്ഷപ്പെട്ടിരുന്നവർക്കും ഇതേ പ്രതീക്ഷതന്നെയാണുണ്ടായിരുന്നത്.

ഗോട്ടിമാലയിലെ ജീവിതം ഏണസ്റ്റോയ്ക്ക് ആത്മസന്തുഷ്ടിയോടൊപ്പം ഒരേ ചിന്താഗതിക്കാരായ നിരവധി സുഹൃത്തുക്കളേയും നേടിക്കൊടുത്തുവെന്നു പറയാം. പക്ഷേ, അദ്ദേഹം അതുകൊണ്ടു തൃപ്ത

നായിരുന്നില്ല. ഗോട്ടിമാലയിലെ വിപ്ലവപ്രക്രിയയിൽ പങ്കെടുക്കാനും സാധാരണക്കാർക്ക് ഉപയോഗപ്രദവും ആവശ്യവുമായ എന്തെങ്കിലും ചെയ്യാനും അദ്ദേഹം ആഗ്രഹിച്ചു. അതിനുവേണ്ടിയാണല്ലോ അദ്ദേഹം അവിടെ എത്തിയിരുന്നത്. പക്ഷേ, താൻ തേടിയിരുന്ന ആ പ്രവർത്തന മണ്ഡലം കണ്ടെത്താൻ അദ്ദേഹത്തിന് കഴിഞ്ഞില്ല.

അങ്ങനെ, വിപ്ലവത്തിൽ പങ്കെടുക്കാനാണ് ഏണസ്റ്റോ ഗുവേര ഗോട്ടിമാലയിലേക്ക് പോന്നത്. എന്നാൽ എന്തായിരുന്നു ആ വിപ്ലവത്തിന്റെ സ്വഭാവം? അർബെൻസിന്റെ ഗവൺമെന്റ് ഗോട്ടിമാലയുടെ ദേശീയ താൽപര്യം കാത്തുരക്ഷിക്കാൻ ചില നടപടികൾ കൈക്കൊണ്ട കാര്യം മുകളിൽ സൂചിപ്പിച്ചിരുന്നുവല്ലോ. അദ്ദേഹം പാർലമെന്റിൽ ഒരു കാർഷികപരിഷ്കാരനിയമം പാസ്സാക്കിയെടുക്കുകയും, യുണൈറ്റഡ് ഫ്രൂട്ട് കമ്പനിയിലെ തൊഴിലാളികൾക്ക് ഇരട്ടി കൂലികൂടുതൽ നേടിക്കൊടുക്കുകയും, വൻകിട ഭൂവുടമകളുടെ വക 554,000 ഹെക്ടർ ഭൂമി പിടിച്ചെടുക്കുകയും ചെയ്തു. ഇതിൽ 160,000 ഹെക്ടർ മരീതായുനായിയുടെ വകയായിരുന്നു. കൂടാതെ അദ്ദേഹം ജനാധിപത്യ സ്വാതന്ത്ര്യങ്ങൾ കാത്തുരക്ഷിക്കാൻ നടപടികളെടുക്കുകയും ചെയ്തു. ഇതെല്ലാം അമേരിക്കൻ ഉദ്യോഗസ്ഥന്മാരുടെ വമ്പിച്ച നീരസത്തിന് പാത്രമായി. ഡ്വൈറ്റ് ഡി ഐസൻഹോവറായിരുന്നു അന്നത്തെ യു എസ് പ്രസിഡൻറ്. അദ്ദേഹത്തിന്റെ വലതുകൈ ആയി നിന്നിരുന്ന സ്റ്റേറ്റ് സെക്രട്ടറി ജോൺ ഫോസ്റ്റർ ഡള്ളസ് യുണൈറ്റഡ് ഫ്രൂട്ട് കമ്പനിയിലെ ഒരു ഓഹരിക്കാരനായിരുന്നു.

ഈ സന്ദർഭത്തിലാണ് യു എസ് ഗവൺമെന്റ് ജോൺ പ്യൂരിപോയിയെ ഗോട്ടിമാലയിലെ അംബാസഡറായി നിയമിച്ചത്. അർബെൻസിനെ മറിച്ചിടുകയെന്ന ചുമതലയാണ് രാഷ്ട്രീയ കുതന്ത്രത്തിൽ പേരുകേട്ട ഒരു ആശാനായിരുന്ന ഈ അംബാസഡറെ ഏൽപ്പിച്ചിരുന്നത്. അതിനു മുൻപ് പ്യൂരിഫോയി ഗ്രീസിലെ അംബാസഡറായിരുന്നു. അവിടെ വച്ച് കമ്യൂണിസ്റ്റടവുകൾ ശരിയായി മനസിലാക്കാൻ കഴിഞ്ഞ ആളാണദ്ദേഹമെന്ന് ഐസൻഹോവർ അഭിപ്രായപ്പെടുകയുണ്ടായി. ഗോട്ടിമാലയിൽ എത്തിയതിനുശേഷം അദ്ദേഹം അർബെൻസ് ഗവൺമെൻറിന്റെ സ്വഭാവത്തെപ്പറ്റിയുള്ള ഖണ്ഡിതമായൊരു നിഗമനത്തിലെത്തുകയും ചെയ്തു.

എന്തായിരുന്നു ഈ നിഗമനം? അർബെൻസ് ഗവൺമെൻറിന്റെ നിഷ്കാസനത്തിനുശേഷം പ്യൂരിഫോയി എഴുതിയത് ഇപ്രകാരമാണ്:

"ടെക്സാസിനും പനാമാ തോടിനും ഇടയ്ക്ക് ഒരു സോവിയറ്റ് റിപ്പബ്ലിക്ക് ഉണ്ടാകുന്നതനുവദിക്കാൻ നമുക്ക് നിവൃത്തിയില്ല."

ഇതിനിടയിൽ പിന്തിരിപ്പൻ അമേരിക്കൻ പത്രങ്ങൾ അർബൻസിന്റെ കമ്യൂണിസ്റ്റ് ഗവൺമെൻറിനെപ്പറ്റിയുള്ള പുലഭ്യങ്ങൾകൊണ്ട് പത്രപംക്തികൾ നിറയ്ക്കാൻ തുടങ്ങിയിരുന്നു. 'ഗോട്ടിമാല–മധ്യ അമേരിക്കയിലെ ചുവപ്പന്മാരുടെ ഔട്ട്പോസ്റ്റ്', 'കരീബിയൻ കടൽ–ഒരു കമ്യൂണിസ്റ്റ് തടാകം." തുടങ്ങിയവപോലുള്ള എരികയറ്റുന്ന തലക്കെട്ടുകൾ മുഖേന ഗോട്ടിമാല കമ്യൂണിസ്റ്റായിക്കഴിഞ്ഞെന്നും, കരുത്തേറിയ ഡോളർ സാമ്രാജ്യത്തിന്

അതൊരു ഭീഷണിയായിക്കഴിഞ്ഞെന്നും സാധാരണക്കാരനെ ബോധ്യപ്പെടുത്താൻ അമേരിക്കൻ പത്രങ്ങൾ കിണഞ്ഞു ശ്രമിച്ചു.

വാഷിങ്ടണിലെ ഉന്നതന്മാർ പരസ്യമായിത്തന്നെ അർബെൻസിന്റെ നിഷ്കാസനത്തിനുള്ള ആഹ്വാനം മുഴക്കാൻ തുടങ്ങി. അംബാസഡർ ജോൺ പ്യൂരിഫോയി *ടൈം വാരിക*യോട് പറഞ്ഞതിപ്രകാരമാണ്.

"ഈ മനുഷ്യൻ ചിന്തിക്കുന്നതും സംസാരിക്കുന്നതും ഒരു കമ്യൂണിസ്റ്റുകാരനെപ്പോലെയാണെന്നും ഇത് പച്ചയായിത്തന്നെ പറഞ്ഞില്ലെങ്കിൽ പിന്നീട് ഇതിന് വമ്പിച്ച ഭവിഷ്യത്തുണ്ടാകുമെന്നും എനിക്ക് തോന്നി. ഞാനിക്കാര്യം ജോൺ ഫോസ്റ്റർ ഡള്ളസിനെ അറിയിച്ചു. അദ്ദേഹമത് പ്രസിഡന്റ് ഐസൻഹോവറെ ധരിപ്പിച്ചു."

'ക്രെംലിൻ നൽകുന്ന ശമ്പളം' കൊണ്ടാണ് ഗോട്ടിമാലൻ ഗവൺമെന്റ് കഴിയുന്നതെന്ന്, അമേരിക്കൻ കാര്യങ്ങൾക്കുള്ള യു എസ് അസിസ്റ്റന്റ് സ്റ്റേറ്റ് സെക്രട്ടറിയും പ്രസ്താവിച്ചു. ഈ ഗവൺമെന്റ് 'മോസ്കോയുടെ ഒരു മരപ്പാവ' മാത്രമാണെന്നും സമീപഭാവിയിൽ ഈ സ്ഥിതിക്കൊരു മാറ്റം ഉണ്ടാകുമെന്നും കൂടി അദ്ദേഹം പറയുകയുണ്ടായി. കസ്റ്റീല്ലൊ അർമാസിന്റെ കീഴിലുള്ള പാദസേവകരെയാണ് ആരാച്ചാരുടെ പണി ഏൽപ്പിച്ചിരുന്നത്. അർമാസും പ്യൂരിപോയിയും തമ്മിൽ നിതാന്ത സമ്പർക്കമുണ്ടായിരുന്നു.

എന്നാൽ, സത്യത്തിൽ അർബെൻസിന്റേത് ഒരു കമ്യൂണിസ്റ്റ് ഗവൺമെൻറായിരുന്നോ? ഒരുതരത്തിലും അതു കമ്യൂണിസ്റ്റായിരുന്നില്ല. അർബെൻസ് ഒരു പട്ടാളക്കാരനായിരുന്നു. കരീബിയൻ കടലിലെ 'കൊച്ചു നെപ്പോളിയൻ' എന്നു പേരെടുത്ത ജോർജ് ഇബിക്കൊ എന്ന ഏകാധിപതിയുടെ കീഴിൽപോലും സൈനിക അക്കാഡമിയിൽ നിന്ന് പ്രശസ്തമായ നിലയിൽ പഠിച്ചുപാസ്സായ ഒരാളായിരുന്നു അദ്ദേഹം. 1944 –ൽ ഉബിക്കൊയെ താഴെയിറക്കിയ പട്ടാളവിപ്ലവത്തിൽ പങ്കെടുത്ത അർബെൻസ് പിന്നീട് ജൂവാൻ ജോസ് അറെവാലോയുടെ ലിബറൽ ഗവൺമെന്റിലെ യുദ്ധകാര്യമന്ത്രിയായി. 1945–ൽ പ്രസിഡന്റ് അറെവാലൊ സോവിയറ്റ് യൂണിയനുമായി നയതന്ത്രബന്ധം സ്ഥാപിച്ചു. എന്നാൽ, അറെവാലൊയുടെയോ അർബെൻസിന്റെയോ കാലത്ത് അവിടെ സോവിയറ്റ് യൂണിയന്റെ ഒരു എംബസി സ്ഥാപിക്കപ്പെടുകയുണ്ടായില്ല.

1950–ലെ ശരത്ക്കാലത്ത് അർബൻസ് ഗോട്ടിമാലൻ പ്രസിഡന്റായി തിരഞ്ഞെടുക്കപ്പെട്ടു. അദ്ദേഹത്തിന് 267,000 വോട്ടുകിട്ടിയപ്പോൾ പ്രതിയോഗികൾക്കെല്ലാംകൂടി കിട്ടിയത് 140,000 വോട്ട് മാത്രമാണ്. അർബെൻസിന് ദേശീയ സ്വാതന്ത്ര്യത്തിനുവേണ്ടി നിലക്കൊണ്ടിരുന്ന ബൂർഷ്വാ ജനാധിപത്യകക്ഷികളുടേയും ആയിടയ്ക്കു മാത്രം രൂപം കൊണ്ട ഗോട്ടിമാലൻ ലേബർ പാർട്ടിയുടേയും (കമ്യൂണിസ്റ്റ് പാർട്ടി) പിന്തുണയുണ്ടായിരുന്നു. പക്ഷേ, ഈ പാർട്ടിക്ക് അത്രവലരെ ജനസ്വാധീനമൊന്നും ഉണ്ടായിരുന്നില്ല. 1949–ൽ മാത്രം രൂപമെടുത്ത അതിൽ നൂറുകണക്കിന് അംഗങ്ങൾ മാത്രമാണുണ്ടായിരുന്നത്. 56 അംഗങ്ങളടങ്ങിയ ദേശീയ പാർലമെന്റിൽ അതിന് നാലു സ്ഥാനങ്ങൾ മാത്രമാണ് ലഭിച്ചത്.

പുരോഗമനസ്വഭാവമുള്ളതെങ്കിലും ഒരു ബൂർഷ്വാഗവൺമെന്റായിരുന്നു അർബെൻസിന്റേത്. ഇതിന്റേതായ എല്ലാ ചാഞ്ചാട്ടങ്ങളും ഉറപ്പില്ലായ്മയും അതിൽ കാണാനുമുണ്ടായിരുന്നു. മാത്രമല്ല, തികച്ചും പിന്തിരിപ്പനായ ചില ശക്തികളും അതിലുൾപ്പെട്ടിരുന്നു.

ഈ സാഹചര്യങ്ങളിൽ, തികച്ചും മാർക്സിസ്റ്റ് വീക്ഷണം പുലർത്തിയിരുന്ന നമ്മുടെ ഈ യുവ അർജൻറീനിയൻ ഡോക്ടർക്ക് ഗോട്ടിമാലയിൽ സ്ഥാനമുറപ്പിക്കുന്നത് അസാധ്യമല്ലെങ്കിൽ ദുഷ്കരമെങ്കിലുമായിരുന്നുവെന്നതിൽ ആശ്ചര്യത്തിനു വകയില്ലല്ലോ.

ഗോട്ടിമാലയിലെ ഒരു കാട്ടുപ്രദേശമായ പീറ്റൻ ജംഗിളിൽ ചെന്ന് അവിടുത്തെ ആദിവാസികൾക്കിടയിൽ വൈദ്യസേവനം നടത്താൻ സന്നദ്ധത പ്രദർശിപ്പിച്ചുകൊണ്ട് ഏണസ്റ്റോ ആരോഗ്യമന്ത്രികാര്യാലയത്തിലേക്ക് എഴുതി. വിപ്ലവത്തിനു പ്രയോജനം ചെയ്യുന്ന മറ്റേതു പണിയെടുക്കാനും അദ്ദേഹം തയാറായിരുന്നു. പക്ഷേ, ഈ അർജന്റീനിയൻ യുവാവിന്റെ സേവനം ഉപയോഗപ്പെടുത്തുന്നതിൽ സർക്കാരുദ്യോഗസ്ഥന്മാർ യാതൊരു ഉത്സാഹവും കാണിച്ചില്ല. ഡോക്ടറായി പ്രാക്ടീസ് ചെയ്യുന്നതിനുള്ള സർട്ടിഫിക്കറ്റ് കൊണ്ടുവരാനാണ് അവർ ആവശ്യപ്പെട്ടത്. ഇതാകട്ടെ കുറഞ്ഞതു ഒരു കൊല്ലമെങ്കിലും പിടിക്കുന്ന സങ്കീർണ്ണമായ ഒരു നടപടിയുമായിരുന്നു. അതേസമയംതന്നെ, കഷ്ടിച്ചു ജീവിക്കാനെങ്കിലുമുള്ള പണം ഉണ്ടാക്കേണ്ടതാവശ്യവുമായിരുന്നു. ഇതിന്നായി ഏണസ്റ്റോ പല ചില്ലറപ്പണികളും നടത്തുകയും പ്രാദേശിക പത്രങ്ങൾക്കുവേണ്ടി എന്തെങ്കിലുമെഴുതുകയും പുസ്തകങ്ങൾ കൊണ്ടുനടന്നു വിൽക്കുകയും ചെയ്തു. പക്ഷേ, പുസ്തകങ്ങൾ വിൽക്കുന്നതിനെക്കാൾ കൂടുതൽ വായിക്കുന്നതിലാണ് അദ്ദേഹത്തിന് താൽപര്യമെന്ന് ഹിൽഡ കളിയാക്കിയിരുന്നു. പാട്രിയോട്ടിക്ക് വർക്കിങ്ങ് യൂത്ത് എന്ന ഗോട്ടിമാലൻ ലേബർ പാർട്ടിയുടെ യുവജന സംഘടനയുമായി അദ്ദേഹം സഹകരിച്ചു. തോളത്ത് ഒരു മാറാപ്പുമായി അദ്ദേഹം മായാ ആദിവാസികളുടെ പ്രാചീന സംസ്കാരത്തെപ്പറ്റി പഠനം നടത്തിക്കൊണ്ട് നാട്ടിലുടനീളം സഞ്ചരിച്ചു.

എത്രനേരം വേണമെങ്കിലും തർക്കിച്ചിരിക്കാനുള്ള അദ്ദേഹത്തിന്റെ കഴിവ് അന്നത്തെ അദ്ദേഹത്തിന്റെ സുഹൃത്തുക്കളെല്ലാം ശ്രദ്ധിച്ചിരുന്നു. അവർക്കിടയിലുള്ള മുഖ്യതർക്കവിഷയം ലാറ്റിൻ അമേരിക്കൻ രാജ്യങ്ങൾക്ക് എങ്ങനെ സാമ്രാജ്യത്വത്തിന്റെയും ചൂഷണത്തിന്റെയും ദാരിദ്ര്യത്തിന്റെയും നുകം തട്ടിത്തെറിപ്പിക്കാൻ കഴിയുമെന്നതായിരുന്നു. കൂടെയുള്ള ചെറുപ്പക്കാർ മാറ്റത്തിനും സമരത്തിനും വേണ്ടി ദാഹിക്കുന്നവരായിരുന്നു. അവർ ഒച്ചടയയ്ക്കുന്നതുവരെ വർഗസമരത്തെപ്പറ്റിയും കാർഷികപരിഷ്കാരത്തിന്റെ ആവശ്യകതയെപ്പറ്റിയും തൊഴിലാളിവർഗത്തിന്റെ പങ്കിനെപ്പറ്റിയും കമ്യൂണിസം, മാർക്സിസം-ലെനിനിസം എന്നിവയെപ്പറ്റിയും തർക്കിച്ചിരുന്നു.

അന്നത്തെ ചില ചങ്ങാതിമാരെപ്പോലെ വെറുതെ വാദിച്ചു നടക്കുക മാത്രമായിരുന്നില്ല ഏണസ്റ്റോ ചെയ്തത്. ഒപ്പംതന്നെ കിട്ടാവുന്ന മാർക്സിസ്റ്റ് സാഹിത്യം മുഴുവൻ വായിക്കുകയും ചെയ്തിരുന്നു അദ്ദേഹം. അന്ന് ചെയുടെ ഒരുറ്റ മിത്രമായി മാറിയിരുന്ന മാറിയൊ ദൽമൊ എന്ന ക്യൂബൻ വിപ്ലവകാരി ഈ വായനയെപ്പറ്റി അനുസ്മരിക്കുന്നുണ്ട്: "അന്നു തന്നെ അദ്ദേഹത്തിന് സാമാന്യം വ്യക്തമായൊരു മാർക്സിസ്റ്റ് വീക്ഷണഗതി ഉണ്ടായിക്കഴിഞ്ഞിരുന്നു. മാർക്സിന്റേയും ലെനിന്റേയും കൃതികൾ അദ്ദേഹം ഭംഗിയായി ഗ്രഹിച്ചുകഴിഞ്ഞിരുന്നു. കൂടാതെ, വേറെയും ഒട്ടനവധി മാർക്സിസ്റ്റ് ഗ്രന്ഥങ്ങൾ അദ്ദേഹം വായിച്ചിരുന്നു."

ഗോട്ടിമാലയിലെ സംഭവവികാസങ്ങൾ ഏണസ്റ്റോയെ വളരെ അസ്വസ്ഥനാക്കി. അമേരിക്കൻ ഏജന്റന്മാരേയും അട്ടിമറിക്കാരേയും മുട്ടാതെ നടക്കാനാവില്ലെന്നതായിരുന്നു സ്ഥിതി. ലാറ്റിൻ അമേരിക്കയിലെ കമ്യൂണിസത്തെപ്പറ്റിയുള്ള പഠനത്തിൽ വിഖ്യാതനായ പ്രൊഫസർ റോബർട്ട് അലക്സാണ്ടറെ ഒരു നാട്ടിൻപുറത്തുവച്ചു കാണാനിടയായപ്പോൾ ചെ കൂടെയുണ്ടായിരുന്ന സുഹൃത്തിനോട് പറഞ്ഞു:

"എത്ര വരത്തന്മാരാണെന്നുകണ്ടോ! എന്തിനാ ഇവന്മാർ ഇവിടെ കൂടിയിരിക്കുന്നതെന്നറിയാമോ? ഗവേഷണം നടത്തുകയാണെന്നാണ് പറയുന്നതെങ്കിലും അമേരിക്കൻ ചാരവിഭാഗത്തിന്റെ നിർദേശമനുസരിച്ചുള്ള ചാരപ്പണിയാണവർ നടത്തുന്നത്."

പറഞ്ഞാൽ കേൾക്കാത്ത ഗോട്ടിമാലയെ ചങ്ങലയ്ക്കിടുന്നതിനുള്ള തയാറെടുപ്പിലായിരുന്നു അമേരിക്കൻ ഗവൺമെന്റ്. 1954 മാർച്ചിൽ വാഷിംഗ്ടണിൽ നിന്നുള്ള നിർബന്ധപ്രകാരം കാരക്കാസിൽ ചേർന്ന പത്താം അന്തർ അമേരിക്കൻ സമ്മേളനത്തിൽ ഗോട്ടിമാല കമ്യൂണിസ്റ്റാണെന്ന് ആരോപിച്ചുകൊണ്ട് ജെ എഫ് ഡള്ളസ് ഒരു പ്രസംഗം ചെയ്തു. ഡള്ളസിന്റെ സമ്മർദം കാരണം പല ലാറ്റിൻ അമേരിക്കൻ ഗവൺമെന്റുകളുടേയും എതിർപ്പുണ്ടായിട്ടും ഈ സമ്മേളനം ഫലത്തിൽ ഗോട്ടിമാലയ്ക്കെതിരായ ഇടപെടൽ അനുവദിച്ചുകൊണ്ടുള്ള ഒരു കമ്യൂണിസ്റ്റ് വിരുദ്ധ പ്രമേയം പാസ്സാക്കി.

കമ്യൂണിസവുമായോ കമ്യൂണിസ്റ്റുകാരുമായോ തനിക്ക് യാതൊരു ബന്ധവുമില്ലെന്ന് അർബെൻസ് ഖണ്ഡിതമായി പ്രഖ്യാപിച്ചു. സോവിയറ്റ് യൂണിയനുമായും തനിക്ക് യാതൊരു അടുപ്പവുമില്ലെന്നും അദ്ദേഹം അർഥശങ്കയ്ക്കിടയില്ലാത്ത തരത്തിൽ പറഞ്ഞു. 1954 മാർച്ച് 1–ാം തീയതി ഗോട്ടമാലൻ പാർലമെൻറിനയച്ച ഒരു സന്ദേശത്തിൽ അർബെൻസ് പ്രസ്താവിച്ചത് ഇപ്രകാരമാണ്: "സോവിയറ്റ് യൂണിയൻ നമ്മുടെ രാജ്യകാര്യങ്ങളിൽ ഇടപെടുകയോ നമ്മെ അത്തരത്തിൽ ഭീഷണിപ്പെടുത്തുകയോ ചെയ്തിട്ടില്ലെന്നത് ഏതൊരു കണ്ണുപൊട്ടനുപോലും കാണാൻ കഴിയുന്ന സംഗതിയാണ്."

അതേസമയം തന്നെ അർബെൻസ് കമ്യൂണിസ്റ്റ് വിരോധിയുമായിരുന്നില്ല. സോവിയറ്റ് വിരോധിയുമായിരുന്നില്ല അദ്ദേഹം. വാഷിങ്ടൺ

മേലാളന്മാരുടെ രോഷത്തിന് അദ്ദേഹത്തെ പാത്രമാക്കിയതും ഇതാണ്. ഒരു മത്തിക്കുഞ്ഞ് സ്രാവിനോട് കളിക്കാൻ നടക്കുകയോ! ഒരു ഏത്തവാഴ റിപ്പബ്ലിക്ക് സാം അമ്മാവനെ വെല്ലുവിളിക്കാൻ ധൈര്യപ്പെടുകയോ! പവിത്രമായ മൺറോ സിദ്ധാന്തത്തിന്റെ കേട്ടുകേൾവിയില്ലാത്ത തരത്തിലുള്ള ഒരു ലംഘനം എന്നല്ലാതെ അർബെൻസ് ഗവൺമെന്റിന്റെ ഈ പെരുമാറ്റത്തെ മറ്റേതു വിധത്തിലാണ് വിശേഷിപ്പിക്കുക? സാമ്പത്തികമായ വിലക്കുകളും ഭീഷണികളും ഒന്നും അർബെൻസിന്റടുക്കൽ വിലപ്പോകുന്നില്ലെന്നു കണ്ടപ്പോൾ വാഷിങ്ടൺ അതിന്റെ വേട്ടനായ്ക്കളെ അദ്ദേഹത്തിനെതിരായി അഴിച്ചുവിട്ടു.

1954 ജൂൺ 17-ാം തീയതി അമേരിക്കൻ ചാരപ്രവർത്തകരുടെ കീഴിൽ ശിക്ഷണം നേടിയ അർമാസ് കൂലിസംഘം ഗോട്ടിമാലയെ ആക്രമിക്കാൻ ഹോണ്ടുറാസിൽ നിന്ന് പുറപ്പെടുകയും പല അതിർത്തിഗ്രാമങ്ങളും കയ്യേറുകയും ചെയ്തു. ശത്രുവിമാനങ്ങൾ തലസ്ഥാനനഗരിയിലും മറ്റു തന്ത്രപ്രധാനകേന്ദ്രങ്ങളിലും ബോംബ് വർഷിക്കാൻ തുടങ്ങി.

എണ്ണൂറ് ചോറ്റുപട്ടാളക്കാർ മാത്രം അടങ്ങിയതായിരുന്നു ഈ ആക്രമണസൈന്യം. ഇവരിൽ 200 പേർ ഗോട്ടിമാലക്കാരും ബാക്കിയുള്ളവർ വിദേശികളുമായിരുന്നു. അർബെൻസ് ഗവൺമെന്റിന്റെ പക്കൽ അന്ന് ആറോ ഏഴോ ആയിരം പട്ടാളക്കാരുള്ള ഒരു സൈന്യമുണ്ടായിരുന്നു. എങ്കിലും തുടക്കത്തിൽ ഇവർ ആക്രമണകാരികളെ നേരിടാതെ രാജ്യത്തിന്റെ മധ്യഭാഗത്തേക്ക് പിൻവാങ്ങുകയാണുണ്ടായത്.

പ്രശ്നം സമാധാനപരമായി പരിഹരിക്കാമെന്നു അർബെൻസ് പ്രതീക്ഷിച്ചു. ആക്രമണകാരികളോട് ഉടനടി പിൻവാങ്ങണമെന്ന് ആവശ്യപ്പെടാൻ അദ്ദേഹം ഐക്യരാഷ്ട്ര രക്ഷാസമിതിയോടഭ്യർഥിച്ചു. രക്ഷാസമിതിയിൽ പ്രശ്നം ചർച്ചയ്ക്കുവന്നപ്പോൾ സോവിയറ്റ് യൂണിയൻ ഗോട്ടിമാലയുടെ അഭ്യർഥനയ്ക്ക് പിന്തുണനൽകി. സോവിയറ്റ് പ്രതിനിധി തദവസരത്തിൽ പ്രഖ്യാപിച്ചത് ഇപ്രകാരമാണ്: "കരയിലും കടലിലും ആകാശത്തിലും നിന്ന് ഗോട്ടിമാല ആക്രമിക്കപ്പെട്ടിരിക്കുന്നു. സുസ്പഷ്ടവും പ്രത്യക്ഷവുമായ ഒരാക്രമണത്തിന്റെ പ്രശ്നമാണ് നമ്മുടെ മുന്നിലുള്ളത്. ഐക്യരാഷ്ട്ര സഭയിലെ ഒരംഗമായ മധ്യ അമേരിക്കയിലെ ഗോട്ടിമാലയ്ക്കെതിരായ ഒരാക്രമണമാണിത്. അതിനാൽ, ഈ ആക്രമണം അവസാനിപ്പിക്കുന്നതിന് അടിയന്തിരമായ നടപടികൾ കൈക്കൊള്ളേണ്ടത് രക്ഷാസമിതിയുടെ കടമയും കർത്തവ്യവുമാണ്. ഈ ബാധ്യതയിൽ നിന്ന് രക്ഷാസമിതി ഒഴിഞ്ഞുമാറരുത്. ഈ പ്രശ്നത്തിൽ രക്ഷാസമിതിയുടെ സ്ഥാനം ഏറ്റെടുക്കാൻ കഴിവുള്ള മറ്റൊരു സംഘടനയും ഇപ്പോൾ നിലവിലില്ല." അങ്ങനെ ഗോട്ടിമാലയും സോവിയറ്റ് യൂണിയനും നിരന്തരം ആവശ്യപ്പെട്ടിട്ടും ആക്രമണത്തിന് വിരാമമിടാൻ രക്ഷാസമിതി ഫലപ്രദമായ യാതൊരു നടപടിയും കൈക്കൊണ്ടില്ല.

ഈ ചോറ്റുപട്ടാളക്കാർക്കെതിരായി നിർണായകമായ നടപടികൾ സ്വീകരിക്കാൻ ഗോട്ടിമാലയിലെ അധ്വാനിക്കുന്ന ജനത ഗവൺമെന്റിനോട്

അഭ്യർഥിച്ചു. തങ്ങൾക്ക് ആയുധങ്ങൾ തരാനും ഒരു ഹോംഗാർഡ് സംഘടിപ്പിക്കാനും രാജ്യരക്ഷയ്ക്ക് ജനങ്ങളെ അണിനിരത്താനും അവർ ആവശ്യപ്പെട്ടു. ജനങ്ങൾക്ക് ആയുധം നൽകാൻ വിസമ്മതിച്ചെങ്കിലും പട്ടാളത്തിനോട് ശത്രുവിനെ തുരത്താൻ ഗവൺമെന്റ് ആജ്ഞാപിച്ചു. ഗോട്ടിമാലൻ പട്ടാളം പ്രത്യാക്രമണത്തിനൊരുങ്ങുകയും, ചോറ്റുപട്ടാളക്കാരെ തകർത്തുതരിപ്പണമാക്കുകയും ചെയ്തു. അവരിൽ ശേഷിച്ചവർ പരിഭ്രാന്തരായി ഹോണ്ടുറാസിലേക്ക് ഓടിരക്ഷപ്പെട്ടു.

ഈ സംഭവഗതി വാഷിങ്ടണിൽ അങ്കലാപ്പ് സൃഷ്ടിച്ചു. സി ഐ എ യും പെന്റഗണും സ്റ്റേറ്റ് ഡിപ്പാർട്ടുമെന്റും കൂടി ജനാധിപത്യ ഗോട്ടിമാലയ്ക്കെതിരായി സംഘടിപ്പിച്ച ആക്രമണം പൊളിയുമെന്ന നില വന്നു. അമേരിക്കൻ വ്യവസ്ഥ അതിന്റെ ദാസന്മാരുടെ ഇത്തരം വീഴ്ചകൾ ഒരിക്കലും പൊറുക്കാറില്ല. ഗോട്ടിമാലൻ സംഭവങ്ങളെക്കുറിച്ച് *ന്യൂയോർക്ക് ഹെറാൾഡ് ട്രിബ്യൂണിൽ* വന്ന കുറിപ്പുകൾ ഇതിലേക്ക് വിരൽചൂണ്ടുന്നതായിരുന്നു. ആറായിരം വരുന്ന ഗോട്ടിമാലൻപട്ടാളം യു എസ് രീതിയിൽ പരിശീലിപ്പിക്കപ്പെട്ടിട്ടുള്ളതാണെന്ന് ഈ കുറിപ്പുകളിൽ ചൂണ്ടിക്കാട്ടിയിരുന്നു. അതിനാൽ, ഈ പട്ടാളം കമ്യൂണിസ്റ്റ് വിരുദ്ധനായ അർമാസിനെ പരാജയപ്പെടുത്തിയാൽ യു എസ് രാജ്യരക്ഷാസെക്രട്ടറിക്കായിരിക്കും അതിന്റെ കുറ്റമെന്നായിരുന്നു ഈ കുറിപ്പുകളുടെ ധ്വനി. കമ്യൂണിസ്റ്റ് സ്വാധീനമുള്ള ഒരു രാജ്യത്തിൽ ഒരു സൈനിക ദൗത്യസംഘത്തെ നിറുത്തിയിരുന്ന പെന്റഗണ് കാര്യങ്ങളുടെ കിടപ്പ് പിടികിട്ടിയിട്ടുണ്ടെന്നും, ആക്രമണകാരികൾ തോറ്റാൽ അമേരിക്കൻ ഉപദേഷ്ടാക്കൾ പിൻവലിക്കപ്പെടുമെന്നും ഈ പത്രം ചൂണ്ടിക്കാട്ടി.

അർമാസിന്റെ വാഷിങ്ടൺ രക്ഷാധികാരികൾക്ക് ഈ സൂചന പിടികിട്ടി. ചോറ്റുപട്ടാളക്കാരെക്കുറിച്ചുള്ള പ്രതീക്ഷകൾ അസ്ഥാനത്തായെന്നു മനസ്സിലായതോടെ അവർ അർബെൻസിനെ മറിച്ചിടാനുള്ള ഒരു പട്ടാളവിപ്ലവത്തിനു തിരക്കിട്ട ശ്രമം ആരംഭിച്ചു. പ്രസിഡന്റിന്റെ അനുകൂലികളെന്നു ഭാവിച്ചു നടന്നവരെയാണ് അവർ ഇതിന്നായി ഉപയോഗപ്പെടുത്തിയത്. ഈ നാടകത്തിലെ പ്രധാന നടൻ പ്യൂരിഫോയി ആയിരുന്നു. ഉന്നതരായ പട്ടാള ഓഫീസറന്മാർ അർബെൻസിന് നൽകിയ അന്ത്യശാസനം എഴുതിയിയുണ്ടാക്കിയത് ഈ അമേരിക്കൻ സ്ഥാനപതിയാണ്. ഉടൻ രാജിവയ്ക്കണമെന്നും, ഇല്ലെങ്കിൽ തള്ളിത്താഴെയിടുമെന്നും അവർ ഈ അന്ത്യശാസനം മുഖേന ഭീഷണിപ്പെടുത്തി. തങ്ങളുടെ യഥാർഥ ഉദ്ദേശം മറച്ചുവയ്ക്കാനായി ഗൂഢാലോചനക്കാർ 'എല്ലാ പൗരന്മാരുടേയും ജീവനും സ്വാതന്ത്ര്യത്തിനും' ഉറപ്പുനൽകുകയും ചോറ്റുപട്ടാളക്കാർക്കെതിരായ നടപടി തുടരുമെന്ന് വാക്കു കൊടുക്കുകയും ചെയ്തു. സമ്മർദം സഹിക്കവയ്യാതെ അർബെൻസ് തന്നെ പിന്താങ്ങിയിരുന്ന പാർട്ടികളോട് ചോദിക്കുകപോലും ചെയ്യാതെ 1954 ജൂൺ 27–ാം തീയതി പ്രസിഡന്റു സ്ഥാനം രാജിവച്ചു. ഗോട്ടിമാലൻ സർവസൈന്യാധിപനായ കേണൽ ഡിയാസിനെ അധികാരം ഏൽപിച്ചിട്ട് അദ്ദേഹം മെക്സിക്കൻ എംബ

സിയിൽ അഭയം തേടുകയും താമസിയാതെ രാജ്യം വിടുകയും ചെയ്തു. ഗോട്ടിമാലൻ ലേബർപാർട്ടിയെ നിയമവിരുദ്ധമാക്കിയിട്ട് പാർട്ടിനേതാക്കളെ അറസ്റ്റു ചെയ്യുകയെന്നതായിരുന്നു ഡിയാസിന്റെ ആദ്യത്തെ നടപടി. അതിനുശേഷം അദ്ദേഹം പ്യൂരിഫോയിയുടെ ശിങ്കിടിയായ കേണൽ മൺസോണ് വേണ്ടി അധികാരമൊഴിഞ്ഞു. തന്റെ കൂലിസംഘത്തേയും കൊണ്ട് വീണ്ടും ഗോട്ടിമാലയിലേക്ക് മാർച്ച് ചെയ്ത കസ്റ്റീല്ലൊ അർമാസിനുവേണ്ടി പിന്നീട് മൺസോണും സ്ഥാനമൊഴിഞ്ഞു. ഈ പുത്തൻ ഏകാധിപതി വിജയശ്രീലാളിതനായി തലസ്ഥാനനഗരിയിൽ പ്രവേശിക്കുമ്പോൾ സ്ഥലത്തെ ആർച്ച് ബിഷപ്പും പ്യൂരിഫോയിയും ഉൾപ്പെടെയുള്ള എല്ലാത്തരം പിന്തിരിപ്പന്മാരും അയാളെ സ്വീകരിക്കാൻ എത്തിയിരുന്നു. അപ്പോഴേക്ക് അവിടെ മുൻപ്രസിഡന്റിന്റെ പിൻതുണക്കാർ കൂട്ടത്തോടെ കൊലചെയ്യപ്പെടാൻ തുടങ്ങിയിരുന്നു.

ഈ ഇരുണ്ട ദിവസങ്ങളിൽ ഏണസ്റ്റോ ഗുവേര ഗോട്ടിമാലയ്ക്കുവേണ്ടി എന്താണ് ചെയ്തിരുന്നത്? അമേരിക്കൻ സാമ്രാജ്യത്വത്തെ എതിർത്തിരുന്ന മറ്റേതൊരാളേയും പോലെ ആയുധമെടുത്ത് അർബെൻസ് ഭരണത്തിനുവേണ്ടി പൊരുതാൻ അദ്ദേഹത്തിന്റെ കൈയും തരിക്കുന്നുണ്ടായിരുന്നു. ഒരു ഹോംഗാർഡ് രൂപീകരിക്കാനും അധ്വാനിക്കുന്ന ജനതയെ ആയുധമണിയിക്കാനും അദ്ദേഹം ആഹ്വാനം മുഴക്കി. പട്ടാള വിപ്ലവത്തിനൊരുങ്ങിയ പിന്തിരിപ്പന്മാർക്കെതിരായി സുശക്തമായ നടപടികൾ സ്വീകരിക്കാൻ അദ്ദേഹം ആവശ്യപ്പെട്ടു. പക്ഷേ, നല്ലവരായ മറ്റു പലരുടേയുമെന്ന പോലെ അദ്ദേഹത്തിന്റെ ആഹ്വാനങ്ങളും ബധിരകർണങ്ങളിലാണ് പതിച്ചത്. തന്റെ പട്ടാളത്തെക്കൊണ്ടു മാത്രം ചോറ്റുപടയെ നേരിടാമെന്നായിരുന്നു അർബെൻസിന്റെ വിചാരം. ഓഫീസർമാർ തന്റെ കൂടെയുണ്ടാകുമെന്ന് അദ്ദേഹം വിശ്വസിച്ചു.

"സമരരംഗത്തേക്ക് തന്നെ നിയോഗിക്കാൻ ഏണസ്റ്റോ അപേക്ഷിച്ചെങ്കിലും ആരും അദ്ദേഹത്തെ കാര്യമായെടുത്തില്ല." ആ ദിവസങ്ങൾ അനുസ്മരിച്ചുകൊണ്ട് ഹിൽഡ പറയുകയുണ്ടായി. "അപ്പോൾ അദ്ദേഹം വ്യോമാക്രമണ പ്രതിരോധഗ്രൂപ്പുകളിൽ ചേർന്ന് സഹായിക്കുകയും, ആയുധങ്ങൾ ഓരോരോ സ്ഥലങ്ങളിൽ എത്തിച്ചുകൊടുക്കുകയും ചെയ്തു...."

ഒരുതരം ജോലിയിൽ നിന്നും ഏണസ്റ്റോ ഒഴിഞ്ഞുനിന്നില്ല. പാട്രിയോട്ടിക്ക് വർക്കിങ്ങ് യൂത്ത് എന്ന സംഘടനയിലെ അംഗങ്ങളോടൊപ്പം അദ്ദേഹം ജീവൻ പണയപ്പെടുത്തിക്കൊണ്ട് ബോംബ് വിസ്ഫോടനങ്ങൾക്കും തീപ്പിടിത്തങ്ങൾക്കുമിടയിൽ റോന്തു ചുറ്റാൻ പോയിരുന്നു എന്ന് മാറിയൊ ദാൽമോയും അനുസ്മരിക്കുന്നു.

അമേരിക്കൻ സാമ്രാജ്യത്വത്തെ ചെറുക്കാൻ ആഹ്വാനം മുഴക്കി നടന്നിരുന്ന ഈ അർജന്റീനിയൻ യുവാവ് സി ഐ എ ഏജൻറന്മാരുടെ ശ്രദ്ധയിൽപെടാതിരിക്കാൻ തരമുണ്ടായിരുന്നില്ല. അർബെൻസ് പുറത്തായാലുടൻ ഉന്മൂലനം ചെയ്യപ്പെടേണ്ട 'അപകടകാരികളായ കമ്യൂണിസ്റ്റുകാരുടെ' ലിസ്റ്റിൽ അവർ അദ്ദേഹത്തേയും ഉൾപ്പെടുത്തി. ഇതറിഞ്ഞ

അർജന്റീനിയൻ അംബാസഡർ തന്റെ സ്വദേശിയായ ഈ യുവാവിനു മുന്നറിയിപ്പ് നൽകാനും എംബസിയിൽ അഭയംനൽകാമെന്നു പറയാനും വേണ്ടി സെർവാന്റ ബോർഡിങ്ങ് ഹൗസിലേക്ക് പാഞ്ഞെത്തുകയുണ്ടായി. അർമാസ് ഗോട്ടിമാലയിൽ പ്രവേശിച്ചയുടൻ ഏണസ്റ്റോ അർജന്റീനിയൻ എംബസിയിലേക്ക് താമസം മാറ്റി. അവിടെ ആ സമയത്ത് അർജന്റീനക്കാർക്കു പുറമെ ക്യൂബക്കാരും അർബെൻസിനോട് അനുഭാവമുള്ള ചില ഗോട്ടിമാലക്കാരും അഭംതേടിയിരുന്നു. ഇവർക്കിടയിൽ ജനാധിപത്യവാദികളെന്നും കമ്യൂണിസ്റ്റുകാരെന്നുമുള്ള വ്യക്തമായ രണ്ടു ഗ്രൂപ്പുകളുണ്ടായിരുന്നു. അന്ന് ഏണസ്റ്റോ ഒരിടത്തേയും പാർട്ടിയിൽ അംഗമായിരുന്നില്ലെങ്കിലും കമ്യൂണിസ്റ്റു ഗ്രൂപ്പിൽ ചേരാൻ അദ്ദേഹം ഒട്ടും ശങ്ക കാണിച്ചില്ല.

ഔദ്യോഗികചെലവിൽ അർജന്റീനയിലേക്ക് മടക്കി അയയ്ക്കാമെന്ന് അർജന്റിനിയൻ അംബാസഡർ പറഞ്ഞെങ്കിലും അവിടേക്കു പോകാൻ ഏണസ്റ്റോയ്ക്ക് യാതൊരാഗ്രഹവുമുണ്ടായിരുന്നില്ല. മെക്സിക്കോയ്ക്ക് പോകാനാണ് അദ്ദേഹം ഇഷ്ടപ്പെട്ടത്. ഇവിടെയല്ലെങ്കിൽ മറ്റെവിടെയെങ്കിലും വിജയം കൈവരിക്കാൻ കഴിയുമെന്ന പ്രതീക്ഷയോടെ സമരം തുടരാൻവേണ്ടി ക്യൂബക്കാരും മറ്റു ലാറ്റിൻ അമേരിക്കക്കാരുമായ അദ്ദേഹത്തിന്റെ പല സുഹൃത്തുക്കളും അവിടേക്കാണ് പോയിരുന്നത്. അസാധ്യമെന്നൊന്നില്ലെന്ന് വിശ്വസിക്കുന്ന ചോരത്തിളപ്പുള്ള അത്തരം ചെറുപ്പക്കാരുള്ളേടത്തോളം ആശ കൈവെടിയേണ്ട കാര്യമുണ്ടായിരുന്നില്ലല്ലൊ.

ഗോട്ടിമാലൻ സംഭവങ്ങൾ ചെയുടെ മനസിൽ ഒരു മായാത്ത മുദ്ര പതിപ്പിച്ചു. അർബെൻസ് ഗവൺമെൻറിന്റെ വിധി ത്രാസിൽ തൂങ്ങിയിരുന്ന ആ നിർണായക ദിവസങ്ങൾക്കിടയിൽ അദ്ദേഹം രാഷ്ട്രീയമായ പക്വത ആർജിച്ചു. മുഖ്യശത്രു, അതും ക്രൂരനും ചതിയനുമായ ശത്രു, അമേരിക്കൻ സാമ്രാജ്യത്വമാണെന്നും സ്വന്തം ദുരുദ്ദേശ്യങ്ങളെ മറച്ചുവയ്ക്കാൻ മാത്രമാണ് അത് കമ്യൂണിസ്റ്റ് വിരോധവും സോവിയറ്റ് വിരോധവും പ്രചരിപ്പിക്കുന്നതെന്നും പട്ടാളത്തിനുള്ളിൽ സി ഐ എ യ്ക്കും പെന്റഗണിനും അവരുടെ വിശ്വസ്ത ഏജന്റന്മാരുള്ളതിനാൽ ഈ യന്ത്രം തല്ലിത്തകർത്ത് പകരം ഒരു ജനകീയ സൈന്യം രൂപികരിക്കേണ്ടതുണ്ടെന്നും ഇതിലുമെല്ലാമുപരിയായി പോരാട്ടത്തിനു തയാറുള്ള ഒരു ജനതയ്ക്ക് മാത്രമേ സാമ്രാജ്യത്വവിരുദ്ധയുദ്ധത്തിൽ വിജയിക്കാൻ കഴിയൂ എന്നതിനാൽ ജനങ്ങളെ ആകെ ആയുധമണിയിക്കേണ്ടതുണ്ടെന്നുമുള്ളതിന് ഈ ദിവസങ്ങൾ അദ്ദേഹത്തിനു ആവശ്യത്തിലുമധികം തെളിവു നൽകി.

ചെയിലുണ്ടായ ഈ പരിണാമം അമേരിക്കൻ ഏജന്റന്മാരുടെ ശ്രദ്ധയിൽ പെടാതെ പോയില്ല. സീറാ മെസ്ത്രയിലെ മലമേടുകളിൽ പടവെട്ടിക്കൊണ്ടിരുന്ന ഫിദൽ കാസ്ട്രോയുടെ ആൾക്കാരെപ്പറ്റിയുള്ള ഡ്വാപ്പ് തയാറാക്കുമ്പോൾ ഗോട്ടിമാലൻ അനുഭവസമ്പത്തോടു കൂടിയ ഒരു വിപ്ലവകാരിയാണ് ചെയെന്ന് മനസിലാക്കാൻ അമേരിക്കൻ ചാരവിഭാഗക്കാർക്ക് യാതൊരു പ്രയാസവുമുണ്ടായില്ല.

1958 ഏപ്രിൽ മാസത്തിൽ ജോർജ് റിക്കാർഡൊ മസേറ്റിയെന്ന അർജന്റീനിയൻ പത്രപ്രവർത്തകൻ സീറാ മെസ്ത്രയിൽ ചെന്ന് അവിടെ പടവെട്ടിക്കൊണ്ടിരുന്ന ഫിദൽ കാസ്ട്രോയുടെ ആൾക്കാരെ കണ്ട കാര്യം മുൻപ് പ്രസ്താവിച്ചിട്ടുള്ളതാണല്ലോ. അദ്ദേഹം മറ്റു പലരോടുമൊപ്പം ചെയുമായും അഭിമുഖസംഭാഷണം നടത്തിയിരുന്നു. ഈ കലാപകാരികൾ കമ്യൂണിസ്റ്റുകാരാണെന്ന കിംവദന്തിയുടെ സത്യാവസ്ഥയെപ്പറ്റി അദ്ദേഹം തന്റെ നാട്ടുകാരനായ ചെയോട് ചോദിക്കുകയുണ്ടായി. അതിന് ചെ നൽകിയ മറുപടി ഇതായിരുന്നു.

"കമ്യൂണിസമെന്നു പറയുമ്പോൾ അവർ പ്രധാനമായും ഉദ്ദേശിക്കുന്നത് എന്നെയായിരിക്കും. ഈ മലമുകളിൽ വന്നുചേർന്ന അമേരിക്കൻ പത്രക്കാരിൽ ഒരാൾപോലും ഗോട്ടിമാലൻ കമ്യൂണിസ്റ്റു പാർട്ടിയിലെ എന്റെ പ്രവർത്തനത്തെപ്പറ്റി ചോദിക്കാതിരുന്നിട്ടില്ല. കേണൽ ജേക്കബൊ അർബെൻസിന്റെ ജനാധിപത്യ ഗവൺമെൻറിനെ ഞാൻ ശക്തിയായി പിന്താങ്ങിയിരുന്നുവെന്ന ഒരൊറ്റ കാരണത്താൽ ഞാൻ അവിടുത്തെ കമ്യൂണിസ്റ്റ് പാർട്ടിയിൽ അംഗമായിരുന്നുവെന്ന് ദൃഢമായി വിശ്വസിക്കുന്നവരാണ് അവരെല്ലാം."

"അവിടത്തെ ഗവൺമെൻറിൽ താങ്കൾക്ക് എന്തെങ്കിലും സ്ഥാനമുണ്ടായിരുന്നോ?" മസേറ്റി വീണ്ടും കുത്തിക്കുത്തി ചോദിച്ചു.

"യാതൊരു സ്ഥാനവുമുണ്ടായിരുന്നില്ല. പക്ഷേ, വടക്കേ അമേരിക്കൻ കൈയേറ്റം ആരംഭിച്ചപ്പോൾ എന്നെപ്പോലുള്ള കുറേ ചെറുപ്പക്കാരെ തടുത്തുകൂട്ടിയിട്ട് ആ പഴക്കച്ചവടക്കാർക്കെതിരായി ഒന്നാഞ്ഞടിക്കാൻ ഞാൻ ശ്രമിച്ചു. ഗോട്ടിമാലയില സമരം ആവശ്യമായിരുന്നു. പക്ഷേ, സമരം ചെയ്യാൻ ആരുമുണ്ടായിരുന്നില്ല. ചെറുത്തുനിൽക്കേണ്ടത് അടിയന്തിരമായിരുന്നെങ്കിലും ആരും അതിനു തയാറുണ്ടെന്ന് തോന്നിയില്ല."

ക്യൂബൻ വിപ്ലവം വിജയിച്ചതിനുശേഷമുള്ള പല കത്തുകളിലും പ്രസംഗങ്ങളിലും ചെ തന്റെ ഗോട്ടിമാലൻ കാലഘട്ടത്തെപ്പറ്റി പരാമർശിക്കുകയുണ്ടായി. 1960-ൽ ചെയ്ത ഒരു പ്രസംഗത്തിൽ അദ്ദേഹം ഇപ്രകാരം പറഞ്ഞു:

> ദീർഘകാലം അലഞ്ഞുതിരിഞ്ഞതിനുശേഷം ഒടുവിൽ ഗോട്ടിമാലയിൽ, അർബെൻസിന്റെ ഗോട്ടിമാലയിൽ, എത്തിയപ്പോൾ വിപ്ലവകാരിയായ ഡോക്ടറുടെ ഒരു പെരുമാറ്റച്ചട്ടം ആവിഷ്ക്കരിക്കാൻ ഞാൻ പല നിരീക്ഷണങ്ങളും നടത്തി. വിപ്ലവകാരിയായൊരുഡോക്ടറാകാൻ അത്യന്താപേക്ഷിതമായിട്ടുള്ളതെന്താണെന്തിനെപ്പറ്റി ഞാൻ ആലോചിക്കുകയായിരുന്നു. അപ്പോഴാണ് ആക്രമണം, യുണൈറ്റഡ് ഫ്രൂട്ട് കമ്പനിയും സ്റ്റേറ്റ് ഡിപ്പാർട്ടുമെന്റും ജോൺ ഫോസ്റ്റർ ഡള്ളസും-അവരെയെല്ലാം ഒന്നായികണക്കാക്കാം-കസ്റ്റീല്ലൊ അർമാസ് എന്നറിയപ്പെട്ടിരുന്ന അവരുടെ മരപ്പാവയും കൂടി

അഴിച്ചുവിട്ട ആക്രമണം, ആരംഭിച്ചത്. 'എന്നറിയപ്പെട്ടിരുന്ന അർമാസ്' എന്നു പറഞ്ഞത് മനഃപൂർവമാണ്.[3] ഇന്നു ക്യൂബൻ ജനത കൈവരിച്ചിട്ടുള്ള ആ പക്വത ഗോട്ടിമാലക്കാർക്ക് ഇല്ലാതെ പോയതിനാലാണ് ആ ആക്രമണം വിജയിച്ചത്. അങ്ങനെ ഒരു സുപ്രഭാതത്തിൽ ഞാൻ ഗോട്ടിമാല വിട്ടു. അവിടെനിന്ന് ഓടിപ്പോ യെന്നു പറയുന്നതായിരിക്കും കുറച്ചുകൂടി ശരി... മർമമെന്താണെന്ന് അന്നാണെനിക്ക് മനസിലായത്. വിപ്ലവകാരിയായ ഒരു ഡോക്ട റാകണമെങ്കിൽ ആദ്യം ഒരു വിപ്ലവം ഉണ്ടായിരിക്കണം. ഒറ്റപ്പെട്ട വ്യക്തിഗതശ്രമമോ ആദർശശുദ്ധിയോ ഏറ്റവും മഹനീയാദർശ ങ്ങൾക്കായി ജീവൻപോലും വെടിയാനുള്ള സന്നദ്ധതയോ ശത്രു ഗവൺമെൻറുകൾക്കും പുരോഗതിയെ തടസ്സപ്പെടുത്തുന്ന സാമൂഹ്യ സാഹചര്യങ്ങൾക്കും എതിരായി ലാറ്റിൻ അമേരിക്ക യുടെ ഏതെങ്കിലും മൂലയിൽ ചെന്ന് ഒറ്റയ്ക്ക് നടത്തുന്ന സമ രമോ ഒന്നുംകൊണ്ട് യാതൊരു പ്രയോജനവും ഇല്ല. ഒരു വിപ്ലവം നടത്തണമെങ്കിൽ ക്യൂബയിൽ ഇന്നുള്ള സംഗതി ഉണ്ടായിരി ക്കണം. അതായത്, ജനതയൊന്നാകെ യോജിച്ച് അണിനിരന്നിരി ക്കണം. ആയുധങ്ങളും പോരാട്ടത്തിലൂടെ നേടിയ യോജിച്ചപ്ര വർത്തനത്തിന്റെ അനുഭവവും ഉപയോഗിക്കുന്നതിലൂടെ ആയുധ ങ്ങളുടേയും ദേശീയൈക്യത്തിന്റെയും അർഥമെന്തെന്ന് ഈ ജനത പഠിക്കും.

വിപ്ലവപ്രബുദ്ധനായ ഡോക്ടർക്ക് മാത്രമാണോ ജനകീയ പിന്തുണ ആവശ്യം? അല്ലേയല്ല. ജനതയുടെ സന്തോഷത്തിനായി പടവെട്ടുന്ന ഏതൊരാൾക്കും പുരോഗതി കൈവരുന്നത് ജനതയുടെയാകെ സമര ത്തിൽ അയാൾ ഭാഗഭാക്കാവുകയും സാമ്രാജ്യത്വത്തിനും എല്ലാവിധ മർദ നങ്ങൾക്കുമെതിരായി നിൽക്കുന്ന സർവശക്തികളുടേയും പ്രവർത്തനൈ ക്യത്തിനു വേണ്ടി അയാൾ പ്രയത്നിക്കുകയും ചെയ്യുമ്പോൾ മാത്രമാണ്. ഇതേ വർഷംതന്നെ യു എസ് എ യിൽനിന്നുള്ള ഒരാളിന്റെ കത്തിന് മറു പടിയായി ചെ ഇപ്രകാരം എഴുതി: "കൊളോണിയലിസത്തിന്നെതിരായി ഉറച്ചു നിന്നെങ്കിലും വടക്കേ അമേരിക്കൻ കുത്തകകളുടെ ആക്രമണത്തിന് ഒരിരയായിത്തീർന്ന അർബെൻസിന്റെ ഗോട്ടിമാലയിലെ എന്റെ അനുഭവം എന്നെ ഒരു നിഗമനത്തിൽ കൊണ്ടുചെന്നെത്തിച്ചു. അതായത്, ഒരു വിപ്ല വകാരിയാണമെന്നുണ്ടെങ്കിൽ ഒരു വിപ്ലവം നിലവിലുണ്ടായിരിക്കണം."

ബൊളീവിയൻ വിപ്ലവം പകുതിവഴിക്കു വച്ച് ചെളിയിലാണ്ടു പോയി. ഗോട്ടിമാലൻ വിപ്ലവം അമ്പേ പരാജയമടഞ്ഞു. പക്ഷേ, യഥാർഥ വിപ്ലവം ഇനിയും നടക്കാനിരിക്കുന്നതേ ഉണ്ടായിരുന്നുള്ളു. അതാകട്ടെ അനുദിനം അടുത്തടുത്തു വരികയുമായിരുന്നു...

കുറിപ്പുകൾ

1. ബൊളീവിയയുടെ ഔദ്യോഗികതലസ്ഥാനം സുക്രെയാണെങ്കിലും സർക്കാരിന്റേയും നിയമനിർമാണസഭകളുടേയും ആസ്ഥാനമായ ലാപാസാണ് യഥാർഥ തലസ്ഥാനം.
2. ചെയുടെ മരണശേഷം അദ്ദേഹവുമായുള്ള പരിചയം ദുരുപയോഗപ്പെടുത്തിക്കൊണ്ട് സംഭ്രമജനകമായ അനേകം കെട്ടുകഥകൾ എഴുതിപ്പിടിപ്പിച്ച ഒരു ബൂർഷ്വാരാഷ്ട്രീയ നേതാവാണ് ഈ റോജൊ. പിന്തിരിപ്പൻ പത്രങ്ങളിൽ ഈ നുണകൾക്ക് നല്ല പ്രചാരം ലഭിച്ചിരുന്നുവെന്നതും ഇവിടെ സ്മരണീയമാണ്.
3. 1955–ൽ അർമാസിന്റെ ഒരു ബോഡീഗാർഡിനാൽ അയാൾ വധിക്കപ്പെട്ടു.

4

ഗ്രാന്മ

മെക്സിക്കോയിലെ മരംകോച്ചുന്ന മഞ്ഞുള്ള ഒരു രാത്രിയിലാണ് ഞാൻ ഫിദൽ കാസ്ട്രോയെ കാണുന്നത്. ഞങ്ങളുടെ ആദ്യത്തെ സംഭാഷണം സാർവദേശീയ സ്ഥിതിയെപ്പറ്റി ആയിരുന്നുവെന്നാണ് എന്റെ ഓർമ. ഏതാനും ചില മണിക്കൂറുകൾ മാത്രം കഴിഞ്ഞ് നേരം വെളുക്കാറായപ്പോഴേക്ക് സമീപഭാവിയിൽ പുറപ്പെടാൻ നിശ്ചയിച്ചിരുന്ന ആ വിമോചനപ്പോരാളിസംഘത്തിൽ ഞാനും ഒരംഗമായിക്കഴിഞ്ഞിരുന്നു.

ഏണസ്റ്റോ ചെ ഗുവേര

പുതിയ അധികൃതരിൽ നിന്ന് ചെയ്ക്ക് ഗോട്ടിമാല വിട്ടുപോകാനുള്ള അനുവാദം നേടാൻ അവിടുത്തെ അർജന്റീനിയൻ അംബാസഡർക്ക് ചില്ലറയൊന്നുമല്ല പണിപ്പെടേണ്ടിവന്നത്. അതുകഴിഞ്ഞ് അദ്ദേഹം മെക്സിക്കൻ അംബാസഡറെ സമീപിച്ച് തന്റെ 'പയ്യന്' അവിടേക്ക് പോകാനുള്ള ഒരു വിസയും ട്രെയിൻ ടിക്കറ്റും സമ്പാദിച്ചു. അദ്ദേഹം തന്നെ ചെയെ പട്ടണപ്രാന്തത്തിലുള്ള സ്റ്റേഷനിലേക്ക് കൂട്ടിക്കൊണ്ടു ചെന്ന് വണ്ടിയിൽ കയറ്റിവിടുകയും ചെയ്തു.

ഒരു വർഷം മുൻപ് ചെയെ ലാപാസിലെത്തിച്ച ആ പാൽവണ്ടിയുടത്ര തന്നെ ഇഴഞ്ഞിഴഞ്ഞാണ് ഈ ട്രെയിനും നീങ്ങിയിരുന്നത്. ഉഷ്ണമേഖലയിൽ തഴച്ചുവളരുന്ന കുറ്റിച്ചെടികളെ വെട്ടിത്തള്ളിക്കൊണ്ടെന്നപോലെ ഞെങ്ങിഞെരുങ്ങി ഓടുന്നതിനിടയിൽ അത് ഇടയ്ക്കിടെ ശാന്തസമുദ്രതീരത്തോടടുക്കുകയും അകലുകയും ചെയ്തിരുന്നു. ആളൊഴിഞ്ഞ റെയിൽവേസ്റ്റേഷനുകളിൽ രാജ്യം പട്ടാളഭരണത്തിൻ കീഴിലാണെന്നതിനെ അനുസ്മരിപ്പിക്കാനെന്നോണം പട്ടാളക്കാർ പാറാവുണ്ടായിരുന്നു.

ഈ പാറാവുകാരെ കണ്ടപ്പോൾ ചെയ്ക്കുണ്ടായ വിചാരവികാരങ്ങൾ എന്താണ്? അമേരിക്കൻ സാമ്രാജ്യവാദികൾ തദ്ദേശീയ പാവകളെ ഉപയോഗപ്പെടുത്തിക്കൊണ്ട് വീണ്ടും വിജയിച്ചതിനെപ്പറ്റിയാകാം അദ്ദേഹം ചിന്തിച്ചിട്ടുണ്ടാവുക. ആ നേന്ത്രവാഴ റിപ്പബ്ലിക്കുകളിൽ എത്ര പ്രാവശ്യമാണ് ഇതാവർത്തിച്ചിട്ടുള്ളത്! ഈ ഏകാധിപതികൾ എത്ര ജനങ്ങളുടെ രക്തമാണ് നിരത്തുകളിൽ ഒഴുക്കിയിട്ടുള്ളത്!

എങ്കിലും ... പരാജയങ്ങളുടേയും വഞ്ചിക്കലുകളുടേയും വ്യാമോഹം തകരലുകളുടേയും പരമ്പര എത്ര അനന്തമാണെങ്കിലും അൽപ്പകാലം കഴിയുമ്പോഴേക്ക് തൊട്ടുമുൻപു മാത്രം രക്തംചിന്തിത്തളരുകയും ഏതാണ്ടടിച്ചമർത്തപ്പെടുകയും ചെയ്ത അതേ ജനങ്ങൾതന്നെ വീണ്ടും ശത്രുവിനെതിരെ സടകുടഞ്ഞെഴുന്നേൽക്കുന്നതും വീണ്ടും ക്രൂരമായി അടിച്ചമർത്തപ്പെടുന്നതും നാം കൂടെക്കൂടെ കാണുന്ന കാഴ്ചയാണല്ലൊ. ഈ ജനങ്ങളിൽ ഒളിഞ്ഞു കിടക്കുന്ന വിപ്ലവത്തിന്റെ നീരുറവ അക്ഷയമായിരിക്കണം, ഒരായിരം പരാജയങ്ങൾ നേരിട്ടാലും ഒടുവിലത് അവരെ വിജയത്തിലെത്തിക്കാതിരിക്കുകയില്ല. ശേഷിയും ശേമുഷിയുമുള്ള നേതാക്കന്മാരുണ്ടെങ്കിൽ അവർക്ക് കാലേ വിജയിക്കാൻ കഴിയും. ശരിയായ വഴിക്കാണ് അർബെൻസ് നീങ്ങിയിരുന്നത്. പക്ഷേ, പരീക്ഷണഘട്ടമെത്തിയപ്പോൾ അദ്ദേഹം തന്റെ ദൗർബല്യം പുറത്തു കാട്ടുകയും. അദ്ദേഹത്തിന്റെ ഗവൺമെന്റ് ഒരു കളിവീടുപോലെ തകർന്നു തരിപ്പണമാവുകയും ചെയ്തു.

വാതിൽക്കൽ ആരുടേയോ പതുക്കെയുള്ള മുട്ട് ചെയെ തന്റെ ചിന്തയിൽ നിന്നുണർത്തി. ഒരു കൊച്ചു കുട്ടിയാണോയെന്ന് സംശയം ജനിപ്പിക്കുന്ന തരത്തിലുള്ള ഒരു ചെറിയ രൂപം കൈയിലൊരു കൊച്ചു പെട്ടിയുമായി അവിടെക്ക് കടന്നുവന്നു. ആയാൾ സ്വയം പരിചയപ്പെടുത്തി:

"ജൂലിയൊ റോബർട്ടൊ കാസെറസ് വാല്ലെ; താങ്കളുടെ എളിയ സേവകൻ!"

കഷ്ടിച്ചരമണിക്കൂർ കഴിയും മുൻപ് ഈ സഹയാത്രികൻ തന്റെ സരളമായ ജീവിതകഥയുടെ ചുരുൾ നിവർത്താൻ തുടങ്ങി. പത്രപ്രവർത്തന രംഗത്ത് പിച്ചവയ്ക്കാൻ തുടങ്ങിയിരുന്ന ആ ഗോട്ടിമാലൻ ലേബർപാർട്ടിക്കാരൻ മർദനത്തിൽനിന്ന് രക്ഷപ്പെടാൻ മെക്സിക്കോയിലേക്ക് പോവുകയായിരുന്നു.

"എന്നെ പത്തോജൊ എന്നു വിളിച്ചാൽ മതി." ആ യുവാവ് ചെയോട് പറഞ്ഞു. "ഗോട്ടിമാലയിൽ അതിന്റെ അർഥം 'പയ്യൻ' എന്നാണ്.

ചെയെക്കാൾ അൽപം പ്രായം കുറവായിരുന്ന പത്തോജൊ അദ്ദേഹത്തിന്റെ ഉറ്റ മിത്രങ്ങളിൽ ഒരാളായിത്തീർന്നു. ആൽബെർട്ടൊ ഗ്രനാഡൊസ് കഴിഞ്ഞാൽ പിന്നെ ചെയുമായി ഏറ്റവും അടുപ്പം പത്തോജൊക്കായിരുന്നു. ഒരു കമ്യൂണിസ്റ്റുകാരനും അതുകൊണ്ടുതന്നെ ഒരു ശുഭാപ്തിവിശ്വാസിയുമായിരുന്നു ഈ യുവാവ്. തൽക്കാലം പരാജയമടഞ്ഞെങ്കിലും ഒടുവിൽ തന്റെ ആശയങ്ങൾ വിജയിക്കുമെന്ന് പത്തോജൊ ദൃഢമായി വിശ്വസിച്ചു.

ക്യൂബൻ വിപ്ലവം കഴിഞ്ഞ് തന്റെ നാടിന്റെ സ്വാതന്ത്ര്യത്തിനുവേണ്ടി ആയുധമെടുത്തു പടവെട്ടാൻ ഗോട്ടിമാലയിലേക്ക് മടങ്ങിപ്പോയിരുന്ന പത്തോജൊ അവിടുത്തെ പർവതപ്രദേശങ്ങളിൽ വച്ചു കൊല്ലപ്പെട്ടപ്പോൾ ചെ എഴുതിയ ഒരു അനുസ്മരണലേഖനത്തിൽ ബുദ്ധിമാനും നിരീക്ഷണപടുവുമായ ഒരുറച്ച കമ്യൂണിസ്റ്റുകാരനായിട്ടാണ് ഈ യുവാവിനെ വിശേഷിപ്പിച്ചിരുന്നത്. ഗോട്ടിമാലൻ സംഭവങ്ങൾ ഈ പോരാളിയെ പലതും പഠിപ്പിക്കുകയുണ്ടായെന്നും ചെ എഴുതി: “വിപ്ലവം ആളുകളെ ശുദ്ധീകരിച്ചെടുക്കും.” ചെ എഴുതുകയുണ്ടായി. “അനുഭവസമ്പന്നനായ ഒരു കർഷൻ താൻ നട്ടുവളർത്തുന്ന സസ്യങ്ങളുടെ കുഴപ്പം തീർത്ത് അവയുടെ നല്ല വളർച്ചയ്ക്കുറപ്പുവരുത്തുന്നതു പോലെ വിപ്ലവം ആളുകളെ സംസ്കരിച്ചെടുക്കും.”

ചെയെപ്പോലെ കവിതയിൽ വലിയ കമ്പക്കാരനായിരുന്ന പത്തോജൊ കവിത എഴുതുകയും ചെയ്തിരുന്നു. ഇത് അവരെ തമ്മിൽ കൂടുതൽ അടുപ്പിക്കുകയും ചെയ്തു. ക്യൂബയിൽ നിന്ന് മടങ്ങുന്ന അവസരത്തിൽ പത്തോജൊ തന്റെ കവിതകൾ ചെയെക്ക് സമ്മാനിച്ച കാര്യം അദ്ദേഹം മേൽപ്പറഞ്ഞ ലേഖനത്തിൽ അനുസ്മരിക്കുകയും പത്തോജൊ തന്റെ കാമുകിയെ ഉദ്ദേശിച്ചെഴുതിയ ഒരു കവിത അതോടൊപ്പം എടുത്തു ചേർക്കുകയും ചെയ്യുകയുണ്ടായി. ആ വരികളാണ് ചുവടെ ചേർക്കുന്നത്.

ഇത് നീയെടുത്തു കൊൾക!
ഇതെൻ ഹൃദയം – അതിൽക്കവിഞ്ഞ മറ്റൊന്നുമല്ല!
ഇത് നിന്റെ കൈക്കുടന്നയിലൊതുക്കിവയ്ക്ക്!
–നീ കൈത്തലം മെല്ലെ വിടർത്തുമ്പോൾ
സൂര്യൻ അതിൽ ഇളംചൂട് പകരുംവിധം!

1954 സെപ്തംബർ 21–ാം തീയതി ചെയും പത്തോജൊയും മെക്സിക്കൊ നഗരത്തിലെത്തി. തങ്ങൾക്ക് തികച്ചും അപരിചിതമായ ആ വൻനഗരത്തിൽ അവർക്ക് സുഹൃത്തുക്കളോ പരിചയക്കാരോ ഉണ്ടായിരുന്നില്ല.

എന്നാൽ, വളരെ യാദൃച്ഛികമായി അവർ പ്യൂർട്ടോറിക്കൻ പ്രവാസികളുമായി പരിചയപ്പെടാനിടയായി. താമസിക്കാനൊരിടം നോക്കി നടക്കുമ്പോൾ ആരോ അവർക്ക് ജുവാൻ ജുവാർബെ എന്ന പ്യൂർട്ടോറിക്കെക്കാരന്റെ മേൽവിലാസം പറഞ്ഞുകൊടുത്തു. അദ്ദേഹം ഒരു ചെറിയ മുറി അവർക്ക് വാടകയ്ക്ക് കൊടുത്തു. ഈ മനുഷ്യൻ പ്യൂർട്ടോറിക്കൊയുടെ സ്വാതന്ത്ര്യത്തിനുവേണ്ടി വാദിച്ചിരുന്ന നാഷണലിസ്റ്റ് പാർട്ടിയിലെ ഒരു പ്രമുഖനായിരുന്നെന്ന് പിന്നീടാണവർക്ക് മനസിലായത്. 1898–ൽ യാങ്കികൾ കൈയടക്കിവച്ചിരുന്ന ഒരു കോളനിയായിരുന്നു പ്യൂർട്ടോറിക്കൊ. തങ്ങളുടെ നാട്ടുകാരുടെ ശോചനീയമായ അവസ്ഥയിലേക്ക് ജനശ്രദ്ധ ആകർഷിക്കുന്നതിനായി നാഷണലിസ്റ്റ് പാർട്ടിക്കാർ വാഷിങ്ടണിൽ യുഎസ് കോൺഗ്രസ് സമ്മേളിച്ചുകൊണ്ടിരുന്നപ്പോൾ അവിടേക്ക് കടന്നുചെന്ന് തോക്കിന്റെ നിറയൊഴിച്ചു. തുടർന്ന് പ്യൂർട്ടോറിക്കൊയിലും യു

എസ് എ യിലും പ്രസ്തുത പാർട്ടി നിയമവിരുദ്ധമാക്കപ്പെട്ടു. അതിന്റെ നേതാവായ അൽബിസു കാമ്പോസ് ദീർഘകാല കഠിനതടവിനു ശിക്ഷിക്കപ്പെടുകയും കഠിനതടവുകാർക്കുള്ള ഒരു യു എസ് ജയിലിൽ ബന്ധനസ്ഥനാക്കപ്പെടുകയും ചെയ്തു.

സ്വാഭാവികയമായും ഈ പ്യൂർട്ടോറിക്കൻ വിപ്ലവകാരികളോട് ചെയ്ക്ക് എന്തെന്നില്ലാത്ത അടുപ്പം തോന്നി. ഒരുപിടിയാളുകൾ മാത്രമേ കൂട്ടത്തിലുണ്ടായിരുന്നുള്ളുവെങ്കിലും ലോകത്തിലെ ഏറ്റവും കരുത്തേറിയ സാമ്രാജ്യത്വശക്തിയെ വെല്ലുവിളിച്ചുകൊണ്ട് അതിനെതിരായി യുദ്ധപ്രഖ്യാപനം നടത്താൻ അവർക്ക് ഭയമുണ്ടായിരുന്നില്ല. കാരണം ഈ പോരാട്ടത്തിൽ ഏതുസമയത്തും ആത്മാഹുതിനടത്താൻ അവർ തയാറായിരുന്നു. തങ്ങളുടെ ലക്ഷ്യത്തിലുള്ള അവരുടെ അടിയുറച്ച വിശ്വാസവും അവരുടെ ആദർശധീരതയും വീറും സത്യസന്ധതയും യാതൊരു വിജയസാധ്യതയുമില്ലെന്നറിഞ്ഞുകൊണ്ടും എന്തുതരം സാഹസത്തിനുള്ള അവരുടെ സന്നദ്ധതയും ചെയുടെ ആദരവിനു പാത്രമായി. അദ്ദേഹത്തിന് അവരോട് അനുഭാവം തോന്നാൻ മറ്റൊരു കാരണവും ഉണ്ടായിരുന്നു. എന്തെന്നാൽ, വെറുതെ ചപ്പടാച്ചികൾ തട്ടിമൂളിച്ചിരിക്കാതെ വിപ്ലവപ്രവർത്തനങ്ങൾക്ക് തയാറുള്ളവരായിരുന്നു ഈ ആളുകൾ. കുറഞ്ഞ പക്ഷം, കശാപ്പുശാലയിലേക്ക് കൂട്ടിക്കൊണ്ടുപോകാൻ മിണ്ടാതെ നിന്നുകൊടുക്കുന്ന ആട്ടിൻപറ്റത്തെപ്പോലെയായിരുന്നില്ല ഇവർ. മറിച്ച്, വേണ്ടിവന്നാൽ ആയുധമെടുത്തത് സ്വാതന്ത്ര്യത്തിനുവേണ്ടി പോരാടാൻ തയാറുള്ള പൗരുഷശാലികളായിരുന്നു ഇവർ.

ജുവാൻ ജുവാർബെയുടെ ഭവനത്തിൽ താമസമുള്ള വേറൊരുഭയാർഥി ലൂച്ചൊ(ലൂയി) ദ്‌ലാ പുയേന്തെ എന്ന പെറുക്കാരനായിരുന്നു. തന്റെ മാതൃഭൂമിയിൽ വിപ്ലവം നടത്തി വിജയിക്കാൻ കഴിയുമെന്ന ശുഭപ്രതീക്ഷ ധാരാളമുള്ള യുവാവായിരുന്നു ഈ പെറുനാട്ടുകാരൻ. അന്നത്തെ പെറുവിലെ ഏകാധിപതിയായിരുന്ന കേണൽ ഓഡ്രിയയോട് ശക്തിയായ എതിർപ്പുള്ള ലൂച്ചൊ പെറുവിലെ ആദിവാസികളെ അവരുടെ സാമൂഹ്യവിമോചനത്തിനുള്ള ഒരു പോരാട്ടത്തിലേക്ക് നയിക്കാൻ ആഗ്രഹിച്ചിരുന്നു. പിൽക്കാലത്ത് ഇദ്ദേഹം ക്യൂബൻ വിപ്ലവത്തിന്റെ പക്ഷത്ത് നിലകൊള്ളുകയും ഒരു ഒളിപ്പോർ ദളത്തിന്റെ നേതാവായി പെറുവിലെ പർവതനിരകൾക്കിടയിൽ പ്രവർത്തിക്കുകയും ചെയ്തു. 1965 ഒക്ടോബർ 23–ാം തീയതി ഒളിപ്പോർവിരുദ്ധ യുദ്ധത്തിൽ യു എസ് പരിശീലനം നേടിയ റേഞ്ചർമാരുമായുള്ള ഏറ്റുമുട്ടലിൽ കൊല്ലപ്പെടുന്നതുവരെ അദ്ദേഹം ഈ പ്രവർത്തനത്തിൽ മുഴുകിയിരുന്നു.

ജുവാർബെയുടെ വീട്ടുകാർ ഉദാരമതികളായിരുന്നെങ്കിലും സ്വയം അർധപട്ടിണിയിലാണവർ കഴിഞ്ഞിരുന്നത്.

ആ ചെറുപ്പക്കാരെ സംബന്ധിച്ചിടത്തോളം മൗലികപ്രാധാന്യമുള്ള സംഗതി തങ്ങളുടെ ആഹാരക്കാര്യമായിരുന്നുമില്ല.

"ഞങ്ങൾ തികച്ചും പാപ്പരായിരുന്നു അന്ന്" എന്നാണ് ചെ അതെ

ക്കുറിച്ച് പറയുന്നത്. പത്തോജൊയുടെ കീശയിൽ ഒരു ചില്ലിപോലുമുണ്ടായിരുന്നില്ല. എന്റെ കൈയിൽ ശേഷിച്ചത് കുറച്ചു പെസൊ മാത്രവുമായിരുന്നു. ഞാൻ അതുകൊണ്ട് ഒരു ക്യാമറ വാങ്ങി. പാർക്കുകളിൽ നടന്നു രഹസ്യമായി ഫോട്ടോ എടുത്തുകൊടുക്കുന്നതായി ഞങ്ങളുടെ അടുത്ത പരിപാടി. ഒരു ചെറിയ ലാബ്രട്ടറി നടത്തിയിരുന്ന ഒരു മെക്സിക്കൊക്കാരൻ പ്രിന്റെടുക്കാൻ ഞങ്ങളെ സഹായിച്ചു. ഞങ്ങളുടെ തല്ലിപ്പൊളി ഫോട്ടോ വാങ്ങാൻ തയാറുള്ളവരെ അന്വേഷിച്ച് മെക്സിക്കോയിലെ തെരുവുകൾ തോറും തെണ്ടിനടന്നിരുന്ന ഞങ്ങൾക്ക് ആ നഗരത്തിന്റെ മുക്കം മൂലയും പോലും നല്ല പരിചയമായി. ഏതെങ്കിലുമൊരു കുട്ടിയെ കണ്ടാലുടൻ അത്ര ഓമനത്തമുള്ള മറ്റൊരു മുഖം കണ്ടിട്ടില്ലെന്നു പറഞ്ഞ് ആ കുട്ടിയുടെ മുഖം ക്യാമറയിലേക്ക് പകർത്തുന്നതിന് ഒരു പെസൊ തരുന്നതിന് മാതാപിതാക്കളെ പ്രേരിപ്പിക്കാൻ ഞങ്ങൾ എത്ര പ്രാവശ്യമാണ് പാടുപെട്ടിട്ടുള്ളതെന്നതിന് ഒരു കണക്കുമില്ല. ഈ തൊഴിലുചെയ്ത് ഞങ്ങൾ കുറെ മാസം തള്ളി നീക്കി. ക്രമേണം ഞങ്ങളുടെ സ്ഥിതി മെച്ചമായി...

'അർബെൻസിന്റെ നിഷ്കാസനത്തിന് ദൃക്സാക്ഷികൾ' എന്നൊരു ലേഖനമെഴുതിയെങ്കിലും പത്രപ്രവർത്തകനെന്ന നിലയ്ക്കുള്ള ഒരു ജോലി കണ്ടെത്താൻ ചെയ്ക്ക് കഴിഞ്ഞില്ല.

ഇതിനിടയിൽ ഹിൽഡയും ഗോട്ടിമാലയിൽനിന്ന് അവിടെ എത്തിച്ചേർന്നു. താമസിയാതെ ചെയും ഹിൽഡയും തമ്മിലുള്ള വിവാഹം നടന്നു. അങ്ങനെ ഭാര്യയെക്കൂടി പുലർത്തേണ്ട ചുമതല വന്നുകൂടിയതിനാൽ ചെ ഒരു ജോലി അന്വേഷിക്കാൻ തുടങ്ങി. വീണ്ടും അദ്ദേഹം പുസ്തകം കൊണ്ടുനടന്നു വിൽക്കുന്ന ജോലിയിലേർപ്പെട്ടു. സാമൂഹ്യപ്രശ്നങ്ങളെപ്പറ്റിയുള്ള പലതരം പുസ്തകങ്ങൾ പുറത്തിറക്കിയിരുന്ന *ഫോണ്ടൊ ദ് കുൾത്തുറ ഇക്കണോമിക്ക* എന്ന പ്രസിദ്ധീകരണശാലയ്ക്ക് വേണ്ടിയാണ് അദ്ദേഹം പണിയെടുക്കാൻ തുടങ്ങിയത്. പക്ഷേ, ഒരു പുസ്തകവിൽപ്പനക്കാരനെന്ന നിലയ്ക്ക് ചെ അമ്പേ പരാജയപ്പെട്ടു. പുസ്തകങ്ങൾ വിൽക്കുന്നതിലും കൂടുതൽസമയം പ്രസാധകരുമായി അവയെക്കുറിച്ച് തർക്കിക്കുന്നതിനാണ് അദ്ദേഹം ചെലവിട്ടിരുന്നത്.

പുസ്തകങ്ങളിലുള്ള അദ്ദേഹത്തിന്റെ താൽപ്പര്യം ഒട്ടും ശമിച്ചില്ല. പുതിയ പുതിയ പുസ്തകങ്ങൾ കിട്ടാനായി ഒരിക്കൽ അദ്ദേഹം ഒരു പുസ്തകപ്രദർശനത്തിലെ രാത്രി കാവൽ ജോലി ഏറ്റെടുത്തു. ആ ദിവസങ്ങളിൽ അദ്ദേഹം ആർത്തിയോടെ വായിച്ചുതീർത്ത പുസ്തകങ്ങൾക്ക് കണക്കില്ല. ഒടുവിൽ മറ്റു ഉദ്യോഗാർഥികളെ പുറന്തള്ളിക്കൊണ്ട് സ്ഥലത്തെ അശുപത്രിയുടെ അലർജിവിഭാഗത്തിൽ ഒരു ജോലി സമ്പാദിക്കാൻ അദ്ദേഹത്തിനു കഴിഞ്ഞു. കുറച്ചുകാലം നാഷണൽ യൂണിവേഴ്സിറ്റിയിലെ മെഡിക്കൽ വിഭാഗത്തിൽ ലക്ചറർ ആയും അദ്ദേഹം ജോലിനോക്കി. അതുകഴിഞ്ഞ് അദ്ദേഹം കാർഡിയോളജി ഇൻസ്റ്റിറ്റ്യൂട്ടിന്റെ ഗവേഷണ വിഭാഗത്തിലേക്ക് മാറി. തുടർന്ന് ഫ്രഞ്ച് ആശുപത്രി

യുടെ ലാബ്രട്ടറിയിൽ കയറിക്കൂടാൻ കഴിഞ്ഞപ്പോൾ ഒരു വൃദ്ധയുടെ പക്കൽനിന്ന് ഓരോ പസൊയ്ക്കു വാങ്ങിയ പൂച്ചകളെക്കൊണ്ട് അദ്ദേഹം പലവിധ പരീക്ഷണങ്ങളും നടത്തി.

മെക്സിക്കോയിലെ അന്നത്തെ രാഷ്ട്രീയ കാലാവസ്ഥ ചെയ്ക്ക് അത്ര വളരെ പ്രോത്സാഹനജനകമായിരുന്നില്ല. പൊർ ഫീറിയോ ഡിയാസ് എന്ന ഏകാധിപതിയെ അധികാരത്തിൽ നിന്ന് താഴെയിറക്കിയ 1920-കളിലെ മെക്സിക്കൻ വിപ്ലവം നിഷ്പ്രഭമായിട്ട് കാലം കുറെയായിക്കഴിഞ്ഞിരുന്നു. ലാഭക്കൊതിയരായ പുത്തൻ ബൂർഷ്വാസിയുടെ കൈകളിലായിരുന്നു അധികാരം. വിപ്ലവച്ചപ്പടാച്ചികളുടെ മറവിൽ അവർ അമേരിക്കൻ മൂലധനത്തിന് ഒഴുകാൻ രാജ്യകവാടങ്ങൾ മലർക്കെ തുറന്നിട്ടു. ഇടതുപക്ഷശക്തികൾ തമ്മിൽതല്ലി തലകീറുകയായിരുന്നു. നിരന്തരമായ മർദനമനുഭവിക്കേണ്ടിവന്നിരുന്ന കമ്യൂണിസ്റ്റ് പാർട്ടിക്ക് രാജ്യത്തിലെ പുരോഗമനശക്തികളെ മുഴുവനും കൂടി യോജിപ്പിച്ച് കരുത്തേറിയ ഒരു സാമ്രാജ്യത്വവിരുദ്ധപ്രസ്ഥാനം സംഘടിപ്പിക്കുന്നതിനുള്ള ശക്തിയുണ്ടായിരുന്നില്ല.

മെക്സിക്കോയും, അവിടുത്തെ അധ്വാനിക്കുന്ന ജനതയും കലാകാരന്മാരും കവികളും ആ രാജ്യത്തിന്റെ പ്രാചീന ആദിവാസി സംസ്കാരവും അതിന്റെ പ്രകൃതിരമണീയങ്ങളായ വനപ്രദേശങ്ങളും അവിടത്തെ സ്വച്ഛമായ മലയോരവായുവുമെല്ലാം ചെയ്ക്ക് എത്രയും പ്രിയമുള്ളതായിത്തീർന്നു.

1956 ഫെബ്രുവരി 1-ാം തീയതി ഹിൽഡ ഒരു പെൺകുഞ്ഞിനെ പ്രസവിച്ചു. അമ്മയുടെ പേരുതന്നെ അവർ കുഞ്ഞിനുമിട്ടു. മെക്സിക്കൊ നഗരത്തിൽവച്ചു ജനിച്ച എന്റെ മകളെ ഞങ്ങൾക്കു വേണമെങ്കിൽ പെറുക്കാരിയോ അർജൻറീനക്കാരിയോ ആയി രജിസ്റ്റർ ചെയ്യാമായിരുന്നു. 1959-ൽ *സ്യേമ്പ്ര* എന്ന മെക്സിക്കൻ പത്രികയ്ക്ക് നൽകിയ ഒരഭിമുഖ സംഭാഷണത്തിനിടയിൽ ചെ പറയുകയുണ്ടായി. രണ്ടായാലും തെറ്റുണ്ടാകുമായിരുന്നില്ല. കാരണം, മെക്സിക്കോയിൽ ഞങ്ങൾ താൽക്കാലിക പൊറുതിക്കാർ മാത്രമായിരുന്നല്ലൊ. എങ്കിലും, പരാജയപ്പെട്ട് പ്രവാസികളായിക്കഴിയുന്ന ആ കഷ്ടപ്പാടിന്റെ സമയത്ത് ഞങ്ങൾക്ക് അഭയം തന്ന ആ ജനതയോടുള്ള ബഹുമാനസൂചകമായി ഞങ്ങളവളെ മെക്സിക്കൊ പൗരിയായിട്ടാണ് രജിസ്റ്റർ ചെയ്തത്.

മെക്സിക്കോയിൽ വച്ച് ചെ കണ്ടുമുട്ടിയ മറ്റൊരാൾ ക്യൂബൻ എഴുത്തുകാരനായ റൗൾ റോവ ആയിരുന്നു. ബാട്ടിസ്റ്റയെ ശക്തിയായി എതിർത്തിരുന്നവരിൽ ഒരാളായിരുന്നു അദ്ദേഹം. ബാട്ടിസ്റ്റയുടെ നിഷ്കാസനത്തിനുശേഷം അദ്ദേഹം ക്യൂബയുടെ വിദേശകാര്യമന്ത്രി ആവുകയുണ്ടായി. ഗുവേരയുമായുള്ള അന്നത്തെ തന്റെ കൂടിക്കാഴ്ചയെപ്പറ്റി റൗൾ റോവ അനുസ്മരിക്കുന്നതിപ്രകാരമാണ്:

"റിക്കാർഡൊ റോജോ എന്ന അർജന്റീനക്കാരന്റെ വീട്ടിൽ വച്ചാണ് ഒരു രാത്രി ഞങ്ങൾ തമ്മിൽ പരിചയപ്പെട്ടത്. ഗോട്ടിമാലയിൽ ആദ്യമായി

ഒരു സാമ്രാജ്യവിരുദ്ധ വിപ്ലവപ്രസ്ഥാനത്തിൽ പങ്കെടുത്തിട്ട് അദ്ദേഹം ആയിടയ്ക്ക് അവിടെ എത്തിയതേ ഉണ്ടായിരുന്നുള്ളു. ആ വിപ്ലവത്തിന്റെ പരാജയം ഏൽപ്പിച്ച കനത്ത പ്രഹരത്തിൽനിന്ന് അദ്ദേഹം അപ്പോഴും മുക്തനായിരുന്നില്ല.

കാഴ്ചയിലെന്നപോലെ വാസ്തവത്തിലും ചെ വളരെ ചെറുപ്പമായിരുന്നു. അന്നത്തെ അദ്ദേഹത്തിന്റെ ഛായ ഇപ്പോഴും എന്റെ മനസിൽ പതിഞ്ഞുകിടക്കുന്നുണ്ട്. വ്യക്തതയുള്ള ഒരു മനസ്സ്, ലളിതജീവിതം കൊണ്ടുള്ള വിളർച്ച ബാധിച്ച മുഖം, കാസത്തിന്റെ വലിവ്, വീതികൂടിയ നെറ്റിത്തടം, സമൃദ്ധമായ മുടി, ദൃഢതയുള്ള തീർപ്പ്, കരുത്തേറിയ താടിയെല്ല്, ശാന്തമായ അംഗവിക്ഷേപം, തുളച്ചുകയറുന്ന സൂക്ഷ്മദർശിത്വത്തോടെയുള്ള നോട്ടം, ചുട്ട മറുപടി, ശാന്തത സ്ഫുരിക്കുന്ന സ്വരം, മുഴങ്ങുന്ന ശബ്ദം...

കാർഡിയോളജി ഇൻസ്റ്റിട്ട്യൂട്ടിലെ അലർജിവിഭാഗത്തിൽ അദ്ദേഹം ജോലി ആരംഭിച്ചിരുന്നതേയുള്ളു. ലാറ്റിൻ അമേരിക്കയുടെ പശ്ചാത്തലത്തിൽ അർജൻറീനയുടേയും ഗോട്ടിമാലയുടേയും ക്യൂബയുടേയും പ്രശ്നങ്ങളെപ്പറ്റി ഞങ്ങൾ ചർച്ചചെയ്തു. അന്നുതന്നെ ചെ ക്രിയോൾ ദേശീയതയ്ക്കതീതനായി മാറുകയും ഒരു ലാറ്റിൻ അമേരിക്കൻ വിപ്ലവകാരിയുടെ നിലപാടിൽ നിന്നുകൊണ്ട് വാദിക്കുകയും ചെയ്തിരുന്നു."

സ്വന്തം മാതൃഭൂമിയുടെ പ്രശ്നങ്ങളിൽ മാത്രം ഒതുങ്ങിനിന്നിരുന്ന മറ്റു പല പ്രവാസികളിൽനിന്നും വിഭിന്നനായ ഈ അർജന്റീനിയൻ ഡോക്ടർക്ക് അർജൻറീനയെപ്പറ്റിയുള്ളതിനേക്കാൽ കൂടുതൽ ചിന്ത ലാറ്റിൻ അമേരിക്കയെക്കുറിച്ചായിരുന്നു. അതിന്റെ ഏറ്റവും ദുർബലമായ കണ്ണി തേടുകയായിരുന്നു അദ്ദേഹം. ക്യൂബയിലെ രാഷ്ട്രീയസംഭവങ്ങളെക്കുറിച്ച് അത്യന്തം ബോധവാനെങ്കിലും ക്യൂബയായിരിക്കും ഈ കണ്ണിയെന്ന് അന്ന് അദ്ദേഹം വിചാരിച്ചിരുന്നില്ല.

ഉശിരൻ മനുഷ്യരുമായി, വിഫലമായ വാദപ്രതിവാദങ്ങൾക്ക് തുനിയാതെ അടിയന്തിര നടപടികൾക്ക് തയാറുള്ളവരുമായി, കണ്ടതിനുശേഷം മാത്രമാണ് അദ്ദേഹത്തെ സംബന്ധിച്ചിടത്തോളം ക്യൂബ മറ്റേതൊരു ലാറ്റിൻ അമേരിക്കൻ രാജ്യത്തേയുംകാൾ പ്രധാനമായിത്തീർന്നത്. റൗൾ കാസ്ട്രോയുമായും, പിന്നീട് ഫിദലുമായുമുള്ള പരിചയമായിരുന്നു ഇതിന്റെ തുടക്കം.

1955 ജൂൺ അവസാനത്തിൽ രണ്ടു ക്യൂബക്കാർ ഒരു ഡോക്ടറെ കാണാൻ ചെ ജോലി ചെയ്തിരുന്ന ആശുപത്രിയിലെത്തി. അന്നത്തെ ഡ്യൂട്ടിഡോക്ടർ ഏണസ്റ്റോ ഗുവേരയായിരുന്നു. ഗോട്ടിമാലയിൽ വച്ച് തന്റെ സുഹൃത്തായിരുന്ന നിക്കൊ ലോപ്പെസിനെ തിരിച്ചറിയാൻ ചെയ്ക്ക് ഒട്ടും പ്രയാസമുണ്ടായില്ല. അപ്രതീക്ഷിതമായ ഈ കൂടിക്കാഴ്ച ഇരുവർക്കും അത്യന്തം ആഹ്ലാദപ്രദമായിരുന്നു. മൊങ്കാടാ ആക്രമണത്തിൽ പങ്കെടുത്ത സഖാക്കൾ പൊതുമാപ്പനുസരിച്ച് വിമോചിതരായ കാര്യം നിക്കൊ അപ്പോൾ ധരിപ്പിച്ചു. അവരെല്ലാം മെക്സിക്കോയിൽ സമ്മേളി

ക്കുന്നുണ്ടെന്നും ക്യൂബയിലേക്ക് ഒരു സായുധസംഘത്തെ നയിക്കാൻ തങ്ങൾ പ്ലാൻ ചെയ്യുന്നുണ്ടെന്നും നിക്കൊ പറഞ്ഞു. തേടിയ വള്ളി കാലിൽ ചുറ്റിയപോലെ തോന്നിയ ചെ അതിന്റെ വിശദാംശങ്ങളറിയാൻ താൽപ്പര്യം കാണിച്ചു. അങ്ങനെയാണ് റൗൾ കാസ്ട്രോയുമായി ചെയെ പരിചയപ്പെടുത്താമെന്ന് നിക്കൊ ഏറ്റത്.

കുറച്ചു ദിവസം കഴിഞ്ഞ് റൗളുമായുള്ള ഈ കൂടിക്കാഴ്ച നടക്കുകയും ചെയ്തു. മൊങ്കാടാ സംഭവത്തെപ്പറ്റിയും ബാട്ടിസ്റ്റയുടെ പട്ടാളം നടത്തിയ ക്രൂരമായ നരനായാട്ടിനെപ്പറ്റിയും സഹോദരൻ ഫിദലിന്റെ വിചാരണയെക്കുറിച്ചും "ചരിത്രം എന്നെ ശരിവയ്ക്കും." എന്ന പേരിൽ പിൽക്കാലത്ത് പ്രസിദ്ധമായ അദ്ദേഹത്തിന്റെ കോടതിപ്രസംഗത്തെക്കുറിച്ചും പൈൻസ് ദ്വീപിലെ കഠിനശിക്ഷക്കാരുടെ ജയിലിൽ വച്ച് തങ്ങൾ നടത്തിയ വീരസാഹസത്തെപ്പറ്റിയും ബാട്ടിസ്റ്റ എന്ന ക്രൂരനെതിരായ പോരാട്ടം തുടരുന്നതിനുള്ള തങ്ങളുടെ ദൃഢനിശ്ചയത്തെക്കുറിച്ചുമെല്ലാം റൗൾ ചെയ്ക്ക് വിശദമായി വിവരിച്ചുകൊടുത്തു.

അപ്പോൾ ചെയ്ക്ക് റൗളിനെപ്പറ്റി തോന്നിയതെന്താണ്? കുറച്ചുകാലം കഴിഞ്ഞ് ചെ തന്നെ ഇതെപ്പറ്റി പറഞ്ഞു: "മറ്റുള്ളവരിൽനിന്നു വളരെ വ്യത്യസ്തനായാണ് അദ്ദേഹം കാണപ്പെട്ടത്. കുറഞ്ഞപക്ഷം, അദ്ദേഹത്തിന്റെ സംസാരമെങ്കിലും അവരിൽനിന്ന് മെച്ചമായിരുന്നു. ചിന്തിക്കുന്ന ഒരാളാണദ്ദേഹമെന്നതും വ്യക്തമായിരുന്നു."

റൗളിന് തിരിച്ചങ്ങോട്ടും വളരെ ഇഷ്ടമായി. തങ്ങൾ പ്ലാൻ ചെയ്തിട്ടുള്ള വിമോചന സംഘത്തിൽ ചേർക്കാൻ പറ്റിയ ആളായിരിക്കും ചെയെന്ന് അദ്ദേഹം ഉടനടിതന്നെ മനസിലാക്കി. 'ഗോട്ടിമാലൻ അനുഭവ'മുള്ള ഒരാളെന്നതിനു പുറമെ ഒരു ഡോക്ടർ കൂടിയായിരുന്നുവല്ലോ ചെ. താമസിയാതെ ഫിദൽ ന്യൂയോർക്കിൽനിന്ന് അവിടെയെത്തുമ്പോൾ അവരെ തമ്മിൽ പരിചയപ്പെടുത്താമെന്ന് റൗൾ സമ്മതിച്ചു.

ഫിദൽ യു എസ് എ യിലെ ക്യൂബൻ കുടിയേറിപ്പാർപ്പുകാരിൽ നിന്നു ക്യൂബയിലേക്ക് നയിക്കാനുദ്ദേശിക്കുന്ന വിമോചന സംഘത്തിന്റെ ആവശ്യത്തിനുള്ള പണം പിരിക്കുകയായിരുന്നു. ന്യൂയോർക്കിൽ ചേർന്ന ഒരു ബാട്ടിസ്റ്റാവിരുദ്ധ യോഗത്തിൽ വച്ച് ഫിദൽ പ്രഖ്യാപിച്ചു: "ഒന്നുകിൽ ഞങ്ങൾ 1956-ൽ സ്വാതന്ത്ര്യം നേടും. അല്ലെങ്കിൽ രക്തസാക്ഷികളാകും."

എന്തു ബലം കണ്ടുകൊണ്ടാണ് ഈ ക്യൂബൻ ദേശാഭിമാനി ഇപ്രകാരമൊരു പ്രഖ്യാപനം നടത്തിയത്? ബാട്ടിസ്റ്റയെ വെറുത്തിരുന്ന തന്റെ ജനതയും അവരുടെ ധീരതയും ദൃഢനിശ്ചയവും തന്നെയായിരുന്നു അദ്ദേഹത്തിന്റെ മുഖ്യബലം. അവരുടെ ഈ ധൈര്യവും മറ്റും ക്യൂബൻ ചരിത്രത്തിലുടനീളം പ്രദർശിപ്പിക്കപ്പെട്ടിട്ടുള്ളതാണ്. പത്തൊൻപതാം നൂറ്റാണ്ടിൽ ക്യൂബക്കാർ അവരുടെ സ്വാതന്ത്ര്യപ്രാപ്തിക്കായി ഏതാണ്ട് 50 സംവത്സരം നീണ്ടുനിന്ന ഒരു സമരം നടത്തിയതല്ലേ? അതുപോലെ, 1933-ൽ അവർ വെറുക്കപ്പെട്ട മിച്ചാഡൊ എന്ന ഏകാധിപതിയെ നില

ത്തിറക്കിയതല്ലേ? ഇപ്പോൾ ബാട്ടിസ്റ്റ ഹാലിളകി നടക്കുന്നതിന്റെ അർഥം അയാൾക്ക് ജനതയെ പേടിയായിത്തുടങ്ങിയിരിക്കുന്നുവെന്നുമല്ലേ?

തന്റെ അനുയായികളുടെ, ജൂലൈ 26-ലെ (മൊങ്കാടാ ബാരക്സിന്മേലുള്ള ആക്രമണം നടന്ന ദിവസം) പ്രസ്ഥാനത്തിൽ പങ്കെടുക്കുകയും അതിനോടനുഭാവം പ്രദർശിപ്പിക്കുകയും ചെയ്തവരുടെ പിന്തുണയിലും, ഫിദൽ വിശ്വാസമർപ്പിച്ചിരുന്നു. കോളേജ്-ഹൈസ്കൂൾ വിദ്യാർഥികളും ചെറുപ്പക്കാരായ തൊഴിലാളികളും ഓഫീസ് ജീവനക്കാരും കൈത്തൊഴിലുകാരുമായിരുന്നു ഇവരിലേറിയ പങ്കും. രാഷ്ട്രീയമായ അനുഭവമോ വ്യക്തമായ ഒരു പരിപാടിപോലുമോ ഇല്ലെങ്കിലും ദേശസ്നേഹമെന്നും ബാട്ടിസ്റ്റയൊടുള്ള വെറുപ്പെന്നുമുള്ള ഏററവും വിലപ്പെട്ട ഒരു സമ്പത്ത് അവർക്ക് കൈമുതലായുണ്ടായിരുന്നു.

ഈ ചെറുപ്പക്കാരുടെ ദൃഷ്ടിയിൽ ഫിദൽ ഒരു യഥാർഥ വീരപുരുഷനായിരുന്നു. തന്റെ അനുയായികളെപ്പോലെ അദ്ദേഹത്തിനും ചെറുപ്പമായിരുന്നു. പ്രഗത്ഭനായൊരു പ്രാസംഗികനെന്നതിനുപുറമെ ആരേയും ആകർഷിക്കുന്ന ഒരു പ്രൗഢിയും അസാമാന്യമായ തന്റേടവും ഇരുമ്പുപോലുറച്ച ദൃഢനിശ്ചയവും അദ്ദേഹത്തിന്റെ സവിശേഷതകളായിരുന്നു. ക്യൂബയുടെ ചരിത്രത്തിൽ അഗാധമായ പാണ്ഡിത്യമുള്ള അദ്ദേഹത്തിന് അന്നത്തെ ക്യൂബൻ രാഷ്ട്രീയക്കാട്ടിലൂടെ ശരിയായ വഴി കണ്ടുപിടിച്ചു മുന്നോട്ടു നീങ്ങാൻ യാതൊരു പ്രയാസവുമുണ്ടായിരുന്നില്ല. ഏതെല്ലാം തിന്മകൾക്കെതിരായാണ് പോരാടേണ്ടതെന്ന് ആദ്ദേഹത്തിന് നല്ല നിശ്ചയമുണ്ടായിരുന്നു. "ചരിത്രം എന്നെ ശരിവയ്ക്കും" എന്ന ആ പ്രസംഗത്തിൽ അവയെപ്പറ്റി അദ്ദേഹം ദൃഢവിശ്വാസത്തോടെ സംസാരിക്കുകയും ചെയ്തിരുന്നു.

അമ്പാരൻ തെരുവിലുള്ള 49-ാം നമ്പർ വീട്ടിൽ വച്ചാണ് അവർ തമ്മിൽ കണ്ടത്. മാറിയാ അന്റോണിയയുടെ വീടായിരുന്നു അത്. ഒരു മെക്സിക്കോക്കാരനെ വിവാഹം കഴിച്ചിരുന്ന ഈ ക്യൂബക്കാരിക്ക് തന്റെ ജന്മദേശത്തിന്റെ വിമോചനത്തിനായി പടവെട്ടുന്ന ചെറുപ്പക്കാരോട് അതിയായ അനുഭാവമുണ്ടായിരുന്നു. മാറിയയുടെ സഹോദരനായ ഇസിഡോറൊ ബാട്ടിസ്റ്റാവിരുദ്ധ രഹസ്യപ്രവർത്തനങ്ങളിൽ പങ്കെടുത്തതിന് ആ ക്രൂരന്റെ ഇരുട്ടറകളിൽ കിടന്നു നിഷ്ഠൂരമായ മർദനം സഹിക്കേണ്ടിവന്ന ഒരാളായിരുന്നു. മെക്സിക്കോയിലേക്ക് കുടിയേറിപ്പാർത്ത് അധികം കഴിയുന്നതിനുമുൻപ് ആ യുവാവ് ചരമമടഞ്ഞു. അന്റോണിയ തന്റെ അത്ര വലുതല്ലാത്ത വീട് മുഴുവൻ ഫിദലിനും കൂട്ടുകാർക്കുമായി വിട്ടുകൊടുത്തു. അവരത് തങ്ങളുടെ ഹെഡ് ക്വാർട്ടേഴ്സാക്കി മാറ്റി. അവർ ആഹാരം കഴിച്ചതും ഉറങ്ങിയതുമെല്ലാം അവിടെത്തന്നെയാണ്. കിടക്കകളും മടക്കുകട്ടിലുകളും പലതരം പുസ്തകങ്ങളും, എന്തിന്, ആയുധങ്ങൾപോലും അവിടെല്ലാം ചിതറിക്കിടന്നിരുന്നു. സന്ദർശകരെ ഉദ്ദേശിച്ച് അടയാളചിഹ്നങ്ങളുടേയും കോഡ് വാക്കുകളുടേയും ഒരു സംഹിതയാകെത്തന്നെ ആവിഷ്കരിക്കപ്പെട്ടിരുന്നു. ഗൂഢാലോചനക്കാരാരെങ്കിലും

അകലെയെത്തുമ്പോൾതന്നെ സിഗ്നൽ നൽകാൻ മാറിയ അടുത്തുള്ള ഒരു വ്യാപാരിസുഹൃത്തിനെ ചട്ടംകെട്ടുകയും ചെയ്തിരുന്നു.

യാദൃച്ഛികമെന്നു പറയട്ടെ, അർജൻറീനയുടെ സ്വാതന്ത്ര്യദിനമായ ജൂലൈ ഒൻപതാം തീയതിയാണ് ഫിദൽ മെക്സിക്കോ നഗരത്തിലെത്തിയത്. ഉടൻതന്നെ റൗൾ ഗോട്ടിമാലാ സംഭവങ്ങളുമായി ബന്ധപ്പെട്ടിരുന്ന ഈ യുവ അർജൻറീനിയൻ ഡോക്ടറെപ്പറ്റി സഹോദരനോട് സംസാരിക്കുകയും അവർ തമ്മിൽ ഒന്നു കാണുന്നത് നന്നായിരിക്കുമെന്ന് നിർദേശിക്കുകയും ചെയ്തു.

തങ്ങളുടെ ആദ്യത്തെ കൂടിക്കാഴ്ചയ്ക്കിടയിൽ ഫിദലും ചെയും എന്തിനെപ്പറ്റിയാണ് സംസാരിച്ചത്? കൂടുതലും സാർവദേശീയ സ്ഥിതിയെക്കുറിച്ചാണ് തങ്ങൾ ചർച്ചചെയ്തതെന്ന് ചെ പിന്നീട് പ്രസ്താവിക്കുകയുണ്ടായി. ഫിദൽ തന്റെ പദ്ധതികളേയും രാഷ്ട്രീയ പരിപാടിയേയും പറ്റി ചെയ്ക്ക് വിവരിച്ചുകൊടുക്കുകയുണ്ടായെന്നും പറയേണ്ടതില്ലല്ലോ.

"ഓറിയന്റെയിൽ നിന്ന് സൈനിക നടപടികൾ ആരംഭിക്കാനാണ് നാം ഉദ്ദേശിക്കുന്നത്." ഫിദൽ തന്റെ പുതിയ ചങ്ങാതിയോട് പറഞ്ഞു. "ക്യൂബൻ പ്രവിശ്യകളിൽ ഏറ്റവും ഉശിരുള്ളതും ദേശാഭിമാന–വിപ്ലവ ബോധമുള്ളതും ഓറിയന്റെയ്ക്കാണ്. എനിക്കേറ്റവുമധികം സുഹൃത്തുക്കളും സഹായികളുമുള്ളതും അവിടെയാണ്. മൊങ്കാടാ ബാരക്സ് പിടിച്ചെടുക്കാൻ ഞങ്ങൾ ശ്രമിച്ചതും ഇവിടെനിന്നാണ്. ഞങ്ങളുടെ സ്വാതന്ത്ര്യസമരത്തിന്റെ തുടക്കവും ഓറിയന്റെയിൽ നിന്നായിരുന്നു. ഏറ്റവുമധികം രക്തം ചിന്തിയതും ഏറ്റവുമധികം ത്യാഗങ്ങൾ സഹിച്ചതും ഏറ്റവുമധികം ധീരോദാത്തത പ്രദർശിപ്പിച്ചതും ഈ പ്രവിശ്യക്കാരാണ്... ആ വീരയുഗത്തിന്റെ അന്തരീക്ഷം ഓറിയന്റെയിൽ ഇപ്പോഴും തങ്ങിനിൽക്കുന്നുണ്ട്. പെരുമീനുദിക്കുമ്പോൾ പ്രഭാതഭേരിപോലെ പൂങ്കോഴികൾ പട്ടാളക്കാരെ വിളിച്ചുണർത്തുകയും പൈൻ നിബിഡമായ മലങ്കാടുകൾക്കുമുകളിൽ ബാലാർക്കന്റെ ചെങ്കതിരുകൾ പതിയുകയും ചെയ്യുമ്പോൾ യാറയുടേയും ബെയിറെയുടേയും[1] ദിവസങ്ങൾ വീണ്ടും, സമാഗതമാകുന്ന ഒരു തോന്നലാണുള്ളത്."

തങ്ങളുടെ ആ സന്ദർശനവേളയിൽ ചെയുടെ വിപ്ലവവീക്ഷണം തന്റേതിനെക്കാൾ പരിപക്വമായിരുന്നുവെന്ന് ഫിദൽ പിന്നീട് പ്രസ്താവിക്കുകയുണ്ടായി: "പ്രത്യയശാസ്ത്രത്തിന്റേയും സിദ്ധാന്തത്തിന്റെയും കാര്യത്തിൽ അദ്ദേഹമാണ് മുന്നിട്ടുനിന്നിരുന്നത്. എന്നെക്കാൾ വളരെ വലിയൊരു വിപ്ലവകാരിയായിരുന്നു അദ്ദേഹം."

ഫിദലിനെപ്പറ്റി അപ്പോൾ തനിക്കു തോന്നിയതെന്തെന്ന് ചെയും പിന്നീട് പ്രസ്താവിച്ചിട്ടുണ്ട്:

"ആ രാത്രി മുഴുവൻ ഞാൻ ഫിദലുമായി സംസാരിച്ചു. പ്രഭാതമായപ്പോഴേക്ക് ഞാൻ അടുത്തുതന്നെ പുറപ്പെടാനിരുന്ന വിമോചനസംഘത്തിന്റെ ഡോക്ടറായി ചേർന്നു കഴിഞ്ഞിരുന്നു. സത്യം പറഞ്ഞാൽ, ഗോട്ടിമാലൻ സംഭവങ്ങളോടെ അവസാനിച്ച എന്റെ ലാറ്റിൻ അമേരിക്കൻ ചുറ്റി

ത്തിരിയലുകൾക്കിടയിലെ അനുഭവങ്ങൾക്കുശേഷം ഏതൊരു ക്രൂരനായ ഭരണാധികാരിക്കെതിരായ ഏതൊരു വിപ്ലവത്തിലും പങ്കെടുക്കാൻ എന്നെ ആരും അധികം നിർബന്ധിക്കേണ്ട യാതൊരാവശ്യവും ഉണ്ടായിരുന്നില്ല. എന്നുമാത്രമല്ല, ഫിദൽ അസാധാരണനായ ഒരു വ്യക്തിയാണെന്ന് എനിക്ക് തോന്നുകയും ചെയ്തു. ഏറ്റവും കുഴഞ്ഞുമറിഞ്ഞ പ്രശ്നങ്ങൾക്കുപോലും പരിഹാരം കാണ്ടെത്താൻ അദ്ദേഹത്തിന് കഴിവുണ്ടെന്ന് എനിക്ക് മനസിലായി. ക്യൂബയിലേക്ക് പുറപ്പെടാൻ തീരുമാനിച്ചാൽ താൻ ഈ ദ്വീപിലെത്തുമെന്നും, അവിടെയെത്തിക്കഴിഞ്ഞാൽ സമരം ആരംഭിക്കാൻ കഴിയുമെന്നും, സമരം ആരംഭിച്ചാൽ നിശ്ചയമായും അത് വിജയപരിസമാപ്തിയെത്തിച്ചേരുമെന്നും അദ്ദേഹത്തിന് അടിയുറച്ച വിശ്വാസവുമുണ്ടായിരുന്നു. അദ്ദേഹത്തിന്റെ ആ ആവേശം എന്നേയും ബാധിച്ചു. സമൂർത്തമായ നടപടികൾ സ്വീകരിച്ച് സമരത്തിലേക്ക്, കർമരംഗത്തേക്ക്, ഇറങ്ങേണ്ടത് ആവശ്യമായിരുന്നു. പട്ടാങ്ങ് പറയുന്നതവസാനിപ്പിച്ചിട്ട് എന്തെങ്കിലും ചെയ്യാൻ തുടങ്ങേണ്ട സമയം അതിക്രമിച്ചിരുന്നു."

പക്ഷേ, തുടക്കത്തിൽ ചെയുടെ ശുഭാപ്തിവിശ്വാസം അത്ര കറകളഞ്ഞതായിരുന്നില്ല. "കലാപകാരികളുടെ കമാൻഡറുമായി ആദ്യം കാണുന്ന അവസരത്തിൽ വിജയം സംശയാസ്പദമാണെന്നാണ് എനിക്ക് തോന്നിയത്." ബാട്ടിസ്റ്റയുടെ നിഷ്കാസനത്തിനുശേഷം ചെ അനുസ്മരിക്കുകയുണ്ടായി. "എന്റെ സാഹസപ്രേമമാണ് എന്നെ അദ്ദേഹത്തോടടുപ്പിച്ചത്. ഇത്തരം മഹനീയാദർശങ്ങളുടെ പേരിൽ മറ്റൊരു രാജ്യത്തിന്റെ കടൽത്തീരത്ത് ചെന്ന് സമരം ചെയ്തു മരിക്കേണ്ടിവന്നാലും കുഴപ്പമൊന്നുമില്ലെന്നാണ് അന്ന് ഞാൻ വിചാരിച്ചിരുന്നത്."

ഏത് ആദർശങ്ങളെപ്പറ്റിയാണ് ചെ ഇവിടെ സംസാരിക്കുന്നത്? ജൂലൈ 26-ലെ പ്രസ്ഥാനത്തിന്റെ നടുനായകനുമായുള്ള ആദ്യത്തെ കൂടിക്കാഴ്ചയ്ക്കുശേഷം *ഫിദലിന് സ്തുതി* എന്ന പേരിൽ ചെ എഴുതിയതും അദ്ദേഹത്തിന്റെ മരണശേഷം പ്രസിദ്ധീകരിക്കപ്പെട്ടതുമായ ആ കവിത നോക്കിയാൽ നമുക്കിതിനുള്ള ഉത്തരം ലഭിക്കും. ആ കവിതയിലെ ഏറ്റവും മികച്ച രണ്ടു ശീലുകളാണ് ചുവടെ ചേർക്കുന്നത്.

"കാർഷികപരിഷ്കാര, മപ്പവും, നീതിയും
സ്വാതന്ത്ര്യവും!" നിന്റെ വിളിയേറ്റു ചൊല്ലുവാൻ
നിന്നരികിലീ ഞങ്ങളുണ്ടാം...
ദേശസാൽക്കരണമാം കുന്തമുനയേറ്റൊരു
രാക്ഷസൻ തൻമുറിവ് നക്കിയിരിക്കവേ,
ഹൃദയങ്ങളഭിമാന വിശ്വാസഭരിതമായ്
നിന്നരികിലീ ഞങ്ങളുണ്ടാം!

ഇതിലാദ്യത്തേത് കോടതിയിൽ ചെയ്ത പ്രസംഗത്തിൽ ഫിദൽ ആദ്യമായി പരാമർശിച്ച കാർഷിക പരിഷ്കാരത്തിന്റെ ആവശ്യകതയെപ്പറ്റിയുള്ളതും, രണ്ടാമത്തേത് അമേരിക്കൻ സാമ്രാജ്യവാദികളുടെ വസ്തുവകകൾ ദേശസാൽക്കരിക്കുന്നതിനെപ്പറ്റിയുള്ളതുമാണ്.

ചെയും ഫിദലും തമ്മിൽ കണ്ടിട്ട് അധികം കഴിയും മുൻപ് അർജന്റീനയിൽ ഒരു പട്ടാള വിപ്ലവം നടക്കുകയും അതിൽ നിഷ്കാസിതനായ പെരോൺ നാടുവിട്ടോടുകയും ചെയ്തു. പെരോണിനെ എതിർത്ത് വിദേശത്തു കഴിയുന്നവർക്ക് വേണമെങ്കിൽ ബ്യൂനോസ് എയേഴ്സിലേക്ക് മടങ്ങിവരാമെന്ന് പുതിയ അധികൃതർ പ്രഖ്യാപിച്ചു. റോജൊയും മെക്സിക്കോയിൽ കഴിഞ്ഞിരുന്ന മറ്റ് അർജന്റീനക്കാരും സ്വദേശത്തേക്ക് തിരിച്ചുപോകാൻ തയാറെടുത്തു. ചെയേയും അതിനു സമ്മതിപ്പിക്കാൻ അവർ ശ്രമിച്ചെങ്കിലും അദ്ദേഹം അതിനു കൂട്ടാക്കിയില്ല. അന്നത്തെ സാഹചര്യങ്ങളിൽ അർജന്റീനയിൽ മൗലികമായ എന്തെങ്കിലും മാറ്റം വരുത്താൻ കഴിയുമെന്ന് അദ്ദേഹത്തിന് വിശ്വാസമുണ്ടായിരുന്നില്ല. അദ്ദേഹത്തിന്റെ സർവചിന്തകളും ഈ സമയത്ത് കേന്ദ്രീകരിക്കപ്പെട്ടിരുന്നത് ക്യൂബയിലേക്ക് പ്ലാൻ ചെയ്തിരുന്ന ആ വിമോചന പര്യടനത്തിലായിരുന്നു.

പക്ഷേ, തൽക്കാലം കടലാസിൽ മാത്രമുള്ള ഒരു പരിപാടിയായിരുന്നു അത്. പണം (ധാരാളം പണം) പിരിച്ചുണ്ടാക്കുക, അതിൽ പങ്കെടുക്കാനുള്ളവരെ മെക്സിക്കോയിൽ ഒരുമിച്ചുകൂട്ടുക, അവർക്കാവശ്യമായ ഭക്ഷണം ശേഖരിക്കുക, അവരെ പരിശോധിക്കുക., അവരെ ഒളിപ്പിച്ചു താമസിപ്പിക്കുക തുടങ്ങിയ ഒട്ടനവധി കാര്യങ്ങൾ ചെയ്താൽ മാത്രം നടപ്പിലാകുന്ന ഒരു പരിപാടിയുമായിരുന്നു അത്. ഒളിപ്പോർ പ്രവർത്തനങ്ങൾക്ക് ആ ദളത്തെ സജ്ജമാക്കേണ്ടതുണ്ടായിരുന്നു. ഒരു കപ്പലും പടക്കോപ്പുകളും സമ്പാദിക്കേണ്ടതുണ്ടായിരുന്നു. ദ്വീപിൽ ഇറങ്ങിക്കഴിഞ്ഞാൽ അവർക്ക് പിന്തുണ നൽകാനുള്ള ഏർപ്പാടുണ്ടാക്കേണ്ടതുണ്ടായിരുന്നു. അങ്ങനെ വലുതും ചെറുതുമായ ഒരായിരംകൂട്ടം കാര്യങ്ങൾ ശ്രദ്ധിക്കേണ്ടതുണ്ടായിരുന്നു. എന്നുമാത്രമല്ല, ഇതൊന്നും ബാട്ടിസ്റ്റായുടെ അന്വേഷണോദ്യോഗസ്ഥന്മാരുടെ ചെവിയിലെത്താതെ അത്യന്തം ഗോപ്യമായി ചെയ്യേണ്ടതുമുണ്ടായിരുന്നു. ഡൊമീനിക്കൻ ഏകാധിപതി ട്രൂജില്ലൊയുടെ ചാരന്മാരും ഇതൊന്നുമറിയാതെ നോക്കേണ്ടിയിരുന്നു. കാരണം, ബാട്ടിസ്റ്റായ്ക്കെതിരായ കലാപം വിജയിച്ചാൽ തന്റെ സ്ഥിതിയും പരുങ്ങലിലാകുമെന്ന് അയാൾ ഭയപ്പെട്ടിരുന്നു.

ഒരു വിദേശ രാജ്യത്തുനിന്നു ഒരു വിമോചന സംഘത്തെ അയയ്ക്കുന്നത് തനി വിഡ്ഢിത്തമാണെന്ന് ഒറ്റനോട്ടത്തിൽ തോന്നിയേക്കാം. പക്ഷേ, ക്യൂബക്കാരെ സംബന്ധിച്ചിടത്തോളം, അന്റിൽസിലേയോ മധ്യ അമേരിക്കയിലേയോ ആളുകളെ സംബന്ധിച്ചിടത്തോളം, അതായിരുന്നില്ല സ്ഥിതി. 19–ാം നൂറ്റാണ്ടിലെ സ്വാതന്ത്ര്യസമരത്തിൽ പങ്കെടുത്ത ക്യൂബൻ ദേശാഭിമാനികൾ യു എസ് എ, ഡൊമീനിക്കൻ റിപ്പബ്ലിക്, ഹോണ്ടുറാസ്, മെക്സിക്കോ എന്നിവരുടെ പിൻബലത്തോടെ അങ്ങനെയൊരു സമരസംഘത്തെ നയിച്ചിരുന്നു. 1940–കളിൽ ട്രൂജില്ലൊക്കെതിരായും ഗോട്ടിമാലയിൽ നിന്ന് അപ്രകാരമുള്ള പല സായുധ സംരംഭങ്ങളും നടക്കുകയുണ്ടായി. നിക്കരാഗ്വയിലെ ഏകാധിപതി സമോസയുടെ എതിരാളികളും കോസ്റ്ററിക്കയിൽനിന്ന് അപ്രകാരമൊരു ആക്രമണത്തിന് മുതിരുകയു

ണ്ടായി. അതുപോലെ, വെനിസ്വേലയിലെ ഏകാധിപതി ഗോമസിന്റെ പ്രതിയോഗികൾ ട്രിനിഡാഡ് ദ്വീപിൽ നിന്നാണ് അവിടേയ്ക്ക് കലാപ സംഘങ്ങളെ അയച്ചിരുന്നത്. ഈ സംരംഭങ്ങളിലെല്ലാം മറ്റു ലാറ്റിൻ അമേരിക്കക്കാരും പങ്കെടുക്കുക പതിവായിരുന്നു. സാഹസപ്രിയർ മാത്രമല്ല, പുരോഗമനാദർശങ്ങൾക്കു വേണ്ടി പൊരുതുന്നവരും അവരുടെ അണികളിലുണ്ടായിരുന്നു.

അങ്ങനെ നോക്കുമ്പോൾ, ഫിദൽ മെക്സിക്കൊയിൽ നിന്ന് ഈ തയാറെടുപ്പുകൾ നടത്തിയതും, അർജന്റീനക്കാരനായ ഗുവേര അതിൽ പങ്കെടുത്തതും യുക്തിസഹം മാത്രമായിരുന്നുവെന്നു പറയേണ്ടിയിരിക്കുന്നു.

സാന്റിയാഗൊയ്ക്കടുത്തൊരിടത്ത് ഈ സംഘം ചെന്നിറങ്ങുന്ന സമയത്തുതന്നെ ഫ്രാങ്ക് പൈസ് എന്ന ഫിദലിന്റെ പഴയ സഹപ്രവർത്തകൻ അധികാരം പിടിച്ചെടുക്കാനായി നഗരത്തിൽ ഒരു കലാപത്തിനൊരുങ്ങുമെന്നു കരുതിയിരുന്നുവെന്നാണ് തോന്നുന്നത്. അത് ബാറ്റിസ്റ്റയുടെ തകർച്ചയ്ക്ക് കാരണമാക്കുമെന്നും പ്രതീക്ഷിച്ചിരുന്നു.

ഈ വിമോചന സംഘത്തെ അയയ്ക്കാൻ മെക്സിക്കോയിൽ തയാറെടുപ്പുകൾ നടക്കുമ്പോൾ അതിൽ പെട്ടവരുടെ താവളമാകാൻ പോകുന്നത് സീറാ മെസ്ത്ര ആയിരിക്കുമെന്ന് അന്ന് ആരും കരുതിയിരുന്നില്ലെന്നത് സ്പഷ്ടമാണ്. എങ്കിലും, നീണ്ടുനിൽക്കുന്ന ഒരു ഒളിപ്പോർ യുദ്ധത്തിന്റെ സാധ്യത ഒഴിവാക്കപ്പെട്ടിരുന്നില്ല. അതിനാൽ, മേൽപ്പറഞ്ഞ സംഘാംഗങ്ങളെ അതനുസരിച്ച് പരിശീലിപ്പിക്കേണ്ടതുണ്ടായിരുന്നു.

ആയതിനാൽ, അവർക്ക് ഒളിപ്പോരിൽ പരിശീലനം നൽകാൻ പറ്റിയ ഒരു വിദഗ്ധനെ കണ്ടുപിടിക്കേണ്ടത് അത്യന്താപേക്ഷിതമായിരുന്നു. ഒളിപ്പോരിന്റെ എല്ലാ അടവുകളും, അതിന്റെ മറ്റു വരുംവരായ്കകളും പഠിപ്പിക്കുന്നതോടൊപ്പം അത്തരം ജീവിതക്ലേശങ്ങൾ സഹിക്കാൻ അവരെ തയാറാക്കേണ്ടതുമുണ്ടായിരുന്നു.

മാറിയ അന്റോണിയ ഇതിന്നായി ഫിഡലിനെ അർസാസ്യൊ വനേഗാസ് അറോയൊ എന്നൊരു കുടുംബസുഹൃത്തുമായി പരിചയപ്പെടുത്തിക്കൊടുക്കുകയുണ്ടായി. ഒരു ചെറിയ അച്ചുക്കൂടത്തിന്റെ ഉടമസ്ഥനായിരുന്ന ഇദ്ദേഹം ജൂലൈ 26–ലെ പ്രസ്ഥാനക്കാർക്കു വേണ്ടി നോട്ടുകളും വിജ്ഞാപനങ്ങളും മറ്റു രേഖകളും അച്ചടിച്ചുകൊടുത്തു. അർസാസ്യൊ ഒരു ഗുസ്തിക്കാരൻ കൂടിയാണെന്നറിഞ്ഞപ്പോൾ ഗ്രാൻമയിൽ പോകാനുള്ളവരുടെ കായികപരിശീലനത്തിന്റെ ഉത്തരവാദിത്വം കൂടി ഫിദൽ അദ്ദേഹത്തെ ഏൽപ്പിച്ചു. അർസാസ്യൊ അതിന് സമ്മതിക്കുകയും ചെയ്തു. അതിൻപ്രകാരം അദ്ദേഹം ഈ ക്യൂബക്കാരെ അടുത്തുള്ള കുന്നിൻചെരിവുകളിലേക്ക് കൂട്ടിക്കൊണ്ടുചെന്ന് അവരെ ജൂഡൊ പഠിപ്പിക്കുകയും ഓട്ടത്തിനും ചാട്ടത്തിനും പറ്റിയ ഒരു ഹാൾ വാടകയ്ക്കെടുക്കുകയും ചെയ്തു. “കൂടാതെ, ഭൂമിശാസ്ത്രം, ചരിത്രം, സമകാലിക രാഷ്ട്രീയം തുടങ്ങിയ വിഷയങ്ങളിലും അവർക്ക് ക്ലാസെടുത്തിരുന്നു.”

അർസാസ്യൊ അനുസ്മരിക്കുന്നു "ചിലപ്പോൾ ഞാനും ഈ ലക്ചറുകൾ കേൾക്കാൻ നിന്നു. സിനിമാശാലകളിൽ ചെന്നു യുദ്ധസംബന്ധമായ ചിത്രങ്ങൾ കാണുന്നതും അവരുടെ പരിപാടിയുടെ ഭാഗമായിരുന്നു."

പക്ഷേ, അത്യധികം സന്മനോഭാവമുള്ള ആളെങ്കിലും, അവർക്ക് അത്യാവശ്യം വേണ്ടിയിരുന്ന വിവരം പറഞ്ഞുകൊടുക്കാൻ അർസൊസ്യൊയ്ക്ക് കഴിയുമായിരുന്നില്ല. പാഞ്ചൊ വില്ലയുടെ വീരകൃത്യങ്ങളെപ്പറ്റി അപ്പൂപ്പനിൽ നിന്നു കേട്ടിരുന്ന കഥകൾ മാത്രമായിരുന്നു ഒളിപ്പോർ യുദ്ധത്തെപ്പറ്റി അദ്ദേഹത്തിന് ആകെയുള്ള അറിവ്.

സ്പാനിഷ് സൈന്യത്തിലെ ഒരു മുൻ കേണൽ ആയ ആൽബെർട്ടൊ ബേയൊ ഇതിന് ഉപയുക്തമായ ഒരു സ്പെഷ്യലിസ്റ്റാണെന്ന് ഫിഡലിന് തോന്നി. അത്യന്തം വർണശബളമായ ഒരു വ്യക്തിത്വമുള്ള ഒരാളായിരുന്നു ഈ കേണൽ. 1892-ൽ ക്യൂബയിലെ ഒരു സ്പാനിഷ് കുടുംബത്തിൽ ജനിച്ച ആൽബെർട്ടൊ ബാല്യമായപ്പോഴേക്ക് വീട്ടുകാരോടൊപ്പം സ്പെയിനിലേക്ക് പോന്നു. അവിടെവച്ച് ഒരു സൈനിക അക്കാഡമിയിൽ ചേർന്ന് പഠനം പൂർത്തിയാക്കിയ അദ്ദേഹം മെറോക്കൊയിൽ പോയി യുദ്ധം ചെയ്യുകയും ഫോറിൻ ലീജിയനിൽ സേവനമനുഷ്ഠിക്കുകയും അതിനുശേഷം ഒരു പൈലറ്റാവുകയും ചെയ്തു. ആൽബെർട്ടൊ ബേയൊ ഒരു എഴുത്തുകാരനും കൂടിയായിരുന്നു. പട്ടാളജീവിതത്തെപ്പറ്റിയുള്ള പലേ കഥകളും കവിതകളും അദ്ദേഹം എഴുതിയിരുന്നു. സ്പെയിനിൽ ആഭ്യന്തര യുദ്ധം പൊട്ടിപ്പുറപ്പെട്ടപ്പോൾ ബേയൊ ജനകീയപക്ഷത്ത് ചേർന്നുകൊണ്ട് ഫ്രാങ്കോയിസ്റ്റുകൾക്കെതിരായി സുധീരം പോരാടി. ഫ്രാങ്കോയുടെ കലാപകാരികൾ പിടിച്ചെടുത്ത മല്ലോർക്കാ ദ്വീപിൽ ചെന്നിറങ്ങുന്നതിൽ അദ്ദേഹത്തിനും പങ്കുണ്ടായിരുന്നു. ഒളിപ്പോരാളി ദളങ്ങൾക്ക് പരിശീലനം നൽകുന്നതിന്റെ ഉത്തരവാദിത്വം അദ്ദേഹത്തിനായിരുന്നു. ആ യുദ്ധം പരാജയപ്പെട്ടപ്പോൾ ബേയൊ ആദ്യം തന്റെ ജന്മദേശമായ ക്യൂബയിൽ ചെന്ന് ഒരു സ്വകാര്യ ഗണിതശാസ്ത്രവിദ്യാലയം ആരംഭിച്ചു. അധികനാൾ കഴിയും മുൻപ് അദ്ദേഹം മെക്സിക്കോയിലേക്ക് മാറിത്താമസിക്കുകയും അവിടത്തെ പൗരത്വം സ്വീകരിച്ചുകൊണ്ട് ഒരു ഫർണിച്ചർ ഫാക്ടറി ഉടമസ്ഥനാവുകയും ചെയ്തു. ഒപ്പംതന്നെ, ഒരു പോർവ്യോമസേനാ വിദ്യാലയത്തിൽ ഇൻസ്ട്രക്ടറായി പ്രവർത്തിക്കവേ മധ്യ അമേരിക്കൻ നേന്ത്രവാഴ റിപ്പബ്ലിക്കുകളിലെ വിവിധ ഏകാധിപതികളെ മറിച്ചിടുന്നതിനുള്ള പ്രവർത്തനങ്ങളിൽ ഒരു മികച്ച സ്പെഷ്യലിസ്റ്റെന്ന നിലയ്ക്കും അദ്ദേഹം സേവനമനുഷ്ഠിച്ചു. 1955-ൽ ബേയൊ മെക്സിക്കൊയിൽ പ്രസിദ്ധീകരിച്ച *ഒളിപ്പോരാളിയോടുള്ള 150 ചോദ്യങ്ങൾ* എന്ന കൃതി എന്തുകൊണ്ടും അപൂർവമായ ഒരു പാഠപുസ്തകമായിരുന്നു. ഒളിപ്പോർ യുദ്ധത്തിനുള്ള ഒരു ഗൈഡ് പോലെയായിരുന്നു അത്. പാത്തിരുന്ന് എങ്ങനെ ആക്രമിക്കാമെന്നും എങ്ങനെ പാലം പൊളിക്കാമെന്നും എങ്ങനെ കൈബോംബുണ്ടാക്കാമെന്നും മറ്റുമുള്ള സംഗതികൾക്കു പുറമെ എങ്ങനെ തുരങ്കം നിർമിച്ച് രക്ഷപ്പെടാമെന്നും എങ്ങനെ വിമാനം

പറത്താമെന്നും എങ്ങനെ അനുകരണാത്മകമായി ചൂളം വിളിക്കാമെന്നും കൂടി അതിൽനിന്ന് മനസിലാക്കാൻ കഴിയുമായിരുന്നു. ചുരുക്കിപ്പറഞ്ഞാൽ, ഒളിപ്പോരാളികൾക്ക് അതൊരു ശരിയായ 'വേദപുസ്തകം' തന്നെയായായിരുന്നു.

ഒരു വിമോചന യുദ്ധത്തിനു തയാറെടുത്തിരുന്ന അവരെ സംബന്ധിച്ചിടത്തോളം ഇപ്രകാരമൊരു വിദഗ്ധനെ കണ്ടുകിട്ടുന്നത് ഒരു നിധി കണ്ടുകിട്ടുന്നതിനു സമമായിരുന്നെന്ന് പറയേണ്ടതില്ലല്ലോ. ബാട്ടിസ്റ്റാ ഏകാധിപത്യത്തിൽ നിന്നു സ്വന്തം മാതൃഭൂമിയെ വിമോചിപ്പിക്കാൻ തയ്യാറായി നിൽക്കുന്ന ഈ ഭാവിവിമോചകരുടെ പരിശീലനം ഏറ്റെടുക്കുന്നതിന് കേണലും കവിയും വൈമാനികനും ഒളിപ്പോർ–അട്ടിമറിവിദഗ്ധനും എല്ലാമായ അദ്ദേഹത്തെക്കൊണ്ട് സമ്മതിപ്പിക്കാൻ ഫിദലിന് വളരെയൊന്നും പാടുപെടേണ്ടിവന്നില്ല.

തന്റെ സേവനങ്ങൾക്കു പ്രതിഫലമായി ഒരു ലക്ഷം പെസോ (8000 യു എസ് ഡോളർ) വേണമെന്നു മാന്യതയുടെ പേരിൽ ബേയൊ ആവശ്യപ്പെട്ടുവെന്നത് ശരിയാണ്. പിന്നീട് അത് പകുതിയായി കുറയ്ക്കാൻ അദ്ദേഹം സമ്മതിച്ചു. എന്നാൽ, ഒടുവിൽ അദ്ദേഹം തന്റെ ഈ യുവസുഹൃത്തുക്കളിൽനിന്ന് ഒരൊറ്റ ചില്ലിപോലും വാങ്ങിയില്ലെന്നതാണ് വാസ്തവം. എന്നു മാത്രമല്ല, തന്റെ ഫാക്ടറി വിറ്റുകിട്ടിയ പണംമുഴുവൻ അദ്ദേഹം തന്റെ വിദ്യാർഥികൾക്ക് സംഭാവനയായി നൽകുകയും ചെയ്തു. അവരുടെ വിജയത്തിൽ അദ്ദേഹത്തിന് അത്രയ്ക്ക് ഉറപ്പുണ്ടായിരുന്നു.

സാൽവഡോറിൽ നിന്നുള്ള ഒരു രാഷ്ട്രീയാഭയാർഥിയായി ഭാവിച്ചുകൊണ്ട് ബേയൊ താമസിയാതെ തന്നെ 26,000 യു എസ് ഡോളറിന് വലിയൊരു മേച്ചിൽനിലം വിലയ്ക്കുവാങ്ങി. പാഞ്ചൊ വില്ലയുടെ ഒളിപ്പോർ സൈന്യത്തിലുണ്ടായിരുന്ന ഒരു ഇറാസ്മൊ റിവേറയുടെ വകയായിരുന്നു ഇവിടം. തലസ്ഥാനത്തു നിന്ന് 35 കിലോമീറ്റർ അകലെ കാടുപിടിച്ചു കിടന്നിരുന്ന ഒരു കുന്നിൻ മേട്ടിലാണ് സാന്റാ റോസ എന്നു പേരുള്ള ഈ സ്ഥലം സ്ഥിതിചെയ്തിരുന്നത്. ഏണസ്റ്റോ ഗുവേരയുൾപ്പെടെ ഫിഡലിന്റെ യൂണിറ്റിൽപ്പെട്ടവർ ഇവിടെയൊരു പുതിയ താവളമുണ്ടാക്കി.

കേണൽ ബേയൊയുടെ 'സർവകലാശാല'യിലെ 'കുട്ടികളുടെ ഉത്തരവാദിത്വം' ചെയെയാണ് ഫിദൽ ഏൽപിച്ചത്. ഇത് സാരാംശത്തിൽ ചെയെ ഏതാണ്ടൊരൊളിപ്പോർ സങ്കേതത്തിന്റെ മട്ടുള്ള ആ ക്യാമ്പിന്റെ നേതാവാക്കി മാറ്റി.

ക്രമേണ പരിശീലനത്തിന് ചൂടുപിടിച്ചു. ഭദ്രതയ്ക്കു വേണ്ടി ബേയൊയെ ഇംഗ്ലീഷ് പ്രൊഫസർ എന്നാണ് വിളിച്ചിരുന്നത്. പരിശീലനത്തിന്റെ കാര്യം വരുമ്പോൾ ഈ പ്രൊഫസർ യാതൊരു ദാക്ഷിണ്യവും കാണിച്ചിരുന്നില്ല. ക്യാമ്പിലുള്ളവർ അങ്ങേയറ്റത്തെ അച്ചടക്കം പുലർത്തുകയും പരമാവധി കായികബലം സമ്പാദിക്കുകയും മദ്യം നിശ്ശേഷം വർജി

ക്കുകയും ഏതാണ്ട് ആശ്രമതുല്യമായൊരു ജീവിതം നയിക്കുകയും ചെയ്യണമെന്ന് അദ്ദേഹം ശഠിച്ചു. ഉന്നംനോക്കി വെടിവയ്ക്കുക, ഭൂപടം നോക്കി സ്ഥലനിർണയം നടത്തുക, വേഷം മാറി പാത്തുപതുങ്ങി നടക്കുക, സ്ഫോടകവസ്തുക്കൾ തയാറാക്കുക, കൈബോംബെറിയുക, റോന്തു ചുറ്റുക ആദിയായവയിൽ ശിക്ഷണം നൽകിക്കൊണ്ട് പ്രഭാതം മുതൽ പ്രദോഷം വരെ ബേയൊ തന്റെ ട്രെയിനികളെ ഇട്ടോടിച്ചിരുന്നു. ആയുധങ്ങളും ഭാണ്ഡക്കെട്ടും കൂടാരത്തിന്റെ സാമഗ്രികളും ചുമലിലേറ്റിക്കൊടുത്തിട്ട് അദ്ദേഹം അവരെ കാലാവസ്ഥ നല്ലതോ ചീത്തയോ എന്നുനോക്കാതെ ഒരു ദിവസംതന്നെ പല പ്രാവശ്യം ക്ലേശകരമായ നീണ്ട മാർച്ചുകൾക്ക് കൊണ്ടുപോയിരുന്നു.

ചെ അങ്ങേയറ്റത്തെ കാര്യഗൗരവത്തോടും തികഞ്ഞ ഉത്തരവാദിത്വബോധത്തോടും കൂടിയാണ് ഒളിപ്പോർ യുദ്ധമുറകളഭ്യസിച്ചത്. ആദ്യത്തെ പാഠങ്ങൾ കഴിഞ്ഞതോടെതന്നെ വിജയത്തെപ്പറ്റിയുള്ള തന്റെ അവിശ്വാസം പമ്പകടന്നെന്ന് അദ്ദേഹം പിന്നീടൊരിക്കൽ എഴുതുകയുണ്ടായി. അച്ചടക്കവിഷയത്തിൽ ഏതൊരാൾക്കും ഒരു മാതൃകയായിരുന്ന ചെ 'ഇംഗ്ലീഷ് പ്രൊഫസർ' ഏൽപ്പിക്കുന്ന ജോലികൾ ഏറ്റവും ഭംഗിയായി ചെയ്തുതീർത്തിരുന്നു. പ്രൊഫസർ തന്റെ വിദ്യാർഥികൾക്ക് മാർക്കിടാൻ തുടങ്ങിയപ്പോൾ ചെയ്ക്ക് എപ്പോഴും ഏറ്റവുമുയർന്ന പത്തിൽ പത്തും കിട്ടിയിരുന്നു. തന്റെ "ഏറ്റവും സമർഥനായ വിദ്യാർഥി" എന്നാണ് സ്പാനിഷ് റിപ്പബ്ലിക്കൻ സൈന്യത്തിലെ ഈ മുൻ കേണൽ ചെയെപ്പറ്റി പറഞ്ഞിരുന്നത്.

പഠിക്കുന്നതോടൊപ്പം ചെ പഠിപ്പിക്കുകയും ചെയ്തിരുന്നു. യൂണിറ്റിന്റെ ഡോക്ടറെന്ന നിലയ്ക്ക് അദ്ദേഹം എല്ലിന്റെ ഒടിവ് നേരെയാക്കാനും മുറിവ് വച്ചുകെട്ടാനും കുത്തിവയ്പ് നടത്താനും കൂടെയുള്ളവരെ പഠിപ്പിച്ചു. തന്റെമേൽ തന്നെ ഇതെല്ലാം പരീക്ഷിച്ചുനോക്കാൻ അദ്ദേഹം അവരെ അനുവദിച്ചു. പ്രായോഗിക പരിശീലനത്തിന്റെ ഭാഗമായി നൂറിലധികം കുത്തിവയ്പിന് അദ്ദേഹം നിന്നുകൊടുത്തു.

സാന്റാ റോസയിലെ രാഷ്ട്രീയ കമ്മിസാറും ചെ തന്നെയായിരുന്നു. കാർലോസ് ബെർമുഡെസ് എന്ന ക്യൂബക്കാരൻ പിന്നീട് ഇതെപ്പറ്റി പറഞ്ഞിട്ടുള്ളത് ഇപ്രകാരമാണ്: "സാന്റാ റോസയിൽ അദ്ദേഹത്തോടൊപ്പം പഠനം നടത്തുന്നതിനിടയിൽ അദ്ദേഹത്തെ ശരിക്കു മനസിലാക്കാനും എനിക്കു സാധിച്ചു. ഏറ്റവും ശുഷ്കാന്തിയും ഏറ്റവുമുയർന്ന ഉത്തരവാദിത്വബോധവും പ്രദർശിപ്പിച്ചിരുന്നത് അദ്ദേഹമാണ്. ഏതൊരാളേയും ഏതുസമയത്തും സഹായിക്കാൻ സന്നദ്ധനായിരുന്നു അദ്ദേഹം... എന്റെ ഒരു പല്ലു പറിച്ചിട്ട് രക്തം നിലയ്ക്കാതിരുന്നപ്പോൾ അത് നിർത്താൻ അദ്ദേഹം ഓടിയെത്തുകയുണ്ടായി. അന്നെനിക്ക് എഴുത്തും വായനയും കഷ്ടിച്ചു മാത്രമേ നിശ്ചയമുണ്ടായിരുന്നുള്ളൂ. അപ്പോൾ അദ്ദേഹം പറഞ്ഞു. വായിക്കാനും വായിച്ചത് മനസിലാക്കാനും ഞാൻ നിങ്ങളെ പഠി

പ്പിക്കാം...” ഡേറിയൊ ലോപ്പസ് എന്ന മറ്റൊരു വിദ്യാർഥി തന്റെ ഓർമ്മക്കുറിപ്പുകളിൽ പറയുന്നു. “ഞങ്ങളുടെ രാഷ്ട്രീയ പഠനത്തിനുള്ള മാർക്സിസ്റ്റ് സാഹിത്യം തിരഞ്ഞെടുത്തത് ചെ തന്നെയാണ്.”

ഫിദൽ കാസ്ട്രോ വല്ലപ്പോഴും മാത്രമാണ് സാന്റാ റോസയിൽ തല കാണിച്ചിരുന്നത്. പണം പിരിക്കുക, ആയുധം ശേഖരിക്കുക, ക്യൂബയിലേക്ക് സന്ദേശങ്ങൾ എത്തിക്കുകയും അവിടെനിന്നുള്ളത് സ്വീകരിക്കുകയും ചെയ്യുക, ബാറ്റിസ്റ്റാ വിരോധികളായ മറ്റു ഗ്രൂപ്പുകളുമായി കൂടിയാലോചന നടത്തുക, ലേഖനങ്ങളും അഭ്യർഥനകളും എഴുതി പ്രസിദ്ധീകരിക്കുക, നിർദേശങ്ങൾ കൊടുക്കുക തുടങ്ങിയ നറുകൂട്ടം കാര്യങ്ങൾ കാരണം നിന്നുതിരിയാൻ സമയമുണ്ടായിരുന്നുമില്ല അദ്ദേഹത്തിന്.

തയാറെടുപ്പുകൾ ധൃതഗതിയിൽ പുരോഗമിച്ചു. തന്റെ ശിഷ്യന്മാരുടെ പഠിപ്പിൽ തികച്ചും സന്തുഷ്ടനായിരുന്ന ബേയൊ 1956 പകുതിയാകുമ്പോഴേക്ക് പരിശീലനം പൂർത്തിയാക്കാമെന്ന് ഏററു. അതേസമയം, ക്യൂബയിൽ ബാട്ടിസ്റ്റ തന്റെ ക്രൂരതകൾ തുടരുകയായിരുന്നു. പൊലീസുകാർ പ്രതിപക്ഷത്തുള്ളവരെ ഭീകരമായ മർദ്ദനങ്ങൾക്ക് വിധേയരാക്കിയിട്ട് തല്ലിച്ചതച്ച് അവരുടെ ശരീരങ്ങൾ നിരത്തുകളിലേക്കോ സമുദ്രത്തിലേക്കോ എടുത്തെറിയുകയായിരുന്നു പതിവ്. ഈ ഏകാധിപതി സോവിയറ്റ് യൂണിയനുമായും മറ്റു സോഷ്യലിസ്റ്റ് രാജ്യങ്ങളുമായുമുള്ള നയതന്ത്രബന്ധം വിച്ഛേദിക്കുകയും, ക്യൂബൻ–സോവിയറ്റ് സൗഹൃദ സമിതിയുടെ ഓഫീസ് അടച്ചുപൂട്ടിക്കുകയും, ക്യൂബയിലെ കമ്യൂണിസ്റ്റുകാരുടെ പാർട്ടിയായ ‘പാർട്ടീഡൊ സോഷ്യലിസ്റ്റു പോപ്പുലാർ’ നിരോധിക്കുകയും ട്രേഡ് യൂണിയനുകളുടെ നിയന്ത്രണം മുതലാളിമാരുടെ ശമ്പളക്കാരായ മുഷ്ക്കരന്മാർക്ക് വിട്ടുകൊടുക്കുകയും ചെയ്തു. അമേരിക്കൻ മുതലാളിമാർ നാട്ടിലുടനീളവും അമേരിക്കൻ ഓഫീസർമാർ പട്ടാളത്തിലും സി ഐ എ ക്കാർ പോലീസിലും അവരുടേതായ ഭരണം നടത്തി. കമ്യൂണിസ്റ്റ് വിരുദ്ധ–സോവിയറ്റ് വിരുദ്ധ സാഹിത്യം മലവെള്ളപ്പാച്ചിൽ പോലെ ക്യൂബയിലേയ്ക്കൊഴുകി. അവിടം ശരിക്കൊരു യാങ്കിക്കോളനിയാക്കി മാറ്റപ്പെട്ടു. ഈ സാഹചര്യങ്ങളിൽ, ബാട്ടിസ്റ്റ, ‘സ്വാതന്ത്ര്യത്തിന്റേയും ജനാധിപത്യത്തിന്റേയും’ വിശ്വസ്ത കാവൽഭടനാണെന്ന് പ്രസ്താവിക്കാൻ യു എസ്സ് വൈസ് പ്രസിഡന്റിനും; അഴിമതിക്കാരനും ഖജനാവു മുതൽ വെട്ടിപ്പുകാരനുമെന്നു പരക്കെ അറിയപ്പെട്ടിരുന്ന ഈ ഏകാധിപതി ക്യൂബൻ രാഷ്ട്രീയരംഗത്തും ഏറ്റവും സത്യസന്ധനാണെന്ന് പ്രസ്താവിക്കാൻ യു എസ് അംബാസഡർ എ ഗാർഡ്നർക്കും യാതൊരു ശങ്കയുമുണ്ടായില്ലെങ്കിൽ അതിൽ ആശ്ചര്യത്തിനു കാര്യമില്ലല്ലൊ.

പക്ഷേ, ക്യൂബൻ ജനത ഇതുകൊണ്ടൊന്നും ഭഗ്നാശരായില്ല. അവിടുത്തെ അധ്വാനിക്കുന്ന ജനതയും ബുദ്ധിജീവികളും വിദ്യാർഥികളും ബാട്ടിസ്റ്റയ്ക്കും അയാളുടെ അമേരിക്കൻ രക്ഷാധികാരികൾക്കുമെതിരായ സമരത്തിൽ പങ്കെടുത്തു. ഒളിവിൽനിന്നുള്ള പത്രങ്ങൾ അയാളുടെ ഹീന

കൃത്യങ്ങൾ ഒന്നൊന്നായി പുറത്തുകൊണ്ടുവന്നു. അയാളുടെ ഭരണത്തിനെതിരായ യോഗങ്ങളും പ്രകടനങ്ങളും പണിമുടക്കുകളും നാൾക്കുനാൾ വർധിച്ചുവന്നു. ഉന്നതവിദ്യാഭ്യാസ സ്ഥാപനങ്ങളെല്ലാം അടച്ചുപൂട്ടാൻ അയാൾ ഉത്തരവിട്ടു. കോഴയും വിരട്ടലും ഭീഷണിയും ഉപയോഗിച്ച് അയാൾ ബൂർഷ്വാ പ്രതിപക്ഷനേതാക്കളുടെ പിന്തുണ നേടാൻ നോക്കി. പള്ളിയുമായും അയാൾ ശൃംഗരിച്ചു. ഹവാനാ ഹാർബറിലേക്ക് പ്രവേശിക്കുന്നടിത്തുതന്നെ യേശുക്രിസ്തുവിന്റെ ഭീമമായൊരു പ്രതിമ നിർമിക്കാൻ അയാൾ ഏർപ്പാടു ചെയ്തു. പുരോഗതിയേയും ഐശ്വര്യത്തേയും ദേശാഭിമാനത്തേയും ഒക്കെപ്പറ്റി പ്രസംഗിക്കാൻ തുടങ്ങിയ അയാൾ സ്വാതന്ത്ര്യസമരത്തിൽ ജീവാർപ്പണം ചെയ്ത ജോസ് മാർട്ടി എന്ന ആ മഹാനായ ദേശാഭിമാനിയുടെ പേര് ഉപയോഗപ്പെടുത്താൻപോലും ചങ്കൂറ്റം കാണിച്ചു. പക്ഷേ, കിരാതമായ മർദനത്തിനോ സാമൂഹ്യ ചപ്പടാച്ചിക്കോ രാഷ്ട്രീയ കുതന്ത്രത്തിനോ അമേരിക്കൻ സെനറ്റർമാരുടെ പ്രശംസാപത്രങ്ങൾക്കോ ക്യൂബൻ കർദിനാൾ അർത്തേഗയുടേയും മറ്റു കത്തോലിക്കാ ദിവ്യന്മാരുടേയും അനുഗ്രഹാശിസുകൾക്കോ ഒന്നും സ്വയം പ്രസിഡൻറായി പ്രഖ്യാപിച്ച ഈ മുൻ സാർജന്റിന്—ഇപ്പോഴത്തെ ജനറലിന്—എതിരായ പ്രസ്ഥാനത്തിന്റെ ആക്കം കുറയ്ക്കാൻ കഴിഞ്ഞില്ല.

ഇതെപ്പറ്റി ബോധവാനായിരുന്ന ഫിദൽ തന്റെ വിമോചന സംഘത്തിന്റെ യാത്രയ്ക്കുള്ള തയാറെടുപ്പുകൾക്ക് വേഗത കൂട്ടാൻ പരമാവധി യത്നിച്ചു.

പക്ഷേ, ബാട്ടിസ്റ്റയുടേയും സി ഐ എ യുടേയും ചാരന്മാരും ഈ സമയത്തൊന്നും കൈയുംകെട്ടി ഇരിക്കുകയായിരുന്നില്ല. (1956 ജൂൺ 22-ാം തീയതി മെക്സിക്കൻ രഹസ്യപോലീസ് തലസ്ഥാനത്തെ ഒരു തെരുവിൽ വച്ച് ഫിദൽ കാസ്ട്രോയെ അറസ്റ്റ് ചെയ്തശേഷം മാറിയാ അന്റോണിയൊയുടെ ഫ്ളാറ്റിൽ ബലമായി പ്രവേശിച്ച് ചതിപ്രയോഗത്തിലൂടെ അവിടേക്ക് വന്ന സർവരേയും തടവിലാക്കി. സാൻറാ റോസയിലും പോലീസ് പ്രവേശിച്ച് ചെയെയും അദ്ദേഹത്തിന്റെ പല സഹപ്രവർത്തകരേയും കസ്റ്റഡിയിലെടുത്തു. പിറ്റേന്നത്തെ പത്രങ്ങൾ ഈ ക്യൂബൻ ഗൂഢാലോചനക്കാരുടെ അറസ്റ്റിനെപ്പറ്റിയുള്ള വാർത്തയ്ക്ക് മത്തങ്ങാ അക്ഷരത്തിലുള്ള തലക്കെട്ടുകൊടുത്തു. കേണൽ ബേയൊയുടെ, ഈ ഇംഗ്ലീഷ് പ്രൊഫസറുടെ പേരും ഇതിലേക്ക് വലിച്ചിഴയ്ക്കപ്പെട്ടു.[2]

ഫിദൽ കാസ്ട്രോ കമ്യൂണിസ്റ്റ് പാർട്ടിയിലെ അംഗമെന്നതിനു പുറമെ, മെക്സിക്കൻ-സോവിയറ്റ് സാംസ്കാരിക ഇൻസ്റ്റിട്ട്യൂട്ടിന്റെ രഹസ്യനേതാവും കൂടിയാണെന്നതിന് മെക്സിക്കോ പൊലീസിന്റെ കൈയിൽ മതിയായ തെളിവുണ്ടെന്ന് ബാട്ടിസ്റ്റയുടെ മുന്നിൽ പഞ്ചപുച്ഛമടക്കി നിന്നിരുന്ന ക്യൂബൻ പത്രങ്ങൾ എഴുതിവച്ചു.

വെനേറിയൊ എന്നുപേരായ ഒരു ബാട്ടിസ്റ്റാ ചാരൻ ഫിദലിന്റെ ആൾക്കാരുടെ കൂട്ടത്തിൽ നുഴഞ്ഞുകയറിയതിന്റെ ഫലമായാണ് ഈ അറസ്റ്റുകൾ നടന്നതെന്ന് പിന്നീട് തെളിഞ്ഞു.

എക്സൽസിയർ എന്നെ മെക്സിക്കൻ പത്രം ജൂൺ 26–ാം തീയതി അറസ്റ്റ് ചെയ്യപ്പെട്ടവരുടെ ലിസ്റ്റ് പ്രസിദ്ധീകരിച്ചപ്പോൾ അതിൽ ഏണസ്റ്റോ ഗുവേര സെർനയുടെ കാര്യം പ്രത്യേകിച്ചെടുത്തു പറഞ്ഞിരുന്നു. അപകടകാരിയായ ഒരു 'സാർവദേശീയ കമ്യൂണിസ്റ്റ് പ്രക്ഷോഭകാരി'യെന്ന നിലയ്ക്കാണ് *എക്സൽസിയർ* ഗുവേരയെ വിശേഷിപ്പിച്ചത്. അർബെൻസിന്റെ ഗോട്ടിമാലയിൽ ഒരു മോസ്കോ ഏജൻറായി പണിയെടുത്തിരുന്ന ആളാണ് ഗുവേരയെന്നുംകൂടി എഴുതാൻ പ്രസ്തുത പത്രം മടിച്ചില്ല.

"അറസ്റ്റ് കഴിഞ്ഞ് അവർ ഞങ്ങളെ കൊണ്ടുപോയത് പ്രവാസികളെ പാർപ്പിക്കുന്ന മിഗുവെൽ ഷുൾട്ട്സ് ജയിലിലേക്കാണ്." മാറിയ അന്റോണിയ അനുസ്മരിക്കുന്നു. അവിടെ വച്ച് ഞാൻ ചെയുമായി കണ്ടു. നന്നേ വിലകുറഞ്ഞ മറുപുറം കാണാവുന്ന ഒരു മഴക്കോട്ടും ഒരു പഴഞ്ചൻ തൊപ്പിയും ധരിച്ച ചെയെക്കണ്ടാൽ ഒരു നോക്കുകുത്തിയാണെന്നേ തോന്നുമായിരുന്നുള്ളു. ഇഷ്ടനെ ഒന്ന് ഉഷാറാക്കാൻവേണ്ടി അക്കാര്യം ഞാൻ അദ്ദേഹത്തോടു പറയുകയും ചെയ്തു. ചോദ്യം ചെയ്യാനായി അവർ ഞങ്ങളെ പുറത്തേക്ക് കൊണ്ടുപോയപ്പോൾ ചെയ്ക്കു മാത്രം വിലങ്ങുവച്ചിരുന്നു. പ്രോസിക്യൂട്ടറോട് ഞാൻ ഇതേപ്പറ്റി ചോദിച്ചു. ഓടിപ്പോകാതെ നോക്കേണ്ടുന്ന ഒരു ക്രിമിനൽ കുറ്റവാളിയല്ല ഗുവേരയെന്നും, മെക്സിക്കൊയിൽ ക്രിമിനൽ കുറ്റവാളികളെപ്പോലും വിലങ്ങുവയ്ക്കാറില്ലെന്നും ഞാൻ വാദിച്ചു. ഏതായാലും വിലങ്ങില്ലാതെയാണ് അദ്ദേഹം ജയിലിലേക്ക് മടങ്ങിയത്.

അങ്ങനെ, നിഷ്ഠൂരനായ ബാട്ടിസ്ററയെ താഴെയിറക്കാനുള്ള ഫിദൽ കാസ്ട്രോയുടെ മറ്റൊരു ശ്രമവും പരാജയമടഞ്ഞെന്ന് തോന്നി. പേടിത്തൂറികളും ശത്രുക്കളും ആഹ്ലാദം കൊണ്ട് തുള്ളിച്ചാടി. ഇത്തരം ഗൂഢാലോചനകൾ കൊണ്ട് ഒന്നും നടക്കുകയില്ലെന്നതിന് ഒരു തെളിവുകൂടിയാണിതെന്ന് അവർ അട്ടഹസിച്ചു. വിപ്ലവം കൊണ്ടുള്ള ഒരു കുട്ടിക്കളി! ഫിദലിന്റെ അറസ്റ്റിന് കുറച്ചുമുൻപ് ഏപ്രിൽ 29–ാം തീയതി മൊങ്കാഡാ ധീരന്മാരെ അനുകരിച്ച് മട്ടൻസാസിലെ ഗൊയിക്കൂറിയാ ബാരക്സ് പിടിച്ചെടുക്കാൻ ശ്രമിച്ച ചെറുപ്പക്കാരെ മുഴുവൻ ബാട്ടിസ്റ്റയുടെ ആരാച്ചാരന്മാർ പിടിച്ച് കശാപ്പ് ചെയ്തിരുന്നുവെന്നതും അവരുടെ ഈ വീമ്പിളക്കലിന് ശക്തികൂട്ടിയിരുന്നു.

പക്ഷേ, ഈ വിമർശകന്മാരിൽ നിന്ന് തികച്ചും ഭിന്നമായ രീതിയിലാണ് ഫിദൽ ചിന്തിച്ചിരുന്നത്. വിപ്ലവപ്പോരാട്ടത്തിന് അനിവാര്യമായും നൽകേണ്ടിവരുന്ന വിലയായിട്ടാണ് അദ്ദേഹം പരാജയങ്ങളെ കണ്ടിരുന്നത്. പരാജയങ്ങൾ അദ്ദേഹത്തിന്റെ ദൃഢനിശ്ചയത്തെ ബലപ്പെടുത്തുകയും അന്തിമവിജയത്തിലുള്ള വിശ്വാസം വർധിപ്പിക്കുകയും മാത്രമാണ് ചെയ്തത്. അദ്ദേഹത്തിന്റെ മനക്കരുത്തും ശുഭാപ്തിവിശ്വാസവും അനുയായികളിലേക്കും പടർന്നു പിടിച്ചിരുന്നു. "ഫിദൽ കാസ്ട്രോയിലുള്ള ഞങ്ങളുടെ വിശ്വാസത്തിന് ഒരിക്കലും ഉലച്ചിൽ തട്ടിയിരുന്നില്ല" എന്നാണ്

മെക്സിക്കൻ ജയിൽവാസത്തെ അനുസ്മരിച്ചുകൊണ്ട് ചെ പിന്നീടെഴുതിയത്.

ഈ വിപ്ലവകാരികളുടെ അറസ്റ്റ് മെക്സിക്കോയിലെ പുരോഗമന വിഭാഗത്തിനിടയിൽ അതിയായ രോഷമുളവാക്കി. പേരുകേട്ട പലരും അവരുടെ മോചനത്തിനുവേണ്ടി അഭ്യർഥന പുറപ്പെടുവിച്ചു. മുൻ മെക്സിക്കൻ പ്രസിഡന്റ് ലസാറൊ കാർഡെനാസ്, അദ്ദേഹത്തിന്റെ നാവികവകുപ്പ് മന്ത്രിയായിരുന്ന ഹെറിബെർട്ടൊ ജാറ, തൊഴിലാളി നേതാവ് ലൊംബാർഡൊ തൊളിഡാനൊ എന്നിവരും സുപ്രസിദ്ധ കലാകാരന്മാരായ ഡേവിഡ് അൽഫാറൊ സിക്വൈറോസ്, ഡീഗോ റിവീറ എന്നിവരും പ്രശസ്തരായ സാഹിത്യകാരന്മാരും പണ്ഡിതന്മാരും വിദ്യാഭ്യാസവിചക്ഷണരുമെല്ലാം ഇക്കൂട്ടത്തിൽ പെടുമായിരുന്നു. മെക്സിക്കൻ അധികൃതർക്കുപോലും വച്ചുപൊറുപ്പിക്കാനാവാത്ത ഒരു വ്യക്തിയായിരുന്നു ബാട്ടിസ്റ്റ. അറസ്റ്റും പത്രവാർത്തകളും എല്ലാം കൂടി ഫിദൽ കാസ്ട്രോയുടെ പദ്ധതികൾ കുഴിച്ചുമൂടിയിരിക്കുമെന്ന വിശ്വാസത്തോടെ ഒരുമാസത്തെ തടവിനുശേഷം അവരെ വിട്ടയച്ചുകൊണ്ട് തങ്ങളുടെ മനുഷ്യത്തം കാട്ടാൻ മെക്സിക്കൻ അധികൃതർ തീരുമാനിച്ചു. പക്ഷേ, ഏണസ്റ്റോ ഗുവേരയേയും ക്യൂബക്കാരനായ കാലിക്സ്ടൊ ഗാർഷ്യയേയും മാത്രം അവർ വിട്ടയച്ചില്ല. മെക്സിക്കോയിലേക്ക് നിയമവിരുദ്ധമായി പ്രവേശിച്ചുവെന്നായിരുന്നു ഈ രണ്ടുപേരുടെ പേരിലുള്ള കുറ്റം.

ജയിൽ വിമുക്തനായ ഉടൻതന്നെ ഫിദൽ പഴയതിലും ഉന്മേഷത്തോടെ തന്റെ സംഘത്തെ ക്യൂബയിലേക്ക് നയിക്കാനുള്ള തയാറെടുപ്പുകൾ പുനരാരംഭിച്ചു. അദ്ദേഹം വീണ്ടും പണം പിരിക്കുകയും ആയുധങ്ങൾ വാങ്ങുകയും രഹസ്യഫ്ളാറ്റുകൾ എടുക്കുകയും കോഡ് വാക്കുകൾക്കും അടയാളചിഹ്നങ്ങൾക്കും രൂപം നൽകുകയും ചെയ്തു. സംഘാംഗങ്ങൾ ചെറിയ ഗ്രൂപ്പുകളായി തിരിഞ്ഞ് ദൂരെയുള്ള വനപ്രദേശങ്ങളിൽ പരിശീലനം നടത്തി. അവർ വെന്നർ ഗ്രെൻ എന്നൊരു സ്വീഡിഷ് നരവംശശാസ്ത്രജ്ഞനിൽനിന്ന് 12,000 ഡോളർ കൊടുത്ത് "ഗ്രാന്മ" എന്ന അദ്ദേഹത്തിന്റെ യാറ്റ് (ക്രീഡാനൗക) വിലയ്ക്കുവാങ്ങി. എട്ടോ ഏറിയാൽ പന്ത്രണ്ടോ പേർക്കു മാത്രം സഞ്ചരിക്കാൻ തയാറാക്കപ്പെട്ടിരുന്ന അതിൽ എൺപതു യോദ്ധാക്കളെ തിക്കിക്കയറ്റേണ്ടിയിരുന്നു. അത് ഫിദലിന് വലിയൊരു പ്രശ്നമായിത്തോന്നിയില്ല. സത്യത്തിൽ അതല്ലാതെ മറ്റൊരു മാർഗവും ഉണ്ടായിരുന്നുമില്ല.

ചെയേയും ഗാർഷ്യയേയും കഴിവതും വേഗം ജയിലിൽ നിന്നു പുറത്തുകൊണ്ടുവരാൻ ഫിദൽ തന്റെ എല്ലാ ബന്ധങ്ങളും ഉപയോഗപ്പെടുത്തിക്കൊണ്ടിരുന്നു. തന്മൂലം ഗ്രാൻമയുടെ യാത്ര നീണ്ടുപോയേക്കുമോയെന്നു ഭയന്ന് അതിനായി സമയവും പ്രയത്നവും ദുർവ്യയം ചെയ്യാതിരിക്കാൻ ചെ ഫിഡലിനെ വളരെയേറെ നിർബന്ധിച്ചു. "നിങ്ങളെ ഇവിടെ വിട്ടിട്ട് ഞാൻ പോകുന്നില്ല" എന്നായിരുന്നു ഫിദൽ ഇതിനു നൽകിയ ഉറച്ച മറുപടി.

ജയിലിൽ വച്ച് ചെ ഉറങ്ങിക്കിടന്നപ്പോൾ ആരോ അദ്ദേഹത്തിന്റെ വസ്ത്രങ്ങൾ മോഷ്ടിച്ചു. "എവിടുന്നെങ്കിലും അൽപ്പം പണമുണ്ടാക്കി, അദ്ദേഹത്തിന് പുതിയ ചില വസ്ത്രങ്ങൾ വാങ്ങിക്കൊടുക്കാൻ ഞങ്ങൾ തീരുമാനിച്ചെങ്കിലും അങ്ങനെയൊരു പാരിതോഷികം സ്വീകരിക്കാൻ അദ്ദേഹം തയാറാകുമോ എന്ന് ഞങ്ങൾക്ക് ഭയമുണ്ടായിരുന്നു. പക്ഷേ, അത് താൻ തന്നെ തെരഞ്ഞെടുത്തുകൊള്ളാമെന്ന് അദ്ദേഹം പറഞ്ഞപ്പോൾ ഞങ്ങൾക്കാശ്ചര്യമായിരുന്നു. കടുംതവിട്ടുനിറമുള്ള ഒരു സ്യൂട്ട് അദ്ദേഹം തിരഞ്ഞെടുക്കുകയും ചെയ്തു. എന്നാൽ അരമണിക്കൂർ കഴിഞ്ഞ് അദ്ദേഹമത് കാലിക്സ്ടൊ ഗാർഷ്യക്ക് സംഭാവന ചെയ്തു..."

മെക്സിക്കൻ പോലീസ് ഹിൽഡയേയും പിടിച്ചകത്താക്കി. എങ്കിലും കാര്യങ്ങൾ വലിയ കുഴപ്പംകൂടാതെ കഴിഞ്ഞു. കുറച്ചുകഴിഞ്ഞ് ഇരുവരേയും അവർ വിട്ടയച്ചു. ചെ 57 ദിവസത്തോളം ഇരുമ്പഴികൾക്കു പിന്നിലായിരുന്നു. അദ്ദേഹം വീണ്ടും ഫിദലിന്റേയും റൗളിന്റേയും ഉറ്റ സഹപ്രവർത്തകനെന്ന നിലയ്ക്കുള്ള തന്റെ സ്ഥാനത്തേക്കു മടങ്ങി.

പോലീസ് ചാരന്മാർ ഈ ക്യൂബക്കാരെ സശ്രദ്ധം നിരീക്ഷിക്കുന്നുണ്ടായിരുന്നു. ഇടയ്ക്കിടയ്ക്ക് അവർ ഈയാളുകളുടെ താമസസ്ഥലങ്ങളിൽ കടന്ന് പരിശോധന നടത്തിയിരുന്നു. ഫിദൽ ഒട്ടും അടങ്ങിയിട്ടില്ലെന്നും, ക്യൂബയിലേക്ക് പോകാൻ ആളുകളെ തയാറാക്കിക്കൊണ്ടിരിക്കുകയാണെന്നും പത്രങ്ങൾ എഴുതി.

തയാറെടുപ്പുകൾ വേഗം പൂർത്തിയാക്കിയില്ലെങ്കിൽ അവരുടെ സംരംഭമാകെ തകരുമെന്ന് വ്യക്തമായി. എങ്കിലും പല ജോലികളും ബാക്കിയായിരുന്നു. അവരുടെ പക്കൽ വേണ്ടത്ര ആയുധങ്ങളോ വെടിക്കോപ്പുകളോ പണമോ ഉണ്ടായിരുന്നില്ല. അപ്പോഴാണ് സാന്റിയാഗൊയിൽ നിന്ന് 8000 ഡോളറുമായി ഫ്രാങ്ക് പൈസ് സഹായത്തിനെത്തിയത്. തന്റെ ആൾക്കാർ നഗരത്തിൽ കലാപം നടത്താൻ തയാറാണെന്ന് അദ്ദേഹം അറിയിച്ചു.

നവംബർ ആദ്യം പോലീസ് വീണ്ടും അവരിൽ പലരുടേയും വീടുകൾ പരിശോധിച്ചു. തന്റെ ബോഡീഗാർഡായിരുന്ന റഫേൽ ഡെൽപിനൊ 15,000 ഡോളറിന് തന്റെ ഗ്രൂപ്പിനെ മുഴുവൻ മെക്സിക്കോയിലെ ക്യൂബൻ എംബസിയെ ഏൽപ്പിച്ചുകൊടുക്കാൻ സമ്മതിച്ചതായി ഫിദലിന് വിവരം ലഭിച്ചു. അയാളുടെ പേർക്കാണ് ഗ്രാൻമ തീറെഴുതി വാങ്ങിയിരുന്നത്. റേഡിയോ സാമഗ്രികളുടെ ചുമതലയും അയാൾക്കായിരുന്നു. ഇനി അൽപ്പമെങ്കിലും വൈകിയാൽ സർവതും പൊളിയുമെന്നത് തീർച്ചയായിരുന്നു. അതിനാൽ, ആ പ്രകോപനക്കാരിയെ ഒറ്റപ്പെടുത്തിയിട്ട് ആയുധങ്ങളും സാമഗ്രികളും സഹിതം എല്ലാവരേയും തുക്സ്പിൻ എന്ന സ്ഥലത്ത് എത്തിക്കാൻ ഫിദൽ നിർദേശം കൊടുത്തു. മെക്സിക്കൻ ഗൾഫിൽ മത്സ്യബന്ധനത്തിനുള്ള ചെറിയൊരു തുറമുഖമായിരുന്നു ഈ സ്ഥലം.

മെക്സിക്കോയിൽ ഏറ്റവും ഭദ്രമായൊരിടത്ത് അത്യന്തം ഗോപ്യമായി കുറേ വെടിക്കോപ്പുകൾ ശേഖരിക്കാനും ഫിദൽ ആവശ്യപ്പെട്ടു. ഇതെന്തിനാണെന്ന് പിടികിട്ടാതെ വാപൊളിച്ചുനിന്ന അനുയായികളോട് ഫിദൽ പറഞ്ഞതിപ്രകാരമാണ്:

"ഇപ്രാവശ്യവും നാം പരാജയപ്പെട്ടാൽ ഞാൻ മെകിസ്ക്കോയിൽ തിരിച്ചുവന്ന് വിശ്വസ്തരായ കുറേപ്പേരെ കണ്ടുപിടിച്ചിട്ട് വീണ്ടും ക്യൂബയ്ക്കു പോകും. അത് വിമാനമാർഗമായിരിക്കുമെന്നു മാത്രം. പാരച്യൂട്ട് ഉപയോഗിച്ച് മലയോരങ്ങളിലിറങ്ങാനാണ് പ്ലാൻ. അവരെന്നെ പിടിച്ചുകൊല്ലുകയോ മാതൃഭൂമിയെ ഏകാധിപതികളിൽ നിന്നും ചൂഷകരിൽനിന്നും മോചിപ്പിക്കുകയോ ചെയ്യുന്നതുവരെ ഞാൻ ഈ പരിപാടി തുടരും."

ഫിദൽ അവസാനത്തെ നിർദേശവും നൽകി. സാന്റിയാഗോയിലുള്ള ഫ്രാങ്ക് പൈസിന് മുൻനിശ്ചയപ്രകാരമുള്ള കമ്പി അടിക്കാനായിരുന്നു ഈ നിർദേശം. "പുസ്തകം വിറ്റുതീർന്നു" എന്നതായിരുന്നു അതിനു ഉപയോഗിക്കേണ്ട കോഡ് വാക്കുകൾ. ഈ സന്ദേശം ലഭിച്ചാലുടൻ പൈസിന് ഓറിയന്റെയുടെ തലസ്ഥാനനഗരിയിൽ നിശ്ചിതസമയത്തിന് കലാപം തുടങ്ങാമെന്നതായിരുന്നു വ്യവസ്ഥ.

മെഡിക്കൽ ഉപകരണങ്ങളടങ്ങിയ തന്റെ ഹാൻഡ്ബാഗുമായി (മറ്റ് ഉത്തരവാദിത്വങ്ങൾ പലതുമുണ്ടായിരുന്നെങ്കിലും അവരുടെ യൂണിറ്റിന്റെ ഡോക്ടറും ചെ തന്നെയായിരുന്നു) ചെ വീട്ടിലേക്ക് പാഞ്ഞുചെന്ന് ഉറങ്ങിക്കിടന്ന മകളെ ഉമ്മവച്ചിട്ട് മാതാപിതാക്കൾക്ക് യാത്ര പറഞ്ഞു കൊണ്ടുള്ള ഒരു കത്ത് കുത്തിക്കുറിച്ചു. തനിക്ക് വേണ്ടപ്പെട്ടവർക്ക് എപ്പോഴും എഴുതുമ്പോലെ ക്രൂരമായ ഫലിതം നിറഞ്ഞതായിരുന്നു ഇതിലെയും വരികൾ. ആ എഴുത്ത് ഏതാണ്ടിങ്ങനെ സംഗ്രഹിക്കാം. ഏതൊരു ലക്ഷ്യത്തിനുവേണ്ടിയാണോ ഞാനിപ്പോൾ പുറപ്പെടാൻ പോകുന്നത്. ആ ലക്ഷ്യത്തിനുവേണ്ടി മരിക്കേണ്ടിവന്നാലും അതൊരന്തസ്സാണ്. ഒരുപക്ഷേ, ഇത് ചുവരിൽ തലയടിച്ചു ചാവുന്നതുപോലെയാണെന്ന് വന്നേക്കാം. "ഇൻഹേലർ എടുക്കാൻ മറക്കരുത്. അത് നഷ്ടപ്പെടാതെ സൂക്ഷിക്കുകയും വേണം," എന്നു ഹിൽഡ വിളിച്ചുപറഞ്ഞെങ്കിലും ചെ അത് മറക്കുക തന്നെ ചെയ്തു. ഒളിപ്പോരിന്റെ രംഗത്ത് പിച്ചവയ്ക്കാൻ തുടങ്ങുക മാത്രം ചെയ്തിരുന്ന ഒരുവന് അതും അതിനപ്പുറവും സംഭവിച്ചില്ലെങ്കിലേ അത്ഭുതപ്പെടേണ്ടൂ.

1956 നവംബർ 25–ാം തീയതി വെളുപ്പിന് രണ്ടുമണിക്ക് അവരെല്ലാം തുക്സ്പാനിൽ നങ്കൂരമിട്ടു കിടന്നിരുന്ന ഗ്രാന്മയിൽ പറ്റിക്കൂടി. ഭയങ്കരമായ ഒച്ചയും പൊട്ടിച്ചിരിയും കൊണ്ട് ആ കടവാകെ മുഖരിതമായിരുന്നു. അൽപ്പം കൈമടക്കു കൊടുത്ത് സ്ഥലം പൊലീസിനെ വശത്താക്കിയിരുന്നതിനാൽ അവിടെങ്ങും അവരുടെ പൊടിപോലും കാണാനുണ്ടായിരുന്നില്ല. അങ്ങനെ കിട്ടിയ അൽപ്പസമയംകൊണ്ട് 82 ആളുകൾ തോക്കും വെടിക്കോപ്പും സൈനികാവശ്യങ്ങൾക്കുള്ള മറ്റു സാധനങ്ങളും കയറ്റിയ

ആ കളിയോടത്തിൽ മത്തി നിരത്തിയപോലെ കയറിയിരുന്നു. മഴ ശക്തി യായി പെയ്തിരുന്നു. കടൽ ക്ഷോഭിച്ച സ്ഥിതിയിലുമായിരുന്നു. പക്ഷേ, ഇനി ശങ്കിച്ചുനിൽക്കാൻ കഴിയുമായിരുന്നില്ല. മുന്നോട്ട് എന്നതുമാത്രമാ യിരുന്നു ഒരേയൊരു പോംവഴി.

ചെയും കാലിക്സ്ടൊ ഗാർഷ്യയും മറ്റു മൂന്നു യോദ്ധാക്കളും അവ സാന നിമിഷത്തിലാണ് കടവിലെത്തിയത്.

കാറോ ബസ്സോ മുഖേന മാത്രമേ തുക്സ്പാനിലെത്താൻ പറ്റുമാ യിരുന്നുള്ളു. വഴിയ്ക്കുള്ള ഒരു റെയിൽവേസ്റ്റേഷനിൽ ഇറങ്ങിയിട്ട് ചെയും കൂട്ടുകാരും അതിലേപോകുന്ന കാറുകാരോടെല്ലാം തങ്ങളെക്കൂടി കൊണ്ടുപോകാമോ എന്നു ചോദിക്കുന്ന വിരലടയാളം കാണിച്ചു. അതിനു തയാറുള്ള ഒരു കാറുകാരനും ഉണ്ടായിരുന്നില്ല, കാലിക്സ്ടൊ പിന്നീട് പറയുകയുണ്ടായി; "ഞങ്ങളങ്ങനെ ആ റോഡരികിൽ എത്രനേരം നിന്നെ ന്നതിന് കണക്കില്ല. ഒടുവിൽ ഞങ്ങൾ ഒരു കാറുകാരനെ തടഞ്ഞു നിറു ത്തിയിട്ട് ഞങ്ങളെ തുറമുഖം വരെ എത്തിക്കാൻ ആവശ്യപ്പെട്ടു. അയാൾ ചോദിച്ച 180 പെസൊ കൊടുക്കാൻ ഞങ്ങൾ സമ്മതിച്ചു. പക്ഷേ, കുറച്ചു ദൂരം പോയപ്പോൾ പേടിച്ചുവിരണ്ട അയാൾ വണ്ടി മുൻപോട്ട് വിടാൻ കൂട്ടാക്കിയില്ല. സംഗതി വളരെ കുഴപ്പമായിരുന്നു. സമയം വളരെ നഷ്ട പ്പെട്ടു കഴിഞ്ഞിരുന്നു. അതിന്റെ കൂടെയാണ് കൂനിന്മേൽ കുരുവെന്ന പോലെ ഇതും....

"അപ്പോൾ ചെ എന്നോടു പറഞ്ഞു. താൻ വല്ലവരും വരുന്നുണ്ടോ യെന്നു നോക്കിക്കോ. ഡ്രൈവറെക്കൊണ്ടു ഞാൻ സമ്മതിപ്പിച്ചോളാം." വളരെ വിഷമിച്ച് പകുതിവഴിക്കപ്പുറത്തുള്ള പോസാറിക്കാവരെ കൊണ്ടു പോകാമെന്ന് അയാൾ ഏറ്റു. അവിടെവച്ച് മറ്റൊരു വാഹനം പിടിച്ച് ഞ ങ്ങൾ സന്ധിക്കാൻ നിശ്ചയിച്ചിരുന്ന സ്ഥലത്തേക്ക് തിരിച്ചു. ഒടുവിൽ തുക്സ്പാൻ എന്ന ആ കൊച്ചുപട്ടണം ദൂരെ നിന്നു കണ്ടുതുടങ്ങിയ പ്പോൾ മാത്രമേ ഞങ്ങൾക്ക് സമാധാനമായുള്ളു. ജുവാൻ മാനുവെൽ മാർകിസ് അവിടെ ഞങ്ങളെ കാത്തു നിന്നിരുന്നു. അദ്ദേഹം ഞങ്ങളെ ഗ്രാന്മ കെട്ടിയിട്ടിരുന്ന പുഴക്കരയിലേക്ക് കൂട്ടിക്കൊണ്ടുപോയി.

വൈകിയെത്തിയവർ ഗ്രാന്മയിലേക്ക് ഓടിക്കയറി.

അപ്പോൾ ഫിദൽ ഓർഡർകൊടുത്തു. "കെട്ടഴിച്ച് ഫുൾ സ്പീഡിൽ മുന്നോട്ട്!"

അവിശ്വനീയമാംവിധം ഓവർലോഡ് ചെയ്തിരുന്ന ഗ്രാൻമ വിളക്കു കൾ മങ്ങിച്ചിട്ട് വളരെ പ്രയാസപ്പെട്ട് കടവിൽ നിന്ന് അകന്നുമാറുകയും ക്യൂബയിലേക്കുള്ള വഴിക്കു യാത്ര ആരംഭിക്കുകയും ചെയ്തു.

അതിൽ കയറിയിരുന്ന പോരാളികൾ ക്യൂബൻ ദേശീയഗാനവും ജൂലൈ 26 പ്രസ്ഥാനത്തിന്റെ ഗീതവും ആലപിച്ചിരുന്നു.

ഫിദൽ തന്റെ വാക്കു പാലിച്ചു. 1956 –ൽ അവർ വീരജേതാക്കളല്ലെ ങ്കിൽ രക്തസാക്ഷികളാകാൻ പുറപ്പെടുകയായിരുന്നു.

കുറിപ്പുകൾ

1. ക്യൂബയുടെ സ്വാതന്ത്ര്യസമരത്തിന്റെ തുടക്കം യാറ, ബെയിറെ എന്നീ നഗരങ്ങളിൽ നിന്നായിരുന്നു.
2. ക്യൂബൻ വിപ്ലവം കഴിഞ്ഞ് ക്യൂബയിൽ തിരിച്ചെത്തിയ ബേയൊ 1965–ൽ അവിടെ വെച്ച് മൃതിയടഞ്ഞു.

സീറാ മെസ്ത്ര

1

മലങ്കാടുകളിലെ സമരം

"പുതുപുലരിയെ പുൽകാൻ, പോകാം
സഖാക്കളെ മുന്നോട്ട്!
ബയണറ്റും ഷെല്ലുമായി സ്വയം
തെളിച്ചിടാം നമുക്ക് തന്നെ നമ്മുടെയീപ്പാത!"

ഒരു റഷ്യൻ വിപ്ലവഗാനത്തിൽ നിന്ന്

വഴിക്കു വച്ച് ഗ്രാന്മ വലിയൊരു കൊടുങ്കാറ്റിൽ പെട്ടു. "ഒരേ സമയത്ത് കരയിപ്പിക്കുകയും ചിരിപ്പിക്കുകയും ചെയ്യുന്ന ഒരു നാടകത്തിലെ രംഗത്തെ അനുസ്മരിപ്പിക്കുന്നതായിരുന്നു ഞങ്ങളുടെ കപ്പൽ." എന്നാണ് ചെ തന്റെ ഓർമക്കുറിപ്പുകളിൽ എഴുതുന്നത്. "എവിടെ നോക്കിയാലും വയറമർത്തിപ്പിടിച്ചിരിക്കുന്നവരുടെ വക്രിച്ച മുഖമേ കാണാനുണ്ടായിരുന്നുള്ളു. ചിലർ തല ഒരു തൊട്ടിയോടു ചേർത്തുവച്ച് ഓക്കാനിച്ചുകൊണ്ടിരുന്നപ്പോൾ മറ്റുള്ളവർ വിചിത്രമായ ആകൃതികളിൽ ചുരുണ്ടുകൂടി കിടന്നു. 'ഗ്രാന്മ'യിലുണ്ടായിരുന്ന 82 പേരിൽ രണ്ടോ മൂന്നോ നാവികരും നാലോ അഞ്ചോ യാത്രക്കാരും മാത്രമാണ് കടൽച്ചൊരുക്കിന്റെ പിടിയിൽ നിന്ന് രക്ഷപ്പെട്ടിരുന്നത്."

അപ്രതീക്ഷിതമായി കപ്പലിൽ വെള്ളം കയറാനും തുടങ്ങി. വെള്ളം തേകിക്കളയാനുള്ള ബിൽജ് പമ്പും അതോടൊപ്പം കപ്പലിന്റെ എഞ്ചിനും നിശ്ചലമായി. തൊട്ടികൊണ്ട് വെള്ളം കോരിക്കളയാൻ അവർ ശ്രമിച്ചു. കപ്പലിന്റെ ഭാരം കുറയ്ക്കാൻ ടിൻ ചെയ്ത ഭക്ഷണസാധനങ്ങൾ അവർ കടലിലെറിഞ്ഞു. തുറന്നു കിടന്ന ഒരു ടാപ്പാണ് ഈ ജലപ്രളയത്തിന് കാരണമെന്ന് പിന്നീട് മനസിലായി. വളരെ പ്രയാസപ്പെട്ട് അവർ ഒരുവിധത്തിൽ എഞ്ചിൻ സ്റ്റാർട്ടാക്കിയെടുത്തു.

കാലിക്സ്‌ടൊ ഗാർഷ്യ ഈ സംഭവത്തെ അനുസ്മരിച്ചുകൊണ്ട് എഴുതുന്നതിപ്രകാരമാണ്:

> നല്ല ഭാവനയുള്ളവർക്കേ ആ രംഗം ഒന്നു സങ്കൽപ്പിക്കാൻ കഴിയൂ. എല്ലാവിധ സമഗ്രികളോടുംകൂടി സായുധരായ 82 ആളുകളെ ആ കളിയോടത്തിനുള്ളിൽ ഞെരുക്കിക്കയറ്റാൻ കഴിഞ്ഞതെങ്ങനെയാണെന്നത് ഒരതിശയമാണ്. കപ്പലിനുള്ളിൽ മണ്ണുനുള്ളിയിടാൻ സ്ഥലമുണ്ടായിരുന്നില്ല. ശരിക്കും മത്തി അടുക്കിയ പോലെയാണ് ആളുകൾ ഇരുന്നത്. കഴിയുന്നത്ര കുറച്ച് ആഹാര സാധനങ്ങൾ മാത്രമേ ഞങ്ങൾ കരുതിയിരുന്നുള്ളു. ആദ്യദിവസങ്ങളിൽ അര ടിൻ പാലായിരുന്നു ഓരോരുത്തരുടേയും വീതം. പക്ഷേ അതും വേഗം അവസാനിച്ചു. നാലാം ദിവസം എല്ലാവർക്കും ഓരോ കഷ്ണം ചീസും സോസേജും കിട്ടി. അഞ്ചാം ദിവസമായപ്പോൾ ചീഞ്ഞ കുറച്ച് ഓറഞ്ചല്ലാതെ മറ്റൊന്നും ശേഷിച്ചിരുന്നില്ല. എങ്കിലും മൂന്നു ദിവസത്തെ വഴി പിന്നെയും ബാക്കിയായിരുന്നു...

യാത്രയ്ക്കിടയിൽ ആസ്ത്മയുടെ ശല്യം കാരണം ചെ വല്ലാതെ കഷ്ടപ്പെട്ടു. എങ്കിലും അദ്ദേഹം അതൊന്നും പുറത്തുകാണിക്കാതെ മറ്റുള്ളവരുമായി തമാശ പറഞ്ഞ് ചിരിക്കുകയും മറ്റുള്ളവരെ ഉഷാറാക്കുകയും ചെയ്തുവെന്നാണ് റോബെർട്ടൊ റോകെ നൂനെസ് പറയുന്നത്.

ഈ റോബർട്ടൊ കാരണം അവർക്ക് വിലപ്പെട്ട കുറേയേറെ സമയം നഷ്ടമായെന്നുകൂടി ഇവിടെ പ്രസ്താവിക്കേണ്ടതുണ്ട്. നല്ലൊരു നാവികൻ കൂടിയായിരുന്ന റോബെർട്ടൊയെയാണ് ഫിദൽ കപ്പലിന്റെ നാവിഗേറ്റർ ആയി നിയമിച്ചിരുന്നത്. ഒരിക്കൽ സ്ഥാനനിർണയം നടത്താൻ വേണ്ടി വീൽഹൗസിന്റെ മുകളിൽ കയറിനിന്ന അയാൾ ഒരു വൻതിരവന്നിടിച്ച് കടലിൽ വീണുപോയി. നിർഭാഗ്യവാനായ ഈ നാവികനെ കണ്ടുപിടിച്ച് വലിച്ചുകയറ്റാൻ കുറച്ചധികം സമയം വേണ്ടിവന്നു.

ക്രമത്തിലധികം ഭാരം കയറ്റിയിരുന്ന ആ യാറ്റ് പതുക്കെപ്പതുക്കെ ക്യൂബൻ ദ്വീപിനോടടുക്കുന്നതിനിടയിൽ അവർക്ക് പല പ്രാവശ്യം വഴി തെറ്റി. നവംബർ 30–ാം തീയതിയോടെ സാന്റിയാഗൊയ്ക്ക് സമീപമുള്ള നിക്കാറൊ ഗ്രാമത്തിൽ ഇറങ്ങാൻ കഴിയുമെന്നായിരുന്നു ഫിദലിന്റെ കണക്കുകൂട്ടൽ. അവിടുന്ന് സാൻറിയാഗോയിൽ എത്തിയിട്ട് ഫ്രാങ്ക് പൈസും കൂട്ടരും കൂടി പ്ലാൻ ചെയ്തിരുന്ന കലാപത്തിൽ ചേരാമെന്നും അദ്ദേഹം പ്രതീക്ഷിച്ചിരുന്നു. പക്ഷേ, നവംബർ 30–ാം തീയതി ഗ്രാന്മ ക്യൂബൻ തീരത്തുനിന്ന് രണ്ടു ദിവസത്തെ വഴി അകലെയായിരുന്നു.

അന്നു രാവിലെ 5.40 ന് ധീരനായ ഫ്രാങ്ക് പൈസിന്റെ അനുയായികൾ സാന്റിയാഗൊ തെരുവുകളിലേക്ക് പ്രവഹിക്കുകയും സർക്കാർ ആഫീസുകളെല്ലാം പിടിച്ചെടുക്കുകയും ചെയ്തു. പക്ഷേ, അധികനേരം നഗരം തങ്ങളുടെ അധീനതയിൽ വച്ചുകൊണ്ടിരിക്കാൻ അവർക്ക്

കഴിഞ്ഞില്ല. അന്നേ ദിവസം തന്നെ ബാട്ടിസ്റ്റയുടെ വിമാനങ്ങൾ ക്യൂബൻ തീരത്തെ സമീപിച്ചുകൊണ്ടിരുന്ന ഗ്രാന്മയെ ശ്രദ്ധിക്കുകയും ചെയ്തു.

ഒടുവിൽ ഡിസംബർ 2–ാം തീയതിമാത്രമാണ് ഗ്രാന്മയ്ക്ക് ലക്ഷ്യ സ്ഥാനത്ത് എത്താൻ കഴിഞ്ഞത്.

ഉടനടി യുദ്ധത്തിനു തയാറാക്കിക്കൊള്ളാൻ എല്ലാവർക്കും ആജ്ഞ ലഭിച്ചു. അവരിലൊരാൾ അനുസ്മരിക്കുന്നു: "ഞങ്ങളുടെ ആ സമയത്തെ വിചാരവികാരങ്ങൾ വിവരിക്കാൻ എനിക്ക് വാക്കുകൾ കിട്ടുന്നില്ല. പ്രത്യേകിച്ചും, ദീർഘകാലമായി മാതൃഭൂമിയിൽനിന്ന് അകന്നു നിന്നിരുന്നവരുടെ. എഞ്ചിൻ നിറുത്തിവച്ച് ഞങ്ങൾ ശബ്ദമുണ്ടാക്കാതെ പതുക്കെ തെന്നി നീങ്ങുകയായിരുന്നു. കരകാണുന്നുണ്ടോയെന്നറിയാൻ ഞങ്ങളെല്ലാം ആ ഭാഗത്തേക്ക് കണ്ണും നട്ടിരുന്നു. കപ്പലിന്റെ അടിത്തട്ട് മണൽത്തിട്ടയിൽ ഉരയുന്നതിന്റെ ശബ്ദം ഞങ്ങൾക്ക് കേൾക്കാമായിരുന്നു. ഓറിയന്റെ പ്രവിശ്യയിലെ നിക്വേറൊ മുൻസിപ്പൽ അതിർത്തിയിൽ പെട്ട ക്രൂസ് മുനമ്പിനടുത്തുള്ള ലോസ് കൊളറാഡോസിലായിരുന്നു ഞങ്ങൾ.

'ഗ്രാന്മ' ഒരു തിട്ടയിൽ വന്നുറച്ചു. കപ്പലിൽ ഒരു ലൈഫ്ബോട്ട് ഉണ്ടായിരുന്നെങ്കിലും വെള്ളത്തിലിറക്കും മുൻപു തന്നെ അത് മുങ്ങിപ്പോയി. കഴുത്തറ്റം വെള്ളത്തിലൂടെ നീന്തുകയല്ലാതെ പിന്നെ അവരുടെ മുന്നിൽ മറ്റൊരു മാർഗവും ഉണ്ടായിരുന്നില്ല. ആയുധങ്ങളും അൽപ്പം ചില ആഹാരസാധനങ്ങളും മാത്രമാണ് അവർക്ക് കൂടെ കൊണ്ടുപോരാൻ കഴിഞ്ഞത്. റോന്തു ചുറ്റിക്കൊണ്ടിരുന്ന ബോട്ടുകളും വിമാനങ്ങളും ഉടനടി തന്നെ ആ പ്രദേശത്ത് പാഞ്ഞെത്തുകയും ഫിദലിന്റെ ആൾക്കാർക്കെതിരായി തീ തുപ്പാൻ തുടങ്ങുകയും ചെയ്തു. ഇതൊരു കപ്പലപകടം പോലെയായിരുന്നു"വെന്നാണ് റൗൾ കാസ്ട്രൊ പിന്നീട് ഇതെപ്പറ്റി പറഞ്ഞത്.

ചതുപ്പുകൾ നിറഞ്ഞ ആ തീരദേശത്ത് നിന്ന് ഒന്നു കടന്നുകിട്ടാൻ 'ഗ്രാന്മ'യിൽ വന്നിറങ്ങിയ വിപ്ലവകാരികൾക്ക് കുറേയധികം സമയം ചെലവിടേണ്ടിവന്നു. 1961–ൽ അവിടെ സന്ദർശിച്ച വാന്ദാ വസിലിയേവ്സ്ക *സ്വാതന്ത്ര്യദ്വീപ്* എന്ന തന്റെ കൃതിയിൽ ആ സ്ഥലത്തെ വർണിച്ചിരിക്കുന്നത് ഇപ്രകാരമാണ്:

> ചതുപ്പും കണ്ടൽ വേരുകൾക്കിടയിൽ മുറ്റിവളർന്നുനിൽക്കുന്ന കുറ്റിച്ചെടികളും. കാലുപൂണ്ടുപോകുന്ന തവിട്ടുനിറമാർന്ന ചെളിനിലം, അതിനു തൊട്ടുമുകളിലായി കണ്ടൽ ശിഖരങ്ങളും കനത്തവേരുകളും അത്ഭുകരമായി പിണഞ്ഞു കിടക്കുന്നു. ചീഞ്ഞളിഞ്ഞ വഴുക്കലുള്ള ഇലകൾ കൊണ്ട് അവിടമാകെ മൂടിയിരിക്കുന്നു. നിഷ്പ്രയാസം തള്ളിമാറ്റിപ്പോകാവുന്ന ആൽഡർ കാടോ തൊട്ടാലുടൻ മാറിപ്പോകുന്ന വില്ലോപ്പടർപ്പോ അല്ല ഇത്. നല്ല ഉറപ്പുള്ള കമ്പികൾ ചേർത്തുവലിച്ചുകെട്ടിയ ഒരു മുൾവേലിപോലെയാണിത്. എക്കൽമണ്ണിലേക്ക് ആഴത്തിലാണ്ടിറങ്ങിയിട്ടുള്ള

> വേരുകളാണിവിടെയുള്ളത്. ചിലേടങ്ങളിൽ മണ്ണിനു നല്ല ഉറപ്പുണ്ടെന്നു തോന്നും. ചിലേടങ്ങളിൽ കണ്ടലിന്റെ ശാഖകൾ വെള്ളത്തിനു തൊട്ടുമുകളിലായി ഒരു വേലികെട്ടി കൊച്ചുകൊച്ചു അരുവികൾ സൃഷ്ടിച്ചിരിക്കുന്നതുപോലെ തോന്നും. പക്ഷേ, അവിടെയും അടിയിൽ നിറയെ ചുവന്ന ചെളിയാണുള്ളത്.

നിരവധി കമ്പിവേലികൾക്കു സമമായ ഈ പ്രതിബന്ധങ്ങൾ ഭേദിച്ചു കടക്കുന്നതു പരിക്ഷീണിതരും ദാഹിച്ചു വിശന്നുവലഞ്ഞവരുമായ ഈ യോദ്ധാക്കളെ സംബന്ധിച്ചിടത്തോളം അമാനുഷിക പ്രയത്നം ആവശ്യമായ ഒരു സംഗതി ആയിരുന്നു. 1941-ലെ യുദ്ധത്തിനിടയിൽ ശരൽക്കാല ചെളിയിൽ പുതഞ്ഞുകിടക്കുന്ന നിരത്തുകളിലൂടെയുള്ള സൈനിക പിന്മാറ്റത്തിന് താൻ ദൃക്സാക്ഷി ആയിരുന്നില്ലെങ്കിൽ വിദൂരസ്ഥമായ ക്യൂബയിലെ ഈ കാഴ്ചകാണുമ്പോൾ തനിക്കിത്ര മനഃപ്രയാസം തോന്നുമായിരുന്നില്ലെന്ന് വസിലിയേവ്സ്ക എഴുതുകയുണ്ടായി. ഗ്രാന്മയിലെ ആ യോദ്ധാക്കൾക്ക് ഇതിലേ കടന്നുപോകാൻ എന്തു പ്രയാസപ്പെടേണ്ടിവന്നിരിക്കുമെന്നും അതിനിടയിൽ അവരിൽ ചിലർ മരിക്കാനിടയായതെങ്ങനെയാണെന്നും വസിലിയേവ്സ്കയ്ക്ക് സ്വാനുഭവത്തിൽ നിന്നുതന്നെ ഊഹിക്കാൻ കഴിഞ്ഞു.

ചരിത്രം ആവർത്തിക്കുമെന്നു പറയുന്നത് എത്ര ശരിയാണെന്ന് ചിലപ്പോൾ നമുക്കനുഭവപ്പെടാറുണ്ട്. അറുപതു സംവത്സരങ്ങൾക്ക് മുൻപ് മംബീസെ എന്നറിയപ്പെടുന്ന ഐതിഹ്യതുല്യരായ ക്യൂബൻ ദേശാഭിമാനികൾക്ക് സമരം ചെയ്യേണ്ടിവന്നതും ഇതിനടുത്തുതന്നെയായിരുന്നു. ജനറൽ അന്റോണിയൊ മാസിയൊ എന്ന ധീരനായ ക്യൂബൻ സ്വാതന്ത്ര്യസമരയോദ്ധാവായിരുന്നു അവരുടെ നേതാവ്. അന്ന് അവരുടെ കൂട്ടത്തിലുണ്ടായിരുന്ന പ്യോത്തർ സ്ത്രേൽത്സോവ് എന്ന റഷ്യൻ സന്നദ്ധഭടൻ പിന്നീട് *വ്യെസ്ത്നിക്ക് എവ്രോപ്പി*യിൽ പ്രസിദ്ധീകരിച്ച ഓർമക്കുറിപ്പുകളിൽ തന്റെ സഖാക്കളെപ്പറ്റി എഴുതിയിരുന്നത് ഇപ്രകാരമാണ്:

> പാറക്കല്ലുകളുമായി ഉരസി അവരുടെ നഗ്നപാദങ്ങൾ കീറുമുറിയുകയും, ചുമലിലേറ്റിയിരുന്ന ഭാരിച്ച പെട്ടികൾ ഉരുമ്മിയുരുമ്മി അവരുടെ പുറത്തെ തൊലി ഉരിഞ്ഞുപോവുകയും ചെയ്തു. മഞ്ഞപ്പനി പിടിച്ച അവരിൽ പലരും അടക്കിയ തേങ്ങലോടെ കരിമ്പാറകളിന്മേൽ വന്നുവീണു... എന്നിട്ടും ശേഷിയുള്ളവർ മാതൃഭൂമിയുടെ സ്വാതന്ത്ര്യം അക്ഷരാർഥത്തിൽ ചുമലിലേറ്റിക്കൊണ്ട് മുന്നോട്ടു നീങ്ങി. ആ യാത്രയിലുടനീളം, അതായത് നാലഞ്ചുദിവസത്തോളം, അവരിൽ പലർക്കും വായുഭക്ഷണം മാത്രമാണുണ്ടായിരുന്നത്. എങ്കിൽപ്പോലും ഒരാളിൽനിന്നെങ്കിലും ഒരു പരാതിയോ കുറ്റപ്പെടുത്തലോ കേൾക്കാൻ കഴിഞ്ഞില്ല. ആ വിപ്ലവകാരികളുടെ ദേശാഭിമാനം അത്രയ്ക്കു വമ്പിച്ചതായിരുന്നു.

ആ വീരയോദ്ധാക്കളുടെ ചെറുമക്കളും അവരുടെ മക്കളും ഇന്ന് ആത്മത്യാഗവും കഷ്ടപ്പാടുകളും നിറഞ്ഞ അതേ യാതനാനിർഭരമായ പാതയിലൂടെയാണ് മുന്നോട്ടു നീങ്ങിയിരുന്നത്. സ്വന്തം നാടിനെ വീണ്ടും അടിമത്തത്തിലാഴ്ത്തിയവരെ നിഷ്കാസനം ചെയ്യാനായിരുന്നു അവരുടെ ഈ മാർച്ച്.

യാദൃച്ഛികമായി കണ്ടുമുട്ടിയ വഴികാട്ടികളുടെ സഹായത്തോടെ തങ്ങളെ പിന്തുടർന്നിരുന്ന ശത്രുവിമാനങ്ങളുടെ കണ്ണുവെട്ടിക്കാൻ ഫിദൽ കാസ്ട്രോയും സഖാക്കളും ശ്രമിച്ചു.

"ഡിസംബർ നാലാം തീയതി രാത്രി മുഴുവൻ ഞങ്ങൾ ഒരു കരിമ്പിൻതോട്ടത്തിലൂടെയാണ് നീങ്ങിയിരുന്നത്." ചെ പിന്നീട് എഴുതുകയുണ്ടായി: "കരിമ്പു കടിച്ചുതിന്നു വിശപ്പും ദാഹവും ശമിപ്പിച്ചിരുന്ന ഞങ്ങൾ അതിന്റെ ചണ്ടി വഴിനീളെ ചവച്ചുതുപ്പിയിരുന്നു. അക്ഷന്തവ്യമായ ഒരു നോട്ടക്കുറവായിരുന്നു ഇത്. കാരണം, അതു നോക്കി ബാട്ടിസ്റ്റയുടെ പട്ടാളത്തിന് ഞങ്ങളെ പിന്തുടരാൻ കഴിയുമായിരുന്നു.

പക്ഷേ, ഈ കരിമ്പിൻ ചണ്ടികളല്ല, പിന്നെയോ ഞങ്ങളുടെ വഴികാട്ടിയാണ് ഞങ്ങളെ ഒറ്റിക്കൊടുത്തതെന്ന കാര്യം പിന്നീട് വളരെ ക്കഴിഞ്ഞാണ് വ്യക്തമായത്. ഇവിടെ വിവരിച്ച സംഭവങ്ങൾക്ക് തൊട്ടു മുൻപേ ഞങ്ങൾ അവനെ വിട്ടയച്ചിരുന്നു. അവൻ ശത്രുക്കളെ നേരെ ഞങ്ങളുടെ നടുവിലേക്ക് എത്തിക്കുകയും ചെയ്തു. ഒന്നിലധികം പ്രാവശ്യം ഇത്തരം അബദ്ധങ്ങൾ കാണിച്ചതിനുശേഷം മാത്രമാണ് ഇക്കാര്യത്തിൽ എത്ര ജാഗ്രത വേണമെന്ന് ഞങ്ങൾക്ക് ബോധ്യമായത്.

നേരം വെളുത്തപ്പോഴേക്ക് ക്ഷീണംകൊണ്ടു തളർന്നിരുന്നതിനാൽ അലേഗ്രിയാദ് പിയോ എന്ന സ്ഥലത്തുള്ള ഒരു സെൻട്രലിൽ' തെല്ലിട നേരത്തേക്ക് വിശ്രമിക്കാൻ ഞങ്ങൾ തീരുമാനിച്ചു. തറയിൽ കിടത്തുന്നതിനു മുൻപുതന്നെ ഉറക്കം ഞങ്ങളെ മാറോടണച്ചു.

ഉച്ചയായപ്പോഴേക്ക് മുകളിൽ വിമാനങ്ങളുടെ ഇരമ്പൽ കേൾക്കാൻ തുടങ്ങി. നടന്നു തളർന്നിരുന്നതിനാൽ ആദ്യം ഞങ്ങളത് വകവെച്ചില്ല.

പാദത്തിന്റെ അടിമുഴുവൻ വ്രണം വന്നു വീർത്തിരുന്നവർക്ക് വൈദ്യസഹായം നൽകാൻ ഡോക്ടറെന്ന നിലയ്ക്ക് ഞാൻ ബാധ്യസ്ഥനായിരുന്നു. അന്ന് അങ്ങനെ ഞാൻ അവസാനമായി ചികിത്സിച്ചത് ഹംബർട്ടൊ ലമോറ്റെയെ ആയിരുന്നുവെന്ന് എനിക്ക് നല്ല ഓർമയുണ്ട്.

ഒരു മരത്തേൽ ചാരിനിന്ന് ഞങ്ങളുടെ അന്നത്തെ റേഷനായ ഒരു തുണ്ട് സോസേജും രണ്ടു ബിസ്ക്കറ്റും തിന്നുന്നതിനിടയിൽ സഖാവ് മൊണ്ടാനെയും ഞാനും ഞങ്ങളുടെ മക്കളെപ്പറ്റി സംസാരിക്കുകയായിരുന്നു. അപ്പോഴാണ് പൊടുന്നനെ വെടിപൊട്ടിയത്. ഒരു നിമിഷം കഴിഞ്ഞ് 82 പേരടങ്ങിയ ഞങ്ങളുടെ സംഘത്തിലേക്ക് വെടിയുണ്ടകൾ വന്നു പൊഴിയാൻ തുടങ്ങി. ഏറ്റവും നല്ല റൈഫിൾ എന്റേതായിരുന്നില്ല. ഏറ്റവും മോശപ്പെട്ട ആയുധം ഞാൻ തന്നെ ചോദിച്ചു വാങ്ങിയതാണ്. കാരണം

കപ്പൽ യാത്രയ്ക്കിടയിൽ കാസംകൊണ്ട് വല്ലാതെ വിഷമിച്ചിരുന്ന ഞാൻ ഏറ്റവും നല്ല തോക്ക് മേടിച്ചിട്ട് അതുംകൂടി നഷ്ടപ്പെടുത്തുന്നതിന് യാതൊരർഥവുമില്ലായിരുന്നു.

ശത്രുവിന്റെ ഈ വാശിയേറിയ ആക്രമണത്തിനു മുന്നിൽ ഞങ്ങൾ ഏതാണ്ട് നിസ്സഹായരായിരുന്നു. ഗ്രാന്മയിൽ നിന്നിറങ്ങിയിട്ട് ആ ചതുപ്പുകളിലൂടെയുള്ള മാർച്ച് കഴിഞ്ഞപ്പോൾ ഞങ്ങളുടെ കൈയിൽ ആകെക്കൂടി ശേഷിച്ചത് കുറേ റൈഫിളുകളും ഒരുപിടി വെടിയുണ്ടകളും മാത്രമായിരുന്നു. ഈ ഉണ്ടകൾപോലും നനഞ്ഞതായിരുന്നു.... ജുവാൻ അൽമേഡ എന്റെടുക്കൽ ഓടിവന്നിട്ട് എന്തു ചെയ്യണമെന്നു ചോദിച്ചത് എനിക്കോർമയുണ്ട്. കഴിവതും വേഗം കരിമ്പിൻതോട്ടത്തിലേക്കോടി രക്ഷപ്പെടാൻ ഞങ്ങൾ തീരുമാനിച്ചു. കാരണം അതു മാത്രമായിരുന്നു ഞങ്ങളുടെ ഒരേയൊരു രക്ഷാമാർഗം...

അപ്പോഴാണ് ഞങ്ങളുടെ കൂടെയുള്ള ഒരുത്തൻ കൈയിലുള്ള വെടിയുണ്ടകൾ ദൂരെയെറിഞ്ഞിട്ട് ഓടുന്നത് എന്റെ ശ്രദ്ധയിൽപെട്ടത്. അവനെ പിടിച്ചുനിറുത്താൻ ഞാൻ ശ്രമിച്ചെങ്കിലും അവൻ എന്റെ പിടിവിടീച്ചിട്ട് ഓടി. "നമ്മുടെ കഥ കഴിഞ്ഞു." എന്ന് അവൻ വിളിച്ചുപറയുന്നുണ്ടായിരുന്നു. അവന്റെ മുഖം പേടികൊണ്ട് വികൃതമായിരുന്നു.

ഡോക്ടറുടെ ജോലിനോക്കണോ അതോ പട്ടാളക്കാരന്റെ കൃത്യം നിർവഹിക്കണോയെന്ന ധർമസങ്കടത്തിൽ ഞാൻ പെടുന്നത് ഇതാദ്യമായിരുന്നുവെന്നു തോന്നുന്നു. മരുന്നുകൾ കുത്തിനിറച്ച ഒരു സഞ്ചിയും വെടിയുണ്ടകളുടെ ഒരു പെട്ടിയും എന്റെ പക്കലുണ്ടായിരുന്നു. രണ്ടിലൊന്ന് ഏറ്റാനുള്ള കരുത്തേ എനിക്കുണ്ടായിരുന്നുള്ളു. ശ്ലടേന്ന് ആ പെട്ടി കൈയിലെടുത്തുകൊണ്ട് കരിമ്പിൻ തോട്ടത്തിലേക്കുള്ള വെളിസ്ഥലത്തുകൂടെ ഞാൻ ചീറിപ്പാഞ്ഞു.

മറുപക്ഷത്തുനിന്നുള്ള വെടിവയ്പ് ഊർജിതമായി. യന്ത്രത്തോക്കുകൾ തീതുപ്പി. എന്തോ എന്റെ നെഞ്ചിൽ വന്നുതട്ടി ഞാൻ നിലംപതിച്ചു. മുറിവേറ്റവന്റെ ഏതോ അന്തഃപ്രേരണയാലെന്ന വണ്ണം പർവതങ്ങളുടെ ദിക്കിലേക്ക് ഞാനെന്റെ തോക്കിന്റെ നിറയൊഴിച്ചു. സർവതും കഴിഞ്ഞെന്നു തോന്നിയ ആ നിമിഷത്തിൽ ജാക്ക് ലണ്ടന്റെ ഒരു കഥ എനിക്കോർമ വന്നു. മരണം അത്യാസന്നമാണെന്ന് മനസിലാക്കുന്ന അദ്ദേഹത്തിന്റെ ഒരു കഥാപാത്രം അന്തസ്സോടെ മരണത്തെ സ്വാഗതം ചെയ്യാൻ ഒരുങ്ങുന്നുണ്ട്.

അർബെൻടോസ എന്റെ തൊട്ടടുത്തായി കിടന്നിരുന്നു. രക്തത്തിൽ കുളിച്ചുകിടക്കുകയായിരുന്നെങ്കിലും അയാൾ നിറുത്താതെ വെടിവച്ചുകൊണ്ടിരുന്നു. എഴുന്നേറ്റുനിൽക്കാൻ കരുത്തില്ലാതായ ഞാൻ ഫോസ്റ്റിനൊയെ ആംഗ്യം കൊണ്ട് വിളിച്ചു. അയാൾ കാഞ്ചിയിൽനിന്ന് കൈവലിക്കാതെ എന്റെ നേർക്ക് സ്നേഹംനിറഞ്ഞ ഒരു പുഞ്ചിരി പൊഴിച്ചുകൊണ്ട് വിളിച്ചു പറഞ്ഞു. 'സാരമില്ല സഹോദരാ പിടിച്ചു നിൽക്കാൻ നോക്ക്!'

ദുസ്സഹമായ വേദന കടിച്ചമർത്തിക്കൊണ്ട് ഞാനെന്റെ തോക്കു ശത്രുവിനെതിരായി ഉയർത്തിപ്പിടിച്ചുകൊണ്ട് തുരുതുരാ കാഞ്ചിവലിച്ചു. മരിക്കുകയാണെങ്കിൽ, അതിനുമുൻപായി അവന്മാരിൽ നിന്ന് അതിന് കഴിയുന്നത്ര വില ഈടാക്കാൻ ഞാൻ നിശ്ചയിച്ചുറച്ചു.

ഉടനെ കീഴടങ്ങണമെന്ന് കൂട്ടത്തിലാരോ വിളിച്ചുപറയുന്നതു കേട്ടു. ഉടനെതന്നെ കാമിലൊ സീൻ ഫ്യൂഗോസിന്റെ ഉച്ചത്തിലുള്ള പ്രത്യുത്തരവും ഉയർന്നു. 'ഭീരു! ഫിദലിന്റെ അനുയായികൾ ഒരിക്കലും കീഴടങ്ങില്ല.'

പൊടുന്നനെ അൽമേഡ രംഗത്തെത്തി. അയാൾ എന്നെ പിടിച്ചുവലിച്ച് അടുത്തുള്ള കരിമ്പിൻ കാട്ടിൽ കൊണ്ടുചെന്നു കിടത്തി. മുറിവേറ്റ മറ്റാളുകളും അവിടെ കിടന്നിരുന്നു. ഫോസ്റ്റിനൊ അവരുടെ മുറിവുകൾ വച്ചുകെട്ടുകയായിരുന്നു.

ആ സമയത്ത് ശത്രുവിമാനങ്ങൾ തൊട്ടുമുകളിലായി ഗർജിച്ചു.

പേടിപ്പെടുത്തുന്ന ആ ആരവവും ഓട്ടോമാറ്റിക്ക് തോക്കുകളുടെ വെടിയും മുറിവേറ്റവരുടെ ആക്രോശവും ദീനരോദനവും എല്ലാം ചേർന്ന് എന്തോ തിരിച്ചറിയാൻ വയ്യാത്ത ഒരു ഇരപ്പ് അവിടെങ്ങും സൃഷ്ടിച്ചു.

ഒടുവിൽ വിമാനങ്ങൾ അപ്രത്യക്ഷമാവുകയും വെടി നിലയ്ക്കുകയും ചെയ്തു. ഞങ്ങളെല്ലാം വീണ്ടും ഒത്തുകൂടി. പക്ഷേ, റമീറൊ വാൾഡെസ്, ചാവൊ, ബെനീടെസ്, അൽമേഡ, ഞാൻ എന്നിങ്ങനെ ഞങ്ങൾ അഞ്ചുപേർ മാത്രമേ ആ സമയത്തവിടെ ശേഷിച്ചിരുന്നുള്ളു. കരിമ്പിൻ തോട്ടത്തിലൂടെ നടന്ന് കുഴപ്പം കൂടാതെ അടുത്തുള്ള ഒരു കാട്ടിൽ ഒളിക്കാൻ ഞങ്ങൾക്ക് കഴിഞ്ഞു. കരിമ്പിൻ കാട്ടിൽ നിന്നു വലിയൊരു ചീറ്റൽ ഉയർന്നു. ഞാൻ തിരിഞ്ഞുനോക്കി. അൽപ്പം മുമ്പത്തെ ആ യുദ്ധരംഗം ഭാരിച്ച പുകപടലത്താൽ പൊതിയപ്പെട്ടിരുന്നു.

അലേഗ്രിയാദ് പിയൊ ഞാനൊരിക്കലും മറക്കുകയില്ല. അവിടെ വച്ചാണ് 1956 ഡിസംബർ 5–ാം തീയതി ഞങ്ങളുടെ യൂണിറ്റിന്റെ യുദ്ധത്തിലൂടെയുള്ള മാമ്മോദീസാമുക്കൽ നടന്നത്. ബാറ്റിസ്റ്റയുടെ വമ്പിച്ച സൈന്യശക്തിയുമായി ഞങ്ങൾ ആദ്യമായി ഇടഞ്ഞത് അവിടെവച്ചാണ്.

ഈ യുദ്ധത്തിൽ ഫിദലിന്റെ സൈനികരിൽ പകുതിയോളം പേർ വീരചരമമടയുകയും ഇരുപതോളം പേർ തടവുകാരാക്കപ്പെടുകയും ചെയ്തു. അവരിൽ പലരും ഭയങ്കമായ മർദനത്തിന് വിധേയരാക്കപ്പെട്ട ശേഷം വെടിവച്ചുകൊല്ലപ്പെട്ടു. പക്ഷേ, പിറ്റേന്ന് സീറാ മെസ്ത്രയുടെ അടിവാരത്തിലുള്ള ഒരു കർഷകക്കുടിലിൽ ശേഷിച്ചവരെല്ലാം കൂടി സമ്മേളിച്ചപ്പോൾ ഫിദൽ പറഞ്ഞതിങ്ങനെയാണ്. 'തോൽപ്പിച്ചെങ്കിലും ശത്രുവിന് നമ്മെ നശിപ്പിക്കാൻ കഴിഞ്ഞില്ല. ഇനിയും സമരം ചെയ്ത് നാം ഈ യുദ്ധം ജയിക്കും.'

ഗ്വാജിറൊ എന്നു വിളിക്കപ്പെടുന്ന ക്യൂബൻ കർഷകരുടെ സൗഹൃദം അലേഗ്രിയാദ് പിയൊയിലെ പരാജയത്തിന്റെ കടുത്ത മനോവ്യഥയ്ക്ക് തെല്ലൊരു ശമനം നൽകി. കർഷകരുടെ അനുഭാവവും സ്നേഹമസൃ

ണമായ പെരുമാറ്റവും ഞങ്ങളുടെയെല്ലാം മനസിൽ തട്ടി. പിന്നീട് ചെ ഇതേപ്പറ്റി എഴുതുകയുണ്ടായി:

> ഞങ്ങളെ ഹൃദ്യമായി സ്വീകരിക്കുകയും, അവരുടെ വീടുകളിൽ ഞങ്ങളെ ഒളിച്ചുതാമസിപ്പിക്കുകയും ചെയ്തുകൊണ്ട് അവർ തുടർന്നുള്ള പരീക്ഷണ പരമ്പരകളിൽ പിടിച്ചുനിൽക്കാൻ ഞങ്ങളെ സഹായിച്ചു.... എന്നാൽ, ജനങ്ങളിലുള്ള ഫിഡലിന്റെ വിശ്വാസത്തിന് അതിരുണ്ടായിരുന്നില്ല. സംഘാടകനും നേതാവുമെന്ന നിലയ്ക്ക് അദ്ദേഹം പ്രദർശിപ്പിച്ച പാടവം അസാമാന്യമായിരുന്നു. നീണ്ട രാത്രികാലങ്ങളിൽ ധീരമായ പദ്ധതികൾക്ക് രൂപം നൽകിക്കൊണ്ട് ഞങ്ങൾ ഏതെങ്കിലും കാട്ടിൽ കഴിയുക പതിവായിരുന്നു. (സന്ധ്യയായാൽ പിന്നെ ഞങ്ങൾക്ക് പണിയൊന്നുമുണ്ടായിരുന്നില്ല). പുതിയ പുതിയ സമരമുഖങ്ങളേയും വിജയങ്ങളേയും പറ്റി സ്വപ്നം കണ്ടുകൊണ്ട് അത്യന്തം സന്തോഷപ്രദമായ ചില മണിക്കൂറുകൾ ഞങ്ങൾ ചെലവിട്ടു. ആ സന്ദർഭങ്ങളിൽ ഞാനും മറ്റുള്ളവരുടെ കൂടെ കൂടുകയും ശല്യക്കാരായ കൊതുകുകളെ തുരത്താൻവേണ്ടി ആദ്യമായി ഒന്നു രണ്ടു ചുരുട്ടുകൾ ഉപയോഗിച്ചുനോക്കുകയും ചെയ്തു. അന്നു മുതൽ ചുരുട്ടിന്റെ സൗരഭ്യം ഒരിക്കലും എന്നെ വിട്ടുപിരിഞ്ഞിട്ടില്ല. ഹവാനാ ചുരുട്ടിന്റെ കടുപ്പം കൊണ്ടോ ഞങ്ങൾ ആസൂത്രണം ചെയ്ത പദ്ധതികളുടെ സാഹസികത ഓർത്തിട്ടോ എന്തോ എനിക്ക് വല്ലാത്ത തലച്ചുറ്റൽ അനുഭവപ്പെട്ടു.

എന്നാൽ, ആദ്യത്തെ പോരാട്ടത്തെ അതിജീവിച്ചവരെല്ലാം ഫിദലിന്റെയും ചെയുടേയും ഇതേ ശുഭാപ്തിവിശ്വാസക്കാരായിരുന്നുവെന്നു പറയാനാവില്ല. ഭാരിച്ച നഷ്ടങ്ങൾ കാരണം അവരുടെ മനസിടിയുകയും നീണ്ട മാർച്ചുകൾ മൂലം അവർ ക്ഷീണിച്ചു തളരുകയും ചെയ്തു. യോദ്ധാക്കളെന്നനിലയ്ക്കുള്ള അവരുടെ അച്ചടക്കത്തിനും സഹനസന്നദ്ധതയ്ക്കും വല്ലാത്ത ഇടിവുതട്ടി.

അന്നത്തെ സ്ഥിതിയെപ്പറ്റിയുള്ള ചെയുടെ വിലയിരുത്തൽ എന്തായിരുന്നു? ഗ്രാന്മയിൽനിന്ന് കരയ്ക്കിറങ്ങിയതിനെ തുടർന്നുള്ള ആ ദിവസങ്ങളെപ്പറ്റി 1963-ൽ ചെ എഴുതി:

> യാഥാർഥ്യം ഞങ്ങളുടെ പദ്ധതികളുമായി പൊരുത്തപ്പെട്ടില്ല. ഞങ്ങളുടെ സംരംഭം വിജയിപ്പിക്കുന്നതിനുള്ള ആത്മനിഷ്ഠ സാഹചര്യങ്ങൾ എല്ലാം ഒത്തിണങ്ങിയില്ല. വിപ്ലവയുദ്ധത്തിന്റെ ചട്ടങ്ങളെല്ലാം പാലിക്കപ്പെട്ടില്ല. രണ്ടുകൊല്ലത്തെ കഠിനമായ സമരത്തിനിടയിൽ ഞങ്ങളുടേയും സഹോദരന്മാരുടേയും ധാരാളം രക്തം ചിന്തിക്കൊണ്ടുമാത്രമാണ് ഞങ്ങൾക്ക് ഈ ചട്ടങ്ങൾ ശരിയായി പഠിക്കാൻ കഴിഞ്ഞത്. ഞങ്ങൾ പരാജയപ്പെട്ടു. അവിടുന്ന്

ഞങ്ങളുടെ പ്രസ്ഥാനത്തിന്റെ ഏറ്റവും പ്രധാനപ്പെട്ട ഘട്ടം ആരംഭിച്ചു. പ്രസ്ഥാനത്തിന്റെ യഥാർഥ ശക്തിയും ചരിത്ര പ്രാധാന്യവും എന്തെന്ന് ഞങ്ങൾക്ക് ബോധ്യമായത് അപ്പോൾ മാത്രമാണ്. അടവിന്റെ കാര്യത്തിൽ ഞങ്ങൾക്ക് തെറ്റുപറ്റിയെന്നും ചില ആത്മനിഷ്ഠ ഘടകങ്ങൾ പ്രസ്ഥാനത്തിനില്ലെന്നും ഞങ്ങൾക്ക് മനസിലായി. മാറ്റത്തിന്റെ ആവശ്യകത അംഗീകരിച്ചിരുന്നെങ്കിലും ആ മാറ്റങ്ങൾ വരുത്തുന്നതിന്റെ സാധ്യതയിൽ ജനങ്ങൾക്ക് വേണ്ടത്ര വിശ്വാസം വന്നു കഴിഞ്ഞിരുന്നില്ല. ഈ സാധ്യത അവർക്ക് ബോധ്യപ്പെടുത്തിക്കൊടുക്കുകയെന്നതായിരുന്നു ഞങ്ങളുടെ കടമ.

പക്ഷേ, ജനങ്ങളെ വിശ്വസിപ്പിക്കാൻ ഇറങ്ങിത്തിരിക്കും മുൻപ് സ്വയം അതിലൊരു വിശ്വാസം ഉണ്ടാകേണ്ടതുണ്ടല്ലോ. ഈ ആത്മവിശ്വാസം സമ്പാദിക്കുന്നതിന് ഒരാക്രമണം നടത്തുകയും ചെറുതെങ്കിലും സാരമായ ഒരു വിജയം കരസ്ഥമാക്കുകയും ചെയ്യേണ്ടതാവശ്യമായിരുന്നു. എന്തൊക്കെ ആയാലും വിജയമാണല്ലോ ആത്മവിശ്വാസത്തിന് ജന്മം നൽകുന്നത്. ജനുവരി 16-ാം തീയതി ലാപ്ലാത്താ നദീതീരത്തുള്ള പട്ടാളത്തിന്റെ ഒരു പോസ്റ്റ് പിടിച്ചെടുക്കാൻ കഴിഞ്ഞതോടെ അവർക്ക് ഈ വിജയം കരസ്ഥമാവുകയും ചെയ്തു. ഈ സംരംഭത്തിൽ ചെയും പങ്കെടുത്തിരുന്നു. ശത്രുപക്ഷത്തെ രണ്ടുപേർ മരിക്കുകയും അഞ്ചുപേർക്ക് മുറിവേൽക്കുകയും മൂന്നുപേർ ബന്ധനസ്ഥരാവുകയും ചെയ്തപ്പോൾ വിപ്ലവകാരികൾക്ക് യാതൊരു നഷ്ടവും സംഭവിച്ചില്ല. കൂടാതെ കുറേ റൈഫിളും ഒരു തോമ്പ്സൺ സബ് മെഷീൻ ഗണ്ണും ആയിരത്തോളം ചുറ്റു വെടിയുണ്ടയും മറ്റു വെടിക്കോപ്പുകളും സാധനസാമഗ്രികളും പിടിച്ചെടുക്കാനും അവർക്ക് കഴിഞ്ഞു. മുറിവേറ്റവരെ ചികിത്സിച്ചിട്ട് തടവുകാരോടൊപ്പം വിട്ടയയ്ക്കാൻ ഫിദൽ നിർദേശം നൽകി.

എങ്കിലും ഭാഗ്യം വിപ്ലവകാരികളെ ചെറുതായൊന്നു കടാക്ഷിച്ചെന്നു മാത്രമേ പറയാൻ കഴിയുമായിരുന്നുള്ളു. ഫിദലിന്റെ ആൾക്കാരോട് കർഷകർക്ക് അനുഭാവമുണ്ടായിരുന്നെങ്കിലും "സമരത്തിൽ ഭാഗഭാക്കാകാൻ അവരിനിയും തയാറായിരുന്നില്ലെന്ന്" ചെ തന്റെ ഡയറിയിൽ എഴുതി. എന്നു മാത്രമല്ല, നഗരത്തിലുള്ള വിപ്ലവപക്ഷക്കാരുമായി ബന്ധം സ്ഥാപിക്കാൻ ഞങ്ങൾക്ക് കഴിഞ്ഞതുമില്ല. ബാട്ടിസ്റ്റയുടെ പട്ടാളവും പോലീസും വിമാനങ്ങളും അവരെ വിടാതെ പിന്തുടരുന്നുമുണ്ടായിരുന്നു.

* * * * *

സീറാ മെസ്ത്രയിൽ ചെന്നു തമ്പടിച്ചുകൊണ്ട് ആ മലമ്പ്രദേശത്തെ ബാട്ടിസ്റ്റയുടെ പട്ടാളത്തിനെതിരായ സമരത്തിനുള്ള ഒരു താവളമാക്കുന്നതായിരിക്കും ഈ സാഹചര്യത്തിൽ ഏറ്റവും ഉചിതമെന്ന് ഫിദൽ തീരുമാനിച്ചു.

ഈ സീറാ മെസ്ത്ര എന്നു പറഞ്ഞാലെന്താണ്? ക്യൂബൻ തീരം വിട്ടുപോകാതെ മറ്റൊരു രാജ്യം കാണണമെന്ന് ആർക്കെങ്കിലും താൽപ്പര്യമുണ്ടെങ്കിൽ അവർ സീറാ മെസ്ത്രയിൽ ചെന്നാൽ മതിയെന്ന് ഗ്രാന്മ അവിടെയെത്തുന്നതിന് ഇരുപതു കൊല്ലം മുൻപ് പാബ്ലൊ ദ് ലാതൊറിയേന്ത്[2] എന്ന ക്യൂബൻ കമ്യൂണിസ്റ്റ് സാഹിത്യകാരൻ ഒരിക്കൽ എഴുതുകയുണ്ടായി. വ്യത്യസ്തമായ ചുറ്റുപാടുകളും വ്യത്യസ്തമായ ആചാരങ്ങളും മാത്രമല്ല, തികച്ചും വ്യത്യസ്തമായി ജീവിതത്തെ വീക്ഷിക്കുന്ന ആളുകളേയും അവിടെ കണ്ടെത്താൻ കഴിയും. സ്വാതന്ത്ര്യപ്രിയരും നിർഭയരും കുലീനരുമായ ഈ ആളുകൾ പൊലീസുമായും മറ്റധികൃതരുമായുമുള്ള കണക്കുകൾ പ്രത്യേകം സൂക്ഷിക്കുന്നവരാണ്.

പത്തൊൻപതാം നൂറ്റാണ്ടിലെ സ്വാതന്ത്ര്യസമരത്തിൽ പങ്കെടുത്ത ക്യൂബൻ ദേശാഭിമാനികൾക്ക് അഭയമരുളിയത് ഇവിടമാണ്. "ഈ കൊടുമുടികൾക്കെതിരായി വാളുയർത്തുന്നവൻ ആ വാളാൽത്തന്നെ നശിക്കും" ആ സാഹിത്യകാരൻ എഴുതുകയുണ്ടായി. അപ്രതിരോധ്യമായ ഈ കുന്നിൻചെരിവുകളിൽ ഒരൊറ്റ തോക്കുമായി പാത്തിരിക്കുന്ന ഒരു വിപ്ലവകാരിക്ക് പത്തുപേരെ ചെറുത്തുനിൽക്കാൻ യാതൊരു പ്രയാസവുമുണ്ടാവില്ല. ഏതെങ്കിലും പർവതഗഹ്വരത്തിൽ പതുങ്ങിയിരിക്കുന്ന ഒരു യന്ത്രത്തോക്കുകാരന് ഒരു ആയിരം ഭടന്മാരെപ്പോലും തടഞ്ഞുനിറുത്താൻ കഴിയും. ഈ ഗിരിശൃംഗങ്ങൾക്കെതിരായി യുദ്ധത്തിനു പുറപ്പെടുന്നവർ വിമാനങ്ങൾ ഉപയോഗിക്കുന്ന കാര്യം മറക്കുന്നതായിരിക്കും ഉത്തമം. ഈ മലനാട്ടുകാരെ സംഹരിക്കാൻ പുറപ്പെടുന്നവൻ സ്വയം കുഴിയിൽ ചാടുകയേയുള്ളൂ. പാറകളിൽ പറ്റിനിൽക്കുന്ന മരങ്ങളെപ്പോലെ അവർ സ്വന്തം മണ്ണിൽ ഉറച്ചുനിൽക്കും. അവർക്കെതിരായി വാളുയർത്തുന്നവൻ വാളാൽ നശിപ്പിക്കപ്പെടും. മുൻപൊരിക്കലും ആരും കാണിച്ചിട്ടില്ലാത്ത അത്ഭുതങ്ങൾ കാട്ടിയിട്ടുള്ളവരാണവർ. സ്വന്തം മണ്ണിന്റെ മണം ആസ്വദിച്ചും തങ്ങളുടെ ക്ലേശഭൂയിഷ്ഠമായ ജീവിതത്തിന്റെ ചരിത്രം ശരിക്കും ഗ്രഹിച്ചും കഴിയുന്ന അവർ അന്യാദൃശമായ ധീരത പ്രദർശിപ്പിച്ചുകൊണ്ട് ശാശ്വത പ്രതിഷ്ഠ നേടിയിട്ടുണ്ട്. നൂറ്റാണ്ടുകൾ പഴക്കമുള്ള പൈൻമരങ്ങൾപോലെ ഉറച്ചുനിൽക്കുന്നവരാണ് ഈ മലനാട്ടുകാരെന്ന കാര്യം എല്ലാവർക്കും ഓർമയുണ്ടായിരിക്കുന്നത് നല്ലതാണ്. ക്യൂബൻ വൃക്ഷങ്ങൾ ആ മണ്ണിൽനിന്നു പറിച്ച് മനോഹരമായ ഏതെങ്കിലും ഇംഗ്ലീഷ് മലർവാടിയിൽ കൊണ്ടുചെന്നു നടാൻ ആരെങ്കിലും ശ്രമിച്ചാലുടൻ അവ വാടിക്കരിയുന്നതുപോലെ പട്ടിണിയും പരിവട്ടവുമായി എരിഞ്ഞടങ്ങുന്നതിലും ഇവർക്കഭികാമ്യം സ്വന്തം പാറക്കെട്ടുകൾക്കിടയിൽ കിടന്നു മരിക്കുന്നതാണ്.

ഓറിയന്റെ പ്രവിശ്യയിൽ ജനിച്ചയാളെങ്കിലും ഫിദൽ കാസ്ട്രൊ സീറാ മെസ്ത്രാ പർവതപ്രദേശങ്ങളിലേക്ക് മുൻപൊരിക്കലും പോയിരുന്നില്ല. ആ സ്ഥലത്തെപ്പറ്റി പറഞ്ഞുകേട്ടുള്ള അറിവുമാത്രമേ അദ്ദേഹത്തിനുണ്ടായിരുന്നുള്ളൂ. ഗ്രാന്മയിലെ എല്ലാവരുടേയും സ്ഥിതി ഇതുതന്നെ

യായിരുന്നു. ചെയ്ക്ക് സീറാ മെസ്ത്രയെപ്പറ്റി അത്രപോലും നിശ്ചയമുണ്ടായിരുന്നില്ല.

അപരിചിതമെങ്കിലും അപ്രതിരോധ്യമായിരുന്നു അവിടം. അത് തങ്ങളെ രക്ഷിക്കുമെന്നും അവർക്ക് തോന്നി. അങ്ങനെ, അലേഗി യാദ് പിയൊയിലെ പരാജയത്തെ അതിജീവിക്കാൻ കഴിഞ്ഞ ആ വിപ്ലവഭടന്മാർ അവിടേക്ക് പുറപ്പെട്ടു. അവരുടെ കണക്കുകൂട്ടൽ തെറ്റിയതുമില്ല. സീറാ മെസ്ത്ര അവരുടെ അജയ്യമായ കോട്ടയായിത്തീർന്നു. ക്യൂബയിലെയും അമേരിക്കയിലേയും സ്വതന്ത്രമായ ആദ്യത്തെ ഭൂപ്രദേശവും അതായിത്തീർന്നു.

തങ്ങളുടെ ഈ പുതിയ പർവതസങ്കേതവുമായി അവർ പരിചയപ്പെടാൻ തുടങ്ങിയതേ ഉണ്ടായിരുന്നുള്ളു. അപ്പോഴേക്ക് അവർക്ക് ഒരു കാസ്കിറ്റൊ (ബാട്ടിസ്റ്റയുടെ പട്ടാളം) ദളത്തെ നേരിടേണ്ടി വന്നു. ബാട്ടിസ്റ്റയുടെ രക്തദാഹികളായ പാദസേവകരിൽ മുമ്പനായ സാഞ്ചെ മൊസ്ക്വെരയായിരുന്നു ഈ ദളത്തിന്റെ നേതാവ്. അരോയൊട് ഇൻഫിയേർണൊ എന്ന കുഞ്ഞാറിനു സമീപത്തു വച്ചു നടന്ന ഒരു ഏറ്റുമുട്ടലിൽ അവർ ഈ ദളത്തെ തുരത്തി.

ഈ പോരിൽ തന്റെ പങ്കിനെപ്പറ്റി ചെ എഴുതിയിരിക്കുന്നത് ഇപ്രകാരമാണ്:

> ഞങ്ങളുടെ വെടിയിൽനിന്ന് അടുത്തുള്ള ഒരു കുടിലിലേക്ക് ഓടി രക്ഷപ്പെടാൻ ശ്രമിക്കുന്ന ഒരു ശത്രുഭടൻ പൊടുന്നനെ എന്റെ ശ്രദ്ധയിൽ പെട്ടു. ഞാൻ എന്റെ തോക്കിന്റെ നിറയൊഴിച്ചു. പക്ഷേ, എന്റെ ഉന്നം തെറ്റി. രണ്ടാമത്തെ ഉണ്ട അവന്റെ നെഞ്ചിനുതന്നെ കൊള്ളുകയും, തോക്ക് കീഴോട്ടാക്കിപ്പിടിച്ചുകൊണ്ട് അവൻ നിലം പതിക്കുകയും ചെയ്തു. ഒരു ഗ്വാജിറോയെയൊടൊപ്പം ഞാൻ അവന്റെ മൃതദേഹത്തെ സമീപിച്ച് ആ തോക്കും ഉണ്ടകളും മറ്റു ചില സാമഗ്രികളും കൈക്കലാക്കി.

വിപ്ലവകാരികളുടെ സമ്മർദം താങ്ങാനാവാതെ സാഞ്ചെ മൊസ്ക്വെര പിൻവാങ്ങി. അയാളുടെ അഞ്ചു പട്ടാളക്കാർ മരിച്ചുപോയിരുന്നു. വിപ്ലവകാരികൾക്ക് യാതൊരു നഷ്ടവും സഹിക്കേണ്ടിവന്നില്ല.

ജനുവരി 28–ാം തീയതി ചെ ഹിൽഡയ്ക്ക് ഒരു കത്തെഴുതിയിട്ട് സാൽറിയാഗോയിൽ പോസ്റ്റ് ചെയ്യാൻവേണ്ടി ഒരു വിശ്വസ്തസുഹൃത്തിനെ ഏൽപ്പിച്ചു. ഗ്രാന്മ ക്യൂബയിലടുത്തതിനു ശേഷമുള്ള രണ്ടുമാസക്കാലത്തെ സംഭവങ്ങളെപ്പറ്റിയുള്ള ചെയുടെ വിലയിരുത്തലിനെക്കുറിച്ച് നമുക്ക് ലഭിക്കുന്ന രേഖാമൂലമായ ആദ്യത്തെ തെളിവ് ഇതാണ്. ആ കത്ത് ഇപ്രകാരമായിരുന്നു:

"പ്രിയമുള്ള വല്യമ്മേ,

ക്യൂബൻ മനീഗ്വ[3]യിൽ നിന്നാണ് ഞാൻ ഈ പൊള്ളുന്ന മാർട്ടിയൻ[4] വരികൾ കുറിക്കുന്നത്. ഇപ്പോൾ ഞാനൊരു ശരിയായ പട്ടാളക്കാ

രനാണ് എന്നു വേണമെങ്കിൽ പറയാം (കുറഞ്ഞ പക്ഷം മുഷിഞ്ഞ് കീറി പ്പറിഞ്ഞതാണ് എന്റെ വേഷം), എന്തുകൊണ്ടെന്നാൽ, മെസ്ക്കിറ്റ് മേശ യാക്കിക്കൊണ്ടാണ് ഞാനിതെഴുതുന്നത്. ഒരു തോക്ക് എന്റെ തോളത്ത് തൂങ്ങുന്നുമുണ്ട്. ചുരുട്ട് എന്നൊരു പുതിയ സാധനം ഞാൻ കടിച്ചുപിടി ച്ചിട്ടുമുണ്ട്. കാര്യങ്ങൾ വളരെ വിഷമംപിടിച്ചതായിരുന്നു. ഏഴുദിവസ ത്തോളം ഗ്രാന്മയിൽ ശ്വാസംവിടാൻപോലും ഇടമില്ലാത്ത തരത്തിൽ ഞെങ്ങിഞെരുങ്ങിയിരുന്ന് യാത്ര ചെയ്തതിനുശേഷം നാവിഗേറ്റർക്കു പറ്റിയ തെറ്റു കാരണം ഞങ്ങൾ ഒരു ചെളിക്കുണ്ടിൽ ചെന്നു ചാടിയ വിവരം ഇതിനകം അറിഞ്ഞിരിക്കുമല്ലോ. അതുകൊണ്ടും ഞങ്ങളുടെ ഭാഗ്യക്കേടവസാനിച്ചില്ല. ഇതിനകം കുപ്രസിദ്ധമായിക്കഴിഞ്ഞ അലേഗ്രിയാ ദ് പിയൊയിൽ വച്ച് ആക്രമിക്കപ്പെട്ട ഞങ്ങൾ ഒരു പ്രാവിൻകൂട്ടത്തെ പ്പോലെ ചിന്നിച്ചിതറി. എനിക്കെന്റെ കഴുത്തിനൊരു മുറിവുപറ്റി. എന്റെ മാർജാര ഭാഗ്യംകൊണ്ടാണ് ഞാനിപ്പോഴും ജീവിച്ചിരിക്കുന്നത്. ശത്രുവിന്റെ ഒരു വെടിയുണ്ട വന്നു കൊണ്ടത് ഏത്താപ്പുപോലെയിട്ടി രുന്ന എന്റെ കാർട്രിഡ്ജ് ബെൽട്ടിലാണ്. അവിടുന്നു തിരിച്ചുവന്ന് അത് എന്റെ കഴുത്തിൽ തറച്ചു. കുറേ ദിവസത്തോളം തനിയൊരവശനായി ഞാൻ ആ മലമ്പ്രദേശങ്ങളിൽ ചുറ്റിനടന്നു. കാരണം, കഴുത്തിലെ മുറി വിനു പുറമേ ശക്തിയായൊരു നെഞ്ചുവേദനയും എന്നെ ശല്യം ചെയ്തി രുന്നു. നിനക്കറിയാവുന്നവരുടെ കൂട്ടത്തിൽ ജിമ്മി ഹെർട്ട്സെൽ മാത്രമേ മരിച്ചിട്ടുള്ളു. അയാൾ കീഴടങ്ങിയപ്പോൾ അവർ പിടിച്ചു കൊന്നുകളയു കയാണുണ്ടായത്. അൽമേഡയും റമിറീത്തൊയുമായി—അവരെ നിന ക്കറിയാമല്ലൊ—ഏഴു ദിവസം വിശപ്പും ദാഹവും സഹിച്ചു നടന്ന് ഒരു വിധം ശത്രുവലയത്തിൽ നിന്നു രക്ഷപ്പെട്ടശേഷം കർഷകരുടെ സഹാ യത്തോടെ ഫിദലുമായി വീണ്ടും കണ്ടുമുട്ടി. (പാവം നിക്കൊയും മരിച്ചെ ന്നാണ് കേൾക്കുന്നത് , എങ്കിലും തീർത്തു പറയാൻ വയ്യ). വീണ്ടുമൊരു സൈനികയൂണിറ്റ് ഉണ്ടാക്കാനും ആയുധങ്ങൾ ശേഖരിക്കാനും ഞങ്ങൾക്ക് നന്നേ പണിപ്പെടേണ്ടിവന്നു. അതിനുശേഷം ഒരു പട്ടാള സങ്കേതം ആക്രമിച്ച് ഞങ്ങൾ ചിലരെ കൊല്ലുകയും മുറിവേൽപ്പിക്കു കയും മറ്റു ചിലരെ തടവുകാരായി പിടിക്കുകയും ചെയ്തു. മരിച്ചവരെ ഞങ്ങൾ അവിടെത്തന്നെയിട്ടു. ഒരൽപ്പംകൂടി കഴിഞ്ഞ് ഞങ്ങൾ മൂന്നു പട്ടാളക്കാരെക്കൂടി പിടിച്ചു നിരായുധരാക്കി. ഇതിനിടയിൽ ഞങ്ങൾക്കൊ രൊറ്റ ആൾനഷ്ടം പോലുമുണ്ടായിട്ടില്ലെന്നും ഈ മലമ്പ്രദേശത്ത് ഞങ്ങൾക്ക് യാതൊരു ആപൽശങ്കയും തോന്നുന്നില്ലെന്നും പറഞ്ഞാൽ അവരുടെ പട്ടാളത്തിന്റെ മനോവീര്യം എത്രയിടിഞ്ഞിട്ടുണ്ടെന്ന് ഊഹി ക്കാവുന്നതാണല്ലൊ. ഇനിയൊരിക്കലും അവർക്ക് ഞങ്ങളെ വളയാനാ വില്ല. സമരം അവസാനിച്ചെന്ന് ഇതിന്നർഥമില്ല. ഇനിയും വളരെയേറെ പൊരുതേണ്ടിവരും. എങ്കിലും കാറ്റിന്റെ ഗതി നമുക്കനുകൂലമായിരിക്കു ന്നു. ഓരോ ദിവസം കഴിയുന്തോറും അത് കൂടുതൽ അനുകൂലമായി ക്കൊണ്ടിരിക്കുകയുമാണ്.

ഇനി നിന്നെപ്പറ്റി ചോദിക്കട്ടെ. പഴയ മേൽവിലാസത്തിൽത്തന്നെ യാണോ ഇപ്പോഴും? എവിടേക്കാണെഴുതേണ്ടത്? കാര്യങ്ങൾ എങ്ങനെ യുണ്ട്? പ്രത്യേകിച്ചും നമ്മുടെ പൊന്നോമനയ്ക്ക്? തിരക്കുകാരണം നിങ്ങളുടെ ഫോട്ടോ രണ്ടും ഞാൻ പാഞ്ചൊയുടെ വീട്ടിൽ വച്ചു മറന്നു പോയി. അതെല്ലാമെടുത്ത് ഇങ്ങോട്ടയയ്ക്കണം. അങ്കിളിന്റേയോ പത്തോ ജൊയുടേയോ മേൽവിലാസത്തിൽ എഴുതിയാൽ മതി. കുറച്ചു താമസി ച്ചാലും അതിവിടെ കിട്ടാതിരിക്കുകയില്ല."

വിപ്ലവകാരികൾ പിന്നെയും സറൊ മെസ്ത്രയിൽ ചുറ്റിത്തിരിഞ്ഞു. ശത്രുവിമാനങ്ങളും പട്ടാളവും അവരെ തെരഞ്ഞുകൊണ്ടുമിരുന്നു. വിശപ്പും ദാഹവും അസഹ്യമായെങ്കിലും, നനയ്ക്കാതെയും കുളിക്കാ തെയും നടന്ന് നാറിയിട്ടും, ഉടുത്തിരുന്ന തുണിയും ഇട്ടിരുന്ന ചെരിപ്പും കീറിപ്പറിഞ്ഞിട്ടും അവർ ഒറ്റു പേടിച്ച് ആൾപ്പാർപ്പുള്ളിടങ്ങളിൽ കയറാതെ നടന്നു. പക്ഷേ, ഒറ്റുകാരൻ അവർക്കിടയിൽ തന്നെയുണ്ടായിരുന്നു. അവർ ക്യൂബയിലിറങ്ങിയപ്പോൾ തന്നെ അവരുടെ കൂടെ ചേർന്ന യൂട്ടീമിയൊ ഗേര എന്ന കർഷകനായിരുന്നു ഈ ഒറ്റുകാരൻ. ആ പർവതപ്രദേശത്തെ ഓരോ ഊടുവഴിയും നല്ല നിശ്ചയമുണ്ടായിരുന്ന യൂട്ടീമിയൊ വിപ്ലവകാ രികൾക്ക് എവിടുന്നെങ്കിലും ഭക്ഷണം തേടിപ്പിടിച്ചുകൊടുത്തിരുന്നു. പക്ഷേ, ഒരിക്കൽ അയാൾ ബാട്ടിസ്റ്റയുടെ പട്ടാളക്കാരുടെ കൈയിൽപ്പെട്ടു. അജ്ഞനായ ആ പാവം കൃഷീവലൻ അവർ നൽകിയ വാഗ്ദാനങ്ങളിൽ കുടുങ്ങിപ്പോയി. ഫിദൽ കാസ്ട്രോയെ കൊല്ലാമെങ്കിൽ തക്കതായ വമ്പിച്ച പാരിതോഷികം നൽകാമെന്ന അവരുടെ വാക്ക് വിശ്വസിച്ച് അയാൾ പറ്റിയ അവസരവും കാത്തു കഴിയുകയായിരുന്നു. യാദൃച്ഛികമായി മാത്രമാണ് അയാളുടെ കള്ളി പുറത്തായത്. ഗേര അയാളുടെ വിശ്വാസവഞ്ചന ഏറ്റു പറഞ്ഞു. വിപ്ലവം ജയിച്ചാൽ തന്റെ കുഞ്ഞുങ്ങൾക്ക് വിദ്യാഭ്യാസം നൽക ണമെന്ന് മരിക്കുന്നതിനു മുൻപായി അയാൾ കേണപേക്ഷിച്ചു. അയാ ളുടെ അപേക്ഷ നിറവേറ്റപ്പെടുകയും ചെയ്തു.

മലമുകളിലായിരുന്ന ആ ആദ്യമാസങ്ങളിൽ ചെയുടെ ആരോഗ്യ നില അത്യന്തം പരിതാപകരമായിരുന്നു. അവിടവുമായി ഒന്നിണങ്ങിച്ചേ രാൻ അദ്ദേഹം നന്നേ വിഷമിച്ചു. മലമ്പനിയും അതുകഴിഞ്ഞപ്പോൾ ആസ്ത്മയും വന്നു കുത്തിപ്പിടിച്ചതിനാൽ ഫെബ്രുവരി മാസം മുഴുവൻ അദ്ദേഹം ഏതാണ്ട്, ഷെഡ്ഡിലായിരുന്നുവെന്നു പറയാം. മരുന്നില്ലാത്ത തിനാൽ ആസ്ത്മയ്ക്ക് ചികിത്സിക്കാൻ കഴിഞ്ഞുമില്ല. ഒരിക്കൽ എവി ടേക്കോ മാർച്ചുചെയ്തുകൊണ്ടിരുന്നപ്പോൾ ഓർക്കാപ്പുറത്തുള്ള ശത്രു ക്കളുടെ ആക്രമണത്തിൽനിന്ന് രക്ഷപ്പെടാൻ വിപ്ലവകാരികൾക്ക് ഒരു മറയന്വേഷിച്ച് ഓടേണ്ടിവന്നു. പക്ഷേ, ചെയ്ക്ക് അനങ്ങാൻ കഴിഞ്ഞില്ല. ക്രെസ്പൊ എന്ന കൃഷിക്കാരനാണ് അപ്പോൾ തോളത്തെടുത്തുകൊണ്ടു പോയി അദ്ദേഹത്തെ രക്ഷപ്പെടുത്തിയത്.

അങ്ങനെയിരിക്കെയാണ് അവർ ബാട്ടിസ്റ്റാവിരോധിയായ ഒരു കർഷകന്റെ വീട്ടിൽ അദ്ദേഹത്തെ കൊണ്ടു ചെന്നു താമസിപ്പിച്ചത്.

ഒരാളെ കാവലിന് വിട്ടിട്ട് മറ്റു വിപ്ലവകാരികൾ സ്ഥലംവിട്ടു. ആ കൃഷിക്കാരൻ എവിടുന്നോ അൽപ്പം അഡിനലിൻ തേടിപ്പിടിച്ചുകൊണ്ടു വന്നു കൊടുത്തതിന്റെ ഫലമായി ചെയ്ക്ക് എഴുന്നേറ്റു നടക്കാമെന്നായി. ഉടൻ തന്നെ അദ്ദേഹം സഖാക്കളോടൊപ്പമെത്താൻ തെരക്കിട്ടു പുറപ്പെട്ടു. പക്ഷേ, ആരോഗ്യവാനായ ഒരാളിന് ഏതാനും മണിക്കൂറുകൊണ്ടു നടന്നെത്താമായിരുന്ന ആ ദൂരം താണ്ടാൻ അദ്ദേഹത്തിനു പത്തു ദിവസം വേണ്ടിവന്നു. അത്രയ്ക്ക് ക്ഷീണമുണ്ടായിരുന്നു ചെയ്ക്ക്. "സീറാമെസ്ത്രയിൽ മറ്റൊരിക്കലും എനിക്കിത്രയും കഷ്ടപ്പെടേണ്ടിവന്നിട്ടില്ല." എന്നാണ് ആ കാലഘട്ടത്തെപ്പറ്റി ചെ എഴുതുന്നത്. "വളരെ വിഷമിച്ച് വൃക്ഷങ്ങളിൽ പിടിച്ചു പിടിച്ചും തോക്ക് നിലത്തൂന്നിയുമാണ് ഞാൻ നടന്നിരുന്നത്. കൂട്ടിനാണെങ്കിൽ ഒരു ഭീരുവും. എവിടെയെങ്കിലും ഒരു വെടിയുടെ ഒച്ചകേട്ടാലുടൻ അവൻ വിറയ്ക്കും. ആസ്ത്മ കാരണം എനിക്കൊന്നു ചുമയ്ക്കേണ്ടിവന്നാൽ അവന്റെ സ്ഥിതി ഞരമ്പുരോഗിയുടേതുപോലെയാകും. ശത്രുവിന്റെ ശ്രദ്ധ ഞങ്ങളിൽ പതിയുമെന്ന് ആ ഭീരു പേടിച്ചു."

ഇതുപോലെതന്നെ ആസ്ത്മയുടെ ശല്യമുള്ളപ്പോഴാണ് 1957 ഏപ്രിലിൽ ചെയ്ക്ക് സാഞ്ചെ മൊസ്ക്വേരയുടെ പട്ടാളവുമായി ഏറ്റുമുട്ടേണ്ടിവന്നത്. വെടിക്കോപ്പിന്റെ സ്റ്റോക്ക് തീരുകയാൽ അദ്ദേഹം അപ്പോൾ എങ്ങനെയോ ഓടിരക്ഷപ്പെട്ടെന്നേയുള്ളൂ. ആസ്ത്മ ആദ്യം എന്നിലലിവു തോന്നി കുറേമീറ്റർ ദൂരം ഓടാൻ എന്നെ അനുവദിച്ചെങ്കിലും വേഗംതന്നെ അതിനും കൂടി അത് പകവീട്ടി. എന്റെ ഹൃദയത്തിന്റെ പെടപ്പ് ദൂരെ നിൽക്കുന്നവർക്കുപോലും കേൾക്കാമായിരുന്നു. അപ്പോഴാണ് അടുത്തെവിടെയോ വൃക്ഷശിഖരങ്ങൾ അനങ്ങുന്ന ഒച്ചകേട്ടത്. പക്ഷേ, ഓടണമെന്നു വച്ചാൽ പോലും എനിക്കപ്പോൾ അതിന് കരുത്തുണ്ടായിരുന്നില്ല. ഭാഗ്യവശാൽ, ഞങ്ങളുടെ കൂടെ പുതുതായി കൂടിവരിൽ ഒരാളാണ് വഴിതെറ്റി അപ്പോൾ അവിടേക്കു വന്നത്. "കമാൻഡർ ഒന്നുകൊണ്ടും പേടിക്കാനില്ല. താങ്കളോടൊപ്പം മരിക്കാൻ ഞാനുമുണ്ടാകും," എന്നെ കണ്ടയുടൻ അയാൾ പറഞ്ഞു. പക്ഷേ, മരിക്കാൻ എനിക്ക് തരിമ്പും ആഗ്രഹമുണ്ടായിരുന്നില്ലെന്നതാണ് വാസ്തവം. പോയിത്തുലയു എന്ന് അയാളോടു പറയാൻ എനിക്കു തോന്നി. സത്യത്തിൽ അതാണ് ഞാൻ ചെയ്തതും. അന്ന് ഞാനൊരു ഭീരുവായെന്നാണ് എനിക്കു തോന്നുന്നത്."

ആസ്ത്മ കാരണം അനങ്ങാൻ വയ്യെന്നു വന്ന ഘട്ടത്തിൽ മാത്രമാണ് സഖാക്കൾക്കൊരു ഭാരമാകാതിരിക്കാൻ വേണ്ടി ചെ സമീപത്തുള്ള ഒരു കർഷകക്കുടിലിൽ ചെന്നു കിടക്കാൻ തയാറായിരുന്നത്. അന്നേരം തോക്കിനു പകരം ഒരു പുസ്തകമോ നോട്ടുപുസ്തകമോ ആണ് അദ്ദേഹം കൂട്ടിന് അടുത്തു വച്ചിരുന്നത്. പ്രധാനപ്പെട്ട സംഭവങ്ങളെല്ലാം അദ്ദേഹം തന്റെ നോട്ടുപുസ്തകത്തിൽ കുറിച്ചുവയ്ക്കുക പതിവായിരുന്നു. എമിൽ ലുഡ്വിഗ് എഴുതിയ ഗേഥേയുടെ ജീവചരിത്രം നിവർത്തിപ്പി

ടിച്ചുകൊണ്ട് അദ്ദേഹം നീണ്ടുനിവർന്നു കിടക്കുന്ന ഒരു ഫോട്ടോ ഇപ്പോൾ നമ്മുടെ കൈവശം ലഭിച്ചിട്ടുണ്ട്.

ചെയുടെ അണികളിൽ പടപൊരുതിയിരുന്ന ക്യാപ്റ്റൻ മാർസ്യൽ ഒറോസ്കൊ ആ ദിനങ്ങളെക്കുറിച്ച് ഇങ്ങനെ എഴുതിയിരിക്കുന്നു:

> അദ്ദേഹത്തിന്റെ കൈവശം ധാരാളം പുസ്തകങ്ങൾ ഉണ്ടായിരുന്നു. അദ്ദേഹം ഒരു നിമിഷംപോലും പാഴാക്കാതെ ആവുന്നത്ര വായിച്ചിരുന്നു. എന്തെങ്കിലും വായിക്കാനോ കുറിപ്പെഴുതിയെടുക്കാനോ ഉണ്ടെങ്കിൽ അദ്ദേഹം അതിനായി പലപ്പോഴും ഉറക്കമിളച്ചിരിക്കാറുണ്ടായിരുന്നു. വെളുപ്പിനെ എഴുന്നേൽക്കുന്ന ദിവസങ്ങളിൽ വായനയോടെയായിരിക്കും അദ്ദേഹം തന്റെ പ്രഭാതകൃത്യങ്ങൾ ആരംഭിക്കുന്നത്. പലപ്പോഴും തീ കൂട്ടിയിട്ട് ആ വെളിച്ചത്തിൽ രാത്രിവളരെ വൈകുന്നതുവരെ അദ്ദേഹം വായിച്ചിരുന്നു. അദ്ദേഹത്തിന്റെ കാഴ്ചശക്തി അപാരമായിരുന്നു.

സീറാ മെസ്ത്രയിലായിരിക്കുന്ന കാലത്തും കവിതകൂടാതെ അദ്ദേഹത്തിന് ജീവിക്കാൻ കഴിഞ്ഞിരുന്നില്ല. കാലിക്സ്ടൊ മൊറാലസ് എന്ന അന്നത്തെ വിപ്ലവകാരികളിലൊരാൾ അതെക്കുറിച്ച് അനുസ്മരിക്കുന്നുണ്ട്. "ഒരിക്കൽ ഞാൻ എന്തോ ആവശ്യത്തിനായി സാൻറിയാഗൊയിലേക്ക് പോയപ്പോൾ അവിടെ നിന്ന് പാബ്ലൊ നെരൂദയുടെ *കാന്റൊ ജനറൽ* എന്ന കൃതിയും മിഗുവെൽ ഹെർനാണ്ടസിന്റെ ഒരു കവിതാ സമാഹാരവും വാങ്ങിക്കൊണ്ടുവരാൻ അദ്ദേഹം എന്നെ ഏൽപ്പിച്ചു. കവിത സത്യത്തിൽ അദ്ദേഹത്തിന് ജീവനായിരുന്നു."

മറ്റൊരു സഹപ്രവർത്തകനായ ക്യാപ്റ്റൻ അന്റോണിയൊ അനുസ്മരിക്കുന്നത് വേറൊരു സംഗതിയെക്കുറിച്ചാണ്: "ആ മനുഷ്യൻ എഴുന്നേറ്റു നടന്നതെങ്ങനെയാണെന്ന് എനിക്കിപ്പോഴും മനസിലാകുന്നില്ല. കാരണം, കാസം അദ്ദേഹത്തെ അത്രയേറെ ശ്വാസംമുട്ടിച്ചിരുന്നു. എങ്കിലും വളരെ പാകത വന്ന ഒരു പടയാളിയെപ്പോലെ ആയുധങ്ങളും മറ്റു സാമഗ്രികളും വലിയൊരു ഭാണ്ഡവും പേറിക്കൊണ്ട് ആ മലമ്പ്രദേശത്താകെ അദ്ദേഹം ചുറ്റിനടന്നു. ഇരുമ്പുപോലുറച്ച ദൃഢനിശ്ചയമായിരുന്നു അദ്ദേഹത്തിന്റേത്. പക്ഷേ, അതിലും പ്രധാനം ആദർശത്തിലുള്ള അദ്ദേഹത്തിന്റെ അടിയുറച്ച വിശ്വാസമായിരുന്നു. ഇതാണ് അദ്ദേഹത്തിന് ആ കരുത്തു നൽകിയത്.

മാർച്ചിനിടയിൽ ആസ്ത്മയുടെ ശല്യമുണ്ടായാലും അണികൾക്ക് പിന്നിലായിപ്പോകാൻ ചെ തന്നെ അനുവദിച്ചിരുന്നില്ല. സീറാ മെസ്ത്രയിലെ പോരാട്ടത്തിൽ ഉണ്ടായിരുന്ന ജോയെൽ ഇഗ്ലേസിയാസ് അനുസ്മരിക്കുന്നു. തന്റെ ആസ്ത്മകാരണം യൂണിറ്റിന്റെ നീക്കം തടസപ്പെടാൻ ചെ ഒരിക്കലും സമ്മതിച്ചിരുന്നില്ല. തന്റെ ചുമലിലുള്ള ഭാണ്ഡക്കെട്ടെടുക്കാൻ മറ്റാരെയെങ്കിലും അനുവദിക്കുകയെന്നതാണ് അദ്ദേഹം കാണിച്ചിരുന്ന ഏറ്റവും വലിയ വിട്ടുവീഴ്ച. തന്റെ രോഗം കാരണം യൂണിറ്റിന് ഒട്ടും സമയനഷ്ടം ഉണ്ടാകാൻ പാടില്ലെന്ന് അദ്ദേഹത്തിനു വലിയ നിർബ

സ്ഥമായിരുന്നു. ഇതായിരുന്നു എല്ലാവർക്കുമുള്ള പൊതുനിയമം. രോഗ ബാധിതർ യൂണിറ്റിന്റെ മാർച്ചിന് ഒരിക്കലും തടസമായിരുന്നില്ല. നടക്കാൻ വയ്യെങ്കിൽ വീട്ടിൽ ചെന്നുകിടന്നു വിശ്രമിക്കുക, അൽപ്പമെങ്കിലും കഴി വുണ്ടെങ്കിൽ മുന്നോട്ടു നീങ്ങുക—അതായിരുന്നു ചട്ടം. ഈ ചട്ടം ചെ ഒരിക്കലും ലംഘിച്ചിട്ടില്ല."

കൂടെക്കൂടെ ആസ്ത്മയുടെ ശല്യം സഹിക്കേണ്ടിവന്നിരുന്ന ഒരു വിദേശിയും ഡോക്ടറും കൂടിയായ ഈ വിപ്ലവകാരി ക്യൂബൻ കർഷക രുടെ പ്രത്യേക ശ്രദ്ധയ്ക്ക് പാത്രമായിരുന്നു. ചിലർക്ക് അദ്ദേഹം ആശ്ച ര്യമാണുളവാക്കിയതെങ്കിൽ മറ്റു ചിലർക്ക് അദ്ദേഹത്തോട് ബഹുമാനവും അനുതാപവുമാണുണ്ടായിരുന്നത്. പൊൻസിയാനാ പെരെസ് എന്നൊരു വൃദ്ധകർഷക സ്ത്രീ ('എന്റെ പ്രതിശ്രുതവധു' എന്നാണ് ചെ തമാശ യായി അവരെപ്പറ്റി പറഞ്ഞിരുന്നത്) അദ്ദേഹത്തെ അനുസ്മരിക്കുന്നത് ഇങ്ങനെയാണ്:

"പാവം ചെ! ആസ്ത്മവരുമ്പോഴത്തെ അദ്ദേഹത്തിന്റെ കഷ്ടപ്പാട് പറഞ്ഞറിയിക്കാനാവില്ല. അതിന്റെ ശല്യം തുടങ്ങിയാൽ അദ്ദേഹം നിശ്ശ ബ്ദനാകും. വേദന കഴിയുന്നത്ര കുറയ്ക്കാൻവേണ്ടി ശാന്തനായി ശ്വാസോച്ഛ്വാസത്തിനു ശ്രമിക്കും. മറ്റു ചിലർ അത്തരം സന്ദർഭങ്ങളിൽ ചുമയ്ക്കുകയും വാ പൊളിക്കുകയും ചെയ്തുകൊണ്ട് എന്തെല്ലാം ഗോഷ്ടികളാണ് കാട്ടുകയെന്നോ! രോഗത്തെ പിടിച്ചു നിറുത്താനായി രിക്കും ചെയുടെ ശ്രമം. അദ്ദേഹം ഏതെങ്കിലും ഒഴിഞ്ഞൊരു മൂലയിൽ ചെന്ന് ഒരു സ്റ്റൂളിന്റെയോ പാറയുടെയോ മുകളിൽ കയറി മിണ്ടാതിരിക്കും. സംസാരിക്കുന്നതിനിടയിൽ അദ്ദേഹം വാക്കുകൾക്കുവേണ്ടി തപ്പുന്നതു കണ്ടാൽ രോഗം ആരംഭിച്ചെന്ന് എനിക്ക് വ്യക്തമാകും. ഞാൻ ഓടിച്ചെന്ന് ചൂടുള്ളതെന്തെങ്കിലും കുടിക്കാൻ കൊണ്ടുവരും. നെഞ്ചിന് അൽപ്പം ചൂടു കിട്ടിയാൽ വേദനയ്ക്ക് കുറച്ചു ശമനമുണ്ടാകും. മാതാവേ! കണ്ടാൽ കൊള്ളാവുന്ന ഈ കൊച്ചൻ വേദനകൊണ്ടു കിടന്നു പുളയുകയും വലി ക്കുകയും ചെയ്യുന്നതു കണ്ടുനിൽക്കാൻ വയ്യായിരുന്നു, കേട്ടോ.

പക്ഷേ, ആരെങ്കിലും സഹതാപം കാണിക്കുന്നത് മൂപ്പർക്ക് വലിയ ശുണ്ഠിയായിരുന്നു. പാവം എന്നാരെങ്കിലും ഒന്നറിയാതെ പറയുമ്പോ ഴത്തെ തുളച്ചുകയറുന്ന ആ നോട്ടം ഒന്നു കാണേണ്ടതുതന്നെയാണേ! ദീർഘനിശ്വാസമോ കരുണാർദ്രമായ നോട്ടമോ ഒന്നും മേമ്പൊടിയായി ചേർക്കാതെയും ആശ്വാസവചനങ്ങളൊന്നും കൂടാതെയും ഒരു കോപ്പ കഷായംപോലെന്തെങ്കിലും കൊടുത്താൽ അതായിരുന്നു അദ്ദേഹത്തി നിഷ്ടം."

അസാധാരണനായ ഈ വിപ്ലവകാരി തങ്ങളിൽ നിന്നെല്ലാം വ്യത്യ സ്തനും അർജന്റീനക്കാരുടെ വിചിത്രമായ ഭാഷ സംസാരിക്കുന്നവനു മായിരുന്നെങ്കിലും കർഷകരായ ആ ഗ്വാജിറൊകൾക്ക് അദ്ദേഹത്തെ വിശ്വാസമായിരുന്നു. തന്റെ ലാളിത്യവും ധൈര്യവും നീതിബോധവും കൊണ്ട്—ലോകത്തിന്റെ ഏതുഭാഗത്തും മാനിക്കപ്പെടുന്ന ഈ മാനുഷി

കഗുണങ്ങൾ കൊണ്ട് —ചെ എത്ര കർഷകരെയാണ് തന്റെ പക്ഷത്തേക്ക് കൊണ്ടുവന്നിട്ടുള്ളതെന്നതിനു കണക്കില്ല.

അന്നത്തെ പോരാളികളിലൊരാളായ റാഫേൽ ചാവൊയ്ക്ക് ചെയെപ്പറ്റി ഇത്രയും കൂടി പറയാനുണ്ട്. "സദാ പ്രസന്നനായ അദ്ദേഹത്തിന്റെ സംസാരരീതി ഒരേ മട്ടിലുള്ളതായിരുന്നു. വാക്കുകൾ പലപ്പോഴും കടുപ്പമുള്ളതായിരിക്കുമെങ്കിലും അദ്ദേഹം ആരോടും ഒച്ചവച്ചു സംസാരിക്കുകയില്ല. ആക്രോശിക്കുകയോ കൊഞ്ഞനം കുത്തുകയോ ചെയ്യുന്ന സ്വഭാവവും അദ്ദേഹത്തിനുണ്ടായിരുന്നില്ല. പക്ഷേ, നല്ല അരമുള്ള നാവായിരുന്നു അദ്ദേഹത്തിന്റേതെന്ന് ഓർക്കുകയും വേണം. വേണ്ടപ്പോൾ നല്ല മൂർച്ചയായിത്തന്നെ സംസാരിക്കാൻ കഴിവുള്ള നാക്ക്... ഇത്ര താൻപ്രമാണിത്തമില്ലാത്ത ഒരാളെ ഞാനെന്റെ ജീവിതത്തിൽ കണ്ടിട്ടില്ല. തന്റെ കൈയിൽ ഒരൊറ്റ മധുരക്കിഴങ്ങേ ശേഷിച്ചിട്ടുള്ളെങ്കിൽ അതുപോലും അദ്ദേഹം ഒരക്ഷരം മിണ്ടാതെ സഖാക്കൾക്കെടുത്തുകൊടുക്കാൻ മടിച്ചിരുന്നില്ല."

ഒളിപ്പോരാളികൾ യതിവര്യന്മാരെപ്പോലെയായിരിക്കണമെന്നു പറഞ്ഞിരുന്ന ചെ തന്റെ ആദർശത്തിൽ നിന്ന് കടുകിടപോലും വ്യതിചലിച്ചിരുന്നില്ല. ആരെക്കൊണ്ടും കുറ്റം പറയിക്കാത്ത പെരുമാറ്റത്തിനും ആത്മത്യാഗസന്നദ്ധതയ്ക്കും മാതൃകയായിരിക്കണം ഒളിപ്പോർ സേനാനായകരെന്ന തന്റെ തത്വം അദ്ദേഹം അക്ഷരംപ്രതി പാലിച്ചിരുന്നു.

രണ്ടാമതൊരിക്കൽക്കൂടി ചിന്തിക്കാൻ നിൽക്കാതെ ഏറ്റവും അപകടം പിടിച്ച കൃത്യനിർവഹണത്തിനു സ്വയം ഇറങ്ങിപ്പുറപ്പെടുന്ന അസാധാരണനായിരുന്നു ചെയെന്ന് ഫിദൽ കാസ്ട്രോയും അഭിപ്രായപ്പെട്ടിട്ടുണ്ട്. മഹോന്നതങ്ങളായ ലക്ഷ്യങ്ങളും മറ്റു ലാറ്റിൻ അമേരിക്കൻ രാജ്യങ്ങളുടെ വിമോചനത്തെപ്പറ്റിയുള്ള സ്വപ്നവും വച്ചുപുലർത്തിയിരുന്ന ഈ മനുഷ്യന്റെ പരോപകാരശീലവും ഏറ്റവും ദുഷ്കരമായ കടമകൾ നിറവേറ്റാനും ഏതു സമയത്തും ജീവൻ പണയം വയ്ക്കാനുമുള്ള അദ്ദേഹത്തിന്റെ സന്നദ്ധതയും അദ്ദേഹത്തിന്റെ സഖാക്കളെ വിസ്മയം കൊള്ളിച്ചിട്ടുണ്ട്.

ഏതൊരു പ്രതിസന്ധിയേയും നേരിടാൻ കഴിയും വിധം നല്ല ആരോഗ്യമുള്ളവനായിരിക്കണം ഒളിപ്പോരാളിയെന്നും ചെ വിശ്വസിച്ചിരുന്നു. സ്വന്തം അനാരോഗ്യത്തെക്കുറിച്ചുള്ള ഒരു ഖേദത്തിന്റെ ധ്വനിയാണ് ഈ വരികളിൽ മുഴങ്ങുന്നതെന്നു കാണാൻ പ്രയാസമില്ല. ആസ്മയുടെ ആകടുത്ത വലിവുകൾക്കിടയിൽ തന്റെ ഉത്സാഹം കൈവിട്ടു പോകാതിരിക്കാൻ അദ്ദേഹം എത്ര ഭഗീരഥ പ്രയത്നം നടത്തിയിരിക്കണമെന്ന് നമുക്ക് ഊഹിക്കാൻ മാത്രമേ കഴിയൂ.

സ്വാഭാവികമായും, കലാപകാരികൾക്കിടയിലെന്നപോലെ തനിക്ക് ചുറ്റും ജീവിച്ചിരുന്ന ഗ്വാജിറൊകൾക്കിടയിലും അദ്ദേഹം ആരാധ്യനായിരുന്നെങ്കിൽ അതിൽ ആശ്ചര്യപ്പെടാനില്ലല്ലൊ ...

ഈ പോരാട്ടത്തിലുടനീളം ചെ എഴുതിസൂക്ഷിച്ചിരുന്ന ഡയറിക്കു

റിപ്പുകളാണ് പിന്നീട് *വിപ്ലവയുദ്ധ സ്മരണകൾ* എന്ന പ്രസിദ്ധമായ ഗ്രന്ഥത്തിന് അടിത്തറയായിത്തീർന്നത്. ഒളിപ്പോരാളികളുടെ ക്ലേശഭൂയിഷ്ഠമായ ജീവിതത്തിന്റേയും, വഞ്ചകനും നിഷ്ഠൂരനുമായ ഒരു ശത്രുവുമായുള്ള ഒരു യുദ്ധത്തിൽ പങ്കെടുത്ത് വിജയിച്ചില്ലെങ്കിൽ മരിക്കാൻ തയാറായി ക്യൂബയിലേക്ക് ഇറങ്ങിത്തിരിച്ച ആ ആളുകളുടെ ആഗ്രഹാഭിലാഷങ്ങളുടേയും കഷ്ടപ്പാടുകളുടേയും സത്യസന്ധവും നാടകീയവുമായ ഒരു വിവരണമാണ് വിശിഷ്ടമായ ഈ ഗ്രന്ഥത്തിലുള്ളത്. അതേസമയം തന്നെ ചെയെപ്പറ്റിത്തന്നെയുള്ളതുമാണ് ഇത്. അത്യന്തം ധീരനും വിനയശീലനും ദയാലുവുമായൊരു മനുഷ്യനെക്കുറിച്ചുകൂടിയുള്ളതാണ് ഈ പുസ്തകം. പക്ഷേ, തന്റെ കാര്യം വരുമ്പോൾ ഗ്രന്ഥകാരൻ വളരെ മിതഭാഷിയാകുന്നുണ്ടെന്നു മാത്രം. സ്വന്തം പ്രതിച്ഛായ കഴിയുന്നത്ര മങ്ങിക്കാൻ ശ്രമിക്കുമ്പോലെ ഏതെങ്കിലുമൊരു വക്രോക്തിയോ ഫലിതമോ കൊണ്ട് അദ്ദേഹം തന്റെ കഥ ചുരുക്കിക്കളയുന്ന ഒരു പ്രതീതിയാണ് നമുക്കുണ്ടാകുന്നത്.

ലാറ്റിൻ അമേരിക്കൻ ഓർമക്കുറിപ്പുകളുടെ കൂട്ടത്തിൽ ചെയുടെ ഈ കൃതിയിലെ ശൈലിക്ക് തനതായൊരു വ്യക്തിത്വമുണ്ട്. അത്യുക്തി ഇതിൽ തൊട്ടുതെറിച്ചിട്ടില്ല. സ്തോഭജനകവുമല്ല ഈ കുറിപ്പുകൾ. ആത്മപ്രശംസയ്ക്കുള്ള ശ്രമവും ഇതിൽ കാണാൻ കഴിയില്ല.

നാട്യവും അഹന്തയും അതിശയോക്തിയും ആത്മവർണനയും ഒന്നും ഒട്ടും ഇഷ്ടപ്പെടാത്ത ഒരാളായിരുന്നു ചെ. അദ്ദേഹത്തിന്റെ ധീരോദാത്തതയ്ക്കു പകിട്ടു ചാർത്തേണ്ട യാതൊരാവശ്യവുമുണ്ടായിരുന്നില്ല. ബുയോസിറ്റൊയിൽ തന്റെ നേതൃത്വത്തിൽ നടന്ന ഒരു സമരത്തെപ്പറ്റി അദ്ദേഹം ഇതിൽ എഴുതിയിരിക്കുന്നത് ഇപ്രകാരമാണ്: “ഈ പോരാട്ടത്തിൽ എനിക്ക് കാര്യമായ പങ്കൊന്നും ഉണ്ടായിരുന്നില്ല, ധീരോദാത്തവുമായിരുന്നില്ല അത്. വാസ്തവത്തിൽ അന്നവിടെ പൊട്ടിയ അപൂർവം ചില വെടിയുണ്ടകളെ നെഞ്ചുകൊണ്ടല്ല, പ്രത്യുത പുറം കൊണ്ടാണ് ഞാൻ നേരിട്ടതും.”

ഒടുവിൽ സാന്റിയാഗൊയിലും ഹവാനയിലും ഒളിവിൽ പ്രവർത്തിച്ചിരുന്ന ജൂലൈ 26 പ്രസ്ഥാനവുമായി അവർക്ക് ബന്ധം സ്ഥാപിക്കാൻ കഴിഞ്ഞു. ഫ്രാങ്ക് പൈസ്, അർമാണ്ടൊ ഹാർട്ട്, വിൽമാ എസ്പിൻ, ഹെഡെ സാൻറാമറിയ, സീലിയാ സാഞ്ചെ എന്നീ നേതാക്കൾ സീറാമെസ്ത്രയിൽ വന്ന് ഫിഡലുമായി കണ്ടു. ഒളിപ്പോരുകാർക്ക് വേണ്ടുന്ന ആയുധം, വെടക്കോപ്പ്, വസ്ത്രം, ഔഷധം എന്നിത്യാദികളോടൊപ്പം വോളണ്ടിയർമാരേയും അയച്ചുകൊടുക്കാമെന്ന് അവർ ഏറ്റു. ബാട്ടിസ്റ്റയ്ക്കെതിരായ സമരത്തിൽ ജനങ്ങളെ അണിനിരത്താൻ അവർക്ക് കഴിഞ്ഞിരുന്നു.

ഫിദലിന്റെ നേതൃത്വത്തിൽ സീറാ മെസ്ത്രയിൽ ഒരുപിടി ആളുകളെങ്കിലും ശേഷിച്ചിട്ടുള്ളിടത്തോളം ബാട്ടിസ്റ്റയ്ക്ക് സുഖമായി ഉറങ്ങാൻ കഴിയുമായിരുന്നില്ല. അവർ ക്യൂബയിൽ വന്നിറങ്ങിയ ദിവസം മുതൽക്ക്

ഈ "കൊള്ളക്കാരെ" വളഞ്ഞു പിടിച്ച് നശിപ്പിച്ചെന്ന് അയാൾ ഏതാണ്ടു നിത്യേനയെന്നോണം അറിയിപ്പുകൾ പുറപ്പെടുവിച്ചിരുന്നു. വിപ്ലവകാരികളെ തെരഞ്ഞുപിടിക്കാൻ അയാൾ തന്റെ ഏറ്റവും മികച്ച പട്ടാളത്തെ നിയോഗിച്ചിരുന്നു. എങ്കിലും ആ മലമ്പ്രദേശത്ത് അപ്പോഴും വെടിപൊട്ടിയിരുന്നു. ഇനിയും ആശ കൈവെടിയാറായിട്ടില്ലെന്ന് കലാപകാരികളുടെ വിശ്വാസം നാൾക്കുനാൾ ശക്തിപ്രാപിച്ചു വരികയായിരുന്നുവെന്നും ഫിദൽ കൊളുത്തിയ ആ സ്ഫുലിംഗം ഒടുവിൽ ഒരു ജനകീയ വിമോചനപ്പോരാട്ടമായി ആളിപ്പടരാൻ സാധ്യത ഉണ്ടായിരുന്നെന്നുമാണ് ഇതിന്നർഥം ....

കലാപകാരികളെ അമർച്ച ചെയ്തു കഴിഞ്ഞെന്ന ബാട്ടിസ്റ്റയുടെ നുണ പൊളിക്കാനുള്ള പരിപാടിയുടെ ഭാഗമായി ഫിദൽ കാസ്ട്രോ കൊള്ളാവുന്ന ഒരു അമേരിക്കൻ പത്രപ്രതിനിധിയെ കൂട്ടിക്കൊണ്ടുവരാൻ ഫോസ്റ്റിനോ പെറൈസിനെ ഹവാനയിലേക്കയച്ചു. *ന്യൂയോർക്ക് ടൈംസി*ന്റെ പ്രതിനിധി ഹെർബർട്ട് മാത്യൂസ് ആണ് ഇതിനായി തിരഞ്ഞെടുക്കപ്പെട്ടത്. ബാട്ടിസ്റ്റയുടെ ഏജന്റുമാരുടെ കണ്ണുവെട്ടിച്ച് മാത്യൂസ് ആ മലമ്പ്രദേശത്തു വന്ന് ഫിദൽ കാസ്ട്രോയുമായി കണ്ടു. 1957–ഫെബ്രുവരി 17–ാം തീയതി ആയിരുന്നു ഇത്.

പിറ്റേ ആഴ്ചത്തെ *ന്യൂയോർക്ക് ടൈംസിൽ* വിപ്ലവകാരികളുടെ നേതാവിനെപ്പറ്റിയുള്ള സംഭ്രമജനകമായൊരു ലേഖനം വന്നു. കാസ്ട്രോ ജീവനോടെയുണ്ടെന്നും ശത്രുക്കൾക്ക് ഏതാണ്ട് അപ്രാപ്യമായ കല്ലും മുള്ളും നിറഞ്ഞ പർവതപ്രദേശങ്ങളിൽ നിന്നുകൊണ്ട് തന്റെ സമരം വിജയകരമായി തുടരുകയാണെന്നും ഈ ലേഖനം തെളിയിച്ചു.

"കാര്യങ്ങളുടെ മട്ടുകണ്ടിട്ട് ജനറൽ ബാട്ടിസ്റ്റക്ക് കാസ്ട്രോയുടെ കലാപത്തെ അമർച്ച ചെയ്യാൻ പററുമെന്ന് തോന്നുന്നില്ല", ഏതാണ്ടൊരു ഭവിഷ്യവാണിയെന്ന പോലെ മാത്യൂസ് എഴുതി. "ഈ യുവകലാപനേതാവും അദ്ദേഹത്തിന്റെ ആൾക്കാരും പട്ടാളത്തിന്റെ വായിൽ ചെന്നു ചാടാനിടയാവുകയും അങ്ങനെ അവർ തുടച്ചുനീക്കപ്പെടുകയും ചെയ്താൽ മാത്രമേ ഈ ജനറലിന് എന്തെങ്കിലും ആശയ്ക്ക് വകയുള്ളു. അതിനുള്ള സാധ്യത വളരെ വിരളമാണുതാനും."

ആ മലഞ്ചെരിവുകളിൽ വച്ചെടുത്ത ഫിഡലിന്റെയും കൂട്ടരുടേയും ഫോട്ടോ സഹിതം ന്യൂയോർക്ക് ടൈംസിൽ വന്ന മാത്യൂസിന്റെ ലേഖനം ബാട്ടിസ്റ്റയുടെ ദുർബലമായി കഴിഞ്ഞിരുന്ന അധികാരത്തിന് മറ്റൊരു പ്രഹരം കൂടി ഏൽപ്പിച്ചു. വിദേശങ്ങളിൽ കഴിഞ്ഞിരുന്ന അയാളുടെ പ്രതിയോഗികൾ അവരുടെ പ്രവർത്തനം കൂടുതൽ ഊർജിതമാക്കി. ആ ഏകാധിപതിക്കെതിരായ പോരാട്ടം കൂടുതൽ വ്യാപകമായി.

ജനുവരി 4 ന് "ഞങ്ങളുടെ മക്കളെ കൊല്ലരുത്" എന്നെഴുതിയ പ്ലക്കാർഡുകളുമായി സാന്റിയാഗോയിൽ സ്ത്രീകൾ ഗംഭീരമായൊരു പ്രകടനം നടത്തി.

ഹവാനയിൽ 'ഡിറക്ടോറിയോ റവല്യൂസനോറിയൊ' എന്ന

വിദ്യാർഥി സംഘടന ഒരു കലാപത്തിന് തയാറെടുത്തു. 1957 മാർച്ച് 13 ന് ഈ സംഘടനയിൽപ്പെട്ടവർ യൂണിവേഴ്സിറ്റി, റേഡിയോ സ്റ്റേഷൻ, രാഷ്ട്രപതി ഭവനം എന്നിവിടങ്ങളിൽ ആക്രമണം നടത്തി. ബാട്ടിസ്റ്റയെ പിടിക്കാൻ കഴിയുമെന്നായിരുന്നു അവരുടെ പ്രതീക്ഷ. ഈ ശ്രമം പരാജയപ്പെട്ടെങ്കിലും—ആ വിദ്യാർഥികളിൽ ഭൂരിപക്ഷവും പോലീസും പട്ടാളവുമായി ഏറ്റുമുട്ടി മരിച്ചു—ബാട്ടിസ്റ്റക്കെതിരായ രോഷം ജനങ്ങളിൽ ആളിപ്പടർന്നു.

ബാട്ടിസ്റ്റാ ഭരണത്തിന്റെ സ്വേച്ഛാധിപത്യ നടപടികളും മർദനവും അഴിമതിയും കുംഭകോണവും അമേരിക്കൻ ബിസിനസ്സുകാർക്കും പെന്റഗണിനും സ്റ്റേറ്റ് ഡിപ്പാർട്ടുമെൻറിനും വേണ്ടി അവർ നടത്തിയ വിടുപണിയും ക്യൂബൻ ദ്വീപിലെ ബഹുഭൂരിപക്ഷം ജനങ്ങളുടെ രോഷം ഇളക്കിവിട്ടിരുന്നു. പട്ടാളത്തിലും പോലീസിലുമുള്ള കുറേപ്പേരും അഴിമതിക്കാരായ കുറെ ഉദ്യോഗസ്ഥന്മാരും പഞ്ചസാര വ്യവസായ പ്രമുഖരും അമേരിക്കൻ മൂലധനത്തിന്റെ കൂട്ടുപിടിച്ച് പള്ള വീർപ്പിക്കാൻ നിന്നിരുന്ന ബൂർഷ്വാ വിഭാഗവും മാത്രമേ ആ ഏകാധിപതിയുടെ കൂടെ ഉണ്ടായിരുന്നുള്ളു.

* * * * *

മാർച്ച് പകുതിയോടെ ഫ്രാങ്ക് പൈസ് അയച്ചുകൊടുത്ത അൻപതുപേരടങ്ങിയ ഒരു വോളണ്ടിയർ ഗ്രൂപ്പ് അവരുടെ സഹായത്തിനെത്തി. നവംബർ 30–ലെ സാന്റിയാഗോ കലാപത്തിൽ പങ്കെടുത്ത ജോർജ് സോട്ടസ് ആയിരുന്നു ഈ ഗ്രൂപ്പിന്റെ നേതാവ്. സ്ഥലത്തെ ഒരു വൻകിട നെൽക്കൃഷിക്കാരനായ ഹ്യൂബർട്ടോ മറ്റോസിന്റെ വക ട്രക്കിലാണ് വോളണ്ടിയർമാർ ഇവിടെയെത്തിയത്. കടുത്ത കമ്യൂണിസ്റ്റ് വിരോധികളായിരുന്നു സോട്ടസും മറ്റോസും. ഇരുവരും പിൽക്കാലത്ത് വിപ്ലവത്തെ ഒറ്റുകൊടുക്കുകയും തൽഫലമായി ഒരു വിപ്ലവക്കോടതി അവരെ ദീർഘകാല തടവുശിക്ഷയ്ക്ക് വിധിക്കുകയും ചെയ്തു.[5] സോട്ടസിന്റെ യൂണിറ്റിനെ ചെന്നുകണ്ട് അവരുടെ നേതൃത്വം ഏറ്റെടുക്കാൻ ഫിദൽ ചെയെ നിയോഗിച്ചു, പക്ഷേ, തന്റെ യൂണിറ്റിനെ ആ അർജന്റീനക്കാരന് ഏൽപ്പിച്ചുകൊടുക്കാൻ സോട്ടസ് തീർത്തും വിസമ്മതിച്ചു. “എന്റെ വിദേശപൗരത്വം അന്ന് എനിക്ക് വലിയൊരു കീറാമുട്ടിയായിരുന്നു,” എന്നാണ് ചെ ഇതെപ്പറ്റി പിന്നീട് എഴുതിയത്. കാര്യങ്ങൾ വഷളാക്കരുതെന്ന് എനിക്ക് നിർബന്ധവുമുണ്ടായിരുന്നു. ഇതറിഞ്ഞപ്പോൾ ഓർഡർ നടപ്പിലാക്കാതിരുന്നതിന് ഫിദൽ ചെയെ കുറ്റപ്പെടുത്തുകയുണ്ടായി.

പുതുതായെത്തിയ വോളണ്ടിയർമാർ മലമ്പ്രദേശത്തുനിന്ന് ഒളിപ്പോർ നടത്തുന്നതിൽ യാതൊരു പരിശീലനവുമുള്ളവരായിരുന്നില്ല. മലമ്പാതകളിലൂടെ നടക്കാൻ വളരെ പ്രയാസമുണ്ടായിരുന്നു ആ നഗരവാസികൾക്ക്. പെട്ടെന്ന് ക്ഷീണിച്ചിരുന്ന അവർ ഏറ്റവും അത്യാവശ്യമായ

ഭക്ഷണസാധനങ്ങൾ വലിച്ചെറിഞ്ഞിട്ട് ഭാരം കുറയ്ക്കാൻ നോക്കുകയും ചെയ്തിരുന്നു. അതേസമയം വലിയ ആവശ്യമൊന്നുമില്ലാത്ത ചമയവസ്തുക്കൾ അവർ സൂക്ഷിച്ചുവച്ചിരുന്നു.

എങ്കിലും അവരുടെ വരവോടെ വിപ്ലവകാരികളുടെ സംഖ്യാബലം ഒറ്റയടിക്ക് ഇരട്ടിയായി വർധിച്ചു. ഫിദൽ തന്റെ സൈന്യത്തെ റൗൾ കാസ്ട്രോ, ജൂവാൻ അൽമേഡ, ജോർജ് സോട്ടസ് എന്നീ ക്യാപ്റ്റൻമാരുടെ കീഴിൽ മൂന്നു പ്ലാറ്റൂണുകളായി വിഭജിച്ചു. മുന്നണി ഗാർഡിന്റെ നേതൃത്വം കാമിലോ സീൻ ഫ്യൂഗോസിനും പിന്നണി ഗാർഡിന്റെ നേതൃത്വം എഫിഗേനിയൊ അമെയെറസിനുമായിരുന്നു. ജനറൽ സ്റ്റാഫിനെ കാക്കുന്ന ജോലി യൂണിവേൾസൊ സാഞ്ചെയേയും ഏൽപ്പിച്ചു. സെൻട്രൽ ഹെഡ്ക്വാർട്ടേഴ്സിലെ ഡോക്ടർ എന്നതായിരുന്നു ചെയുടെ ഔദ്യോഗികപദവിയെന്നുവരികിലും വാസ്തവത്തിൽ അദ്ദേഹം ഫിദൽ കാസ്ട്രോയുടെ കീഴിൽ ഉപദേഷ്ടാവായോ സ്പെഷ്യൽ ഡ്യൂട്ടി ഓഫീസറായോ ആണ് സേവനമനുഷ്ഠിച്ചിരുന്നത്.

സംഖ്യാബലം കുറച്ചു കൂടിയ സ്ഥിതിക്ക് ബാട്ടിസ്റ്റയുടെ പട്ടാളത്തിനെതിരായി ഉടനടി കടന്നാക്രമണം ആരംഭിക്കേണ്ടതാണെന്ന് ചെ ഫിദലിനോട് അഭിപ്രായപ്പെട്ടു. വഴിക്കുള്ള ആദ്യത്തെ ഗാർഡ് പോസ്റ്റ് ആക്രമിക്കുകയോ പാത്തിരുന്ന് ഒരു ലോറി പിടിച്ചെടുക്കുകയോ ചെയ്യണമെന്നായിരുന്നു അദ്ദേഹത്തിന്റെ അഭിപ്രായം. പക്ഷേ, ഫിദലിന് അതിനോട് യോജിപ്പുണ്ടായിരുന്നില്ല. പുതിയ റിക്രൂട്ടുകളെ പതപ്പെടുത്തിയെടുക്കുകയും മലയോര ജീവിതവും നീണ്ട പദയാത്രകളും ശീലിക്കാനും ആയുധം ശരിയായി ഉപയോഗിക്കാനും പഠിപ്പിക്കുകയുമാണ് ആദ്യമായി ചെയ്യേണ്ടതെന്ന് ഫിദൽ വാദിച്ചു. അങ്ങനെ 'പക്വത' നേടിക്കഴിയുമ്പോൾ സീറാ മെസ്ത്രയുടെ അടിവാരത്തിലുള്ള ഒരു ഗാരിസൺ പിടിച്ചെടുക്കാൻ നോക്കാവുന്നതാണെന്നും അദ്ദേഹം അഭിപ്രായപ്പെട്ടു. അതിനു സാധിച്ചാൽ രാജ്യത്താസകലം അത് ആവേശം സൃഷ്ടിക്കും. ഫിദലിന്റെ വാദം യുക്തിസഹമാണെന്ന് ചെയും സമ്മതിച്ചു.

താമസിയാതെ അടുത്ത സൈനിക നടപടിക്കുള്ള തയാറെടുപ്പുകൾ ആരംഭിച്ചു.

"അഗ്നിപരീക്ഷണത്തിന്റെ ആ ദിവസങ്ങളിൽ ഒടുവിൽ എനിക്ക് കിടന്നുറങ്ങാൻ ക്യാൻവാസുകൊണ്ടുള്ള ഒരു തൂക്കുമഞ്ചം കിട്ടി." ചെ അനുസ്മരിക്കുന്നു. അത്തരം തൂക്കുമഞ്ചങ്ങൾ അന്നൊരു നിധിപോലെയായിരുന്നു. പക്ഷേ, ചാക്കുതുണികൊണ്ട് അങ്ങനെയൊരു മഞ്ചം ഉണ്ടാക്കിയെടുത്തവർക്കേ ക്യാൻവാസു കൊണ്ടുള്ള മഞ്ചത്തിനു അവകാശമുള്ളുവെന്നായിരുന്നു വിപ്ലവകാരികളുടെ പെരുമാറ്റച്ചട്ടം. ക്യാൻവാസ് മഞ്ചങ്ങൾ കിട്ടുന്ന മുറയ്ക്ക് ചാക്കുമഞ്ചക്കാർക്കാണ് അവ വിതരണം ചെയ്തിരുന്നത്. പക്ഷേ, അലർജികാരണം എനിക്ക് ചാക്കുമഞ്ചത്തിന്റെ അടുത്തേക്ക് തിരിഞ്ഞുനോക്കാൻപോലും പറ്റുമായിരുന്നില്ല. ചാക്കുനൂലിന്റെ ഗന്ധം എന്റെ ആസ്മാ വഷളാക്കിയിരുന്നതിനാൽ ഞാൻ തറയിലാണ്

കിടന്നുറങ്ങിയിരുന്നത്. ചാക്കുമഞ്ചം ഉപയോഗിക്കും മുൻപ് ക്യാൻവാസ് കിട്ടാൻ എനിക്കവകാശമുണ്ടായിരുന്നില്ല. ഇതറിഞ്ഞ ഫിദൽ ഈ നിയമത്തിൽ നിന്ന് എന്നെ ഒഴിവാക്കുകയും ഒരു ക്യാൻവാസ് മഞ്ചം എനിക്ക് തരാൻ നിർദേശിക്കുകയും ചെയ്തു. ലാ പ്ലാത്താ നദീതീരത്തുവച്ചാണ് ഇത് സംഭവിച്ചത്. ഞങ്ങൾ പാൽമാമോച്ചയിലേക്കുള്ള മലകയറുകയായിരുന്നു. ആദ്യമായി ഞങ്ങൾക്ക് അൽപ്പം കുതിരമാംസം ഭക്ഷിക്കാൻ കിട്ടിയതിന്റെ പിറ്റേന്നുമായിരുന്നു ഇത്. കുതിരമാംസം അത്യന്തം വിരളമായിരുന്നു, എന്നു മാത്രമല്ല, മനുഷ്യന് സാഹചര്യങ്ങളുമായി ഇണങ്ങിപ്പോകാനുള്ള കഴിവിന്റെ വമ്പിച്ച ഒരു പരീക്ഷണവുമായിരുന്നു അത്. ഞങ്ങളുടെ യൂണിറ്റിലെ കർഷകർ അവർക്ക് നൽകപ്പെട്ട കുതിരമാംസത്തിന്റെ വീതം തൊടാൻപോലും കൂട്ടാക്കിയില്ല. മാനുവൽ ഫജാർഡൊയെ ഒരു കൊലയാളി എന്ന നിലയ്ക്കാണ് അവരിൽ പലരും വീക്ഷിച്ചിരുന്നതും. മുൻപ് അയാളൊരു ഇറച്ചിവെട്ടുകാരനായിരുന്നുവെന്നതിനാൽ അയാളെയാണ് അന്ന് ആ കുതിരയെ കൊന്ന് ഇറച്ചിയെടുക്കുന്ന പണി ഞങ്ങൾ ഏൽപ്പിച്ചിരുന്നത്.

"ലാ പ്ളാത്തയുടെ മറുകരയിൽ താമസമുറപ്പിച്ചിരുന്ന പോപ്പ എന്ന കർഷകന്റെ വകയായിരുന്നു ഈ കുതിര. അയാളൊരൊറ്റുകാരനാണെന്നു തെറ്റിദ്ധരിച്ചാണ് ഞങ്ങൾ അയാളുടെ ചാവാലിക്കുതിരയെ പിടിച്ചെടുത്തത്. കുറേ മണിക്കൂർ കഴിഞ്ഞപ്പോൾ അത് ഞങ്ങളുടെ ഉച്ചസദ്യയ്ക്ക് ഒരിനമാവുകയും ചെയ്തു. ചിലർക്ക് അത് ഏറ്റവും വിശേഷപ്പെട്ട ഒരാഹാരമായിരുന്നെങ്കിലും ഞങ്ങളുടെ കൂടെയുള്ള കർഷകർക്ക് അതു കണ്ടപ്പോൾ മനംപുരട്ടാൻ തുടങ്ങി. മനുഷ്യന്റെ വിശ്വസ്തസുഹൃത്തിന്റെ മാംസം ഭക്ഷിക്കുന്നതുപോലെയാണ് അവർക്ക് തോന്നിയത്."

സീറാ മെസ്ത്രയിലെ കലാപകാരികളെ വകവരുത്താനും രാജ്യത്തിലെ പ്രതിപക്ഷത്തെ അമർച്ച ചെയ്യാനുമായി ബാട്ടിസ്റ്റയുടെ പട്ടാളവും പോലീസും പഠിച്ച പണി പതിനെട്ടും പയറ്റി. പക്ഷേ, മർദനത്തിന് വിചാരിച്ച ഫലം ഉണ്ടായില്ല. ആ പർവതപ്രദേശം ബാട്ടിസ്റ്റയുടെ സൈന്യങ്ങൾക്ക് വലിയൊരു കീറാമുട്ടിയായി. കലാപകാരികൾ ഗാരിസണുകൾക്കെതിരായി നടത്തുന്ന ധീരമായ ആക്രമണങ്ങളുടെ കഥകൾ പത്രങ്ങളിലും റേഡിയോയിലും കൂടി പുറത്തു വന്നിരുന്നു. ഈ താടിക്കാരുടെ കൂടെ ചേരാൻ വിവിധ രാഷ്ട്രീയ വിശ്വാസക്കാരായ ഒട്ടനവധി വോളണ്ടിയർമാർ ഓടിക്കൂടി. ബാർബുഡോസുകൾ അഥവാ താടിക്കാരെന്നത് ഫിദലിന്റെ ആളുകൾക്ക് കർഷകരിട്ട പേരായിരുന്നു. ബ്ലേഡോ കത്തിയോ ഇല്ലാതിരുന്നതിനാൽ മുടിയും താടിയും വടിക്കാതെയാണ് അവർ നടന്നിരുന്നത്. വിദേശങ്ങളിൽ താമസിച്ചിരുന്ന ക്യൂബൻ പ്രവാസികൾ അവർക്കുവേണ്ടി പണം പിരിക്കുകയും ഔഷധങ്ങളും ആയുധങ്ങളും മേടിച്ച് രഹസ്യമായി ക്യൂബയിലേക്ക് കടത്തുകയും ചെയ്തിരുന്നു.

കാലിക്സ്ടൊ സാഞ്ചെയുടെ നേതൃത്വത്തിലുള്ള വോളണ്ടിയർമാരേയും വഹിച്ചുകൊണ്ട് "എൽ കൊറീന്ത്യ" എന്നൊരു കപ്പൽ 1957 മയ്

മാസത്തിൽ മിയാമിയിൽനിന്ന് എത്തിച്ചേരുന്നതാണെന്ന് അറിവ് ലഭിച്ചിരുന്നു. കൊറീന്ത്യയേയും പ്രതീക്ഷിച്ച് കടൽത്തീരങ്ങളിൽ റോന്തു 'ചുറ്റുന്ന ശത്രുവിന്റെ ശ്രദ്ധതിരിച്ചുവിടാൻ ഫിദൽ തീരുമാനിച്ചു. ഇതിന്നായി സാന്റിയാഗൊയിൽ നിന്ന് 15 കിലോമീറ്റർ അകലെയുള്ള ഉവേറൊഗ്രാമത്തിൽ സ്ഥാപിച്ചിരുന്ന ഗാരിസൺ പിടിച്ചെടുക്കാൻ അദ്ദേഹം ഓർഡറിട്ടു. സീറാ മെസ്ത്രയിൽനിന്ന് വിപ്ലവകാരികൾക്ക് പുറത്തേക്കു കടക്കാനുള്ള വഴി കെട്ടി അടയ്ക്കുന്ന ഒന്നായിരുന്നു ഈ ഗാരിസൺ. ഉവേറൊയിലെ ഈ പ്രബലസ്ഥാനം പിടിച്ചെടുത്താൽ ഓറിയന്റെ പ്രവിശ്യയിലെ താഴ്വരകളിലേക്കുള്ള റോഡിലെ തടസങ്ങൾ നീങ്ങിക്കിട്ടും. ചെറുത്തുനിൽക്കുന്നതിനോടൊപ്പം കടന്നാക്രമണം നടത്താനുള്ള വിപ്ലവകാരികളുടെ കഴിവ് സുസ്പഷ്ടമാവുകയും ചെയ്യും. ഇത് ബാട്ടിസ്റ്റയ്ക്ക് നേരിടുന്ന ആദ്യത്തെ കനത്ത പരാജയമായവുകയും ചെയ്യും.

ഉവേറൊയിലെ ഈ പോരാട്ടത്തെപ്പറ്റി ചെ തന്റെ ഓർമക്കുറിപ്പുകളിൽ പറയുന്നത് എന്താണെന്നു നോക്കാം:

"എവിടെയാണ് ആക്രമണം നടത്തേണ്ടതെന്ന് തീരുമാനമായതോടെ പിന്നെ ശേഷിച്ചത് അതിനുള്ള വിശദമായ പദ്ധതിയാവിഷ്കരിക്കുകയെന്നത് മാത്രമായിരുന്നു. ശത്രുസൈന്യത്തിൽ എത്രപേരുണ്ടെന്നും അവരുടെ എത്ര ഔട്ട്പോസ്റ്റുകൾ ഉണ്ടെന്നും അവരുടെ വാർത്താവിനിമയ മാർഗങ്ങളെന്തെന്നും അവിടേക്കു കടക്കാനുള്ള വഴികളേതെന്നും അറിയേണ്ടത് ഇതിലേക്കാവശ്യമായിരുന്നു. പിൽക്കാലത്ത് വിപ്ലവസൈന്യത്തിലെ മേജർ പദവിയിലേക്കുയർന്ന സഖാവ് കാൽഡെറൊ ഇക്കാര്യത്തിൽ ഞങ്ങൾക്ക് വലിയൊരു സഹായമായിരുന്നു.

ശത്രുവിന് ഞങ്ങളെക്കുറിച്ച് ഏറെക്കുറെ ശരിയായ വിവരമുണ്ടെന്ന് ഞങ്ങൾക്ക് മനസിലായി. ഞങ്ങൾക്ക് പിടികിട്ടിയ രണ്ടു ചാരന്മാരിൽ നിന്ന് ഇതിന്റെ സൂചന ലഭിച്ചിരുന്നു. കലാപസേനയുടെ യൂണിറ്റുകൾ താവളമടിച്ചിട്ടുള്ളത് എവിടെയാണെന്നും, അവർ ഒത്തു കൂടുന്നത് ഏതു സ്ഥാനങ്ങളിലാണെന്നും കൃത്യമായി കണ്ടുപിടിച്ചറിയിക്കാൻ ബാട്ടിസ്റ്റയുടെ ഏജൻറായ കാസില്ലാസാണ് തങ്ങളെ അയച്ചതെന്ന് ഈ ചാരന്മാർ പറയുകയുണ്ടായി.

അതേദിവസം, മെയ് 27–ാം തീയതി, സൈന്യാധിപ സ്റ്റാഫിൽ പെട്ടവരെല്ലാം കൂടി സമ്മേളിച്ചു. ഏതു ദിവസവും പോരാട്ടം ആരംഭിച്ചേക്കാമെന്നും, എല്ലാ യൂണിറ്റുകളും മാർച്ചു ചെയ്യാൻ തയാറായിരുന്നുകൊള്ളണമെന്നും ഫിദൽ ഈ സമ്മേളനത്തിൽ പ്രഖ്യാപിച്ചു.

കാൽഡെറൊ ആയിരുന്നു ഞങ്ങളുടെ വഴികാട്ടി. ഉവേറൊ ബാരക്സിനു ചുറ്റുമുള്ള സ്ഥലങ്ങളും അവിടേക്ക് കടക്കാനുള്ള വഴികളും കാൽഡെറൊയ്ക്ക് നല്ല നിശ്ചയമായിരുന്നു. ഒരൊറ്റ രാത്രിയിൽ ഞങ്ങൾക്ക് 16 കിലോമീറ്റർ ദൂരം സഞ്ചരിക്കേണ്ടിയിരുന്നു. ഇതത്ര എളുപ്പമായിരുന്നില്ല. കാരണം, കുത്തനെ ചുറ്റിത്തിരിഞ്ഞുപോകുന്ന ഒരു മലമ്പാതയാണ് ഞങ്ങളുടെ മുന്നിലുണ്ടായിരുന്നത്. യാത്രയ്ക്ക് എട്ടുമണി

ക്കൂർ വേണ്ടിവന്നു. ജാഗ്രതയെ ഉദ്ദേശിച്ച് വഴിക്ക്, പ്രത്യേകിച്ചും അപകടം കൂടുതലുള്ള പ്രദേശങ്ങളിൽ, പലേടങ്ങളിലും നിന്നു നിന്നു പോകേണ്ടത് ആവശ്യമായിരുന്നു. ഒടുവിൽ ശത്രുവിനെ ആക്രമിക്കാനുള്ള ഓർഡർ നൽകപ്പെട്ടു. ആദ്യമായി ഔട്ട്പോസ്റ്റുകൾ പിടിക്കുകയും ബാരക്കുകളിലേക്ക് ധാരാളം ഉണ്ടകൾ വർഷിക്കുകയും ചെയ്യേണ്ടിയിരുന്നു.

ബാരക്കുകൾക്കുചുറ്റും കുറഞ്ഞത് നന്നാല് ഭടന്മാർ വീതമെങ്കിലുമുള്ള ബലീകൃത ഔട്ട്പോസ്റ്റുകളുണ്ടെന്ന് ഞങ്ങൾക്കറിയാമായിരുന്നു.

ചുറ്റും ധാരാളം കുറ്റിച്ചെടികൾ ഉണ്ടായിരുന്നതിനാൽ ശത്രുവിന്റെ വളരെ അടുത്തേക്കു വരെ ഇഴഞ്ഞുചെല്ലാൻ ഞങ്ങൾക്ക് സാധിച്ചു.

പോരാട്ടത്തിന് നേതൃത്വം നൽകേണ്ടിയിരുന്നവർ ബാരക്കുകളുടെ തൊട്ടുമുൻപിലുള്ള ചെറിയൊരു കുന്നിൻപുറത്ത് തങ്ങളുടെ കമാൻഡ് പോസ്റ്റ് സ്ഥാപിച്ചു. സ്ത്രീകളും കുഞ്ഞുങ്ങളും കണ്ടേക്കാനിടയുള്ള വാസസ്ഥാനങ്ങളിലേക്ക് യാതൊരു കാരണവശാലും നിറയൊഴിക്കരുതെന്ന് കർശനമായ ഓർഡർ പുറപ്പെടുവിച്ചിരുന്നു.

ഉവേറൊ ബാരക്സ് കടൽത്തീരത്തായിരുന്നതിനാൽ അവിടം വളയാൻ ഞങ്ങൾക്ക് മൂന്നു വശങ്ങളിൽ നിന്ന് നീങ്ങേണ്ടിയിരുന്നു.

പെലഡോറൊയിൽനിന്ന് കടൽത്തീരത്തുകൂടിയുള്ള റോഡിലെ ഔട്ട്പോസ്റ്റ് പിടിക്കുന്നതിന്റെ ഉത്തരവാദിത്വം ജോർജ് സോട്ടസ്, ഗില്ലേർമൊ ഗാർഷ്യ എന്നിവരുടെ നേതൃത്വത്തിലുള്ള ഗ്രൂപ്പിനായിരുന്നു. കുന്നിൻപുറത്തിന് എതിരായുള്ള ഔട്ട് പോസ്റ്റ് തുടച്ചുനീക്കാൻ ഏൽപ്പിച്ചിരുന്നത് അൽമേഡയെയാണ്.

ഫിദൽ കുന്നിൻപുറത്താണ് സ്ഥാനമുറപ്പിച്ചിരുന്നത്. റൗളിന്റെ പ്ലാറ്റൂൺ മുൻവശത്തുനിന്ന് ബാരക്കുകൾ ആക്രമിക്കണമെന്നും തീരുമാനിച്ചിരുന്നു. ഇടയ്ക്കുള്ള ഒരു സ്ഥാനമാണ് എന്നെ ഏൽപ്പിച്ചിരുന്നത്. റൗളിന്റെ പ്ലാറ്റൂണിനും എന്റെ ഗ്രൂപ്പിനും ഇടയിൽ നിന്ന് പ്രവർത്തിക്കാനാണ് കാമിലൊയേയും അമേയെറാസിനേയും ചുമതലപ്പെടുത്തിയിരുന്നതെങ്കിലും ഇരുട്ടത്ത് വഴിതെറ്റുകയാൽ എന്റെ ഇടതുവശത്തെത്തുന്നതിനു പകരം വലതുവശത്താണ് അവർ വന്നുപെട്ടത്. ക്രിസെൻസ്യോ പെറെസിന്റെ പ്ലാറ്റൂൺ ഉവേറൊ–ചിവീർക്കൊ റോഡിൽനിന്നുകൊണ്ട് ശത്രുവിന് പോഷകസേനകൾ എത്താതെ നോക്കണമെന്നും നിശ്ചയിച്ചിരുന്നു.

യാതൊരു മുന്നറിയിപ്പും കൂടാതെയുള്ള ഒരാക്രമണമെന്ന നിലയ്ക്ക് ഈ പോരാട്ടം അധികം നീണ്ടുനിൽക്കുകയില്ലെന്നാണ് വിചാരിച്ചിരുന്നത്. പക്ഷേ, സമയം ഏറെ കഴിഞ്ഞിട്ടും നിർദേശപ്രകാരമുള്ള സമരസ്ഥാനങ്ങളിൽ എത്താൻ ഞങ്ങൾക്ക് കഴിഞ്ഞില്ല. കാൽഡെറൊയും തദ്ദേശവാസിയായ എലീഗ്യൊ മെൻഡോസയുമായിരുന്നു ഞങ്ങളുടെ വഴികാട്ടികൾ. അവർ അങ്ങോട്ടും ഇങ്ങോട്ടും റിപ്പോർട്ടുകൾ എത്തിച്ചുകൊണ്ടിരുന്നു. നേരം വെളുക്കാറായിരുന്നെങ്കിലും ഇനിയും പോരാട്ടം ആരംഭിക്കാൻപോലും കഴിഞ്ഞിരുന്നില്ല. ബാരക്കുകൾക്ക് വളരെ മുകളിലുള്ള

വലിയൊരു കുന്നിൻ പുറത്തായിരുന്നു ഞാൻ. അതിനാൽ മുമ്പോട്ട് നീങ്ങിയിട്ട് കുറച്ചുകൂടി സൗകര്യപ്രദമായ ഒരു സ്ഥാനം കണ്ടെത്താൻ ഞങ്ങൾ തീരുമാനിച്ചു.

മറ്റു ദളങ്ങളും മുന്നോട്ടു നീങ്ങി. ബാരക്കുകളിലേക്കുള്ള പ്രവേശന മാർഗത്തെ കാത്തുരക്ഷിച്ചിരുന്ന ഔട്ട്പോസ്റ്റായിരുന്ന അൽമേഡയുടെ ലക്ഷ്യം. കാമിലൊ സീൻഫ്യൂഗസ് 'ജൂലൈ 26 പ്രസ്ഥാനം' എന്നെഴുതിപ്പിടിപ്പിച്ച ഫോറിൻ ലീജിയൻകാരുടേതുപോലുള്ള തൊപ്പിയുമായി എന്റെ ഇടതുവശത്തുകൂടി നീങ്ങി. ഞങ്ങൾ ശത്രുവിന്റെ ദൃഷ്ടിയിൽ പെടുകയും അവർ വെടിയാരംഭിക്കുകയും ചെയ്തു. എങ്കിലും സാധ്യമായ എല്ലാ മുൻകരുതലുകളും സ്വീകരിച്ചുകൊണ്ട് ഞങ്ങൾ മുന്നേറിക്കൊണ്ടിരുന്നു. അൽപം കഴിഞ്ഞപ്പോൾ മറ്റു യൂണിറ്റുകളിൽനിന്നു വഴിതെറ്റിവന്നവരും ഞങ്ങളുടെ കൊച്ചുദളത്തിന്റെ കൂടെ കൂടി. ബോംബ എന്ന ഇരട്ടപ്പേരുള്ള പിലോൺകാരനായ ഒരു സഖാവും മാറിയൊ ലീലും അക്കുനയും ഇക്കൂട്ടത്തിലുണ്ടായിരുന്നു.

ശത്രുവിന്റെ വെടിയുണ്ടവർഷം കൂടിക്കൂടി വന്നു. ഞങ്ങൾ ഒരു വെളിസ്ഥലത്തിന്റെ വക്കുവരെ എത്തിയിരുന്നു. അടുത്തതായി ഞങ്ങൾക്ക് ആ വെളിസ്ഥലം കടന്നുപോകേണ്ടിയിരുന്നു. പക്ഷേ, ശത്രുവിന്റെ ഭാഗത്തുനിന്ന് നിറുത്താതെ വെടി തുടരുകയായിരുന്നു. ഞങ്ങൾ ശത്രുവിനോട് ഏറ്റവും അടുത്ത സ്ഥാനത്തുനിന്ന് ഏകദേശം അറുപതു മീറ്റർ അകലെയായിരുന്നു. രണ്ടു പട്ടാളക്കാർ ട്രഞ്ചിൽ നിന്നു മുകളിലേക്ക് ചാടിക്കയറിയിട്ട് വീടുകളിരിക്കുന്ന ഭാഗത്തേക്ക് ഓടുന്നത് അവിടെയിരുന്ന് ഞങ്ങൾക്ക് കാണാമായിരുന്നു. ഉടനെതന്നെ ഞാൻ തോക്കെടുത്ത് നിറയൊഴിക്കാൻ തുടങ്ങി. പക്ഷേ, അപ്പോഴേക്ക് അവർ ഏതോ വീട്ടിൽ കടന്നുകഴിഞ്ഞിരുന്നു. ഇവിടേക്ക് വെടിവയ്ക്കാൻ പാടില്ലെന്ന് ഞങ്ങൾക്ക് നിരോധനാജ്ഞ ഉണ്ടായിരുന്നു. കാരണം, അവിടെ സ്ത്രീകളും കുഞ്ഞുങ്ങളും കണ്ടേക്കാം.

ഇതിനിടയിൽ ഞങ്ങളുടെ ഗ്രൂപ്പ് വെളിസ്ഥലത്തേക്ക് തള്ളിക്കയറി. ഉണ്ടകൾ നാലുഭാഗങ്ങളിലും കൂടി ചീറിപ്പാഞ്ഞു. എന്റെ തൊട്ടടുത്തുനിന്ന് പെട്ടെന്നൊരു മോങ്ങൽ കേട്ടു. അത് ബാട്ടിസ്റ്റാഭടന്മാരിലാരെങ്കിലും ആയിരിക്കുമെന്നാണ് ഞാൻ വിചാരിച്ചത്. ഞാൻ സൂക്ഷിച്ച് അങ്ങോട്ടിഴഞ്ഞുചെന്നു. ആ നിലവിളി മാറിയൊ ലീലിന്റേതാണെന്നു അപ്പോഴാണ് മനസിലായത്. തലയ്ക്ക് വെടിയേറ്റിരുന്ന അയാളുടെ മുറിവ് ഉടനടി വച്ചുകെട്ടേണ്ടത് ആവശ്യമായിരുന്നു. പക്ഷേ, എന്തുകൊണ്ടാ വെച്ചുകെട്ടുക? അൽപം കഴിഞ്ഞപ്പോൾ എന്റെ തൊട്ടു പിന്നിൽ നീങ്ങിയിരുന്ന ജോയെൽ ഇഗ്ലേസിയാസ് അയാളെ അടുത്തുള്ള കുറ്റിക്കാട്ടിലേക്ക് വലിച്ചെടുത്തുകൊണ്ടുപോയി. വീണ്ടും ഞങ്ങൾ മുന്നോട്ടുനീങ്ങി. താമസിയാതെ അക്കൂന നിലംപതിച്ചു. അങ്ങനെ എത്തിയേടത്ത് കമഴ്ന്നു കിടന്നുകൊണ്ട് തൊട്ടുമുൻപിൽ നല്ലപോലെ മറച്ചുവച്ചിരുന്ന ശത്രുട്രഞ്ചിലേക്ക് ഞങ്ങൾ ഉണ്ടകൾ വർഷിച്ചു. ധീരമായ ഒരു കൈയേറ്റത്തിലൂടെ മാത്രമേ

ആ ട്രഞ്ച് കൈവശപ്പെടുത്താൻ കഴിയുമായിരുന്നുള്ളു. അങ്ങനെ ചെയ്യാൻ ഞാൻ തീരുമാനിക്കുകയും ചെറുത്തുനിൽപ്പിന്റെ ആ പോക്കറ്റ് ഞങ്ങൾ തുടച്ചുനീക്കുകയും ചെയ്തു.

മിന്നൽ വേഗത്തിൽ സമരം കഴിഞ്ഞെന്നു തോന്നിയെങ്കിലും ആദ്യത്തെ വെടിപൊട്ടി രണ്ടേമുക്കാൽ മണിക്കൂർ കഴിഞ്ഞാണ് ബാരക്കുകൾ പിടിക്കാൻ ഞങ്ങൾക്ക് കഴിഞ്ഞത്.

ഒടുവിൽ ഒരു ശത്രുഭടൻ നേരെ എതിർവശത്തുള്ള പലക ഷെഡ്ഡിൽ നിന്ന് കൈകൾ രണ്ടും ഉയർത്തിപ്പിടിച്ചുകൊണ്ട് പുറത്തേക്ക് ചാടി. കീഴടങ്ങുക കീഴടങ്ങുക എന്ന വിളി നാനാ മൂലകളിൽനിന്നും മുഴങ്ങിക്കേട്ടു. ഞങ്ങളെഴുന്നേറ്റ് ബാരക്കുകളെ ലക്ഷ്യമാക്കി ഓടി.

മുറ്റത്തുനിന്നുകൊണ്ട് ഞങ്ങൾ രണ്ടു സൈനികരേയും ഒരു ഡോക്ടറേയും ഒരു മെഡിക്കൽ വിദ്യാർഥിയേയും തടവുകാരായി പിടിച്ചു. മിനിട്ടു കഴിയുന്തോറും മുറിവേറ്റവരുടെ സംഖ്യ കൂടിക്കൂടി വരികയായിരുന്നു. അവരെയെല്ലാം നോക്കാൻ എനിക്ക് സമയം ഉണ്ടായിരുന്നില്ല. അതിനാൽ, തടവുകാരനായ ഡോക്ടറെക്കൊണ്ട് അവരെ ചികിത്സിപ്പിക്കാൻ ഞാൻ തീരുനിച്ചു. പക്ഷേ, എനിക്കെത്ര വയസായെന്നും എന്നാണ് ഞാൻ ബിരുദമെടുത്തതെന്നും ചോദിച്ചറിഞ്ഞശേഷം അയാൾ യാതൊരു മറയും കൂടാതെ പറഞ്ഞു, 'കേട്ടോ, മിസ്റ്റർ, ഇവരെ നിങ്ങൾ തന്നെ നോക്കുന്നതായിരിക്കും നല്ലത്. ഞാൻ പഠിത്തം കഴിഞ്ഞിട്ടിങ്ങോട്ടുവന്നതേയുള്ളു. എനിക്ക് ചികിത്സിച്ചു യാതൊരു പരിചയവുമില്ല.' പേടിയും പ്രായോഗികാനുഭവക്കുറവും കാരണം ഈ മനഷ്യൻ പഠിച്ചതെല്ലാം മറന്നുപോയതായിരിക്കാം. അങ്ങനെ എനിക്ക് വീണ്ടും റൈഫിൾ താഴെവച്ചിട്ട് ഡോക്ടറുടെ വെള്ളക്കുപ്പായം എടുത്തണിയേണ്ടിവന്നു....

ഈ പോരാട്ടത്തിൽ ഞങ്ങൾക്ക് ഞങ്ങളുടെ വഴികാട്ടിയായ് പ്രവർത്തിച്ചിരുന്ന എലീഗ്യൊ മെൻഡൊസയെ നഷ്ടമായി. തോക്കും ഉയർത്തിപ്പിടിച്ചുകൊണ്ട് ശത്രുവിന്റെ നേർക്കോടിയപ്പോഴാണ് അയാൾക്കു വെടിയേറ്റത്. അന്ധവിശ്വാസിയായ അയാൾ ഏലസും കെട്ടിയാണ് നടന്നിരുന്നത്. 'സൂക്ഷിക്കണം' എന്നു ഞങ്ങൾ വിളിച്ചുപറഞ്ഞപ്പോൾ 'ഏയ്' എനിക്കൊന്നും സംഭവിക്കില്ല, എന്റെ പുണ്യാളൻ എന്നെ രക്ഷിച്ചോളും' എന്നായിരുന്നു അയാളുടെ പുച്ഛരസം കലർന്ന മറുപടി. അൽപ്പനിമിഷം കഴിഞ്ഞപ്പോൾ യന്ത്രത്തോക്കുകൾ അയാളെ ശരിക്കും രണ്ടു തുണ്ടമാക്കിക്കളഞ്ഞു.

അന്ന് എനിക്ക് ചികിത്സിക്കേണ്ടിവന്നവരിൽ ഏറ്റവും വല്ലാത്ത മുറിവുപറ്റിയത് സഖാവ് സില്ലെറൊസിനായിരുന്നു. ഒരു വെടിയുണ്ട ആ സഖാവിന്റെ തോളും തകർത്ത് ശ്വാസകോശത്തിൽക്കൂടി തുളച്ചുകടന്ന് നട്ടെല്ലിൽ വന്നു കയറിയിരുന്നു. ആശങ്കാകുലമായിരുന്നു അയാളുടെ സ്ഥിതി. അൽപ്പം ഉറക്കുമരുന്നു കൊടുത്തിട്ട് ഞാൻ ആ മനുഷ്യന്റെ നെഞ്ചു കെട്ടിവച്ചു. അതിൽ കൂടുതലൊന്നും ആ സമയത്ത് സാധ്യമായിരുന്നില്ല. ഗുരുതരമായ പരിക്കുകൾ പറ്റിയ ലീലിനേയും സില്ലെറോസിനേയും ശത്രുഗാരിസണിലെ ഡോക്ടറുടെ പരിചരണത്തിൽ വിട്ടിട്ടുപോകാൻ ഞങ്ങൾ

തീരുമാനിച്ചു. അവരുടെ കാര്യത്തിലുള്ള ഉൽക്കണ്ഠ മറച്ചുവയ്ക്കാൻ ശ്രമിച്ചുകൊണ്ട് ഞാൻ അവരോട് യാത്ര പറഞ്ഞു. സ്വന്തം സഖാക്കളുടെ കൂടെ നിന്ന് അന്ത്യംവരെ പൊരുതി മരിക്കാനാണ് തങ്ങൾക്കിഷ്ടമെന്ന് അവർ പ്രഖ്യാപിച്ചെങ്കിലും ഞങ്ങൾക്ക് മറ്റു മാർഗമൊന്നുമുണ്ടായിരുന്നില്ല. പരുക്കേറ്റ പട്ടാളക്കാരോടൊപ്പം അവരേയും അവിടെ വിട്ടിട്ടു പോകാൻ ഞങ്ങൾ നിർബന്ധിതരായിരുന്നു. പട്ടാളക്കാർക്കും ഞങ്ങൾ പ്രഥമശുശ്രൂഷ നൽകി.

അവിടെയുണ്ടായിരുന്ന സാമഗ്രികളും ഔഷധങ്ങളും മറ്റും ഒരു ലോറിയിൽ കയറ്റിയിട്ട് ഞങ്ങൾ മലമുകളിലേക്ക് മടങ്ങി. കൂടുതൽ കുഴപ്പം കൂടാതെ താവളത്തിൽ തിരിച്ചെത്തിയിട്ട് ഞങ്ങൾ പരുക്കുപറ്റിയവരെ ചികിത്സിക്കുകയും മരിച്ചവരെ വഴിവക്കിലൊരിടത്ത് സംസ്കരിക്കുകയും ചെയ്തു."

ക്രിസെൻഷ്യൊയുടെ പ്ലാറ്റൂണിന് ചിവിറിക്കൊ റോഡിന്റെ കാവൽ ജോലി ആയിരുന്നതിനാൽ ആക്രമണത്തിൽ അവരിലാരും പങ്കെടുത്തില്ല. എങ്കിലും അതുവഴി ഒളിച്ചോടാൻ നോക്കിയ ചില ബാട്ടിസ്റ്റാ ഭടന്മാരെ തടവിലാക്കാൻ അവർക്കു കഴിഞ്ഞു.

ഒടുവിൽ കണക്കുനോക്കിയപ്പോൾ വിമോചനസേനയിൽപ്പെട്ട 15 പേർ മരിക്കുകയോ മുറിവേൽക്കുകയോ ചെയ്തിരുന്നു. ശത്രുവിന്റെ 14 പേർ മരിക്കുകയും 19 പേർക്ക് മുറിവേൽക്കുകയും ചെയ്തു.

വിപ്ലവകാരികളെ സംബന്ധിച്ചിടത്തോളം ഉവേറൊയിലെ അക്രമണം വലിയൊരു വഴിത്തിരിവായിരുന്നു. അത് അവരുടെ സമരോത്സാഹവും വിജയവിശ്വാസവും വർധിപ്പിച്ചു. സീറാ മെസ്ത്രയുടെ അടിവാരത്തിലുള്ള കൊച്ചു കൊച്ചു ശത്രുഗാരിസണുകളുടെ ഭാവിയും അതോടെ തീരുമാനിക്കപ്പെട്ടു. താമസിയാതെ തന്നെ അവയെല്ലാം തുടച്ചുനീക്കപ്പെട്ടു.

ഉവേറൊയിലെ പോരാട്ടത്തിൽ മികച്ചുനിന്നവരിൽ ഒരാൾ ജൂവാൻ വിത്താലിയൊ അക്കുന നൂനെസ് ആയിരുന്നു. കൂട്ടുകാർ വിലൊ എന്നാണദ്ദേഹത്തെ വിളിച്ചിരുന്നത്. പിൽക്കാലത്ത് ജോകിൻ എന്ന ഒളിപ്പേരിൽ അദ്ദേഹം ചെയോടൊപ്പം ബൊളീവിയൻ മലയോരങ്ങളിൽ ചെന്ന് പൊരുതിമരിക്കുകയും ചെയ്തു.

അർജന്റീനക്കാരനായ ആ കാസരോഗി ജന്മനാതന്നെയുള്ള ഒരു പടയാളിയാണെന്ന് ഉവേറൊപ്പോരാട്ടം ഒരിക്കൽ കൂടി തെളിയിച്ചു. ധീരനും സമചിത്തനും കുശാഗ്രബുദ്ധിയുമായിരുന്നു അദ്ദേഹം. തന്റെ ഏറ്റവും മിടുക്കനായ വിദ്യാർഥിയെന്നാണല്ലോ ചെയെപ്പറ്റി പ്രൊഫസർ ബേയൊ പറഞ്ഞിരുന്നതും. സൈദ്ധാന്തികമായ അദ്ദേഹത്തിന്റെ വിലയിരുത്തൽ പ്രായോഗികതലത്തിലും ഇപ്പോൾ സ്ഥിരീകരിക്കപ്പെട്ടു.

പക്ഷേ, സമരത്തിനുവേണ്ടി സമരം ചെയ്യുന്ന ആളായിരുന്നില്ല ചെ. കാലിക്സ്ടൊ മൊറാലസ് അദ്ദേഹത്തിന്റെ ഈ സ്വഭാവഗുണത്തെ വിശേഷിപ്പിക്കുന്നത് ഇപ്രകാരമാണ്. "സമരമെന്നത് അദ്ദേഹത്തെ സംബന്ധിച്ചിടത്തോളം തന്റെ പ്രവർത്തനത്തിന്റെ ഒരു ഭാഗമെന്നതിൽ കവിഞ്ഞൊ

ന്നുമായിരുന്നില്ല. വെടി നിറുത്തുമ്പോൾ വിജയം നേടിയിരിക്കാമെങ്കിലും പ്രവർത്തനം തുടരേണ്ടതുണ്ടായിരുന്നു. നഷ്ടം എത്രയെന്നു നോക്കുകയും അന്നത്തെ പ്രവർത്തനങ്ങളെ വിലയിരുത്തുകയും 'ചാക്കിലുള്ളത്' എണ്ണിത്തിട്ടപ്പെടുത്തുകയും ചെയ്യണം. അത്രതന്നെ. യോഗങ്ങളോ ആഘോഷങ്ങളോ ഒന്നുമില്ല. വല്ലപ്പോഴും അതും നിരവധി ദിവസങ്ങൾക്കു ശേഷം മാത്രമാണ് വൈകുന്നേരം ഞങ്ങൾ ഒന്നിച്ചുകൂടിയിരുന്ന് നടന്നു കഴിഞ്ഞ പോരാട്ടങ്ങളെക്കുറിച്ച് ചർച്ചചെയ്തിരുന്നത്. ഈ സംഭാഷണങ്ങൾപോലും അദ്ദേഹം ഉപയോഗപ്പെടുത്തിയത് തെറ്റുകളും കുറവുകളും ചൂണ്ടിക്കാട്ടാനും ഭൂതകാലസംഭവങ്ങളുടെ വിശദമായ പരിശോധന നടത്താനും മാത്രമായിരുന്നു."

ഡോക്ടറുടെ ജോലിയിൽ നിന്ന് വിട്ടുമാറിയിട്ട് വെറുമൊരു യോദ്ധാവായി നിൽക്കാൻ ചെ വളരെ പാടുപെട്ടെങ്കിലും അതിൽ അദ്ദേഹം വിജയിച്ചില്ല. പരുക്കേറ്റവരെ ചികിത്സിക്കാൻ അദ്ദേഹം അപ്പോഴും നിർബന്ധിതനായി. ഒളിപ്പോർ ജീവിതത്തിനിടയിൽ സാധ്യമായേടത്തോളം കർത്തവ്യബോധത്തോടെ അദ്ദേഹം ആ ജോലി നിറവേറ്റുകയും ചെയ്തിരുന്നു.

സീറാ മെസ്ത്രയിലെ ദന്തഡോക്ടറെന്ന നിലയ്ക്ക് ചെ നടത്തിയ സേവനത്തെപ്പറ്റി പല ഐതിഹ്യങ്ങളും പ്രചരിച്ചിട്ടുണ്ട്. ഒരിക്കൽ അദ്ദേഹത്തിന്റെ യൂണിറ്റിന് ദന്തചികിത്സയ്ക്കുള്ള ചില ഉപകരണങ്ങൾ ലഭിക്കുകയുണ്ടായി. ഉടനെതന്നെ അവർ അതിനുള്ള ഒരു ക്യാമ്പ് ആരംഭിക്കുകയും ചെയ്തു. അപ്പോൾ പല്ലു പറിപ്പിക്കാൻ തയാറുള്ള വോളണ്ടിയർമാരെ അന്വേഷിച്ച് അദ്ദേഹം അവിടെല്ലാം ഓടിനടന്നുവത്രെ. ചെ മുൻപൊരിക്കലും കൈ വച്ചിട്ടില്ലാത്ത ഒരു രംഗമായിരുന്നു അത്. ധീരന്മാരായ ചില വോളണ്ടിയർമാർ ഇതിന് നിന്നു കൊടുക്കാൻ തയാറായെങ്കിലും പിന്നീട് അവർക്കതിൽ ദുഃഖിക്കേണ്ടിവന്നുവെന്നാണ് കേൾക്കുന്നത്.

"എനിക്ക് ഈ രംഗത്ത് യാതൊരു പരിചയവുമുണ്ടായിരുന്നില്ല", അദ്ദേഹം പിന്നീട് അനുസ്മരിക്കുകയുണ്ടായി. "എന്നു മാത്രമല്ല, വേദന ശമിപ്പിക്കുന്നതിനുള്ള ഔഷധങ്ങൾ ഞങ്ങളുടെ പക്കൽ വേണ്ടത്ര ഉണ്ടായിരുന്നുമില്ല. അതിനാൽ മോണമരവിപ്പിക്കുന്നതിനു മനശ്ശാസ്ത്രപരമായ ഔഷധങ്ങളാണ് ഞങ്ങൾ പ്രയോഗിച്ചിരുന്നത്. ഞാൻ രോഗികളുടെ വായിൽ കൈയിട്ട് എന്തെങ്കിലും ചെയ്യുന്നതിനിടയിൽ അവരാരെങ്കിലും ബഹളം കൂട്ടിയാൽ നല്ല ശകാരവർഷം കൊണ്ടാണ് ഞാൻ അവരെ ശാന്തരാക്കിയിരുന്നത്."

കർഷകരേയും ചെ ചികിത്സിച്ചിരുന്നു. കഠിനാധ്വാനത്തിൽ അകാലവാർധക്യം ബാധിച്ച സ്ത്രീകളും ഗ്രഹണിപിടിച്ച കുട്ടികളും ഇക്കൂട്ടത്തിൽ പെടുമായിരുന്നു. വിറ്റാമിനുകളുടെ കുറവ്, വയറുവേദന, ക്ഷയം തുടങ്ങിയ രോഗങ്ങൾ ഈ കർഷകർക്കിടയിൽ സർവസാധാരണമായിരുന്നു. അവരിലാരും ജീവിതത്തിലൊരിക്കൽപോലും ഒരു ഡോക്ടറെ കണ്ടിരുന്നില്ല. പക്ഷേ, മർദിതരും രോഗബാധിതരും അന്ധവിശ്വാസിക

ളുമായ ഈ മലനാട്ടുകാരുടെ ജീവിതഭാരം ലഘൂകരിക്കാൻ മരുന്നിനോ ഡോക്ടർക്കോ വളരെയൊന്നും കഴിയുമായിരുന്നില്ല. മൗലികമായ സാമൂഹ്യപരിവർത്തനങ്ങളിലൂടെ, വിശേഷിച്ചും കാർഷിക പരിഷ്കാരത്തിലൂടെ, മാത്രമേ അത് സാധ്യമായിരുന്നുള്ളു.

ഇതിൽ ചെയ്ക്ക് ലവലേശം സംശയമുണ്ടായിരുന്നില്ല, മറ്റു വിപ്ലവകാരികളിലും ഈ വിശ്വാസം വളർത്താൻ അദ്ദേഹം ശ്രമിക്കുകയും ചെയ്തു.

കുറിപ്പുകൾ

1. ഒരു പഞ്ചസാര ഫാക്ടറിയും അതിനു ചുറ്റുമുള്ള സ്ഥലവും.
2. സ്പെയിനിലെ സാർവദേശീയ ബ്രിഗേഡുകളിലെ ഒരു വോളണ്ടിയറായി ചേർന്ന് ഫ്രങ്കോയിസ്റ്റുകൾക്കെതിരായി പൊരുതിമരിച്ചയാളാണ് ഇദ്ദേഹം.
3. മുൾച്ചെടികൾ നിറഞ്ഞ കാട്ടുപ്രദേശം
4. ക്യൂബൻ സ്വാതന്ത്ര്യപ്പോരാളിയും കവിയുമായ ജോസ് മാർട്ടിയെ സംബന്ധിക്കുന്നു
5. സോട്ടസ് യു എസ് എ യിലേക്ക് ഓടിപ്പോവുകയും വിപ്ലവപ്രബുദ്ധമായ ക്യൂബയ്ക്കെതിരായ അട്ടിമറിക്ക് തയാറെടുക്കവെ ഒരു മൈൻ പൊട്ടിത്തെറിച്ച് മരിക്കുകയും ചെയ്തു.

2

ഒരു ഒളിപ്പോരാളിയുടെ നിത്യജീവിതം

സമരം എന്നതിനേക്കാൾ
മനോഹരമായ മറ്റൊരു പദമില്ല

ജോസ് മാർട്ടി

ബാറ്റിസ്റ്റാ ഭരണത്തിന്റെ വൈതാളികർ വിളിച്ചുകൂവിയിരുന്നതുപോലെ അവരുടെ പട്ടാളം അത്ര അജയ്യമല്ലെന്നു തെളിയിക്കാൻ കഴിഞ്ഞുവെന്നതാണ് ഉവേറൊയിലെ പോരാട്ടത്തിൽ വിപ്ലവകാരികൾക്ക് കൈവരിക്കാൻ കഴിഞ്ഞ വിജയത്തിന്റെ ഒരു വലിയ നേട്ടം. "എൽ കൊറീന്തിയ"യിൽ വന്നിറങ്ങിയ കലാപകാരികൾ മുഴുവൻ കൊല്ലപ്പെടുകയോ തടവുകാരാക്കപ്പെടുകയോ ചെയ്തെന്ന് പട്ടാളമേധാവികൾ ആ കപ്പൽ കരയ്ക്കടുത്തതിന്റെ പിറ്റേന്ന് പെരുമ്പറയടിച്ചെങ്കിലും മരിച്ചുപോയ സ്വന്തം സൈനികരുടെ സ്മരണയ്ക്കായി കൊളംബിയാ സൈനികത്താവളത്തിലെ കൊടി താഴ്ത്തിക്കെട്ടുന്നതിനു ഉത്തരവിടാൻ ബാട്ടിസ്റ്റ നിർബന്ധിതനായി. സീറാ മെസ്ത്ര മലഞ്ചെരിവുകളിലധിവസിക്കുന്ന കർഷകരെയെല്ലാം അവിടങ്ങളിൽ നിന്നു തുരത്താൻ ക്രുദ്ധനായ ഈ ഏകാധിപതി ആവശ്യപ്പെട്ടു. വിപ്ലവകാരികൾക്ക് തദ്ദേശവാസികളുടെ പിന്തുണ ഇല്ലാതാക്കാനുള്ള ഒരു അടവായിരുന്നു ഇത്. പക്ഷേ, അങ്ങനെ ഒഴിഞ്ഞുപോകാൻ കർഷകർ തയാറുണ്ടായിരുന്നില്ല. അവരിൽ പലരും വിപ്ലവകാരികളുടെ കൂടെ ചേരുകയോ അവരെ ആവുംവിധത്തിൽ സഹായിക്കുകയോ ചെയ്തു. ആഹാരസാധനങ്ങൾ സംഭരിക്കുന്നതിലും അവർ വിപ്ലവകാരികൾക്കു വേണ്ട ഒത്താശ ചെയ്തു. വഴികാട്ടികളായും അവർ സേവനമനുഷ്ഠിച്ചു.

എന്നാൽ കർഷകരും ഒളിപ്പോരുകാരുമായുള്ള ഈ ഐക്യം

യാതൊരു കുഴപ്പവും കൂടാതെ സാധിച്ചുവെന്നു ധരിക്കുന്നതു ശരിയായിരിക്കില്ല. അത്യന്തം സങ്കീർണവും പരസ്പരവിരുദ്ധവും നീണ്ടതുമായ ഒരു പ്രകിയയായിരുന്നു ഇത്. വിപ്ലവകാരികളുടെ രാഷ്ട്രീയ ലക്ഷ്യത്തേയും ദൗത്യത്തേയും പറ്റി എല്ലാ കർഷകരും വോധവാന്മാരായിരുന്നില്ല. തദവസരത്തിൽ ഭൂരിപക്ഷംപേരും നിരക്ഷരരും അന്ധവിശ്വാസികളുമായിരുന്നു. നിസ്സാരസംഗതികൾക്ക് അവർ പിണങ്ങിപ്പോയിരുന്നു. അറിയാതെ വായിൽനിന്നു വീണുപോയ ഒരു വാക്കോ വിചാരശൂന്യമായ ഒറ്റ പ്രവൃത്തിയോ മതിയായിരുന്നു അവരെ പിണക്കാൻ.

ക്യൂബൻ കർഷകന്റെ ഈ മനസ്ഥിതി മനസിലാക്കണമെങ്കിൽ ജോയെൽ ഇഗ്ലേസിയാസിന്റെ ആ അനുഭവകഥ ഒന്നു ശ്രദ്ധിച്ചാൽ മതിയാകും. വിപ്ലവകാരികൾ മലമ്പ്രദേശത്ത് താവളമടിച്ചിരുന്ന കാലത്താണ് ഇത് നടന്നത്: "ഞങ്ങൾ അവിടെച്ചെന്നു താമസം തുടങ്ങിയ കാലത്ത് ഞങ്ങൾക്കവിടെ അധികം പരിചയക്കാരാരും ഉണ്ടായിരുന്നില്ല ... ക്രമേണ വിശ്വസ്തരായ പല കർഷകരുമായും ഞങ്ങൾ പരിചയപ്പെട്ടു. ഇത് പ്രധാനമായും ചെയുടെ പ്രയത്നഫലമായിരുന്നു. അദ്ദേഹം പതിവായി അവരുടെ അടുക്കൽ പോവുകയും അവരുമായി സംസാരിക്കുകയും ചെയ്തിരുന്നു. അങ്ങനെ ഞങ്ങൾ അവരുടെ അനുഭാവമാർജിച്ചു. ഞങ്ങൾ ആരാണെന്ന് അറിയാമായിരുന്നെങ്കിലും അവരിലാരും ഞങ്ങളെ ഒറ്റു കൊടുത്തില്ല. സായാഹ്നങ്ങളിൽ ഞങ്ങൾ ഒന്നിച്ചുകൂടിയിരുന്ന് പല വിഷയങ്ങളെപ്പറ്റിയും സംസാരിച്ചിരുന്നു. ഫിദലുമായി വീണ്ടും സന്ധിക്കാൻ കഴിയുമ്പോൾ മൊത്തം എത്രപേർ ഞങ്ങളുടെ കൂടെ ഉണ്ടായിരിക്കുമെന്നും യുദ്ധം കഴിഞ്ഞാലത്തെ സ്ഥിതി എന്തായിരിക്കുമെന്നും മറ്റുമുള്ള പല സംഗതികളെപ്പറ്റിയും ഞങ്ങൾ ചർച്ചചെയ്തിരുന്നു ... എന്നാൽ ഏതാണ്ട് മിക്ക ദിവസങ്ങളിലും ഞങ്ങളുടെ സംസാരവിഷയമായിരുന്ന സംഗതി മാന്ത്രികപ്പക്ഷിയെപ്പറ്റിയുള്ള ഒരു ഐതിഹ്യമായിരുന്നു. ഈ പ്രദേശങ്ങളിലെ ആളുകൾ പണ്ടുമുതൽക്ക് ഭക്ത്യാദരപൂർവം മാത്രം അനുസ്മരിച്ചിരുന്ന ഒരു പക്ഷിയാണിത്.

പണ്ടൊരു സ്പെയിൻകാരൻ ഈ പക്ഷിയെ വെടിവെച്ചെങ്കിലും അയാൾക്കതിനെ കൊല്ലാൻ കഴിഞ്ഞില്ലെന്നും, ഈ ദുഷ്പ്രവൃത്തി കാരണം അയാൾക്കു തന്റെ ജീവൻതന്നെ പണയപ്പെടുത്തേണ്ടിവന്നെന്നുമാണ് ഐതിഹ്യം. അയാളുടെ തൊപ്പിയിൽ നിരവധി ദ്വാരങ്ങളുണ്ടായിരുന്നത്രേ. ഇങ്ങനെയൊരു പക്ഷിയുണ്ടെന്ന് വിശ്വസിക്കാൻ കൂട്ടാക്കാതിരുന്ന ഒരു നിർഭാഗ്യവാനുണ്ടായിരുന്നെന്നും, ഒരു രാത്രിയിൽ ഈ പക്ഷി അയാളുടെ മുന്നിൽ പ്രത്യക്ഷപ്പെട്ടെന്നും, അന്നുമുതൽക്ക് അയാൾക്ക് നടക്കാൻ വയ്യാതായെന്നും കൂടി പറയപ്പെട്ടിരുന്നു.

എന്റെ മുന്നിലെങ്ങാൻ അതിനെ കണ്ടുകിട്ടിയാൽ തൽക്ഷണം ഞാനതിന്റെ കഥകഴിക്കുമെന്ന് ഒരിക്കൽ ഈ സംഭാഷണത്തിനിടയിൽ ഞാൻ പറഞ്ഞുപോയി. ഇങ്ങനെ സംസാരിക്കുന്നവന്റെ മുന്നിൽ ഈ പക്ഷി നിശ്ചയമായും പ്രത്യക്ഷപ്പെടുമെന്നും അതിന്റെ ഭവിഷ്യത്തുകൾ

ഒട്ടും അഭിലഷണീയമായിരിക്കില്ലെന്നും കർഷകർ എനിക്ക് മുന്നറിയിപ്പു നൽകി.

പിറ്റേന്നത്തെ സംഭാഷണവിഷയം എന്റെ ഈ വീമ്പിളക്കലായിരുന്നു. ചില കർഷകർ എന്നെ കണ്ടാൽ മിണ്ടാൻകൂടി വിസമ്മതിച്ചു. ആ പക്ഷിയെപ്പറ്റിയുള്ള എന്റെ അഭിപ്രായമെന്താണെന്നും അതിനെ കൊല്ലുമെന്നു ഞാൻ വീമ്പിളക്കിയതെന്തിനാണെന്നും ഞങ്ങൾ രണ്ടുപേരും മാത്രമായപ്പോൾ ചെ എന്നോടു ചോദിച്ചു. മന്ത്രവാദത്തിലൊന്നും എനിക്ക് വിശ്വാസമില്ലെന്നു ഞാൻ മറുപടിയും പറഞ്ഞു.

കുറച്ചു ദിവസം കഴിഞ്ഞ് ഇതേ സംസാരവിഷയം വീണ്ടും പൊന്തിവന്നു. ആ പക്ഷിയുടെ കാര്യത്തിൽ എനിക്ക് വിശ്വാസമില്ലെങ്കിലും അതിൽ വിശ്വസിക്കുന്നവരുടെ അഭിപ്രായത്തെ ഞാൻ മാനിക്കുന്നുണ്ടെന്നു പറഞ്ഞ് ഞാൻ ആ കർഷകരെ സമാധാനിപ്പിച്ചു."

തങ്ങളുടെ ചെറ്റക്കുടിലുകൾ പോലും കൊള്ളയടിക്കുകയും തങ്ങളുടെ പെൺമക്കളെ ബലാൽസംഗം ചെയ്യുകയും തങ്ങളുടെ വീട്ടുകാരെ നിർദയം ശല്യപ്പെടുത്തുകയും ചെയ്തിരുന്ന ബാട്ടിസ്റ്റയുടെ ചെരിപ്പുനക്കികളോട് കർഷകർക്ക് എന്തെന്നില്ലാത്ത വെറുപ്പുണ്ടായിരുന്നെങ്കിലും, കമ്യൂണിസത്തെ ഒരുതരം ദൃഷ്ടിദോഷംപോലെയാണ് അവരിൽ പലരും കണ്ടിരുന്നത്. പള്ളിയും റേഡിയോയും ഈ ആശയം നിരന്തരം പ്രചരിപ്പിച്ചിരുന്നു.

ചെയുടെ ഒളിപ്പോർ യൂണിറ്റിലെ ആദ്യത്തെ വനിതാ മെമ്പറായിരുന്ന ഇനീറാ ഗുട്ടിയേറെസ് ഇത് സംബന്ധിച്ച ഒരു സംഭവത്തെപ്പറ്റി അനുസ്മരിക്കുന്നുണ്ട്: "ഒരിക്കൽ ചെ എന്റെ മതവിശ്വാസത്തെപ്പറ്റി ചോദിച്ചു. അദ്ദേഹത്തിന് ദൈവത്തിൽ വിശ്വാസമുണ്ടോയെന്ന് അപ്പോൾ ഞാനും അന്വേഷിച്ചു. 'ഇല്ല' എന്നായിരുന്നു അദ്ദേഹത്തിന്റെ മറുപടി. എനിക്ക് ദൈവത്തിൽ വിശ്വാസമില്ല. കാരണം, ഞാൻ കമ്യൂണിസ്റ്റാണ്.' അതുകേട്ടപ്പോൾ ഞാൻ സ്തംഭിച്ചുനിന്നുപോയി. അന്നെനിക്ക് വളരെ ചെറുപ്പമായിരുന്നു. രാഷ്ട്രീയത്തെപ്പറ്റി വളരെയൊന്നും നിശ്ചയമുണ്ടായിരുന്നില്ല. കമ്യൂണിസ്റ്റുകാരെപ്പറ്റി കേട്ടിരുന്നത് വളരെ ഭയങ്കര സംഗതികളുമായിരുന്നു. ഞാൻ ഇരുന്നേടത്തുന്ന് ചാടിയെഴുന്നേറ്റിട്ട് വിളിച്ചുകൂവി. 'ഇല്ല, നിങ്ങൾക്ക് കമ്യൂണിസ്റ്റാവാൻ പറ്റില്ല. നിങ്ങൾ അത്രയ്ക്കു നല്ല മനുഷ്യനാണ്.' ചെ അപ്പോൾ പൊട്ടിച്ചിരിച്ചിട്ട് എനിക്കു യാതൊരു പിടിയുമില്ലാതിരുന്ന ഈ സംഗതികൾ എനിക്ക് വിശദീകരിച്ചുതന്നു.

വിപ്ലവകാരികൾക്കിടയിലും ചിലർ അജ്ഞരായ കർഷകരുടെ ഇതേ കമ്യൂണിസ്റ്റ് വിരോധം വച്ചുപുലർത്തിയിരുന്നു. മാർസ്യൽ ഒറോസ്കൊ ഇതെപ്പറ്റി അനുസ്മരിക്കുന്നുണ്ട്. ബാട്ടിസ്റ്റ പോയാലും യുദ്ധം തുടരുമെന്നും അപ്പോൾ കമ്യൂണിസ്റ്റുകാർക്കെതിരായിരിക്കും സമരമെന്നും ആരോ പറഞ്ഞു. ഇതിലേക്ക് എന്റെ ശ്രദ്ധ ആകർഷിക്കാനായി കാലുകൊണ്ട് എന്നെ തോണ്ടിയിട്ട് ചെ ആ പോരാളിയോടായി ഇപ്രകാരം പറഞ്ഞു. 'പക്ഷേ, ഈ കമ്യൂണിസ്റ്റുകാരെ അമർച്ച ചെയ്യുന്നത് അത്ര

എളുപ്പമല്ല, കേട്ടോ!' 'അതെന്താ?', എന്നായി അയാൾ. എന്തുകൊണ്ടെന്നാൽ അവർ സർവവ്യാപികളാണ്. എന്നാൽ അവർ ആരാണെന്നോ എവിടെയാണെന്നോ ആർക്കും നിശ്ചയുണ്ടായില്ല. അവരെ പിടികൂടുന്നതത്ര എളുപ്പവുമല്ല. ചിലപ്പോൾ നമ്മളുമായി സംസാരിച്ചിരിക്കുന്ന ആൾ കമ്യുണിസ്റ്റുകാരനായിരിക്കും. പക്ഷേ, നമ്മളതറിഞ്ഞെന്നേ വരില്ല!."

കർഷകരുമായും സൈനികരുമായും സംസാരിച്ച് അവരുടെ മനസിനെ ബാധിച്ചിട്ടുള്ള കമ്യൂണിസ്റ്റ് വിരോധ തിമിരം അകറ്റാൻ ഗുവേര നിരന്തരം ശ്രമിച്ചിരുന്നു. *എൽ ക്യൂബാനൊ ലിബ്രെ* (സ്വതന്ത്ര ക്യൂബൻ) എന്ന വിപ്ലവകാരികളുടെ പത്രികയുടെ ആദ്യലക്കത്തിൽ ഒളിയമ്പുകാരൻ എന്ന പേരിൽ അദ്ദേഹമെഴുതിയ ലേഖനം ഇത്തരത്തിൽ പ്രത്യേകം ശ്രദ്ധേയമാണ്. ക്യൂബയിൽ പ്രസിദ്ധീകൃതമാകുന്ന ചെയുടെ ആദ്യത്തെ ലേഖനമായിരുന്നു ഇത്. 1958-ലാണ് ഇത് പ്രസിദ്ധീകരിക്കപ്പെട്ടത്. ഇതിന്റെ പൂർണരൂപം ചുവടെ ചേർക്കുന്നു.

"പത്രങ്ങളും റേഡിയോയും മുഖേന വിദൂരസ്ഥ രാജ്യങ്ങളിൽ നടക്കുന്ന സംഭവങ്ങളുടെ റിപ്പോർട്ടുകൾ സീറാ മെസ്ത്രാ കൊടുമുടികളിലിരിക്കുന്ന ഞങ്ങൾക്ക് ലഭിക്കുന്നുണ്ട്. ആ രാജ്യങ്ങളിലെ കാര്യങ്ങൾ അവയെല്ലാം വെട്ടിത്തുറന്നു പറയുന്നുണ്ട്. കാരണം, നിത്യേനയെന്നോണം ഇവിടെ നടക്കുന്ന ക്രൂരകൃത്യങ്ങളെപ്പറ്റി പറയാൻ അവയ്ക്ക് നാവ് പൊന്തുകയില്ല.

അങ്ങനെ, അൾജീറിയയിലും സൈപ്രസിലും ഇഫിനിയിലും മലേഷ്യയിലും നടക്കുന്ന ബഹളങ്ങളേയും, കൊലപാതകങ്ങളേയും കുറിച്ച് നാം വായിക്കുകയും കേൾക്കുകയും ചെയ്യുന്നുണ്ട്. ഈ റിപ്പോർട്ടുകൾക്കെല്ലാം പൊതുവായ ചില സവിശേഷതകളുണ്ട്.

a) 'അധികൃതർ' കലാപകാരികൾക്ക് വമ്പിച്ച നാശനഷ്ടങ്ങൾ വരുത്തിയിരിക്കുന്നു.

b) ഒറ്റ തടവുകാരനുമില്ല.

c) പരിപാടികളിൽ എന്തെങ്കിലും മാറ്റം വരുത്താൻ ഗവൺമെന്റിനു ഉദ്ദേശമില്ല.

d) വിപ്ലവകാരികൾ സജീവരായിട്ടുള്ള എല്ലാ രാജ്യങ്ങളിലും പ്രദേശങ്ങളിലും അവർക്ക് കമ്യൂണിസ്റ്റ് 'സഹായം' ലഭിക്കുന്നുണ്ട്.

ലോകത്തിന് ക്യൂബയുമായി എന്തു സാദൃശ്യമാണെന്നു നോക്കുക. എല്ലായിടത്തും നടക്കുന്ന സംഭവങ്ങൾ ഒന്നുതന്നെയാണ്. സായുധരോ നിരായുധരോ ആയ ഒരു സംഘം ദേശാഭിമാനികൾ കലാപം നടത്തിയാലും ഇല്ലെങ്കിലും കൊല്ലപ്പെട്ടുകൊണ്ടിരിക്കുകയാണ്. നീണ്ട വെടിവയ്പിനുശേഷം സർക്കാർ പട്ടാളം വീണ്ടും 'വിജയിച്ചിരിക്കുന്നു.' സമരത്തിൽ പങ്കെടുത്ത സർവരും കൊല്ലപ്പെട്ടതുകൊണ്ടാണ് തടവുകാരല്ലാത്തത്.

സർക്കാരിന്റെ പട്ടാളത്തിന് ഒരിക്കലും ആൾനഷ്ടമില്ല. ഇതു ചിലപ്പോൾ സത്യവുമായിരിക്കാം. കാരണം, നിരായുധരായ ആളുകളെ കൊന്നൊടുക്കുമ്പോൾ വലിയ അപകടമൊന്നും സംഭവിക്കില്ലല്ലൊ.

പക്ഷേ, ആൾ നഷ്ടമില്ലെന്നത് മിക്കപ്പോഴും ഒരു കെട്ടുകഥയായിരിക്കും, അവരുടെ നഷ്ടത്തിനുള്ള ഏറ്റവും അനിഷേധ്യമായ തെളിവ് സീറാ മെസ്ത്ര തന്നെയാണ്. അവസാനമായി, കമ്യൂണിസം എന്ന ആ കീറിപ്പറിഞ്ഞ ആരോപണത്തെപ്പറ്റി എന്തു പറയാനാണ്.

ഏതു രാജ്യത്തും ദാരിദ്ര്യം സഹിക്കവയ്യാതെ ആയുധമേന്തുന്നവരെല്ലാം കമ്യൂണിസ്റ്റുകാരാണ് ... പുരുഷന്മാരും സ്ത്രീകളും കുഞ്ഞുങ്ങളും ഉൾപ്പെടെയുള്ള സാധാരണക്കാരെ കശാപ്പുചെയ്യുന്നവർ ജനാധിപത്യവാദികളും! ലോകത്തിന് ക്യൂബയുമായി എന്തു സാദൃശ്യമാണെന്നു നോക്കുക!

എന്നാൽ ക്യൂബയിലും മറ്റെല്ലായിടങ്ങളിലും അനീതിക്കും അക്രമത്തിനുമെതിരായ അവസാന മൊഴി ജനങ്ങളുടേതായിരിക്കും. വിജയിക്കാൻ പോകുന്നത് ജനങ്ങളായിരിക്കുകയും ചെയ്യും."

ബാട്ടിസ്റ്റയുടെ പത്രങ്ങളിലും റേഡിയോയിലുമെല്ലാം ചെയെ വിശേഷിപ്പിച്ചിരുന്നത് 'സീറാ മെസ്ത്രയിൽ പ്രവർത്തിക്കുന്ന കൊള്ളസംഘത്തിന്റെ അർജന്റീനിയൻ കമ്യൂണിസ്റ്റ് തലവനാ'യിട്ടാണ്. ബാട്ടിസ്റ്റയുടെ ഔദ്യോഗിക പ്രചരണത്തിൽ വിപ്ലവകാരികളെ 'കമ്യൂണിസ്റ്റുകാരും' 'മോസ്കോ ചാരന്മാരും' ആയി ചിത്രീകരിക്കുകയും, അവരെ തോൽപ്പിക്കുന്നതിലൂടെ ബാട്ടിസ്റ്റയുടെ പട്ടാളം ക്യൂബയേയും ലാറ്റിൻ അമേരിക്കയേയും കമ്യൂണിസത്തിന്റെ പിടിയിൽനിന്ന് വിമോചിപ്പിക്കുകയാണെന്ന് അവകാശപ്പെടുകയും ചെയ്തിരുന്നു. ഈ ഏകാധിപതിക്ക് തന്റെ വടക്കേ അമേരിക്കൻ യജമാനന്റെ ദൗർബല്യം നല്ല നിശ്ചയമുണ്ടായിരുന്നു. കമ്യൂണിസത്തിനെതിരായ ജിഹാദ് വിളികൾ കൊണ്ട് ലാറ്റിൻ അമേരിക്കൻ 'ഗറില്ലകൾക്ക്' യു എസ് എ യുടെ വാർഷിക കൊള്ളലാഭത്തിൽ നിന്നുള്ള നക്കാപ്പിച്ചയുടെ രൂപത്തിൽ വമ്പിച്ച ലാഭവീതം ലഭിച്ചിരുന്നു.

* * * * *

സീറാ മെസ്ത്രയിലെ കർഷകർ ഒളിപ്പോരാളികളെ എത്ര വിശ്വസിക്കുമെന്നത് ആ മലനാട്ടുകാരോടുള്ള അവരുടെ പെരുമാറ്റത്തെ ആശ്രയിച്ചിരിക്കുന്ന ഒരു സംഗതിയായിരുന്നു. ഈ പെരുമാറ്റം കുറ്റമറ്റതാക്കാൻ വിപ്ലവകാരികൾക്ക് സ്വന്തം അണികളിൽ ഒരു ചിട്ടയും ക്രമവും വരുത്തേണ്ടതാവശ്യമായിരുന്നു. അരാജകവാദികളേയും വർഗബോധം നശിച്ചവരേയും തുരത്തേണ്ടതുമുണ്ടായിരുന്നു. ഇത്തരക്കാർ ഈവിധ പ്രസ്ഥാനങ്ങളിൽ, പ്രത്യേകിച്ചും ആരംഭഘട്ടങ്ങളിൽ, നുഴഞ്ഞു കയറുന്നത് സർവസാധാരണമാണല്ലോ.

സമരത്തിന്റെ ആദ്യമാസങ്ങളിൽ ഒളിപ്പോരാളികൾക്കിടയിലെ അച്ചടക്കത്തിന്റെ സ്ഥിതി പരിതാപകരമായിരുന്നു. തന്റെ ഓർമക്കുറിപ്പുകളിൽ 'ഒരു അസാധാരണ സംഭവം' എന്ന അധ്യായത്തിൽ ചെ ഇതെപ്പറ്റി ചർച്ച ചെയ്യുന്നുണ്ട്.

ലാലൊ സാർഡിനാസ് ആയിരുന്നു ചെ ഉൾപ്പെട്ട ദളത്തിന്റെ കമാൻഡർ. സഹപോരാളികളുടെ സ്നേഹാദരങ്ങൾ പിടിച്ചുപറ്റാൻ കഴിഞ്ഞ ആത്മാർഥയുള്ള ധീരനായ ഒരു സഖാവായിരുന്നു സാർഡിനാസ്. അച്ചടക്കം ശക്തിപ്പെടുത്തുന്നതിനായി ഈ ദളം പട്ടാള ട്രൈബ്യൂണലിന്റെ അധികാരങ്ങളോടുകൂടിയ ഒരു കമീഷന് രൂപം നൽകി. ആയിടയ്ക്കാണ് ഈ കമ്മീഷൻ അംഗങ്ങളെ ഒന്നു കളിപ്പിക്കാൻ വേണ്ടി ചില പോരാളികൾ ചേർന്ന് അവരെ ദളത്തിന്റെ ആസ്ഥാനത്തുനിന്ന് വളരെ അകലെയുള്ള ഒരു സ്ഥലത്തേക്ക് വിളിച്ചുവരുത്തിയത്. ലാലൊ ഈ വിരുതന്മാരെ അറസ്റ്റു ചെയ്ത് ചോദ്യം ചെയ്യുകയായിരുന്നു. ശുണ്ഠിപിടിച്ചിരുന്ന ലാലൊ കൈത്തോക്കു കൊണ്ട് അവരിലൊരാളെ പ്രഹരിച്ചു. അപ്പോൾ എങ്ങനെയോ അതിന്റെ കാഞ്ചിവലിയുകയും ആ ഉണ്ടയേറ്റ് അയാൾ മരിച്ചുവീഴുകയും ചെയതു. ഫിദലിന്റെ ഓർഡറനുസരിച്ച് ലാലൊ അറസ്റ്റു ചെയ്യപ്പെട്ടു.

ഇതെപ്പറ്റിയുള്ള അന്വേഷണവും വിചാരണയും ആരംഭിച്ചപ്പോൾ ആ പോരാളികൾക്കിടയിൽ ശക്തിയായ അഭിപ്രായവ്യത്യാസം പൊന്തിവന്നു. കരുതിക്കൂട്ടി നടത്തിയ കൊലയാണതെന്ന് ഒരു കൂട്ടരും, അതല്ല, ഓർക്കാപ്പുറത്തു സംഭവിച്ചുപോയതാണെന്ന് മറ്റേ കൂട്ടരും വാദിച്ചു. അതെന്തായാലും ഒരു കമാൻഡർ തന്റെ കീഴിലുള്ള സൈനികർക്കെതിരായി തോന്ന്യാസനടപടികൾ കൈക്കൊള്ളുന്നത് ഒരു വിധത്തിലും അനുവദനീയമായിരുന്നില്ല.

ഫിദലിന്റെ സാന്നിധ്യത്തിൽ അർധരാത്രിവരെ സാക്ഷിവിസ്താരം തുടർന്നു. ലാലൊയ്ക്ക് വധശിക്ഷ നൽകണമെന്ന് പലരും ആവശ്യപ്പെട്ടു. ചെ ഇതിനെ ശക്തിയായി എതിർത്തു. എങ്കിലും അദ്ദേഹത്തിന്റെ ആവേശകരമായ പ്രസംഗത്തിന് സാർഡിനാസിന്റെ എതിരാളികളുടെ മനസ്സ് മാറ്റാൻ സാധിച്ചില്ല.

രാത്രി വളരെ വൈകിയിട്ടും ചർച്ചയ്ക്ക് ഒരറുതി വരുന്ന യാതൊരു ലക്ഷണവും കണ്ടില്ല. ഒടുവിൽ ഫിദൽ തന്നെ സംസാരിച്ചു. ലാലൊ സാർഡിനാസിന് വധശിക്ഷ വിധിക്കുന്നതിനെതിരായി അദ്ദേഹം ആവേശപൂർവം ദീർഘനേരം സംസാരിച്ചു. വിപ്ലവകാരികൾക്കിടയിൽ നടമാടിയിരുന്ന അച്ചടക്കരാഹിത്യത്തെപ്പറ്റിയും ദിനംപ്രതിയെന്നോണം അവർ വരുത്തുന്ന വീഴ്ചകളെപ്പറ്റിയും ഈ വീഴ്ചകൾക്കുള്ള കാരണത്തെപ്പറ്റിയും അദ്ദേഹം സംസാരിച്ചു. ലാലൊയുടെ പ്രവൃത്തി കടുത്തശിക്ഷ അർഹിക്കുന്നതാണെന്നും അദ്ദേഹം ഉപസംഹാരമായി പറഞ്ഞു. പക്ഷേ, അച്ചടക്കത്തിനുവേണ്ടിയാണ് അദ്ദേഹമതു ചെയ്തതെന്ന കാര്യം എല്ലാവരും ഓർത്തിരിക്കണമെന്നു കൂടി ഫിദൽ കൂട്ടിച്ചേർത്തു. ഫിദലിന്റെ കനത്ത ശബ്ദത്തിലുള്ള ആവേശനിർഭരമായ പ്രസംഗത്തിന് അവിടെ കൂടിയിരുന്നവർക്കിടയിൽ നല്ല സ്വാധീനമുണ്ടായി. ലാലൊയെ വെടിവയ്ക്കണമെന്ന് ആവശ്യപ്പെട്ടവരിൽ പലരും ഫിദൽ പറഞ്ഞതിനോട് യോജിക്കാൻ തുടങ്ങി.

ഒടുവിൽ പ്രശ്നം വോട്ടിനിട്ടപ്പോൾ 146 പേരുള്ള ആ ദളത്തിലെ 76 പേർ ലാലൊയെ തരംതാഴ്ത്തണമെന്നും 70 പേർ വധശിക്ഷ നൽകണമെന്നും ആവശ്യപ്പെട്ടു.

സാർഡിനാസിനെ കമാൻഡർ സ്ഥാനത്തു നിന്ന് തരംതാഴ്ത്തിയിട്ട് കാമിലൊ സീൻഫ്യൂഗോസിനെ ഫിദൽ തൽസ്ഥാനത്ത് നിയമിച്ചു.

ആഭ്യന്തരമായ അച്ചടക്കത്തിനുവേണ്ടി സമരം ചെയ്തതുകൊണ്ടു മാത്രം ഈ ഒളിപ്പോരാളികളുടെ പ്രശ്നം തീർന്നില്ല. പിടിച്ചുപറിക്കാരുടെ സംഘങ്ങളെ എതിർത്തു തോൽപ്പിക്കേണ്ടതും ആവശ്യമായിരുന്നു. വിപ്ലകാരികളെന്നു പറഞ്ഞുനടന്നുകൊണ്ട് ഇക്കൂട്ടർ കർഷകരെ കൊള്ളയടിക്കുകയും അങ്ങനെ ബാട്ടിസ്റ്റാ ഭരണത്തിന്റെ ചട്ടുകങ്ങളായി മാറുകയും ചെയ്തിരുന്നു.

അങ്ങനെയൊരു അക്രമിസംഘത്തെ തുടച്ചുമാറ്റാൻ കാമിലൊ സീൻഫ്യൂഗോസിന്റെ ദളത്തെയാണ് ഏൽപ്പിച്ചിരുന്നത്. 'കൊള്ളക്കാർക്കെതിരായ പോരാട്ടം' എന്ന തലക്കെട്ടിൽ ഈ കൃത്യനിർവഹണത്തെപ്പറ്റി ചെ വിവരിക്കുന്നുണ്ട്.

സീറാ മെസ്ത്രയിലെ വിപ്ലവകാരികളുടെ കർശനമായ നടപടിക്രമം സ്ഥാപിക്കുന്നത് അത്ര എളുപ്പമുള്ള ഒരു കടമയായിരുന്നില്ല. ആളുകളുടെ രാഷ്ട്രീയ ബോധം ഉയർത്തുന്നതിന് ക്ലേശകരമായ രാഷ്ട്രീയ വിദ്യാഭ്യാസം നടത്തേണ്ടിയിരുന്നു. കൂനിന്മേൽ കുരുവെന്നപോലെ ബാട്ടിസ്റ്റയുടെ പട്ടാളം നാലുചുറ്റും കറങ്ങുന്നുമുണ്ടായിരുന്നു. ശത്രു ഏതു സമയത്തും മലമുകളിലേക്ക് വരാനിടയുണ്ടായിരുന്നു.

കാരക്കാസ് എന്ന മലനാടു ജില്ലയിൽ ഒരു അക്രമിസംഘം കൃഷിക്കാരെ കൊള്ളയടിച്ചും മറ്റും പവലവിധ അക്രമപ്രവൃത്തികൾ നടത്തിയിരുന്നു. ചാംഗ്' എന്നു പേരുള്ള ഒരു ചൈനക്കാരനായിരുന്നു ഇവരുടെ നേതാവ്. വിപ്ലവമുദ്രാവാക്യങ്ങളുടെ മറവിൽ ഈ തെമ്മാടികൾ കൊള്ളയും കൊള്ളിവയ്പും കൊലയും ബലാൽസംഗവും നടത്തി. ചാംഗ് എന്ന പേരു കേട്ടാൽ ചുറ്റുമുള്ളവർ പേടിച്ചു വിറയ്ക്കാൻ തുടങ്ങി.

വിപ്ലവകാരികൾക്ക് ഈ അക്രമിസംഘത്തെ വകവരുത്താൻ സാധിച്ചു. ഒരു വിപ്ലവക്കോടതി അവരെ വിചാരണ ചെയ്ത് ചാംഗിനെ വധശിക്ഷയ്ക്ക് വിധിച്ചു. മറ്റുള്ളവർക്ക് മറ്റു പലതരം ശിക്ഷകൾ നൽകപ്പെട്ടു. ഇക്കൂട്ടത്തിൽ പെട്ട മൂന്നു ചെറുപ്പക്കാർ പിന്നീട് വിപ്ലവകാരികളുടെ കൂടെ ചേർന്ന് ആത്മാർഥതയുള്ള നല്ല പോരാളികളായിത്തീർന്നു.

ആ വിഷമം പിടിച്ചകാലത്ത് വിപ്ലവകരമായ അച്ചടക്കത്തിന്റെ ലംഘനങ്ങൾ ഇല്ലാതാക്കുന്നതിനും വിമോചിത പ്രദേശങ്ങളിൽ അരാജതകത്വം പടർന്നു പിടിക്കാതെ നോക്കുന്നതിനും കർശനമായ നടപടികൾ സ്വീകരിക്കേണ്ടതാവശ്യമായിരുന്നു, എന്നാണ് ചെ ഇതെപ്പറ്റി എഴുതുന്നത്.

വിപ്ലവകാരികളുടെ അണികളിൽ നിന്ന് ആളുകൾ പൊഴിഞ്ഞു പോകുന്നതായിരുന്നു നിരന്തരശ്രദ്ധ ആവശ്യമായ മറ്റൊരു പ്രശ്നം. ഒളിപ്പോരിന്റെ വൈഷമ്യങ്ങളും കെടുതികളും അപകടങ്ങളും കണ്ടു പേടിച്ച

നഗരവാസികൾക്കു പുറമെ കർഷകരും പൊഴിഞ്ഞുപോയിരുന്നു. തന്റെ കീഴിലുള്ള ഒരു ഭടൻ ഇങ്ങനെ ഒളിച്ചോടിയതിനെപ്പറ്റി ചെ അനുസ്മരിക്കുന്നുണ്ട്:

"ഞാൻ എന്റെ യൂണിറ്റിൽപ്പെട്ട എല്ലാവരേയും ആ ദുരന്തം നടന്ന കുന്നിൽ ചെരിവിലേക്ക് കൂട്ടിക്കൊണ്ടുചെന്ന് എന്തിനുവേണ്ടിയാണതു ചെയ്തതെന്നും ഒളിച്ചോട്ടത്തിനു മരണശിക്ഷ നൽകേണ്ടതിന്റെ ആവശ്യകത എന്താണെന്നും വിപ്ലവത്തെ ഒറ്റു കൊടുക്കുന്നവർക്ക് ഇത്ര കടുത്ത ശിക്ഷ നൽകേണ്ടിവരുന്നത് എന്തുകൊണ്ടാണെന്നു വിശദീകരിച്ചുകൊടുത്തു.

നിശ്ശബ്ദരായി ഞങ്ങൾ ആ ഒളിച്ചോട്ടക്കാരന്റെ മൃതദേഹത്തെ കടന്നുപോയി. ആ സംഭവം പല ഭടന്മാരേയും വല്ലാതെ പിടിച്ചു കുലുക്കി. വിപ്ലവത്തോടുള്ള കൂറില്ലായ്മയെക്കാൾ പരേതനോടുള്ള വ്യക്തിപരമായ അടുപ്പവും രാഷ്ട്രീയവിശ്വാസത്തിന്റെ ദൗർബല്യവുമാണ് അവരെ അസ്വസ്ഥരാക്കിയത്. ഈ കഥയിൽ ആരുടേയും പേരുകൾ എടുത്തു പറയേണ്ട ആവശ്യമില്ല... ഈ പ്രദേശത്തുകാരനായ ഒരു സാധുഗ്രാമീണയുവാവായിരുന്നു ഈ ഒളിച്ചോട്ടക്കാരനെന്നു മാത്രമേ ഞാനിവിടെ പറയുന്നുള്ളൂ."

ഒളിപ്പോരാളികളിൽ വിപ്ലവബോധം വളർത്തിയെടുക്കുകയെന്നത് അത്യന്തം സങ്കീർണവും ദുഷ്കരവുമായ ഒരു സംഗതിയായിരുന്നു. നേതാക്കന്മാരും അണികളും കർഷകരും ഉൾപ്പെടെയുള്ള എല്ലാവരും സീറാ മെസ്ത്രയിലെ 'ഒളിപ്പോർ സ്കൂളിൽ' ചേർന്നിരുന്നു.

സീറാ മെസ്ത്രയിൽ കണ്ടെത്താൻ കഴിഞ്ഞ ആ കർഷകലോകമാണ് ചെയെ അവിടെ ഏറ്റവുമധികം ആകർഷിച്ചത്. ചുരുക്കിപ്പറഞ്ഞാൽ, മർദിതരും നിന്ദിതരുമായ ആളുകളുടെ കൂട്ടത്തിൽ അദ്ദേഹത്തിന് ആദ്യമായി ഇത്ര അടുത്ത് ഇടപഴകാൻ കഴിഞ്ഞത് ഈ കർഷകരുമായാണ്. ആരാധനാമനോഭാവം കൂടാതെ അദ്ദേഹം അവരെ സ്നേഹിച്ചു. അവരുടെ പിന്തുണയില്ലാതെ ആ ഒളിപ്പോരാളികൾക്ക് വിജയം കൈവരിക്കാനോ ആ മലമുകളിൽ ഏറെക്കാലം പിടിച്ചുനിൽക്കാനോ പോലുമോ കഴിയുമായിരുന്നില്ല. കർഷകർക്ക് ഈ ഒളിപ്പോരാളികളേയും ആവശ്യമായിരുന്നു. അവർക്ക് ശോഭനമായ ഒരു ഭാവി വേണമെങ്കിൽ ഈ ഒളിപ്പോരാളികൾ വിജയിക്കേണ്ടിയിരുന്നു. വാക്കിലെന്നപോലെ പ്രവൃത്തിയിലും തങ്ങൾ ആ മലനാട്ടുകാരുടെ വിശ്വസ്തസുഹൃത്തുക്കളാണെന്ന് തെളിയിക്കേണ്ടത് അവരുടെ സൗമനസ്യം നേടാൻ വിപ്ലവകാരികൾക്ക് അത്യന്താപേക്ഷിതമായിരുന്നു. അതു തെളിയിക്കാൻ അവർക്ക് സാധിക്കുകയും ചെയ്തു. സർക്കാർ പട്ടാളത്തിന്റെ മർദനത്തിൽനിന്നും രക്തം ഊറ്റിക്കുടിക്കുന്ന ധനികരിൽനിന്നും ഒളിപ്പോരാളികൾ അവിടുത്തെ കർഷകരെ രക്ഷിച്ചു. അവർ കർഷകർക്ക് — പുരുഷന്മാർക്കും സ്ത്രീകൾക്കും കുഞ്ഞുങ്ങൾക്കും—വിദ്യാഭ്യാസവും ചികിത്സയും നൽകി. കൃഷിഭൂമി കൃഷിക്കാരന് എന്ന തത്വം അവർ ഉയർത്തിപ്പിടിച്ചു. 1959 ഏപ്രിൽ–മെയ്

മാസങ്ങളിൽ സീറാ മെസ്ത്ര സന്ദർശിച്ച ഒരു പത്രപ്രതിനിധിയോട് ചെ പറയുകയുണ്ടായി:

"ഇന്നു ഞങ്ങൾ ചെയ്തുകൊണ്ടിരിക്കുന്ന പലതിനേയും കുറിച്ച് മുൻപ് സ്വപ്നംകാണാൻപോലും ഞങ്ങൾക്ക് കഴിഞ്ഞിരുന്നില്ല. വിപ്ലവത്തിനിടയിലാണ് ഞങ്ങൾ വിപ്ലവകാരികളായതെന്നു വേണമെങ്കിൽ പറയാം. ഒരു ഏകാധിപതിയെ മറിച്ചിടാൻവേണ്ടിയാണ് ഞങ്ങളിവിടെ എത്തിയത്. പക്ഷേ, ഇവിടെ എത്തിയപ്പോൾ വിസ്തൃതമായ ഒരു കർഷകമേഖല ഞങ്ങൾ കണ്ടെത്തി. അത് ഞങ്ങളുടെ സമരത്തിന്റെ ശക്തിദുർഗമാവുകയും ചെയ്തു. ക്യൂബയിൽ മറ്റേതൊരിടത്തേയുംകാൾ ഉടനടി വിമോചിപ്പിക്കേണ്ടിയിരുന്നത് ഈ മേഖലയാണ്. പ്രത്യേകമായ പിടിവാശിയോ മാറ്റാനാവാത്ത പഴഞ്ചൻ ധാരണകളോ ഇല്ലാതിരുന്നതിനാൽ ഈ വിമോചനത്തിന് ഞങ്ങൾ പിന്തുണ പ്രഖ്യാപിക്കുകയും ചെയ്തു. പണ്ട് പല വിപ്ലവവേഷധാരികളും ചെയ്തിരുന്നതുപോലെ വാക്കിൽ മാത്രമല്ല, പ്രവത്തിയിലുമുള്ളതായിരുന്നു ഞങ്ങളുടെ പിന്തുണ."

* * * * *

1957 ജൂൺ ആദ്യം ഫിദൽ വിപ്ലവസൈന്യത്തെ രണ്ടു കോളങ്ങളായി വിഭജിച്ചു. ജോസ് മാർട്ടിയുടെ പേരിലുള്ള ആദ്യത്തെ കോളത്തിന്റെ നേതൃത്വം അദ്ദേഹം സ്വയമേറ്റെടുത്തപ്പോൾ രണ്ടാമത്തേതിന്റെ (ശത്രുവിനെ കുഴക്കാനായി നാലാം കോളമെന്നാണ് അതിനെ പറഞ്ഞിരുന്നത്) നേതൃത്വം ചെയ്ക്കായിരുന്നു. അതിനകം ചെ തന്റെ അസാമാന്യമായ സൈനിക പാടവം പ്രദർശിപ്പിച്ചു കഴിഞ്ഞെന്നത് സർവരും അംഗീകരിച്ച ഒരു വസ്തുതയായിരുന്നു.

75 പേരടങ്ങിയ ചെയുടെ കോളം മൂന്നു പ്ലാറ്റൂണുകളായി വിഭജിക്കപ്പെട്ടു. ലാലൊ സാർഡിനാസ്, സിറൊ റെടോണ്ടൊ (അദ്ദേഹത്തിന്റെ മരണശേഷം ഒരു കോളം അറിയപ്പെട്ടിരുന്നത് ആ പേരിലാണ്), റമീറൊ വാൾഡെസ് എന്നിവർക്കായിരുന്നു ഈ പ്ലാറ്റൂണുകളുടെ കമാൻഡ്. പിന്നീട്, വിപ്ലവത്തിന്റെ വിജയത്തെ തുടർന്ന് വാൾഡെസ് ആഭ്യന്തരവകുപ്പു മന്ത്രിയും ക്യൂബൻ കമ്യൂണിസ്റ്റ് പാർട്ടിയുടെ പോളിറ്റ് ബ്യൂറോ അംഗവുമായി.

കുറച്ചു കാലത്തിനുശേഷം ഫ്രാങ്ക് പൈസിന്റെ പിന്തുണയ്ക്ക് കൃതജ്ഞത പ്രകാശിപ്പിച്ചുകൊണ്ട് കമാൻഡർമാരെല്ലാവരും ഒരു കത്തിൽ ഒപ്പുവയ്ക്കാൻ തുടങ്ങിയപ്പോൾ ഫിദൽ ചെയോട് പറഞ്ഞു: "ഇതിലൊപ്പിടണം, മേജർ!" അങ്ങനെ ക്യാപ്റ്റൻ ചെയ്ക്ക് വിപ്ലവസൈന്യത്തിലെ ഏറ്റവുമുയർന്ന മേജർസ്ഥാനം നൽകപ്പെട്ടു. "നമ്മളിലാർക്കുമുണ്ടാകാവുന്ന ആ മോഹം സാധിച്ചതിനാൽ അന്നത്തെ ദിവസം ഞാൻ ലോകത്തിൽ വച്ചേറ്റവും സന്തുഷ്ടനായ മനുഷ്യനായിരുന്നു"വെന്ന് ചെ പിന്നീട് അനുസ്മരിക്കുകയുണ്ടായി. ജനറൽ ഹെഡ്ക്വാർട്ടേഴ്സ് ഓഫീസിന്റെ

ചാർജ് വഹിച്ചിരുന്ന സീലിയ സാഞ്ചെ ആ സന്ദർഭത്തിൽ ഒരു റിസ്റ്റുവാച്ചും ഒരു നക്ഷത്രചിഹ്നവും ചെയ്ക്ക് സമ്മാനിച്ചു. അദ്ദേഹം ആ നക്ഷത്രചിഹ്നം ചെയുടെ കറുത്ത ബെറെറ്റ് തൊപ്പിയിൽ കുത്തിക്കൊടുത്തു.

വിപ്ലവകാരികളുടെ വിജയം ഫിദൽ കാസ്ട്രോയുമായി നേരിട്ടു ബന്ധം സ്ഥാപിക്കാൻ ബാട്ടിസ്റ്റാ വിരുദ്ധ ബൂർഷ്വാ പ്രതിപക്ഷത്തെ നിർബന്ധിതമാക്കി. ബൂർഷ്വാ രാഷ്ട്രീയത്തിലെ "പ്രിമാ ഡോണ" എന്നു ചെ വിശേഷിപ്പിച്ചിരുന്ന ഫെലിപ്പെ പാസൊയും റൗൾ ചിബാസും ജൂലൈ മാസത്തിൽ സീറാ മെസ്ത്രയിൽ എത്തിച്ചേർന്നു. പാസൊ പ്രസിഡന്റ് പ്രിയോ സൊക്കാറസിന്റെ കീഴിൽ നാഷണൽ ബാങ്കിന്റെ ഡയറക്ടറും ചിബാസ് യാഥാസ്ഥിതിക കക്ഷിയുടെ ഒരു നേതാവുമായിരുന്നു. ഫിഡലും അവരും ചേർന്ന് ഒരു വിപ്ലവ പൗരമുന്നണിയുടെ രൂപീകരണം സംബന്ധിച്ച വിജ്ഞാപനത്തിൽ ഒപ്പു വച്ചു. ബാട്ടിസ്റ്റ ഉടനടി രാജിവയ്ക്കണമെന്നും തൽസ്ഥാനത്ത് ഒരു താൽക്കാലിക പ്രസിഡന്റിനെ നിയമിക്കണമെന്നും (പാസൊ ഈ സ്ഥാനം മോഹിച്ചിരുന്നു) പൊതു തിരഞ്ഞെടുപ്പ് നടത്തണമെന്നും തരിശുഭൂമി കർഷകർക്ക് വിതരണം ചെയ്തുകൊണ്ടുള്ള ഒരു ഭൂപരിഷ്കാരം നടപ്പിലാക്കണമെന്നും ഈ വിജ്ഞാപനത്തിൽ ആവശ്യപ്പെട്ടിരുന്നു.

ഈ കരാറിനെപ്പറ്റി ചെ എഴുതിയത് ഇപ്രകാരമായിരുന്നു: "ഞങ്ങളുടെ പരിശ്രമങ്ങൾക്ക് കടിഞ്ഞാണിടുന്ന ഒരു മിനിമം പരിപാടിയാണിതെന്ന് ഞങ്ങൾക്കറിയാമായിരുന്നു. എന്നാൽ, സീറാ മെസ്ത്രയിലിരുന്നുകൊണ്ട് ഞങ്ങളുടെ ആഗ്രഹം അടിച്ചേൽപ്പിക്കുന്നത് നടക്കുന്ന കാര്യമല്ലെന്നും ഞങ്ങൾക്കറിയാമായിരന്നു. അതുകൊണ്ടാണ് ഞങ്ങളുടെ സൈനികബലവും ഫിദലിന്റെ ജനസമ്മതിയും ചൂഷണം ചെയ്തുകൊണ്ട് നാണംകെട്ട സ്വന്തം കുതന്ത്രങ്ങൾ മുന്നോട്ടുകൊണ്ടുപോകാനും അതിലുപരിയായി തങ്ങളുടെ വടക്കൻ മേലാളരുമായി ഉറ്റബന്ധം പുലർത്തുന്ന ഒരു കോമ്പ്രഡോർ ബൂർഷ്വാസി മുഖേന ക്യൂബയുടെ മേലുള്ള സാമ്രാജ്യത്വപിടി ഉറപ്പിക്കാനും നോക്കിയിരുന്ന പല സുഹൃത്തുക്കളേയും ഞങ്ങൾക്ക് വളരെക്കാലത്തേക്ക് ആശ്രയിക്കേണ്ടിവന്നത്."

സീറാ മെസ്ത്രാ പർവതപ്രാന്തങ്ങളിൽ നേരിട്ട പല പരാജയങ്ങളേയും തുടർന്ന് ബാട്ടിസ്റ്റയുടെ പൊലീസും പട്ടാളവും ചേർന്ന് പട്ടണങ്ങളിലും ഗ്രാമങ്ങളിലുമുള്ള അവരുടെ ഭീകര നടപടികൾ പതിന്മടങ്ങ് ശക്തിപ്പെടുത്തി. 1957 ജൂലൈ 30-ാം തീയതി പൊലീസുകാർ ഫ്രാങ്ക് പൈസിനേയും അദ്ദേഹത്തിന്റെ സഹോദരൻ ജോഷ്വായേയും സാന്റിയാഗൊ തെരുവിലിട്ട് വെടിവെച്ചുകൊന്നു. ഈ കൊലപാതകത്തെ പ്രതിഷേധിക്കാൻ സാന്റിയാഗൊയിൽ വലിയൊരു പണിമുടക്ക് ആരംഭിച്ചു. സാന്റിയാഗൊക്കാർ ഏതാണ്ടൊന്നടങ്കം ഇതിൽ പങ്കുചേർന്നു. പക്ഷേ, ഒടുവിൽ അധികൃതർ അത് അടിച്ചമർത്തിക്കളഞ്ഞു.

1957 സെപ്തംബർ 5-ന് സീൻഫ്യൂഗോസ് നാവികത്താവളത്തിലെ നാവികർ വലിയൊരു കലാപത്തിനൊരുങ്ങി. ബാട്ടിസ്റ്റയെ മറിച്ചിട്ടാൽ

യഥാർത്ഥജനകീയ പ്രസ്ഥാനത്തെ തളർത്താമെന്നു മോഹിച്ചിരുന്ന പ്രതിപക്ഷ ഓഫീസർമാരാണ് ഇതിന് നേതൃത്വം നൽകിയത്. പക്ഷേ, ഇതും പരാജയത്തിൽ കലാശിച്ചു. ബാട്ടിസ്റ്റയോടു കൂറുള്ള പട്ടാളം അവരുടെ കലാപത്തെ അടിച്ചമർത്തുകയും, തടവുകാരെ ഒന്നടങ്കം വെടിവച്ചുകൊല്ലുകയും ചെയ്തു. ഈ കലാപത്തിൽ മുൻപും പിൻപുമായി സീൻഫ്യുഗോസ് താവളത്തിൽ ബാട്ടിസ്റ്റയുടെ എതിരാളികളായ അറുനൂറിൽപ്പരം സ്ത്രീ—പുരുഷന്മാർ കൊല്ലപ്പെട്ടു.

ബാട്ടിസ്റ്റയുടെ മർദകപ്പട 'പാർട്ടീഡൊ സോഷ്യലിസ്റ്റാ പോപ്പുലർ' അംഗങ്ങളായ കമ്യൂണിസ്റ്റുകാർക്കെതിരായി നിഷ്ഠൂരമായ ആക്രമണം അഴിച്ചുവിട്ടു. ഇവർ ഏകാധിപത്യത്തിനെതിരായ സമരത്തിൽ തൊഴിലാളികളേയും മറ്റെല്ലാ പുരോഗമനശക്തികളേയും ഒരുമിച്ചണിനിരത്താനുള്ള സമരം തുടരുകയും ഫിദൽ കാസ്ട്രോയുടെ നേതൃത്വത്തിലുള്ള ഒളിപ്പോർ പ്രസ്ഥാനത്തിന് എല്ലാവിധ സഹായങ്ങളും നൽകുകയും ചെയ്തിരുന്നു. ഞങ്ങളുടെ പാർട്ടിക്കാരും സോഷ്യലിസ്റ്റ് യുവജന സംഘക്കാരും നിയമവിരുദ്ധമായി നിന്നുകൊണ്ട് നടത്തിയ ആ സമരത്തിന് അങ്ങേയറ്റത്തെ ദൃഢതയും ധൈര്യവും അടിയുറപ്പും ആവശ്യമായിരുന്നു. എന്നാണ് പാർട്ടി ജനറൽ സെക്രട്ടറി ബ്ലാസ് റോക്ക 1959–ൽ ഇതേപ്പറ്റി പ്രസ്താവിച്ചത്. എന്തുകൊണ്ടെന്നാൽ അറസ്റ്റിനു വിധേയരാകുന്നവർക്ക് സഹിക്കേണ്ടി വന്നിരുന്ന അപമാനത്തിനും മർദനത്തിനും യാതൊരു കണക്കുമുണ്ടായിരുന്നില്ല. പലരും കിരാതമായി കൊല്ലപ്പെടുകയും ചെയ്തിരുന്നു.

ഭീകരപ്രവൃത്തികളും അവിശ്വസനീയമാംവിധം ക്രൂരമായ മർദനമുറകളും വിപ്ലവപ്രവർത്തനങ്ങൾക്ക് മറുപടിയെന്നോണം നിരപരാധികളായ സിവിലിയന്മാർക്കെതിരായി കൈക്കൊണ്ടിരുന്ന കൊലപാതകനടപടികളും എല്ലാംകൂടി ഈ ദ്വീപിനെയാകെ വലിയൊരു രണാങ്കണമാക്കി മാറ്റിയെന്നാണ് അന്നത്തെ ക്യൂബയെപ്പറ്റിയുള്ള ഒരു പുസ്തകത്തിൽ മെക്സിക്കൻ പത്രലേഖകനായ മാറിയൊ ഗിൽ എഴുതിയത്. യു എസ് എ യിൽനിന്നുള്ള കരുത്തേറിയ ആധുനികമായ ആയുധങ്ങൾ അണിഞ്ഞുനിൽക്കുന്ന ഏകാധിപത്യമായിരുന്നു ഒരു വശത്തെങ്കിൽ മറുവശത്ത് അസംഘടിതരെങ്കിലും ഏകാധിപത്യ വാഴ്ചയോടുള്ള വെറുപ്പുകാരണം ഒന്നിച്ച ജനങ്ങളാണ് നിലയുറപ്പിച്ചിരുന്നത്. ഭീകരതയിലൂടെ രാഷ്ട്രത്തെ കീഴ്പ്പെടുത്താനാവില്ലെന്നു കണ്ട ബാട്ടിസ്റ്റ ഫിദൽ കാസ്ട്രോയുടെ തലയ്ക്ക് വമ്പിച്ച പാരിതോഷികമേർപ്പെടുത്തി. അന്ന് ഓറിയന്റെ പ്രവിശ്യയാകെ ഇതു സംബന്ധിച്ച വാൾ പോസ്റ്ററുകൾ കൊണ്ടു നിറയ്ക്കപ്പെട്ടു. ആ പോസ്റ്ററിൽ പറഞ്ഞിരുന്നത് ഇതാണ്:

> ഫിദൽ കാസ്ട്രോ, റൗൾ കാസ്ട്രോ, ക്രിസെൻസ്യൊ പെരെസ്, ഗില്ലേർമൊ ഗോൺസാലെസ് തുടങ്ങിയവരുടെ നേതൃത്വത്തിലുള്ള കലാപകാരികൾക്കതിരായ നടപടികളിൽ വിജയം വരിക്കാൻ

സഹായകമായ വിവരം നൽകുന്ന ഏതൊരാളിനും അയാൾ നൽകുന്ന വിവരത്തിന്റെ പ്രാധാന്യമനുസരിച്ച് വമ്പിച്ച പാരിതോഷികം നൽകുന്നതായിരിക്കും. ഏറ്റവും കുറഞ്ഞ പാരിതോഷികം 5000 പെസൊ ആയിരിക്കും.

പാരിതോഷികത്തിന്റെ തുക 5000 മുതൽ ഒരു ലക്ഷം വരെ പെസൊ ആയിരിക്കും. ഏറ്റവും കൂടിയ തുക കാസ്ട്രോയുടെ തല കൊണ്ടുവരുന്നവർക്കുള്ളതാണ്.

കുറിപ്പ് : വിവരം തരുന്ന ആളിന്റെ പേര് ഒരിക്കലും പുറത്തു വിടുന്നതല്ല.

പക്ഷേ, ഇത്ര ഭീമമായ സംഖ്യ വാഗ്ദാനം ചെയ്തിട്ടും ബാട്ടിസ്റ്റയ്ക്ക് മറ്റൊരു യൂട്ടീമിയൊ ഗേരയെ കണ്ടുകിട്ടിയില്ല.

പൊലീസിന്റെ ക്രൂരതകളിൽ നിന്നു രക്ഷപ്പെടാനായി ബാട്ടിസ്റ്റയുടെ എതിരാളികളിൽ പലരും പർവതപ്രാന്തങ്ങളിൽ അഭയം തേടുകയും അങ്ങനെ വിപ്ലവകാരികളുടെ അണികൾ ശക്തിപ്പെടുത്തുകയും ചെയ്തു. എസ്കാംബ്രൈ മലകളിലും സീറാഡെൽ ക്രിസ്റ്റാലിലും ബറക്കോവയിലും പുതിയ കലാപകേന്ദ്രങ്ങൾ ഉടലെടുത്തു. റവല്യൂഷനറി ഡയറക്ടറേറ്റിലേയും ജൂലൈ 25 പ്രസ്ഥാനത്തിലേയും അംഗങ്ങൾക്കും കമ്യൂണിസറ്റുകാർക്കുമായിരുന്നു ഈ ഗ്രൂപ്പുകളുടെ നേതൃത്വം.

"നഗരങ്ങളിലെ വിപ്ലവപ്പോരാട്ടത്തിന്റേയും ഒളിപ്പോർ നടപടികളുടേയും നേട്ടങ്ങളെ വിലയിരുത്തുമ്പോൾ മർദകവാഴ്ചയ്ക്കെതിരായ ജനകീയ സമരത്തിന്റെ ഈ രണ്ടാമത്തെ രൂപമാണ് ഏറ്റവും ഫലപ്രദവും ജീവനാശം കുറഞ്ഞതുമെന്ന് നമുക്ക് വ്യക്തമായി കാണാൻ കഴിയും." ചെ സമർഥിച്ചു. "ഒളിപ്പോരാളികൾക്കിടയിലെ ആൾനഷ്ടം നന്നേ തുച്ഛമായിരുന്നു. നഗരത്തിലാകട്ടെ വിപ്ലവകാരികളായ നേതാക്കന്മാരും അനുയായികളും സാധാരണ പൗരന്മാരും കൂട്ടത്തോടെ കൊന്നൊടുക്കപ്പെടുകയായിരുന്നു. ഏകാധിപത്യമർദനത്തിൻ കീഴിൽ നഗരങ്ങളിലെ സംഘടനകളുടെ ദൗർബല്യത്തെയാണ് ഇത് വിളിച്ചറിയിക്കുന്നത്."

നഗരങ്ങളിൽ പ്ലാനനുസരിച്ചുള്ള അട്ടിമറിപ്രവർത്തനങ്ങൾക്കൊപ്പം അനാവശ്യമായ രണ്ടും കൽപ്പിച്ചുള്ള ഭീകരപ്രവർത്തനങ്ങളും നടക്കുന്നുണ്ടെന്ന് ചെ എഴുതി. ഏറ്റവും പ്രഗത്ഭരായ ജനനേതാക്കൾ അവർ ഉയർത്തിപ്പിടിക്കുന്ന ലക്ഷ്യത്തിന് കാര്യമായ യാതൊരു നേട്ടവും കൂടാതെ മരിക്കാനിടയാകുമെന്നതാണ് ഇതിന്റെ ഫലം.

സീറാ മെസ്ത്രയിൽ വിപ്ലവകാരികൾ കൈവരിച്ചിരുന്ന നേട്ടങ്ങൾ കൊണ്ടു മുതലെടുക്കാമെന്ന പ്രതീക്ഷയിൽ ക്യൂബൻ ബൂർഷ്വാ രാഷ്ട്രീയനേതാക്കൾ ഒക്ടോബറിൽ മിയാമിയിൽ സമ്മേളിക്കുകയും കരടിയെ കൊല്ലും മുൻപ് അതിന്റെ തോൽ പങ്കുവയ്ക്കാൻ തുടങ്ങുകയും ചെയ്തു. അവർ ഒരു വിമോചന കൗൺസിൽ രൂപീകരിക്കുകയും ഫെലി

പ്പെ പാസൊയെ താൽക്കാലിക പ്രസിഡന്റായി പ്രഖ്യാപിക്കുകയും ജനങ്ങളുടെ മുന്നിൽ വയ്ക്കാനായി ഒരു വിജ്ഞാപനം എഴുതിയുണ്ടാക്കുകയും ചെയ്തു. സി ഐ എ ഏജന്റായ ജൂൾ ദുബ്വാ എന്നൊരാൾക്ക് ഇതിൽ വളരെ പ്രമുഖമായ ഒരു പങ്കുണ്ടായിരുന്നു. മിയാമിയിലെ ഗൂഢാലോചനക്കാരുമായി അയാൾ നിതാന്തസമ്പർക്കം പുലർത്തിയിരുന്നു.

ഫിദൽ കാസ്ട്രൊ ഒരു പത്രപ്രസ്താവന മുഖേന യു എസ് എയുടെ മുന്നിൽ സാഷ്ടാംഗ പ്രണാമം നടത്തിയിരുന്ന ഈ ബൂർഷ്വാ 'പ്രിമാഡോണ'മാരുടെ കുതന്ത്രങ്ങളെ ശക്തിയായി അപലപിക്കുകയുണ്ടായി. "ഞങ്ങൾ ഒറ്റപ്പെട്ട നിലയിലായിരുന്നു. പക്ഷേ, ദുഷിച്ച കൂട്ടുകെട്ടിൽ ഏർപ്പെടുന്നതിലും ആയിരം മടങ്ങ് നല്ലത് അതായിരുന്നു"വെന്നാണ് വിപ്ലവം വിജയിച്ചതിനുശേഷം ഫിദൽ പറഞ്ഞത്.

ഈ രാഷ്ട്രീയ സാട്ടാക്കാരുടെ ലക്ഷ്യം വളരെ സ്പഷ്ടമായിരുന്നു. വിപ്ലവകാരികളുടെ കൈകളിൽ നിന്ന് വിജയം തട്ടിയെടുത്തിട്ട് ബാട്ടിസ്റ്റ നിലംപതിക്കുമ്പോൾ 'ഒരു ജനാധിപത്യ വ്യവസ്ഥ' പുനഃസ്ഥാപിക്കുകയും അധ്വാനിക്കുന്ന ജനതയെ ശാന്തരാക്കുകയും വടക്കേ അമേരിക്കൻ മേലാളരെ പ്രീതിപ്പെടുത്തിക്കൊണ്ട് കമ്മ്യൂണിസ്റ്റ് വിരോധത്തിന്റെ പല്ലവി ആവർത്തിക്കുകയും ചെയ്യുകയെന്നതായിരുന്നു ഈ ലക്ഷ്യം. പക്ഷേ, ഫിദൽ ഈ മിയാമിക്കരാർ തള്ളിക്കളഞ്ഞു. വഞ്ചനയ്ക്കുള്ള ആ പരിപാടി പൊളിയാതിരിക്കാൻ സാധ്യമായിരുന്നുമില്ല.

ഫിദൽ കൈക്കൊണ്ട നിലപാടിനെ ചെ സർവാത്മനാ സ്വാഗതം ചെയ്തു. ഫിദലിനുള്ള ഒരു കത്തിൽ അദ്ദേഹം എഴുതി. ഈ പ്രഖ്യാപനം നടത്തിയതിന് ഒരിക്കൽക്കൂടി എന്റെ അനുമോദനം. സായുധപോരാട്ടത്തെ ജനകീയ പിന്തുണയുമായി സമ്മേളിപ്പിച്ചുകൊണ്ടു പോകാനുള്ള സാധ്യത തെളിയിച്ചതാണ് താങ്കളുടെ വലിയൊരു നേട്ടമെന്ന് ഞാൻ മുൻപും പറഞ്ഞിട്ടുണ്ടല്ലോ. അതിലും പ്രധാനപ്പെട്ട ഒരു മാർഗമാണ് താങ്കൾ ഇപ്പോൾ സ്വീകരിച്ചിട്ടുള്ളത്. ബഹുജനങ്ങളുടെ സായുധസമരത്തിലൂടെ അധികാരം പിടിച്ചെടുക്കുന്നതിന്റെ മാർഗമാണിത്.

* * * * *

1957–ന്റെ അവസാനത്തോടെ വിപ്ലവകാരികളെ സംബന്ധിച്ചിടത്തോളം സ്ഥിതിഗതികൾ വളരെ മെച്ചപ്പെടുകയുണ്ടായി. സീറാ മെസ്ത്ര മുഴുവൻ അവരുടെ നിയന്ത്രണത്തിലായിക്കഴിഞ്ഞിരുന്നു. ഹ്രസ്വമായ ഒരുതരം വെടിനിറുത്തൽക്കരാർ നിലവിൽ വന്നതുപോലെ തോന്നി. ബാട്ടിസ്റ്റയുടെ പട്ടാളം മലമ്പ്രദേശങ്ങളിലേക്ക് കടന്നില്ല. അതേസമയം, വിപ്ലവകാരികൾ താഴ്‌വരയിലേക്ക് കാലുകുത്തിയതുമില്ല. അവർ മലമുകളിൽ നിന്നുകൊണ്ട് ശക്തി സംഭരിക്കുകയായിരുന്നു.

ചെയുടെ ഭാഷയിൽ ഈ 'സമാധാന' ജീവിതം വളരെ വിഷമകരമായിരുന്നു. ആഹാരം, വസ്ത്രം, ഔഷധം എന്നിവയുടെ സപ്ലൈ സ്ഥിതി

പരുങ്ങലിലായിരുന്നു. ആയുധങ്ങളുടേയും വെടിക്കോപ്പുകളുടേയും സ്ഥിതിയും മെച്ചമായിരുന്നില്ല. സ്വന്തമായൊരു പത്രമോ റേഡിയോ നിലയമോ ഇല്ലാതിരുന്നതിനാൽ ജനങ്ങൾക്ക് രാഷ്ട്രീയമായ വിദ്യാഭ്യാസം നൽകുന്ന പരിപാടിയും വിഘ്നപ്പെട്ടു.

തുടക്കത്തിൽ, ഒളിപ്പോരുകാരുടെ ആ ചെറിയ സംഘം അന്നന്നാവശ്യമായ സാധനങ്ങൾ അന്നന്നു വാങ്ങുകയായിരുന്നു പതിവ്. പക്ഷേ, സംഖ്യാബലം വർധിച്ചതോടെ ആഹാരസാധനങ്ങളുടെ സപ്ലൈക്ക് കേന്ദ്രീകൃതമായ ഒരു സ്ഥിരം ഏർപ്പാടുണ്ടാക്കേണ്ടത് ആവശ്യമായിവന്നു. വിപ്ലവകാരികൾക്കുവേണ്ട പച്ചപ്പയറ്, ചോളം, അരി എന്നിവ തദ്ദേശീയ കർഷകർതന്നെ കൊടുത്തിരുന്നു. മറ്റു സാധനങ്ങൾ ജനവാസകേന്ദ്രങ്ങളിൽ ചെന്നു വാങ്ങാൻ അവർ സഹായിക്കുകയും ചെയ്തിരുന്നു. നഗരങ്ങളിലെ അണ്ടർഗ്രൗണ്ട് സംഘടന വഴി വിപ്ലവകാരികൾക്ക് ആവശ്യമുള്ള ഔഷധങ്ങൾ ലഭിച്ചിരുന്നെങ്കിലും ഈ രംഗത്തും വമ്പിച്ച ദൗർല്ലഭ്യം അനുഭവപ്പെട്ടിരുന്നു.

ഒരു പോരാട്ടം കഴിഞ്ഞ് അടുത്തത് തുടങ്ങുന്നതുവരെയുള്ള ഇടവേളകളിൽ ചികിത്സാകേന്ദ്രങ്ങളും ഫീൽഡ് ആശുപത്രികളും ആയുധ വർക്ക് ഷോപ്പുകളും സംഘടിപ്പിച്ചുകൊണ്ട് ഒളിപ്പോരുകാരുടെ 'പിന്നണി' ശക്തിപ്പെടുത്തുന്ന പ്രവർത്തനങ്ങളിൽ ചെ സജീവമായി. പാദരക്ഷ, ചുമലിൽ തൂക്കുന്ന സഞ്ചി, ചുമൽ പട്ട, യൂണിഫോം എന്നിവ നിർമിക്കുന്ന വർക്ക് ഷോപ്പുകളും ഉണ്ടായിരുന്നു. ഇവയൊന്നും കാണാൻ വലിയ ചന്തമുള്ളതായിരുന്നില്ല. ഈ വർക്ക് ഷോപ്പുകളിൽ തുന്നിയെടുത്ത ആദ്യത്തെ പട്ടാളത്തൊപ്പി ഫിദൽ കാസ്ട്രോയ്ക്ക് സമ്മാനിക്കാൻ ചെ ഒരു പ്രത്യേക ആഘോഷപരിപാടി തന്നെ സംഘടിപ്പിക്കുകയുണ്ടായി.

സിഗരറ്റ് നിർമാണത്തിനുള്ള ഒരു കൊച്ചു പുകയില ഫാക്ടറി സ്ഥാപിക്കാനും ചെ ശ്രമിക്കാതിരുന്നില്ല. ഇവിടെ നിർമിച്ചിരുന്ന സിഗരറ്റ് വളരെ മോശം ഇനത്തിൽപെട്ടതായിരുന്നിട്ടുകൂടി ഒളിപ്പോരാളികൾ അതീവ സന്തോഷത്തോടെയാണ് അതു വലിച്ചിരുന്നത്. ഒന്നുമില്ലാത്തവർ കിട്ടുന്നതുകൊണ്ട് തൃപ്തിപ്പെടുകയല്ലേ നിവൃത്തിയുള്ളു. ഒറ്റുകാരുടേയും വൻകിട കന്നുകാലിവളർത്തുകാരുടേയും പക്കൽനിന്ന് ഒളിപ്പോരാളികൾ അവർക്കാവശ്യമായ മാംസം പിടിച്ചെടുക്കുകയാണ് ചെയ്തിരുന്നത്. ഇപ്രകാരം പിടിച്ചെടുത്ത മാംസത്തിലൊരു ഭാഗം അവർ തദ്ദേശവാസികൾക്കും വിതരണം ചെയ്തിരുന്നു.

ചെ മുൻകൈയെടുത്ത് സീറാ മെസ്ത്രയിൽനിന്ന് ഒരു ദിനപത്രം പുറത്തിറക്കുകയും ചെയ്തിരുന്നു. ചെ തന്നെയായിരുന്നു പത്രാധിപരും. ആദ്യത്തെ കുറേ ദിവസം കൈകൊണ്ടെഴുതിയാണ് *എൽ കുബാനൊ ലിബ്രെ* പുറത്തിറക്കിയിരുന്നത്. പിന്നീട് ഹെക്ടോഗ്രാഫ് ഉപയോഗിച്ച് അത് പ്രസിദ്ധീകരിക്കാൻ കഴിഞ്ഞു. 19–ാം നൂറ്റാണ്ടിന്റെ അന്ത്യത്തിൽ സ്വദേശത്തിന്റെ സ്വാതന്ത്ര്യത്തിനുവേണ്ടി പടപൊരുതിയിരുന്ന ക്യൂബൻ ദേശാഭിമാനികൾക്കും ഇതേപേരിലുള്ള ഒരു ദിനപത്രം ഉണ്ടായിരുന്നു. ഈ

പത്രത്തിന്റെ ആദ്യലക്കം ഫിദലിനു സമ്മാനിച്ചുകൊണ്ട് ചെ എഴുതിയ കത്തിൽ പറഞ്ഞിരുന്നത് ഇപ്രകാരമാണ്: "പത്രത്തിന്റെ ആദ്യലക്കവും അച്ചടിച്ച ചില പരിപാടികളും ഇതു സഹിതം അയയ്ക്കുന്നു. ഇതിന്റെ സാങ്കേതികമായ പാപ്പരത്തം കണ്ടിട്ടുള്ള ഷോക്കു കാരണം താങ്കൾ സ്വന്തം പേരുകളിൽ ഇതിൽ പ്രസിദ്ധീകരിക്കാൻ എന്തെങ്കിലും എഴുതുമെന്നാണ് എന്റെ പ്രതീക്ഷ. രണ്ടാം ലക്കത്തിലെ മുഖപ്രസംഗം കരിമ്പിൻതോട്ടങ്ങളിലെ അഗ്നിബാധയെപ്പറ്റിയായിരിക്കും. ഈ ലക്കത്തിൽ കാർഷിക പരിഷ്കാരത്തെപ്പറ്റിയുള്ള നോഡയുടെ ഒരു ലേഖനവും, കിയാലയുടെ *പിന്തിരിപ്പന്മാരും അവരുടെ കുറ്റകൃത്യങ്ങളും*, ഡോക്ടറുടെ *ക്യൂബൻ കർഷകജീവിത*വും റമീറൊയുടെ ഏറ്റവും പുതിയ വാർത്തകളും ചേർത്തിട്ടുണ്ട്. പത്രത്തിന്റെ പേരിനെപ്പറ്റിയുള്ള വിശദീകരണവും മുഖപ്രസംഗവും *'ഒരൊറ്റ ബുള്ളറ്റ്' പോലും പാഴാവുകയില്ല* എന്ന ലേഖനവും ഈയുള്ളവന്റെയാണ്."

പിന്നീട് ഒരു ചെറിയ റേഡിയോ ട്രാൻസ്മിറ്റർ കരസ്ഥമാക്കാനും വിപ്ലവകാരികൾക്ക് കഴിഞ്ഞു. അതിലൂടെയുള്ള പ്രക്ഷേപണപരിപാടികൾ അനുദിനം മെച്ചപ്പെട്ടുകൊണ്ടിരുന്നു. 1958-ന്റെ അന്ത്യത്തോടെ അത് വിപ്ലവസേനയുടെ ഒന്നാം കോളത്തിന്റെ നിയന്ത്രണത്തിലാക്കപ്പെട്ടു. ക്രമേണ അത് ഏറ്റവുമധികം ആളുകൾ ശ്രദ്ധിക്കുന്ന ക്യൂബൻ റേഡിയോ സ്റ്റേഷനായിത്തീരുകയും ചെയ്തു.

സമരത്തിന്റെ ആദ്യവർഷം കഴിയാറായതോടെ സമീപത്തുള്ള പട്ടണങ്ങളിലേയും മറ്റു ജനവാസകേന്ദ്രങ്ങളിലേയും ആളുകളുമായി ഉറ്റബന്ധം സ്ഥാപിക്കപ്പെട്ടു. ഏറ്റവും പുതിയ വാർത്തകളുമായി അവിടത്തുകാർ രഹസ്യമാർഗങ്ങളിലൂടെ മലമുകളിലെത്തുകയും ചെയ്തിരുന്നു.

ബാട്ടിസ്റ്റയുടെ പട്ടാളക്കാരെ ദൂരെ നിന്നു കണ്ടാലുടൻ തന്നെ സ്ഥലത്തെ കൃഷിക്കാർ വിപ്ലവകാരികൾക്ക് വിവരം നൽകിയിരുന്നു. ആ മലമ്പ്രദേശത്ത് ഏതൊരു അപരിചിതനെ കണ്ടാലും അവർ ഉടനെ അറിയിപ്പു നൽകിയിരുന്നു. തന്മൂലം ശത്രുവിന്റെ ഭാഗത്തു നിന്നുള്ള സ്കൗട്ടുകൾക്ക് ഒന്നും ചെയ്യാൻ കഴിഞ്ഞിരുന്നില്ല.

രാഷ്ട്രീയ സ്ഥിതിയെപ്പറ്റി ചെ തന്റെ ഓർമക്കുറിപ്പുകളിൽ എഴുതുകയുണ്ടായി, ഈ ഘട്ടത്തിൽ പലേ സങ്കീർണതകളും വൈരുധ്യങ്ങളും ദൃശ്യമായിരുന്നു. ബാട്ടിസ്റ്റയുടെ ഏകാധിപത്യവാഴ്ച അതിന്റെ എല്ലാ പ്രവർത്തനങ്ങൾക്കും ആശ്രയിച്ചിരുന്നത് കുറച്ചു വെള്ളിത്തുട്ടുകൾക്ക് വിലയ്ക്കുവാങ്ങാവുന്ന ഒരു പാർലമെന്റിനെയാണ്. അവർ രാപകൽ വ്യത്യാസമില്ലാതെ ദേശീയ ഐക്യത്തിനും ജനങ്ങളുടെ പിന്തുണയ്ക്കും വേണ്ടി ആഹ്വാനം ചെയ്തുകൊണ്ട് കരുത്തേറിയ പ്രചരണോപാധികളെല്ലാം ഇഷ്ടംപോലെ ഉപയോഗപ്പെടുത്തിയിരുന്നു....

കൂണു പോലെയാണ് രാജ്യത്തുടനീളം ഗ്രൂപ്പുകളും ഗ്രൂപ്പിങ്ങുകളും പൊന്തിവന്നത്. അവയ്ക്കിടയിൽ നിശ്ശബ്ദമെങ്കിലും വാശിയേറിയ ഒരു സമരം ആരംഭിക്കുകയും ചെയ്തു. ഈ ഗ്രൂപ്പുകളിൽ ബഹുഭൂരിപക്ഷ

ത്തിന്റേയും മോഹം അധികാരം പിടിച്ചെടുക്കുകയെന്നതായിരുന്നു. ബാട്ടിസ്റ്റയുടെ ചാരന്മാർ ഈ ഗ്രൂപ്പുകളിലെല്ലാം നുഴഞ്ഞുകയറിയിട്ട് അവയുടെ പ്രവർത്തനത്തെപ്പറ്റി അയാളെ അറിയിച്ചുകൊണ്ടിരുന്നു.

ഈ ഗ്രൂപ്പുകളുടെ പ്രവർത്തനം മുഴുവൻ കാളികൂളികളുടേതുപോലുള്ളതായിരുന്നെങ്കിലും ഇന്നും ജനങ്ങൾക്കിടയിൽ ആദരിക്കപ്പെടുന്ന പല മാന്യന്മാരും അക്കൂട്ടത്തിലുണ്ടായിരുന്നു. മാർച്ചിൽ ഒരു വിപ്ലവസമരത്തിന്റെ നയം സ്വീകരിച്ചെങ്കിലും റവല്യൂഷനറി ഡയറക്ടറേറ്റ് താമസിയാതെ തന്നെ സ്വന്തം മുദ്രാവാക്യങ്ങൾ പ്രഖ്യാപിച്ചുകൊണ്ട് വേറെ വഴിക്ക് പിരിഞ്ഞു. ചില സമൂർത്ത പ്രശ്നങ്ങളിൽ പാർട്ടീഡൊ സോഷ്യലിസ്റ്റാ പോപ്പുലർ ഞങ്ങളെ പിന്താങ്ങിയെങ്കിലും പരസ്പരമുള്ള അവിശ്വാസം ഞങ്ങളെ അകറ്റിനിർത്തി.

ഞങ്ങളുടെ പ്രസ്ഥാനത്തിനുള്ളിൽ തന്നെയും സമരരീതികളെപ്പറ്റിയുള്ള രണ്ടു വ്യത്യസ്ത അഭിപ്രായഗതികളുണ്ടായിരുന്നു. ഒളിപ്പോർ പ്രസ്ഥാനം മറ്റു മേഖലകളിലേക്കുകൂടി വ്യാപിപ്പിച്ചുകൊണ്ട് തുടർച്ചയായ സായുധസമരത്തിലൂടെ മർദനഭരണത്തിനു അറുതിവരുത്തണമെന്നതായിരുന്നു ഒരു അഭിപ്രായഗതി. സീറാ മെസ്ത്രയിലെ ഒളിപ്പോരാളികളും ഈ അഭിപ്രായഗതിക്കാരായിരുന്നു. സമതല പ്രദേശങ്ങളിലെ വിപ്ലവകാരികളുടെ ചിന്താഗതി മറ്റൊന്നായിരുന്നു. എല്ലാ നഗരങ്ങളിലും സംഘടിതമായ പ്രവർത്തനം നടത്തിക്കൊണ്ട് ഒടുവിൽ ഒരു പൊതുപണിമുടക്കിലൂടെ വെറുക്കപ്പെട്ട ബാട്ടിസ്റ്റാഭരണത്തെ മറിച്ചിടാമെന്നായിരുന്നു അക്കൂട്ടരുടെ പ്ലാൻ.

ഒറ്റനോട്ടത്തിൽ, ഞങ്ങളുടേതിനെക്കാൾ എത്രയും വിപ്ലവകരമായിരുന്നു ഈ അഭിപ്രായഗതി. പക്ഷേ, യഥാർഥത്തിൽ, പൊതു പണിമുടക്കിനുള്ള ഞങ്ങളുടെ സഖാക്കളുടെ നിർദേശം സമയത്തിന്റെ ആവശ്യവുമായി ഒട്ടും പൊരുത്തപ്പെടാത്തതായിരുന്നു. ഈ അഭിപ്രായം ഉയർത്തിപ്പിടിച്ചിരുന്നവരുടെ രാഷ്ട്രീയ നിലവാരം ഒട്ടും ഉയർന്നതായിരുന്നില്ല.

ജൂലൈ 26 പ്രസ്ഥാനത്തിന്റെ നേതാക്കൾക്കിടയിൽ ഈ രണ്ടു വീക്ഷണങ്ങൾക്കും ഏതാണ്ട് തുല്യമായ സ്വാധീനമാണുണ്ടായിരുന്നത്. ജൂലൈ 26 പ്രസ്ഥാനത്തിന്റെ നേതൃത്വഘടനയ്ക്ക് ഈ സമരത്തിനിടയിൽ ഒന്നിലധികം പ്രാവശ്യം മാറ്റം വരികയുണ്ടായി ....

1968 ഏപ്രിൽ 9–ാം തീയതി സാഗുവാ ല ഗ്രാന്റിൽ വച്ച് ചെയ്ത പ്രസംഗത്തിൽ ഫിദൽ ഇതെപ്പറ്റി പറഞ്ഞത് ഇപ്രകാരമായിരുന്നു. "സീറാ മെസ്ത്രയിൽനിന്നാരംഭിച്ച സമരത്തിന്റെ സ്വഭാവം കാരണവും അന്തിമ വിജയത്തിനുവേണ്ടിയുള്ള നിർണ്ണായകമായ സമരം നടത്തിയത് ഒളിപ്പോർ ശക്തികളായിരുന്നു എന്നതിനാലും കുറേയേറെക്കാലത്തേക്ക് ഏതാണ്ടു മുഴുവൻ ശ്രദ്ധയും, മുഴുവൻ അംഗീകാരവും അഭിനന്ദനവും പിടിച്ചുപറ്റിയത് മലമ്പ്രദേശത്തെ ഒളിപ്പോർ പ്രസ്ഥാനമായിരുന്നുവെന്നു പ്രസ്താവിക്കേണ്ടത് വെറും നീതിമാത്രമാണ്. തൽഫലമായി വിപ്ലവത്തിൽ അണ്ടർഗ്രൗണ്ട് പ്രസ്ഥാനം വഹിച്ച പങ്ക് — അത്യന്തം ക്ലേശഭു

യിഷ്ഠമായ സാഹചര്യങ്ങളിൽ സമരം ചെയ്തുകൊണ്ട് ബഹുസഹസ്രം യുവാക്കൾ വിപ്ലവത്തിൽ വഹിച്ച പങ്കും അവർ പ്രദർശിപ്പിച്ച ധീരതയും —അധികമാരും ശ്രദ്ധിക്കാതെപോയെന്ന വസ്തുതയും ഇവിടെ സ്മരിക്കേണ്ടതുണ്ട്. ഇതു പോലുള്ള മറ്റു പ്രക്രിയകളിലെന്നപോലെ നമ്മുടെ പ്രസ്ഥാനത്തിന്റേയും ചരിത്രത്തിന്റെ തുടക്കത്തിൽ, വിശേഷിച്ചും പുതിയ ചരിത്രസാഹചര്യങ്ങളിൽ, ഒളിപ്പോർ പ്രസ്ഥാനത്തിന്റേയും അണ്ടർ ഗ്രൗണ്ട് സമരത്തിന്റേയും പങ്കിനെ സംബന്ധിച്ച് വേണ്ടത്ര വ്യക്തത ഉണ്ടായിരുന്നില്ല. അതുപോലെ വിപ്ലവജ്വാലയുടേയും ജനപ്രതീക്ഷകളുടേയും ഏകാധിപത്യധ്വംസനത്തിന്റേയും ഒരു പ്രതീകമായി ഒളിപ്പോർ പ്രസ്ഥാനത്തെ വീക്ഷിക്കുമ്പോഴും ഒടുവിൽ ഏകാധിപത്യത്തെ മറിച്ചിടാൻ പോകുന്നത് ഒരു പൊതു കലാപമായിരിക്കുമെന്നാണ് പല വിപ്ലവകാരികൾപോലും ധരിച്ചുവെച്ചിരുന്നതെന്നു പറയുന്നതും ശരിയാണ്. എന്നാൽ, വിപ്ലവപ്രസ്ഥാനത്തിൽ പലേ അളവുകോലുകളും വീക്ഷണകോണങ്ങളും ഉണ്ടായിരുന്നേടത്തോളം—വളരെ സ്വാഭാവികവും യുക്തിസഹവുമായ ഒരു പ്രതിഭാസമായിരുന്നു ഇതെന്നും ഞാൻ പറയും—സത്യത്തിന്റെ താക്കോൽ തങ്ങളുടെ പക്കലുണ്ടായിരുന്നെന്ന് ആർക്കും അവകാശപ്പെടാൻ കഴിയുമായിരുന്നില്ലെന്ന് ഞാൻ ഊന്നിപ്പറയാൻ ആഗ്രഹിക്കുന്നു. ഞങ്ങളുടെ കാര്യം പറഞ്ഞാൽ, ഒളിപ്പോർ പ്രസ്ഥാനത്തിന്റെ വിജയത്തിലാണ് ഞങ്ങൾ വിശ്വാസമർപ്പിച്ചിരുന്നത്. എന്നാൽ, പട്ടാളത്തെ തോൽപ്പിക്കാൻ കഴിയുമാറ് ഒളിപ്പോർ പ്രസ്ഥനത്തിന് ശക്തിയാർജിക്കാൻ കഴിയും മുൻപ് ഏതെങ്കിലും നഗരത്തിൽ ഒരു ജനകീയകലാപം വിജയിച്ചിരുന്നുവെങ്കിൽ ഉടനടിതന്നെ അതിനെ പിന്താങ്ങിക്കൊണ്ട് അതിൽ പങ്കെടുക്കാൻ ഞങ്ങൾ തയാറാകുമായിരുന്നു. വിപ്ലവപ്രക്രിയയിൽ പല സാധ്യതകളും ഉണ്ടായിരിക്കുമെന്നതിനാൽ അതിലേതും ഉപയോഗപ്പെടുത്താൻ തയാറുണ്ടായിരിക്കണമെന്നതാണ് ഞാൻ പറയാനുദ്ദേശിക്കുന്ന സംഗതി.”

മലയോരങ്ങളിലും താഴ്‌വരകളിലും ധീരമായിപൊരുതിക്കൊണ്ടിരുന്ന സാധാരണ ഒളിപ്പോരാളികൾക്ക് വിപ്ലവത്തിന്റെ ലക്ഷ്യത്തേയും കടമയേയും സംബന്ധിച്ചിടത്തോളം മൊത്തത്തിൽ ശരിയായ ധാരണയുണ്ടായിരുന്നുവെന്ന് ഇവിടെ ഓർത്തിരിക്കേണ്ടതുണ്ട്. അവർക്കിടയിലെ ഉശിരൻ വിപ്ലവബോധം നിരന്തരം ശക്തി പ്രാപിച്ചിരുന്നു. വിപ്ലവം വിജയിച്ചതോടെ അവർ ഫിദലിന്റെ നേരിട്ടുള്ള നേതൃത്വത്തിൽ ഒരു ഏകോപിത വിപ്ലവപാർട്ടി രൂപീകരിക്കാൻവേണ്ടി പോരാടുകയും ചെയ്തു. ജൂലൈ 26 പ്രസ്ഥാനം വിദ്യാർഥി സംഘടനകളുമായും പാർട്ടീഡൊ സോഷ്യലിസ്റ്റാ പോപ്പുലറുമായും കൈകോർത്തു പിടിച്ചു. തൽഫലമായി ഒരു യോജിച്ച സമരമുന്നണി ഉടലെടുത്തു.

യു എസ് എ യുടെ ധനപരവും രാഷ്ട്രീയവും സൈനികമായ സഹായം തുടർന്നുണ്ടായതാണ് ബാട്ടിസ്റ്റാ ഭരണം പിന്നെയും കുറച്ചു കാലം കുടി പിടിച്ചുനിന്നതിനുള്ള പ്രാഥമിക കാരണം. ഈ ഏകാധി

പതി കൂടുതൽ കൂടുതൽ ഒറ്റപ്പെട്ടുകൊണ്ടിരിക്കുകയായിരുന്നെങ്കിലും യു എസ് ഭരണവൃത്തങ്ങൾ തങ്ങളുടെ പാദസേവകനെ പിന്നെയും താങ്ങിക്കൊണ്ടിരുന്നു. ബാട്ടിസ്റ്റയ്ക്കു സപ്ലൈചെയ്യുന്ന ആയുധങ്ങളുടെ കാര്യത്തിൽ നിരോധനം ഏർപ്പെടുത്തിയിരിക്കുന്നതായി 1958 മാർച്ചിൽ യു എസ് ഗവൺമെന്റ് പ്രഖ്യാപനം നടത്തിയെങ്കിലും വാസ്തവത്തിൽ അവർ നാപ്പാം മിസൈൽ ഉൾപ്പെടെയുള്ള ആയുധങ്ങളുടെ സപ്ലൈ തുടരുകയാണ് ചെയ്തത്. വിപ്ലവകാരികളെ ബോംബ് ചെയ്യാൻ ഉപയോഗിച്ചിരുന്ന ബാട്ടിസ്റ്റയുടെ വിമാനങ്ങൾക്ക് ഗ്വാണ്ടനാമൊയിലെ അമേരിക്കൻ സൈനികത്താവളത്തിൽ വന്ന് വീണ്ടും ഇന്ധനം നിറയ്ക്കാനും ബോംബുകൾ കയറ്റാനുമുള്ള സൗകര്യം 1958 അവസാനംവരെ നൽകിയിരുന്നു. ക്യൂബയിലുള്ള സൈനിക ദൗത്യസംഘത്തെ പിൻവലിക്കാൻ യു എസ് ഗവൺമെന്റ് വിസമ്മതിച്ചു. 'ക്യൂബയിൽ ഒരു ആഭ്യന്തരയുദ്ധം' ഉണ്ടായാൽ സൈനികോപദേഷ്ടാക്കളെ പിൻവലിക്കണമെന്നു കരാറുണ്ടായിരുന്നെങ്കിലും ബാട്ടിസ്റ്റാപോലും അറിയാതെ സൈനികനടപടികൾക്ക് മാർഗദർശനം നൽകിയിരുന്നത് ഈ സൈനിക ദൗത്യസംഘമാണ്. വാഷിംഗ്ടൺ ചാരവിഭാഗക്കാർക്കും ഇത്രതന്നെ ദുഷിച്ച ഒരു പങ്കാണുണ്ടായിരുന്നത്. ബാട്ടിസ്റ്റയുടെ മർദനയന്ത്രം ഈ വിഭാഗത്തിന്റെ കീഴിലാണ് പ്രവർത്തിച്ചിരുന്നതും.

'ഹവാനയിലെ സ്വന്തക്കാരനെ' നിലയ്ക്കുനിർത്താൻ കഴിയുമോയെന്ന കാര്യത്തിൽ ഉറപ്പില്ലാതായപ്പോൾ തൽസ്ഥാനത്ത് അത്രതന്നെ വിധേയത്വമുള്ള മറ്റൊരു പാവയെ വാഴിക്കാൻ കഴിയുമെന്ന് അമേരിക്കക്കാർ പ്രതീക്ഷിച്ചു. ബാട്ടിസ്റ്റ പ്രഖ്യാപിച്ച പുതിയ ഭരണഘടനപ്രകാരം 1958 അവസാനത്തിൽ പ്രസിഡന്റ് സ്ഥാനത്തേക്ക് പുതിയ തിരഞ്ഞെടുപ്പ് നടക്കേണ്ടതായിരുന്നു. തന്റെ പ്രധാനമന്ത്രി റിവാ അഗ്വേറൊയെയാണ് ബാട്ടിസ്റ്റ ഈ സ്ഥാനത്തേക്ക് പിന്താങ്ങിയിരുന്നത്. അപ്പോൾ ഈ തിരഞ്ഞെടുപ്പിൽ ജയിക്കാൻപോകുന്നത് ആരാണെന്നത് വ്യക്തമായിരുന്നല്ലോ.

അങ്ങേയറ്റത്തെ അയവും നയചാതുര്യവും പ്രദർശിപ്പിക്കാൻ ഫിദൽ കാസ്ട്രോയും അനുയായികളും നിർബന്ധിതരായിരുന്നു. ഒരുവശത്ത്, കമ്യൂണിസ്റ്റ് വിജയം തടയുന്നതിന്റെ പേരിൽ ക്യൂബയിൽ സൈനികമായി നേരിട്ടിടപെടുന്നതിന് യു എസ് എ യ്ക്ക് അവസരമുണ്ടാക്കാതെ നോക്കേണ്ടതുണ്ടായിരുന്നു. മറുവശത്താകട്ടെ, ബാട്ടിസ്റ്റയുടെ സ്ഥാനത്ത് അവരുടെ മറ്റൊരു പാവ വരാതിരിക്കാനും ശ്രദ്ധിക്കേണ്ടിയിരുന്നു. അങ്ങനെ സംഭവിച്ചിരുന്നെങ്കിൽ അത് മുൻ കിരാതവാഴ്ചയുടെ തുടർച്ച മാത്രമാകുമായിരുന്നു. ഈ രണ്ടു കാര്യങ്ങളിലും ഫിദൽ വിജയിച്ചു. കാരണം, ചെ പിൽക്കാലത്തു പ്രസ്താവിച്ചതുപോലെ അദ്ദേഹം ആദ്യന്തം മികച്ച ഒരു രാഷ്ട്രതന്ത്രജ്ഞനായിരുന്നു. തന്റെ യഥാർഥ പരിപാടികൾ ഭാഗികമായി മാത്രം വെളിപ്പെടുത്തിക്കൊണ്ട് അദ്ദേഹം തന്റെ പുറമേക്കുള്ള സംയമനത്തിലൂടെ വാഷിങ്ടൺ തന്ത്രജ്ഞരെ തെറ്റിദ്ധരിപ്പിച്ചു.

സീറാ മെസ്ത്രയിൽ ആരും സോഷ്യലിസത്തെപ്പറ്റി മിണ്ടിയിരുന്നുപോലുമില്ലല്ലൊ. കമ്യൂണിസത്തെക്കുറിച്ച് അവരാരും അത്രപോലും പരാമർശിച്ചിരുന്നില്ല. വൻകിട ഭൂവുടമസമ്പ്രദായം അവസാനിപ്പിക്കുകയും ഗതാഗതം, വിദ്യുച്ഛക്തി വിതരണം തുടങ്ങിയ സാമൂഹ്യ പ്രധാനങ്ങളായ സാമ്പത്തിക ശാഖകൾ ദേശസാൽക്കരിക്കുകയും ചെയ്യുന്നതുപോലുള്ള സമൂലപരിഷ്കാരങ്ങൾ നടപ്പിലാക്കാനുള്ള അവരുടെ പരിപാടി അന്ന് അമേരിക്കക്കാരെ അത്ര ബേജാറാക്കിയിരുന്നില്ല. ബാട്ടിസ്റ്റ ഉൾപ്പെടെയുള്ള ബൂർഷ്വാ രാഷ്ട്രീയക്കാർ ഇത്തരം പരിഷ്കാരങ്ങൾ മുൻപും എത്രയോ പ്രാവശ്യം പ്രഖ്യാപിച്ചിട്ടുള്ളതാണ്.

ഒടുവിൽ സംഭവിക്കേണ്ടത് സംഭവിക്കുകയും ഫിദൽ കാസ്ട്രോ വിജയിക്കുകയും ചെയ്താൽ തന്നെ, ബൂർഷ്വാ പരിഷ്കാരവുമായി രംഗപ്രവേശം ചെയ്തിരുന്ന മുൻ നേതാക്കളുമായെന്നപോലെ അദ്ദേഹവുമായും ഒരു 'ഒത്തുതീർപ്പിൽ' എത്താൻ കഴിയുമെന്നായിരുന്നു ക്യൂബയെ സംബന്ധിച്ച അമേരിക്കൻ സ്പെഷ്യലിസ്റ്റുകളുടെ ദൃഢവിശ്വാസം. ഇരുപതാം നൂറ്റാണ്ടിൽമാത്രം ലാറ്റിൻ അമേരിക്കയിൽ എൺപതിൽ കുറയാത്ത 'വിപ്ലവങ്ങൾ' നടന്നിട്ടുണ്ടെന്നും, അതുകൊണ്ടൊന്നും ആ മേഖലയിലെ യു എസ് സ്വാധീനം വർധിക്കുകയല്ലാതെ ഒട്ടും കുറഞ്ഞിട്ടില്ലെന്നും വാഷിങ്ടൺ തന്ത്രജ്ഞർക്ക് ഭംഗിയായി അറിയാമായിരുന്നു. ആത്മഹത്യക്ക് തയാറുള്ളവർ മാത്രമേ ഏതെങ്കിലും ലാറ്റിൻ അമേരിക്കൻ രാജ്യത്തുനിന്ന് യാങ്കി മൂലധനത്തെ തുരത്തിക്കളയാമെന്നു പ്രതീക്ഷിക്കൂവെന്നാണ് കരുതിയിരുന്നത്. വടക്കൻ രക്ഷാധികാരിയുടെ ഏതാണ്ടു കാൽച്ചോട്ടിലെന്നപോലെ കിടക്കുന്ന ക്യൂബയെ സംബന്ധിച്ചിടത്തോളം ഇത് മറ്റേതുരാജ്യത്തേയുംകാൾ ശരിയായിരുന്നതിനാൽ ഫിദൽ ആത്മഹത്യയ്ക്കാണ് ഭാവമെങ്കിൽ ആയിക്കൊള്ളട്ടെ എന്നായിരുന്നു അവരുടെ വിചാരം. ക്യൂബയെപ്പറ്റിയുള്ള വാഷിങ്ടൺ ചിന്താഗതി ചുരുക്കത്തിൽ ഇതെല്ലാമായിരുന്നു.

ഫിദൽ കാസ്ട്രോയുടെ ഓർഡറനുസരിച്ച് 1958 മാർച്ച് ആദ്യം റൗളിന്റെ നേതൃത്വത്തിലുള്ള ഒരു സൈനികനിര മലയിറങ്ങിച്ചെന്ന് എവിടുന്നോ കുറേ ട്രക്കുകൾ പിടിച്ചെടുത്തിട്ട് ബാട്ടിസ്റ്റയുടെ പട്ടാളം മുട്ടിനുമുട്ടിന് താവളമടിച്ചിരുന്ന ഒരു മേഖലയിലൂടെ എന്തോ മാസ്മരവിദ്യയാലെന്നപോലെ കടന്നുപോവുകയും സീറാ ഡെൽ ക്രിസ്റ്റലിൽ ചെന്നിട്ട് രണ്ടാമതൊരു സമരമുഖം ആരംഭിക്കുകയും ചെയ്തു. ഇതേ സമയത്തുതന്നെ അൽമേഡയുടെ കീഴിലുള്ള മറ്റൊരു സൈന്യനിര ഓറിയന്റ പ്രവിശ്യയുടെ കീഴക്കൻ ഭാഗത്തേക്ക് താവളം മാറ്റിയിട്ട് അവിടെനിന്നും വിജയകരമായ സൈനികനടപടികൾ ആരംഭിച്ചു.

1958 മാർച്ച് 12-ാം തീയതി ജൂലൈ 26 പ്രസ്ഥാനം ഫിദലിന്റെ ഒപ്പോടുകൂടിയ ഒരു വിജ്ഞാപനം പുറത്തിറക്കി. ബാട്ടിസ്റ്റയുടെ ഏകാധിപത്യത്തിനെതിരായ ഒരു പൊതുയുദ്ധം ആരംഭിക്കാനും ഏപ്രിൽ ഒന്നിനുശേഷം ഒരു നികുതി നിഷേധം നടത്താനും ഈ വിജ്ഞാപനം

സർവരേയും ആഹ്വാനം ചെയ്തു. പട്ടാളക്കാരോട് കലാപം നടത്തി വിപ്ലവകാരികളുടെ കൂടെ കൂടാനും ഇതിൽ അഭ്യർഥിച്ചിരുന്നു. ബാട്ടിസ്റ്റയ്ക്കെതിരായി രാജ്യവ്യാപകമായ ഒരു പൊതുപണിമുടക്കിൽ പങ്കെടുക്കാൻ ജനങ്ങളോടാകെയുള്ള ഒരു ആഹ്വാനവും ഇതിൽ ഉണ്ടായിരുന്നു.

പക്ഷേ, ഏപ്രിൽ 9–നു നിശ്ചയിച്ച പൊതുപണിമുടക്ക് നടന്നില്ല. ഇതെപ്പറ്റി ചെ തന്റെ ഓർമക്കുറിപ്പുകളിൽ എഴുതുന്നതിപ്രകാരമാണ്:

“ഏപ്രിൽ 9 സമാഗതമായെങ്കിലും ഞങ്ങളുടെ ശ്രമങ്ങളെല്ലാം വൃഥാവിലായതേയുള്ളു. ജൂലൈ 26 പ്രസ്ഥാനത്തിന്റെ ദേശീയ നേതൃത്വം ബഹുജനസമരതത്വങ്ങളെ പാടെ അവഗണിച്ചുകൊണ്ട് അവിചാരിതമായ പണിമുടക്ക് ആരംഭിക്കാൻ, മുന്നറിയിപ്പില്ലാതെ വെടിയാരംഭിക്കാൻ, തീരുമാനിച്ചു. തൊഴിലാളികൾ പണിമുടക്കാൻ വിസമ്മതിക്കുകയും പ്രഗത്ഭരായ പലരും മരണമടയുകയും ചെയ്തുവെന്നതുമാത്രമായിരുന്നു ഇതിന്റെ ഫലം. ഏപ്രിൽ 9 അമ്പേ പരാജയപ്പെട്ടു. ബാട്ടിസ്റ്റയുടെ ഭരണത്തെ അത് ഒരുതരത്തിലും പിടിച്ചുകുലുക്കിയില്ല.

എന്നു മാത്രവുമല്ല, പണിമുടക്ക് തകർത്തു കഴിഞ്ഞപ്പോൾ പട്ടാളത്തിലൊരു ഭാഗത്തെ ആ രംഗത്തു നിന്ന് പിൻവലിച്ചിട്ട് സീറാ മെസ്ത്രയിലെ വിപ്ലവകാരികളെ വകവരുത്താനായി ഓറിയന്റ പ്രവിശ്യയിലേക്കയയ്ക്കാനും ഗവൺമെൻറിനു കഴിഞ്ഞു. ഒരു രക്ഷാനിര പടുത്തുയർത്തിയിട്ട് പർവതങ്ങളുടെ ഉൾപ്രദേശങ്ങളിലേക്കു പിൻവാങ്ങാൻ ഞങ്ങൾ നിർബന്ധിതരായി. ഗവൺമെൻറാകട്ടെ സൈന്യങ്ങളെ സംഭരിച്ചുകൊണ്ട് ഞങ്ങൾക്കെതിരായി അവരെ കേന്ദ്രീകരിക്കാനും തുടങ്ങി. അങ്ങനെ, അവരുടെ സംഖ്യാബലം ഏകദേശം പതിനായിരത്തോടടുത്തപ്പോൾ മേയ് 25–ാം തീയതി ലാ മെഴ്സിഡെസ് എന്ന വാസകേന്ദ്രത്തിനടുത്തുവച്ച് അവർ ഞങ്ങൾക്കെതിരായ കടന്നാക്രമണത്തിന് ഒരുങ്ങി. ഈ സ്ഥലത്താണ് ഞങ്ങളുടെ അഡ്വാൻസ് പൊസിഷൻ സ്ഥിതിചെയ്തിരുന്നത്. ഒന്നിന് പത്തോ പതിനഞ്ചോ എന്ന കണക്കിന് സംഖ്യാബലമുള്ള ശത്രുവിനെതിരായി ഞങ്ങൾ രണ്ടു ദിവസത്തോളം ധീരമായി പിടിച്ചുനിന്നു. മോർട്ടാർ, ടാങ്ക്, വിമാനം തുടങ്ങിയ സർവവിധ സന്നാഹങ്ങളോടും കൂടിയതായിരുന്നു ഈ ആക്രമണം. അതിന്റെ മുന്നിൽ ഞങ്ങളുടെ കൊച്ചു ഗ്രൂപ്പ് പിൻവാങ്ങാൻ നിർബന്ധിതമായി.

ഇതിനിടയിൽ ശത്രു അവന്റെ ആക്രമണം ഊർജിതപ്പെടുത്തി. രണ്ടരമാസത്തെ കഠിനമായ പോരാട്ടത്തിൽ ശത്രുസൈന്യത്തിൽപ്പെട്ട ആയിരത്തോളം പേർ മരിക്കുകയോ ഒളിച്ചോടുകയോ ചെയ്തു. സീറാ മെസ്ത്രയ്ക്കെതിരായ ഈ അന്തിമ കടന്നാക്രമണത്തിൽ ബാട്ടിസ്റ്റയുടെ പട്ടാളത്തിന്റെ നടുവൊടിഞ്ഞെങ്കിലും അതിനിയും തോൽപ്പിക്കപ്പെട്ടു കഴിഞ്ഞിരുന്നില്ല...”

ബാട്ടിസ്റ്റയുടെ പട്ടാളത്തിന് സീറാ മെസ്ത്ര കീഴ്പ്പെടുത്താൻ കഴിഞ്ഞില്ല. താഴ്വരയിൽ റൗൾ കാസ്ട്രോയുടെ നേതൃത്വത്തിലായിരുന്ന

രണ്ടാം സമരമുഖത്തിനെതിരായും അവർക്ക് ഒന്നും ചെയ്യാൻ കഴിഞ്ഞില്ല. 1958–ന്റെ ഉത്തരാർധത്തിൽ ഓറിയന്റ പ്രവിശ്യയുടെ വടക്കു കിഴക്കുഭാഗത്തുള്ള 12,000 ചതു. കിലോമീറ്റർ പ്രദേശം വിപ്ലവകാരികളുടെ നിയന്ത്രണത്തിലായിരുന്നു. ഈ പ്രദേശത്ത് പുതിയൊരു വിപ്ലവഭരണക്രമം നിലവിൽവന്നു. ഇരുനൂറു സ്കൂളുകളും 300 കുടിപ്പള്ളിക്കൂടങ്ങളും ഇവിടെ നിലവിൽ വന്നു കഴിഞ്ഞിരുന്നു. നികുതികൾ പിരിച്ചിരുന്നതും വിപ്ലവകാരികളാണ്. കൂടാതെ ഒരു റേഡിയോസ്റ്റേഷനും ടെലിഫോൺ ശൃംഖലയും ഇവിടെ പ്രവർത്തനത്തിലുണ്ടായിരുന്നു. ചെറിയ ഏഴു വിമാനത്താവളങ്ങളും 12 ആശുപത്രികളും വിപ്ലവക്കോടതികളും ഇവിടെ ഉണ്ടായിരുന്നു. ഇവിടെനിന്ന് ഒരു പത്രം പ്രസിദ്ധീകരിക്കുകയും ചെയ്തിരുന്നു. കാർഷിക പരിഷ്കാരം നടപ്പിലാക്കാൻ തുടങ്ങുകയും ചെയ്തിരുന്നു...

ഈ വിപ്ലവകാരികളെ നേരിടുന്നതിലുള്ള പട്ടാളത്തിന്റെ കഴിവുകേട് ബാട്ടിസ്റ്റയുടെ തകർച്ചയുടെ മുന്നോടിയായിരുന്നു. സ്വന്തം സ്ഥാനമാനങ്ങൾ പോകാതെ അയാളെ എങ്ങനെ ഒഴിവാക്കാമെന്നതിനെപ്പറ്റി അയാളുടെ പരിവാരങ്ങളിൽപെട്ട ചിലർ ആലോചിക്കാൻ തുടങ്ങി. ബാട്ടിസ്റ്റയെ മാറ്റിയിട്ട് തൽസ്ഥാനത്ത് മറ്റൊരു ഏകാധിപതിയെ അവരോധിച്ചാൽ നന്നായിരിക്കുമെന്ന് ഓറിയന്റയിലെ സൈന്യാധിപനായ ജനറൽ കന്റീല്ലൊ ഫിദലിനോട് നിർദേശിച്ചു. ആ സ്ഥനത്തേക്ക് കന്റീല്ലൊ തന്റെ തന്നെ പേര് നിർദേശിക്കുകയും ചെയ്തു. ചെയുംകൂടി ഇരിക്കുമ്പോഴാണ് കന്റീല്ലൊയുടെ ദൂതനെ ഫിദൽ സ്വീകരിച്ചത്. അധികാരം മുഴുവൻ വിപ്ലവകാരികളെ ഏൽപ്പിക്കുന്ന ഒരു ഒത്തുതീർപ്പിനു മാത്രമേ താൻ തയാറാകൂ എന്ന് അദ്ദേഹം ഈ ദൂതനെ ധരിപ്പിക്കുകയും ചെയ്തു. ബാട്ടിസ്റ്റയേയും അയാളുടെ അനുചരന്മാരേയും അറസ്റ്റ് ചെയ്ത് കോടതിയിൽ ഹാജരാക്കാൻ തയാറുണ്ടോയെന്ന് അദ്ദേഹം കന്റീല്ലൊയോട് ചോദിച്ചു. ഒരു ഏകാധിപത്യവാഴ്ച അവസാനിപ്പിക്കുന്നതിനുള്ള ഒരേയൊരു മാർഗം ആ ഭരണത്തിന്റെ പട്ടാളത്തെ കീഴ്പ്പെടുത്തുകയെന്നതു മാത്രമാണ്. കൊട്ടാരവിപ്ലവം അതിനുള്ള ഒരു മാർഗമല്ല.

ഓഗസ്റ്റ് മാസമായതോടെ വിപ്ലവകാരികളുടെ രാഷ്ട്രീയവും സൈനികവുമായ സ്ഥിതി വീണ്ടും ഗണ്യമായി മെച്ചപ്പെട്ടു. പാർട്ടീഡൊ സോഷ്യലിസ്റ്റാ പോപ്പുലർ എന്ന പാർട്ടി ഒളിപ്പോർ നേതൃത്വവുമായി സമ്പർക്കം സ്ഥാപിച്ചു. പാർട്ടിയുടെ പോളിറ്റ് ബ്യൂറോ അംഗമായ കാർലോസ് റഫേൽ റൊഡ്രീഗെസിനും മറ്റു കമ്യൂണിസ്റ്റ് നേതാക്കന്മാർക്കും സീറാ മെസ്ത്ര സ്വാഗതമരുളി. ഏകാധിപത്യത്തിനും സാമ്രാജ്യത്വത്തിനുമെതിരായ ദീർഘകാല സമരാനുഭവം ഉള്ളവരായിരുന്നു ഈ നേതാക്കന്മാർ. കമ്യൂണിസ്റ്റുകാരുമായുള്ള സഹകരണത്തനു ഫിദലും ചെയും തയാറായിരുന്നു. തന്മൂലം ബാട്ടിസ്റ്റാ വിരുദ്ധശക്തികളുടെ മുന്നണി കൂടുതൽ ശക്തിപ്പെടുമെന്നും മുന്നണിയുടെ സാമ്രാജ്യത്വവിരുദ്ധ ദിശ കൂടുതൽ സ്പഷ്ടമാകുമെന്നും അവർ കരുതി. എന്നാൽ, ജൂലൈ 26 പ്രസ്ഥാ

നത്തിൽ കമ്യൂണിസ്റ്റുകാരോട് അവിശ്വാസമുള്ള ധാരാളം പേർ ശേഷിച്ചിരുന്നു.[2]

ബാറ്റിസ്റ്റയുടെ ഏകാധിപത്യത്തിന്റെ മരണമണി മുഴങ്ങാൻ തുടങ്ങിയിരുന്നു....

കുറിപ്പുകൾ

1 ക്യൂബയിൽ ചൈനീസ് വംശജരായ ഒരു ലക്ഷത്തോളമാളുകൾ താമസമുണ്ട്. 19-ാം നൂറ്റാണ്ടിന്റെ ഉത്തരാർധത്തിൽ കരിമ്പിൻ തോട്ടങ്ങളിൽ പണിയെടുപ്പിക്കാൻ കൊണ്ടുവരപ്പെട്ട കൂലിക്കാരുടെ സന്തതികളാണിവർ. ഇവരിൽ ബഹുഭൂരിപക്ഷവും തന്നാട്ടുകാരുമായി അലിഞ്ഞുചേർന്നിട്ടുണ്ട്.

2. ജൂലൈ 26 പ്രസ്ഥാനത്തിനോടും അതിലും വിശേഷിച്ച് ഫിദൽ കാസ്ട്രോയുടെ നേതൃത്വത്തിലുള്ള വിപ്ലവകാരികളോടുമുള്ള കമ്യൂണിസ്റ്റ് നിലപാടിനെ വളച്ചൊടിച്ചുകൊണ്ട് ക്യൂബൻ വിപ്ലവത്തിന്റെ ശത്രുക്കൾ ഒട്ടേറെ നുണകൾ കെട്ടിച്ചമച്ചിട്ടുണ്ട്. ഉദാഹരണത്തിന്, ഫിദൽ കാസ്ട്രോ ഒരു 'രഹസ്യ കമ്യൂണിസ്റ്റാണെ'ന്നാണ് ബാറ്റിസ്റ്റ പറഞ്ഞു പ്രചരിപ്പിച്ചിരുന്നത്. കമ്യൂണിസ്റ്റുകാരും വിപ്ലവകാരികളും തമ്മിൽ ബദ്ധവൈരമാണെന്നായിരുന്നു മറ്റുചിലരുടെ കണ്ടുപിടിത്തം. എന്നാൽ, സത്യത്തിൽ, അന്നുതന്നെ ഈ രണ്ടു പ്രസ്ഥാനങ്ങളും ഒരേ ആദർശങ്ങൾക്കുവേണ്ടിയാണ് പൊരുതിയിരുന്നത്. വിഭിന്നങ്ങളെങ്കിലും പരസ്പരപൂരകങ്ങളായിരുന്നു അവരുടെ മാർഗങ്ങൾ.
ബാറ്റിസ്റ്റയ്ക്കെതിരായ വിപ്ലവപ്പോരാട്ടത്തിനിടയിൽ ഇവരെ അകറ്റിനിറുത്തിയിരുന്ന അഭിപ്രായവ്യത്യാസങ്ങൾ പറഞ്ഞുതീർക്കുകയും അവർ തമ്മിൽ ഉറ്റ സമ്പർക്കം സ്ഥാപിക്കുകയും ചെയ്തിരുന്നു. ഈ സമ്പർക്കത്തിന്റെ ഫലമായാണ് ഒടുവിൽ ഒരു ഏകോപിത മാർക്സിസ്റ്റ്-ലെനിനിസ്റ്റ് പാർട്ടി ഉടലെടുത്തത്.

3

സാൻറാ ക്ലാരയിലൂടെ ഹവാനയിലേക്ക്

സർവസൈന്യാധിപനായ ഫിദൽ കാസ്ട്രൊ പുറപ്പെടുവിച്ച ഒരു ഓർഡറിൽനിന്ന്:
വിപ്ലവകാരികളുടെ സൈന്യനിരയെ സീറാ മെസ്ത്രയിൽനിന്ന് ലാ വില്ലാ പ്രവിശ്യയിലേക്ക് നയിച്ചിട്ട് വിപ്ലവസേന പ്ലാൻ ചെയ്തിട്ടുള്ള തന്ത്രമനുസരിച്ച് അവിടെ പ്രവർത്തനമാരംഭിക്കുന്ന ചുമതല മേജർ ഏണസ്റ്റോ ഗുവേരയെ ഏൽപ്പിക്കുന്നു.

സീറാ മെസ്ത്ര,
1958 ഓഗസ്റ്റ് 21, 21:00.

ആയിരത്തി തൊള്ളായിരത്തി അമ്പത്തിയെട്ട് ഓഗസ്റ്റ് മധ്യത്തിൽ വിപ്ലവസേനയുടെ സർവസൈന്യാധിപനായ ഫിദൽകാസ്ട്രൊ ബാട്ടിസ്റ്റാ ഭരണത്തിന്റെ കുഴിതോണ്ടിയ ആ കടന്നാക്രമണത്തിനുള്ള പൊതുപരിപാടി ആവിഷ്കരിച്ചു. അത്യന്തം സാഹസികമെങ്കിലും തന്ത്രപരമായ ഉറപ്പുള്ളതും രാഷ്ട്രീയമായി നല്ല അടിത്തറയുള്ളതുമായിരുന്നു ഈ പരിപാടി. ബാട്ടിസ്റ്റയ്ക്ക് ആ സമയത്തും ഇരുപതിനായിരത്തോളമുള്ള ഒരു സൈന്യമുണ്ടായിരുന്നുവെന്നത് ശരിയാണ്. ടാങ്കുകളും വിമാനങ്ങളും യു എസ് എ യിൽനിന്ന് അനുസ്യൂതമായി പ്രവഹിച്ചുകൊണ്ടിരുന്ന മറ്റ് ആയുധങ്ങളും കൊണ്ടു സജ്ജവുമായിരുന്നു ഈ സൈന്യം. കൂടാതെ, അരഡസനോളം ഇന്റലിജൻസ്-കൗണ്ടർ ഇന്റലിജൻസ് ഏജൻസികളും ആയിരക്കണക്കിനു പൊലീസുകാരും ഒറ്റുകാരും പ്രത്യേക പരിശീലനമുള്ള മർദക യൂണിറ്റുകളും ഈ ഏകാധിപതിയുടെ സേവനത്തിനുണ്ടായിരുന്നു. ഈ കൊലയാളികൾക്ക് പിന്നിൽ സി ഐ എ യിൽനിന്നും എഫ് ബി ഐയിൽനിന്നുമുള്ള 'അട്ടിമറിപ്പൻ ആചാര്യന്മാരും' തല

ഉയർത്തിനിന്നിരുന്നു. ബാട്ടിസ്റ്റയുടെ കൈവശം കോടിക്കണക്കിനു ഡോളറും ഉണ്ടായിരുന്നു. അതേസമയം, വിപ്ലവകാരികളുടെ സൈന്യത്തിലാണെങ്കിൽ വേണ്ടത്ര ആയുധങ്ങൾപോലുമില്ലാത്ത നൂറു കണക്കിനു യോദ്ധാക്കൾ മാത്രമാണുണ്ടായിരുന്നത്. എന്നിട്ടും വിജയം നേടിക്കളയാമെന്ന അവരുടെ പ്രതീക്ഷ വെറും ഭാവനാസൃഷ്ടമല്ലെന്ന് ആരു പറയും? എന്നാൽ, ഇത്തവണ വിപ്ലവകാരികളുടെ കണക്കുകൂട്ടലുകൾ ശരിയായിരുന്നു. വിപ്ലവത്തിന്റെ കണക്കെഴുത്ത് പിഴച്ചില്ല.

ബലാബലം നോക്കുമ്പോൾ ത്രാസ് ബാട്ടിസ്റ്റയ്ക്കനുകൂലമായാണ് താണുനിന്നിരുന്നതെന്നതിൽ സംശയമില്ല. പക്ഷേ, ഉപയോഗിക്കാൻ ആളില്ലെങ്കിൽ ആയുധങ്ങൾക്ക് വെറും പഴഞ്ചൻ ഇരുമ്പുസാധനങ്ങളുടെ പോലും വിലയുണ്ടാവില്ലല്ലോ. ബാട്ടിസ്റ്റയുടെ പട്ടാളക്കാർ രണ്ടുകൊല്ലം മുമ്പത്തേതിന്റെ വെറും നിഴലുകൾ മാത്രമായിരുന്നു. വിപ്ലവകാരികളുമായി ഏറ്റുമുട്ടാൻ പോകുന്നത് കാട്ടുതാറാവിനെ വെടിവയ്ക്കാൻ പോകുന്നതുപോലെ അല്ലെന്നും ജീവൻ പണയം വച്ചാൽ മാത്രമേ അവരെ നേരിടാൻ കഴിയൂവെന്നും ഈ പട്ടാളക്കാർക്ക് മനസിലായിരുന്നു. അതിനാൽ ബാട്ടിസ്റ്റയ്ക്കുവേണ്ടി പൊരുതിമരിക്കാൻ അവരിൽ പലരും തയാറായിരുന്നില്ല. ഓഫീസർമാർക്കിടയിലും അസംതൃപ്തി പടർന്നുപിടിക്കുകയായിരുന്നു. വിപ്ലവകാരികൾക്കെതിരായ പോരാട്ടത്തിലെ പരാജയത്തിന് അവർ ബാട്ടിസ്റ്റയെയാണ് കുറ്റപ്പെടുത്തിയത്. അയാൾ ഭീരുവാണെന്ന് അവർ കുറ്റപ്പെടുത്തി. ഒരിക്കൽപോലും യുദ്ധമുന്നണി സന്ദർശിച്ചിട്ടില്ലാത്ത അയാൾ സാന്റിയാഗൊയിൽപോലും പോകാൻ ധൈര്യപ്പെട്ടിരുന്നില്ല. ക്യൂബൻ ജനത നാട്ടിൽ നടമാടിയിരുന്ന അക്രമവും അഴിഞ്ഞാട്ടവും വെട്ടിപ്പും തട്ടിപ്പും തോന്ന്യാസങ്ങളും കൊണ്ട് മടുത്തിരുന്നു. ബാട്ടിസ്റ്റയ്ക്ക് അധികനാൾ അധികാരത്തിൽ തുടരാൻ കഴിയില്ലെന്ന് എല്ലാവർക്കും ബോധ്യമായി. പള്ളിപോലും അയാൾക്കെതിരായി തിരിഞ്ഞു. തോട്ടം ഉടമകളുടെയും പഞ്ചസാരപ്രഭുക്കളുടെയും സ്ഥിതിയും അതുതന്നെയായിരുന്നു. തങ്ങളുടെ വസ്തുവകകൾ കൊള്ളിവയ്ക്കപ്പെടുമെന്ന പേടികാരണം അവർ നികുതി നൽകിയിരുന്നത് ഫിദലിനാണ്. ബാട്ടിസ്റ്റയോടൊപ്പം മുങ്ങിമരിക്കാൻ അയാളുടെ പഴയ ചങ്ങാതിമാരാരും തയാറുണ്ടായിരുന്നില്ല. യു എസ് എ യിലെ ഭരണ വൃത്തങ്ങൾക്കിടയിൽ പോലും 'ഹവാനയിലെ നമ്മുടെ ആളിനെ' കൈ ഒഴിക്കണമെന്നാവശ്യപ്പെടുന്ന അഭിപ്രായങ്ങൾ പൊന്തിവരാൻ തുടങ്ങി. സത്യത്തിൽ, കൊള്ളക്കാരായ അമേരിക്കൻ കുത്തകകൾ തങ്ങളുടെ ഒരു 'നിധി'പോലെ കരുതിയിരുന്ന ഈ ദ്വീപിലെ 'ശാന്തിയും സമാധാനവും' നിലനിർത്താൻ ഈ മുൻസാർജന്റിന് കഴിയില്ലെങ്കിൽ പിന്നെ ആർക്കാണ് അയാളെ വേണ്ടിയിരുന്നത്!

സംഖ്യാബലത്തിലെന്നപോലെ ജനങ്ങളാകെത്തന്നെ, വിശേഷിച്ചും തൊഴിലാളികളും കർഷകരും, പ്രദർശിപ്പിക്കുന്ന അനുഭാവത്തിന്റെ കാര്യത്തിലും വിപ്ലവകാരികളുടെ കരുത്ത് കൂടിക്കൂടി വരികയായിരുന്നു. എല്ലാ

യിടങ്ങളിലുമുള്ള കർഷകർ ഇപ്പോൾ വിപ്ലവകാരികളെ പിന്താങ്ങിയിരുന്നു. എന്നു മാത്രമല്ല അവരുടെ യോദ്ധാക്കളിൽ ഭൂരിപക്ഷവും കർഷക വിഭാഗത്തിൽ പെട്ടവരുമായിരുന്നു. ഇവർ തങ്ങളുടെ ശരിയായ രക്ഷിതാക്കളും ആത്മമിത്രങ്ങളുമാണെന്ന് പാവപ്പെട്ട കൃഷീവലർക്കു വിശ്വാസം വന്നുകഴിഞ്ഞിരുന്നു. തൊഴിലാളികൾ, വിദ്യാർഥികൾ, ബുദ്ധിജീവികൾ, പലതരം ബൂർഷ്വാ വൃത്തങ്ങൾ തുടങ്ങിയവരുടെ പിന്തുണയും വിപ്ലവകാരികൾക്ക് കിട്ടിയിരുന്നു. ബൂർഷ്വാവൃത്തങ്ങൾ അവരുടേതായ സ്ഥാപിതതാൽപ്പര്യത്തോടെയാണ് ഈ പിന്തുണ നൽകിയിരുന്നതെന്നു പറയേണ്ടതില്ലല്ലൊ. പുരോഹിത വിഭാഗത്തിൽപെട്ടവർപോലും ഫിദലിനോടുള്ള ആദരവ് കാണിക്കാൻ ഓണംകേറാമൂലയിലുള്ള സീറാ മെസ്ത്രയിലെ ഹെഡ് ക്വാർട്ടേഴ്സിൽ വരികയുണ്ടായി. നാട്ടുകാരും വിദേശികളുമായി പത്രക്കാർ ഇടംവലംതിരിയാൻ സമ്മതിക്കാത്തമട്ടിൽ ഫിദലിനു ചുറ്റും കൂടി. ഇക്കൂട്ടത്തിൽ സി ഐ എ യുടെ ഏജന്റന്മാരായി പ്രവർത്തിക്കുന്ന പത്രക്കാരുമുണ്ടായിരുന്നു. ഫിദലിന്റെ ഉൽപ്പതിഷ്ണുത എത്രത്തോളമുണ്ടെന്നും, സംഭവിക്കാൻ പാടില്ലാത്തത് സംഭവിച്ച് ഭരണാധികാരം ഫിദലിന്റെ കൈകളിലായാൽ അമേരിക്കയ്ക്ക് അദ്ദേഹവുമായി ഒത്തുതീർപ്പിലെത്താൻ കഴിയുമോയെന്നും മണത്തറിയുകയായിരുന്നു ഇവരുടെ ജോലി. സി ഐ എ ഏജന്റന്മാർപോലും മലമേടുകളിൽ വന്നു താവളമടിക്കാൻ തയാറായത് ഇരുപതാം നൂറ്റാണ്ടിലെ റോബിൻ ഹുഡ് എന്നു വിളിക്കാവുന്ന ഈ ഒളിപ്പോർ നേതാവിന്റെ, ഐതിഹ്യങ്ങൾ സൃഷ്ടിച്ചുകൊണ്ട് നീതിക്കും സ്വാതന്ത്ര്യത്തിനും വേണ്ടി പോരാടുന്ന ഈ വീരയോദ്ധാവിന്റെ വർധിച്ചുവന്ന ജനസമ്മതിയേയും ജനസ്വാധീനത്തേയുമാണ് വിളിച്ചറിയിച്ചത്.

ഫിദൽ കാസ്ട്രൊ പ്ലാൻ ചെയ്ത ഈ തന്ത്രം എന്തായിരുന്നു. ഒരതിരുവരെ ഇത് സ്പാനിഷ് കൊളോണിയലിസ്റ്റുകൾക്കെതിരെ അടരാടിയ മംബീസെ എന്ന ക്യൂബൻ ദേശാഭിമാനികളുടെ പരിപാടിയെ അനുസ്മരിപ്പിക്കുന്നതായിരുന്നു. ഇതനുസരിച്ച് ഫിദലിന്റെയും റൗളിന്റേയും കീഴിലുള്ള രണ്ടു കോളങ്ങൾ സാന്റിയാഗൊ നഗരം വളഞ്ഞു പിടിക്കണമെന്നും, കമീല്ലൊ സീൻഫ്യുഗോസിന്റെ രണ്ടാം കോളം പടിഞ്ഞാറുള്ള പിനാർ ഡെൽ റിയൊ പ്രവിശ്യയിൽ കേന്ദ്രീകരിച്ചു പ്രവർത്തിക്കണമെന്നും ചെയുടെ എട്ടാം കോളം – സിറൊ റെഡോണ്ടൊ എന്ന ധീരനായ ക്യാപ്റ്റന്റെ പേരിലുള്ളതായിരുന്നു ഈ കോളം–മധ്യഭാഗത്തുള്ള ലാവില്ലാ പ്രവിശ്യയിലേക്ക് തള്ളിക്കയറണമെന്നുമായിരുന്നു നിശ്ചയം. ചെയുടെ ഈ സൈന്യവിഭാഗം ലാവില്ലായുടെ തലസ്ഥാനമായ സാന്റാക്ലാര പിടിച്ചെടുത്തിട്ട് അവിടെ നിന്ന് ഹവാനയിലേക്ക് മുന്നേറണമെന്നും നിശ്ചയിച്ചിരുന്നു. അതേ സമയംതന്നെ കമീല്ലൊ സീൻഫ്യുഗോസിന്റെ സൈന്യം പടിഞ്ഞാറുനിന്ന് ഹവാനയിലേക്ക് നീങ്ങണമെന്നും തീരുമാനിച്ചിരുന്നു. ഇതിൽ ഏറ്റവും പ്രയാസമേറിയ ദൗത്യം ചെയുടേതായിരുന്നു. ശത്രുസൈന്യങ്ങൾ ഏറ്റവുമധികം കേന്ദ്രീകരിച്ചിരുന്നത് അവിടെയായി

രുന്നുവെന്നത് മാത്രമല്ല ഈ വൈഷമ്യത്തിനുള്ള കാരണം. ഈ പ്രദേശം തങ്ങളുടെ സ്വാധീനമേഖലയാണെന്ന വിചാരമുള്ള സായുധരായ മറ്റു ബാട്ടിസ്റ്റാ വിരുദ്ധഗ്രൂപ്പുകളും ഇവിടെ രംഗത്തുണ്ടായിരുന്നു. ഈ കൊച്ചു കൊച്ചു ഗ്രൂപ്പുകളെ തമ്മിൽ ഒരുമിപ്പിച്ച് അവരുടെ പ്രവർത്തനങ്ങളെ കൂട്ടിയിണക്കുകയും കമ്യൂണിസ്റ്റ് വിരോധം മറന്ന് പർട്ടിഡൊ സോഷ്യലിസ്റ്റാ പോപ്പുലറുമായി സഹകരിക്കാൻ അവരെക്കൊണ്ട് സമ്മതിപ്പിക്കുകയും ചെയ്യേണ്ടത് ചെയുടെ ഒരു ജോലിയായിമാറി.

ഫിദലിന്റെ ഓർഡറനുസരിച്ച് ലാവില്ലയിലെ പട്ടണങ്ങളിലും ഗ്രാമങ്ങളിലുമുള്ള എല്ലാ വിപ്ലവസൈന്യങ്ങളുടേയും കമാൻഡറായി ചെ നിയമിക്കപ്പെട്ടു. വിപ്ലവകാരികൾ നിശ്ചയിച്ചിരുന്ന നികുതികൾ പിരിച്ച്, അതിൽനിന്നു കിട്ടുന്ന പണം സൈനികാവശ്യങ്ങൾക്കായി തിരിച്ചുവിടുക, ശിക്ഷാനിയമത്തിനു അനുരോധമായി നീതിന്യായ നിർവഹണം നടത്തുക, വിപ്ലവസൈന്യത്തിന്റെ നിയന്ത്രണത്തിൽ വന്ന പ്രദേശങ്ങളിൽ അവരുടെ കാർഷിക നിയമം നടപ്പിലാക്കുക, വിപ്ലവത്തിന്റെ സൈനികപ്രവർത്തനങ്ങൾ സുശക്തമാക്കാൻ പറ്റും വിധം ഒരൊറ്റ സൈന്യത്തെ രുപീകരിക്കുന്നതിനായി ഒന്നിപ്പിക്കാൻ കഴിയുന്ന പ്രവിശ്യയിലെ വിപ്ലവശക്തികളുമായി ചേർന്ന് സൈനിക നടപടികളും പദ്ധതികളും ഭരണപരവും സൈനികവുമായ ഡിക്രികളും കൂട്ടിയിണക്കിക്കൊണ്ടുപോവുക, അപ്പപ്പോൾ ആവശ്യമായ സൈനിക യൂണിറ്റുകൾ സംഘടിപ്പിച്ച് കോളം കമാൻഡർവരെയുള്ള വിവിധ സ്ഥാനങ്ങളിലേക്ക് ഓഫീസർമാരെ നിയമിക്കുക എന്നതിന്റെയെല്ലാം ഉത്തരവാദിത്വം അദ്ദേഹത്തിനായിരുന്നു.

ഈ ഓർഡർ കിട്ടിയ ഉടനെ മിനാസ് ഡെൽ ഫ്രിയൊ എന്ന ഗ്രാമത്തിൽ താൻ സ്വയംതന്നെ സ്ഥാപിച്ച് മേൽനോട്ടം നടത്തിവന്നിരുന്ന ഒളിപ്പോർ വിദ്യാലയത്തിൽനിന്നു പഠിച്ചു പുറത്തറങ്ങിയവരെക്കൂടി ചേർത്ത് ചെ തന്റെ സൈന്യവിഭാഗം കൂടുതൽ സുശക്തമാക്കി. തന്റെ ഭടന്മാർക്ക് അദ്ദേഹം നേരത്തെതന്നെ മുന്നറിയിപ്പു കൊടുത്തു. “ആദ്യത്തെ വിമാനത്തിന്റെ ഇരമ്പൽ കേൾക്കുമ്പോൾ തന്നെ മാളത്തിലേക്കു വലിയുന്ന പേടിത്തൊണ്ടന്മാരെ എനിക്കാവശ്യമില്ല.”

ഒളിപ്പോരുകാർക്കുണ്ടായിരുന്നതിൽ ഏറ്റവും മേത്തരം ആയുധങ്ങൾ അവർക്കിടയിൽ വിതരണം ചെയ്യപ്പെട്ടു.

ഓഗസ്റ്റ് 27-ാം തീയതി ചെ തന്റെ ഓഫീസർമാരെ എൽ ജി ബാറൊ ഗ്രാമത്തിൽ വിളിച്ചുകൂട്ടുകയും പർവതപ്രദേശങ്ങൾ വിട്ട് താഴ്വരയിലേക്കിറങ്ങിച്ചെന്ന് യുദ്ധം ആരംഭിക്കാനുള്ള തീരുമാനം അവരെ അറിയിക്കുകയും ചെയ്തു. പക്ഷേ, ആ ദൗത്യത്തിന്റെ എല്ലാ വിശദാംശങ്ങളും അദ്ദേഹം വ്യക്തമാക്കിയില്ല. അദ്ദേഹം ഓഫീസർമാരോട് പറഞ്ഞു. “നമ്മുടെ സൈന്യത്തിൽ പകുതിയും ഈ യുദ്ധത്തിൽ നശിച്ചെന്നുവരാം. നമ്മളിൽ ഒരാൾ മാത്രമേ ശേഷിച്ചിട്ടുള്ളുവെന്നും വരാം. എങ്കിലും, സർവസൈന്യാധിപനായ ഫിദൽ കാസ്ട്രൊ നമ്മെ ഭരമേൽപിച്ച കൃത്യം നിറവേറ്റുമെന്നു നാം ഉറപ്പു വരുത്തും. ഈ കുഴപ്പത്തിൽ ചെന്നു ചാടാൻ

ഇഷ്ടമില്ലാത്തവർക്ക് ഇവിടുന്നുതന്നെ വിട്ടുപോകാം. ആരും അയാളെ ഭീരുവെന്നു വിളിക്കില്ല." കുറച്ചുപേർ ആ മലമുകളിൽ തന്നെ നിൽക്കാൻ തീരുമാനിച്ചെങ്കിലും ബഹുഭൂരിപക്ഷവും ഭാവിപരിപാടികളിൽ പങ്കെടുക്കാൻ തയാറായി മുന്നോട്ടുവരികയാണുണ്ടായത്.

റൗളിന്റെ ഭടന്മാർ ചെയ്തതുപോലെ ട്രക്കുകൾ ഉപയോഗിച്ച് ഗ്രാമീണനിരത്തുകളിലൂടെ പോയാൽ നാലു ദിവസംകൊണ്ട് ചെയുടെ സൈന്യനിരയ്ക്ക് ലാവില്ലാ പ്രവിശ്യയിൽ എത്താൻ കഴിയുമെന്നാണ് വിചാരിച്ചിരുന്നത്. പക്ഷേ, ഭാഗ്യം ചെയുടെ പക്ഷത്തായിരുന്നില്ല.

ഓഗസ്റ്റ് 30–ാം തീയതി എട്ടാം കോളം പർവതപ്രദേശം വിട്ട് മൻസാനില്ലൊയിലേക്ക് യാത്ര തിരിച്ചു. നിരവധി ലോറികൾ അവിടെ അവരെ കാത്തു കിടന്നിരുന്നു. വിദേശത്തു നിന്നുള്ള കുറേ ആയുധങ്ങളും വെടിക്കോപ്പുകളുമായി ഒരു വിമാനം തൽക്കാലത്തേക്കുണ്ടാക്കിയ എയർസ്ട്രിപ്പിൽ വന്നിറങ്ങുമെന്നറിവുണ്ടായിരുന്നു. പറഞ്ഞിരുന്നതുപോലെ വിമാനം വന്നിറങ്ങിയെങ്കിലും ശത്രുക്കൾ അതു കണ്ടുപിടിക്കുകയും എയർസ്ട്രിപ്പിനേയും ചുറ്റുമുള്ള പ്രദേശത്തേയും ലാക്കാക്കി പീരങ്കിയുണ്ടകൾ വർഷിക്കാൻ തുടങ്ങുകയും ചെയ്തു. രാത്രി മുഴുവൻ ഇതു നീണ്ടുനിന്നു. നേരംവെളുത്തപ്പോഴേക്ക് ശത്രു ആ എയർസ്ട്രിപ്പിലെത്തുകയും ചെയ്തു. വിമാനം ശത്രുവിന്റെ കൈയിൽപ്പെടുമെന്ന് ഭയന്ന് അതു നശിപ്പിച്ചേക്കാൻ ചെ ഓർഡറിട്ടു. ട്രക്കുകളും നശിപ്പിക്കേണ്ടതായിവന്നു. കാരണം, ബാട്ടിസ്റ്റയുടെ പട്ടാളം വിപ്ലവകാരികളുടെ പെട്രോൾ ട്രക്ക് പിടിച്ചെടുത്തതിനാൽ അവർക്ക് പെട്രോൾ കിട്ടാൻ മാർഗമുണ്ടായിരുന്നില്ല. ഈ പരാജയം വകവയ്ക്കാതെ ചെ തന്റെ സൈന്യത്തെ പടിഞ്ഞാറോട്ട് നയിച്ചു. മൻസാനില്ലൊയ്ക്കും ബയാമൊയ്ക്കും മധ്യേയുള്ള സെൻട്രൽ ഹൈവേയിൽവച്ച് ഏതെങ്കിലും കുറേ ട്രക്കുകൾ കരസ്ഥമാക്കാമെന്നായിരുന്നു പ്രതീക്ഷ.

ട്രക്കുകൾക്കായി അധികം കാത്തുനിൽക്കേണ്ടിവന്നില്ലെങ്കിലും പ്രചണ്ഡമായ ഒരു കൊടുങ്കാറ്റും പേമാരിയും കാരണം മെറ്റലിടാത്ത റോഡുകൾ മുഴുവൻ കുത്തി ഒലിച്ചുപോയതിനാൽ അവർക്ക് ആ വാഹനങ്ങൾ ഉപയോഗപ്പെടുത്താൻ കഴിഞ്ഞില്ല. വലിയൊരു ശത്രുസൈന്യത്തിന്റെ കാവലിലായിരുന്ന സെൻട്രൽ ഹൈവേയിലൂടെയുള്ള യാത്ര വളരെ അപകടം നിറഞ്ഞതായിരുന്നു.

"ലോറിയിൽ പോകാമെന്നുള്ള വിചാരം ഞങ്ങൾക്കുപേക്ഷിക്കേണ്ടിവന്നു", ചെ അനുസ്മരിക്കുന്നു: "അവിടുന്നങ്ങോട്ട് കാൽനടയായോ കുതിരപ്പുറത്തോ ആയി ഞങ്ങളുടെ യാത്ര. ധാരാളം സുഹൃത്തുക്കളുള്ള ഓറിയന്റ് പ്രവിശ്യയിലൂടെയാണ് പോയിരുന്നതെങ്കിലും ഓരോ ദിവസം കഴിയുംതോറും മുന്നോട്ടുള്ള പോക്ക് കൂടുതൽ കൂടുതൽ പ്രയാസകരമായിത്തീർന്നു. കൈയിലുള്ള ആയുധങ്ങളും വെടിക്കോപ്പുകളും നനയാതെ സുരക്ഷിതമായിവച്ചുകൊണ്ട് കുലംകുത്തിയൊഴുകിയിരുന്ന നദികളും അരുവികളും കടക്കാൻ ഞങ്ങൾക്ക് നന്നേ ബദ്ധപ്പെടേണ്ടിവന്നു. ഇതിനിടയിൽ യാത്രയ്ക്ക് പുതിയ കുതിരകളെ തേടേണ്ടതായും വന്നു.

ഓറിയന്റയിൽനിന്ന് കൂടുതൽ അകന്നതോടെ ജനവാസകേന്ദ്രങ്ങൾ ഒഴിവാക്കാൻ ശ്രമിക്കേണ്ടതായും വന്നു."

സെപ്തംബർ 9–ാം തീയതി ലാഫെഡെറിൽ എന്ന സ്ഥലത്തുവച്ച് ചെയുടെ സൈന്യത്തിന് അവിടെ പതുങ്ങിയിരുന്നിരുന്ന ഒരു ശത്രുദളവുമായി ഏറ്റുമുട്ടേണ്ടിവന്നു. ആ ദളത്തിൽപ്പെട്ട രണ്ടുപേരെ കൊല്ലുകയും അഞ്ചുപേരെ തടവുകാരാക്കുകയും ചെയ്തുകൊണ്ട് അവരെ നശിപ്പിക്കാൻ കഴിഞ്ഞെങ്കിലും വിപ്ലവകാരികൾക്കും കുറേ നാശനഷ്ടമുണ്ടായി. അവരുടെ രണ്ടുപേർ മരിക്കുകയും അഞ്ചുപേർക്ക് പരുക്കേൽക്കുകയും ചെയ്തു. അവർ ശത്രുവിന്റെ ദൃഷ്ടിയിൽ പെട്ടു കഴിഞ്ഞിരുന്നു. തൊട്ടുപുറകിലെന്നോണം ശത്രു അവരെ പിന്തുടരുകയും ചെയ്തു.

സമാന്തരമായി നീങ്ങിക്കൊണ്ടിരുന്ന സീൻഫ്യൂഗോസിന്റെ യൂണിറ്റ് താമസിയാതെ ചെയുമായി ചേരുകയും, പിന്നീട് കുറച്ചു ദൂരത്തേക്ക് ഈ സൈന്യനിരകൾ ബാട്ടിസ്റ്റയുടെ പട്ടാളത്തിന്റേയും വിമാനങ്ങളുടേയും ഇടവിടാതെയുള്ള ആക്രമണങ്ങളെ ചെറുത്തുകൊണ്ട് ഒന്നിച്ച് നീങ്ങുകയും ചെയ്തു.

ആൾപ്പാർപ്പില്ലാത്ത നിമ്നങ്ങളായ ചതുപ്പുനിലങ്ങളിലൂടെയാണ് അടുത്തതായി അവർക്ക് പോകേണ്ടിയിരുന്നത്. ഇവിടെ കാർമേഘങ്ങൾ പോലെ തിങ്ങിപ്പറക്കുന്ന കൊതുകിൻകൂട്ടം അവരെ പിന്തുടർന്നിരുന്നു. അവയെ ഓടിക്കുന്നത് ബാട്ടിസ്റ്റയുടെ പട്ടാളത്തെ തുരത്തുന്നതിലും പ്രയാസവുമായിരുന്നു.

തന്റെ സൈന്യം 'ചെ ഗുവേരയുടെ കൂളിസംഘ'ത്തെ തകർത്തു തരിപ്പണമാക്കിയെന്നുള്ള ജനറൽ ടാബർനില്ലയുടെ ഒരു പ്രക്ഷേപണം വഴിക്കൊരിടത്തുവച്ച് അവർ കേൾക്കാനിടയായി. ബാട്ടിസ്റ്റയുടെ പ്രധാന സിൽബന്ധികളിലൊരാളായ ഈ സൈന്യാധിപന്റെ വീമ്പിളക്കൽ കേട്ട് അവരെല്ലാം ചിരിച്ചെങ്കിലും അതുകൊണ്ട് അവരുടെ പൊതുവിലുള്ള ഉത്സാഹം വലുതായൊന്നും വർധിച്ചില്ല.

"നമ്മുടെ ഭടന്മാർ ക്രമേണ നിരാശയ്ക്ക് അടിമപ്പെടുകയായിരുന്നു." ചെ എഴുതി: "വിശപ്പും ദാഹവും ക്ഷീണവും, നിത്യേനയെന്നോണം ഞങ്ങളുടെ മേലുള്ള പിടി മുറുക്കിക്കൊണ്ടിരുന്ന ശത്രുവിനെതിരായി ഒന്നും ചെയ്യാനാവില്ലെന്ന നിസ്സാഹായതാബോധവും, ഓരോ ചുവടുവയ്പും ദുസ്സഹമാക്കിയ ഒരുതരം വളംകടിയും എല്ലാംകൂടി ഞങ്ങളെ ഞങ്ങളല്ലാതാക്കിത്തീർത്തു. വിഷമിച്ച്, വളരെ വിഷമിച്ച്, ഞങ്ങൾ മുന്നോട്ടു നീങ്ങി. ഓരോ ദിവസം കഴിയുന്തോറും സൈനികരുടെ ആരോഗ്യം അമ്പേ തകർന്നുകൊണ്ടിരുന്നു. അതിനിടയിൽ ലഭിച്ചിരുന്ന തുച്ഛമായ ആഹാരം അവരുടെ ശോചനീയമായ സ്ഥിതി ഒരു വിധത്തിലും മെച്ചപ്പെടുത്തുന്നതുമായിരുന്നില്ല.

ബറാഗ്വ പഞ്ചസാര ഫാക്ടറിക്ക് സമീപത്തുവച്ച് വളയപ്പെട്ടപ്പോഴാണ് ഞങ്ങളുടെ ഏറ്റവും പ്രയാസം നിറഞ്ഞ ദിവസങ്ങൾ ആരംഭിച്ചത്. കുടിക്കാൻ ഒരു തുള്ളിവെള്ളംപോലും കൂടാതെ ഒരു ചീഞ്ഞളിഞ്ഞ ചതുപ്പു

നിലത്തിൽ അഭയംതേടാൻ ഞങ്ങൾ നിർബന്ധിതരായി. നിമിഷത്തിന്റെ പോലും ഇളവുകൂടാതെ ആകാശത്തുനിന്ന് ഞങ്ങൾക്കെതിരായ ആക്രമണം നടന്നുകൊണ്ടിരുന്നു. എഴുന്നേറ്റു നിൽക്കാൻപോലും നിവൃത്തിയില്ലാത്ത സഖാക്കളെ ആ മലമുകളിലൂടെ കയറ്റിക്കൊണ്ടുപോകുന്നതിന് ഒരൊറ്റ കുതിരപോലും ഞങ്ങളുടെ പക്കലുണ്ടായിരുന്നില്ല. ചെളിനിറഞ്ഞ ഉപ്പുവെള്ളത്തിൽ നടന്ന് നടന്ന് ഞങ്ങളുടെ പാദരക്ഷകൾ ശരിക്കും ദ്രവിച്ചുപോയി. മുള്ളുകൾ കുത്തിക്കൊണ്ട് കാലിന്റെ അടി ഭാഗം നീറാൻ തുടങ്ങി. ഭഗീരഥ പ്രയത്നം കഴിച്ച് ശത്രുവലയത്തിൽനിന്നു പുറത്തുകടന്ന് ജുക്കാറോയിൽ നിന്ന് മൊറോണിലേക്കുള്ള വഴിയിലെത്തുന്നതുവരെ ഞങ്ങളുടെ സ്ഥിതി അത്യന്തം പരിതാപകരമായിരുന്നു. ചരിത്രപ്രസിദ്ധമാണ് ആ സ്ഥലം. ക്യൂബൻ ദേശാഭിമാനികളും സ്പാനിഷ് സൈന്യങ്ങളും തമ്മിൽ കഴിഞ്ഞ നൂറ്റാണ്ടിൽ ഏറ്റവും ഭയാനകമായ ഒരു പോരാട്ടം നടന്നത് ഇവിടെവച്ചാണ്. അവിടെയെത്തി അൽപ്പമൊന്നു ശ്വാസംവിടാൻ തുടങ്ങിയപ്പോഴേക്ക് ഭയങ്കരമായ ഒരു മഴയും ആരംഭിച്ചു. അതുപോരാഞ്ഞിട്ടെന്നോണം ശത്രു തൊട്ടു പുറകിലുണ്ടായിരുന്നു. അതിനാൽ, യാത്ര തുടരാതിരിക്കാൻ ഞങ്ങൾക്ക് നിവൃത്തിയുണ്ടായിരുന്നില്ല. ബലക്ഷയം കൊണ്ടു പൊറുതിമുട്ടിയ സൈനികരുടെ ഉന്മേഷം ഇടിഞ്ഞുകൊണ്ടേയിരുന്നു. പക്ഷേ, അങ്ങനെ എല്ലാവരും നിരാശാഗർത്തത്തിൽ ആണ്ടുപോയിരുന്ന ആ അവസരത്തിൽ, നാണംകെടുത്തലും അനുനയവും ചീത്തവിളിയും കൊണ്ടുപോലും ആളുകളെ മുന്നോട്ടുനടത്തിക്കുകയെന്നത് അസാധ്യമായിരുന്ന ആ അവസരത്തിൽ, അങ്ങുദൂരെ പടിഞ്ഞാറുഭാഗത്തായി ഒരു രജതരേഖപോലെ ഹിമാവൃതമായ ലാവില്ലാകൊടുമുടികൾ ഞങ്ങളുടെ ദൃഷ്ടിയിൽപെട്ടു. ഇത് ഒളിപ്പോരാളികൾക്ക് പുതിയൊരുണർവും കരുത്തും പ്രദാനം ചെയ്തു.”

ക്ലേശകരമായ ഈ യാത്രയെപ്പറ്റിയുള്ള വിവരണത്തിലൊരിടത്തും ചെ ആ പരീക്ഷണ ദിവസങ്ങളിൽ തനിക്കനുഭവിക്കേണ്ടിവന്ന നരകയാതനയെപ്പറ്റി മിണ്ടിയിട്ടില്ല. ഒരിക്കൽ അവരെല്ലാം മാർച്ചു ചെയ്തുകൊണ്ടിരിക്കുമ്പോൾ ചെ വെട്ടിയിട്ടമരംപോലെ നിലംപതിക്കുകയുണ്ടായി. തങ്ങളുടെ കമാൻഡർ മരിച്ചുപോയതായിരിക്കുമെന്ന് കരുതി മറ്റു സൈനികരെല്ലാം അദ്ദേഹത്തിനു ചുറ്റും ഓടിക്കൂടി. സത്യത്തിൽ ശാരീരികക്ഷീണം കൊണ്ടു തളർന്നു വീണ അദ്ദേഹം മരണസമാനമായ ഒരു സമാധിയിലായിരുന്നു.

തന്റെ ആൾക്കാരുടെ എല്ലാവിധ കഷ്ടപ്പാടുകളും പങ്കിടുന്നതിനോടൊപ്പം ഭയങ്കരമായ ആസ്ത്മയുടെ ശല്യം കൂടി സഹിക്കേണ്ടിയിരുന്ന ചെ എന്തിനെപ്പറ്റിയെങ്കിലും പരാതിപ്പെടുകയോ ചങ്ങാതിമാരോട് എന്തെങ്കിലും നീരസം കാട്ടുകയോ ചെയ്തില്ല. ഒരു സൈന്യാധിപനെന്ന നിലയ്ക്ക് തന്റെ ആൾക്കാരെ പ്രോത്സാഹിപ്പിക്കുകയും ചെറുത്തുനിൽക്കാനുള്ള അവരുടെ ഇച്ഛാശക്തി ബലപ്പെടുത്തുകയും അവരുടെ വിജയവിശ്വാസം വളർത്തുകയും ചെയ്യേണ്ടത് അദ്ദേഹത്തിന്റെ കടമയായിരുന്നു.

ദൗർബല്യത്തിന്റെ ഒരു കണികയെങ്കിലും പുറത്തുകാണിക്കാൻ അദ്ദേഹത്തിന് അവകാശമുണ്ടായിരുന്നില്ല. അദ്ദേഹത്തിന്റെ ശ്ലാഘനീയമായ പെരുമാറ്റം അദ്ദേഹത്തിന്റെ ആൾക്കാരെയെല്ലാം അദ്ദേഹത്തിനുചുറ്റും അണിനിരത്തുകയും അവരുടെയെല്ലാം ബഹുമാനം അദ്ദേഹത്തിനു നേടിക്കൊടുക്കുകയും ചെയ്തു.

കമാഗ്വെ പ്രദേശത്തുവച്ച് എട്ടാംകോളത്തിനെ കണ്ടുപിടിച്ചു നശിപ്പിക്കാനുള്ള ഒരു തീവ്രശ്രമം നടത്താൻ ബാട്ടിസ്റ്റ തന്റെ സൈന്യത്തോട് ആജ്ഞാപിച്ചു. ഈ പ്രവിശ്യയിലെ സൈന്യാധിപൻ ഒക്ടോബർ 6–ാം തീയതി എഴുതിയ ഒരു രഹസ്യ നിർദേശത്തിൽ ചെയുടെ 'കൂളി സംഘ'ത്തെ തടഞ്ഞുനിറുത്തുന്നതിനായി ഊണും ഉറക്കവുമുപേക്ഷിച്ച് രാപകൽ പണിയെടുക്കാൻ താൻ തയാറാണെന്നും തന്റെ കീഴുദ്യോഗസ്ഥന്മാർ തന്റെ ഈ 'ധീരമായ' മാതൃക പിന്തുടരുമെന്ന് പ്രതീക്ഷിക്കുന്നുവെന്നും പറഞ്ഞിരുന്നു. 'ഇത്തവണ അവന്മാർ രക്ഷപെടില്ല,' ഈ വയസൻപോർക്കുതിര വീമ്പടിച്ചു. "പ്രളയകാലത്തിനു മുമ്പത്തെ ആയുധങ്ങളുമായി നടക്കുന്ന നിരക്ഷരരായ കർഷകർ മാത്രമാണ് കലാപകാരികൾ. അവരെ ശരിപ്പെടുത്തുന്നത് കൈക്കുഞ്ഞുങ്ങളെ നേരിടുന്നതിലും എളുപ്പമാണ്." പക്ഷേ, ഇതേ സൈന്യാധിപൻ തന്നെ ഇപ്രകാരം പരാതിപ്പെടുകയും ചെയ്തിരുന്നു. "നമുക്ക് അണുപ്രസരമേറ്റതുപോലെയാണ്. വിവരംകെട്ട ഈ എടുത്തുചാട്ടക്കാരെ നാം പേടിക്കുന്നത് അങ്ങനെയാണ്." എന്നാൽ, തന്റെ ആൾക്കാരുടെ പേടി തീർത്ത് അവരെക്കൊണ്ട് വീരപരാക്രമങ്ങൾ നടത്തിക്കാൻ ഈ തന്ത്രജ്ഞന് കഴിഞ്ഞില്ല.

ഒടുവിൽ, സീറാ മെസ്ത്രിയിൽനിന്ന് ഏതാണ്ട് 600 കിലോമീറ്റർ അകലെ എത്തിയിരുന്ന എട്ടാം കോളം ഒക്ടോബർ 16–ാം തീയതി ചിരകാലമായി കാത്തിരുന്ന എസ്കാംബ്രെ പർവതനിരകളിൽ എത്തിച്ചേർന്നു. വിപ്ലവകാരികളെ സംബന്ധിച്ചിടത്തോളം ഇതുതന്നെയും വലിയൊരു വിജയമായിരുന്നു. ബാട്ടിസ്റ്റയുടെ അധികാരത്തിനും അയാളുടെ വമ്പിച്ച സൈന്യത്തിനുമേറ്റ വലിയൊരു പ്രഹരവുമായിരുന്നു ഇത്. വിമാനം തുടങ്ങിയ എല്ലാവിധ സൗകര്യങ്ങളുമുണ്ടായിരുന്നിട്ടും ചെയുടെ സൈന്യത്തെ തടഞ്ഞുനിർത്താൻ ബാട്ടിസ്റ്റയുടെ പട്ടാളത്തിന് കഴിഞ്ഞില്ലല്ലൊ. യു എസ് സൈനികോപദേഷ്ടാക്കളുടെ യശസിന് ഇതു വലിയൊരു കളങ്കവുമായിരുന്നു. സർക്കാരിന്റെ പട്ടാളനടപടികൾക്ക് വാസ്തവത്തിൽ നേതൃത്വം നൽകിയിരുന്നത് അവരായിരുന്നല്ലൊ.

പട്ടിണിപ്പേക്കോലങ്ങളെപ്പോലുള്ള ഇരുനൂറോളം ആളുകൾ മാത്രം അടങ്ങിയ തന്റേയും സീൻഫ്യുഗോസിന്റെയും കോളങ്ങൾക്ക് അടിമുടി ആയുധമണിഞ്ഞുനിന്നിരുന്ന കരുത്തേറിയ പട്ടാളനിരകളെ ഭേദിച്ചുകടക്കാൻ കഴിഞ്ഞതെങ്ങനെയാണെന്നത് ആശ്ചര്യജനകമായി തോന്നിയേക്കാമെന്ന് ഈ വിഷയത്തെപ്പറ്റി പരാമർശിക്കുമ്പോൾ ചെ എഴുതുന്നുണ്ട്. വിപ്ലവകാരികളെ സംബന്ധിച്ചിടത്തോളം ഒളിപ്പോർ ജീവിതഭാരം വിജയ

ത്തിനുള്ള ഒരു പൂർവോപാധിയും മരണസാധ്യത വളരെ സാധാരണവുമായിരുന്നതാകാം ഇതിനുള്ള വിശദീകരണമെന്ന് അദ്ദേഹം ചൂണ്ടിക്കാട്ടുകയും ചെയ്യുന്നുണ്ട്. നേരേ മറിച്ച് ബാട്ടിസ്റ്റയുടെ പട്ടാളക്കാർക്ക് അവരുടെ ആത്മമിത്രമായ ഈ മുൻസാർജന്റിനെക്കാൾ കൂടുതൽ പ്രിയം തങ്ങളുടെ സ്വയംജീവനും ജീവിതവുമായിരുന്നു. അയാൾക്കുവേണ്ടി ജീവൻ കളയാൻ അവർക്കാർക്കും ആഗ്രഹം ഉണ്ടായിരുന്നുമില്ല.

പക്ഷേ, വിപ്ലവകാരികളുടെ വിജയത്തിനുള്ള പ്രധാന വിശദീകരണം ഇതൊന്നുമല്ലെന്നു ചെ അടിവരയിട്ടു പറയുന്നു. കാർഷിക പരിഷ്കാരത്തിന്റെ കാഹളവുമായാണ് അവർ നീങ്ങിയിരുന്നത്. തങ്ങൾ വിജയിച്ചാൽ ഭൂമി കർഷകർക്ക് നൽകുമെന്ന് അവർ പ്രഖ്യാപിക്കുകയും ചെയ്തിരുന്നു. പ്രഖ്യാപിക്കുക മാത്രമല്ല അവർ ചെയ്തത്. വൻകിടഭൂസ്വാമിമാരുടെ വസ്തുവകകൾ, വിശേഷിച്ചും പത്തായങ്ങളിൽ പൂഴ്ത്തിവച്ചിരുന്ന സാധനങ്ങൾ, എടുത്ത് അവർ കർഷകർക്ക് വീതിക്കുകയും ചെയ്തു. ലാവില്ലയിൽ ഞങ്ങൾ ആദ്യമായി, ആദ്യത്തെ സ്കൂൾ തുടങ്ങുന്നതിനുപോലും മുൻപായി, ചെയ്തത് ജന്മിമാരോടുള്ള പാട്ടബാധ്യതയിൽനിന്ന് ചെറുകിട കൃഷിക്കാരെ വിമുക്തരാക്കുന്ന വിപ്ലവകരമായ ഒരു ഭൂപരിഷ്കരണനിയമം പ്രഖ്യാപിക്കുകയെന്നതായിരുന്നു. ഈ നിയമം ഞങ്ങളുടെ കണ്ടുപിടിത്തമൊന്നുമായിരുന്നില്ല. മറിച്ച് കർഷകർ തന്നെ അത് ഞങ്ങളുടെ മേൽ കെട്ടിവയ്ക്കുകയാണുണ്ടായത്.

ലാവില്ലയിലേക്കുള്ള മാർച്ചിനിടയ്ക്ക് നേരിടേണ്ടിവന്ന കഷ്ടപ്പാടുകളേയും അഗ്നിപരീക്ഷണങ്ങളേയും പറ്റി വിവരിക്കുന്ന കൂട്ടത്തിൽ എല്ലായിടങ്ങളിലുമുള്ള കർഷകരിൽനിന്നു തങ്ങൾക്ക് ലഭിച്ച സഹായത്തെപ്പറ്റിയും ചെ പ്രതിപാദിക്കുന്നുണ്ട്. അവർ സ്വന്തം ആഹാരം വിപ്ലവകാരികളുമായി പങ്കിടുകയും അവരുടെ വഴികാട്ടികളായി നടക്കുകയും ചെയ്തു. എന്നാൽ അവരിൽ ചിലർ വഞ്ചിച്ചതിന്റെ അനുഭവവും ഇല്ലാതില്ല. പക്ഷേ, ഇതു കൽപ്പിച്ചുകൂട്ടിയുള്ളതായിരുന്നില്ലെന്ന് ചെ ഊന്നിപ്പറയുന്നുണ്ട്. ചിലർ മർദനത്തെ ഭയന്ന് ഒളിപ്പോരാളികൾ സ്ഥലത്തുള്ള കാര്യം തങ്ങളുടെ ജന്മിമാരെ അറിയിക്കുകയും അവർ ഉടനടിതന്നെ ആ വിവരം പട്ടാള അധികൃതരെ അറിയിക്കുകയുമാണുണ്ടായത്. ഏതൊരു ഒളിപ്പോർ പ്രസ്ഥാനത്തിനും ദുർവിചാരമില്ലാത്ത ഇത്തരം ഒറ്റുകാരെ നേരിടേണ്ടിവരും. ക്യൂബൻ വിപ്ലവവും ഇതിന് ഒരപവാദമായിരുന്നില്ല.

എസ്കാംബ്രെ പർവതനിരകളിലേക്ക് കടക്കുന്നിടത്തുള്ള എൽ പെഡ്രേരൊ ഗ്രാമത്തിൽ വച്ച് അലൈഡാ മാർച്ച് എന്നൊരു അണ്ടർഗ്രൗണ്ട് പ്രവർത്തക ചെയെ കാണാൻ വരികയുണ്ടായി. ജൂലൈ 26 പ്രസ്ഥാനത്തിൽ പെട്ട ഈ യുവതി ഒളിപ്പോരാളികളെ നിസ്വാർഥമായി സഹായിച്ചിരുന്നു. ചെയുടെ സൈന്യത്തിൽ തന്നേയും ചേർക്കണമെന്ന് അലൈഡ അഭ്യർഥിച്ചു. സ്വാതന്ത്ര്യത്തിനും നീതിക്കും വേണ്ടി ആയുധമേന്താൻ തയ്യാറുള്ള ചങ്കൂറ്റക്കാരിയായ ഈ ദേശാഭിമാനിയെ ചെയ്ക്ക് ഇഷ്ടമായി. അദ്ദേഹം ആ യുവതിയെ തന്റെ കൂട്ടിത്തിലേക്കെടുക്കുകയും ചെയ്തു.

എൽ പെഡ്രേരൊയിൽ നിന്ന് ചെ എസ്കാംബ്രെയിലേക്ക് തിരിച്ചു. നിരവധി ഒളിപ്പോർ ഗ്രൂപ്പുകാർ ഇവിടെ പ്രവർത്തനം നടത്തിയിരുന്നുവെന്നത് മുകളിൽ പ്രസ്താവിച്ചിട്ടുള്ള സംഗതിയാണല്ലോ. എസ് കാംബ്രയിലെ രണ്ടാം ദേശീയ മുന്നണി എന്ന കെങ്കേമമായ പേരിലാണ് ഇതിലൊരു ഗ്രൂപ്പുകാർ നടന്നിരുന്നത്. എലോയ് ഗുത്തീറെ മെനോയൊയ്ക്കായിരുന്നു[1] ഈ ഗ്രൂപ്പിന്റെ നേതൃത്വം. റവല്യൂഷണറി സ്റ്റുഡന്റ് ഡയറക്ടറേറ്റിൽനിന്നു തെറ്റിപ്പിരിഞ്ഞിട്ട് അങ്ങേയറ്റത്തെ കമ്യൂണിസ്റ്റ് വിരുദ്ധ നിലപാടു കൈക്കൊണ്ടിരുന്ന ആളാണ് ഇയാൾ. ബാട്ടിസ്റ്റയുടെ പട്ടാളത്തിനെതിരായി പൊരുതുന്നതിനെക്കാൾ ഇയാൾക്ക് കൂടുതൽ താൽപ്പര്യം പിടിച്ചുപറി നടത്തുന്നതിലായിരുന്നു. ഒരു റവല്യൂഷനറി ഡയറക്ടറേറ്റ് ഗ്രൂപ്പും അവിടെ സജീവമായിരുന്നു. ഫോറെ ചൗമോൺ എന്ന ഡയറക്ടറേറ്റ് നേതാവിന്റെ കീഴിലാണ് ഈ ഗ്രൂപ്പ് പ്രവർത്തിച്ചിരുന്നത്. 1957 മാർച്ച് 13-ാം തീയതി രാഷ്ട്രപതി ഭവനം പിടിച്ചെടുക്കാൻ നടത്തിയ ശ്രമത്തിൽ ഭാഗഭാക്കായിരുന്ന ആളുമാണ് ചൗമോൺ. പാർട്ടീഡൊ സോഷ്യലിസ്റ്റാ പോപ്പുലർ വക ഒരു ഒളിപ്പോർ ദളവും ഇവിടെ രംഗത്തുണ്ടായിരുന്നു. ഫെലിക്സ് ടോറെസ് എന്ന കമ്യൂണിസ്റ്റുകാരനായിരുന്നു ഈ ഗ്രൂപ്പിന്റെ നേതൃത്വം.

സ്പെയിൻകാർക്കെതിരായ സ്വാതന്ത്ര്യപ്പോരാട്ടത്തിലെ ഒരു വീരപുരുഷനായ മക്സീമൊ ഗോമസിന്റെ പേരിൽ അറിയപ്പെട്ടിരുന്ന ഈ ദളത്തെപ്പറ്റി കമീല്ലൊ സീൻഫ്യൂഗോസിന്റെ ഡയറിയിൽ രേഖപ്പെടുത്തിയിട്ടുള്ളത് ഇപ്രകാരമാണ്:

> ഞങ്ങൾ ഭംഗിയായി സംഘടിപ്പിക്കപ്പെട്ട ഒരു ക്യാമ്പിലെത്തി (എസ്കാം ബ്രൈ മേഖലയിലാണിത്). ശ്രീമാൻ ഫെലിക്സ് ടോറെസ് ആണ് ഈ ക്യാമ്പിന്റെ ഉത്തരവാദിത്വം വഹിച്ചിരുന്നത്. ആരംഭം മുതൽക്കുതന്നെ ഞങ്ങളുമായി സഹകരിക്കുന്നതിലും ഞങ്ങളെ സഹായിക്കുന്നതിലും അദ്ദേഹം എന്തെന്നില്ലാത്ത താൽപ്പര്യം പ്രദർശിപ്പിച്ചു. അവിടെ ചെന്നപ്പോൾ മുതൽക്കുതന്നെ സീറാമെസ്ത്രയിലെപ്പോലെ സദോഹരന്മാർക്കിടയിൽ എത്തിയ ഒരു പ്രതീതിയായിരുന്നു ഞങ്ങൾക്ക്. അത്രയ്ക്ക് ഹാർദമായ ഒരു സ്വാഗതമാണ് ഞങ്ങൾക്കവിടെ കിട്ടിയത്.

ഫോറെ ചൗമോന്റെ റവല്യൂഷണറി ഡയറക്ടറേറ്റിൽപെട്ട യോദ്ധാക്കളും ചെയുടെ കൂട്ടർക്ക് അത്രതന്നെ സ്നേഹനിർഭരമായ ഒരു വരവേൽപ്പ് നല്കി.

രണ്ടാം മുന്നണിയുടെ നേതാവ് ഗുത്തീറെ മെനോയൊ പ്രദർശിപ്പിച്ച മനോഭാവം തികച്ചും വ്യത്യസ്തമായിരുന്നു. ആ മലമ്പ്രദേശം തന്റെ മേഖലയാണെന്നു പറഞ്ഞ് അവിടേക്ക് കടക്കുന്നതിൽനിന്ന് ചെയെ തടയാൻപോലും അയാൾ ഉദ്യമിച്ചു. ചെ പ്രഖ്യാപിച്ച കാർഷികപരിഷ്കാരം അയാൾക്കു മനംപുരട്ടലുളവാക്കി. ഒക്ടോബർ 20-ാം തീയതി സീറാ

മെസ്ത്രയിൽവച്ച് ഫിദൽ കാസ്ട്രോ പ്രഖ്യാപിച്ച കാർഷികപരിഷ്കാരമാണ് (വിപ്ലവനേതൃത്വത്തിന്റെ 3–ാം നമ്പർ നിയമം) വിപ്ലവകാരികളുടെ നിർദേശങ്ങളുടെ കൂട്ടത്തിൽ പിന്തിരിപ്പന്മാർക്ക് ഏറ്റവും തലക്കുത്തുളവാക്കിയ നടപടി. ലാവില്ലയിലെ ജൂലൈ 26 പ്രസ്ഥാനത്തിന്റെ നേതാക്കൾക്കിടയിൽപോലും സമൂലമായ കാർഷിക പരിഷ്കാരത്തെപ്പറ്റി ഭിന്നാഭിപ്രായങ്ങൾ കേൾക്കാനുണ്ടായിരുന്നു. ഭൂസ്വാമിമാരുടെ സ്വത്ത് ചെ നിർദേശിക്കുമ്പോലെ കർഷകർക്കിടയിൽ വിതരണം ചെയ്യുന്നതിനായിരുന്നു അവർക്കെതിർപ്പ്. ഒരടവെന്ന നിലയ്ക്കാണത്രെ അവരിൽ ചിലർ ഇതിനോട് വിയോജിപ്പ് പ്രദർശിപ്പിച്ചത്. കാർഷിക പരിഷ്കാരം നടപ്പിലാക്കിയാൽ സമ്പന്നവിഭാഗക്കാർ വിപ്ലവകാരികളിൽ നിന്ന് അകലുമെന്നായിരുന്നു അവരുടെ വാദം. മറ്റുള്ളവരുടെ എതിർപ്പ് പ്രത്യക്ഷമായിരുന്നു. കാരണം, സ്വയംതന്നെ ഭൂവുടമകളോ മുതലാളിമാരോ ആയിരുന്നു ഇക്കൂട്ടർ. കാർഷിക പരിഷ്കാരം കുറേക്കൂടി സമൂലമായ സാമൂഹ്യമാറ്റങ്ങളുടെ മുന്നോടി മാത്രമായിരിക്കുമെന്ന് അവർ ഭയപ്പെട്ടു.

കാർഷിക പരിഷ്കാരത്തോട് ഞങ്ങൾക്ക് എതിർപ്പൊന്നുമില്ല. ഈ കപട വിപ്ലവകാരികൾ പറഞ്ഞു. അത് യുക്തിസഹവും സാമ്പത്തികമായി ലാഭകരവുമായിരിക്കണമെന്നു മാത്രം. അതുകൊണ്ട് പടിപടിയായുള്ളതുമായിരിക്കണം അത്. ആത്യന്തികമായ പരിഷ്കാരം സാമ്പത്തികമായ അരാജകത്വത്തിന് കളമൊരുക്കുകയും എല്ലാ വിഭാഗക്കാരേയും അകറ്റുകയും വിപ്ലവത്തിന്റെ വിജയത്തിനുതന്നെ ഒരു ഭീഷണിയാവുകയും ചെയ്യുമെന്ന് അവർ വാദിച്ചു.

ലാവില്ലയിലെ ജൂലൈ 26 പ്രസ്ഥാനത്തിന്റെ നേതാവ് സീറ[2]യുടെ വാദം ഇതായിരുന്നു. എസ്കാംബ്രെയിൽ വച്ചുള്ള ആദ്യകൂടിക്കാഴ്ചയ്ക്കിടയിൽതന്നെ സീറ ഇക്കാര്യം തുറന്നുപറയുകയും ചെ അതിന് ചുട്ട മറുപടി നൽകുകയും ചെയ്തു.

സ്ഥലത്തെ പണക്കാരുമായി ബന്ധപ്പെട്ട സീറയ്ക്ക് ബട്ടിസ്റ്റയ്ക്കെതിരായ സായുധ പോരാട്ടത്തോട് അൽപ്പവും യോജിപ്പുണ്ടായിരുന്നില്ല. അതെന്തായാലും, ചെയുടെ സൈന്യവിഭാഗം എത്തിച്ചേരുന്നതുവരെ ജൂലൈ 26 പ്രസ്ഥാനത്തിന് എസ്കാംബ്രയിൽ സായുധ യൂണിറ്റുകളൊന്നും ഉണ്ടായിരുന്നില്ല.

സീറയുടെ അഭിപ്രായഗതിക്കാർ 1958–ൽ ചെയെ ജൂലൈ 26 പ്രസ്ഥാനത്തിലെ ഒരു വിദേശിയായാണ് കണ്ടിരുന്നത്. അദ്ദേഹം അവരിൽ വെറുപ്പും ഭയവും ഉളവാക്കി.

ചെയുമായുള്ള ആദ്യകൂടിക്കാഴ്ചയെപ്പറ്റി സീറ എഴുതിവച്ചിട്ടുള്ളത് ഇപ്രകാരമാണ്. ഞങ്ങൾ പരസ്പരം നടന്നടുത്തു. പത്രങ്ങളിൽ വന്ന ചിത്രങ്ങളിൽ നിന്ന് ചെയുടെ രൂപത്തെപ്പറ്റി എനിക്കൊരു ഏകദേശ ധാരണയുണ്ടായിരുന്നു. പക്ഷേ, ആളെ നേരിൽ കണ്ടപ്പോൾ ഈ ചിത്രങ്ങളൊന്നും ശരിയായിരുന്നില്ലെന്നു തോന്നി. ഒരു ബെറെറ്റ് തൊപ്പി ധരിച്ച നല്ല ഒത്ത ഒരാളാണ് എന്റെ മുന്നിലുണ്ടായിരുന്നത്. തൊപ്പിയുടെ അടി

യിൽ നിന്ന് മുടി നീണ്ടു കിടന്നിരുന്നു. അങ്ങിങ്ങായി മുഖത്തുള്ള രോമങ്ങളും നീട്ടി വളർത്തിയിരുന്നു. കഴുത്തിന്റെ ഭാഗം തുറന്നിട്ട ഒരു ഷർട്ടും അതിനു മുകളിൽ ഒരു മഴക്കോട്ടുമായിരുന്നു ആളിന്റെ വേഷം. അഗ്നികുണ്ഡത്തിൽ നിന്നുള്ള നിഴലുകളും ആ ഊശാന്താടിയും കൂടിയായപ്പോൾ ആളൊരു ചൈനക്കാരനാണെന്നു തോന്നി. ചെങ്കിസ്ഖാനെപ്പറ്റി ഞാനോർത്തുപോയി. അഗ്നികുണ്ഡത്തിൽ നിന്നുള്ള തീനാളങ്ങളുടെ അസമമായ വെളിച്ചത്തിൽ ആ മുഖഭാവം അവർണനീയമായിരുന്നു."

ഈ 'പേടിപ്പെടുത്തുന്ന' രൂപം അപ്പോൾ അവിടെവച്ചു തന്നെ കാർഷിക പരിഷ്കാരത്തിന്റെ അടിയന്തിരാവശ്യത്തെപ്പറ്റി സംസാരിക്കാൻ തുടങ്ങി.

അവരുടെ സംഭാഷണം സീറ തന്റെ ഭാഷയിൽ രേഖപ്പെടുത്തിയിട്ടുണ്ട്.

"നമ്മുടെ അധീനതയിലുള്ള പ്രദേശത്തിന്റെ വ്യാപ്തി വർധിക്കുകയും അതിന്മേലുള്ള നമ്മുടെ പിടി ശക്തമാവുകയും ചെയ്യുമ്പോൾ കൃഷിഭൂമി കൃഷിക്കാർക്കായി നൽകികൊണ്ട് ഒരു കാർഷിക പരിഷ്കാരം നടപ്പിലാക്കാൻ ഞങ്ങൾക്കുദ്ദേശമുണ്ട്. കാർഷിക പരിഷ്കാരത്തെപ്പറ്റി നിങ്ങൾക്കെന്താ അഭിപ്രായം?"

"അതാവശ്യമാണ്", ഞാൻ പറഞ്ഞു. ചെയുടെ കണ്ണുകൾ അപ്പോൾ ജ്വലിച്ചു. "കാർഷിക പരിഷ്കാരം കൂടാതെ സാമ്പത്തിക പുരോഗതി സാധ്യമല്ല."

"സാമൂഹ്യ പുരോഗതിയും സാധ്യമല്ല." ചെ ഇടയ്ക്കു കയറിപ്പറഞ്ഞു.

"അതെയതെ" ഞങ്ങളുടെ പ്രസ്ഥാനത്തിന്റെ പരിപാടിയിലെ കാർഷിക പരിഷ്കാരത്തിന്റെ ഭാഗം എഴുതിയത് ഞാനാണ്."

"അതെയോ? എന്താ അതിൽ പറഞ്ഞിരിക്കുന്നത്."

"തരിശുഭൂമി മുഴുവൻ കർഷകർക്ക് കൊടുക്കണം. വൻകിട ഭൂസ്വത്തുക്കളിന്മേൽ വമ്പിച്ച നികുതി ചുമത്തണം. അങ്ങനെ ഭൂവുടമകളുടെ പണം കൊണ്ട് ആ ഭൂമി മുഴുവൻ വാങ്ങാൻ കഴിയും. എന്നിട്ട് യഥാർഥ വിലയ്ക്ക് അതെല്ലാം കർഷകർക്ക് കൊടുക്കണം. ഇതിനുള്ള വില വേണമെങ്കിൽ അവരിൽ നിന്നു തവണകളായി ഈടാക്കാം. ഉൽപ്പാദനം മെച്ചപ്പെടുത്തുന്നതിനായി അവർക്ക് വായ്പ അനുവദിക്കുകയും ചെയ്യാം."

"തനി പിന്തിരിപ്പൻ നിർദേശമാണത്." ചെ കോപംകൊണ്ട് ജ്വലിച്ചു. "കൃഷിഭൂമി കൃഷിക്കാരന് വിൽക്കുകയോ? താഴ്‌വരയിലെ മറ്റാളുകളുമായി നിങ്ങൾക്കെന്താ വ്യത്യാസം"

എനിക്ക് ശുണ്ഠി വന്നു. പിന്നെന്തുവേണമെന്നാ? അവർക്കതെല്ലാം വെറുതെ കൊടുക്കണോ? എന്നിട്ട് മെക്സിക്കോയിലെപ്പോലെ തോന്ന്യാസം കാട്ടാൻ അവരെ അനുവദിക്കണം. അല്ലേ?[3] ഇതൊന്നും ചുമ്മാ കിട്ടുന്നതല്ലെന്ന് അതു കിട്ടുന്നവർ മനസിലാക്കണം.

"തന്നെപ്പോലൊരു നായിന്റെ മോനെ ഞാൻ കണ്ടിട്ടില്ല." എന്നു ഗർജിക്കുമ്പോൾ ചെയുടെ കഴുത്തിലെ ഞരമ്പുകൾ പിടയ്ക്കുന്നത് തെളിഞ്ഞുകാണാമായിരുന്നു.

യാതൊരു നിറുത്തും കൂടാതെ ഞങ്ങൾ വാദിച്ചു.

"കൂടാതെ, നമ്മുടെ പ്രവൃത്തികൾക്ക് ഒരു മറ നൽകുകയും വേണം." ഞാൻ പറഞ്ഞു. "നമ്മൾ ഈ പദ്ധതികൾ നടപ്പിലാക്കുമ്പോൾ അമേരിക്കക്കാർ കൈയും കെട്ടിയിരിക്കുമെന്നാണോ വിചാരം. അവരെ തെറ്റിദ്ധരിപ്പിക്കണം."

"ഓഹോ, അപ്പോൾ അമേരിക്കക്കാർ കാണാതെ വിപ്ലവം നടത്തണമെന്നു പറയുന്ന കൂട്ടത്തിലാണ് നിങ്ങളും അല്ലേ. തന്നെപ്പോലൊരു നാറി! തുടക്കം മുതൽക്കേ സാമ്രാജ്യത്വവുമായി സന്ധിയില്ലാത്ത ഒരു സമരത്തിന്റേതായിരിക്കും നമ്മുടെ വിപ്ലവം. യഥാർഥ വിപ്ലവത്തെ ആർക്കും മറച്ചുവയ്ക്കാനാവില്ല."

വിപ്ലവകാരികളുടെ ഒഴിഞ്ഞ ഖജനാവ് നിറയ്ക്കാനായി സീറയോട് സാൻക്ടി സ്പിരിറ്റസിലുള്ള ഒരു ബാങ്ക് കൈയേറാൻ ചെ ആവശ്യപ്പെട്ടു. പാരീസ് കമ്യൂണിനെപ്പറ്റിയുള്ള മാർക്സിന്റെ കൃതിയിൽ ഫ്രഞ്ച് നാഷനൽ ബാങ്കിന്റെ നിലവറകളിൽ സൂക്ഷിച്ചിരുന്ന സ്വർണം തൊടുകപോലും ചെയ്യാതിരുന്നതിന് മാർക്സ് കമ്യൂണാർഡുകളെ കുറ്റപ്പെടുത്തിയ കാര്യം ചെയ്ക്ക് ഓർമയുണ്ടായിരുന്നു. ആ തെറ്റ് ആവർത്തിക്കാൻ ചെ ഒരുക്കമുണ്ടായിരുന്നില്ല. പക്ഷേ, അങ്ങനെയുള്ള പിടിച്ചെടുക്കൽ നടപടികൾ ധനിക വിഭാഗത്തെ ജൂലൈ 26 പ്രസ്ഥാനത്തിൽ നിന്നകറ്റുമെന്നു പറഞ്ഞ് ഈ നിർദേശം നടപ്പിലാക്കാൻ സീറ തീർത്തും വിസമ്മതിച്ചു.

1958 നവംബർ 3-ാം തീയതി ഇതിനു മറുപടിയായി ചെ ശക്തിയായ ഭാഷയിൽ തിരിച്ചടിച്ചു. മുഴുവൻ കൃഷിഭൂമിയും കൃഷിക്കാർക്ക് എന്ന നമ്മുടെ മുദ്രാവാക്യത്തെ സർവ കർഷകരും ശരി വയ്ക്കുന്നതെന്തുകൊണ്ടാണെന്ന് ഞാൻ നിങ്ങളോട് ചോദിക്കട്ടെ. തങ്ങളിലാർക്കും ഒരു ചില്ലിപോലും നിക്ഷേപമില്ലാത്ത ബാങ്കുകൾ പിടിച്ചെടുക്കുന്നതിനോട് ബഹുഭൂരിപക്ഷം വിപ്ലവകാരികൾക്കും വിയോജിപ്പില്ലെന്നതുമായി ഇതിനു യാതൊരു ബന്ധവുമില്ലെന്നുണ്ടോ? പണമിടപാട് നടത്തുന്ന സ്ഥാപനങ്ങളിൽ ഏറ്റവുമധികം തീവെട്ടിക്കൊള്ള നടത്തുന്ന ബാങ്കുകളോട് ഇങ്ങനെയൊരു മനോഭാവം ഉണ്ടാകുന്നതിനുള്ള സാമ്പത്തിക കാരണങ്ങളെക്കുറിച്ച്, ആലോചിക്കാൻ നിങ്ങൾ ഒരിക്കലും മിനക്കെട്ടിട്ടില്ലെന്നാണോ ഞാൻ ധരിക്കേണ്ടത്? അന്യായപ്പലിശയും കൊള്ളലാഭവുമടിച്ച് പള്ള വീർപ്പിക്കുന്നവരുടെ കാര്യത്തിൽ സാമാന്യ മനുഷ്യത്വംപോലും കാട്ടേണ്ടതില്ല. അവർ നീട്ടുന്ന തുച്ഛമായ സംഖ്യ ഒരൊറ്റ ദിവസത്തെ ചൂഷണത്തിൽനിന്ന് അവർ തട്ടിയെടുക്കുന്നതിലും അധികം വരില്ല. അതേസമയം, മലയോരങ്ങളിലും താഴ്വരകളിലും ദീർഘകാലമായി കഷ്ടപ്പാടിന്റെ നടുവിൽ കഴിയുന്ന ആളുകളുടെ ജീവരക്തം വാർന്നൊഴുകിക്കൊണ്ടിരിക്കുകയും അവർ നിത്യേനയെന്നോണം തട്ടിപ്പുകാരായ നേതാക്കളുടെ വഞ്ചനയ്ക്ക് ഇരയായിക്കൊണ്ടിരിക്കുകയുമാണ്."

സീറയുടേയും കൂട്ടരുടേയും സഹകരണം നേടുകയും എസ്കാം ബ്രെയിൽ സജീവമായിരുന്ന വിപ്ലവശക്തികളെയെല്ലാം ഒരുമിപ്പിക്കുകയും ചെയ്യാൻ ചെയ്ക്ക് വളരെയേറെ വൈഷമ്യങ്ങൾ തരണം ചെയ്യേണ്ടിവ ന്നു. മെനോയെയായുടെ കൂട്ടരെ പൊതുമുന്നണിയിൽനിന്ന് ഒഴിച്ചു നിറു ത്തേണ്ടത് ആവശ്യമായിരുന്നു. റവല്യൂഷനറി ഡയറക്റേറ്റിലെ ഫോറെ ചൗമോന് 1958 നവംബർ 7–ാം തീയതി എഴുതിയ ഒരു കത്തിൽ ചെ ഇതിനുള്ള കാരണങ്ങൾ വിശദീകരിച്ചിട്ടുണ്ട്.

നമ്മുടെ സർവസൈന്യാധിപനായ ഡോ. ഫിദൽ കാസ്ട്രോയുടെ ഒരു സർക്കുലർ പുറത്തിറങ്ങിയതോടെ രണ്ടാം മുന്നണിയെന്നു പറഞ്ഞു നടക്കുന്നവരും ഞങ്ങളും തമ്മിലുള്ള സ്വരച്ചേർച്ചക്കുറവ് അതിന്റെ മൂർധ ന്യത്തിലെത്തി.[4] ഇത് എന്റെ ഒരു കമാൻഡർക്കെതിരായ ആക്രമണ ത്തോളംവരെയെത്തി. ഡാൻ ബ്ലാസിൽ നിന്നിരുന്ന യൂണിറ്റുകളുടെ കമാൻഡറായിരുന്നു ഇദ്ദേഹം. മേൽ പറഞ്ഞവരുമായി എന്തെങ്കിലും ധാര ണയുണ്ടാക്കുകയെന്നത് അസാധ്യമാക്കുന്ന പെരുമാറ്റമാണിത്.

അതേ കത്തിൽ തന്നെ ചെ ഇപ്രകാരം കൂടി പറഞ്ഞിട്ടുണ്ട്. പാർട്ടീഡൊ സോഷ്യലിസ്റ്റാ പോപ്പുലർ ഏകോപിതമായ ഒരു നയം സ്വീക രിക്കാൻ തയാറാണെന്ന് ആ പാർട്ടിയുടെ ആൾക്കാരുമായുള്ള കൂടിയാ ലോചനയ്ക്കിടയിൽ അവർ വ്യക്തമാക്കി. അവരുടെ ഈ ഉത്തമവിശ്വാ സത്തിനു തെളിവെന്നോണം താഴ്‌വരയിലുള്ള സ്വന്തം സംഘടനകളും യഗ്വാജെയിൽ പ്രവർത്തിക്കുന്ന ഒളിപ്പോർ യൂണിറ്റുകളും നമ്മുടെ വരു തിക്ക് വിട്ടുതരാൻ അവർ തയാറുമാണ്."

അൽപ്പദിവസം കഴിഞ്ഞ് ജൂലൈ 26 പ്രസ്ഥാനത്തിന്റേയും റവല്യൂ ഷനറി ഡയറക്റേറ്റിന്റെയും പ്രവർത്തനങ്ങൾ ഒന്നിപ്പിച്ചുകൊണ്ടുപോ കാനുള്ള ഒരു കരാർ ഒപ്പുവയ്ക്കപ്പെട്ടു. അവരുടെ കൂടെ ചേരാൻ മറ്റെല്ലാ ബാറ്റിസ്റ്റാ വിരുദ്ധശക്തികളേയും അതിൽ ആഹ്വാനം ചെയ്തിരുന്നു.

പാർട്ടീഡൊ സോഷ്യലിസ്റ്റാ പോപ്പുലർ (പി എസ് പി) മാത്രമാണ് ഈ അഭ്യർഥന ചെവിക്കൊള്ളാൻ തയാറായത്. അവർ 1958 ഡിസംബർ 9–ാം തീയതി പുറപ്പെടുവിച്ച ഒരു തുറന്ന കത്തിൽ ഇപ്രകാരം പറഞ്ഞി രുന്നു.

ഈ രേഖ യഥാവിധി ചർച്ച ചെയ്തതിനു ശേഷം പാർട്ടീഡൊ സോഷ്യലിസ്റ്റാ പോപ്പുലർ നൽകുന്ന മറുപടി ഇതാണ്:

ഒന്ന്, സർക്കുലറിലെ അഭ്യർഥന പാർട്ടി അംഗീകരിക്കുന്നു. അതു മായി പാർട്ടിക്ക് പൂർണമായ യോജിപ്പുണ്ട്. ക്യൂബൻ വിപ്ലവ ജനാധി പത്യ പ്രസ്ഥാനത്തെ സംബന്ധിച്ചിടത്തോളം എല്ലാവരുടേയും പ്രയത്ന ങ്ങൾ കൂട്ടിയിണക്കിക്കൊണ്ടു പോവുകയെന്നത് ജീവൽപ്രധാനമാണെന്നു ഞങ്ങൾ കരുതുന്നു. പ്രതിപക്ഷശക്തികളുടെ സമ്പർക്കക്കുറവും അനൈ ക്യവും വിപ്ലവ–ജനാധിപത്യ ശക്തികളുടെ പ്രവർത്തനങ്ങൾ കൂട്ടിയിണ ക്കുന്നതിലുള്ള പരാജയവുമാണ് ഏകാധിപത്യം ഇന്നും നിലനിൽക്കു ന്നതിനെ സഹായിക്കുന്ന പ്രധാന കാരണങ്ങളിലൊന്നെന്നത് ഞങ്ങൾ

ആറുവർഷമായി പറഞ്ഞുവരുന്ന ഒരു സംഗതിയാണ്. ഇന്നും ഞങ്ങളുടെ ആ അഭിപ്രായത്തിന് യാതൊരു മാറ്റവും സംഭവിച്ചിട്ടില്ല.

രണ്ട്, ഏകോപനത്തിന് മാർഗദർശകതത്വങ്ങളായി സർക്കുലറിൽ പറഞ്ഞിട്ടുള്ള കാര്യങ്ങൾ ഞങ്ങൾ അംഗീകരിക്കുന്നു.

മൂന്ന്, എന്നാൽ, ഇത്തരുണത്തിൽ ചുവടെ വിവരിക്കുന്ന സംഗതികൾ കൂടി ചൂണ്ടിക്കാട്ടേണ്ടത് ആവശ്യമാണെന്ന് പാർട്ടി കരുതുന്നു.

സർക്കുലറിൽ പറഞ്ഞിട്ടുള്ള കാര്യങ്ങൾ ഒരു പ്രാരംഭമായി മാത്രമേ കാണക്കാക്കാവൂ. എന്തുകൊണ്ടെന്നാൽ, നമ്മുടെ ജനതയുടെ ആഗ്രഹാഭിലാഷങ്ങൾക്കും ന്യായമായ ആവശ്യങ്ങൾക്കും അനുരോധമായ വിധത്തിൽ ഒട്ടേറെ ആശയങ്ങളും പരിപാടികളും ഇതിൽ കൂട്ടിച്ചേർക്കേണ്ടതാവശ്യമാണ്.

ഐക്യം, വിശേഷിച്ചും സായുധസമരത്തിലുള്ള ഐക്യം, കൂടുതൽ സുശക്തമാകുന്നതനുസരിച്ച് അതിന്റെ നേട്ടങ്ങൾ മെച്ചപ്പെടും. അതിനാൽ ഏകാധിപത്യത്തിനെതിരായി ഇന്ന് പൊരുതിക്കൊണ്ടിരിക്കുന്ന എല്ലാ സായുധ വിഭാഗങ്ങളേയും ഏകോപിതമായ ഒരൊറ്റ നേതൃത്വത്തിൻ കീഴിൽ ഒന്നിപ്പിക്കേണ്ടതാണെന്നാണ് പാർട്ടിയുടെ ബലമായ അഭിപ്രായം. ലാവില്ലയിൽ മാത്രമല്ല, പിന്നെയൊ രാജ്യത്തിലുടനീളം ആവശ്യമായിട്ടുള്ളതാണ് ഇത്.

നാല്, എസ്കാംബ്രെ കരാറിൽ ചേരാനും ആ കരാർ ഫലപ്രദമാക്കുന്നതിന് ഞങ്ങളാലാവുന്നതെല്ലാം ചെയ്യാനും ഞങ്ങൾ നടപടികൾ സ്വീകരിച്ചുകഴിഞ്ഞിട്ടുണ്ട്.

അടിസ്ഥാന വിപ്ലവഗ്രൂപ്പുകളുടെ പ്രവർത്തനൈക്യം ഊട്ടിയുറപ്പിക്കപ്പെട്ടതോടെ ഏകോപിതമായ കടന്നാക്രമണ നടപടികൾ സ്വീകരിക്കാൻ കഴിഞ്ഞു. പ്രസിഡന്റ് സ്ഥനത്തേക്കും പാർലമെന്റിലേക്കും മുൻസിപ്പാലിറ്റികളിലേക്കും നടത്താൻ നിശ്ചയിച്ചിരുന്ന തിരഞ്ഞെടുപ്പുകൾ എങ്ങനെയും തടയുകയെന്നതായിരുന്നു ലാവില്ലയിൽ അവർക്ക് ആദ്യമായി ചെയ്യേണ്ടിയിരുന്ന സംഗതി. ഈ തിരഞ്ഞെടുപ്പു പ്രഹസനം ബഹിഷ്കരിക്കാൻ ഫിദൽ കാസ്ട്രോ ആഹ്വാനം ചെയ്തിരുന്നു. തിരഞ്ഞെടുപ്പിൽ മത്സരിക്കുന്നവരെല്ലാം രാജ്യദ്രോഹികളായി കണക്കാക്കപ്പെടുമെന്നുള്ള ഒരു പ്രഖ്യാപനം വിപ്ലവകമാൻഡിൽ നിന്നുണ്ടായി. വോട്ടിൽ പങ്കെടുക്കുന്നവർക്ക് പൗരാവകാശം നിഷേധിക്കപ്പെടുമെന്നും അതിൽ പറഞ്ഞിരുന്നു. പക്ഷേ, സീറാ മെസ്ത്രയിൽ നിന്നുള്ള ഈ പ്രഖ്യാപനത്തിന് പ്രാബല്യമുണ്ടാകണമെങ്കിൽ ബാട്ടിസ്റ്റയ്ക്കെതിരായി ഊർജിതമായ സൈനിക നടപടികൾ കൈക്കൊള്ളേണ്ടിയിരിക്കുന്നു.

"സമയം വളരെ കുറവും ഞങ്ങളുടെ ജോലി വമ്പിച്ചതുമായിരുന്നു." എന്നാണ് ചെ ഇതെപ്പറ്റി എഴുതുന്നത്. "വടക്ക് ബാട്ടിസ്റ്റയുടെ അനുയായികൾക്കിടയിൽ അങ്കലാപ്പു സൃഷ്ടിച്ചുകൊണ്ട് കമീല്ലൊ തന്റെ ദൗത്യം നിറവേറ്റി. തിരഞ്ഞെടുപ്പ് പൊളിക്കാൻ അടുത്തുള്ള ജനവാസകേന്ദ്രങ്ങളിൽ ചില ആക്രമണങ്ങൾ നടത്തേണ്ടിയിരുന്നു. ഇതിനായി

രാജ്യത്തിന്റെ മധ്യഭാഗത്തെ ഫലഭൂയിഷ്ഠമായ താഴ്വരയിൽ സ്ഥിതി ചെയ്യുന്ന കബൈഗ്വാൻ, ഫൊമെന്റൊ, സാംക്ടി സ്പിരിറ്റസ് എന്നീ പട്ടണങ്ങളിൽ ഒരേ സമയത്ത് ആക്രമണം നടത്താൻ ഞങ്ങൾ പ്ലാനിട്ടു. ഇതിനിടയിൽ ഗിനിയദ് മിറാന്ദയിലെ ഒരു ചെറിയ ഗാരിസൺ തുടച്ചു നീക്കപ്പെടുകയും ബാനൊയിലെ ബാരക്കുകളിൽ ഒരു ആക്രമണം നടത്തുകയും ചെയ്തിരുന്നു. അങ്ങനെ നവംബർ മൂന്നിനു മുമ്പത്തെ ദിവസങ്ങൾ സംഭവബഹുലങ്ങളായിരുന്നു. എല്ലായിടങ്ങളിലുമുള്ള ഞങ്ങളുടെ സേനാനിരകൾ പ്രവർത്തനസന്നദ്ധമായി നിന്നു. ബാട്ടിസ്റ്റയ്ക്ക് ശരിക്ക് തിരഞ്ഞെടുപ്പ് നടത്താൻ കഴിഞ്ഞ സ്ഥലങ്ങൾ വളരെ ചുരുക്കമായിരുന്നു."

ചെ, സീൻഫ്യൂഗോസ്, റൗൾ, ഫിദൽ എന്നിവരുടെ നേതൃത്വത്തിലുള്ള സൈന്യനിരകൾക്കെതിരായി നാലുമുന്നണികളിൽ ഒരേസമയത്ത് യുദ്ധംചെയ്യാൻ നിർബന്ധിതമായ ബാട്ടിസ്റ്റാ പട്ടാളത്തിന് കടന്നാക്രമണം സാധ്യമായിരുന്നില്ല. അയാളുടെ പട്ടാളക്കാർ ചുണകെട്ടു പേടിച്ചുപോയി. വിപ്ലവകാരികളെ തോൽപ്പിക്കാനാവില്ലെന്നു പല ഓഫീസർമാർക്കും ബോധ്യമായി. അനുദിനമെന്നോണം വിപ്ലവകാരികളുടെ ജനസമ്മതിയും സ്വാധീനവും വർധിച്ചു വരികയായിരുന്നു. എങ്കിലും ആ നവംബറിൽ ബാട്ടിസ്റ്റയുടെ പട്ടാളം മൊത്തത്തിൽ വലിയൊരു ഭീഷണിതന്നെയായിരുന്നു. ഏറ്റവും ആധുനികങ്ങളായ ആയുധങ്ങളാൽ സജ്ജരായ ആയിരക്കണക്കിനാളുകൾ അന്നും ആ സൈന്യത്തിലുണ്ടായിരുന്നു. വിപ്ലവകാരികളുടെ സഖ്യയാകട്ടെ മൂന്നക്കങ്ങളിൽ ഒതുങ്ങുന്നതുമായിരുന്നു. ധാരാളം ചോര ഒഴുക്കിക്കൊണ്ടുള്ള പൊരിഞ്ഞ പോരാട്ടം പിന്നെയും ബാക്കിയായിരുന്നു.

ഡിസംബറിന്റെ ഉത്തരാർധത്തിൽ തന്റെ സൈന്യത്തേയും കൊണ്ട് ചെ എസ്കാംബ്രെയിൽ നിന്ന് അടിവാരത്തിലേക്കിറങ്ങിവന്ന് ലാവില്ലയിലെ ശത്രുവിന്റെ ശക്തികേന്ദ്രങ്ങൾക്കെതിരായി ആഞ്ഞടിക്കാൻ തുടങ്ങി. പ്രവിശ്യാതലസ്ഥാനമായ സാന്റാ ക്ലാര വിമോചിപ്പിക്കുന്നതിനുള്ള പ്രാരംഭനടപടിയായിരുന്നു ഇത്. ഡിസംബർ 16–ാം തീയതി അവർ ഫൊർമെന്റൊ പട്ടണം (ജനസംഖ്യ 18,000) വളഞ്ഞു. രണ്ടുദിവസത്തെ ഉഗ്രമായ പോരാട്ടത്തിനുശേഷം അവിടുത്തെ ഗാരിസൺ കീഴടങ്ങുകയും, ആ പട്ടണം വിമോചിപ്പിക്കപ്പെടുകയും ചെയ്തു. വിപ്ലവകാരികൾക്ക് 141 പേരെ തടവുകാരാക്കാനും ഒട്ടേറെ ആയുധങ്ങളും പടക്കോപ്പുകളും വാഹനങ്ങളും പിടിച്ചെടുക്കാനും കഴിഞ്ഞു.

അധികം കഴിയുംമുൻപ് ഡിസംബർ 21–ാം തീയതി അവർ 18,000 ജനസംഖ്യയുള്ള കബൈഗ്വാൻ പട്ടണത്തിനെതിരായും ആക്രമണം ആരംഭിച്ചു. ഇവിടെ വീടുവീടാന്തരമായിരുന്നു സമരമെന്നു പറഞ്ഞാൽ അതിൽ അതിശയോക്തി ഉണ്ടാവില്ല. ഇതിനിടയിൽ ചെ ഒരു പുരപ്പുറത്തുനിന്ന് എടുത്തു ചാടിയതിന്റെ ഫലമായി ഇടതുകൈ ഒടിയുകയും നെറ്റിക്ക് സാരമായ മുറിവുപറ്റുകയും ചെയ്തു. അടുത്തുള്ള ആശുപത്രിയിൽ ചെന്ന് കൈക്ക് പ്ലാസ്റ്ററിട്ടശേഷം അദ്ദേഹം വീണ്ടും രണാങ്കണത്തിലേക്ക്

കുതിച്ചു. ഒടുവിൽ ശത്രുവിന്റെ ഗാരിസൺ കീഴടങ്ങി. പതിവുപോലെ ശത്രുസൈനികരേയും ഓഫീസർമാരേയും നിരായുധരാക്കി വിട്ടയക്കുകയാണ് വിപ്ലവകാരികൾ ഇത്തവണയും ചെയ്തത്. നിരായുധരും കീഴടക്കത്താൽ മാനംകെട്ടവരുമായ ഈയാളുകളെ പിന്നീട് ഒരു ഭീഷണിയായി കാണേണ്ടിയിരുന്നില്ല. എന്നു മാത്രമല്ല മനുഷ്യത്വത്തോടെയുള്ള ഈ പെരുമാറ്റം മറ്റു ബാട്ടിസ്റ്റാ പട്ടാളക്കാർക്ക് കീഴടങ്ങാൻ ഒരു പ്രചോദനവുമായിരുന്നു. ശത്രുവിന്റടുക്കൽ നിന്ന് പിടിച്ചെടുത്ത ആയുധങ്ങൾ അപ്പോൾതന്നെ വോളണ്ടിയർമാർക്കിടയിൽ വിതരണം ചെയ്യപ്പെട്ടു. വിപ്ലവകാരികളുടെ കൂടെ ചേരാനായി ഓരോ പട്ടണത്തിലും അനേകം വോളണ്ടിയർമാർ സന്നദ്ധരായി നിന്നിരുന്നു.

* * * * *

1960 മുതൽക്ക് ഈ ലേഖകൻ ക്യാപ്റ്റൻ അന്റോണിയൊ നൂനെസ് ജിമെനെസുമായി ഉറ്റ സൗഹൃദബന്ധം പുലർത്തിപ്പോന്നിട്ടുണ്ട്. വിദ്യാർഥിയായിരിക്കുമ്പോൾ മുതൽ സാമ്രാജ്യത്വവിരുദ്ധപ്രസ്ഥാനത്തിൽ സജീവമായി പങ്കെടുത്തിട്ടുള്ള ജിമെനെസിന് ധാരാളം പോലീസ് മർദനം സഹിക്കേണ്ടിവന്നിട്ടുണ്ട്. ലാവില്ലായിലെ പ്രൊഫസറായപ്പോൾ സാമ്രാജ്യാധിപത്യം മൂലം രാജ്യത്തിനുണ്ടാകുന്ന കെടുതികളെ തുറന്നുകാട്ടിക്കൊണ്ട് ക്യൂബൻ ഭൂമിശാസ്ത്രത്തെപ്പറ്റി അദ്ദേഹം എഴുതിയ കൃതി സെൻസർ അധികൃതരുടെ നിരോധനത്തിനു പാത്രമായി. ബാട്ടിസ്റ്റയുടെ ഉത്തരവനുസരിച്ച് അതിന്റെ പ്രതികൾ മുഴുവൻ കത്തിച്ചു ചാമ്പലാക്കപ്പെടുകയും ചെയ്തു. തുടർന്ന്, ഒളിവിലായ ജിമെനെസ് ജൂലൈ 26 പ്രസ്ഥാനത്തിലും എട്ടാംകോളത്തിലും ചേർന്നു. ലാവില്ലയിലെ യുദ്ധകാലത്തു മുഴുവൻ അദ്ദേഹം ചെയുടെ കീഴിലുള്ള ഈ സൈന്യത്തിന്റെ കൂടെയുണ്ടായിരുന്നു. ഈ സമരത്തിൽ പങ്കെടുത്തതിന് അദ്ദേഹത്തിനു വിപ്ലവസൈന്യത്തിലെ ക്യാപ്റ്റൻസ്ഥാനം നൽകപ്പെടുകയും ചെയ്തു. വിപ്ലവത്തിന്റെ വിജയത്തിനുശേഷം അദ്ദേഹം ഉത്തരവാദപ്പെട്ട പല സ്ഥാനങ്ങളും വഹിച്ചിട്ടുണ്ട്. കാർഷിക പരിഷ്കാരത്തിനുള്ള ദേശീയ ഇൻസ്റ്റിട്യൂട്ടിന്റെ ഡയറക്ടറായും, 1962–ൽ ക്യൂബൻ ശാസ്ത്ര അക്കാഡമി പ്രസിഡൻറായും അദ്ദേഹം സേവനം അനുഷ്ഠിച്ചു. ക്യൂബൻ–സോവിയറ്റ് സൗഹൃദസമിതിയുടെ ആരംഭംമുതൽ അദ്ദേഹമാണ് അതിന്റെ പ്രസിഡൻറ്. 1960–ൽ സോവിയറ്റ് യൂണിയൻ സന്ദർശിച്ച ആദ്യത്തെ ക്യൂബൻ പ്രതിനിധിസംഘത്തെ നയിച്ചതും അദ്ദേഹമാണ്.

ഈ ലേഖകൻ 1968–ലും 1970–ലും ക്യൂബ സന്ദർശിച്ചപ്പോൾ ലാവില്ലാപോരാട്ടത്തെപ്പറ്റി അദ്ദേഹവുമായി പലതവണ ചർച്ച നടത്തുകയുണ്ടായി. അന്നത്തെ സംഭവങ്ങളെപ്പറ്റി കൃത്യമായി അറിയാനും ചെയുടെ നേതൃത്വപരമായ പങ്ക് വെളിച്ചത്തു കൊണ്ടുവരാനും ജിമെനെസിന്റെ വിവരണം

സഹായിക്കും. അന്നത്തെ സംഭവഗതിയെപ്പറ്റി അദ്ദേഹത്തിൽനിന്നു കിട്ടിയ വിവരമാണ് ചുവടെ ചേർക്കുന്നത്.

ഡിസംബർ 22-ാം തീയതി അതിരാവിലെ പ്ലാസെറ്റാസ് നഗരത്തിനുവേണ്ടിയുള്ള പോരാട്ടമാരംഭിച്ചു. മുപ്പതിനായിരം ജനസംഖ്യയുള്ള ഈ പട്ടണം സ്ഥിതിചെയ്യുന്നത് സാൻറാ ക്ലാരയിൽനിന്ന് 35 കിലോമീറ്റർ മാത്രം അകലെയാണ്. വൈകുന്നേരമായപ്പോഴേക്ക് നഗരത്തിലെ ഗാരിസൺ വിപ്ലവകാരികൾക്ക് കീഴടങ്ങി.

പ്ലാസെറ്റാസിൽ വച്ച് ചെയുടെ നിർദേശപ്രകാരം ജിമെനെസ് ജനങ്ങളോടുള്ള ഒരു അഭ്യർഥന എഴുതിത്തയാറാക്കി. എട്ടാംകോളം കമാൻഡർ അത് വായിച്ചു ശരിവയ്ക്കുകയും ചെയ്തു. അധ്വാനിക്കുന്ന ജനങ്ങളുടെ ഐക്യം ഊട്ടിവളർത്തിയിട്ട് മൗലിക സാമൂഹ്യ പരിവർത്തനങ്ങൾ വരുത്താനും, അങ്ങനെ മാറ്റാനാവാത്ത ഒരു വസ്തുതയായി ജൂലൈ 26 പ്രസ്ഥാനത്തിന്റെ ബൂർഷ്വാ സഖ്യകക്ഷികളെക്കൊണ്ട് അതെല്ലാം അംഗീകരിപ്പിക്കാനും ചെ നടത്തിയ പ്രയത്നങ്ങളെ പ്രതിഫലിപ്പിക്കുന്നതെന്ന നിലയ്ക്ക് അത്യന്തം പ്രാധാന്യമർഹിക്കുന്ന ഒന്നാണ് ഈ അഭ്യർഥന. വിപ്ലവകാരികൾ പിടിച്ചെടുത്ത സ്ഥലത്തെ റേഡിയോ സ്റ്റേഷനിലൂടെ പ്രക്ഷേപണം ചെയ്ത ഈ അഭ്യർഥനയുടെ പൂർണരൂപം ചുവടെ ചേർക്കുന്നു.

ക്യൂബൻ ജനതയോട്,

"ജൂലൈ 26 പ്രസ്ഥാനത്തിലേയും റവല്യൂഷനറി ഡയറക്ടറേറ്റിലേയും പോരാളികൾ ഉൾപ്പെട്ട മഹത്തായ വിപ്ലവസൈന്യം പ്ലാസെറ്റാസ് നഗരം വിമോചിപ്പിച്ചിരിക്കുന്നു. ഉഗ്രമായ പോരാട്ടത്തിനുശേഷം ഫൊമെന്റോ, സുളുവേത്ത, കബൈഗ്വാൻ തുടങ്ങിയ വാസകേന്ദ്രങ്ങളും അവർ പിടിച്ചെടുത്തിട്ടുണ്ട്. സാർജന്റ് ഫുൾഗെൻസ്യോ ബാട്ടിസ്റ്റയുടെ ഏകാധിപത്യ വാഴ്ചയുടെ കിരാതമായ നുകത്തിൻ കീഴിൽ നിരവധി വർഷങ്ങളായി നരകയാതന അനുഭവിച്ചു വന്നിരുന്ന സ്ഥലങ്ങളാണിതെല്ലാം.

മർദകർക്കെതിരായി ജനങ്ങൾ കൈവരിച്ച ഈ അത്യുജ്വലവിജയം അധ്വാനിക്കുന്ന ജനതയുടെ സുദൃഢമായ ഐക്യത്തിലൂടെ നാനാകേന്ദ്രങ്ങളിൽ നിന്നുമുള്ള സഹായം മുഖേന അരക്കിട്ടുറപ്പിക്കേണ്ടിയിരിക്കുന്നു. തൊഴിലാളികളും കർഷകരും വിദ്യാർഥികളും ബുദ്ധിജീവികളും അടങ്ങിയതാണ് ഞങ്ങളുടെ ഈ സൈന്യം. ബാട്ടിസ്റ്റയുടെ ഏകാധിപത്യം അവസാനിപ്പിക്കുന്നതിനുള്ള പോരാട്ടത്തിന് നേതൃത്വം നൽകുന്നതിനു പുറമെ സാർവത്രികമായ ജനാധിപത്യത്തിനും വാക്കിലും പ്രവൃത്തിയിലുമുള്ള സ്വാതന്ത്ര്യത്തിനും ഉറപ്പുവരുത്തുകയും ഭൂമിയുടെ ഉടനടിയുള്ള പുനർവിതരണത്തോടുകൂടിയ ഒരു കാർഷികപരിഷ്കാരം (ഓറിയന്റയിലും ലാവില്ലയിലും ചെയ്തതുപോലെ) നടപ്പിലാക്കുകയും നിർബന്ധിത ട്രേഡ് യൂണിയൻ വരിസംഖ്യപ്പിരിവ് അവസാനിപ്പിക്കുകയും ട്രേഡ് യൂണിയൻ ജനാധിപത്യം സ്ഥാപിക്കുകയും തൊഴിലാളികളുടെ ന്യായമായ അവകാശങ്ങൾ അനുവദിക്കുകയും ജനകീയാവകാ

ശങ്ങൾ നേടാനുള്ള എല്ലാ നടപടികളും കൈക്കൊള്ളുകയും ചെയ്യുകയെന്നതും ഞങ്ങളുടെ കടമയാണെന്ന് ഈ സൈന്യം കരുതുന്നു.

"നാട്ടുകാരേ, വിപ്ലവവുമായി മുന്നോട്ടു നീങ്ങുവിൻ! തൊഴിലാളികളേ, സമരസന്നദ്ധരായി മുന്നോട്ടു വരുവിൻ! കർഷകരേ, സംഘടിക്കുവിൻ! വിപ്ലവസൈന്യം അപ്രതിഹതവും അജയ്യവുമായ അതിന്റെ മുന്നേറ്റം തുടരുകയാണ്. ഏറെത്താമസിയാതെ ലാവില്ലാ പ്രവിശ്യയാകെ ക്യൂബയിലെ വിമോചിതപ്രദേശമായി പ്രഖ്യാപിക്കപ്പെടുകയും ചെയ്യും!"

വിപ്ലവത്തേയും കാർഷിക പരിഷ്കാരത്തേയും വിപ്ലവപ്രബുദ്ധമായ ജൂലൈ 26 പ്രസ്ഥാനത്തേയും റവല്യൂഷനറി ഡയറക്ടറേറ്റിനേയും തൊഴിലാളിഐക്യത്തേയും സ്വതന്ത്രക്യൂബയേയും അഭിവാദനം ചെയ്തുകൊണ്ടാണ് അഭ്യർഥന അവസാനിപ്പിച്ചിരുന്നത്.

വിജയത്തിനു തൊട്ടുമുൻപ് ഫിദലും ചെയും മുന്നോട്ടു വച്ച മർമപ്രധാനങ്ങളായ മുദ്രാവാക്യങ്ങൾ തൊഴിലാളി ഐക്യത്തേയും കാർഷിക പരിഷ്കാരത്തേയും സംബന്ധിക്കുന്നവയായിരുന്നു. ഇതു ശുദ്ധ കമ്യൂണിസ്റ്റ് വിരോധം പ്രചരിപ്പിച്ചുനടത്തിയിരുന്ന ബൂർഷ്വാരാഷ്ട്രീയക്കാരുടെ മനസിന് കുളിർമ നൽകുന്നതായിരുന്നില്ലെന്ന് പറയേണ്ടതില്ലല്ലോ.

പ്ലാസെറ്റാസിന്റെ വിമോചനത്തിനുശേഷം ശത്രു നടത്തിയ ബോംബുവർഷത്തിന്റെ ഫലമായി നഗരവാസികളിൽ പലരും മൃതിയടഞ്ഞു.

ഇതിനിടയിൽ ചെയുടെ കീഴിലുള്ള ചില യൂണിറ്റുകൾ 1,15,000 ജനസംഖ്യയുള്ള സാൻക്ടി സ്പിരിറ്റസ് എന്ന ലാവില്ലയിലെ രണ്ടാമത്തെ ഏറ്റവും വലിയ നഗരം വളഞ്ഞു. രണ്ടു ദിവസത്തെ ഉഗ്രമായ പോരാട്ടത്തിനു ശേഷം ഇവിടെയും വിപ്ലവകാരികൾ വിജയിച്ചു.

പിന്നീട് ഒട്ടും സമയം പാഴാക്കാതെ ചെ തന്റെ ആൾക്കാരുമായി ട്രക്കുകളിൽ കയറി റെമേഡിയോ നഗരത്തിലേക്കു പുറപ്പെട്ടു. സാന്റാക്ലാരയിലേക്കുള്ള വഴിയിലാണ് ഈ നഗരം സ്ഥിതിചെയ്യുന്നത്. കൊളോണിയൽ കാലത്തെ പടുകൂറ്റൻകെട്ടിടങ്ങളായ മുൻസിപ്പൽ ഓഫീസ്, ജയിൽ, പോലീസ് സ്റ്റേഷൻ, ബാരക്കുകൾ എന്നിവിടങ്ങളിലാണ് ശത്രുസൈന്യം ഇവിടെ ബാരിക്കേഡുകളുയർത്തി നിന്നിരുന്നത്. വിപ്ലവകാരികൾ ഇവിടങ്ങളെല്ലാം വളഞ്ഞുകൊണ്ട് വെടിയാരംഭിച്ചു.

കത്തിയെരിഞ്ഞുകൊണ്ടിരുന്ന മുൻസിപ്പൽ ഓഫീസിൽ നിന്നിരുന്ന പോലീസുകാരാണ് ആദ്യം കീഴടങ്ങിയത്. അതിനുശേഷം വിപ്ലവകാരികൾ ചെയുടെ നേതൃത്വത്തിൽ ചെന്ന് ബാരക്കുകൾ കൈയേറുകയും നൂറോളം പേരെ തടവുകാരാക്കുകയും ചെയ്തു. അതോടെ മറ്റൊരു നഗരവുംകൂടി വിമോചിത ക്യൂബയുടെ ഭാഗമായി, അലൈഡ മാർച്ചും കൊച്ച് ആട്ടിടയൻ എന്ന ഇരട്ടപ്പേരിലറിയപ്പെട്ടിരുന്ന ക്യാപ്റ്റൻ റോബെർട്ടൊ റൊഡ്രീഗസും ചെയുടെ കൂടെ ഈ പോരാട്ടത്തിൽ പങ്കെടുത്തിരുന്നു. റൊഡ്രീഗസിന്റെ പ്ലാറ്റൂണിലുള്ളവരുടെ ധീരസാഹസങ്ങൾ കാരണം ആത്മഹത്യാ സ്ക്വാഡ് എന്നാണ് മറ്റുള്ളവർ ആ പ്ലാറ്റൂണിന് പേരിട്ടിരുന്നത്.

അന്നുതന്നെ, ഡിസംബർ 25-ം തീയതി, വിപ്ലവകാരികൾ റെമേഡിയോയിൽനിന്ന് എട്ടു കിലോമീറ്റർ അകലെയുള്ള കൈബാറിയെൻ തുറമുഖനഗരത്തിലേക്കും തള്ളിക്കയറി. ഹ്രസ്വമായൊരു പോരാട്ടത്തിനു ശേഷം അവിടെ ഉണ്ടായിരുന്ന കരസൈനികരും നാവികരും കീഴടങ്ങി. വിപ്ലവകാരികൾ അവരെ നിരായുധീകരിച്ചിട്ട് വീട്ടിലേക്കയച്ചു.

അതിന്റെ പിറ്റേന്ന് കമാജ്വാനി എന്ന പട്ടണവും വിമോചിപ്പിക്കപ്പെട്ടു. അവിടെ കാത്തിരുന്ന ഗാരിസൺ പേടിച്ച് സാന്റാ ക്ലാരയിലേക്കോടി. മറ്റു ചെറിയ പട്ടണങ്ങളും ഉപേക്ഷിച്ചിട്ട് സാന്റാ ക്ലാരയിൽനിന്ന് 70 കിലോമീറ്റർ അകലെയുള്ള സാന്റോ ഡൊമിൻഗൊയിലും 16 കിലോമീറ്റർ അകലെയുള്ള എസ്പെരാൻസയിലും ശത്രു സ്വന്തം സൈന്യബലം മുഴുവൻ കേന്ദ്രീകരിക്കാൻ തുടങ്ങി. ഈ രണ്ടു സ്ഥാനങ്ങളിൽ നിന്നുകൊണ്ട് വിപ്ലവകാരികളുടെ മുന്നേറ്റത്തിനു കാലവിളംബമുണ്ടാക്കാനായിരുന്നു അവരുടെ പ്ലാൻ. അവിടെയുള്ള ഗാരിസണുകളെ വളയാൻ ചെ ഓർഡറിട്ടു.

1958 ഡിസംബർ 27-ാം തീയതി രാത്രി എട്ടുമണിക്ക് ചെ തന്റെ കമാൻഡർമാരെ പ്ലാസെറ്റാസിലുള്ള തുപ്ലേറിയാസ് ഹോട്ടലിലെ ഒരു മുറിയിൽ വിളിച്ചുകൂട്ടി. സാന്റാ ക്ലാരയുടെ നിയന്ത്രണം കൈക്കലാക്കുന്നതിനുള്ള നിർണായകമായ നടപടി സ്വീകരിക്കാൻ സമയമായെന്ന് അദ്ദേഹം പറഞ്ഞു. എട്ടാം കോളത്തെ അത്യന്തം ഗോപ്യമായി ഊടുവഴികളിലൂടെ മാർത്താ അബ്രുവിലുള്ള സർവകലാശാലാ വളപ്പിൽ എത്തിക്കാൻ അദ്ദേഹം നുനെസ് ജിമെനെസിന് നിർദേശം കൊടുത്തു. സാന്റാ ക്ലാരയിൽനിന്ന് മാർത്താ അബ്രുവിലേക്ക് അൽപ്പം ദൂരമേയുള്ളൂ.

നുനെസ് ജിമെനെസിന്റെ സൈന്യാധിപത്യത്തിൽ മുന്നൂറോളം പേരടങ്ങിയ എട്ടാം കോളം വെളുപ്പിനു രണ്ട് മണിക്ക് നിരവധി വാഹനങ്ങളിലായി ആ സർവകലാശാലാവളപ്പിലേക്കു പുറപ്പെട്ടു. കൃത്യം രണ്ടു മണിക്കൂർകൊണ്ട് അവരവിടെ എത്തിയപ്പോൾ വിദ്യാർഥികളും അധ്യാപകരും ജീവനക്കാരും ചേർന്ന് അവരെ ഹാർദമായി സ്വാഗതം ചെയ്തു.

രാവിലെ 6.30-ന് ചെയും സ്ഥലത്തെത്തി. എട്ടു മണിക്ക് സാന്റാ ക്ലാരയിലേക്ക് പുറപ്പെടാൻ അദ്ദേഹം ഓർഡർ കൊടുത്തു. സെൻട്രൽ ഹൈവേയിലൂടെ പോകാനായിരുന്നു നിർദേശം. വിപ്ലവകാരിദളങ്ങൾ നിരത്തിന്റെ ഇരുവശങ്ങൾ ചേർന്നു മാർച്ചു ചെയ്തപ്പോൾ ചെ അവരുടെ മധ്യത്തിലായി ഒരു ജീപ്പിൽ സഞ്ചരിച്ചു. അലൈഡ, നുനെസ് ജിമെനെസ്, അദ്ദേഹത്തിന്റെ ഭാര്യ ല്യൂപ്പെ വെലീസ് എന്നിവർ ചെയോടൊപ്പമുണ്ടായിരുന്നു.

തന്റെ രണ്ടുവയസുള്ള മകൾ മറിത്തേറെയെ സാന്റാ ക്ലാരയുടെ പ്രാന്തങ്ങളിലുള്ള സുഹൃത്തുക്കളെ ഏൽപ്പിച്ചിട്ടാണ് താനും ഭാര്യയും പോന്നതെന്നും ആ പ്രദേശത്തുകൂടിയാണ് തങ്ങൾ മാർച്ചു ചെയ്തുകൊണ്ടിരിക്കുന്നതെന്നും നുനെസ് ജിമെനെസ് ചെയെ ധരിപ്പിച്ചു. ഉടൻ തന്നെ ചെ ആ മാതാപിതാക്കളോടൊപ്പം അവരുടെ മകളെ കാണാൻ പോവുകയും കാര്യങ്ങളെല്ലാം ഭദ്രമാണെന്ന് ഉറപ്പു വരുത്തുകയും ചെയ്തു.

ഡിസംബർ 28-ാം തീയതി അവർ സാന്റാ ക്ലാരയ്ക്ക് അഭിമുഖമായി നിൽക്കുന്ന കപ്പീറൊ പർവതങ്ങളിലെത്തി. പർവതാഗ്രത്തിൽ ശത്രുഭടന്മാർ കാത്തുകിടന്നിരുന്നു. അടിവാരത്തിൽ രണ്ടു ടാങ്കുകളും നിലയുറപ്പിച്ചിരുന്നു. തൊട്ടടുത്തായി, റോക്കറ്റും മോർട്ടാറും വിമാനനിരോധന പീരങ്കിയും യന്ത്രത്തോക്കും മറ്റും ഘടിപ്പിച്ച ഒരു കവചിത തീവണ്ടിയും നിന്നിരുന്നു. ബാട്ടിസ്റ്റയുടെ എഞ്ചിനീയർ യൂണിറ്റുകളുടെ കമാൻഡർ കേണൽ റോസ്സൽ ലെയ്വയുടെ മേൽനോട്ടത്തിൽ നാനൂറിലധികം പട്ടാളക്കാർ ആ തീവണ്ടിക്കുള്ളിൽ ഉണ്ടായിരുന്നു.

ഇപ്രകാരം കോട്ടകൊത്തളംപോലെയുള്ള ഒരു സ്ഥാനത്തുനിന്നുകൊണ്ടു വിപ്ലവകാരികളുടെ ഏതൊരാക്രമണത്തേയും നിഷ്പ്രയാസം തകർക്കാൻ കഴിയുമെന്ന് ആരും വിചാരിക്കും. പക്ഷേ, ചുണകെട്ട് എന്തു ചെയ്യണമെന്നറിയാതെ കുഴങ്ങിയിരുന്ന ആ ബാട്ടിസ്റ്റ പട്ടാളത്തിന് ചെയുടെ പേരുകേൾക്കുമ്പോൾ തന്നെ അങ്കലാപ്പായിരുന്നു.

ആ കവചിത തീവണ്ടി ഹവാനയിൽ നിന്ന് സാന്റാ ക്ലാരയിലെത്തുന്നതിനിടയിൽ തന്നെ അതിലുള്ള ഡസൻ കണക്കിനു പട്ടാളക്കാർ ഒളിച്ചോടിയിരുന്നു. സാന്റാ ക്ലാരയിലേക്ക് ഈ കവചിത തീവണ്ടി അയയ്ക്കാൻ അവർ തീരുമാനിച്ചപ്പോൾ നാം പട്ടാളക്കാരുടെ കൂട്ടത്തോടെയുള്ള ഒളിച്ചോട്ടം സംഘടിപ്പിച്ചത് എനിക്ക് നല്ല ഓർമയുണ്ട്. പി എസ് പി യുടെ എട്ടാമത് ദേശീയ കോൺഗ്രസിൽ വച്ച് ബ്ലസ് റോക്ക പ്രസ്താവിച്ചു. വണ്ടി വിട്ടുപോകുമ്പോൾ ഇടാനുള്ള സിവിലിയൻ വേഷം സംഘടിപ്പിക്കാൻ കഴിഞ്ഞത്ര ആളുകളുടെ ഒളിച്ചോട്ടം സംഘടിപ്പിക്കാൻ നമുക്കു കഴിഞ്ഞുവെന്ന സംഗതി ഞാനിവിടെ പ്രസ്താവിച്ചുകൊള്ളട്ടെ. സിവിലിയൻ വേഷം കണ്ടിപിടിക്കുന്നതിലുള്ള പ്രയാസം മാത്രമായിരുന്നു ഇതിനുള്ള ഒരേയൊരു തടസ്സം. നമുക്ക് സംഘടനയുണ്ടായിരുന്ന എല്ലാ സ്റ്റേഷനുകളിലും ഇത് നടന്നു.

യുദ്ധം ചെയ്യാൻ ബാട്ടിസ്റ്റയുടെ പട്ടാളത്തിന് അൽപ്പവും മനസുണ്ടായിരുന്നില്ല. പുറമേക്കു കാണിക്കാനായി കുറേ പ്രാവശ്യം വെടിവച്ചിട്ട് അവരുടെ ടാങ്കുകൾ നഗരത്തിലേക്കു പിൻവാങ്ങി. വിപ്ലവകാരികളുടെ തള്ളിക്കയറ്റം ചെറുക്കാനാവാതെ പർവതാഗ്രത്തിൽ നിലയുറപ്പിച്ചിരുന്ന പട്ടാളക്കാരും അവരുടെ പിന്നാലെ ഓടി. ചെയുടെ ആൾക്കാരുമായുള്ള ഒരു യുദ്ധത്തിൽ കുടുങ്ങാൻ കേണൽ റോസ്സൽ ലെയ്വയ്ക്കു ലവലേശം തൃപ്തിയുണ്ടായിരുന്നില്ല. അതിനാൽ അയാളും ഓടിക്കളഞ്ഞു. ലെയ്വയുടെ ഓർഡറനുസരിച്ച് കവചിത തീവണ്ടിയും സാന്റാ ക്ലാരാ സ്റ്റേഷനിലേക്ക് തിരിച്ചുപാഞ്ഞു. പക്ഷേ, അതിനു കുറേ മണിക്കൂർ മുമ്പായി എവിടുന്നോ രണ്ടു ബുൾഡോസറുകൾ കരസ്ഥമാക്കിയിട്ട് കപ്പീറൊയ്ക്കും സാന്റാ ക്ലാരയ്ക്കും ഇടയിലുള്ള പാളങ്ങൾ ഇളക്കിയിട്ടതിനു ശേഷം ചെ അവിടെ തന്നെ കാത്തുനിന്നിരുന്നുവെന്ന സംഗതി ആ കേണലിനു നിശ്ചയമുണ്ടായിരുന്നില്ലെന്നു മാത്രം.

ഡിസംബർ 29–ാം തീയതി ഉച്ചതിരിഞ്ഞ് മൂന്നു മണിക്ക് അതിവേഗം പാഞ്ഞിരുന്ന ആ വണ്ടി പാളം ഇളക്കിയിട്ടിരുന്ന ആ ഭാഗത്തെത്തിയപ്പോൾ അതിന്റെ എഞ്ചിനും കുറേ ബോഗികളും മറിഞ്ഞുപോയി. ആ സന്ദർഭത്തിൽ അവിടെ ഉയർന്ന ഒച്ചയും ബഹളവും കർത്താവിന്റെ അന്തിമവിചാരണയിലെ രംഗങ്ങളെ അനുസ്മരിപ്പിക്കുന്ന ഒന്നായിരുന്നു. "പിന്നത്തെ യുദ്ധം വളരെ രസമായിരുന്നു," ചെ അനുസ്മരിക്കുന്നു. "ട്രെയിനിനുള്ളിലേക്ക് പെട്രോൾ ബോംബെറിഞ്ഞ് ഞങ്ങൾ അതിലിരുന്നിരുന്ന പട്ടാളക്കാരെ പുകച്ചുചാടിച്ചു. നല്ല ആയുധബലവും എല്ലാം ഉണ്ടായിരുന്നെങ്കിലും, അമേരിക്കയുടെ പടിഞ്ഞാറൻ ഭാഗങ്ങളിലെ ആദിവാസികളെ വകവരുത്താൻ പുറപ്പെട്ട വരത്തന്മാരെപ്പോലെ മാന്യമായ അകലം നിലനിർത്തി പറ്റിയ സ്ഥാനങ്ങളിൽനിന്നുകൊണ്ട് നിരായുധനായ ഒരു ശത്രുവിനെതിരായി മാത്രമേ അവർക്ക് പോരാടാൻ കഴിയുമായിരുന്നുള്ളു. പക്ഷേ, എതിരാളികൾ തൊട്ടുമുന്നിൽ വന്നുനിന്നുകൊണ്ടു പെട്രോൾ ബോംബ് എറിഞ്ഞപ്പോൾ അകത്തെ ചൂട് ഒട്ടും പുറത്തുപോകാനനുവദിക്കാത്ത ചമരുകളോടുകൂടിയ ആ തീവണ്ടി അവർക്ക് നരകതുല്യമായിത്തീർന്നു. അൽപ്പം ചില മണിക്കൂറുകൾക്കുള്ളിൽ അവരൊന്നടങ്കം കീഴടങ്ങുകയും 22 ബോഗികളും ഒട്ടേറെ വിമാനനിരോധനത്തോക്കുകളും യന്ത്രത്തോക്കുകളും കണക്കറ്റ വെടിക്കോപ്പുകളും ഞങ്ങളുടെ കൈയിലാവുകയും ചെയ്തു."

ഈ പ്രവർത്തനത്തിൽ വിപ്ലവകാരികളുടെ ഭാഗത്ത് ആകെയുണ്ടായിരുന്നത് പതിനെട്ടുപേരടങ്ങിയ ഒരു പ്ലാറ്റൂൺ മാത്രമായിരുന്നു. ഈ പതിനെട്ടുപേർ ബാട്ടിസ്റ്റയുടെ ഒരേയൊരു കവചിത തീവണ്ടിയെ നിശ്ചേഷ്ടമാക്കുക മാത്രമല്ല, നാനൂറിലധികം ഭടന്മാരേയും ഓഫീസർമാരേയും തടവുകാരാക്കുകയും ചെയ്തു. ഓഫീസർമാരെ അവരവരുടെ ആയുധങ്ങൾ കൈയിൽ വയ്ക്കാൻ അനുവദിച്ചിട്ടും കൈബാറിയെൻ തുറമുഖത്തേക്ക് കൂട്ടിക്കൊണ്ടുപോകാൻ നൂനെസ് ജിമെനെസിന് ചെ നിർദേശം കൊടുത്തു. അവിടെ നിന്ന് അവരെ ഗവൺമെന്റ് നിയന്ത്രിത മേഖലകളിലേക്ക് മടക്കി അയക്കാനായിരുന്നു പരിപാടി.

തടവുകാരെയെല്ലാം ട്രക്കുകളിൽ കയറ്റി ഞങ്ങൾ സാന്റാ ക്ലാരയിൽനിന്ന് 60 കിലോമീറ്റർ ദൂരെയുള്ള കൈബാറിയെനിലേക്ക് പുറപ്പെട്ടു. നൂനെസ് പറയുന്നു. ഞാനുൾപ്പെടെ ഞങ്ങൾ മൂന്നു വിപ്ലവകാരികളേ അവരുടെ കൂടെ പോകാനുണ്ടായിരുന്നുള്ളുവെങ്കിലും തൊട്ടുമുൻപു നടന്ന സംഭവങ്ങൾ കാരണം അത്ഭുതപരതന്ത്രരായിപ്പോയ ആ തടവുകാരിൽ ഒരാൾപോലും ഓടിരക്ഷപ്പെടുന്നതിനു ശ്രമിച്ചില്ല. സത്യത്തിൽ അവരതിന് ശ്രമിച്ചിരുന്നെങ്കിൽ അത് ആത്മഹത്യയാവുകയും ചെയ്യുമായിരുന്നു. കാരണം, വഴിനീളെയുള്ള ആളുകൾ ആഹ്ലാദത്തിമിർപ്പോടെ ഞങ്ങളെ അഭിവാദനം ചെയ്യുന്നതിനിടയിൽ തടവുകാരെ തെറികൊണ്ടു അഭിഷേകം ചെയ്തിരുന്നു. അവരെ ആ ജനരോഷത്തിൽ നിന്നു രക്ഷിക്കാൻ ഞങ്ങൾ പെട്ട പാട് ചില്ലറയൊന്നുമല്ല. കൈബാറിയെനിൽ എത്തി

യപ്പോൾ ഞാൻ റേഡിയോ മുഖേന കടൽത്തീരംപററി റോന്തുചുറ്റി യിരുന്ന ശത്രുവിന്റെ ഒരു കൊച്ചു പടക്കപ്പലുമായി ബന്ധം സ്ഥാപിച്ചു. തുറമുഖത്തു വന്ന് അവരുടെ തടവുകാരെ കൂട്ടിക്കൊണ്ടു പോകാൻ ഞാൻ അവരെ ക്ഷണിച്ചു. അപ്പോൾ ആ കപ്പലിന്റെ ക്യാപ്റ്റൻ ഹവാനയിലെ ജനറൽ ഹെഡ്ക്വാർട്ടേഴ്സിന്റെ നിർദേശം ചോദിച്ചു. വകയ്ക്കുകൊള്ള രുതാത്ത ഭീരുക്കളാണ് തടവുകാരെന്നും വിപ്ലവകാരികളുടെ യുക്തം പോലെ അവരെ എന്തും ചെയ്യാമെന്നുമായിരുന്നു അതിന് ലഭിച്ച മറുപടി. അതിനാൽ അവരെ സ്ഥലത്തെ നാവികക്ലബ്ബിൽ ജനകീയ മിലീഷ്യയുടെ മേൽനോട്ടത്തിന് വിട്ടുകൊടുത്തിട്ടു പോവുകയല്ലാതെ ഞങ്ങളുടെ മുന്നിൽ മറ്റു മാർഗമൊന്നുമുണ്ടായിരുന്നില്ല. ഉടൻതന്നെ ഞങ്ങൾ സാന്റാ ക്ലാര യിൽ നടന്നുകൊണ്ടിരുന്ന പൊരിഞ്ഞ യുദ്ധത്തിൽ പങ്കെടുക്കാൻ അവി ടേക്കു പായുകയും ചെയ്തു.

ഇവിടെയും ശത്രുനഗരത്തിലെ പ്രധാന കെട്ടിടങ്ങൾക്കുള്ളിൽ സംര ക്ഷണം തേടി. ല്യോൺഷിയൊ ബാരക്കുകൾ, പൊലീസ് സ്റ്റേഷൻ, ഗ്രാന്റ് ഹോട്ടൽ, കോടതിക്കെട്ടിടം, പള്ളികൾ തുടങ്ങിയ കെട്ടിടങ്ങൾക്കു ചുററും ടാങ്കുകൾ കാവലിനിട്ടിട്ട് അവർ ഉള്ളിൽക്കയറിയിരുന്നു. അത്തരം കോട്ടകൾ പിടിച്ചെടുക്കുക അത്ര എളുപ്പമായിരുന്നില്ല. നഗരത്തിനുള്ളിൽ അങ്ങനെയൊരു പോരാട്ടത്തിലേർപ്പെടുന്നത് നഗരവാസികൾക്കിടയിൽ ധാരാളം ജീവഹാനിക്ക് ഇടയാക്കുകയും ചെയ്യുമായിരുന്നു. അങ്ങനെ യൊരു സ്ഥിതി വരരുതെന്ന് വിപ്ലവകാരികൾക്ക് നിർബന്ധവുമുണ്ടായി രുന്നു. പോഷകസേനകൾ എത്തുന്നതുവരെ എങ്ങനെയും പിടിച്ചു നിൽക്കാനായിരുന്നു ശത്രുവിന്റെ പ്ലാൻ. ട്രിനിഡാഡിൽ നിന്നോ സീൻഫ്യൂ ഗോസിൽ നിന്നോ അത്തരം പോഷകസേനകൾ എത്തിച്ചേരാൻ സാധ്യ തയുണ്ടെന്നു മനസിലാക്കിയ ചെ ഉടൻതന്നെ ആ പട്ടണങ്ങൾ വളയാൻ നിർദേശം നൽകി. അങ്ങനെ സാൻറാ ക്ലാരയുമായുള്ള അവയുടെ ബന്ധം വിച്ഛേദിക്കപ്പെട്ടു. അക്കാരണത്താൽ, സാന്റാ ക്ലാരയിൽ വലയം ചെയ്യപ്പെട്ടി രുന്ന ശത്രുസൈന്യത്തിന്റെ രക്ഷയ്ക്ക് ആരും എത്തിച്ചേർന്നതുമില്ല.

നഗരരക്ഷയുടെ ഉത്തരവാദിത്വം കേണൽ കാസില്ലാസ് ലുംപിക്കാ യിരുന്നു. മുൻപ് അതിന് നിയുക്തനായിരുന്ന മേജർ ജനറൽ ചവിയാ നൊയുടെ ഭീരുത്വം കാരണം ബാട്ടിസ്റ്റ അയാളെ തൽസ്ഥാനത്തുനിന്ന് മാറ്റുകയാണുണ്ടായത്. ചവിയാനൊയെപ്പോലെ ലുംപിയും ദേശാഭിമാ നികൾക്കെതിരായി അനവധി ഹീനകൃത്യങ്ങൾ നടത്തിയ ആളായിരു ന്നു. കരിമ്പു തൊഴിലാളികളുടെ നേതാവായ ജീസസ് മേനെണ്ടെസിനെ വെടിവച്ചതിയാളാണ്. ല്യോൺഷിയൊ വിഡാൽ ബാരക്കുകളിലായിരുന്നു ലുംപിയുടെ ഹെഡ് ക്വാർട്ടേഴ്സ്. നഗരത്തിനുവേണ്ടിയുള്ള യുദ്ധം ആരം ഭിച്ചയുടൻ തന്നെ അയാൾ അവിടെനിന്നു ഒളിച്ചുകടക്കാൻ നോക്കി. എങ്കിലും വിപ്ലവകാരികൾ അയാളെ പിടിച്ച് വെടിവെച്ചുകൊന്നു. കേണൽ ഹെർണാണ്ടെസ് അയാളുടെ സ്ഥാനമേറ്റു.

ഡിസംബർ 28–ാം തീയതി കോടതിക്കെട്ടിടം, ഹോട്ടൽ, ജയിൽ, പൊലീസ് സ്റ്റേഷൻ, ല്യോൺഷിയൊ വിഡാൽ ബാരക്കുകൾ എന്നിവിടങ്ങളിലെല്ലാം വാശിയേറിയ ഏറ്റുമുട്ടലുകൾ നടന്നു. ധൂമാവൃതമായ ആ നഗരത്തിലെങ്ങോട്ടു തിരിഞ്ഞാലും വെടിയുടെ ശബ്ദമേ കേൾക്കാനുണ്ടായിരുന്നുള്ളു. പൗരജനങ്ങൾ ആവുംവിധമെല്ലാം വിപ്ലവകാരികളെ സഹായിച്ചു. ആളുകൾ സസന്തോഷം അവരെ വീട്ടിലേക്കു ക്ഷണിച്ച് അവർക്കു വേണ്ട ആഹാരവും വെള്ളവും നൽകുകയും പുരമുകളിലെ ഏറ്റവും നല്ല സ്ഥാനങ്ങളിൽ അവരെ കൊണ്ടുചെന്നിരുത്തുകയും ബാട്ടിസ്റ്റയുടെ ആൾക്കാർ ഒളിച്ചിരിക്കുന്ന സ്ഥാനങ്ങൾ അവർക്ക് കാട്ടി കൊടുക്കുകയും ശത്രുവിന്റെ നീക്കത്തെപ്പറ്റി അവർക്ക് അപ്പപ്പോൾ അറിവ് നൽകുകയും ചെയ്തു. സന്നദ്ധസേവനത്തിന് തയാറായി ഡസൻകണക്കിന് വോളണ്ടിയർമാർ ചെയ്ക്കു ചുറ്റും കൂടി. ഇടതുകൈ പ്ലാസ്റ്ററിലും സന്തതസഹചാരിയായ ചുരുട്ട് വായിലും ഒരു ടോമിഗൺ വലതു കൈയിലുമായി പഴഞ്ചൻ ബൂട്ടുകളും കറുത്ത ബെററ്റ് തൊപ്പിയും ധരിച്ച് അദ്ദേഹം സന്ദേശവാഹകരുടെ റിപ്പോർട്ടുകൾ കേട്ട് വേണ്ട നിർദേശങ്ങൾ നൽകുകയും പോരാളികളെ പ്രോത്സാഹിപ്പിക്കാനായി ഇടയ്ക്കിടയ്ക്ക് അടർക്കളത്തിലേക്ക് പാഞ്ഞെത്തുകയും ചെയ്തിരുന്നു.

ഡിസംബർ 29, 30 തീയതികളിലായി വിപ്ലവകാരികൾ കോടതിക്കെട്ടിടവും ഗ്രാന്റ് ഹോട്ടലും കോട്ടകൾപോലെ ഉപയോഗിച്ചിരുന്ന രണ്ടു പള്ളികളും (ബെൻ വിയാജെയും കാർമെനും) പിടിച്ചെടുത്ത് അവിടെ പാർത്തിരുന്ന പട്ടാളക്കാരേയും പോലീസുകാരേയും തടവുകാരായി പിടിച്ചു.

കോടതിക്കെട്ടിടത്തിലിരുന്നുകൊണ്ട് വിപ്ലവകാരികളുടെ മേൽ തീതുപ്പിയിരുന്ന ഒരു കൂട്ടം പട്ടാളക്കാർക്ക് സംരക്ഷണം നൽകാനായി രണ്ടു ടാങ്കുകൾ ആ കെട്ടിടത്തിന് മുൻപിൽ നിന്നിരുന്നു. പതിനെട്ടു വയസുകാരനായ ക്യാപ്റ്റൻ അസിവെഡൊ ആ ടാങ്കുകൾക്കുനേരെ നിറയൊഴിച്ചപ്പോൾ അവയ്ക്കു പിന്നിൽ പതുങ്ങിയിരുന്നിരുന്ന മൂന്നു പട്ടാളക്കാർ മുറിവേറ്റു താഴെവീണു. പക്ഷേ, ടാങ്കുകാർ പരുക്കേറ്റുവീണ തങ്ങളുടെ സഖാക്കളെ പൊക്കിയെടുക്കാൻ മിനക്കെടാതെ ടാങ്കുകൾ പുറകോട്ടോടിക്കുകയും ആ മൂന്നു സാധുക്കൾ അവയ്ക്കിടയിൽ പെട്ട് അരഞ്ഞുപോവുകയും ചെയ്തു. വിപ്ലവകാരികളുടേതിനു നേർവിപരീതമായ പെരുമാറ്റമായിരുന്നു ഇത്. ശത്രുവായാലും മിത്രമായാലും മുറിവേറ്റുവീഴുവന്നവരെ പൊക്കിയെടുത്ത് അവർക്കുവേണ്ട പ്രാഥമികവൈദ്യശുശ്രൂഷ നൽകി, കഴിവതും വേഗം അവരെ റെഡ് ക്രോസ് ഫീൽഡ് ആശുപത്രിയിലേക്കയക്കാതെ വിപ്ലവകാരികൾ മുന്നോട്ട് നീങ്ങിയിരുന്നില്ല.

ശത്രു അവന്റെ എല്ലാ ആശകളും കേന്ദ്രീകരിച്ചിരുന്ന ആ ടാങ്കുകൾകൊണ്ട് വാസ്തവത്തിൽ യാതൊരു പ്രയോജനവും ഉണ്ടായിരുന്നില്ല. വിപ്ലവകാരികളുടെ കൈയിലായിക്കഴിഞ്ഞ ആ നഗരത്തിൽ മറിഞ്ഞുകിടക്കുന്ന ട്രക്കുകളുടേയും കാറുകളുടേയും ബാരിക്കേഡുകൾക്കിടയിലൂടെ അവയ്ക്ക് ഇടംവലം തിരിയാൻ കഴിയുമായിരുന്നില്ല. പെട്രോൾ ബോംബു

കൾ കൊണ്ടുള്ള ആക്രമണത്തിലൂടെ വിപ്ലവകാരികൾ ആ ടാങ്കുകാരെ കീഴടങ്ങാൻ നിർബന്ധിതരാക്കി. ബാട്ടിസ്റ്റയുടെ വിമാനങ്ങൾ സാന്റാ ക്ലാരയിലും വിപ്ലവകാരികളുടെ നിയന്ത്രണത്തിലായ മറ്റു സ്ഥലങ്ങളിലും തോന്നിയപോലെ ബോംബുകൾ വർഷിച്ചു.

പോലീസ് സ്റ്റേഷനിലെ ഏറ്റുമുട്ടൽ അത്യന്തം ഭീഷണമായിരുന്നു. ആത്മഹത്യാ സ്ക്വാഡിന്റെ മഹാപരാക്രമശാലിയായ ആ കമാൻഡർ വക്വെറിത്തൊ അവിടെ വച്ചു മരണമടഞ്ഞു. വിപ്ലവകാരികൾ സ്റ്റേഷൻ കെട്ടിടത്തിനു തീകൊളുത്തിയതോടെ അതിനുള്ളിൽ കുടുങ്ങിയ ശത്രു ഭടന്മാർ ഗത്യന്തരമില്ലാതെ കീഴടങ്ങാൻ തയാറായി. ആയുധം കൂടാതെ ല്യോൺഷ്യൊ വിഡാൽ ബാരക്കുകളിൽ ഒളിച്ചിരിക്കാൻ അനുവദിക്കണമെന്ന ഒരു വ്യവസ്ഥ മാത്രമേ അവർ ഉന്നയിച്ചുള്ളു. ചെ അതിനു സമ്മതിച്ചപ്പോൾ മുന്നൂറു പേർ ഇവിടെ നിന്ന് വരിവരിയായി പുറത്തേക്കു വന്നെങ്കിലും ബാരക്കുകളിൽ പോയി ഒളിച്ചിരിക്കാൻ പത്തോളംപേരേ ഉണ്ടായിരുന്നുള്ളു. ബാക്കിയുള്ളവർ സ്വഭവനങ്ങളിലേക്ക് മടങ്ങുകയോ വേറെ വിടെങ്കിലും പോയി ഒളിക്കുകയോ ചെയ്തു.

നവവർഷപ്പുലരിയായപ്പോഴേക്ക് ശത്രുവിന്റെ കൈയിൽ ശേഷിച്ചത് ജയിലും ബാരക്കുകളും അടുത്തുള്ള വിമാനത്താവളവും മാത്രമാണ്. ഹവാനയിൽ നിന്ന് സാന്റാ ക്ലാരയിലേക്ക് പോഷകസേനകളെ അയയ്ക്കാൻ നടത്തിയ ശ്രമങ്ങളെല്ലാം പൊളിഞ്ഞുപോയി. എങ്കിലും കോട്ടകൊത്തളം പോലെ കെട്ടിയ മറ്റു ക്യൂബൻ സ്ഥാപനങ്ങളെപ്പോലെയുള്ള ഈ ബാരക്കുകളിൽ ആയുധസജ്ജരായ ആയിരത്തോളം പട്ടാളവും പോലീസും പിന്നെയും ശേഷിച്ചിരുന്നു. അവർക്ക് വേണമെങ്കിൽ കടുത്ത ചെറുത്തുനിൽപ്പിലൂടെ വിപ്ലവകാരികളെക്കൊണ്ട് അവരുടെ വിജയത്തിന് തക്കതായ വില കൊടുപ്പിക്കാൻ കഴിയുമായിരുന്നു. കഴിയുന്നത്ര വേഗത്തിലും രക്തരഹിതമായും ഈ വിജയം നേടാൻ ശ്രമിക്കുന്നതായിരുന്നു ബുദ്ധി. സാന്റാ ക്ലാരയുടെ പതനം കമാഗ്വെയുടേയും സാന്റിയാഗൊയുടേയും വിധി എഴുതുന്ന ഒന്നാകുമായിരുന്നു. അതാകട്ടെ കിഴക്കൻ ക്യൂബയുടെയാകെ വിമോചനത്തേയും ബാട്ടിസ്റ്റയുടെ അന്ത്യത്തേയും കുറിക്കുമായിരുന്നു. വേഗത ആവശ്യമാക്കുന്ന മറ്റൊരു സംഗതികൂടി ഉണ്ടായിരുന്നു. എന്തുകൊണ്ടെന്നാൽ, അവിടെ വലിയൊരു രക്തച്ചൊരിച്ചിലുണ്ടാകാനിടയായാൽ അമേരിക്കൻ ജീവധനാദികൾ രക്ഷിക്കാനെന്ന പതിവു പല്ലവി ആവർത്തിച്ചുകൊണ്ട് ക്യൂബയിൽ ഇടപെടാൻ അത് യു എസ് എ ക്ക് ഒരവസരമുണ്ടാക്കികൊടുക്കുമായിരുന്നു. അമേരിക്കൻ ഇടപെടലെന്ന വിപത്ത് വെറുമൊരു ഭാവനാസൃഷ്ടിയായിരുന്നില്ല. താദൃശ നടപടികളെ ന്യായീകരിക്കാൻവേണ്ടിയാണ് സോവിയറ്റ് അന്തർവാഹിനികൾ ഫിദലിന്റെ പട്ടാളത്തിനു വേണ്ട ആയുധങ്ങൾ എത്തിക്കുന്നുണ്ടെന്ന പച്ചക്കള്ളങ്ങൾ അമേരിക്കൻ പത്രങ്ങൾ തട്ടിമൂളിച്ചുകൊണ്ടിരുന്നത്.

ഇതെല്ലാം പരിഗണിച്ചാണ് ജനുവരി ഒന്നാം തീയതി രാവിലെ ക്യാപ്റ്റൻ നുനെസ് ജിമെനെസിനേയും റൊഡ്രീഗെസ് ദ് ലാവേഗയേയും

വിളിച്ച് ല്യോൺഷ്യൊ വിഡാൽ ബാരക്കുകളിലേക്ക് പോകാൻ ചെ നിർദേശിച്ചത്. അവിടെയുള്ള ഓഫീസർമാരേയും ഭടന്മാരേയും താന്താങ്ങളുടെ വീടുകളിലേക്കോ അവർക്കിഷ്ടമുള്ള മറ്റെവിടേക്കു വേണമെങ്കിലുമോ പോകാൻ അനുവദിക്കാമെന്നുള്ള വാഗ്ദാനത്തോടെ ആയുധം വച്ചു കീഴടങ്ങാൻ പ്രേരിപ്പിക്കണമെന്ന് ചെ അവരോടു നിർദേശിച്ചു.

ഉടൻ തന്നെ നൂനെസും റൊഡ്രീഗെസും ഒരു മൈക്രോഫോണുമെടുത്തുകൊണ്ട് വെള്ളക്കൊടി കെട്ടിയ ഒരു വണ്ടിയിൽ കയറി ആ ബാരക്കുകളിലേക്ക് തിരിച്ചു.

പട്ടാളക്കാർ അവരെ കണ്ടയുടൻ ആശ്വസത്തോടും ആശയോടും കൂടി വിളിച്ചുപറഞ്ഞു. "സഹോദരന്മാരെ, യുദ്ധം അവസാനിപ്പിക്കാൻ കാലമായി. സമാധാനം! സമാധാനം!"

കേണൽ ഹെർണാണ്ടെസും ഒൻപതു മേജർമാരും എട്ടു ക്യാപ്റ്റന്മാരും അടങ്ങിയ അവിടുത്തെ കമാൻഡാകെയും പൊലീസ് മുഖ്യനായ കേണൽ കൊർണേലിയൊ റോജാസും വിപ്ലവകാരികളുടെ ക്യാപ്റ്റന്മാരെ പ്രതീക്ഷിച്ച് ബാരക്കുകളിൽ തന്നെ നിന്നു. കേണൽ ഹെർണാണ്ടെസ് യുദ്ധം തുടരാൻ പ്രത്യേക താൽപ്പര്യമെന്നും കാണിച്ചില്ല. ഒക്ടോബർ 5–ാം തീയതി സീൻഫ്യൂഗോസിൽ ഉണ്ടായ ഒരു കലാപം അമർച്ച ചെയ്യുന്നതിനിടയിൽ അയാളുടെ ഒരു മകൻ മരിച്ചുപോയിരുന്നു. അയാളും കാലിനു മുറിവ് പറ്റിയിട്ട് പ്ലാസ്റ്ററിട്ടാണ് നടന്നിരുന്നത്.

ഹെർണാണ്ടെസ് അനിശ്ചിതകാലത്തേക്കുള്ള ഒരു വെടിനിറുത്തൽ നിർദേശിച്ചു. പക്ഷേ, നിരുപാധികമായി കീഴടങ്ങുന്നതാണ് നല്ലതെന്ന് ചെയുടെ പ്രതിനിധികളെന്ന നിലയ്ക്ക് നൂനെസും റൊഡ്രീഗെസും അവരോട് പറഞ്ഞു.

നൂനെസ് ജിമെനെസ് ഓഫീസർമാരോടായി പറഞ്ഞു. "നിങ്ങൾ പൂർണ്ണമായും വളയപ്പെട്ടിരിക്കുകയാണ്. നഗരം ഞങ്ങളുടെ സൈന്യത്തിന്റെ അധീനതയിലാണ്. ജനങ്ങൾ ഞങ്ങളെ പിന്താങ്ങുന്നുമുണ്ട്. നിങ്ങളുടെ പട്ടാളം ഓറിയന്റയിൽ തറപറ്റിക്കഴിഞ്ഞു. ക്യൂബയാകെ ഒരു വിപ്ലവവേലിയേറ്റത്തിന്റെ നടുവിലാണ്. ഈ സ്ഥിതിയിൽ നിങ്ങൾ യുദ്ധം തുടരുന്നത് ഒരു മഹാപാതകമായിരിക്കും."

ഹെർണാണ്ടെസ് സമ്മതമാണെന്ന ഭാവത്തിൽ തലയാട്ടി. പക്ഷേ, ഗാരിസണുമായി ആലോചിക്കാൻ സമയം വേണമെന്നു പറഞ്ഞുകൊണ്ട് ഒരു വെടിനിറുത്തലിനായി റോജാസും മറ്റു ചില ഓഫീസർമാരും ശഠിച്ചു.

അപ്പോൾ നൂനെസ് ജിമെനെസ് അവരോട് പറഞ്ഞു. "മാന്യരെ! മണി ഇപ്പോൾ 11.30 ആയി. 12.15 ആകുമ്പോഴേക്ക് നിങ്ങൾ കീഴടങ്ങുന്നില്ലെങ്കിൽ ഞങ്ങൾ മുന്നറിയിപ്പു കൂടാതെ വെടിവയ്ക്കാൻ തുടങ്ങും. അതാണ് ഞങ്ങൾക്കുള്ള ഓർഡർ."

ആ സമയത്ത് ഹവാനയിലെ ജനറൽ ഹെഡ്ക്വാർട്ടേഴ്സിൽ നിന്നുള്ള ഒരു കമ്യൂണിക്കെ റേഡിയോ മുഖാന്തിരം പ്രക്ഷേപണം ചെയ്യുന്നുണ്ടായിരുന്നു. ബാട്ടിസ്റ്റ ട്രൂജില്ലോയുടെ ഡൊമീനിക്കൻ റിപ്പബ്ലിക്കിലേക്ക്

ഓടിപ്പോയെന്നും കൊളംബിയയിലെ പട്ടാളക്യാമ്പിൽ സുപ്രീംകോടതി ജഡ്ജി പീദ്രയുടേയും ആക്ടിങ് ചീഫ് ഓഫ് സ്റ്റാഫ് ജനറൽ യുളൊഗ്യൊ ക്യാന്റില്ലൊയുടെയും നേതൃത്വത്തിലുള്ള ഒരു ഗവൺമെന്റ് അജണ്ട രൂപീകരിക്കപ്പെട്ടിട്ടുണ്ടെന്നുമായിരുന്നു പ്രസ്തുത കമ്യൂണിക്കെയുടെ സാരം.

ഹെർണാണ്ടെസ് റേഡിയോ ട്രാൻസ്മിറ്ററിനടുത്തേക്ക് ചെന്ന് സാന്റാ ക്ലാരയിലെ സ്ഥിതിയെപ്പറ്റിയും ബാരക്കിൽ നിൽക്കുന്ന കൂടിയാലോചനക്കാരെപ്പറ്റിയും ക്യാന്റില്ലൊയെ ധരിപ്പിച്ചു.

അപ്പോൾ ക്യാന്റില്ലൊ നുനെസ് ജിമെനെസിനോടായി സംസാരിക്കാൻ തുടങ്ങി. ഫിദൽ കാസ്ട്രൊയുടെ സമ്മതത്തോടെയാണ് താൻ അധികാരമേറ്റെടുത്തതെന്നും സാന്റാ ക്ലാരയിലെ ഗാരിസൺ ഇപ്പോൾ തന്റെ കീഴിലായതുകൊണ്ട് അതിനോട് കീഴടങ്ങാൻ പറയുന്നതിന് വിപ്ലവകാരികൾക്ക് അവകാശമില്ലെന്നും അയാൾ പ്രഖ്യാപിച്ചു. പക്ഷേ, സത്യത്തിൽ എന്താണ് സംഭവിച്ചിരുന്നത്? ഡിസംബർ 24–ാം തീയതി ക്യാന്റില്ലൊ സാന്റിയാഗോയ്ക്കടുത്തൊരു സ്ഥലത്തുവച്ച് ഫിദൽ കാസ്ട്രൊയെ രഹസ്യമായി ചെന്നു കാണുകയും ഡിസംബർ 31–ാം തീയതി ബാട്ടിസ്റ്റയേയും കൂട്ടരേയും അറസറ്റു ചെയ്തുകൊള്ളാമെന്ന് അദ്ദേഹത്തിന് വാക്കുകൊടുക്കുകയും ചെയ്തിരുന്നു. അതേസമയംതന്നെ സാന്റിയാഗൊയിലും മറ്റു നഗരങ്ങളിലും വിപ്ലവകാരികളോടുള്ള എതിർപ്പ് നിറുത്തിവച്ചുകൊണ്ട് എല്ലാ പ്രദേശങ്ങളിലെയും അധികാരം അവരെ ഏൽപ്പിച്ചുകൊള്ളാമെന്നും അയാൾ ഏറ്റിരുന്നു. അണ്ടർഗ്രൗണ്ടിലുള്ള വിപ്ലവയൂണിറ്റുകളുമായി ചേർന്നായിരിക്കും പട്ടാളം ഹവാനയിൽ അധികാരം പിടിച്ചെടുക്കുകയെന്നും ധാരണയുണ്ടായിരുന്നു.

പക്ഷേ, ക്യാന്റില്ലൊ ഈ ധാരണയെ വഞ്ചിച്ചു. ബാട്ടിസ്റ്റയെ തടവിലാക്കാൻ അയാൾക്ക് യാതൊരുദ്ദേശ്യവുമുണ്ടായിരുന്നില്ല. ബാട്ടിസ്റ്റയുടെ സമ്മതത്തോടെയാണ് അയാൾ കാസ്ട്രൊയെ കണ്ടിരുന്നതും. യു എസ് എ യെക്കൊണ്ട് സായുധ ഇടപെടൽ നടത്തിച്ചിട്ട് വിപ്ലവകാരികളെ തടഞ്ഞുനിറുത്താനും അങ്ങിനെ സമയം നേടാനുമായിരുന്നു അയാളുടെ ശ്രമം. ഇതു മനസിൽ വച്ചുകൊണ്ടാണ് ക്യൂബൻ നഗരങ്ങൾ ബോംബു ചെയ്യാനും ക്യൂബൻ മണ്ണിൽ മറൈനുകളെ ഇറക്കാനും ട്രൂജില്ലൊയെക്കൊണ്ടു സമ്മതിപ്പിക്കുന്നതിന് അയാൾ ശ്രമിച്ചത്. ഇത് ക്യൂബയിൽ ഇടപെടാൻ വാഷിങ്ടണിലുള്ളവർക്ക് അവസരം നൽകുമെന്നായിരുന്നു അയാളുടെ പ്രതീക്ഷ. പക്ഷേ, ഈ കുതന്ത്രങ്ങളൊന്നും ഫലിച്ചില്ല. വിപ്ലവകാരികളുടെ വിജയം, വിശേഷിച്ചും ചെയുടെ നേതൃത്വത്തിൽ ലാവില്ലാ പ്രവിശ്യയിൽ എട്ടാംകോളം കൈവരിച്ച നേട്ടം. ഈ കുതന്ത്രങ്ങളെ എല്ലാം പൊളിച്ചുകളഞ്ഞു.

പട്ടാളത്തിന്റെ സമരശേഷി മുഴുവൻ അസ്തമിച്ചെന്ന് ഹവാനയിലേക്കുള്ള വിപ്ലവകാരികളുടെ മാർച്ച് തടഞ്ഞുനിർത്താൻ യാതൊരു വഴിയുമില്ലെന്നും ചീഫ് ഓഫ് ജനറൽ സ്ററാഫ് ജനറൽ തബേർനില്ല ഡിസം

ബർ 31-ാം തീയതി ബാട്ടിസ്റ്റയെ അറിയിച്ചു. ക്യാന്റില്ലോയും ഇതുതന്നെ പറഞ്ഞു. തന്റെ അന്ത്യം ആസന്നമായിക്കഴിഞ്ഞെന്നു മനസിലാക്കിയ ബാട്ടിസ്റ്റ തന്റെ സാധനങ്ങൾ കെട്ടിവച്ചുകൊള്ളാൻ അനുയായികളോട് നിർദേശിച്ചു. അയാൾ തന്റെ പണം മുഴുവൻ പണ്ടേ സ്വിസ് ബാങ്കുകളിൽ നിക്ഷേപിച്ചുകഴിഞ്ഞിരുന്നു. അയാളുടെ കെട്ടിൽ ഇല്ലാത്ത സാധനങ്ങളൊന്നും ഉണ്ടായിരുന്നില്ല. കട്ടിസ്വർണംകൊണ്ടുണ്ടാക്കിയ ടെലിഫോൺ റിസീവർ, വെള്ളികൊണ്ടുണ്ടാക്കിയ കക്കൂസിലെ ഇരിപ്പിടം-കൃതജ്ഞരായ അമേരിക്കൻ ബിസിനസുകാർ നൽകിയ പാരിതോഷികങ്ങളായിരുന്നു ഇതെല്ലാം-തുടങ്ങിയ ആ ഏകാധിപതിയുടെ ഇഷ്ടവസ്തുക്കൾ പലതും ഇക്കൂട്ടത്തിലുണ്ടായിരുന്നു. താഴേക്കിടയിലുള്ള പല കൊള്ളക്കാരും-ജനറൽമാർ, രഹസ്യപ്പോലീസ് തലവന്മാർ, മന്ത്രിമാർ തുടങ്ങി മൊത്തം 124-പേർ - അയാളോടൊപ്പം പലായനം ചെയ്യാൻ തയാറായി. ക്യാന്റില്ലോയെ അയാൾ തന്റെ പിൻഗാമിയായി തിരഞ്ഞെടുത്ത് സർവസൈന്യാധിപനായി നിയമിച്ചു. വിമാനത്തിനടുത്തുവരെ ക്യാന്റില്ലോ തന്റെ രക്ഷാധികാരിയെ അനുഗമിച്ചു. ഞാൻ പറഞ്ഞതെല്ലാം ഓർമയുണ്ടല്ലൊ. വിമാനത്തിൽ കയറുന്നതിനു മുൻപ് തന്റെ ശിങ്കിടിയെ പേടിപ്പെടുത്തുമ്പോലെ ബാട്ടിസ്റ്റ പറഞ്ഞു. പക്ഷേ, വിപ്ലവകാരികളെ സൂത്രത്തിൽ തോൽപ്പിക്കാനുള്ള ഈ നിർദേശവും യുദ്ധത്തിൽ അവരെ മുട്ടുകുത്തിക്കാനുള്ള അയാളുടെ ഓർഡർ പോലെ തന്നെ ദയനീയമായി പരാജയപ്പെട്ടതേയുള്ളു. ബാട്ടിസ്റ്റയ്ക്ക് ഏഴുകൊല്ലം അധികാരത്തിൽ കടിച്ചുതൂങ്ങാൻ കഴിഞ്ഞെങ്കിൽ അയാളുടെ പിന്മുറക്കാരന് 24 മണിക്കൂർപോലും ആ കസേരയിൽ തുടരാൻ സാധിച്ചില്ല.

തലസ്ഥാനനഗരിയിലെ ഈ സംഭവവികാസങ്ങളെപ്പറ്റി കേട്ടയുടൻ തന്നെ ക്യാന്റില്ലോയുടെ കൊട്ടാരവിപ്ലവത്തെ അപലപിക്കുകയും അയാളെ ബാട്ടിസ്റ്റയുടെ കൂട്ടുപ്രതിയും അനുയായിയുമായി മുദ്രകുത്തുകയും ചെയ്തുകൊണ്ട് ഫിദൽ കാസ്ട്രൊ ഒരു പ്രസ്താവന പുറപ്പെടുവിച്ചു. അധികാരം പരിപൂർണമായി വിപ്ലവകാരികളുടെ കൈയിലാകുന്നതുവരെ ഒരു പൊതുപണിമുടക്കു നടത്താൻ അദ്ദേഹം അധ്വാനിക്കുന്ന ജനങ്ങളോട് ആഹ്വാനം നടത്തുകയും ചെയ്തു. അതേസമയംതന്നെ, ചെറുത്തുനിൽപ്പിന്റെ കേന്ദ്രങ്ങളെ തട്ടിത്തകർത്തുകൊണ്ട് സാന്റിയാഗൊ, കമാഗ്വൈ തുടങ്ങിയ നഗരങ്ങൾ വിമോചിപ്പിക്കാനുമായി നിർണായകമായ മുന്നേറ്റം നടത്താൻ അദ്ദേഹം വിപ്ലവശക്തികളെയും ഉദ്ബോധിപ്പിച്ചു. "വിപ്ലവം ജയിക്കട്ടെ! പട്ടാള വിപ്ലവം തുലയട്ടെ!" എന്നു പറഞ്ഞാണ് ഒളിപ്പോരിന്റെ ആ അന്ത്യഘട്ടത്തിൽ അദ്ദേഹം തന്റെ പ്രസംഗങ്ങൾ ഉപസംഹരിച്ചിരുന്നത്.

ഇതിനിടയിൽ ക്യാന്റില്ലോയ്ക്ക് ജിമെനെസ് നൽകിയ മറുപടി ഇതായിരുന്നു: "കീഴടങ്ങൽ ഓർഡർ പിൻവലിക്കാൻ സാധ്യമല്ല. എന്നു മാത്രമല്ല, ജനങ്ങൾക്ക് യാതൊരു ബന്ധവുമില്ലാത്ത നിങ്ങളുടെ അജണ്ടയ്ക്ക്

ഫിദൽ കാസ്ട്രോയുടെ പിന്തുണയുണ്ടെന്ന നിങ്ങളുടെ അറിയിപ്പ് പച്ചക്കള്ളമാണ്. ബാട്ടിസ്റ്റയേയും കൂട്ടരേയും രക്ഷിക്കാൻ മാത്രം ഉതകുന്ന പട്ടാളവിപ്ലവത്തിനു താൻ തീർത്തും എതിരാണെന്ന് ഇന്നലെ മേജർ ഗുവേരയുമായി റേഡിയോ മുഖേന നടത്തിയ ഒരു സംഭാഷണത്തിനിടയിൽ ഫിദൽ പ്രസ്താവിച്ചിട്ടുള്ളതാണ്."

ക്യാന്റില്ലോ അപ്പോൾ നുനെസ് ജിമെനെസിന്റെ മേൽ അസഭ്യം ചൊരിയാൻ തുടങ്ങി. വേണമെങ്കിൽ പോയി തൂങ്ങിച്ചാകാൻ പറഞ്ഞുകൊണ്ട് ജിമെനെസ് ട്രാൻസ്മിറ്റർ സ്വിച്ച് ഓഫ് ചെയ്തതോടെ ആ സംഭാഷണം അവസാനിച്ചു.

ഇതെല്ലാം കണ്ടും കേട്ടും നിന്നിരുന്ന ഓഫീസർമാർക്ക് ബാട്ടിസ്റ്റയുടെ പലായനവാർത്തയും അയാളുടെ കരുത്തനായ ആ മുൻശിങ്കിടിയോട് ജിമെനെസ് സംസാരിച്ച സ്വരവും, രണ്ടും ആശ്ചര്യകരമായി തോന്നി. എങ്കിലും ജീവനിൽ കൊതിയുണ്ടായിരുന്ന അവർ ആയുധം വച്ചു കീഴടങ്ങാൻ തയാറായില്ല. തങ്ങളുടെ പ്രതിനിധിയായ് മേജർ ഫെർണാണ്ടസിനെ ചെയുമായി നേരിട്ടു കൂടിയാലോചന നടത്താൻ അനുവദിക്കണമെന്ന് അവർ അപേക്ഷിച്ചു.

ജിമെനെസും റൊഡ്രീഗെസും ഉടനെ ഫെർണാണ്ടസിനേയും കൂട്ടി ചെയുടെ അടുക്കലേക്ക് പുറപ്പെട്ടു. ഫെർണാണ്ടസ് വെടിനിറുത്തൽ നിർദേശം വീണ്ടും അവതരിപ്പിച്ചെങ്കിലും ചെ ഖണ്ഡിതമായി അതു തള്ളിക്കളഞ്ഞു.

"12.30 ന് വെടിവയ്പ് പുനരാരംഭിക്കും", ഫെർണാണ്ടസിനോട് ചെ തറപ്പിച്ചു പറഞ്ഞു: "ഇതു പിള്ളകളി ആയിരിക്കുകയുമില്ല. യുദ്ധം നീട്ടിക്കൊണ്ടുപോകരുത്. നിങ്ങളുടെ നടപടി അമേരിക്കയുടെ ഇടപെടൽ വിളിച്ചു വരുത്തിയാൽ നിങ്ങളെല്ലാം രാജ്യദ്രോഹികളായി കണക്കാക്കപ്പെടുന്നതും കഴുവിലേറ്റപ്പെടുന്നതുമായിരിക്കും."

ഉടനടി കീഴടങ്ങിയാൽ സാന്റാ ക്ലാരയിലുള്ള ഓഫീസർമാരേയും ഭടന്മാരേയും സ്വഗൃഹങ്ങളിലേക്ക് പോകാൻ അനുവദിക്കുന്നതായിരിക്കുമെന്ന വാഗ്ദാനത്തെ ചെ സ്ഥിരീകരിച്ചു. മർദനവും മറ്റു കുറ്റകൃത്യങ്ങളും നടത്തിയിട്ടുള്ളവർ കോടതി മുമ്പാകെ അവരുടെ ദുഷ്പ്രവൃത്തികൾക്ക് മറുപടി പറയേണ്ടിവരും. ബാക്കിയുള്ളവർക്കെല്ലാം കൈബാറിയെൻ വഴി ഇഷ്ടമുള്ള സ്ഥലങ്ങളിലേക്കു പോകാം.

പഴയ കൂടിയാലോചനക്കാരോടൊപ്പം ഫെർണാണ്ടസ് ഈ നിർദേശങ്ങളുമായി ബാരക്കിലേക്ക് മടങ്ങി. വഴിനീളെ ആളുകൾ വിപ്ലവസേനാനികൾക്കും ഫിദലിനും ചെയ്ക്കും സ്വാഗതമരുളുകയും ബാട്ടിസ്റ്റയേയും അയാളുടെ കൂട്ടരേയും ശിക്ഷിക്കണമെന്നാവശ്യപ്പെടുകയും ചെയ്തു.

സർവതും അവസാനിച്ചു. നമുക്ക് കീഴടങ്ങാം. ചെയുമായുള്ള സംഭാഷണത്തെക്കുറിച്ച് ഫെർണാണ്ടസ് റിപ്പോർട്ട് ചെയ്തപ്പോൾ കേണൽ ഹെർണാണ്ടസ് പറഞ്ഞു.

ല്യോൺഷ്യൊ വിഡാൽ ബാരക്കുകളുടെ പതനത്തോടെ മറ്റു ചെറുത്തുനിൽപ്പു കേന്ദ്രങ്ങളും കീഴടങ്ങി. 1959 ജനുവരി ഒന്നാം തീയതി ഉച്ചയ്ക്കു രണ്ടുമണിക്ക് സാന്റാ ക്ലാര പൂർണമായും വിപ്ലവകാരികളുടെ കൈകളിലായികഴിഞ്ഞിരുന്നു.

ചെ വിജയവാർത്ത ടെലഫോണിലൂടെ ഫിദലിനെ അറിയിച്ചു. സാന്റിയാഗൊയുടെ മേലുള്ള അവസാനത്തെ ആക്രമണത്തിനു തയാറെടുക്കുകയായിരുന്നു അദ്ദേഹമപ്പോൾ. ചെയും സീൻഫ്യുഗോസും കൂടി ഇരട്ടിവേഗത്തിൽ ഹവാനയിലേക്ക് മാർച്ച് ചെയ്തു ചെന്ന് ക്യാന്റില്ലൊയെ മറിച്ചിട്ടിട്ട് നഗരത്തിലെ മർമപ്രധാനങ്ങളായ കേന്ദ്രങ്ങൾ കൈക്കലാക്കണമെന്ന് ഫിദൽ ഓർഡർ കൊടുത്തു.

ഇതിനിടയിൽ അലയടിച്ചുയരുന്ന പ്രതിഷേധക്കൊടുങ്കാററ് കണ്ടു പേടിച്ച ക്യാന്റില്ലൊ സ്വയം 'സ്ഥാനത്യാഗം' ചെയ്തുകൊണ്ട് അധികാരം കേണൽ റമോൺ ബാർക്കിന്നെ ഏൽപ്പിച്ചു. 1956 –ൽ ബാട്ടിസ്റ്റയ്ക്കെതിരായി ഗൂഢാലോചന നടത്തിയതിന് അറസ്റ്റു ചെയ്യപ്പെട്ട് പൈൻസ് ദ്വീപിലെ ജയിലിൽ കഴിയുകയായിരുന്നു ബാർകിൻ. യു എസ് അംബാസഡറുടെ അഭ്യർഥന പ്രകാരം ജയിൽ വിമുക്തനാക്കപ്പെട്ട ഈ വാഷിങ്ടണിലെ മുൻ സൈനിക അറ്റാഷെ യാങ്കികൾക്കു തികച്ചും സ്വീകാര്യനായിരുന്നു. ബാട്ടിസ്റ്റയുടെ പിൻഗാമിയാകാൻ ബാർകിൻ സസന്തോഷം സമ്മതിക്കുകയും ചെയ്തു. ഒരു സംയുക്ത മന്ത്രിസഭ രൂപീകരിക്കാമെന്നു നിർദേശിച്ചുകൊണ്ട് അയാൾ ഫിദൽ കാസ്ട്രോക്ക് കമ്പിയടിച്ചു. പക്ഷേ, അടുത്ത പ്രഭാതത്തിലെ സൂര്യോദയത്തിനു മുമ്പായി അയാളും ചരിത്രത്തിന്റെ ചവറ്റുകുട്ടയിൽ തള്ളപ്പെട്ടു.

"ലാവില്ലയിലെ പൗരന്മാരോട്" എന്ന ചെയുടെ പേരിലുള്ള ഒരു അറിയിപ്പു വായിച്ചുകൊണ്ടാണ് 1959 ജനുവരി 2–ാം തീയതി രാവിലെ സാൻറാ ക്ലാരയിലെ ജനങ്ങൾ ഉറക്കമുണർന്നത്. അതിൽ ഇപ്രകാരം പറഞ്ഞിരുന്നു:

"വിപ്ലവസേനയുടെ സുപ്രീം കമാൻഡ് ഏൽപ്പിച്ച പുതിയ കടമകൾ നിറവേറ്റുന്നതിനായി ഈ നഗരത്തോടും പ്രവിശ്യയോടും വിടവാങ്ങുന്ന അവസരത്തിൽ സാന്റാ ക്ലാരയിലേയും ലാവില്ലാ പ്രവിശ്യയിലെ ആകെയും ജനങ്ങളോട് എനിക്കുള്ള അകൈതവമായ കൃതജ്ഞത ഇവിടെ രേഖപ്പെടുത്താൻ ഞാനാഗ്രഹിക്കുന്നു. ഇന്നാട്ടുകാർ വിപ്ലവത്തിനുവേണ്ടി വളരെ ഗണ്യമായൊരു സംഭാവനയാണ് നൽകിയിട്ടുള്ളത്. ഏകാധിപതിയായ ബാട്ടിസ്റ്റയ്ക്കെതിരായ ഏറ്റവും പ്രധാനവും നിർണായകവുമായ ചില പോരാട്ടങ്ങൾ നടന്നിട്ടുള്ളതും ഈ മണ്ണിലാണ്. ലാവില്ലായിൽ വിപ്ലവസൈന്യത്തിന്റെ പ്രതിനിധിയായി നിൽക്കാൻപോകുന്ന സഖാവ് ക്യാപ്റ്റൻ കാലിക്സ്ടൊ മൊറാലെസിന് നിങ്ങളുടെ ഏവരുടേയും ശക്തിയായ പിന്തുണ നൽകാനും വളരെയേറെ കഷ്ടപ്പാടനുഭവിച്ചുകൊണ്ടിരിക്കുന്ന ഈ പ്രവിശ്യയിലെ ജീവിതം സാധാരണഗതിയിലാക്കുന്നതിൽ

അദ്ദേഹത്തിനുവേണ്ട എല്ലാ ഒത്താശകളും ചെയ്തുകൊടുക്കുവാനും ഞാൻ എല്ലാവരോടും അഭ്യർഥിക്കുന്നു."

ലാവില്ലാ പ്രവിശ്യയിലെ മണ്ണിന്റെ മക്കളായ ഒട്ടേറേപ്പേർ ഇവിടെ വച്ച് ഞങ്ങളുടെ കൂടെ ചേർന്നതിന്റെ ഫലമായി ഞങ്ങളുടെ ഈ സൈന്യ നിര ഗണ്യമായി ശക്തിപ്പെട്ടിട്ടുണ്ടെന്ന വിവരം ഇന്നാട്ടുകാരെ അറിയിക്കാൻ ഞാനാഗ്രഹിക്കുന്നു. ഈ പ്രവിശ്യയോടുള്ള അഗാധമായ സ്നേഹവും കൃതജ്ഞതയും വഴിഞ്ഞൊഴുകുന്ന ഹൃദയവുമായാണ് ഞങ്ങൾ ഇവിടം വിടുന്നത്. നാടിന്റെ ഭീമമായ പുനർനിർമാണ ജോലികൾ ആരംഭിക്കുമ്പോൾ ലാവില്ലയിലെ ജനങ്ങൾക്ക് വിപ്ലവത്തിന്റെ മുന്നണിപ്പടയും നെടുങ്കോട്ടയും ആകാൻ കഴിയുമാറ് നിങ്ങളുടെ ഇപ്പോഴത്തെ വിപ്ലവാവേശത്തിന്റെ ദീപശിഖ കെടാതെ സൂക്ഷിക്കാൻ ഞാൻ നിങ്ങളോടഭ്യർഥിക്കുന്നു.

അന്നേദിവസം തന്നെ വെളുപ്പിന് 5.30 ന് ചെ എന്ന ഇരട്ടപ്പേരുള്ള പ്രസിദ്ധനായ ആ അർജന്റീനിയൻ ഡോക്ടർ ഏണസ്റ്റോ ഗുവേര സെർന കമാൻഡറായുള്ള എട്ടാം കോളത്തിൽപ്പെട്ടവർ ട്രക്കുകളിലും കാറുകളിലും ജീപ്പുകളിലും കയറി നേരെ ഹവാനയ്ക്ക് പുറപ്പെട്ടു. വഴിനീളെയുള്ള ജനങ്ങൾ അവരുടെ പാതയിൽ പൂക്കൾ വിതറിയും മുദ്രാവാക്യങ്ങൾ മുഴക്കിയും അവരെ ഹാർദമായി അഭിവാദനം ചെയ്തിരുന്നു. ഉച്ചയോടുകൂടി തലസ്ഥാനനഗരിയിൽ എത്തിയപ്പോൾ അവിടെയും അവർക്ക് അത്ര തന്നെ ഊഷ്മളമായ ഒരു വരവേൽപ്പ് നൽകപ്പെട്ടു.

മാർഗമധ്യെ പലേടങ്ങളിലും ആൾക്കൂട്ടം അവരെ തടഞ്ഞു നിർത്തി ചെയുടെ പ്രസംഗം കേൾക്കാൻ താൽപ്പര്യപ്പെട്ടപ്പോൾ അദ്ദേഹം വിസമ്മതഭാവത്തിൽ തലയാട്ടുകയാണ് ചെയ്തത്. അദ്ദേഹത്തിന് തീരെ സമയമുണ്ടായിരുന്നില്ല. ഹവാനാ ഹാർബറിന്റെ കവാടത്തിൽ സ്പെയിൻകാർ ഒരു കോട്ടയും ജയിലും എന്ന നിലയ്ക്ക് പണിതുയർത്തിയ ലാ കബാന കൈയടക്കിക്കൊണ്ട് ഫിദലിന്റെ ഓർഡർ നടപ്പിലാക്കാനുള്ള ധൃതിയിലായിരുന്നു അദ്ദേഹം. ബാട്ടിസ്റ്റയുടെ പട്ടാളക്കാർ ഇനിയും അവിടെ പിടിച്ചു നിന്നിരുന്നു.

ഒരൊറ്റ ഉണ്ടപോലും ഉപയോഗിക്കാതെ ഈ കോട്ട ചെയ്ക്ക് കീഴടങ്ങി.

അതേ ജനുവരി രണ്ടാം തീയതി തന്നെ സീൻഫ്യൂഗോസിന്റെ സൈന്യനിരയും അത്രതന്നെ വേഗത്തിൽ ഹവാനയിലേക്ക് കുതിക്കുകയും ബാട്ടിസ്റ്റയുടെ ഒന്നാംകിട പട്ടാളക്കാരെ പാർപ്പിച്ചിരുന്ന കൊളംബിയാ പട്ടാളത്താവളം യാതൊരു പോരാട്ടവും കൂടാതെ പിടിച്ചെടുക്കുകയും ചെയ്തു.

അങ്ങനെ ബാർബുഡോകൾ വിജയിച്ചു.

ഇനിയെന്ത് എന്നതായിരുന്നു ശത്രുക്കളും മിത്രങ്ങളും ഒരുപോലെ ഉന്നയിച്ചിരുന്ന ചോദ്യം.

കുറിപ്പുകൾ

1. സ്പെയിനിലെ ആഭ്യന്തരയുദ്ധത്തിൽ പങ്കെടുത്ത ആളാണ് മെനോയൊ. പിന്നീട് ക്യൂബയിൽ മടങ്ങിയെത്തിയതിനുശേഷം 1957 മാർച്ച് 13-ാം തീയതി രാഷ്ട്രപതിഭവനം പിടിച്ചെടുക്കാനുള്ള ശ്രമത്തിലും പങ്കുചേർന്നെങ്കിലും 1959 മുതൽക്ക് ഇയാൾ പ്രതിവിപ്ലവകാരികളുടെ നേതാവും തനികമ്യൂണിസ്റ്റ് വിരുദ്ധനുമായി മാറി.
2. ജോസ് മിറൊ കാർഡോണയുടെ ഗവൺമെന്റിൽ ട്രാൻസ്പോർട്ട് വകുപ്പ് മന്ത്രിയായിരുന്ന എന്റിക്കെ ഓൾത്തുത്സകിയുടെ പാർട്ടിപ്പേരാണ് സീറയെന്നത്.
3. പ്രസിഡന്റ് കാർഡെനാസ് (1934–40) മെക്സിക്കോയിൽ നടപ്പിലാക്കിയ കാർഷികപരിഷ്കാരത്തെപ്പറ്റിയാണ് പരാമർശം. ഭൂവിതരണം മൂലം കാർഷികോൽപ്പാദനം ഇടിഞ്ഞെന്ന മെക്സിക്കൻ പിന്തിരിപ്പന്മാരുടെ അതേ വാദമാണ് സീറ ഇവിടെ ഛർദിക്കുന്നത്.
4. ബാട്ടിസ്റ്റയുടെ തിരഞ്ഞെടുപ്പ് പ്രഹസനം ബഹിഷ്കരിക്കാൻ ആഹ്വാനം ചെയ്തുകൊണ്ടുള്ള സർക്കുലറിനെപ്പറ്റിയാണ് പരാമർശം.
5. ഇതു മുഴുവൻ ബാട്ടിസ്റ്റയുടെ ദല്ലാളന്മാരുടെ കീശയിലേക്കാണു പോയിരുന്നത്.

“മാതൃഭൂമി അല്ലെങ്കിൽ മരണം!”

2

വിപ്ലവത്തിന്റെ കൊടുങ്കാറ്റ്

സാഗരതീരത്ത് നിൽക്കുവോനെ! കാവലാളായ് ദൃഢം നിൽക്കുവോനെ! സാഗരഗോപുരം കാക്കുവോനെ! കാണുക കുന്തത്തിൻ നീൾമുനകൾ! കേൾക്കൂ, തിരകളുയർന്നുതാഴും ഊക്കിലുയരും ഇടിമുഴക്കം!
ഉച്ചത്തിൽ ഗർജിച്ചുയർന്നു കാളും ഉജ്ജ്വലജ്വാലകൾ കാണുക നീ!
പല്ലിയുണർന്നുപോയ്, കാൽനഖങ്ങൾ ഭൂപടം വിട്ട് പിൻവാങ്ങിടുന്നു.
നീണ്ടോരുടൽ, പച്ചകുത്തിയതോ?
നീരണിക്കണ്ണുകൾ കല്ലുകൊണ്ടോ?

നിക്കൊളാസ് ഗിയെൻ

ഈ വിപ്ലവത്തെ സംബന്ധിച്ച സർവതിനും ഒരസാധാരണത്വമുണ്ടായിരുന്നു. സർവതും അപ്രതീക്ഷിതമായിരുന്നു. ലാറ്റിൻ അമേരിക്കയിലെ രാഷ്ട്രീയ ശീതോഷ്ണാവസ്ഥയെ ഇടയ്ക്കിടയ്ക്ക് താറുമാറാക്കിയിരുന്ന ആ വിപ്ലവങ്ങളിൽ നിന്നെല്ലാം എന്തുകൊണ്ടും വ്യത്യസ്തമായ ഒന്നായിരുന്നു ഇത്. എത്ര കൂടുതൽ മാറ്റം നടക്കുന്നുവോ അത്രയും കൂടുതലായി കാര്യങ്ങൾ പഴയപടിതന്നെ നടക്കും. എന്ന ഫ്രഞ്ച് പഴഞ്ചൊല്ലിനെ അനുസ്മരിപ്പിക്കുന്നവയായിരുന്നു ആ വിപ്ലവങ്ങളെല്ലാം.

ഈ വിപ്ലവകാരികൾ എല്ലാംകൊണ്ടും വ്യത്യസ്തരായിരുന്നു. അവരുടെ നീണ്ട മുടിയും താടിയും തോളത്ത് തോക്കുതൂക്കിയിട്ട് ഏലസും ധരിച്ചുകൊണ്ടുള്ള അവരുടെ നടപ്പും എല്ലാം വിഭിന്നമായിരുന്നു. അവരുടെ ചെറുപ്പക്കാരായ നേതാക്കൾ സുമുഖരും ബുദ്ധിമാന്മാരും അസാമാന്യമായ ചങ്കൂറ്റമുള്ളവരുമായിരുന്നു. വിജയലഹരിയിൽ മതിമറക്കുന്ന

സാധാരണ ലാറ്റിൻ അമേരിക്കൻ വിപ്ലവകാരികളിൽനിന്ന് വ്യത്യസ്തമായിരുന്നു ഇവരുടെ പെരുമാറ്റവും. അക്രമം, അഴിമതി തുടങ്ങിയ പുഴുക്കുത്തുകൾ തുടച്ചുമാറ്റിയിട്ട് ക്യൂബയെ അവരുടെ ഭൂഖണ്ഡത്തിലെ ഏറ്റവും പുരോഗമനോന്മുഖമായ രാജ്യമാക്കി മാറ്റാൻ പ്രതിജ്ഞാബദ്ധരുമായിരുന്നു അവർ.

ശാന്തമായി കാര്യങ്ങൾ നിരീക്ഷിക്കുന്ന ഒരാൾക്ക് ഇതെല്ലാം വെറും ഭാവനാവിലാസമായേ തോന്നുമായിരുന്നുള്ളു. എന്തുകൊണ്ടെന്നാൽ, അമേരിക്കൻ കുത്തകക്കാരുടെ 'രക്ഷാകർതൃത്വ'ത്തിൽനിന്നും സാമ്പത്തികമായ അവരുടെ നീരാളിപ്പിടിത്തത്തിൽനിന്നും മോചിപ്പിക്കാതെ ക്യൂബയിൽ എന്തെങ്കിലും മാറ്റം വരുത്തുന്നതിനെപ്പറ്റി ചിന്തിക്കാൻപോലും സാധ്യമായിരുന്നില്ല. പക്ഷേ ഇതുമായി താരതമ്യപ്പെടുത്തുമ്പോൾ ബാട്ടിസ്റ്റയെ വലിച്ചു താഴെയിടുന്നത് വെറും കുട്ടിക്കളിയായി തോന്നുമായിരുന്നു.

ഹവാനയിലെ ചെയുടെ ആദ്യദിവസമായ 1959 ജനുവരി 2 ആഹ്ലാദത്തിനും ആശങ്കയ്ക്കും വക നൽകുന്ന ഒന്നായിരുന്നു. തലസ്ഥാനനഗരവാസികൾ അവരുടെ വിമോചകരെ അത്യാഹ്ലാദപൂർവം സ്വീകരിച്ചിരുന്നു. ബാട്ടിസ്റ്റയും കൂട്ടരും നാടുവിട്ടോടിയിരുന്നു. ഹവാനയിലെ പട്ടാളത്തിന്റെയും പൊലീസിന്റെയും ഭാഗത്തുനിന്ന് യാതൊരെതിർപ്പും ഉണ്ടായിരുന്നില്ല. എങ്കിലും, ബലംകൊണ്ടല്ലെങ്കിൽ കൗശലംകൊണ്ട് അധികാരത്തിൽ തുടരാമെന്ന പ്രതീക്ഷയിലാണ് ശത്രു കഴിഞ്ഞിരുന്നത്.

ജനുവരി 2–ാം തീയതി നേരം വെളുക്കുമ്പോഴേക്ക് ലഹളയും കൊള്ളയും തലസ്ഥാനത്തൊട്ടാകെ പടർന്നുപിടിച്ചു. ബാട്ടിസ്റ്റയുടെ അനുയായികൾ നഗരത്തിന്റെ നാനാഭാഗങ്ങളിൽ പതിയിരുന്നിരുന്നു. അമേരിക്കൻ രക്ഷാധികാരികളുടെ സഹായത്തോടെ സ്ഥിതിഗതി നിയന്ത്രണാധീനമാക്കാൻ കഴിയുമെന്ന പ്രതീക്ഷയോടെ ജനറൽ കാന്റില്ലോയും കേണൽ ബാർക്വിനും ഒളിവിൽ പോയിരുന്നു.

മറ്റു ഗ്രൂപ്പുകാർ അധികാരം കരസ്ഥമാക്കാൻ നോക്കുന്നുണ്ടായിരുന്നു. റവല്യൂഷനറി സ്റ്റുഡന്റ് ഡയറക്ടറേറ്റുകാർ സ്വന്തം സ്ഥാനം ഉറപ്പിക്കാനായി ഹവാനയിലെ സർവകലാശാലാ വളപ്പും രാഷ്ട്രപതിഭവനവും പിടിച്ചെടുത്തു.

പിറ്റേന്ന് സാന്റിയാഗൊയിലെ വിപ്ലവകാരികൾ മാനുവൽ ഉറുഷ്യ എന്ന ജഡ്ജിയെ ക്യൂബയുടെ താൽക്കാലിക പ്രസിഡന്റാക്കിക്കൊണ്ടുള്ള ഒരു പ്രഖ്യാപനം നടത്തി. ഫിദലിന്റെയും മൊങ്കാടാ ബാരക്കു കൈയേറ്റക്കേസിലെ മറ്റു പ്രതികളുടേയും വിചാരണ സമയത്ത് അവരെ വെറുതേ വിടണമെന്ന് ആവശ്യപ്പെട്ടതു മുതൽ ഈ ന്യായാധിപൻ ഒരു ബാട്ടിസ്റ്റ വിരോധിയായി പരക്കെ അറിയപ്പെട്ടിരുന്നു.

ഇതിനിടയിൽ ഹവാനയിലെ വിപ്ലവശക്തികളെ ഏകീകരിക്കാനും പട്ടാളത്തേയും പൊലീസിനേയും നിരായുധീകരിക്കാനുമുള്ള പ്രയത്ന

ത്തിലായിരുന്നു ചെയും കമീലൊയും. പഴയ പൊലീസിനു പകരം വിപ്ലവകാരികളുടേതായ ഒരു മിലീഷ്യ രൂപീകരിക്കേണ്ടതിന്റെ ആവശ്യകത ചെ തന്റെ ആദ്യത്തെ ടെലിവിഷൻ പ്രസംഗത്തിൽ തന്നെ ചൂണ്ടിക്കാട്ടിയിരുന്നു. ജനങ്ങളുടെ സഹായത്തോടെ വിപ്ലവകാരികൾ ബാട്ടിസ്റ്റയുടെ ചെരിപ്പുനക്കികളെ തെരഞ്ഞുപിടിച്ച് ലാകബാനയിൽ തടവിൽ പാർപ്പിക്കുകയും എട്ടാം കോളത്തിലെ സൈനികരെ കാവലിടുകയും ചെയ്തു.

ജനുവരി മൂന്നാം തീയതി ചിലി സോഷ്യലിസ്റ്റ് പാർട്ടി നേതാവ് സാൽവഡോർ അലന്ദെ ലാകബാനയിൽ വച്ച് ചെയുമായി കണ്ടു. കാർലോസ് റഫേൽ റൊഡ്രീഗെസാണ് ഇതിന് ഏർപ്പാടു ചെയ്തത്. ക്യൂബൻ വിപ്ലവത്തിനുശേഷം ലാറ്റിൻ അമേരിക്കൻ വിമോചനപ്രസ്ഥാനത്തിന്റെ ഒരു സമുന്നതനേതാവുമായി ചെ ആദ്യമായി നടത്തുന്ന ഒരു കൂടിക്കാഴ്ചയായിരുന്നു ഇത്. ഏഴു സംവത്സരങ്ങൾക്ക് മുൻപ് അലെന്ദെയുടെ ശുപാർശപ്രകാരമാണ് ചെയ്ക്ക് ഇക്വഡോറിൽ നിന്ന് ഗോട്ടിമാലയിലേക്ക് പോകാൻ കഴിഞ്ഞത്. ഇപ്പോൾ ചെയുടെ ആ ലാറ്റിൻ അമേരിക്കൻ പര്യടനം അദ്ദേഹത്തിനു തികച്ചും അപരിചിതമായ ഹവാനയിൽ വന്നവസാനിച്ചിരിക്കുകയാണ്. ആ നഗരത്തിന്റെ ഭാവിയും ഒരർഥത്തിൽ അദ്ദേഹത്തിന്റെ കൈയിലായിരുന്നു.

ചെ അലെന്ദെയെ ഹഠാദാകർഷിച്ചു. പ്രസിദ്ധനായ വിപ്ലവകാരി കടുത്ത ഒരു ആസ്ത്മാരോഗിയാണെന്ന സംഗതി ഒരു ഡോക്ടർകൂടിയായ അലെന്ദെ പ്രത്യേകം ശ്രദ്ധിച്ചു.

ആ കൂടിക്കാഴ്ചയെപ്പറ്റി അലെന്ദെ അനുസ്മരിക്കുന്നത് ഇങ്ങനെയാണ്: “കിടക്കറയാക്കി മാറ്റപ്പെട്ട വിസ്തൃതമായൊരു ഹാളിൽ പുസ്തകങ്ങളുടെയും മറ്റും നടുക്കായി ഒരു മടക്കുകട്ടിലിൽ ഒരാൾ കിടന്നിരുന്നു. ഒലിവിന്റെ പച്ചനിറമുള്ള ഒരു ട്രൗസർ മാത്രം ധരിച്ച് അരയ്ക്ക് മുകളിലേക്ക് നഗ്നനായി കിടന്നിരുന്ന ആ മനുഷ്യൻ ഒരു ഇൻഹേലറിൽനിന്നുള്ള മരുന്ന് മൂക്കിലേക്ക് വലിച്ചു കയറ്റുന്നതിനിടയിൽ ഇമവെട്ടാതെ എന്നെത്തന്നെ തുറിച്ചുനോക്കി. ആസ്ത്മയുടെ ശല്യം അൽപ്പമൊന്നടങ്ങുന്നതുവരെ ക്ഷമിച്ചിരിക്കണമെന്ന് ആംഗ്യം മുഖേന അദ്ദേഹം എന്നോടഭ്യർഥിച്ചു. വേദന കടിച്ചമർത്തിക്കൊണ്ടുള്ള ആ നോട്ടം ശ്രദ്ധിച്ചുകൊണ്ട് അൽപ്പനേരം ഞാൻ ആ മനുഷ്യനെ നോക്കിയിരുന്നു. അമേരിക്കയിലെ ഏറ്റവും വലിയ പോരാളികളിലൊരാളാണ് ഗുരുതരമായ ഒരു രോഗത്തിന്റെ പിടിയിലമർന്ന് എന്റെ മുന്നിൽ അവശനായിക്കിടന്നിരുന്നത്. വിമോചനപ്പോരാട്ടത്തിനിടയിൽ ഒരിക്കൽപോലും സമാധാനമായിക്കഴിയാൻ ഈ ആസ്ത്മ തന്നെ അനുവദിച്ചിട്ടില്ലെന്ന് യാതൊരു ആത്മദയയും കൂടാതെ അദ്ദേഹം പറയുകയുണ്ടായി. അദ്ദേഹം പറയുന്നതു കേട്ടുകൊണ്ടിരിക്കുമ്പോഴെല്ലാം എന്റെ ചിന്തമുഴുവൻ നിർദയം പിടിവിടാതെ നിൽക്കുന്ന ഈ രോഗത്തിനിടയിലും അടിപതറാതെ നിന്നുകൊണ്ട് ധീരകൃത്യങ്ങളനുഷ്ഠിക്കേണ്ടി വന്നിരുന്ന ഈ മനുഷ്യൻ അനുഭവിച്ചിരിക്കാനിടയുള്ള കഷ്ടപ്പാടുകളെപ്പറ്റിയായിരുന്നു.”

അൽപ്പദിവസം മുൻപുവരെ ലാകബാനയിലെ ബാട്ടിസ്റ്റാ കമാൻഡറുടെ ഔദ്യോഗികവസതിയായിരുന്ന ഈ കോട്ടേജിലെ മറ്റൊരു സന്ദർശകൻ *പ്രാവ്ദ* ലേഖകനായ വസീലി ചിച്ച്ക്കോവ് ആയിരുന്നു. *ക്യൂബയിലെ സൂര്യോദയം* എന്ന കൃതിയിൽ അദ്ദേഹം ചെയെപ്പറ്റി എഴുതിയിട്ടുള്ളത് ഇപ്രകാരമാണ്.

വളരെ ചെറിയൊരു മുറിയായിരുന്നു ഗുവേരയുടേത്. ഏറിയാൽ പന്ത്രണ്ടു ചതു. മീറ്റർ വരുമായിരിക്കാം. ചുമരിനോട് ചേർന്ന് രണ്ട് ഇരുമ്പുകട്ടിലുകളും നടുവിലായി ഒരു ഡ്രസ്സിങ് ടേബിളും ഒരു പഴഞ്ചൻ നിലക്കണ്ണാടിയുമുണ്ടായിരുന്നു. ഡ്രസ്സിങ് ടേബിളിന്മേൽ പലതരം ഔദ്യോഗിക കടലാസുകളും കുറേ നീണ്ട തടിയൻ ചുരുട്ടുകളും ചിതറിക്കിടന്നിരുന്നു...

ഗുവേര അതിലൊരു കട്ടിലിലാണ് ഇരുന്നിരുന്നത്. പച്ചനിറമുള്ള ട്രൗസറും കൈയില്ലാത്ത ഒരു വെളുത്ത ബനിയനുമായിരുന്നു അദ്ദേഹത്തിന്റെ വേഷം. കാലിൽ ചെരിപ്പുണ്ടായിരുന്നില്ല. ഒരു ടോമീഗണ്ണും ഒരു പിസ്റ്റളും മറ്റു ചില സാമഗ്രികളും ചുമരിൽ തറച്ച വലിയൊരു ആണിയിൽ തൂക്കിയിട്ടിരുന്നു ...

പരസ്പരാഭിവാദനത്തിനുശേഷം ഒരു ഫോട്ടോ എടുക്കാൻ അനുവദിക്കണമെന്ന് ഞാൻ അഭ്യർഥിച്ചു. വലിയ ഉത്സാഹമൊന്നും കാണിക്കാതെ ഒരു പട്ടാളക്കുപ്പായവും തൊപ്പിയുമെടുത്തു ധരിച്ചുകൊണ്ട് അദ്ദേഹം അതിനായി ഇരുന്നുതന്നു. ഉടനെതന്നെ ഞങ്ങൾ വിഷയത്തിലേക്കു കടക്കുകയും ചെയ്തു.

'ഈ വിപ്ലവത്തിൽ പങ്കെടുക്കുന്നവരുടെ വർഗസ്വഭാവമെന്താണെന്നു പറയാമോ?' പേനയും നോട്ടുബുക്കും എടുത്തുവച്ചുകൊണ്ട് ഞാൻ ചോദിച്ചു.

'പ്രധാനമായും കർഷകരാണ് ഈ വിപ്ലവം നടത്തിയത്.' ചെ പതിഞ്ഞ സ്വരത്തിൽ പറഞ്ഞു. വിപ്ലവകാരികളിൽ അറുപതു ശതമാനം കർഷകരും പത്തു ശതമാനം തൊഴിലാളികളും പത്തു ശതമാനം ബൂർഷ്വാ വിഭാഗത്തിൽപ്പെട്ടവരും ആയിരുന്നെന്നാണ് തോന്നുന്നത്. തൊഴിലാളികളും പണിമുടക്കിലൂടെ ഞങ്ങളെ വളരെയേറെ സഹായിച്ചിരുന്നുവെന്നു പറയാതെ തരമില്ല. എങ്കിലും വിപ്ലവത്തിന് അടിസ്ഥാനപരമായ ആക്കം നൽകിയത് കർഷകർ തന്നെയാണ്."

എണ്ണക്കറുപ്പിന്റെ നിറമുള്ള ചെയുടെ വലിയ കണ്ണുകളിൽ ഒരു വിഷാദഭാവം നിഴലിച്ചിരുന്നു. നീണ്ടുവളർന്നുകിടക്കുന്ന ആ മുടി അദ്ദേഹത്തിന് ഒരു കവിയുടെ ഛായ നൽകി. പുറമേക്ക് വളരെ ശാന്തനായിരുന്ന ഗുവേര യാതൊരു ധിറുതിയും കൂടാതെ വാക്കുകൾ തെരഞ്ഞെടുക്കുമ്പോലെ നിറുത്തി നിറുത്തിയാണ് സംസാരിച്ചത്.

താൽക്കാലിക പ്രസിഡന്റായി പ്രഖ്യാപിക്കപ്പെട്ടിരുന്ന ഉറൂഷ്യ ജനുവരി 6-ന് ഹവാനയിലെത്തി. സ്റ്റുഡന്റ് ഡയറക്ടറേറ്റുകാർ കൈയടക്കിവച്ചിരുന്ന രാഷ്ട്രപതിഭവനത്തിൽ കയറി താമസമാക്കാൻ അദ്ദേഹ

ത്തിന് കുറേ ബദ്ധപ്പെടേണ്ടിവന്നു. അദ്ദേഹം ജോസ് മിറോ കർഡോണയെ പ്രധാനമന്ത്രിയായി നിയമിച്ചു. മിക്ക മന്ത്രിസഭാവകുപ്പുകളും കിട്ടിയത് ബൂർഷ്വാസിയുടെ പ്രതിനിധികൾക്കാണ്. വിപ്ലവകരമായ മാറ്റങ്ങൾ വരുത്തുന്നതിൽ അവർക്ക് യാതൊരു താൽപ്പര്യവും ഉണ്ടായിരുന്നില്ല. എങ്കിലും അവർ ബാട്ടിസ്റ്റയുടെ ആൾക്കാരായിരുന്നില്ല. വിപ്ലവപ്രസ്ഥാനങ്ങളിൽ സജീവമായിരുന്ന ആളുകൾ പ്രവിശ്യാ ഗവർണർമാരായി ചാർജെടുത്തതോടെ രാജ്യത്തിലെങ്ങുമുള്ള യഥാർഥ അധികാരം ക്രമേണ വിപ്ലവസേനാംഗങ്ങളുടെ കൈകളിലാകാൻ തുടങ്ങി. ഫിദൽ കാസ്ട്രോയും വിപ്ലവസൈന്യത്തിന്റെ മറ്റു നേതാക്കളും സർക്കാർ സ്ഥാനങ്ങളൊന്നുമേൽക്കാതെ പുറത്തുനിന്നതേയുള്ളു. ഒറ്റനോട്ടത്തിൽ വളരെ ചെറുതെന്നു തോന്നുന്ന ഒരു സ്ഥാനമാണ് ചെയ്ക്ക് ലഭിച്ചത്. ലാകബാനയിലെ ഒരു സൈനിക വിഭാഗത്തിന്റെ തലവൻ അഥവാ കമാൻഡർ എന്ന സ്ഥാനമായിരുന്നു ഇത്. കാമിലൊ വിപ്ലവകാരികളുടെ കരസേനയുടെ കമാൻഡറായി.

അങ്ങനെ ഒരുതരം ദ്വിഭരണം രാജ്യത്തിലുടലെടുത്തു. ഒരുവശത്ത് യഥാർഥത്തിൽ കാര്യമായ യാതൊരധികാരവുമില്ലാത്ത ഒരു ബൂർഷ്വാ ഗവൺമെന്റായിരുന്നെങ്കിൽ മറുവശത്ത് നിന്നിരുന്നത് ഭരണസാരഥ്യം കൂടുതൽ കൂടുതലായി കൈക്കലാക്കിക്കൊണ്ടിരുന്ന വിപ്ലവസൈന്യവും അതുമായി ബന്ധപ്പെട്ട ജൂലൈ 26 പ്രസ്ഥാനവുമാണ്. വൻകിട ബൂർഷ്വാസിയുടെ പ്രതിനിധികൾ പ്രസിഡന്റ് ഉറൂഷ്യയുടേയും പ്രധാനമന്ത്രി മിറൊ കർഡോണയുടേയും പിന്നിലും സാമ്രാജ്യത്വവിരുദ്ധ ശക്തികൾ വിപ്ലവസൈന്യ നേതാക്കളുടെ പിന്നിലും അണിനിരന്നു. വിവിധശക്തികളുടെ ധ്രുവീകരണം ഈ രണ്ടു പാളയങ്ങളും തമ്മിലുള്ള പ്രത്യക്ഷമായ ഒരു ഏറ്റുമുട്ടലിലേക്ക് വിരൽചൂണ്ടിയിരുന്നെങ്കിലും ഇതിന്റെ അവസാനഫലം എന്തായിരിക്കുമെന്നത് ഒട്ടും വ്യക്തമായിരുന്നില്ല.

ജനുവരി 8–ാം തീയതി ഫിദൽ കാസ്ട്രൊ ഹവാനയിലെത്തി. ഈ വിപ്ലവനേതാവിനെ സ്വാഗതം ചെയ്യാൻ തലസ്ഥാനമാകെ അണിഞ്ഞൊരുങ്ങിയിരുന്നു. അന്നേ ദിവസംതന്നെ കൊളംബിയാ കോട്ട മൈതാനം തിങ്ങിനിറഞ്ഞിരുന്ന വമ്പിച്ച ജനാവലിയെ സംബോധന ചെയ്തുകൊണ്ട് അദ്ദേഹം ഒരു പ്രസംഗം ചെയ്തു. വിപ്ലവകാരികൾ ഒത്തൊരുമിച്ചുനിൽക്കണമെന്ന് അദ്ദേഹം ആഹ്വാനം ചെയ്തു. ബാട്ടിസ്റ്റയ്ക്കെതിരായ വിപ്ലവപ്പോരാട്ടത്തിലെ “ശരിയായൊരു വീരനായകൻ” എന്നു പറഞ്ഞാണ് ഈ പ്രസംഗത്തിൽ അദ്ദേഹം ചെയെ ആ ജനങ്ങളുടെ മുന്നിൽ അവതരിപ്പിച്ചത്.

ജനുവരി 9–ാം തീയതി ചെയുടെ അമ്മ ബ്യൂനോസ് എയേഴ്സിൽ നിന്ന് വിമാനമാർഗം ഹവാനയിലെത്തിച്ചേർന്നു. ചെ വിമാനത്താവളത്തിൽ ചെന്ന് അമ്മയെ സ്വീകരിച്ച് ലാകബാനയിലേക്ക് കൂട്ടിക്കൊണ്ടുപോവുകയും നഗരമെല്ലാം കൊണ്ടുനടന്നു കാണിച്ചുകൊടുക്കുകയും ചെയ്തു.

തന്റെ മകൻ കരുത്തും പക്വതയും ആത്മവിശ്വാസവുമുള്ള ശരിയായൊരു യോദ്ധാവായി വളർന്നിട്ടുണ്ടെന്ന് സീലിയയ്ക്ക് ബോധ്യമായി. തന്റെ സീമന്തപുത്രനെപ്പറ്റിയുള്ള ആ അമ്മയുടെ ആഗ്രഹവും അതായിരുന്നു.

മകന്റെ ആസ്ത്മയെപ്പറ്റി അവരന്വേഷിച്ചെങ്കിലും ക്യൂബൻ കാലാവസ്ഥയും ചുരുട്ടും ആ രോഗത്തിന്റെ വലിയ ശത്രുക്കളാണെന്നു പറഞ്ഞ് ചെ അത് ചിരിച്ചു തള്ളിക്കളഞ്ഞു.

അലൈഡാ മാർച്ചുമായി ചെ അമ്മയെ പരിചയപ്പെടുത്തി.

"അമ്മയ്ക്ക് ഇഷ്ടമായോ?" ചെ അന്വേഷിച്ചു.

"വളരെ നല്ല അഴകും അതിനൊത്ത ധീരതയും. പിന്നെ നന്നേ ചെറുപ്പവും."

"ഞങ്ങൾ ഉടനെ കല്യാണം കഴിക്കാൻ പോവുകയാണ്."

"അപ്പോൾ ഹിൽഡയുടേയും ഹിൽഡിറ്റയുടേയും സ്ഥിതി എന്താകും?"

അവരോട് ഞാൻ വിവരം പറഞ്ഞു. ഹിൽഡയ്ക്ക് കാര്യം മനസിലാകുന്നുണ്ട്. മോളെ ഞങ്ങൾക്ക് വിട്ടുതരാമെന്നു സമ്മതിച്ചിട്ടുമുണ്ട്.

വിപ്ലവം വിജയിച്ചെങ്കിലും വിപ്ലവാദർശങ്ങൾ നടപ്പിലാക്കുന്നതിനുള്ള സമരം ആരംഭിച്ചിരുന്നതേയുള്ളു. ശരിക്കും പുരോഗമനസ്വഭാവമുള്ള ഏതൊരു വിപ്ലവത്തിന്റേയും പ്രഥമവും അടിയന്തിരവുമായ കടമ ബൂർഷ്വാ ഭരണകൂടയന്ത്രത്തെ തച്ചുടയ്ക്കുകയാണെന്ന ലെനിന്റെ ഉപദേശം ഫിദൽ കാസ്ട്രോയും ചങ്ങാതിമാരും ശരിയായി ഗ്രഹിച്ചിരുന്നു. ക്യൂബയിൽ ഈ ഭരണയന്ത്രത്തിന്റെ ആണിക്കല്ലായി നിന്നത് അംഗരക്ഷകരുടേതുപോലുള്ള കൂലിപ്പട്ടാളവും പോലീസും എണ്ണമറ്റ രഹസ്യപ്പോലീസ് വിഭാഗങ്ങളുമായിരുന്നു. ജനങ്ങൾ അവരെ വെറുത്തിരുന്നു. അവരെ നിരായുധീകരിക്കാനും ഈ സംഘടനകൾ പിരിച്ചുവിടാനുമുള്ള തീരുമാനത്തിന് അവർ ഹാർദമായ സ്വാഗതമരുളുകയും ചെയ്തു. ബാട്ടിസ്റ്റയുടെ പട്ടാളം സ്വയമേവ ഇല്ലാതായി. ഈ പട്ടാളത്തിന് വളരെക്കാലമായി പരിശീലനം നൽകിവന്നിരുന്ന അമേരിക്കൻ സൈനികോപദേഷ്ടാക്കളെ ഫിദൽ ഡിസ്മിസ് ചെയ്തു.

"നിങ്ങളെല്ലാം ഉടൻ ഇവിടുന്ന് സ്ഥലം വിട്ടോളണം", അദ്ദേഹം അവരോടു പറഞ്ഞു. "ഞങ്ങൾക്ക് നിങ്ങളുടെ സേവനം ആവശ്യമില്ല. നിങ്ങൾ പരിശീലനം നൽകിയെന്ന് പറയുന്ന ആ പട്ടാളത്തെ തുരത്തിയവരാണല്ലോ ഞങ്ങൾ. സൈനികോപദേഷ്ടാക്കളെന്ന നിലയ്ക്ക് നിങ്ങൾ തികഞ്ഞ പരാജയമായിരുന്നു."

ബാട്ടിസ്റ്റാകൊലയാളികൾക്ക് തക്കതായ ശിക്ഷ നൽകുകയെന്നതായിരുന്നു ശേഷിച്ച ജോലികളിൽ ഒന്ന്. ക്യൂബൻ ദേശാഭിമാനികളുടെ രക്തക്കറ പുരണ്ടതായിരുന്നു അവരുടെ കൈകൾ. ബാട്ടിസ്റ്റയുടെ ഏഴുവർഷത്തെ ഭീകരഭരണത്തിനിടയിൽ ഇരുപതിനായിരത്തോളം ക്യൂബക്കാർ പലവിധ പീഡനങ്ങൾക്കും ശേഷം കൊല്ലപ്പെട്ടിരുന്നു. തങ്ങളുടെ പാതകങ്ങ

ൾക്ക് ഈ കൊലയാളികളെക്കൊണ്ട് ഉത്തരം പറയിക്കാതെ തരമുണ്ടായിരുന്നില്ല. അവരെ വേണ്ടരീതിയിൽ ശിക്ഷിക്കണമെന്നത് ജനങ്ങളുടെ ഒരു ആവശ്യമായിരുന്നു. കുറ്റവാളികളിലാരും വെറുതെവിട്ടു പോവില്ലെന്ന് വിപ്ലവകാരികൾ ആവർത്തിച്ചു വാക്കുകൊടുക്കുകയും ചെയ്തിരുന്നു. അവരെ വിചാരണ ചെയ്യുന്നതിനായി വിപ്ലവക്കോടതികൾ സ്ഥാപിക്കപ്പെട്ടു. നീതിയുടെ തത്വങ്ങൾ കർശനമായി പാലിച്ചുകൊണ്ടുള്ളതായിരുന്നു ഈ കോടതികൾ. ഏറ്റവും സമർഥരായ അഭിഭാഷകരെ ഏർപ്പെടുത്താനും ഇഷ്ടമുള്ള സാക്ഷികളെ ഹാജരാക്കാനും കോടതി മുമ്പാകെ തങ്ങളുടെ ഭാഗം വാദിക്കാനും പ്രതികൾക്ക് എല്ലാ സൗകര്യങ്ങളും ചെയ്തുകൊടുക്കപ്പെട്ടു. വിചാരണ ഏറ്റവും പരസ്യമായാണ് നടത്തിയത്. പത്രങ്ങളിലും ടെലിവിഷനിലും അതിനു വേണ്ടത്ര പ്രസിദ്ധീകരണം നൽകുകയും ചെയ്തു. പക്ഷേ, ഒരു തരത്തിലും നിഷേധിക്കാനാവാത്ത കുറ്റങ്ങളാണ് അവരുടെമേൽ ചുമത്തപ്പെട്ടിരുന്നത്. അതിനാൽ ഏതാണ്ടെല്ലാവരുംതന്നെ കുറ്റസമ്മതം നടത്തുകയുണ്ടായിയെന്നത് ശ്രദ്ധേയമാണ്. ഏറ്റവും ഹീനമായ കുറ്റകൃത്യങ്ങൾക്ക് കോടതി മരണ ശിക്ഷ വിധിച്ചു.

ബാട്ടിസ്റ്റാ കൊലയാളികളിൽ ബഹുഭൂരിപക്ഷവും അമേരിക്കൻ ചാര സംഘടനകളുടെ ഏജന്റന്മാരായിരുന്നു. അതുകൊണ്ടുതന്നെ അവർക്ക് നൽകിയ ശിക്ഷയെപ്പറ്റി കേട്ടപ്പോൾ യു എസ് എ യിൽനിന്ന് രോഷാകുലങ്ങളായ അട്ടഹാസങ്ങൾ ഉയർന്നു. ക്യൂബൻ വിപ്ലവകാരികൾ നിഷ്ഠൂരരും രക്തദാഹികളും മനുഷ്യത്വമില്ലാത്തവരുമാണെന്നു പറഞ്ഞ് പിന്തിരിപ്പൻ അമേരിക്കൻ പത്രങ്ങൾ ചന്ദ്രഹാസമിളക്കാനും തുടങ്ങി.

ബാട്ടിസ്റ്റയുടെ നിഷ്കാസനത്തിനുശേഷം പത്രസ്വാതന്ത്ര്യം അനുവദിച്ചിരുന്ന ക്യൂബയിലും വിപ്ലവത്തിന്റെ ശത്രുക്കൾ മനുഷ്യത്വത്തിന്റെയും ക്രൈസ്തവ ഔദാര്യത്തിയും പേരിൽ ഈ രക്തച്ചൊരിച്ചിൽ" അവസാനിപ്പിക്കാനും ക്യൂബൻ ദേശാഭിമാനികളെ തല്ലിച്ചതച്ചുകൊന്ന കൊലയാളികളെ വെറുതെ വിടാനുള്ള അഭ്യർഥനകൾ പുറപ്പെടുവിച്ചു. വിപ്ലവക്കോടതികൾ സ്ഥിതിചെയ്തിരുന്ന ലാകബാനയിൽ തന്നെയാണ് കുററവാളികളെ പാർപ്പിച്ചിരുന്നത്. ഏണസ്റ്റോ ചെ ഗുവേര ആയിരുന്നു ഈ കോട്ടയുടെ കമാൻഡർ. അതിനാൽ, പിന്തിരിപ്പൻ പത്രങ്ങളും അവയുടെ അമേരിക്കൻ രക്ഷാധികാരികളും അദ്ദേഹത്തിനെതിരായാണ് എല്ലാ ആക്രമണങ്ങളും കേന്ദ്രീകരിച്ചിരുന്നത്. ഈ പ്രതിലോമശക്തികളെ സംബന്ധിച്ചിടത്തോളം ഗോട്ടിമാലൻ വിപ്ലവത്തിനുവേണ്ടി വാദിക്കുകയും സീറാമെസ്ത്രയിലെ വിപ്ലവപ്പോരാട്ടത്തിൽ പങ്കെടുക്കുകയും സാന്റാ ക്ലാരയെ വിമോചിപ്പിക്കുകയും ചെയ്ത ചെ എന്ന ഈ അർജന്റീനക്കാരൻ "മോസ്കോയുടെ ചട്ടുക"മല്ലാതെ, ക്യൂബയെ "ചുവപ്പൻ സാമ്രാജ്യത്വത്തിന്റെ ഒരു കോളനി"യാക്കി മാറ്റാൻ നിയോഗിക്കപ്പെട്ട ഒരു ഏജന്റല്ലാതെ, മറ്റാരുമായിരുന്നില്ല.

ചെയ്ക്ക് എതിരായ പ്രചരണത്തിനു വിപരീതഫലമാണുണ്ടായത്. മറ്റു വിപ്ലവനേതാക്കൾക്കെന്നപോലെ അദ്ദേഹത്തിനും ജനങ്ങൾക്കിടയി

ലുള്ള സമ്മതിയും സ്വാധീനവും അനുദിനം വർധിക്കുകയാണുണ്ടായത്. അധ്വാനിക്കുന്ന ജനത ഫിദലിന്റേയും കൂട്ടുകാരുടേയും നടപടികളെ സർവാത്മനാ സ്വാഗതം ചെയ്തു. വിപ്ലവനേതാക്കളുടെ പ്രസംഗങ്ങൾ കേൾക്കാൻ ആളുകൾ തിങ്ങിക്കൂടി. ചെയും പലതരം യോഗങ്ങളിൽ പ്രസംഗിക്കുകയുണ്ടായി. ജനുവരി 16-ാം തീയതി ഡോക്ടർമാരുടെ ഒരു യോഗത്തിലാണ് ചെ തന്റെ ആദ്യ പ്രസംഗങ്ങളിലൊന്നു നടത്തിയത്.

ഡോക്ടർമാർ ഒരു സഹപ്രവർത്തകനായാണ് ചെയെ കണ്ടിരുന്നത്. ഹവാനയിലെ ആദ്യത്തെ കുറേ മാസക്കാലത്തോളം 'ഡോക്ടർ' എന്ന സ്ഥാനപ്പേരോടു കൂടിയാണ് അദ്ദേഹം തന്റെ പേരെഴുതിയിരുന്നതും. ചെയെന്നത് ഡാഷിട്ടു കൂട്ടിച്ചേർക്കുകയായിരുന്നു അന്ന് അദ്ദേഹത്തിന്റെ പതിവ്. പക്ഷേ, താമസിയാതെ അദ്ദേഹം ഡോക്ടർ ഉപേക്ഷിച്ചിട്ട് മേജർ എന്ന സ്ഥാനപ്പേരു സ്വീകരിക്കുകയും ചെ എന്നതിനു മുൻപുള്ള ഡാഷ് എടുത്തുകളയുകയും ചെയ്തു. കാരണം, മുഴുവൻ സമയവും രാഷ്ട്രീയ-സൈനിക പ്രവർത്തനങ്ങളിൽ മുഴുകിയിരുന്ന താൻ എങ്ങനെയാണ് ഡോക്ടറാവുകയെന്ന് അദ്ദേഹത്തിനു തോന്നിക്കാണണം. മെഡിസിന്റെ കാര്യത്തിലുള്ള അദ്ദേഹത്തിന്റെ താൽപ്പര്യം വെറും സാമൂഹ്യപരം മാത്രമായിത്തീർന്നു. അതായത്, വൈദ്യശാസ്ത്രം ജനങ്ങൾക്കാകെ ഉപകരിക്കണമെന്നതു മാത്രമായി അദ്ദേഹത്തിന്റെ താൽപ്പര്യം. ഹവാനയിലെ ഡോക്ടർമാരോടായി അദ്ദേഹം ചെയ്ത പ്രസംഗത്തിലെ ഒരു പ്രധാന പ്രതിപാദ്യം ഇതായിരുന്നുതാനും.

അതേ പ്രസംഗത്തിൽത്തന്നെ, പിന്തിരിപ്പന്മാരുടെ കുപ്രചരണങ്ങൾക്ക് മറുപടിയെന്നോണം ചെ ക്യൂബൻ വിപ്ലവത്തിൽ താൻ പങ്കെടുക്കാനിടയായ സാഹചര്യങ്ങൾ വിശദീകരിക്കുകയും ചെയ്തു. ക്യൂബൻ സ്വാതന്ത്ര്യപ്രസ്ഥാനത്തിന്റെ പിതാവായ ജോസ് മാർട്ടിയുടെ ആദർശങ്ങളോടുള്ള തന്റെ അർപ്പണഭാവമാണ് തന്നെ ഇതിന് പ്രേരിപ്പിച്ചതെന്ന് അദ്ദേഹം പറഞ്ഞു. സ്വാതന്ത്ര്യപ്പോരാട്ടത്തിൽ ലാറ്റിൻ അമേരിക്കൻ ജനതകൾ ഒറ്റക്കെട്ടായി നിൽക്കണമെന്ന് അദ്ദേഹം ശക്തിയായി വാദിച്ചിരുന്നു. ലാറ്റിൻ അമേരിക്കയിലൊരിടത്തും ഞാനൊരു വിദേശിയായി എന്നെ കണ്ടിട്ടില്ല. അദ്ദേഹം പറഞ്ഞു. ഗോട്ടിമാലയിൽ ഞാനൊരു ഗോട്ടിമാലക്കാരനും മെക്സിക്കോയിൽ ഞാനൊരു മെക്സിക്കോക്കാരനും പെറുവിൽ ഞാനൊരു പെറുക്കാരനുമായിരുന്നു. ഇവിടെയിപ്പോൾ ക്യൂബയിൽ ഞാനൊരു ക്യൂബക്കാരനുമാണ്. എന്നാൽ ഇവിടെയും മറ്റെവിടെയും ഞാനൊരു അർജന്റീനക്കാരനും കൂടിയാണ്. കാരണം എനിക്കെന്റെ മെയിറ്റും അസാഡൊയും[1] ഒരു കാലത്തും മറക്കാനാവില്ല.

ഈ അർജന്റീനക്കാരൻ ക്യൂബൻ വിപ്ലവത്തിൽ ലാറ്റിൻ അമേരിക്കയുടെ ആകെ പ്രതിനിധിയാണെന്നു തോന്നിപ്പോയി. ആ സ്വാതന്ത്ര്യദ്വീപിലെ-ഫിദൽ കാസ്ട്രോയുടെ മാതൃഭൂമിയെപ്പറ്റി മിക്കപ്പോഴും ആളുകൾ പറഞ്ഞിരുന്നത് അങ്ങനെയാണ്-ചെയുടെ സാന്നിധ്യം ക്യൂബൻ വിപ്ലവ

ത്തിന്റെ ലാറ്റിൻ അമേരിക്കൻ സ്വഭാവത്തിന്റെ പ്രതീകമായി. ഈ വിപ്ലവം ക്യൂബയുടെ എന്നപോലെ ലാറ്റിൻ അമേരിക്കയുടേയും ചരിത്രത്തിലെ ഒരു വഴിത്തിരിവാണെന്ന വസ്തുതയെ അത് അടിവരയിട്ടുകാണിക്കുകയും ചെയ്തു.

ക്യൂബൻ വിപ്ലവത്തിന്റെ ലാറ്റിൻ അമേരിക്കൻ സ്വഭാവം ആദ്യമായി ചൂണ്ടിക്കാട്ടിയവരിൽ ഒരാൾ ചെയാണ്. ജനതയുടെ പിന്തുണയുണ്ടെങ്കിൽ എണ്ണത്തിൽ കുറവെങ്കിലും ആത്മത്യാഗസന്നദ്ധതയുള്ള വിപ്ലവകാരികളുടെ ഒരു ചെറുസംഘത്തിന് സുസജ്ജമായ ഒരു സ്ഥിരം കൊട്ടാരസൈന്യത്തെ തോൽപ്പിക്കാൻ കഴിയുമെന്ന് ഇത് തെളിയിച്ചു. ഒരു പിന്നോക്കരാജ്യത്തിൽ വിപ്ലവം വിജയിക്കണമെങ്കിൽ ജനതയുടെ നട്ടെല്ലായ കർഷകരുടേയും അതുപോലെ തന്നെ തൊഴിലാളികളുടേയും പിന്തുണയും നേടിയേ പറ്റൂവെന്ന വസ്തുത ക്യൂബ ഒരിക്കൽക്കൂടി സ്ഥിരീകരിച്ചു. അതിനാൽ, കർഷകർക്കിടയിലേക്കിറങ്ങിച്ചെന്ന് അവരെ വിപ്ലവത്തിന്റെ ഒരു ഊന്നാക്കി മാറ്റേണ്ടത് ഏതൊരു വിപ്ലവകാരിയുടേയും പ്രധാന കടമയാണ്.

ചെയുടെ പ്രസംഗങ്ങൾ അമേരിക്കൻ കുത്തകകളെ ബേജാറാക്കി. ക്യൂബൻ ഭരണത്തിലുള്ള ശാന്തിപ്രിയർ മുഖേന ഈ ബാർബുഡോകളെ 'മെരുക്കി'യെടുക്കാമെന്ന് അവർക്കപ്പോഴും പ്രതീക്ഷയുണ്ടായിരുന്നു. പക്ഷേ, ഈ പ്രതീക്ഷകൾ എത്ര അസ്ഥാനത്തായിരുന്നെന്ന് പിൽക്കാല സംഭവങ്ങൾ തെളിയിച്ചു.

ഫെബ്രുവരി 9–ാം തീയതി വിപ്ലവസൈന്യത്തിന്റെ നേതാക്കളുടെ ആവശ്യപ്രകാരം ക്യൂബൻ ഗവൺമെന്റ് ഏണസ്റ്റോ ഗുവേരയ്ക്ക് അദ്ദേഹം ചെയ്ത രാഷ്ട്രസേവനത്തെ പുരസ്കരിച്ച് ക്യൂബൻ പൗരത്വവും ക്യൂബയിൽ ജനിച്ച ഒരാളിനുള്ള എല്ലാ അവകാശങ്ങളും അനുവദിച്ചുകൊടുത്തു.

ഫെബ്രുവരി 12–ാം തീയതി ചെ ഒരു ടെലിവിഷൻ പ്രസംഗം ചെയ്തു. തനിക്ക് ക്യൂബൻ പൗരത്വം അനുവദിച്ചുകൊണ്ടുള്ള ഗവൺമെന്റ് തീരുമാനം തന്നെ അത്യന്തം വികാരനിർഭരനാക്കിയെന്ന് അദ്ദേഹം പറഞ്ഞു. മുൻപ് മറ്റൊരാളിനുമാത്രം ലഭ്യമായയൊരു ബഹുമതിയാണിത്. സ്വാതന്ത്ര്യപ്പോരാട്ടത്തിലെ ദേശീയ വിമോചനസേനയുടെ അധിപനായിരുന്ന ഡൊമീനിക്കൻ ജനറൽ മക്സിമൊ ഗോമെസ് ആണ് അന്ന് ഈ ബഹുമതിക്കർഹനായത്. കാർഷിക പരിഷ്കാരം നടപ്പിലാക്കുകയെന്നതാണ് അടുത്ത മൗലിക കടമയായി താൻ കാണുന്നതെന്ന് അദ്ദേഹം പ്രസ്താവിച്ചു. ക്യൂബയിലെ ഭൂസ്വത്തിന്റെ 47 ശതമാനവും കൈയടക്കിവച്ചിരുന്നത് രണ്ടായിരം ഭൂസ്വമിമാരാണ്. വിദേശ കുത്തകകളുടെ പക്കൽ പതിനായിരക്കണക്കിനു ഹെക്ടർ വിസ്തീർണമുള്ള എസ്റ്റേറ്റുകൾ ഉണ്ടായിരുന്നു. കാർഷിക പരിഷ്കാരത്തിന് അധികൃതർ തയാറായില്ലെങ്കിൽ കർഷകർ സ്വയംതന്നെ അവർക്കവകാശപ്പെട്ട ഭൂമി പിടിച്ചെടുത്തെന്നു വരും.

സാമൂഹ്യ പരിവർത്തനശ്രമങ്ങളെയെല്ലാം വിഘ്നപ്പെടുത്തിയിരുന്ന മിറൊ കർഡോണയുടെ മന്ത്രിസഭ പിറ്റേന്ന് രാജി സമർപ്പിക്കുകയും ഫിദൽ കാസ്ട്രൊ പുതിയ പ്രധാനമന്ത്രിയായി ഭരണമേൽക്കുകയും ചെയ്തു. ഇത് വിപ്ലവപ്രപക്രിയകളെ മുന്നോട്ടുകൊണ്ടുപോകണമെന്ന് ആവശ്യപ്പെട്ടിരുന്ന ശക്തികൾക്ക് ഗണ്യമായൊരു വിജയവും 'ഒരൊറ്റ അടി പോലും മുന്നോട്ടു വയ്ക്കരുത്' എന്ന മുദ്രാവാക്യം ഉയർത്തിയിരുന്ന വർക്ക് കനത്ത പ്രഹരവുമായിരുന്നു.

സമീപഭാവിയിൽ തന്നെ സമൂലമായ ഒരു കാർഷികപരിഷ്കാരനിയമം കൊണ്ടുവരുന്നതായിരിക്കുമെന്ന് പ്രധാനമന്ത്രി സ്ഥാനം ഏറ്റെടുത്തുകൊണ്ട് ഫെബ്രുവരി 16–ാം തീയതി ചെയ്ത പ്രസംഗത്തിൽ ഫിദൽ കാസ്ട്രൊ പ്രഖ്യാപിച്ചു.

"തങ്ങളുടെ മൂക്കിനു താഴെ" ഇത്തരം "കുണ്ടാമണ്ടികൾ" നടത്താൻ യു എസ് ഭരണവൃത്തങ്ങൾ അനുവദിക്കുകയില്ലെന്ന മനപ്പായസം ഉണ്ടു കഴിഞ്ഞിരുന്ന പിന്തിരിപ്പന്മാരുടെ എതിർപ്പിനെ നേരിട്ടുകൊണ്ട് വിപ്ലവശക്തികൾ മുന്നോട്ടു കുതിച്ചു.

ജൂലൈ 26 പ്രസ്ഥാനത്തിന്റെ മുഖപത്രമായ *റെവല്യൂസിയോൺ* അതിന്റെ ഫെബ്രുവരി 11–ലെ പതിപ്പിൽ ചെ എഴുതിയ 'ഒരു ഒളിപ്പോരാളി എന്നാൽ ആരാണ്?' എന്നൊരു ലേഖനം പ്രസിദ്ധീകരിക്കുകയുണ്ടായി. മലനാട്ടിലെ ജീവിതകാലത്ത് എഴുതിയ ഈ ലേഖനത്തിന്റെ ഉദ്ദേശ്യം ഒളിപ്പോരാളി (ഗറില്ല) എന്ന വാക്കിന് വീണ്ടും മാന്യത നേടിക്കൊടുക്കുകയെന്നതായിരുന്നു. എന്തുകൊണ്ടെന്നാൽ മറ്റു ലാറ്റിൻ അമേരിക്കൻ രാജ്യങ്ങളിൽ നിന്ന് വ്യത്യസ്തമായി ക്യൂബയിൽ "ഗറില്ല" എന്നു പറഞ്ഞിരുന്നത് സ്വാതന്ത്ര്യപ്പോരാട്ടത്തിൽ ദേശാഭിമാനികൾക്കെതിരായി സ്പാനിഷ് പട്ടാളത്തിനോടൊപ്പം പടവെട്ടിയ വോളണ്ടിയർമാരെയാണ്. അവരുടെ എതിരാളികളെ "വിപ്ലവകാരികൾ" എന്നാണ് പറഞ്ഞിരുന്നത്. ഇവിടെയാകട്ടെ ഗറില്ലകൾ നാടിനുവേണ്ടി പോരാടിയവരാണ്. സീറാ മെസ്ത്രയിൽ യുദ്ധം ചെയ്തത് അവരാണ്. വിപ്ലവസേനയുടെ അണികൾ അവരെക്കൊണ്ടുള്ളതുമാണ്. ബാട്ടിസ്റ്റയുടെ ഭരണം അവസാനിപ്പിക്കുകയെന്നത് ഈ ഒളിപ്പോരാളികൾ മുന്നോട്ടുവച്ച കടമകളിൽ ഒന്നു മാത്രമായിരുന്നു. ആ കടമ നിറവേറ്റപ്പെട്ടുകഴിഞ്ഞു. കാർഷിക പരിഷ്കാരമെന്ന അടുത്ത കടമ ബാക്കിയാണ്. ബാട്ടിസ്റ്റാ ഏകാധിപത്യത്തിനെതിരായ പോരാട്ടത്തിൽ പ്രദർശിപ്പിക്കേണ്ടി വന്ന അതേ സ്ഥൈര്യം, ദൃഢനിശ്ചയം, ആത്മത്യാഗമനോഭാവം എന്നിവ ഇതിനും ആവശ്യമാണ്. ഒളിപ്പോരാളികളുടെ ശക്തി കുടികൊള്ളുന്നത് ജനങ്ങളുമായുള്ള അവരുടെ ഉറ്റ ബന്ധത്തിലും ജനങ്ങൾ നൽകുന്ന പിന്തുണയിലുമാണ്, ചെ അടിവരയിട്ടു പറഞ്ഞു.

ചെയുടെ ഈ ലേഖനം സാഹിത്യ-രാഷ്ട്രീയ വിഷയങ്ങളെപ്പറ്റിയുള്ള അദ്ദേഹത്തിന്റെ കുറിപ്പുകളുടെ ആരംഭത്തെ കുറിച്ചു. ക്യൂബയിൽ

ചെലവിട്ട അഞ്ചുകൊല്ലവും അദ്ദേഹം സ്വതസിദ്ധമായ ആ വിപ്ലവാവേശത്തോടെതന്നെ ഈ പ്രവർത്തനവും നടത്തുകയുണ്ടായി.

രൂപത്തിലും ഭാവത്തിലും വ്യത്യസ്തങ്ങളായ പലേ കൃതികളും ചെ ലോകത്തിന് സംഭാവനം ചെയ്തിട്ടുണ്ട്. ഗറില്ലായുദ്ധത്തിന്റെ സിദ്ധാന്തത്തേയും തന്ത്രത്തേയും അടവിനേയും പറ്റി അദ്ദേഹം എഴുതിയിട്ടുണ്ട്. ബാട്ടിസ്റ്റയ്ക്കെതിരായ ഒളിപ്പോർ യുദ്ധത്തിന്റെ സ്മരണകളെക്കുറിച്ച് അദ്ദേഹം ഏറ്റവും മികച്ച ലാറ്റിൻ അമേരിക്കൻ സാഹിത്യപാരമ്പര്യത്തിന്റെ ചുവടു പിടിച്ച് എഴുതിയിട്ടുണ്ട്. യു എസ് എയുടേയും അവരുടെ ഏറാൻമൂളികളുടേയും സാമ്രാജ്യത്വ നയങ്ങളെ തുറന്നു കാട്ടിക്കൊണ്ട് *ഫ്രാങ്കോട്ടിറാഡർ* എന്ന പേരു വച്ചെഴുതിയ ലഘുലേഖകളും, ക്യൂബയുടെ ചരിത്രം, വിദേശനയം, സാമ്പത്തിക പുരോഗതി, രാഷ്ട്രീയവ്യവസ്ഥ, പാർട്ടി സംഘടന എന്നിവയെപ്പറ്റിയുള്ള പ്രബന്ധങ്ങൾ മന്ത്രികാര്യാലയ യോഗങ്ങളിൽ ചെയ്ത പ്രസംഗങ്ങളും, നിരവധി ഗ്രന്ഥങ്ങൾക്ക് എഴുതിയ ആമുഖങ്ങളും, കത്തുകളും എല്ലാം അദ്ദേഹം നമുക്ക് നൽകിയിട്ടുപോയ മുതൽക്കൂട്ടിന്റെ ഭാഗങ്ങളാണ്. *ബൊളീവിയൻ ഡയറി* എന്ന ഈ വിശിഷ്ട കൃതികൂടി ചേർക്കാതെ ഈ ലിസ്റ്റ് പൂർണമാവുകയില്ല. അദ്ദേഹത്തിന്റെ പ്രസിദ്ധീകൃത കൃതികൾ തന്നെ നൂറിലധികം സിഗ്നേച്ചറിൽ കൂടുതൽ വരുമെങ്കിലും പ്രസിദ്ധീകരിക്കപ്പെട്ടിട്ടില്ലാത്തത് ഇതിലുമധികമായിരിക്കുമെന്നാണ് തോന്നുന്നത്.

ക്യൂബയിലെ ഒളിപ്പോർ യുദ്ധാനുഭവങ്ങളെ സാമാന്യവൽക്കരിക്കുകയും ലാറ്റിൻ അമേരിക്കയിൽ വിപ്ലവത്തിന്റെ ഗതിയെ മുന്നോട്ടു നയിക്കുന്നതിനായി ആ അനുഭവങ്ങളെ ഉപയോഗപ്പെടുത്തുകയും ചെയ്തുകൊണ്ടുള്ള പല ലേഖനങ്ങളും ചെ എഴുതി.

ക്യൂബ–ചരിത്രപരവും നരവംശശാസ്ത്രപരവുമായ ഉപന്യാസങ്ങൾ എന്ന സോവിയറ്റ് പ്രസിദ്ധീകരണത്തിനു വേണ്ടി പ്രത്യേകമായെഴുതിയ ലേഖനത്തിൽ അദ്ദേഹം ഈ അനുഭവങ്ങളെ സംക്ഷിപ്തമായി വിലയിരുത്തുകയുണ്ടായി. അതിൽ അദ്ദേഹം പറയുന്നതിപ്രകാരമാണ്:

"കർഷക സമരം ശക്തിപ്പെടുത്തിക്കൊണ്ടാണ്, കാർഷിക പരിഷ്കാരത്തിന്റേയും കർഷകരുടെ ന്യായമായ മറ്റാവശ്യങ്ങളുടേയും മുദ്രാവാക്യത്തിന്റെ പിന്നിൽ അവരെ അണിനിരത്തുകയും ആയുധമണിയിക്കുകയും ചെയ്തുകൊണ്ടാണ്, അധികാരം പിടിച്ചെടുത്തത്. അതേസമയം തന്നെ, തൊഴിലാളിവർഗവുമായുള്ള ഐക്യം നിലനിർത്തുകയും ചെയ്തിരുന്നു. അന്തിമവിജയം കരസ്ഥമാക്കിയത് തൊഴിലാളിവർഗത്തിന്റെ സഹായത്തോടെയുമാണ്. മറ്റൊരുവിധത്തിൽ പറഞ്ഞാൽ, മൂന്നു ഘട്ടങ്ങളായാണ് പട്ടണങ്ങളിലേയും നാട്ടിൻപുറങ്ങളിലേയും വിപ്ലവം നടന്നത്. ആദ്യഘട്ടത്തിൽ ഒരു ചെറിയ ഒളിപ്പോർ യൂണിറ്റ് സംഘടിപ്പിക്കപ്പെട്ടു. രണ്ടാം ഘട്ടത്തിൽ ഈ യൂണിറ്റ് കുറേക്കൂടി ശക്തിപ്പെട്ടതോടെ അതിൽപെട്ട ചില വിഭാഗങ്ങൾ അപ്പോഴും പരിമിതമായ ഒരു പ്രത്യേക പ്രദേശ

ത്തേക്ക് നിയോഗിക്കപ്പെട്ടു. മൂന്നാം ഘട്ടത്തിൽ വിവിധ ഒളിപ്പോർ ദളങ്ങളെ ചേർത്ത് ഒരു വിപ്ലവസൈന്യം രൂപീകരിക്കുകയും ഈ സൈന്യം തുറന്ന യുദ്ധത്തിൽ പിന്തിരിപ്പൻ പട്ടാളത്തെ തുരത്തുകയും ചെയ്തു. വസ്തുനിഷ്ഠവും ആത്മനിഷ്ഠവുമായ സാഹചര്യങ്ങൾ അധികാരം പിടിച്ചെടുക്കുന്നതിന് പരിപക്വമായിട്ടില്ലാതിരുന്ന ഒരു അവസരത്തിൽ ആരംഭിച്ച പോരാട്ടം അടിസ്ഥാന രാഷ്ട്രീയ ശക്തികളെ വേർതിരിക്കുന്നതിനേയും അധികാരം പിടിച്ചെടുക്കുന്നതിനുള്ള സാഹചര്യങ്ങൾ ഉണ്ടാക്കുന്നതിനേയും സഹായിച്ചു. 1959 ജനുവരിയിൽ വിപ്ലവത്തിനു കൈവന്ന വിജയം ഈ പോരാട്ടത്തിന്റെ ഉച്ചകോടിയെ കുറിച്ചു."

"ക്യൂബൻ വിപ്ലവം "യാദൃശ്ചികമായി" നടന്ന ഒരു സംഗതിയല്ലെന്നും, മറിച്ച്, ചരിത്രനിയമങ്ങൾക്കനുരോധമായി നടന്നതും ലാറ്റിൻ അമേരിക്കയിലെ സാമ്രാജ്യത്വവിരുദ്ധ ജനകീയ വിപ്ലവങ്ങളുടെ ഘട്ടത്തിന്റെ ആരംഭത്തെ കുറിക്കുന്നതുമായ ഒരു സംഭവവികാസമാണതെന്നും, അതിനാൽ ക്യൂബൻ വിപ്ലവത്തിന് വെറും പ്രാദേശികതയ്ക്കതീതമായി ഭൂഖണ്ഡവ്യാപകമായ ഒരു പ്രാധാന്യമുണ്ടെന്നും ചെ പ്രസ്താവിച്ചത് തീർത്തും ശരിയാണ്. കർഷകജനതയെ വിപ്ലവത്തിൽ തൊഴിലാളിവർഗത്തിന്റെ ഒരു സജീവ സഖ്യകക്ഷിയാക്കി മാറ്റേണ്ടതിന്റെ ആവശ്യകതയെക്കുറിച്ച് അദ്ദേഹം പറഞ്ഞതും വളരെ ശരിയാണ്.

വസ്തുനിഷ്ഠവും ആത്മനിഷ്ഠവുമായ ശരിയായ സാഹചര്യങ്ങൾ ഉണ്ടെങ്കിൽപ്പോലും വിപ്ലവം പരാജയമടഞ്ഞെന്നുവരാം. ഇതിന് നിരവധി കാരണങ്ങളുണ്ടാകാം. തന്ത്രത്തെയോ അടവിനേയോ സംബന്ധിച്ച തെറ്റ് കാരണമാകാം (റഷ്യയിൽ അധികാരം പിടിച്ചെടുക്കുന്നത് ഒക്ടോബർ 25-ന് (പഴയ കലണ്ടർ പ്രകാരം) തന്നെ ആയിരിക്കണമെന്നും, അത് ഒരു ദിവസംപോലും അങ്ങോട്ടോ ഇങ്ങോട്ടോ മാറാൻ പാടില്ലെന്നുമുള്ള ലെനിന്റെ പ്രസിദ്ധമായ പ്രസ്താവന അനുസ്മരിക്കുക) ഈ പരാജയം. അഥവാ വിദേശ ഇടങ്കോലിടൽ കാരണമോ (ഹംഗേറിയൻ സോവിയറ്റ് റിപ്പബ്ലിക്കിന്റെ അനുഭവം ഓർമ്മയുണ്ടല്ലോ) വിപ്ലവകാരികളുടെ അണികളിലെ ഭിന്നിപ്പു കാരണമോ നേതാക്കന്മാരുടെ മരണം മൂലമോ ആയിരിക്കാം ഇത് സംഭവിക്കുന്നത്.

വിപ്ലവപ്രബുദ്ധമായ മുന്നണിപ്പടയുടെ ധീരവും നിർണായകവുമായ പ്രഹരമേറ്റ് ശത്രുവിന്റെ പിടിച്ചു നിൽക്കാനുള്ള ഇച്ഛാശക്തി തളരുകയും ജനങ്ങൾ ഉത്സാഹഭരിതരാവുകയും അത് ജനകീയ വിജയത്തെ സുഖകരമാക്കുകയും ചെയ്യുന്ന മറ്റൊരു രംഗവും സങ്കൽപ്പിക്കാവുന്നതാണ്. ഇതിന്റെ ഒരു പെറുവിയൻ വകഭേദവും ലാറ്റിൻ അമേരിക്കൻ ചരിത്രത്തിൽ കാണാൻ കഴിയും. ബഹുജനങ്ങളുമായി യാതൊരു ബന്ധവും ഇല്ലാത്ത പട്ടാളത്തിൽ പെട്ട ദേശാഭിമാനികളുടെ അത്യന്തം ഗോപ്യവും താരതമ്യേന സങ്കുചിതവുമായ ഗ്രൂപ്പുകൾ അധികാരം പിടിച്ചെടുക്കുന്ന ചിത്രമാണ് ഇവിടെ നാം കാണുന്നത്.

ലാറ്റിൻ അമേരിക്കയിലെ പല രാജ്യങ്ങളിലും അക്രമം മുഖേനയുള്ള അധികാരം പിടിച്ചെടുക്കൽ അത്ര അസാധാരണമല്ലെന്ന വസ്തുത മനസിൽ വച്ചുകൊണ്ട് ഈ പ്രദേശത്തെ വിപ്ലവങ്ങളുടെ ഗതിയെപ്പറ്റി കൂടുതൽ ഗൗരവാവഹമായ പഠനം നടത്തേണ്ടതുണ്ട്.

ഒറ്റനോട്ടത്തിൽ തോന്നുന്നതിനെക്കാൾ സങ്കീർണമായിട്ടുള്ളതാണ് ഈ പ്രശ്നം. ബാട്ടിസ്റ്റയുടെ നിഷ്കാസനം കഴിഞ്ഞയുടൻ ലാറ്റിൻ അമേരിക്കൻ വിപ്ലവത്തിന്റെ ഗതിയെപ്പറ്റി പ്രവചനം നടത്തുന്നത് അത്ര ലഘുവായൊരു കാര്യമായിരുന്നില്ല. വിപ്ലവകാരികൾക്ക് – അവർ എത്ര പ്രഗത്ഭരാണെങ്കിലും– ജ്യോതിഷം നിശ്ചയമില്ലല്ലൊ. ജീവിതം ഏറ്റവും ദൂരവീക്ഷണമുള്ള സിദ്ധാന്തത്തെക്കാൾ പോലും അനുഭവങ്ങൾ നിറഞ്ഞതുമാണ്.

പക്ഷേ, നമുക്കിവിടെ ഇതിലേക്ക് അത്രയേറെ ചുഴിഞ്ഞിറങ്ങേണ്ടതില്ല. കാരണം ഒരു രാഷ്ട്രീയ പ്രബന്ധം തയാറാക്കുന്നതിനേക്കാൾ ഏണസ്റ്റോ ചെ ഗുവേരയുടെ ജീവിതാനുഭവങ്ങൾ പകർത്താനാണല്ലൊ നാമിവിടെ ശ്രമിക്കുന്നത്. ഏതായാലും, ക്യൂബൻ വിപ്ലവകാരികളുടെ വിജയത്തോടെ സോഷ്യലിസം ലാറ്റിൻ അമേരിക്കയിൽ കാലുകുത്തിയെന്നും ഈ ഭൂഖണ്ഡം സാമ്രാജ്യത്വവിരുദ്ധ ജനകീയ വിപ്ലവങ്ങളുടെ ഒരു തുറയായിക്കഴിഞ്ഞെന്നുമുള്ള അദ്ദേഹത്തിന്റെ മുഖ്യമായ പ്രമേയം ശരിയായിരുന്നുവെന്നതിൽ സംശയമൊന്നുമില്ല.

ചെയുടെ കൃതികൾ അദ്ദേഹത്തിന്റെ അളവറ്റ ആവേശത്തിനു പുറമെ, മാർക്സിസ്റ്റ് സാഹിത്യം, ക്യൂബയുടേയും മറ്റു ലാറ്റിൻ അമേരിക്കൻ രാജ്യങ്ങളുടേയും ചിത്രം, സാർവദേശീയ സംഭവവികാസം എന്നിവയെപ്പറ്റിയെല്ലാമുള്ള അദ്ദേഹത്തിന്റെ അഗാധമായ പരിജ്ഞാനത്തിനും അദ്ദേഹത്തിന്റെ വിവിധങ്ങളായ താൽപ്പര്യങ്ങൾക്കും സാക്ഷ്യം വഹിക്കുന്നുണ്ട്. പാണ്ഡിത്യ പ്രദർശനത്തിനോ അനാവശ്യമായ ഉദ്ധരണികൾ എടുത്തു പ്രയോഗിക്കുന്നതിനോ അദ്ദേഹം തുനിഞ്ഞിരുന്നില്ല. യഥാർഥവസ്തുതകൾ വച്ചാണ് അദ്ദേഹം കാര്യങ്ങൾ അപഗ്രഥിച്ചിരുന്നത്. പുതുമയുള്ളതും വിപ്ലവത്തിന് ഉപയോഗമുള്ളതുമായ സംഗതികളാണ് അദ്ദേഹം തേടിയിരുന്നത്. വിപ്ലവത്തിനുവേണ്ടി ഉഴിഞ്ഞുവയ്ക്കപ്പെട്ട ഒരു ജീവിതവുമായിരുന്നല്ലൊ അദ്ദേഹത്തിന്റേത്. അദ്ദേഹം വിപ്ലവത്തിന്റെ ഒരു സേനാനിയായിരുന്നു. അതില്ലാത്ത ഒരു ജീവിതം അദ്ദേഹത്തിന് അചിന്ത്യവുമായിരുന്നു. താൻ എഴുതുന്നതും സംസാരിക്കുന്നതും പ്രവർത്തിക്കുന്നതുമെല്ലാം വിപ്ലവത്തിനുവേണ്ടി ആയിരിക്കണമെന്ന് അദ്ദേഹത്തിന് നിർബന്ധമുണ്ടായിരുന്നു.

ഒരു രാഷ്ട്രീയപ്രവർത്തകനും ചിന്തകനുമെന്ന നിലയ്ക്ക് ചെ ലാറ്റിൻ അമേരിക്കയിൽ ഒരു പുതിയ പ്രതിഭാസമായിരുന്നു. ബൂർഷ്വാ രാഷ്ട്രീയക്കാരുടെ വീമ്പും ചപ്പടാച്ചിയും വൈകാരികപ്രകടനവും പ്രവിശ്യാമനോഭാവവുമൊന്നും അദ്ദേഹത്തിന് വെച്ചുപൊറുപ്പിക്കാൻ കഴിയുന്ന

സംഗതികളായിരുന്നില്ല. മിതഭാഷിയായിരുന്ന അദ്ദേഹം അത്യുക്തിയോ അലങ്കാരഭാഷയോകൊണ്ട് ആരേയും വശീകരിക്കാൻ ശ്രമിച്ചിരുന്നില്ല. യുക്തിയുക്തമായ ഭാഷയായിരുന്നു അദ്ദേഹത്തിന്റെ ശക്തി. ചെ പ്രഗ ത്ഭനായൊരു ഗദ്യകാരനായിരുന്നെങ്കിലും ക്യൂബൻ സാഹിത്യ-കലാകാ രന്മാരുടെ സംഘടനയിൽ അംഗത്വം നൽകിയപ്പോൾ താനൊരു “സ്ഥിരം എഴുത്തുകാരനല്ലെന്നു” പറഞ്ഞ് അദ്ദേഹം അതിൽ അംഗത്വം സ്വീകരി ക്കാൻ വിസമ്മതിക്കുകയാണുണ്ടായത്.

വിപ്ലവകാരിയായ ഒരു കമ്യൂണിസ്റ്റുകാരൻ, പ്രത്യേകിച്ചും നേതൃത്വ ത്തിലുള്ള ഒരാൾ, വിനയശീലനും സ്വാർഥത തൊട്ടുതെറിച്ചിട്ടില്ലാത്തവ നുമായിരിക്കണമെന്ന വിശ്വാസക്കാരനായിരുന്നു ചെ. ഈ വിനയശീലം വെറുതെ കാണിക്കാൻ വേണ്ടിയുള്ളതായിരിക്കരുതെന്നും അദ്ദേഹത്തിന് നിർബന്ധമുണ്ടായിരുന്നു. ഇക്കാര്യത്തിൽ യാതൊരു വിട്ടുവീഴ്ചയ്ക്കും അദ്ദേഹം തയാറുണ്ടായിരുന്നില്ല. പല സന്ദർഭങ്ങളിൽ പലതരത്തിൽ അദ്ദേഹം ഈ ഉൽകൃഷ്ട ഗുണങ്ങൾ പ്രദർശിപ്പിക്കുകയും ചെയ്തിരുന്നു.

1959 മാർച്ച് ആദ്യം അദ്ദേഹം ശാരീരികമായി അങ്ങേയറ്റം തളർന്നി രുന്നു. കലശലായ ആസ്മയും വിശ്രമക്കുറവും കാരണം അദ്ദേഹം വളരെ അവശനായിരുന്നു. ഇങ്ങനെ പോയാൽ തങ്ങളുടെ സഖാവിന്റെ ജീവൻ അപകടത്തിലായേക്കുമെന്നു ഭയന്ന സഹപ്രവർത്തകർ ചികിത്സയ്ക്കും വിശ്രമത്തിനും വേണ്ടി ബലാൽക്കാരമായി അദ്ദേഹത്തെ പട്ടണപ്രാന്ത ത്തിലുള്ള ഒരു വില്ലയിലേക്ക് മാറ്റിത്താമസിപ്പിച്ചു. വിപ്ലവത്തിനു മുൻപ് ബാട്ടിസ്റ്റാ സേവകന്മാരിൽ ഒരാളുടെ വകയായിരുന്നു ഈ വില്ല. ഇയാൾ നിമയവിരുദ്ധമായി സമ്പാദിച്ച വസ്തുക്കളുടെ കൂട്ടത്തിൽ ഈ വില്ലയും ഗവൺമെന്റ് പിടിച്ചെടുത്തിരുന്നു. ചെ ഈ വില്ലയിലേക്ക് താമസം മാറ്റിയ വിവരം പ്രചരിപ്പിക്കാൻ പിന്തിരിപ്പൻ പത്രങ്ങൾ ഒട്ടും അമാന്തം കാണി ച്ചില്ല. ബാട്ടിസ്റ്റയുടെ അനുയായികൾ ഇട്ടിട്ടുപോയ കൊള്ളമുതൽ സ്വന്ത മാക്കാൻ ചെയ്ക്ക് ഒട്ടും വിമുഖതയില്ലെന്നു വരുത്തിത്തീർക്കാനാണ് അവ രിങ്ങനെ ചെയ്തത്.

തന്റെ മേൽ കരിവാരിത്തേക്കാനുള്ള ഈ അടവിന് ചെ ചുട്ട മറു പടി കൊടുത്തു. ഇതു സംബന്ധിച്ച് അദ്ദേഹമെഴുതിയ കത്ത് 1959 മാർച്ച് 10-ലെ *റെവല്യൂസിയോൻ* പത്രത്തിൽ പ്രസിദ്ധീകരിക്കപ്പെട്ടു:

> തനിക്ക് ഈ രോഗം പിടിപെട്ടത് വിപ്ലവത്തിന് വേണ്ടിയുള്ള പ്രവർത്തനത്തിനിടയ്ക്കാണെന്നും, അല്ലാതെ ഏതെങ്കിലും വേശ്യാലയത്തിലോ ചൂതുകളിസ്ഥലത്തോ പ്രവർത്തിക്കുമ്പോഴ ല്ലെന്നും അങ്ങനെയുള്ള രോഗശാന്തിക്കായാണ് താൻ ഈ ചികിത്സ നടത്തുന്നതെന്നും, വിപ്ലവസൈന്യത്തിലെ ഒരു ഓഫീ സർക്ക് അനുവദിച്ചിട്ടുള്ള 125 പെസോയുടെ പ്രതിമാസശമ്പളം കൊണ്ട് നല്ലൊരു സ്ഥലം സ്വന്തമായി വാടകയ്ക്കെടുക്കാൻ നിവൃ

> ത്തിയില്ലാത്തതുകൊണ്ടാണ് അധികൃതർ തനിക്ക് ഈ വില്ല വിട്ടുതന്നതെന്നും അദ്ദേഹം ഈ കത്തിൽ വ്യക്തമായി എടുത്തുപറഞ്ഞു. ബാട്ടിസ്റ്റയുടെ മുൻ അനുചരന്മാരിൽ ഒരുവന്റെ വകയാണ് ഈ വില്ല. എല്ലാവിധ സുഖസൗകര്യങ്ങളുമുള്ളതുമാണ് ഇത്. ഏറ്റവും എളിയ നിലയിലുള്ള ഒരു സ്ഥലമാണ് ഞാൻ തിരഞ്ഞെടുത്തിട്ടുള്ളതെങ്കിലും ഞാനിവിടെ താമസമാക്കിയെന്നതു തന്നെ ജനകീയ വികാരത്തെ വ്രണപ്പെടുത്തിയേക്കാനിടയുണ്ട്. എന്റെ ആരോഗ്യം അൽപ്പമൊന്നു മെച്ചപ്പെട്ടാലുടൻ ഞാനിവിടം വിട്ടുപോകുന്നതായിരിക്കുമെന്ന് ഞാൻ ക്യൂബൻ ജനതയ്ക്ക് വാക്കു തരുന്നു...

ക്യൂബയിൽ പ്രസിദ്ധീകരിക്കുന്ന തന്റെ കൃതികൾക്ക് ചെ യാതൊരു പ്രതിഫലവും പറ്റിയിരുന്നില്ല. വിദേശത്തുനിന്നുള്ളത് അദ്ദേഹം ക്യൂബൻ ജനതയ്ക്കോ വിദേശങ്ങളിലെ പുരോഗമനസംഘടനകൾക്കോ സംഭാവന ചെയ്യുകയായിരുന്നു പതിവ്. (*ഒളിപ്പോർ യുദ്ധം* എന്ന കൃതിയുടെ ഇറ്റാലിയൻ പതിപ്പിനു ലഭിച്ച സംഖ്യ അദ്ദേഹം ആ രാജ്യത്തെ സമാധാന പ്രസ്ഥാനത്തിനു സംഭാവന ചെയ്ത കാര്യം ഇവിടെ സ്മരണീയമാണ്.)

ക്യൂബൻ സർവകലാശാലയിലെ പ്രൊഫസർ എലിയാസ് എൻട്രാൽഗൊ ഒരിക്കൽ ചെയെ പ്രസംഗത്തിന് ക്ഷണിച്ച കഥയും ഇത്തരുണത്തിൽ സ്മരണീയമാണ്. പ്രസംഗത്തിന് ഒരു നിശ്ചിതസംഖ്യ പ്രതിഫലമായി ലഭിക്കുന്നതായിരിക്കുമെന്നും പ്രൊഫസർ എലിയാസ് എഴുതിയിരുന്നു. ഇതിനു മറുപടിയായി വിനയപൂർവമെങ്കിലും കുത്തിക്കൊള്ളുന്ന തരത്തിൽ ചെ ഇപ്രകാരം എഴുതി:

> വിപ്ലവകാരിയായ ഒരു നേതാവിന്റെ പ്രവർത്തനം എങ്ങനെയായിരിക്കണമെന്നതിനെപ്പറ്റി നാം തമ്മിൽ സാരമായ അഭിപ്രായ വ്യത്യാസമുണ്ട്... പാർട്ടിയിലോ ഗവൺമെന്റിലോ ഉന്നതസ്ഥാനം വഹിക്കുന്ന ഒരാൾ ചെയ്യുന്ന ഒരു പ്രവർത്തനത്തിനും യാതൊരു പ്രതിഫലവും നൽകാൻ പാടില്ലെന്ന അഭിപ്രായക്കാരനാണ് ഞാൻ. എന്നെ സംബന്ധിച്ചു പറഞ്ഞാൽ, ക്യൂബൻ ജനതയുടെ ഭാഗമായിരിക്കാൻ എനിക്കു നൽകിയിട്ടുള്ള അവകാശമാണ് ഏറ്റവും അമൂല്യമായ പ്രതിഫലമായി ഞാൻ കാണുന്നത്. പെസോയിലോ സെന്റിലോ മൂല്യം എണ്ണിത്തിട്ടപ്പെടുത്താനാവാത്ത ഒരു അവകാശവുമാണിത്.

ക്യൂബയിൽ റേഷൻ കാർഡുകൾ ഏർപ്പെടുത്തിയപ്പോഴും ഇതുപോലൊരു സംഭവമുണ്ടായി. ചെയുടെ കീഴുദ്യോഗസ്ഥന്മാർ അദ്ദേഹം കൂടിയുള്ളപ്പോൾ ഓരോ കുടുംബത്തിനും അനുവദിച്ചിട്ടുള്ള ക്വോട്ടയെപ്പറ്റി ചർച്ച ചെയ്യുകയായിരുന്നു. റേഷൻ കാർഡനുസരിച്ചു കിട്ടുന്ന സാധന

ങ്ങളുടെ അപര്യാപ്തതയെപ്പറ്റി അവരിലാരോ പരാതിപ്പെട്ടു. ചെ അപ്പോൾ അതിനെ എതിർക്കുകയും തന്റെ വീട്ടിൽ തന്മൂലം ബുദ്ധിമുട്ടൊന്നും ഉണ്ടായിട്ടില്ലെന്നു പറയുകയും ചെയ്തു.

അപ്പോൾ ആരോ തമാശയായി പറഞ്ഞു. "താങ്കൾ വലിയ ആളല്ലേ? അപ്പോൾ ക്വോട്ടയും അതനുസരിച്ചു കൂടുതലായിരിക്കാം."

ചെ ഇതിനെ ശക്തിയായി പ്രതിഷേധിച്ചു. പക്ഷേ. പിറ്റേന്ന് അദ്ദേഹം തന്റെ സഹപ്രവർത്തകരെ വിളിച്ച് ഇപ്രകാരം അറിയിച്ചു

"നിങ്ങൾ പറഞ്ഞ കാര്യം ഞാൻ അന്വേഷിച്ചു. ശരിയാണ്. എന്റെ കുടുംബത്തിന് സാധാരണയിൽ കവിഞ്ഞ ഒരു ക്വാട്ട ലഭിച്ചിരുന്നു. പക്ഷേ, ആ ചില്ലറ വൃത്തികേട് അതോടെ തന്നെ ഞാൻ അവസാനിപ്പിക്കുകയും ചെയ്തിട്ടുണ്ട്."

'സമത്വ'ത്തെപ്പറ്റിയുള്ള ഇത്തരം ആശയങ്ങൾ ചെറിയൊരു "ഇടതുപക്ഷ പാളിച്ച"യുടെ ലക്ഷണമാണെന്ന് ഒറ്റനോട്ടത്തിൽ തോന്നിയേക്കാം. പക്ഷേ, വാസ്തവത്തിൽ, സ്വാർഥതാൽപ്പര്യത്തെക്കാൾ വിപ്ലവപരമായ കടമയെപ്പറ്റിയുള്ള ബോധത്തിൽനിന്ന് ഉടലെടുക്കുന്ന സേവനോദ്ദേശ്യങ്ങളാണ് തങ്ങൾക്കുള്ളതെന്ന് ജനങ്ങളെ ബോധ്യപ്പെടുത്താൻ ചെയ്ക്കും ഫിദൽ കാസ്ട്രോയുടെ മറ്റു സഖാക്കൾക്കും ഉണ്ടായിരുന്ന വ്യഗ്രതയെയാണ് ഈ ആശയങ്ങൾ പ്രതിഫലിപ്പിച്ചത്. വിവിധ കൊട്ടാര വിപ്ലവങ്ങളിൽ പങ്കെടുത്തിട്ട് സ്വയം 'വിപ്ലവകാരി' യെന്നു പറഞ്ഞു നടന്നിരുന്നവരെയാണ് ക്യൂബക്കാർക്ക് കണ്ടു പരിചയമുള്ളതെന്നും നിറച്ച കൈത്തോക്കുമായി സദാ ചുറ്റിത്തിരിയുന്ന തിന്നുകൊഴുത്ത മല്ലന്മാരായാണ് ആളുകൾ അവരെ കണ്ടിരുന്നതെന്നും ബാട്ടിസ്റ്റയുടെ മേലുള്ള വിജയത്തിനുശേഷം ചെയ്ത ഒരു പ്രസംഗത്തിൽ ഫിദൽ കാസ്ട്രോ പ്രസ്താവിക്കുകയുണ്ടായി. അത്തരക്കാർ മന്ത്രിമന്ദിരങ്ങളിൽ ചുറ്റിപ്പറ്റി നടന്നുകൊണ്ട് തങ്ങളുടെ 'സേവനങ്ങൾക്ക്' പ്രതിഫലമായി പലതരം സൗജന്യങ്ങളും ആനുകൂല്യങ്ങളും ആവശ്യപ്പെടുക പതിവായിരുന്നു. സമൂഹത്തിലെ ഇത്തിക്കണ്ണികളായി മാറിയ ഇത്തരം വിപ്ലവകാരികൾ ആളുകളുടെ പുച്ഛത്തിനും അവിശ്വാസത്തിനും പാത്രമായിരുന്നു.

ഇതു പണ്ടത്തെ സാധാരണ 'വിപ്ലവകാരികളുടെ' കഥയാണെങ്കിൽ സ്വാതന്ത്ര്യപ്രാപ്തിക്കുശേഷം രാജ്യഭരണം നടത്തിയ ജനറൽ മച്ചാഡൊ, സാർജന്റ് ബാട്ടിസ്റ്റ തുടങ്ങിയ 'ജനസുഹൃത്തുക്കളുടെ' കാര്യം പറയാനുണ്ടോ? അവരെ സംബന്ധിച്ചിടത്തോളം അധികാരമെന്നത് വെട്ടിപ്പും തട്ടിപ്പും നടത്തി ലക്ഷപ്രഭുക്കളാകാനും തോന്ന്യാസങ്ങളെല്ലാം സാധിക്കാനുമുള്ള ഒരു ഉപാധി മാത്രമായിരുന്നു. 1959-ലെ വിപ്ലവകാരികൾ ഇത്തരം ലാഭക്കൊതിയന്മാരുടെ നേർവിപരീതമായിരുന്നു. ബഹുമതിയോ സമ്പത്തോ മറ്റു നേട്ടങ്ങളോ ഒന്നും ഉണ്ടാക്കാതെ ജനസേവനം നടത്തുന്നതിൽ മാത്രമായിരുന്നു അവർക്കു താൽപ്പര്യം. വിപ്ലവത്തിന്റെ മിത്രങ്ങളും ശത്രുക്കളും ഇവരുടെ ഓരോ ചുവടുവയ്പിനെയും സശ്രദ്ധം

വീക്ഷിച്ചിരുന്നു. ഇതു സാധാരണ മട്ടിലുള്ള 'വിപ്ലവം' തന്നെയാണോ അതോ തങ്ങൾ വളരെക്കാലമായി സ്വപ്നംകാണുന്നതെങ്കിലും ഇതുവരെ കാണാൻ കഴിഞ്ഞിട്ടില്ലാത്ത യഥാർഥത്തിലുള്ള ആ പുതിയ വിപ്ലവ മാണോ എന്നറിയാൻ ജനങ്ങൾ ഇവരുടെ വാക്കും പ്രവൃത്തിയും തമ്മിൽ ഉരച്ചുനോക്കിക്കൊണ്ടിരിക്കുകയായിരുന്നു. എന്നു മാത്രമല്ല, വിപ്ലവകാരികളുടെ വ്യക്തിപരമായ പെരുമാറ്റവും ജീവിതരീതിയും അവർ പൊക്കിപ്പിടിച്ചിരുന്ന ഉന്നതാദർശങ്ങളെപ്പോലെ തന്നെ പ്രധാനപ്പെട്ടതായിരുന്നു.

കുഞ്ഞാടുകൾ ഇടയന്റെ പ്രവൃത്തി നോക്കാതെ വാക്കിൽ മാത്രം ശ്രദ്ധിച്ചാൽ മതിയെന്നു വേദമോതുന്ന കത്തോലിക്കാപുരോഹിതന്മാരുടെ മാതൃക ഈ പുതിയ വിപ്ലവകാരികൾക്ക് അനുകരിക്കാൻ കഴിയുമായിരുന്നുമില്ലല്ലോ. അവർക്ക് വാക്കും പ്രവൃത്തിയും അഭേദ്യമായിരുന്നു. പ്രതിയോഗികളെക്കാൾ വമ്പിച്ച ധാർമികമേന്മയുണ്ടെന്നതായിരുന്നു അവരുടെ പ്രധാന ബലം.

ചെ ഇതെപ്പറ്റി ശരിക്കും ബോധവാനായിരുന്നു. രാഷ്ട്രീയമായ ആത്മവഞ്ചനയെപ്പറ്റിയുള്ള സംശയത്തിന്റെ നിഴൽപോലും തങ്ങളുടെ മേൽ പതിയുന്നത് അനുവദിക്കാൻ അദ്ദേഹത്തിന്റെ ക്യൂബൻ സഖാക്കൾക്ക് സാധ്യമായിരുന്നില്ലെങ്കിൽ പ്രസിഡന്റിന്റെ ഡിക്രി മുഖേന 'ക്യൂബക്കാരനായിത്തീർന്ന' അദ്ദേഹത്തിന്റെ കാര്യം പറയുകയും വേണ്ടല്ലോ.

അത്യന്തം ലളിതമായ ഒരു ജീവിതരീതിക്ക് അനുകൂലമായ ഈ രാഷ്ട്രീയ ന്യായങ്ങൾക്ക് പുറമെ ലാളിത്യത്തോടും എളിമയോടും സ്വതേയുള്ള ചായ്‌വും അനാവശ്യമായ സുഖഭോഗങ്ങളോടും പ്രാഥമിക സുഖസൗകര്യങ്ങളോടുപോലുമുള്ള വിമുഖതയും ചെയെ ഈ വഴിക്കു തന്നെ നയിക്കുന്ന തരത്തിലുള്ളതായിരുന്നു. സുഖത്തിന്റെ ബാഹ്യമോടികൾക്കൊന്നും യാതൊരു വിലയും കൽപ്പിക്കാതെ തികച്ചും അത്യാവശ്യമായിട്ടുള്ള കാര്യങ്ങളിൽ മാത്രം ഒതുങ്ങിനിന്നുകൊണ്ട് തന്റെ കായികാവശ്യങ്ങൾ ശരിക്കും പരിമിതപ്പെടുത്താൻ ചെയ്ക്ക് കഴിഞ്ഞിരുന്നു.

ഇത്രയും പറഞ്ഞതുകൊണ്ട് സാധാരണ മനുഷ്യസുഖങ്ങളെല്ലാം സ്വയം നിഷേധിച്ചിരുന്ന ഒരു യതിവര്യനായിരുന്നു ചെയെന്നു ധരിക്കരുത്.

1959 ജൂൺ 2-ന് റൗൾ കാസ്ട്രൊ, അദ്ദേഹത്തിന്റെ പത്നി വിൽമാ എസ്സാൻ തുടങ്ങിയ ഏതാനും സുഹൃത്തുക്കളുടെ സാന്നിധ്യത്തിൽ ചെ രണ്ടാമതൊരിക്കൽക്കൂടി വിവാഹിതനായി. എസ്കാംബ്രെയിൽ വച്ച് ആദ്യമായി കണ്ടുമുട്ടിയ അലൈഡാ മാർച്ച് എന്ന യുവ ഒളിപ്പോരാളിയായിരുന്നു വധു. ചെ ഗ്രാന്മയിലെ പര്യടനത്തിനു പുറപ്പെട്ടതോടെ ഹിൽഡ പെറുവിലേക്ക് മടങ്ങിയിരുന്നു. അവർക്ക് തന്റേതായ താൽപ്പര്യങ്ങളും സുഹൃത്തുക്കളുമുണ്ടായിരുന്നു. സീറാ മെസ്ത്രയിലെ ജീവിതം ചെയെ ഒരു ക്യൂബക്കാരനാക്കി മാറ്റിയിരുന്നു. അലൈഡയുമായുള്ള വിവാഹം ക്യൂബയുമായി അലിഞ്ഞുചേരാനുള്ള അദ്ദേഹത്തിന്റെ ഉദ്ദേശ്യത്തെ ഒന്നുകൂടി സ്ഥിരീകരിക്കുകയും ഉറപ്പിക്കുകയും ചെയ്തതുപോലെ തോന്നി. സ്നേ

ഹശീലനായ ഒരു ഭർത്താവും പിതാവുമായിരുന്നു ചെ. അലൈഡയുമൊത്തുള്ള അഞ്ചുകൊല്ലത്തെ വൈവാഹികജീവിതത്തിനിടയിൽ ചെയ്ക്ക് നാലു കുട്ടികൾ ജനിച്ചു. രണ്ട് ആണും രണ്ടു പെണ്ണും. ചെയുടെ ആദ്യവിവാഹത്തിൽ ജനിച്ച ഹിൽഡിറ്റയും അവരുടെ കൂടെയാണ് താമസിച്ചിരുന്നത്. ജോലിയിൽ നിന്നു ഒഴിവു കിട്ടുന്ന അൽപ്പസമയം അദ്ദേഹം വീട്ടിൽ വന്ന് തന്റെ കുട്ടികളുടെ കൂടെ കഴിഞ്ഞിരുന്നു.

ഒരു ഉറച്ച വിപ്ലവകാരിയായ അദ്ദേഹത്തിനു പൊതുവിൽ എല്ലാ കുട്ടികളോടും അതിയായ സ്നേഹമായിരുന്നു. ക്യൂബയുടെ സർവവും അവിടുത്തെ അധ്വാനിക്കുന്ന വർഗത്തിന്റെ മക്കളിലാണ് നിക്ഷിപ്തമായിരിക്കുന്നതെന്ന് അദ്ദേഹം പറഞ്ഞിരുന്നു. വിപ്ലവത്തിന്റെ അനശ്വരമായ ലക്ഷ്യത്തെ ഉയർത്തിപ്പിടിക്കാൻ പോകുന്നത് അവരായിരിക്കുമെന്നും അദ്ദേഹം പറഞ്ഞു.

കുട്ടികൾക്ക് അദ്ദേഹത്തോടും അതുപോലെതന്നെ മമതയുണ്ടായിരുന്നു. ക്യൂബയുടെ നാനാഭാഗങ്ങളിൽനിന്നും അവർ അദ്ദേഹത്തിന് എഴുതുക പതിവായിരുന്നു. മുതിർന്നവർക്കെന്നപോലെ, സമന്മാർക്കെന്നപോലെ, അദ്ദേഹം അവരുടെ കത്തുകൾക്കെല്ലാം മറുപടി എഴുതുകയും ചെയ്തിരുന്നു. ക്യൂബൻ കമ്യൂണിസ്റ്റ് പാർട്ടി കേന്ദ്രക്കമ്മിറ്റിയുടെ കീഴിൽ ചെയുടെ സ്മരണ നിലനിർത്തുന്നതിനുള്ള കമീഷന്റെ മ്യൂസിയത്തിൽ ക്യൂബൻ സ്കൂൾകുട്ടികൾ ചെയ്ക്ക് എഴുതിയ ഡസൻകണക്കിന് കത്തുകളും അവയ്ക്കു ചെ നൽകിയ മറുപടികളുടെ പകർപ്പുകളും സൂക്ഷിച്ചുവച്ചിട്ടുണ്ട്. അതിലൊരു മറുപടി മാത്രം ചുവടെ ചേർക്കാം. ഹവാനാ പ്രവിശ്യയിൽ പെട്ട അഗ്വാക്കാട്ടെ ഗ്രാമത്തിലെ പത്തുവയസുള്ള ഒരു ബാലന് എഴുതിയതാണ് ഈ കത്ത്. ഈ ബാലൻ ക്യൂബൻ സാമ്പത്തിക പുനർനിർമാണ നിധിയിലേക്ക് അൻപതുസെന്റിന്റെ ഒരു നാണയത്തോടുകൂടി ചെയ്ക്ക് അയച്ച കത്ത് തപാലാഫീസുകാർ തിരിച്ചയച്ചിരുന്നു. പക്ഷേ, അവൻ വീണ്ടും ചെയ്ക്ക് എഴുതി. ഇപ്രാവശ്യം ആ അൻപതുസെൻറ് മണിഓർഡറായാണ് അവൻ അയച്ചത്. ആ കത്ത് മേൽവിലാസക്കാരന് കിട്ടുകയും ചെയ്തു. അതിന് 1960 മെയ് 19–ാം തീയതി അദ്ദേഹം എഴുതിയ മറുപടിയാണ് ഇവിടെ ചേർക്കുന്നത്:

“പ്രിയ സുഹൃത്തേ,

സ്കൂൾ തപാൽദിനം പ്രമാണിച്ച് മാർച്ച് 30–ന് അയച്ച കത്തിനു നന്ദി. നമ്മുടെ ദേശീയ സാമ്പത്തിക പുനർനിർമാണ നിധിയിലേക്ക് അയച്ച 50 സെന്റിനും നന്ദി. ദേശാഭിമാന പ്രചോദിതമായ ഈ സൽകൃത്യത്തിനു തെളിവെന്ന നിലയ്ക്ക് ആ സംഖ്യയ്ക്കുള്ള 9186–ാം നമ്പർ രസീതും ഇതു സഹിതമയയ്ക്കുന്നു.

പഠിത്തം തുടരണമെന്ന നിങ്ങളുടെ മോഹം കണ്ടിട്ട് എനിക്ക് വളരെ സന്തോഷമുണ്ട്. നാടിനും തനിക്കുതന്നെയും പ്രയോജനമുള്ള ഒരാളായിത്തീരൻ കഴിയുമാറ് ഈ ഉത്സാഹം നിലനിന്നു കാണാൻ ആഗ്രഹ

മുണ്ട്. വിപ്ലവ ഗവൺമെന്റിന് കുട്ടികളിൽനിന്ന് ലഭിക്കാവുന്ന ഏറ്റവും മികച്ച സഹായം ഇതാണ്.

നാണയം അടക്കം ചെയ്തയച്ച ആ കത്ത് പോസ്റ്റാഫീസുകാർ മടക്കി അയച്ചതുമൂലം കത്തിനു മറുപടി എഴുതാൻ എനിക്കു താൽപ്പര്യമില്ലെന്ന് ധരിക്കാനിടയായതിൽ ഞാൻ അതിയായി വ്യസനിക്കുന്നു. നിങ്ങളുടെ കത്ത് എനിക്ക് അത്യധികം ആഹ്ലാദകരമായിരുന്നുവെന്ന് അറിയിച്ചുകൊള്ളട്ടെ.

ദയവായി എന്റെ അഭിവാദനങ്ങൾ സ്വീകരിച്ചാലും.

ബഹുമാനപൂർവം

മേജർ ഏണസ്റ്റോ ചെ ഗുവേര."

* * * * *

വിപ്ലവം കഴിഞ്ഞതിനുശേഷമുള്ള ആദ്യത്തെ ചില മാസങ്ങളിൽ ചെ എന്തിനെപ്പറ്റിയാണ് ചിന്തിച്ചിരുന്നത്?

വിപ്ലവത്തെ കൂടുതൽ ആഴമേറിയതാക്കാൻ, പഴയ ബൂർഷ്വാ ഭരണയന്ത്രത്തിന്റെ സ്ഥാനത്ത് ജനകീയതാൽപ്പര്യം കാത്തുരക്ഷിക്കുന്ന പുതിയൊരു ഭരണ വ്യവസ്ഥ ഉണ്ടാക്കാൻ, സമരംനടത്തുകയും പഴയ പട്ടാളത്തിന്റെ സ്ഥാനത്ത് വിപ്ലവ സൈന്യത്തെ കേന്ദ്രമാക്കിക്കൊണ്ടുള്ള വിപ്ലവപ്രബുദ്ധമായ പുതിയൊരു സൈന്യം രൂപീകരിക്കുകയും യു എസ് മൂലധനത്തിന്റേയും നാടൻ ചൂഷകവർഗത്തിന്റേയും നിലയെ തുരങ്കംവയ്ക്കുന്ന പരിഷ്കാരങ്ങൾ–സമൂലമായ കാർഷിക പരിഷ്കാരമുൾപ്പെടെയുള്ളത്–നടപ്പിലാക്കുകയും സോവിയറ്റ് യൂണിയനുമായും സോഷ്യലിസ്റ്റ് കൂട്ടുകുടുംബത്തിൽ പെട്ട മറ്റു രാജ്യങ്ങളുമായും സൗഹാർദപരമായ നയതന്ത്ര, സാമ്പത്തിക, സംസ്കാരികബന്ധങ്ങൾ സ്ഥാപിക്കുന്നതിനായി പ്രയത്നിക്കുകയും ചെയ്യുകയെന്നതാണ് ആദ്യത്തെ കടമയെന്ന് ഫിദൽ കാസ്ട്രോയെപ്പോലെ അദ്ദേഹവും വിശ്വസിച്ചിരുന്നു.

പാർട്ടീഡൊ സോഷ്യലിസ്റ്റാ പോപ്പുലറിൽ സംഘടിപ്പിച്ചിരുന്ന കമ്യൂണിസ്റ്റുകാരും ഇതേ പരിപാടിതന്നെയാണ് ഉയർത്തിപ്പിടിച്ചിരുന്നത്. ഈ പരിപാടി പ്രായോഗികമാക്കാൻ ശ്രമിക്കുന്നതിനിടയിൽ വിപ്ലവസൈന്യത്തിന്റെയും ജൂലൈ 26 പ്രസ്ഥാനത്തിന്റെയും നേതൃത്വത്തിന് ക്യൂബൻ ജനതയ്ക്കിടയിൽ അപ്പോഴും പടർന്നുപിടിച്ചിരുന്ന കമ്യൂണിസ്റ്റ് വിരുദ്ധവും സോഷ്യലിസ്റ്റ് വിരുദ്ധവുമായ മുൻവിധികൾക്കെതിരായി ശക്തിയായി സമരം ചെയ്യേണ്ടതുണ്ടായിരുന്നു.

അന്ന് ക്യൂബയിൽ നിലനിന്നിരുന്ന രാഷ്ട്രീയ കാലാവസ്ഥയെ അനുസ്മരിച്ചുകൊണ്ട് വി ഐ ലെനിന്റെ ജന്മദിന ശതവാർഷികവേളയിൽ (1970 ഏപ്രിൽ 22) ചെയ്ത പ്രസംഗത്തിൽ ഫിദൽ കാസ്ട്രോ പ്രസ്താവിച്ചത് ഇപ്രകാരമാണ്:

“നീണ്ടകാലത്തെ ദുഷിച്ച അപവാദപ്രചരണത്തിന്റെ ഫലമായി നമ്മുടെ നാട്ടിൽ ഈയടുത്ത കാലംവരെയും മാർക്സിറ്റ് വിരുദ്ധവും കമ്യൂണിസ്റ്റ് വിരുദ്ധവുമായ ഒരു മനോഭാവം നിർഭാഗ്യവശാൽ പടർന്നുപിടിച്ചിരുന്നു.

ഇതിനൊരുദാഹരണം കേൾക്കണോ? വിപ്ലവം കഴിഞ്ഞുള്ള ആദ്യത്തെ വർഷത്തിലേക്ക് നമുക്കൊന്നു തിരിഞ്ഞു നോക്കാം.

ഇടയ്ക്കിടയ്ക്ക് ജിജ്ഞാസമൂലം നാം തൊഴിലാളികൾ ഉൾപ്പെടെയുള്ള ആളുകളോട് ചോദിച്ചിരുന്നു.

കാർഷിക പരിഷ്കാര നിയമത്തോട് നിങ്ങൾക്ക് യോജിപ്പുണ്ടോ? വീട്ടുവാടക നിയമത്തോട് നിങ്ങൾക്ക് യോജിപ്പുണ്ടോ? ബാങ്ക് ദേശസാൽക്കരണത്തെ നിങ്ങൾ അനുകൂലിക്കുന്നുണ്ടോ?

ഇതിലോരോന്നിനെപ്പറ്റിയും ചുവടെ വിവരിക്കുന്ന ക്രമമനുസരിച്ചാണ് നാം ചോദിച്ചിരുന്നത്.

ബാങ്കുകളുടെ കൈവശമുള്ള പണം ബാങ്കുടമകളായ ഒരുപിടി വ്യക്തികളുടെ തോന്ന്യാസമനുസരിച്ച് ചെലവാക്കാതെ രാജ്യതാൽപ്പര്യത്തിന് അനുരോധമായി നാടിന്റെ സാമ്പത്തിക വികസനത്തിനായി ഉപയോഗിക്കാൻ കഴിയുമാറ് ആളുകൾ അവരുടെ പണം നിക്ഷേപിച്ചിട്ടുള്ള ഈ സ്ഥാപനങ്ങളുടെ സ്വകാര്യ ഉടമസ്ഥത അവസാനിപ്പിച്ചിട്ട് പകരം സ്റ്റേറ്റ് ഉടമസ്ഥത സ്ഥാപിക്കണമെന്നതിനോട് നിങ്ങൾക്ക് യോജിപ്പുണ്ടോ?

‘ഉവ്വ്’ എന്നായിരുന്നു അവരുടെ ഉത്തരം.

ഖനികൾ ന്യൂയോർക്കിൽ താമസിക്കുന്ന വൻകിടക്കാരുടെ കമ്പനികളിൽ നിന്നെടുത്തിട്ട് ക്യൂബൻ ജനതയുടെ വകയാക്കണമെന്ന് നിങ്ങൾക്കഭിപ്രായമുണ്ടോ?

‘ഉവ്വ്’

അങ്ങനെ വിപ്ലവനിയമങ്ങളിലോരോന്നിനും പ്രത്യേകം പ്രത്യേകമായും പരിപാടിക്ക് മൊത്തത്തിലും ആളുകളുടെ അംഗീകാരം ലഭിച്ചു. അപ്പോൾ നാം ചോദിച്ചു.

‘നിങ്ങൾ സോഷ്യലിസത്തിന് അനുകൂലമാണോ?’

‘അല്ല, അല്ല. ഒട്ടും അനുകൂലമല്ല!’

ഈ മുൻവിധികൾ എത്ര ശക്തമായിരുന്നെന്നു പറഞ്ഞറിയിക്കാനാവില്ല. സോഷ്യലിസത്തിന്റെ ഭാഗമായ സർവതിനോടും യോജിപ്പുണ്ടെങ്കിലും സോഷ്യലിസമെന്ന വാക്കു കേൾക്കുമ്പോൾ അവർക്കൊരുതരം വിറയൽ പോലെയായിരുന്നു.

ഫിദൽ കാസ്ട്രോയും അദ്ദേഹത്തിന്റെ സഖാക്കളും വിപ്ലവകരമായ മാറ്റങ്ങൾ വരുത്താൻ ശ്രമിച്ചപ്പോൾ യു എസ് സാമ്രാജ്യവാദികളും അവരുടെ നാടൻ ചങ്ങാതിമാരും ഈ പരിഷ്കാരങ്ങൾക്കെല്ലാം കമ്യൂണിസ്റ്റ് മുദ്രകുത്തിയിട്ട് കമ്യൂണിസ്റ്റ് വിരോധത്തിന്റെ നാറുന്ന കൊടിക്കീഴിൽ ജനങ്ങളെ മുഴുവൻ വിപ്ലവത്തിന്നെതിരാക്കി മാറ്റാൻ കൊണ്ടുപിടിച്ചു ശ്രമിച്ചു.

പക്ഷേ, പിന്തിരിപ്പന്മാരുടെ ഈ അടവുകളൊന്നും ഫലിച്ചില്ല. ഫിദൽ കാസ്ട്രോയുടെ ഗവൺമെന്റ് നിർദേശിച്ച ജനനന്മയ്ക്കായുള്ള പരിപാടികൾ നടപ്പിലാവുകയും, അവയ്ക്ക് ബഹുജനങ്ങളുടെ പിന്തുണ ലഭിക്കുക്കുകയും ചെയ്തു. കാലക്രമത്തിൽ അധ്വാനിക്കുന്ന ജനത കമ്യൂണിസമെന്ന വാക്കിനെ അവരുടെ വിപ്ലവനേതാക്കളുമായും സാമൂഹ്യ മർദനത്തിൽനിന്നുള്ള വിമോചനത്തിനു വഴിതെളിക്കുന്ന വിപ്ലവകരങ്ങളായ പരിവർത്തനങ്ങളുമായും ബന്ധപ്പെടുത്തി കാണാൻ തുടങ്ങി.

വിപ്ലവകാരികളുടെ പാളയത്തെ ദുർബലപ്പെടുത്താൻ വേണ്ടി വാഷിങ്ടണും അവരുടെ ദല്ലാളന്മാരും വിപ്ലവശക്തികളുടെ ഐക്യത്തിന് പാരവയ്ക്കുന്ന സർവവിധ പരിശ്രമങ്ങളും നടത്താൻ തുടങ്ങി. ഫിദൽ കാസ്ട്രോയും അനുയായികളും കമ്യൂണിസ്റ്റ് വിരുദ്ധ പാളയത്തിൽ പെട്ട പ്രസിഡന്റ് ഉറൂഷ്യ, പ്രധാനമന്ത്രി മിറൊ കർഡോണ എന്നിവരുമായോ വിപ്ലവകാരികളുടെ വേഷം കെട്ടി നടന്നിരുന്ന ഹ്യൂബർട്ടോ മറ്റോസിനെപ്പോലുള്ളവരുമായോ യോജിക്കുന്നതിൽ അവർക്ക് യാതൊരു വിരോധവുമുണ്ടായിരുന്നില്ല. ഫിദലിന്റെ ആളുകളും പാർട്ടീഡോ സോഷ്യലിസ്റ്റാ പോപ്പുലറും തമ്മിൽ യോജിക്കുന്നതിനെയാണ് അവർ കഴിയുംവിധത്തിലെല്ലാം വിഘ്നപ്പെടുത്തിയത്. ഈ പാർട്ടിയെ ഒറ്റപ്പെടുത്താനും ഗവൺമെന്റിൽ അവരെ കൂട്ടിത്തൊടീക്കാതിരിക്കാനും ട്രേഡ് യൂണിയനുകളിലും മറ്റു ബഹുജനസംഘടനകളിലും നിന്നും രാജ്യരക്ഷാ ഏജൻസികളിലും വിപ്ലവസൈന്യത്തിലും നിന്നും അവരെ അകറ്റിനിറുത്താനും ഇക്കൂട്ടർ കിണഞ്ഞു പരിശ്രമിച്ചു. വിപ്ലവഗവൺമെന്റിന്റെ നയങ്ങളെ പൂർണ്ണമായി അനുകൂലിച്ചിരുന്ന ഈ പാർട്ടിയെ ഒറ്റപ്പെടുത്താൻ കഴിഞ്ഞാൽ അത് ഫിദൽ കാസ്ട്രോയുടേയും അനുയായികളുടേയും നില ദുർബലമാക്കുമെന്നും വാഷിങ്ടണിൽ നിന്നുള്ള ഉപദേശം ചെവിക്കൊള്ളാനും വിപ്ലവത്തിന് ഒരു ബ്രേക്കിടാനും ഒടുവിൽ അതിന്റെ മുന്നോട്ടുള്ള ഗതിക്ക് പൂർണവിരാമമിടാനും അവരെ നിർബന്ധിതരാക്കുമെന്നുമായിരുന്നു പിന്തിരിപ്പൻ വൃത്തങ്ങളുടെ കണക്കുകൂട്ടൽ. ഇതിന്റെയെല്ലാം അടിസ്ഥാനത്തിലാണ് പ്രതിവിപ്ലവകാരികൾ പുതിയ ക്യൂബയും സോവിയറ്റ് യൂണിയനും തമ്മിൽ ഏതെങ്കിലും തരത്തിലുള്ള സൗഹൃദബന്ധം ഉണ്ടാകുന്നതിനെ തടയുന്നതിനായി അരയും തലയും മുറുക്കി രംഗത്തിറങ്ങിയത്.

ഈ പദ്ധതികളും പൊളിഞ്ഞു പാളീസായതേയുള്ളു. സാമൂഹ്യപരിവർത്തനങ്ങളോടുള്ള കടുത്ത എതിർപ്പു കാരണം സാമ്രാജ്യവാദികളുടെ കള്ളി പൊളിഞ്ഞു പോയി. അവർ തങ്ങളുടെ ഏറ്റവും വലിയ ശത്രുക്കളാണെന്ന് ക്യൂബയിലെ അധ്വാനിക്കുന്ന ജനതയ്ക്ക് വ്യക്തമായി. അമേരിക്കൻ സാമ്രാജ്യത്വവും കൂട്ടുകാരുമാണ് തങ്ങളുടെ ബദ്ധവൈരികളെന്ന് ക്യൂബൻ ജനത സ്വാനുഭവത്തിലൂടെ പഠിച്ചു. ദേശീയ താൽപ്പര്യത്തേയും അവകാശങ്ങളേയും ഏറ്റവുമധികം തുണയ്ക്കുന്നത് കമ്യൂണിസ്റ്റുകാരാണെന്നും സോഷ്യലിസത്തിലാണ് ക്യൂബയുടെ ഭാവി കുടികൊ

ള്ളുന്നതെന്നും സോവിയറ്റ് യൂണിയൻ ശരിയായൊരു മിത്രവും ബന്ധുവു മാണെന്നും അവർക്ക് അത്രതന്നെ ബോധ്യമായി. ഈ ധാരണ ജനങ്ങളി ലേക്ക് ആണ്ടിറങ്ങിയതിനുശേഷം മാത്രമേ ക്യൂബൻ വിപ്ലവത്തിന്റെ സോഷ്യലിസ്റ്റ് ഗതി പ്രഖ്യാപിക്കാനും അതിനുശേഷം ക്യൂബൻ കമ്യൂണി സ്റ്റ്പാർട്ടി രൂപീകരിക്കാനും ഫിദൽ കാസ്ട്രോ തയാറായുള്ളു.

അമേരിക്കയിലെ ആദ്യത്തെ സോഷ്യലിസ്റ്റ് വിപ്ലവത്തെ അരക്കിട്ടു റപ്പിച്ച ആ വിപ്ലവപ്രക്രിയയിൽ ചെ വഹിച്ച പങ്കിനെപ്പറ്റി എത്ര പറ ഞ്ഞാലും അത് അതിശയോക്തി ആവുകയില്ല.

ക്യൂബയെ സാമ്രാജ്യത്വ സ്വാധീനത്തിൽ നിന്നു വിടർത്താനും ആ ദ്വീപിലെ മുതലാളിത്തത്തിന്റെ നാരായവേരുകൾ അറുത്തുമുറിക്കാനും വേണ്ടിയുള്ള അടിസ്ഥാനപരമായ എല്ലാ പരിവർത്തന നടപടികൾക്കും ചെയുടെ ശക്തമായ പിന്തുണയുണ്ടായിരുന്നുവെന്നിടത്തു നിന്ന് നമുക്ക് തുടങ്ങാം.

പി എസ് പി യുമായുള്ള യോജിച്ച പ്രവർത്തനത്തിനുവേണ്ടി ചെ ശക്തിയുക്തം വാദിച്ചിരുന്നു. കമ്യൂണിസ്റ്റ് വിരോധത്തിന്റെയോ സോവി യറ്റ് വിരോധത്തിന്റേയോ ലാഞ്ഛന എവിടെക്കണ്ടാലും അദ്ദേഹമതിനെ ശക്തിയായി അപലപിച്ചിരുന്നു. വിപ്ലവം കഴിഞ്ഞയുടൻ തന്നെ സോവി യറ്റ് യൂണിയനുമായി സൗഹൃദബന്ധം സ്ഥാപിക്കണമെന്ന് വാദിച്ച ആദ്യ ത്തെ ക്യൂബൻ നേതാക്കളിൽ ഒരാളായിരുന്നു ചെ. ആ ബന്ധം സ്ഥാപി തമായപ്പോൾ അതിനെ വളർത്തുകയും ശക്തിപ്പെടുത്തുകയും ചെയ്യു ന്നതിനായി അദ്ദേഹം അനവരതം യത്നിക്കുകയും ചെയ്തു.

ചെയെ വെറുക്കുകയും ഭയപ്പെടുകയും ഒടുവിൽ കൊലപ്പെടുത്തു കയും ചെയ്ത സാമ്രാജ്യവാദികൾ തന്നെ ഇപ്പോൾ അദ്ദേഹത്തെ ഒരു സോവിയറ്റ് വിരോധിയായി ചിത്രീകരിച്ച് തേജോവധം ചെയ്യാൻ ശ്രമി ക്കുന്ന കാഴ്ചയാണ് നാം കാണുന്നത്. ചിലപ്പോൾ ഒരു ട്രോട്സ്കൈ റ്റായും മറ്റു ചിലപ്പോൾ ഒരു മാവോയിസ്റ്റായും, എന്തിന്, നെച്ചയേവി[2]ന്റെ അനുയായി അയിപ്പോലും അവർ അദ്ദേഹത്തെ ചിത്രീകരിച്ചു കാണാറു ണ്ട്. പക്ഷേ, അദ്ദേഹത്തിന്റെ ചോരയുടെ കറ പുരണ്ട കൈകളുമായി നിൽക്കുന്ന അവരുടെ അപവാദപ്രചരണം വസ്തുതകളുമായി ഒരു തര ത്തിലും പൊരുത്തപ്പെടുകയില്ല.

1959-ൽ ആദ്യമായി ക്യൂബയിൽ മെയ് ദിനം ഔദ്യോഗിക ഒഴിവു ദിവസമായി ആഘോഷിക്കപ്പെട്ടു. അന്നേ ദിവസം നാടിന്റെ നാനാഭാഗ ങ്ങളിലുമുള്ള അധ്വാനിക്കുന്ന ജനത ഗവൺമെന്റിന് അനുകൂലമായി വമ്പിച്ച പ്രകടനങ്ങൾ നടത്തി. ഹവാനയിൽ റൗൾ കാസ്ട്രോയും (ഫിദൽ ലാറ്റിൻ അമേരിക്കൻ പര്യടനത്തിലായിരുന്നു) സാന്റിയാഗൊയിൽ ചെയും പൊതുയോഗങ്ങളിൽ സംസാരിച്ചു. ചെ തന്റെ പ്രസംഗത്തിൽ കമ്യൂണി സറ്റുകാരുൾപ്പെടെയുള്ള വിപ്ലവശക്തികളുടെ ഐക്യത്തിനു വേണ്ടി ആഹ്വാനം ചെയ്തു. കമ്യൂണിസ്റ്റ് വിരോധം പിന്തിരിപ്പന്മാരുടെ ഒരായുധ

മാണെന്ന് അദ്ദേഹം പറഞ്ഞു. കഴിവതും വേഗത്തിൽ സമൂലമായൊരു കാർഷിക പരിഷ്കാരം നടപ്പിലാക്കേണ്ടതിന്റെ ആവശ്യകതയെ അദ്ദേഹം ഊന്നുകയും ചെയ്തു.

മെയ് 17–ന് സീറാ മെസ്ത്രയിലെ ലാപ്ലാത്താ ഗ്രാമത്തിൽ ഒരു കാർഷിക പരിഷ്കാരം നടപ്പിലാക്കുന്നതു സംബന്ധിച്ച നിയമം ചെയുംകൂടി പങ്കെടുത്ത ഒരു മന്ത്രിസഭായോഗത്തിൽ വച്ച് അംഗീകരിക്കപ്പെട്ടു. (ബാട്ടിസ്റ്റയ്ക്കെതിരായ സമരകാലത്ത് മൂന്നാം കാർഷിക നിമയം നടപ്പാക്കിയ ഒരു ഗ്രാമമായിരുന്നു ഇത്.) നാനൂറ് ഹെക്ടറിലധികം വരുന്ന ഭൂമി കൈവശമുള്ളവരുടെ മിച്ചഭൂമി പിടിച്ചെടുത്ത് ഭൂരഹിതരും ചെറുകിടക്കാരുമായ കർഷകർക്കിടയിൽ വിതരണം ചെയ്യാനുള്ളതായിരുന്നു ഈ നിയമം. ഇപ്രകാരം പിടിച്ചെടുക്കുന്ന ഭൂമി സ്റ്റേറ്റുടമയിലുള്ള കളങ്ങളാക്കി സംഘടിപ്പിക്കുന്നത് സാമ്പത്തികമായി ലാഭകരമായ സ്ഥലങ്ങളിൽ അപ്രകാരം ചെയ്യുന്നതിനും തീരുമാനമെടുത്തു. ഈ പരിഷ്കാരം നടപ്പിലാക്കുന്നതിനായി ഒരു ദേശീയ ഇൻസ്റ്റിട്യൂട്ട് (ഐ എൻ ആർ എ) രൂപീകരിക്കാനും ചെയുടെ സഹപ്രവർത്തകനായ ക്യാപ്റ്റൻ അന്റോണിയൊ നൂനെസ് ജിമെനെസിനെ അതിന്റെ ഡയറക്ടറാക്കാനും തീരുമാനിക്കപ്പെട്ടു.

പതിവുള്ള കൊട്ടാരവിപ്ലവത്തിൽനിന്ന്, മുറയനുസരിച്ച് ഒരു പാവയ്ക്കുപകരം മറ്റൊരു പാവ രംഗത്തുവരുന്നു. ആ പാവകളിയിൽനിന്നു, തികച്ചും വിഭിന്നമാണ് ക്യൂബൻ വിപ്ലവമെന്നത് എല്ലാവർക്കും സുസ്പഷ്ടമായി.

കാർഷിക പരിഷ്കാരം തന്നാട്ടുകാരും അമേരിക്കക്കാരുമായ ഭൂസ്വാമിമാരുടെ രോഷം ആളിക്കത്തിച്ചു (അമേരിക്കൻ കുത്തകകൾ ആയിരമായിരം ഹെക്ടർ ക്യൂബൻ ഭൂമി കൈയടക്കിവച്ചിരുന്നു). 'നഷ്ടപരിഹാരം' കൊടുത്തില്ലെങ്കിൽ പലതരം ഉപരോധങ്ങൾ ഏർപ്പെടുത്തുമെന്നു ഭീഷണിപ്പെടുത്തിക്കൊണ്ട് വാഷിങ്ടണിൽ നിന്ന് ഹവാനയിലേക്ക് കുറിപ്പുകൾക്ക് പുറകെ കുറിപ്പുകൾ പ്രവഹിക്കാൻ തുടങ്ങി. നാടൻ പിന്തിരിപ്പന്മാർ പ്രതിവിപ്ലവത്തിന്റെ ചന്ദ്രഹാസമിളക്കി. ബൂർഷ്വാ വൃത്തങ്ങളുമായി ബന്ധമുള്ള അഞ്ചു മന്ത്രിമാർ ഗവൺമെന്റിന്റെ തീവ്രവാദനയത്തെ പ്രതിഷേധിച്ച് മന്ത്രിസഭയിൽ നിന്ന് രാജിവച്ചു. താമസിയാതെ പ്രസിഡന്റ് ഉറൂഷ്യയും രാജിസമർപ്പിച്ചു. ഒരുറച്ച വിപ്ലവകാരിയും ബാട്ടിസ്റ്റയ്ക്കെതിരായ അണ്ടർഗ്രൗണ്ട് പ്രസ്ഥാനത്തിൽ സജീവനുമായിരുന്ന ഒസ്വാൾഡൊ ഡോർട്ടിക്കോസ് ടൊറാഡൊ തൽസ്ഥാനമേറ്റെടുത്തു. ഉറൂഷ്യയും രാജിവച്ച മന്ത്രിമാരും ഒട്ടും സമയം പാഴാക്കാതെ യു എസ് എ യിലേക്ക് ഓടിച്ചെന്ന് അവിടുത്തെ ഭരണവൃത്തങ്ങളുടെ സഹായത്തോടെ ഫിദൽ കാസ്ട്രോയുടെ നിഷ്കാസനത്തിനുവേണ്ടി ആഹ്വാനം മുഴക്കാൻ തുടങ്ങി. ക്യൂബൻ വ്യോമസേനയുടെ കമാൻഡർ ഡിയാസ് സാൻസും യു എസ് എയിലേക്ക് ഓടിപ്പോയി. അവിടെ എത്തിയശേഷം അയാൾ പ്രതിവിപ്ലവകാരികളുടെ സൈനികനേതാവെന്ന സ്ഥാനം ഏറ്റെടുത്തു.

പിന്തിരിപ്പന്മാരുടെ ദേഷ്യം മുഴുവനും ചെയോടായിരുന്നു. തങ്ങളുടെ കഷ്ടപ്പാടുകൾക്കെല്ലാം പ്രധാന കാരണക്കാരനായി, തുടക്കത്തിൽ സുപരിചിതവും ഹൃദ്യവുമായിരുന്ന ക്യൂബൻ വിപ്ലവത്തിന്റെ 'ദുഷ്ടബുദ്ധിയായി,' അവർ കണ്ടിരുന്നത് ചെയെയാണ്. ആരാണ് ഈ ചെ? എവിടുന്നാണയാളെ കെട്ടിയെടുത്തത്? സ്വന്തമായ മൂടോ തറവാടോ ഇല്ലാത്ത സാഹസികനായ ഒരു വിദേശിക്ക് നമ്മുടെ ഈ ദ്വീപിൽ 'കമ്യൂണിസം വിതയ്ക്കാൻ' എങ്ങനെ ധൈര്യമുണ്ടായി? ലാറ്റിൻ അമേരിക്കയ്ക്കാകെയും യു എസ് എ യ്ക്കു തന്നെയും എതിരായി 'കമ്യൂണിസ്റ്റ് ആക്രമണം' അഴിച്ചുവിടുന്നതിനുള്ള ഒരു താവളമാക്കാൻ നോക്കുകയാണ് അയാൾ ക്യൂബയെ. സോവിയറ്റ് യൂണിയനുമായുള്ള നയതന്ത്രബന്ധം പുനഃസ്ഥാപിക്കപ്പെട്ടാലുടൻ ചെ അവിടുത്തെ ക്യൂബൻ അംബാസഡറായി നിയമിക്കപ്പെടുമെന്നും, അപ്പോൾ അയാൾ ക്യൂബയെ ഇപ്പോഴത്തേതിലും കൂടുതലായി 'ചുവപ്പന്മാർക്ക്' 'അടിയറവയ്ക്കുമെന്നും' പിന്തിരിപ്പൻ പത്രങ്ങൾ വായനക്കാരോട് തറപ്പിച്ചു പറഞ്ഞു.

ഏപ്രിൽ 29-ാം തീയതി ചെ ഒരു ടെലിവിഷൻ പരിപാടിയിൽ പങ്കുകൊണ്ടു. വിപ്ലവത്തോടു ബദ്ധശത്രുത പുലർത്തിയിരുന്ന സ്വകാര്യ കമ്പനികളുടെ നിയന്ത്രണത്തിലുള്ളതായിരുന്നു ഈ ടെലിവിഷൻ ശൃംഖല. പരിപാടിയുടെ സൂത്രധാരൻ ചെയുടെ നേർക്ക് അത്യന്തം പ്രകോപനപരമായ ചോദ്യങ്ങൾ എടുത്തിടാൻ തുടങ്ങി.

"നിങ്ങൾ കമ്യൂണിസ്റ്റാണോ?"

"ഞങ്ങൾ കൈക്കൊള്ളുന്ന ജനക്ഷേമനടപടികൾ കമ്യൂണിസമാണെന്ന് തോന്നുന്നുണ്ടെങ്കിൽ ഞങ്ങളെ കമ്യൂണിസ്റ്റുകാരെന്നു വിളിച്ചോളൂ. അതല്ല, ഞാൻ പാർട്ടീഡൊ സോഷ്യലിസ്റ്റാ പോപ്പുലർ മെമ്പറാണോ എന്നാണ് ചോദിക്കുന്നതെങ്കിൽ 'അല്ല' എന്നാണ് അതിനുള്ള ഉത്തരം."

"എന്തിനാ ക്യൂബയിലേക്ക് പോന്നത്?"

"അടിമത്തത്തിലാണ്ട ലാറ്റിൻ അമേരിക്കയുടെ ഒരു ചെറിയ ഭാഗമെങ്കിലും വിമോചിപ്പിക്കാൻ കഴിയുമെങ്കിൽ ആ വിമോചനസമരത്തിൽ പങ്കെടുക്കാൻ എനിക്കാഗ്രഹമുണ്ടായിരുന്നതുകൊണ്ട്."

"റഷ്യയിലുള്ളത് ഏകാധിപത്യമാണെന്ന് കരുതുന്നുണ്ടോ? ആണെങ്കിൽ, അതിനെതിരായി പൊരുതാൻ പോകുമോ? ക്യൂബയിൽ ഒരു കമ്യൂണിസ്റ്റ് കൊട്ടാരവിപ്ലവം ഉണ്ടാകാനിടയുണ്ടോ? ഉണ്ടെങ്കിൽ അതിനെ ചെറുക്കുമോ? കമ്യൂണിസ്റ്റ് തത്വസംഹിതയും ക്യൂബൻ ദേശീയതയും ഒത്തുപോവില്ലെന്ന കരുതുന്നുണ്ടോ? ഈ ഗവൺമെന്റിൽ എത്ര കമ്യൂണിസ്റ്റുകാർ നുഴഞ്ഞുകയറിയിട്ടുണ്ട്.?" അങ്ങനെ ഈ ടെലിവിഷൻ പ്രകോപനക്കാരന്റെ ചോദ്യങ്ങൾക്ക് അവസാനവുമുണ്ടായിരുന്നില്ല.

ചെ ഇതിനെല്ലാം ശാന്തമായും അന്തസ്സായും മറുപടി നൽകി. ഒടുവിൽ അവർ ആ 'തട്ടു പൊളിപ്പൻ' ചോദ്യവും എടുത്തിട്ടു.

"സോവിയറ്റ് യൂണിയനുമായി ബന്ധം സ്ഥാപിക്കണമെന്ന് അഭിപ്രായമുണ്ടോ?"

"ഒന്നൊഴിയാതെ ലോകത്തിലെ എല്ലാ രാജ്യങ്ങളുമായും നയതന്ത്ര-വാണിജ്യബന്ധം പുലർത്തണമെന്ന അഭിപ്രായക്കാരനാണ് ഞാൻ. ആ സ്ഥിതിക്ക്, ഞങ്ങളെ മാനിക്കുകയും ഞങ്ങളുടെ ആദർശങ്ങൾ വിജയിക്കണമെന്ന് ആഗ്രഹിക്കുകയും ചെയ്യുന്ന ഒരു രാജ്യത്തെ ഒഴിച്ചു നിറുത്തേണ്ട യാതൊരാവശ്യവും ഞാൻ കാണുന്നില്ല."

ഈ സൂത്രധാരൻ ബാട്ടിസ്റ്റയുടെ ശമ്പളം പറ്റിക്കഴിയുന്ന ഒരു ഏജൻറാണെന്ന സംഗതി തന്റെ അഭിമുഖസംഭാഷണത്തിന്റെ അവസാനത്തിൽ അശ്രദ്ധമായെന്ന പോലെ ചെ പ്രേക്ഷകരെ ധരിപ്പിക്കുകയുണ്ടായി.

ടെലിവിഷനിലൂടെ പ്രകോപനം നടത്താനുള്ള ഈ ശ്രമം സ്പഷ്ടമായും പരാജയപ്പെട്ടെങ്കിലും അതുകൊണ്ട് വിപ്ലവത്തിന്റെ ശത്രുക്കൾ അവരുടെ പ്രവർത്തനം നിറുത്തിവച്ചില്ല. അമേരിക്കൻ പത്രക്കാരനായ ജൂൾ ദുബ്വായുടെ കാര്യം ഇവിടെ എടുത്തു പറയത്തക്കതാണ്. സി ഐ എ യിലെ ഒരു കേണലും കൂടി ആയിരുന്ന ഇയാളെ വായനക്കാർ നേരത്തെ പരിചയപ്പെട്ടു കഴിഞ്ഞിട്ടുള്ളതാണല്ലൊ. 'ആട്ടിൻതോലിട്ട ചെന്നായ' എന്നു പറയാവുന്ന ദുബ്വാ എഴുതിക്കൂട്ടുന്ന അപകീർത്തികരങ്ങളായ ലേഖനങ്ങളെ ശക്തിയായി വിമർശിച്ചുകൊണ്ട് മെയ് 23-ാം തീയതി ചെ *ബൊഹീമിയ*യുടെ പത്രാധിപർക്ക് ഒരു തീപ്പൊരിക്കത്തെഴുതുകയുണ്ടായി. തന്നെ ശമ്പളത്തിനു വച്ചിട്ടുള്ള അമേരിക്കൻ കുത്തകകളുടെ ആജ്ഞാനുസരണമാണ് ദുബ്വാ ഇത്രം ദുരാരോപണങ്ങൾ നടത്തുന്നതെന്ന് ചെ എഴുതി. ദുബ്വായ്ക്കും അയാളുടെ യജമാനന്മാർക്കും ഇഷ്ടപ്പെട്ടാലും ഇല്ലെങ്കിലും വിപ്ലവത്തിന്റെ നിശ്ചിതപരിപാടി നടപ്പിലാക്കപ്പെടും. ക്യൂബൻ വിപ്ലവത്തെ അട്ടിമറിക്കാൻ വിദേശത്തുനിന്ന് എന്തെങ്കിലും ഇടങ്കോലിടലുണ്ടായാൽ അവസാനത്തെ തുള്ളി ചോരവരെ ചിന്തേണ്ടി വന്നാലും ജനങ്ങൾ ഈ വിപ്ലവത്തെ കാത്തുരക്ഷിക്കും.

യു എസ് ഭരണവൃത്തങ്ങളുടെ ക്രൂരമായ പ്രതികാരനടപടികൾക്ക് നിരന്തരമായി പാത്രീഭവിച്ചുകൊണ്ടിരുന്ന വിപ്ലവപ്രബുദ്ധമായ ക്യൂബയുടെ സാർവദേശീയ നില ശക്തിപ്പെടുത്താൻവേണ്ടി ഈജിപ്ത്, സുഡാൻ, മൊറൊക്കോ, ഇന്ത്യ, പാകിസ്താൻ, ബർമ, സിലോൺ, ഇൻഡോനേഷ്യ എന്നീ മൂന്നാംലോക രാജ്യങ്ങളിൽ ചെന്ന് അവരുമായി സുഹൃദ്ബന്ധങ്ങൾ സ്ഥാപിക്കാൻ ക്യൂബൻ ഗവൺമെന്റ് ചെയെ നിയോഗിച്ചു. ഈ യാത്രയ്ക്കിടയിൽ അദ്ദേഹം ജപ്പാൻ, യൂഗോസ്ലാവ്യ, സ്പെയിൻ എന്നീ രാജ്യങ്ങളും സന്ദർശിച്ചു. അന്ന് ഈ രാജ്യങ്ങളിൽ ഭൂരിപക്ഷത്തിനും ക്യൂബയുമായി സാമ്പത്തികമോ നയതന്ത്രപരമോ ആയ ബന്ധം ഉണ്ടായിരുന്നില്ല.

ക്യൂബയിൽ നിന്നോ ലാറ്റിൻ അമേരിക്കയിൽ നിന്നുതന്നെയോ ഉള്ള

പ്രമുഖനായ ഒരാൾ പൗരസ്ത്യ രാജ്യങ്ങൾ സന്ദർശിക്കുന്നത് ഇതാദ്യമായിരുന്നു. ബാക്കിലോകത്തിൽ നിന്ന്, വിശേഷിച്ചും, സോഷ്യലിസ്റ്റ് രാജ്യങ്ങളിൽ നിന്ന് ലാറ്റിൻ അമേരിക്കയെ ഒറ്റപ്പെടുത്തി നിർത്താനായിരുന്നു യു എസ് എ യുടെ ശ്രമം. ശീതയുദ്ധകാലത്ത് ക്യൂബ ഉൾപ്പെടെയുള്ള മിക്ക ലാറ്റിൻ അമേരിക്കൻ രാജ്യങ്ങളും വാഷിങ്ടണിൽ നിന്നുള്ള ആജ്ഞയനുസരിച്ച് സോവിയറ്റ് യൂണിയനുമായുള്ള ബന്ധം വിച്ഛേദിച്ചിരുന്നു. സോവിയറ്റ് യൂണിയനുമായി ഏതെങ്കിലും തരത്തിലുള്ള ബന്ധം പുലർത്തുന്നത് "പശ്ചിമാർധഗോളത്തിന്റെ ഭദ്രതയെ അപകടപ്പെടുത്തുന്ന" വലിയൊരു പാതകമായാണ് വാഷിങ്ടൺ കണ്ടിരുന്നത്. പറഞ്ഞാൽ കേൾക്കാത്തവർക്കെതിരായി ഉടനടി പ്രതികാര നടപടികൾ ഉണ്ടായിക്കൊണ്ടിരുന്നു. യു എസ് വരുതിയിൽ നടന്നിരുന്ന ഒ എ എസ് (അമേരിക്കൻ സ്റ്റേറ്റുകളുടെ സംഘടന) അത്തരം രാജ്യങ്ങളെ ഭീഷണിപ്പെടുത്തുന്ന തരം പ്രമേയങ്ങൾ പാസാക്കിയിരുന്നു. അവരുടെ മുന്നിൽ മുട്ടുമടക്കാൻ തയ്യാറില്ലാതിരുന്ന പ്രസിഡന്റ് അർബെൻസിന്റെ അനുഭവം എല്ലാവർക്കും ഓർമയുണ്ടായിരുന്നു.

സമീപകാലത്ത് കൊളോണിയൽ മർദനത്തിൽ നിന്ന് മോചനം നേടിയ ആഫ്രോ–ഏഷ്യൻ രാജ്യങ്ങളിൽ നിന്ന് ലാറ്റിൻ അമേരിക്കയെ വേർപെടുത്തി നിറുത്താനുള്ള ഒരു ഡോളർ മറ സൃഷ്ടിക്കാൻ വാഷിങ്ടൺ ശ്രമിച്ചു. ലാറ്റിൻ അമേരിക്കയുമായി സൗഹൃദമുണ്ടായിപ്പോയാൽ അത് അവയുടെ സ്വാതന്ത്ര്യത്തെ ശക്തിപ്പെടുത്തുകയും സാമ്രാജ്യത്വത്തിനും അതിന്റെ ഏറ്റവും പുതിയ വകഭേദമായ നിയോ കൊളോണിയലിസത്തിനും എതിരായി സമരം ചെയ്യാനുള്ള അവയുടെ ഇച്ഛാശക്തിയെ ബലപ്പെടുത്തുകയും ചെയ്യുമെന്ന് അവർ ഭയപ്പെട്ടു.

ക്യൂബയെ ഏഷ്യയിലും ആഫ്രിക്കയിലും നിന്ന് അകറ്റി നിറുത്തുന്ന ആ ഡോളർ മറ ആദ്യം പൊളിച്ചു മാറ്റാനും അതിനുശേഷം സോവിയറ്റ് യൂണിയനുമായും മറ്റു സോഷ്യലിസ്റ്റ് രാജ്യങ്ങളുമായും സൗഹൃദബന്ധങ്ങൾ സ്ഥാപിക്കാനും ക്യൂബയിലെ വിപ്ലവനേതൃത്വം തീരുമാനിച്ചു.

ഈ പര്യടനത്തിനിടയിൽ ചെ ആദ്യമായി സന്ദർശിച്ച രാജ്യം ഈജിപ്തായിരുന്നു. പ്രസിഡന്റ് ഗമാൽ അബ്ദുൾ നാസറും ഈജിപ്തിന്റെ നേതൃത്വവും അവിടുത്തെ ജനതയും വിപ്ലവപ്രബുദ്ധമായ ക്യൂബയുടെ ഈ പ്രതിനിധിയെ അത്യന്തം ഹൃദ്യമായി വരവേറ്റു. മറ്റു രാജ്യങ്ങളിലും അദ്ദേഹത്തിന് അത്രതന്നെ ഊഷ്മളമായ ഒരു സ്വാഗതം ലഭിച്ചു.

ഈജിപ്തിൽ വച്ചാണ് സോവിയറ്റ് സ്പെഷ്യലിസ്റ്റുകളുമായി കാണാൻ ചെയ്ക്ക് ആദ്യമായി ഒരവസരമുണ്ടായത്. ഇവർ ആ രാജ്യത്തിന്റെ വിവിധ സാമ്പത്തിക മേഖലകളിൽ ആവശ്യമായ സഹായം നൽകുന്ന പ്രവർത്തനത്തിൽ ഏർപ്പെട്ടിരിക്കുകയായിരുന്നു. അവിടെ കെയിറോയിൽ വച്ചു തന്നെയാണ് പത്രക്കാരുമായി സംസാരിക്കുന്നതിനിടയിൽ സോവിയറ്റ് യൂണിയനുമായുള്ള നയതന്ത്രബന്ധം പുനഃസ്ഥാപിക്കുന്നതിനെ അനുകൂലിച്ചുകൊണ്ട് ചെ പരസ്യമായി സംസാരിച്ചതും.

ഈജിപ്തിൽ വച്ച് ചെയ്ക്ക് ബ്രസീലിയൻ പ്രസിഡന്റ് ജാനിയൊ ക്വാഡ്രോസുമായി കാണാനും കഴിഞ്ഞു. ക്വാഡ്രോസും ആ സമയത്ത് ഈജിപ്ഷ്യൻ സന്ദർശനത്തിന് എത്തിയതായിരുന്നു. അന്നു മുതൽ അവരിരുവരും വളരെ സൗഹാർദത്തിലാണ് കഴിഞ്ഞത്.

ചെയുടെ ആഫ്രോ–ഏഷ്യൻ പര്യടനം അദ്ദേഹത്തിന്റെ കൺമുന്നിൽ ഒരു പുതിയ ലോകം തുറന്നിട്ടുകൊടുത്തു. ഈ ലോകത്തെപ്പറ്റി അദ്ദേഹത്തിന് അറിയാമായിരുന്നെങ്കിലും നേരിൽ കണ്ടപ്പോൾ മാത്രമാണ് അതിന്റെ ശരിയായ സ്വഭാവം അദ്ദേഹത്തിന് പിടികിട്ടിയത്. പാരമ്പര്യത്തിലും സംസ്കാരത്തിലും ആചാരത്തിലുമെല്ലാം ഈ രാജ്യങ്ങൾ ലാറ്റിൻ അമേരിക്കയിൽനിന്ന് വളരെ ഭിന്നമാണെങ്കിലും അവയ്ക്ക് പൊതുവായ ചില സംഗതികളുമുണ്ടെന്ന് അദ്ദേഹം കണ്ടു. ഒരതിരുവരെ അവയെല്ലാം സാമ്രാജ്യത്വത്തിന്റേയും കൊളോണിയലിസത്തിന്റേയും പിടിയിലമർന്നിരുന്നു. സ്വതന്ത്രമായി നിലനിൽക്കാനും വളർച്ച പ്രാപിക്കാനും അവ ആഗ്രഹിച്ചിരുന്നു. കൂടാതെ അവയിൽ പലതും സോഷ്യലിസത്തിലേക്കുള്ള പാത കണ്ടുപിടിക്കാൻ തപ്പിത്തടയുകയുമായിരുന്നു. ഈ രാജ്യങ്ങളുടെ നേതാക്കൾക്ക് ക്യൂബയോട് അതിയായ അനുഭാവമുണ്ടായിരുന്നു. അവിടെനിന്ന് പഞ്ചസാരയും പുകയിലയും മറ്റു കയറ്റുമതിച്ചരക്കുകളും വിലയ്ക്കുവാങ്ങിക്കൊണ്ട് ആ രാജ്യവുമായി വാണിജ്യ–സൗഹാർദ ബന്ധങ്ങൾ സ്ഥാപിക്കാൻ അവർ തയാറുമായിരുന്നു. യു എസ് എ യുടെ സാമ്പത്തിക ഉപരോധത്തിന്റേയും ശത്രുതാപരമായ മറ്റു നടപടികളുടേയും ഫലമായി വിപ്ലവപ്രബുദ്ധമായ ക്യൂബയ്ക്ക് നേരിടേണ്ടിവന്നിരുന്ന പ്രശ്നങ്ങളെല്ലാം പരിഹരിക്കാൻ ഈ രാജ്യങ്ങളുമായുള്ള ബന്ധങ്ങൾ മുഖേന സാധ്യമാവില്ലെങ്കിലും സ്വാതന്ത്ര്യ ദ്വീപിന് ഏഷ്യയിലും മധ്യപൂർവദേശത്തും ആഫ്രിക്കയിലും സുഹൃത്തുക്കളുണ്ടെന്ന് ചെ കണ്ടു. ഇതാകട്ടെ അത്ര ചെറിയ പ്രോത്സാഹനമായിരുന്നുമില്ല. പക്ഷേ, വിപ്ലവ പ്രബുദ്ധമായ ക്യൂബയുടെ ഏറ്റവുമുറച്ച സുഹൃത്താകേണ്ടിയിരുന്ന സോവിയറ്റ് യൂണിയൻ ഔപചാരികമായെങ്കിലും അപ്പോഴും തീണ്ടലുള്ള ഒരു രാജ്യമെന്ന നിലയ്ക്ക് അകറ്റിനിർത്തപ്പെട്ടിരിക്കുകയായിരുന്നു.

ജൂൺ 12 മുതൽ സെപ്തംബർ 5 വരെയുള്ള ഏകദേശം മൂന്നു മാസക്കാലം ചെ വിദേശങ്ങളിലായിരുന്നു. ഈ സമയം മുഴുവൻ അദ്ദേഹം ഹവാനയുമായി ഉറ്റബന്ധം പുലർത്തുകയും അവിടെനിന്ന് എല്ലാ വിവരങ്ങളും അറിഞ്ഞുകൊണ്ടിരിക്കുകയും ചെയ്തിരുന്നു. വിദേശയാത്ര കഴിഞ്ഞ് മടങ്ങിയെത്തിയിട്ട് ഒരു മാസം കഴിഞ്ഞപ്പോൾ ചെ ഐ എൻ ആർ എ യുടെ വ്യാവസായിക വിഭാഗത്തിന്റെ മാനേജരായി നിയമിക്കപ്പെട്ടു. അദ്ദേഹത്തിന്റെ സൈനികചുമതലകൾക്ക് പുറമെയായിരുന്നു ഇത്. ഐ എൻ ആർ എ അപ്പോഴേക്ക് വളരെ പ്രധാനപ്പെട്ട ഒരു സർക്കാർ സ്ഥാപനമായി മാറിക്കഴിഞ്ഞിരുന്നു. ആസൂത്രണം, വ്യാവസായിക വികസനപദ്ധതികൾ, കാർഷിക പരിഷ്കാരം എന്നിവയുടെയെല്ലാം മേൽ

നോട്ടം ഈ സംഘടനയ്ക്കായിരുന്നു. ഇതിൽ ആദ്യംപറഞ്ഞ രണ്ടു വകുപ്പുകളുടെ കാര്യകർത്തൃത്വമാണ് ചെയെ ഏൽപിച്ചിരുന്നത്. പക്ഷേ, പണമില്ലാതെ വ്യാവസായികവികസന പരിപാടികൾ നടപ്പിലാക്കുക സാധ്യമല്ലല്ലൊ. പണമൊക്കെ സ്വകാര്യ ബാങ്കുകളുടെ കൈകളിലുമായിരുന്നു. സ്റ്റേറ്റ് നാഷണൽ ബാങ്കിന്റെ ചുക്കാൻ പിടിച്ചിരുന്നത് വൻകിട മൂലധനത്തിന്റെ വിശ്വസ്ത സുഹൃത്തായ ഫിലിപ്പ് പാസോസുമായിരുന്നു. രാജ്യത്തിന്റെ ധനകാര്യനിയന്ത്രണം മുഴുവൻ വിപ്ലവത്തിന്റെ ശത്രുക്കളുടെ കൈയിലായിരിക്കുന്നേടത്തോളം വ്യാവസായിക വികസനത്തെപ്പറ്റി സംസാരിക്കുന്നതിന് യാതൊരർഥവുമുണ്ടായിരുന്നില്ലല്ലൊ. വർഗസമരം ശക്തിപ്പെട്ടതിന്റെ ഫലമായി വിപ്ലവത്തിന് അനുകൂലമായി ഈ പ്രശ്നം പരിഹരിക്കാൻ സാധിച്ചു.

ക്യൂബൻ ജനതയെ തുടർന്നും കൊള്ളയടിക്കാനുള്ള അവസരം അമേരിക്കൻ കുത്തകകൾക്ക് നിഷേധിച്ചുകൊണ്ട് നടപ്പിലാക്കിയ മൗലിക സാമൂഹ്യ പരിവർത്തനങ്ങൾ വാഷിങ്ടണിൽ കൂടുതൽ കൂടുതൽ രോഷം ഉളവാക്കിക്കൊണ്ടിരുന്നു. ഈ ക്യൂബൻ മാതൃക മറ്റു ലാറ്റിൻ അമേരിക്കൻ രാജ്യങ്ങളും സ്വീകരിച്ചേക്കുമോയെന്ന് ഭയന്ന് യു എസ് ഭരണ വൃത്തങ്ങൾ 1959-ന്റെ പകുതി ആയപ്പോഴേക്കുതന്നെ ഒരു പ്രതിവിപ്ലവ അട്ടിമറിയിലൂടെ ഫിദൽ കാസ്ട്രോയെ ബലമായി മറിച്ചിടാനുള്ള ശ്രമമാരംഭിച്ചു. ജൂലൈ 26 പ്രസ്ഥാനത്തിലെ വലതു പക്ഷക്കാരെയാണ് ഇതിനുള്ള ചട്ടുകമായി കണ്ടിരുന്നത്. സ്വന്തം ഉദ്ദേശ്യം മറച്ചു വയ്ക്കാനായി വാക്കിൽ സാമൂഹ്യ പരിഷ്കാരങ്ങളെ അനുകൂലിക്കുമെങ്കിലും കമ്യൂണിസത്തേയും സോവിയറ്റ് യൂണിയനേയും എതിർക്കുന്നതിനായിരുന്നു അവർക്ക് കൂടുതൽ വാശി. ഫിദൽ കാസ്ട്രോ ക്യൂബൻ വിപ്ലവത്തെ സോവിയറ്റ് യൂണിയന് അടിയറ വച്ചുവെന്നു അവർ വിളിച്ചുകൂവി.

ഒക്ടോബർ 21-ാം തീയതി ഡിയാസ് ലാൻസ് എന്ന 'ഗുസാനൊ' (പ്രതിവിപ്ലവകാരികളെ വിളിക്കാൻ ഉപയോഗിച്ചിരുന്ന വാക്ക്, പുഴുവെന്നാണ് ഇതിന്നർഥം) സി ഐ എ കൊടുത്ത വിമാനങ്ങൾ ഉപയോഗിച്ച് ഹവാനയ്ക്കെതിരായി ഒരു ബോംബാക്രമണം നടത്തി. നഗരത്തിൽ പലർക്കും തന്മൂലം ജീവനാശം സംഭവിച്ചു. നിരവധിയാളുകൾ പരുക്കേറ്റ് അവശരായി.

അന്നേ ദിവസം തന്നെ കമാഗ്വെ സൈനിക ജില്ലയുടെ കമാൻഡറായ മേജർ ഹ്യൂബർട്ടൊ മറ്റോസ് കമ്യൂണിസ്റ്റുകാരുമായുള്ള കാസ്ട്രോയുടെ ബന്ധം വിടുർത്തണമെന്ന ആവശ്യവുമായി മുന്നോട്ടുവന്നു. സീറാ മെസ്ത്രയിലെ പോരാട്ടത്തിൽ പങ്കെടുത്ത ഒരാളായിരുന്നു ഇയാൾ.

ഈ പ്രതിവിപ്ലവ ഒളിയമ്പുകൾ ക്യൂബൻ ജനതയുടെ ശക്തിയായ രോഷത്തിനു പാത്രമായി. മറ്റോസിന്റെ കലാപം മുളയിലേ നുള്ളിക്കളയപ്പെട്ടു. ഒരു വിപ്ലവക്കോടതി അയാളെ ഇരുപതുകൊല്ലത്തെ തടവുശിക്ഷയ്ക്ക് വിധിക്കുകയും ചെയ്തു.

അധ്വാനിക്കുന്ന ജനതയുടെ ആവശ്യമനുസരിച്ച് പ്രതിവിപ്ലവകാരികളെ അമർച്ച ചെയ്യാനായി വിപ്ലവകാരികളുടേതായ ഒരു മിലീഷ്യ സംഘടിപ്പിക്കപ്പെട്ടു. പതിനായിരക്കണക്കിനു തൊഴിലാളികളും കർഷകരും വിദ്യാർഥികളും ഇതിൽചേരാൻ ഉത്സാഹപൂർവം മുന്നോട്ടുവന്നു. അങ്ങനെ കാസ്ട്രൊ ഗവൺമെന്റിനെ മറച്ചിടാൻ യു എസ് ഭരണാധികാരികളും അവരുടെ നാടൻ ദല്ലാളന്മാരും ചേർന്നു നടത്തിയ ശ്രമം ദയനീയമായി പരാജയമടഞ്ഞു. ക്യൂബൻ വിപ്ലവം അതിന്റെ വിജയവൈജയന്തി പാറിപ്പറപ്പിച്ചുകൊണ്ട് അടിവച്ചടിവച്ച് മുന്നോട്ടു കുതിച്ചു.

നവംബർ 26–ാം തീയതി കൂടിയ മന്ത്രിസഭ ഫിദൽ കാസ്ട്രൊ വച്ച നിർദേശപ്രകാരം ക്യൂബൻ നാഷണൽ ബാങ്കിന്റെ ഡയറക്ടർ പദവിയിൽനിന്ന് ഫിലിപ്പ് പാസോസിനെ നീക്കിയിട്ട് ഏണസ്റ്റോ ചെ ഗുവേരയെ തൽസ്ഥാനത്ത് നിയമിക്കാനും അദ്ദേഹത്തിന് ധനകാര്യമന്ത്രിയുടെ അധികാരം കൂടി നൽകാനും തീരുമാനിച്ചു.

തന്റെ ഈ നിയമനത്തെപ്പറ്റി ചെ എപ്പോഴും പറയാറുണ്ടായിരുന്ന ഒരു കഥയുണ്ട്. ഒരിക്കൽ ഫിദൽ തന്റെ സഖാക്കളുടെ ഒരു യോഗം വിളിച്ചുകൂട്ടിയിട്ട് ചോദിച്ചു. “നിങ്ങളിൽ ഇക്കണോമിസ്റ്റ് (സാമ്പത്തികശാസ്ത്രജ്ഞൻ) ആയി ആരെങ്കിലുമുണ്ടോ?” അപ്പോൾ ഞാൻ കൈപൊക്കി, ഫിദൽ പ്രകടമായ ആശ്ചര്യത്തോടെ ചോദിച്ചു. “താനെന്നുമുതലാ ഇക്കണോമിസ്റ്റായത്?” അപ്പോൾ ഞാൻ പറഞ്ഞു. “ഞാൻ കേട്ടത് കമ്യൂണിസ്റ്റായി ആരെങ്കിലുമുണ്ടോയെന്നാണ്? അങ്ങനെയാണ് ഞാൻ നാഷണൽ ബാങ്കിന്റെ ഡയറക്ടറായി നിയമിക്കപ്പെട്ടത്.

ഈ കഥയ്ക്ക് പിന്നിൽ ശ്രദ്ധേയമായ ഒരു സംഗതിയുണ്ട്. എന്തെന്നാൽ, സാമ്പത്തിക കാര്യങ്ങളിൽ താനൊരു വിദഗ്ധനല്ലെന്ന സംഗതി മറച്ചുവയ്ക്കാൻ ചെയ്ക്ക് ഒരിക്കലും ആഗ്രഹമുണ്ടായിരുന്നില്ല.

എന്നാൽ ഒരു കാര്യം അദ്ദേഹത്തിന് ഭംഗിയായി അറിയാമായിരുന്നു. രാജ്യത്തിന്റെ ധനവും നാഷനൽ ബാങ്കും ബൂർഷ്വാസിയുടെ കൈയിലെ ഒരു ചൂഷണോപാധി ആകാതെ ജനക്ഷേമത്തിനു ഉതകണമെന്നതായിരുന്നു ഇക്കാര്യം.

1961 ഫെബ്രുവരി 23 – ന് വ്യവസായവകുപ്പ് മന്ത്രിയായി നിയമിക്കപ്പെടുന്നതുവരെ ചെ നാഷനൽ ബാങ്ക് ഡയറക്ടറായി തുടർന്നു. ഐ എൻ ആർ എ യുടെ വ്യാവസായികവിഭാഗത്തെ അടിസ്ഥാനമാക്കിക്കൊണ്ട് പുതുതായി സൃഷ്ടിക്കപ്പെട്ട ഒരു വകുപ്പായിരുന്നു ഇത്. ഈ സ്ഥാനത്തേക്ക് ചെയെ നിയമിക്കുമ്പോഴും വിപ്ലവഗവൺമെന്റിന്റെ മുന്നിലുള്ള പ്രധാന പരിഗണന അദ്ദേഹത്തിന്റെ രാഷ്ട്രീയ വീക്ഷണവും സോഷ്യലിസ്റ്റ് വ്യവസായവൽക്കരണത്തിലുള്ള അദ്ദേഹത്തിന്റെ ആവേശവും ആയിരുന്നു.

1961–ന്റെ ഉത്തരാർധത്തിൽ ഹവാന സന്ദർശിച്ച ബറീസ് പൊളിവോയി എന്ന സോവിയറ്റ് സാഹിത്യകാരനുമായി സംസാരിക്കവെ ചെ പറഞ്ഞ സംഗതി ഇവിടെ സ്മരണീയമാണ്:

"പഠിപ്പുകൊണ്ട് ഞാനൊരു ഡോക്ടറാണ്. പക്ഷേ, വിപ്ലവകാരിയെന്ന നിലയ്ക്കുള്ള കർത്തവ്യം കാരണം ഞാനിപ്പോൾ ഇവിടുത്തെ വ്യവസായമന്ത്രിയാണ്. താങ്കൾക്കൊരുപക്ഷേ ഇത് വിചിത്രമായി തോന്നുന്നുണ്ടാകാം, ഇല്ലേ? പക്ഷേ, മറ്റൊന്നാലോചിച്ചാൽ താങ്കൾക്കതിൽ ആശ്ചര്യം വരേണ്ട കാര്യമില്ലെന്നു തോന്നുന്നു. കാരണം, പഠിപ്പുകൊണ്ട് വ്ളാഡിമിർ ലെനിൽ വക്കീലായിരുന്നല്ലൊ. അദ്ദേഹത്തിന്റെ മന്ത്രിസഭയിൽ ഡോക്ടർമാരും അഭിഭാഷകരും പേരുകേട്ട എഞ്ചിനീയർമാരും എല്ലാം ഉണ്ടായിരുന്നല്ലൊ... ഇല്ലേ?

വിപ്ലവം ഓരോരുത്തരേയും യുക്തമെന്നു തോന്നുന്ന വഴിക്ക് തിരിച്ചുവിടും. ഞാൻ ഈ നാടിന്റെ സാമ്പത്തിക സംഘാടകരിൽ ഒരാളായിത്തീരുമെന്ന് ഫിദലിന്റെ–അദ്ദേഹവുമായുള്ള ചിരകാല സൗഹൃദത്തെ ഞാൻ അത്യധികം വിലമതിക്കുന്നുണ്ട്–നേതൃത്വത്തിലുള്ള യൂണിറ്റിലെ ഒരംഗമെന്ന നിലയ്ക്ക് (ഞാൻ ആ യൂണിറ്റിന്റെ ഡോക്ടറായിരുന്നു) ഗ്രാന്മയിൽ കയറുന്ന അവസരത്തിൽ ആരെങ്കിലും പറഞ്ഞിരുന്നെങ്കിൽ ഞാൻ പൊട്ടിച്ചിരിച്ചുപോകുമായിരുന്നു."

വ്യവസായ മന്ത്രികാര്യാലയത്തോടൊപ്പം ഒരു കേന്ദ്ര ആസൂത്രണ സമിതിയും രൂപീകരിക്കപ്പെടുകയുണ്ടായി. ഈ സ്ഥാപനത്തിന്റെ നടത്തിപ്പിലും ചെ സജീവമായ ഒരു പങ്ക് വഹിച്ചിരുന്നു.

അതേസമയം തന്നെ, ഒരു പുതിയ വിപ്ലവസൈന്യം രൂപീകരിക്കുന്നതിലും ചെയുടെ ശ്രദ്ധപതിഞ്ഞിരുന്നു. അക്കാലത്തെല്ലാം സായുധസേനാമന്ത്രികാര്യാലയത്തിൽ സിവിൽ മിലീഷ്യയുടേയും വിപ്ലവസേനയിലെ ഭടന്മാരുടേയും ജൂനിയർ ഓഫീസർമാരുടേയും ആയുധ–രാഷ്ട്രീയ പരിശീലനത്തിന് ഉത്തരവാദപ്പെട്ട ഇൻസ്ട്രക്ഷൻ വിഭാഗത്തിന്റെ മേൽനോട്ടം വഹിച്ചിരുന്നത് അദ്ദേഹമാണ്. യുവ വിപ്ലവകാരികളുടെ അസോസിയേഷൻ (ഇപ്പോഴത്തെ യുവ കമ്യൂണിസ്റ്റ് യൂണിയൻ) രൂപീകരിക്കപ്പെട്ടത് ഈ വിഭാഗത്തിലാണ്. ചെ മുൻകൈയെടുത്താണ് ഈ വിഭാഗത്തിൽനിന്ന് വിപ്ലവസൈന്യത്തിന്റെ വൃത്താന്ത വാരികയെന്ന നിലയ്ക്ക് *വെർഡെ ഒലീവൊ* പ്രസിദ്ധീകരിക്കപ്പെട്ടത്. പെട്ടെന്നു തന്നെ ക്യൂബയിലെങ്ങും ഇതിന് വമ്പിച്ച പ്രചാരം ലഭിക്കുകയുണ്ടായി. സാർവദേശീയ സംഭവങ്ങളെക്കുറിച്ച് ചെ ഇതിൽ പതിവായി എഴുതുകയും ചെയ്തിരുന്നു.

ക്രമേണ, ചെ ജൂലൈ 26 പ്രസ്ഥാനത്തിന്റെ നേതൃത്വത്തിലേക്ക് ഉയർന്നു. 1961–ന്റെ ഉത്തരാർധത്തിൽ പാർട്ടീഡൊ സോഷ്യലിസ്റ്റാ പോപ്പുലർ, റവല്യൂഷനറി സ്റ്റുഡന്റ് ഡയറക്ടറേറ്റ്, എന്നീ സംഘടനകളും ജൂലൈ 26 പ്രസ്ഥാനവുംകൂടി ലയിച്ച് വിപ്ലവകാരികളുടെ സംയുക്ത സംഘടന (ഒ ആർ ഐ) രൂപീകൃതമായപ്പോൾ അദ്ദേഹം അതിന്റെ ദേശീയ നേതൃത്വത്തിലേയും സെക്രട്ടേറിയറ്റിലേയും സാമ്പത്തിക കമീഷനിലേയും ഒരംഗമായി തെരഞ്ഞെടുക്കപ്പെട്ടു.

1963 മെയ് മാസത്തിൽ ഓ ആർ ഐ ക്യൂബൻ സോഷ്യലിസ്റ്റ് വിപ്ലവത്തിന്റെ ഐക്യകക്ഷി (പി യു ആർ എസ് സി) ആയി മാറിയപ്പോൾ അദ്ദേഹം ഈ പാർട്ടിയുടേയും നേതൃത്വത്തിലേക്കും സെക്രട്ടേറിയറ്റിലേക്കും തിരഞ്ഞെടുക്കപ്പെട്ടു.

ബേ ഓഫ് പിഗ്സ് (പ്ലയാ ഗിറോൺ) എന്ന സ്ഥലത്ത് കൂലിപ്പട്ടാളത്തിന്റെ ആക്രമണമുണ്ടായ–വിപ്ലവത്തെ സംബന്ധിച്ചിടത്തോളം നിർണായകമായ – ആ ദിവസങ്ങളിൽ പിനാർ ഡെൽ റിയോ പ്രവിശ്യയിൽ നിയോഗിച്ചിരുന്ന സൈന്യത്തിന്റെ മേൽനോട്ടം ചെയ്ക്കായിരുന്നു.

ചെ എത്തുന്ന സമയത്ത് ബേ ഓഫ് പിഗ്സിലെ യുദ്ധം കൊടുമ്പിരിക്കൊണ്ടിരിക്കുകയായിരുന്നു. ഉടൻ തന്നെ അദ്ദേഹം അതിൽ മുഴുകി. അതിനിടയിൽ അദ്ദേഹവുമായി കണ്ടു സംസാരിക്കാൻ കഴിഞ്ഞ എ ഫ്രാങ്കോ എന്ന ഫ്രഞ്ച് പത്രപ്രവർത്തക *ഫീയെസ്റ്റ ഓൺ ക്യൂബ* എന്ന തന്റെ കൃതിയിൽ ആ കൂടിക്കാഴ്ചയെപ്പറ്റി പറഞ്ഞിരിക്കുന്നത് ഇപ്രകാരമാണ്.

ചെയ്ക്കു ചുറ്റും നിരവധി മിലീഷ്യാക്കാർ കൂടിനിന്നിരുന്നതിനാൽ ആ ആൾക്കൂട്ടത്തിനിടയിലൂടെ അദ്ദേഹത്തിന്റെ വിളറിയമുഖം ഒന്നെത്തിനോക്കാൻ മാത്രമേ എനിക്ക് കഴിഞ്ഞുള്ളു. ഒരു കറുത്ത ബെറെറ്റ് തൊപ്പിയും ഔദ്യോഗിക സ്ഥാനമുദ്രകളൊന്നുമില്ലാത്ത ഒരു പച്ച ജാക്കറ്റും ... അർജന്റീനക്കാരിയായ ഒരു സ്നേഹിത ആവേശപൂർവം ഒരിക്കൽ പറഞ്ഞ വാചകം ഞാനപ്പോൾ ഓർത്തു. ലാറ്റിൻ അമേരിക്കൻ പെൺകുട്ടികളെല്ലാം ചെയുമായി പ്രേമത്തിലാണ്. വളരെ സുമുഖനാണ് ആൾ. വിളറിമഞ്ഞളിച്ച റൊമാന്റിക് ഭാവത്തോടുകൂടിയ ആ മുഖവും കറുത്ത വലിയ കണ്ണുകളും ആ ഊശാന്താടിയും എല്ലാം ഒന്നു കാണേണ്ടതാണ്! ജസ്റ്റെ പുണ്യാളന്റെ തൽസ്വരൂപം തന്നെ! സാർത്ര് എന്ന ഫ്രഞ്ച് സാഹിത്യകാരനും ഒരു ലേഖനത്തിൽ ശരിയായൊരു വിപ്ലവനായകനായി ചെയെ വിവരിക്കുകയുണ്ടായി. ചെയുടെതന്നെ വരികൾ ഉദ്ധരിച്ചുകൊണ്ട് സാർത്ര് എഴുതി. എന്നെക്കാൾ ബുദ്ധിമാനായ ഒരാളെ കണ്ടുപിടിക്കാൻ ഫിദലിന് കഴിഞ്ഞെന്നു വന്നേക്കാം. പക്ഷേ, തന്റെ ആശയങ്ങളുമായി ഇതിലധികം യോജിപ്പുള്ള മറ്റൊരാളെ കണ്ടുപിടിക്കാൻ അദ്ദേഹത്തിന് വളരെ പ്രയാസപ്പേടേണ്ടി വന്നേക്കാം.

ഒരിക്കൽ ബന്ധനസ്ഥനാക്കപ്പെട്ട ഒരു നീഗ്രോ കൂലിപ്പട്ടാളക്കാരനുമായി ചെ സംസാരിക്കുന്ന അവസരത്തിൽ ഫ്രാങ്കൊയും അവിടെയുണ്ടായിരുന്നു. ആട്ടെ, നിങ്ങളെന്താ ഇവിടെ ചെയ്യുന്നത്? ചെ ആ തടവുകാരനോടു ചോദിച്ചു. നിങ്ങളും ജനാധിപത്യത്തിനുവേണ്ടി പൊരുതാൻ പോന്നതാണോ? വർണവിവേചനം നടപ്പിലാക്കുന്ന ഒരു രാജ്യം കാശു കൊടുത്തു നടത്തിക്കുന്ന ഇടങ്കോലിടലിൽ പങ്കെടുക്കാനാണ് നിങ്ങളും വന്നിരിക്കുന്നത്. അല്ലേ? അതും കറുത്തവർഗക്കാരനായ നിങ്ങൾക്ക് തങ്ങളുടെ അതേ അവകാശങ്ങൾ ഇല്ലാത്തതിൽ യാതൊരു കുണ്ഠിതവുമി

ല്ലാത്ത ബൂർഷ്വാ യുവാക്കളോടൊപ്പം. എല്ലാ വംശങ്ങളുടേയും അന്തസ്സ് ഉയർത്തിപ്പിടിക്കുന്ന ഒരു വിപ്ലവത്തിനെതിരായാണ് അവർ തങ്ങളുടെ ദേഷ്യം തീർക്കുന്നത്. കുലീനകുടുംബക്കാരെന്നു പറയുന്നവരുടെ സന്തതികൾക്ക് അവരുടെ ക്ലബ്ബുകൾ, കറുത്തവർക്ക് ഉമ്മറമുറ്റത്തേക്കു തിരിഞ്ഞു നോക്കാൻ പോലും അവകാശമില്ലാത്ത ക്ലബ്ബുകൾ, മടക്കിവാങ്ങിക്കൊടുക്കാനാണ് നിങ്ങൾ ആയുധമേന്തിയത്.

ആ കറുത്തവർഗക്കാരൻ ഒന്നും മിണ്ടിയില്ല. ചെ മറ്റു തടവുകാരുടെ നേർക്ക് തിരിഞ്ഞ് ചോദിച്ചു. കുലീനരുടെ ക്ലബ്ബുകളിൽ അംഗത്വമുള്ളവർ നിങ്ങളുടെ കൂട്ടത്തിൽ ആരെല്ലാമാണ്?

ചിലർ കൈപൊക്കി.

"ആട്ടെ, ഏതെല്ലാമാണ് ആ ക്ലബ്ബുകൾ?"

"ക്ലബ്ബ് നോട്ടിക്കൊ, മിറാമർ, യാറ്റ് ക്ലബ്ബ്" തുടങ്ങിയ ചില പേരുകൾ തടവുകാർ ഉരുവിടുന്നതു കേട്ടു.

ചെ അപ്പോൾ ആ നീഗ്രോയോടായി ചോദിച്ചു.

"ഈ ക്ലബ്ബിൽ ഏതിലെങ്കിലും ചേരാൻ നിങ്ങൾക്ക് അവകാശമുണ്ടായിരുന്നോ?"

"ഇല്ല" അയാൾ മറുപടി നൽകി.

"നിങ്ങൾ അവരുടെ നീന്തൽക്കുളത്തിലെ വെള്ളം മലിനമാക്കുമെന്ന് അവർ ഭയപ്പെടുന്നുണ്ടാകും, ഇല്ലേ. പക്ഷേ, ബേ ഓഫി പിഗ്സിലെ വെള്ളത്തെപ്പററി അവർക്ക് ആ ഭയമില്ല. നിങ്ങൾക്കിതിനു തുനിയാൻ ഇവരുടെയത്രപോലും ന്യായമില്ല", ചെ ഉപസംഹാരമായി പറഞ്ഞു.

"എനിക്കറിയാം മേജർ," ആ തടവുകാൻ മറുപടി നൽകി. ആ മിലീഷ്യാക്കാരനും എന്നോട് ഇതേ സംഗതിതന്നെ പറയുകയുണ്ടായി."

ഇക്കാലമത്രയും ചെ ഏറ്റവും എളിയ മട്ടിൽ ജീവിക്കുകയും വിശ്രമരഹിതമായി പണിയെടുക്കുകയും ശുഷ്കാന്തിയോടെ പഠനം നടത്തുകയും ഗണിതശാസ്ത്രവും സാമ്പത്തികശാസ്ത്രവും പഠിക്കാൻ തുടങ്ങുകയും കാറൽ മാർക്സിന്റെ *മൂലധനം* രണ്ടാമതൊരിക്കൽക്കൂടി വായിക്കുകയും ചെയ്തു. തന്റെ അറിവ് സഹപ്രവർത്തകരുമായി പങ്കിട്ടെങ്കിലും ഒരിക്കൽപ്പോലും അവരോട് ലക്ചർ നടത്താൻ അദ്ദേഹം മുതിർന്നില്ല. അത് പ്രദർശിപ്പിക്കാനും അദ്ദേഹം തയാറായില്ല. ചങ്ങാതിമാരുമായി പഴയ സൗഹൃദത്തോടെ തന്നെ അദ്ദേഹം പെരുമാറി. തൊഴിലാളികൾ, കർഷകർ, വിദ്യാർഥികൾ, വിദേശങ്ങളിലെ കമ്യൂണിസ്റ്റ്-ദേശീയ വിമോചന പ്രസ്ഥാനങ്ങളിലെ സജീവപ്രവർത്തകർ എന്നിവരുമായി അദ്ദേഹം ഉറ്റ സമ്പർക്കം പുലർത്തി.

ക്യൂബയിൽ സോഷ്യലിസം കെട്ടിപ്പടുക്കുന്നതിനും ക്യൂബൻ വിപ്ലവത്തെ അരക്കിട്ടുറപ്പിച്ച് കാത്തുരക്ഷിക്കുന്നതിനും വേണ്ടി അദ്ദേഹം തന്റെ സർവവും സമർപ്പിച്ചു. അതേസമയം തന്നെ കുറേക്കൂടി ബൃഹത്തായ ഒരു ഭൂഖണ്ഡാന്തരീയ വിപ്ലവത്തെപ്പറ്റിക്കൂടി, തന്റെ ജന്മദേശമായ

അർജന്റീന ഉൾപ്പെടെയുള്ള ലാറ്റിൻ അമേരിക്കയെ ആകെത്തന്നെ യാങ്കി സാമ്രാജ്യത്വത്തിൽ നിന്ന് വിമോചിപ്പിക്കുന്നതിനെപ്പറ്റിക്കൂടി, അദ്ദേഹം സ്വപ്നം കണ്ടിരുന്നു.

അർജൻറീനക്കാരനായ അദ്ദേഹം ക്യൂബയുടെ വിമോചനത്തിൽ പങ്കെടുക്കാനായി വളരെ വളരെ ദൂരെനിന്ന് വന്ന ഒരാളായിരുന്നു എന്നതുകൊണ്ടുതന്നെ തന്റെ ജന്മസ്ഥലമായ പാമ്പാസിലോ ആൻഡസ് നാൽക്കവലയിലോ ഉള്ളവർ വിപ്ലവത്തിന്റെ കൊടി ഉയർത്തുമ്പോൾ അവരുടെ കൂടെ ചേരുന്നതിനായി ഈ ദ്വീപ് വിട്ടുപോകാൻ മറ്റാരേയുംകാൾ അവകാശവും അദ്ദേഹത്തിനായിരുന്നു.

പക്ഷേ, ക്യൂബൻ വിപ്ലവം അതിന്റെ ശൈശവത്തെ പിന്നിട്ടുകഴിഞ്ഞിരുന്നില്ല. സത്യം പറഞ്ഞാൽ, ഈ അത്ഭുതശിശു നാൾക്കുനാൾ ശക്തിപ്രാപിച്ചുവരികയായിരുന്നെങ്കിലും അതിനു പിന്നെയും പല അഗ്നിപരീക്ഷണങ്ങളേയും നേരിടേണ്ടിയിരുന്നു. അതുകൂടി കഴിഞ്ഞാലേ ഏണസ്റ്റോ ചെ ഗുവേരയ്ക്ക് തന്റെ മന്ത്രിക്കസേരയിൽ നിന്നിറങ്ങി, തനിക്കേത്രയും പ്രിയപ്പെട്ട ആ ഗറില്ലാ സഞ്ചിയും തോളിലേറ്റി പുറപ്പെടാൻ കഴിയുമായിരുന്നുള്ളൂ...

കുറിപ്പുകൾ

1 കരിയടുപ്പിൽ പൊള്ളിച്ചെടുക്കുന്ന ഒരു അർജന്റീനിയൻ ദേശീയ മാംസാഹാരത്തിനാണ് അസാഡൊ എന്നു പറയുന്നത്.

2. സെർഗി നെച്ചയേവ് (1847–1882): ഭീകരപ്രവർത്തനത്തേയും ഗൂഢാലോചനക്കാരുടെ ചെറുസംഘങ്ങൾ ചേർന്ന് അധികാരം പിടിച്ചെടുക്കുന്നതിനേയും ന്യായീകരിച്ചിരുന്ന ഒരു റഷ്യൻ വിപ്ലവകാരി.

2

സോഷ്യലിസത്തിന്റെ ലോകം

സോവിയറ്റ് യൂണിയൻ ഇല്ലായിരുന്നെങ്കിൽ ക്യൂബയിൽ ഒരു സോഷ്യലിസ്റ്റ് വിപ്ലവം സാധ്യമാകുമായിരുന്നില്ല.

ഫിദൽ കാസ്ട്രൊ

സോവിയറ്റ് മണ്ണിൽ കാലുകുത്തിയ നിമിഷംമുതൽക്ക് ഇത് സോഷ്യലിസത്തിന്റെ ജന്മഭൂമിയാണെന്ന സംഗതി ഞങ്ങൾക്ക് ബോധ്യമായെന്ന് ഒരു ആയിരം പ്രാവശ്യം വേണമെങ്കിലും ആവർത്തിക്കാൻ ഞങ്ങൾക്ക് മടിയില്ല.

ഏണസ്റ്റോ ചെ ഗുവേര

സാമൂഹ്യവിമോചനത്തിനുള്ള ക്യൂബൻ ജനതയുടെ പോരാട്ടം യു എസ് എ യുടെ ക്രൂരമായ പ്രതികാരനടപടികൾ വിളിച്ചു വരുത്തുമെന്നും 'ഗോട്ടിമാല ഓപ്പറേഷൻ' ക്യൂബയിൽ ആവർത്തിക്കാൻ അവർ എന്തും ചെയ്യുമെന്നുമുള്ളത് വിപ്ലവത്തിന്റെ ആദ്യ ദിവസം മുതൽക്കുതന്നെ ചെയ്ക്കും ചങ്ങാതിമാർക്കും നല്ല തീർച്ചയുണ്ടായിരുന്നു.

അങ്ങനെവന്നാൽ, ക്യൂബൻജനത മാതൃഭൂമിയുടെ രക്ഷയ്ക്കായി അവസാനത്തെ തുള്ളി ചോരവരെ ചിന്താൻ തയാറാകുമെന്നതിൽ സംശയമില്ല. പക്ഷേ, അതിന് ആയുധങ്ങളും മറ്റു ഒത്താശകളും ആവശ്യമാണ്. അവരുടെ അന്നത്തെ സാഹചര്യത്തിൽ സോവിയറ്റ് യൂണിയനിൽ നിന്നു മാത്രമേ അപ്രകാരമുള്ള സഹായവും പിന്തുണയും പ്രതീക്ഷിക്കാൻ വഴിയുണ്ടായിരുന്നുള്ളു.

ക്യൂബൻ വിപ്ലവത്തിന്റെ രക്ഷയ്ക്ക് അപരിത്യാജ്യമായ ആയുധങ്ങൾ കൊടുത്തു സഹായിക്കാൻ സോവിയറ്റ് യൂണിയന് കഴിയുമാ

യിരുന്നു. പഞ്ചസാര വാങ്ങിയിട്ട് പകരം എണ്ണ, യന്ത്രങ്ങൾ, നിത്യോപ യോഗസാധനങ്ങൾ എന്നിവകൊടുത്തും സോവിയറ്റ് യൂണിയന് ക്യൂബയെ സഹായിക്കാൻ പറ്റുമായിരുന്നു. വാഷിങ്ടണിലുള്ളവർക്കും അവരുടെ നാടൻ ചെരിപ്പുനക്കികൾക്കും ഇക്കാര്യം ഭംഗിയായി അറിയാ മായിരുന്നു. അവർക്കു ഭയവും അതുതന്നെയായിരുന്നു. അതുകൊണ്ടു തന്നെയാണ് കമ്യൂണിസ്റ്റ് വിരോധ ഉമ്മാക്കി കാട്ടി വിപ്ലവപ്രബുദ്ധമായ ക്യൂബയും സോവിയറ്റ് യൂണിയനും തമ്മിൽ യാതൊരുവിധ സമ്പർ ക്കവും ഉണ്ടാകാതിരിക്കാൻ അവർ ആവുംവിധം ശ്രമിച്ചത്.

സോവിയറ്റ് യൂണിയനുമായുള്ള സൗഹാർദപരമായ സമ്പർക്കം ആവശ്യമാക്കിത്തീർത്തിരുന്ന മറ്റൊരു കാരണവും കൂടിയുണ്ടായിരുന്നു. ചില സാമൂഹ്യ മാറ്റങ്ങൾ നടപ്പിലാക്കാൻ ക്യൂബൻ നേതാക്കൾ പ്രതി ജ്ഞാബദ്ധരായിരുന്നല്ലൊ. കാർഷിക പരിഷ്കാരം, വൻകിട മുതലാളിത്ത ഭൂസ്വത്തുക്കളുടെ ദേശസാൽക്കരണം, സൗജന്യമായ വിദ്യാഭ്യാസം, സൗജന്യമായ വൈദ്യസഹായം ആദിയായ നടപടികൾ കൈക്കൊള്ളാ നാണല്ലൊ, ഒറ്റവാക്കിൽ പറഞ്ഞാൽ, അധ്വാനിക്കുന്ന ജനതയെ ചൂഷ ണത്തിൽനിന്ന് വിമുക്തരാക്കാനാണല്ലൊ, അവർ ഉറച്ചിരുന്നത്. ഇതെല്ലാം സോഷ്യലിസത്തെയല്ലെങ്കിൽ അതിലേക്കുള്ള ഒരു ചുവടുവയ്പിനെയല്ലേ വാസ്തവത്തിൽ സൂചിപ്പിച്ചത്? ഈ പരിഷ്കാരങ്ങൾക്ക് വേറെയും പേരി ടാമായിരിക്കാം. പക്ഷേ, സംജ്ഞയുടെ കാര്യത്തിൽ ഒരു വഴക്കിനൊരു ങ്ങാൻ നമുക്കിവിടെ ഉദ്ദേശ്യമില്ല. മാർക്സിസം-ലെനിനിസത്തിന്റെ ആചാ ര്യന്മാരെ ശരിക്കറിയാമായിരുന്ന ആളുകളാണ് ഫിദലും റൗളും ചെയും. സാമ്രാജ്യത്വവിരുദ്ധവും മുതലാളിത്തവിരുദ്ധവുമായ പോരാട്ടത്തിന്റെ പാതയിലേക്കു കടന്നാൽ ഇന്നല്ലെങ്കിൽ നാളെ സോഷ്യലിസത്തിൽ എത്താതെ തരമില്ലെന്നും അവർക്കറിയാമായിരുന്നു. എന്തു കൊണ്ടെ ന്നാൽ ദാരിദ്ര്യത്തിലും അനീതിയിലും ചൂഷണത്തിലും നിന്നു രക്ഷപെ ടുന്നതിനു മറ്റൊരു മാർഗവും ഇല്ലല്ലൊ.

അങ്ങനെയാണെങ്കിൽ, ഭൂമുഖത്തെ ആദ്യ സോഷ്യലിസ്റ്റ് രാജ്യമായ സോവിയറ്റ് യൂണിയനുമായി ഉറ്റബന്ധം സ്ഥാപിക്കാതെ സാമ്രാജ്യത്വ ത്തിനെതിരായി വിജയകരമായി പോരാടുകയും ചൂഷകരും ചൂഷിതരു മില്ലാത്ത ഒരു പുതിയ സമൂഹം കെട്ടിപ്പടുക്കുകയും ചെയ്യാൻ കഴിയു മെന്നു അവർക്ക് പ്രതീക്ഷിക്കാൻ സാധിക്കുമായിരുന്നോ?

"ഇല്ലേയില്ല" എന്നതു മാത്രമായിരുന്നു ഇതിനു അസന്ദിഗ്ധമായ മറുപടി. പ്രത്യേകിച്ചും, വിപ്ലവം വിജയിച്ച് അധികം കഴിയും മുൻപുതന്നെ (1959 ജനുവരി 11-ന്) സോവിയറ്റ് യൂണിയൻ ക്യൂബയിലെ പുതിയ വിപ്ലവ പ്രബുദ്ധമായ ഗവണ്മെന്റിന് അംഗീകാരം പ്രഖ്യാപിച്ചുകഴിഞ്ഞിരുന്ന സ്ഥിതിക്ക്, സോവിയറ്റ് പത്രങ്ങളും റേഡിയോയും രാഷ്ട്രീയ നേതാ ക്കളും മറ്റു സമുന്നതവ്യക്തികളും അർഥശങ്കയ്ക്കിടയില്ലാത്ത രീതിയിൽ ക്യൂബൻ വിപ്ലവത്തിന് ശക്തമായ പിന്തുണ പ്രഖ്യാപിക്കുകയും ചെയ്തി രുന്നു.

സോവിയററ് ഡപ്യൂട്ടി പ്രധാനമന്ത്രി അനസ്താസ് മിക്കൊയൻ ക്യൂബൻ ഗവൺമെന്റിന്റെ ക്ഷണപ്രകാരം 1960 ഫെബ്രുവരിയിൽ ക്യൂബ സന്ദർശിച്ചു. സോവിയറ്റ് യൂണിയന്റെ സമുന്നതനായ ഈ പ്രതിനിധിക്ക് അഭൂതപൂർവമായ ഒരു വരവേൽപ്പാണ് അവിടെ ലഭിച്ചത്. ഫിദലും ചെയും വിപ്ലവത്തിന്റെ മറ്റു നേതാക്കളും മിക്കൊയനെ സ്വീകരിക്കാൻ വിമാനത്താവളത്തിൽ എത്തിയിരുന്നു. സോവിയറ്റ് യൂണിയന്റെ ശാസ്ത്ര, സാങ്കേതിക, സാംസ്കാരിക നേട്ടങ്ങളുടെ ഹവാനാ പ്രദർശനത്തിന്റെ ഉദ്ഘാടനത്തിന് ക്യൂബൻ നേതാക്കളോടൊപ്പം അദ്ദേഹവും സന്നിഹിതനായിരുന്നു.

പക്ഷേ, ക്യൂബൻ നേതാക്കളുമായുള്ള കൂടിയാലോചനകളായിരുന്നു അദ്ദേഹത്തിന്റെ സന്ദർശനത്തിലെ മുഖ്യപരിപാടി. തൽഫലമായി വിപ്ലവപ്രബുദ്ധമായ ക്യൂബയും സോവിയറ്റ് യൂണിയനും തമ്മിലുള്ള സൗഹാർദപരമായ സൗഭ്രാത്രബന്ധങ്ങൾക്ക് ഉറപ്പേറിയ അസ്തിവാരമിട്ട പ്രയോജനകരമായ പലേ കരാറുകളും ഒപ്പുവയ്ക്കപ്പെട്ടു.

നാഷനൽ ബാങ്ക് ഡയറക്ടർ എന്ന നിലയ്ക്ക് ചെ മിക്കൊയനുമായുള്ള ചർച്ചകളിൽ സജീവമായി പങ്കെടുത്തിരുന്നു. അവർ തമ്മിൽ പലപ്രാവശ്യം കാണുകയുണ്ടായി. സോവിയറ്റിൽ നിന്നുള്ള ഈ വിശിഷ്ടാതിഥിയെ തന്റെ വീട്ടിൽ വന്ന് ഭാര്യയേയും കുട്ടികളേയും കാണാൻ ചെ ക്ഷണിക്കുകയും ചെയ്തു.

ഈ ചർച്ചകളുടെ ഫലമായി ഒപ്പുവയ്ക്കപ്പെട്ട കരാറനുസരിച്ച് സോവിയറ്റ് യൂണിയൻ ലോകവിപണിയിലേതിനെക്കാൾ ഉയർന്ന വിലയ്ക്ക് ക്യൂബയിൽ നിന്ന് പത്തുലക്ഷം ടൺ പഞ്ചസാര വാങ്ങാൻ സമ്മതിച്ചു. ക്യൂബയ്ക്ക് പന്ത്രണ്ടുകൊല്ലത്തേക്ക് പത്തുകോടി ഡോളർ വായ്പയായി നൽകാമെന്നും സോവിയറ്റ് യൂണിയൻ ഏറ്റു. സമാധാനത്തിനും ഐക്യരാഷ്ട്ര ഉടമ്പടിയിലെ മറ്റു പ്രമാണങ്ങൾക്കും വേണ്ടി ഉറച്ചുനിന്നു പോരാടുമെന്നു പ്രസ്താവിക്കുന്ന ഒരു രാഷ്ട്രീയ പ്രഖ്യാപനത്തിലും ഇരു ഗവൺമെന്റുകളുടേയും പ്രതിനിധികൾ ഒപ്പുവച്ചു.

വിപ്ലവത്തിന്റെ ശത്രുക്കൾ ('പുഴുക്കൾ') ഗോഗ്വാ വിളികളോടെയാണ് ഈ കാരാറുകളെ സ്വാഗതം ചെയ്തത്. ഹവാനയിൽ സോവിയറ്റ് വിരുദ്ധ പ്രകടനങ്ങൾ സംഘടിപ്പിക്കാനും ക്യൂബൻ സ്വാതന്ത്ര്യത്തിന്റെ അപ്പോസ്തലനായ ജോസ് മാർട്ടി എന്ന കവിയുടെ സ്മാരകത്തിനു മുന്നിൽ സോവിയറ്റ് പ്രതിനിധിസംഘം പുഷ്പമാല്യങ്ങളർപ്പിക്കുന്ന അവസരത്തിൽ ബഹളമുണ്ടാക്കാനും അവർ ശ്രമിച്ചു.

പക്ഷേ, 'പുഴുക്കളുടെ' ഈ ശ്രമങ്ങൾക്കെല്ലാം തക്കതായ തിരിച്ചടി നൽകപ്പെട്ടു. വിപ്ലവപ്രബുദ്ധമായ ക്യൂബയും സോവിയറ്റ് യൂണിയനും തമ്മിൽ സൗഹാർദബന്ധം സ്ഥാപിക്കപ്പെട്ടപ്പോൾ ക്യൂബയിലെ അധ്വാനിക്കുന്ന ജനത ഏറ്റവും ഹൃദയംഗമമായി അതിനെ സ്വാഗതം ചെയ്തു. ഹവാനയിൽ വച്ച് ഒപ്പുവയ്ക്കപ്പെട്ട കരാറുകൾ പുതിയ ഗവൺമെന്റിന്റെ കൈകളെ ശക്തിപ്പെടുത്തുമെന്നും രാജ്യക്ഷേമത്തിനുതകുന്ന വമ്പിച്ച

പരിഷ്കാരങ്ങൾ നടപ്പിലാക്കാൻ തന്മൂലം തങ്ങളുടെ ഗവൺമെന്റിന് കഴിയുമെന്നും അവർ മനസിലാക്കി.

സി ഐ എ പിന്നെയും സ്വതന്ത്ര ക്യൂബയ്ക്കെതിരായി ഗൂഢാലോചനകൾ സംഘടിപ്പിക്കാനും പ്രകോപനങ്ങൾ നടത്താനും ശ്രമിച്ചുകൊണ്ടിരുന്നു. 1960 മാർച്ച് 4-ാം തീയതി ഹവാനാ തുറമുഖത്ത് നങ്കൂരമിട്ടു കിടന്നിരുന്ന 'ല് കൂബ്ര്' എന്ന ഫ്രഞ്ച് സ്റ്റീമറിൽ ഒരു ബോംബ് വിസ്ഫോടനം ഉണ്ടായി. തന്മൂലം 70 പേർ മരണമടയുകയും 100 പേർക്ക് പരുക്കേൽക്കുകയും ചെയ്തു. ഇതിൽ മരണമടഞ്ഞവർക്ക് അന്ത്യോപചാരങ്ങൾ അർപ്പിച്ചുകൊണ്ടു സംസാരിക്കുന്ന അവസരത്തിലാണ് ആദ്യമായി 'പാട്രിയാ ഓ മുയേർത്തെ! വെൻസേറെമോസ്!'[1] എന്നീ മുദ്രാവാക്യങ്ങളോടുകൂടി ഫിദൽ തന്റെ പ്രസംഗം ഉപസംഹരിച്ചത്. പിന്നീട് ഇവ രണ്ടും ക്യൂബൻ വിപ്ലവത്തിന്റെ തന്നെ ആദർശവാക്യങ്ങളായിത്തീരുകയുണ്ടായി.

പിന്തിരിപ്പന്മാരുമായുള്ള നിർദാക്ഷിണ്യമായ പോരാട്ടത്തിൽ 'ആര് ആരെ വീഴ്ത്തും' എന്ന പ്രശ്നം തീരുമാനിക്കപ്പെടുകയായിരുന്നു. വിപ്ലവ പ്രബുദ്ധമായ ക്യൂബ ശരിക്കും സ്വതന്ത്രമായ ഒരു രാജ്യമായിത്തീരുമോ അതോ അത് വീണ്ടും അമേരിക്കൻ കുത്തകകളുടെ പിടിയിലമരുമോ എന്നതായിരുന്നു പ്രശ്നം. 1960 മാർച്ച് 20-ാം തീയതി 'ജനകീയ സർവകലാശാല' എന്ന പുതിയ ടെലിവിഷൻ പരിപാടിയുടെ ഭാഗമായി ചെ ഈ പ്രശ്നത്തെ സംബന്ധിച്ചുള്ള ഒരു പ്രഭാഷണം നടത്തുകയുണ്ടായി. 'രാഷ്ട്രീയ പരമാധികാരവും സാമ്പത്തിക സ്വാതന്ത്ര്യവും' എന്നായിരുന്നു വിഷയം.

രാജ്യത്തുടനീളമുള്ള ശത്രുക്കളും മിത്രങ്ങളും ഒരുപോലെ ഈ പ്രസംഗം കേൾക്കാൻ ടെലിവിഷൻ സെറ്റിന്റെ മുമ്പിൽ ചെന്ന് ചെവികൂർപ്പിച്ചിരുന്നു. സാമ്പത്തിക സ്വാതന്ത്ര്യം കൂടാതെ ദേശീയ പരമാധികാരത്തെപ്പറ്റി ചിന്തിക്കാൻപോലും സാധ്യമല്ലെന്ന കാര്യം ചെ എടുത്തു പറഞ്ഞു. സോവിറ്റ് യൂണിയനുമായി ഉണ്ടാക്കിയിട്ടുള്ള കരാറുകൾ ക്യൂബയുടെ സാമ്പത്തിക സ്വാതന്ത്ര്യത്തേയും, തദ്വാരാ ക്യൂബയുടെ പരമാധികാരത്തേയും ശക്തപ്പെടുത്തുമെന്നും അദ്ദേഹം പ്രസ്താവിച്ചു. ഈ കരാറുകൾക്കുവേണ്ടിയുള്ള കൂടിയാലോചനകളിൽ പങ്കുകൊള്ളാൻ തനിക്കും 'സൗഭാഗ്യം' ഉണ്ടായിരുന്നെന്നും അദ്ദേഹം പറഞ്ഞു.

കൊല്ലന്തോറും പത്തുലക്ഷം ടൺ പഞ്ചസാര വീതം അഞ്ചുകൊല്ലത്തേക്ക് വാങ്ങാനും, അമേരിക്കൻ കുത്തകക്കാരുടേതിനെക്കാൾ 33 ശതമാനം വില കുറച്ച് എണ്ണ വിൽക്കാനും, അതിലുപരിയായി വാണിജ്യ ചരിത്രത്തിൽ കേട്ടുകേൾവിയില്ലാത്തത്ര അനുകൂല വ്യവസ്ഥകളിന്മേൽ വായ്പ അനുവദിക്കാനും സോവിയറ്റ് യൂണിയൻ തയാറായതിനെ പരാമർശിച്ചുകൊണ്ട് ചെ പറഞ്ഞു:

"സോവിയറ്റ് യൂണിയനുമായുള്ള വാണിജ്യകരാർ ക്യൂബയ്ക്ക് അത്യന്തം പ്രയോജനകരമായിരിക്കുമെന്ന് ഫിദൽ കാസ്ട്രൊ വിശദീക

രിച്ചപ്പോൾ അദ്ദേഹം ക്യൂബൻ ജനതയുടെയാകെ വികാരവിചാരങ്ങൾ പ്രകടമാക്കുകയാണ് അഥവാ കുറേക്കൂടി കൃത്യമായി പറഞ്ഞാൽ സംഗ്രഹിക്കുകയാണ് ചെയ്തത്. ഏതൊരു രാജ്യവുമായും വാണിജ്യക്കരാറുണ്ടാക്കാൻ സാധ്യത ഉണ്ടെന്നറിഞ്ഞപ്പോൾ ആളുകൾ പൊതുവിൽ ഒരു ദീർഘശ്വാസം വിട്ടുകാണുമെന്നതിൽ സംശയമില്ല. എന്നാൽ ഇപ്പോൾ നമുക്ക് കുറേക്കൂടി സ്വതന്ത്രമായി ശ്വാസംവിടാൻ കഴിയും. എന്തുകൊണ്ടെന്നാൽ, സോവിയറ്റ് യൂണിയനുമായി ഒപ്പുവെച്ചിട്ടുള്ള വാണിജ്യക്കരാർ നാടിന്റെ പരമാധികാരത്തെ പതിന്മടങ്ങ് ശക്തിപ്പെടുത്തുന്നുണ്ട്. എന്നുമാത്രമല്ല, ക്യൂബയ്ക്ക് ഏറ്റവും അനുകൂലവുമാണത്."

മെയ് 8–ാം തീയതി ക്യൂബയും സോവിയറ്റ് യൂണിയനും തമ്മിലുള്ള നയതന്ത്രബന്ധം ഔദ്യോഗികമായ പുനരാരംഭിക്കപ്പെട്ടു. 'ക്യൂബയുടെ ഈ ശുണ്ഠിപിടിപ്പിക്കുന്ന പെരുമാറ്റം' വാഷിങ്ടണിൽ വലിയൊരു ഞെട്ടൽ സൃഷ്ടിച്ചു. ഉടനടി പുതിയ ഉപരോധങ്ങൾ ഉണ്ടാവുകയും, അമേരിക്കൻ കമ്പനികൾ ക്യൂബയിലേക്കുള്ള എണ്ണ സപ്ലൈയും ക്യൂബയിലെ എണ്ണ ശുദ്ധീകരണവും നിറുത്തിവയ്ക്കുകയും ചെയ്തു. പക്ഷേ, സോവിയറ്റു യൂണിയൻ അപ്പോൾ ക്യൂബയുടെ സഹായത്തിനെത്തി. ഐ എൻ ആർ എ ഡയറക്ടർ അന്റോണിയൊ നൂനെസ് ജിമെനെസിന്റെ നേതൃത്വത്തിലുള്ള ഒരു സാമ്പത്തിക ദൗത്യസംഘം മോസ്കോയിലെത്തുകയും എണ്ണയുടേയും എണ്ണയുൽപ്പന്നങ്ങളുടേയും സപ്ലൈ സംബന്ധിച്ച പ്രധാനപ്പെട്ട പലേ കരാറുകളിലും ഒപ്പുവയ്ക്കുകയും ചെയ്തു.

അങ്ങനെ വാഷിങ്ടണ് വല്ലാത്ത അപമാനം സഹിക്കേണ്ടിവന്നു. ക്യൂബയിൽനിന്നുള്ള പഞ്ചസാര ഇറക്കുമതി ക്വോട്ട യു എസ് ഗവൺമെന്റ് ഏകപക്ഷീയമായി നിറുത്തലാക്കി. അതോടെ ഈ ദ്വീപിന് അതിന്റെ പരമ്പരാഗത പഞ്ചസാര വിപണി ഏതാണ്ട് പൂർണമായി നഷ്ടപ്പെട്ടു. പക്ഷേ, സാം അമ്മാവന്റെ കണ്ണുമിഴിക്കൽ കണ്ട് ലാറ്റിൻ അമേരിക്ക പേടിച്ചരണ്ടുപോകുന്ന ആ കാലം കഴിഞ്ഞുപോയിരുന്നു. യാങ്കി ക്കമ്പനികളുടെ സ്വത്തുക്കളെല്ലാം 'നഷ്ടപരിഹാരം കൂടാതെ' ദേശസാൽക്കരിക്കാൻ ക്യൂബൻ ഗവൺമെന്റ് തീരുമാനിച്ചു. ഇതിനു പ്രതികാരമായി സായുധ ഇടപെടൽ നടത്തുമെന്ന് വാഷിങ്ടൺ ക്യൂബയെ ഭീഷണിപ്പെടുത്തി. നാടകീയമായ സംഭവങ്ങൾ നിറഞ്ഞ ഈ ദിവസങ്ങളിലാണ് സ്വാതന്ത്ര്യത്തിനും പരമാധികാരത്തിനും വേണ്ടിയുള്ള സമരത്തിൽ ക്യൂബയ്ക്ക് എല്ലാവിധ സഹായവും നൽകാൻ തങ്ങൾ ഒരുക്കമാണെന്ന് പ്രഖ്യാപിച്ചുകൊണ്ട് സോവിയറ്റ് ഗവൺമെന്റ് പരസ്യമായി മുന്നോട്ടുവന്നത്. ക്യൂബയിൽ ഈ പ്രഖ്യാപനം വമ്പിച്ച ആവേശം സൃഷ്ടിച്ചു. ഫിദൽ കാസ്ട്രൊ അതിൽ തനിക്കുള്ള അഗാധമായ കൃതജ്ഞതയും സംതൃപ്തിയും രേഖപ്പെടുത്തി. ജൂൺ 10–ന് രാഷ്ട്രപതിഭവന്റെ മുൻപിൽ നടന്ന ഒരു പൊതുയോഗത്തിൽ വച്ച് ചെ പ്രഖ്യാപിച്ചു. ഇതുവരെ ലാറ്റിൻ അമേരിക്കൻ മണ്ണിൽ ഇഷ്ടമുള്ള എന്തു തോന്ന്യാസവും കാട്ടിവന്നിരുന്ന പെന്റഗണിലെ ദുഷ്ടജന്തുക്കളും അമേരിക്കൻ കുത്തക

കളും ജാഗ്രതയായിരുന്നുകൊള്ളട്ടെ. അവർക്കിപ്പോൾ പേടിക്കാൻ വക നൽകുന്ന ചില സംഗതികളിവിടെയുണ്ട്. ഇനിമേൽ ക്യൂബ അറ്റ്ലാന്റിക്ക് മഹാസമുദ്രത്തിലെ ഒറ്റപ്പെട്ട ഒരു ദ്വീപായിരിക്കില്ല. ക്യൂബൻ മക്കളുടെ വെറും കൈയും ലോകത്തെങ്ങുമുള്ള മർദിതരുടെ അനുഭാവവും മാത്രമായിരിക്കില്ല ഇനിമേൽ അതിന്റെ രക്ഷയ്ക്കായുള്ളത്. ഇന്നത്തെ ക്യൂബ ചരിത്രത്തിലെ ഏറ്റവും കരുത്തേറിയ ഒരു മഹാശക്തിയുടെ റോക്കറ്റുകളാൽ സംരക്ഷിക്കപ്പെടുന്ന കരീബിയൻ കടലിലെ ഉജ്വല ദ്വീപാണ്.

സോവിയറ്റ് യൂണിയനും മറ്റു സോഷ്യലിസ്റ്റ് രാജ്യങ്ങളും നമ്മുടെ സുഹൃത്തുക്കളാണോ എന്ന ചോദ്യത്തിന് ഒരേയൊരുത്തരമേയുള്ളു. അസന്ദിഗ്ധമായ 'അതെ എന്നതാണ് ഈ ഉത്തരം'. 1960 ജൂലൈ 28–ാം തീയതി നടന്ന പ്രഥമ ലാറ്റിൻ അമേരിക്കൻ യുവജനകോൺഗ്രസിൽ വച്ച് ചെ പ്രഖ്യാപിച്ചു. യു എസ് എ പഞ്ചസാര ക്വോട്ട നിറുത്തലാക്കുകയും എണ്ണ തരാൻ വിസമ്മതിക്കുകയും ചെയ്ത അവസരത്തിൽ സോവിയറ്റ് യൂണിയൻ ക്യൂബയുടെ സഹായത്തിനെത്തിയിരുന്നില്ലെങ്കിൽ വിപ്ലവപ്രബുദ്ധമായ ഈ രാജ്യത്തിന്റെ സ്ഥിതി കഷ്ടാൽ കഷ്ടതരമാകുമായിരുന്നു.

1960 സെപ്തംബറിൽ ക്യൂബയെ മുട്ടുകുത്തിക്കുമെന്ന യു എസ് ഭീഷണികൾക്കെതിരായ ആദ്യത്തെ ഹവാനാ പ്രഖ്യാപനം എഴുതിത്തയാറാക്കുന്നതിൽ ചെയും പങ്കെടുത്തിരുന്നു. ഈ പ്രഖ്യാപനം വിപ്ലവ നേതാക്കളുടെയും ക്യൂബൻ സമൂഹത്തിന്റെയാകെയും ചിന്താഗതിയെ പ്രതിഫലിപ്പിക്കുന്ന ഒന്നായിരുന്നു. കമാഗ്വെയിൽ നടന്ന ഒരു വമ്പിച്ച പൊതുയോഗത്തിൽ ചെ തന്നെയാണ് അത് ആളുകളെ വായിച്ചു കേൾപ്പിച്ചത്. രാഷ്ട്രീയമായ യാതൊരു ചരടുകളുമില്ലാത്ത സഹായമാണ് സോവിയറ്റ് യൂണിയൻ ക്യൂബയ്ക്ക് നൽകുന്നതെന്ന് അദ്ദേഹം തദവസരത്തിൽ പ്രസ്താവിച്ചു. സോവിയറ്റ് യൂണിയനും ക്യൂബയും തമ്മിലുള്ള ഐക്യത്തെ ഹവാനാ പ്രഖ്യാപനം വളരെയേറെ വിലമതിച്ചിരുന്നു. സാമ്രാജ്യത്വശക്തികളുടെ സായുധാക്രമണം ഉണ്ടായാൽ സോവിയറ്റ് യൂണിയൻ ക്യൂബയുടെ സഹായത്തിനെത്തുമെന്ന് ഉത്തമവിശ്വാസത്തോടെ നൽകിയിട്ടുള്ള വാഗ്ദാനത്തെ ഒരുതരത്തിലും ഒരു ഇടപെടലായി കാണാൻ നിവൃത്തിയില്ല, പ്രസ്തുത പ്രഖ്യാപനത്തിലെ നാലാം ഖണ്ഡികയിൽ പറയുന്നു. നേരേമറിച്ച്, ഐക്യദാർഢ്യത്തിന്റെ വ്യക്തമായൊരു തെളിവാണിത്. പെന്റഗൺ ആക്രമണം ആസന്നമാകുന്ന സന്ദർഭങ്ങളിൽ ഉണ്ടാകുന്ന ഈ സഹായം സോവിയറ്റ് ഗവൺമെൻറിനെ സംബന്ധിച്ചിടത്തോളം അഭിമാനാർഹവും ക്യൂബയ്ക്കെതിരായി ഭീരുത്വപൂർണവും കുറ്റകരവുമായ നടപടികൾ കൈക്കൊള്ളുന്ന യു എസ് ഗവൺമെന്റിനെ സംബന്ധിച്ചിടത്തോളം ലജ്ജാവഹവുമാണ്.

1960 ഒക്ടോബർ 22–ാം തീയതി ഒരു സാമ്പത്തിക കാര്യ പ്രതിനിധി സംഘത്തിന്റെ നേതാവായി ചെ സോഷ്യലിസ്റ്റ് രാജ്യങ്ങളിൽ ഒരു പര്യടനത്തിനു പുറപ്പെട്ടു. രണ്ടു മാസം നീണ്ടുനിന്ന ഈ യാത്രയിൽ

ഏതാണ്ടു പകുതിയോളം സമയം അദ്ദേഹം ചെലവിട്ടത് സോവിയറ്റ് യൂണിയനിലാണ്. ചെക്കോസ്ലവാക്യ, ചൈന, ജനകീയ കൊറിയ, ജർമൻ ജനാധിപത്യ റിപ്പബ്ലിക്ക് എന്നീ രാജ്യങ്ങളും ഇക്കൂട്ടത്തിൽ അദ്ദേഹം സന്ദർശിക്കുകയുണ്ടായി.

മോസ്കോയിൽ ആയിരിക്കുമ്പോൾ മഹത്തായ ഒക്ടോബർ സോഷ്യലിസ്റ്റ് വിപ്ലവത്തിന്റെ 43-ാം വാർഷികാഘോഷങ്ങളിൽ അദ്ദേഹം പങ്കുകൊണ്ടു. ലെനിൻ മുസോളിയത്തിന്റെ മുകളിൽ നിന്നുകൊണ്ട് അദ്ദേഹം റെഡ് സ്ക്വയറിലെ പരേഡും ബഹുജനപ്രകടനവും നിരീക്ഷിച്ചു.

മോസ്കോയിൽവച്ച് ചെ സി പി എസ് യു വിന്റേയും സോവിയറ്റ് ഗവൺമെന്റിന്റേയും നേതാക്കളെ കണ്ടു സംസാരിക്കുകയും ഫാക്ടറികൾ, വർക്ക്ഷോപ്പുകൾ, ഗവേഷണസ്ഥാപനങ്ങൾ എന്നിവിടങ്ങൾ സന്ദർശിക്കുകയും, ക്രെംലിൻ, ലെനിൻ താമസിച്ചിരുന്ന പാർപ്പിടം തുടങ്ങിയ സ്ഥലങ്ങൾ ചുറ്റി നടന്നു കാണുകയും ചെയ്തു. ലെനിൻഗ്രാഡ്, വോൾഗോഗ്രാഡ് എന്നിവിടങ്ങളും അദ്ദേഹത്തിന്റെ സന്ദർശന പരിപാടിയുടെ ഭാഗമായിരുന്നു.

സോവിയറ്റ് യൂണിയനിൽ നിന്ന് മടങ്ങുന്നതിനു മുമ്പായി ചെ ചില പുതിയ സാമ്പത്തിക കരാറുകളിൽ ഒപ്പുവയ്ക്കുകയും ചെയ്തു.

1960 ഡിസംബർ 10-ാം തീയതി മോസ്കോ ട്രേഡ് യൂണിയൻ മന്ദിരത്തിലെ സ്തൂപമണ്ഡപത്തിൽ സന്നിഹിതരായിരുന്ന ഒരു വലിയ സദസ്സിനെ സംബോധനചെയ്തുകൊണ്ട് ചെ സുപ്രധാനമായ ഒരു പ്രസംഗം ചെയ്യുകയുണ്ടായി. കമ്യൂണിസ്റ്റ്-തൊഴിലാളിപാർട്ടികളുടെ 1960-ലെ മോസ്കോ സമ്മേളനം അംഗീകരിച്ച രേഖകളെ ഈ പ്രസംഗത്തിൽ അദ്ദേഹം മുക്തകണ്ഠം പ്രശംസിച്ചു. ക്യൂബയുടെ കാര്യം നാലു പ്രാവശ്യം ഈ രേഖകളിൽ എടുത്തു പറഞ്ഞിട്ട് ആ സ്ഥിതിയിൽ പെടുന്ന മറ്റു രാജ്യങ്ങൾക്കൊരു മാതൃകയായി ക്യൂബയെ എടുത്തു കാട്ടിയിട്ടുണ്ടെന്ന് അദ്ദേഹം പ്രസ്താവിച്ചു. ഈ പ്രഖ്യാപനം എഴുതിത്തയാറാക്കുന്നതിൽ ഞങ്ങൾ പങ്കെടുത്തിരുന്നില്ലെങ്കിലും ഞങ്ങളതിനെ സർവാത്മനാ പിന്താങ്ങുന്നു.

തുടർന്ന്, ക്യൂബൻ വിപ്ലവത്തിന്റെ അടിസ്ഥാന ഘട്ടങ്ങളെ സംക്ഷിപ്തമായി വിവരിച്ചുകൊണ്ട് അദ്ദേഹം പറഞ്ഞു: "വളരെ വൈഷമ്യമേറിയ സാഹചര്യങ്ങളിലാണ് ഞങ്ങൾ സമരമാരംഭിച്ചത്. സമരത്തിനിടയിൽ ഞങ്ങൾ പലതും പഠിക്കുകയും ധാരാളം അനുഭവങ്ങൾ നേടുകയും ചെയ്തു. അങ്ങനെ വിപ്ലവത്തിനിടയിൽ ഞങ്ങൾ വിപ്ലവകാരികളായി. അനുഭവത്തിലൂടെ ദരിദ്രനാരായണരായ കർഷകരായിരിക്കും വിപ്ലവസൈന്യത്തിന്റെ കാതലാകാൻ പോകുന്നതെന്ന പരമാർഥം ഞങ്ങൾ ഗ്രഹിച്ചു. ക്യൂബൻ സാഹചര്യങ്ങളിൽ സാമ്രാജ്യത്വയാങ്കികളുടെ പാവകൾ നടത്തുന്ന സായുധ മർദനത്തിനെതിരായി ജനങ്ങളുടെതന്നെ സായുധ കലാപമല്ലാതെ മറ്റൊരു രക്ഷാമാർഗവുമില്ലെന്നു ഞങ്ങൾ മനസിലാക്കി.

ആയുധമേന്തിയ ഞങ്ങൾ കർഷകരുമായി ചേർന്ന് യു എസ് ആജ്ഞാനുവർത്തികളായ ഏകാധിപത്യക്കാരുടെ പട്ടാളത്തെ എതിർത്തു തോൽപ്പിച്ചു. സ്വയം ആയുധമണിഞ്ഞുകൊണ്ട് മർദകരുമായി സമരം ചെയ്ത് അവരെ തകർത്തു തരിപ്പണമാക്കാൻ ജനങ്ങൾക്കു കഴിയുമെന്ന് ഞങ്ങൾ തെളിയിച്ചു....

ഇന്ന് ഞങ്ങളുടെ ദ്വീപിന് സാമ്രാജ്യവാദികളുടെ കപ്പലുകളിൽനിന്നും താവളങ്ങളിൽ നിന്നും നാവികരിൽനിന്നുമുള്ള നിരന്തരമായ ആക്രമണ ഭീഷണിയെ നേരിടേണ്ടിവരുന്ന ഒരു സ്ഥിതിയാണ് ഒരുവശത്തുള്ളതെങ്കിൽ മറുവശത്ത് ഞങ്ങൾക്ക് സോവിയറ്റ് യൂണിയന്റെ അമൂല്യമായ സഹായം ലഭ്യമാണ്. സോവിയറ്റ് യൂണിയൻ ഞങ്ങളുടെ അവിച്ഛിന്നതയ്ക്കും പരമാധികാരത്തിനുമുള്ള ഒരു ഉരുക്കുപരിച പോലെയാണ്.

നിർഭാഗ്യവശാൽ, ക്യൂബ ഇന്ന് ഭൂമുഖത്തെ തീപ്പിടിത്ത സാധ്യതയുള്ള സ്ഥലങ്ങളിൽ ഒന്നാണ്. സാമ്രാജ്യവാദികളെപ്പോലെ തീക്കളി നടത്താൻ ഞങ്ങൾക്കാഗ്രഹമില്ല. ഞങ്ങളുടെ തീരങ്ങളിൽ ഒരു സംഘർഷം ആളിപ്പടരാനിടയായാലത്തെ ഭവിഷ്യത്തുകളെന്തെന്ന് ഞങ്ങൾക്ക് ഭംഗിയായറിയാം. അതൊഴിവാക്കാൻ ഞങ്ങൾ ആവുംവിധം ശ്രമിക്കുന്നുണ്ട്. പക്ഷേ, ഞങ്ങളുടെ ശ്രമം ഫലിക്കുമോയെന്നത് ഞങ്ങളെ മാത്രം ആശ്രയിച്ചിരിക്കുന്ന ഒരു സംഗതിയല്ലല്ലോ. ക്യൂബയെ പിന്താങ്ങുന്ന ലോകത്തെമ്പാടുമുള്ള ജനകീയ ശക്തിയും സോവിയറ്റ് യൂണിയന്റെ നേതൃത്വത്തിലുള്ള സോഷ്യലിസ്റ്റ് പാളയത്തിന്റെ കരുത്തും — ഇതാണ് ഞങ്ങളുടെ ഏറ്റവും ശക്തിയേറിയ ആയുധം. ഞങ്ങളെ ആക്രമിക്കുകയെന്ന ഭീമമായ അബദ്ധം കാണിക്കുന്നതിൽ നിന്ന് യു എസ് എയെ പിന്തിരിപ്പിക്കാൻ പോകുന്നതും ഇതാണ്.

എങ്കിലും ഞങ്ങൾക്ക് ജാഗ്രത കൈവെടിയാനാവില്ല. ഞങ്ങളുടെ കരയും കടലും ആകാശവും ജാഗ്രതയോടെ കാത്തു സൂക്ഷിക്കേണ്ടതായുണ്ട്. തക്കതായ തിരിച്ചടി നൽകാൻ സദാ ഞങ്ങൾക്ക് തയാറായിരിക്കേണ്ടതുണ്ട്... സർഗചേതനയാൽ ഉത്സാഹഭരിതമായിരുന്ന ക്യൂബൻ രാഷ്ട്രം ആത്മവിശ്വാസത്തോടെ ഭാവിയെ ഉറ്റുനോക്കിക്കൊണ്ടിരിക്കുകയാണ്. ഈ അഗ്നിപരീക്ഷണങ്ങളെയെല്ലാം വിജയപൂർവം തരണം ചെയ്യുമെന്നു ജനങ്ങൾക്ക് ഉറച്ച വിശ്വാസമുണ്ട്. കൂടുതൽ ശോഭനമായ പുതിയൊരു ലോകം പടുത്തുയർത്താൻ അവർ രംഗത്തിറങ്ങിയിരിക്കുകയാണ്. എന്നാൽ നിർഭാഗ്യവശാലെന്നു പറയട്ടെ, ആയുധം നിലത്തുവയ്ക്കാതെ ഈ ലോകം പടുത്തുയർത്തേണ്ട സ്ഥിതിയാണ് ഇന്ന് ഞങ്ങൾക്കുള്ളത്. അങ്ങനെയുള്ള ഒരു രാഷ്ട്രത്തിന്റെ പ്രതിനിധികളെയാണ് ഇവിടെയെന്ന പോലെ മറ്റു സോവിയറ്റ് നഗരങ്ങളിലും സോഷ്യലിസ്റ്റ് രാജ്യങ്ങളാകെത്തന്നെയും ഉത്സാഹത്തോടും ആഹ്ലാദത്തോടും വിപ്ലവാവേശത്തോടും കൂടി സ്വാഗതം ചെയ്തിട്ടുള്ളത്."

ചെ തുടർന്നിപ്രകാരം പ്രസ്താവിച്ചു: "ലോക സാമ്രാജ്യത്വത്തിന്നെതിരായ പോരാട്ടത്തിൽ നൽകപ്പെട്ടിരിക്കുന്ന സ്ഥാനത്തോടൊപ്പമുള്ള ഉത്ത

രവാദിത്വവും ക്യൂബ സന്തോഷപൂർവം ഏറ്റെടുക്കുന്നുണ്ട്. സാമ്രാജ്യത്വം ഞങ്ങൾക്കെതിരായ അതിന്റെ ചന്ദ്രഹാസമിളക്കൽ തുടരുന്നിടത്തോളം ഒരു ഉശിരൻ മാതൃകയെന്നോണം ഞങ്ങൾ ധീരമായി പിടിച്ചു നിൽക്കും.

എന്നാൽ, അതേസമയംതന്നെ പ്രശ്നങ്ങൾ സമാധാനപരമായി പരിഹരിക്കാൻ കിട്ടുന്ന ഏതു ചെറിയ അവസരവും പ്രയോജനപ്പെടുത്താനും ക്യൂബ തയാറായിരിക്കും. സാർവത്രിക നിരായുധീകരണം സംബന്ധിച്ച് സോവിയറ്റ് യൂണിയൻ ഐക്യരാഷ്ട്രസഭയിൽ സമർപ്പിച്ച നിർദേശത്തെ ക്യൂബ സഹർഷം പിന്താങ്ങുന്നുണ്ട്. ഇപ്പോൾ ആയുധനിർമാണത്തിനായി ചെലവിടുന്ന പണത്തിന്റെ ചെറിയൊരോഹരി വികസനമൂലധനം ആവശ്യമായ രാജ്യങ്ങൾക്കിടയിൽ വിതരണം ചെയ്യട്ടെ. വിഭിന്ന സാമൂഹ്യവ്യവസ്ഥകളോടുകൂടിയ രാജ്യങ്ങളുടെ സമാധാനപരമായ സഹവർത്തിത്വത്തെ ആവേശപൂർവം പിന്താങ്ങുന്നവരുടെ കൂട്ടത്തിൽ ക്യൂബയും ഉണ്ടായിരിക്കും. സമാധാനം അഭിലഷിക്കുന്നവരോട് ഞങ്ങൾ സമാധാനം നിർദേശിക്കുന്നു. പക്ഷേ, തൽക്കാലം ഞങ്ങളേന്തിയിരിക്കുന്ന തോക്ക് താഴെ വയ്ക്കാൻ ഞങ്ങൾ തയാറില്ല. ഞങ്ങളുടെ അതിർത്തികൾ ലംഘിക്കാൻവരുന്ന ശത്രുവിനെ ആ തോക്കുമായിത്തന്നെയായിരിക്കും ഞങ്ങൾ നേരിടുന്നതും. പ്രതിവിപ്ലവഭീകരതയെ വിപ്ലവഭീകരത കൊണ്ടായിരിക്കും നേരിടുന്നതെന്ന സംഗതി ഞങ്ങളുടെ ശത്രുക്കൾ മനസിലാക്കിക്കൊള്ളട്ടെ. ഞങ്ങളുടെ ദ്വീപിനെ വീണ്ടും പാരതന്ത്ര്യച്ചങ്ങലയാൽ വരിയുന്നതിന് ആയുധമെടുക്കുന്നവർ തൂത്തുതുടച്ചുമാറ്റപ്പെടുമെന്നും അവർ ധരിച്ചുകൊള്ളട്ടെ.

ചെയുടെ മോസ്കോ സന്ദർശനവേളയിൽ ഈ ലേഖകൻ ഒരു ലേഖനത്തിനായി അദ്ദേഹത്തെ സമീപിക്കുകയുണ്ടായി. ക്യൂബയെ സംബന്ധിച്ചുള്ള ചരിത്രപരവും നരവംശശാസ്ത്രപരവുമായ ഒരു ലേഖന സമാഹാരത്തിന്റെ ആവശ്യത്തിലേക്കായിരുന്നു ഇത്. സോവിയറ്റ് ശാസ്ത്ര അക്കാദമിയിലെ കറസ്പോണ്ടിങ് മെമ്പറായിരിക്കവെ അന്തരിച്ചുപോയ എ വി എഫിമോവുമായി ചേർന്നാണ് ആ സമാഹാരം പുറത്തിറക്കിയത്. ലേഖനമെഴുതാൻ ചെ സമ്മതിക്കുകയും, ഉടനെതന്നെ അദ്ദേഹം അത് എഴുതിത്തരികയും ചെയ്തു. 'വിപ്ലവത്തെപ്പറ്റിയുള്ള ചില ചിന്തകൾ' എന്ന ശീർഷകത്തിൽ അത് മേൽപ്പറഞ്ഞ സമാഹാരത്തിൽ ഉൾക്കൊള്ളിച്ചിട്ടുണ്ട്. മുൻ അധ്യായത്തിൽ ഇതെപ്പറ്റി പരാമർശിച്ചിട്ടുള്ളത് വായനക്കാർ സ്മരിക്കുമല്ലോ. പ്രസ്തുത ലേഖനത്തിന്റെ മറ്റൊരു ഭാഗത്തെപ്പറ്റിയാണ് ഇവിടെ പറയാൻ പോകുന്നത്. പിടിച്ചുനിൽക്കാനും വളർന്നു പുഷ്ടിപ്പെടാനും ക്യൂബൻ വിപ്ലവത്തിന് സോവിയറ്റ് യൂണിയൻ നൽകിയ സഹായസഹകരണത്തെപ്പറ്റിയാണ് ചെ ഇവിടെ പരാമർശിക്കുന്നത്.

"നിലവിലുള്ള രണ്ടു എതിർപാളയങ്ങളുടെ, സമാധാനത്തിന്റേയും യുദ്ധത്തിന്റേയും പാളയങ്ങളുടെ, സാമ്പത്തികവും രാഷ്ട്രീയവും സൈനികവുമായ ശക്തിബന്ധത്തിന്റെ ത്രാസ് സോഷ്യലിസ്റ്റ് വ്യവസ്ഥയ്ക്കനുകൂലമായി താണുകൊണ്ടിരിക്കുകയാണെന്ന് ക്യൂബൻ ജനതയുടെ

വിജയം തെളിയിക്കുന്നു, ചെ എഴുതി. "ക്യൂബൻ ജനത മഹത്തായ മുദ്രാവാക്യങ്ങൾക്കു പിന്നിൽ യോജിച്ചണിനിരക്കുകയും ക്യൂബൻ നേതാക്കളും ജനതയും ഒറ്റക്കെട്ടായി നിൽക്കുകയും, ഈ നേതാക്കൾ അത്യന്തം പ്രഗത്ഭമായ രീതിയിൽ അവരെ വിജയത്തിൽ നിന്ന് വിജയത്തിലേക്ക് നയിക്കുകയും ചെയ്യുന്നതുകൊണ്ടാണ് ക്യൂബ ഒരു പരമാധികാര രാഷ്ട്രമായി നിലനിൽക്കുന്നതെന്ന് പറഞ്ഞാൽ അതൊരു സത്യമാണെങ്കിലും, മുഴുവൻ സത്യവും അതല്ല. എല്ലായ്പോഴും നീതിയുടെ ഭാഗത്ത് നിലകൊള്ളുന്നതും അതനുസരിച്ച് പ്രവർത്തിക്കാൻ ശക്തി ആർജിച്ചിട്ടുള്ളതുമായ ഒരു രാഷ്ട്രസഖ്യം നിലവിലുള്ളതു കൊണ്ടു കൂടിയാണ് ക്യൂബ ഇന്ന് നിലനിൽക്കുന്നത്. എണ്ണകൊടുക്കാതെ ക്യൂബയെ മുട്ടുകുത്തിക്കാൻ ശത്രുക്കൾ ശ്രമിച്ചപ്പോൾ സോവിയറ്റ് കപ്പലുകൾ സോവിയറ്റ് തുറമുഖങ്ങളിൽ നിന്ന് വേണ്ടത്ര എണ്ണ ഞങ്ങൾക്ക് എത്തിച്ചുതന്നു. ഞങ്ങളുടെ പഞ്ചസാര വാങ്ങില്ലെന്നു പറഞ്ഞ് ശത്രുക്കൾ ക്യൂബയെ മുട്ടുകുത്തിക്കാൻ നോക്കിയപ്പോൾ സോവിയറ്റ് യൂണിയൻ അതു വാങ്ങാൻ തയാറായി. അടുത്ത കാലത്തു വീണ്ടും സാമ്പത്തികോപരോധത്തിലൂടെ ഞങ്ങളെ ശ്വാസംമുട്ടിക്കാനുള്ള അവരുടെ ശ്രമവും അമ്പേ പൊളിഞ്ഞുപോയി. ശരിയാണ്; പക്ഷേ, അതും മുഴുവൻ സത്യമാകുന്നില്ല. യു എസ് മണ്ണിൽ വച്ച് ആസൂത്രണം ചെയ്ത സൈനികമായ ആക്രമണത്തിനു സോവിയറ്റ് യൂണിയന്റെ ഐതിഹാസികമായ മുന്നറിയിപ്പ് വലിയൊരു വിലങ്ങുതടിയാണെന്നതുകൊണ്ടു കൂടിയാണ് ക്യൂബ ഒരു പരമാധികാരരാഷ്ട്രമായി ഇപ്പോൾ നിലനിൽക്കുന്നത്.

അങ്ങനെ യുദ്ധശക്തികളെ അപേക്ഷിച്ച് സമാധാനശക്തികൾ എത്ര കൂടുതൽ കരുത്തേറിയതാണെന്ന് സ്പഷ്ടമാക്കാൻ ക്യൂബയുടെ ഉദാഹരണം ഉപകരിച്ചു. സ്വാതന്ത്ര്യപ്പോരാട്ടം മുന്നോട്ടു കൊണ്ടുപോകാൻ വേണ്ടത്ര പ്രതിജ്ഞാബദ്ധമായ ഒരു ജനതയ്ക്ക് സോവിയറ്റ് യൂണിയനും മറ്റു സോഷ്യലിസ്റ്റ് രാജ്യങ്ങളും ശരിയായൊരു താങ്ങായിരിക്കുമെന്നും അങ്ങനെയുള്ള ഒരു ജനതയ്ക്ക് സ്വന്തം സ്വാതന്ത്ര്യം കാത്തു സൂക്ഷിക്കാൻ കഴിയുമെന്നുമുള്ളതിന് ഒന്നാന്തരമൊരു തെളിവാണ് വടക്കേ അമേരിക്കൻ സാമ്രാജ്യത്തിന്റെ ഹൃദയഭാഗത്ത് സ്ഥിതിചെയ്യുന്ന ക്യൂബ."

ഡിസംബർ 19-ാം തീയതി ക്യൂബൻ ഗവൺമെന്റിനുവേണ്ടി ചെ ഒപ്പുവച്ച സോവിയറ്റ് - ക്യൂബൻ സംയുക്ത കമ്യൂണിക്കെയിൽ സാർവദേശീയ പ്രശ്നങ്ങളേയും താന്താങ്ങളുടെ ആഭ്യന്തര കാര്യങ്ങളേയും, സംബന്ധിച്ചിടത്തോളം ഇരുരാജ്യങ്ങൾക്കുമുള്ള അഭിപ്രായൈക്യം വ്യക്തമാക്കപ്പെട്ടു. ക്യൂബയ്ക്ക് വ്യാപകമായ തോതിലുള്ള സാമ്പത്തിക സാങ്കേതിക സഹായം നൽകാനും ആ രാജ്യവുമായുള്ള വ്യാപാര ബന്ധം പുഷ്ടിപ്പെടുത്താനും സോവിയറ്റ് യൂണിയൻ സമ്മതിച്ചു. ക്യൂബൻ പഞ്ചസാര വൻതോതിൽ വാങ്ങാനുള്ള സോവിയറ്റ് സന്നദ്ധത ഇക്കൂട്ടത്തിൽ എടുത്തുപറയാവുന്നതാണ്.

അതേ ദിവസംതന്നെ ഈ ക്യൂബൻ സാമ്പത്തിക ദൗത്യസംഘ

ത്തിന് ലഭിച്ച ഒരു ഔദ്യോഗിക സ്വീകരണത്തിൽ വച്ച് ചെ ഇപ്രകാരം പ്രസ്താവിച്ചു.

ഈ സോഷ്യലിസ്റ്റ് രാജ്യം ആദ്യമായി സന്ദർശിച്ചു മടങ്ങുന്ന അവസരത്തിൽ രണ്ടു സംഗതികളാണ് എന്റെ മനസിൽ പതിഞ്ഞു കിടക്കുന്നത്. സോവിയറ്റ് യൂണിയനിലെ തന്റെ ദൗത്യത്തിനിടയിൽതന്നെ ഭരമേൽപ്പിച്ചിരുന്ന കടമകളെല്ലാം നിറവേറ്റാൻ കഴിഞ്ഞുവെന്ന, സോവിയറ്റ് ജനതയുമായുള്ള ഹൃദ്യവും ഊഷ്മളവുമായ സമ്പർക്കത്തിനുശേഷം ഈ കടമകൾ നിറവേറ്റാൻ കഴിഞ്ഞുവെന്ന, തികഞ്ഞ ചാരിതാർഥ്യമാണ് ഇതിലാദ്യത്തേത്.

കൂടാതെ, ലോകത്തിലെ ഏറ്റവും ഗഹനവും അടിസ്ഥാനപരവുമായ ഒരു വിപ്ലവം പൂർത്തീകരിച്ചിട്ടുള്ള ഈ നാട്ടിൽ ചെലവഴിച്ച ആ ദിവസങ്ങളുടെ മധുരസ്മരണകളും ഞങ്ങൾ ഞങ്ങളോടൊപ്പം കൊണ്ടുപോകുന്നുണ്ട്. സോവിയറ്റ് യാത്രയിലുടനീളം ഞങ്ങൾക്കനുഭവപ്പെട്ട ഒരു സംഗതിയാണിത്.

വിപ്ലവം വിജയിച്ചിട്ട് 43 സംവത്സരങ്ങളും ഇടങ്കോലിടലിനു എതിരായ സമരം അവസാനിച്ചിട്ട് നിരവധി വർഷങ്ങളും കഴിഞ്ഞതിനുശേഷവും ഇന്നാട്ടുകാരുടെ വിപ്ലവാവേശത്തിന് യാതൊരു ഉടവും തട്ടിയിട്ടില്ലെന്ന് ഞങ്ങൾ കണ്ടു. മനുഷ്യരാശിയെ അഭിമുഖീകരിക്കുന്ന അടിയന്തര പ്രശ്നങ്ങളെപ്പറ്റി സോവിയറ്റുകാർക്ക് ഒന്നടങ്കമുള്ള അറിവും ഉന്നതനിലവാരത്തിലുള്ള അവരുടെ രാഷ്ട്രീയ പരിജ്ഞാനവും ഞങ്ങളെ വിസ്മയചിത്തരാക്കി. തെരുവുകളിലും ഫാക്ടറികളിലും കൂട്ടുകൃഷിക്കളങ്ങളിലും ഞങ്ങൾക്ക് ഇതിനുള്ള ഒന്നാന്തരം തെളിവുലഭിച്ചു. അവിടങ്ങളിലെല്ലാം ആളുകൾ ഞൊടിയിടയിൽ ഞങ്ങളെ തിരിച്ചറിയുകയും 'ക്യൂബ നീണാൾ വാഴട്ടെ' എന്നു പറഞ്ഞ് ഞങ്ങൾക്കഭിവാദനമരുളുകയും ചെയ്തു. ഇക്കഴിഞ്ഞ പതിനഞ്ചുദിവസവും ഒരു സൗഹൃദസാഗരത്തിൽ ഒഴുകിനടക്കുന്ന പ്രതീതിയാണ് ഞങ്ങൾക്കുണ്ടായത്. ഞങ്ങൾക്കിത് സുപ്രധാനമായ ഒരു പാഠവും ആവേശകരമായ ഒരനുഭവവുമാണ്. എന്തുകൊണ്ടെന്നാൽ, ഇവിടം വിട്ടു കഴിഞ്ഞ് ഞങ്ങൾ എത്തുന്നത് ശത്രുതയുടെ മഹാസാഗരത്തിന്റെ നടുവിലേക്കായിരിക്കും.

സോവിയറ്റ് യൂണിയൻ ക്യൂബയ്ക്ക് നൽകുന്ന പിന്തുണയെപ്പറ്റി തനിക്കുള്ള വമ്പിച്ച മതിപ്പ് എത്രയെന്ന് ചെ ഒരിക്കൽ കൂടി ആവർത്തിച്ചു. വിപ്ലവത്തിനുശേഷമുള്ള രണ്ടു വർഷങ്ങൾക്കിടയിൽ സോവിയറ്റ് ഗവൺമെന്റും സോവിയറ്റ് ജനതയും പ്രശ്നത്തിന്റെ സങ്കീർണത എന്തെന്നു നോക്കാതെ ഞങ്ങളുടെ എല്ലാ വൈഷമ്യങ്ങളിലും ഞങ്ങളെ സഹായിക്കാനെത്തിയിട്ടുണ്ട്. ചെ ഊന്നിപ്പറഞ്ഞു: "ഇക്കഴിഞ്ഞ രണ്ടു വർഷക്കാലത്ത് സോവിയറ്റ് യൂണിയൻ ഞങ്ങൾക്ക് നൽകിയിട്ടുള്ള സഹായങ്ങൾ അക്കമിട്ടു പറയുകയോ അൽപം മുൻപ് ഒപ്പുവച്ച കമ്യൂണിക്കെയിൽ ഉൾക്കൊള്ളിച്ചിട്ടുള്ള സംഗതികളെല്ലാം വിവരിക്കുകയോ ചെയ്യണമെങ്കിൽ സമയം കുറേ വേണ്ടിവരും. എങ്കിലും ഒരു കാര്യം ഞാനിവിടെ

തറപ്പിച്ചുപറയാം. സോവിയറ്റ് യൂണിയൻ എന്നും എപ്പോഴും സമാധാനത്തിനും സ്വാതന്ത്ര്യത്തിനുംവേണ്ടി പോരാടുന്നവരുടെ പക്ഷത്താണെന്ന് ഉച്ചൈസ്തരം ഉൽഘോഷിക്കുന്ന സംഗതികളാണിതെല്ലാം. ഞങ്ങളെപ്പോലെ വിമോചനപ്പോരാട്ടത്തിന് തയാറാകുന്ന രാജ്യങ്ങളുടെയെല്ലാം ദൃഷ്ടിയിൽ ഇത് സോവിയറ്റ് യൂണിയനുള്ള സ്ഥാനം വളരെ ഉയർത്തുകയും ചെയ്യും. തികച്ചും നൂതനമായൊരു ജീവിതം കാണണമെങ്കിൽ ഇവിടെ വരണമെന്നും ആ നൂതന ജീവിതത്തിനുള്ള ആവേശം ഉൾക്കൊള്ളാൻ കഴിയുന്നത് ഇവിടെ നിന്നാണെന്നും ലാറ്റിൻ അമേരിക്കൻ ഗവൺമെന്റുകളല്ലെങ്കിൽ അവിടങ്ങളിലെ ജനങ്ങളെങ്കിലും വ്യക്തമായി മനസിലാക്കുമെന്നാണ് ഇതിന്നർഥം. തങ്ങളുടെ സ്വാതന്ത്ര്യപ്പോരാട്ടത്തിൽ തങ്ങളെ സഹായിക്കാൻ പോകുന്നത് സോവിയറ്റ് യൂണിയനും സോഷ്യലിസ്റ്റ് കുടുംബത്തിൽപെട്ട മറ്റു രാജ്യങ്ങളുമായിരിക്കുമെന്നും തങ്ങളെ മർദിച്ചൊതുക്കുകയും നിഷ്ഠൂരം ചൂഷണം നടത്തുകയും ചെയ്യുന്നത് അമേരിക്കൻ സാമ്രാജ്യവാദികളാണെന്നും മനസിലാക്കാൻ ഇത് അവരെ സഹായിക്കുന്നുണ്ട്."

ഇനിയൊരു ആക്രമണമുണ്ടായാൽ തങ്ങൾ വമ്പിച്ച വിലകൊടുത്തു നേടിയ സ്വാതന്ത്ര്യം കാത്തുരക്ഷിക്കാൻ ക്യൂബൻ ജനത ഒന്നടങ്കം ആയുധമെടുക്കുമെന്ന് സാമ്രാജ്യവാദികളെ താക്കീതു ചെയ്തുകൊണ്ടാണ് ചെ തന്റെ പ്രസംഗം ഉപസംഹരിച്ചത്. ഈ പോരാട്ടത്തിൽ തങ്ങൾക്ക് സോവിയറ്റ് യൂണിയന്റെ പിന്തുണയുണ്ടാകുമെന്ന് ക്യൂബൻ ജനതയ്ക്കറിയാമെന്നും അദ്ദേഹം കൂട്ടിച്ചേർത്തു.

സോവിയറ്റ് യൂണിയനിൽ നിന്ന് മടങ്ങുന്നതിനു മുമ്പായി റേഡിയോ മോസ്കോയുടെ പ്രതിനിധിയുമായി സംസാരിക്കവെ ചെ ഇത്രയും കൂടി പറഞ്ഞു:

"സോവിയറ്റ് മണ്ണിൽ കാലുകുത്തിയ ആ നിമിഷം മുതൽക്ക് ഇതാണ് സോഷ്യലിസത്തിന്റെ ജന്മഭൂമിയെന്ന സംഗതി ഞങ്ങൾക്ക് ബോധ്യമായെന്ന് ഒരു ആയിരം പ്രാവശ്യം വേണമെങ്കിലും ആവർത്തിക്കാൻ ഞങ്ങൾക്ക് മടിയില്ല. 1917–ലെ ഒക്ടോബറിന് ജന്മം നൽകിയ ആ വിപ്ലവാവേശം സോവിയറ്റ് ജനതയിൽ ഇന്നും അതേപടി നിലനിൽക്കുന്നുണ്ടെന്ന് ഉച്ചൈസ്തരം വിളിച്ചുപറയാനും ഞങ്ങൾക്ക് കഴിയും."

സോഷ്യലിസ്റ്റ് രാജ്യങ്ങളിൽ ചെ നടത്തിയ സന്ദർശനം വളരെ വമ്പിച്ച ഒരു വിജയമായിരുന്നു. ക്യൂബയിൽ നിന്ന് പ്രതിവർഷം നാല്പതുലക്ഷം ടൺ പഞ്ചാസാര വാങ്ങുന്നതിനായി സോഷ്യലിസ്റ്റ് രാജ്യങ്ങളുടെ ഒരു പൊതുസംഘടന രൂപീകരിക്കാൻ സോവിയറ്റ് യൂണിയൻ മുൻകൈ എടുത്തു. ഇതിൽ 27 ലക്ഷം ടണ്ണും വാങ്ങിയത് സോവിയറ്റ് യൂണിയൻ തന്നെയാണ്. കൂടാതെ, ക്യൂബയ്ക്ക് സാങ്കേതികവും മറ്റുമായ വേറെയും പല സഹായങ്ങളും വാഗ്ദാനം ചെയ്പ്പെട്ടു.

ഹവാനയിൽ മടങ്ങിയെത്തിയശേഷം 1961 ജനുവരി 16–ാം തീയതി ടെലിവിഷനും റേഡിയോയും മുഖേന ചെയ്ത ഒരു പ്രസംഗത്തിലൂടെ

ചെ തന്റെ സന്ദർശന ഫലങ്ങളുടെ വിശദമായൊരു റിപ്പോർട്ട് ക്യൂബൻ ജനതയ്ക്ക് സമർപ്പിച്ചു.

ഈ പ്രസംഗത്തിന്റെ ചില പ്രസക്ത ഭാഗങ്ങൾ മാത്രമേ ചുവടെ ചേർക്കുന്നുള്ളു. സോവിയറ്റ് യൂണിയനിലെ ജനതയോടും കമ്യൂണിസ്റ്റ് പാർട്ടിയോടും ഗവൺമെന്റിനോടും ചെയ്ക്കുള്ള ബഹുമാനം എത്ര വമ്പിച്ചതായിരുന്നുവെന്ന് വ്യക്തമാക്കാൻ ഇതുതന്നെ അധികമാണ്.

അന്റോണിയോ നുനെസ് ജിമെനെസ് തന്റെ സോവിയറ്റ് സന്ദർശനാനുഭവങ്ങൾ വിവരിച്ചതുകേട്ട ചില സംശയാലുക്കൾ "അത്ഭുതലോകത്തിൽപ്പെട്ട ആലിസ്" എന്നു പറഞ്ഞ് അദ്ദേഹത്തെ ആക്ഷേപിച്ച കാര്യം അനുസ്മരിച്ചുകൊണ്ടു ചെ പറഞ്ഞു: "നൂനെസ് ജിമെനെസിനെക്കാൾ വളരെയധികം യാത്ര ഞാൻ നടത്തിയിരുന്നുവെന്നതുകൊണ്ട്, സോഷ്യലിസ്റ്റ് ഭൂഖണ്ഡത്തിലുടനീളം ഞാൻ സഞ്ചരിച്ചിരുന്നുവെന്നതുകൊണ്ട്, എന്നെ വേണമെങ്കിൽ അവർക്ക് 'അത്ഭുതഭൂഖണ്ഡത്തിൽപ്പെട്ട ആലിസ്' എന്നു വിളിക്കാം. എന്നുവരികിലും, കണ്ടത് കണ്ടതുപോലെ, സത്യത്തിൽ നിന്ന് അകലാതെ, പറയാതിരിക്കാൻ തരമില്ലല്ലൊ. വികസിതസോഷ്യലിസ്റ്റ് രാജ്യങ്ങളുടെ, അഥവാ ക്യൂബയ്ക്ക് ഇന്നു മാതൃകയായിട്ടുള്ള ആ രാജ്യങ്ങളുടെ നേട്ടങ്ങൾ തികച്ചും അന്യാദൃശ്യമാണ്. അവരുടെ വികാസരീതികളുടെ ഓജസ്സ് മുതലാളിത്ത രാജ്യങ്ങളുടേതുമായി താരതമ്യപ്പെടുത്താനാവില്ലതന്നെ. അവിടങ്ങളിലെ ആളുകൾക്ക് നമ്മുടെ വിപ്ലവം പോലത്തെ സംഭവങ്ങളെക്കുറിച്ചുള്ള ധാരണയെ മുതലാളിത്ത രാജ്യങ്ങളിൽ പടർന്നു പിടിച്ചിട്ടുള്ള ധാരണയുമായി അത്രപോലും താരതമ്യപ്പെടുത്താനാവില്ലെന്നതാണ് അതിലും പ്രധാനം. നമ്മുടെ കാര്യത്തിൽ സോഷ്യലിസ്റ്റ് രാജ്യങ്ങൾക്കുള്ള ആവേശം വമ്പിച്ചതാണ്. ഇതേറ്റവും കൂടുതൽ തെളിഞ്ഞുകണ്ടത് സോവിയറ്റ് യൂണിയനിലാണെന്നു തോന്നുന്നു. അവരുടെ വിപ്ലവം കഴിഞ്ഞിട്ട് 43 വർഷമായെങ്കിലും സോവിയറ്റ് ജനതയുടെ രഷ്ട്രീയബോധം ഇന്നും വളരെ ഉന്നത നിലവാരത്തിലുള്ളതാണ്..."

ദേശീയ സമ്പദ്വ്യവസ്ഥയുടെ വിവിധ തുറകളിൽ സോവിയറ്റ് യൂണിയൻ കൈവരിച്ചിട്ടുള്ള നേട്ടങ്ങളെപ്പറ്റി ചെ തന്റെ ശ്രോതാക്കളോട് സംസാരിച്ചു. വ്യക്തിയുടെ സമഗ്രമായ വളർച്ചയ്ക്ക് സോവിയറ്റ് ഭരണം വമ്പിച്ച അവസരങ്ങൾ സൃഷ്ടിച്ചിട്ടുണ്ടെന്ന സംഗതി അദ്ദേഹം പ്രത്യേകിച്ചെടുത്തു കാട്ടി.

"ഇതെല്ലാം നടപ്പുള്ള കാര്യങ്ങളാണെന്നു പോലും ഞാൻ കരുതിയിരുന്നതല്ല", അദ്ദേഹം പറഞ്ഞു: "അന്യാദൃശ്യമായ വക്രതയില്ലായ്കയും ഓജസ്സും സഹഭാവനയും ഈയാളുകളുടെ ഒരു പ്രത്യേക കൈമുതലാണ്. ഞാൻ ഇതൊന്നും വെറും ഭംഗിവാക്കിനുവേണ്ടി പറയുന്നതല്ല. വെറും സത്യമാണത്. അവിടെവച്ചും ഞാൻ ഇതുതന്നെ പറയുകയും ചെയ്തിരുന്നു. സോവിയറ്റ് യൂണിയനിലെത്തുമ്പോൾ ഇതു സോഷ്യലി

സത്തിന്റെ ജന്മദേശമാണെന്നും ഏറ്റവും നീതിയുക്തമായ ഒരു സാമൂഹ്യവ്യവസ്ഥയാണവിടെയുള്ളതെന്നും നമുക്ക് ബോധ്യമാകും ...”

മോസ്കോയിൽ ഒപ്പുവച്ച കമ്യൂണിക്കെയുടെ വിശദാംശങ്ങൾ വിവരിച്ചുകൊണ്ട് ചെ അതിന്റെ അവസാനഭാഗത്തിലേക്ക് ശ്രോതാക്കളുടെ പ്രത്യേക ശ്രദ്ധ ക്ഷണിക്കുകയുണ്ടായി. സമാധാനപരമായ സഹവർത്തിത്വതത്വങ്ങളെ ഇരുരാജ്യങ്ങളും ദൃഢമായി പിന്താങ്ങുന്നുണ്ടെന്നും, ഭൂമുഖത്ത് സമാധാനം കൈവരുത്താൻ കഴിവിന്റെ പരമാവധി ഇരുവരും ശ്രമിക്കുമെന്നുമാണ് അവിടെ പ്രസ്താവിച്ചിട്ടുള്ളത്.

ഈ ഭാഗത്തെ പരാമർശിച്ചുകൊണ്ട് ചെ പറഞ്ഞു: “ചിലർ കരുതിയേക്കാവുന്നതുപോലെ നമ്മളെ സംബന്ധിച്ചിടത്തോളം ഈ സമാധാനമെന്നു പറയുന്നത് വെറും പൊള്ളവാക്കല്ല. അതിന് വമ്പിച്ച പ്രാധാന്യമുണ്ട്. ഈ സന്ദർഭത്തിൽ സാമ്രാജ്യത്വം തെറ്റായ ഒരു ചുവടുവയ്പ് നടത്തുകയോ എന്തെങ്കിലും അപകടം പ്രവർത്തിക്കുകയോ ചെയ്താൽ പ്രാദേശികമായ ഒരു യുദ്ധം വളർന്ന് അതൊരു ലോക സംഘർഷമായി കത്തിപ്പടർന്നേക്കാം. അറ്റോമിക്ക് മിസൈലുകൾ ഉപയോഗിച്ചുള്ള ഒരു ആഗോള യുദ്ധത്തിന്റെ കെടുതികൾ ക്യൂബയ്ക്കും അപ്പോൾ സഹിക്കേണ്ടിവരും.

ആയതിനാൽ, ലോകത്തെങ്ങും സമാധാനത്തിനുവേണ്ടി നാം അനവരതമായി പോരാടേണ്ടതുണ്ട്. സമാധാനത്തെ നാം ഭദ്രമായി കാത്തുരക്ഷിക്കേണ്ടതുണ്ട്. എങ്കിലും നമ്മുടെ മേൽ ചാടിവീഴാൻ വരുന്ന ഏതൊരുത്തനും സൂക്ഷിച്ചോളണമെന്നു മാത്രം. ഇവിടെയും ലോകത്തെവിടെയുമുള്ള ഭദ്രമായ സമാധാനത്തിനുവേണ്ടി സമരം ചെയുന്ന അതേ അവസരത്തിൽത്തന്നെ നാം നമ്മുടെ ആത്മനിയന്ത്രണം പാലിക്കേണ്ടതുണ്ട്.”

ഈ പ്രഖ്യാപനങ്ങൾക്ക് പ്രത്യയശാത്രപരവും രാഷ്ട്രീയവുമായ വമ്പിച്ച പ്രാധാന്യമുണ്ടായിരുന്നു. ചെയുടെ സത്യസന്ധതയേയോ രാഷ്ട്രീയമായ തത്വനിഷ്ഠയേയോപറ്റി ആർക്കും ലവലേശം സംശയമുണ്ടായിരുന്നില്ല. അക്കാരണത്താൽ, സോഷ്യലിസം കെട്ടിപ്പടുക്കുന്നതിലുള്ള സോവിയറ്റ് നേട്ടങ്ങളെക്കുറിച്ച് അദ്ദേഹം നടത്തിയ പ്രശംസയ്ക്കും സി പി എസ് യു വിന്റേയും സോവിയറ്റ് ഗവൺമെന്റിന്റേയും സാർവദേശീയ നയങ്ങളെപ്പറ്റി അദ്ദേഹം നടത്തിയ അനുഭാവപൂർണമായ പരാമർശങ്ങൾക്കും ക്യൂബയിലെ അധ്വാനിക്കുന്ന ജനതയ്ക്കിടയിൽ വളരെയേറെ സ്വാധീനമുണ്ടായി. എന്തുകൊണ്ടെന്നാൽ ഫിദൽ കാസ്ട്രോയുടെ നയങ്ങളെ പിന്താങ്ങുന്ന അവസരത്തിലും കമ്യൂണിസ്റ്റ് വിരോധത്തിന്റേയും സോവിയറ്റ് വിരോധത്തിന്റേയും ദു:സ്വാധീനത്തിൽ കുടുങ്ങിയിരുന്ന വലിയൊരു വിഭാഗം അവരുടെ കൂട്ടത്തിലുണ്ടായിരുന്നു. തന്റെ പ്രസംഗങ്ങളിൽ ചെ പിന്നെയും പലപ്പോഴും ക്യൂബൻ–സോവിയറ്റ് ബന്ധങ്ങളെക്കുറിച്ചു പരാമർശിച്ചിരുന്നു. ബേ ഓഫ് പിഗ്സിൽ കൂലിപ്പട്ടാളത്തെ തകർത്തതിനുശേഷം അന്റോണിയൊ ഗിത്തെറാസിന്റെ സ്മരണയ്ക്കായി ചേർന്ന ഒരു യോഗത്തിലും അദ്ദേഹം ഈ വിഷയത്തിലേക്ക് കടന്നു.

ബാട്ടിസ്റ്റയുടെ ഉത്തരവിൻപടി 1935-ൽ കൊല ചെയ്യപ്പെട്ട ഗിത്തേറാസ് യു എസ് സാമ്രാജ്യത്വത്തിനെതിരായി സുധീരം പോരാടിയ ഒരാളായിരുന്നു. വിപ്ലവപ്രബുദ്ധമായ ക്യൂബയും സോവിയറ്റ് യൂണിയനും തമ്മിലുള്ള സഖ്യമെന്നു പറഞ്ഞാൽ അമേരിക്കൻ സ്വാധീനത്തിന്റെ സ്ഥാനത്ത് സോവിയറ്റ് സ്വാധീനം സ്ഥാപിക്കുകയെന്നേ അർഥമുള്ളുവെന്ന് വാദിച്ചിരുന്നവർക്ക് മറുപടി നൽകിക്കൊണ്ട് ചെ പറഞ്ഞു. സോവിയറ്റ് യൂണിയനോടും മറ്റു സോഷ്യലിസ്റ്റ രാജ്യങ്ങളോടും നമുക്ക് ബഹുമാനവും അഭിനന്ദനവുമുണ്ട്. അവരെ കൂടുതലടുത്തറിയുന്തോറും ഈ ബഹുമാനവും അഭിനന്ദനവും ഏറിയേറിവരികയുമാണ് ചെയ്യുന്നത്. സോഷ്യലിസ്റ്റ് പാളയത്തിൽനിന്നുള്ള ഒരൊറ്റ വ്യക്തിപോലും സ്വന്തം അഭിപ്രായമോ ഉപദേശമോ നമ്മുടെ മേൽ അടിച്ചേൽപിക്കാൻ നോക്കിയിട്ടില്ല. ഇരുപതു കോടി ജനസംഖ്യയുള്ള സോവിയറ്റ് യൂണിയനെപ്പോലുള്ള ശക്തിമഹത്തായ ഒരു രാജ്യം അറുപതുലക്ഷംമാത്രം ജനസംഖ്യയുള്ള ക്യൂബയെപ്പോലുള്ള ഒരു കൊച്ചു ദ്വീപുമായി ബന്ധപ്പെട്ടിരിക്കുന്നത് പരിപൂർണ സമത്വത്തിന്റെ അടിസ്ഥാനത്തിലാണ്. തുടക്കത്തിൽ പത്തുകോടി ഡോളർ നമുക്ക് വായ്പയായി അനുവദിക്കുമ്പോൾ നയതന്ത്രബന്ധം പുന:സ്ഥാപിക്കണമെന്ന പരിമിതമായ ആവശ്യം പോലും സോവിയറ്റ് യൂണിയൻ ഉന്നയിച്ചിരുന്നില്ല.

സോവിയറ്റ് യൂണിയനെപ്പറ്റി ചെ പറഞ്ഞ സംഗതികൾ അദ്ദേഹത്തിന്റെ സ്വന്തം അഭിപ്രായം മാത്രമായിരുന്നില്ല. ഫിദൽ കാസ്ട്രോയ്ക്കും ക്യൂബൻ വിപ്ലവത്തിന്റെ മറ്റു നേതാക്കൾക്കും ഇതേ അഭിപ്രായം തന്നെയാണുണ്ടായിരുന്നത്. എങ്കിലും ഈ അഭിപ്രായം പ്രോത്സാഹിപ്പിക്കുന്നതിൽ ചെ വഹിച്ച എത്രയും പ്രധാനപ്പെട്ട പങ്കിനെ ഒരുതരത്തിലും കുറച്ചുകാണാൻ പാടുള്ളതല്ല.

ഒരു കമ്യൂണിസ്റ്റുകാരനെന്ന നിലയ്ക്ക് ചെ സോവിയറ്റ് യൂണിയനെ ചൂഷണവും മറ്റു മുതലാളിത്ത ദുഷിപ്പുകളും അവസാനിപ്പിച്ച ആദ്യരാജ്യമായി കണ്ടിരുന്നതുകൊണ്ടു മാത്രമല്ല അദ്ദേഹം ബഹുമാനത്തോടും അനുഭാവത്തോടും കൂടി ആ രാജ്യത്തെപ്പറ്റി സംസാരിച്ചിരുന്നത്. ലെനിന്റെ തൊഴിലാളിവർഗസാർവദേശീയതയിൽ നിന്ന് ആവേശം കൊള്ളുന്ന സോവിയറ്റ് ഗവൺമെന്റിന്റേയും സി പി എസ് യു വിന്റെയും നയങ്ങൾ ക്യൂബയുടെ ഭദ്രതയ്ക്ക് ഉറപ്പു നൽകുകയും സോഷ്യലിസ്റ്റ് തത്വങ്ങളിലധിഷ്ഠിതമായ ന്യായയുക്തമായ ഒരു പുതിയ സമൂഹം പടുത്തുയർത്താൻ ക്യൂബയ്ക്ക് അവസരമുണ്ടാക്കുകയും ചെയ്തിരുന്നുവെന്നതും ഇതിനു കാരണമാണ്. ക്യൂബൻ വിപ്ലവത്തിന് സാമ്പത്തികവും സാങ്കേതികവും ധനപരവും സൈനികവുമായ സഹായം നൽകാനുള്ള ബാധ്യത സ്വയം ഏറ്റെടുത്ത ഒരു രാജ്യമായിരുന്നല്ലോ സോവിയറ്റ് യൂണിയൻ. ഈ സഹായമാകട്ടെ ഏറ്റവും അനുകൂലമായ വ്യവസ്ഥകളിന്മേലുള്ളതുമായിരുന്നു. പരിപൂർണമായ സമത്വത്തിന്റെ അടിസ്ഥാനത്തിലുള്ളതുമായിരുന്നു ഇത്. എന്നു മാത്രമല്ല, ക്യൂബയുടെ പരമാധികാരത്തിനു നിരക്കാത്ത

ഒരൊറ്റ രാഷ്ട്രീയ ബാധ്യതയോ ആവശ്യമോ ക്യൂബയുടെ മേൽ അടി ച്ചേൽപ്പിച്ചിരുന്നുമില്ല.

ഇതെപ്പറ്റിയെല്ലാം ശരിയായി മനസിലാക്കിയ ഒരാളായിരുന്നു ചെ. അധ്വാനിക്കുന്ന ജനതയ്ക്കാകെ നല്ലൊരു ജീവിതത്തിനു ഉറപ്പു നൽകാൻ പറ്റുന്നതും സാമ്പത്തികവും ശാസ്ത്രീയവുമായി കെട്ടുറപ്പുള്ളതുമായ ഒരു സമ്പദ്‌വ്യവസ്ഥയോടു കൂടിയ ഒരു സോഷ്യലിസ്റ്റ് രാജ്യമായി ക്യൂബ വളർന്നു കാണാൻ അദ്ദേഹം ആഗ്രഹിക്കുകയും ചെയ്തിരുന്നു.

പല രാജ്യങ്ങളിലുമുള്ള ചെയുടെ ആരാധകർ ഒരുതരം 'സ്ഥിരം വിപ്ലവകാരിയായി' അദ്ദേഹത്തെ ചിത്രീകരിച്ചു കാണാറുണ്ട്. സാമ്രാജ്യ ത്വത്തിനും അതിന്റെ പാദസേവകർക്കുമെതിരായി സദാ സായുധസമരം നടത്തുകയെന്നത് ജീവിതത്തിലെ ഒരേയൊരു ലക്ഷ്യമായി കാണുന്ന ഒരു ഗെറില്ലയായാണ് അവർ അദ്ദേഹത്തെ സങ്കൽപിക്കുന്നത്. അങ്ങനെ യുള്ളവർ അറിഞ്ഞോ അറിയാതെയോ ചെയുടെ ചിത്രം വളച്ചൊടിക്കു കയാണ് ചെയ്യുന്നതെന്നു പറയേണ്ടിയിരിക്കുന്നു. ക്യൂബയിൽ സോഷ്യ ലിസത്തിന്റെ അടിത്തറ പടുത്തുയർത്തുന്നതിൽ അദ്ദേഹം വഹിച്ച പങ്കിനെ വിസ്മരിക്കുകയാണവർ ചെയ്യുന്നത്.

ക്യൂബയുടെ വ്യാവസായിക വികസനത്തിൽ ചെ പ്രത്യേകം ശ്രദ്ധിച്ചു. നാട്ടിൽ ഒരു വ്യവസായമുണ്ടായാൽ അത് ക്യൂബയിലെ അധ്വാ നിക്കുന്ന ജനതയുടെ ജീവിതനിലവാരം ഉയർത്തുകയും അവരെ കൂടു തൽ രാഷ്ട്രീയബോധമുള്ളവരാക്കുകയും അവരെ സോഷ്യലിസത്തോട് കൂടുതൽ അടുപ്പിക്കുകയും ചെയ്യുമെന്ന് അദ്ദേഹം വിശ്വസിച്ചു. ഈ വിശ്വാസം ശരിയുമായിരുന്നു. അടുത്ത അധ്യായത്തിൽ ഈ വിഷയത്തെ പ്പറ്റി കുറേക്കൂടി വിശദമായി ചർച്ചചെയ്യാമെന്നതുകൊണ്ട് സോവിയറ്റ് യൂണിയന്റെ സോഷ്യലിസ്റ്റ് നിർമാണാനുഭവങ്ങളെപ്പറ്റി ചെ സശ്രദ്ധം പഠനം നടത്തിയെന്നു മാത്രമേ ഇവിടെ പ്രസ്താവിക്കുന്നുള്ളു. ആസൂ ത്രണം, ദേശീയ സമ്പദ്‌വ്യവസ്ഥയുടെ, വിശേഷിച്ചും വ്യവസായത്തിന്റെ നടത്തിപ്പ്, സമ്പദ്‌വ്യവസ്ഥയിലും സോഷ്യലിസ്റ്റ് മത്സരം സംഘടിപ്പിക്കു ന്നതിലും പാർട്ടിക്കും ട്രേഡ് യൂണിയനുകൾക്കും മറ്റു ബഹുജനസംഘ ടനകൾക്കുമുള്ള പങ്ക്, ധാർമികവും ഭൗതികവുമായ പ്രചോദനങ്ങൾ തമ്മി ലുള്ള സഹബന്ധം, ജോലിയുടെ ക്വോട്ട നിശ്ചയിക്കുന്നതിന്റെ പ്രശ്ന ങ്ങൾ തുടങ്ങിയ പലതും അദ്ദേഹത്തിന്റെ ഈ പഠനത്തിന്റെ ഭാഗമായി രുന്നു. ചുരുക്കിപ്പറഞ്ഞാൽ, ദീർഘകാലത്തെ സോഷ്യലിസ്റ്റ് നടത്തിപ്പി നിടയിൽ ആർജിച്ച സോവിയറ്റ് അനുഭവസമ്പത്തിലാകെത്തന്നെ ചെ തൽപരനായിരുന്നു.

അദ്ദേഹം ഈ പ്രശ്നങ്ങളെ സംബന്ധിച്ചുള്ള കിട്ടാവുന്നിടത്തോളം സോവിയറ്റ് ഗ്രന്ഥങ്ങൾ വായിക്കുകയും, ക്യൂബയിൽ എത്തുന്ന സോവി യറ്റ് വിദഗ്ധന്മാരുമായി സംസാരിച്ച് ആവശ്യമായ വിവരങ്ങൾ ശേഖരി ക്കുകയും ചെയ്തു. സോവിയറ്റ് പര്യടനത്തിനിടയിലും ഇത്തരം സമ്പർക്ക ങ്ങൾ ഉണ്ടാക്കാൻ അദ്ദേഹം ശ്രമിച്ചു. അവിടെ വച്ച് അദ്ദേഹം കേന്ദ്ര

സാമ്പത്തിക ശാസ്ത്ര-ഗണിതശാസ്ത്ര ഇൻസ്റ്റിട്ട്യൂട്ടിന്റെ ഡയറക്ടർ അക്കാഡമീഷ്യൻ ഫെദറെങ്കൊയുമായി പല പ്രാവശ്യം കാണുകയുണ്ടായി.

സോവിയറ്റ് നാട്ടിലെ സാഹിത്യകാരന്മാർ, പണ്ഡിതന്മാർ, പൊതുക്കാര്യപ്രസക്തർ, കലാകാരന്മാർ എന്നിവരുമായും വിശേഷിച്ച് ചെസ്സുകളിക്കാരുമായും ചെ ഉറ്റബന്ധം സ്ഥാപിച്ചിരുന്നു. 1959-ന്റെ തുടക്കത്തിൽ ക്യൂബയിൽ വച്ച് അദ്ദേഹവുമായി ആദ്യമായി കണ്ട സോവിയറ്റ് പൗരന്മാരിൽ ഒരാൾ അരാം കച്ചാത്തുര്യനായിരുന്നു. ലോകത്തിലെ ആദ്യത്തെ ബഹിരാകാശ സഞ്ചാരി ഗഗാറിനുമായും ചെ വളരെ അടുപ്പത്തിലായിരുന്നു. ബറീസ് പൊളിവോയി എന്ന സാഹിത്യകാരനുമായും അദ്ദേഹം ഹവാനയിൽ വച്ച് കണ്ടിരുന്നു. *ഒരു യഥാർഥ മനുഷ്യന്റെ കഥ* എന്ന പൊളിവോയിയുടെ നോവൽ അദ്ദേഹം മെക്സിക്കോയിൽ വച്ച് വായിക്കുകയും 'ഗ്രാന്മ' യാത്രയ്ക്കിടയിൽ മറ്റുള്ളവരെ നിർബന്ധിച്ച് വായിപ്പിക്കുകയും ചെയ്തിരുന്നു.

തന്റെ അനുസ്മരണകളിൽ പൊളിവോയി ചെയെപ്പറ്റി പറയുന്നത് ഇപ്രകാരമാണ്: "ആരേയും ഹഠാദാകർഷിക്കുന്ന ലക്ഷണമൊത്ത മുഖമായിരുന്നു അദ്ദേഹത്തിന്റേത്. ഒതുക്കമില്ലാത്ത ആ ഊശാന്താടി അദ്ദേഹത്തിന്റെ മുഖത്തിന് ഒരു ചട്ടമിട്ടതുപോലെയായിരുന്നു. ആ ഇരുണ്ട മേൽമീശയും കറുത്ത പുരികവും വെയിലുകൊണ്ട് ഒട്ടും നിറം മാറിയിട്ടില്ലാത്ത മുഖത്തിന്റെ വിളർച്ചയെ ഒന്നുകൂടി എടുത്തുകാട്ടി. ഒറ്റനോട്ടത്തിൽ ഗൗരവക്കാരനും ശുണ്ഠിക്കാരനുമായി തോന്നിയേക്കാവുന്ന ഈ മന്ത്രി ചെറുതായൊന്നു മന്ദഹസിച്ചാലുടൻ ആ മുഖത്തിന്റെ താരുണ്യം ആർക്കും തെളിഞ്ഞു കാണാം. ആ കാക്കിക്കുപ്പായവും ലേസ് ബൂട്ട്സിനുള്ളിൽ തിരുകിവച്ച പളാപളാ കിടക്കുന്ന ട്രൗസറും നക്ഷത്രാങ്കിതമായ ആ കറുത്ത ബെറെറ്റ് തൊപ്പിയും അദ്ദേഹത്തിന്റെ ആകെയുള്ള ചിത്രത്തിന്റെ അവിഭാജ്യഘടകങ്ങളാണെന്നു തോന്നി."

ഇടയ്ക്കിടയ്ക്ക് ചെ സോവിയറ്റ് പത്രപ്രതിനിധികളുമായി കണ്ടു സംസാരിച്ചിരുന്നു. ക്യൂബയിൽ സോഷ്യലിസം കെട്ടിപ്പടുക്കുന്നതിൽ സോവിയറ്റ് സഹായത്തിനുള്ള പ്രാധാന്യത്തെ അദ്ദേഹം അപ്പോഴെല്ലാം അടിവരയിട്ടു പറഞ്ഞിരുന്നു. 1962 ജൂലൈ 4-ലെ *ന്യൂടൈംസ്* വാരികയിൽ ഇങ്ങനെയുള്ള ഒരു അഭിമുഖ സംഭാഷണറിപ്പോർട്ട് പ്രസിദ്ധീകരിച്ചിരുന്നു. സോഷ്യലിസ്റ്റ് രാജ്യങ്ങൾ ക്യൂബയ്ക്ക് നൽകിയിട്ടുള്ള നിസ്വാർഥമായ സഹായത്തെപ്പറ്റിയും സോവിയറ്റ് യൂണിയനുമായുള്ള ക്യൂബയുടെ ബന്ധത്തെപ്പറ്റിയും അദ്ദേഹം അപ്പോൾ വിവരിക്കുകയുണ്ടായി. "സൗഭ്രാത്രപരമായ സഹകരണത്തിലും ദേശീയ താൽപ്പര്യത്തോടുള്ള പരസ്പരബഹുമാനത്തിലും വേരൂന്നിയതായിരിക്കും ഈ ബന്ധങ്ങൾ എക്കാലവും .." എന്നാണ് അദ്ദേഹം തദവസരത്തിൽ പ്രസ്താവിച്ചത്.

1962 ക്യൂബയിൽ ഒരു ആസൂത്രണവർഷമായി പ്രഖ്യാപിക്കപ്പെടുകയുണ്ടായി. പക്ഷേ, സമാധാനപരമായ അത്തരം നിർമാണ പ്രവർത്തനങ്ങൾ അമേരിക്കൻ സാമ്രാജ്യവാദികൾക്ക് സഹിക്കാൻ കഴിഞ്ഞില്ല. ബേ

ഓഫ് പിഗ്സിൽ അവരുടെ കൂലിപ്പട്ടാളം തലേക്കൊല്ലം നടത്തിയ ആക്രമണം പൊളിഞ്ഞു പാളീസായിരുന്നെങ്കിലും വിപ്ലവപ്രബുദ്ധമായ ക്യൂബയ്ക്കെതിരായ ശത്രുതാനടപടികൾക്ക് അവർ ഒട്ടും അയവു വരുത്തിയില്ല.

പട്ടിണിയുടെ ബലിഷ്ഠഹസ്തം കൊണ്ട് ഈ ദ്വീപിനെ ഞെരിച്ചു കൊല്ലാമെന്നുള്ള പ്രതീക്ഷയോടെ അമേരിക്കൻ ഗവൺമെൻറ് സാമ്പത്തിക ഉപരോധം പിന്നെയും ശക്തിപ്പെടുത്തി. അതോടൊപ്പം വിപ്ലവ ഗവൺമെന്റ് നടപടികളെ പൊളിക്കുകയും സ്തംഭിപ്പിക്കുകയും ചെയ്യാനായി സി ഐ എ അട്ടിമറിക്കാരേയും ചാരന്മാരേയും പരിശീലിപ്പിച്ചു ക്യൂബയിലേക്ക് അയച്ചുകൊണ്ടുമിരുന്നു. അമേരിക്കൻ ചാരവിമാനങ്ങൾ എല്ലാ സാർവദേശീയ നിയമങ്ങളേയും കാറ്റിൽ പറത്തിക്കൊണ്ട് രാപകൽ ഭേദമന്യേ ക്യൂബയ്ക്കു മുകളിലൂടെ പറന്നുകൊണ്ടിരുന്നു. കരീബിയൻ തടത്തിലെ അമേരിക്കൻ പട്ടാളത്താവളങ്ങളിൽ വളരെ വമ്പിച്ച സൈന്യകേന്ദ്രീകരണം ആരംഭിച്ചു. ഈദൃശ ആക്രമണപ്രവർത്തനങ്ങൾ ക്യൂബയുടെ സ്വതന്ത്രമായ നിലനിൽപ്പിനെത്തന്നെ ഭീഷണിപ്പെടുത്തി. ഇതു മറച്ചുവയ്ക്കാൻ വാഷിംഗ്ടൺ ശ്രമിച്ചതുമില്ല.

അമേരിക്കൻ അധികൃതർ ക്യൂബൻ ഗവൺമെന്റിന് 'കാശും സ്നേഹവും' ഒപ്പം വച്ചു നീട്ടി. ഒരൊറ്റ വ്യവസ്ഥയേ ഉണ്ടായിരുന്നുള്ളു. സോവിയറ്റ് യൂണിയനുമായുള്ള സൗഹൃദബന്ധം ഉപേക്ഷിക്കണം. പക്ഷേ, ക്യൂബക്കാർ അത്തരം വാഗ്ദാനങ്ങൾ അപ്പാടെ നിരസിച്ചു. ക്യൂബയുടെ രാജ്യരക്ഷ ശക്തിപ്പെടുത്തുന്നതിൽ സഹായിക്കാൻ ക്യൂബൻ ഗവൺമെന്റ് സോവിയറ്റ് സഹായം അഭ്യർഥിച്ചു. സോവിയറ്റ് യൂണിയൻ അനുഭാവപൂർവം അതിനു മറുപടി നൽകി.

ഇതു സംബന്ധിച്ച കരാർ ഒപ്പുവയ്ക്കാനായി ഏണസ്റ്റോ ചെ ഗുവേരയുടെ നേതൃത്വത്തിലുള്ള ഒരു ക്യൂബൻ പ്രതിനിധിസംഘം 1962 ഓഗസ്റ്റ് 27–ാം തീയതി മോസ്കോയിലെത്തി. ഇപ്രാവശ്യം ഒരാഴ്ചക്കാലം മാത്രമേ ചെ മോസ്കോയിൽ ഉണ്ടായിരുന്നുള്ളു. കൂടിയാലോചനകൾ വിജയകരമായി പര്യവസാനിക്കുകയും ചെയ്തു.

ക്യൂബൻ പ്രതിനിധിസംഘം തങ്ങളുടെ രാജ്യത്തിനെതിരായ സാമ്രാജ്യ ഭീഷണികളെപ്പറ്റി സോവിയറ്റ് യൂണിയനുമായി അഭിപ്രായ വിനിമയം നടത്തുകയുണ്ടായെന്ന് ഈ സന്ദർശനത്തെക്കുറിച്ചുള്ള പത്രക്കുറിപ്പിൽ പറഞ്ഞിരുന്നു. ഈ ഭീഷണികൾ ഇങ്ങനെ നിലനിൽക്കുന്നതിനാൽ രാജ്യരക്ഷയ്ക്കാവശ്യമായ ആയുധങ്ങളും അതോടൊപ്പം സാങ്കേതിക ഇൻസ്ട്രക്ടർമാരേയും അയച്ചുതന്നു സഹായിക്കണമെന്ന് ക്യൂബൻ ഗവൺമെന്റ് സോവിയറ്റ് ഗവൺമെൻറിനോട് അഭ്യർഥിച്ചു. സോവിയറ്റ് ഗവൺമെന്റ് ഈ അപേക്ഷ അതർഹിക്കുന്ന ഗൗരവത്തോടെ പരിഗണിക്കുകയും ചർച്ചാവിഷയമായ സംഗതിയെ സംബന്ധിച്ച് ഒരു കരാർ ഒപ്പു വയ്ക്കുകയും ചെയ്തു. മേൽപ്പറഞ്ഞ സാമ്രാജ്യത്വഭീഷണികൾ നിലനിൽക്കുന്നേടത്തോളം സ്വന്തം ഭദ്രതയ്ക്ക് ഉറപ്പുവരുത്താനും സ്വന്തം സ്വാതന്ത്ര്യവും പരമാധികാരവും കാത്തു രക്ഷിക്കാനും ആവശ്യ

മായ എല്ലാ നടപടികളും കൈക്കൊള്ളാൻ ക്യൂബൻ റിപ്പബ്ലിക്കിന് എല്ലാ വിധ ന്യായവുമുണ്ടായിരിക്കുമെന്നും, നിയമാനുസൃതമായ ഈ അഭ്യർഥന ചെവിക്കൊള്ളാൻ ക്യൂബയുടെ ആത്മാർഥ സുഹൃത്തുക്കൾക്കെല്ലാം അവ കാശമുണ്ടായിരിക്കുമെന്നും പ്രസ്തുത പത്രക്കുറിപ്പിൽ പറഞ്ഞിരുന്നു.

ക്യൂബയ്ക്കു ചുറ്റും ഒരു സൈനിക ഉപരോധം ഏർപ്പെടുത്തിക്കൊണ്ട് വാഷിംഗ്ടൺ ഭരണകർത്താക്കൾ ആ ദ്വീപുമായുള്ള ബന്ധം വഷളാ ക്കാൻ നടപടികളാരംഭിക്കുകയും സൈനിക ഇടപെടലിന്റെ സാധ്യത യെപ്പറ്റി സംസാരിക്കാൻ തുടങ്ങുകയും ചെയ്തു. ഇത് ഒരു ആഗോള സൈനിക സംഘട്ടനം ക്ഷണിച്ചുവരുത്തുന്നതിനു സമമായിരുന്നു. കരീ ബിയൻ പ്രതിസന്ധിയുടെ ആരംഭം ഇതായിരുന്നു. പക്ഷേ, സ്വന്തം സ്വാതന്ത്ര്യം കാത്തുരക്ഷിക്കാനുള്ള ക്യൂബൻ ജനതയുടെ നിശ്ചയ ദാർഢ്യത്തിന്റേയും ക്യൂബയോട് സോവിയറ്റ് യൂണിയനും മറ്റു സോഷ്യ ലിസ്റ്റ് രാജ്യങ്ങളും പ്രദർശിപ്പിച്ച ഐക്യദാർഢ്യത്തിന്റേയും മുന്നിൽ അമേ രിക്കൻ ആക്രമണകാരികൾക്ക് ഇപ്രാവശ്യവും കുറേക്കാലത്തെ ചന്ദ്ര ഹാസമിളക്കൽ കഴിഞ്ഞ് പിൻവാങ്ങേണ്ടിവന്നു.

ബേ ഓഫ് പിഗ്സ് ആക്രമണ സമയത്തെന്നപോലെ വിഷമമേറിയ ഈ ഘട്ടത്തിലും ചെ പിനാർ ഡെൽ റിയൊ പ്രവിശ്യയിലെ സൈന്യാധി പസ്ഥാനത്തു നിന്നുകൊണ്ട് രാപകൽ പ്രവർത്തിച്ചിരുന്നു. അതിനിടയിൽ ചെയ്ക്ക് ഒരു അപകടം പിണഞ്ഞു. അദ്ദേഹത്തിന്റെ കൈയിലിരുന്ന കൈ ത്തോക്ക് താഴെ വീണ് കാഞ്ചിവലിയുകയാൽ അതിലിരുന്ന ഉണ്ട വന്നു കൊണ്ട് അദ്ദേഹിനു മുറിവേറ്റു. ഇതു കേട്ടയുടൻ തന്നെ പ്രതിവിപ്ലവകാ രികൾ ഈ അപകട സംഭവത്തെപ്പറിയുള്ള 'വിശ്വസനീയമായ' പലേ റിപ്പോർട്ടുകളും അടിച്ചുവിടാൻ തുടങ്ങി. 'ഫിദൽ കാസ്ട്രൊയുമായുള്ള അഭിപ്രായവ്യത്യാസം" കാരണം ചെ ആത്മഹത്യക്ക് ശ്രമിച്ചെന്ന് അവർ പറഞ്ഞു പരത്തി.

കരീബിയൻ പ്രതിസന്ധിയിൽ മറ്റൊരിക്കൽക്കൂടി യു എസ് എ അമ്പേ പരാജയപ്പെട്ടതോടെ ഈ ചെളിവാരിയെറിയലുകാർ വീണ്ടും അവ രുടെ പ്രവർത്തനം ആരംഭിച്ചു. ചെയേയും ഫിദലിനേയും അപകീർത്തി പ്പെടുത്താൻ അവർ കിംവദന്തികൾ പലതും നെയ്തുണ്ടാക്കി. ചെയും ഫിദലും സോവിയറ്റ് യൂണിയനുമായി 'തെറ്റിപ്പിരിഞ്ഞു'വെന്ന് അവർ പ്രച രിപ്പിച്ചു. ചെയുടെ ആത്മഹത്യാശ്രമത്തെപ്പറ്റിയുള്ളത്ര തന്നെ "വിശ്വസ നീയമായിരുന്നു" ഈ കെട്ടുകഥയുമെന്നു പറയേണ്ടതില്ലല്ലൊ.

സോവിയറ്റ് യൂണിയനും വിപ്ലവപ്രബുദ്ധമായ ക്യൂബയും തമ്മിൽ സംഘർഷം കുത്തിപ്പൊക്കാൻ കഴിയുമെങ്കിൽ അതിനായി തങ്ങളുടെ എന്തു വേണമെങ്കിലും കാഴ്ചവയ്ക്കാൻ സാമ്രാജ്യവാദികൾ തയാറാ കുമായിരുന്നുവെന്നതിൽ സംശയമില്ല. ഈ രണ്ടു രാജ്യങ്ങളും തമ്മിലുള്ള അടിയുറച്ച സൗഹൃദം അവർക്ക് കണ്ണിലെ കരടുപോലെയായിരുന്നു.

എന്നാൽ, കരീബിയൻ പ്രതിസന്ധി എങ്ങനെ പരിഹരിക്കണമെന്ന തിനെപ്പറ്റി ക്യൂബൻ ഗവൺമെന്റിന് സ്വന്തമായ ചില ധാരണകളുണ്ടാ

യിരുന്നുവെന്നതാണ് സത്യം. ക്യൂബയും സോവിയറ്റ് യൂണിയനും ഈ പ്രശ്നം ചർച്ചചെയ്ത് ഒരു യോജിപ്പിലെത്തുകയും ചെയ്തിരുന്നു.

ഫിദൽ കാസ്ട്രൊ 1962 നവംബർ ഒന്നാം തീയതി ഇതെപ്പറ്റി പറഞ്ഞത് ഇപ്രകാരമാണ്: "ഈ പ്രശ്നത്തിൽ സോവിയറ്റ് യൂണിയനുമായി ഞങ്ങൾക്ക് അഭിപ്രായവ്യത്യാസമുണ്ടായിരുന്നു. പക്ഷേ, ഞങ്ങളുടെ ബന്ധങ്ങളിൽ തന്മൂലം യാതൊരു വിള്ളലുമുണ്ടായിട്ടില്ല. സോവിയറ്റ് യൂണിയന്റെ അടിസ്ഥാനങ്ങളിൽ ഞങ്ങൾക്ക് വിശ്വാസമുണ്ട്. ഞങ്ങൾ മാർക്സിസം–ലെനിനിസത്തിൽ വിശ്വസിക്കുന്നവരുമാണ്. അതാണ് സർവപ്രധാനവും."

ചെയും ക്യൂബൻ ഗവൺമെന്റും സോവിയറ്റ് യൂണിയനുമായി 'തെറ്റിപ്പിരിയുന്ന' പ്രശ്നമേ ഉണ്ടായിരുന്നില്ല. അതു ശത്രുവിന്റെ വെറുമൊരു ആഗ്രഹം മാത്രമായിരുന്നു.

1962 നവംബർ 9–ന് ചെയ്ത ഒരു റേഡിയോ–ടെലിവിഷൻ പ്രഭാഷണത്തിൽ ഫിദൽ കാസ്ട്രൊ പറഞ്ഞു: "നമുക്ക് അഭിമുഖീകരിക്കേണ്ടിവന്ന വൈഷമ്യങ്ങളിലെല്ലാം, യാങ്കികൾ നമുക്കെതിരായി ആക്രമണം അഴിച്ചുവിട്ടപ്പോഴും പഞ്ചസാരക്വോട്ട അവസാനിപ്പിക്കുകയും എണ്ണ സപ്ലൈ നിറുത്തലാക്കുകയും ചെയ്തുകൊണ്ട് അവർ നമുക്കെതിരായി സാമ്പത്തിക കൈയേറ്റം നടത്തിയപ്പോഴുമെല്ലാം, അങ്ങനെ ആവർത്തിച്ചുള്ള ആക്രമണ നടപടികൾക്ക് നാം പാത്രമാകേണ്ടിവന്നപ്പോഴെല്ലാം, സോവിയറ്റ് യൂണിയൻ അടിപതറാതെ നിന്നുകൊണ്ട് നമുക്ക് സഹായഹസ്തം നീട്ടിയിരുന്നു. സോവിയറ്റ് യൂണിയൻ എക്കാലവും നമ്മോടൊപ്പമുണ്ടായിരുന്നു. ഇതിന് നാം കൃതജ്ഞരാണ്. അക്കാര്യം പരസ്യമായി പ്രസ്താവിക്കേണ്ടതുമുണ്ട്."

ക്യൂബൻ വിപ്ലവത്തിന്റെ നേതാവ് പ്രകടമാക്കിയ ഈ അഭിപ്രായത്തെ ചെ ഗുവേരയും പിന്താങ്ങിയിരുന്നു. അമേരിക്കൻ വിദ്യാർഥികളുമായുള്ള ഒരു സംഭാഷണവേളയിൽ അദ്ദേഹം ഇക്കാര്യം വ്യക്തമാക്കി. 1963 ഓഗസ്റ്റ് 2–ലെ റെവല്യൂസിയോണിൽ ഈ സംഭാഷണത്തിന്റെ റിപ്പോർട്ടുകളുണ്ടായിരുന്നു.

പ്രതിസന്ധി അതിന്റെ മൂർദ്ധന്യത്തിലായിരുന്നപ്പോൾ ഗ്വാണ്ടനാമൊയിലെ അമേരിക്കൻ താവളം ആക്രമിക്കണമെന്നു പറഞ്ഞു ബഹളമുണ്ടാക്കിയ ട്രോട്സ്കൈറ്റുകളുടെ പ്രകോപനനടപടികളെ ചെ ശക്തിയായി അപലപിച്ചു. ട്രോട്സ്കൈറ്റുകൾക്കും ക്യൂബൻ വിപ്ലവത്തിനും തമ്മിൽ പൊതുവായി യാതൊന്നുമില്ലെന്നും അവർ കുഴിമടിയന്മാരും പരദൂഷണക്കാരുമാണെന്നും സ്വന്തമായൊരു പ്രസിദ്ധീകരണം നടത്തുന്നതിന് അവരെ അനുവദിക്കാൻ ഗവൺമെന്റിന് യാതൊരുദ്ദേശ്യവുമില്ലെന്നും അദ്ദേഹം പ്രഖ്യാപിച്ചു.

കുറേ കൊല്ലം കഴിഞ്ഞ് ലെനിന്റെ ജന്മശതാബ്ദി ആഘോഷത്തിനിടയിൽ ഫിദൽ കാസ്ട്രൊ 'ഇടതു' തീവ്രവാദികളോടുള്ള ക്യൂബൻ

വിപ്ലവനേതൃത്വത്തിന്റെ നയം എന്തെന്ന് അർഥശങ്കയ്ക്കിടയില്ലാത്തവണ്ണം വ്യക്തമാക്കി. അദ്ദേഹം പറഞ്ഞു.

"വെറും രണ്ടു വാക്കുകൊണ്ട് സാമ്രാജ്യത്വത്തെ കടപുഴക്കാൻ കെൽപുള്ള, വേണമെങ്കിൽ 'അമാനുഷിക'രെന്നു പറയാവുന്ന ഭയങ്കര വിപ്ലവകാരികളായ അങ്ങേയറ്റത്തെ 'ഇടതൻ' സൈദ്ധാന്തികർ ഇപ്പോൾ നമുക്കിടയിലുണ്ടെന്നു നമുക്കറിയാം. യാഥാർഥ്യമെന്തെന്നോ വിപ്ലവത്തിന്റെ പ്രശ്നങ്ങളും വൈഷമ്യങ്ങളും എന്തെന്നോ ഉള്ളതിനെപ്പറ്റി ഒരു ചുക്കും നിശ്ചയമില്ലാത്ത ഈ ഭയങ്കര വിപ്ലവകാരികളിൽ പലരും സാമ്രാജ്യവാദികൾ ആളികത്തിക്കുന്ന ഭയങ്കരമായ വെറുപ്പുകൊണ്ടു നീറിപ്പുകയുകയാണ്. സോവിയറ്റ് യൂണിയൻ നിലനിൽക്കുന്നുവെന്നതുതന്നെ സഹിക്കാനാവാത്ത ഒരു മട്ടാണവർക്ക്.....

വിപ്ലവ പ്രക്രിയയുടെ ആരംഭദശയിൽ സോവിയറ്റ് യൂണിയന് നേരിടേണ്ടിവന്ന പറഞ്ഞറിയിക്കാനാവാത്ത വൈഷമ്യങ്ങളെല്ലാം .... ഉപരോധവും ഒറ്റപ്പെടുത്തലും ഫാസിസ്റ്റ് ആക്രമണവും മറ്റും മൂലമുണ്ടായ ഭയങ്കര പ്രശ്നങ്ങളെല്ലാം അവർ വിസ്മരിക്കുന്നു. വസ്തുതകൾക്ക് നേരെ അവർ കണ്ണടച്ചുപിടിച്ചിരിക്കുകയാണ്. സോവിയറ്റ് യൂണിയൻ നിലനിൽക്കുന്നതുതന്നെ എന്തോ ഒരപരാധമാണെന്ന മട്ടിലാണ് അവർ കാര്യങ്ങൾ വീക്ഷിക്കുന്നത്. ഇതെല്ലാം 'ഇടതു നിലപാടിൽ' നിന്നുകൊണ്ടാണെന്നതാണ് അതിലും വലിയ രസം. തനികൊള്ളരുതായ്കയെന്നല്ലാതെ മറ്റെങ്ങനെയാണ് ഇതിനെ വിശേഷിപ്പിക്കുക!"

1964–ൽ ഏതാണ്ട് ആഴ്ചതോറുമെന്ന കണക്കിന് ചെ പുതിയ ഫാക്ടറികളുടെ ഉൽഘാടനങ്ങളിൽ പങ്കുകൊണ്ടിരുന്നു. ഇവയിൽ പലതും സോവിയറ്റ് സഹായത്തോടെ നിർമിക്കപ്പെട്ട സ്ഥാപനങ്ങളായിരുന്നു. 1964 മെയ് 3–ാം തീയതി ഒരു ബാൾബെയറിങ്ങ് പ്ലാന്റിന്റെ (ഫാബ്രിക്ക അഗ്വിലാർ) ഉൽഘാടനത്തിൽ സംസാരിക്കുന്ന കൂട്ടത്തിൽ ചെ പ്രസ്തുത സ്ഥാപനത്തിന്റെ നിർമാണ ജോലി കഴിവതും വേഗം പൂർത്തിയാക്കാൻ ആത്മാർഥമായി പരിശ്രമിച്ച സോവിയറ്റ് വിദഗ്ധന്മാരുടെ നിസ്വാർഥ സേവനത്തെ മുക്തകണ്ഠം പ്രശംസിച്ചു സംസാരിക്കുകയുണ്ടായി. ക്യൂബയുടെ വികസന പ്രയത്നത്തിൽ സോവിയറ്റ് യൂണിയൻ കാര്യമായ സഹായമാണ് നൽകുന്നതെന്ന് അദ്ദേഹം പ്രസ്താവിച്ചു. ഭാവിയിലും ഏതു സാഹചര്യത്തിലും ക്യൂബയ്ക്ക് സോവിയറ്റ് ഗവൺമെന്റിന്റേയും ജനതയുടേയും സഹായവും പിന്തുണയും ഉണ്ടാകുമെന്ന് അദ്ദേഹം ദൃഢവിശ്വാസത്തോടെ പറഞ്ഞു. "ഇതാണ് യഥാർഥ തൊഴിലാളിവർഗ സാർവദേശീയത," അദ്ദേഹം പ്രഖ്യാപിച്ചു.

ക്യൂബൻ പഞ്ചസാര വാങ്ങുന്നതു സംബന്ധിച്ച 1964–ൽ സോവിയറ്റ് യൂണിയൻ ഒപ്പുവച്ച ദീർഘകാലകരാറിന് ചെ വമ്പിച്ച പ്രാധാന്യം കൽപ്പിച്ചിരുന്നു. ആ ഒക്ടോബറിൽ *ഇന്റർനാഷനൽ അഫയേഴ്സ്* എന്ന ഇംഗ്ലീഷ് മാസികിൽ എഴുതിയ ഒരു ലേഖനത്തിൽ പ്രസ്തുത കരാറിന്റെ വമ്പിച്ച രാഷ്ട്രീയ പ്രാധാന്യവും ക്യൂബൻ സമ്പദ്‌വ്യവസ്ഥയിന്മേൽ അതു

ചെലുത്തിയ ക്രിയാത്മകമായ സ്വാധീനവും ചെ എടുത്തു പറഞ്ഞു. സോഷ്യലിസ്റ്റ് കൂട്ടുകുടുംബത്തിൽ ഉണ്ടായിട്ടുള്ള പുതിയ ബന്ധത്തെയാണ് ഈ കരാർ സൂചിപ്പിക്കുന്നത്. ചെ എഴുതി. ഒരു വികസിത സോഷ്യലിസ്റ്റ് രാഷ്ട്രം വികസ്വരമായിക്കൊണ്ടിരിക്കുന്ന മറ്റൊരു സോഷ്യലിസ്റ്റ് രാഷ്ട്രത്തെ കൈ പിടിച്ചു മുന്നോട്ടുനടത്തുന്ന കാഴ്ചയാണ് നാമിവിടെ കാണുന്നത്. മുതലാളിത്തലോകത്തിലെ സ്ഥിതി നേരെ മറിച്ചാണ്. വൻകിട വ്യാവസായിക രാഷ്ട്രങ്ങൾ അവികസിത രാജ്യങ്ങളിൽനിന്നുള്ള അസംസ്കൃതവിഭവങ്ങൾ തുച്ഛമായ വിലയ്ക്ക് തട്ടിയെടുക്കാൻ ശ്രമിക്കുന്ന കാഴ്ചയാണ് അവിടെ നാം കാണുന്നത്.

1964 നവംബറിൽ ചെ മൂന്നാമതൊരു പ്രാവശ്യം കൂടി സോവിയറ്റ് യൂണിയൻ സന്ദർശിച്ചു. ഈ സന്ദർശനം രണ്ടാഴ്ച നീണ്ടുനിന്നു. അപ്പോൾ അദ്ദേഹം മഹത്തായ ഒക്ടോബർ സോഷ്യലിസ്റ്റ് വിപ്ലവത്തിന്റെ 47–ാം വാർഷികാഘോഷങ്ങളിൽ പങ്കെടുക്കുകയും സോവിയറ്റ് ഗവൺമെന്റിന്റേയും പാർട്ടിയുടേയും നേതാക്കളുമായി കണ്ടു സംസാരിക്കുകയും ചെയ്തു.

നവംബർ 11–ാം തീയതി സാർവദേശീയ സൗഹൃദഭവനത്തിൽ നടന്ന സോവിയറ്റ്–ക്യൂബൻ സൗഹൃദസമിതിയുടെ ഉൽഘാടനയോഗത്തിലും അദ്ദേഹം സംബന്ധിച്ചിരുന്നു. സമിതിയുടെ പ്രസിഡൻറ് കൂടിയായ ബഹിരാകാശസഞ്ചാരി ഗഗാറിന്റെ പ്രസംഗവും ക്യൂബൻ സൗഹൃദ ഇൻസ്റ്റിറ്റ്യൂട്ട് ഡയറക്ടർ ഗെരാർഡൊ മസോളയുടെ അഭിവാദനവും കഴിഞ്ഞ് ചെ സംസാരിച്ചു. സോവിയറ്റ് യൂണിയനിൽ അദ്ദേഹം ചെയ്ത അവസാനത്തെ പ്രസംഗമാണിത്. അത് പൂർണരൂപത്തിൽ ചുവടെ ചേർക്കുന്നു:

"ദൊരഗീയെ തവാരിഷ്ചി![2]

ഇനി ഞാൻ സ്പാനിഷ് ഭാഷയിൽ സംസാരിച്ചു തുടങ്ങാം. ക്യൂബൻ വിപ്ലവനേതാക്കൾ മൈക്രോഫോണിന്റെ മുന്നിലെത്തിയാൽ പിന്നെ അവരെ അവിടെനിന്ന് പിടിച്ചു മാറ്റുന്നത് പ്രയാസമാണെന്ന് നിങ്ങൾക്കെല്ലാം അറിയാമായിരിക്കും.

എന്നാൽ എന്നെപ്പറ്റി നിങ്ങൾക്ക് ആ ഭയം വേണ്ട. സഖാവ് മസോള ഞങ്ങളുടെ നാട്ടുകാരുടെ വിചാര വികാരങ്ങൾ ഇവിടെ ഭംഗിയായി പ്രകടമാക്കിയിട്ടുണ്ട്. മറ്റു സഖാക്കൾ ഏറ്റവും വിശദമായ വിവരങ്ങൾ നമ്മുടെ മുന്നിൽ ഹാജരാക്കിയിട്ടുണ്ട്. ഒക്ടോബർ വിപ്ലവവാർഷികം പ്രമാണിച്ച പദ്ധതിവിഹിതം കാലേ പൂർത്തിയാക്കിയതിന്റെ ഒരു റിപ്പോർട്ടുപോലും ഇക്കൂട്ടത്തിലുണ്ടായിരുന്നു.

അത്, പക്ഷേ, ഇവിടെ സോവിയറ്റ് യൂണിയനിൽ നടക്കുന്ന സംഗതിയാണ്. നിർഭാഗ്യവശാൽ ഈ സന്ദർഭത്തിൽ അത്തരം നല്ല വാർത്തകളൊന്നും ഞാൻ കൊണ്ടുവന്നിട്ടില്ല. ഭാവിയിൽ ഞങ്ങളും നവംബർ ഏഴ്[3] പ്രമാണിച്ച് ഞങ്ങളുടെ പദ്ധതിവിഹിതങ്ങൾ കാലേ പൂർത്തിയാക്കുന്നതായിരിക്കും. കാരണം ഈ ദിവസം എല്ലാവർക്കും അവകാശപ്പെട്ടതാണല്ലൊ.

സഖാക്കളെ, ക്യൂബൻ ജനത സോഷ്യലിസം കെട്ടിപ്പടുക്കാൻ തുടങ്ങിയത് സമീപകാലത്തു മാത്രമാണ്. ഞങ്ങൾക്കിനിയും പലതും പഠിക്കാനുണ്ട്. ഞങ്ങളുടെ ബോധവും പ്രവർത്തനോത്സാഹവും ഇനിയും വളരേണ്ടിയിരിക്കുന്നു. എങ്കിലും ചരിത്രം, ശരിയായ ചരിത്രം, ഞങ്ങളുടെ നാട്ടുകാർക്കറിയാം. മാതൃകയുടെ ശക്തി എത്രയെന്ന് അവർക്കറിയാം. സ്വാതന്ത്ര്യവും സോഷ്യലിസവും കമ്യൂണിസവും കാത്തു രക്ഷിക്കാൻ വേണ്ടി സോവിയറ്റ് ജനത ചിന്തിയിട്ടുള്ള രക്തപ്പുഴയെപ്പറ്റിയും അവർക്കറിയാം. സ്വന്തം മാതൃഭൂമിയിൽ നിന്ന് വളരെ അകലെപ്പോയും സോവിയറ്റ് ജനത അവരുടെ രക്തം ചിന്തിയിട്ടുണ്ടെന്നും, തങ്ങളുടെ തൊഴിലാളിവർഗ സാർവദേശീയ കടമയുടെ ഭാഗമെന്ന നിലയ്ക്ക് സോവിയറ്റ് സൈനികവിദഗ്ധന്മാർ ഞങ്ങളുടെ ദ്വീപിലും വന്നു നിൽക്കുന്നുണ്ടെന്നും അവർക്കറിയാം. ഇപ്പോൾ സമാധാനകാല തൊഴിലുകൾ ഞങ്ങളെ അഭ്യസിപ്പിക്കാനും പല സോവിയറ്റ് വിദഗ്ദ്ധന്മാരും അവിടെ വന്നെത്തിയിട്ടുണ്ടെന്നും അവർക്കറിയാം. ശോഭനമായ ഭാവിയുടെ താക്കോലെന്നു പറയാവുന്ന അധുനാതന ടെക്നോളജിയിൽ വൈദഗ്ധ്യം ആർജ്ജിക്കാൻ വികസ്വരരാഷ്ട്രങ്ങളെ സഹായിച്ചുകൊണ്ട് ലോകത്തിന്റെ നാനാഭാഗങ്ങളിലും സോവിയറ്റ് വിദഗ്ധന്മാർ സേവനമനുഷ്ഠിക്കുന്നുണ്ടെന്ന കാര്യവും അവർക്കറിയാം. സോവിയറ്റ് യൂണിയൻ ഉത്ഘാടനം ചെയ്ത ബഹിരാകാശ യുഗത്തിന്റെ ഉജ്വലനേട്ടങ്ങളെക്കുറിച്ചും അവർക്കറിയാം.

ചരിത്രം പഠിക്കുകയും മാതൃകയുടെ ശക്തി ശരിയായ ഗ്രഹിക്കുകയും ചെയ്തിട്ടുള്ള ഞങ്ങളുടെ നാട്ടുകാർക്ക് സോവിയറ്റ് ജനതയുടെ ആത്മത്യാഗങ്ങൾ എന്നും ഓർമയുണ്ടായിരിക്കും. അടിപതറാതെ ഞങ്ങളുടെ വിപ്ലവത്തെ കാത്തു രക്ഷിക്കുകയും സോഷ്യലിസം കെട്ടിപ്പടുക്കുകയും ചെയ്തുകൊണ്ട് നിങ്ങളുടെ ഉജ്വലമായ മാതൃക പിന്തുടരാൻ ഞങ്ങൾക്കു കഴിയുമെന്ന് ഞങ്ങൾ വിശ്വസിക്കുകയും ചെയ്യുന്നു.

പ്രിയ സോവിയറ്റ് സഖാക്കളെ, ക്യൂബ ഒരിക്കലും പിൻവാങ്ങുകയില്ല!

നമ്മുടെ സൗഹൃദം നീണാൾ നിലനിൽക്കും.

സ്ലാവ സവ്യെസ്കമു സയൂസു![4]

സോവിയറ്റ് യൂണിയനിൽ നിന്നു മടങ്ങുന്നതിനു മുൻപ് ഒരു എ പി എൻ ലേഖകനോട് ചെ പറഞ്ഞ കാര്യങ്ങളാണ് ചുവടെ ചേർക്കുന്നത്.

“ക്യൂബയെ പ്രതിനിധീകരിച്ച നവംബർ ഏഴിന്റെ ആഘോഷങ്ങളിൽ പങ്കുകൊള്ളാൻ എനിക്ക് ലഭിക്കുന്ന രണ്ടാമത്തെ അവസരമാണിത്. ആദ്യത്തേത് 1960–ലായിരുന്നു. അന്ന് 1960–ൽ ലെനിൻ സമാധിയുടെ മുകളിലുള്ള വേദിയിൽ നിൽക്കുമ്പോൾ എന്തെങ്കിലും ഒന്നായിത്തീരാമെന്ന പ്രതീക്ഷയിൽ മാത്രം കഴിഞ്ഞിരുന്ന, യു എസ് എ യുമായുള്ള ഒരു പോരാട്ടത്തിന്റെ നടുക്കായിരുന്ന, ഒരു രാജ്യത്തിന്റെ പ്രതിനിധികളായിരുന്നു ഞങ്ങൾ.

ഇപ്രാവശ്യമാകട്ടെ, ഒരു സോഷ്യലിസ്റ്റ് രാജ്യത്തിന്റെ, അമേരിക്കൻ

ഭൂഖണ്ഡത്തിൽ പുതിയതായി പിറന്ന ഒരു സോഷ്യലിസ്റ്റ് രാജ്യത്തിന്റെ, പ്രതിനിധികളെന്നനിലയ്ക്കാണ് ഞങ്ങൾ ലെനിൻ മസോളിയത്തിന്റെ മുകളിലേക്ക് കയറിയത്. മറ്റു സോഷ്യലിസ്റ്റ് രാജ്യങ്ങളുടെ കൂട്ടത്തിൽ ഞങ്ങളുടെ പേരും കാണുകയും പരേഡിൽ ഞങ്ങളുടെ സൈനികട്യൂണുകളും ആലപിക്കപ്പെടുന്നത് കേൾക്കുകയും ചെയ്തപ്പോൾ ഞങ്ങൾക്കുണ്ടായ ആഹ്ലാദം അവർണനീയമാണ്. സമീപകാലത്ത് ഞങ്ങളുടെ തലസ്ഥാനഗരിയുടെ പേരിലുള്ള ഒരു സോവിയറ്റ് എണ്ണക്കപ്പൽ ഞങ്ങളുടെ തീരത്തോടടുത്തപ്പോഴത്തെ ഞങ്ങളുടെ സന്തോഷവും ഇതുപോലെതന്നെയുള്ളതായിരുന്നു. സോഷ്യലിസ്റ്റ് തലസ്ഥാന നഗരികളുടെ പേരുകളിലുള്ള വൻകിട എണ്ണക്കപ്പലുകളിൽ ഒന്നാണിത്. ഞങ്ങളെ സംബന്ധിച്ചിടത്തോളം അത്യന്തം ആവേശകരങ്ങളായ അനുഭവങ്ങളാണിതെല്ലാം. കാരണം, ഈയടുത്തകാലത്ത് മാത്രമാണല്ലോ സോഷ്യലിസം പടുത്തുയർത്തുന്ന പ്രവർത്തനത്തിലേക്ക് ഞങ്ങൾ കടന്നത്.

റെഡ് സ്ക്വയറിൽ സോവിയറ്റ് ജനതയുടെ ഊഷ്മളമായ സൗഹൃദവും അവരുടെ തളരാത്ത ആവേശവും ഞങ്ങൾക്കനുഭവപ്പെട്ടു.

പലേ സോവിയറ്റ് വ്യവസായസ്ഥാപനങ്ങളും ഞങ്ങൾ സന്ദർശിക്കുകയുണ്ടായി. സോവിയറ്റ് യൂണിയന്റെ വമ്പിച്ച വ്യാവസായികശേഷിയെ പ്രതിഫലിപ്പിക്കുന്ന പലതും ഞങ്ങൾക്കവിടങ്ങളിൽ കാണാൻ കഴിഞ്ഞു. ലിക്കച്ചേവ് ഓട്ടോ വർക്ക്സിലെ ഓട്ടമേഷൻ ഏർപ്പെടുത്തിയ പുതിയ പണിശാലകളും അവിടെക്കണ്ട പുതിയ ട്രക്ക് മോഡലുകളും ഇതിനുദാഹരണങ്ങളാണ്."

ക്യൂബയുടെ വ്യാവസായിക വികസനത്തിനും സോവിയറ്റ്-ക്യൂബൻ സാമ്പത്തിക സഹകരണത്തിനുമുള്ള ഭാവിസാധ്യതകളെപ്പറ്റി ആരാഞ്ഞപ്പോൾ ചെ പറഞ്ഞു:

"സോവിയറ്റ് യൂണിയനുമായുള്ള ഞങ്ങളുടെ സഹകരണം പലേ മേഖലകളിലും വിജയകരമായി പുരോഗമിച്ചുകൊണ്ടിരിക്കുകയാണ്. വിശേഷിച്ചും, പവ്വർ എഞ്ചിനീയറിങ്ങിൽ, ഈ രംഗത്തെ സോവിയറ്റ് അനുഭവസമ്പത്ത് വളരെ വമ്പിച്ചതുമാണ്. ഞങ്ങളുടെ വൈദ്യുതനിലയങ്ങളിൽ ഏറിയ ഭാഗവും ഇപ്പോൾ സോവിയറ്റ് സഹകരണത്തോടെയാണ് നിർമിക്കപ്പെട്ടുകൊണ്ടിരിക്കുന്നത്. പരമ്പരാഗതമായുള്ള എണ്ണയും, സാമ്പത്തികമായി ലാഭകരമായേടങ്ങളിൽ പീറ്റും മറ്റുതരം ഇന്ധനങ്ങളും ഉപയോഗിക്കുന്ന തെർമൽ സ്റ്റേഷനുകളാണ് ഞങ്ങൾ നിർമിക്കാൻ പോകുന്നത്.

ഇപ്പോൾ ലോഹനിർമാണവും ക്യൂബൻ സമ്പദ്‌വ്യവസ്ഥയുടെ പ്രധാനപ്പെട്ട ഒരു വ്യാവസായിക ശാഖയായിത്തീർന്നിട്ടുണ്ട്. പുതിയ ചില ഉരുക്കുനിർമാണശാലകൾ സ്ഥാപിക്കാൻ ഞങ്ങൾക്കുദ്ദേശ്യമുണ്ട്. ഇരുമ്പിതര ലോഹ വ്യവസായങ്ങളും വികസിപ്പിക്കാൻ ഞങ്ങൾ പ്ലാൻ ചെയ്യുന്നുണ്ട്. ഓറിയന്റെ പ്രവിശ്യയുടെ വടക്കു ഭാഗങ്ങളിൽ ലാറ്ററൈറ്റ് അയിരിന്റെ വമ്പിച്ച നിക്ഷേപങ്ങൾ ഉള്ളതായി കണ്ടിട്ടുമുണ്ട്. അവിടെ സ്ഥാപിക്കാൻ പോകുന്ന ലോഹനിർമാണശാല ഇരുമ്പിതര ലോഹവ്യവസായ

ത്തിന്റെ ആണിക്കല്ലായി തീരും. ഇവിടെയും സോവിയറ്റ് സഹായം ഞങ്ങൾ പ്രതീക്ഷിക്കുന്നുണ്ട്.

സോവിയറ്റ് അനുഭവം ഉപയോഗപ്പെടുത്തിക്കൊണ്ട് കാർഷിക യന്ത്ര നിർമാണം മെച്ചപ്പെടുത്താനും ഞങ്ങൾക്ക് പരിപാടിയുണ്ട്.

രസതന്ത്രം, ഓട്ടമേഷൻ, ഇലക്ട്രോണിക്സ് എന്നിവയിലും ക്യൂബയ്ക്ക് താൽപര്യമുണ്ട്. പക്ഷേ, ഇപ്പോൾ ഇതെല്ലാം ഞങ്ങൾക്ക് പുതുമകളാണ്. അതുകൊണ്ട്, തൽക്കാലം ഇതിനുള്ള അനുഭവസമ്പത്തു നേടുകയെന്നതാണ് ഞങ്ങളുടെ പ്രധാന കടമ.

രാസ വ്യവസായത്തിൽ സോവിയറ്റ് സഖാക്കൾ ഇപ്പോൾത്തന്നെ ഞങ്ങൾക്ക് സമൂർത്തമായ സഹായം നൽകിക്കൊണ്ടിരിക്കുന്നുണ്ട്. അടുത്തവർഷം അവർ നുയേവിറ്റാസ് നഗരത്തിൽ ഒരു രാസവള ഫാക്ടറിയുടെ നിർമാണം ആരംഭിക്കുന്നതാണ്."

ഒരു സോവിയറ്റ്-ക്യൂബൻ സൗഹൃദസമിതി രൂപീകരിക്കാൻ തീരുമാനിച്ചത് വളരെ ഉചിതമായെന്നും അത് ഇരുരാജ്യങ്ങളും തമ്മിലുള്ള ബന്ധം ശക്തിപ്പെടുത്തുന്നതിനും സാംസ്കാരിക വിനിമയവും മറ്റും വർധിപ്പിക്കുന്നതിനും സഹായകമാകുമെന്നും ചെ പറഞ്ഞു.

"ഈ സമിതി രൂപീകരിച്ചപ്പോൾ സോവിയറ്റ് ജനത പ്രദർശിപ്പിച്ചു കണ്ട ആവേശവും അതിൽ ചേരാൻ തയാറായി മുന്നോട്ടുവന്ന വ്യക്തികളുടേയും സംഘടനകളുടേയും ആധിക്യവും അതിന്റെ രൂപീകരണത്തിൽ പ്രകടമാക്കപ്പെട്ട ഉത്സാഹവും എല്ലാം ഞങ്ങളെ കോൾമയിർകൊള്ളിച്ചു. കൂട്ടത്തിൽ പറയട്ടെ, ക്യൂബയിൽ ഇപ്രകാരമൊരു സമിതി രൂപീകരിക്കാൻ ഞങ്ങളും തയാറെടുത്തുകൊണ്ടിരിക്കുകയാണ്. പക്ഷേ, നിങ്ങൾ ഞങ്ങളെ കവച്ചുവച്ചിരിക്കുന്നു.

നമ്മുടെ സൗഹൃദത്തിനു അത്ര വളരെ പഴക്കമില്ലെങ്കിലും ആർക്കും തകർക്കാനാവാത്ത സുദൃഢ ബന്ധങ്ങൾ ഇപ്പോൾ നമ്മെ തമ്മിൽ കൂട്ടിയിണക്കുന്നുണ്ട്. ആദ്യമായി സോഷ്യലിസം സ്ഥാപിക്കപ്പെട്ട ഈ മണ്ണിൽ കാലുകുത്തുമ്പോഴെല്ലാം ഇവിടുത്തെ ആളുകളുടെ സൗഹൃദത്തിന്റെ ഊഷ്മളത ഞങ്ങൾക്ക് ഭംഗിയായി അനുഭവപ്പെടുന്നുണ്ട്. ക്യൂബൻ ജനതയ്ക്ക് തിരിച്ചിങ്ങോട്ടും അതേ വികാരം തന്നെയാണുള്ളതെന്നു വീണ്ടും വീണ്ടും ആവർത്തിച്ചു പറയാൻ ഞങ്ങൾ ആഗ്രഹിക്കുന്നു. ലോകത്തെങ്ങുമുള്ള സമാധാനത്തിന്റെ വക്താവും ക്യൂബയുടെ സമരസഖാവുമായ സോവിയറ്റ് ജനതയുടെ മികച്ച നേട്ടങ്ങൾ കാണുമ്പോൾ ഞങ്ങൾക്ക് പുതിയൊരു വീറും ആത്മവിശ്വാസവും ഉണ്ടാകുന്നുണ്ട്.

സോവിയറ്റ് ജനതയ്ക്ക് സമാധാനം സംരക്ഷിക്കുന്നതിനാവശ്യമായ ശേഷിയുണ്ടെന്ന് ഞങ്ങൾക്കറിയാം. നവംബർ ഏഴിന്റെ പരേഡിൽ ഞങ്ങൾ അതിനുള്ള തെളിവുകൾ കാണുകയുണ്ടായി."

ഒരു സോവിയറ്റ് പത്രപ്രവർത്തകനുമായുള്ള ഈ അവസാനത്തെ അഭിമുഖസംഭാഷണത്തിൽ ചെ അധികവും സംസാരിച്ചത് സമാധാനപരമായ സർഗസൃഷ്ടിയേയും സമാധാനത്തെപ്പറ്റിത്തന്നെയുമാണെന്നതിൽ

ആശ്ചര്യകരമായി യാതൊന്നുമില്ല. എന്തുകൊണ്ടെന്നാൽ, അതിനു മുമ്പത്തേയും പിമ്പത്തേയും അദ്ദേഹത്തിന്റെ പ്രവർത്തനം മുഴുവനും അദ്ദേഹത്തിന്റെ ജീവിതമാകെത്തന്നെയും മുതലാളിത്ത ഭീകരവാഴ്ചയുടെ അവശിഷ്ടങ്ങളിന്മേൽ നീതിയുക്തമായൊരു സോഷ്യലിസ്റ്റ് സൗധം പടുത്തുയർത്തുന്നതിനായും തന്റെ സ്വന്തം ലാറ്റിൻ അമേരിക്കയുൾപ്പെടെ ലോകത്തിലാകെ കമ്യൂണിസ്റ്റ് ആദർശങ്ങൾ വിജയിപ്പിക്കുന്നതിനായും ഉഴിഞ്ഞുവയ്ക്കപ്പെട്ട ഒന്നായിരുന്നല്ലോ.

കുറിപ്പുകൾ

1. മാതൃഭൂമി അല്ലെങ്കിൽ മരണം! വിജയം നമ്മുടേതാണ്!
2. പ്രിയപ്പെട്ട സഖാക്കളെ (റഷ്യനിൽ)
3. 1917 നവംബർ ഏഴ്. മഹത്തായ ഒക്ടോബർ സോഷ്യലിസ്റ്റ് വിപ്ലവം നടന്ന ദിവസം (പഴയ റഷ്യൻ കലണ്ടറനുസരിച്ച് ഒക്ടോബർ 25).
4. സോവിയറ്റ് യൂണിയൻ നീണാൾ വാഴട്ടെ (റഷ്യനിൽ)

3

ഒരു കമ്യൂണിസ്റ്റ് ഷോക്ക്‌വർക്കർ

സോഷ്യലിസ്റ്റ് നിർമാണം അധ്വാനഫലങ്ങളെ ആശ്രയിച്ചിരിക്കും. വർധിച്ചുകൊണ്ടിരിക്കുന്ന ഉൽപ്പാദനത്തെയും ഉൽപ്പാദനക്ഷമതയെയും ആശ്രയിച്ചിരിക്കും അത്. നമുക്ക് നമ്മുടെ ഉൽപ്പാദനം വർധിപ്പിക്കാൻ കഴിയുന്നില്ലെങ്കിൽ, നമുക്ക് വേണ്ടത്ര ഉപഭോഗ വസ്തുക്കളില്ലെങ്കിൽ, പിന്നെ നമ്മുടെ ബോധം ഉയർത്താൻ നോക്കുന്നതുകൊണ്ട് വലിയ പ്രയോജനമൊന്നുമുണ്ടാവില്ല.

ഏണസ്റ്റോ ചെ ഗുവേര

മുൻകൂട്ടി നിശ്ചയിച്ച ഏതെങ്കിലും ഫോർമുല അനുസരിച്ചോ മുൻകൂട്ടി പരിശീലനം നൽകിയ കേഡറുകളെ വെച്ചുകൊണ്ടോ അല്ല സോഷ്യലിസം നടപ്പിൽ വരുന്നതെന്ന് അനുഭവം തെളിയിച്ചിട്ടുണ്ട്. അധികാരം പിടിച്ചെടുത്തതിനുശേഷം വർഗസമരപ്രക്രിയക്കിടയിൽ മാത്രമാണ് ഈ പുതിയ സമൂഹത്തിന്റെ രൂപരേഖകൾ വ്യക്തമാകാൻ തുടങ്ങുകയും അതിന്റെ ആദ്യത്തെ നിർമാതാക്കൾ രംഗത്തെത്തുകയും ചെയ്യുന്നത്.

വിപ്ലവത്തിനു മുൻപ് ക്യൂബയിൽ അധികമാരും സോഷ്യലിസത്തെപ്പറ്റി സ്വപ്നം കണ്ടിരുന്നുപോലുമില്ല. വിപ്ലവം വിജയിച്ചതിനുശേഷം പോലും പലരും അതൊരു വിദൂരസാധ്യതയായി മാത്രമാണ് കണ്ടിരുന്നതും. എന്നാൽ വിപ്ലവം അതിനുവേണ്ടി വാദിച്ചിരുന്നവരുടെ ഏറ്റവും വലിയ ശുഭപ്രതീക്ഷകളെപ്പോലും കവച്ചുവച്ചുകൊണ്ട് വമ്പിച്ച ചുവടുകൾ വച്ച് മുന്നോട്ടു നീങ്ങി. അങ്ങനെ, 1961–ൽ ഉൽപ്പാദനോപാധികളാകെത്തന്നെ സ്റ്റേറ്റിന്റെ കൈയിലായപ്പോൾ ഏറ്റവും അടിയന്തിരപ്രശ്നമായി കാര്യപരിപാടിയിൽ മുന്നിട്ടുനിന്നത് ഈ വിഭവങ്ങളെല്ലാം പുതിയൊരു സമൂഹസൃഷ്ടിക്കായി എങ്ങനെ ഉപയോഗപ്പെടുത്തുമെന്നതാണ്.

ക്യൂബൻ വിപ്ലവത്തിന്റെ പ്രത്യേക സാഹചര്യങ്ങൾ കാരണം അതിന്റെ മുന്നണിപ്പടയ്ക്ക്, വിപ്ലവപ്രക്രിയക്ക് ചുക്കാൻ പിടിച്ചിരുന്ന വിപ്ലവകാരികളുടെ ഗ്രൂപ്പുകൾക്ക്, തുടക്കത്തിൽ സോഷ്യലിസം കെട്ടിപ്പടക്കുന്നതിനുള്ള ഒരു പരിപാടി ഇല്ലായിരുന്നുവെന്നതു മൂലം കാര്യങ്ങൾ കുറേക്കൂടി കുഴഞ്ഞു. ഈ പരിപാടി ശരിക്കുരുത്തിരിഞ്ഞത് കാര്യങ്ങൾ കുറേ നീങ്ങിക്കഴിഞ്ഞതിനുശേഷവും വിപ്ലവത്തിലെ പ്രമുഖരായ വ്യക്തികളുടെ സ്വാധീനം കാരണവുമാണ്. മറ്റെല്ലാ പ്രശ്നങ്ങളിലുമെന്നപോലെ ഇതിലും ഏറ്റവും ആധികാരികമായ ശബ്ദം ഫിദൽ കാസ്ട്രോയുടേതു തന്നെയായിരുന്നു. സാമ്പത്തിക നയങ്ങൾ ആവിഷ്ക്കരിക്കുന്നതിൽ ഫിദൽ കഴിഞ്ഞാൽ പിന്നെ സ്വാധീനമുണ്ടായിരുന്നത് ചെ ഗുവേരയ്ക്കാണ്. ആദ്യം നാഷനൽ ബാങ്ക് പ്രസിഡന്റെന്ന നിലയ്ക്കും പിന്നീട് വ്യവസായമന്ത്രിയെന്ന നിലയ്ക്കും നാടിന്റെ സമ്പദ് വ്യവസ്ഥയുടെ മർമപ്രധാന സ്ഥാനങ്ങൾ വഹിച്ചിരുന്നത് അദ്ദേഹമാണ്.

അടിസ്ഥാന സാമൂഹ്യപരിഷ്കാരങ്ങൾ നടപ്പിലാക്കുന്നതിലൂടെ ഫിദലിന്റെ നേതൃത്വത്തിലുള്ള വിപ്ലവനേതാക്കൾ വിദേശമൂലധനത്തിന്റെ മർദനത്തിൽനിന്ന് സ്വന്തം മാതൃഭൂമിയെ മോചിപ്പിക്കാനും മുതലാളിത്ത ചൂഷണം വേരോടെ പിഴുതെറിയാനും സാധാരണ ഭരണവൃത്തങ്ങളിൽ സഹജമായി കാണാറുള്ള അഴിമതിയും പണക്കൊതിയും സദാചാരപരമായ തോന്ന്യാസങ്ങളും ഉന്മൂലനം ചെയ്യാനും ശ്രമിച്ചു. ക്യൂബൻ ജനതയെ വിദ്യാസമ്പന്നരാക്കാനും അവരിൽ ദേശാഭിമാനവും ആത്മവിശ്വാസവും ലോകത്തെങ്ങുമുള്ള മർദിതരുമായുള്ള ഏകതാബോധവും വളർത്താനും ഈ നേതാക്കൾ ആഗ്രഹിച്ചു. കൂടാതെ, അധ്വാനിക്കുന്നവന്റെ ജീവിതനിലവാരം ഉയർത്താനും അവർക്കാഗ്രഹമുണ്ടായിരുന്നു.

വിപ്ലവത്തിന്റെ നേതാക്കന്മാരുടെ മാത്രം ആഗ്രഹവുമായിരുന്നില്ല ഇത്. തൊഴിലാളികളും കർഷകരുമുൾപ്പെട്ട വലിയൊരു ജനവിഭാഗവും ഇതുതന്നെ കാംക്ഷിച്ചിരുന്നു. അതിനാൽ, ബേ ഓഫ് പിഗ്സ് ആക്രമണത്തിനു തൊട്ടുമുൻപായി 1961 ഏപ്രിലിൽ വിപ്ലവം സോഷ്യലിസത്തിലേക്ക് നീങ്ങാൻ പോവുകയാണെന്ന് ഫിദൽ കാസ്ട്രോ പ്രഖ്യാപിച്ചപ്പോൾ ഈ നടപടിക്ക് ക്യൂബയിലെ അധ്വാനിക്കുന്ന ജനതയ്ക്കിടയിൽ വമ്പിച്ച പിന്തുണ ദൃശ്യമായിരുന്നു.

പക്ഷേ, ഒരാദർശമെന്ന നിലയ്ക്ക് സോഷ്യലിസത്തെപ്പറ്റി പറയുന്നതും ക്യൂബയ്ക്ക് അതിന്നൊരു ബ്ലൂപ്രിന്റ് തയാറാക്കുന്നതും രണ്ടു വ്യത്യസ്ത സംഗതികളായിരുന്നു. ലാറ്റിൻ അമേരിക്കയിൽ ആദ്യമായി സോഷ്യലിസം കെട്ടിപ്പടുക്കാൻ പോകുന്ന രാജ്യമായിരുന്നു ക്യൂബ. അതിന് അതിന്റേതായ പലേ പ്രത്യേകതകളുമുണ്ടായിരുന്നു. ക്യൂബയിലെ സമ്പന്ന വിഭാഗങ്ങൾക്കിടയിൽ കാറ്, ടെലിവിഷൻ, റെഫ്രിജറേറ്റർ തുടങ്ങി ഉപഭോക്ത മേഖലയിലുള്ള ഏറ്റവും പുതിയ കണ്ടുപിടിത്തങ്ങൾ സുലഭമായിരുന്നെങ്കിലും അവർക്ക് സ്വന്തമായ എഞ്ചിനീയർമാരോ ടെക്നീഷ്യന്മാരോ രസതന്ത്രജ്ഞരോ ലോഹശാസ്ത്രജ്ഞരോ ഒന്നും

ഉണ്ടായിരുന്നില്ല. എന്തിന്, സ്വന്തമായൊരു വ്യവസായംപോലും അവർക്കു ണ്ടായിരുന്നില്ല. വിപ്ലവത്തിനു മുമ്പത്തെ ക്യൂബ അതിന്റെ പണക്കൊഴു പ്പുള്ള അയൽക്കാരനു വേണ്ട അസംസ്കൃതവിഭവങ്ങൾ സപ്ലൈ ചെയ്തു കൊണ്ടിരുന്ന ഒരു രാജ്യം മാത്രമായിരുന്നു. പഞ്ചസാര, പുകയില, ധാതു വസ്തുക്കൾ, പഴവർഗങ്ങൾ തുടങ്ങിയ അസംസ്കൃതവിഭവങ്ങൾ യു എസ് എ ക്ക് കൊടുത്തിട്ടു പകരം സംസ്കൃതവസ്തുക്കൾ ഇങ്ങോട്ടു വാങ്ങുകയാണ് ക്യൂബ ചെയ്തിരുന്നത്. ഒട്ടൊക്കെ ധനശേഷിയുള്ള ക്യൂബക്കാർ ധരിച്ചിരുന്നത് അമേരിക്കൻ സൂട്ടും ഷൂസും ഹാറ്റും ഷർട്ടും ടൈയും മറ്റുമാണ്. അമേരിക്കയിൽ ടിൻ ചെയ്ത ആഹാരവും അവിടെ തയ്യാറാക്കിയ പാനീയങ്ങളും മദ്യവുമാണ് അവർ കഴിച്ചിരുന്നത്. അമേ രിക്കൻ നിർമിത മെത്തകളിലാണ് അവർ കിടന്നുറങ്ങിയിരുന്നത്. അമേ രിക്കൻ നിർമിത ടെലിവിഷൻ സെറ്റുകളിൽ അമേരിക്കൻ പരിപാടികളാണ് അവർ കണ്ടിരുന്നത്. അമേരിക്കൻ കാറുകളിലായിരുന്നു അവരുടെ സഞ്ചാരവും. അമേരിക്കൻ ട്രാക്ടറുകൾ ഉപയോഗിച്ചാണ് ക്യൂബൻ വയ ലുകളിൽ ഉഴവുനടത്തിയിരുന്നത്. ഈ ട്രാക്ടറുകളും സുഖയാത്രക്കുള്ള വാഹനങ്ങളും ഓടിച്ചിരുന്നത് അമേരിക്കയുടെതന്നെ പെട്രോൾ ഉപയോ ഗിച്ചുമാണ്. ക്യൂബക്കാർ വായിച്ചിരുന്ന പുസ്തകങ്ങൾപോലും അധികവും അമേരിക്കക്കാർ എഴുതിയതായിരുന്നു.

ഇവിടെ ഒരു പ്രശ്നം പൊന്തിവന്നു. അമേരിക്കയുടേതായ സർവവും ഇല്ലാതായാൽ, ക്യൂബൻ പഞ്ചസാര വാങ്ങുന്നതും ക്യൂബയ്ക്ക് എണ്ണയും ഉപഭോഗവസ്തുക്കളും മറ്റും വിൽക്കുന്നതും അമേരിക്ക നിരോധിച്ചാൽ, ക്യൂബയ്ക്ക് കാര്യങ്ങൾ നടത്തിക്കൊണ്ടുപോകാൻ പറ്റുമോ? തുടർന്നു ണ്ടാകുന്ന ശൂന്യത നികത്താൻ പറ്റുന്നത്ര സാധനങ്ങൾ കണ്ടെത്താൻ ക്യൂബയ്ക്ക് കഴിയുമോ? വേറൊരു ബുദ്ധിമുട്ടുകൂടി ഉണ്ടായിരുന്നു. പഴയ ഭരണത്തിൻകീഴിൽ പണക്കാരായ ഒരുപിടി ചൂഷകർക്കു മാത്രമേ ഇതെല്ലാം വേണ്ടിയിരുന്നുള്ളു. ഇപ്പോഴാകട്ടെ ജനതയ്ക്കാതെ ഈവക സാധനങ്ങളെല്ലാം നൽകേണ്ടിയിരുന്നു. മാത്രവുമല്ല, വീടുകൾ, വിദ്യാല യങ്ങൾ, ആശുപത്രികൾ, ശിശുസദനങ്ങൾ തുടങ്ങിയവ നിർമിക്കുകയും വലുതും ചെറുതുമായ മറ്റൊരു നൂറുകൂട്ടം കാര്യങ്ങൾ നടത്തുകയും ചെയ്താൽ മാത്രമേ ക്യൂബയെ മനോഹരമായൊരു മലർവാടിയാക്കാനും ക്യൂബക്കാരെ സോഷ്യലിസ്റ്റ് സമൂഹത്തിലെ സാക്ഷരരും സംസ്കാര സമ്പന്നരുമായ പൗരന്മാരാക്കി മാറ്റാനും കഴിയുമായിരുന്നുള്ളു.

ഇതെല്ലാം സാധ്യമാണെന്ന് ചെയ്ക്ക് പൂർണവിശ്വാസമുണ്ടായിരുന്നു. അത് സാധിക്കുന്നതിന് ഒരൊറ്റ നിബന്ധന മാത്രമേ ഉണ്ടായിരുന്നുള്ളു. വിപ്ലവപ്രബുദ്ധമായ ക്യൂബ ആസൂത്രിതമായ സമ്പദ്‌വ്യവസ്ഥയ്ക്കും വ്യവസായ വൽക്കരണത്തിനും ബഹുമുഖമായ കൃഷിക്കും ആവശ്യമായ നടപടികൾ സ്വീകരിക്കുകയും പുതിയ സമൂഹസൃഷ്ടിയിൽ അധ്വാനി ക്കുന്ന ജനതയെ സജീവമായി പങ്കെടുപ്പിക്കുകയും ചെയ്യണം. അവരുടെ ആവേശവും നിസ്വാർഥതയും ആത്മത്യാഗവുമുണ്ടെങ്കിൽ അത്ഭുതങ്ങൾ

സൃഷ്ടിക്കാൻ കഴിയുമെന്ന് ചെ വിശ്വസിച്ചിരുന്നു. സോവിയറ്റ് യൂണിയന്റെ ചരിത്രം തെളിയിച്ചിരുന്നത് അതാണല്ലോ.

ധീരമായൊരു വിമോചന വിപ്ലവം നടത്തുകയും അങ്ങനെ സോവിയറ്റ് യൂണിയനെ ഒരു സമരസഖാവും സുഹൃത്തുമായി കിട്ടുകയും ചെയ്തിട്ടുള്ള ക്യൂബൻ ജനതയ്ക്ക് വൈഷമ്യമേറിയ ഈ കടമ നിറവേറ്റാൻ കഴിയുമെന്ന് ചെയ്ക്ക് ഉറപ്പുണ്ടായിരുന്നു. അതിനായി വീണ്ടും പോരാടാൻ അദ്ദേഹം തയാറുമായിരുന്നു. പക്ഷേ, ആയുധത്തിന്റെ സ്ഥാനത്ത് സാമ്പത്തിക ശാസ്ത്ര പാഠപുസ്തകങ്ങളാണ് ഇപ്പോൾ കൈലിയേന്തേണ്ടിയിരുന്നതെന്നു മാത്രം.

വിപ്ലവം വിജയിച്ച ആ ആദ്യദിവസങ്ങളിൽതന്നെ ഈ പുതിയ സമൂഹസൃഷ്ടിക്കായി ചെ തയാറെടുത്തിരുന്നുവെന്നു പറഞ്ഞാൽ അതിൽ തെറ്റില്ല. ഐ എൻ ആർ എയിൽ ഒരു വ്യവസായ വിഭാഗം ആരംഭിച്ചയുടൻതന്നെ പ്രകൃതിവിഭവങ്ങളുടെ പഠനത്തിനും അടിസ്ഥാനവ്യവസായങ്ങളുടെ ആസൂത്രണത്തിനുമുള്ള ഒരു ഉപവിഭാഗം രൂപീകരിക്കാൻ ചെ നിർദേശം നൽകുകയുണ്ടായി. ഈ ഉപവിഭാഗത്തിൽ വിദ്യുച്ഛക്തിക്കും ഇന്ധനത്തിനും, ലോഹനിർമാണത്തിനും എഞ്ചിനീയറിങ്ങിനും, പഞ്ചസാര ഉൽപ്പാദനത്തിനും ബന്ധപ്പെട്ട വ്യവസായങ്ങൾക്കും, രാസവ്യവസായത്തിനും, ധാതുവിഭവങ്ങൾക്കും, കാർഷികോൽപന്ന വ്യവസായങ്ങൾക്കും പ്രത്യേകം പ്രത്യേകം സെക്ഷനുകളുണ്ടായിരുന്നു.

ക്യൂബയ്ക്ക് സോഷ്യലിസ്റ്റ് ആധാരശിലകളിന്മേൽ നിന്നുകൊണ്ട് ശീഘ്രഗതിയിൽ സാമ്പത്തിക പുരോഗതി കൈവരിക്കാൻ കഴിയുമെന്ന് പ്രാരംഭ കണക്കുകൾ വ്യക്തമാക്കി. എന്നാൽ ഇത് വിചാരിക്കുന്നത്ര എളുപ്പമല്ലെന്ന് ചെയ്ക്കറിയാമായിരുന്നു. കാരണം, ഒന്നാമതായി, ഇതിനെല്ലാം ആവശ്യമായ കഴിവുറ്റ സ്പെഷ്യലിസ്റ്റുകൾ നന്നേ കുറവായിരുന്നു. എന്നു മാത്രമല്ല, യു എസ് ഭരണവൃത്തങ്ങളുടെ അനുസ്യൂതമായ അട്ടിമറിയും തുരപ്പൻ പണിയും കാരണം സ്ഥിതിഗതികൾ കൂടുതൽ വഷളാകുമെന്നും അദ്ദേഹത്തിന് നിശ്ചയമുണ്ടായിരുന്നു. ഈ ക്യൂബൻ 'പരീക്ഷണം' പൊളിക്കാനും, സോഷ്യലിസം ക്യൂബയ്ക്കും അങ്ങനെ അമേരിക്കൻ മണ്ണിനും 'പറ്റിയതല്ലെന്നു' തെളിയിക്കാനും വേണ്ടി ആളും അർഥവും ഇഷ്ടംപോലെ ഇറക്കാൻ അവർ തയാറായിരുന്നു.

കർഷകർക്കിടയിൽ ഒളിഞ്ഞിരിക്കുന്ന വമ്പിച്ച വിപ്ലവസാധ്യതകളെ അടിവരയിട്ട് ഊന്നിപ്പറഞ്ഞിരുന്ന ഈ കാർഷിക പരിഷ്കാരത്തിന്റെ വക്താവിനെ ക്യൂബയുടെ കാർഷിക രൂപാന്തരണത്തിന്റെ ഉത്തരവാദിത്വമുള്ള ഐ എൻ ആർ എയ്ക്കുപകരം വ്യവസായ മന്ത്രി കാര്യാലയം ഏൽപ്പിച്ചുകൊടുത്തത് വലിയൊരു വിരോധാഭാസമാണെന്ന് ഒറ്റ നോട്ടത്തിൽ തോന്നിയേക്കാം. പക്ഷേ, ഇതിൽ യാതൊരു വൈരുധ്യവുമുണ്ടായിരുന്നില്ലെന്നതാണ് സത്യം. സംഖ്യാബലം കൊണ്ട് ഏറ്റവും മുന്തി നിൽക്കുന്നതും ഏറ്റവുമധികം പീഡനമനുഭവിക്കുന്നതുമായ വർഗമെന്ന നിലയ്ക്ക് കർഷകർക്ക് വളരെ സജീവമായൊരു പങ്കുള്ള സാമ്രാജ്യത്വ

മർദന വിരുദ്ധപ്പോരാട്ടവും പുതിയൊരു സമൂഹത്തിന്റെ സൃഷ്ടിയും രണ്ടു വ്യത്യസ്ത കാര്യങ്ങളാണ്. വ്യാവസായിക വികസനത്തിന്റെ അടിസ്ഥാനത്തിൽ മാത്രമേ ഈ പുതിയ സമൂഹസൃഷ്ടി സാധ്യമാകൂ. കൃഷിയിലൂടെ മാത്രം അധ്വാനിക്കുന്ന ജനതയ്ക്ക് ഉയർന്ന ഒരു ജീവിതനിലവാരം കൈവരുത്താനാവില്ല. ഇതു കൈവരുത്താതെ സോഷ്യലിസം അചിന്ത്യവുമാണ്. തന്റെ ഈ ചിന്താഗതി സ്പഷ്ടമാക്കുന്ന ഒട്ടേറെ കാര്യങ്ങൾ അദ്ദേഹം പ്രസ്താവിച്ചിട്ടുണ്ട്. ഭക്ഷണം, വസ്ത്രം, ആദിയായ ഉപഭോഗ വസ്തുക്കളുടേതുൾപ്പെടെയുള്ള വ്യാവസായികോൽപാദനവും ഈ വ്യവസായങ്ങൾക്ക് ആവശ്യമായ അസംസ്കൃതവിഭവങ്ങളുടെ ഉൽപാദനവും പരമാവധി വർധിപ്പിക്കുകയെന്നതാണ് സാമ്രാജ്യത്വമർദനത്തിൽനിന്നുള്ള ക്യൂബയുടെ വിമോചനത്തിന് അപരിത്യാജ്യമായ ഒരു സംഗതിയെന്ന് *വ്യവസായവൽക്കരണകടമകൾ* എന്ന ശീർഷകത്തിൽ 1961–ൽ എഴുതിയതും മരണാനന്തരം പ്രസിദ്ധീകരിക്കപ്പെട്ടതുമായ ഒരു പഠനത്തിൽ ചെ എഴുതുകയുണ്ടായി. ഈ അഭിപ്രായഗതിയിൽ നിന്ന് ചെ ഒരിക്കലും വ്യതിചലിക്കുകയുണ്ടായില്ല. "ഗുണപരമായി അനുദിനം മെച്ചപ്പെട്ടുകൊണ്ടിരിക്കുന്ന അത്യാവശ്യസാധനങ്ങൾ കൂടുതൽ കൂടുതൽ ഉൽപ്പാദിപ്പിക്കുന്നതുമുഖേനയാണ് സോഷ്യലിസം കെട്ടിപ്പടുക്കുന്നത്," 1964–ൽ ചെയ്ത ഒരു പ്രസംഗത്തിൽ അദ്ദേഹം പറഞ്ഞു. "സോഷ്യലിസമെന്നത് അമൂർത്തമായൊരു ധാരണയല്ല. ജനക്ഷേമവുമായി പ്രത്യക്ഷബന്ധമുള്ള ഒന്നാണത്."

ക്യൂബയിലെ സോഷ്യലിസ്റ്റ് നിർമാണത്തിന്റെ കടമകളെപ്പറ്റി ചെയ്ക്ക് തികച്ചും സ്പഷ്ടവും കൃത്യവുമായ ഒരു ധാരണയുണ്ടായിരുന്നു. സോഷ്യലിസം പ്രയോഗത്തിൽ വരുത്തുന്നതിനു മുമ്പായി ചൂഷകരുടെ അധികാരദണ്ഡെന്നു പറയാവുന്ന ഉൽപാദനോപാധികൾ അവരുടെ കൈയിൽ നിന്നു പിടിച്ചെടുക്കേണ്ടത് ആവശ്യമാണെന്ന് അദ്ദേഹം ശരിയായി മനസിലാക്കിയിരുന്നു. ഈ പ്രശ്നം കൈകാര്യം ചെയ്യുന്നതിലും ചെയ്ക്ക് നേരിട്ട് പങ്കുണ്ടായിരുന്നു. ക്യൂബൻ നാഷനൽ ബാങ്കിന്റെ പ്രസിഡന്റെന്ന നിലയ്ക്ക് ബാങ്കുകൾ ദേശസാൽക്കരിച്ച് അവയിൽ നിക്ഷേപിച്ചിട്ടുള്ള പണം മുഴുവൻ സ്റ്റേറ്റിന്റെ നിയന്ത്രണത്തിലാക്കുന്നതിന്റെ ചുമതല അദ്ദേഹത്തിനായിരുന്നു. അങ്ങനെ മുഴുവൻ കറൻസിയുടേയും പണമിടപാടുകളുടേയും നിയന്ത്രണം സ്റ്റേറ്റിന്റെ കൈയിൽ കേന്ദ്രീകരിക്കപ്പെട്ടതോടെ വ്യാവസായിക–വാണിജ്യസ്ഥാപനങ്ങളുടെ പ്രവർത്തനങ്ങളേയും കടിഞ്ഞാണിട്ട് നിറുത്താൻ വിപ്ലവത്തിന് സാധിച്ചു. താമസിയാതെ എല്ലാ വിദേശവാണിജ്യ ഇടപാടുകളും വിദേശവ്യാപാര ബാങ്ക് മുഖേന സ്റ്റേറ്റിന്റെ നിയന്ത്രണത്തിലായി. ഈ ബാങ്ക് രൂപീകരിക്കുന്നതിലും മുൻകൈയെടുത്തത് ചെയാണ്.

തദ്ദേശീയരും വിദേശീയരുമായ വൻകിട ഭൂസ്വാമിമാരുടെ അധികാരത്തെ തുരങ്കം വച്ച കാർഷികപരിഷ്കാരത്തിനും ഈ നടപടികൾക്കു മൊപ്പം തന്നെ ബാട്ടിസ്റ്റയുടെ എറാൻ മൂളികൾ കൈവശപ്പെടുത്തി വച്ചി

രുന്ന വ്യവസായ സ്ഥാപനങ്ങൾ ഏറ്റെടുക്കുന്ന നടപടിയും സ്റ്റേറ്റിൽ നിന്നാരംഭിച്ചു. ഐ എൻ ആർ എയുടെ വ്യാവസായിക വിഭാഗത്തിനായിരുന്നു ഈ സ്ഥാപനങ്ങളുടെ മേലുള്ള നിയന്ത്രണം. ഈ വിഭാഗം ചെയുടെ അധികാരപരിധിയിൽ പെടുന്നതുമായിരുന്നു. കാർഷികോൽപന്നങ്ങളുടെ വ്യാവസായിക സംസ്ക്കരണത്തെ ഉദ്ദേശിച്ചു രൂപീകരിക്കപ്പെട്ടതാണ് ഈ വിഭാഗമെങ്കിലും കൂടുതൽ കൂടുതൽ ദേശസാൽകൃതസ്ഥാപനങ്ങൾ അതിന്റെ കീഴിലായതോടെ അതിന്റെ ചുമതലകൾ കൂടുതൽ വ്യാപകമായിത്തീർന്നു.

അട്ടിമറിയും ചോറ്റുപട്ടാളത്തിന്റെ ആക്രമണത്തിനുള്ള തയാറെടുപ്പുകളും മുഖേന വിപ്ലവഗവൺമെന്റിനെ വലിച്ചു താഴെയിടാൻ തീരുമാനിച്ചതിനുശേഷം 1961 ജനുവരി 2–ന് ക്യൂബയുമായുള്ള നയതന്ത്രബന്ധവും ഒട്ടുമുക്കാലും സാമ്പത്തിക ബന്ധങ്ങളും വിച്ഛേദിക്കാൻ യു എസ് ഗവൺമെന്റ് തീരുമാനിച്ചു.

ഈ നയതന്ത്രബന്ധ വിച്ഛേദനത്തേയും യു എസ് എ യുടെ ശത്രുതാപരമായ മറ്റു നടപടികളേയും തുടർന്ന് ക്യൂബയിൽ അമേരിക്കൻ കുത്തകകളുടെ വകയായി ഉണ്ടായിരുന്ന സർവസ്വത്തുക്കളും പിടിച്ചെടുക്കപ്പെട്ടു. ആ ഫെബ്രുവരിയിൽ തന്നെ ഐ എൻ ആർ എയുടെ വ്യാവസായിക വിഭാഗം വ്യാവസായിക മന്ത്രികാര്യാലയമായി മാറ്റപ്പെട്ടു. ഒപ്പം തന്നെ ഒരു കേന്ദ്ര ആസൂത്രണ സമിതിയും രൂപീകരിക്കപ്പെട്ടു. ക്യൂബൻ വിപ്ലവം സോഷ്യലിസത്തിലേക്ക് നീങ്ങാൻ പോവുകയാണെന്ന കാസ്ട്രോയുടെ പ്രഖ്യാപനം കഴിഞ്ഞയുടൻ ഏപ്രിലിൽ ആയിരുന്നു കുപ്രസിദ്ധമായ ബേ ഓഫ് പിഗ്സ് ആക്രമണം. അത് തകർത്തതിനെ തുടർന്ന് പ്രധാനപ്പെട്ട എല്ലാ സ്വകാര്യ വ്യാവസായിക–വാണിജ്യസ്ഥാപനങ്ങളും ദേശസാൽക്കരിക്കപ്പെട്ടു. 1962–ന്റെ അവസാനത്തോടെ ദേശസാൽക്കരണ പ്രക്രിയ അടിസ്ഥാനപരമായി പൂർത്തിയായെന്നു പറയാം.

ക്യൂബയിൽ സോഷ്യലിസ്റ്റ് നിർമാണത്തിന്റെ ആദ്യ വർഷങ്ങളിലെ ബുദ്ധിമുട്ടുകളേയും ദൗർബല്യങ്ങളേയും പറ്റി ചെ ശരിക്കും ബോധവാനായിരുന്നു. മാനേജ്മെന്റ് കേഡറിന്റെ മുകൾത്തട്ടിലും ഇടത്തട്ടിലുമുള്ളവർക്ക് തൊഴിൽപരവും രാഷ്ട്രീയവും സാമ്പത്തികവുമായ വിദ്യാഭ്യാസം നൽകുകയെന്നതാണ് ഈ കാലയളവിലെ ഏറ്റവും പ്രധാനപ്പെട്ട കടമകളിൽ ഒന്നെന്ന് ചെയ്ക്ക് അഭിപ്രായമുണ്ടായിരുന്നു. അർഥശാസ്ത്രം, ആസൂത്രണം ആദിയായ വിഷയങ്ങളെ സംബന്ധിച്ച ലക്ചർ ക്ലാസ്സുകൾക്ക് പതിവായി പോയിരുന്നു കൊണ്ട് അദ്ദേഹവും ഡപ്യൂട്ടിമാരും ഇതിലൊരു മാതൃക സൃഷ്ടിച്ചു.

ക്യൂബയിൽ സോഷ്യലിസ്റ്റ് മത്സരത്തിന് തുടക്കമിട്ടത് ചെയാണ്. അധ്വാനത്തിന്റെ ഉൽപാദനക്ഷമത ഉയർത്തുന്നതിനേയും പുതിയൊരു മനുഷ്യനെ, സമുദായതാൽപര്യത്തിനുവേണ്ടി ജീവിക്കാനും പൊതുനന്മയ്ക്കായി വേണ്ടിവരുന്ന ത്യാഗങ്ങൾ സഹിക്കാനും തയാറുള്ള പുതിയൊരുതരം ക്യൂബൻ പണിയാളനെ, വാർത്തെടുക്കുന്നതിനേയും സംബ

ന്ധിച്ചിടത്തോളം ഈ സോഷ്യലിസ്റ്റ് മത്സരത്തിന് വമ്പിച്ച പ്രാധാന്യമുണ്ടെന്ന് അദ്ദേഹം കാണുകയും ചെയ്തിരുന്നു.

പതിവു ജോലിസമയം കഴിഞ്ഞ് പ്രതിഫലം കൂടാതെ തൊഴിലാളികളും ഓഫീസ് ജീവനക്കാരും നടത്തുന്ന ശ്രമദാനത്തിനും ചെ ഇത്ര തന്നെ പ്രാധാന്യം കൽപ്പിച്ചിരുന്നു. സാമൂഹ്യനന്മയെക്കരുതിയുള്ള ശ്രമദാനം വിപ്ലവബോധത്തെ വളർത്തുമെന്നും അത് പുതിയ സോഷ്യലിസ്റ്റ് സദാചാരത്തിന്റെ ഒരംശമായിരിക്കുമെന്നും അദ്ദേഹം വിശ്വസിച്ചിരുന്നു. ഉന്നതസ്ഥാനങ്ങളിലുള്ളവർ ഇത്തരം ശ്രമദാനത്തിൽ, പ്രത്യേകിച്ചും കരിമ്പുവെട്ടിൽ, പങ്കെടുക്കേണ്ടതു വളരെ പ്രധാനമാണെന്ന് ചെ കരുതി. ബൂർഷ്വാസിയുടെ കാലത്തെ ക്യൂബയിൽ മേലേക്കിടയിലുള്ള ഉദ്യോഗസ്ഥന്മാർ ക്ലബ്ബുകളിലും ചൂതാട്ടസ്ഥലങ്ങളിലും ചെന്നിരുന്നാണ് അവരുടെ വിശ്രമസമയം ചെലവിട്ടിരുന്നത്. ലക്കില്ലാതെ കുടിക്കുന്നതിലും സ്ത്രീകളുടെ പിന്നാലെ നടക്കുന്നതിലും പലതരം കളികളിൽ ഏർപ്പെടുന്നതിലും മാത്രമായിരുന്നു അവർക്കു താൽപ്പര്യം. 19–ാം നൂറ്റാണ്ടിലെ അടിമയെപ്പോലെ കരിമ്പുവെട്ടുകയെന്നത് ഈ 'ജനസേവകർക്ക്' ചിന്തിക്കാൻ പോലും ആവാത്ത ഒരു സംഗതി ആയിരുന്നു. പക്ഷേ, ഇപ്പോൾ കാര്യങ്ങളാകെ മാറിയിരുന്നു. കരിമ്പിൻ തോട്ടങ്ങളും പഞ്ചസാരഫാക്ടറികളും ജനങ്ങളുടെ വകയായിരുന്നു. വിപ്ലവപ്രബുദ്ധനായ ഭരണാധികാരി ശരിക്കുമൊരു ജനസേവകനാണ്. കരിമ്പുവെട്ടാൻ അയാളുംകൂടി ചെന്നു സഹായിച്ചാൽ അത് മാനേജ്മെന്റ് ജോലിക്കാരേയും കർഷകത്തൊഴിലാളികളേയും തമ്മിൽ വളരെ അടുപ്പിക്കും. ക്യൂബയിൽ പണ്ടത്തെ ഉദ്യോഗസ്ഥനെ ഏതാണ്ടൊരു മേൽജാതിക്കാരനായാണ് കണ്ടിരുന്നത്. അധ്വാനിക്കുന്ന ആളുകളിൽ നിന്നു തീണ്ടൽപ്പാടകലെയാണ് അയാൾ നിന്നിരുന്നത്. താൻ അവരുടെ അഭ്യുദയകാംക്ഷി ആണെന്നായിരുന്നു അയാളുടെ ഭാവം. എന്നാൽ, വാസ്തവത്തിൽ അയാൾ അവരുടെ പോക്കറ്റടിക്കുകയും അവരെ വഞ്ചിക്കുകയുമാണ് ചെയ്തിരുന്നത്. ശ്രമദാനം ഈ കൊളോണിയൽ പാരമ്പര്യത്തിന് ഒരുതരത്തിലും നിരക്കുന്നതായിരുന്നില്ല. മറ്റെല്ലാരംഗങ്ങളിലുമെന്നപോലെ ഇവിടെയും കരിമ്പുവെട്ടിലും വീടുപണിയിലും ഫാക്ടറി ശുചീകരണത്തിലും കപ്പലിൽ നിന്നുള്ള ചുമടിറക്കിലും പങ്കെടുത്തുകൊണ്ട് ചെ സ്വയംതന്നെ മറ്റുള്ളവർക്ക് മാതൃക കാണിച്ചുകൊടുത്തുകൊടുത്തു. 1964 ഓഗസ്റ്റിൽ അദ്ദേഹം 'കമ്യൂണിസ്റ്റദ്ധ്വാന ഷോക്ക് വർക്കർ' എന്ന ബഹുമതിക്കർഹനാവുകയും ചെയ്തു. മൂന്നുമാസക്കാലത്ത് 240 മണിക്കൂർ നേരത്തെ ശ്രമദാനം നടത്തിയതിനായിരുന്നു ഈ ബഹുമതി. ചെയുടെ ഉറ്റ സഹപ്രവർത്തകരും മറ്റു മന്ത്രികാര്യാലയങ്ങളിലേയും വകുപ്പുകളിലേയും ഉദ്യോഗസ്ഥന്മാരും അദ്ദേഹത്തിന്റെ ഈ മാതൃക സ്വീകരിച്ച് അത്രത്തോളംതന്നെ പണിയെടുക്കുകയുണ്ടായി.

പ്രധാനപ്പെട്ട കേഡർമാർക്ക് പിടിപ്പും അറിവും ഉത്തരവാദിത്വബോധവും കീഴ്ജീവനക്കാരുടെ ഉപദേശം ശ്രദ്ധിക്കാനുള്ള കഴിവും മാത്രമുണ്ടായാൽ പോരെന്ന് ചെ ശഠിച്ചു. അവർക്ക് വേണ്ടുവോളം ആത്മത്യാഗ

സന്നദ്ധതയും അത്യന്തം എളിയ ജീവിതരീതിയും പരിപൂർണമായ നിസ്വാർഥതയും കൂടി ഉണ്ടായിരിക്കണമെന്ന് അദ്ദേഹം അഭിപ്രായപ്പെട്ടു. അങ്ങനെയുള്ള ഒരു ജീവനക്കാരന് ഉപവരുമാനത്തേയും ബഹുമതിയേയും പ്രത്യേക അവാർഡിനേയുംകാളെല്ലാം പ്രധാന പ്രതിഫലം വിപ്ലവകരമായ ഒരു കടമ നിറവേറ്റിയതിന്റെ സംതൃപ്തിയായിരിക്കണം. അതായിരിക്കണം സാധാരണക്കാരനിൽ നിന്ന് അയാളെ വേർതിരിച്ചുനിറുത്തുന്ന സംഗതി.

തൊഴിലെങ്ങനെയാണ് കൂടുതൽ ഉൽപ്പാദനക്ഷമമാക്കുന്നത്? നടത്തിപ്പും ആസൂത്രണവും മെച്ചപ്പെടുത്തുന്നതിനും സ്റ്റഡീസർക്കിളുകളും കോഴ്സുകളും വിശേഷാൽസ്കൂളുകളും മുഖേന തൊഴിലാളികളുടെ വൈദഗ്ധ്യം വർധിപ്പിക്കുന്നതിനുമെല്ലാം അതിന്റേതായ ഒരു പങ്കുണ്ടായിരിക്കാം. ചെ ഇതിനെ ചോദ്യം ചെയ്തില്ല. ഭൗതികമായ പ്രചോദനങ്ങൾക്ക് ഉൽപ്പാദനക്ഷമതയുടെ വർധനവിൽ സാരമായ ഒരു പങ്ക് വഹിക്കാൻ കഴിയുമെന്നതിൽ അദ്ദേഹത്തിന് സംശയമുണ്ടായിരുന്നുമില്ല. എങ്കിലും ധാർമികമായ പ്രചോദനങ്ങളോടായിരുന്നു അദ്ദേഹത്തിന് കൂടുതലിഷ്ടം. ഭൗതികമായ പ്രചോദനങ്ങൾ സ്വത്തുടമസ്ഥതാവാസനകളെ വളർത്തുമെന്ന് അദ്ദേഹം കരുതി. തനത് നേട്ടത്തിന് പ്രാധാന്യം കൽപ്പിക്കാതെ പൊതുക്ഷേമത്തിനായി കർത്തവ്യബോധത്തോടെ പണിയെടുക്കാൻ അധ്വാനിക്കുന്ന ജനങ്ങളെ പ്രോത്സാഹിപ്പിക്കുകയാണ് വേണ്ടതെന്നായിരുന്നു അദ്ദേഹത്തിന്റെ അഭിപ്രായം.

ധാർമികമായ പ്രചോദനമെന്നു പറയുമ്പോൾ ചെ ഉദ്ദേശിച്ചത് സർട്ടിഫിക്കറ്റുകളുടേയും ഷോക്ക് വർക്കറെന്നും മുൻപന്തിയിലുള്ള തൊഴിലാളിയെന്നും മറ്റുമുള്ള ബഹുമതികളുടേയും മാത്രം കാര്യമല്ല. തൊഴിലാളികളെ പുതിയ കോഴ്സുകൾക്കയച്ചു പഠിപ്പിക്കുകയും, അതു കഴിഞ്ഞു വരുമ്പോൾ അവരുടെ ഗ്രേഡ് ഉയർത്തിക്കൊടുക്കുകയും അവർക്ക് പാർട്ടി അംഗമാകാനുള്ള അവസരം കൊടുക്കുകയും മറ്റും ചെയ്യുന്നതും അദ്ദേഹം ഇതിന്റെ ഭാഗമായി കണ്ടിരുന്നു. ക്യൂബയിലെ പാർട്ടി നിയമാവലി അനുസരിച്ച് പതിവായി ഉൽപ്പാദനവിഹിതത്തെ കവച്ചുവയ്ക്കുകയും ശ്രമദാനത്തിൽ പങ്കെടുക്കുകയും വിദ്യാഭ്യാസനിലവാരം ഉയർത്തുകയും വിപ്ലവരക്ഷാസമിതിയിൽ സജീവമായി പ്രവർത്തിക്കുകയും ചെയ്തിട്ടുള്ളവർ മാത്രമേ പാർട്ടിമെമ്പർഷിപ്പിന് യോഗ്യരായിരിക്കൂ.

ഭൗതികവും ധാർമികവുമായ പ്രചോദനത്തിന്റെ പ്രശ്നം വ്യവസായ മന്ത്രികാര്യാലയത്തിലെ മിക്ക യോഗങ്ങളിലും ചർച്ചാവിഷയമായിരുന്നു. ഫാക്ടറി ഡയറക്ടർമാരിൽ ബഹുഭൂരിപക്ഷവും ഇടത്തരം വർഗത്തിൽ പെട്ടവരാണെങ്കിലും അത് നിസ്വാർഥമായി കഴിവിന്റെ പരമാവധി പണിയെടുക്കുന്നതിനു അവർക്കൊരു തടസമല്ലെങ്കിൽ തൊഴിലാളിവർഗത്തിനും അതേ ബോധം പ്രദർശിപ്പിക്കാൻ കഴിയുമെന്നതിൽ സംശയമെന്തിനാണെന്ന് ഈ ഡയറക്ടർമാരുടെ ഒരു യോഗത്തിൽ അദ്ദേഹം ചോദിക്കുകയുണ്ടായി.

ചെ തന്റെ പ്രസംഗങ്ങളിൽ ക്യൂബൻ സ്വാതന്ത്ര്യപ്പോരാളികളായ ജോസ് മാർട്ടി, ജനറൽ അന്റോണിയൊ മാസിയോ തുടങ്ങിയവരെപ്പറ്റി പലപ്പോഴും പരാമർശിക്കുകയും, സർവാത്മനാ ജനസേവനം നടത്തി ഒടുവിൽ ജീവൻതന്നെയും ത്യജിച്ച ആ ദേശാഭിമാനികളുടെ കാൽപ്പാടുകൾ പിന്തുടരാൻ ജനങ്ങളോട് ആഹ്വാനം നടത്തുകയും ചെയ്തിരുന്നു.

അർജന്റീനയിലായിരുന്നെങ്കിൽ അദ്ദേഹം ഒരുപക്ഷേ മാതൃകയായി ചൂണ്ടിക്കാട്ടുമായിരുന്നത് ജോസ് ഇൻജീനിയെറോസ് എന്ന ദാർശനികനെ ആയിരുന്നിരിക്കണം. മഹത്തായ ഒക്ടോബർ വിപ്ലവത്തെ സ്വാഗതം ചെയ്ത ഒരു എഴുത്തുകാരൻ കൂടിയായിരുന്നു ചെയുടെ നാട്ടുകാരനായ ആ അത്ഭുതമനുഷ്യൻ. വളരെയേറെ പ്രചാരമുള്ള *ധാർമികബലം* എന്നൊരു കൃതിയുടെ ഗ്രന്ഥകർത്താവും കൂടിയാണ് ഇൻജിനിയെറോസ്. 1952–ൽ ബ്യൂനോസ് എയേഴ്സിൽ നിന്ന് പ്രകാശിതമായ ഈ പുസ്തകത്തിന് നിരവധി പതിപ്പുകൾ ഉണ്ടായിട്ടുണ്ട്. സാമൂഹ്യ പുരോഗതിയുടെ പ്രേരകശക്തിയായി അദ്ദേഹം കാണുന്നത് ധാർമിക പ്രചോദനങ്ങളെയാണ്. ചെയ്ക്കു വളരെ യോജിപ്പുള്ള ഒരു ആശയവുമായിരുന്നു ഇത്.

ധാർമികമായ പ്രചോദനത്തിന് ഭൗതികമായതിനെക്കാൾ മുൻഗണന നൽകുമ്പോൾതന്നെ ഇതു തന്റെ 'ആത്മനിഷ്ഠ'മായ ഒരു അഭിപ്രായം മാത്രമാണെന്നും പ്രയോഗത്തിൽ അതിനിയും സ്ഥിരീകരിക്കേണ്ടതുണ്ടെന്നും അദ്ദേഹം പരസ്യമായി പ്രസ്താവിക്കുകയുണ്ടായെന്ന വസ്തുത ഇവിടെ എടുത്തുപറയേണ്ടതുണ്ട്. 1964 ഫെബ്രുവരിയിൽ പ്രസിദ്ധീകരിച്ച ഒരു ലേഖനത്തിലാണ് അദ്ദേഹം ഇപ്രകാരം എഴുതിയത്. ധാർമിക പ്രചോദനങ്ങളെന്ന നയം ഉൽപാദനശക്തികളുടെ വളർച്ചയെ തടസപ്പെടുത്തുമെന്നു കണ്ടാൽ ആ നയം ഉപേക്ഷിച്ചിട്ട് ഭൗതിക പ്രചോദനങ്ങളുടെ മാർഗം സ്വീകരിക്കേണ്ടിവരുമെന്നും അദ്ദേഹം തുടർന്നെഴുതുകയുണ്ടായി.

ക്യൂബയിൽ സോഷ്യലിസ്റ്റ് വ്യവസായത്തിന്റെ വളർച്ചയ്ക്ക് വിലങ്ങുതടിയായിനിന്ന ആത്മനിഷ്ഠവും വസ്തുനിഷ്ഠവുമായ വൈഷമ്യങ്ങൾ എത്രയാണെന്നതിനു യാതൊരു കണക്കുമില്ല. വ്യവസായ മന്ത്രി കാര്യാലയത്തിലെ ഉയർന്ന ഉദ്യോഗസ്ഥന്മാർക്കിടയിൽ സോഷ്യലിസ്റ്റ് മാനേജ്മെന്റ് സംബന്ധിച്ച അനുഭവജ്ഞാനത്തിന്റെ അഭാവം ഈ വൈഷമ്യങ്ങളിൽ ഒന്നു മാത്രമായിരുന്നു. പല ഫാക്ടറി ഡയറക്ടർമാരുടെ സ്ഥിതിയും ഇതുതന്നെയായിരുന്നു. വിപ്ലവത്തോടുള്ള കൂറിനോളം അവർക്ക് തൊഴിൽ വൈദഗ്ധ്യമുണ്ടായിരുന്നില്ല. ആസൂത്രണത്തിലുള്ള വൈകല്യങ്ങൾ, തുടക്കത്തിൽ ദീർഘകാല ആസൂത്രണത്തിന്റേയും ഫിനാൻഷ്യൽ ഡിസിപ്ലിന്റേയും കാര്യത്തിലുള്ള അഭാവം, സങ്കുചിതമായ പ്രാദേശിക മനോഭാവം, അസംസ്കൃതവിഭവങ്ങളും വിദേശത്തു നിന്നുള്ള യന്ത്രസാമഗ്രികളും സമയത്തിനു കിട്ടുന്നതിലുള്ള ബുദ്ധിമുട്ട്, ജോലിക്കു വരാതിരിക്കൽ, ചില മാനേജർമാരുടെ നോട്ടക്കുറവ് തുടങ്ങിയ ഈ വൈഷമ്യങ്ങളുടെ പട്ടിക വളരെ നീണ്ടതായിരുന്നു.

ഈ വൈഷമ്യങ്ങളെയെല്ലാം നേരിടാൻ കഴിയുമെന്ന്, സോഷ്യലിസ്റ്റ്

നടത്തിപ്പിന്റെ ശാസ്ത്രം ശരിയായി ഗ്രഹിക്കാൻ ക്യൂബൻ വിപ്ലവകാരികൾക്കും അധ്വാനിക്കുന്ന ജനതയ്ക്കും കഴിയുമെന്ന്, ചെയ്ക്ക് പൂർണ ബോധ്യമുണ്ടായിരുന്നു. എന്നാൽ, ഈ കടമ വിപ്ലവത്തിനുശേഷം ക്യൂബയെ നേരിട്ടിട്ടുള്ള പ്രശ്നങ്ങളുടെ കൂട്ടത്തിൽ ഏറ്റവും വിഷമം പിടിച്ച ഒന്നാണ് എന്നും അദ്ദേഹം മനസിലാക്കിയിരുന്നു.

വ്യവസായ മന്ത്രികാര്യാലയത്തിലെ യോഗങ്ങളിലും ഫാക്ടറി ഡയറക്ടർമാരുടെ സമ്മേളനങ്ങളിലും വച്ച് അദ്ദേഹം ക്ഷമാപൂർവം ചില മാനേജർമാരുടെ കുറ്റങ്ങളും കുറവുകളും വിശദീകരിച്ച് അവ തിരുത്തുന്നതിനുള്ള മാർഗങ്ങൾ ചൂണ്ടിക്കാട്ടുകയും സ്വന്തം മാതൃകയിലൂടെ സ്വയം വിമർശനം നടത്താൻ അവരെ പഠിപ്പിക്കുകയും ചെയ്തു.

ശരിയായ കണക്കുവയ്പ് നടത്തേണ്ടതിന്റെ പ്രാധാന്യം വിവരിച്ചുകൊടുത്തിട്ട് രാജ്യതാൽപര്യം കാത്തുരക്ഷിക്കാനും വിഭവങ്ങൾ പിടിച്ചു ചെലവാക്കാനും ദേശീയസമ്പത്തിന്റെ പാഴ്ച്ചെലവ് ഒഴിവാക്കാനും അദ്ദേഹം അവരോട് അഭ്യർഥിച്ചു.

എപ്പോഴത്തേയുംപോലെ ഏറ്റവും നിർദാക്ഷിണ്യമായ സ്വയംവിമർശനം നടത്തിക്കൊണ്ട് അദ്ദേഹം തന്റെ കാര്യത്തിൽ വളരെ കർശനമായ മാനദണ്ഡം പുലർത്തി. തന്റെ മുൻശുണ്ഠിയെപ്പറ്റിയും ഉടനടി പരിഹാരമാവശ്യമായ സങ്കീർണ പ്രശ്നങ്ങളുടെ കൂട്ടത്തിൽ സർവപ്രാധാനമായതിന്മേൽ ശ്രദ്ധ കേന്ദ്രീകരിക്കാനുള്ള തന്റെ കഴിവുകേടിനെപ്പറ്റിയും തീരുമാനങ്ങൾ നടപ്പിലാക്കുന്നുണ്ടോയെന്ന് നോക്കുന്നതിനുള്ള ഫലപ്രദമായ പരിശോധനാരീതികൾ ഏർപ്പെടുത്തുന്നതിൽ തനിക്ക് ചിലപ്പോൾ നേരിടാറുള്ള പരാജയത്തെപ്പറ്റിയും അദ്ദേഹം സ്വയം പലപ്പോഴും എടുത്തുപറഞ്ഞിരുന്നു.

മുഖം നോക്കാതെ അറുത്തുമുറിച്ച രീതിയിൽ അദ്ദേഹം സഹപ്രവർത്തകരെ വിമർശിച്ചിരുന്നെങ്കിലും അധികമാർക്കും അതിൽ ശുണ്ഠി തോന്നിയിരുന്നില്ല. കാരണം, അദ്ദേഹം പറഞ്ഞത് ശരിയും ഉചിതവുമല്ലെന്ന് വാദിക്കാൻ അപൂർവമായേ ആർക്കെങ്കിലും കഴിഞ്ഞിരുന്നുള്ളു. വിമർശനം നടത്തുന്നതിനോടൊപ്പം തന്നെ ചെ അവർക്ക് പറ്റിയവീഴ്ചകൾ പരിഹരിക്കാനുള്ള മാർഗങ്ങൾ കണ്ടുപിടിക്കുന്നതിനുവേണ്ടി ആ വീഴ്ചകൾക്കുള്ള കാരണങ്ങൾ അപഗ്രഥിക്കുകയും ചെയ്തിരുന്നു.

അദ്ദേഹം അധ്യക്ഷത വഹിച്ചിരുന്ന യോഗങ്ങളിലും സമ്മേളനങ്ങളിലും ശരിയായ വിപ്ലവജനാധിപത്യത്തിന്റേതായ ഒരു അന്തരീക്ഷം നിലനിന്നിരുന്നു. യോഗത്തിൽ പങ്കെടുക്കുന്ന ഏതൊരാൾക്കും കമാൻഡറുടെ—മേജർ ചെയുടെ—അപ്രീതിയെപ്പറ്റിയുള്ള ഭയം കൂടാതെ അദ്ദേഹം പറഞ്ഞതിനെ എതിർക്കാനോ ചോദ്യം ചെയ്യാനോ അവകാശമുണ്ടായിരുന്നു. എന്നു മാത്രമല്ല, പ്രശ്നങ്ങൾക്കും തന്റെതന്നെ അഭിപ്രായഗതിക്കും വ്യക്തത ഉണ്ടാക്കാനുള്ള ഒരു മാർഗമെന്ന നിലയ്ക്ക് അത്തരം വാദപ്രതിവാദങ്ങളെ അദ്ദേഹം പ്രോത്സാഹിപ്പിക്കുകയും ചെയ്തിരുന്നു.

അദ്ദേഹമല്ലെങ്കിൽ കീഴുദ്യോഗസ്ഥന്മാരോ സൂപ്പർവൈസർമാരോ

വ്യവസായശാലകൾ തോറും ചുറ്റിനടന്ന് അവിടങ്ങളിലെ പ്രവർത്തനം നിരീക്ഷിക്കുകയും ആവശ്യങ്ങളും വൈഷമ്യങ്ങളും കണ്ടുമനസിലാക്കി അപ്പപ്പോൾ വേണ്ട സഹായം നൽകുകയും ചെയ്തിരുന്നു.

വിവിധ സ്ഥാപനങ്ങളിലെ ശ്രമദാന പ്രവർത്തനങ്ങളിൽ പങ്കെടുക്കുന്നതിനിടയിൽ ചെ അവിടങ്ങളിലെ ജോലിക്കാരുമായി പരിചയപ്പെടുകയും വിവിധ വിഷയങ്ങളെക്കുറിച്ച് അവരുമായി സംസാരിക്കുകയും അവരുടെ ചോദ്യങ്ങൾക്ക് മറുപടി നൽകുകയും സ്വയം ധാരാളം അറിവു നേടുകയും ചെയ്തു.

വിധേയത്വം ഒരിക്കലും വച്ചുപൊറുപ്പിക്കാൻ ചെയ്ക്ക് കഴിഞ്ഞിരുന്നില്ല. തനിക്കു മാത്രമായി നൽകുന്ന ഏതൊരു പാരിതോഷികവും അദ്ദേഹം സ്നേഹപൂർവം നിരസിച്ചിരുന്നു. ഒരു ഗ്ലാസ്സ് പാലോ തനിക്കേറ്റവും ഇഷ്ടപ്പെട്ട പൊരിച്ച ഇറച്ചിയോ ആണെങ്കിൽപ്പോലും കൂടെയുള്ളവർക്കെല്ലാം വിളമ്പുന്നില്ലെങ്കിൽ അദ്ദേഹം അത് സ്വീകരിച്ചിരുന്നില്ല.

സാമ്പത്തികവും സാങ്കേതികവുമായ വിഷയങ്ങളെക്കുറിച്ചുള്ള അറിവ് പ്രചരിപ്പിക്കുന്നതിൽ അദ്ദേഹം പ്രത്യേക ജാഗ്രത പുലർത്തി. അന്നന്നത്തെ അടിയന്തിര സാമ്പത്തിക പ്രശ്നങ്ങൾ വിശദീകരിക്കുന്നതിനായി അദ്ദേഹം പലപ്പോഴും ലേഖനങ്ങളെഴുതുകയോ പ്രസംഗവേദികളിൽ പ്രത്യക്ഷപ്പെടുകയോ ചെയ്തു.

ശാസ്ത്രീയവും സാങ്കേതികവുമായ കണ്ടുപിടിത്തങ്ങളിലും സമ്പദ്‌വ്യവസ്ഥയിലുള്ള അവയുടെ പ്രയോഗത്തിലും ചെ പ്രത്യേക താൽപര്യം പ്രദർശിപ്പിച്ചു. ക്യൂബയിൽ ഓട്ടമേഷനും ആധുനിക ഇലക്ട്രോണിക്ക് സിസ്റ്റവും ഏർപ്പെടുത്തിന്നതിനെപ്പറ്റിയും അറ്റോമിക് വിദ്യുച്ഛക്തി നിലയങ്ങൾ സ്ഥാപിക്കുന്നതിനെപ്പറ്റിയും അദ്ദേഹത്തിന് വമ്പിച്ച പ്രതീക്ഷകളുണ്ടായിരുന്നു. തന്റെ ഈ ഉത്സാഹം തനിക്ക് ചുറ്റുമുള്ളവരിലേക്കും അദ്ദേഹം പകർന്നിരുന്നു. സംശയാലുക്കൾക്കും അശുഭാപ്തിവിശ്വാസികൾക്കുമൊന്നും അവിടെ സ്ഥാനമുണ്ടായിരുന്നില്ല.

ക്യൂബയുടെ വ്യവസായ പുരോഗതിക്ക് ചെ നൽകിയ നേതൃത്വം എത്ര ഫലപ്രദമായിരുന്നുവെന്നു നമുക്ക് നോക്കാം. നാലുകൊല്ലത്തോളം വ്യവസായരംഗത്ത് സോഷ്യലിസ്റ്റ് രൂപാന്തരണം കൈവരുത്തുന്നതിന്റെ ചുക്കാൻ പിടിച്ചിരുന്നത് അദ്ദേഹമാണ്. ഇക്കാലയളവിനിടയ്ക്ക് ഉൽപാദനോപാധികളുടെ സ്വകാര്യ ഉടമസ്ഥത പൂർണമായും അവസാനിപ്പിക്കപ്പെട്ടു. അധ്വാനിക്കുന്ന ജനതയുടെ മേലുള്ള ചൂഷണത്തിന് അറുതിവരുത്തപ്പെട്ടു. രാജ്യം ആസൂത്രിതമായ സാമ്പത്തിക പുരോഗതിയിലേക്ക് നീങ്ങി. വിപ്ലവത്തിന് മുമ്പത്തെ ക്യൂബയിൽ അധ്വാനിക്കുന്ന ജനതയുടെ തലയ്ക്കു മുകളിൽ ചുഴറ്റിയിരുന്ന ചാട്ടവാർപോലെയായിരുന്ന ആ ഭയങ്കരമായ തൊഴിലില്ലായ്മ തുടച്ചു മാറ്റപ്പെട്ടു. അധ്വാനിക്കുന്ന ജനതയുടെ ബോധനിലവാരം വളർന്നുകൊണ്ടേയിരുന്നു. ആയിരക്കണക്കിന് തൊഴിലാളികൾ കൂടുതൽ വൈദഗ്ധ്യം ആർജിച്ചുകൊണ്ട് ഉൽപ്പാദനമുയർത്തുകയും സോഷ്യലിസ്റ്റ് മത്സരത്തിൽ പങ്കാളികളാവുകയും ചെയ്തു. തങ്ങ

ളുടെ സഹായം കൂടാതെ ക്യൂബൻ തൊഴിലാളിക്ക് വ്യവസായം നടത്തിക്കൊണ്ടുപോകാൻ കഴിയില്ലെന്നതിനാൽ ക്യൂബൻ 'പരീക്ഷണം' പൊളിയുമെന്ന് പ്രതീക്ഷിച്ചിരുന്ന അമേരിക്കൻ സാമ്രാജ്യവാദികൾക്ക് നിരാശപ്പെടേണ്ടിവന്നു. യു എസ് എ യിലെ പല ഫണ്ടുകളിലും പ്രവർത്തിച്ചിരുന്ന ക്യൂബാവിദഗ്ദ്ധന്മാരുടെ ഇരുണ്ട പ്രവചനങ്ങളെ കാറ്റിൽ പറത്തിക്കൊണ്ട് ക്യൂബൻ സോഷ്യലിസ്റ്റ് വ്യവസായം ഒരു യാഥാർഥ്യമായി മാറി. ഇത് ക്യൂബൻ കമ്യൂണിസ്റ്റ് പാർട്ടിയുടെ, വിശേഷിച്ചും ചെയുടെ, ഒരു നേട്ടമാണ്. മുതലാളിത്ത ഉൽപാദനത്തിന്റെ പാത വിട്ട് സോഷ്യലിസ്റ്റ് ഉൽപാദനത്തിലേക്കുള്ള സങ്കീർണവും ദുഷ്കരവുമായ പരിവർത്തനം നടന്നത് അദ്ദേഹത്തിന്റെ നേതൃത്വത്തിലായിരുന്നല്ലൊ.

അനുഭവത്തിന്റേയും അറിവിന്റേയും കുറവുമൂലമുള്ള ഗുരുതരമായ തെറ്റുകൾ ഉണ്ടായിരുന്നില്ലെങ്കിൽ സോഷ്യലിസ്റ്റ് വ്യവസായവൽക്കരണ പുരോഗതി ഇതിലും ഗണ്യമാകുമായിരുന്നുവെന്ന് 1964 ഒക്ടോബറിലെ *ഇൻർനാഷണൽ അഫയേഴ്സ്* മാസികയിൽ എഴുതിയ ഒരു ലേഖനത്തിൽ ചെ പ്രസ്താവിക്കുകയുണ്ടായി.

അമേരിക്കൻ ഉപരോധം മൂലമുണ്ടായ വിടവ് നികത്തുന്നതിനായി ക്യൂബൻ ഗവൺമെന്റ് വിദേശത്തുനിന്ന് ധാരാളം യന്ത്രങ്ങൾ വാങ്ങിയതാണ് ഈ തെറ്റുകളിൽ ഒന്നിന് കാരണം. പലപ്പോഴും ഫാക്ടറികൾ അങ്ങനെതന്നെ വാങ്ങിയിരുന്നു. ഇതിന്നായി വളരെയേറെ വിദേശനാണയം ചെലവിടുകയും ചെയ്തു. പക്ഷേ, ഈ ഫാക്ടറികൾ ഉദ്ദേശിച്ച സാമ്പത്തികനേട്ടം ഉണ്ടാക്കിയില്ല. ഇവയിൽ ചിലത് നടത്തിക്കൊണ്ടുപോകുന്നതിനു ആവശ്യമായ അസംസ്കൃതവിഭവങ്ങളോ സ്പെയർപാർട്ടുകളോ സ്പെഷ്യലിസ്റ്റുകളോ ക്യൂബയിൽ ലഭ്യമായിരുന്നില്ലെന്ന സംഗതി പരിഗണിക്കപ്പെട്ടിരുന്നില്ല. ചില യന്ത്രസാമഗ്രികൾ അവ വാങ്ങുന്നസമയത്തു തന്നെ കാലഹരണപ്പെട്ടു കഴിഞ്ഞിരുന്നു. തന്മൂലം ഉൽപ്പാദനച്ചെലവ് വർധിക്കുകയും ഉൽപ്പന്നം മോശമാവുകയും ചെയ്തു.

കുറ്റങ്ങളും കുറവുകളും വൈഷമ്യങ്ങളും എല്ലാമുണ്ടായിട്ടും 1963–ൽ ക്യൂബയിലെ വ്യാവസായികോൽപാദനം മുൻകൊല്ലത്തെക്കാൾ ആറു ശതമാനം അധികമായിരുന്നു. ഇത് ചോദ്യം ചെയ്യാനാവാത്ത പുരോഗതിയായിരുന്നു.

പക്ഷേ, വെറും സാമ്പത്തിക പുരോഗതിയെക്കാൾ ചെ പ്രാധാന്യം കൽപിച്ചിരുന്നത് വിപ്ലവാദർശങ്ങളിൽ ദൃഢമായി വിശ്വസിക്കുകയും തദനുരോധമായ ധാർമിക മാനദണ്ഡങ്ങളനുസരിച്ച് പ്രവർത്തിക്കുകയും ചെയ്യുന്ന പുതിയൊരു മനുഷ്യനെ വാർത്തെടുക്കുന്നതിലാണ്. ഈ പുതിയ മനുഷ്യന്റെ രേഖാചിത്രം ഇനിയും അവസാനരൂപം കൈക്കൊണ്ടു കഴിഞ്ഞിട്ടില്ല. കാരണം, പുതിയ സാമ്പത്തിക ബന്ധങ്ങളുടെ വളർച്ചയ്ക്ക് സമാന്തരമായാണ് ഈ രൂപീകരണ പ്രക്രിയയും പുരോഗമിക്കുന്നത്. 1965 മാർച്ചിൽ ക്യൂബ വിട്ടുപോകുന്നതിനു തൊട്ടുമുൻപായി *മാർച്ച* എന്ന ഉറുഗ്വൻ മാസികയ്ക്കെഴുതിയ ഒരു കത്തിൽ ചെ പറഞ്ഞു.

"ശിക്ഷണത്തിലെ തകരാറുമൂലം സ്വാർഥതാൽപര്യത്തിന്റെ പാതയിലൂടെ നീങ്ങുന്നവരെപ്പറ്റിയല്ല നാമിവിടെ സംസാരിക്കുന്നത്. സമൂഹം മുന്നോട്ടു കുതിക്കുമ്പോൾ താന്താങ്ങളുടെ പ്രത്യേക വഴിക്ക് നീങ്ങിക്കൊണ്ട് ബഹുജനങ്ങളുമായി അനുഭാവം പുലർത്തവെതന്നെ അവരിൽ നിന്ന് വേർപിരിഞ്ഞു നടക്കുന്ന വേറെയും ചിലരുമുണ്ടാകാം. ഓരോ ദിവസം കഴിയുന്തോറും പൊതുതാൽപര്യത്തിനൊത്തു നീങ്ങേണ്ടതിന്റെ ആവശ്യകത മനസിലാക്കുകയും സമൂഹത്തിലെ പ്രേരകശക്തിയെന്ന നിലയ്ക്കുള്ള തങ്ങളുടെ പങ്കിനെപ്പറ്റി ബോധവാന്മാരാവുകയും ചെയ്യുന്നവരുടെ സംഖ്യ കൂടിക്കൂടി വരികയാണെന്നതാണ് പ്രധാനമായിട്ടുള്ളത്."

ഈ ബഹുജനങ്ങൾ മുതലാളിത്ത സാമ്പത്തിക വ്യവസ്ഥ അവരെ കൊണ്ടുചെന്നെത്തിച്ചിട്ടുള്ള കയത്തിൽ നിന്നു കരകയറാൻ ഒരു വഴി കാണാതെ ഉഴലുന്ന വെറുമൊരു കൂട്ടമല്ല. മുതലാളിത്ത വ്യവസ്ഥയെ നശിപ്പിച്ച ആ കൊടുങ്കാറ്റ് തന്നെ അധ്വാനിക്കുന്ന ജനങ്ങൾക്ക് അവരുടെ രക്ഷാമാർഗവും കാട്ടിക്കൊടുത്തിട്ടുണ്ട്. ഇപ്പോൾ അവർ അധികമാരും സഞ്ചരിച്ചിട്ടില്ലാത്ത പാതകളിലൂടെ വിദൂരലക്ഷ്യങ്ങളിൽ എത്താനായി ഒറ്റപ്പെട്ടുനീങ്ങുകയല്ല ചെയ്യുന്നത്. മേൽപ്പറഞ്ഞ കത്തിൽത്തന്നെ ചെ തുടർന്നു വ്യക്തമാക്കി: "പാർട്ടിയും പുരോഗമനവാദികളായ തൊഴിലാളികളും സമൂഹത്തിലെ മറ്റെല്ലാ പുരോഗമനശക്തികളും ഒന്നിച്ചു കൈകോർത്തു പിടിച്ചു നീങ്ങുന്ന ആ മുന്നണിപ്പടയുടെ പിന്നാലെയാണ് അവരിപ്പോൾ സഞ്ചരിക്കുന്നത്. ഈ പ്രസ്ഥാനത്തിന്റെ മുൻപന്തിയിൽ നിൽക്കുന്നവർ ഇതിൽനിന്നെന്തു പ്രയോജനമാണുണ്ടാകാൻ പോകുന്നതെന്നറിയാൻ ഭാവിയിലേക്ക് ഉറ്റുനോക്കിനിൽക്കുകയാണ്. പക്ഷേ, വ്യക്തിപരമായ പ്രയോജനത്തിലേക്കല്ല അവരുടെയാ നോട്ടം. പുതിയ സവിശേഷതകളോടുകൂടിയ പുതിയൊരു ജനസമൂഹമായിരിക്കും, കമ്യൂണിസ്റ്റുകാരായ ആളുകളുടെ സമൂഹമായിരിക്കും. അവർക്കുള്ള പ്രതിഫലം."

അമേരിക്കൻ സാമ്രാജ്യവാദികൾ ഈ സ്വാതന്ത്ര്യ ദ്വീപിനെതിരായി ഇത്രയേറെ കൊള്ളരുതായ്മകൾ കാട്ടയിരുന്നില്ലെങ്കിൽ വിപ്ലവത്തിന്റെ പുരോഗതി ഇതിലുമെല്ലാം എത്രയോ ഗണ്യമാകുമായിരുന്നു.

1959 ജനുവരിയിൽ ക്യൂബയിൽ വിപ്ലവം അതിന്റെ വിജയവൈജയന്തി പറത്തിയതു മുതൽ ഇടവിടാതെയെന്നോണമുള്ള അമേരിക്കൻ അക്രമനടപടികളെയാണ് ആ രാജ്യത്തിന് നേരിടേണ്ടിവന്നത്. അട്ടിമറി, ചാരവൃത്തി, ബോംബാക്രമണം, ജനപഥങ്ങളിലെ കൊള്ള, ഭീകര നടപടികൾ, വിമാനറാഞ്ചൽ, ഫിദലിനെയും മറ്റു വിപ്ലവനേതാക്കളേയും കൊല ചെയ്യാനുള്ള ശ്രമം, അട്ടിമറി സംഘങ്ങളെ സംഘടിപ്പിക്കൽ, ചോറ്റുപട്ടാളത്തെ ഇറക്കൽ, സാമ്പത്തിക ഉപരോധം, ലാറ്റിൻ അമേരിക്കയിൽ ക്യൂബയെ ഒറ്റപ്പെടുത്താനുള്ള ശ്രമം തുടങ്ങി ക്യൂബൻ വിപ്ലവത്തെ തകർത്ത് ആ 'പരീക്ഷണം' പൊളിക്കാനും അങ്ങനെ സോഷ്യലിസം അമേരിക്കൻ മണ്ണിൽ "കിളുക്കുന്ന" ഒന്നല്ലെന്നു തെളിയിക്കാനും വേണ്ടി യു എസ് ഭരണവൃത്തങ്ങൾ ചെയ്യാത്ത കൊള്ളരുതായ്മകളൊന്നുമില്ല.

ഈ അർഥത്തിൽ ക്യൂബ ഏതാണ്ട് വിയറ്റ്നാം പോലെതന്നെയായിരുന്നു. ക്യൂബയിൽ പ്രത്യക്ഷമായ ആക്രമണം (ബേ ഓഫ് പിഗ്സ് ഒഴിച്ചാൽ) ഒന്നും ഉണ്ടായില്ലെങ്കിലും വിപ്ലവം കഴിഞ്ഞ ആ നിമിഷം തൊട്ട് ക്യൂബയ്ക്ക് ഇടവിടാതെയുള്ള ഒരു ഒളിയുദ്ധത്തെ നേരിടേണ്ടി വന്നിരുന്നു.

ഗെറില്ലാ കമാൻഡറായി മാറിയ ആ ഡോക്ടർക്ക് സമാധാനകാല ജോലികളിൽ ഏർപ്പെട്ടു കഴിയുന്നതായിരുന്നു ഇഷ്ടം. വാഷിങ്ടൺ കഴുകന്മാരുടെ സദായെന്നോണമുള്ള ഭീഷണികളെ നേരിടേണ്ടി വന്നിരുന്നില്ലെങ്കിൽ സ്വതന്ത്രമായ ഒരു സമൂഹത്തിനുള്ളിൽ നിന്നുകൊണ്ട് നിർമാണപ്രവർത്തനവും അത്യാവശ്യസാധനങ്ങളുടെ ഉൽപ്പാദനവും നടത്തുന്നതിൽ അദ്ദേഹം തന്റെ മുഴുവൻ കഴിവും വിനിയോഗിക്കുമായിരുന്നു.

പക്ഷേ, സാഹചര്യം മറിച്ചായതിനാൽ ഈ വ്യവസായമന്ത്രിക്ക് പലപ്പോഴും തന്റെ വകുപ്പിന്റെ കീഴിലുള്ള പദ്ധതികളിലും പ്രോജക്ടുകളിലും നിന്നു ശ്രദ്ധതിരിച്ചിട്ട് അമേരിക്കൻ സാമ്രാജ്യത്വത്തിന്റെ ചതിപ്രയോഗങ്ങൾക്കെതിരായ പോരാട്ടവുമായി പ്രത്യക്ഷമായ ബന്ധപ്പെട്ട സംഗതികൾക്കുവേണ്ടി തന്റെ കുറേയധികം സമയം ചെലവിടേണ്ടിവന്നു.

4

"ക്യൂബാ സി, യാങ്കി നൊ!"*

"ഞങ്ങൾ സമരത്തിലേക്ക് വലിച്ചിഴയ്ക്കപ്പെടുകയാണ്. അതിനാൽ ഒരു പോരാട്ടത്തിനു തയാറെടുക്കുകയും അതിനുള്ള നടപടികളാരംഭിക്കുകയും ചെയ്യാതിരിക്കാൻ ഞങ്ങൾക്ക് നിവൃത്തിയില്ല."

ഏണസ്റ്റോ ചെ ഗുവേര

അട്ടിമറിയും വിധ്വംസക പ്രവർത്തനവും 1961–ഏപ്രിലിൽ തിരക്കിട്ട് സംഘടിപ്പിച്ച ആക്രമണവും വഴി വിപ്ലവപ്രബുദ്ധമായ ക്യൂബയുടെ കഥ കഴിക്കാനാണ് പ്രസിഡന്റ് ഐസൻഹോവറും അദ്ദേഹത്തിന്റെ പാർശ്വവർത്തികളായ ഡള്ളസ് സഹോദരന്മാരും—സ്റ്റേറ്റ് സെക്രട്ടറി ജോൺ ഫോസ്റ്ററും സി ഐ എ തലവൻ അല്ലനും—പ്ലാൻ ചെയ്തതെങ്കിൽ അവരുടെ പ്രതിയോഗി ജോൺ എഫ് കെന്നഡിക്ക് ഇതെക്കുറിച്ചുള്ള അഭിപ്രായം മറ്റൊന്നായിരുന്നു.

ലാറ്റിൻ അമേരിക്കയിൽ വർധിച്ചുകൊണ്ടിരുന്ന സാമൂഹ്യ സംഘർഷത്തിന്റെ പിരി അൽപം അയയ്ക്കുകയും കൂട്ടത്തിൽ അൽപം ബലം പ്രയോഗിക്കുകയും ചെയ്യുന്നതിലൂടെ അവിടുത്തെ വിപ്ലവപ്രക്രിയയുടെ വളർച്ചയെ പിന്നോട്ടടിക്കാമെന്നാണ് ഐസൻഹോവറിൽ നിന്നും ഡള്ളസ് സഹോദരന്മാരിൽ നിന്നും വ്യത്യസ്തമായി കെന്നഡി കരുതിയത്. അതായത്, കുറേ മൂലധനം നിക്ഷേപിക്കുകയും മുതലാളിത്ത വളർച്ചയെ ത്വരിതപ്പെടുത്തുന്ന പരിഷ്കാരങ്ങൾ നടപ്പിലാക്കുകയും ചെയ്യുന്നതിലൂടെ ഇതു സാധിക്കാമെന്നായിരുന്നു കെന്നഡിയുടെ ഉദ്ദേശ്യം. ഉറുഗ്വെയിലെ കമ്യൂണിസ്റ്റ് പാർട്ടി ജനറൽ സെക്രട്ടറി റോഡ്നി അറിസ്മെണ്ടി വിവരി

---

* ക്യൂബയെ വേണം, യാങ്കിയെ വേണ്ട.

ച്ചതുപോലെ പ്രതിവിപ്ലവത്തെ ചുവപ്പു തൊപ്പിയിടീച്ച് രംഗത്തിറക്കാനുള്ള ആശയത്തിന്റെ ഉത്ഭവം ഇതായിരുന്നു. 'പുരോഗതിക്കുള്ള സഖ്യം' ഉടലെടുത്തത് അങ്ങനെയാണ്. വാഷിങ്ടണും ലാറ്റിൻ അമേരിക്കയും തമ്മിലുള്ള ബന്ധത്തിൽ ഇതൊരു പുതിയ യുഗം ഉൽഘാടനം ചെയ്യുമെന്നാണ് അമേരിക്കൻ പ്രചരണ വിദഗ്ധർ പറഞ്ഞുനടന്നിരുന്നത്. എത്ര അസുലഭമായ അവസരമാണെന്നു നോക്കുക! അന്നുവരെ ഈ തെക്കൻ അയൽരാജ്യങ്ങളെയെല്ലാം നിഷ്ഠൂരമായി കൊള്ളയടിച്ചിരുന്ന യു എസ് എ ഒരു സുപ്രഭാതത്തിൽ 'പുരോഗതിക്കുള്ള സഖ്യം' മുഖേന പ്രതിവർഷം 200 കോടി ഡോളർ വച്ച് രണ്ടായിരം കോടി ഡോളർ ആ രാജ്യങ്ങളുടെ വികസനപ്രവർത്തനങ്ങൾക്കായി സംഭാവന ചെയ്യാൻ പോകുന്നു! അളവറ്റ സമ്പത്തിന്റെ ഉടമസ്ഥനായ സാം അമ്മാവനുപോലും ഇതൊരു ഭീമമായ സംഖ്യതന്നെയായിരുന്നു. കഷ്ടിച്ച് ഒന്നരക്കൊല്ലം മുൻപ് ബ്യൂനോസ് എയേഴ്സിൽ നടന്ന അമേരിക്കൻ സ്റ്റേറ്റുകളുടെ സമ്മേളനത്തിൽ ഈ രാജ്യങ്ങളുടെ ആവശ്യത്തിലേക്കായി മൂവായിരം കോടി ഡോളർ അനുവദിക്കേണ്ടതുണ്ടെന്ന് ഫിദൽ കാസ്ട്രൊ പ്രഖ്യാപിച്ചപ്പോൾ പലർക്കും അതൊരു നടക്കാത്ത കാര്യമായി തോന്നി. പക്ഷേ, ഇപ്പോഴിതാ സാമ്രാജ്യത്വവിരുദ്ധ വിപ്ലവത്തിനെതിരായി ഒരു വിലങ്ങുതടി സൃഷ്ടിക്കുന്നതിനുവേണ്ടി ആ സംഖ്യയുടെ മൂന്നിൽ രണ്ടു ഭാഗം പുറത്തെടുക്കാൻ തയാറായി യു എസ് എ മുന്നോട്ടുവന്നിരിക്കുന്നു. ഈ ഭീമമായ സംഖ്യ നിക്ഷേപിക്കുമ്പോൾ ലാറ്റിൻ അമേരിക്കയിൽ യു എസ് ചരക്കുകൾക്കുള്ള കമ്പോളം വളരെ വ്യാപകമാകുമെന്നും കുത്തകക്കാർക്ക് വമ്പിച്ച ലാഭമുണ്ടാക്കുന്ന ഇടപാടുകൾ നടത്താൻ കഴിയുമെന്നും കൂടി യാങ്കികൾ മോഹിച്ചിരുന്നു. 'പുരോഗതിക്കുവേണ്ടിയുള്ള സഖ്യ'ത്തിന്റെ സ്രഷ്ടാക്കൾക്ക് അവരുടെ പദ്ധതിയെപ്പറ്റിയുണ്ടായ സന്തോഷം പറഞ്ഞറിയിക്കാനാവില്ല. അവർക്ക് അപ്രതീക്ഷിതമായ വൻലാഭമുണ്ടാക്കുകയും സാമൂഹ്യവിപ്ലവത്തെ തടഞ്ഞുനിറുത്തുകയും ചെയ്യുന്ന ഒന്നായിരുന്നല്ലൊ ഈ പദ്ധതി. പക്ഷേ, അനുഭവം ഈ പദ്ധതികളിൽ ചില ചില്ലറ ഭേദഗതികൾ വരുത്തി. ഇതാകട്ടെ വാൾ സ്ട്രീറ്റ് പണച്ചാക്കുകൾ പ്രതീക്ഷിച്ചതിൽ നിന്ന് കുറച്ചു വ്യത്യസ്തവുമായിരുന്നു.

തിരഞ്ഞെടുപ്പുവിജയം കഴിഞ്ഞ് വൈറ്റ് ഹൗസിൽ പ്രവേശിച്ച കെന്നഡി 1961 മാർച്ച് 13-ാം തീയതി ലാറ്റിൻ അമേരിക്കൻ അംബാസഡർമാരെ വിളിച്ചുവരുത്തി അവരുടെ മുന്നിൽ പുരോഗതിക്കുള്ള സഖ്യത്തിന്റെ പദ്ധതി അവതരിപ്പിച്ചു. "സ്വന്തമായൊരു വീടും തൊഴിലും ഭൂമിയും ആരോഗ്യവും വിദ്യാഭ്യാസവും നേടുകയെന്ന അമേരിക്കക്കാരുടെ മൗലികാവകാശങ്ങൾ തൃപ്തിപ്പെടുത്താനുള്ള വ്യാപ്തിയിലും ഉദ്ദേശ്യശുദ്ധിയിലും അനുപമമായ ഒരു ഭഗീരഥ പ്രയത്നത്തിൽ" യു എസ് എയോടൊപ്പം കൈകോർത്തു പിടിക്കാൻ കെന്നഡി പശ്ചിമാർധഗോളത്തിലെ ഗവൺമെന്റുകളേയും ജനങ്ങളേയും ആഹ്വാനം ചെയ്തു. കെന്നഡിയുടെ ഈ വാഗ്ദാനങ്ങളെപ്പറ്റി അങ്ങേയറ്റത്തെ പരിഹാസത്തോടെ ഒരു പത്ര

പ്രവർത്തകൻ എഴുതിയ സംഗതി ഇവിടെ ശ്രദ്ധേയമാണ്. "ഫിദൽ, താങ്കളുടെ വിപ്ലവത്തിനു നന്ദി! അതില്ലായിരുന്നെങ്കിൽ ഞങ്ങൾക്ക് യു എസ് എയിൽ നിന്ന് ഒരു ചില്ലിപോലും കിട്ടുമായിരുന്നില്ല," എന്ന് ഈ യു എസ് ഔദാര്യങ്ങൾക്കെല്ലാം പാത്രമാകുന്ന ലാറ്റിൻ അമേരിക്കക്കാർക്ക് പറയാൻ കഴിയുമെന്നാണ് ആ പത്രപ്രവർത്തകൻ എഴുതിയത്.

പക്ഷേ, ലാറ്റിൻ അമേരിക്കയെ ഇപ്രകാരം ആശ്വസിപ്പിക്കാൻ ശ്രമിക്കുന്ന അവസരത്തിൽ തന്നെ ഐസൻഹോവറും ഡള്ളസ് സഹോദരന്മാരും കൂടി പടച്ചുണ്ടാക്കിയ ആക്രമണ പരിപാടി നടപ്പിലാക്കാൻ കെന്നഡി രഹസ്യമായ തയാറെടുപ്പുകൾ തുടർന്നുകൊണ്ടിരുന്നു. കാരണം, ഫിദൽ കാസ്ട്രോയുടെ യഥാർഥ വിപ്ലവത്തെ കുഴിച്ചുമൂടിയാൽ മാത്രമേ 'പുരോഗതിക്കുള്ള സഖ്യം' വാഗ്ദാനം ചെയ്യുന്ന കപട വിപ്ലവം വിജയിക്കൂ എന്നു കെന്നഡിക്കറിയാമായിരുന്നു.

കെന്നഡി ഗവൺമെന്റിന്റെ സാമ്രാജ്യത്വസ്വഭാവത്തെക്കുറിച്ച് തെറ്റിദ്ധാരണയൊന്നും ഉണ്ടായിരുന്നില്ലെങ്കിലും അദ്ദേഹം തന്റെ മുൻഗാമിയെക്കാൾ അൽപ്പംകൂടി വിവേകം പ്രദർശിപ്പിക്കുമെന്നും നേരത്തെ പ്ലാൻ ചെയ്ത ആക്രമണ പരിപാടി ഉപേക്ഷിക്കുമെന്നും ക്യൂബൻ ഗവൺമെന്റ് പ്രതീക്ഷിച്ചു. പുതിയ ഭരണവുമായുള്ള ബന്ധം വഷളാക്കാനും ക്യൂബയ്ക്ക് ഉദ്ദേശമുണ്ടായിരുന്നില്ല. യു എസ് എ ക്കാർ ക്യൂബയുടെ പരമാധികാരത്തെ മാനിക്കണമെന്നും അവർ ആ ദ്വീപിന്റെ ആഭ്യന്തര കാര്യങ്ങളിൽ കൈയിടാതിരിക്കണമെന്നും മാത്രമേ ക്യൂബയ്ക്ക് ആഗ്രഹമുണ്ടായിരുന്നുള്ളു. കെന്നഡി പ്രസിഡന്റ് സ്ഥാനമേൽക്കുന്നതിന്റെ ആഘോഷച്ചടങ്ങുകളുടെ ദിവസം ക്യൂബയിൽ ഫിദലിന്റെ നിർദേശപ്രകാരം ഭാഗികമായ ഒരു അസൈനികീകരണം ഏർപ്പെടുത്തുകയുണ്ടായി. പക്ഷേ, ഈ അനുരഞ്ജനമനോഭാവത്തിനു മറുഭാഗത്തു നിന്ന് യാതൊരു പ്രതികരണവുമുണ്ടായില്ല. തന്റെ മുൻഗാമിയെപ്പോലെ പ്രസിഡന്റ് കെന്നഡിയും ഫിദൽ കാസ്ട്രോയുടെ നിഷ്കാസനത്തിൽ കുറഞ്ഞ ഒന്നുകൊണ്ടും തൃപ്തിപ്പെടാൻ തയാറായിരുന്നില്ല.

ലാറ്റിൻ അമേരിക്കയിൽ ഡസൻ കണക്കിന് ഇടപെടലുകളും കൊട്ടാര വിപ്ലവങ്ങളും നടത്തിച്ചതിന്റെ അനുഭവം യു എസ് ഭരണാധികാരികൾക്കുണ്ട്. അവരുടെ പ്രയത്നം എപ്പോഴും സഫലമായിട്ടേയുള്ളു. ഒരിക്കലും അവർക്ക് വെട്ടിൽ വീഴേണ്ടിവന്നിട്ടില്ല. ക്യൂബയിൽ മാത്രമാണ് അവർക്ക് ശ്രദ്ധേയവും ഭീമവുമായ ഒരു പരാജയം നേരിടേണ്ടി വന്നത്. ഏപ്രിൽ 17-ാം തീയതി അമേരിക്കൻ കൂലിപ്പട്ടാളം ബേ ഓഫ് പിഗ്സ് ആക്രമിക്കാനെത്തി. വെടിയുണ്ടകൾ വർഷിച്ചുകൊണ്ടാണ് ക്യൂബക്കാർ അവരെ സ്വാഗതം ചെയ്തത്. മൂന്നുദിവസം കഴിഞ്ഞപ്പോൾ ആക്രമിക്കാനെത്തിയവരിൽ ശേഷിച്ച 1200 പേർ ക്യൂബൻ സൈന്യത്തിന് കീഴടങ്ങി. കാസ്ട്രോയുടെ വിപ്ലവത്തെ ഒറ്റയടിക്ക് തുടച്ചുനീക്കാമെന്ന കെന്നഡിയുടെ ശുഭപ്രതീക്ഷ അപ്പാടെ കത്തിചാമ്പലായിപ്പോയി.

ചാരപ്രമുഖനായ അല്ലൻ ഡള്ളസിനെ പിരിച്ചു വിടാൻ കെന്നഡി

നിർബന്ധിതനായി. പിന്നെയും സി ഐ എ അതിന്റെ അട്ടിമറിക്കാരേയും വിധ്വംസകപ്രവർത്തകരേയും ഈ സ്വാതന്ത്ര്യ ദ്വീപിലേക്ക് അയച്ചുകൊണ്ടിരുന്നെങ്കിലും 'പുരോഗതിക്കുള്ള സഖ്യം' രൂപീകരിക്കുക എന്നതല്ലാതെ കെന്നഡിക്ക് മറ്റൊന്നും ചെയ്യാനുണ്ടായിരുന്നില്ല. വിവിധ അമേരിക്കൻ സ്റ്റേറ്റുകൾ ഉൾപ്പെട്ട ഒ എ എസ് എന്ന സംഘടനയുടെ അന്തർ അമേരിക്കൻ സാമ്പത്തിക-സാമൂഹ്യ കൗൺസിലിന്റെ ഒരു പ്രത്യേക സമ്മേളനത്തിൽ വച്ച് ഈ സ്ഥാപനത്തിന്റെ ഔപചാരികമായ ഉൽഘാടനം നടത്താനായിരുന്നു തീരുമാനം. പുണ്ടാ ഡെൽ എസ്തെ എന്ന ഉറുഗ്വൻ സമുദ്രതീര സുഖവാസകേന്ദ്രത്തിൽവച്ച് ഓഗസ്റ്റിൽ ഈ സമ്മേളനം നടത്താനും നിശ്ചയിച്ചിരുന്നു.

കൂലിപ്പട്ടാളത്തിന്റെ ആക്രമണത്തിനു ശേഷവും യു എസ് എയുമായുള്ള ബന്ധം വഷളാക്കാൻ ക്യൂബൻ ഗവൺമെന്റിന് യാതൊരു ആഗ്രഹവും ഉണ്ടായിരുന്നില്ലെന്ന സംഗതി ഇവിടെ ഊന്നിപ്പറയേണ്ടതുണ്ട്. നേരേ മറിച്ച്, ബേ ഓഫി പിഗ്സിന്റെ വേദനാജനകമായ പാഠം വിപ്ലവപ്രബുദ്ധമായ ക്യൂബയുടെ കാര്യത്തിൽ കുറേക്കൂടി മിതമായ ഒരു നയം സ്വീകരിക്കാൻ കെന്നഡിയെ നിർബന്ധിതനാക്കുമെന്നായിരുന്നു ക്യൂബയുടെ പ്രതീക്ഷ. അതിന്റെ അടിസ്ഥാനത്തിൽ ക്യൂബൻ ഗവൺമെന്റ് പുണ്ടാ ഡെൽ എസ്തെ സമ്മേളനത്തിൽ പങ്കെടുക്കാനുള്ള ക്ഷണം സ്വീകരിക്കുകയും, ക്യൂബൻ സമ്പദ്‌വ്യവസ്ഥയെ ഫലത്തിൽ നിയന്ത്രിച്ചിരുന്ന വ്യവസായമന്ത്രി ഏണസ്റ്റോ ചെ ഗുവേരയെ പ്രസ്തുത സമ്മേളനത്തിലേക്കുള്ള പ്രതിനിധിസംഘം നേതാവായി നിയമിക്കുകയും ചെയ്തു.

ചെ ഈ സമ്മേളനത്തിൽ പങ്കെടുക്കുന്നുണ്ടെന്ന വാർത്ത ലാറ്റിൻ അമേരിക്കയെ ആകെ സംബന്ധിച്ചിടത്തോളം അത്യന്തം സംഭ്രമജനകമായിരുന്നു. ക്യൂബൻ വിപ്ലവം കഴിഞ്ഞുള്ള അദ്ദേഹത്തിന്റെ ആദ്യത്തെ ലാറ്റിൻ അമേരിക്കൻ സന്ദർശനമായിരുന്നു അത്. മുടിയനായ പുത്രന്റെ തിരിച്ചുവരവായിരുന്നുമില്ല ഇത്. മോണ്ടി വീഡിയോയ്ക്കടുത്തുള്ള കറാസ്കൊ വിമാനത്താവളത്തിൽ ചെയെ സ്വീകരിക്കാനായി അധ്വാനിക്കുന്ന ആയിരക്കണക്കിനാളുകൾ തടിച്ചുകൂടി. വിമാനത്താവളത്തിൽ നിന്ന് പുണ്ടാ ഡെൽ എസ്തെയിലേക്കുള്ള ഇരുഭാഗങ്ങളിലും തിങ്ങിനിന്നിരുന്ന ഉറൂഗ്വെക്കാർ ആവേശപൂർവം അദ്ദേഹത്തെ സ്വാഗതം ചെയ്തു. ആ സമ്മേളനത്തിൽ പങ്കെടുത്തവരിൽ ചെയ്ക്ക് മാത്രമാണ് ഇത്ര ഗംഭീരമായൊരു സ്വീകരണം ലഭിച്ചത്. ചെയിലൂടെ അവർ ക്യൂബൻ വിപ്ലവത്തെയാണ് സ്വാഗതം ചെയ്തത്. അമേരിക്കൻ കോടീശ്വരനും ബാങ്കുടമയുമായ ട്രഷറി സെക്രട്ടറി ഡഗ്ലസ് ഡില്ലോൺ യു എസ് പ്രതിനിധിസംഘം നേതാവായി അവിടെ വന്നിറങ്ങിയത് ആരുടേയും ശ്രദ്ധയിൽ പെട്ടില്ലെന്നു പറയാം. മറ്റു ലാറ്റിൻ അമേരിക്കൻ പ്രതിനിധി സംഘങ്ങളുടെ വരവും അതുപോലെ ആരും വകവച്ചതായി തോന്നിയില്ല. എല്ലാവരുടേയും ശ്രദ്ധ ചെയിലായിരുന്നു. ക്യൂബൻ വിപ്ലവത്തിന്റെ പ്രതിനിധി

ആയിരുന്നല്ലോ അദ്ദേഹം. ഈ വിപ്ലവം വിജയിച്ചതുകൊണ്ടാണല്ലോ പുണ്ടാ ഡെൽ എസ്തെയിലെ ഈ സമ്മേളനം നടന്നതും.

വിപ്ലവ സൈന്യത്തിലെ മേജറെന്ന നിലയ്ക്ക് ഒലിവിന്റെ പച്ചനിറമുള്ള തന്റെ പതിവ് യൂണിഫോമിലാണ് ചെ ഉറുഗ്വെയിൽ പറന്നെത്തിയത്. സമ്മേളനത്തിലും അദ്ദേഹം അതേ വേഷം തന്നെയാണ് ധരിച്ചത്. സമ്മേളനത്തെ ഒരുതരത്തിലും തടസപ്പെടുത്താൻ ക്യൂബൻ പ്രതിനിധിസംഘത്തിന് ഉദ്ദേശ്യമില്ലെന്നും, മറിച്ച് ലാറ്റിൻ അമേരിക്കൻ രാജ്യങ്ങളുടെ സാമ്പത്തിക വളർച്ചയ്ക്കും സാമ്പത്തിക സ്വാതന്ത്ര്യത്തിനും ഏറ്റവും പറ്റിയ പാത കണ്ടുപിടിക്കാൻ മറ്റു പ്രതിനിധിസംഘങ്ങളുമായി സഹകരിക്കാനാണ് തങ്ങൾ തീർച്ചപ്പെടുത്തിയിട്ടുള്ളതെന്നും അവിടെ എത്തിയ ഉടൻതന്നെ ചെ പ്രഖ്യാപിച്ചു. ക്യൂബൻ പ്രതിനിധിസംഘത്തിന്റെ ഈ സൗമനസ്യത്തിനു തെളിവെന്നോണം സമ്മേളനത്തിന്റെ മുന്നിലുള്ള വിവിധ പ്രശ്നങ്ങളെ സംബന്ധിക്കുന്ന 29 കരടു പ്രമേയങ്ങൾ അദ്ദേഹം അവിടെ കൂടിയിരുന്ന പ്രതിനിധികളുടെ പരിഗണനയ്ക്കായി സമർപ്പിച്ചു.

*ലോക മാർക്സിസ്റ്റ് റവ്യൂവിനു*വേണ്ടി എഴുതിയ *ക്യൂബയും കെന്നഡി പദ്ധതിയും* എന്ന ലേഖനത്തിൽ ചെ പ്രസ്താവിച്ചതുപോലെ ഈ 29 നിർദേശങ്ങളിൽ മിക്കതും വെറുതേയങ്ങു തള്ളിക്കളയാൻ പറ്റുന്ന തരത്തിലുള്ളതായിരുന്നില്ല. കാരണം ലാറ്റിൻ അമേരിക്കൻ രാജ്യങ്ങളുടെ സാമ്പത്തിക വികാസത്തെ സുഗമമാക്കുന്നതിനുവേണ്ടിയുള്ളതായിരുന്നു ഈ പ്രമേയങ്ങളെല്ലാം. അതിനാൽ, ക്യൂബൻ നിർദേശങ്ങളോടു കൂട്ടിച്ചേർക്കാനും അങ്ങനെ അവയിൽ വെള്ളം ചേർക്കാനുമുള്ള എതിർനടപടികൾ എഴുതിയുണ്ടാക്കാൻ പ്രവർത്തകസമിതികളും കമീഷനുകളും ധൃതിയിൽ യോഗം ചേർന്നു. എങ്കിലും സമ്മേളനത്തിൽ അൽപം ചില പുരോഗതി കൈവരിക്കാൻ ക്യൂബൻ പ്രതിനിധിസംഘത്തിനു കഴിഞ്ഞു. മുൻകാലങ്ങളിൽ ഇത്തരം സമ്മേളനങ്ങളിൽ കേട്ടിരുന്നതിൽനിന്നു തികച്ചും ഭിന്നമായൊരു ഭാഷയിലാണ് മിക്ക പ്രതിനിധികളും സംസാരിച്ചിരുന്നത്.

ബ്രസീൽ, ഇക്വഡോർ, ബൊളീവിയ എന്നീ മൂന്നു രാജ്യങ്ങളിൽ നിന്നുള്ള പ്രതിനിധിസംഘങ്ങൾക്ക് ക്യൂബയോട് അൽപം മമത ഉണ്ടായിരുന്നെന്ന് കാര്യം ചെ ശ്രദ്ധിച്ചു. ഇക്കൂട്ടത്തിൽ ബൊളീവിയയുടെ കാര്യം ചെ പ്രത്യേകിച്ചെടുത്തു പറഞ്ഞു. വിക്ടർ പാസ് എസ്റ്റെൻസ്സറൊ ആയിരുന്നു അന്നും ബൊളീവിയയുടെ പ്രസിഡന്റ്. "ഈ ഭൂഖണ്ഡത്തിന്റെ ഏതാണ്ടൊത്ത നടുക്ക് സ്ഥിതിചെയ്യുന്ന ബൊളീവിയ ഒരു ബൂർഷ്വാ ജനാധിപത്യരാജ്യമാണ്," മുകളിൽ പരാമർശിച്ച ലേഖനത്തിൽ ചെ എഴുതുകയുണ്ടായി. "അയൽ രാജ്യങ്ങളിലെ മുതലാളിത്ത കുത്തകകൾ കാരണം ധാരാളം നഷ്ടം സംഭവിച്ചിട്ടുള്ള ഒരു രാജ്യമാണിത്. ഞങ്ങളുടെ പൊതുമർദകനായ വടക്കേ അമേരിക്കൻ സാമ്രാജ്യത്വമടക്കം അതിനെ ഏതാണ്ട് ഞെരിച്ചു ശ്വാസംമുട്ടിച്ചുകൊണ്ടിരിക്കുകയുമാണ്. ജനങ്ങളിലേറിയഭാഗവും ഖനിത്തൊഴിലാളികളും കർഷകരുമാണ്. ചൂഷണത്തിന്റെ വമ്പിച്ച ഭാരം പേറുന്ന ഒരു ജനവിഭാഗമാണിത്."

ഈ സമ്മേളനത്തിൽ പങ്കെടുത്ത ബൊളീവിയൻ പ്രതിനിധിസംഘത്തിന്റെ പ്രവർത്തനത്തെ ചെ വിലയിരുത്തിയിട്ടുള്ളത് ഇപ്രകാരമാണ്: "ക്യൂബൻ പ്രതിനിധിസംഘം സമർപ്പിച്ച പരിപാടി ഒഴിച്ചുനിറുത്തിയാൽ പിന്നെ ഏറ്റവും സമൂർത്തമായൊരു സാമ്പത്തിക പരിപാടി അവതരിപ്പിക്കുകയും പൊതുവിൽ സമ്മേളനത്തിൽ ഏറ്റവും ക്രിയാത്മകമായൊരു നിലപാട് കൈക്കൊള്ളുകയും ചെയ്തത് ബൊളീവിയയാണ്. ഇത്തരം സമ്മേളനങ്ങളിൽ സാധാരണ ഉപയോഗിക്കാറുള്ള കാപട്യം നിറഞ്ഞ ആ ചപ്പടാച്ചി ഭാഷയിൽ ക്യൂബയുടെ കുഞ്ഞനിയന്മാരെന്നാണ് ബൊളീവിയക്കാരെ വിളിച്ചിരുന്നത്."

പുണ്ടാ ഡെൽ എസ്തെ സമ്മേളനത്തിൽ ക്യൂബയുടേയും ബൊളീവിയയുടേയും പ്രതിനിധിസംഘങ്ങൾ തമ്മിലുണ്ടായ സമ്പർക്കമായിരിക്കാം ഒരുപക്ഷേ പിൽക്കാലത്ത് ലാറ്റിൻ അമേരിക്കയിലെ ഒളിപ്പോർ പ്രവർത്തങ്ങൾ ആരംഭിക്കുന്നതിനുള്ള കേന്ദ്രമായി ബൊളീവിയ തിരഞ്ഞെടുക്കാൻ ചെയെ പ്രേരിപ്പിച്ച ഒരു സംഗതി.

സമ്മേളനത്തിന്റെ പൊതുയോഗങ്ങളിൽ ചെ രണ്ടു പ്രാവശ്യം സംസാരിച്ചു. രണ്ടുപ്രാവശ്യവും വളരെ സൗമ്യമായാണ് അദ്ദേഹം സംസാരിച്ചത്. യു എസ് ഭരണവൃത്തങ്ങളുടെ ആക്രമണോദ്യുക്തതയേയും ക്യൂബയെ ഒറ്റപ്പെടുത്തുന്നതിനായി 'പുരോഗതിക്കുള്ള സഖ്യത്തെ' ഉപയോഗപ്പെടുത്താൻ അവർ നടത്തുന്ന ശ്രമത്തേയും അദ്ദേഹം അപലപിച്ചില്ലെന്നും ഇതിന്നർഥമില്ല. വാഷിംഗ്ടണിന്റെ ക്യൂബൻവിരുദ്ധ മാതൃക പിന്തുടരുന്നവർക്കു മാത്രമേ അമേരിക്കയുടെ ലക്ഷങ്ങൾ പ്രതീക്ഷിക്കാൻ കഴിയൂ എന്ന് അദ്ദേഹം പറഞ്ഞു.

ഈ 'സഖ്യം' ലാറ്റിൻ അമേരിക്കൻ രാജ്യങ്ങളിലെ താരതമ്യേന അപ്രധാനമായ സാമ്പത്തിക ശാഖകളുടെ വളർച്ചയെ മാത്രമേ സഹായിക്കൂ എന്നും, അമേരിക്കൻ കുത്തകകളുടെ മേലുള്ള ലാറ്റിൻ അമേരിക്കൻ ആശ്രിതത്വം വർധിപ്പിക്കാനല്ലാതെ അതു കുറയ്ക്കാൻ 'സഖ്യം' ശ്രമിക്കുകയില്ലെന്നും ചെ ഉദാഹരണസഹിതം ചൂണ്ടിക്കാട്ടി. അതേസമയം തന്നെ, 'സഖ്യ'ത്തിൽ പങ്കെടുക്കാൻ ലാറ്റിൻ അമേരിക്കൻ രാജ്യങ്ങളെ മാടിവിളിക്കുന്ന പരിമിതവും സംശയാസ്പദവുമായ ആ അവസരങ്ങൾ വിനിയോഗിക്കുന്നതിൽ നിന്ന് അവരെ തടയാൻ ക്യൂബയ്ക്ക് യാതൊരാഗ്രഹവുമില്ലെന്നും അദ്ദേഹം വ്യക്തമാക്കി.

ക്യൂബൻ പ്രതിനിധിസംഘം ഒരു കാര്യം വെട്ടിത്തുറന്നു പറയാൻ ആഗ്രഹിക്കുന്നു, ഓഗസ്റ്റ് 9-ാം തീയതി പൊതു സമ്മേളനത്തിൽ സംസാരിക്കുന്ന കൂട്ടത്തിൽ ചെ പറഞ്ഞു: "ഞങ്ങളുടെ പ്രത്യേകത കൈവെടിയാതെ ലാറ്റിൻ അമേരിക്കൻ കുടുംബത്തിൽ നിൽക്കണമെന്നും നിങ്ങളുമായി സഹവർത്തിച്ചു കഴിയണമെന്നും തന്നെയാണ് ഞങ്ങളുടെ ആഗ്രഹം. നിങ്ങളുടെ വികസനനിരക്കുകൾ ഞങ്ങളുടേതിന് ഒപ്പമെത്തിയാൽ ഞങ്ങൾ സന്തോഷിക്കും. പക്ഷേ, വ്യത്യസ്തമായാൽ ഞങ്ങൾ വഴക്കിടുകയില്ല.

ഞങ്ങളുടെ അതിർത്തികളുടെ അലംഘനീയതയ്ക്കുള്ള ഉറപ്പുമാത്രമാണ് ഞങ്ങൾ ആവശ്യപ്പെടുന്നത്.

പക്ഷേ, ഇതിനകം സാമൂഹ്യ പരിവർത്തനങ്ങളൊന്നും നടക്കുന്നില്ലെങ്കിൽ മറ്റു രാജ്യങ്ങളും ക്യൂബയുടെ മാതൃക പിന്തുടർന്നെന്നു വരാം, ചെ തുടർന്നു. അപ്പോൾ "ആൻഡെസ് കോർഡില്ലേറ അമേരിക്കയുടെ സീറാ മെസ്ത്ര ആയിത്തീരും" എന്ന ഫിദൽ കാസ്ട്രോയുടെ പ്രവചനം ശരിയായിത്തീരുകയും ചെയ്യും.

ഓഗസ്റ്റ് 16–ാം തീയതി സമാപന സമ്മേളനത്തിൽ ചെ ചെയ്ത പ്രസംഗവും അത്രതന്നെ സൗമ്യമായിരുന്നു. *ലോക മാർക്സിസ്റ്റ് റെവ്യു*വിലെ മേൽ പരാമർശിച്ച ലേഖനത്തിൽ തന്റെ ആ പ്രസംഗത്തെപ്പറ്റി ചെ പറയുന്നത് ഇങ്ങനെയാണ്:

"സമ്മേളനത്തിന്റെ സമാപനയോഗത്തിൽ അവതരിപ്പിക്കപ്പെട്ട രേഖകളിന്മേലുള്ള വോട്ടിങ്ങിൽ നിന്ന് ക്യൂബൻ പ്രതിനിധിസംഘം ഒഴിഞ്ഞുനിൽക്കുകയും അതിനുള്ള കാരണം വിശദീകരിക്കുകയും ചെയ്തു. പണംകൊണ്ടുള്ള രാഷ്ട്രീയവുമായോ സ്വതന്ത്ര സംരംഭമെന്ന തത്വവുമായോ യോജിക്കാൻ ക്യൂബയ്ക്ക് സാധ്യമല്ലെന്ന് ഞങ്ങൾ പറഞ്ഞു. സമാപന രേഖകളിൽ ഞങ്ങളുടെ ദൗർഭാഗ്യങ്ങൾക്കെല്ലാം കാരണക്കാരായ സാമ്രാജ്യത്വ കുത്തകകളെ അപലപിക്കുന്ന ഒരൊറ്റ വാക്കുപോലുമില്ലെന്നതിൽ ഞങ്ങൾക്ക് വിഷമമുണ്ടായിരുന്നു. ആക്രമണത്തെ അപലപിച്ചും അതിൽ ഒരക്ഷരം മിണ്ടിയിരുന്നില്ല. എന്നു മാത്രമല്ല, 'പുരോഗതിക്കുള്ള സഖ്യ'ത്തിൽ ക്യൂബയ്ക്ക് പങ്കെടുക്കാൻ പറ്റുമോയെന്ന ആവർത്തിച്ചുള്ള ചോദ്യത്തിന് ഞങ്ങൾക്കു കിട്ടിയ മറുപടി അങ്ങേയറ്റം കനത്ത ഒരു നിശ്ശബ്ദതയുമായിരുന്നു. നിഷേധരൂപത്തിലുള്ള ഒരു മറുപടിയാണിതെന്ന് ഞങ്ങൾക്ക് മനസിലായി. ഞങ്ങളുടെ ജനങ്ങൾക്ക് ഒരു നന്മയും ചെയ്യാൻ പോകുന്നില്ലാത്ത ഈ സഖ്യത്തിൽ ഞങ്ങൾക്കു പങ്കെടുക്കാൻ കഴിയാത്തതിന്റെ കാരണം സ്പഷ്ടമാണ്."

സമ്മേളനം അംഗീകരിച്ച അന്തിമരേഖയുടെ ഒരു ക്രിയാത്മക വശവും ചെ ചൂണ്ടിക്കാട്ടി. ലാറ്റിൻ അമേരിക്കയിൽ 'സ്വതന്ത്ര സംരംഭക്കാരായ' ബൂർഷ്വാരാജ്യങ്ങൾക്ക് സമാന്തരമായി 'സ്വതന്ത്രസംരംഭ'ത്തെ തൂത്തെറിഞ്ഞ രാജ്യങ്ങളും നിലനിൽക്കുന്നതായി ഈ രേഖയുടെ ഒരു ഉപഖണ്ഡികയിൽ പറയുന്നുണ്ട്.

"ഈ ഖണ്ഡിക വായിച്ചിട്ട് അത് സമാധാനപരമായ സഹവർത്തിത്വത്തിന് ഒരു വിജയമാണെന്നും രണ്ടു വിഭിന്ന സാമൂഹ്യവ്യവസ്ഥകളുടെ സമാധാനപരമായ സഹവർത്തിത്വത്തിനുള്ള സാധ്യതയെയാണ് അത് സൂചിപ്പിക്കുന്നതെന്നും ക്യൂബൻ പ്രതിനിധിസംഘം പ്രസ്താവിച്ചു." ചെ മേൽ പരാമർശിച്ച ലേഖനത്തിൽ പറയുന്നു: "ഈ ഖണ്ഡിക അംഗീകരിച്ചുവെന്നത് ഈ സമ്മേളനത്തിന്റെ ക്രിയാത്മകനേട്ടങ്ങളിലൊന്നാണെന്നും ഞങ്ങൾ പറഞ്ഞു." എന്നാൽ പിന്നീട് അമേരിക്കയുടെ പ്രതിനിധി ശക്തിയായ ഭാഷയിൽ ഈ പ്രമേയത്തെ ഖണ്ഡിക്കുകയും ക്യൂബൻ

ഗവൺമെന്റിനെ തങ്ങൾ അംഗീകരിക്കുന്നില്ലെന്ന് പ്രഖ്യാപിക്കുകയും ചെയ്തുവെന്നും ചെ തുടർന്നെഴുതുന്നുണ്ട്.

എങ്കിലും അൽപ്പം കൂടി ചുഴിഞ്ഞിറങ്ങണമെന്നു ക്യൂബൻ പക്ഷത്തിനു തോന്നി. ഇതിന്നായി ചെ അമേരിക്കൻ പ്രതിനിധി സംഘത്തിൽ പെട്ട ഇരുപത്തെട്ടുകാരനായ റിച്ചാർഡ് എൻ ഗുഡ്‌വിൻ എന്നൊരാളുമായി കണ്ടു സംസാരിച്ചു. കെന്നഡി ഭരണത്തിന്റെ അകത്തളംവരെ പ്രവേശനമുള്ള ഒരാളായിരുന്നു ഗുഡ്‌വിൻ. ക്യൂബയ്ക്കെതിരായ ശത്രുതാനടപടികൾ അവസാനിപ്പിക്കാനും സാമ്പത്തിക ഉപരോധം പിൻവലിക്കാനും യു എസ് എ തയാറായാൽ അമേരിക്കക്കാരിൽ നിന്ന് പിടിച്ചെടുത്ത സ്വത്തിനു നഷ്ടപരിഹാരം നൽകാനും മറ്റു ലാറ്റിൻ അമേരിക്കൻ രാജ്യങ്ങളിൽ നടത്തുന്ന വിപ്ലവപ്രചരണം കുറയ്ക്കാനും ക്യൂബ സന്നദ്ധമാണെന്ന് ചെ പറഞ്ഞതായി ഗുഡ്‌വിൻ പ്രസ്താവിച്ചു. പുണ്ടാ ഡെൽ എസ്തെ സമ്മേളനം കഴിഞ്ഞ് ഹവാനാ ടെലിവിഷനിൽ സംസാരിക്കുമ്പോൾ ഈ സംഭാഷണത്തെപ്പറ്റി ചെയും പരാമർശിച്ചു. ഇരുരാജ്യങ്ങളും തമ്മിലുള്ള ബന്ധം ക്രമീകരിക്കുന്നതിനെപ്പറ്റി യു എസ് എയുമായി കൂടിയാലോചന നടത്താൻ ക്യൂബ ഒരുക്കമാണെന്നും, യു എസ് എ യുമായി എങ്ങനെയും ഒരു സമരം നടത്തുകയെന്നതല്ല ക്യൂബയുടെ ഉന്നമെന്നും, പക്ഷേ വേണ്ടിവന്നാൽ ആവുന്ന എല്ലാ മാർഗങ്ങളും ഉപയോഗിച്ച് സമരം ചെയ്യാൻ ക്യൂബ മടിക്കുകയില്ലെന്നും താൻ ഗുഡ്‌വിനെ ധരിപ്പിക്കുകയുണ്ടായെന്ന് ചെ ഈ പ്രസംഗത്തിനിടയിൽ പ്രസ്താവിച്ചു. ലാറ്റിൻ അമേരിക്കൻ വ്യവസ്ഥയുടെ ഭാഗമായിരിക്കാനാണ് ക്യൂബയുടെ ആഗ്രഹം. സാംസ്കാരിക പാരമ്പര്യത്താൽ ഈ ഭൂഖണ്ഡവുമായി ബന്ധിക്കപ്പെട്ട ഒരു രാജ്യവുമാണ് ക്യൂബ. “ഞങ്ങളുടെ സാമൂഹ്യ–സാമ്പത്തിക വ്യവസ്ഥ നിലനിർത്തവേതന്നെ ലാറ്റിൻ അമേരിക്കയുടേയോ ഒ എ എസിന്റേയോ ഭാഗമായിരിക്കാനുള്ള ഞങ്ങളുടെ അവകാശം അംഗീകരിക്കപ്പെടണമെന്നും ഞങ്ങൾക്കിഷ്ടമുള്ള ഏതൊരു രാജ്യവുമായും സൗഹൃദം സ്ഥാപിക്കാനുള്ള ഞങ്ങളുടെ ചോദ്യംചെയ്യാനാവാത്ത അവകാശം അംഗീകരിക്കപ്പെടണമെന്നും ഞങ്ങൾ ആവശ്യപ്പെടുന്നു,” എന്നാണ് ചെ ഗുഡ്‌വിനോട് പറഞ്ഞത്.

ചെയുടെ സന്ദേശം കെന്നഡിയെ അറിയിക്കാമെന്നല്ലാതെ ഗുഡ്‌വിൻ ഇതെപ്പറ്റി യാതൊരഭിപ്രായവും പ്രകടിപ്പിച്ചില്ല.

ഗുഡ്‌വിനുമായുള്ള ചെയുടെ ഈ കൂടിക്കാഴ്ചയെപ്പറ്റി ലാറ്റിൻ അമേരിക്കൻ പത്രങ്ങൾ പലതും എഴുതിക്കൂട്ടി. യു എസ് എ യും ക്യൂബയും തമ്മിലുള്ള ഒരു ധാരണയ്ക്ക് ഇത് കളമൊരുക്കുമെന്ന് പല നിരീക്ഷകരും അഭിപ്രായപ്പെട്ടു. പക്ഷേ, ക്യൂബയുമായി ഏതെങ്കിലും വിധത്തിലുള്ള യുക്തിസഹമായ ഒരു ഒത്തുതീർപ്പിന് യു എസ് എ വാസ്തവത്തിൽ തയാറായിരുന്നില്ല. സോവിയറ്റ് സഹായം തിരസ്കരിക്കുകയും സോവിയറ്റ് വിരുദ്ധനിലപാട് സ്വീകരിക്കുകയും ചെയ്താൽ മാത്രമേ, കൃത്യമായി പറഞ്ഞാൽ യാങ്കികളുടെ മുന്നിൽ മുട്ടുമടക്കി നിന്ന് ക്ഷമാ

യാചനം ചെയ്താൽ മാത്രമേ, ക്യൂബയ്ക്ക് മാപ്പുനൽകാൻ യു എസ് എ ഒരുക്കമായിരുന്നുള്ളൂ.

അർജന്റീനയുടെ പ്രസിഡന്റ് അർത്തൂറൊ ഫ്രോണ്ടിസിയുമായി ചെ നടത്തിയ സംഭാഷണത്തിന്റെ രത്നച്ചുരുക്കവും ഇതുതന്നെയായിരുന്നു. പുണ്ടാ ഡെൽ എസ്തെ സമ്മേളനത്തിന്റെ തുടക്കത്തിൽ ഫ്രോണ്ടിസി നേരിട്ട് ചെയെ ബ്യൂനോസ് എയേഴ്സിലേക്ക് ക്ഷണിക്കുകയുണ്ടായി. അർജന്റീനയിലെ രാഷ്ട്രീയത്തിൽ വളരെ വലിയ പരസ്പര വൈരുധ്യങ്ങൾ നിറഞ്ഞ ഒരു വ്യക്തിയായിരുന്ന ഫ്രോണ്ടിസി, വളരെ വർഷത്തോളം പുരോഗമനം പറഞ്ഞു നടന്നിരുന്നെങ്കിലും പ്രസിഡന്റായി തിരഞ്ഞെടുക്കപ്പെട്ടതോടെ അദ്ദേഹം പട്ടാളത്തിലെ പിന്തിരിപ്പന്മാരുടേയും അമേരിക്കൻ എംബസിയുടേയും സമ്മർദത്തിന് വഴങ്ങുകയും, വാഗ്ദാനം ചെയ്ത പരിഷ്കാരങ്ങൾ നടപ്പിലാക്കുന്നതിനുപകരം കമ്യൂണിസ്റ്റുകാരെ പിഢീപ്പിക്കാനും അർജന്റീനയുടെ സമ്പദ് വ്യവസ്ഥയിലേക്ക് കൂടുതലായി നുഴഞ്ഞുകയറാൻ അമേരിക്കൻ കുത്തകകൾക്ക് സൗകര്യമുണ്ടാക്കിക്കൊടുക്കാനും തുടങ്ങി. ക്യൂബയുമായുള്ള നയതന്ത്രബന്ധം വിച്ഛേദിക്കാൻ പോലും അദ്ദേഹം തയാറായി. എന്നിട്ടും പിന്തിരിപ്പൻ പട്ടാള വൃത്തങ്ങൾക്ക് ഫ്രോണ്ടിസിയെ വലിയ വിശ്വാസമായിരുന്നില്ല. അതിരുകവിഞ്ഞ 'ഇടത'നായാണ് അവർ അദ്ദേഹത്തെ കണ്ടിരുന്നത്.

ഓഗസ്റ്റ് 18–ാം തീയതി ഫ്രോണ്ടിസിയുമായി കാണാൻ ചെ വിമാന മാർഗം ബ്യൂനോസ് എയേഴ്സിലേക്ക് പറപ്പെട്ടെങ്കിലും അൽപം ചില മണിക്കൂർ മാത്രമേ അദ്ദേഹം അവിടെ നിന്നൊള്ളു. ഏറ്റവും ഗോപ്യമായിരുന്നു അവരുടെ കൂടിക്കാഴ്ച. ഈ കൂടിക്കാഴ്ചയിൽ പ്രതിഷേധിച്ച് അർജന്റീനയുടെ വിദേശവകുപ്പുമന്ത്രി രാജിവച്ചു. പിന്തിരിപ്പൻ ജനറൽമാരും കോപംകൊണ്ടു വിറച്ചു. അൽപ്പസമയംകൂടി ചെ അവിടെ നിന്നിരുന്നെങ്കിൽ ഫ്രോണ്ടിസിയോടൊപ്പം അദ്ദേഹവും അറസ്റ്റു ചെയ്യപ്പെടുമായിരുന്നു.

ഫ്രോണ്ടിസിക്കും ചെയ്ക്കും ഈ അപകടത്തെപ്പറ്റി നിശ്ചയമുണ്ടായിരുന്നു. അതറിഞ്ഞുകൊണ്ടുതന്നെയാണ് അവർ തമ്മിൽ കാണാൻ നിശ്ചയിച്ചത്. ക്യൂബയെ "സോവിയറ്റ് ചേരി" യിൽ നിന്ന് രക്ഷപ്പെടുത്തിയിട്ട് ലാറ്റിൻ അമേരിക്കൻ പറ്റത്തിലേക്ക് മടക്കിക്കൊണ്ടുവരുന്നതിന് പ്രസിദ്ധനായ തന്റെ നാട്ടുകാരനെ സമ്മതിപ്പിക്കാൻ കഴിയുമെന്നാണ് ഫ്രോണ്ടിസി പ്രതീക്ഷിച്ചിരുന്നത്. വിപ്ലവപ്രബുദ്ധമായ ക്യൂബയെ യു എസ് പക്ഷത്തേക്ക് മടക്കിക്കൊണ്ടുവരാൻ കഴിഞ്ഞാൽ അതിനുള്ള കൃതജ്ഞതയെന്ന നിലയ്ക്ക് പ്രസിഡന്റായി തുടരാൻ വാഷിംഗ്ടൺ തന്നെ അനുവദിച്ചേക്കുമെന്ന് ഫ്രോണ്ടിസി ആശിച്ചു. ഒരു കൈ നോക്കാവുന്ന സംഗതിയായിരുന്നു അതെന്നതിനാൽ ഫ്രോണ്ടിസി പകിടയെറിയാൻ തയാറാവുകയാണുണ്ടായത്.

ചെ ഈ കൂടിക്കാഴ്ചയ്ക്ക് സമ്മതിച്ചത് മറ്റു കാരണങ്ങൾ കൊണ്ടാണ്. എല്ലാ വിഭാഗങ്ങളിലുംപെട്ട ലാറ്റിൻ അമേരിക്കൻ രാഷ്ട്രീയ പ്രമു

ഖന്മാരുമായി എങ്ങനെയും കാണാനായിരുന്നു അദ്ദേഹത്തിന്റെ ശ്രമം. ഉറുഗ്വെയിൽ പ്രസിഡന്റ് ഹയേദൊ അദ്ദേഹത്തെ ഹാർദമായി സ്വാഗതം ചെയ്തു. വിപ്ലവപ്രബുദ്ധമായ ക്യൂബയെ കുഷ്ഠരോഗിയെപ്പോലെ ഒറ്റപ്പെടുത്തി നിറുത്തുകയെന്ന യു എസ് നയത്തെ തുരങ്കം വയ്ക്കാൻ ഇത്തരം സമ്പർക്കങ്ങൾ വളരെയേറെ ഉപകരിക്കുമെന്ന് അദ്ദേഹത്തിനു വിശ്വാസമുണ്ടായിരുന്നു. എന്നു മാത്രമല്ല, തന്റെ ജന്മദേശം ഒരിക്കൽക്കൂടി കാണാനും ബൊളീവിയ വഴി വെനിസ്വേലയിൽ ചെന്ന് മിയാലിനെ കാണാനും താൻ അവിടെ വിട്ടതിനുശേഷമുള്ള പത്തു കൊല്ലത്തിനിടയിൽ അവിടെ എന്തെങ്കിലും മാറ്റം സംഭവിച്ചിട്ടുണ്ടെയെന്നറിയാനും അദ്ദേഹത്തിന് ആകാംക്ഷയുണ്ടായിരുന്നു.

പക്ഷേ, ഫ്രോണ്ടിസി വിചാരിച്ചതുപോലെയല്ല ആ കൂടിക്കാഴ്ച നടന്നത്. ഗുഡ്‌വിനോട് നേരത്തെ പറഞ്ഞിരുന്ന കാര്യങ്ങൾ തന്നെ ചെ ഇവിടെയും ആവർത്തിച്ചു. 'അസാഡൊ' എന്ന പേരുകേട്ട അർജന്റീനിയൻ ഷീഷ്കബാബുകൊണ്ട് ഫ്രോണ്ടിസി തന്റെ അതിഥിയെ സൽക്കരിച്ചു. അതു കഴിഞ്ഞ് ഒരു കപ്പ് മെയിറ്റും കുടിച്ചിട്ട് അവർ പിരിഞ്ഞു. ഗുരുതരമായ നിലയിൽ രോഗബാധിതയായി കിടന്നിരുന്ന ബേട്രിസ് കുഞ്ഞമ്മയെ കാണാൻ അദ്ദേഹം അവരുടെ വീട്ടിൽ അൽപനേരം തങ്ങി. ആ സായാഹ്നത്തിൽ തന്നെ അദ്ദേഹം മോണ്ടീവിഡ്യൊയിൽ മടങ്ങിയെത്തി.

പിറ്റേന്ന് ചെ ഹവാനയിലേക്ക് പുറപ്പെട്ടു. വഴിക്കുവച്ച് മറ്റൊരു പ്രസിഡന്റുമായി കാണാനുണ്ടായിരുന്നു. ഈജിപ്ത് സന്ദർശനം മുതൽക്ക് ഒരു അടുത്ത പരിചയക്കാരനായി മാറിയിരുന്ന ബ്രസീലിയൻ പ്രസിഡന്റ് ക്വാഡ്രോസുമായാണ് ഈ കൂടിക്കാഴ്ച നിശ്ചയിച്ചിരുന്നത്. ലാറ്റിൻ അമേരിക്കയിലെ ഏറ്റവും വലിയ രാജ്യമായ ബ്രസീലിന്റെ നേതാവായിരുന്നു ക്വാഡ്രോസ്. ഫ്രോണ്ടിസിയിൽ നിന്ന് വിഭിന്നമായി കുറേക്കൂടി സ്വതന്ത്രമായ ഒരു നിലപാടാണ് ക്വാഡ്രോസ് അമേരിക്കയുടെ കാര്യത്തിൽ സ്വീകരിച്ചിരുന്നത്. വിപ്ലവപ്രബുദ്ധമായ ക്യൂബയോടുള്ള അനുഭാവം അദ്ദേഹം മറച്ചുവച്ചിരുന്നില്ല. നാടൻ പിന്തിരിപ്പന്മാരുടെ രോഷത്തിനും വാഷിംഗ്ടണിൽ അധികാരത്തിലിരിക്കുന്ന മേലേക്കിടക്കാരുടെ അതൃപ്തിക്കും അദ്ദേഹം പാത്രീഭവിച്ചിരുന്നു. പക്ഷേ, അവരെ തൃണവൽഗണിച്ചുകൊണ്ട് ക്വാഡ്രോസ് ചെയ്ക്ക് പുതിയ തലസ്ഥാനനഗരമായ ബ്രസിലിയയിൽ വച്ച് അത്യന്തം ഹൃദ്യമായ ഒരു വരവേൽപ് നൽകി. കൂടാതെ, ബ്രസീലിലെ ഏറ്റവും ഉയർന്ന 'ക്രൂസീറൊദൊസുൾ' എന്ന ബഹുമതിയും അദ്ദേഹം ചെയ്ക്ക് അനുവദിച്ചു.

പുണ്ടാ ഡെൽ എസ്തെ സമ്മേളനം കൊണ്ട് എന്തു ഫലമാണുണ്ടായത്? ലാറ്റിൻ അമേരിക്കയിലെ ഭരണവൃത്തങ്ങൾക്കിടയിൽ പോലും വാഷിംഗ്ടന്റെ ചൊൽപ്പടിക്ക് നിൽക്കാൻ തയാറില്ലാത്ത പലരുമുണ്ടെന്ന് അത് തെളിയിച്ചു. ക്യൂബയോട് പലേടങ്ങളിലും ആളുകൾക്ക് വളരെയേറെ അനുഭാവവും അതിലുപരി മതിപ്പും ഉണ്ടെന്നും അത് വ്യക്തമാക്കി. ക്യൂബയെ ഇനിയുമിനിയും ഞെക്കിഞെരിക്കാനും ആകാവുന്ന

എല്ലാ വിലങ്ങുതടികളും വലിച്ചിട്ട് ആ രാജ്യത്തെ ബുദ്ധിമുട്ടിക്കാനും യു എസ് എ നിശ്ചയിച്ചുറച്ചിരിക്കുകയാണ് എന്നും സമ്മേളനം തെളിയിച്ചു.

കുറച്ചുകാലം കഴിഞ്ഞപ്പോഴേക്ക് ലാറ്റിൻ അമേരിക്കയിലെ സ്ഥിതി പിന്നെയും സങ്കീർണമായി. അത് ദേശീയ വിമോചന ശക്തികൾക്കും വിപ്ലവപ്രബുദ്ധ ക്യൂബയ്ക്കും എതിരായി. അർജന്റീനയിൽ പട്ടാളം ഫ്രോണ്ടിസിയെ അധികാരഭ്രഷ്ടനാക്കിയപ്പോൾ ബ്രസീലിൽ വലതുപക്ഷത്തുനിന്നുള്ള സമ്മർദം താങ്ങാനാവാതെ ക്വാഡ്രോസ് തന്റെ രാജി സമർപ്പിച്ചു. 1962 –ന്റെ തുടക്കത്തിൽ ക്യൂബ ഒ എ എസിൽനിന്ന് പുറത്താക്കപ്പെട്ടു. ഉറുഗ്വെ, ചിലി, ബൊളീവിയ, മെക്സിക്കോ എന്നീ രാജ്യങ്ങൾ മാത്രമാണ് ഈ നടപടിയെ എതിർത്തത്. താമസിയാതെ, മെക്സിക്കൊ ഒഴിച്ചുള്ള ആ രാജ്യങ്ങളെല്ലാം ക്യൂബയുമായുള്ള സാമ്പത്തികവും നയതന്ത്രപരവുമായ എല്ലാ ബന്ധങ്ങളും വിച്ഛേദിച്ചു. വാഷിങ്ടണിൽ നിന്നുള്ള സമ്മർദം കാരണമാണ് ഇതെല്ലാം സാധിച്ചത്. പറഞ്ഞാൽ കേൾക്കാത്തവർക്ക് 'പുരോഗതിക്കുള്ള സഖ്യ'ത്തിന്റെ ഒരു ചില്ലിയും കിട്ടില്ലെന്ന് ഭീഷണി ഉണ്ടായിരുന്നു. പക്ഷേ, വാഗ്ദാനം ചെയ്യപ്പെട്ടിരുന്ന ഈ ദശലക്ഷങ്ങൾ വെറും പിച്ചക്കാശായി മാറുമെന്നും ലാറ്റിൻ അമേരിക്കയുടെ വികസനത്തിനും പുനർനിർമാണത്തിനുള്ള മുൻ യു എസ് പദ്ധതികൾപോലെ തന്നെ ഉജ്വലമായി ഈ 'സഖ്യ' പരിപാടിയും തകരുമെന്നും അന്ന് ആരും ഊഹിച്ചിരുന്നില്ല.

സമത്വത്തിന്റേയും പരസ്പര ബഹുമാനത്തിന്റേയും അടിസ്ഥാനത്തിൽ ക്യൂബയുമായുള്ള ബന്ധം ക്രമീകരിക്കാൻ യു എസ് എക്ക് യാതൊരുദ്ദേശ്യവുമില്ലെന്നും, ക്യൂബൻ വിപ്ലവത്തെ ഭൂമുഖത്തുനിന്ന് തുടച്ചുനീക്കാൻ പറ്റുമെങ്കിൽ അതിന്നായി ഒരു ആഗോള ന്യൂക്ലിയർ സംഹാരയജ്ഞത്തിനുപോലും അവർ തയാറാകുമെന്നും 1962–ലെ കരീബിയൻ പ്രതിസന്ധി തെളിയിച്ചു. യു എസ് സാമ്രാജ്യവാദികളുടെ ഈ വെല്ലുവിളിക്ക് ക്യൂബയിലെ അധ്വാനിക്കുന്ന ജനങ്ങളും ലോകത്തെമ്പാടുമുള്ള അവരുടെ സുഹൃത്തുക്കളും നൽകിയ മറുപടിയും വ്യക്തമായിരുന്നു. 'ക്യൂബാ സി, യാങ്കി നൊ' എന്നതായിരുന്നു ഒരേ സ്വരത്തിൽ അവരെല്ലാം നൽകിയ ഈ മറുപടി:

"ഈ മാറ്റങ്ങളെ ശാന്തമായി വിലയിരുത്തിക്കൊണ്ട് ചെ എഴുതിയത് ഇപ്രകാരമാണ്. സമാധാനപരമായ സഹവർത്തിത്വത്തെപ്പറ്റി കെന്നഡിക്ക് ഉറച്ച ചില അഭിപ്രായങ്ങളുണ്ടെന്ന് തോന്നിയിരുന്നെങ്കിലും ഇപ്പോൾ അധികാരം കൈയടക്കിവച്ചിട്ടുള്ള രാഷ്ട്രീയ ഗ്രൂപ്പുകൾ ജോൺ ഫോസ്റ്റർ ഡള്ളസിനേയും കടത്തിവെട്ടുന്ന ലക്ഷണമാണ് കാണുന്നത്. ലക്ഷ്യം നേടാൻ കഴിയുമെന്നുണ്ടെങ്കിൽ ഒരു യുദ്ധത്തിനുപോലും അവർ തയാറാണ്. ഇപ്പോഴത്തെ ഘട്ടത്തിൽ സോഷ്യലിസത്തെ പിടിച്ചുകെട്ടാനുള്ള ഏററവും പ്രകടമായ ശ്രമം നടക്കുന്നത് ദക്ഷിണ വിയറ്റ്നാമിലും ക്യൂബയിലുമാണ്."

യു എസ് എയും ക്യൂബയും തമ്മിലുള്ള ബന്ധം മെച്ചപ്പെടുമെന്നു

പ്രതീക്ഷിക്കാൻ യാതൊരു ന്യായവും കാണുന്നില്ലെന്ന് 1964 ഓഗസ്റ്റ് 18–ാം തീയതി യു എസ് സ്റ്റേറ്റ് സെക്രട്ടറി ഡീൻ റസ്ക് യാതൊരു മനോവ്യഥയും കൂടാതെ പ്രഖ്യാപിച്ചു. ക്യൂബ പശ്ചിമാർധഗോളത്തിനാകെ ഒരു ഭീഷണിയാണെന്നും അദ്ദേഹം പറഞ്ഞു. കാസ്ട്രോയെ അധികാരഭ്രഷ്ടനാക്കാൻ കഴിയുമ്പോൾ മാത്രമേ ഈ ഭീഷണി തീരൂവെന്നാണ് യു എസ് ഗവൺമെന്റ് കരുതുന്നതെന്നും അദ്ദേഹം പ്രഖ്യാപിച്ചു.

കെന്നഡിയുടെ വധത്തിനുശേഷം യു എസ് അധികൃതർ ക്യൂബയ്ക്കെതിരായ നടപടികൾ ഊർജിതപ്പെടുത്തുകയാണുണ്ടായതെന്നും എല്ലാ അനുരഞ്ജനശ്രമങ്ങളേയും അവർ പൊളിക്കുകയാണുണ്ടായതെന്നും റസ്കിന്റെ പ്രഖ്യാപനം തെളിയിച്ചു. എന്തു വില കൊടുക്കേണ്ടി വന്നാലും ലാറ്റിൻ അമേരിക്കയിൽ 'രണ്ടാമതൊരു ക്യൂബ' ഉണ്ടാകാതെ നോക്കുകയെന്നതാണ് വാഷിങ്ടൺ പ്രധാന കടമയായി എടുത്തിരുന്നത്.

ക്യൂബൻ നേതാക്കൾക്കു വേണമെങ്കിൽ അമേരിക്കയുടെ അവിരാമമായ പ്രകോപനങ്ങളുടേയും അവരെ താഴെയിറക്കാനുള്ള അട്ടിമറി പ്രവർത്തനങ്ങളുടേയും വേദന കടിച്ചിറക്കിക്കൊണ്ട് ക്ഷമാപൂർവം മറ്റേ ചെകിടുംകൂടി കാട്ടിക്കൊടുത്ത് ദിവ്യകാരുണ്യത്തിനായി ശ്രമിക്കാമായിരുന്നു. പക്ഷേ, അത് അമേരിക്കൻ മണ്ണിലെ ആദ്യത്തെ സാമ്രാജ്യത്വവിരുദ്ധവും ശരിക്കും ജനകീയവുമായ വിപ്ലവം നടത്തുകയും പശ്ചിമാർധഗോളത്തിൽ ആദ്യമായി സോഷ്യലിസത്തിന്റെ വിജയ വൈജയന്തി പാറിക്കുകയും ചെയ്ത ആ പോരാളികളുടെ അന്തസിനു നിരക്കുന്നതായിരുന്നില്ല.

ഇല്ല, ദൗർബല്യത്തിന്റെ കണികപോലും പുറത്തു കാട്ടാൻ വിപ്ലവപ്രബുദ്ധ ക്യൂബയ്ക്ക് കഴിയുമായിരുന്നില്ല. ലാറ്റിൻ അമേരിക്കയിലെ ആസന്നമായ സാമ്രാജ്യത്വവിരുദ്ധ വിപ്ലവം മാത്രമായിരുന്നു ക്യൂബയുടെ ഒരേയൊരു ആശ. യു എസ് വാഴും തമ്പ്രാക്കന്മാരുടെ സമ്മർദത്തെ ചെറുക്കുകയെന്നതായിരുന്നു അവരുടെ അടിയന്തരാവശ്യം.

പക്ഷേ, അങ്ങനെയൊരു ഭൂഖണ്ഡവിപ്ലവത്തെപ്പറ്റി ആശിക്കാൻ വാസ്തവത്തിലെന്തെങ്കിലും സാധ്യതയുണ്ടായിരുന്നോ? ഉണ്ടായിരുന്നെന്നു തന്നെ പറയേണ്ടിയിരിക്കുന്നു. കാരണം, ക്യൂബൻ വിപ്ലവം അതിന്റെ ഒരു മുന്നോടിയായിരുന്നല്ലോ.

"നമ്മുടെ ഭൂഖണ്ഡത്തെയാകെ സംബന്ധിച്ചിടത്തോളം ക്യൂബയിലെ വിജയത്തിനുള്ള പ്രാധാന്യം വിവരണാതീതമാണ്." ഫിദൽ കാസ്ട്രോ അധികാരമേറ്റെടുത്തയുടൻ റോഡ്നി അറിസ്മെണ്ടി എഴുതി. "ലാറ്റിൻ അമേരിക്കയുടെ ബൃഹത്തായ ഗർഭാശയത്തിൽ ദേശീയ വിമോചന വിപ്ലവങ്ങൾക്ക് ജന്മംനൽകിയ ആ വൈരുധ്യങ്ങളെ അത് കൊടുമ്പിരിക്കൊള്ളിച്ചിട്ടുണ്ട്.

നമ്മുടെ വിപ്ലവത്തിന്റെ ഐക്യം നമ്മുടെ ജനതകളുടെ ചരിത്രപരവും ഭൂമിശാസ്ത്രപരവുമായ ഏകത്വത്തിൽനിന്നുടലെടുത്തിട്ടുള്ളതാണ്. ചില പ്രദേശങ്ങളിൽ ഇത് വളരെ തെളിഞ്ഞു കാണാം. വിഭിന്ന സ്റ്റേറ്റുക

ളിലെ ദേശീയ വിമോചന പ്രസ്ഥാനങ്ങളുടെ ഇന്നത്തെ ഐക്യദാർഢ്യത്തെ സഹായിക്കുന്ന സംഗതി ഇതാണ്. ഒരു രാജ്യത്തിൽ നടക്കുന്ന സംഭവങ്ങളിൽ നിന്ന് മറ്റൊരു നാട്ടിലെ ആളുകൾ അങ്ങനെ അങ്ങു വിട്ടു നിൽക്കുകയില്ല. 1954–ലെ ഗോട്ടിമാലയുടെ അനുഭവവും ഇന്നത്തെ ക്യൂബയുടെ അനുഭവവും ഇതിനുള്ള തെളിവുകളാണ്. ഇപ്പോൾ വിപ്ലവത്തിന്റെ ഭാഷ സ്പാനിഷാണെന്ന് ക്യൂബക്കാർ പറയുന്നത് വളരെ ശരിയാണ്."

ലാറ്റിൻ അമേരിക്കയിൽ വിപ്ലവത്തിന്റെ കാറ്റ് വീശാൻ തുടങ്ങിയിരിക്കുന്നുവെന്ന് എല്ലാവർക്കും ബോധ്യമായി. *വിപ്ലവത്തിന്റെ കാറ്റ്, ലാറ്റിൻ അമേരിക്ക ഇന്നും നാളെയും* എന്ന ശീർഷകത്തിൽ ഈ മേഖലയെ സംബന്ധിച്ച് ഒരു പ്രമുഖ അമേരിക്കൻ വിദഗ്ധനായ ടാഡ് സുൾക്ക് 1956–ൽ പ്രസിദ്ധീകരിച്ച കൃതി ഇവിടെ ശ്രദ്ധേയമാണ്. അതിൽ പറഞ്ഞിരിക്കുന്നു. "നിർണായകമായ ഈ ദശകത്തിൽ ലാറ്റിൻ അമേരിക്കയിലെ അസ്വസ്ഥരും ദാരിദ്ര്യപീഡിതരും ലക്ഷ്യബോധമില്ലാത്തവരും വിസ്ഫോടകമായി എണ്ണത്തിൽ പെരുകിക്കൊണ്ടിരിക്കുന്നവരുമായ ജനസഞ്ചയങ്ങൾക്കിടയിൽ മുഴങ്ങിക്കേൾക്കുന്ന പ്രധാന സ്വരം വിപ്ലവത്തിന്റേതാണ്. ചില അംശങ്ങളിൽ ഇത് കാഹളധ്വനിപോലെ സ്പഷ്ടമാണെങ്കിൽ മറ്റു ചില അംശങ്ങളിൽ ഇത് പതിഞ്ഞതും ഉറപ്പില്ലാത്തതും ഏതാണ്ട് അബോധരൂപത്തിലുള്ളതുമാണ്."

ലാറ്റിൻ അമേരിക്കയിലെ വിപ്ലവപ്രവണതകൾ ക്യൂബയിലെ സംഭവങ്ങൾപോലെ യു എസിന് ഒരു ഭീഷണിയായി വളർന്നു കഴിഞ്ഞിട്ടില്ലെന്ന് സുൾക്ക് പ്രസ്താവിച്ചു. പലപ്പോഴും ആരും കാണുകയോ കേൾക്കുകയോ ചെയ്യാത്ത രീതിയിലാണ് ഈ പ്രവണതകളുടെ വളർച്ച. പൊടുന്നനെ അവ ദേശീയതയുടേയോ നിഷ്പക്ഷതയുടേയോ വടക്കേ അമേരിക്കൻ സാമ്പത്തിക–രാഷ്ട്രീയ സാന്നിധ്യത്തിനോടും സ്വാധീനത്തിനോടുമുള്ള എതിർപ്പിന്റേയോ രൂപം കൈക്കൊള്ളുകയാണ് ചെയ്യുന്നത്. പക്ഷേ, രൂപമെന്തായാലും ഈ പ്രവണതകൾ ലാറ്റിൻ അമേരിക്കയിലെ യു എസ് സ്വാധീനത്തിനുള്ള സാരമായ ഒരു വെല്ലുവിളിയായിരുന്നു.

പുരോഹിതവൃന്ദം പോലും സാമൂഹ്യവിപ്ലവത്തെപ്പറ്റി സംസാരിക്കാൻ തുടങ്ങി. കൊളംബിയയിലെ ഒരു പുരോഹിതനായിരുന്ന കാമിലൊ ടോറെസ് പള്ളിയുമായി തെറ്റിപ്പിരിഞ്ഞ് ഒരു ഒളിപ്പോർ യൂണിറ്റിൽ ചേർന്ന് സർക്കാരിന്റെ പട്ടാളത്തിനെതിരായി പോരാടി മരിക്കുകയുണ്ടായി. മറ്റു ലാറ്റിൻ അമേരിക്കൻ രാജ്യങ്ങളിലും 'വിപ്ലവകാരികളായ' പുരോഹിതന്മാർ തല പൊക്കാൻ തുടങ്ങി.

യു എസ് എ യുടെ അവിരാമമായ ആക്രമണ നടപടികൾക്ക് പാത്രമായിക്കൊണ്ടിരുന്ന വിപ്ലവപ്രബുദ്ധമായ ക്യൂബയ്ക്ക് പശ്ചിമാർധഗോളത്തിലെ ഈ വിപ്ലവപ്രക്രിയയുടെ മുന്നിൽ കൈയും കെട്ടി നിൽക്കാൻ പറ്റുമായിരുന്നോ? ഇല്ലേയില്ല. ലാറ്റിൻ അമേരിക്കയിൽ സാമ്രാജ്യത്വവിരുദ്ധപ്രസ്ഥാനം ശക്തി പ്രാപിച്ചാൽ മാത്രമേ സ്വന്തം തീരങ്ങളിൽ പതിയി

രിക്കുന്ന മര്യാദകെട്ട അമേരിക്കൻ പൊലീസുകാരനെ നിലയ്ക്ക് നിർത്താൻ പറ്റുവെന്ന് ക്യൂബയ്ക്ക് മനസിലായി. ധിക്കാരികളായ യാങ്കികളുമായി പ്രശ്നം സമാധാനപരമായി തീർക്കാൻ സാധ്യമല്ലെന്നു ക്യൂബ നേരത്തെ കണ്ടു കഴിഞ്ഞിരുന്നു.

ഈ സാഹചര്യത്തിൽ ചെ ഒരു വലിയ ധർമസങ്കടത്തിൽ പെട്ടു. ഒരുവശത്ത് അദ്ദേഹം ക്യൂബയിൽ സോഷ്യലിസം പടുത്തുയർത്തുകയെന്ന വമ്പിച്ച സമാധാന പ്രവർത്തനത്തിൽ കഴുത്തറ്റം മുങ്ങിനിൽക്കുകയായിരുന്നു. മറുവശത്താകട്ടെ, ആസന്നമായ ലാറ്റിൻ അമേരിക്കൻ വിപ്ലവം അദ്ദേഹത്തെ അങ്ങോട്ടും പിടിച്ചു വലിച്ചുകൊണ്ടിരുന്നു. വിപ്ലവം തേടി അർജന്റീനയിലെ പാമ്പാസിൽ നിന്ന് സീറാ മെസ്ത്രവരെയുള്ള ദീർഘമായ വഴി മുഴുവൻ താണ്ടിയ അദ്ദേഹത്തിന് ഇനിയും ഈ സ്വാതന്ത്ര്യ ദ്വീപിൽ തുടരാൻ അവകാശമുണ്ടായിരിക്കുമോ? വേഗംതന്നെ അദ്ദേഹം മനസിൽ ഇതിനുള്ള ഒരു പരിഹാരം കണ്ടുപിടിച്ചു. ലാറ്റിൻ അമേരിക്കൻ വിപ്ലവത്തിന്റെ കുന്തമുനയുടെ ഭാഗത്തല്ലാതെ, ആരും വെട്ടിത്തെളിച്ചിട്ടില്ലാത്തതും ഏറ്റവും അപകടം നിറഞ്ഞതുമായ പാതയിലല്ലാതെ, അദ്ദേഹത്തിന് നിൽക്കാൻ കഴിയുമായിരുന്നില്ല. അങ്ങനെയൊരു തീരുമാനം എടുത്തു കഴിഞ്ഞതോടെ മന്ത്രിക്കസേര അദ്ദേഹത്തിനൊരു ഭാരമായി. തന്റെ വിപ്ലവാശ്വത്തിന്മേൽ ചാടിക്കയറി മുന്നോട്ടു കുതിക്കാൻ അദ്ദേഹം വെമ്പൽകൊണ്ടു. വെടിയുണ്ടകളും ഔഷധങ്ങളും പുസ്തകങ്ങളും നിറച്ച ഭാണ്ഡക്കെട്ട് താങ്ങാൻ അദ്ദേഹത്തിന്റെ പുറം തരിച്ചു. ടോമീഗൺ തോൽവാറിന്റെ ഉരസലിനായി അദ്ദേഹത്തിന്റെ തോളും കെതിച്ചു. കൊതുകുകളുടെ ദണ്ഡനയും ആസ്മയുടെ ശ്വാസംമുട്ടലുമുണ്ടെങ്കിലും തനിക്കേറ്റവും പ്രിയപ്പെട്ട ആദിവാസികളും നീഗ്രോകളും ഉൾപ്പെട്ട ലാറ്റിൻ അമേരിക്കൻ കർഷകരുടെ നടുവിൽ ആഴികൂട്ടി താൻ സസന്തോഷം ഇരിക്കുന്ന രംഗങ്ങൾ അദ്ദേഹം കണ്ണടച്ചിരുന്ന് മനസിൽ ധ്യാനിച്ചു.

ആ സ്നേഹം പരസ്പരമുള്ളതായിരുന്നു. തങ്ങളുടെ കുഞ്ഞുങ്ങളെ ചികിത്സിക്കുകയും അമ്മമാരേയും ഭാര്യമാരേയും സഹായിക്കുകയും ചെയ്തിരുന്ന ഈ മനുഷ്യനെ ലാറ്റിൻ അമേരിക്കൻ കർഷകരും അതുപോലെ തന്നെ സ്നേഹിച്ചിരുന്നു. അദ്ദേഹത്തിന്റെ ധീരതയേയും ആർദ്രതയേയും മാനിച്ചിരുന്ന അവർക്ക് ഈ മനുഷ്യനോട് അങ്ങേയറ്റത്തെ സഹതാപം ഉണ്ടായിരുന്നു. അതെ, ആസ്മമൂലം ശ്വാസംമുട്ടുന്ന അനാരോഗ്യവാനെങ്കിലും സുമുഖനായ ഈ ചെറുപ്പക്കാരൻ തങ്ങളുടെ സുഖദുഃഖങ്ങൾ പങ്കിടാനും തങ്ങളോടൊപ്പം തങ്ങളുടെ സ്വാതന്ത്ര്യത്തിനും സന്തോഷത്തിനും വേണ്ടി പോരാടാനും, വേണ്ടിവന്നാൽ ഏതെങ്കിലും കുറ്റിക്കാടുനിറഞ്ഞ വയലിലോ അജ്ഞാതമായ ഏതെങ്കിലും മലയരുവിയുടെ തീരത്തോ കിടന്നു മരിക്കാനും തയാറായി വന്നിരിക്കുന്നതു കണ്ടിട്ട് അവർക്ക് അദ്ദേഹത്തോട് എന്തെന്നില്ലാത്ത അനുകമ്പ തോന്നിയിരുന്നു. സീറാ മെസ്ത്രയിലെ ആ സുന്ദര ദിവസങ്ങളിലെങ്കിലും അതായിരുന്നു സ്ഥിതി...

പക്ഷേ, ഭാവനയിലെ ഈ വിപ്ലവാശ്വത്തിന്മേൽ കയറി കുതിച്ചു പായും മുൻപ് അദ്ദേഹത്തിനു തന്റെ ഗവൺമെന്റും പാർട്ടിയും ഏൽപ്പിച്ചിരുന്ന പലേ കടമകളും നിറവേറ്റാനുണ്ടായിരുന്നു. പല സാർവദേശീയ വേദികളിലും കയറിനിന്ന് അമേരിക്കൻ സാമ്രാജ്യത്വത്തിന്റെ ക്രിമിനൽ നടപടികളെ അപലപിക്കുകയും ഒരിക്കലും മതിവരാത്ത ഡോളർ സാമ്രാജ്യത്തിനെതിരായ പോരാട്ടത്തിൽ ഐക്യത്തിനു വേണ്ടി ആഹ്വാനം മുഴക്കുകയും ചെയ്യേണ്ടതായുണ്ടായിരുന്നു. വിയറ്റ്നാമിലെ ധീരജനതയോടു സാർവദേശീയ ഐക്യദാർഢ്യത്തിനുവേണ്ടി അഭ്യർഥിക്കേണ്ടതുണ്ടായിരുന്നു. ക്യൂബയിലെ തന്റെ അവസാനദിവസംവരെയും അദ്ദേഹം ഫാക്ടറികളും വർക്ക്ഷോപ്പുകളും നിർമാണ സ്ഥലങ്ങളും സന്ദർശിച്ച് സംഘടനാബോധത്തിനും അച്ചടക്കത്തിനും പഠിപ്പിനും വേണ്ടിയും സോഷ്യലിസ്റ്റ് മത്സരത്തിലും ശ്രമദാനത്തിലും പങ്കെടുക്കുന്നതിനുവേണ്ടിയും ആളുകളെ ഉദ്ബോധിപ്പിച്ചിരുന്നു. എന്നത്തേയുംപോലെ അൽപ്പം ഒഴിവു കിട്ടിയാലുടൻ കരിമ്പുവെട്ടാനും അദ്ദേഹം കൂടിയിരുന്നു. വെളുപ്പിന് സഹപ്രവർത്തകരോ സന്ദർശകരോ എത്തുന്നതിനു മുൻപുള്ള സമയത്താണ് അദ്ദേഹം വല്ലതും വായിക്കുകയോ എഴുതുകയോ ചെയ്തിരുന്നത്. ആ സന്ദർഭങ്ങളിലാണ് ലാറ്റിൻ അമേരിക്കയുടെ മക്കൾ പട്ടിണി കിടന്നു മരിക്കേണ്ടിവരില്ലാത്തതും സുന്ദരികളായ അവിടുത്തെ പെൺകൊടികൾ അധ്വാനഭാരവും ദാരിദ്ര്യവും പകർച്ചവ്യാധിയും കാരണം അകാലത്തിൽ പടുവൃദ്ധകളായിത്തീരേണ്ടി വരില്ലാത്തതുമായ ആ ശോഭനമായ ഭാവിയെക്കുറിച്ച് അദ്ദേഹം സ്വപ്നം കണ്ടിരുന്നതും ..

1964 ഡിസംബർ ആദ്യം ഐക്യരാഷ്ട്ര ജനറൽ അസംബ്ലിയുടെ 19–ാം സമ്മേളനത്തിലെ ക്യൂബൻ പ്രതിനിധിസംഘത്തെ നയിക്കുന്നതിനായി ചെ ന്യൂയോർക്കിലേക്ക് പറന്നു. പന്ത്രണ്ടുകൊല്ലം മുൻപ് അൽപ്പദിവസം മിയാമിയിൽ താമസിച്ചതിനുശേഷം അദ്ദേഹം നടത്തുന്ന ആദ്യത്തെ യു എസ് സന്ദർശനമായിരുന്നു ഇത്. പക്ഷേ, യാങ്കിനാട്ടിലേക്കുള്ള (ലാറ്റിൻ അമേരിക്കക്കാർ അങ്ങനെയാണ് തങ്ങളുടെ വടക്കൻ അയൽദേശത്തെപ്പറ്റി പറയുന്നത്) ചെയുടെ ആദ്യയാത്രയിൽ ആരും അദ്ദേഹത്തെ ശ്രദ്ധിച്ചതുപോലുമില്ല. എന്നാൽ ഇപ്പോഴാകട്ടെ വാർത്താമാധ്യമങ്ങളുടെ മുഴുവൻ ശ്രദ്ധയും അദ്ദേഹത്തിലാണ് കേന്ദ്രീകരിച്ചിരുന്നത്. ഇപ്പോൾ അദ്ദേഹം സ്വന്തം ധീരതയിലൂടെ ലോകത്തിന്റെയാകെ ബഹുമാനാദരങ്ങൾ പിടിച്ചുപറ്റിയ ക്യൂബയുടെ വിപ്ലവ ഗവൺമെന്റിന്റെ പ്രതിനിധിയായിരുന്നല്ലോ.

ഡിസംബർ 11–ന് ചെ ജനറൽ അസംബ്ലിയിൽ സുപ്രധാനമായൊരു പ്രസംഗം ചെയ്തു. യു എസ് ലെ ഭരണാധികാരി തമ്പ്രാക്കൾ ലോകത്തിന്റെ വിവിധഭാഗങ്ങളിൽ നടത്തുന്ന ആക്രമണ പ്രവർത്തനങ്ങളെ ക്യൂബ ശക്തിയായി അപലപിച്ചു. വിപ്ലവപ്രബുദ്ധ ക്യൂബയ്ക്കെതിരായി യു എസ് എ അപ്രഖ്യാപിതമായ ഒരു യുദ്ധം നടത്തിക്കൊണ്ടിരിക്കുകയാണെന്ന് ഐ. രാ. വേദിയിൽ നിന്നുകൊണ്ട് അദ്ദേഹം കുറ്റപ്പെടുത്തി.

മധ്യ അമേരിക്കയിലും കരീബിയനിലുമുള്ള പലേ രഹസ്യത്താവളങ്ങളിലും വച്ച് സി ഐ എ കൂലിപ്പട്ടാളക്കാരെ പരിശീലിപ്പിച്ചുകൊണ്ടിരിക്കുകയാണെന്നും, 1964–ന്റെ ആദ്യത്തെ പതിനൊന്നു മാസത്തിനുള്ളിൽ മാത്രം യു എസ് ഭരണവൃത്തങ്ങളുടെ പ്രേരണയോടെ ക്യൂബയ്ക്കെതിരായി 1323 വിധ്വംസക–പ്രകോപന നടപടികൾ നടക്കുകയുണ്ടായെന്നും ചെ പ്രസ്താവിച്ചു:

"ഞങ്ങൾ സോഷ്യലിസം കെട്ടിപ്പടുക്കാൻ ആഗ്രഹിക്കുന്നു." ചെ പറഞ്ഞു. "സമാധാനപ്പോരാട്ടത്തെ പിന്താങ്ങുന്നവരാണ് ഞങ്ങൾ. മാർക്സിസം–ലെനിനിസത്തിൽ വിശ്വസിക്കുന്നവരാണെങ്കിലും ഞങ്ങൾ ചേരിചേരാരാജ്യങ്ങളുടെ കൂട്ടത്തിലാണെന്നും ഞങ്ങൾ പ്രഖ്യാപിക്കുന്നു. കാരണം, ചേരിചേരാരാജ്യങ്ങളും സാമ്രാജ്യത്വത്തിന്നെതിരായി പടവെട്ടുന്നവരാണല്ലോ. സമാധാനം കാംക്ഷിക്കുന്നവരാണ് ഞങ്ങൾ. ഞങ്ങളുടെ നാട്ടുകാരുടെ ജീവിതം മെച്ചമാക്കാൻ ആഗ്രഹിക്കുന്നവരാണ് ഞങ്ങൾ. അതുകൊണ്ടുതന്നെയാണ് യാങ്കി പ്രകോപനങ്ങൾക്ക് വശംവദരാകാതിരിക്കാൻ ഞങ്ങൾ കഴിവതും ശ്രമിക്കുന്നതും. പക്ഷേ, അവരുടെ ഗവൺമെന്റിന്റെ ന്യായവാദം ഞങ്ങൾക്കറിയാം. സമാധാനത്തിന് ഞങ്ങളെക്കൊണ്ട് താങ്ങാനാവാത്ത വില കൊടുപ്പിക്കാനാണ് ഈ ഗവൺമെന്റ് ശ്രമിക്കുന്നത്. പക്ഷേ, ഞങ്ങളുടെ അന്തസിനെ ചോദ്യം ചെയ്യുന്ന ഒരു വില കൊടുക്കാൻ ഞങ്ങൾ തയാറില്ലെന്നാണ് ഞങ്ങളുടെ മറുപടി."

യു എസ് എ യ്ക്കുവേണ്ടി മറുപടി നൽകിയ അഡ്‌ലായി സ്റ്റീവൻസൺ ചെയുടെമേൽ 'കമ്യൂണിസ്റ്റ്' മുദ്ര കുത്തി. ക്യൂബയുടെ സാമ്പത്തിക വൈഷമ്യങ്ങൾ അമേരിക്കൻ ഉപരോധം മൂലമുള്ളതാണെന്ന് വരുത്തിത്തീർക്കാൻ ചെ ശ്രമിക്കുകയാണെന്നും അദ്ദേഹം കുറ്റപ്പെടുത്തി. ഇതിന് ചെ ഇപ്രകാരം തിരിച്ചടിച്ചു. "ക്യൂബയ്ക്കെതിരായി അമേരിക്ക നടത്തുന്ന സാമ്പത്തികമായ ആക്രമണത്തിന്റെ ചരിത്രം വിവരിച്ച് സമയം പാഴാക്കാൻ ഞാൻ ഉദ്ദേശിക്കുന്നില്ല. ഈ ആക്രമണത്തെ നേരിടേണ്ടി വന്നിട്ടും ഞങ്ങൾ സോഷ്യലിസ്റ്റു രാജ്യങ്ങളുടെ, വിശേഷിച്ചും സോവിയറ്റ് യൂണിയന്റെ, സൗഭ്രാത്രപരമായ സഹായത്തോടെ വൈഷമ്യങ്ങളെ തരണം ചെയ്തുകൊണ്ടിരിക്കുകയാണ്. ഈ ബുദ്ധിമുട്ടുകളെ ഞങ്ങൾ പൂർണമായി തരണം ചെയ്യുകയും ചെയ്യും. സാമ്പത്തികമായ ഉപരോധം മൂലം ഞങ്ങൾക്ക് ധാരാളം നഷ്ടം സംഭവിക്കുന്നുണ്ടെങ്കിലും അതിന് ഞങ്ങളുടെ മുന്നോട്ടുള്ള പ്രയാണത്തെ കടിഞ്ഞാണിട്ടുനിറുത്താനാവില്ല. ഇനി എന്തെല്ലാം സംഭവിച്ചാലും ഈ അസംബ്ലിയിലും അതുപോലുള്ള മറ്റു വേദികളിലും നിന്നു സംസാരിക്കുകയും കാര്യങ്ങൾ പച്ചയായി പറയുകയും അതിലുമുപരി യു എസ് പ്രതിനിധികൾ ലോകത്തെ മുഴുവൻ അടക്കിവാഴാൻ നോക്കുന്ന പൊലീസുകാരാണെന്ന സത്യം വെളിപ്പെടുത്തുകയും ചെയ്തുകൊണ്ട് ഞങ്ങൾ പ്രതിയോഗികൾക്ക് അൽപ്പം തലക്കുത്തുണ്ടാക്കും."

ചെയുടെ പ്രസംഗം കേട്ടിരുന്ന ഏറ്റവും ഭാവനാസമ്പന്നർക്കുപോലും അദ്ദേഹത്തിന്റെ ജീവിതത്തിന്റെ അനന്തരഗതി സങ്കൽപ്പിക്കാൻ കഴിയുമായിരുന്നില്ല. ലാറ്റിൻ അമേരിക്കൻ വിമോചന പ്രസ്ഥാനത്തിന്റെ ചരിത്രത്തിലെ ഏറ്റവും ശോകപൂർണമായ ഒരു ഏട് ഇനിയും എഴുതിത്തീർക്കേണ്ട ആളായിരുന്നു ഈ മനുഷ്യൻ. പക്ഷേ, ആ സമയത്ത് ചെയ്ക്ക് തന്നെ തന്റെ ഭാവിയെപ്പറ്റി വ്യക്തമായ ഒരു ധാരണ ഉണ്ടായിരുന്നിരിക്കാൻ ഇടയില്ല. ഒരു കാര്യം മാത്രം അദ്ദേഹത്തിന് അറിയാമായിരുന്നു. ദാരിദ്ര്യത്തിനും അനീതിക്കും അറുതിവരുത്താമെന്ന വിശ്വാസം മർദിതരും പീഡിതരുമായ ജനങ്ങൾക്കിടയിൽ വളർത്തുന്നതിനുവേണ്ടി ദുരദിക്കുകളിലേക്ക് വീണ്ടും കുതിച്ചുപായുന്നതിനായി തന്റെ വിപ്ലവാശ്വം അതിന്റെ പഴയ സഞ്ചാരിയേയും കാത്ത് സവാരിക്ക് തയാറായിനിൽപ്പുണ്ടെന്നതായിരുന്നു ഈ സംഗതി.

5

"ബൊളീവിയൻ ഡയറി"

നിഗൂഢമായ ഒരു തിരോധാനം

അങ്ങേയറ്റത്തെ ഗോപ്യതയാണ് ഒരു ഒളിപ്പോർ പ്രസ്ഥാനത്തിന്റെ പ്രഥമവും മൗലികവുമായ നിബന്ധന.

ഏണസ്റ്റോ ചെ ഗുവേര

ദീർഘകാലത്തെ വിദേശവാസത്തിനു ശേഷം 1965 മാർച്ച് 14-ാം തീയതി ഏണസ്റ്റോ ചെ ഗുവേര ഹവാനയിലേക്ക് മടങ്ങി. അദ്ദേഹം ക്യൂബ വിട്ടിട്ട് മൂന്നു മാസത്തിലധികമായിരുന്നു. യു എസ് ജനറൽ അസംബ്ലി സമ്മേളനത്തിൽ പങ്കെടുക്കാനായി 1964 ഡിസംബർ 14-ാം തീയതിയാണ് ചെ ഹവാനയിൽനിന്ന് ന്യൂയോർക്കിലേക്ക് പറന്നത്. അവിടെ എട്ടു ദിവസം ചെലവിട്ടതിനുശേഷം ഡിസംബർ 17-ാം തീയതി അദ്ദേഹം കാനഡയും അയർലന്റും വഴി അൾജീറിയയിലേക്ക് പറന്നു. അവിടെ നിന്ന് മാലിയിലേക്കും പിന്നീട് കോംഗൊ(ബ്രസാവിൽ), ഗിനി, ഘാന, ദഹോമി എന്നിവിടങ്ങളിലേക്കും അദ്ദേഹം സഞ്ചരിക്കുകയുണ്ടായി. വീണ്ടും അൾജീറിയയിൽ മടങ്ങിയെത്തിയിട്ട് പാരീസ് വഴി ചെ താൻസാനിയയിലെത്തി. താൻസാനിയയിൽ നിന്ന് കെയിറോയിലേക്കാണ് അദ്ദേഹം പോയത്. അവിടെ നിന്ന് അൾജീറിയയിൽ പോയിട്ട് അദ്ദേഹം വീണ്ടും കെയിറോയിലെത്തി. അവിടെ നിന്ന് ഹവാനയിൽ തിരിച്ചെത്തിയപ്പോൾ ഫിദൽ കാസ്ട്രൊ, ഒസ്വാൾഡൊ ഡോർട്ടിക്കോസ് തുടങ്ങിയ നേതാക്കളോടൊപ്പം ചെയുടെ പത്നി അലൈഡാ മാർച്ചും അദ്ദേഹത്തെ സ്വീകരിക്കാൻ റാഞ്ചൊ ബോയെറോസ് വിമാനത്താവളത്തിൽ എത്തിയിരുന്നു.

ചെയുടെ ഈ വിദേശ പര്യടനത്തിൽ ക്യൂബൻ കമ്യൂണിസ്റ്റ് പാർട്ടി

കേന്ദ്ര കമ്മിറ്റിയുടെ സാർവദേശീയ ബന്ധങ്ങൾക്കുള്ള ഉത്തരവാദിത്വം വഹിച്ചിരുന്ന ഒസ്മാനി സീൻഫ്യൂഗോസും അദ്ദേഹത്തോടൊപ്പമുണ്ടായിരുന്നു. ക്യൂബൻ പത്രങ്ങളിൽ ഈ പര്യടനവിവരം വിശദമായി റിപ്പോർട്ട് ചെയ്തിരുന്നു. അമേരിക്കയിലായിരിക്കുമ്പോൾ ചെ യു എൻ ജനറൽ അസംബ്ലിയിൽ പ്രസംഗിക്കുകയും ഒരു ടെലിവിഷൻ പരിപാടിയിൽ പങ്കെടുക്കുകയും അമേരിക്കൻ പത്രക്കാർക്ക് ഒരു അഭിമുഖസംഭാഷണം അനുവദിക്കുകയും ചെയ്തു. അൾജീറിയയിൽ വച്ച് അദ്ദേഹം ആഫ്രോ-ഏഷ്യൻ ഐക്യദാർഢ്യ സംഘടനയുടെ രണ്ടാമത് സെമിനാറിൽ പങ്കെടുത്തു. മറ്റു ആഫ്രിക്കൻ രാജ്യങ്ങളിൽ വച്ച് അദ്ദേഹം അവിടങ്ങളിലെ പ്രധാനപ്പെട്ട ആളുകളുമായും പത്രക്കാരുമായും കണ്ടു സംസാരിച്ചു.

ആഫ്രിക്കയിൽ ചെ ദീർഘകാലം ചെലവിട്ടതുകൊണ്ട് ഒരു പ്രത്യേക രാഷ്ട്രീയലക്ഷ്യം നേടാൻ കഴിഞ്ഞുവെന്ന് എല്ലാവർക്കും ബോധ്യമായി. എന്തായിരുന്നു ഈ ലക്ഷ്യം? ആഫ്രിക്കൻ ദേശീയ വിമോചന പ്രസ്ഥാനവുമായി നേരിട്ടു ബന്ധം സ്ഥാപിക്കാൻ ചെ ശ്രമിച്ചു വരികയായിരുന്നു. സാമ്രാജ്യത്വത്തിനും കൊളോണിയലിസത്തിനും പുത്തൻ കൊളോണിയലിസത്തിനുമെതിരായ പോരാട്ടത്തിൽ ഈ ആഫ്രിക്കൻ പ്രസ്ഥാനത്തെ ഏഷ്യയിലും ലാറ്റിൻ അമേരിക്കയിലുമുള്ള പ്രസ്ഥാനങ്ങളുമായി കൂട്ടിയോജിപ്പിക്കുകയെന്നതായിരുന്നു ഇതിന്റെ ഉദ്ദേശ്യം. പിൽക്കാലത്ത് ഹവാനയിൽ വച്ച് ഒരു ത്രിഭൂഖണ്ഡ സമ്മേളനം (1960 ജനുവരി 3-6) വിളിച്ചു കൂട്ടുന്നതിന് ഈ സമ്പർക്കങ്ങൾ വളരെ ഉപകരിച്ചുവെന്നു പറയേണ്ടതില്ലല്ലോ. ക്യൂബൻ തലസ്ഥാനം ആസ്ഥാനമാക്കിക്കൊണ്ടുള്ള ഒരു ആഫ്രോ-ഏഷ്യൻ-ലാറ്റിൻ അമേരിക്കൻ ഐക്യദാർഢ്യ സംഘടനയ്ക്ക് രൂപം നൽകുന്നതിലും ഈ സമ്പർക്കങ്ങൾ പ്രയോജനപ്പെട്ടു.

ആഫ്രിക്കൻ രാജ്യങ്ങളുമായുള്ള സുദീർഘമായ ഈ പുതിയ പരിചയം സാമ്രാജ്യത്വവിരുദ്ധപ്പോരാട്ടത്തിൽ ഒളിപ്പോർരീതികൾ എത്രയും ഫലപ്രദമാണെന്ന ചെയുടെ വിശ്വാസത്തെ ഒന്നുകൂടി ദൃഢതരമാക്കി. അൾജീറിയയായിരുന്നു ഇതിനുള്ള സ്പഷ്ടമായ തെളിവ്. അൾജീറിയൻ സ്വാതന്ത്ര്യയോദ്ധാക്കളുടെ ഈ ഒളിപ്പോർ രീതികൾ കാരണം അവിടെ വിട്ടൊഴിഞ്ഞു പോകാൻ ഒടുവിൽ ഫ്രാൻസ് നിർബന്ധിതമായല്ലോ. അതിനു മുൻപ് ഇൻഡോചൈന വിട്ടുപോകാനും അവരെ നിർബന്ധിതരാക്കിയത് ഇതേ രീതികൾ തന്നെയായിരുന്നു.

മുൻ ബൽജിയൻ കോംഗോയിലെ സ്ഥിതിയും ആശാവഹമായി കാണപ്പെട്ടു. പട്രിസ് ലുമുംബയുടെ വധത്തിനു ശേഷം അദ്ദേഹത്തിന്റെ അനുയായികൾ അവിടെ ഗറില്ലാ സമരങ്ങൾ സംഘടിപ്പിക്കുന്നുണ്ടായിരുന്നു.

പോർട്ടുഗലിന്റെ ആഫ്രിക്കൻ കോളനികളിലും ഇത്തരം പോരാട്ടം നടക്കുന്നുണ്ടായിരുന്നു. എല്ലായിടങ്ങളിലും പുതിയ നേതാക്കൾ രംഗപ്രവേശം ചെയ്ത് കൊളോണിയലിസത്തിനെതിരായി യുദ്ധം പ്രഖ്യാപിക്കുന്നുണ്ടായിരുന്നു. അവർ പാർട്ടികളും പ്രസ്ഥാനങ്ങളും ഒളിപ്പോർ

യൂണിറ്റുകളും വൻ സൈന്യങ്ങളും സംഘടിപ്പിച്ചു. അവരിൽ ചിലർ കൊളോണിയൽ പാവകളെ വലിച്ചു താഴെയിട്ട് അധികാരം പിടിച്ചെടുക്കുന്നതിൽ വിജയിച്ചപ്പോൾ മറ്റു ചിലർ അതിൽ പരാജയപ്പെട്ടു. വേണ്ടത്ര പണവും ആയുധങ്ങളും അതോടൊപ്പം ചങ്കുറ്റമുള്ള ഒരുപറ്റം ചെറുപ്പക്കാരുമുണ്ടെങ്കിൽ വിജയം കരസ്ഥമാക്കാനും സ്വാതന്ത്ര്യം നേടാനും സാമ്രാജ്യത്വത്തിനെതിരായി ഒരു പ്രഹരമേൽപ്പിക്കാനും കഴിയുമെന്ന വിശ്വാസം കൊളോണിയലിസത്തിന്റെ പ്രതിയോഗികളിൽ രൂഢമൂലമായിരുന്നു. ശത്രുവിനെതിരായി ആദ്യത്തെ നിറയൊഴിച്ചുകൊണ്ട് ഒരു തുടക്കമിട്ടാൽ കൊളോണിയലിസ്റ്റുകൾക്കെതിരായ പ്രസ്ഥാനം ഒരു കൊടുങ്കാറ്റുപോലെ വളർന്നുവന്ന് അവരെ കുഴിച്ചുമൂടിക്കൊള്ളുമെന്നും തോന്നിപ്പോയി. സമരം ചെയ്യാനുള്ള ആത്മാർഥമായ ആഗ്രഹം, പാവനമായ ലക്ഷ്യം വിജയിക്കുമെന്ന അന്ധമായ വിശ്വാസം എന്നിവയെല്ലാം ലാറ്റിൻ അമേരിക്കിൽ നടന്നതിന്റെ ഒരു തനിപ്പകർപ്പ് പോലെയായിരുന്നു. ഈ ക്യൂബൻ വ്യവസായമന്ത്രിക്ക് സുപരിചിതവുമായിരുന്നു അതെല്ലാം. ഒളിപ്പോർ സമരരീതികളുടെ മാന്ത്രികശക്തിയെപ്പറ്റിയുള്ള തന്റെ തീസിസിന് ആഫ്രിക്കൻ ഘോരവനാന്തരങ്ങളിൽ സ്ഥിരീകരണം തേടുകയായിരുന്ന അദ്ദേഹത്തിന് താൻ തേടിനടന്ന ആ തെളിവുകൾ കണ്ടുകിട്ടുകയും ചെയ്തു.

ഇതിനിടയിൽ, ലാറ്റിൻ അമേരിക്കയിൽ ഒളിപ്പോരിന്റെ തീജ്വാല കെട്ടടങ്ങിയിരുന്നില്ലെങ്കിലും വിചാരിച്ചരുന്നതുപോലെ കാര്യമായ പുരോഗതി നേടാനും ആ പ്രസ്ഥാനത്തിനു കഴിഞ്ഞില്ല. ഗോട്ടിമാല, കൊളംബിയ, വെനിസ്യൂല, പെറു എന്നിവിടങ്ങളിൽ ഗെറില്ലാ യൂണിറ്റുകൾ സജീവമായിരുന്നെങ്കിലും അഭിമാനിക്കാവുന്ന നേട്ടങ്ങളൊന്നും കൈവരിക്കാൻ സാധിച്ചിരുന്നില്ല. എന്നു മാത്രമല്ല, ഈ പ്രവർത്തനങ്ങൾ സാമ്രാജ്യത്വവിരുദ്ധഗ്രൂപ്പുകളെ ഒന്നിപ്പിക്കുന്നതിനുപകരം അവയെ കൂടുതൽ ഛിന്നഭിന്നമാക്കുകയാണ് ചെയ്തത്. ക്യൂബൻ വിപ്ലവത്തിന്റെ ഗെറില്ലാ അനുഭവങ്ങൾ മറ്റു ലാറ്റിൻ അമേരിക്കൻ രാജ്യങ്ങളിൽ അപ്രായോഗികമായിരുന്നുവെന്നാണോ ഇതിന്നർഥം?

ഈ പ്രശ്നത്തിൽ അഭിപ്രായൈക്യം ഉണ്ടായിരുന്നില്ല. ഈ അനുഭവങ്ങൾ തെറ്റായി പ്രയോഗിക്കുന്നതുകൊണ്ടാണ് ഗെറില്ലാ യൂണിറ്റുകൾ പരാജയപ്പെടുകയും, ഛിന്നഭിന്നമാവുകയും ചെയ്യുന്നതെന്നാണ് 'എന്തു വിലകൊടുത്തും' ഗെറില്ലാ പ്രവത്തനം നടത്തണമെന്ന വാദഗതിക്കാർ വിശ്വസിച്ചിരുന്നത്. ബഹുജനങ്ങൾക്കിടയിൽ ഗെറില്ലാ സമരമെന്ന ആശയത്തിന് വലിയ പിന്തുണയൊന്നുമില്ലെന്ന് അവരുടെ എതിരാളികൾ വാദിച്ചു. തൊഴിലാളികൾക്കും കർഷകർക്കുമിടയിലുള്ള സ്ഥിതി ഇതാണെന്നും പല രാജ്യങ്ങളിലും വിജയകരമായ സായുധസമരത്തിനുള്ള വസ്തുനിഷ്ഠ സാഹചര്യങ്ങൾ, പരിപക്വമായിട്ടില്ലെന്നും അവർ വാദിച്ചു. ഈ തർക്കം മൂത്തതോടെ പതിവുപോലെ ഇരുകൂട്ടരും ആരോപണവും പ്രത്യാ

രോപണവും ആരംഭിച്ചു. അവർ പരസ്പരം സംശയിക്കാനും വിശ്വാസ ഘാതകരെന്നും വഞ്ചകരെന്നും അന്യോന്യം വിളിക്കാനും തുടങ്ങി.

ഇക്കാര്യത്തിൽ ചെയുടെ അഭിപ്രായമെന്തായിരുന്നു? ഗെറില്ലാ സമരമുറകൾ ഫലപ്രദമാണെന്ന അദ്ദേഹത്തിന്റെ വിശ്വാസം മറ്റെന്നത്തേയും കാൾ അടിയുറയ്ക്കുകയാണുണ്ടായത്. ഒരു ഒളിപ്പോർ പ്രസ്ഥാനത്തിന്റെ നേതാവിനുള്ള അന്തസും സ്വാധീനവും വിജയത്തിന്റെ ഒരു പ്രധാനഘടകമാണെന്ന് അദ്ദേഹം കരുതി. *ഒളിപ്പോർ സമരമുറ* എന്ന ലേഖനത്തിൽ അദ്ദേഹമെഴുതി: “സാധാരണഗതിയിൽ വളരെ ആധികാരികതയുള്ള ഒരു വ്യക്തിയായിരിക്കും ജനകീയ ഒളിപ്പോരിന് നേതൃത്വം നൽകുന്നത്.” ക്യൂബയ്ക്ക് ഫിദൽ കാസ്ട്രോ എന്ന അങ്ങനെയൊരു നേതാവിനെ കിട്ടി. പ്രതിഭാശാലിയായ ഒരു രാഷ്ട്രീയനേതാവും സൈനിക കമാൻഡറുമായ അദ്ദേഹത്തിന്റെ ആധികാരികത പുരോഗമനശക്തികളും അവരുടെ പ്രതിയോഗികളും ഒരുപോലെ അംഗീകരിച്ചിരുന്നു. ലാറ്റിൻ അമേരിക്കയിൽ ഗെറില്ലാ പ്രസ്ഥാനത്തിന്റെ നേതൃത്വം ഏറ്റെടുക്കാൻ ഫിദലിനു സമനായ മറ്റൊരാളും ഉയർന്നു വന്നു കഴിഞ്ഞിരുന്നില്ല. പ്രഗത്ഭരായ ചിലർ ഉണ്ടായിരുന്നു. പക്ഷേ, സ്വന്തം കഴിവുകൾ പ്രദർശിപ്പിക്കാൻ കഴിയും മുൻപ് അവർ രണാങ്കണത്തിൽ പൊരുതി വീണുപോയി. ചെയ്ക്ക് ഈ നേതൃത്വവിടവ് നികത്താൻ കഴിയുമായിരുന്നില്ലേ? സാൻ മാർട്ടിൻ, ബൊളീവർ, മാർട്ടി തുടങ്ങിയ ലാറ്റിൻ അമേരിക്കൻ വിമോചനപ്പോരാട്ടത്തിലെ വീര സേനാനികളുടെ ഉത്തമപാരമ്പര്യങ്ങൾ അവകാശപ്പെടാവുന്ന ഒരു യഥാർഥ ലാറ്റിൻ അമേരിക്കക്കാരനായിരുന്നില്ലേ അദ്ദേഹം?

പക്ഷേ, ഒരു വിദേശരാജ്യത്തു ചെന്ന് അവിടത്തെ വിപ്ലവപ്രവർത്തനങ്ങളിൽ പങ്കുകൊള്ളുന്നത് ആ രാജ്യത്തിന്റെ ആഭ്യന്തരകാര്യങ്ങളിലുള്ള ഒരു കൈയിടലാവില്ലേ എന്ന് ചോദിച്ചേക്കാം. ഔപചാരികമായ നിയമ ദൃഷ്ടിയിലൂടെ നോക്കിയാൽ അതങ്ങനെ ആയിരിക്കാം. എന്നാൽ, പിന്തിരിപ്പൻ ഭരണങ്ങൾ, പ്രത്യേകിച്ചും യു എസ് എ. സാമ്രാജ്യത്വവിരുദ്ധ വിപ്ലവപ്രസ്ഥനങ്ങളെ അടിച്ചമർത്തുന്നതിനായി ഈ കൈയിടൽ പതിവായി നടത്തിവന്നിരുന്ന ഒരു ഇടപാടല്ലേയെന്ന മറുചോദ്യവും ഇവിടെ പ്രസക്തമാണ്. പറഞ്ഞാൽ കേൾക്കാത്ത ലാറ്റിൻ അമേരിക്കൻ രാജ്യങ്ങൾക്കെതിരായി അവർ എത്ര സായുധ ആക്രമണസംഘങ്ങളെയാണ് നിയോഗിച്ചിട്ടുള്ളത്! കൂടാതെ, എത്ര പ്രാവശ്യമാണ് അവർ സായുധ ഉപരോധങ്ങൾ ഏർപ്പെടുത്തുകയും കൊട്ടാരവിപ്ലവങ്ങൾ കുത്തിപ്പൊക്കുകയും ബഹളക്കാരായ ആളുകളെ കൊലപ്പെടുത്തി ഒതുക്കുകയും ചെയ്തിട്ടുള്ളത്! ഫിദൽ കാസ്ട്രോയുടെ കൊലപാതകത്തിനുള്ള പദ്ധതികൾ വൈറ്റ് ഹൗസിലെ ഉന്നതവൃത്തങ്ങളിൽ ചർച്ചചെയ്തിരുന്നുവെന്നു പറഞ്ഞാൽ ഈ പ്രവണത എത്രത്തോളം വളർന്നിരുന്നുവെന്നു ഊഹിക്കാവുന്നതാണല്ലോ. ക്യൂബയ്ക്കെതിരായി 1961–ലെ ആക്രമണം സംഘടിപ്പിച്ചതും വാഷിങ്ടൺ തന്നെയായിരുന്നില്ലേ? എണ്ണമറ്റ അട്ടിമറി

ക്കാരേയും ചാരന്മാരേയും പ്രകോപനക്കാരേയും ക്യൂബയിലേക്കയച്ചതും അവർ തന്നെയായിരുന്നില്ലേ? ലാറ്റിൻ അമേരിക്കയിലെ പിന്തിരിപ്പൻ ഭരണങ്ങൾ അവരുടെ ഈ ശ്രമങ്ങൾക്ക് കൂട്ടുനിന്നില്ലേ? നിക്കറാഗ്വാ, ഡൊമിനിക്കൻ റിപ്പബ്ലിക്ക്, കോസ്റ്ററിക്ക എന്നിവിടങ്ങളിലെ താവളങ്ങളിൽവച്ചല്ലേ ചോറ്റുപട്ടാളത്തെ പരിശീലിപ്പിച്ചത്? ഒട്ടുമിക്കവാറും ലാറ്റിൻ അമേരിക്കൻ ഗവൺമെന്റുകളും വാഷിങ്ടണിൽ നിന്നുള്ള ഉത്തരവനുസരിച്ച് ക്യൂബയുമായുള്ള നയതന്ത്ര–സാമ്പത്തികബന്ധങ്ങൾ വിച്ഛേദിക്കുകയും ഈ സ്വാതന്ത്ര്യദ്വീപിന്നെതിരായ സാമ്പത്തിക ഉപരോധത്തിൽ പങ്കെടുക്കുകയും ചെയ്തില്ലേ? ഇതൊന്നും ക്യൂബയുടെ ആഭ്യന്തരകാര്യങ്ങളിൽ കൈയിടലായിരുന്നില്ലേ? ആ സ്ഥിതിക്ക് സ്വന്തം വിപ്ലവത്തെ കാത്തുരക്ഷിക്കാനും സാമ്രാജ്യത്വത്തിനും ഇതര മർദനരൂപങ്ങൾക്കുമെതിരായ പോരാട്ടത്തിൽ മറ്റു ജനതകൾക്ക് പിന്തുണനൽകാനും ക്യൂബയ്ക്ക് ധാർമികമായ അവകാശമില്ലെന്ന് ആർക്കാണ് പറയാൻ കഴിയുക? അത്തരം പ്രവർത്തനങ്ങളുടെ ഔചിത്യത്തേയും സാന്ദർഭികതയേയും പറ്റിയോ അതിന്റെ രൂപത്തെപ്പറ്റിയോ വേണമെങ്കിൽ ചോദ്യം ചെയ്യാമായിരിക്കാം. അതല്ലെങ്കിൽ അതതിടങ്ങളിൽ വിപ്ലവപ്രസ്ഥാനങ്ങളുമായി യോജിച്ചേ ഇതെല്ലാം ചെയ്യാൻ പാടുവെന്ന് പറയാമായിരിക്കാം. അതെന്തായാലും, ഇതിനുള്ള ധാർമികമായ അവകാശത്തെ ആർക്കും ചോദ്യം ചെയ്യാനാവില്ലതന്നെ.

ഫിദലും മറ്റു ക്യൂബൻ വിപ്ലവകാരികളും പരസ്യമായി ആവർത്തിച്ചു പറഞ്ഞിട്ടുള്ള ഒരു സംഗതിയാണിത്. ഒന്നും രണ്ടും ഹവാനാ പ്രഖ്യാപനങ്ങളിലും ഇക്കാര്യം എടുത്തു പറഞ്ഞിരുന്നു. ചെയും ഇതേ സംഗതി തന്നെ ഉദ്ഘോഷിച്ചിരുന്നു.

1964 ഡിസംബറിൽ യു എൻ ജനറൽ അസംബ്ലിയിൽ ചെയ്ത തന്റെ അവസാനപ്രസംഗത്തിൽ ക്യൂബൻ വിപ്ലവത്തിന്റെ ശത്രുക്കൾക്ക് മറുപടി പറയുന്ന കൂട്ടത്തിൽ അദ്ദേഹം പറഞ്ഞതിങ്ങനെയാണ്: "ക്യൂബക്കാരനും അതേസമയംതന്നെ അർജന്റീനക്കാരനുമാണ് ഞാൻ. ഇവിടെ കൂടിയിരിക്കുന്ന ലാറ്റിൻ അമേരിക്കൻ മാന്യന്മാരോടുള്ള യാതൊരു ബഹുമാനക്കുറവും കൂടാതെ പറയട്ടെ, മറ്റാരേയുംകാൾ മോശമല്ലാത്ത ഒരു ലാറ്റിൻ അമേരിക്കൻ ദേശാഭിമാനിയും കൂടിയാണ് ഞാൻ. ഏതു സമയത്തും ആവശ്യമെന്നു കണ്ടാൽ ഏതൊരു ലാറ്റിൻ അമേരിക്കൻ രാജ്യത്തിന്റേയും വിമോചനത്തിനായി എന്റെ ജീവൻ കൊടുക്കാൻ തയാറുള്ളവനുമാണ് ഞാൻ. അതിന് പ്രതിഫലമായി ഞാൻ യാതൊന്നും ചോദിക്കുകയോ എന്തെങ്കിലും ആവശ്യം ഉന്നയിക്കുകയോ ആരെയെങ്കിലും ചൂഷണം നടത്താൻ മുതിരുകയോ ചെയ്യില്ല."

ക്യൂബൻ വിപ്ലവത്തിന്റെ ശത്രുക്കൾക്കെതിരായി പ്രയോഗിച്ച വെറും മുള്ളുവച്ച വാക്കുകൾ മാത്രമായിരുന്നില്ല ഇതൊന്നും. സമീപഭാവിയിൽ തന്നെ ഇതെല്ലാം താൻ നടപ്പിലാക്കാൻ പോവുകയാണെന്ന് അറിഞ്ഞു

കൊണ്ടാണ് അദ്ദേഹം അങ്ങനെയൊരു പ്രസ്താവന ചെയ്തത്. ആത്മാർഥമായി അദ്ദേഹം അതെല്ലാം ആഗ്രഹിച്ചിരുന്നു. കാരണം വിപ്ലവമൊന്നുമാത്രമായിരുന്നു അദ്ദേഹത്തിന്റെ ജീവിതലക്ഷ്യം ...

* * * * *

1965 മാർച്ച് 14–ം തീയതി ക്യൂബയിൽ മടങ്ങിയെത്തിയതിനുശേഷം ചെ ഒരിക്കലും പൊതുവേദികളിൽ പ്രത്യക്ഷപ്പെട്ടില്ല. ക്യൂബക്കാരും വിദേശപത്രപ്രവർത്തകരും നിരീക്ഷികരും ഇത് ശ്രദ്ധിച്ചിരുന്നു. കാലം കുറച്ചു കഴിഞ്ഞതോടെ ചെയുടെ ഈ 'അസാന്നിധ്യം' അഥവാ 'തിരോധാനം' കൂടുതൽ കൂടുതൽ ശ്രദ്ധയെ ആകർഷിക്കുകയും നിരവധി കിംവദന്തികൾക്കും അഭിപ്രായപ്രകടനങ്ങൾക്കും അത് ജന്മംനൽകുകയും ചെയ്തു. യു എസ് എ യിലെ പിന്തിരിപ്പൻ പത്രങ്ങൾ വിചാരിക്കാനാവാത്ത ഊഹാപോഹങ്ങൾ പടച്ചുവിട്ടു. ചെ 'അറസ്റ്റ് ചെയ്യപ്പെട്ടിരിക്കുന്നു,' ചെ 'ക്യൂബയിൽനിന്ന് ഒളിച്ചോടിയിരിക്കുന്നു, ചെ കൊല്ലപ്പെട്ടിരിക്കുന്നു,' ചെ 'ആസന്നമരണനായി കിടപ്പിലാണ്' എന്നൊക്കെ എന്തെല്ലാമാണ് അവർ എഴുതിക്കൂട്ടിയതെന്നതിന് കണക്കില്ല. എന്നാൽ ചെയെ ക്യൂബയിലൊരിടത്തും കാണാനില്ലെന്നത് ഒരു സത്യവുമായിരുന്നു. ഏപ്രിൽ മധ്യത്തിൽ ബ്യൂനോസ് എയേഴ്സിലെ ഒരാശുപത്രിയിൽ കിടപ്പിലായിരുന്ന അമ്മയ്ക്ക് അയച്ച എഴുത്തിൽ താൻ പൊതുപ്രവർത്തനം ഉപേക്ഷിച്ചിട്ട് ഒരു മാസം കരിമ്പുവെട്ടാൻ പോയതിനുശേഷം അടുത്ത അഞ്ചു കൊല്ലത്തേക്ക് ആൽബെർട്ടോ ഗ്രനാഡൊസിന്റെ കൂടെ ഒരു ഫാക്ടറിത്തൊഴിലാളിയായി പണിയെടുക്കാൻ പോവുകയാണെന്ന് ചെ സൂചിപ്പിച്ചിരുന്നു. അത് വേണമെങ്കിൽ ചെയുടെ പതിവുള്ള ഒരു തമാശയായി തള്ളിക്കളയാമായിരുന്നു. കാരണം, ബന്ധുമിത്രാദികളെ ഇങ്ങനെ ഓരോന്നു പറഞ്ഞു കളിപ്പിക്കുന്നത് അദ്ദേഹത്തിന് പണ്ടുമുതൽക്കേ വലിയ രസമായിരുന്നു. പക്ഷേ, അദ്ദേഹത്തിന്റെ തിരോധാനം ഈ കത്തിൽ പറഞ്ഞിരുന്ന സംഗതിക്ക് നാടകീയമായ ഒരു ഗൂഢാർഥം നൽകി.

ചെ എവിടെയാണെന്നതിനെപ്പറ്റി ഫിദൽ കാസ്ട്രൊ പരസ്യമായി എന്തെങ്കിലും പറയുന്നത് 1965 ഏപ്രിൽ 20–ാം തീയതിയാണ്. കമാഗ്വെയിൽ കരിമ്പുവെട്ടിക്കൊണ്ടിരിക്കുന്നതിനിടയിൽ തന്നെ വന്നു കണ്ട വിദേശ പത്രപ്രവർത്തകരോട് അദ്ദേഹം ഇതെപ്പറ്റി ഇത്രമാത്രം പറഞ്ഞു. "മേജർ ചെയെപ്പറ്റി ഒന്നുമാത്രമേ എനിക്ക് പറയാനുള്ളു. വിപ്ലവത്തിന് അദ്ദേഹത്തെക്കൊണ്ട് ഏറ്റവും കൂടുതൽ പ്രയോജനമെവിടെയാണോ അവിടെ അദ്ദേഹമുണ്ടാകും. ഞങ്ങൾ തമ്മിലുള്ള ബന്ധത്തെപ്പറ്റിയാണെങ്കിൽ അതിന് യാതൊരു കോട്ടവും തട്ടിയിട്ടില്ല. ഞങ്ങൾ തമ്മിൽ ആദ്യം കാണുമ്പോഴത്തെ അത്രതന്നെയോ അതിലുമധികമോ സുദൃഢമാണത്."

ഗുവേര ക്യൂബയിലൊരിടത്തുമില്ലെന്നതിനെ പരോക്ഷമായി സ്ഥിരീ

കരിക്കുന്ന ഒന്നായിരുന്നു ഫിദൽ കാസ്ട്രോയുടെ പ്രസ്താവന. മെയ് ആദ്യം ബ്യൂനസ് എയേഴ്സിലെ ആശുപത്രിയിൽനിന്ന് സീലിയ ഹവാനയിലേക്ക് ഫോൺ ചെയ്ത് മകനുമായി സംസാരിക്കണമെന്നാവശ്യപ്പെട്ടു. ചെയ്ക്ക് സുഖമാണെന്നും, പക്ഷേ, ആൾ സമീപപ്രദേശങ്ങളിലെങ്ങുമില്ലെന്നും സൗകര്യം കിട്ടുമ്പോൾ അദ്ദേഹം തന്നെ അമ്മയുമായി ബന്ധപ്പെട്ടുകൊള്ളുമെന്നുമായിരുന്നു അവർക്ക് കിട്ടിയ മറുപടി. മെയ് 10-ാം തീയതി മകനുമായി സംസാരിക്കാൻ കഴിയാതെ തന്നെ സീലിയ ആശുപത്രിയിൽ കിടന്നു അന്ത്യശ്വാസം വലിച്ചു. അദ്ദേഹം ക്യൂബൻ ദ്വീപിലെങ്ങുമില്ലെന്നായിരുന്നു ഇതിന്നർഥം. പിന്നെ അദ്ദേഹം എവിടെപ്പോയി? ബൂർഷ്വാ പത്രങ്ങളിൽ ഇതെപ്പറ്റി എന്തെല്ലാം വിചിത്ര കഥകളാണെഴുതിവിട്ടതെന്ന് വിവരിക്കാൻ പ്രയാസമാണ്. അദ്ദേഹം വിയറ്റ്നാമിലും ഗോട്ടിമാലയിലും വെനിസൂലയിലും കൊളംബിയയിലും പെറുവിലും ബൊളീവിയയിലും ബ്രസീലിലും ഇക്വഡോറിലുമെല്ലാം ഉള്ളതായി അവർ എഴുതിവിട്ടു. 1969 ഏപ്രിൽ 24-ാം തീയതി ഡൊമിനിക്കൻ റിപ്പബ്ലിക്കിൽ ദേശാഭിമാനികളായ സൈനികർ ഒരു കലാപമാരംഭിച്ചപ്പോൾ ചെ അവിടെയുണ്ടെന്നായി പത്രക്കാർ. ഭരണഘടനാവാദികളുടെ പോരാട്ടത്തിൽ സജീവമായി പങ്കെടുക്കവെ അദ്ദേഹം അവിടെ വച്ച് കൊല്ലപ്പെട്ടെന്നു പോലും അവർ എഴുതി. ഒരു കോടി ഡോളറിന് ആർക്കോ 'ക്യൂബൻ രഹസ്യങ്ങൾ' വിൽപ്പന നടത്തിയിട്ട് ചെ എവിടേക്കോ കടന്നു കളഞ്ഞെന്ന് ജൂലൈ 9-ലെ അമേരിക്കൻ *ന്യൂസ് വീക്ക്* വാരികയും, അതല്ല അദ്ദേഹം 'വിശ്രമവും എഴുത്തും പ്രവർത്തനവുമായി' ഓറിയന്റ് പ്രവിശ്യയിലെവിടെയോ കഴിയുകയാണെന്ന് *മാർച്ച്* എന്ന ഉറുഗ്വേൻ വാരികയും, അതുമല്ല അദ്ദേഹം ചൈനയിൽ പോയിരിക്കുകയാണെന്ന് ലണ്ടൻ *ഈവിനിങ്ങ് പോസ്റ്റും* അഭിപ്രായപ്പെട്ടു.

ചെയുടെ മേൽവിലാസം ആർക്കും നിശ്ചയമില്ലെന്നത് മാത്രമാണ് ബൂർഷ്വാ പത്രങ്ങളുടെ ഈ കെട്ടുകഥകളിൽ നിന്നെല്ലാം വ്യക്തമായ ഒരേയൊരു സംഗതി. ഇതെപ്പറ്റി ആർക്കെങ്കിലും നിശ്ചയമുണ്ടായിരുന്നെങ്കിൽ അത് ക്യൂബൻ നേതൃത്വത്തിനും ചെയ്ക്കും അദ്ദേഹവുമായി നേരിട്ട് ബന്ധമുള്ളവർക്കും മാത്രമായിരുന്നു. അപ്രത്യക്ഷനായ ഈ വിപ്ലവകാരി എവിടെയാണെന്നറിയാൻ പഠിച്ചപണി പതിനെട്ടും പയറ്റിയിട്ടും ശത്രുവിന് യാതൊരു തുമ്പും കിട്ടിയില്ല.

ജൂൺ 17-ാം തീയതി ഫിദൽ വീണ്ടും ചെയെപ്പറ്റി പരസ്യമായി ഒരിക്കൽക്കൂടി പരാമർശിച്ചെങ്കിലും ആദ്യത്തത്രതന്നെ അസ്പഷ്ടമായിരുന്നു ഇതും. "ചെ എവിടെയാണെന്നു പറയാൻ ഞങ്ങൾക്കാരോടും യാതൊരു ബാധ്യതയുമില്ല" എന്നാണ് അദ്ദേഹം പ്രസ്താവിച്ചത്. ചെയ്ക്ക് യാതൊര സുഖവുമില്ലെന്ന് കൂടി അദ്ദേഹം പറഞ്ഞു. ഗുവേരയെപ്പറ്റി എപ്പോഴാണെന്തെങ്കിലും അറിയാൻ കഴിയുകയെന്നു ചോദിച്ചപ്പോൾ ഫിദൽ പറഞ്ഞു. "മേജർ ചെയ്ക്ക് യുക്തമെന്നു തോന്നുമ്പോൾ, ഞങ്ങൾക്കതെപ്പറ്റി എന്ത

റിയാമെന്നാണെങ്കിൽ ഒന്നുമറിയില്ലെന്നാണ് അതിനുള്ള ഉത്തരം. ഞങ്ങൾ അതെപ്പറ്റി എന്തു വിചാരിക്കുന്നുവെന്നോ? മേജർ ചെ എക്കാലവും വിപ്ലവകരമായ രീതിയിലെ പ്രവർത്തിച്ചിട്ടുള്ളൂ. ഇനിയും അങ്ങനെ മാത്രമേ അദ്ദേഹം പ്രവർത്തിക്കുകയുമുള്ളൂ."

1965 ഒക്ടോബർ മൂന്നാം തീയതി മാത്രമാണ് ചെയെ സംബന്ധിച്ചിടത്തോളമുള്ള തിരശീല ഭാഗികമായി ഉയർത്താൻ കാസ്ട്രോ തയാറായത്. ക്യൂബൻ കമ്യൂണിസ്റ്റ് പാർട്ടി കേന്ദ്രകമ്മിറ്റിയുടെ ഉൽഘാടന സമ്മേളനത്തിൽ സംസാരിക്കവേ അദ്ദേഹം പറഞ്ഞു:

"നമ്മുടെ ഈ കേന്ദ്രകമ്മിറ്റിയിൽ ഉണ്ടായിരിക്കാൻ എന്തുകൊണ്ടും അർഹനായ ഒരാൾ ഇന്നു നമ്മുടെ കൂട്ടത്തിലില്ലെന്നത് എല്ലാവരും ശ്രദ്ധിക്കുന്നുണ്ടാകും. അദ്ദേഹത്തിന് ഈ കമ്മിറ്റിയിൽ ഉണ്ടായിരിക്കാനുള്ള സർവവിധ യോഗ്യതകളും ഉണ്ടെങ്കിലും അദ്ദേഹം നമ്മുടെ കേന്ദ്രക്കമ്മിറ്റിയിലെ ഒരംഗമല്ല.

നമ്മുടെ ശത്രുക്കൾക്ക് ഈ വസ്തുത പൊക്കിപ്പിടിച്ചുകൊണ്ട് പലേ അപവാദപ്രചരണങ്ങളും കെട്ടിച്ചമയ്ക്കാൻ കഴിഞ്ഞിട്ടുണ്ട്. ആളുകളിൽ ആശയക്കുഴപ്പം വളർത്താനും അവരിൽ അസ്വസ്ഥതയും സംശയവും ജനിപ്പിക്കാനും നമ്മുടെ ശത്രുക്കൾ ശ്രമിക്കുന്നുണ്ട്. നമ്മെ സംബന്ധിച്ചു പറഞ്ഞാൽ, നാം സമയം ഉന്തിനീക്കുകയായിരുന്നു. കാരണം, അതാവശ്യമായിരുന്നു ....

ഈ കടങ്കഥയ്ക്ക് ഉത്തരം കണ്ടുപിടിക്കാൻ എല്ലാവിധ കൈനോട്ടക്കാരും വ്യാഖ്യാതാക്കളും ക്യൂബാ വിദഗ്ധന്മാരും കമ്പ്യൂട്ടർ യന്ത്രങ്ങളും ഓവർടൈം പണിയെടുത്തുവരികയാണ്. സാധ്യമായ എല്ലാ സംഗതികളും അവർ പറഞ്ഞുനോക്കി. ഏണസ്റ്റോ ഗുവേരയെ പുറത്താക്കി. ഏണസ്റ്റോ ഗുവേര കിടപ്പിലാണ്. ഏണസ്റ്റോ ഗുവേര നേതൃത്വവുമായി തെറ്റിപ്പിരിഞ്ഞു എന്നു തുടങ്ങി അവർ പലതും തട്ടിവിട്ടിട്ടുണ്ട്.

പക്ഷേ, ജനങ്ങൾക്ക് നമ്മെ വിശ്വാസമുണ്ട്. നമ്മുടെ ശത്രുക്കൾ വിദേശങ്ങളിലാണ് ഇത്തരം കിംവദന്തികൾ പ്രധാനമായും പ്രചരിപ്പിക്കുന്നത്. നമ്മുടെ മേൽ കരിവാരിത്തേയ്ക്കാനും നമ്മെ അപകീർത്തിപ്പെടുത്താനുമാണത്. കണ്ടോ, ഭയാനകമായ ആ കമ്യൂണിസ്റ്റ് ദുർഭരണത്തിൽ യാതൊരു തുമ്പും വിശദീകരണവും കൂടാതെ ആളുകളെ കാണാതാകുന്നത് കണ്ടോ എന്ന മട്ടിലാണവരുടെ പ്രചരണം. നമ്മെ സംബന്ധിച്ചാണെങ്കിൽ, ആളുകൾ അദ്ദേഹത്തിന്റെ അഭാവം ശ്രദ്ധിക്കാൻ തുടങ്ങിയതുമുതൽ നാം അവരോട് പറഞ്ഞ ഒരു കാര്യമുണ്ട്. സന്ദർഭം വരുമ്പോൾ സർവതും വിശദീകരിക്കാമെന്നും അതുവരെ നിശബ്ദത പാലിക്കുന്നതിന് തക്കതായ കാരണമുണ്ടെന്നുമാണ് നാം ജനങ്ങളോടു പറഞ്ഞത് ...

ഇതിനു വിശദീകരണമാണ് ഞാൻ ഇവിടെ വായിക്കാൻ പോകുന്ന കത്ത്. കൈകൊണ്ടെഴുതിയ മൂലരൂപവും ടൈപ്പ്പു ചെയ്ത പകർപ്പും ഇവി

ടെയുണ്ട്. സഖാവ് ഏണസ്റ്റോ ഗുവേരയുടേതാണ് ഈ കത്ത്. കാര്യങ്ങൾ അദ്ദേഹം സ്വയംതന്നെ സംസാരിക്കട്ടെ. ഞങ്ങളുടെ സൗഹൃദത്തിന്റെ, ഞങ്ങൾ സഖാക്കളായതിന്റെ, ചരിത്രത്തെപ്പറ്റിയും ഈ സൗഹൃദം എങ്ങനെ ആരംഭിച്ചുവെന്നതിനേയും അതെങ്ങനെ വളർന്നുവെന്നതിനേയും പറ്റിയും ഇവിടെ രണ്ടു വാക്കു പറയണോയെന്ന് ഞാൻ ആലോചിച്ചു. വേണ്ട, അതിന്റെ ആവശ്യമില്ല. പകരം ആ കത്തു ഞാനിവിടെ വായിക്കാം.

ഇതിൽ തീയതിവച്ചിട്ടില്ല. കാരണം, യുക്തമെന്നു തോന്നുമ്പോൾ പ്രസിദ്ധീകരിക്കാനുള്ളതായിരുന്നു ഇത്. എന്നാൽ, വസ്തുതകൾ അറിയാൻ വാശിയുമുണ്ടെങ്കിൽ നമുക്കിത് കിട്ടിയത് ഈ ഏപ്രിൽ ഒന്നിനാണെന്ന്, അതായത് കൃത്യം ആറുമാസവും രണ്ടു ദിവസവും മുൻപാണെന്നു പറയാം. കത്ത് ഇപ്രകാരമാണ്:

'ഹവാന (കൃഷിവർഷം)

ഫിദൽ,

മാറിയാ ആന്റോണിയയുടെ വീട്ടിൽ വച്ചു നാം തമ്മിൽ ആദ്യമായി കണ്ട ആ സന്ദർഭവും യാത്രയ്ക്കുള്ള താങ്കളുടെ നിർദേശവും അതിന്നായുള്ള തെരക്കിട്ട തയാറെടുപ്പുകളും എല്ലാം ഞാൻ ഇപ്പോൾ ഓർത്തുപോവുകയാണ്.

മരിച്ചാൽ ആരെ വിവരമറിയിക്കണമെന്ന് ഒരിക്കൽ നമ്മളോടെല്ലാം അന്വേഷിച്ചപ്പോൾ അങ്ങനെയുമൊരു സാധ്യതയുണ്ടെന്ന് യാഥാർഥ്യം നമ്മെയെല്ലാം വിസ്മയപ്പെടുത്തുകയുണ്ടായല്ലൊ. അതു ശരിയാണെന്ന് പിന്നീട് നമുക്ക് മനസിലായി. ഒരു വിപ്ലവത്തിൽ (അതും യഥാർഥ വിപ്ലവത്തിൽ) വിജയമല്ലെങ്കിൽ മരണം തീർച്ചയാണ്. ലക്ഷ്യത്തിലേക്കുള്ള ജൈത്രയാത്രയ്ക്കിടയിൽ അന്തിമമായി നമ്മെ വിട്ടുപിരിഞ്ഞവരുടെ സംഖ്യ അനവധിയാണല്ലൊ.

ഇന്ന് കാര്യങ്ങൾക്ക് അത്രതന്നെ നാടകീയതയില്ല. കാരണം, നമ്മളെല്ലാം കുറേക്കൂടി പക്വത വന്നവരാണ്. എങ്കിലും സ്ഥിതി അതുതന്നെയാണ്. ക്യൂബൻ വിപ്ലവവുമായി എന്നെ ബന്ധിച്ചിരുന്ന ആ കടമ ഞാൻ ഭാഗികമായി നിറവേറ്റിക്കഴിഞ്ഞെന്നാണ് എന്റെ വിശ്വാസം. അതിനാൽ താങ്കളോടും എന്റെ സഖാക്കളോടും എന്റേതു കൂടിയായിട്ടുള്ള താങ്കളുടെ ജനതയോടും ഞാൻ വിടചോദിക്കുകയാണ്.

പാർട്ടി നേതൃത്വത്തിലുള്ള എന്റെ സ്ഥാനവും എന്റെ മന്ത്രിസ്ഥാനവും മേജർ പദവിയും ഞാൻ ഔദ്യോഗികമായി രാജിവയ്ക്കുകയാണ്. എന്റെ ക്യൂബൻ പൗരത്വവും ഞാൻ ഉപേക്ഷിക്കുന്നു. ഔദ്യോഗികമായി എനിക്ക് ക്യൂബയുമായി ഇനി യാതൊരു ബന്ധവുമില്ല. തികച്ചും വ്യത്യസ്തമായ മറ്റു ചില ബന്ധങ്ങളാണ് ശേഷിച്ചിട്ടുള്ളത്. എന്റെ ഔദ്യോഗികസ്ഥാനങ്ങൾ പോലെ അങ്ങനെ രാജിവച്ചൊഴിയാവുന്ന ബന്ധങ്ങളല്ലല്ലൊ അതൊന്നും.

എന്റെ കഴിഞ്ഞ കാലത്തേക്ക് തിരിഞ്ഞുനോക്കുമ്പോൾ ഇത്ര

കാലവും സാമാന്യം സത്യസന്ധമായും കൂറോടുകൂടിയും പണിയെടുക്കാൻ എനിക്ക് കഴിഞ്ഞിട്ടുണ്ടെന്നും വിപ്ലവത്തിന്റെ വിജയം അരക്കിട്ടുറപ്പിക്കാൻ ഞാൻ ശ്രമിച്ചിട്ടുണ്ടെന്നുമാണ് എനിക്ക് തോന്നുന്നത്. കാര്യമായ ഒരു തെറ്റേ എനിക്കു പറ്റിയിട്ടുള്ളു. സാറാ മെസ്ത്രയിലെ ആ ആദ്യനിമിഷം മുതൽക്കുതന്നെ താങ്കളിൽ ഞാൻ ഇന്നത്തേതിലും കൂടുതൽ വിശ്വാസമർപ്പിച്ചില്ലല്ലോയെന്നും ഒരു നേതാവും വിപ്ലവകാരിയുമെന്ന നിലയ്ക്കുള്ള താങ്കളുടെ കഴിവുകൾ ശരിയായി വിലയിരുത്താൻ അന്നെനിക്ക് കഴിയാതെപോയല്ലോയെന്നുമുള്ള അപരാധബോധമാണ് എന്നെ അലട്ടുന്നത്. അത്ഭുതാവഹമായ കാലങ്ങളിലൂടെയാണ് ഞാൻ കടന്നുപോന്നിട്ടുള്ളത്. താങ്കളോടൊപ്പം നിൽക്കുമ്പോൾ കരീബിയൻ പ്രതിസന്ധി അതിന്റെ മൂർധന്യത്തിലായിരുന്ന ഏറ്റവും വൈഷമ്യമേറിയ ആ ദിവസങ്ങളിൽ നമ്മുടെ ജനതയുടെ ഭാഗമായിരിക്കാൻ കഴിഞ്ഞതിൽ ഞാൻ അഭിമാനപുളകിതനായിരുന്നു.

ഒരു രാഷ്ട്രീയ നേതാവെന്ന നിലയ്ക്കുള്ള താങ്കളുടെ പ്രതിഭ അത്രയും വെട്ടിത്തിളങ്ങിയിട്ടുള്ള സന്ദർഭങ്ങൾ കുറവാണ്. അന്ന് ഒട്ടും അറച്ചു നിൽക്കാതെ താങ്കളെ പിന്താങ്ങാൻ കഴിഞ്ഞതിലും എനിക്കഭിമാനമുണ്ട്. അന്ന് നമ്മുടെ വിചാരവികാരങ്ങൾ ഒന്നായിരുന്നുവെന്നതിലും പ്രശ്നത്തിന്റെ തത്വങ്ങളേയും അപകടങ്ങളേയും സംബന്ധിച്ച നമ്മുടെ വീക്ഷണം ഒന്നായിരുന്നുവെന്നതിലും എനിക്കഭിമാനമുണ്ട്.

ഇപ്പോൾ എന്റെ എളിയ സേവനം ലോകത്തിന്റെ മറ്റു ചില ഭാഗങ്ങളിൽ ആവശ്യമായിരിക്കുന്നു. താങ്കൾക്ക് നിഷേധിക്കപ്പെട്ടിട്ടുള്ള ആ സംഗതി ചെയ്യാൻ എനിക്കു കഴിയും. എന്തുകൊണ്ടെന്നാൽ താങ്കൾക്ക് ക്യൂബയോട് ചില ഉത്തരവാദിത്വങ്ങളുണ്ട്. അതിനാൽ നമുക്ക് തമ്മിൽ പിരിയേണ്ടിയിരിക്കുന്നു.

സന്തോഷത്തോടും സന്താപത്തോടും കൂടിയാണ് ഞാൻ നിങ്ങളെയെല്ലാം വിട്ടുപിരിയുന്നതെന്നറിയാമായിരിക്കുമല്ലോ. എനിക്കേറ്റവും പ്രിയപ്പെട്ട ഒരു ജനതയേയും നിർമാതാവിനേയും പറ്റിയുള്ള ഏറ്റവും വലിയ ശുഭപ്രതീക്ഷകളുമായാണ് ഞാൻ പിരിയുന്നത്.... എന്നെ സ്വന്തം പുത്രനായി അംഗീകരിച്ച ഒരു ജനതയെ വിട്ടിട്ടാണ് ഞാൻ പോകുന്നത്. ഇതിൽ എനിക്ക് സങ്കടമുണ്ട്. താങ്കൾ എന്നിൽ വളർത്തിയ ആ ആത്മവിശ്വാസവുമായാണ്, എന്റെ നാട്ടുകാരുടെ വിപ്ലവബോധവുമായാണ്, ഞാൻ പുതിയ അടർക്കളത്തിലേക്ക് കുതിക്കുന്നത്. ഏറ്റവും പരിപാവനമായ ഒരു കടമ നിർവഹിക്കുകയാണെന്ന ആത്മബോധത്തോടെയാണ് ഞാൻ പോകുന്നത്. എവിടെവിടെ സാമ്രാജ്യത്വമുണ്ടോ അവിടവിടെ അതിനെതിരായി പോരാടുകയെന്ന ഏറ്റവും പരിപാവനമായ കടമ നിർവഹിക്കുകയാണെന്ന ആത്മബോധത്തോടെയാണ് ഞാൻ മുന്നോട്ടു നീങ്ങുന്നത്. ഇത് എന്റെ ദൃഢനിശ്ചയത്തെ ഒന്നുകൂടി ബലപ്പെടുത്തുകയും ഈ വേർപാടിലുള്ള എന്റെ വേദനയെ വളരെയേറെ ചുരുക്കുകയും ചെയ്യുന്നുണ്ട്.

മറ്റുള്ളവർക്കൊരു മാതൃകയായിരിക്കുകയെന്നതൊഴിച്ചാൽ ക്യൂബയ്ക്ക് എന്നോട് മറ്റൊരു കടപ്പാടുമില്ലെന്ന സംഗതി ഞാൻ ഒരിക്കൽക്കൂടി ഓർമിപ്പിച്ചുകൊള്ളട്ടെ. ഇനി ഇവിടുന്നെല്ലാം വളരെ അകലെയിരിക്കുന്ന അവസരത്തിലാണ് എന്റെ അന്ത്യമെങ്കിൽക്കൂടിയും അപ്പോഴും എന്റെ വിചാരം മുഴുവൻ ഈ ജനതയെപ്പറ്റിയും വിശേഷിച്ചും താങ്കളെപ്പറ്റിയും ആയിരിക്കും. താങ്കൾ എന്നെ പഠിപ്പിക്കുകയും മാതൃകകാട്ടുകയും ചെയ്ത സർവസംഗതികൾക്കും ഞാൻ അത്യന്തം കൃതജ്ഞനാണ്. അവസാനംവരെയും അതനുസരിച്ച് ജീവിക്കാൻ ഞാൻ പരമാവധി ശ്രമിക്കുന്നതാണ്. നമ്മുടെ വിപ്ലവത്തിന്റെ വിദേശനയത്തോടു എനിക്ക് എക്കാലവും പൂർണ യോജിപ്പുണ്ടായിരുന്നു. ഇന്നും അതങ്ങനെതന്നെയാണ് താനും. എവിടെ ചെന്നാലും ഒരു ക്യൂബൻ വിപ്ലവകാരിയെന്ന നിലയ്ക്കുള്ള എന്റെ ഉത്തരവാദിത്വം ഒരിക്കലും വിസ്മരിക്കാതെ ഞാൻ എന്റെ പ്രവർത്തനം തുടരുന്നതായിരിക്കും. എന്റെ ഭാര്യക്കും കുഞ്ഞുങ്ങൾക്കും യാതൊരുവിധ സ്വത്തും നൽകാതെയാണ് ഞാൻ പോകുന്നത്. ഇതിൽ എനിക്ക് യാതൊരു കുണ്ഠിതവുമില്ല. മറിച്ച് എനിക്കതിൽ സന്തോഷമേയുള്ളു. അവർക്കുവേണ്ടി ഞാൻ യാതൊന്നും ആവശ്യപ്പെടുന്നില്ല. എന്തുകൊണ്ടെന്നാൽ ജീവിക്കാനുള്ള വകയും വിദ്യാഭ്യാസത്തിനുള്ള സൗകര്യവും സ്റ്റേറ്റിൽനിന്ന് അവർക്കു നൽകിക്കൊള്ളുമെന്ന് എനിക്കറിയാം.

നമ്മുടെ ജനതയോടും താങ്കളോടും എനിക്ക് ഇനിയും പലതും പറയാനുണ്ട്. പക്ഷേ, അധികപ്പറ്റാകുമെന്നതുകൊണ്ട് ഞാൻ അതിനിപ്പോൾ തുനിയുന്നില്ല. എന്റെ മനസിലുള്ള സംഗതികൾ മുഴുവൻ അതേപടി കടലാസിൽ പകർത്താൻ കഴിയുമെന്നു തോന്നുന്നില്ല. അതിനാൽ ആ പാഴ്‌വേലയ്ക്ക് ഞാൻ മുതിരുന്നില്ല.

എന്നുമെന്നും വിജയത്തിലേക്ക് മാതൃഭൂമി! അല്ലെങ്കിൽ മരണം!

ഹാർദമായ വിപ്ലവാഭിവാദ്യങ്ങൾ!

ചെ"[1]

കത്ത് വായിച്ചു തീർന്നപ്പോൾ ഫിദൽ പറഞ്ഞു:

"വിപ്ലവകാരികൾ യാതൊരു സദ്ഭാവനകളുമില്ലാത്ത വികാരശൂന്യരും ഹൃദയരഹിതരും മറ്റുമാണെന്നു പറഞ്ഞുനടക്കുന്ന ആളുകൾ ഈ കത്തൊന്നു വായിക്കട്ടെ. ഒരു വിപ്ലവകാരിയുടെ മനസിൽ ഒളിഞ്ഞിരിക്കുന്ന ആർദ്രതയും കുലീനതയും പരിശുദ്ധിയും എന്താണെന്ന് അവർക്കപ്പോൾ മനസിലാകും. ...

ഈ ഒരു കത്ത് മാത്രവുമല്ല അദ്ദേഹം എഴുതിയിട്ടുള്ളത്. വേണ്ടപ്പെട്ടവരോട് വിട ചോദിച്ചുകൊണ്ടുള്ള വേറെയും പല എഴുത്തുകളുമുണ്ട്. എല്ലാംകൂടി ഈ സമയത്ത് ഒന്നിച്ചു പുറത്തെടുക്കാൻ വച്ചിരുന്നതാണ്. 'എന്റെ അച്ഛനമ്മമാരുടേയും' 'എന്റെ കുഞ്ഞുങ്ങളുടേയും' പല സഖാക്കളുടേയും പേർക്ക് എഴുതിയിട്ടുള്ളതാണ് അതെല്ലാം. ഈ കത്തുകൾ അതതിൽ പേരുപറഞ്ഞിട്ടുള്ള സഖാക്കൾക്കും ബന്ധുക്കാർക്കും ഏൽ

പിച്ചുകൊടുത്തിട്ട് വിപ്ലവത്തിന് ഒരു സംഭാവനയായി അത് മടക്കിത്തരണമെന്ന് ബന്ധപ്പെട്ടവരോട് നമ്മൾ അപേക്ഷിക്കുന്നുണ്ട്. എന്തുകൊണ്ടെന്നാൽ, ചരിത്രസ്മാരകങ്ങളായി സൂക്ഷിക്കേണ്ട രേഖകളാണിതെല്ലാമെന്നു നാം കരുതുന്നു.

ഇതോടെ എല്ലാ കാര്യങ്ങളും വ്യക്തമായെന്നു നാം കരുതുന്നു. അതായത്, വ്യക്തമാകേണ്ടതെല്ലാം വ്യക്തമായിക്കാണുമെന്ന് നാം കരുതുന്നു. ബാക്കിയുള്ളതിനെപ്പറ്റി ആലോചിച്ച് തലപുണ്ണാക്കുന്ന ജോലി നമുക്ക് നമ്മുടെ ശത്രുക്കൾക്ക് വിട്ടുകൊടുക്കാം. നമുക്ക് പിടിപ്പത് ജോലിയുണ്ട്. നാട്ടിലും പുറത്തും പരിഹരിക്കാനുള്ള പിടിപ്പതു പ്രശ്നങ്ങൾ നമ്മുടെ മുന്നിലുണ്ട്. പിടിപ്പതു ബാധ്യതകളും നമുക്കു നിറവേറ്റാനുണ്ട്. അതെല്ലാം നാം നിറവേറ്റുകയും ചെയ്യും."

ഫിദൽ പരാമർശിച്ച കത്തുകളിൽ രണ്ടെണ്ണമെങ്കിലും പിൽക്കാലത്ത് പ്രസിദ്ധീകരിക്കപ്പെടുകയുണ്ടായി. ആദ്യത്തേത് 1967 മെയ് 23-ാം തീയതി *സിയേറ്റെ ഡിയാസ് ഇലുസ്ട്രാഡൊസ്* എന്ന അർജന്റീനിയൻ പത്രികയിലാണ് വന്നത്. രണ്ടാമത്തേത് അദ്ദേഹത്തിന്റെ മരണശേഷമാണ് പ്രസിദ്ധീകരിക്കപ്പെട്ടത്. ഫിഡലിനുള്ള കത്തിന്റൊപ്പം തന്നെ എഴുതിയതാകയാൽ അവയും കൂടി ഇവിടെ ചേർക്കുന്നത് ഉചിതമായിരിക്കുമെന്നു കരുതുന്നു.

എന്റെ അച്ഛനും അമ്മയ്ക്കും,

പ്രിയമുള്ളോരെ,

ഞാൻ വീണ്ടും പടച്ചട്ടയണിഞ്ഞ് എന്റെ വിപ്ലവാശ്വത്തിന്മേൽ കയറി യാത്രതിരിക്കുകയാണ്.

പത്തുകൊല്ലം മുൻപ് ഇതുപോലൊരു വിടവാങ്ങൽ കത്ത് എഴുതിയിരുന്നത് ഓർക്കുമല്ലോ.

കുറേക്കൂടി നല്ലൊരു ഭടനും ഡോക്ടറും ആകാത്തതിൽ അന്നു ഞാൻ ഖേദം പ്രകടിപ്പിച്ചിരുന്നുവെന്നാണെന്റെ ഓർമ. രണ്ടാമത്തേതിൽ എനിക്കിപ്പോൾ താൽപര്യമില്ല. എന്നാൽ, ഒരു ഭടനെന്ന നിലയ്ക്ക് ഞാനിപ്പോൾ ഒട്ടും മോശമല്ല.

ഇന്നെനിക്ക് അൽപ്പം കൂടി വിവരമുണ്ടെന്നും എന്റെ മാർക്സിസം കുറേക്കൂടി ആഴത്തിൽ വേരൂന്നുകയും അതിന് അൽപ്പം കൂടി വ്യക്തത കൈവരികയും ചെയ്തിട്ടുണ്ടെന്നുള്ളതൊഴിച്ചാൽ അതിനുശേഷം അടിസ്ഥാനപരമായി വലിയ മാറ്റമൊന്നും ഉണ്ടായിട്ടില്ല. വിമോചനത്തിനുവേണ്ടി പടവെട്ടുന്ന ജനതയുടെ മുന്നിൽ സായുധസമരമല്ലാതെ മറ്റൊരു പോംവഴിയുമില്ലെന്നാണ് എന്റെ വിശ്വാസം. ഞാനതിൽ ഉറച്ചുനിൽക്കുകയും ചെയ്യുന്നു. സാഹസികത തേടി നടക്കുന്നവനാണ് ഞാനെന്ന് പലരും പറഞ്ഞേക്കാം. അവർ പറയുന്നത് ശരിയുമാണ്. പക്ഷേ, ഞാൻ തേടുന്നത് ഒരു പ്രത്യേകതരം സാഹസികതയാണ്. സ്വന്തം വിശ്വാസം ശരിയാണെന്നു തെളിയിക്കുന്നതിനായി തലപോയാൽ പോട്ടെ എന്നു കരുതുന്ന കൂട്ടത്തിലാണ് ഞാൻ.

ഒരുപക്ഷേ, ഇതെന്റെ അവസാനത്തെ ശ്രമമായേക്കാം. അങ്ങനെയൊരന്ത്യമല്ല ഞാൻ ആഗ്രഹിക്കുന്നത്. പക്ഷേ, യുക്തിവച്ചു നോക്കിയാൽ ആ സാധ്യതയും ഒഴിവാക്കാനാവില്ല. അങ്ങനെ സംഭവിച്ചാൽ ഇതെന്റെ അവസാനത്തെ ആലിംഗനമായി കണക്കാക്കുക.

നിങ്ങളോടു എനിക്കു അഗാധമായ സ്നേഹമുണ്ടെങ്കിലും അതു പുറത്തു കാണിക്കാൻ എനിക്കൊരിക്കലും കഴിഞ്ഞിട്ടില്ല. ഉള്ളതു ഉള്ളതുപോലെ പറയുന്നവനാണ് ഞാൻ. ചിലപ്പോൾ തന്മൂലം ആളുകൾ എന്നെ തെറ്റിദ്ധരിക്കാറുണ്ടെന്നു തോന്നുന്നു. തന്നെയല്ല, എന്നെ മനസിലാക്കാൻ അത്ര എളുപ്പവുമല്ല. പക്ഷേ, ഇപ്രാവശ്യം ഞാൻ പറയുന്നത് വിശ്വസിക്കണം. അങ്ങനെ, ഒരു കലാകാരന്റെ അർപ്പണബുദ്ധിയോടെ ഞാൻ കാച്ചിക്കുറിക്കിയെടുത്തിട്ടുള്ള എന്റെ ദൃഢനിശ്ചയം ദുർബലമായ എന്റെ കാലുകൾക്കും പരിക്ഷീണമായ എന്റെ ശ്വാസകോശങ്ങൾക്കും കുറച്ചുകൂടി ശക്തി നൽകുന്നു. ഉദ്ദേശിച്ച കാര്യം ഞാൻ നടപ്പിലാക്കും.

ഇരുപതാം നൂറ്റാണ്ടിലെ ഈ എളിയ ചേകവനെ വല്ലപ്പോഴുമെല്ലാം ഓർക്കുക.

സീലിയ, റോബർട്ടോ, ജുവാൻ മാർട്ടിൻ, പടോട്ടിൻ, ബിയാട്രിസ് തുടങ്ങി എല്ലാവരേയും എന്റെ സ്നേഹാന്വേഷണങ്ങൾ അറിയിക്കുക.

നിങ്ങളിരുവരേയും ഹാർദമായി ഒന്നു മാറോടണയ്ക്കാൻ ഗുണം പിടിക്കാത്ത ഈ മുടിയനായ പുത്രനെ അനുവദിക്കുക.

ഏണസ്റ്റോ

എന്റെ കുഞ്ഞുങ്ങൾക്ക്,

പ്രിയമുള്ള ഹിൽഡീറ്റ, അലൈഡീറ്റ, ക്യാമിലൊ, സീലിയ, എണസ്റ്റോ.

എന്നെങ്കിലും നിങ്ങൾ ഈ കത്ത് വായിക്കാനിടയായാൽ അതിന്നർഥം ഞാൻ നിങ്ങളെ വിട്ടുപിരിഞ്ഞെന്നാണ്.

നിങ്ങൾക്കാർക്കും എന്നെപ്പറ്റി വലിയ ഓർമ്മയൊന്നും കാണില്ല. ഏറ്റവും താഴെയുള്ളവർക്ക് എന്നെ ഓർമയേ ഉണ്ടാവില്ല.

ശരിയെന്നു തോന്നുന്നത് ചെയ്യുകയും സ്വന്തം തത്വസംഹിതയിൽ നിന്ന് കടുകിട വ്യതിചലിക്കാതെ ജീവിക്കുകയും ചെയ്ത ഒരാളായിരുന്നു നിങ്ങളുടെ അച്ഛൻ.

നിങ്ങൾ നല്ല വിപ്ലവകാരികളായി വളരണമെന്നാണ് ഈ അച്ഛന്റെ ആഗ്രഹം. മനസിരുത്തിപ്പഠിക്കുകയും പ്രകൃതിയെ നമ്മുടെ ചൊൽപ്പടിക്ക് നിറുത്താൻ സഹായിക്കുന്ന സാങ്കേതികവിദ്യയിൽ വൈദഗ്ധ്യം നേടുകയും ചെയ്യണം. സർവപ്രാധാനമായിട്ടുള്ളത് വിപ്ലവമാണെന്നും ഒറ്റയ്ക്കൊറ്റയ്ക്കെടുത്താൽ നമുക്കാർക്കും യാതൊരു പ്രാധാന്യവുമില്ലെന്നും ഓർത്തിരിക്കണം.

അതിലും പ്രധാനമായിട്ടുള്ളത് അനീതി എവിടെക്കണ്ടാലും അതിനെ എതിർക്കാൻ കഴിയണമെന്നതാണ്. ഒരു വിപ്ലവകാരിയുടെ ഏറ്റവും അഭിനന്ദനാർഹമായ ഗുണം അതാണ്.

കുഞ്ഞുങ്ങളേ, ഈ അച്ഛനെ പോകാനനുവദിക്കുക. എന്നെങ്കിലും നമുക്ക് കാണാൻ കഴിയുമെന്നാശിക്കാം.

അച്ഛന്റെ പൊന്നുമ്മയും ആലിംഗനവും ഇതോടൊപ്പമയയ്ക്കുന്നു."

ചെയുടെ മരണശേഷം മറ്റൊരു വിടവാങ്ങൽക്കത്തുകൂടി പ്രസിദ്ധീകരിക്കപ്പെടുകയുണ്ടായി. മകൾ ഹിൽഡയ്ക്ക് 1966 ഫെബ്രുവരി 15–ാം തീയതി എഴുതിയതാണ് അത്. എവിടെ നിന്നാണ് ഇതെഴുതിയതെന്ന് നമുക്ക് നിശ്ചയമില്ല. ഏതായാലും അതിലെ ഉള്ളടക്കം ഇതായിരുന്നു.

"പ്രിയമുള്ള ഹിൽഡീറ്റാ,

ഇന്നെഴുതുന്ന ഈ കത്ത് നിനക്ക് കിട്ടുന്നത് വളരെ കഴിഞ്ഞായിരിക്കും. നിന്നെ ഞാൻ എപ്പോഴും ഓർക്കാറുണ്ട്. നിന്റെ ഈ പിറന്നാളിന്റന്ന് നി സന്തുഷ്ടയായിരിക്കുമെന്നു വിശ്വസിക്കുന്നു. നീ ഏതാണ്ടൊരു യുവതിയായിക്കഴിഞ്ഞിരിക്കുന്ന സ്ഥിതിക്ക് ഒരു കൊച്ചുകുഞ്ഞിനോടെന്നപോലെ അർഥമില്ലാത്ത ഞഞ്ഞമിഞ്ഞ എഴുതി അയയ്ക്കാൻ എനിക്കിപ്പോൾ സാധ്യമല്ലല്ലൊ.

ഞാനിപ്പോൾ വളരെ വളരെ അകലെയൊരിടത്താണെന്ന് നിനക്കറിയാമായിരിക്കുമല്ലൊ. ഇനിയും വളരെക്കാലം നമ്മുടെ ശത്രുക്കൾക്കെതിരായി കഴിയുന്നതെല്ലാം ചെയ്തുകൊണ്ട് ഇവിടെത്തന്നെ തങ്ങേണ്ടിവരികയും ചെയ്യും. ഇതിൽ എന്റെ സംഭാവന അത്ര വലുതല്ലെങ്കിലും അത്ര മോശവുമല്ല. നിനക്ക് നിന്റച്ഛനെപ്പറ്റി എപ്പോഴും അഭിമാനിക്കാനേ വകയുണ്ടാകു. എനിക്ക് നിന്നെപ്പറ്റിയെന്നപോലെ. നമ്മുടെ സമരം വളരെ ദീർഘമായ ഒന്നാണെന്നും, നീ വളർന്നു വലുതായിക്കഴിഞ്ഞാലും, അതിനായി നിനക്ക് നിന്റേതായ സംഭാവന നൽകാനുണ്ടാകുമെന്നും ഓർത്തിരിക്കണം. അതുവരെയ്ക്ക് നല്ലൊരു വിപ്ലവകാരിയാകാൻ നീ തയാറെടുക്കണം. നിന്റെ ഈ പ്രായത്തിൽ അതിന്നർഥം നീ നല്ലപോലെ കഴിവിന്റെ പരമാവധി പഠിക്കുകയും, നീതിക്കുവേണ്ടി എല്ലായ്പോഴും ശബ്ദമുയർത്താൻ സന്നദ്ധയായിരിക്കുകയും വേണമെന്നാണ്. കൂടാതെ, അമ്മ പറയുന്നതനുസരിക്കണം. നീ വലിയ ആളായെന്ന് ഭാവിക്കാതിരിക്കുകയും വേണം. അതിന് സമയം വരുന്നുണ്ട്.

സ്കൂളിലെ ഏറ്റവും നല്ല കുട്ടികളിൽ ഒരാളാകാൻ നീ ശ്രമിക്കണം. നല്ലതെന്നു പറയുന്നത് ഏതർഥത്തിലാണെന്നറിയാമല്ലൊ. എല്ലാ കാര്യങ്ങളിലും മുന്നിൽ നിൽക്കണം. പഠനത്തിലും വിപ്ലവത്തിനു പറ്റിയതരത്തിലുള്ള പെരുമാറ്റത്തിലും എല്ലാം. മറ്റൊരു വിധത്തിൽ പറഞ്ഞാൽ, കാര്യഗൗരവത്തോടെ പണിയെടുക്കുകയും മാതൃഭൂമിയോടും വിപ്ലവത്തോടും കൂറുപുലർത്തുകയും, സഖാക്കളെപ്പോലെ പെരുമാറുകയും മറ്റും മറ്റും വേണം. നിന്റെ പ്രായത്തിൽ ഞാനങ്ങനെ ആയിരുന്നില്ല. പക്ഷേ, അപ്പോൾ ഞാൻ ജീവിച്ചിരുന്നത് മനുഷ്യർ പരസ്പരം ശത്രുക്കളെപ്പോലെ കടിപിടികൂടിയിരുന്ന ഒരു സമൂഹത്തിലായിരുന്നുവെന്നു ഓർക്കുമല്ലൊ. തികച്ചും വ്യത്യസ്തമായ മറ്റൊരു കാലഘട്ടത്തിൽ ജീവിക്കാനുള്ള

സൗഭാഗ്യം നിനക്ക് കൈവന്നിട്ടുണ്ട്. അതു മറക്കാതെ നീ ജീവിക്കുകയും വേണം.

ഇടയ്ക്കിടയ്ക്ക് കൊച്ചുങ്ങളുടെ കാര്യം ശ്രദ്ധിക്കുകയും ശരിക്കു പഠിക്കാനും പെരുമാറാനും അവരെ ഉപദേശിക്കുകയും ചെയ്യണം. അലൈഡീറ്റയുടെ കാര്യത്തിൽ പ്രത്യേക ശ്രദ്ധവേണം. ചേച്ചിയെന്ന നിലയ്ക്ക് നിന്നോട് അവൾക്കെന്തൊരു ആരാധനാഭാവമാണുള്ളതെന്ന റിയാമല്ലോ.

എന്നാൽ, വല്യമ്മേ, നിറുത്തട്ടെ. ഒരിക്കൽക്കൂടി ജന്മദിനമംഗളാശംസകൾ! എനിക്കുവേണ്ടി അമ്മയേയും ഗീനയേയും കെട്ടിപ്പിടിച്ചൊരുമ്മ കൊടുത്തേക്കുക. നമ്മുടെ ഈ വേർപാടിന്റെ കാലമത്രയും ഓർമയിരിക്കത്തക്കവിധത്തിൽ ഈ എഴുത്തിലൂടെ നിന്നെ ഒന്നു കെട്ടിപ്പിടിച്ചു ഉമ്മവയ്ക്കാൻ എന്നെയും അനുവദിക്കുക.

എന്ന് സ്വന്തം അച്ഛൻ."

അത്യന്തം നാടകീയമായ ഈ കത്തുകളെല്ലാം, പ്രത്യേകിച്ചും ഫിദലിനുള്ള വിടവാങ്ങൽ കത്ത്, എന്തിനെയാണ് സൂചിപ്പിക്കുന്നത്? തനിക്ക് വിശ്വവിഖ്യാതി നേടിത്തന്ന വിപ്ലവപ്രബുദ്ധമായ ക്യൂബയോടും ചെ എന്നെന്നേക്കുമായി വിടവാങ്ങിയെന്നതാണ് ഈ കത്തുകൾ വ്യക്തമാക്കുന്ന ആദ്യത്തെ സംഗതി. പക്ഷേ, ഇതൊരു നാടുകടത്തലോ നാടുവിട്ടുപോകലോ ആയിരുന്നില്ല. വിപ്ലവപ്രവർത്തനത്തിൽ നിന്നുള്ള ഒരു പിന്മാറ്റവുമായിരുന്നില്ല ഇത്. വിപ്ലവത്തിലുള്ള വ്യാമോഹം നശിച്ചതായും അതിനെ വ്യാഖ്യാനിക്കാനാവില്ല. നിരാശയെന്നോ അഹമ്മതിയെന്നോ ചെ തന്നെ സ്വതസിദ്ധമായ ആത്മനിന്ദയോടെ വിവരിക്കുന്ന സാഹസ ഭ്രമമെന്നോ പറഞ്ഞ് അതിനെ തള്ളുന്നതും ശരിയായിരിക്കില്ല. രാഷ്ട്രീയമായി ഇനി എങ്ങോട്ടു നീങ്ങുമെന്നു നിശ്ചയമില്ലാതെ രണാങ്കണത്തിൽ ചെന്ന് പൊരുതിമരിക്കുന്നതാണ് ഏറ്റവും നല്ല രക്ഷാമാർഗമെന്നു കരുതുന്ന ഒരാളിന്റെ ആത്മഹത്യാശ്രമമായും ചെയുടെ ഈ നാടുവിടലിനെ കാണാൻ നിവൃത്തിയില്ല.

സാമ്രാജ്യവാദികൾക്കെതിരായി ആയുധമെടുത്തു സമരം ചെയ്യാൻ വേണ്ടിയാണ് ചെ ക്യൂബ വിട്ടത്. ഇതൊരു പരിപാവനമായ കടമയാണെന്നു കരുതിയതുകൊണ്ടു മാത്രമല്ല അദ്ദേഹം ഇതിനു തയാറായത്. സ്വയം അതിലേക്കെടുത്തു ചാടാൻ താൽപ്പര്യമുണ്ടായിരുന്നതുകൊണ്ടു കൂടിയാണ് അദ്ദേഹം അങ്ങനെ ചെയ്തത്.

1956–ലെ ചെയും 1965–ലെ ചെയും തമ്മിൽ അജഗജാന്തരമുണ്ടായിരുന്നു. അന്ന് ആരുമറിയാത്ത ഒരു അർജന്റീനക്കാരൻ ഡോക്ടർ മാത്രമായിരുന്നു അദ്ദേഹം. എങ്ങനെയോ മെക്സിക്കോയിലെത്തുകയും യാദൃച്ഛികമായി ഫിദലിന്റെ നേതൃത്വത്തിലുള്ള വിപ്ലവകാരികളുമായി കണ്ടുമുട്ടാനിടയാവുകയും ചെയ്തതാണ്. എന്നാൽ, 1965–ലോ? വിജയകരമായ വിപ്ലവത്തിന്റെ നേതാക്കന്മാരിലൊരാളും വിപ്ലവഗവൺമെന്റിലെ

വിശ്വവിഖ്യാതനായ ഒരംഗവുമായ ആളാണ് പുതിയ വിപ്ലവനേട്ടങ്ങൾ കൈവരിക്കുന്നതിനായി ക്യൂബ വിട്ടുപോകാൻ പൊടുന്നനെ തീരുമാനമെടുത്തത്.

1950-കളുടെ മധ്യത്തിൽ ലാറ്റിൻ അമേരിക്കയിൽ സാമൂഹ്യ വിപ്ലവമെന്നും സോഷ്യലിസമെന്നും പറയുന്നത് അപ്രാപ്യമായ ഒരു സ്വപ്നം മാത്രമായിരുന്നു. വിദൂരഭാവിയിലെങ്ങാനും നടന്നേക്കാവുന്ന ഒരു സംഗതി മാത്രമായിരുന്നു അത്. വളരെയേറെ അപകടം നിറഞ്ഞതും യുക്തിക്ക് ചേരാത്തതുമായ ഒരു സംരംഭത്തിൽ ചേരുകയാണെന്ന ധാരണ മാത്രമേ ഫിദലിന്റെ കൂടെ കൂടുമ്പോൾ ചെയ്ക്കുണ്ടായിരുന്നുള്ളു. അതിന്റെ ഉന്നം മഹനീയവും മഹോന്നതവുമാണെങ്കിലും വിജയസാധ്യത വളരെ കമ്മിയായിരുന്നു.

പക്ഷേ, എന്തോ ഒരത്ഭുതത്താലെന്നപോലെ ഈ സംരംഭം വിജയിച്ചു. ക്യൂബൻ വിപ്ലവം ഒരു സോഷ്യലിസ്റ്റ് വിപ്ലവമായി മാറി. ലാറ്റിൻ അമേരിക്കയിലെ രാഷ്ട്രീയ രംഗത്തിനാകെ തന്മൂലം അടിസ്ഥാപരമായ ഒരു മാറ്റം സംഭവിച്ചു. ക്യൂബയിലെ വിജയത്തോടെ സാമ്രാജ്യത്വവിരുദ്ധ വിപ്ലവമെന്നത് ഒരമൂർത്ത മുദ്രാവാക്യമെന്ന നിലവിട്ട് ഒരടിയന്തിര സംഗതിയായി മാറി.

ലാറ്റിൻ അമേരിക്കയിൽ 'വിപ്ലവം നടത്താൻ' പുറപ്പെട്ട ചെ കാറ്റാടിയെക്കാൾ കരുത്തേറിയ ചിലതെല്ലാം കൈവശമുള്ള സാമ്രാജ്യത്വത്തിനെതിരായിച്ചെന്നു തലയിടിച്ച് ചാകാനൊരുങ്ങിയ ഒരു ഏകാന്ത വിപ്ലവ ഡോൺ കിക്സോട്ടായിരുന്നില്ല. ക്യൂബൻ വിപ്ലവത്തിന്റെ വമ്പിച്ച അനുഭവ സമ്പത്ത് കൈവശമുള്ള ഒരു ചെയായിരുന്നു ഇത്.

സാമ്രാജ്യത്വത്തിന്റെ മേൽ വിജയം കൈവരിക്കാൻ തന്നെയാണ് ചെ പുറപ്പെട്ടത്. കാരണം ഈ വിജയത്തിലേക്ക് തന്റെ കൂടി സംഭാവന നൽകാൻ കഴിയുമെന്ന് അദ്ദേഹത്തിനു പൂർണബോധ്യമുണ്ടായിരുന്നു. ആ സംഭാവന നൽകണമെന്ന് അദ്ദേഹം തീർത്തുറപ്പിക്കുകയും ചെയ്തിരുന്നു. എന്നാൽ പിന്നെ ഫിദലിനും മറ്റു ബന്ധുമിത്രാദികൾക്കുമുള്ള സന്ദേശങ്ങൾ ഇത്ര ശോകപൂർണമായതെന്തുകൊണ്ടാണെന്ന്, ഒരു വിടവാങ്ങൽ പോലെ അദ്ദേഹം അതെല്ലാം എഴുതിയതെന്തിനാണെന്ന് ചോദിച്ചേക്കാം. അപ്പോൾ എന്താണത്. അനിവാര്യമായ മരണത്തെപ്പറ്റിയുള്ള ഒരു ഭൂതോദയമോ അതോ ചെയുടെ പതിവുള്ള ക്രൂരവിനോദമോ?

അങ്ങേയറ്റത്തെ നിസ്വാർഥതയും വിനയവും സർവസംഗപരിത്യാഗവും ത്യാഗസന്നദ്ധതയും നിറഞ്ഞ ചെയുടെ വിപ്ലവറൊമാന്റിസിസത്തിൽ തെല്ലൊരു റൊമാന്റിക് വിരോധവും, അതിരുകവിഞ്ഞ വീരസ്യത്തോടും വിലകുറഞ്ഞ വൈകാരികതാ പ്രകടനങ്ങളോടും പെറ്റി ബൂർഷ്വായുടെ ബുദ്ധിപരമായ 'കോമളത'യോടുമുള്ള വെറുപ്പും കലർന്നിരുന്നു. എല്ലാവിധ പിടിവാശികളുടേയും ശത്രുവായിരുന്ന ഈ മനുഷ്യന് സ്വയം തന്നെ ചില സംഗതികളിൽ ഒരു പിടിവാശി മനോഭാവമാണുണ്ടായിരു

ന്നത്. ബാല്യം മുതൽ, വിശേഷിച്ചും ക്യൂബയിലെ ഒളിപ്പോർ സമരകാലത്ത്, തനിക്കു വേണ്ടി പതിയിരുന്നിരുന്ന മരണത്തോടുള്ള പുച്ഛം ഇതിന്റെ ഒരു ഭാഗമായിരുന്നു. വിപ്ലവം ഒരുതരം യുദ്ധം തന്നെയാണ്. യുദ്ധമുള്ളേടത്ത് മരണവും കൂടെയുണ്ടാകും. എത്ര ധൈര്യവും ബുദ്ധിസാമർഥ്യവുമുള്ള ആളായാലും യുദ്ധത്തിൽ അയാൾ മരിക്കുകയില്ലെന്ന് ആർക്കും ഉറപ്പുകൊടുക്കാനാവില്ല. ഒരു സൈനികനായ ചെയ്ക്ക് ഇക്കാര്യം നല്ല നിശ്ചയമുണ്ടായിരുന്നു. മേൽപ്പറഞ്ഞ സന്ദേശങ്ങളുടെ ആ ധ്വനിക്ക് കാരണം അതായിരിക്കാം.

'വിപ്ലവത്തിന്റെ പുതിയ ചക്രവാളങ്ങൾ' തേടി ക്യൂബ വിട്ടുപോകാനുള്ള ചെയുടെ തീരുമാനത്തെപ്പറ്റി കുറെക്കൂടി വിശാലമായി ചിന്തിച്ചാൽ അതിൽ അസാധാരണമോ അന്യാദൃശമോ ആയ ഒന്നും കാണാൻ കഴിഞ്ഞെന്നുവരില്ല. കാരണം, സാധാരണക്കാരനായാലും നേതാവായാലും, യഥാർഥ വിപ്ലവകാരികളുടെ കൂട്ടത്തിൽ, യഥാർഥ കമ്യൂണിസ്റ്റുകാരുടെ കൂട്ടത്തിൽ, ഒരു വോളണ്ടിയറായിച്ചെന്ന് അന്യരാഷ്ട്രങ്ങളുടെ സ്വാതന്ത്ര്യപ്പോരാട്ടത്തിൽ പങ്കെടുക്കാനാഗ്രഹമില്ലാത്ത ഏതൊരാളാണുണ്ടാവുക!

റഷ്യയിൽ സമരം ചെയ്തിരുന്ന വിപ്ലവകാരികളുടെ കൂട്ടത്തിൽ പോളണ്ടുകാരനായ ഫെലിക്സ് ദ്സെർഷിൻസ്കിയും യുഗോസ്ലാവ്യക്കാരനായ ഒലേക്കൊ ദുണ്ടിച്ചും ചെക്കോസ്ലാവാക്യക്കാരനായ യരോസ്ലാവ് ഹസ്യേക്കും അമേരിക്കക്കാരനായ ജോൺ റീഡും എല്ലാം ഉണ്ടായിരുന്നില്ലേ?

അതല്ലെങ്കിൽ റിപ്പബ്ലിക്കൻ സ്പെയിനിന്റെ ഉദാഹരണമെടുക്കാം. ഫാസിസത്തിനെതിരായി റിപ്പബ്ലിക്കൻ സൈന്യത്തിന്റെ കൂടെനിന്ന് പടവെട്ടാനായി എത്രയെത്ര സോവിയറ്റ് നാട്ടുകാരാണ് അവിടേക്ക് കുതിച്ചു പാഞ്ഞത്! സോവിയറ്റുകാരായ പോർവിമാന പൈലറ്റുകളും ടാങ്കുകാരും ഓഫീസർമാരും സ്പെയിനിൽ ചെന്ന് ആയുധമെത്തു പടവെട്ടിയ കഥ നമുക്കറിയാം. ചൈനീസ് ജനതയുടെ സ്വാതന്ത്ര്യത്തിനുവേണ്ടി സമരം ചെയ്ത മാർഷൽ ബ്ല്യൂക്കറുടെ കാര്യവും നമുക്കറിയാവുന്നതല്ലേ. ഇത്തരം എത്ര ഉദാഹരണങ്ങൾ വേണമങ്കിലും നമുക്കിവിടെ നിരത്തിവയ്ക്കാൻ കഴിയും. ഇപ്രകാരം നാട്ടിലും പുറത്തും സമരം ചെയ്യാൻ പുറപ്പെട്ടവരും അവരുടെ പാർട്ടിനേതാക്കന്മാർക്കും ഉറ്റ ബന്ധുമിത്രാദികൾക്കും എഴുത്തുകൾ എഴുതിവച്ചിരുന്നു.

ചെയോടൊപ്പം ക്യൂബ വിട്ട ക്യൂബൻ വിപ്ലവകാരികളും ഇതുപോലുള്ള വിടവാങ്ങൽക്കത്തുകൾ എഴുതിവച്ചിരുന്നു. ചെയെപ്പോലെ വിജയത്തിൽ വിശ്വസിച്ചുകൊണ്ടാണ്, സ്വന്തം നാടിനേയും നാട്ടാരേയും ബന്ധുമിത്രാദികളേയും വിട്ട് തങ്ങൾ നേടാനായി ഇറങ്ങിത്തിരിച്ചിട്ടുള്ള ലക്ഷ്യം വിജയിക്കുമെന്നു തന്നെ വിശ്വസിച്ചുകൊണ്ടാണ്, അവരും യാത്രയായത്.

ഈ കത്തുകളെല്ലാം ഇനിയും കണ്ടുകിട്ടിയിട്ടില്ല. 1961–ൽ അതിലൊരു കത്തിന്റെ ചില ഭാഗങ്ങൾ പത്രങ്ങളിൽ വരികയുണ്ടായി. അതിനടുത്ത കൊല്ലം ഇതുപോലുള്ള മറ്റൊരു കത്തും കണ്ടുകിട്ടി. ആദ്യത്തേത് ക്യാപ്റ്റൻ എലിസിയൊ റെയെസ് റൊഡ്രീഗെസിന്റേതായിരുന്നു. ബൊളീവിയയിൽ റൊളാണ്ടൊ എന്ന പേരിലറിയപ്പെട്ടിരുന്ന ഇദ്ദേഹം ക്യൂബൻ കമ്യൂണിസ്റ്റ് പാർട്ടിയുടെ കേന്ദ്രക്കമ്മിറ്റി അംഗവും ക്യൂബൻ ഒളിപ്പോരിലെ ഒരു സമുന്നതപോരാളിയുമായിരുന്നു. ചെയുടെ കീഴിൽ എട്ടാം കോളത്തിലാണ് ഇദ്ദേഹം സേവനമനുഷ്ഠിച്ചിരുന്നത്. ഭാര്യയേയും മൂന്നു മക്കളേയും വിട്ടിട്ടാണ് അദ്ദേഹം പോയത്. 1966 നവംബർ 16–ാം തീയതി ബൊളീവിയയിലേക്കു പുറപ്പെടുന്നതിനു മുമ്പായി അദ്ദേഹം തന്റെ ഭാര്യ നെല്ലി ബരേരോസിന് ഇപ്രകാരമെഴുതി.

"യാത്ര പറഞ്ഞു പിരിയുന്നത് ഒരിക്കലും അത്ര എളുപ്പമുള്ള കാര്യമല്ല. പക്ഷേ, താൻ പരിപാവനമെന്നു കരുതുന്ന ഒരു കടമ നിറവേറ്റുന്നതിനായി, സാമ്രാജ്യത്വത്തെ ചെറുക്കുന്നതിനായി, ആത്മാർഥതയുള്ള ഒരാൾ എന്തു ത്യാഗത്തിനും തയ്യാറാകുമെന്ന് എന്നെപ്പോലെ നീയും മനസ്സിലാക്കുന്നുണ്ടാകുമല്ലോ.

ധൈര്യമായിരിക്കണം. ഞാൻ ഈ പോരാട്ടത്തിൽ മരിച്ചുപോയാൽ നമ്മുടെ മക്കൾ അവർക്ക് പ്രായമായാലുടൻ എന്റെ വിടവ് നികത്തുമെന്നും മറ്റു സഹോദര ജനതകളുടെ ദുരിതവും പട്ടിണിയും കാണുമ്പോൾ അവരും നമ്മുടത്ര തന്നെ രോഷാകുലരാകുമെന്നും ഞാൻ പ്രതീക്ഷിക്കുന്നു.

ഒരുപക്ഷേ, വളരെക്കാലത്തിനു ശേഷമേ എന്റെ കത്തു കിട്ടിയൊള്ളുവെന്നു വരാം. എന്നാൽ, എത്ര അകലെയായാലും എത്ര കാലം കഴിഞ്ഞാലും നിങ്ങൾ എന്റെ ഓർമയിലുണ്ടായിരിക്കുമെന്ന കാര്യം വിസ്മരിക്കരുത്.

എനിക്കേത്രയും പ്രിയപ്പെട്ട നിന്നേയും കുഞ്ഞുങ്ങളേയും അച്ഛനമ്മമാരേയും വിട്ടു പിരിഞ്ഞുപോകുന്നതിൽ എനിക്ക് വല്ലാത്ത ഹൃദയവേദനയുണ്ടെങ്കിലും കോടിക്കണക്കിനാളുകളിൽ നിന്ന് അവർക്ക് വേണ്ടപ്പെട്ടവരെ തട്ടിയെടുക്കുന്ന ഒരു ശത്രുവിനെതിരായി പോരാടുന്നതിനു വേണ്ടിയാണല്ലോ ഇതു ചെയ്യുന്നതെന്നോർക്കുമ്പോൾ എനിക്കൽപ്പം ആശ്വാസവും തോന്നുന്നുണ്ട്.

നിന്റെ ആരോഗ്യം സൂക്ഷിക്കണം. കുഞ്ഞുങ്ങളെ വേണ്ടപോലെ നോക്കണം. എന്റെ അമ്മയോട് സ്നേഹപൂർവം പെരുമാറണം. നീയും എന്റെ വിപ്ലവപ്രബുദ്ധമായ മാതൃഭൂമിയുമാണ് ജീവിതത്തിൽ എനിക്കേറ്റവും അഭികാമ്യമായിട്ടുള്ളത്.

ഈ സമരത്തിൽ മരിക്കാതെ നിവൃത്തിയില്ലെന്നുവന്നാൽ ആ മരണസമയത്തും നീയായിരിക്കും എന്റെ മനസുനിറയെ നിൽക്കുന്നത്."

ചുവടെ ചേർത്തിട്ടുള്ള മറ്റൊരു കത്തുകൂടി പരിശോധിക്കാം. ബൊളീ

വിയയിലെ ഒളിപ്പോരിൽ പങ്കെടുക്കാൻ ക്യൂബൻ വിപ്ലവകാരികളെ പ്രേരിപ്പിച്ച ധാർമികവും രഷ്ട്രീയവുമായ സംഗതികളെന്തെന്നു മുൻകത്തിനെപ്പോലെ ഇതും നമുക്ക് വ്യക്തമാക്കിത്തരും. ഒരു കർഷക കുടുംബത്തിൽ പിറന്ന ക്യാപ്റ്റൻ ജീസസ് സുവാറെസ് ഗയോൾ (ബൊളീവിയയിൽ റുബിയൊ എന്ന പേരിൽ അറിയപ്പെട്ടിരുന്നു) സ്കൂളിൽ പഠിക്കുന്ന കാലത്തുതന്നെ ബാട്ടിസ്റ്റാവിരുദ്ധ അണ്ടർഗ്രൗണ്ട് പ്രസ്ഥാനത്തിൽ ചേർന്ന ആളാണ്. അദ്ദേഹമാണ് ഈ കത്തെഴുതിയിട്ടുള്ളത്. പല പ്രാവശ്യം അറസ്റ്റ് ചെയ്യപ്പെട്ട അദ്ദേഹം കുറേക്കാലം യു എസ് എ യിലും മെക്സിക്കോയിലും പ്രവാസിയായിക്കഴിഞ്ഞതിനുശേഷം 1958 ഏപ്രിൽ മാസത്തിലാണ് ബാട്ടിസ്റ്റയ്ക്കെതിരായ സമരം തുടരുന്നതിനായി ക്യൂബയിൽ മടങ്ങിയെത്തിയത്. ഒരു റേഡിയോസ്റ്റേഷൻ ആക്രമണത്തിനിടയിലുണ്ടായ ബോംബ് വിസ്ഫോടനത്തിൽ കാലുകൾക്ക് ഗുരുതരമായ പൊള്ളലേറ്റിട്ടും അതൊന്നും വകവയ്ക്കാതെ എട്ടാം കോളത്തിൽ ചേർന്ന് വിപ്ലവത്തിന്റെ വിജയം വരെ അദ്ദേഹം അടിയുറച്ചു നിന്ന് സമരം ചെയ്തു. ബാട്ടിസ്റ്റയുടെ നിഷ്കാസനത്തിനുശേഷം ലാവില്ലാ പ്രവിശ്യയിലെ കാർഷികപരിഷ്കാര അഡ്മിനിസ്ട്രേറ്റർ, ഫ്ലോർട്രസ്റ്റിന്റെ തലവൻ, ധാതുവിഭവ ഇൻസ്റ്റിട്ട്യൂട്ടിന്റെ മുഖ്യൻ തുടങ്ങിയ ഉത്തരവാദപ്പെട്ട പല സ്ഥാനങ്ങളും അദ്ദേഹം വഹിച്ചു. 1964 മുതൽക്ക് പഞ്ചസാര വ്യവസായ വകുപ്പിന്റെ ഡപ്യൂട്ടി മന്ത്രിയായും അദ്ദേഹം സേവനമനുഷ്ഠിച്ചു. തന്റെ മകൻ ജീസസ് ഫെലിക്സിന് ഒരു കത്തെഴുതിവച്ചിട്ടാണ് അദ്ദേഹം ബൊളീവിയയിലേക്ക് തിരിച്ചത്.

ഡിസംബർ 2, 1966

"സഖാവ് ജീസസ് ഫെലിക്സ് സുവാറെസ്, ഹവാനാ, ക്യൂബ.

"പ്രിയപ്പെട്ട മോനെ,

ഈ കത്തെഴുതാൻ പല കാരണങ്ങളുണ്ട്. അസാധാരണസാഹചര്യങ്ങളിലാണ് ഞാൻ ഈ വരികൾ കുത്തിക്കുറിക്കുന്നത്. നീ വളർന്നു വലുതായതിനുശേഷമായിരിക്കും ഈ കത്ത് നിന്റെ കൈയിൽ കിട്ടുന്നത്. ഞാൻ ഇപ്പോൾ എടുത്തിട്ടുള്ള തീരുമാനം ശരിക്കും മനസിലാക്കാൻ നിനക്ക് അന്നു സാധിക്കും ...

ഇന്ന് നിന്റെ നാലാം പിറന്നാളാണ്. ഭാവിയെപ്പറ്റിയുള്ള എന്റെ പ്രതീക്ഷകൾ മുഴുവൻ നീയാണ്. നിന്റെ കൂടെ ചെലവഴിക്കാൻ കിട്ടിയ ആ അപൂർവനിമിഷങ്ങളിൽ എനിക്കുണ്ടായ സന്തോഷം പറഞ്ഞറിയിക്കാവുന്നതല്ല. നീ എന്റെ ഒരേയൊരു മകനാണ്. അതിനാൽ, നിനക്കെഴുതാതെ, നീ എന്റടുത്തുണ്ടായിരുന്നെങ്കിൽ നിന്നോടു പറയുമായിരുന്ന ചില സംഗതികളെങ്കിലും ഇവിടെ കുറിച്ചു വയ്ക്കാതെ, ജീവൻ പണയം വച്ചുകൊണ്ട് എന്റെ ഈ വിപ്ലവകരമായ കടമ നിറവേറ്റാൻ പുറപ്പെടുന്നത് അക്ഷന്തവ്യമായിരിക്കും.

നമ്മുടെ ചരിത്രത്തിലെ നിർണായകമായ ഒരു കാലഘട്ടത്തിൽ ജീവി

ക്കാനുള്ള അസാധാരണമായ സൗഭാഗ്യം സിദ്ധിച്ച ഒരാളാണ് ഞാൻ. നമ്മുടെ മാതൃഭൂമിയായ ക്യൂബയും നമ്മുടെ നാട്ടുകാരും മാനവേതിഹാസത്തിലെ ഏറ്റവും മഹത്തായ ഒരു യുഗസൃഷ്ടിയിൽ ഏർപ്പെട്ടിരിക്കുകയാണ്. ഏറ്റവും പ്രതികൂല സാഹചര്യങ്ങളിലാണ് ക്യൂബ ഈ വിപ്ലവം നടത്തുന്നത്. പലവിധ ഭീഷണികളേയും ആക്രമണങ്ങളേയും നേരിടേണ്ടിവന്നിട്ടും നാം ഇതിൽ വിജയിച്ചു മുന്നേറിക്കൊണ്ടിരിക്കുകയുമാണ്...

മറ്റുള്ളവരുടെ ചോര കുടിച്ചു പള്ള വീർപ്പിക്കുന്ന സാമ്രാജ്യത്വത്തിന്റെ ചൂഷണത്തിൽ കഴിയുന്ന ജനതകളുടെ വിമോചനമാർഗമെന്തെന്ന് വ്യക്തമായി കാട്ടിക്കൊടുക്കുന്ന ഒന്നാന്തരമൊരുദാഹരണമാണ് ക്യൂബൻ വിപ്ലവം കാഴ്ചവയ്ക്കുന്നത്. ഈ ജനതകൾക്ക് നമ്മെപ്പോലെ സ്വന്തം ഭാവി പടുത്തുയർത്താനുള്ള സാധ്യതയില്ല. അവിടങ്ങളിലെ ജനകോടികളുടെ അധ്വാനംകൊണ്ട് സമ്പന്നരാകുന്നത് ഒരുപിടി ചൂഷകരാണ്. അവിടെ നിന്റെ പ്രായത്തിലുള്ള ആയിരമായിരം കുഞ്ഞുങ്ങളാണ് വൈദ്യസഹായമില്ലാതെ ചത്തൊടുങ്ങുന്നത്. പലർക്കും സ്കൂളിന്റെ പടി കാണാനുള്ള ഭാഗ്യംപോലുമില്ല. ദാരിദ്ര്യത്തിലും അജ്ഞതയിലും ആണ്ടു കഴിയാനാണ് അവരുടെ വിധി. ചൂഷണത്തിന്റെ സന്തതസഹചാരികളാണിവ രണ്ടും.

അതിനാൽ, ഈ ഘട്ടത്തിൽ ഒരു ക്യൂബൻ വിപ്ലവകാരിയുടെ കടമ നമ്മുടെ രാജ്യാതിർത്തികൾക്കുള്ളിൽ മാത്രം ഒതുങ്ങിനിൽക്കുന്നില്ല. ഇന്നും ചൂഷണം നിലനിൽക്കുകയും സാമ്രാജ്യത്വം ഇപ്പോഴും ജനങ്ങളുടെ ചോര ഊറ്റിക്കുടിക്കുകയും ചെയ്യുന്ന സ്ഥലങ്ങളിലേക്ക് അത് അവനെ മാടിവിളിക്കുന്നു.

വിപ്ലവകരമായ കടമയെപ്പറ്റിയുള്ള ഈ ധാരണയാണ് സ്വന്തം മാതൃഭൂമി വിട്ട് മറ്റു രാജ്യങ്ങളിൽ ചെന്ന് സാമ്രാജ്യത്വത്തിനെതിരായി സമരം ചെയ്യുന്നതിന് എന്നെ പ്രേരിപ്പിക്കുന്നത്. എന്നെ അഭിമുഖീകരിക്കാൻ പോകുന്ന വൈഷമ്യങ്ങളെന്തെന്ന് എനിക്കറിയാം. ഉറ്റവരേയും ഉടയവരേയും വിട്ടിട്ടാണ് ഞാൻ പോകുന്നത്. പക്ഷേ, അതേസമയം തന്നെ ചൂഷണത്തിനെതിരായി ജനതകൾ നടത്തുന്ന ഉഗ്രമായ പോരാട്ടത്തിന്റെ മുൻപന്തിയിൽ ചെന്നു നിൽക്കാൻ കഴിയുന്നതിൽ ഞാൻ ആഹ്ലാദിക്കുകയും അഭിമാനം കൊള്ളുകയും ചെയ്യുന്നു.

എന്റെ ഉറ്റവരിൽ, മോനെ, നിന്റത്ര പ്രിയമുള്ള മറ്റാരും എനിക്കില്ല. നിന്റെ കൂടെത്തന്നെനിന്ന് നിന്റെ വളർച്ചയിൽ സഹായിക്കാനും നീയൊരു പുരുഷനും വിപ്ലവകാരിയുമായി വളരുന്നത് കാണാനും എനിക്ക് കൊതിയുണ്ട്. പക്ഷേ, എന്റെ ഇപ്പോഴത്തെ തീരുമാനത്തിന്റെ വെളിച്ചത്തിൽ അതു നടക്കുമെന്നു തോന്നുന്നില്ല. അതിനാൽ, എന്റെ മാതൃകയും ഞാൻ നിനക്കായി വിട്ടിട്ടു പോകുന്ന ആത്മീയ ഒസ്യത്തും—വിപ്ലവത്തിനായി പൂർണമായി അർപ്പിക്കപ്പെട്ട ഒരു ജീവിതം മാത്രമാണത്—വിപ്ലവപ്രബുദ്ധമായ, ഒരു രാജ്യത്തിൽ നിനക്ക് ലഭിക്കുന്ന വിദ്യാഭ്യാസവും ഈ കുറവുകൾ നികത്തുമെന്നു പ്രതീക്ഷിക്കാൻ മാത്രമേ എനിക്ക് കഴിയൂ.

നീ എന്റെ ഈ തീരുമാനം മനസിലാക്കുമെന്നും അതിന് നീയെന്നെ കുറ്റപ്പെടുത്തുകയില്ലെന്നും ഞാൻ വിശ്വസിക്കുന്നു. ഏതൊരു പിതാവും ന്യായമായി പ്രതീക്ഷിക്കുമ്പോലെ നിനക്ക് എന്നെക്കുറിച്ച് അഭിമാനിക്കാൻ കഴിയുമെന്നു ഞാൻ കരുതുന്നു. സാധാരണ ഒരു അച്ഛൻ മകന് കൊടുക്കുന്ന ആ കൊച്ചു കൊച്ചു സുഖങ്ങൾ നിനക്ക് എന്നിൽ നിന്ന് പ്രാപ്തമാവുകയില്ലെന്നതിനാൽ, എന്റെ ഈ തീരുമാനം നിനക്ക് അത്തരം സന്തോഷത്തിനുള്ള ഒരു ഉറവിടമായിത്തീരട്ടേയെന്ന് ഞാൻ ആശംസിക്കുന്നു.

പഠനത്തിൽ നീ വേണ്ടത്ര ശ്രദ്ധിക്കുകയും വിപ്ലവകരമായ കടമകൾ നിറവേറ്റുന്നതിന് ആവുംവിധം തയാറെടുക്കുകയും ചെയ്യണം. മനുഷ്യരാശിയുടെ നന്മയ്ക്കായി നിനക്ക് ആയുധമെടുക്കേണ്ടി വരികയില്ലെന്നാണ് എനിക്ക് തോന്നുന്നത്. കുറഞ്ഞപക്ഷം, അതാണെന്റെ പ്രതീക്ഷ. ശാസ്ത്രത്തിന്റെയോ ടെക്നോളജിയുടേയോ മറ്റേതെങ്കിലും സർഗസൃഷ്ടിയുടേയോ മണ്ഡലത്തിൽ നിനക്ക് നിന്റെ കഴിവുകൾ പരിശോധിക്കാം. ഈ രംഗങ്ങളിൽ നീതിക്കുവേണ്ടി നിനക്ക് പൊരുതുകയും ചെയ്യാം. ഒരു വിപ്ലവകാരിയുടെ ആവേശത്തോടെ ഊർജിതമായി പ്രവർത്തിക്കാൻ തയാറായാൽ അവിടെയും ധീരത പ്രദർശിപ്പിച്ച് അഭിനന്ദനത്തിന് പാത്രമാകാനും നിനക്ക് അവസരമുണ്ടാകും.

എല്ലായ്പോഴും ജാഗ്രത പുലർത്തുകയും ഉത്സാഹത്തോടും ദൃഢനിശ്ചയത്തോടും കൂടി വിപ്ലവത്തെ കാത്തുരക്ഷിക്കുകയും വേണം. ധാരാളം രക്തം ചിന്തി വിജയിപ്പിച്ച ഈ വിപ്ലവം ലോകജനതകൾക്ക് വമ്പിച്ച പ്രാധാന്യമുള്ള ഒന്നാണ്.

നീ എല്ലായ്പോഴും സത്യസന്ധതയും അഭിപ്രായസ്ഥിരതയും ഭൂതദയയും പ്രദർശിപ്പിക്കുമെന്ന് പ്രതീക്ഷിക്കട്ടെ. എത്ര കയ്പേറിയതാണെങ്കിലും സത്യം മുറുകെപ്പിടിക്കാൻ എപ്പോഴും ശ്രമിക്കുക. മറ്റുള്ളവരുടെ വിമർശനം ചെവിക്കൊള്ളവെതന്നെ ശരിയെന്ന് ബോധ്യമുള്ള നിലപാടിൽ ഉറച്ചുനിൽക്കണം.

വിധേയത്വവും മുഖസ്തുതിയും പാടേ ഉപേക്ഷിക്കണം. ആത്മസ്തുതിക്ക് ഒരിക്കലും തുനിയരുത്. എപ്പോഴും നീ തന്നെയായിരിക്കണം നിന്റെ ഏറ്റവും വലിയ വിമർശകൻ.

ഈ കത്ത് വായിക്കുന്ന സമയത്ത് ജോസ് മാർട്ടിയുടെ ഉജ്വലമായ ആ വരികൾ നീ മനസിലാക്കിക്കഴിഞ്ഞിരിക്കും. *യൂഗൊയ് എസ്ത്രേല്ല* എന്ന അദ്ദേഹത്തിന്റെ ഒന്നാന്തരമൊരു കവിതയുണ്ട്. അതു വായിച്ച് അതിന്റെ അർഥം മനസിലാക്കാൻ നോക്കുക. ജീവിതമാർഗം തിരയുമ്പോൾ 'പ്രകാശം വിതറുകയും ഒപ്പംതന്നെ നിഗ്രഹിക്കുകയും ചെയ്യുന്ന ആ നക്ഷത്രത്തെ' നീ മാർഗദർശകമായെടുക്കുമെന്ന് ഞാൻ ആത്മാർഥമായി പ്രതീക്ഷിക്കുന്നു.

മാതൃഭൂമിയുടെ വീരപുത്രനാവുക!
നല്ലൊരു വിപ്ലവകാരിയാവുക!
നല്ലൊരു കമ്യൂണിസ്റ്റുകാരനാവുക!

അച്ഛന്റെ പുന്നാര മുത്തത്തോടെ,
ജീസസ് സുവാറെസ് ഗയോൾ."

പതിനേഴു ക്യൂബൻ വിപ്ലവകാരികൾ ഈ ബൊളീവിയൻ പ്രവർത്തനത്തിൽ പങ്കെടുത്തു. അവരിൽ പതിന്നാലുപേരും വീരമൃത്യു വരിച്ചു. മുപ്പത്തഞ്ചിനു താഴെ മാത്രം പ്രായമുണ്ടായിരുന്ന അവരെല്ലാം വിവാഹിതരും കുട്ടികളുള്ളവരുമായിരുന്നു.

അങ്ങനെ, ഏകദേശം 1965 ഏപ്രിൽ മാസത്തോടെ ചെ ക്യൂബ വിടുകയോ അതിനുള്ള തീരുമാനമെടുക്കുകയോ ചെയ്തിരിക്കണം. ഏതായാലും 1965 ഏപ്രിലിനുശേഷം ഔദ്യോഗികമായി അദ്ദേഹം ക്യൂബയിലുണ്ടായിരുന്നില്ല. അന്ന് അപ്രത്യക്ഷനായ അദ്ദേഹത്തെ പിന്നെ കണ്ടെത്തുന്നത് 1966 നവംബറിൽ ബൊളീവിയയിലാണ്. പത്തൊൻപതു മാസത്തെ ഈ ഇടവേളയിൽ അദ്ദേഹത്തെക്കുറിച്ചുള്ള കൃത്യമായ വിവരങ്ങളൊന്നും നമുക്ക് ലഭിച്ചിട്ടില്ല. കോംഗോയിലെ ആഭ്യന്തരയുദ്ധത്തിൽ പങ്കെടുത്തുകൊണ്ട് അദ്ദേഹം ആ സമയത്തെല്ലാം കറുത്ത ആഫ്രിക്കയിലായിരുന്നെന്ന് അദ്ദേഹത്തിന്റെ മരണശേഷം ചില പത്രങ്ങൾ എഴുതുകയുണ്ടായി. ചെയുടെ *ബൊളീവിയൻ ഡയറി*യിൽ ഇതിന്റെ ചില സൂചനകളുണ്ട്. ഒരുപക്ഷേ, ചെ ആഫ്രിക്കയിലുണ്ടായിരുന്നുവെന്നത് സത്യമായിരിക്കാം. ആഫ്രിക്കയുടെ കാര്യത്തിൽ അദ്ദേഹത്തിന് ഉൽക്കടമായ താൽപര്യമുണ്ടായിരുന്നുവെന്നു നമുക്കറിയാം. അതല്ലെങ്കിൽ അദ്ദേഹം മറ്റെവിടെയെങ്കിലും പോയിട്ട് പിന്നെയും ക്യൂബയിൽ വന്നിരിക്കാം. 1965 ഏപ്രിലിനുശേഷവും അദ്ദേഹം ക്യൂബയിൽ തന്നെ ആയിരുന്നിരിക്കാം. നമുക്ക് അതൊന്നും നിശ്ചയമില്ല. ക്യൂബയിലുള്ളവർക്കു മാത്രമേ ഈ നിഗൂഢത അനാവരണം ചെയ്യാൻ കഴിയൂ. പക്ഷേ, തൽക്കാലം അവർ നിശബ്ദരാണ്.

നമ്മുടെ കഥാഗതിക്ക് അതറിയുകയെന്നത് അത്ര അത്യന്താപേക്ഷിതവുമല്ല. ഈ ഒന്നരക്കൊല്ലം ചെ കൈയും കെട്ടി ഇരിക്കുകയായിരുന്നില്ലെന്നു പറയേണ്ടതില്ലല്ലൊ. ഈ കാലയളവിൽ അദ്ദേഹം ഡസൻകണക്കിനാളുകളുമായി ബന്ധപ്പെട്ടിട്ടുണ്ടാകണം. എന്നിട്ടും അദ്ദേഹത്തിന്റെ അന്നത്തെ പ്രവർത്തനങ്ങളെക്കുറിച്ച് നമുക്കു വ്യക്തമായൊന്നും അറിയാൻ കഴിയുന്നില്ലെങ്കിൽ അത് ഗൂഢാലോചനയിൽ ചെയ്ക്കുള്ള സാമർഥ്യത്തേയും അദ്ദേഹത്തിന്റെ കൂടെ പണിയെടുത്തിരുന്നവർക്ക് അദ്ദേഹത്തോടുള്ള കൂറിനേയുമാണ് വിളിച്ചറിയിക്കുന്നത്.

ബൊളീവിയൻ പരിപാടിക്ക് തയാറെടുക്കുകയായിരുന്നോ അദ്ദേഹം? ബൊളീവിയയിൽ വച്ചു പൊരുതിമരിച്ച താന്യ എന്ന ജർമൻ യുവതിയുടെ വിവരണം വച്ചുനോക്കിയാൽ ക്യൂബയിൽനിന്ന് *അപ്രത്യക്ഷമാ*

കുന്നതിന് ഒരു കൊല്ലം മുൻപുമുതൽക്കെങ്കിലും ചെ ഈ തയാറെടുപ്പുകൾ ആരംഭിച്ചിരിക്കണമെന്ന് അനുമാനിക്കേണ്ടിയിരിക്കുന്നു. *താന്യ അവിസ്മരണീയയായ ഒളിപ്പോരാളി* എന്നൊരു ഗ്രന്ഥത്തിലാണ് ഈ വിവരണമുള്ളത്. 1970–ൽ ഹവാനയിൽ പ്രസിദ്ധീകരിച്ച ഈ കൃതിക്ക് ആമുഖം തയാറാക്കയിട്ടുള്ളത് ബൊളീവിയയിൽ ചെയുടെ സുഹൃത്തും സഹചാരിയുമായിരുന്ന ഇൻടി (ഗിഡൊ അൾവാരൊ പെരേഡൊ ലൈഗെ) എന്ന ബൊളീവിയൻ വിപ്ലവകാരിയാണ്.

ജർമൻ കമ്യൂണിസ്റ്റുകാരായ എറിക്കിന്റേയും നാഡ്യാ ബുങ്കേയുടേയും മകൾ തമാരയുടെ ഒളിപ്പേരാണു താന്യ എന്നത്. ഈ ദമ്പതികൾ 1935–ൽ നാസി ഭീകരതയിൽ നിന്നു രക്ഷപ്പെടാനായി തങ്ങളുടെ ആദ്യത്തെ കൈക്കുഞ്ഞുമായി അർജന്റീനയിലുള്ള ബന്ധുക്കളുടെ അടുക്കലേക്ക് ഓടിപ്പോന്നു. ഇവിടെ വച്ച് 1937 നവംബർ 19–ാം തീയതി നാഡ്യ രണ്ടാമതു പ്രസവിച്ച പെൺകുഞ്ഞാണ് തമാര അഥവാ ഈട്ട. തമരീട്ട ചുരുങ്ങിയാണ് ഈട്ട എന്നായത്. വീട്ടിൽ എല്ലാവരും തമാരയെ വിളിച്ചിരുന്നത് അങ്ങനെയാണ്. നല്ല കഴിവും കാണാൻ നല്ല കൗതുകവുമുള്ള ഈ കുട്ടി രാഷ്ട്രീയത്തിലും സാഹിത്യത്തിലും സംഗീതത്തിലും വളരെ മിടുക്കിയായിരുന്നു. പിയാനൊയും ഗിത്താറും അക്കോർഡിയനും വായിക്കാൻ തമാരയ്ക്കു വശമുണ്ടായിരുന്നു. സ്കൂളിൽ പഠിക്കുന്ന കാലത്ത് പാട്ടും ബാലേയും അഭ്യസിച്ചിരുന്ന തമാര കായികവിനോദങ്ങളിലും പങ്കെടുത്തിരുന്നു.

തമാരയുടെ മാതാപിതാക്കൾ അർജന്റീനയിൽ വച്ച് ഒളിവിലുള്ള കമ്യൂണിസ്റ്റ് പ്രസ്ഥാനത്തിൽ സജീവമായി പങ്കെടുത്തിരുന്നു. ഈ അണ്ടർഗ്രൗണ്ട് പ്രവർത്തനങ്ങളുടേയും രഹസ്യയോഗങ്ങളുടേയും രാഷ്ട്രീയ വാദപ്രതിവാദങ്ങളുടേയും നടുവിലാണ് അവരുടെ മകൾ വളർന്നുവന്നത്. അമ്മ നാഡ്യ ഇതെക്കുറിച്ച് അനുസ്മരിക്കുന്നുണ്ട്. മനുഷ്യരാശിയുടേയും അർജന്റീനയിലെ ജനതയുടേയും താൽപ്പര്യത്തിനുവേണ്ടിയാണ് ഞങ്ങൾ പ്രവർത്തിക്കുന്നതെന്ന് വളരെ ലളിതവും മനസിലാകുന്നതുമായ ഭാഷയിൽ ഞങ്ങൾ കുട്ടികൾക്ക് വിശദീകരിച്ചുകൊടുത്തു. ഒക്ടോബർ വിപ്ലവത്തിന്റെ പ്രാധാന്യവും ഞങ്ങൾ അവർക്ക് വിവരിച്ചുകൊടുത്തു. സോവിയറ്റ് യൂണിയനിലെപ്പോലത്തെ ഒരു പുതിയ സമൂഹസൃഷ്ടിക്കായാണ് ഞങ്ങൾ സമരം ചെയ്യുന്നതെന്നും ഈ പ്രവർത്തനം വിഷമവും അപകടവും നിറഞ്ഞതാണെന്നും ഞങ്ങൾ കുട്ടികളെ ധരിപ്പിച്ചു. ഞങ്ങളെപ്പോലുള്ളവരെ കൈയിൽ കിട്ടിയാൽ പൊലീസ് വെറുതെ വിടുകയില്ലെന്നും അതിനാൽ ജാഗ്രതയും വിവേചനവും അത്യന്താപേക്ഷിതമാണെന്നും, വീട്ടിൽ നടക്കുന്ന ഒളിവിലുള്ള കമ്യൂണിസ്റ്റ് പാർട്ടി യോഗങ്ങളെപ്പറ്റി ആരോടും മിണ്ടിപ്പോകരുതെന്നും ഞങ്ങൾ അവർക്ക് മുന്നറിയിപ്പ് നൽകിയിരുന്നു.

1952–ൽ ബുങ്കേ കുടുംബം ജർമൻ ജനാധിപത്യ റിപ്പബ്ലിക്കിലേക്ക്

മടങ്ങി. അവിടെയെത്തിയപ്പോൾ എറിക്ക് ഒരു കായികപരിശീലന അധ്യാപകനായും നാഡ്യ ഒരു റഷ്യൻ ഭാഷാധ്യാപികയായും ജോലിയാരംഭിച്ചു. തമാര ബർലിനിലെ ഹംബോൾട്ട് യൂണിവേഴ്സിറ്റിയിൽ ചേർന്ന് റൊമാൻസ് ഭാഷകൾ പഠിക്കാൻ തുടങ്ങി. ജർമനിയിലെ സോഷ്യലിസ്റ്റ് യൂത്ത് യൂണിയനിലും പിന്നീട് സോഷ്യലിസ്റ്റ് യൂണിറ്റി പാർട്ടിയിലും തമാര അംഗമായി.

ജർമൻകാരിയും അതേസമയം തന്നെ അർജന്റീനക്കാരിയുമാണ് താനെന്ന് കരുതിയിരുന്ന തമാര ലാറ്റിൻ അമേരിക്കയിലെ സംഭവവികാസങ്ങൾ സശ്രദ്ധം നിരീക്ഷിക്കുകയും അർജന്റീനയിൽ മടങ്ങിച്ചെന്ന് അവിടുത്തെ വിപ്ലവപ്പോരാട്ടത്തിൽ പങ്കെടുക്കുന്നതിനെപ്പറ്റി സ്വപ്നം കാണുകയും ചെയ്തിരുന്നു.

സ്വാഭാവികമായും 1959–ൽ ക്യൂബൻ വിപ്ലവം വിജയിച്ചുവെന്നു കേട്ടപ്പോൾ ഈ യുവതിക്കുണ്ടായ ആഹ്ലാദം അതിരറ്റതായിരുന്നു. 1960–ന്റെ മധ്യത്തിൽ ക്യാപ്റ്റൻ അന്റോണിയൊ നൂനെസ് ജിമെനെസിന്റെ നേതൃത്വത്തിൽ ജി ഡി ആർ സന്ദർശിച്ച ആദ്യത്തെ ഔദ്യോഗിക ക്യൂബൻ പ്രതിനിധിസംഘവുമായും അതേ ഡിസംബറിൽ ചെയുടെ നേതൃത്വത്തിലുള്ള വാണിജ്യ പ്രതിനിധിസംഘവുമായും കാണാൻ കഴിഞ്ഞതോടെ സ്വാതന്ത്ര്യ ദ്വീപുമായുള്ള തമാരയുടെ ബന്ധം പതിന്മടങ്ങു ശക്തിപ്രാപിച്ചു. ഈ പ്രതിനിധിസംഘങ്ങളുടെ, വിശേഷിച്ചും അർജന്റീനക്കാരനും അങ്ങനെ തന്റെ നാട്ടുകാരനുമായ ചെയുടെ, ദ്വിഭാഷിയായി പ്രവർത്തിക്കാൻ തമാരയ്ക്ക് അവസരമുണ്ടായി. ക്യൂബക്കാരുമായുള്ള കൂടിക്കാഴ്ചകളും അവരുടെ വശ്യതയും ലാളിത്യവും ആർജവവും വിപ്ലവാവേശവും എല്ലാം തമാരയെ വളരെയേറെ സ്വാധീനിച്ചു. ക്യൂബയിൽ ചെന്ന് അവിടെ നടക്കുന്ന വിപ്ലവകരങ്ങളായ പരിവർത്തനങ്ങളിൽ ഭാഗഭാക്കാകാനുള്ള മാർഗങ്ങളെപ്പറ്റി ഈ യുവതി തിരക്കിട്ടന്വേഷിക്കാൻ തുടങ്ങി. 1961 മെയ് 12–ാം തീയതി തമാരയുടെ ഈ സ്വപ്നം സഫലമായി. ഹവാനയിലെത്തിയിട്ട് വിദ്യാഭ്യാസ മന്ത്രികാര്യാലയത്തിൽ ജോലി ചെയ്തുകൊണ്ട് തമാര ഹവാനാ സർവകലാശാലയിലെ പത്രപ്രവർത്തനകോഴ്സിനുചേർന്നു. അതോടൊപ്പം തന്നെ വിപ്ലവകാരികളുടെ മിലീഷ്യയിലും ഈ യുവതി അംഗമായി. സന്നദ്ധസേവന പ്രവർത്തനങ്ങളിലും വിവിധ ക്യാമ്പയിനുകളിലും സജീവമായി പങ്കെടുക്കാനും ജർമൻ പ്രതിനിധിസംഘങ്ങളുടെ ദ്വിഭാഷിയായി സേവനമനുഷ്ഠിക്കാനും ഇടയ്ക്ക് ചിലപ്പോൾ തന്റെ നാട്ടുകാരനായ ചെയുമായി കാണാനും തമാരയ്ക്ക് അവസരം ലഭിച്ചു.

ക്യൂബൻ വിപ്ലവം തമാരയെ വളരെയേറെ ആവേശഭരിതയാക്കി. ഒരു സ്ഥിരം വിപ്ലവകാരിയായി മാറിയിട്ട് "മനുഷ്യരാശിയുടെ വിമോചനത്തിനായി" ജീവിതം മഴുവൻ ഉഴിഞ്ഞുവയ്ക്കാൻ ഈ യുവതി കൊതിച്ചു. നിക്കൊലായി ഒസ്ട്രോവ്സ്കിയുടെ[2] ഈ വാക്കുകൾ തമാര തന്റെ ഡയ

റിയുടെ ആദ്യപേജിൽ തന്നെ കുറിച്ചുവച്ചു. ഹവാനയിലായിരിക്കുമ്പോൾ കുറച്ചുകാലം നിക്കരാഗ്വാ ഐക്യമുന്നണി പ്രതിനിധികളുടെ കൂട്ടത്തിലും തമാര ജോലിയെടുത്തു. നിക്കരാഗ്വായിലെ ഒളിപ്പോർ പ്രവർത്തനങ്ങൾക്ക് നേതൃത്വം നൽകിയിരുന്നത് ഈ സംഘടനയാണ്. അതോടെ ഒളിപ്പോരിലും ഒളിപ്രവർത്തനങ്ങളിലും പങ്കുകൊള്ളാനുള്ള തമാരയുടെ ആഗ്രഹം ഒന്നുകൂടി ശക്തിപ്പെട്ടു.

ഈ യുവതിയുടെ ആഗ്രഹം വീണ്ടും സഫലമായി. അമേരിക്കൻ സാമ്രാജ്യവാദികളുടെ ഉപരോധത്തിനു പാത്രമായ വിപ്ലവപ്രബുദ്ധ ക്യൂബയ്ക്ക് ആത്മരക്ഷ നടത്തേണ്ടതായുണ്ടായിരുന്നു. ഒളിവിൽ പ്രവർത്തിച്ചുകൊണ്ട് ലാറ്റിൻ അമേരിക്കയിൽ ചെന്ന് അവിടുത്തെ വിപ്ലവ പ്രസ്ഥാനത്തിൽ ചേരാൻ തയാറുണ്ടോയെന്ന് ക്യൂബൻ സഖാക്കൾ അന്വേഷിച്ചപ്പോൾ തമാരയ്ക്ക് വളരെ സന്തോഷമായി. 1963 മാർച്ചിലായിരുന്നു ഇത്. ദൗത്യം വളരെ പ്രധാനപ്പെട്ടതും അത്ര തന്നെ അപകടം നിറഞ്ഞതുമായിരുന്നു. ഒരു യഥാർഥ വിപ്ലവകാരിക്ക് ചേരുന്നതായിരുന്നു അത്. തന്നെ ഇത്ര വിശ്വസിച്ച് ഇങ്ങനെയൊരു ജോലി ഏൽപിച്ചതിൽ അഭിമാനപുളകിതയായ ഈ യുവതി അതിനൊത്ത കഴിവും ബുദ്ധിസാമർഥ്യവും കരുത്തും പ്രദർശിപ്പിച്ചു. അങ്ങനെയാണ് തമാര ഒളിവിൽ പ്രവർത്തിക്കുന്ന താന്യ ആയത്.

പിന്നീടുള്ള മാസങ്ങൾ കഠിനവും സമഗ്രവും വിശദവുമായ തയാറെടുപ്പുകളുടേതായിരുന്നു. രഹസ്യ കോഡുകളും ലിഖിതങ്ങളും റേഡിയോ സിഗ്നലുകളും ഒളിപ്രവർത്തന നിയമങ്ങളും പഠിക്കേണ്ടതുണ്ടായിരുന്നു. ശുഷ്കാന്തിയോടെയുള്ള ഈ പരിശീലനം ഒരു കൊല്ലത്തോളം നീണ്ടുനിന്നു. പിന്നത്തെ സംഭവങ്ങൾ താന്യയുടെ ജീവചരിത്രതത്തിൽ നിന്നാണ് മനസിലാകുന്നത്.

1964 മാർച്ചിൽ പരിശീലനം പൂർത്തിയായപ്പോൾ അത് എന്റെ ജീവിതത്തിലെ ഏറ്റവും സ്തോഭജനകമായ നിമിഷമായി തോന്നി എന്നാണ് താന്യ പറയുന്നത്. ഈ ദൗത്യത്തിന്റെ അന്തിമരൂപം വിശദീകരിച്ചുകൊടുക്കുന്നതിനായി വ്യവസായ മന്ത്രികാര്യാലയത്തിൽ വന്ന് തന്നെ കാണാൻ മേജർ ചെ ഗുവേര താന്യയെ ക്ഷണിച്ചു....

അതുവരെ താന്യയ്ക്ക് തന്റെ ദൗത്യത്തിന്റെ കൃത്യമായ വിവരങ്ങളൊന്നും ഉണ്ടായിരുന്നില്ല. ലാറ്റിൻ അമേരിക്കയിലും യൂറോപ്പിൽ പോലുമുള്ള പലേ രാജ്യങ്ങളുടേയും സ്ഥിഗതികളെപ്പറ്റി പഠനം നടത്തിയെങ്കിലും എവിടെയാണ് തനിക്ക് പണിയെടുക്കേണ്ടിവരിക്കയെന്നു താന്യയ്ക്ക് നിശ്ചയമുണ്ടായിരുന്നില്ല. ഒളിവിൽ നിന്നുകൊണ്ടു വിപ്ലവപ്രവർത്തനം നടത്തുന്നതിനാവശ്യമായ അറിവ് സമ്പാദിച്ചിട്ടുണ്ടോയെന്നും അതിന്റെ വൈഷമ്യങ്ങളും കഷ്ടപ്പാടുകളും കണ്ട് പേടിക്കുമോയെന്നും ചെ താന്യയോട് ചോദിച്ചു. ദൃഢമായും ഹ്രസ്വമായും കൃത്യമായുമുള്ള മറുപടിയിൽ താൻ ആജ്ഞയ്ക്കുവേണ്ടി കാത്തിരിക്കുകയാണെന്നും ഏതു നിമിഷത്തിലും

അത് നടപ്പിലാക്കാൻ താൻ സന്നദ്ധയാണെന്നും താന്യ പറഞ്ഞു. ലാറ്റിൻ അമേരിക്കയിലെ രാഷ്ട്രീയ–സാമ്പത്തിക സ്ഥിതിയെക്കുറിച്ചും പലേതെക്കേ അമേരിക്കൻ രാജ്യങ്ങളിലും സായുധസമരത്തിന്റെ ഘട്ടത്തിലേക്ക് പ്രവേശിച്ചിട്ടുള്ള വികസിത വിപ്ലവപ്രസ്ഥാനങ്ങളെക്കുറിച്ചും മറ്റും അവർ നിരവധി മണിക്കൂർ നേരം സംസാരിച്ചിരുന്നു. ബൊളീവിയയിൽ ചെന്ന് പട്ടാളത്തിലും സർക്കാർ തലത്തിലും ബന്ധങ്ങൾ സ്ഥാപിക്കുക, ഉൾനാടൻ പ്രദേശങ്ങളിലെ സ്ഥിതിഗതികൾ കണ്ടു പഠിക്കുക, ബൊളീവിയയിലെ ഖനിത്തൊഴിലാളികളുടേയും കർഷകരേയും വ്യവസായത്തൊഴിലാളികളേയും ചൂഷണം ചെയ്യുന്നതിന്റെ രീതികൾ മനസിലാക്കുക, പ്രയോജനകരമായ സമ്പർക്കങ്ങൾ സ്ഥാപിക്കുക, നിർണായകമായ നടപടികൾ ആരംഭിക്കുന്നതു സംബന്ധിച്ച വിവരവുമായി എത്തുന്ന സന്ദേശവാഹകനേയും പ്രതീക്ഷിച്ച് കഴിയുക–ഇതെല്ലാം ഈ ദൗത്യത്തിൽ പെടുമെന്ന് ചെ വിശദീകരിച്ചു. നടപടി ആരംഭിക്കേണ്ടത് എന്നാണെന്നും ആസന്നമായ പോരാട്ടത്തിൽ താന്യ എന്തു പങ്ക് വഹിക്കണമെന്നും ഈ ദൂതൻ അറിയിക്കും. ഹവാനയിൽ നിന്ന് നേരിട്ട് ഈ ദൂതൻ എത്തുന്നതുവരെ കാത്തിരിക്കുകയല്ലാതെ മറ്റൊന്നും ചെയ്യരുതെന്ന് ചെ താക്കീതു നൽകി. സ്ഥിതി എത്ര ബുദ്ധിമുട്ടുള്ളതായാലും ഏതെങ്കിലും ബന്ധത്തിനുവേണ്ടി ശ്രമിക്കുകയോ എന്തെങ്കിലും സഹായം ആവശ്യപ്പെടുകയോ ചെയ്യരുതെന്നും അദ്ദേഹം താന്യയെ അറിയിച്ചു. അതുപോലെ, ഒരാളോടും സംഘടനയോടും പാർട്ടിയോടും –ബൊളീവിയൻ വിപ്ലവവുമായി ബന്ധമുണ്ടെന്ന് ഉറപ്പുണ്ടെങ്കിൽക്കൂടിയും–താൻ ആരാണെന്ന സംഗതി വെളിപ്പെടുത്താൻ പാടില്ലെന്നും അദ്ദേഹം ആ യുവതിയെ ഓർമിപ്പിച്ചു. ഒന്നിനേയും ഒരാളേയും ഒരിക്കലും വിശ്വസിക്കാതിരിക്കുകയെന്നതാണ് പ്രധാന സംഗതി.

താന്യയുടെ ജീവചരിത്രത്തിൽ നിന്നുള്ള ഈ ഭാഗം വളരെ പ്രാധാന്യമർഹിക്കുന്ന ഒന്നാണ്. 1964 മാർച്ച് മുതൽ തന്നെ ബൊളീവിയയിലേക്ക് ഒരു സമരസംഘത്തെ അയയ്ക്കാനുള്ള പ്രവർത്തനം ചെയുടെ നേരിട്ടുള്ള മേൽനോട്ടത്തിൽ നടന്നുവരികയായിരുന്നെന്ന് ഇതിൽനിന്നു വെളിപ്പെടുന്നുണ്ട്. ക്യൂബ വിട്ടുപോകാനുള്ള ചെയുടെ തീരുമാനം 'അപ്രതീക്ഷിത' മായിരുന്നെന്നും അദ്ദേഹത്തിന്റെ 'വ്യാമോഹം' നശിച്ചതിന്റെ ഫലമായിരുന്നു അതെന്നും രക്തസാക്ഷിത്വം വരിക്കാനുള്ള ഒളിഞ്ഞു കിടന്ന മോഹത്തിന്റെ പ്രതിഫലനമായിരുന്നു അതെന്നും മറ്റും ക്യൂബൻ വിപ്ലവത്തിന്റെ ശത്രുക്കൾ പറഞ്ഞു പരത്തിയിരുന്ന ഊഹാപോഹങ്ങൾക്ക് യാതൊരടിസ്ഥാനവുമില്ലെന്ന് ഇത് ഒരിക്കൽക്കൂടി തെളിയിക്കുന്നുണ്ട്.

ഇനി 1964 മാർച്ചിൽ ലാറ്റിൻ അമേരിക്കയിലെ സ്ഥിതി എന്തായിരുന്നെന്നു നോക്കാം. ബ്രസീലിൽ ഗുലാർട്ടിന്റെ ഗവൺമെന്റ് യു എസ് സാമ്രാജ്യത്വത്തോട് കൂടുതൽ എതിർപ്പ് പ്രകടിപ്പിക്കാൻ തുടങ്ങിയിരുന്നു. ക്യൂബൻ വിപ്ലവത്തെ ശക്തിയായി പിന്താങ്ങിയിരുന്ന ഫ്രാൻസിസ്കൊ

ജൂലിയാവൊയുടെ നേതൃത്വത്തിലുള്ള കർഷകസംഘങ്ങൾ വ്യാപകമായി വരികയായിരുന്നു. വെനിസ്വേല, കൊളംബിയ, പെറു എന്നിവിടങ്ങളിൽ ഒളിപ്പോരാളി യൂണിറ്റുകൾ സജീവമായിരുന്നു, അർജന്റീനയിൽ ജോർജ് റിക്കാർഡൊ മസേറ്റിയുടെ നേതൃത്വത്തിലുള്ള ഒരു ഗെറില്ലാ യൂണിറ്റ് അറച്ചറച്ചുള്ള ആദ്യത്തെ ചുവടുവയ്പ് നടത്തുന്നുണ്ടായിരുന്നു. ചിലി യുടേയും ബൊളീവിയയുടേയും പരാഗ്വെയുടേയും അതിർത്തിയിലുള്ള തന്ത്രപ്രധാനമായ ആ ത്രികോണത്തിനുള്ളിലെവിടെയെങ്കിലും ഒരു ചവി ട്ടുപടി ഉണ്ടാക്കാൻ മസേറ്റിക്ക് കഴിയുമെന്ന് ചെ പ്രതീക്ഷിച്ചു. ബൊളീ വിയയിൽ തന്നെയും അധികാരം പ്രസിഡന്റ് പാസ് എസ്റ്റെൻസ്സറൊയുടെ കൈയിലായിരുന്നു. ആദ്യം ബൊളീവിയ സന്ദർശിച്ച അവസരത്തിൽ ചെയ്ക്ക് ഈ പ്രസിഡന്റിന്റെ പ്രവർത്തനങ്ങൾ കണ്ടു മനസിലാക്കാൻ കഴിഞ്ഞിരുന്നു.

1964 മാർച്ചിലും ബൊളീവിയയ്ക്ക് ക്യൂബയുമായി നയതന്ത്രബന്ധ മുണ്ടായിരുന്നു. 1964 ഓഗസ്റ്റ് 26-നു മാത്രമാണ് യു എസ് സമ്മർദം സഹി ക്കവെയ്യാതെ വന്നപ്പോൾ ബൊളീവിയ ഈ ബന്ധം വിച്ഛേദിച്ചത്. ഒരുപ ക്ഷേ, ബൊളീവിയൻ അധികൃതരുടെ രഹസ്യമായ സമ്മതത്തോടെ അവിടെ ഒരു ഒളിപ്പോർ താവളം സ്ഥാപിക്കാൻ സാധ്യത ഉണ്ടായിരുന്നി രിക്കാം. അർജന്റീനയിലും പെറുവിലുമുള്ള ഗെറില്ലാ ഗ്രൂപ്പുകളുടെ ഒരു ശക്തിദുർഗമായും ഒരു പിന്നണിയായും ഈ താവളം ഉപയോഗപ്പെടു ത്താൻ കഴിയുമായിരുന്നിരിക്കാനും ഇടയുണ്ട്. അതെന്തായാലും, "ബൊളീ വിയൻ തൊഴിലാളികേന്ദ്രം" നേതാവു കൂടിയായ വൈസ് പ്രസിഡന്റ് ജൂവാൻ ലെച്ചിൻ ക്യൂബൻ വിപ്ലവത്തെ പരസ്യമായി പിന്താങ്ങിയിരുന്നു. എന്നു മാത്രമല്ല, എസ്റ്റെൻസ്സറൊ ഖനിത്തൊഴിലാളികളെ ആയുധമണി യിക്കുകയും ഖനികളിൽ ജനകീയ മിലീഷ്യ സംഘടിപ്പിക്കുകയും ചെയ്തി രുന്നു. ഈ മിലിഷ്യാനേതൃത്വം സർക്കാരിന്റെ ചൊൽപ്പടിക്കുള്ളതായിരു ന്നെന്നതു ശരിയാണ്. എന്നുവരികിലും ചില സാഹചര്യങ്ങളിൽ സായു ധരായ ഈ ഖനിത്തൊഴിലാളികൾക്ക് കുറേക്കൂടി സജീവമായ ഒരു വിപ്ലവ പ്രസ്ഥാനത്തിന്റെ—ഒളിപ്പോരുകാർ ഉൾപ്പെടെയുള്ള ഒരു പ്രസ്ഥാനത്തി ന്റെ—അടിത്തറയാകാൻ കഴിയുമായിരുന്നു.

എന്നാൽ, 1964 മാർച്ചിൽ ലാറ്റിൻ അമേരിക്കയിൽ വിപ്ലവസാധ്യത കൾ അത്യന്തം പ്രോത്സാഹജനകമായിരുന്നെങ്കിലും വർഷാവസാന ത്തോടെ സ്ഥിതികൾ വളരെയേറെ വഷളാവുകയാണുണ്ടായത്. അർജന്റീ നയിലെ യൂണിറ്റിന്റെ പ്രവർത്തനം ആരംഭിക്കും മുൻപ് തന്നെ അതു പാടെ പൊളിയുകയും അതിന്റെ നേതാവ് കൊല്ലപ്പെടുകയും ചെയ്തു. ബ്രസീലിൽ പിന്തിരിപ്പൻ ജനറൽമാർ ഗുലർട്ടിനെ അധികാരഭ്രഷ്ടനാ ക്കി. ബൊളീവിയയിൽ പാസ് എസ്റ്റെൻസ്സറൊയ്ക്കും അതേ അനുഭവം തന്നെ നേരിട്ടു. ജനറൽ റീൻ ബാരിയെന്റോസ് ഓർട്ടുനൊ ആ സ്ഥാനം പിടിച്ചുപറ്റി.

ഈ സംഭവങ്ങളെ പല തരത്തിൽ വ്യാഖ്യാനിക്കാമായിരുന്നുവെന്നതിൽ സംശയമില്ല. ബൊളീവിയയിലും ബ്രസീലിലും പിന്തിരിപ്പന്മാർ അധികാരം പിടിച്ചെടുത്തതിന്റെ ഫലമായി ഈ ഭരണങ്ങൾക്കെതിരായ ഒളിപ്പോർ പ്രവർത്തനം സംഘടിപ്പിക്കേണ്ടതിന്റെ അത്യാവശ്യകത വർധിച്ചെന്നും ഈ പ്രവർത്തനങ്ങൾ വിജയിച്ചാൽ ലാറ്റിൻ അമേരിക്കയിലെ ബലാബലത്തിൽ സാമ്രാജ്യത്വവിരുദ്ധ ശക്തികൾക്കനുകൂലമായി അടിസ്ഥാനപരമായ ഒരു മാറ്റം ഉണ്ടാകാമെന്നും വേണമെങ്കിൽ വാദിക്കാമായിരുന്നു. ഇതിനിടയിൽ താന്യ 1964 ഏപ്രിൽ 9–ാം തീയതി ഒരു കള്ള പാസ്പോർട്ട് ഉപയോഗിച്ച് പശ്ചിമയൂറോപ്പിൽ ചെന്ന് കുറേമാസത്തോളം അവിടെനിന്ന് ഒളിപ്രവർത്തനത്തിൽ പരിശീലനം നേടി. ലോറാ ഗുട്ടീറെസ് ബോയർ എന്ന പേരിലാണ് താന്യ ഇപ്പോൾ അറിയപ്പെട്ടിരുന്നത്. അർജന്റീനയിൽ ജനിച്ച ഒരു അമചർ നരവംശശാസ്ത്രജ്ഞയും ഒരു അർജന്റീനിയൻ കന്നുകാലിപ്രഭുവിന്റെ മകളും ഒരു ജർമൻ ഫാസിസ്റ്റ് വിരോധിയുമായിരുന്നു ഈ ലോറ. നവംബർ 5–ാം തീയതി താന്യ അപകടം കൂടാതെ പെറുവിന്റെ തലസ്ഥാനമായ ലീമയിലെത്തി. അധികാരഭ്രഷ്ടനാക്കപ്പെട്ട പ്രസിഡന്റ് പാസ് എസ്റ്റെൻസ്സാറാ ലാപാസിൽ നിന്ന് അവിടെ എത്തിയത് അതേ ദിവസം തന്നെയാണ്. ഒടുവിൽ, 1964 നവംബർ 18–ാം തീയതി താന്യ ലക്ഷ്യസ്ഥാനമായ ലാപാസിലുമെത്തി.

പല ഭാഷകളും വശമുള്ള ശാലീനയായ ഈ അർജന്റീനിയൻ പ്രഭുകുമാരിക്ക് എസ്റ്റെൻസ്സൊറയുടെ പതനത്തെ തുടർന്ന് അധികാരത്തിൽ വന്ന പുതിയ ഗവൺമെന്റ് വൃത്തങ്ങളിൽ പ്രവേശനം കിട്ടാൻ വലിയ ബുദ്ധിമുട്ടൊന്നും ഉണ്ടായില്ല. പ്രസിഡന്റിന്റെ ഇൻഫർമേഷൻ വകുപ്പു മേധാവി ഗൊൺസാലൊ ലോപ്പസ് മുനോസുമായി താന്യ വളരെ അടുത്തു. മുനോസിന്റെ ശുപാർശപ്രകാരം താന്യയ്ക്ക് ഒരു പ്രാദേശിക വാരികയിൽ ഒരു ജോലി കിട്ടി. അതോടൊപ്പം തന്നെ വിദ്യാഭ്യാസ മന്ത്രികാര്യാലയത്തിലെ നാടോടി വിഭാഗത്തിലും ഈ യുവതി ജോലിയാരംഭിച്ചു. ജർമനിക്കാരോടും ജർമൻ വംശജരോടും ബൊളീവിയയിലെ ഭരണവൃത്തങ്ങൾക്ക്, പ്രത്യേകിച്ചും പട്ടാളത്തിലുള്ളവർക്ക്, ഒരു പ്രത്യേക മമത ഉണ്ടായിരുന്നു. ഒന്നാം ലോകമഹായുദ്ധം കഴിഞ്ഞ് കുറേയേറെക്കാലത്തേക്ക് ബൊളീവിയൻ പട്ടാളത്തിന് പരിശീലനം നൽകിയിരുന്നത് ജർമൻ ഓഫീസർമാരായിരുന്നു. 1937–39 കാലത്ത് ബൊളീവിയൻ പ്രസിഡന്റായിരുന്ന ജനസമ്മതനായ ലെഫ്. കേണൽ ജർമ്മൻ ബുഷ് ഒരു ജർമൻ കുടിയേറിപ്പാർപ്പുകാരന് അവിടുത്തെ ഒരു ആദിവാസി സ്ത്രീയിൽ ജനിച്ച കുട്ടിയായിരുന്നു. തന്റെ സമ്പർക്കങ്ങൾ വ്യാപകമാക്കാൻ താന്യ ഈ ജർമൻപ്രേമം ശരിക്കും പ്രയോജനപ്പെടുത്തി. തന്റെ കൈകൾക്ക് അൽപംകൂടി ബലംകൂട്ടാനായി ഈ യുവതി മാറിയൊ മാർട്ടീനെസ് അൾവാറെസ് എന്നൊരു വിദ്യാർഥിയുമായി വിവാഹബന്ധത്തിലേർപ്പെടുകയും അങ്ങനെ ബൊളീവിയൻ പൗരത്വം നേടുകയും ചെയ്തു. പക്ഷേ,

വിവാഹം കഴിഞ്ഞയുടൻ അൾവാറെസ് ഉന്നതവിദ്യാഭ്യാസത്തിനായി യൂറോപ്പിലേക്ക് പുറപ്പെട്ടു. പ്രസിഡന്റായ ജനറൽ ബാരിയെന്റോസുമായിപ്പോലും ബന്ധപ്പെടാൻ താന്യയ്ക്ക് പലപ്പോഴും കഴിഞ്ഞിരുന്നുവെന്നു പറഞ്ഞാൽ ബൊളീവിയയിലെ ഉന്നതവൃത്തങ്ങളിൽ നുഴഞ്ഞു കയറാൻ ഈ യുവതിക്ക് എത്രത്തോളം കഴിഞ്ഞിരുന്നുവെന്നു ഊഹിക്കാവുന്നതാണല്ലോ.

ദൂതന്മാർ മുഖേന ഹവാന താന്യയുമായി ദൃഢമായ പുലർത്തിയിരുന്നു. ബൊളീവിയയ്ക്കുള്ളിലും പുറത്തുംവച്ച് താന്യ അവരുമായി ബന്ധപ്പെട്ടിരുന്നു. ഇതിലേക്ക് മാത്രമായി താന്യ പലപ്പോഴും വിദേശയാത്രകൾ നടത്തി. ഈ ആരംഭഘട്ടത്തിൽ സ്ക്രിപ്റ്റിൻപടി തന്നെ കാര്യങ്ങൾ മുന്നോട്ടു നീങ്ങി. ബാരിയെന്റോസ് ഗവൺമെന്റിന്റെ നിലയെപ്പറ്റി ഹവാനയ്ക്ക് അപ്പപ്പോൾ വിവരങ്ങൾ ലഭിച്ചിരുന്നു. സ്വപക്ഷക്കാർ തന്നെ ഈ ഗവൺമെന്റിനെതിരായ ഗൂഢാലോചനയിൽ ഏർപ്പെട്ടിരുന്നു.

പക്ഷേ, ബാരിയെന്റോസിന്റെ സ്ഥിതി ആദ്യം വിചാരിച്ചിരുന്നത്ര വഷളല്ലെന്ന് പിന്നീട് വ്യക്തമായി. കർഷകരുടെ സുഹൃത്തും അഭ്യുദയകാംക്ഷിയുമായി ഭാവിച്ച് അവരോട് പറ്റിക്കൂടാനുള്ള അയാളുടെ ശ്രമം ഒട്ടൊക്കെ വിജയിച്ചു. വിപ്ലവകാരികൾക്കാകട്ടെ സ്വന്തം ശക്തിയെപ്പറ്റി പലപ്പോഴും അതിരുകവിഞ്ഞ ആത്മവിശ്വാസം ഉണ്ടായെന്നു വരാം. ഇത് മനസിലാക്കാവുന്നതുമാണ്. എന്തെന്നാൽ, നല്ല ശുഭാപ്തിവിശ്വാസം കൂടാതെ ഒരു സമരത്തിന് ആളുകളെ അണിനിരത്തുന്നത് അസാധ്യമാണല്ലോ...

താന്യ കള്ളപാസ്പോർട്ടിലാണ് ബൊളീവിയയിൽ പ്രവേശിച്ച് അവിടെ സ്ഥിരതാമസമാക്കിയതെങ്കിൽ ഹവാനയുടെ മറ്റൊരു വിശ്വസ്ത ഏജന്റായ റെഗിസ് ദേബ്രെ എന്ന ഇരുപത്തിമൂന്നുകാരൻ ശരിക്കുള്ള പേരിൽ തന്നെ ബൊളീവിയയിലും സമീപസ്ഥ റിപ്പബ്ലിക്കുകളിലും ചുറ്റി സഞ്ചരിക്കുന്നുണ്ടായിരുന്നു. 1963 അവസാനത്തിലും 1964–ന്റെ തുടക്കത്തിലുമായിരുന്നു ഇത്.

സോർബോണിലെ ദാർശനിക വിഭാഗത്തിൽ വിദ്യാർഥിയായിരുന്ന ദേബ്രെ 1959–ൽ യു എസ് എ യിൽ ഒരു പ്രവേശന പരീക്ഷയ്ക്ക് തയാറെടുക്കുന്ന കാലത്താണ് ക്യൂബയിലേക്ക് പോയത്. ക്യൂബൻ നേതൃത്വം ഈ ചെറുപ്പക്കാരനെ ശരിയായി സ്വീകരിച്ച് വിപ്ലവത്തിന്റെ പുരോഗതി മുഴുവൻ കാട്ടിക്കൊടുക്കുകയുണ്ടായി. ഇതിനുശേഷം ഒന്നര വർഷത്തോളം ദേബ്രെ ലാറ്റിൻ അമേരിക്കയിലാകെ ചുറ്റി സഞ്ചരിച്ചു. ഫ്രഞ്ച് ടെലിവിഷനുവേണ്ടി വെനിസ്വേലയിൽ ചെന്ന് അൽപം ഫിലിം നിർമാണം നടത്തിയതിനുശേഷം കഷ്ടിച്ചു മൂന്നു മാസത്തോളം ആൻഡെസ് പീഠഭൂമിയിലെ ആദിവാസികളുടെ സാമൂഹ്യ സ്ഥിതിയെപ്പറ്റിയുള്ള തീസിസിനുവേണ്ട സാമഗ്രികൾ ശേഖരിക്കാനായി ദേബ്രെ ബൊളീവിയയിൽ താമസിച്ചു. അതിനിടയിൽ ലാപാസിലും കൊച്ചബാംബയിലും ഒരുറൊ

യിലും ചെന്ന് പ്രഭാഷണങ്ങൾ നടത്താനും നിരവധി രാഷ്ട്രീയനേതാക്കളുമായി കാണാനും ഈ യുവാവിനു കഴിഞ്ഞു. ലാപാസിലെ ഫ്രഞ്ച് എംബസിയിലെ സാംസ്കാരിക അറ്റാഷെയുമായി ബന്ധപ്പെട്ടുകൊണ്ടിരിക്കാനും ദേബ്രേക്ക് സാധിച്ചു.

1965-ൽ ലാറ്റിൻ അമേരിക്കയെ സംബന്ധിച്ചിടത്തോളം ക്യൂബൻ വിപ്ലവത്തിനുള്ള പ്രാധാന്യത്തെ വ്യാഖ്യാനിച്ചുകൊണ്ടുള്ള ദേബ്രെയുടെ ആദ്യകൃതികൾ പുറത്തിറങ്ങി. *ലാറ്റിൻ അമേരിക്ക; വിപ്ലവതന്ത്രത്തിന്റെ ചില പ്രശ്നങ്ങൾ* എന്ന ലേഖനം ജനുവരിയിൽ *ലേഞമ്പ് മോദേണ്* എന്ന മാസികയിൽ വന്നു. ആ വർഷത്തിന്റെ തന്നെ ഉത്തരാർധത്തിൽ *കാസ്ട്രോയിസം; ലാറ്റിൻ അമേരിക്കയിലെ ലോങ്ങ് മാർച്ച്* എന്ന മറ്റൊരു ലേഖനം *കാസാ ദ്‌ലാ അമേരിക്കാസ്* എന്ന ക്യൂബൻ പത്രികയും പ്രസിദ്ധപ്പെടുത്തി.

ലാറ്റിൻ അമേരിക്കൻ പര്യടനം കഴിഞ്ഞ് 1965-ന്റെ അവസാനത്തോടെ ദേബ്രെ വീണ്ടും ക്യൂബയിൽ എത്തി. ചെ അപ്പോഴേക്ക് അവിടം വിട്ടു കഴിഞ്ഞിരുന്നു. ഇത്തവണ ക്യൂബയുടെ വിപ്ലവപ്രസ്ഥാനത്തിന്റെ ചരിത്രത്തിലേക്ക് ആണ്ടിറങ്ങാൻ ദേബ്രെക്ക് അവസരം ലഭിച്ചു. ഫിദൽ കാസ്ട്രൊ ഉൾപ്പെടെ ഒളിപ്പോർ പ്രസ്ഥാനത്തിൽ പങ്കുകൊണ്ട പലരുമായും കണ്ടു സംസാരിക്കാനും പല രേഖകളും സശ്രദ്ധം വായിച്ചുനോക്കാനും ദേബ്രെയ്ക്ക് കഴിഞ്ഞു. "ഫീൽഡ് ഓർഡറുകൾ, കമാൻഡർമാർക്കുള്ള നിർദ്ദേശങ്ങൾ, സൈനിക റിപ്പോർട്ടുകൾ, കത്തുകൾ തുടങ്ങി അക്കാലം (വിപ്ലവത്തിന്റെ കാലം) മുതൽക്കു സൂക്ഷിച്ചുപോന്നിട്ടുള്ള അപ്രകാശിതങ്ങളായ പലേ രേഖകളും കൈകാര്യംചെയ്യാൻ അദ്ദേഹത്തെ അനുവദിച്ചിരുന്നു." എന്നാണ് മേൽപ്പറഞ്ഞ ക്യൂബൻ പത്രികയുടെ പത്രാധിപർ റോബർട്ടൊ ഫെർണാണ്ടെസ് റെത്തമാർ ഇതെപ്പറ്റി എഴുതിയിരിക്കുന്നത്. ചരിത്രസംഭവങ്ങൾ ശരിക്കും മനസിലാക്കാൻ തന്മൂലം അദ്ദേഹത്തിനു കഴിഞ്ഞു. ക്യൂബൻ വിപ്ലവത്തെപ്പറ്റി എഴുതിയിട്ടുള്ള മറ്റൊരാൾക്കും തന്നെ ഇത്രയേറെ ഗവേഷണ സാമഗ്രികളും വസ്തുതകളും കൈകാര്യം ചെയ്യാൻ അവസരം കിട്ടിയിട്ടുണ്ടാവില്ല.

വിപ്ലവത്തിനുള്ളിലെ വിപ്ലവമോ? എന്ന കൃതി ഈ പഠനങ്ങളുടെ പരിണതഫലമായിരുന്നു. 1967-ന്റെ തുടക്കത്തിൽ ഹവാനയിൽനിന്ന് അതിന്റെ വലിയൊരു പതിപ്പ് പുറത്തിറക്കുകയുണ്ടായി. ഇന്ന് അധികമാരും ഈ പുസ്തകത്തിന്റെ കാര്യം ഓർക്കുന്നുപോലുമുണ്ടാവില്ലെങ്കിലും ആദ്യം പുറത്തിറങ്ങിയ കാലത്ത് വലിയ ഒച്ചപ്പാടുണ്ടാക്കിയ ഒരു സംഭവമായിരുന്നു അതിന്റെ പ്രസിദ്ധീകരണം. 'എങ്ങനെയും' ഒളിപ്പോരെന്നു പറഞ്ഞുനടന്നിരുന്നവരുടെ ഒരു വേദപുസ്തകം പോലെയായിരുന്നു അത്. ലാറ്റിൻ അമേരിക്കയിൽ പ്രായോഗികമായത് ഒളിപ്പോർ സമരമുറകൾ മാത്രമാണെന്ന തന്റെ വാദത്തിനു ഉപോൽബലകമായി ക്യൂബയുടെ അനുഭവത്തെ എടുത്തു കാട്ടിക്കൊണ്ട് ഈ സമരരീതിക്ക് ഒരു സൈദ്ധാന്തിക അടിത്തറയുണ്ടാക്കാൻ ദേബ്രെ ശ്രമിച്ചു.

ക്യൂബൻ വിപ്ലവത്തെ തുടർന്നു ലാറ്റിൻ അമേരിക്കയിലെ ദേശീയ വിമോചന പ്രസ്ഥാനത്തിൽ പൊന്തിവന്ന തർക്കങ്ങളും വിയോജിപ്പുകളും ദേബ്രെയുടെ ഈ കൃതിയിൽ പ്രതിഫലിച്ചിരുന്നു.

"വഴി കണ്ടുപിടിക്കാനുള്ള അന്വേഷണത്തിന്റേയും സൈദ്ധാന്തിക ചർച്ചകളുടേയും ചില ഇടതുപക്ഷ പ്രവണതകളുടെ തലപൊക്കലിന്റേയും ലാറ്റിൻ അമേരിക്കൻ വിപ്ലവത്തിന്റെ പ്രക്രിയകളേയും സവിശേഷതകളേയും സംബന്ധിച്ച പഴഞ്ചൻ ധാരണകളുടെ പ്രതിസന്ധിയുടേയും ഒരു കാലമായിരുന്നു ഇത്" എന്നാണ് ഉറൂഗ്വെയിലെ കമ്യൂണിസ്റ്റ് പാർട്ടി ജനറൽ സെക്രട്ടറി റോഡ്നി അറിസ്മെണ്ടി ഇതെപ്പറ്റി എഴുതിയിട്ടുള്ളത്.

ബൊളീവിയയിൽ ഒരു ഒളിപ്പോർ പ്രസ്ഥാനം വളർത്തിയെടുക്കുമ്പോൾ നേരിടേണ്ടിവന്നേക്കാവുന്ന വൈഷമ്യങ്ങളെപ്പറ്റിയുള്ള ദേബ്രെയുടെ വിവരണം ഇവിടെ ഒന്നു പരിശോധിക്കാവുന്നതാണ്. "താരതമ്യേന ആൾപ്പാർപ്പു കുറഞ്ഞ പ്രദേശങ്ങളിലാണ് തുടക്കത്തിൽ ഒളിപ്പോർ കേന്ദ്രങ്ങൾ സ്ഥാപിക്കുന്നത്. ഇവിടങ്ങളിൽ കുറേ ദൂരം പൊയ്ക്കഴിഞ്ഞിട്ടായിരിക്കും ഒരു ജനവാസകേന്ദ്രം കണ്ടെത്താൻ കഴിയുന്നത്. ഇത്തരം സ്ഥലങ്ങളിൽ, ഉദാഹരണത്തിന് ആൻഡെസ് പീഠഭൂമിയിൽ, ഏതൊരു സഞ്ചാരിയും ഏതൊരു അപരിചിതനും ശ്രദ്ധിക്കപ്പെടും. ആളുകൾക്ക് അത്തരക്കാരെപ്പറ്റി ആദ്യമേ സംശയമായിരിക്കും തോന്നുക. ക്വെചാ–മായാവിഭാഗങ്ങളിൽപെട്ട കർഷകർക്ക് അപരിചിതനെ അഥവാ വെള്ളക്കാരനെ സംശയിക്കാൻ ശരിയായ ന്യായവുമുണ്ട്. പഞ്ചാരവാക്കുകൾ തങ്ങളുടെ വയറു നിറയ്ക്കുകയോ വിമാനാക്രമങ്ങളിൽനിന്ന് തങ്ങളെ രക്ഷിക്കുകയോ ചെയ്യില്ലെന്ന് അവർക്കറിയാം. അധികാരവും അതിലുമുപരി എന്തെങ്കിലും ചെയ്യാൻ കഴിവുമുള്ളവരെ സാധുകർഷകന് ഭയമാണ്. ഈ പ്രദേശങ്ങളിലെല്ലാം നിലവിലുള്ള മർദനസമ്പ്രദായം വളരെ മികവുറ്റതാണ്. ചിരപുരാതനമായി നിലനിന്നുവരുന്ന ഈ സമ്പ്രദായം ജീവിതവുമായി അലിഞ്ഞു ചേർന്നിട്ടുണ്ട്. പട്ടാളവും നാടൻ സായുധപോലീസും ജന്മിയുടെ വക പോലീസും ഇപ്പോഴത്തെ റേഞ്ചർമാരും പച്ചത്തൊപ്പിക്കാരും കറുത്ത തൊപ്പിക്കാരും എല്ലാ ഗണ്യമായ അധികാരശക്തിയുള്ളവരാണ്. ചോദ്യം ചെയ്യാതെ എന്തും അംഗീകരിക്കുന്ന കർഷകരുടെ സ്വഭാവം കാരണം ഈ അധികാരം ഒന്നുകൂടി ബലപ്പെട്ടിട്ടുണ്ട്. ഈ അധികാരമാണ് മർദനത്തിന്റെ അടിസ്ഥാനരൂപം. അത് അസംതൃപ്തിയെ തളർത്തുകയും ആളുകളെ വാപൊത്തി നിറുത്തുകയും ചെയ്യും. ഒരു യൂണിഫോം കണ്ടാൽ പിന്നെ കർഷകൻ മറുത്തുപറയാതെ എന്ത് അപമാനവും സഹിച്ചുകൊള്ളും. 'ശക്തി പ്രയോഗിക്കാതെ പ്രദർശിപ്പിച്ചാൽ മതിയാകു' മെന്ന ആദർശം തന്നെയാണ് ഇപ്പോഴും പുത്തൻ കൊളോണിയലിസ്റ്റുകൾക്കുള്ളത്. പക്ഷേ, ഇവിടെ ശക്തി പ്രദർശിപ്പിക്കുന്നത് അത് ഉപയോഗിക്കുന്നതിനു സമമാണ്. ചുരുക്കിപ്പറഞ്ഞാൽ, വെറും വാക്കുകൾകൊണ്ട് പട്ടാളത്തിന്റേയും പോലീസിന്റേയും കായികബലത്തെപ്പറ്റിയുള്ള പേടി തീർക്കാനാവില്ല. വെടികൊണ്ടാൽ ഈ മർദകവീരന്മാരുടെ സ്ഥിതിയും

കഷ്ടത്തിലാകുമെന്നു കാണിക്കുകയെന്നതു മാത്രമാണ് ഈ പേടി തീർക്കാനുള്ള ഒരേയൊരു മാർഗ്ഗം.

ദേബ്രെയുടെ ഈ സിദ്ധാന്തങ്ങളെല്ലാം ചെയ്ക്ക് നിശ്ചയമുണ്ടായിരുന്നോ? ഉണ്ടായിരുന്നെന്നുവേണം കരുതാൻ. കാരണം, 1967 മാർച്ചിൽ ബൊളീവിയയിലെ "നെരിപ്പോടിൽ" വന്ന സമയത്ത് ദേബ്രെ തന്റെ കൃതിയുടെ ഒരു പ്രതി ചെയ്ക്ക് സമ്മാനിച്ചിരുന്നു. പക്ഷേ, ചെ അതിൽ ഒട്ടും തൃപ്തനായിരുന്നില്ല. അതിന്റെ ഉള്ളടക്കത്തിൽ തനിക്കുള്ള വിയോജിപ്പ് അദ്ദേഹം പ്രകടമാക്കുകയും ചെയ്തു. ബൊളീവിയൻ ജയിലിലായപ്പോൾ തന്നെ കാണാനെത്തിയ പത്രക്കാരോട് ദേബ്രെ സ്വയം പറഞ്ഞതങ്ങനെയാണ്.

പക്ഷേ, 'നെരിപ്പോടിനെ' സംബന്ധിച്ച സൈദ്ധാന്തിക വിയോജിപ്പുകൾക്കൊന്നും ഇപ്പോൾ യാതൊരു പ്രസക്തിയും ഉണ്ടായിരുന്നില്ല. പരിപാടികളെല്ലാം തയാറായ സ്ഥിതിക്ക് ഇനി മുന്നോട്ടു നീങ്ങുകയല്ലാതെ മറ്റു മാർഗ്ഗമൊന്നും ഉണ്ടായിരുന്നില്ല.

കുറിപ്പുകൾ

1. ഹസ്റ്റാ ലാ വിക്ടോറിയാ സീമ്പ്ര്! പാട്രിയാ ഓ മുയേർത്തെ! എന്ന ക്യൂബൻ വിപ്ലവത്തിന്റെ പ്രസിദ്ധ മുദ്രാവാക്യങ്ങളോടെയാണ് ചെ തന്റെ ഈ കത്ത് അവസാനിപ്പിക്കുന്നത്.
2. റഷ്യയിലെ ആഭ്യന്തരയുദ്ധത്തിലും സോവിയറ്റ് റിപ്പബ്ലിക്കിന്റെ ആദ്യശതകത്തിൽ നടന്ന വിപ്ലവാനന്തര പ്രവർത്തനങ്ങളിലും സജീവമായി പങ്കുകൊണ്ട ഒരാളാണ് നിക്കൊലായി ഒസ്ട്രോവ്സ്കി (1904–1936). ഭീകരമായ ഒരു രോഗം കാരണം (സന്ധിവാതവും പഴയൊരു മുറിവിനെ തുടർന്നുണ്ടായ അന്ധതയും കാരണം) ശയ്യാവലംബിയായതോടെ അദ്ദേഹം സാഹിത്യരചനയിലേക്ക് തിരിഞ്ഞു. ഏറെക്കുറെ ആത്മകഥാപരമായ *ഉരുക്ക് പതപ്പെടുത്തിയതെങ്ങനെ* എന്ന ആദ്യത്തെ നോവലിൽ അദ്ദേഹം തന്റെ തലമുറയുടെ അനുഭവങ്ങൾ ഹൃദയസ്പൃക്കായി വിവരിച്ചു. വിശ്വവിഖ്യാതമായ ഈ കൃതി വിശ്വസാഹിത്യ ഭണ്ഡാഗാരത്തിലെ ഒരു മുതൽക്കൂട്ടായി മാറിയിട്ടുണ്ട്.

6

നങ്കാഹുവാസു നദീതടത്തിലെ ക്യാമ്പ്

ഒരു തുടക്കമിടാൻ 30–50 ആളുകൾ മതിയാകും. ഇത്രയും പേരുണ്ടെങ്കിൽ ലാറ്റിൻ അമേരിക്കയിൽ എവിടെയും ഒരു സായുധസമരം തുടങ്ങിവയ്ക്കാം.

ഏണസ്റ്റോ ചെ ഗുവേര

ആയിരത്തിതൊള്ളായിരത്തി അറുപത്തിയാറ് മാർച്ചിൽ റിക്കാർഡൊ (അഥവാ ചിഞ്ചു) എന്നു പേരായ ഒരു ക്യൂബക്കാരൻ ലാപാസിലെത്തി. ക്യാപ്റ്റൻ ജോസ് മറിയാ മാർട്ടിനെസ് തമായൊ അല്ലാതെ മറ്റാരുമായിരുന്നില്ലത്. സീറാ മെസ്ത്രയിലെ പോരാട്ടത്തിൽ പങ്കെടുത്തവരിൽ ഒരാളായിരുന്നു ഇദ്ദേഹം. 1936–ൽ ഒരു തൊഴിലാളികുടുംബത്തിൽ ജനിച്ച റിക്കാർഡൊ ഒരു ട്രാക്ടർ ഡ്രൈവറായിരുന്നു. വിപ്ലവത്തിനുശേഷം അദ്ദേഹം ഒരു പൈലറ്റായി. ഒരിക്കൽ ടാങ്ക് സൈന്യത്തിലും റിക്കാർഡൊ സേവനമനുഷ്ഠിച്ചിരുന്നു. *ഗ്രാൻമ*യിൽവന്ന ഒരു റിപ്പോർട്ടനുസരിച്ച് അദ്ദേഹം 1962–ൽ "ഗോട്ടിമാലയിലെ വിപ്ലവ പ്രസ്ഥാനത്തെ സഹായിക്കുന്നതിനുള്ള പ്രധാനപ്പെട്ട ഒരു ദൗത്യം ഏറ്റെടുത്തുനടത്തുകയുണ്ടായി." 1963–ലാണ് ഒരു കള്ള പാസ്പോർട്ട് ഉപയോഗിച്ച് ഒരു രഹസ്യദൗത്യം നിറവേറ്റുന്നതിനായി റിക്കാർഡൊ ആദ്യമായി ബൊളീവിയയിൽ പ്രവേശിച്ചത്. താമസിയാതെ അദ്ദേഹത്തിന് റിക്കാർഡൊ മൊറാലെസ് റൊഡ്രീഗെസ് എന്ന പേരിൽ ബൊളീവിയൻ രേഖകൾ ലഭ്യമായി. ഇതിൻപ്രകാരം ഇഷ്ടമുള്ളപ്പോൾ ബൊളീവിയയിലേക്കു വരാനും പോകാനും അദ്ദേഹത്തിന് കഴിയുമായിരുന്നു. അർജന്റീനയുടെ അതിർത്തിയിൽ ഒരു രഹസ്യ ക്യാമ്പ് സ്ഥാപിക്കാൻ റിക്കാർഡൊ സഹായിച്ചു.

സാൾട്ട എന്ന അർജന്റീനിയൻ പ്രവിശ്യയിൽ ഗെറില്ലാ നടപടികൾക്കുള്ള ബേസ് ക്യാമ്പെന്ന നിലയ്ക്കാണ് ഇതു സ്ഥാപിക്കപ്പെട്ടത്.

തന്റെ ആദ്യത്തെ ബൊളീവിയൻ സന്ദർശനത്തിനിടയിൽ ഇൻടിയെന്നും കൊക്കോയെന്നും (റോബർട്ടോ പെരേഡോ ലൈഗ്) പേരായ രണ്ടു സഹോദരന്മാരുമായി റിക്കാർഡൊ സമ്പർക്കം സ്ഥാപിച്ചു. ഈ സഹോദരന്മാർ സ്കൂളിൽ പഠിക്കുമ്പോൾ മുതൽ വിപ്ലവപ്രവർത്തനങ്ങളിൽ പങ്കെടുത്തിരുന്നവരാണ്. പയനിയർ സംഘടനയുടെയും യൂത്ത് ലീഗിന്റേയും സജീവ നേതാവായിരുന്ന ഇൻടി പിന്നീട് ലാപാസ് പാർട്ടി സെക്രട്ടറിയും ബൊളീവിയൻ കമ്യൂണിസ്റ്റ് പാർട്ടി കേന്ദ്രക്കമ്മിറ്റിയിലെ ഒരംഗവുമായിരുന്നു. കൊക്കോയും വിപ്ലവപ്രവർത്തനങ്ങളിൽ സജീവമായി പങ്കെടുത്തിരുന്ന ഒരു യൂത്ത് ലീഗ് നേതാവായിരുന്നു. ഒരു ബോട്ടുസ്രാങ്കായും മുതലവേട്ടക്കാരനായും ട്രക്ക് ഡ്രൈവറായും എല്ലാം അദ്ദേഹം ജോലിനോക്കിയിരുന്നു. 1962–ലും 1966–ലും അദ്ദേഹം ക്യൂബ സന്ദർശിച്ചിരുന്നു. 1964–ലും 1965–ലും അദ്ദേഹം സോവിയറ്റ് യൂണിയനിലും പോവുകയുണ്ടായി. സഹോദരൻ ഇൻടിയെപ്പോലെ കൊക്കോയ്ക്കും സോവിയറ്റ് യൂണിയനോട് അതിരറ്റ ബഹുമാനമായിരുന്നു. സോവിയറ്റ് ബഹിരാകാശയാത്രികൻ യൂറി ഗഗാറിന്റെ സ്മരണയ്ക്കായി അദ്ദേഹം തന്റെ മകന് യൂറി എന്നാണ് പേരിട്ടിരുന്നതും.

1963–ലെ ദൗത്യം കഴിഞ്ഞ് ക്യൂബയിലേക്ക് മടങ്ങിയെങ്കിലും രണ്ടരക്കൊല്ലം കഴിഞ്ഞ് അദ്ദേഹം വീണ്ടും ബൊളീവിയയിലെത്തി. ഈ സന്ദർഭത്തിൽ താന്യ, ഇൻടി, കൊക്കോ എന്നിവർക്കു പുറമെ തന്നോട് സഹകരിക്കാൻ സന്നദ്ധത പ്രദർശിപ്പിച്ചിരുന്ന മറ്റു ബൊളീവിയൻ പരിചയക്കാരുമായും അദ്ദേഹം സമ്പർക്കം സ്ഥാപിച്ചു.

ജൂലൈ അവസാനത്തോടെ പോംബൊയെന്നും തുമയെന്നും പേരായ രണ്ടു ക്യൂബക്കാർകൂടി ലാപാസിലെത്തി. ക്യാപ്റ്റൻ ഹാരി വില്ലേഗാസ് തമായൊയെന്നും ലെഫ്. കാർലോസ് കെയേല്ലൊയെന്നുമായിരുന്നു ഇവരുടെ ശരിക്കുള്ള പേരുകൾ. ചെയുടെ ഡയറിയിൽ ഈ തുമയെ തുമയിനിയെന്നും മഫേലെന്നും മാറിമാറിപ്പറയുന്നുണ്ട്. ഇരുവരും കൊളംബിയൻ പാസ്പോർട്ട് ഉപയോഗിച്ചാണ് ബൊളീവിയയിൽ കടന്നത്.

പരിശീലനത്തിനും വേണ്ടിവന്നാൽ ഭാവി ഗെറില്ലാ നടപടികൾക്കും പറ്റിയ ഒരു താവളമായി ഉപയോഗിക്കാവുന്ന ഒരു കൃഷിക്കളമോ എസ്റ്റേറ്റോ നാട്ടിൻപുറത്തെവിടെയെങ്കിലും കണ്ടുപിടിക്കുകയെന്നതായിരുന്നു പോംബൊയുടെ ഗ്രൂപ്പിന്റെ മുന്നിലുള്ള പ്രധാന കടമ. വടക്കൻ ബൊളീവിയയിലെ ആൾട്ടൊ ബെനി ജില്ലയിലുള്ള ഒരു വലിയ തുണ്ടു ഭൂമി വാങ്ങാൻ പോംബൊയും കൂട്ടുകാരും ആദ്യം ഒരുങ്ങിയെങ്കിലും പിന്നീട് അവർ ആ പരിപാടി ഉപേക്ഷിച്ചിട്ട് തെക്കുകിഴക്കായി ഒരു സ്ഥലം നോക്കാൻ നിശ്ചയിച്ചു.

അർജന്റീനയോട് വളരെ അടുത്ത ഒരു പ്രദേശത്താണ് ഒടുവിൽ

അവർ താവളമുറപ്പിച്ചത്. ഒളിപ്പോർ യുദ്ധത്തെ സംബന്ധിച്ചിടത്തോളം ഈ സ്ഥലത്തിന് ഗുണവും ദോഷവുമുണ്ടായിരുന്നു. കുറ്റിക്കാടുകൾ നിറഞ്ഞതും ജനവാസം കുറഞ്ഞതുമാണെന്നതായിരുന്നു അതിന്റെ ഗുണം. നായാട്ടിലും കന്നുകാലിവളർത്തലിലുമാണ് നാട്ടുകാർ പ്രധാനമായും ഏർപ്പെട്ടിരുന്നത്. അമേരിക്കൻ ബൊളീവിയാ ഗൾഫ് ഓയിൽ കമ്പനിയുടെ വക എണ്ണപ്പാടങ്ങളുടെ സ്ഥാനവുമായിരുന്നു ഇത്. അതിനാൽ ഒളിപ്പോരാളികൾക്ക് ഈ എണ്ണപ്പാടം തൊഴിലാളികളുടെ സഹായം കിട്ടാനുള്ള സാധ്യതയും ഉണ്ടായിരുന്നു. ഈ സ്ഥലത്തിന്റെ ദോഷങ്ങളിലൊന്ന് ജലക്ഷാമമായിരുന്നു. ഇക്കാര്യത്തിൽ തികച്ചും നദിയെ മാത്രം ആശ്രയിച്ചുകഴിയേണ്ടുന്ന ഒരു സ്ഥിതിയാണുണ്ടായിരുന്നത്. കൂടാതെ, വിഷമുള്ള ഒരു തരം കുഞ്ഞീച്ചകളും ചെള്ളുകളും കാരണം അവിടെ ജീവിക്കുന്നത് അത്യന്തം ദുഷ്കരമായിരുന്നു. ഏറ്റവും ഉശിരുള്ള തൊഴിലാളി പ്രവർത്തകരെ രാജ്യത്തിന് സംഭാവന ചെയ്തിരുന്ന ഖനനകേന്ദ്രങ്ങളിൽ നിന്ന് വളരെ അകലമുള്ളതുമായിരുന്നു ഈ പ്രദേശം. ആളുകളിൽ ഭൂരിപക്ഷവും ചെറുകിട പാട്ടക്കാരും അതിലും ചെറിയ തനതു ഭൂമിക്കാരുമടങ്ങിയ ഗ്വറാനി ആദിവാസികളായിരുന്നു.

ഇങ്ങനെയുള്ള ഒരു പ്രദേശത്താണ് കൊക്കൊ പെരേഡൊ എന്നൊരാൾ മുപ്പതിനായിരം ബൊളീവിയൻ പെസൊ (2500 ഡോളർ) കൊടുത്ത് ഇപ്പോൾ പ്രസിദ്ധമായിട്ടുള്ള കലാമിനാ റാഞ്ച്' വിലയ്ക്ക് വാങ്ങിയത്. 1227 ഹെക്ടർ വിസ്തീർണമുള്ള ഈ റാഞ്ചിൽ റോഡിനെതിർവശമുള്ള ഒരു വീട്ടിലൊഴികെ മറ്റൊരിടത്തും ആൾത്താമസമുണ്ടായിരുന്നില്ല. വളരെ അടുത്തുകൂടിയാണ് നങ്കാഹുവാസു നദി ഒഴുകിയിരുന്നത്. പ്രവിശ്യാ തലസ്ഥാനമായ സാന്റാ ക്രൂസിൽ നിന്ന് 285 കിലോമീറ്റർ ദൂരെയാണ് ഈ സ്ഥലം. നാലാം പട്ടാളജില്ലയുടെ ആസ്ഥാനവും ബൊളീവിയൻ പട്ടാളത്തിന്റെ നാലാം ഡിവിഷൻ യൂണിറ്റുകളുടെ താവളവുമായ കാമിറിപ്പട്ടണത്തിന് വളരെ അടുത്തുമാണ് കലാമിന സ്ഥിതിചെയ്തിരുന്നത്. പക്ഷേ, അവിടെ പുതുതായി താമസിക്കാൻ പോകുന്നവർക്ക് ഈ അടുപ്പം അത്ര നല്ലതിനായിരുന്നില്ല. ലഗുനില്ലാസ് എന്നും ഗുട്ടിയെറെസ്സ് എന്നും പേരായ രണ്ടു ജനവാസകേന്ദ്രങ്ങളും തൊട്ടടുത്തുതന്നെയുണ്ടായിരുന്നു. ആവശ്യം വന്നാൽ പലവ്യഞ്ജനങ്ങളും മറ്റും അവിടെ നിന്ന് വാങ്ങാൻ കഴിയുമായിരുന്നു. കഷ്ടിച്ചു മൂന്നു കിലോമീറ്റർ അകലെയായി കീറോ അൾഗറനാസ് എന്നൊരു ധനിക കൃഷിക്കാരൻ താമസിച്ചിരുന്നുവെന്നതായിരുന്നു കലാമിനയുടെ മറ്റൊരു കുഴപ്പം. കാമിറിയിലെ മുൻമേയർ കൂടിയായ ഇയാൾക്ക് അവിടെ ഒരു ഇറച്ചിക്കടയുമുണ്ടായിരുന്നു. കലാമിനയിലേക്കുള്ള റോഡ് അയാളുടെ വീടിനു മുന്നിലൂടെയാണ് പോയിരുന്നത്. അതിനാൽ, അയൽക്കാരുടെ ഗതിവിഗതികൾ ശ്രദ്ധിക്കാൻ അയാൾക്ക് സൗകര്യമുണ്ടായിരുന്നു. പക്ഷേ, കലാമിനയിലെ പുതിയ താമസക്കാർ വളരെക്കഴിഞ്ഞു മാത്രമേ ഇതെല്ലാം ശ്രദ്ധിച്ചുള്ളൂ.

ഇതിനിടയിൽ സെപ്തംബർ ആദ്യം ഒരു ഉറുഗ്വൻ കള്ള പാസ്പോർട്ടുപയോഗിച്ച് ചിലിവഴി മറ്റൊരു ക്യൂബക്കാരനും ലാപാസിലെത്തുകയുണ്ടായി. പാച്ചൊ (പാച്ചുംഗൊ) എന്ന ഒളിപ്പേരുള്ള ക്യാപ്റ്റൻ ആൽബർട്ടൊ ഫെർണാണ്ടസ് മോണ്ടെസ് ദ് ഓക്കയായിരുന്നു ഇത്. അദ്ദേഹം കുറച്ചു കാലം കഴിഞ്ഞ് ബൊളീവിയ വിട്ടുപോയെങ്കിലും പിന്നീട് ചെയോടൊപ്പം വീണ്ടും അവിടെ എത്തി.

റേഗിസ് ദേബ്രെ ശരിക്കുള്ള പേരിൽ ബൊളീവിയയിൽ വന്നതും സെപ്തംബറിൽ തന്നെയാണ്. ഗൂഢാലോചനയുടെ ചട്ടംവച്ചു നോക്കിയാൽ വളരെ വിപൽക്കരമായ ഒരു നടപടിയായിരുന്നു ഇത്. എന്തെന്നാൽ, ക്യൂബൻ വിപ്ലവത്തെ പിൻതാങ്ങുന്ന ഒരാളെന്ന നിലയ്ക്ക് ദേബ്രെ അതിനകം തന്നെ പ്രസിദ്ധനായിരുന്നതിനാൽ ബൊളീവിയൻ രഹസ്യപ്പോലീസിന്റേയും സി ഐ എ യുടേയും അനഭിലഷണീയമായ ശ്രദ്ധ അദ്ദേഹത്തിൽ പതിയാൻ വളരെയേറെ സാധ്യത ഉണ്ടായിരുന്നു. ബൊളീവിയൻ അധികൃതരുമായി കൈകോർത്തു പിടിച്ചുകൊണ്ട് സി ഐ എ ഏജന്റന്മാർ നാടാകെ അലഞ്ഞു നടക്കുന്നുമുണ്ടായിരുന്നു.

ദേബ്രെയെ ബൊളീവിയയിൽ കണ്ടാൽ അന്നും അജ്ഞാതവാസിയായിരുന്ന ചെ അവിടെയുണ്ടെന്നോ അതല്ലെങ്കിൽ താമസിയാതെ അവിടെ എത്തിച്ചേരാനിടയുണ്ടെന്നോ ഊഹിക്കാൻ ഈ ഏജന്റന്മാർക്ക് നിഷ്പ്രയാസം സാധിക്കുമായിരുന്നു. പല പത്രങ്ങളും ഇത് സൂചിപ്പിച്ചിരുന്നു. ചെ ബൊളീവിയയിലെവിടെയോ ഒളിച്ചിരിപ്പുണ്ടെന് ഈ പത്രങ്ങൾ എഴുതിക്കഴിഞ്ഞിരുന്നു. 1966-ന്റെ തുടക്കത്തിൽ ചെ ബ്രസീലിൽ നിന്ന് ബൊളീവിയയിൽ എത്തിയിട്ടുണ്ടെന്ന് അർണുൾഫൊ ഉസേറ്റ എന്നൊരു മെക്സിക്കൻ പത്രപ്രതിനിധി *എക്സെൽസിയറിൽ* (1966 സെപ്തംബർ 14) റിപ്പോർട്ട് ചെയ്തിരുന്നു. ചെയെക്കണ്ടാൽ എങ്ങനെയിരിക്കുമെന്ന് ഏകദേശം കൃത്യമായി വിവരിക്കുന്ന കൂട്ടത്തിൽ റമോൺ എന്ന പേരിലാണ് അദ്ദേഹം നടക്കുന്നതെന്നുപോലും ഈ പത്രക്കാരൻ എഴുതി. ചെയുടെ അക്കാലത്തെ ജീവിതത്തെപ്പറ്റി മറ്റു പത്രങ്ങൾ മറ്റുതരത്തിൽ എഴുതിപ്പിടിപ്പിച്ചിരുന്നുവെന്നത് ശരിയാണ്. എങ്കിലും, ആ സന്ദർഭത്തിൽ ദേബ്രെ യാതൊരു മറയും കൂടാതെ അവിടെ എത്തിയത് അദ്ദേഹത്തിനും ചെയ്ക്കും ഒരുപോലെ വലിയ അപകടമായിരുന്നു.

പ്രസിഡന്റിന്റെ ഇൻഫർമേഷൻ വകുപ്പുതലവനും താന്യയുടെ സ്നേഹിതനുമായ ലോപ്പെസ് മ്യൂനോസ് ഒരു പത്രപ്രതിനിധിയെന്ന നിലയ്ക്ക് ദേബ്രെയ്ക്ക് അക്രെഡിറ്റേഷൻ നൽകി. ബൊളീവിയയുടെ ഭൂരാഷ്ട്രപദവിയെപ്പറ്റി എഴുതാൻ പോകുന്ന പുസ്തകത്തിന് ആവശ്യമായ സമാഗ്രികൾ ശേഖരിക്കുന്നതിനായി രാജ്യത്തിലെവിടെയും യഥേഷ്ടം സഞ്ചരിക്കാനും അദ്ദേഹം ദേബ്രെയെ അനുവദിച്ചു. ഒളിപ്പോർ ആരംഭിക്കാൻ നിശ്ചയിച്ചിരുന്ന പ്രദേശങ്ങളിലെല്ലാം ദേബ്രെ ചുറ്റിസഞ്ചരിക്കാൻ തുടങ്ങി. കിട്ടുന്ന ഭൂപടങ്ങളെല്ലാം വാങ്ങി സൂക്ഷിക്കുകയും കാണുന്ന

സ്ഥലങ്ങളുടേയും ആളുകളുടെയുമെല്ലാം ഫോട്ടോ എടുക്കുകയും ചെയ്തുകൊണ്ടായിരുന്നു അദ്ദേഹത്തിന്റെ യാത്ര. അങ്ങനെ ഒരിക്കൽ ഒരടത്തു വച്ച് റിക്കാർഡൊയുടെ ആൾക്കാരെ കാണാനിടയായപ്പോൾ അവർ ബൊളീവിയക്കാരാണെന്നു ധരിച്ച് അദ്ദേഹം അവരുടേയും ഫോട്ടോ എടുക്കാനുള്ള ശ്രമം ആരംഭിച്ചു. റിക്കാർഡൊ വളരെ പാടുപെട്ടാണ് ശാഠ്യക്കാരനായ ഈ ഫ്രഞ്ചുകാരന്റടുക്കൽ നിന്നു രക്ഷപെട്ടത്. കുറേ ആഴ്ചകൾക്കു ശേഷം ദേബ്രെ ചിലിയിലേക്ക് ഒരു യാത്ര നടത്തി. 1967 ഫെബ്രുവരിയിൽ അദ്ദേഹം വീണ്ടും ബൊളീവിയയിലെത്തി.

നമ്മുടെ കൈവശമുള്ള വസ്തുതകൾ വച്ചുനോക്കിയാൽ 1966 നവംബറിലായിരിക്കണം ഗുവേര ബ്രസീലിലുള്ള സാവോപോളോയിൽ നിന്ന് വിമാനമാർഗം ലാപാസിലെത്തിയത്. താടിയും മീശയും വടിച്ചുകളഞ്ഞ്, കഷണ്ടി കയറിത്തുടങ്ങിയ തലയിലെ മുടി നരപ്പിച്ച്, കട്ടികൂടിയ കൊമ്പു ഫ്രെയിമുള്ള കണ്ണടയും ധരിച്ച്, കഴുത്തിലൊരു ടൈയും കെട്ടി നടന്ന ഈ മനുഷ്യന് വിശ്വവിഖ്യാതനായ ആ ചെയുമായി യാതൊരു സാദൃശ്യവുമുണ്ടായിരുന്നില്ല. ഹവാനയിൽ വച്ച് ഭാര്യയേയും മക്കളേയും ഒന്നുകൂടി കണ്ടിട്ടുപോകാനായി അദ്ദേഹം ആരും കാണാതെ സ്വഭവനത്തിൽ ചെന്ന് മകൾ സീലിയയെ വാരിപ്പുണർന്നിട്ടുപോലും ആ കുട്ടിക്ക് തന്റെ പിതാവിനെ ഒട്ടും മനസിലായില്ലെന്നു പറയുമ്പോൾ അദ്ദേഹത്തിന്റെ രൂപഭാവങ്ങൾക്ക് എത്ര വ്യത്യാസം വന്നിരിക്കണമെന്ന് ഊഹിക്കാമല്ലൊ. അപ്പോൾ ആ കുട്ടി അലൈഡയോട് പറഞ്ഞതെന്താണെന്നോ? "അമ്മേ, നോക്ക്! ഈ കെഴവന് എന്നോട് പ്രേമമാണെന്നാ തോന്നുന്നേ!"

അങ്ങനെ ഈ 'കിഴവൻ' പോക്കറ്റിൽ രണ്ടു ഉറുഗ്വൻ പാസ്പോർട്ടുകളുമായി ബൊളീവിയൻ തലസ്ഥനനഗരിയിലൂടെ ഇഷ്ടംപോലെ ചുറ്റിത്തിരിയാൻ തുടങ്ങി. റമോൺ ബെനിറ്റെസ് ഫെർണാണ്ടെസ് എന്ന ബിസിനസുകാരന്റെ പേരിലുള്ളതായിരുന്നു ആദ്യത്തെ പാസ്പോർട്ട്. രണ്ടാമത്തേത് അഡോൾഫൊ മെനാ ഗൊൺസാലേസ് എന്ന മറ്റൊരു ബിസിനസുകാരന്റെ പേരിലുള്ളതായിരുന്നു. ഇതിലേതു പാസ്പോർട്ടുപയോഗിച്ചാണ് ചെ ബൊളീവിയയിലേക്ക് കടന്നതെന്നു പറായൻ യാതൊരു മാർഗവുമില്ല. കാരണം പാസ്പോർട്ട് അധികൃതരുടെ മുദ്ര രണ്ടിലുമുണ്ടായിരുന്നില്ല.

പതിമൂന്നു സംവത്സരം മുൻപ് 1952-ലെ വിപ്ലവത്തിന്റെ മൃഗതൃഷ്ണയിൽപെട്ട് ചെ ആദ്യം ബൊളീവിയയിൽ കടന്ന ആ അവസരത്തിനുശേഷം പാലത്തിനടിയിലൂടെ വെള്ളം ധാരാളം ഒഴുകിക്കഴിഞ്ഞിരുന്നു.

അതിനിടയിൽ ലോകം വളരെ മാറികഴിഞ്ഞിരുന്നു. ചെയ്ക്കും സാരമായ വ്യത്യാസം വന്നുകഴിഞ്ഞിരുന്നു. പക്ഷേ, ബൊളീവിയ മാത്രം നിന്നേടത്തുനിന്ന് അനങ്ങിയിരുന്നില്ല. രാജ്യം അപ്പോഴും ചോറ്റുപാട്ടാളക്കാരായ ജനറൽമാരുടേയും രാഷ്ട്രീയനേതാക്കളുടേയും നുകത്തിൻ കീഴിലായിരുന്നു. ഖനിത്തൊഴിലാളികൾ പഴയതുപോലെ അരിഷ്ടിച്ചുള്ള

ഒരു ജീവിതം തന്നെയാണ് നയിച്ചിരുന്നത്. അവിടത്തെ കർഷകർ–അവരിൽ ഭൂരിപക്ഷവും സ്പാനിഷ് ഭാഷ ഒട്ടും വശമില്ലാത്ത ആദിവാസികളായിരുന്നു–ദാരിദ്ര്യത്തിലും അജ്ഞതയിലും തന്നെ ആണ്ടിരുന്നു. പണ്ടും വളരെ കുറച്ച് ആൾസ്വാധീനം മാത്രമുണ്ടായിരുന്ന വിപ്ലവകാരികളുടെ അണികൾ ട്രോട്സ്കൈറ്റുകൾ, മാവോയിസ്റ്റുകൾ, അരാജകവാദികൾ തുടങ്ങിയവരുടെ പിളർപ്പൻ പ്രവർത്തനം കാരണം പിന്നെയും ദുർബലമായിരുന്നു. എങ്കിലും ചെയുടെ ശുഭാപ്തിവിശ്വാസത്തിന് ഒട്ടും കോട്ടം തട്ടിയിരുന്നില്ല. ഒളിപ്പോരാളികളുടെ സമരം രാജ്യത്തിന്റെ കാലാവസ്ഥയിൽ വിപ്ലവശക്തികൾക്കനുകൂലമായ വമ്പിച്ച മാറ്റം ഉണ്ടാക്കുമെന്ന് അദ്ദേഹം വിശ്വസിച്ചു.

ചെ ബൊളീവിയയിൽ എത്തിയ സമയത്ത് അദ്ദേഹത്തിന്റെ യൂണിറ്റിൽ പ്രവർത്തിക്കാനുള്ള പതിനേഴു ക്യൂബക്കാരിൽ മിക്കവരും അവിടെയുണ്ടായിരുന്നു. ദേബ്രെയെപ്പോലെ ചെയും താന്യയുടെ സഹായത്തോടെ രാജ്യത്തിലെവിടെയും സഞ്ചരിക്കാൻ അനുവദിക്കുന്ന ഒരു രേഖ സമ്പാദിച്ചു. അഡോൾഫൊ മെനാ ഗൊൺസാലെസ് എന്ന പേരിലായിരുന്നു ആ രേഖ. "ബൊളീവിയയുടെ ഗ്രാമപ്രദേശങ്ങളിലെ സാമൂഹ്യ–സാമ്പത്തിക ബന്ധങ്ങളെക്കുറിച്ചു പഠനം നടത്തുകയും വിവരങ്ങൾ ശേഖരിക്കുകയും ചെയ്യുന്ന പ്രത്യേകാധികാരത്തോടുകൂടിയ ഒരു ഒ എ എസ് പ്രതിനിധി എന്നാണ് 1966 നവംബർ 3–ലെ മുദ്രയോടുകൂടിയ ഈ രേഖയിൽ പറഞ്ഞിരുന്നത്.

ലാപാസിൽ അധികം കറങ്ങാതെ മമോൺ–ഇപ്പോൾ ഈ പേരിലാണ് ചെ മറ്റുള്ളവർക്ക് തന്നെ പരിചയപ്പെടുത്തിയിരുന്നത്–പാച്ചോയേയും കൂട്ടി കൊച്ചബാംബവഴി കലാമിന റാഞ്ചിലേക്കു പുറപ്പെട്ടു. 1966 നവംബർ 7–ാം തീയതി അവർ അവിടെ എത്തിച്ചേർന്നു. അന്നു വൈകുന്നേരംതന്നെ അദ്ദേഹം തന്റെ ഡയറിയിൽ ആദ്യത്തെ കുറിപ്പ് എഴുതിച്ചേർത്തു. പിറ്റേക്കൊല്ലം ഒക്ടോബർ 8–ാം തീയതി യുറോ മലയിടുക്കിൽ നടന്ന അവസാനത്തെ ഏറ്റുമുട്ടലിന്റെ ദിവസം വരെയുള്ള പതിനൊന്നു മാസക്കാലവും അദ്ദേഹം മുടങ്ങാതെ ഈ ഡയറി എഴുത്ത് തുടർന്നിരുന്നു.

പിൽക്കാലത്ത് പ്രസിദ്ധീകരിക്കപ്പെട്ടപ്പോൾ വളരെ വലിയ ഒച്ചപ്പാടുണ്ടാക്കിയ ഈ ഡയറി അദ്ദേഹത്തിന്റെ മൗലികസ്വഭാവത്തേയും മനോഭാവത്തേയും പ്രത്യേകതകളേയും നമുക്ക് കൃത്യമായി വരച്ചു കാട്ടിത്തരുന്നുണ്ട്. അകൃത്രിമവും സത്യസന്ധവുമായ ഒരു രേഖയാണിത്. എന്നാൽ, ഇത് ചെയുടെ ഗെറില്ലായൂണിറ്റിന്റെ പ്രതിദിനറിപ്പോർട്ടല്ല താനും. ഈ ഡയറിയിൽ ചെ ശ്രദ്ധകേന്ദ്രീകരിച്ചിരിക്കുന്നത് യൂണിറ്റിൽ പെട്ട വ്യക്തികളുടേയും യൂണിറ്റിന്റെ ആകെയും കുറ്റങ്ങളും കുറവുകളും തെറ്റായ കണക്കുകൂട്ടലുകളും വിവരിക്കുന്നതിലാണ്. ദുർബലരേയും പേടിത്തൊണ്ടന്മാരേയും പറ്റി അദ്ദേഹം വിശദമായി എഴുതുന്നുണ്ട്. ജീവൻ പണയംവച്ചും ധീരത പ്രദർശിപ്പിക്കുന്നവരെപ്പറ്റി അദ്ദേഹം അധികമൊന്നും പറയുന്നില്ല. ധീരത പ്രദർശിപ്പിക്കുന്നത് സാധാരണമായാണ്

ചെ കണ്ടിരുന്നത്. അതിൽ നിന്നുള്ള ഏതു വ്യതിയാനവും ശക്തിയായ വിമർശനത്തിനും തിരസ്കാരത്തിനും പാത്രമാകണമെന്നും അദ്ദേഹം കരുതിയിരുന്നു.

ഈ ഡയറി വായിക്കുമ്പോൾ നമ്മെ ആകർഷിക്കുന്ന മറ്റൊരു സംഗതികൂടിയുണ്ട്. അദ്ദേഹം തന്നെപ്പറ്റി ആവുന്നത്ര കുറച്ചു മാത്രമേ എഴുതുന്നുള്ളു. എഴുതുമ്പോൾ തന്നെ, അതു സ്വന്തം കുറ്റങ്ങളും കുറവുകളും ചൂണ്ടിക്കാട്ടുന്നതിനുവേണ്ടിയുമായിരിക്കും. എന്നാൽ, ഈ പേജുകളിലൂടെ ചുരുൾ നിവർത്തപ്പെടുന്ന നാടകത്തിന്റെ കഥയും സംഭാഷണവുമെല്ലാം അദ്ദേഹത്തിന്റേതാണു താനും. നുമാൻസ്യമുതൽ സ്റ്റാലിൻഗ്രാഡ് വരെയുള്ള ലോകത്തിന്റെ എല്ലാ ഭാഗങ്ങളിലും നീതിക്കുവേണ്ടി പടപൊരുതിയിട്ടുള്ളവരെല്ലാം വിളിച്ചു പറഞ്ഞിരുന്ന 'വിജയം അല്ലെങ്കിൽ മരണം' എന്ന അതേ മുദ്രാവാക്യത്തോടെ പടക്കളത്തിലേക്ക് കുതിച്ചു ചെന്ന് ആത്മാഹുതിക്കൊരുങ്ങാൻ അദ്ദേഹത്തിനും സഖാക്കൾക്കും ആവേശം നൽകിയത് അദ്ദേഹത്തിന്റെ ഇരുമ്പുപോലുറച്ച ഇച്ഛാശക്തിയും വിപ്ലവവിശ്വാസവുമാണ്.

അമേരിക്കൻ സാമ്രാജ്യത്വത്തിന് ഒരു കനത്ത പ്രഹരമേൽപ്പിക്കാനും അമേരിക്കയിലും അങ്ങനെ ലോകത്തെമ്പാടുമുള്ള സോഷ്യലിസത്തിന്റെ വിജയത്തിന് ഉറപ്പു വരുത്താനും പോകുന്നതെന്നു വിശ്വസിച്ചുകൊണ്ട് വളരെ ആവേശത്തോടുകൂടിയാണ് ഈ സംരംഭത്തിന്റെ പ്രണേതാക്കൾ സംസാരിച്ചിരുന്നതെങ്കിലും ഡോൺ കിക്സോട്ടിന്റെ അപ്രായോഗികതയെ ധ്വനിപ്പിക്കുന്ന ഒരൊറ്റ വരിപോലും ചെയുടെ ഡയറിയിലൊരിടത്തും കാണാൻ സാധ്യമല്ല. സ്വപ്നജീവിയോ റൊമാന്റിക്കോ ആയ ഒരാളിന്റേതല്ല, പിന്നെയോ തന്റെ ലക്ഷ്യം ശരിയാണെന്ന അടിയുറച്ച വിശ്വാസമുള്ള സമചിത്തനായ ഒരു വിപ്ലവകാരിയുടേതാണ് ഈ ഡയറി. വിജയപരാജയങ്ങളുടെ വലിയൊരു ശൃംഖലയായാണ് ഈ ഡയറിക്കുറിപ്പുകാരൻ സാമ്രാജ്യത്വവുമായുള്ള സമരത്തെ കാണുന്നത്. വിജയിച്ചാൽ അസാമാന്യമായ സന്തോഷമായിരിക്കുമെങ്കിലും പരാജയം കണ്ട് ഒട്ടും ബേജാറാവുകയില്ല അദ്ദേഹം. എന്തുകൊണ്ടെന്നാൽ, തനിക്കു പിന്നാലെ വരുന്നവർ സ്വാതന്ത്ര്യത്തിന്റേയും സാമൂഹ്യനീതിയുടേയും പതാക, സോഷ്യലിസത്തിന്റെ പതാക, ആൻഡെസ് കൊടുമുടിയോളം ഉയർത്തുമെന്ന് അദ്ദേഹത്തിന് ഉറപ്പുണ്ടായിരുന്നു.

അപ്പോൾ, റമോൺ തന്റെ ഡയറി ആരംഭിക്കുന്നതെങ്ങനെയാണ്?

"ഒരു പുതിയ ഘട്ടം ഇന്നാരംഭിക്കുകയാണ്", 1966 നവംബർ 7-ലെ കുറിപ്പിൽ പറയുന്നു: "രാത്രിയോടുകൂടി ഞങ്ങൾ റാഞ്ചിലെത്തി. പൊതുവിൽ യാത്രയിൽ കുഴപ്പമൊന്നും നേരിട്ടില്ല. വേണ്ടവിധം പ്രച്ഛന്നവേഷം ധരിച്ചുകൊണ്ട് പാച്ചുംഗൊയും ഞാനും കൊച്ചബാംബയിലെത്തി വേണ്ടപ്പെട്ടവരുമായി കണ്ടു. അവിടെനിന്നു രണ്ടു ജീപ്പുകളിൽ രണ്ടുദിവസംകൊണ്ട് ഞങ്ങൾ ഇവിടെ എത്തിച്ചേർന്നു.

റാഞ്ചിനോടടുത്തപ്പോൾ ഞങ്ങൾ ഒരിടത്തിറങ്ങി. പിന്നീട് ഒരൊറ്റ ജീപ്പിലാണ് ഞങ്ങൾ യാത്ര തുടർന്നത്. അടുത്തുള്ള ഒരു കൃഷിക്കാരന്[2] സംശയമുണ്ടാകാതിരിക്കാൻവേണ്ടിയായിരുന്നു ഇത്. ഞങ്ങൾ അവിടെ കൊക്കെയിൻ നിർമാണത്തിന് ഒരുമ്പെടുകയാണെന്ന് അയാൾ പറയാൻ തുടങ്ങിക്കഴിഞ്ഞിരുന്നു. ഒന്നുകൊണ്ടും തളരാത്ത തുമയിനിയെയാണ് അയാൾ സംഘത്തിന്റെ രസതന്ത്രജ്ഞനായി കരുതുന്നതെന്നത് രസകരമായിരിക്കുന്നു. അൽപ്പദൂരം പോയപ്പോഴേക്ക് ബിഗോട്ടെസ്[3] എന്നെ തിരിച്ചറിയുകയും വണ്ടി കൊണ്ടുചെന്ന് ഒരു മലയിടുക്കിൽ വീഴിക്കാൻ തുടങ്ങുകയും ചെയ്തു. അതിനാൽ ജീപ്പ് ആ കുന്നിന്റെ മുകളിൽ വിട്ടിട്ട് റാഞ്ചിലേക്കുള്ള ബാക്കി ഇരുപതു കിലോമീറ്റർ ദൂരം ഞങ്ങൾക്ക് നടന്നുപോകേണ്ടിവന്നു. ഞങ്ങളെ കാത്ത് മൂന്നു പാർട്ടി സഖാക്കൾ അവിടെ ഇരിക്കുന്നുണ്ടായിരുന്നു. ഞങ്ങളെത്തിയപ്പോൾ ഏതാണ്ട് പാതിരാ കഴിഞ്ഞു ...”

ഒന്നരക്കൊല്ലത്തിനുമേലായി സി ഐ എ യും ബന്ധപ്പെട്ട മറ്റു ഏജൻസികളും സദാ തെരഞ്ഞുകൊണ്ടിരുന്ന ചെയ്ക്ക് അവരുടെയെല്ലാം കണ്ണുവെട്ടിച്ച് ബൊളീവിയയിലെത്താൻ കഴിഞ്ഞത് ഗൂഢാലോചനയെ സംബന്ധിച്ചിടത്തോളം എണ്ണപ്പെട്ട ഒരു നേട്ടമായിരുന്നു. അദ്ദേഹത്തിന്റെ യൂണിറ്റിൽപെട്ട പതിനേഴു ക്യൂബക്കാർക്ക് (ഇവരിൽ നാലുപേർ ക്യൂബൻ കമ്യൂണിസ്റ്റ് പാർട്ടി കേന്ദ്രക്കമ്മിറ്റി അംഗങ്ങളായിരുന്നു). സുരക്ഷിതമായി അവിടെ എത്തിച്ചേരാൻ സാധിച്ചുവെന്നതും അത്രതന്നെ സ്മരണീയമായ ഒരു വിജയമായിരുന്നു. ഒറ്റയ്ക്കൊറ്റയ്ക്ക് വന്നു ചേർന്ന അവർ വേഗം തന്നെ നങ്കാഹുവാസുവിനടുത്തു സ്ഥിതിചെയ്തിരുന്ന ഗെറില്ലാത്താവളത്തിൽ വന്ന് ചെയുമായി സന്ധിച്ചു. ആയുധങ്ങൾ, വെടിക്കോപ്പുകൾ, ഔഷധങ്ങൾ, ക്യാമറകൾ, റേഡിയോസെറ്റുകൾ, വാർത്താവിനിമയ സാമഗ്രികൾ, ആഹാരം. പുസ്തകങ്ങൾ ഗെറില്ലാ യൂണിഫോമുകൾ തുടങ്ങിയവകൊണ്ട് കലാമിന നിറഞ്ഞു. വിദേശത്തുനിന്ന് എത്തിയതോ ലാപാസ്സിൽ നിന്നു വിലയ്ക്ക്വാങ്ങിയതോ ആയ ഇതെല്ലാം കുറേശ്ശെ കുറേശ്ശെയായാണ് നങ്കാഹുവാസു നദിക്കരയിലുള്ള ക്യാമ്പിൽ എത്തിക്കപ്പെട്ടത്. അങ്ങനെ ഒരു ഗെറില്ലാ ക്യാമ്പ് ആരംഭിക്കുന്നതിനുള്ള പദ്ധതി യാതൊരു കുഴപ്പവും കൂടാതെ അത്രത്തോളം പുരോഗമിച്ചിരുന്നു.

ഇത്തരുണത്തിൽ ക്യൂബൻ സംരംഭത്തിന്റെ തുടക്കത്തെപ്പറ്റി ഒന്നനുസ്മരിച്ചുനോക്കാം. ഫിദൽ കാസ്ട്രൊ ക്യൂബയിൽ വന്നിറങ്ങാൻ പോകുന്ന വിവരം പരസ്യമാക്കിക്കൊണ്ട് ബാറ്റിസ്റ്റായുടെ പട്ടാളം ഗ്രാൻമയുടെ വരവും കാത്ത് പതുങ്ങി നടന്നിരുന്നു. ആദ്യത്തെ കുറച്ചു ദിവസം ക്യൂബയിൽ അവർക്ക് വമ്പിച്ച നാശനഷ്ടം സഹിക്കേണ്ടി വന്നു. സമരക്കാരിൽ എൺപതു ശതമാനത്തോളവും ഏതാണ്ടൊട്ടുമിക്കവാറും ആയുധങ്ങളും പടക്കോപ്പുകളും അവർക്ക് നഷ്ടപ്പെട്ടു. അലേഗ്രാദ് പിയൊ സമരത്തിനുശേഷം ഫിദൽ കാസ്ട്രൊയ്ക്ക് തന്റെ യൂണിറ്റാകെത്തന്നെ പുത്തനായി സംഘടിപ്പിക്കേണ്ടിവന്നു.

പക്ഷേ, ഇവിടെ ലാറ്റിൻ അമേരിക്കയുടെ ഹൃദയഭാഗത്തു തന്നെ ഒരു ആസ്ഥാനമുണ്ടാക്കുന്നതിൽ ഈ വിപ്ലവകാരികൾ വിജയിച്ചു കഴിഞ്ഞിരുന്നു. ആധുനികമായ ആയുധങ്ങളും വേണ്ടത്ര പണവും മറ്റു സാധനങ്ങളും അവർക്കുണ്ടായിരുന്നു. മുൻകൈ അവർക്കായിരുന്നു. എന്നു മാത്രമല്ല പൊടുന്നനെയുള്ള ഒരു ആക്രമണത്തെ അവർക്ക് ഭയപ്പെടേണ്ടതുമില്ലായിരുന്നു. പരാജയഭീതിയുടേയും ആവശ്യം ഉണ്ടായിരുന്നില്ല.

"ഗ്രാൻമ"യിൽ കയറുമ്പോൾ തനിക്ക് യാതൊരു പരിചയവുമില്ലാത്ത ഒരു രാജ്യത്തേക്കാണ് ചെ പുറപ്പെട്ടിരുന്നത്. പക്ഷേ, 1953-ലെ സന്ദർശനത്തിൽനിന്ന് ബൊളീവിയയെപ്പറ്റി സാമാന്യം ഭംഗിയായിത്തന്നെ ചെ മനസിലാക്കിയിരുന്നു.

ക്യൂബയുമായുള്ള ഈ താരതമ്യപഠനം തുടർന്നാൽ, ഒറ്റനോട്ടത്തിൽ മികച്ചതെന്നു തോന്നിയിരുന്ന ബൊളീവിയയിലെ പല മെച്ചങ്ങളും പതുക്കെപ്പതുക്കെ നിഷ്പ്രഭമാകുന്നത് നമുക്ക് കാണാൻ കഴിയും. ക്യൂബയിൽ തുടക്കത്തിൽ മറ്റെന്തെല്ലാം ബുദ്ധിമുട്ടുകൾ ഉണ്ടായിരുന്നെങ്കിലും, ഫിദലിനും കൂട്ടർക്കും സ്വന്തം മണ്ണിലാണ് നിൽക്കുന്നതെന്ന ഒരു സൗകര്യമുണ്ടായിരുന്നു. അവിടെ ചുമരുകൾ പോലും അവരുടെ മിത്രങ്ങളായിരുന്നു. നാട്ടിന്റെ നാനാഭാഗങ്ങളിലും ഫിദലിനെ സഹായിക്കാൻ ആളുമുണ്ടായിരുന്നു.

നേരേ മറിച്ച്, ബൊളീവിയയിൽ ഈ ഒളിപ്പോർ യൂണിറ്റിന്റെ കാതലായ ഭാഗം വിദേശികളെക്കൊണ്ട്, പ്രധാനമായും ക്യൂബക്കരെക്കൊണ്ട്, നിറഞ്ഞതായിരുന്നു. അതിന് നേതൃത്വം നൽകിയിരുന്നതും ഒരു വിദേശിയായിരുന്നു. വിപ്ലവകാരികളുടെ വൃത്തങ്ങളിൽ അവർക്ക് വളരെയേറെ അനുഭാവികളുണ്ടായിരുന്നെങ്കിലും നാട്ടുകാർ അവരെ വീക്ഷിച്ചിരുന്നത് വിദേശികളെന്ന നിലയ്ക്കായിരുന്നു. അതുകൊണ്ടുതന്നെ നാട്ടുകാരുടെ അവിശ്വാസവും മുൻവിധിയും പ്രതീക്ഷിക്കേണ്ടതുമായിരുന്നു.

സാർവദേശീയ പശ്ചാത്തലത്തിൽ നോക്കുമ്പോഴും ഈ താരതമ്യ പഠനത്തിൽ റമോൺ നയിക്കുന്ന യൂണിറ്റിന്റെ സ്ഥിതി വളരെ പ്രതികൂലമായാണ് കാണപ്പെടുന്നത്. സീറാ മെസ്ത്രയിലെ സംഘട്ടനത്തിന്റെ പരിണാമം ക്യൂബയിലെ സോഷ്യലിസ്റ്റ് വിപ്ലവമായിരിക്കുമെന്ന് ഫിദൽ കാസ്ട്രൊ അവിടെ പ്രവർത്തനമാരംഭിക്കുമ്പോൾ അമേരിക്കക്കാർ ഭയപ്പെട്ടിരുന്നില്ല. അതുകൊണ്ട് സീറാ മെസ്ത്രയിലെ വെടിമുഴങ്ങിയപ്പോൾ അവർക്ക് അത്ര വലിയ ഉൽക്കണ്ഠയ്ക്കൊന്നും അവകാശമുണ്ടായിരുന്നില്ല. പക്ഷേ, ബൊളീവിയൻ പർവതങ്ങളിൽ അതുപോലൊരു സംഭവം ആവർത്തിച്ചാൽ വാഷിംഗ്ടണിൽ നിന്നു കനത്ത പ്രഹരം ഉണ്ടാകുമെന്നു പ്രതീക്ഷിക്കേണ്ടതായിരുന്നു. അത് ചെയുടെ പരിപാടിക്ക് വളരെ യോജിക്കുന്നതായിരുന്നുവന്നതിൽ സംശയമില്ല. പക്ഷേ, അപ്രകാരമൊരു ഏറ്റുമുട്ടലിൽ ഒളിപ്പോരാളികൾ വിജയിക്കുമെന്നതിന് ആർക്കാണുറപ്പു നൽകാൻ കഴിയുക?

പക്ഷേ, തൽക്കാലം കാര്യങ്ങളെല്ലാം കലാമിനയിലെ കുടിപാർപ്പുകാർക്ക് അനുകൂലമായിരുന്നു.

നവംബർ എട്ടും ഒൻപതും തീയതികളിൽ ചെ അടുത്തുള്ള കാട്ടിലേക്ക് ചില ചില്ലറ യാത്രകൾ നടത്തി. അവിടെ കണ്ട സംഗതികൾ അദ്ദേഹത്തെ ആഹ്ലാദിപ്പിക്കുകയും ചെയ്തു. നവംബർ 9–ാം തീയതി അദ്ദേഹം തന്റെ ഡയറിയിൽ ഇപ്രകാരം രേഖപ്പെടുത്തി: "ശരിയായ അച്ചടക്കമുണ്ടെങ്കിൽ ഇവിടെ കുറച്ചുകാലം പിടിച്ചുനിൽക്കാൻ പറ്റുമെന്നു തോന്നുന്നു.

പക്ഷേ, അടുത്ത ദിവസമായപ്പോഴേക്ക് അയൽക്കാരൻ അൽഗരനാസിന്റെ ജിജ്ഞാസ ഒരു ശല്യമാകാൻ തുടങ്ങിയതിനാൽ–കലാമിനയിലുള്ളവർ അവർക്കാവശ്യമുള്ള പലചരക്കുകൾ വാങ്ങിയിരുന്നത് ഇയാളിൽ നിന്നാണ് – അയാളുടെ കളത്തിൽ നിന്ന് എട്ടു കിലോമീറ്റർ അകലെയുള്ള വനാന്തരത്തിലേക്ക് പ്രധാനത്താവളം മാറ്റിസ്ഥാപിക്കാൻ ചെ തീരുമാനിച്ചു. ആ കാട്ടിൽ ചെലവിട്ട ആദ്യരാത്രി കഴിഞ്ഞ് നവംബർ 11–ാം തീയതി ചെ ഇപ്രകാരം രേഖപ്പെടുത്തി. ഇവിടെ എത്ര പൂച്ചികളാണുള്ളതെന്ന് പറഞ്ഞറിയിക്കാനാവില്ല. കൊതുകുവലയോടുകൂടിയ ഒരു തൂക്കുമഞ്ചം ഉണ്ടെങ്കിലേ അവയിൽനിന്ന് രക്ഷപ്പെടാൻ സാധിക്കൂ (അതുള്ളത് എനിക്ക് മാത്രവുമാണു താനും). പിറ്റേന്ന് അദ്ദേഹം ഡയറിയിൽ ഇത്രയും കൂടി കൂട്ടിച്ചേർത്തു: "എന്റെ മുടി വളരാൻ തുടങ്ങിയിരിക്കുന്നു. പതുക്കെയെങ്കിലും നര കുറേശ്ശെ മാഞ്ഞു തുടങ്ങിയിരിക്കുന്നു. താടിയും വളർന്നു തുടങ്ങി. ഇങ്ങനെ പോയാൽ ഒന്നു രണ്ടുമാസം കഴിയുമ്പോഴേക്ക് ഞാൻ പഴയ ഞാനായിത്തീരും."

കാട്ടിനുള്ളിലെ ക്യാമ്പിൽ അവർ റൊട്ടിചുടാനുള്ള ഒരു അടുപ്പും ഇരിക്കാനായി മൂന്നു നാലു ബഞ്ചുകളും ഒരു മേശയും ഉണ്ടാക്കി. എന്നും ഉച്ചതിരിഞ്ഞ് നാലുമുതൽ ആറുവരെയുള്ള രാഷ്ട്രീയ പഠനം അവിടെ വച്ചായിരുന്നു. ക്യൂബൻ വിപ്ലവാനുഭവങ്ങളേയും ഗെറില്ലാസമരമുറയുടെ പ്രത്യേകതകളേയും പറ്റി ചെയാണ് സംസാരിച്ചത്. ബൊളീവിയയുടെ ചരിത്രവും ഭൂമിശാസ്ത്രവും പഠിപ്പിക്കാനും സ്പാനിഷ്–കെചുവാ ഭാഷകളിൽ ക്ലാസെടുക്കാനും വേറെ ആൾക്കാരുണ്ടായിരുന്നു. എല്ലാ ഒളിപ്പോരാളികളും ഈ ക്ലാസുകളിൽ പങ്കെടുക്കണമെന്നത് നിർബന്ധമായിരുന്നു. എന്നാൽ, അത്താഴം കഴിഞ്ഞ് ചെ എടുത്തിരുന്ന ഫ്രഞ്ച് ക്ലാസിൽ ഇഷ്ടമുള്ളവർ മാത്രം ചേർന്നാൽ മതിയായിരുന്നു.

കലാമിനയിൽനിന്ന് ബേസ് ക്യാമ്പിലേക്ക് ആഹാര വസ്തുക്കളും ആയുധങ്ങളും ഒളിപ്പോരാളികൾക്കാവശ്യമായ മറ്റു സാധനങ്ങളും എത്തിക്കുന്ന ജോലിയും ഇതോടൊപ്പം സംഘടിപ്പിക്കേണ്ടിയിരുന്നു. നിത്യവും ഭാരിച്ച സാധനങ്ങൾ തലയിലേറ്റിക്കൊണ്ടുള്ള നടപ്പ് വളരെ പ്രയാസമേറിയതായിരുന്നു. അവിടെ ഈ വക സാധനങ്ങളെല്ലാം ഒളിച്ചു വയ്ക്കാൻ പറ്റിയ പൊത്തുകളും ഗുഹകളും ഇല്ലാത്തിടങ്ങളിൽ അവർ ട്രഞ്ചുകൾ കുഴിച്ചുണ്ടാക്കി. ഇവിടെയുള്ള താമസം താൽക്കാലികം മാത്ര

മായാണ് ചെ കണ്ടിരുന്നത്. എന്നാൽ, ആവശ്യമുള്ളപ്പോൾ ആരെയെങ്കിലും വിട്ട് ആഹാരവും ഔഷധവും ആയുധവും മറ്റും ഇവിടെ നിന്നെടുപ്പിക്കാമെന്നും അദ്ദേഹം കണക്കുകൂട്ടിയിരിക്കണം.

കലാമിന റാഞ്ചുകാരുടെ പ്രവർത്തനങ്ങൾ അൽഗരനാസിന്റേയും അയാളുടെ ജോലിക്കാരുടേയും വർധിച്ചുവരുന്ന ജിജ്ഞാസയ്ക്ക് പാത്രമായി. അടക്കാനാവാത്ത ജിജ്ഞാസയുമായി നടക്കുന്ന ഇവരെ പലേടങ്ങളിലും വച്ചു കണ്ടുമുട്ടേണ്ടതായിവന്നു. അതിനാൽ മുൻകരുതൽ നടപടികൾ വർധിപ്പിക്കേണ്ടിവന്നു. റാഞ്ചിലേക്കുള്ള എല്ലാ വഴികളിലും നോട്ടമെത്തുന്ന ഒരു നിരീക്ഷണ ഗോപുരം സ്ഥാപിക്കപ്പെടുകയും ചെയ്തു. നവംബർ 25–ം തീയതി ചെ തന്റെ ഡയറിയിൽ കുറിച്ചുവച്ചത് ഇങ്ങനെയാണ്. "രണ്ടോ മൂന്നോ ആളുകളുമായി ഒരു ജീപ്പ് അതിലേ പോന്നിട്ടുള്ളതായി നിരീക്ഷണ ഗോപുരത്തിൽ നിന്നു റിപ്പോർട്ട് കിട്ടി. പക്ഷേ, അത് നാട്ടിൻപുറത്തെ പനി നിവാരണ പദ്ധതിക്കാരുടെ ജീപ്പായിരുന്നെന്ന് പിന്നീട് മനസിലായി. കുറേപ്പേരുടെ രക്തത്തിന്റെ സാമ്പിളെടുത്തിട്ട് അവർ സ്ഥലം വിട്ടു."

ഉൽക്കണ്ഠ അഥവാ ശാരീരികമായ ബുദ്ധിമുട്ട് സൃഷ്ടിച്ച മറ്റൊരു സംഗതി കൊതുകുകളും മറ്റു പൂച്ചികളുമായിരുന്നു. ആരും ഇക്കാര്യം നേരത്തെ ശ്രദ്ധിച്ചിരുന്നില്ല. അക്ഷന്തവ്യമായ ആ നോട്ടക്കുറവുകാരണം ചെയും സഖാക്കളും ഇപ്പോൾ വല്ലാതെ കഷ്ടപ്പെടേണ്ടിവന്നു. നവംബർ 18–ലെ ഡയറിക്കുറിപ്പിൽ പറയുന്നതു നോക്കുക. സംഗതികളെല്ലാം വിരസമായി മുന്നോട്ടു നീങ്ങുന്നു. കൊതുകുകളും ചെള്ളുകളും[4] മറ്റും ചേർന്ന് ഞങ്ങളെ കടിച്ചുതിന്നുകളഞ്ഞു. ശരീരം മുഴുവൻ ഇപ്പോൾ അതിന്റെ പാടുകളേ കാണാനുള്ളൂ.

മനീല (ഹവാന)യുമായി ചെ നിരന്തര സമ്പർക്കം പുലർത്തിയിരുന്നു. അവരുടെ യൂണിറ്റിൽ ചേരുന്നതിനായി ക്യൂബക്കാരും ബൊളീവിയക്കാരുമായ ആളുകൾ ഒന്നും രണ്ടുമായി അവിടെ എത്തിക്കൊണ്ടിരുന്നു. അങ്ങനെ നവംബർ 27 ആയപ്പോഴേക്ക് അവരുടെ സംഖ്യ മുപ്പതായിക്കഴിഞ്ഞിരുന്നു.

നവംബർ 30–ാം തീയതി ആ മാസത്തെ സംഭവങ്ങളെ വിലയിരുത്തിക്കൊണ്ട് ചെ ഇപ്രകാരം എഴുതി: "ഇതുവരെ കാര്യങ്ങളെല്ലാം സാമാന്യം ഭംഗിയായിത്തന്നെ നടന്നു. ഞാൻ കുഴപ്പം കൂടാതെ എത്തി. പകുതിയോളം മറ്റാളുകളും പ്രശ്നമൊന്നുമില്ലാതെ വന്നുകഴിഞ്ഞു. ചിലർക്ക് അൽപം താമസം നേരിട്ടെന്നു മാത്രം. റിക്കാർഡൊയുടെ കൂടെയുള്ളവരിൽ മിക്കവരും എന്തുവന്നാലും നമ്മുടെ പ്രസ്ഥാനത്തിൽ ചേരാൻ ഒരുക്കമാണ്. ഈ പ്രദേശത്ത് നമ്മുടെ സാധ്യതകൾ ഒട്ടും മോശമല്ല. പ്രധാന പട്ടണങ്ങളിൽ നിന്നെല്ലാം വളരെ അകലെയായതിനാൽ എത്ര കാലം വേണമെങ്കിലും ഇവിടെ തങ്ങാൻ കഴിയും. മറ്റുള്ളവരുംകൂടി വന്നുചേരുന്നതുവരെ കാത്തുനിൽക്കാനാണ് പരിപാടി. ബൊളീവിയക്കാരുടെ സംഖ്യ

ഇരുപതെങ്കിലുമാകുന്നതുവരെ. അതു കഴിഞ്ഞാൽ നടപടിയിലേക്ക് നീങ്ങണം. മോൻജെയുടെ പ്രതികരണം എന്തായിരിക്കുമെന്നും ഗുവേരയുടെ ആൾക്കാരുടെ പെരുമാറ്റം എങ്ങനെയായിരിക്കുമെന്നും കണ്ടറിയേണ്ടിയിരിക്കുന്നു."

റിക്കാർഡോയുടെ ആൾക്കാരെന്നു പറയുന്നത് പെരേഡൊ സഹോദരന്മാരും അവരുടെ പരിചയത്തിലുള്ള ചില വിദ്യാർഥികളും ഉൾപ്പെട്ട ബൊളീവിയക്കാരും ഗുവേരയുടെ ആൾക്കാരെന്നു പറയുന്നത് മൊയിസേ ഗുവേര റൊഡ്രീഗെസ് എന്ന ഖനിത്തൊഴിലാളിനേതാവിന്റെ അനുയായികളുമായിരുന്നു. മോൻജെ–മാറിയോ മോൻജേ എന്നാണു മുഴുവൻ പേര്–അന്ന് ബൊളീവിയൻ കമ്യൂണിസ്റ്റ് പാർട്ടിയുടെ പ്രഥമസെക്രട്ടറിയായിരുന്നു. പാർട്ടിക്ക് നിർദിഷ്ട ഗെറില്ലാ പ്രസ്ഥാനത്തെ സംബന്ധിച്ചുള്ള നിലപാട് എന്താണെന്നതിനെപ്പറ്റി അദ്ദേഹവുമായി ചർച്ചകൾ നടക്കാനിരിക്കുന്നതേ ഉണ്ടായിരുന്നുള്ളു.

ഡിസംബർ രണ്ടിന് പെറുവിലെ ഒരു വിപ്ലവകാരിയായ ചീനൊ (ജൂവാൻ പാബ്ലൊ ചാംഗ് നവാറൊ) സ്ഥലത്തെത്തി. പെറുവിലെ അധികൃതർ തകർത്തുകളഞ്ഞ ഒരു ഗെറില്ലാ പ്രസ്ഥാനത്തിൽ പങ്കെടുത്ത ആളായിരുന്നു ചീനൊ പെറുവിലെ ഒളിപ്പോരിൽ പങ്കെടുത്തു പരിചയമുള്ള ഇരുപതു പെറുക്കാരെ ചെയ്ക്ക് വിട്ടുകൊടുക്കാമെന്ന് ചീനൊ, ഏറ്റു. ടിട്ടിക്കാക്കാ തടാകത്തിന്റെ പെറൂവിയൻ തീരത്തുള്ള പൂന എന്ന സ്ഥലത്ത് ഒരു ഒളിപ്പോർ കേന്ദ്രം സംഘടിപ്പിക്കുന്ന കാര്യം അവർ ചർച്ച ചെയ്തു. ചെയുമായുള്ള സംഭാഷണം കഴിഞ്ഞ് ക്യൂബയ്ക്കു പോയിട്ട് അവിടെ നിന്ന് ബൊളീവിയയിലേക്ക് മടങ്ങാനുള്ള ഉദ്ദേശത്തോടെ ചീനൊ ലാപാസിലേക്ക് പുറപ്പെട്ടു.

ഇതിനിടയിൽ കലാമിനയിലെ ഒളിപ്പോരാളികൾ അവരുടെ ദൈനംദിന തയാറെടുപ്പുകൾ തുടർന്നുകൊണ്ടിരുന്നു. ഡിസംബറിൽ അവർ കലാമനിയുടെ പരിസരങ്ങളിൽ മറ്റൊരു കുഴി കുഴിച്ച് ധാരാളം ആയുധങ്ങളും വെടിക്കോപ്പുകളും അതിൽ ഒളിച്ചുവച്ചു.

പക്ഷേ, അൽഗരനാസിന്റെ ജോലിക്കാർ അവരെ സമാധാനമായിരിക്കാൻ സമ്മതിച്ചില്ല. അവരുടെ നിരന്തരമായ പതുങ്ങിനടപ്പിനെപ്പറ്റി ഡിസംബർ 11–ാം തീയതി ചെ എഴുതി. ഇത് നമ്മുടെ പദ്ധതികൾക്ക് അൽപം മാറ്റം വരുത്തും. നാം വളരെ സൂക്ഷിക്കേണ്ടിയിരിക്കുന്നു."

കലാമിനയിലെ ബൊളീവിയക്കാർക്കിടയിൽ ചില്ലറ അഭിപ്രായവ്യത്യാസങ്ങൾ തലപൊക്കി. ചിലർ ഒളിപ്പോരാളികളാകാൻ സമ്മതിച്ചെങ്കിലും മറ്റുള്ളവർ ശങ്കിച്ചുനിന്നു. ബൊളീവിയൻ കമ്യൂണിസ്റ്റ് പാർട്ടിയുടെ തീരുമാനം അനുസരിച്ച് മുന്നോട്ട് നീങ്ങാമെന്നായിരുന്നു അവരുടെ നിലപാട്. ചെയുടെ യൂണിറ്റിനോടുള്ള പാർട്ടിയുടെ നിലപാട് അവ്യക്തമായിരുന്നു.

ഡിസംബർ 12–ാം തീയതി ചെ തന്റെ ഡയറിയിൽ ഇപ്രകാരം രേഖ

പ്പെടുത്തി. ഞാൻ എന്റെ ഗ്രൂപ്പുമായി സംസാരിച്ചു. സായുധസമരത്തിന്റെ സത്തയെപ്പറ്റിയുള്ള ഒരു വേദോപദേശമായിരുന്നു അത്. അച്ചടക്കത്തിന്റേയും യോജിച്ച കമാൻഡിന്റേയും ആവശ്യകത ഞാൻ ചൂണ്ടിക്കാട്ടി ... താഴെ പറയുന്ന നിയമനങ്ങൾ നടത്തിയിരിക്കുന്നതായി ഞാൻ അവരെ അറിയിച്ചു. ജോകിൻ–സൈനിക കാര്യങ്ങൾക്കുള്ള ഡെപ്യൂട്ടി, റൊളണ്ടൊ, ഇൻടി–കമ്മിസാർമാർ; അലക്സാണ്ട്രോ–ചീഫ് ഓഫ് സ്റ്റാഫ്; പോംബൊ–ലിയസോൺ; ഇൻടി–ധനകാര്യം; നാറ്റൊ–ആഹാരവും ആയുധങ്ങളും; മോറൊ–ചികിത്സ (താൽക്കാലികം).

അതേ ദിവസത്തെ കുറിപ്പിൽ ചെ അസ്വസ്ഥജനകമായ ഒരു സംഗതിയെപ്പറ്റി കൂടി എഴുതി: "കരാനവിയിൽനിന്നു ആഹാരസാധനങ്ങൾ വാങ്ങി മടങ്ങുമ്പോൾ ലഗുനില്ലാസിൽ വച്ച് കൊക്കോയെ ചിലർ കാണുകയും, ഇത്രയധികം സാധനങ്ങളെന്തിനാണെന്ന് ആശ്ചര്യം പ്രകടിപ്പിക്കുകയും ചെയ്തു.

ഡിസംബർ 31 വരെ കലാമിനയിലെ താമസക്കാർ ട്രെഞ്ചുകളും അഭയസ്ഥാനങ്ങളും നിർമിക്കുക, റേഡിയോ ട്രാൻസ്മിറ്റർ സ്ഥാപിക്കുക, പരിസര പ്രദേശങ്ങൾ സസൂക്ഷ്മം പരിശോധിക്കുക, കാട്ടിനുള്ളിലൂടെ രഹസ്യമാർഗങ്ങൾ ഉണ്ടാക്കുക, പതിയിരുന്ന് ആക്രമണം നടത്തുന്നതിനു പറ്റിയ സ്ഥാനങ്ങൾ കണ്ടുപിടിച്ചുവയ്ക്കുക, പലതരം ഡ്രില്ലുകൾ നടത്തുക തുടങ്ങിയ പതിവു ഗെറില്ലാ നടപടികളിൽ വ്യാപൃതരായി കഴിഞ്ഞു. ഈ പരിപാടികൾ പലപ്പോഴും നടന്നിരുന്നത് കോരിച്ചൊരിയുന്ന മഴയത്തും വെറുംവയറ്റിലുമാണ്. ചെ ഈ പ്രവർത്തനങ്ങളിലെല്ലാം പങ്കുകൊണ്ടിരുന്നു. പതിവുപോലെ എല്ലാ കാര്യങ്ങളും അദ്ദേഹം കൃത്യമായി ചെയ്തു. തന്റെ ആളുകളും അങ്ങനെ തന്നെ ചെയ്യണമെന്ന് അദ്ദേഹം ശഠിക്കുകയും ചെയ്തു. ക്യൂബൻ പഴമക്കാരിൽപോലും ഇത് ചിലപ്പോഴെല്ലാം മുറുമുറുപ്പിന് കാരണമായി. ഡിസംബർ 28–ാം തീയതിയിലെ ഡയറിക്കുറിപ്പ് ഇതിലേക്കു വിരൽ ചൂണ്ടുന്നുണ്ട്. ക്യാമ്പിൽ വച്ച് മർക്കോസിനേയും മിഗുവെലിനേയും കണ്ടു. സന്ധ്യയോടെ മടങ്ങാൻ പറ്റാതിരുന്നതിനാൽ രാത്രി മുഴുവൻ അവർ പാറക്കൂട്ടത്തിനിടയിലാണ് കഴിഞ്ഞത്. ഞാനില്ലാത്തപ്പോൾ എന്നെപ്പറ്റി പഞ്ഞുകേട്ട ചില സംഗതികൾ കാരണം അവർ ക്ഷോഭിച്ചിരുന്നു. ജോകിൻ, അലക്സാണ്ട്രോ, ഡോക്ടർ എന്നിവരെ മനസിൽ വച്ചുകൊണ്ടായിരിക്കാം അവരിതു പറഞ്ഞത്.

ചിരകാലമായി പ്രതീക്ഷിച്ചിരുന്ന മാറിയൊ മോൻജെ നവവത്സരത്തിനു തൊട്ടുമുൻപു ഡിസംബർ 31–ാം തീയതി രാവിലെ കലാമിനയിലെത്തി. താന്യയും റിക്കാർഡൊയും പാൻ ഡിവിനൊ എന്ന് എല്ലാവരും തമാശയായി വിളിക്കുന്ന ഒരു ബൊളീവിയക്കാരനും കൂടിയാണ് അദ്ദേഹത്തെ കൂട്ടിക്കൊണ്ടുവന്നത്. ഈ പാൻ ഡിവിനൊ ഒരു വോളണ്ടിയറായി ചെയുടെ യൂണിറ്റിൽ സേവനമനുഷ്ഠിച്ചിരുന്നു. ആ പകലും നവ

വർഷപ്പുലരിക്കു മുൻപുള്ള രാത്രിയും മുഴുവൻ ചെയും മോൻജെയും ചർച്ചകളിൽ മുഴുകിയിരുന്നു. കൂടിയാലോചനകൾ നിർവിഘ്നം നീങ്ങിയിരുന്നുവെന്നു പറയാനാവില്ല. ബൊളീവിയയിൽ ഒരു ഗെറില്ലാ പ്രസ്ഥാനം ആരംഭിക്കാവുന്നതാണെന്നതിൽ തർക്കമുണ്ടായിരുന്നില്ല. കമ്യൂണിസ്റ്റ് പാർട്ടി വിപ്ലവപ്രവർത്തനത്തിന് അനുകൂലവുമായിരുന്നു. പക്ഷേ, ഗെറില്ലാ പ്രസ്ഥാനത്തിന്റെ സംയുക്ത നേതൃത്വത്തെ സംബന്ധിച്ച് ഒരു യോജിപ്പുണ്ടാക്കാൻ കഴിഞ്ഞില്ല ...

ഒളിപ്പോർ ദളം സംഘടിപ്പിക്കുന്നതിന്റെ ഉത്തരവാദിത്വം ഏറ്റില്ലെങ്കിലും ബൊളീവിയൻ കമ്യൂണിസ്റ്റ് പാർട്ടി നേതൃത്വം പാർട്ടി അംഗങ്ങളെ ഒളിപ്പോരുകാരുടെ കൂടെ ചേരാൻ അനുവദിക്കുകയും അവരുടെ പ്രസ്ഥാനത്തിന് നിർണായകമായ രാഷ്ട്രീയ പിന്തുണ നൽകുകയും ചെയ്തു. 1967 മാർച്ച് 30–ാം തീയതി പാർട്ടി നടത്തിയ പ്രഖ്യാപനത്തിൽ (ചെയുടെ യൂണിറ്റും ബൊളീവിയൻ പട്ടാളവും തമ്മിലുള്ള ആദ്യത്തെ ഏറ്റുമുട്ടൽ കഴിഞ്ഞയുടനെ) ഇപ്രകാരം പറഞ്ഞിരുന്നു.... ദേശീയ താൽപ്പര്യത്തെ ഒറ്റുകൊടുക്കുന്ന നയത്തിനെതിരായി അവിരാമമായി സമരം ചെയ്തിരുന്ന കമ്യൂണിസ്റ്റ് പാർട്ടി ഈ നയം മൂലമുണ്ടാകാവുന്ന ഭവിഷ്യത്തുകളെപ്പറ്റി നേരത്തെ മുന്നറിയിപ്പ് നൽകിയിരുന്നതാണ്. ഇപ്പോൾ ആരംഭദശയിലിരിക്കുന്ന ഒളിപ്പോർസമരം ഈ നയത്തിന്റെ പരിണതഫലങ്ങളിലൊന്നു മാത്രമാണെന്ന്, ഗവൺമെന്റിനുള്ള തിരിച്ചടിയുടെ ഒരു രൂപം മാത്രമാണെന്ന്, പാർട്ടി കാണുകയും ചെയ്യുന്നു...

മോൻജെയ്ക്ക് പകരം ബൊളീവിയൻ പാർട്ടിയുടെ പ്രഥമസെക്രട്ടറിയായ ജോർജ് കോളെയും ഇതേ സ്വരത്തിൽ തന്നെ സംസാരിക്കുകയുണ്ടായി. നങ്കാഹുവാസുവിനടുത്തുള്ള സൈനിക നടപടികൾ ആരംഭിച്ച് അധികം കഴിയുന്നതിനു മുൻപ് റൂബെൻ വാസ്ക്വെസ് ഡിയാസുമായി നടത്തിയ ഒരു സംഭാഷണത്തിനിടയിൽ കോളെ പ്രഖ്യാപിച്ചത് ഇങ്ങനെയാണ്. പാർട്ടിയെക്കൊണ്ടു കഴിയുംവിധമുള്ള എല്ലാവിധ പിന്തുണയും സഹായസഹകരണവും നൽകുകയെന്നതാണ് ഗെറില്ലാ പ്രസ്ഥാനത്തോടുള്ള ഞങ്ങളുടെ നയം. അതേ സമയംതന്നെ, കോളെ ഇത്രയും കൂടി വ്യക്തമാക്കി. ഞങ്ങളല്ല ഈ ഒളിപ്പോർ പ്രസ്ഥാനം ആരംഭിച്ചത്. ഞങ്ങളല്ല അതു നടത്തുന്നത്. ഞങ്ങളല്ല അതു സംഘടിപ്പിച്ചതും..... എങ്കിലും ഈ ഒളിപ്പോരാളികളെ ഞങ്ങൾ സഹായിക്കുകയും ആത്മാർഥമായി അവരോട് അനുഭാവം കാട്ടുകയും ചെയ്യുന്നുണ്ട്. സാമ്രാജ്യത്വവിരുദ്ധ വിപ്ലവകാരികളാണവരെന്നും അതുകൊണ്ട് ഞങ്ങളുടെ സഹായവും ആദരവും അർഹിക്കുന്നവരാണെന്നും ഞങ്ങൾക്കറിയാം. മലയോരങ്ങളിലെ ഞങ്ങളുടെ സഖാക്കൾ അവരുടെ വീക്ഷണഗതിയനുസരിച്ചാണ് പ്രവർത്തിക്കുന്നത്. അവരുടെ ഈ പ്രവർത്തനം ഗംഭീരവുമാണ്. പക്ഷേ, സമരത്തിന് പലേ രൂപങ്ങളുമുണ്ടല്ലോ. ഞങ്ങളുടെ പാർട്ടിയാകെത്തന്നെ ഒളിപ്പോർ പ്രവർത്തനങ്ങൾക്കും വിപ്ലവത്തിനുംവേണ്ടി തയ്യാറെടുത്തു

കൊണ്ടിരിക്കുകയാണ്. പക്ഷേ. ബഹുജനസമരത്തെ ഒരുതരത്തിലും അവഗണിക്കാനാവില്ലല്ലോ......

ഇതിവിടെ നിറുത്തിയിട്ട് നമുക്ക് നങ്കാഹുവാസുവിലേക്ക് മടങ്ങാം. 1967 ജനുവരി ഒന്നിന് അവിടുത്തെ സ്ഥിതി എന്തായിരുന്നു? പെറു മുതൽ അർജന്റീനവരെയെങ്കിലുമുള്ള തെക്കൻ ഭാഗത്തുടനീളം രൂപംകൊള്ളാൻ പോകുന്ന ഗെറില്ലാ ശൃംഖലയിലെ ഒരു കണ്ണിയാകും കലാമിനയെന്ന് ചെ കണക്കുകൂട്ടി. പെറുവിന്റെ കാര്യം ചീനൊയുമായി അദ്ദേഹം സംസാരിച്ചുകഴിഞ്ഞിരുന്നു. ചീനൊ താമസിയാതെ കലാമിനയിലേക്ക് മടങ്ങുമെന്ന് പ്രതീക്ഷിക്കുന്നുമുണ്ടായിരുന്നു. ചെയുടെ വിശ്വസ്തസുഹൃത്തായ അന്റോണിയെയും-ക്യാപ്റ്റൻ ഒർലാണ്ടൊ പണ്ടോജാ തമായൊ-കലാമിനയിൽ അദ്ദേഹത്തോടൊപ്പമുണ്ടായിരുന്നു. എട്ടാം കോളത്തിന്റെ ചീഫ് ഓഫ് സ്റ്റാഫ് ആയി പ്രവർത്തിച്ചിരുന്ന അന്റോണിയൊ ലാവില്ലയിലെ യുദ്ധത്തിനിടയിൽ രണ്ടു പ്രാവശ്യം മുറിവേറ്റയാളാണ്. റൊളാണ്ടോയെപ്പോലെ ബൊളീവിയയിൽ അദ്ദേഹത്തിനും 1964 മുതൽ നല്ല പരിചയമുണ്ടായിരുന്നു. പെറുവിൽ ഒളിപ്പോർ പ്രവർത്തനങ്ങൾ ആരംഭിക്കാൻ പ്രാചീന ഇൻകാമാരുടെ ഈ നാട്ടിലെ വിപ്ലവകാരികൾ ഇട്ടിരുന്ന പരിപാടിയെപ്പറ്റിയും അദ്ദേഹത്തിനറിയാമായിരുന്നു...

അർജന്റീനയുടെ കാര്യത്തിൽ ചെയ്ക്ക് ഇതിലും വലിയ പ്രതീക്ഷകളുണ്ടായിരുന്നു. മസേറ്റിയുടെ യൂണിറ്റിന്റെ ദുരന്തത്തെപ്പറ്റി അറിയാമായിരുന്നെങ്കിലും തന്റെ മാതൃഭൂമിക്ക് പ്രധാനപ്പെട്ട ഒരു ഒളിപ്പോർ രംഗമാകാൻ കഴിയുമെന്ന് അദ്ദേഹം ദൃഢമായി വിശ്വസിച്ചിരുന്നു. തീരെ ആൾപ്പാർപ്പില്ലാത്ത സാൽട്ടാ, ജൂജ്വി എന്നീ മലമ്പ്രദേശങ്ങൾ ബൊളീവിയയുമായി തൊട്ടുതൊട്ടാണു കിടക്കുന്നത്. ഭയങ്കരമായ ചൂഷണത്തിന് പാത്രമായ കർഷകത്തൊഴിലാളികളും ഭൂമിക്കുവേണ്ടി ദാഹിക്കുന്ന കർഷകരുമാണ് അവിടെ ജീവിച്ചിരുന്നത്. അവർ ഒളിപ്പോരാളികളുടെകൂടെ ചേരാവുന്നതും ചേരേണ്ടതുമാണ്. സ്പാനിഷ് കൊളോണിയലിസ്റ്റുകൾക്കെതിരായി തലേ നൂറ്റാണ്ടിൽ നടന്ന വിമോചനയുദ്ധങ്ങളുടെ കാലത്ത് അവരുടെ പൂർവികർ ഈ മലയോരങ്ങളിൽ തന്നെ നിരവധി പോരാട്ടങ്ങൾ നടത്തിയിരുന്നതാണല്ലൊ.

അർജന്റീനയിൽ 'പെട്ടെന്നു തീപിടിക്കുന്ന' സാമഗ്രികൾ വേണ്ടുവോളമുണ്ടായിരുന്നു. ബൊളീവിയയിൽ ഒരു "ഒളിപ്പോർനെരിപ്പോട്" എരിയുന്നതു കാണുന്നതോടെ അർജന്റീനക്കാരിൽ പുതിയ പ്രതീക്ഷകൾ മൊട്ടിടാതിരിക്കുകയില്ല. അപ്പോൾ നങ്കാഹുവാസുവിൽനിന്ന് താൻ അവരുടെ സഹായത്തിനെത്തും. അങ്ങനെ ഒടുവിൽ ഏണസ്റ്റൊ ഗുവേര സെർന സ്വന്തം മാതൃഭൂമിയിൽ ചെന്നു സമരം ചെയ്തു ജയിക്കും.

പക്ഷേ, ഈ പരിപാടി നടക്കണമെങ്കിൽ അർജന്റീനയിലെ പോരാളികളുമായി സമ്പർക്കം സ്ഥാപിക്കേണ്ടത് ഒഴിച്ചു കൂടാനാവാത്ത ഒരു അടിയന്തിരാവശ്യമായിരുന്നു. അവരാകട്ടെ, തങ്ങളുടെ യൂണിറ്റിനു നേരിട്ട

ദുരന്തത്തിനുശേഷം നിർജീവരായി കഴിയുകയുമായിരുന്നു. അതിനാൽ അവരുമായി ബന്ധം സ്ഥാപിക്കാനായി ചെ താന്യയെ അർജന്റീനയിലേക്ക് അയച്ചു.

ജനുവരി 18–ാം തീയതി ചെ തന്റെ ഡയറിയിൽ എഴുതിയിരുന്നത് ഇപ്രകാരമാണ്: "അൽഗരനാസ് അന്റോണിയോയുമായി സംസാരിക്കുകയുണ്ടായെന്നും തനിക്കു പലതും അറിയാമെന്ന് അയാൾ അന്റോണിയോയെ ധരിപ്പിക്കുകയുണ്ടായെന്നും അറിയിക്കാനായി ലോറൊ (വാസ്കെവസ് മച്ചിയാഡൊ) കോരിച്ചൊരിയുന്ന മഴയത്ത് കയറിവന്നു. കൊക്കെയിൻ നിർമാണത്തിലായാലും മറ്റെന്തിലായാലും യോജിച്ചു പ്രവർത്തിക്കുന്നതാണ് നല്ലതെന്ന് അയാൾ പറഞ്ഞത്രെ. ഈ ചെകുത്താൻ എന്തോ സംശയിക്കുന്നുണ്ടെന്നാണ് 'മറ്റെന്തിലായാലും' എന്നതുകൊണ്ട് ഊഹിക്കേണ്ടിയിരിക്കുന്നത്. അൽഗരനാസിനെ റിക്രൂട്ടുചെയ്തുകൊള്ളാൻ ഞാൻ ലോറൊയ്ക്ക് നിർദേശം നൽകി. പക്ഷേ, അയാളുടെ ജീപ്പിൽ ചരക്കടിക്കുന്നതിനു പണം കൊടുക്കുകയല്ലാതെ വലിയ വാഗ്ദാനങ്ങളൊന്നും നൽകരുതെന്ന് പറഞ്ഞേൽപ്പിച്ചു. ഒറ്റുകൊടുക്കുന്നതിനെപ്പറ്റി ആലോചിച്ചാൽ ഒരുണ്ടകൊണ്ടു കാര്യങ്ങൾ ഒതുക്കുമെന്ന് അയാളെ ഒന്നു പേടിപ്പിച്ചേക്കാനും ഞാൻ ലോറൊയോട് പറഞ്ഞു. പക്ഷേ, അൽഗരനാസ് കാമിറിയിലെ പോലീസുമായി നേരത്തെതന്നെ ബന്ധപ്പെട്ടു കഴിഞ്ഞിരുന്നുവെന്ന് ഊഹിക്കേണ്ടിയിരിക്കുന്നു. കാരണം പിറ്റേന്നു പൊലീസുകാർ ഒരു സെർച്ച് വാറണ്ടുമായി കലാമിനറാഞ്ചിലെത്തി. ജനുവരി 19–ലെ ചെയുടെ ഡയറിയിൽ എഴുതിയിരിക്കുന്നത് ഇങ്ങനെയാണ്. ലെഫ്: ഫെർണാണ്ടെസ് മഫ്ടിവേഷത്തിലുള്ള നാലു പോലീസുകാരുമൊത്തു ഒരു 'മയക്കുമരുന്നു ഫാക്ടറി' അന്വേഷിക്കാൻ ഇവിടെയെത്തി. അവർ ഞങ്ങളുടെ വീടാകെ പരിശോധിച്ചു. അപ്പോൾ വിചിത്രമെന്നുതോന്നിയ പല സാധനങ്ങളും അവരുടെ ശ്രദ്ധയെ ആകർഷിച്ചു. ഞങ്ങളുടെ വിളക്കുകൾക്കുള്ള എണ്ണ ഈ വിചിത്ര വസ്തുക്കളിൽപ്പെടും. അത് ഏതെങ്കിലും പൊത്തിൽ കൊണ്ടുചെന്ന് ഒളിച്ചുവയ്ക്കാൻ ഞങ്ങൾക്ക് സമയം കിട്ടിയിരുന്നില്ല. ലോറെയുടെ കൈത്തോക്ക് എടുത്തോണ്ടുപോയെങ്കിലും അയാളുടെ റൈഫിളും വേറൊരു കൊച്ചു കൈത്തോക്കും അവർ തൊട്ടില്ല. മാളോരെ ബോധ്യപ്പെടുത്താനെന്നോണം അൽഗരാസിന്റെയും കൈത്തോക്ക് അവർ പിടിച്ചെടുത്തിരുന്നു. അത് അവർ ലോറോയെ കാണിക്കുകയും ചെയ്തു. ഇവിടെന്തൊക്കെയാണ് നടക്കുന്നതെന്നറിയാമെന്നും സൂക്ഷിച്ചിരിക്കുന്നതാണ് നല്ലതെന്നുമുള്ള ഒരു താക്കീതു നൽകിയിട്ട് അവർ സ്ഥലംവിടുകയും ചെയ്തു."

അൽഗരനാസും അയാളുടെ ആളുകളും കലാമിനയിലെ കാര്യങ്ങൾ ശ്രദ്ധിച്ചുകൊണ്ട് അപ്പപ്പോൾ പോലീസിനെ വിവരം അറിയിക്കുന്നുണ്ടെന്ന് ചെയ്ക്ക് ബോധ്യമായിക്കഴിഞ്ഞിരുന്നു.

പിറ്റേന്ന് ഈ ആപൽശങ്ക ഒന്നുകൂടി വർധിച്ചു. ചില സൈനികാഭ്യാ

സങ്ങൾ നടത്തണമെന്നുണ്ടായിരുന്നെങ്കിലും അതിന് സാധിച്ചില്ല. കാരണം, പഴയ ക്യാമ്പിനുള്ള അപകടം കൂടിക്കൂടി വരികയാണ്. ഒരു അമേരിക്കക്കാരൻ തന്റെ എം–2 ഓട്ടമാറ്റിക്ക് റൈഫിളിൽ നിന്ന് തോന്നുമ്പോഴെല്ലാം നിറയൊഴിച്ചുകൊണ്ട് അതിലേയെല്ലാം ചുറ്റിനടന്നിരുന്നു. അൽഗരനാസിന്റെ സ്നേഹിതനാണെന്നും, പത്തുദിവസത്തോളം അവിടെ താമസിക്കാൻ വന്നതാണന്നുമാണ് അയാൾ പറയുന്നത്. അൽഗരനാസിന്റെ വീടിനോടടുത്തുള്ള ഒരു ക്യാമ്പ് സൈറ്റ് തെരഞ്ഞുകണ്ടുപിടിക്കാൻ ഒരു സ്കൗട്ടിനെ വിടുന്നുണ്ട്. സംഗതികളെല്ലാം കുഴയുകയും സ്ഥലം വിടേണ്ടിവരികയും ചെയ്താൽ ആ തെമ്മാടിയെ വെറുതേ വിടാൻ പാടില്ലല്ലൊ.

'നെരിപ്പോടിന്' മുകളിൽ ആപത്തിന്റെ കരിമേഘങ്ങൾ കട്ടപിടിച്ചു വരികയായിരുന്നെങ്കിലും കാമിറിയുമായും ലാപാസുമായുള്ള ബന്ധം അഭംഗുരം നിലനിന്നു. പുതിയ ആളുകൾ ക്യാമ്പിലെത്തിക്കൊണ്ടിരുന്നു. ജനുവരി 31–ാം തീയതി മൂന്നു ബൊളീവിയക്കാർ കൂടി എത്തി. ഇവരിലൊരാൾ ഐമാരാ ആദിവാസി വിഭാഗത്തിൽപ്പെട്ട ഒരു കർഷകനാണെന്ന് ചെ തന്റെ ഡയറിയിൽ രേഖപ്പെടുത്തി. ജനുവരി 26–ാം തീയതി ഖനിത്തൊഴിലാളിനേതാവ് മൊയിസേ ഗുവേരയും ഒളിവിൽ പ്രവർത്തിക്കുന്ന ലയോള എന്ന സ്ത്രീയുംകൂടി ക്യാമ്പിലെത്തി. മൊയിസെ മുൻപ് കമ്യൂണിസ്റ്റ് പാർട്ടിയിലായിരുന്നു. പിന്നീട് അദ്ദേഹം പാർട്ടിവിട്ട് ഒരു മാവോയിസ്റ്റ് ഗ്രൂപ്പിൽ ചേർന്നു. പക്ഷേ, ക്യൂബക്കാരുമായി കൂട്ടുകൂടിയതിനാൽ അവരുടെ കൂട്ടത്തിൽനിന്ന് പുറത്താക്കപ്പെട്ടു. ഏകദേശം ഇരുപതോളം വരുന്ന തന്റെ അനുയായികളുമായി ചെയുടെ ഒളിപ്പോർ ദളത്തിൽ ചേരാൻ അദ്ദേഹം സമ്മതിച്ചു. പക്ഷേ, ഗ്രൂപ്പ് പ്രവർത്തനത്തിൽ നിന്നും ആഭ്യന്തരവും സാർവദേശീയവുമായ പ്രശ്നങ്ങളെപ്പറ്റിയുള്ള നിരർഥകമായ വിവാദങ്ങളിൽനിന്നും ഒഴിഞ്ഞു നിൽക്കണമെന്നു തന്റെ അതേ പേരുള്ള മോയിസ ഗുവേരയോട് ചെ ആവശ്യപ്പെട്ടു. മോയിസെ അതിനു സമ്മതിച്ചു. എന്നാൽ, ഫെബ്രുവരി പകുതിയോടുകൂടി മാത്രമേ തന്റെ വോളണ്ടിയർമാരെ എത്തിച്ചുകൊടുക്കാൻ കഴിയൂ എന്നും അദ്ദേഹം പറയുകയുണ്ടായി. എന്തുകൊണ്ടെന്നാൽ, ചെയുടെ ഡയറിയിൽ പറയുമ്പോലെ, കാർണിവൽ കഴിഞ്ഞേ അദ്ദേഹത്തിന്റെ ആളുകൾ അദ്ദേഹത്തോടൊപ്പം പുറപ്പെടാൻ തയാറായിരുന്നുള്ളൂ."

ലയോളയുടെ സ്ഥൈര്യവും അടിയുറച്ച ലക്ഷ്യബോധവും ചെയെ അതിയായി ആകർഷിച്ചു. ലാപാസിലും മറ്റു പട്ടണങ്ങളിലും ഗെറില്ലാ പ്രസ്ഥാനത്തിനു പിന്തുണനൽകുന്ന ഒളിവിലുള്ള സംഘടനകൾ രൂപീകരിക്കുന്ന ജോലി അദ്ദേഹം ഈ സ്ത്രീയെ ഏൽപിച്ചു. ഒളിപ്പോരാളികൾക്ക് ആയുധങ്ങളും വെടിക്കോപ്പുകളും ആഹാരസാധനങ്ങളും എത്തിച്ചു കൊടുക്കുക, ശത്രുവിനെ സംബന്ധിക്കുന്ന വിവരങ്ങൾ ശേഖരിക്കുക. അട്ടിമറിയും മറ്റും നടത്തുക എന്നിതെല്ലാമാണ് ഈ സംഘടന

കൾ ചെയ്യേണ്ടിയിരുന്ന ജോലി. 'പട്ടണങ്ങളിൽ പണിയെടുക്കുന്ന കാഡറുകൾക്കുള്ള നിർദേശങ്ങൾ' അടങ്ങിയ ഒരു വിശദമായ ലിസ്റ്റ് ചെ ലയോളയെ ഏൽപ്പിച്ചു. അതുമായി ആ സ്ത്രീ ലാപാസിലേക്ക് പുറപ്പെടുകയും ചെയ്തു. പക്ഷേ, ഇത്തരം സമ്പർക്കങ്ങൾ വളരെ ആശാവഹമായിരുന്നെങ്കിലും 'നെരിപ്പോടിലേക്ക്' വന്നിരുന്ന ബൊളീവിയക്കാരുടെ സംഖ്യയിൽ ചെയ്ക്ക് നിരാശയാണുണ്ടായിരുന്നത്. ഈ വസ്തുത 1967 ജനുവരിയെ സംബന്ധിച്ച 'പ്രതിമാസ അപഗ്രഥന'ത്തിൽ സ്വതവേയുള്ള സത്യസന്ധതയോടെ ചെ രേഖപ്പെടുത്തുകയും ചെയ്തിരുന്നു. ഒളിപ്പോർ സമരത്തിന്റെ ഘട്ടമെന്നത് ആ വാക്കിന്റെ അക്ഷരാർഥത്തിൽ തന്നെ ആരംഭിക്കാൻ പോവുകയാണ്. നമ്മുടെ ആളുകൾ എങ്ങനെയുണ്ടെന്ന് അപ്പോൾ അറിയാം. നമ്മളെക്കൊണ്ടെന്തിനു കൊള്ളാമെന്ന് കാലം തെളിയിക്കും. ബൊളീവിയൻ വിപ്ലവത്തിന്റെ സാധ്യത എന്താണെന്നും അപ്പോൾ വ്യക്തമാകും.

നേരത്തെ പ്ലാൻ ചെയ്ത സംഗതികളിൽ ഏറ്റവും സാവധാനത്തിൽ പുരോഗമിക്കുന്നത് നാട്ടുകാരായ ബൊളീവിയൻ പോരാളികളുടെ റിക്രൂട്ട്മെന്റാണ്.

കലാമിയിൽ നിന്ന് സന്ദേഹജനകമായ സാധനങ്ങളെല്ലാം നീക്കം ചെയ്തശേഷം (അതെല്ലാം രഹസ്യസ്ഥാനങ്ങളിൽ ഭദ്രമായി നിക്ഷേപിച്ചിരുന്നു) ക്യൂബക്കാരനായ മാർക്കോസിന്റെ നേതൃത്വത്തിൽ കുറേപ്പേരേ അവിടെ നിർത്തിയിട്ട് ഇരുപതുപേരടങ്ങിയ ഒരു യൂണിറ്റുമായി ചെ ഇരുപത്തഞ്ചു ദിവസത്തെ ഒരു പരിശീലനമാർച്ചിനായി മലമ്പ്രദേശങ്ങളിലേക്ക് പുറപ്പെട്ടു. ഈ മാർച്ചിൽ ഏറ്റവും ഭാരമുള്ള ചുമട് ചുമലിലേറ്റിയത് ചെ ആയിരുന്നെന്ന് ഇൻടി പറയുന്നു. സ്വയം ഒരു മാതൃക സൃഷ്ടിച്ചുകൊണ്ട് മറ്റുള്ളവരെ പഠിപ്പിക്കുന്നത് അദ്ദേഹത്തിന്റെ ഒരു 'ദൗർബല്യ'മായിരുന്നു.

ആ യൂണിറ്റിലുള്ളവരെ പതപ്പെടുത്തി ഒരു ടീമാക്കി നിർത്താനും അവരുടെ കരുത്തും അച്ചടക്കവും സഹനശേഷിയും ധൈര്യവും പരിശോധിക്കാനും ഉദ്ദേശിച്ചുള്ളതായിരുന്നു ഈ മാർച്ച്. പറ്റിയ സ്ഥലങ്ങൾ തേടിപ്പിടിക്കാനും, വഴിനീളെ രഹസ്യമായി ആയുധങ്ങൾ സൂക്ഷിച്ചൊളിച്ചുവയ്ക്കാനും അതിലുപരി സ്ഥലവാസികളുമായി ബന്ധപ്പെടാനും ഇത് അവർക്ക് അവസരം നൽകുകയും ചെയ്യുമായിരുന്നു. ഈ സ്ഥലവാസികൾ എങ്ങനെയുള്ളവരായിരിക്കും? അവരുടെ സ്വാതന്ത്ര്യത്തിനും സന്തോഷത്തിനും വേണ്ടിയാണല്ലോ സർവപ്രതിബന്ധങ്ങളേയും അപകടങ്ങളേയും തൃണവൽഗണിച്ചുകൊണ്ട് ഈ ഒളിപ്പോരാളികൾ അവിടെ എത്തിയിരുന്നത്. ഇവർ വിദൂരസ്ഥമെങ്കിലും മധുരസ്മരണകളുണർത്തുന്ന സീറാ മെസ്ത്രയിലെ ഗ്വാജിറൊകളെപ്പോലെ ഒളിപ്പോരാളികളെ സഹായിക്കുകയും അവരുടെ കൂടെ ചേരുകയും ചെയ്യുമോ? അതോ ഈ വിദേശികളെ കണ്ട് അവിശ്വാസത്തോടെ ഇവർ തിരിഞ്ഞു നടന്നുകളയുമോ?

ഇവരുമായി സമ്പർക്കം സ്ഥാപിക്കാൻ ചെയ്ക്ക് വളരെ വെമ്പലുണ്ടായിരുന്നു. എന്തുകൊണ്ടെന്നാൽ, ബൊളീവിയൻ ആദിവാസികൾ ബാഹ്യലോകത്തിൽനിന്നു വിട്ടുനിൽക്കുന്നതിനായി കെട്ടി ഉയർത്തിയിരുന്ന സംശയത്തിന്റെയും അകൽച്ചയുടേയും ഈ ഇരുമ്പുമറ വലിച്ചു താഴെയിടുന്നതിന് ചില്ലറ പ്രയത്നമൊന്നുമല്ല വേണ്ടിവരികയെന്ന് അദ്ദേഹത്തിനറിയാമായിരുന്നു. അവരുടെ ഈ പെരുമാറ്റത്തിൽ ആശ്ചര്യത്തിനു വകയുണ്ടായിരുന്നുമില്ല. കാരണം, ഈ ബാഹ്യലോകത്തിൽ നിന്ന് നൂറ്റാണ്ടുകളായി ദോഷമല്ലാതെ യാതൊരു ഗുണവും അവർക്ക് കൈവന്നിരുന്നില്ല.

പരിശീലനത്തിനായി ഒളിപ്പോരാളികൾ തിരഞ്ഞെടുത്ത സ്ഥലം അത്യന്തം ദുർഗമവും അർധമരുഭൂമിപോലെ മുൾച്ചെടികൾ നിറഞ്ഞതുമായിരുന്നു. വിഷപ്രാണികളുടെ ശല്യം അവിടെ അതിലും ഭയങ്കരമായിരുന്നു. കുത്തിയൊഴുകുന്ന മലയരുവികളും കറ്റൻ പാറക്കെട്ടുകളും അഗാധഗർത്തങ്ങളും കുത്തനേയുള്ള ചെരിവുകളുമെല്ലാം അവർക്ക് മാർഗമധ്യേ തരണം ചെയ്യേണ്ടതുണ്ടായിരുന്നു. മുൾക്കാടുകളിലൂടെ വഴിയുണ്ടാക്കാൻ അവർക്ക് പലേടങ്ങളിലും കത്താളിന്റെ സഹായം തേടേണ്ടി വന്നു. അവരുടെ കൈവശമുള്ള ഭൂപടങ്ങൾ കാശിനുകൊള്ളരുതാത്തതാണെന്നു തെളിഞ്ഞു. കാരണം അവയിൽ അടയാളപ്പെടുത്തിയിരുന്നതെല്ലാം തെറ്റായിരുന്നു. അങ്ങനെ വഴിതെറ്റിയ ഈ ഒളിപ്പോർദളത്തിന് 25 ദിവസത്തിനുപകരം 48 ദിവസത്തോളം ആ വനാന്തരങ്ങളിൽ കഴിയേണ്ടിവന്നു.

ഈ മാർച്ചിനിടയിൽ പലേടങ്ങളിലും വച്ച് അവർക്ക് തന്നാട്ടുകാരുമായി കണ്ടുമുട്ടാൻ അവസരമുണ്ടായി. അവർക്ക് യാതൊരു പിടിയുമില്ലാത്ത ആദിവാസി ഗ്രാമ്യഭാഷയിൽ സംസാരിച്ചിരുന്ന ഈ കർഷകർ സംശയത്തോടെ അകന്നുനിന്നു. ചില സന്ദർഭങ്ങളിൽ ശത്രുതയോടെയുള്ളതുമായിരുന്നു ഇവരുടെ പെരുമറ്റം. ഇതിൽ ചെയ്ക്ക് അത്ര വലിയ ആശ്ചര്യമൊന്നും തോന്നിയില്ല. കാരണം, ഒരു ഒളിപ്പോരിന്റെ ആരംഭത്തിൽ അധികൃതരോടുള്ള ഭയവും തങ്ങളുടെ തന്നെ അജ്ഞതയും കാരണം തന്നാട്ടുകാരായ കർഷകർ പേടിച്ചറച്ച് "പുറനാട്ടുകാരായ" ഗെറില്ലകളിൽ നിന്ന് ഇതുപോലെ അകന്നു നിൽക്കുമെന്നും, സൈനികനടപടികൾ ഊർജിതമാവുകയും ഒളിപ്പോരാളികളുടെ സൗമനസ്യം സംശയാതീതമായി തെളിയുകയും ചെയ്യുമ്പോൾ മാത്രമേ കർഷകരുടെ മനോഭാവം ഗെറില്ലകൾക്കനുകൂലമാകൂ എന്നും അദ്ദേഹം തന്നെ തന്റെ *ഒളിപ്പോർ യുദ്ധമുറ* എന്ന കൃതിയിൽ എഴുതിയിരുന്നതാണല്ലൊ. എങ്കിൽപ്പോലും, ബൊളീവിയൻ കർഷകർ ഈ ഗെറില്ലാനടപടികളുടെ പ്രാരംഭഘട്ടത്തിലും അൽപംകൂടി ഊഷ്മളത പ്രദർശിപ്പിക്കുമെന്ന് ചെ പ്രതീക്ഷിച്ചിരുന്നു. മാർച്ചിനിടയിൽ കർഷകരുമായുള്ള ആദ്യത്തെ കൂടിക്കാഴ്ചയെപ്പറ്റി ചെ തന്റെ ഡയറിയിൽ കുറിച്ചിരിക്കുന്നത് ഇങ്ങനെയാണ്: ഇൻടിയുടെ ശമ്പളക്കാരനാണെന്ന മട്ടിൽ ഞാൻ അന്നാട്ടുകാരുമായി സംസാരിച്ചു. പക്ഷേ, വേഷവും ഭാവവും എല്ലാം കണ്ടിട്ട് അവർക്കത് വിശ്വാസ

മായില്ലെന്നാണ് തോന്നുന്നത്. കാരണം, ഇൻടിയുടെ പെരുമാറ്റം അത്ര എളിയ മട്ടിലായിരുന്നു.

ഒരു പ്രത്യേകതരക്കാരനായിരുന്നു ഞാൻ കണ്ടു സംസാരിച്ച ഒരു കർഷകൻ. ഞങ്ങൾ പറയുന്നത് മനസിലാക്കാൻ അയാൾക്ക് കഴിവുണ്ടായിരുന്നില്ല. അതേസമയം തന്നെ, ഞങ്ങളുമായി കാണുന്നതിലുള്ള അപകടം വിഭാവനം ചെയ്യാനും അയാൾക്ക് സാധിച്ചിരുന്നില്ല. അതിനാൽ അയാൾതന്നെ ഒരു അപകടമായി മാറാനുള്ള സാധ്യത ഉണ്ടായിരുന്നു. തന്റെ അയൽക്കാരിൽ ചിലരെപ്പറ്റി അയാൾ ഞങ്ങളോടു പറഞ്ഞു. പക്ഷേ, അയാളെ വിശ്വസിക്കാൻ പറ്റുമായിരുന്നില്ല, കാരണം, അത്രയ്ക്ക് ശങ്കിച്ചുള്ളതായിരുന്നു അയാളുടെ സംസാരം.

"ഡോക്ടർ അയാളുടെ കുട്ടികളെ ചികിത്സിച്ചു ..."

(റോജാസ് എന്നായിരുന്നു അയാളുടെ പേര്)

റോജാസിന്റെ രണ്ടു കുട്ടികളെ മടിയിലിരുത്തിക്കൊണ്ട് ചെ ഒരു മരക്കുറ്റിയിൽ കയറിയിരിക്കുമ്പോൾ ആ കർഷകൻ തൊട്ടടുത്തായി വന്നു നിൽക്കുന്നതിന്റെ ഒരു ഫോട്ടോ ഇപ്പോൾ നമ്മുടെ കൈയിൽ കിട്ടിയിട്ടുണ്ട്. ഇയാളുടെ പേര് ഓർത്തിരിക്കണം. എന്തുകൊണ്ടെന്നാൽ നമുക്ക് ഇയാളെ ഇനിയും കണ്ടുമുട്ടേണ്ടതായി വരും ...

കൈയിൽ കൊണ്ടുനടക്കാവുന്ന ഒരു വയർലസ് സെറ്റിന്റെ സഹായത്തോടെ ഒളപ്പോരാളികൾ മനീലയുമായി പതിവായി സമ്പർക്കം പുലർത്തിയിരുന്നു.

അങ്ങനെ ദിവസങ്ങൾ പലതും കടന്നുപോയി. അവർ കൂടുതൽ കൂടുതൽ ഉയരത്തിലേക്ക് മലകയറിക്കൊണ്ടിരുന്നു. അവർ ക്ഷീണിച്ചു വലഞ്ഞു. തീരെ മതിയാവാത്ത ആഹാരവും യാതൊരു ദയയും കാട്ടാത്ത പൂച്ചികളും ഭാരിച്ച ചുമടും അതിന്റെ പട്ട കിടന്നുരയുമ്പോൾ പുറത്തുണ്ടായിരുന്ന വല്ലാത്ത വേദനയും തേഞ്ഞുപൊളിഞ്ഞ ഷൂസും കല്ലും മുള്ളും കുത്തിക്കയറി വേദനിക്കുന്ന പാദങ്ങളും കൂടെക്കൂടെയുള്ള പേമാരിയും എല്ലാംകൂടി അവരെ ശുണ്ഠിപിടിപ്പിച്ചു. ഇടയ്ക്കിടയ്ക്കുണ്ടായിക്കൊണ്ടിരുന്ന കൊച്ചുകൊച്ചു സംഭവങ്ങൾ ക്യൂബക്കാർ തമ്മിൽ തമ്മിലും, ക്യൂബക്കാരും ബൊളീവിയക്കാരും തമ്മിലുമുള്ള കലഹങ്ങൾക്ക് കാരണമായി. ആത്മനിയന്ത്രണം കൈവിട്ടുപോയ ആളുകളെ പറഞ്ഞു സമാധാനിപ്പിക്കാൻ ചെ വളരെയേറെ പരിശ്രമിച്ചു. പക്ഷേ, അച്ചടക്കം പാലിക്കാനുള്ള അദ്ദേഹത്തിന്റെ അഭ്യർഥനകൾക്ക് പരിക്ഷീണരായ ആ മാർച്ചുകാർക്കിടയിൽ മുമ്പത്തെ അത്ര ഫലമൊന്നും ഉണ്ടായില്ല.

തുടക്കം മുതൽ ചെ തന്നെ വലിയ കഷ്ടപ്പാടനുഭവിച്ചു. ഫെബ്രുവരി 4-ലെ ഡയറിക്കുറിപ്പിൽ തന്നെ ഇതെപ്പറ്റി പറയുന്നുണ്ട്: "എനിക്കു പതിനഞ്ചു റാത്തൽ തൂക്കം കുറഞ്ഞിട്ടുണ്ട്. അതിനാൽ, നടക്കാൻ കുറേക്കൂടി എളുപ്പമുണ്ട്. എങ്കിലും ചുമലിലേറ്റി നടക്കുന്ന ചുമടിന്റെ ഭാരം കാരണം തോളിനുള്ള വേദന അസഹ്യമാണ്...."

ഫെബ്രുവരി 12–ലെ കുറിപ്പ് "ഞാനാകെ തളർന്നുകുഴഞ്ഞു."

ഫെബ്രുവരി 23–ലെ കുറിപ്പ് "എനിക്കിത് ശരിക്കും നാരകീയമായ ഒരു ദിവസമായിരുന്നു.... പാറപോലും ഉരുകിപ്പോകുന്ന തീവെയിലത്താണ് നട്ടുച്ചയ്ക്ക് ഞങ്ങൾ യത്ര പുറപ്പെട്ടത്. ഞാൻ താഴെ വീണുപോകുമെന്ന് തോന്നിപ്പോയി. ഒരു ചുരം കടക്കുമ്പോഴാണ് ഈ ബോധക്ഷയം അനുഭവപ്പെട്ടത്. പിന്നീടങ്ങോട്ടു വെറും മനക്കരുത്തുകൊണ്ടാണ് നടന്നുനീങ്ങാൻ കഴിഞ്ഞത്. ഈ പ്രദേശത്തെ ഏറ്റവും കൂടിയ ഉയരം 1420 മീറ്റർ ആണ്."

ഫെബ്രുവരി 26–ാം തീയതി ബെഞ്ചമിൻ എന്നൊരു ബൊളീവിയക്കാരൻ പുഴയിൽ വീണുപോയി. അയാളെ രക്ഷിക്കാനുള്ള ശ്രമമെല്ലാം വിഫലമായതേയുള്ളു. പരേതനെപ്പറ്റി ചെ എഴുതിയിരിക്കുന്നത് ഇങ്ങനെയാണ്. "ദുർബലനും വിരൂപനുമെങ്കിലും വളരെയേറെ വിജയവിശ്വാസമുള്ള ഒരു ചെറുപ്പക്കാരനായിരുന്നു അയാൾ. ഞങ്ങളുടെ പരീക്ഷണങ്ങൾ അയാളെ അമ്പെ തളർത്തിക്കളഞ്ഞു. കായികമായി അയാൾക്കതിനുള്ള സന്നദ്ധത ഉണ്ടായിരുന്നില്ല. അങ്ങനെ റിയോ ഗ്രാൻഡ് നദിക്കരയിൽ ഞങ്ങളുടെ മാമോദീസമുക്കൽ നടന്നു. പക്ഷേ, എന്തൊരർഥമില്ലാത്ത മാമോദീസ ആയിപ്പോയി അത്!"

എന്നിട്ടും ചെയുടെ ശുഭാപ്തിവിശ്വാസത്തിന് ഒട്ടും ഇളക്കം തട്ടിയില്ല. ഫെബ്രുവരിയിലെ പ്രതിമാസ അപഗ്രഥനത്തിൽ അദ്ദേഹം ഇപ്രകാരം രേഖപ്പെടുത്തി: "ക്യാമ്പിലെ കാര്യങ്ങൾ എങ്ങനെയുണ്ടെന്നു നിശ്ചയമില്ലെങ്കിലും ഇവിടെ അനിവാര്യമായ ചില തകരാറുകളൊഴിച്ചാൽ സംഗതികൾ ഏറെക്കുറെ മുറപോലെ നടക്കുന്നുണ്ടെന്നു പറയാം.....

മാർച്ച് വളരെ തൃപ്തികരമായി പുരോഗമിക്കുന്നുണ്ട്. ബെഞ്ചമിന്റെ ജീവഹാനിക്കിടയാക്കിയ ആ സംഭവം മാത്രമേ അതിൽ ഒരു കരിനിഴൽ വീശിയിട്ടുള്ളു. ആളുകളെല്ലാം വളരെ ക്ഷീണിതരാണ്. ബൊളീവിയക്കാരെല്ലാം പിടിച്ചു നിന്നെന്നുവരില്ല. പട്ടിണിയുടെ ആ അവസാനദിവസങ്ങൾ അവരുടെ ഉത്സാഹക്കുറവ് വെളിപ്പെടുത്തി. ഉത്സാക്കുറവെന്നല്ല, അതിലുള്ള ഗണ്യമായ ഇടിവെന്നുതന്നെ പറയാം....

ക്യൂബക്കാരുടെ കാര്യം പറഞ്ഞാൽ, പാച്ചൊ, റൂബിയൊ എന്നീ രണ്ടു പുത്തനാളുകളുടെ സ്ഥിതി അത്ര പന്തിയല്ല. അലക്സാണ്ട്രൊ നല്ല മൂച്ചിലാണ്. പഴമക്കാരിൽ മാർക്കോസ് വല്ലാത്ത കുഴപ്പങ്ങൾ വലിച്ചുവയ്ക്കുന്നുണ്ട്. റിക്കാർഡൊയേയും ആരോപണത്തിൽനിന്ന് ഒഴിവാക്കാനാവില്ല.

അടുത്ത ഘട്ടം ഉശിരനും നിർണായകവുമായിരിക്കണം."

ചെയുടെ യൂണിറ്റ് ക്യാമ്പ് വിട്ടിട്ട് ഒരു മാസം കഴിഞ്ഞിരുന്നു. അവരുടെ ആഹാരത്തിന്റെ സ്റ്റോക്ക് വല്ലാതെ ഇടിഞ്ഞുകൊണ്ടിരുന്നു. പരുന്തിനേയും തത്തയേയും മറ്റും കൂടാതെ കുതിരയിറച്ചിയും അവർ തിന്നിരുന്നു. എല്ലാവർക്കം വയറുകടിപിടിച്ചു. നങ്കാഹുവാസു ക്യാമ്പിലേക്ക്

മടങ്ങാൻ ചെ ഓർഡറിട്ടു. പക്ഷേ, അതത്ര എളുപ്പമായിരുന്നില്ല. അവർക്ക് വഴിതെറ്റി. പട്ടിണികൊണ്ടു വലഞ്ഞ ആളുകൾ ഓർഡർ ലംഘിച്ചുകൊണ്ട് എമർജൻസി റേഷനിൽനിന്നുള്ള ടിൻഭക്ഷണം എടുത്തു കഴിക്കാൻ തുടങ്ങി. മാർച്ച് 4-ന് ചെ തന്റെ ഡയറിയിൽ ഇപ്രകാരം എഴുതി: "ആളുകളുടെ സമരവീര്യം നന്നെ കെട്ടിരിക്കുന്നു. ദിവസം ചെല്ലുന്തോറും അവരുടെ ആരോഗ്യം ക്ഷയിച്ചുകൊണ്ടിരിക്കുകയുമാണ്. എന്റെ കാലുകൾ രണ്ടും നീരുവന്നു വീർത്തിരിക്കുകയാണ്."

മാർച്ച് 7-ാം തീയതി ചെ ഇത്രയും കൂടി കൂട്ടിച്ചേർത്തു: "ആഹാരത്തിന്റെ സ്റ്റോക്ക് ഏതാണ്ടവസാനിച്ച മട്ടായിട്ടും യാത്ര അവസാനിക്കുന്ന ലക്ഷണമൊന്നും കാണുന്നില്ലെന്നതിനാൽ ആളുകൾ വളരെ വളരെ നിരുന്മേഷരായിക്കൊണ്ടിരിക്കുകയാണ്. ഒരാഴ്ച കഴിഞ്ഞ് ഞങ്ങൾക്കിന്ന് നാലു കഴുകന്മാരെ കിട്ടി. അതായിരുന്നു ഞങ്ങളുടെ ഇന്നത്തെ ശാപ്പാട്. പ്രതീക്ഷയ്ക്ക് വിപരീതമായി അതു ഒട്ടും മോശമായിരുന്നുമില്ല. ഞങ്ങളുടെ സാധനങ്ങളെല്ലാം നനഞ്ഞു കുതിർന്നിരിക്കയാണ്. മഴ അവസാനിക്കുന്ന മട്ടും കാണുന്നില്ല. എല്ലാവരും ഒരുവിധം ശുണ്ഠിപിടിച്ചിരിക്കുകയാണ്. മിഗുവെലിന്റെ കാലുകൾ നീരുവന്നു വീർത്തിരിക്കുകയാണ്. വേറെയും ചിലർക്കും ഇതേ ബുദ്ധിമുട്ടുണ്ട് ...."

ഒരു ദിവസം കഴിഞ്ഞ് ഒരു കുതിരയെ കൊന്ന് ഇറച്ചിവച്ചുകൂട്ടാൻ ചെ അനുവാദം നൽകി. കാരണം കാലിന്റെ വീക്കം അപകടകരമായ ഒരു സ്ഥിതിയിലെത്തിക്കഴിഞ്ഞിരുന്നു. "മിഗുവെൽ, ഇൻടി, ഉർബാനൊ, അലക്സാണ്ട്രോ തുടങ്ങി എല്ലാവർക്കും കുറഞ്ഞതോ കൂടിയതോ ആയ തോതിൽ കാലിനു നീരുണ്ട്. എനിക്കും നല്ല ക്ഷീണമുണ്ട്." എന്നാണ് ചെ ഇതെപ്പറ്റി എഴുതിയത്.

ഈ സമയത്താണ് ചെ വലിയ പ്രാധാന്യമൊന്നും കൽപ്പിച്ചില്ലെങ്കിലും യൂണിറ്റിന്റെ ഭാവിയെ സാരമായി ബാധിക്കുന്ന ആ സംഭവമുണ്ടായത്.

മാർച്ച് ആദ്യം മാർക്കോസും മറ്റു ചില ഒളിപ്പോരാളികളും പ്രധാന ക്യാമ്പിൽനിന്ന് ചെയെ അന്വേഷിച്ചു പുറപ്പെട്ടു. വഴിക്കൊരു പെട്രോൾ പമ്പിൽ വച്ച് എപ്പിഫാനിയൊ വർഗാസ് എന്നൊരു കർഷകനുമായി അവർ കണ്ടുമുട്ടാനിടയായി. ഒരു 'മെക്സിക്കൻ എഞ്ചിനീയറായി' ഭാവിച്ച് മാർക്കോസ് ചില വിവരങ്ങൾ അന്വേഷിക്കുകയും ആഹാരസാധനങ്ങൾ വാങ്ങാൻ ശ്രമിക്കുകയും ചെയ്തു. വർഗാസിന് ഈ 'മെക്സിക്കോക്കാരനെ' സംശയം തോന്നി. അയാൾ അതെപ്പറ്റി തന്റെ ഭാര്യയോട് പറഞ്ഞു. ആ സ്ത്രീ ചെന്ന് അക്കാര്യം തന്റെ യജമാനത്തിയോടു പറഞ്ഞു. അവർ അത് തന്റെ ഭർത്താവായ ക്യാപ്റ്റനെ അറിയിച്ചു. ക്യാപ്റ്റൻ ആ വിവരം കാമിറിയിലുള്ള നാലാം സൈനിക ജില്ലാ ആസ്ഥാനത്തിലും എത്തിച്ചു. വർഗാസ് അറസ്റ്റ് ചെയ്യപ്പെടുകയും മാർക്കോസിനെ പിന്തുടരാനയച്ച സൈനിക റോന്തുകാർക്ക് വഴികാട്ടാൻ നിർബന്ധിതനാവുകയും ചെയ്തു. അയാൾ കാട്ടിക്കൊടുത്ത വഴി പട്ടാളത്തെ ഗെറില്ലാകളുടെ ബേസ് ക്യാമ്പിലേക്ക് എത്തിച്ചു.

മടക്കത്തിൽ ചെയുടെ ഗ്രൂപ്പും ഇതേ പെട്രോൾ പമ്പുവഴി പോരാനിടയായി. വളരെയേറെ ആയുധം ധരിച്ച ഒരു മെക്സിക്കോക്കാരനെ ആ വഴിയിൽ കാണാനിടയായിട്ടുണ്ടെന്ന് തദ്ദേശവാസികൾ ചെയുടെ ആളുകളെ അറിയിച്ചു. ഇത് മാർക്കോസായിരിക്കുമെന്ന് അവർ ഊഹിക്കുകയും ചെയ്തു. മാർക്കോസ് ഒരിക്കൽക്കൂടി തന്റെ 'മാഹാത്മ്യം വെളിപ്പെടുത്തി'യെന്നാണ് മാർച്ച് 9-ാം തീയതി ചെ ഇതെപ്പറ്റി ഡയറിയിൽ എഴുതിയിരിക്കുന്നത്. മാർക്കോസിന്റെ ഈ അശ്രദ്ധ പട്ടാളത്തെ ഗെറില്ലാ ക്യാമ്പിന്റെ പടിവാതിൽക്കലേക്ക് തന്നെ എത്തിച്ചു കഴിഞ്ഞിരുന്നുവെന്ന സംഗതി അദ്ദേഹത്തിന് അപ്പോൾ നിശ്ചയമുണ്ടായിരുന്നില്ല.

ചെയുടെ കണക്കുകൂട്ടലനുസരിച്ച് അവർ പണ്ടേ സ്ഥിരം ക്യാമ്പിലെത്തേണ്ടതായിരുന്നു. തൊട്ടടുത്തെവിടെയോ വച്ച് സ്പഷ്ടമായും അവർക്ക് വഴിതെറ്റി. എത്ര ശ്രമിച്ചിട്ടും നങ്കാഹുവാസു നദിക്കരയിലുള്ള അഭയസ്ഥാനത്തെത്താൻ അവർക്ക് കഴിഞ്ഞില്ല.

ഒടുവിൽ, ക്യാമ്പിലെത്തുന്നതിനു വെറും രണ്ടു ദിവസം മുൻപ് നങ്കാഹുവാസുവിന്റെ മറുകരയെത്താനുള്ള ശ്രമത്തിനിടയിൽ ഒരു ചങ്ങാടം മറിഞ്ഞ് കാർലോസ് മുങ്ങിമരിച്ചു. 'കാര്യഗൗരവം, ഉത്സാഹം, അച്ചടക്കം എന്നിവയുടെ കാര്യത്തിൽ പിന്നണിയിലെ ഏറ്റവും മികച്ച ബൊളീവിയക്കാരനായാണ് അയാൾ കണക്കാക്കപ്പെട്ടിരുന്നത്,' ചെ അതു കഴിഞ്ഞപ്പോൾ എഴുതി. കാർലോസിനോടൊപ്പം ചുമലിലേറ്റുന്ന ആറു ഭാണ്ഡങ്ങളും ആറു റൈഫിളുകളും അവരുടെ പക്കലുള്ള വെടിയുണ്ടകളേതാണ്ടാകെയും ആ പുഴ വിഴുങ്ങിക്കളഞ്ഞിരുന്നു.

വഴിതെറ്റിയ അവരാകെ നിരായുധരും പരിക്ഷീണരുമായി. പട്ടിണിയും ശാരീരികവേദനയും, അനാവശ്യമായുള്ള രണ്ടു സഖാക്കളുടെ നഷ്ടവും, തെക്കുകിഴക്കൻ ബൊളീവിയയിലെ ആ വനാന്തരങ്ങളിൽ ഒന്നരമാസത്തോളമുള്ള ഉഴറി നടപ്പിനിടയിൽ അവരെ പിടികൂടിയിരുന്ന അരക്ഷിതബോധവും എല്ലാംകൂടി അവരെ നിരാശയുടെ നടുക്കയത്തിൽ ആഴ്ത്തിയെങ്കിൽ അതിൽ ആശ്ചര്യത്തിനു വകയില്ലല്ലൊ. ചെയുടെ ആരോഗ്യം മറ്റുള്ളവരുടേതിനെക്കാൾ ഒട്ടും മെച്ചമായിരുന്നില്ല. പല സഖാക്കളേയും അപേക്ഷിച്ച് അദ്ദേഹത്തിന്റെ സ്ഥിതി അത്യന്തം ദയനീയമായിരുന്നു. എങ്കിലും സംശയിക്കാനോ പരാതിപ്പെടാനോ അസംതൃപ്തി പ്രകടിപ്പിക്കാനോ അദ്ദേഹത്തിനു അവകാശമുണ്ടായിരുന്നില്ല. എന്തിനെപ്പറ്റി അഥവാ ആരെപ്പറ്റിയാണ് സംശയിക്കുക? ആർക്കെതിരായാണ് പരാതിപ്പെടുക? എന്തിലാണ് അതൃപ്തി പ്രകടിപ്പിക്കുക? തന്നോടുതന്നെയോ? എന്തിന്? ഈ മാർച്ച് അവരുടെ കരുത്തിനും നിശ്ചയദാർഢ്യത്തിനും എല്ലാം നല്ലൊരു പരീക്ഷണമായിരുന്നില്ലേ? ആസന്നമായ യുദ്ധം, അതും സംഖ്യാബലത്തിൽ മുന്നിട്ടു നിൽക്കുന്ന സുശക്തനായ പ്രതിയോഗിക്കെതിരായുള്ള യുദ്ധം, ജയിക്കണമെങ്കിൽ എന്തെന്തു കഷ്ടപ്പാടുകളേയും നേരിടാനും എന്തെന്തു ത്യാഗങ്ങൾ സഹിക്കാനും കഴിവുള്ള ധീരവീര

രായ സൈനികരുണ്ടെങ്കിലല്ലേ പറ്റൂ? ശരിയായ വിപ്ലവകാരികളുണ്ടെങ്കിലല്ലേ ഈ യുദ്ധം വിജയിക്കാൻ കഴിയൂ? തന്റെ സഖാക്കൾ കായികമായും മാനസികമായും തളർന്നിരിക്കുകയാണെന്നതിൽ സംശയമില്ല. അവർ മുറുമുറുക്കുകയും വഴക്കടിക്കുകയും ചെയ്യുന്നുണ്ട്. വിശപ്പു കാരണം അവരുടെ ആർത്തികൂടിയിട്ടുണ്ട്. കൊതുകുകടി അവരെ ശുണ്ഠിക്കാരാക്കിയിട്ടുണ്ട്. ഉറക്കച്ചടവും ക്ഷീണവുംകൊണ്ട് വീർത്ത അവരുടെ കണ്ണുകളിൽ ഒരു രൗദ്രഭാവം നിഴലിച്ചിട്ടുമുണ്ട്. എന്നിട്ടും അവർ മുന്നോട്ട് നീങ്ങുന്നുണ്ടല്ലോ. അവർക്ക് തന്നിലുള്ള, അവരുടെ നേതാവിലുള്ള, വിശ്വാസം എന്നിട്ടും നഷ്ടപ്പെട്ടിട്ടില്ലല്ലോ. മുൻപത്തെപ്പോലെ സാമ്രാജ്യത്വത്തിന്റെ കഴുത്തിനു കുത്തിപ്പിടിക്കാൻ അവരിപ്പോഴും തയാറാണല്ലോ. ഈ പരീക്ഷണങ്ങളെയെല്ലാം അവർ അതിജീവിച്ചിട്ടുണ്ടല്ലോ. അങ്ങനെയുള്ളവർ നമ്മെ ഒരിക്കലും നിരാശപ്പെടുത്തുകയില്ല.

നാൽപ്പത്തിയെട്ടാം ദിവസമായ മാർച്ച് 19–ാം തീയതി അവർ ബേസ് ക്യാമ്പിന് അടുത്തെത്തി. പക്ഷേ, ഇനിയും ആഹ്ലാദിക്കാറായിക്കഴിഞ്ഞിരുന്നില്ല. ഒരു പട്ടാളവിമാനം മുകളിൽ വട്ടം ചുറ്റിയിരുന്നു. ഒടുവിൽ വൈകുന്നേരമായപ്പോഴേക്ക് അവർ എൽ നേഗ്രൊ എന്ന പെറുവിയൻ ഡോക്ടറുടെ അടുക്കലെത്തി. അദ്ദേഹം അവരെ കാത്തിരിക്കുകയായിരുന്നു. ക്യാമ്പിലെ വിവരമെല്ലാം അദ്ദേഹം ചെയെ ധരിപ്പിച്ചു. ദേബ്രെ, താന്യ, ചീനൊ, മോയിസെ, മോയിസെയുടെ ആളുകൾ, പെലാഡൊ (സീറൊ റോബർട്ടൊ ബസ്റ്റോസ് എന്ന അർജന്റീനക്കാരൻ) എന്നിവരെല്ലാം മാർച്ച് അഞ്ചുമുതൽ ബേസ്ക്യാമ്പിലുണ്ട്. ഇതെല്ലാം കേൾക്കാൻ സുഖമുള്ള സംഗതികളാണ്. പക്ഷേ, അത്രയ്ക്ക് സുഖമില്ലാത്ത വാർത്തകളാണ് ഇനി അറിയിക്കാനുള്ളത്. കലാമിന ബൊളീവിയൻ അധികൃതരുടെ ശ്രദ്ധയിൽ പെട്ടുകഴിഞ്ഞു. വിസേന്റെ റൊക്കബാഡൊ എന്നും പാസ്റ്റർ ബരേര എന്നും പേരായ മോയിസെയുടെ രണ്ടാൾക്കാർ ഒളിച്ചോടിയിരുന്നു. അവർ കാമിറിയിൽചെന്ന് അധികൃതരെ വിവരം അറിയിച്ചിരിക്കണം. അല്ലെങ്കിൽ അൾഗരനാസ് അവരെ തല്ലിപ്പറയിപ്പിച്ചിരിക്കണം. ഏതായാലും, ബേസ് ക്യാമ്പിന്റെ പരിസരങ്ങളിൽ കുറേ പട്ടാളക്കാർ (മാർക്കോസിനെ പിന്തുടർന്നു വന്നവർ തന്നെയായിരിക്കണം ഇവർ) പതുങ്ങി നടന്നിരുന്നു. മാർച്ച് 17–ാം തീയതി സലുച്ചൊ എന്നു പേരായ മോയിസെയുടെ മറ്റൊരു വോളണ്ടിയറും അവരുടെ കൈയിൽ അകപ്പെട്ടു. അതിനുശേഷം പോലീസുകാർ വന്ന് റാഞ്ചിനകമാകെ പരിശോധന നടത്തി. ഒളിപ്പോരാളികൾ അവിടെയുണ്ടായിരുന്നുവെന്നതിന് അവർക്കു തെളിവുകിട്ടി. രാഷ്ട്രീയസാഹിത്യവും അതുപോലുള്ള സാധനങ്ങളും, ഇതൊന്നും അവിടെ വച്ചേക്കരുതെന്ന് ചെ കർശനമായി പറഞ്ഞേൽപ്പിച്ചിരുന്നതാണ്. മൂന്നു ദിവസം മുൻപാണ് പോലീസിന്റെ കൈയേറ്റം ഉണ്ടായത്. അന്നു മുതൽക്കു അറുപതോളംവരുന്ന ഒരു പൊലീസ് സേന ബേസ് ക്യാമ്പിനടുത്തുള്ള സ്ഥലമാകെ ചികഞ്ഞു നടക്കുന്നുണ്ട്. ഏതു സമയത്തും പട്ടാളം ബേസ് ക്യാമ്പിൽ എത്തി ആക്രമണം ആരംഭിക്കാവുന്നതാണ്.

ഈ സാധ്യത ബേസ്ക്യാമ്പിൽ അപ്പോഴുണ്ടായിരുന്ന മുപ്പതോളം ആളുകൾക്കിടയിൽ അങ്കലാപ്പല്ലെങ്കിൽ ഉൽക്കണ്ഠയെങ്കിലും ഉളവാക്കി. മാർച്ച് 20-ാം തീയതി ചെ തന്റെ ഡയറിയിൽ ഇപ്രകാരം രേഖപ്പെടുത്തി: "തീരെ ശുഭാപ്തിവിശ്വാസമില്ലാത്ത ഒരന്തരീക്ഷമാണിവിടെയുള്ളത്.... സർവതും കുത്തഴിഞ്ഞു കിടക്കുകയാണ്. എന്തു ചെയ്യണമെന്ന് ആർക്കും ഒരു എത്തും പിടിയുമില്ല ."

സ്ഥിതിഗതികളെപ്പറ്റി കേട്ടതിനുശേഷം ചെ കാര്യങ്ങൾക്ക് ഒരുവിധം അടുക്കും ചിട്ടയും ഉണ്ടാക്കാൻ തുടങ്ങി. അദ്ദേഹം ഔട്ട്പോസ്റ്റുകൾ സ്ഥാപിക്കാൻ ഏർപ്പാടുണ്ടാക്കി. അച്ചടക്കം പുനഃസ്ഥാപിച്ചതിനുശേഷം അദ്ദേഹം ആളുകളെ ഒരു മാർച്ചിന് തയാറാക്കാൻ തുടങ്ങി. കാരണം, ഇനിയും ബേസ്ക്യാമ്പിൽ തുടരുന്നത് വളരെ അപകടകരമായിരുന്നു. അധികൃതരുടെ ശ്രദ്ധയിൽപെട്ടുകഴിഞ്ഞ അവിടെ ഒരു കെണിയായി മാറി യിരുന്നു.

ചെയുടെ ആഗമനത്തോടെ ഉത്സാഹം പൊതുവിൽ വർധിച്ചെങ്കിലും പേടിപ്പെടുത്തുന്ന സംഭവങ്ങളുടെ മലവെള്ളപ്പാച്ചിൽ കണ്ട് പലരും പേടിക്കുകയല്ലെങ്കിൽ ചിന്താക്കുഴപ്പത്തിൽ പെടുകയെങ്കിലും ചെയ്തു. വിശേഷിച്ചും പുത്തനാളുകൾ.

മാർട്ട് 21, 22 തീയതികൾ തയാറെടുപ്പുകൾക്കും ചർച്ചകൾക്കുമായി വിനിയോഗിക്കപ്പെട്ടു. പെറുക്കാരൻ ചീനൊയുമായും അർജന്റീനക്കാരൻ പെലാഡൊയുമായും ദേബ്രെയുമായും താന്യയുമായും ചെ ചർച്ചകൾ നടത്തി. ക്യൂബയിൽ പോയിവന്നതിനുശഷം ചീനൊയ്ക്ക് പെറുവിൽ ഒളി പ്പോർ പ്രവർത്തനം സംഘടിപ്പിക്കുന്നതിലുള്ള ആവേശം പതിന്മടങ്ങു വർധിച്ചിരുന്നു. "പതിനഞ്ചുപേരുള്ള ഒരു ഗ്രൂപ്പുമായി പ്രവർത്തനം തുട ങ്ങാനാണ് അയാളുടെ ഉദ്ദേശം" ചെ ഇതെപ്പറ്റി ഡയറിയിൽ എഴുതി. "അയാക്കുച്ചൊ മേഖലയിലായിരിക്കും അയാൾ നിൽക്കുക. സമീപഭാ വിയിൽ അയാളുടെ അഞ്ചുപേരെ എന്റടുക്കലേക്ക് അയക്കേണ്ടതാ ണെന്നും ഞങ്ങൾ തീരുമാനിച്ചു. പിന്നീട് പതിനഞ്ചു പേരേക്കൂടി അയ യ്ക്കും. കുറച്ചുകാലത്തെ സമരാനുഭവം നേടിയതിനുശേഷം അവർ തിരി ച്ചുപോകും. ചീനൊ വളരെ ഉത്സാഹഭരിതനാണ്."

പെലാഡൊയുമായുള്ള ചർച്ചകളും അത്രതന്നെ ആശാവഹമായി രുന്നു. താൻ പറയുന്നതെന്തും ചെയ്യാൻ അയാൾ തയാറായിരുന്നുവെ ന്നാണ് ചെ എഴുതുന്നത്. പെലാഡൊ അർജന്റീനയിലെ ചെയുടെ അനു യായികളുടെ ഒരു ഗ്രൂപ്പിന്റെ നേതൃത്വം ഏറ്റെടുക്കാൻ സമ്മതിച്ചു. അവർ ചെയുടെ നിർദേശപ്രകാരം രാജ്യത്തിന്റെ വടക്കൻ ഭാഗങ്ങളിൽ പ്രവർ ത്തനം ആരംഭിക്കാൻ തയാറായി നിൽക്കുകയായിരുന്നു.

ദേബ്രെയ്ക്കും യഥാവിധി നിർദേശം നൽകപ്പെട്ടു. താൻ ചെയുടെ യൂണിറ്റിന്റെ കൂടെ അതിന്റെ ഒരു ചരിത്രകാരനായി നിൽക്കാനാണുദ്ദേശി ക്കുന്നതെന്ന് ദേബ്രെ പറഞ്ഞു. എന്നാൽ, ഫ്രാൻസിൽ ചെന്ന് ഒളിപ്പോരാ

ളികൾക്ക് വേണ്ടി പിന്തുണ സംഘടിപ്പിക്കുന്നതായിരിക്കും കൂടുതൽ പ്രയോജനകരമെന്ന് ചെ പ്രസ്താവിച്ചപ്പോൾ അയാൾ സസന്തോഷം അതംഗീകരിക്കുകയാണുണ്ടായത്. "കല്യാണം കഴിഞ്ഞ് ഒരു കുഞ്ഞുണ്ടായിക്കാണുകയെന്നതാണ്" തന്റെ ഏറ്റവും വലിയ ആഗ്രഹമെന്ന് ആ യുവാവ് തുറന്നുസമ്മതിച്ചു. ഈ വരികൾ തന്റെ ഡയറിയിലേക്ക് പകർത്തുമ്പോൾ ചെയുടെ മുഖത്ത് പൊട്ടിവിരിഞ്ഞിരിക്കാനിടയുള്ള പരിഹാസം നിറഞ്ഞ പുഞ്ചിരി നമുക്കൂഹിക്കാവുന്നതേയുള്ളു. അടിതെറ്റിയാൽ ആനയും വീഴുമെന്നാണല്ലോ പഴഞ്ചൊല്ല്. ഉദാത്തതയിൽ നിന്ന് വങ്കത്തത്തിലേക്ക് വഴുതിവീഴാൻ വലിയ പ്രയാസവുമില്ലല്ലൊ. യുവാവായ ഈ ഫ്രഞ്ച് നരവംശശാസ്ത്രജ്ഞനെപ്പറ്റി ഇതിൽ കൂടുതൽ കർക്കശമായി ഒന്നും പറയേണ്ടതില്ല. എന്തുകൊണ്ടെന്നാൽ ഈ ചെറുപ്പക്കാരനും അയാളുടെ കയ്പേറിയ അനുഭവങ്ങൾ വരാനിരിക്കുന്നതേ ഉണ്ടായിരുന്നുള്ളു...

ഏതായാലും ഒരു കാര്യം വ്യക്തമായിരുന്നു. ബേസ്ക്യാമ്പ് വിട്ടുപോകുന്നതിൽ ഒട്ടും കാലതാമസം വരുത്തിക്കൂടാ. സർക്കാർ പട്ടാളം ഏതുസമയത്തും അവിടം വളയാൻ സാധ്യതയുണ്ട്. അഥവാ പട്ടാളം വന്നാലും ആയുധങ്ങൾ ഒളിച്ചുവച്ചിരിക്കുന്ന പോതുകൾ അവരുടെ ശ്രദ്ധയിൽ പെടരുതേ എന്നു പ്രാർഥിക്കാനേ നിവൃത്തിയുണ്ടായിരുന്നുള്ളു. ഒളിപ്പോരാളികളുടെ വിജയം കൗശലപൂർവം ഒഴിഞ്ഞുമാറാനുള്ള അവരുടെ കഴിവിനെ മാത്രം ആശ്രയിച്ചിരുന്നു. തൽക്കാലത്തേക്ക് എവിടെയെങ്കിലും പോയി മറയുകയല്ലാതെ, മായാവികളെപ്പോലെ അദൃശ്യ ഗെറില്ലകളായിത്തീരുകയല്ലാതെ അവർക്ക് മറ്റു പോംവഴികളൊന്നുമുണ്ടായിരുന്നില്ല. വീണ്ടും എവിടെയെങ്കിലും പൊന്തിയാൽ അത് തീരെ പ്രതീക്ഷിക്കാത്ത സ്ഥലത്തായിരിക്കുകയും വേണം. ഒളിപ്പോർയുദ്ധമുറകൾ ചെയ്ക്ക് നല്ല നിശ്ചയമുണ്ടായിരുന്നു. നിരായുധരായ ജനങ്ങൾക്കെതിരായി മാത്രം പടവെട്ടുന്നതിൽ നിപുണരായ ബൊളീവിയൻ ജനറൽമാരെ പറ്റിക്കാൻ തനിക്ക് കഴിയുമെന്ന് ചെയ്ക്ക് ഉറപ്പുമുണ്ടായിരുന്നു.

പക്ഷേ, ഇതിനിടയിൽ അണികൾക്കിടയിൽ വല്ലാത്ത മാനസികസംഘർഷം തലപൊക്കിയിരുന്നു. ആളുകൾ കൂടെക്കൂടെ അന്യോന്യം കലഹിച്ചു. അവരിൽ ചിലർ ചെയുടെ നിർദേശം നടപ്പിലാക്കാൻ വിസമ്മതിക്കുകപോലും ചെയ്തു. മാർച്ച് 22-ലെ ഡയറിക്കുറിപ്പിൽ ഇക്കാര്യം നിർദാക്ഷിണ്യമായി ചെ ചൂണ്ടിക്കാട്ടുന്നുണ്ട്. ഇൻടി വന്ന് മാർക്കോസിന്റെ മര്യാദകേടിനെപ്പറ്റി പരാതിപ്പെട്ടു. ഞാനയാളുടെ നേരെ ചാടിക്കയറി. കേട്ടത് ശരിയാണെങ്കിൽ യൂണിറ്റിൽനിന്ന് പുറത്താക്കേണ്ടിവരുമെന്ന് ഞാൻ മാർക്കോസിനെ അറിയിച്ചു, അതിലും നല്ലത് തന്നെ വെടിവച്ചുകൊല്ലുന്നതായിരിക്കുമെന്നായിരുന്നു അയാളുടെ മറുപടി...

"വൈകുന്നേരമായതോടെ സ്കൗട്ടുകൾ (ദൗത്യം നിറവേറ്റാതെ) തിരിച്ചെത്തിയപ്പോൾ ഞാൻ നാവുകൊണ്ട് അവരെ ശരിക്കൊന്നലക്കി.

ഓളൊ വളരെ കുപിതനായി യൂണിറ്റിലെ എല്ലാ സ്ഥാനങ്ങളും രാജിവ യ്ക്കുകയാണെന്നു പറഞ്ഞു. വളരെ പ്രചണ്ഡവും സ്ഫോടനാത്മകവു മായ അന്തരീക്ഷത്തിലാണ് യോഗം നടന്നത്. അവസാനിച്ചപ്പോഴും സ്വരം നന്നായിരുന്നില്ല."

ഇവിടെ ക്ഷുഭിതരും പരിക്ഷീണരുമായ തന്റെ പടയാളികളോട്, ഒരു കമാൻഡർ പറയേണ്ടതെല്ലാം അദ്ദേഹം അവരോട് പറഞ്ഞു. പുത്തനാ ളുകളും അതിഥികളും ഉൾപ്പെടെ 47 പേരടങ്ങിയ ആ യൂണിറ്റ് ഒന്നായി പ്രവർത്തനത്തിലേക്ക് നീങ്ങാനുള്ള സമയമായിരുന്നു അത്.

കുറിപ്പുകൾ

1. സ്പാനിഷ് ഭാഷയിൽ കലാമിന എന്നു പറയുന്ന ജി ഐ ഐ ഷീറ്റുകൾ മേഞ്ഞ വീടുകൾ ഉണ്ടായിരുന്നതുകൊണ്ടാണ് അതിന് ഈ പേര് കിട്ടിയത്.
2. സീറൊ അൾഗരനാസ് എന്ന ധനികകൃഷിക്കാരന്റെ കാര്യമാണ് ചെ ഇവിടെ പറയുന്നത്.
3. ബിഗോട്ടെസ്-ഒരു ബൊളീവിയൻ വിദ്യാർഥിയായ ജോർജ് വാസ്ക്വെസ് മച്ചി യാഡൊ വിയാന. ലോറൊയെന്നും വെറുതേ ജോർജെന്നും പറഞ്ഞുകാണു ന്നുണ്ട്.
4. ശരീരം തുളച്ചു കയറി മുട്ടയിട്ടിട്ടുപോകുന്ന ഒരു തരം പ്രാണികളെയാണ് ഇവിടെ ഉദ്ദേശിക്കുന്നത്. കടിച്ച ഭാഗത്ത് ഭയങ്കര ചൊറിച്ചിൽ അനുഭവപ്പെടും.

7

വീണ്ടും സമരത്തിന്റെ പടഹധ്വനി

പ്രഭാഷകരേ! നാവടക്കൂ! സഖാവ് മൗസേർ! ഇനിയീ അരങ്ങ് താങ്കൾക്ക്!

മയക്കോവ്സ്കി

ഞാൻ അമേരിക്കയുടെ മടിത്തട്ടിൽ പിറന്നവനാണ്. എല്ലാറ്റിനും ഞാൻ അവളോട് കടപ്പെട്ടിരിക്കുന്നു. ഞാൻ എന്തിനായി എന്റെ ജീവിതം അർപ്പിച്ചിരിക്കുന്നുവോ അതിന്റെ വളർച്ചയുടേയും പൊളിച്ചെഴുത്തിന്റെയും സത്വരമായ ശക്തിവർധനയുടേയും ജന്മദേശമാണ് അമേരിക്ക. കയ്പ്പുരസം നിറഞ്ഞ ഒരു കോപ്പ മൃദുലമായ ചുണ്ടുകൾക്കു ചേർന്നതല്ല. ഒരു വിഷസർപ്പത്തിനും ഒരു വീരപുരുഷന്റെ മാറിടത്തിൽ കൊത്താൻ കഴിയുകയുമില്ല.

ജോസെ മാർട്ടി

മാർച്ച് 20–ാം തീയതി കലാമിനയ്ക്കടുത്തുവച്ച് ലോറൊ ഒരു പട്ടാളക്കാരനെ വെടിവച്ചു. ഇതിൽ സംഭ്രമംപൂണ്ട പട്ടാളം ഗെറില്ലാകളെ അന്വേഷിച്ച് അവിടമാകെ ചികയാൻ തുടങ്ങി. മാർക്കോസിന്റെ പിന്നാലെ വന്ന അതേ സൈനികറോന്തുകാർ മാർച്ച് 23–ാം തീയതി റൊളാൻഡോയുടെ കെണിയിൽ വന്നു ചാടി. ഗെറില്ലാകളുടെ അഞ്ചോ ആറോ വെടി കഴിഞ്ഞതോടെ ആ സൈനികറോന്തുകാരുടെ ദളം ഭൂമുഖത്തു നിന്ന് അപ്രത്യക്ഷമായി. ഒളിപ്പോരാളികളുടെ എല്ലാ ശുഭപ്രതീക്ഷകളേയും വെല്ലുന്നതായിരുന്നു ഈ ആദ്യ സംഘട്ടനത്തിന്റെ ഫലം. ഒറ്റുകാരനായ വാർഗാസുൾപ്പെടെ ഏഴു പേർ കൊല്ലപ്പെടുകയും പതിന്നാലുപേർ തടവുകാരാക്കപ്പെടുകയും ചെയ്തു. ഇക്കൂട്ടത്തിൽ മുറിവുപറ്റിയിരുന്ന ഏഴുപേർക്ക്

ഗെറില്ലാഡോക്ടർമാർ സത്വരമായ വൈദ്യസഹായം നൽകി. തടവുകാരുടെ കൂട്ടത്തിൽ ഒരു മേജറും ഒരു ക്യാപ്റ്റനും ഉണ്ടായിരുന്നു.

ശത്രുവിന്റടുക്കൽനിന്നു പിടിച്ചെടുത്ത മുതല് കണ്ടാൽ ഏതൊരു ഒളിപ്പോരുകാരനും തലച്ചുറ്റൽ വരും. 16 മൗസർ റൈഫിളും രണ്ടായിരം ചുറ്റു വെടിയുണ്ടയും, മൂന്നു മോർട്ടാർ പീരങ്കിയും 64 റോക്കറ്റും, രണ്ടു ബസൂക്കാ പീരങ്കിയും ഈരണ്ട് ഡ്രമ്മുകളോടുകൂടിയ മൂന്നു സബ് മെഷീൻ ഗണ്ണും രണ്ട് കാർടിഡ്ജ് ബെൽട്ടുകളോടൊപ്പമുള്ള 20 കാലിബറിന്റെ ഒരു മെഷീൻ ഗണ്ണുമാണ് അവർക്ക് കിട്ടിയത്. തടവുകാർക്ക് രാഷ്ട്രീയ ക്ലാസെടുത്തിട്ട് വിട്ടയച്ചേക്കാൻ ചെ നിർദേശം നൽകി. തടവുകാരായ ഓഫീസർമാരുടെ പെരുമാറ്റം ശ്ലാഘനീയമായിരുന്നെന്ന് ചെ തന്റെ ഡയറിയിലെഴുതി. അവർ തങ്ങൾക്കറിയാവുന്ന സർവസംഗതികളും കിളി പറയുമ്പോലെ പറഞ്ഞുകൊടുത്തു. ഗെറില്ലാകളുടെ കൂടെ ചേരാൻ ആ മേജർ തയാറായി. പട്ടാളത്തിൽനിന്ന് ഉടനെ രാജിവച്ചില്ലെങ്കിലും, വേഗം തന്നെ അങ്ങനെ ചെയ്തുകൊള്ളാമെന്ന് അയാൾ ഏറ്റു. ക്യാപ്റ്റൻ ഏതാണ്ടൊരനുഭാവിതന്നെ ആയിരുന്നു. കമ്യൂണിസ്റ്റ് പാർട്ടി സഖാക്കൾ പറഞ്ഞിട്ടാണ് താൻ പട്ടാളത്തിൽ ചേർന്നതെന്ന് അയാൾ സത്യംചെയ്തു പറഞ്ഞു. തന്റെ ഒരു അനിയൻ ക്യൂബയിൽ വിദ്യാർഥിയാണെന്നും അയാൾ പറഞ്ഞു. അയാൾ ഗെറില്ലാകളുമായി സഹകരിക്കാൻ തയാറുള്ള വേറെയും രണ്ട് ഓഫീസർമാരുടെ പേരു പറഞ്ഞുകൊടുത്തു. നങ്കാഹുവാസു നദിയുടെ ഇരുകരകളിലും കൂടി വന്ന് ഗെറില്ലാപാളയത്തെ വളയുന്നതിനുള്ള പട്ടാളത്തിന്റെ പരിപാടിയും ആ തടവുകാർ വെളിപ്പെടുത്തി.

അങ്ങനെ സർക്കാർപട്ടാളവുമായുള്ള ആദ്യത്തെ ഏറ്റുമുട്ടൽ ഗെറില്ലാകൾക്ക് ഒരു വൻവിജയമായിരുന്നെന്നു തോന്നാം. പക്ഷേ, അത് അവരുടെ സ്ഥിതി അത്യന്തം ജടിലമാക്കുകയും ചെയ്തുവെന്നതാണ് സത്യം. ആ ഏറ്റുമുട്ടൽ യുദ്ധത്തിന്റെ ആരംഭത്തെ കുറിച്ചു. പക്ഷേ, ഒളിപ്പോരാളികൽ ഇനിയും അതിനു വേണ്ടത്ര തയാറായിരുന്നില്ല. 1967 അവസാനം വരെയെങ്കിലും നങ്കാഹുവാസുവിൽ പിടിച്ചുനിന്നിട്ട് പിന്നീടു മാത്രം സൈനിക നടപടികളിലേക്ക് നീങ്ങാനായിരുന്നു ചെയുടെ പ്ലാനെന്നാണ് അദ്ദേഹത്തിന്റെ സഹപ്രവർത്തകർ പറയുന്നത്. അപ്പോഴേക്ക് പെറുവിലും വടക്കൻ അർജന്റീനയിലും ഒളിപ്പോർ കേന്ദ്രങ്ങൾ രൂപം കൊണ്ടിരിക്കുമെന്നായിരുന്നു അദ്ദേഹത്തിന്റെ കണക്കുകൂട്ടൽ. ആ കേന്ദ്രങ്ങൾ സംഘടിപ്പിക്കാനുള്ളവർ ഇപ്പോൾ പക്ഷേ അദ്ദേഹത്തിന്റെ കൂടെത്തന്നെയായിരുന്നു. അവർക്ക് സുരക്ഷിതമായി പുറത്തുകടക്കാൻ സാധ്യത കുറവുമായിരുന്നു.

കൂടാതെ, ആദ്യത്തെ വെടിയും ആദ്യത്തെ രക്തംചൊരിച്ചിലും മോയിസെ ഗുവേരയുടെ രാഷ്ട്രീയ പക്വതയില്ലാത്ത ചില വോളണ്ടിയർമാരെ പേടിപ്പെടുത്തുകയും ചെയ്തിരുന്നു. അവരുടെ ഭീരുത്വം ചെയെ

അത്യന്തം ക്ഷുഭിതനാക്കി. മാർച്ച് 24-ലെ ഡയറിക്കുറിപ്പിൽ പറയുന്നത് നോക്കുക: "പുതുതായി എത്തിയ ആ ശപ്പന്മാരേയും കൊണ്ട് നാറ്റൊയും കൊക്കോയും മുകളിലത്തെ ക്യാമ്പിലേക്ക് പുറപ്പെട്ടെങ്കിലും പകുതിദൂരം ചെന്നപ്പോഴേക്ക് അവർക്ക് തിരിച്ചുപോരേണ്ടിവന്നു. കാരണം ആ തെണ്ടികൾ അവിടുന്നങ്ങോട്ടു ഒരടി മുന്നോട്ട് നീങ്ങാൻ തയാറുണ്ടായിരുന്നില്ല. അവന്മാരെ കെട്ടുകെട്ടിക്കേണ്ടിവരും." പിറ്റേന്ന് ചെ നാല് ബൊളീവിയക്കാരെ അനുസരണക്കേടിന് ഗെറില്ലാസ്ഥാനത്തുനിന്ന് പുറത്താക്കുകയും അവരുടെ സാധനങ്ങൾ കണ്ടുകെട്ടുകയും, അവരുടെ പുകവലി സപ്ലൈ നിറുത്തലാക്കുകയും അവർക്കുള്ള ആഹാരം നിറുത്തുമെന്ന് ഭീഷണിപ്പെടുത്തുകയും ചെയ്തു.

എങ്കിലും സീറാ മെസ്ത്രയിലെ ആദ്യദിവസങ്ങളുമായി താരതമ്യപ്പെടുത്തുമ്പോൾ ഇവിടുത്തെ തുടക്കം എത്രയോ ഗംഭീരമായിരുന്നു. അവിടെ ആ ഒളിപ്പോരാളികൾ തകർത്തുതരിപ്പണമാക്കപ്പെട്ടിരുന്നു. അവരുടെ കൂട്ടത്തിലുള്ള അറുപതോളംപേർ കൊല്ലപ്പെടുകയോ പരുക്കേൽപിക്കപ്പെടുകയോ ഓടിപ്പോവുകയോ ചെയ്തിരുന്നു. ആയുധങ്ങൾ ഏതാണ്ടപ്പാടെ അവർക്ക് നഷ്ടപ്പെട്ടിരുന്നു. ഇവിടെയാകട്ടെ, ആദ്യത്തെ ഏറ്റുമുട്ടലിൽ തന്നെ ഇവർക്ക് ശത്രുവിന്റെ മേൽ നിർണായകമായ ഒരു പ്രഹരമേൽപിക്കാൻ കഴിഞ്ഞിരുന്നു. ചെയുടെ കൂടെ എല്ലാവിധ ആയുധങ്ങളുമുള്ള 35 പോരാളികൾ ഉണ്ടായിരുന്നു. അലേഗ്രിയാ ദ് പിയൊ കഴിഞ്ഞപ്പോൾ ഫിദലിന് അണിനിരത്താൻ കഴിഞ്ഞിരുന്നത് വെറും പന്ത്രണ്ടു പേരെയാണ്. അങ്ങനെ ഇവിടുത്തെ തുടക്കം എന്തുകൊണ്ടും ശുഭോദർക്കമായിരുന്നു.

പട്ടാളത്തിന്റെ അടുത്ത നീക്കമെന്തെന്നറിയാൻ അവർ കാത്തിരുന്നു. പക്ഷേ, അവർക്ക് അധികം കാത്തിരിക്കേണ്ടിവന്നില്ല. ഏറ്റുമുട്ടൽ കഴിഞ്ഞയുടൻ തന്നെ ക്യാമ്പിനെതിരായി ശത്രു ഒരു ബോംബാക്രമണം തുടങ്ങി. ചെയുടെ ഭാഷയിൽ അത് ക്യാമ്പിൽ വലിയ കോളിളക്കം സൃഷ്ടിച്ചു. ഹെലികോപ്റ്ററുകളും തൊട്ടുമുകളിൽ വട്ടംകറങ്ങി.

മാർച്ച് 25-ാം തീയതി ഒളിപ്പോരാളികളുടെ ഒരു യോഗം വിളിച്ചുകൂട്ടപ്പെട്ടു. അവരുടെ യൂണിറ്റിന് ബൊളീവിയൻ വിമോചനസേന എന്നു പേരിടാനും ജനങ്ങൾക്കിടയിൽ ഒരു യുദ്ധ കമ്യൂണിക്കെ വിതരണം ചെയ്യാനും അവിടെവച്ച് തീരുമാനിക്കപ്പെട്ടു.'

മാർച്ച് 27-ാം തീയതി മാത്രമാണ് നങ്കാഹുവാസു മേഖലയിൽ വച്ച് ഗെറില്ലാകളുമായുണ്ടായ ഈ ഏറ്റുമുട്ടലിന്റെ സംഭ്രമജനകമായ വാർത്ത റേഡിയോയിലൂടെ പ്രക്ഷേപണം ചെയ്യപ്പെട്ടത്. അപ്പോഴും മാനംകാക്കാനായി അവർ ധാരാളം നുണകൾ അടിച്ചുവിട്ടു. ഗെറില്ലാകളുടെ ആൾനഷ്ടം തങ്ങളുടേതിനെക്കാൾ ഒന്നധികമാണെന്നും മുറിവേറ്റ ഗവൺമെന്റ് പട്ടാളക്കാരെ ഒളിപ്പോരാളികൾ വെടിവച്ചു കൊന്നെന്നും നാല് ഒളിപ്പോരാളികളെ തടവുകാരായി പിടിച്ചിട്ടുണ്ടെന്നും ഇവരിൽ രണ്ടുപേർ വിദേ

ശികളാണെന്നും അവർ തട്ടിമൂളിച്ചു. ഇതെല്ലാം നുണയായിരുന്നെങ്കിലും ഇതിൽ നിന്ന് മറ്റൊരു കാര്യം വ്യക്തമായി. ചെയുടെ യൂണിറ്റിൽ ആരൊക്കെയാണുള്ളതെന്ന് സർക്കാരിന് ഭംഗിയായറിയാം. ഒളിച്ചോടിയവരും തടവുകാരും പോലീസിന് ധാരാളം വിവരങ്ങൾ നൽകിയിട്ടുണ്ട്. താന്യയുടെ പ്രവർത്തനം പരസ്യമായിക്കഴിഞ്ഞു.

ചെ ഇതെപ്പറ്റി എഴുതിയത് ഇങ്ങനെയാണ്. സംഗതികൾ മൊത്തത്തിൽ നോക്കുമ്പോൾ താന്യയുടെ പങ്കെന്തെന്ന് ഇപ്പോൾ അവർക്ക് വ്യക്തമായിരിക്കും. അങ്ങനെ രണ്ടുകൊല്ലത്തെ ക്ഷമാപൂർവമായ കഠിനാദ്ധ്വാനം മുഴുവൻ വെള്ളത്തിലായി. ഇനി ഇപ്പോൾ നമ്മുടെ അതിഥികൾക്ക് ഇവിടെ വിട്ടുപോകാൻ വളരെ പ്രയാസമുണ്ട്. സ്ഥിതിഗതികളിലുണ്ടായ ഈ മാറ്റം ഡാന്റണെ (ദേബ്രെയെ) ഒരുതരത്തിലും സന്തുഷ്ടനാക്കിയില്ലെന്നാണ് എനിക്ക് തോന്നിയത്."

പിന്നീട് കുറേ ദിവസത്തേക്ക് റേഡിയോയിലൂടെ പല ഭീകരതകളെപ്പറ്റിയും വിളിച്ചു കൂവിയതല്ലാതെ കാര്യമായ സംഭവങ്ങളൊന്നും നടന്നില്ല. ഒരുക്കങ്ങളിലായതു കൊണ്ടായിരിക്കണം, ഒരു ഏറ്റുമുട്ടലിന് പട്ടാളം യാതൊരു ശ്രമവും നടത്തിയില്ല.

ഇതിനിടയിൽ യൂണിറ്റിൽ അച്ചടക്കലംഘനങ്ങളും ബൊളീവിയക്കാരും ക്യൂബക്കാരും തമ്മിലുള്ള സംഘർഷങ്ങളും ഏറിയേറിവന്നു. മാർച്ച് 31-ാം തീയതി ഗെറില്ലാ പ്രസ്ഥാനത്തിന്റെയാകെ പൊളിച്ചിലിനെപ്പറ്റി വീറോടെ പ്രസംഗിച്ച ബൊളീവിയക്കാരനായ ലോറൊയോട് ചെയ്ക്ക് പിന്നെയും മുഖംകറുത്ത് സംസാരിക്കേണ്ടിവന്നു. അന്നുതന്നെ സർക്കാർ പട്ടാളം കടന്നാക്രമണത്തിനൊരുങ്ങി. ശൂന്യമായ റാഞ്ചിൽ പീരങ്കി ആക്രമണവും ബോംബിങ്ങും നടത്തിയതിനുശേഷം അവർ കലാമിന കൈയടക്കി.

മാർച്ച് മാസത്തെപ്പറ്റിയുള്ള വിലയിരുത്തൽ നടത്തിക്കൊണ്ട് ചെ എഴുതി: "സംഭവബഹുലമായിരുന്നു ഈ മാസം. ഇപ്പോഴത്തെ സ്ഥിതി ഇതാണ്. അരക്കിട്ടുറപ്പിക്കലിന്റേയും നിർദാക്ഷിണ്യമായ ആത്മശുദ്ധീകരണത്തിന്റേയും ഘട്ടത്തിലൂടെ കടന്നുപൊയ്ക്കൊണ്ടിരിക്കുകയാണ് യൂണിറ്റിപ്പോൾ. ക്യൂബയിൽ നിന്ന് ഒന്നും രണ്ടുമായി വന്നുചേരുന്നവരും (ഇവരൊട്ടും മോശമല്ല) മോയിസെ ഗുവേരയുടെ ആൾക്കാരും മുഖേന നമ്മുടെ ഗ്രൂപ്പിന്റെ സംഖ്യാബലം വർധിച്ചുകൊണ്ടിരിക്കയാണ്. മോയിസെ ഗുവേരയുടെ ആൾക്കാരുടെ മനോവീര്യം നന്നേ മോശമാണ്. (രണ്ടുപേർ ഒളിച്ചുപൊയ്ക്കളഞ്ഞു. ഒരുത്തൻ തടവിലായി, ഇവൻ സർവതും പറഞ്ഞുകൊടുത്തു. പിന്നെയുള്ളത് മൂന്നു ഭീരുക്കളും രണ്ടു തൊട്ടാവാടികളുമാണ്.) നമ്മളേൽപിച്ച കണിശമായ പ്രഹരത്തോടെ പോരാട്ടത്തിന്റെ ഘട്ടം ആരംഭിച്ചിരിക്കുകയാണ്. അത് അത്ഭുതം സൃഷ്ടിച്ചെങ്കിലും ഇതിനു മുമ്പും പിമ്പും നമുക്ക് വല്ലാത്ത തെറ്റുകൾ പറ്റി (മാർക്കോസിന്റെ കുണ്ടാമണ്ടികളും ബ്രൗള്യോയുടെ ചാഞ്ചാട്ടവും). ശത്രു പ്രത്യാക്രമണം ആരംഭിച്ചിരിക്കുന്നു. മൂന്നു പ്രത്യേകതകളാണ് ഇതിൽ കാണുന്നത്. 1) നമ്മെ

ഒറ്റപ്പെടുത്താൻ മർമപ്രധാനകേന്ദ്രങ്ങൾ കൈയടക്കിവയ്ക്കൽ 2) ആഭ്യന്തരമായും സാർവദേശീയമായും നമുക്കെതിരായ പ്രചരണം സംഘടിപ്പിക്കൽ 3) പട്ടാളത്തിന്റെ ഭാഗത്തുനിന്ന് സൈനിക പ്രവർത്തനമൊന്നും നടത്താതിരിക്കൽ, 4) കർഷകജനതയെ നമുക്കെതിരായി സംഘടിപ്പിക്കൽ.

"ഞാൻ വിചാരിച്ചതിലും നേരത്തെ നമുക്കിവിടം വിടേണ്ടിവരുമെന്നത് വ്യക്തമാണ്. ഒരു ഗ്രൂപ്പിനെ ഇവിടെ വിട്ടിട്ടുപോകേണ്ടി വരികയും ചെയ്യും. ഇവർക്ക് സദാ അപകടത്തെ നേരിടേണ്ടി വരും. കൂടാതെ, നാലു പേർ കൂടി നമ്മെ ഒറ്റു കൊടുത്തേക്കാനിടയുണ്ട്. സ്ഥിതി അത്ര അഭിലഷണീയമല്ല."

ദേബ്രെയും അർജന്റീനക്കാരൻ ബുസ്റ്റോസും കൂടെയുള്ളത് ചെയ്ക്ക് ഒരു ശല്യമായി തോന്നി. രണ്ടുപേരും ഒളിപ്പോർ ജീവിതത്തിന് പറ്റിയവരായിരുന്നില്ല. കഴിവതും വേഗം "സ്വാതന്ത്ര്യം നേടാൻ" ഇരുവർക്കും ആഗ്രഹവുമുണ്ടായിരുന്നു. പക്ഷേ, അപകടം കൂടാതെ അവരെ കടത്തിവിടുന്നത് അത്ര എളുപ്പമായിരുന്നില്ല. ഗൂട്ടീറെസിന്റെ സ്ഥലത്ത് ഒരു കൈയേറ്റം നടത്തി ഒരു ജീപ്പ് പിടിച്ചെടുത്ത് രണ്ടു സന്ദർശകരേയും സാന്റാ ക്രൂസിലേക്കുള്ള രാജവീഥിയിലൂടെ പറഞ്ഞയയ്ക്കാൻ കഴിയുമെന്ന് ചെ പ്രതീക്ഷിച്ചു.

പക്ഷേ, ഗൂട്ടീറെസിന്റെ സ്ഥലത്തേക്ക് പോകുന്ന വഴിക്ക് പല പട്ടാളറോന്തുകാരേയും കാണാനിടയാവുകയാൽ ആ പരിപാടി ഉപേക്ഷിച്ച് ബേസ് ക്യാമ്പിലേക്ക് മടങ്ങാൻ ചെ നിർബന്ധിതനായി. പട്ടാള അധികൃതർക്ക് കർഷകരിൽ നിന്ന് ഒളിപ്പോരാളികളുടെ ഗതിവിഗതികളെപ്പറ്റി വിശദമായ വിവരം ലഭിച്ചിരുന്നു. ഏപ്രിൽ 3-ാം തീയതി ചെ ദേബ്രെയുടേയും ബുസ്റ്റോസിന്റേയും മുന്നിൽ മൂന്ന് പോംവഴികൾ നിരത്തിവച്ചു. ഒന്നുകിൽ ഒളിപ്പോരുകാരോടൊപ്പം യൂണിറ്റിൽ നിൽക്കുക, അല്ലെങ്കിൽ വരുന്നതെല്ലാം സഹിക്കാൻ തയാറായി സ്വന്തം ഉത്തരവാദിത്വത്തിന്മേൽ ഉടൻ ക്യാമ്പ് വിട്ടുപോവുക. അതുമല്ലെങ്കിൽ അനുകൂലമായ ഒരു സന്ദർഭം വരുന്നതുവരെ അതിന്നായി കാത്തിരിക്കുക. അതിഥികൾ മൂന്നാമത്തെ പോംവഴിയാണ് സ്വീകരിച്ചത്. പക്ഷേ, ഇതു പറഞ്ഞുതീരും മുമ്പെന്നപോലെ സർക്കാർ പട്ടാളവുമായുള്ള രണ്ടു ഏറ്റുമുട്ടലുകൾ കൂടി നടന്നു. രണ്ടും ഗെറില്ലാകളുടെ നിർണായകവിജയത്തിൽ പര്യവസാനിക്കുകയും ചെയ്തു. ഏപ്രിൽ 10-ാം തീയതി ആയിരുന്നു രണ്ടു സംഘട്ടനങ്ങളും നടന്നത്. ആദ്യ പ്രാവശ്യത്തെപ്പോലെ രണ്ടു പട്ടാള ഗ്രൂപ്പുകൾ ഒളിപ്പോരാളികളുടെ കെണിയിൽ വന്നു ചാടി. ആദ്യത്തെ സംഘട്ടനത്തിൽ മൂന്നു പട്ടാളക്കാർ കൊല്ലപ്പെടുകയും പലർക്കും മുറിവേൽക്കുകയും നോൺകമ്മീഷൻഡ് ഓഫീസറായ കമാൻഡർ ഉൾപ്പെടെ ആറു പേർ തടവുകാരാക്കപ്പെടുകയും ചെയ്തു. രണ്ടാമത്തേതും അത്രതന്നെ വിജയമായിരുന്നു. ഇതിൽ ശത്രുവിന്റെ ഏഴുപേർ മരിക്കുകയും അഞ്ചുപേർക്ക് മുറിവേൽക്കുകയും 24 പേർ തടവുകാരാക്കപ്പെടുകയും ചെയ്തു. അങ്ങനെ

മൊത്തം പത്തുപേർ കൊല്ലപ്പെടുകയും 30 പേർ തടവുകാരാക്കപ്പെടുകയും ചെയ്തു. തടവുകാരുടെ കൂട്ടത്തിൽ മേജർ റൂബെൻ സാഞ്ചെസും പല നോൺകമ്മീഷൻഡ് ഓഫീസർമാരും ഉണ്ടായിരുന്നു. സീറാ മെസ്ത്രയിൽ ഇത്ര വലിയ വിജയങ്ങൾ ഒരു അപൂർവ സംഭവമായിരുന്നു. പക്ഷേ, ക്യൂബക്കാരൻ റൂബിയോയുടെ (ക്യാപ്റ്റൻ ജീസസ് സുവാരെസ് ഗയോൾ) മരണം ഈ ആഹ്ലാദത്തിൽ ഒരു ശോകച്ഛായ കലർത്തി. ആദ്യത്തെ ഏറ്റുമുട്ടലിൽ തലയ്ക്ക് വെടികൊണ്ടാണ് റൂബിയൊ മരിച്ചത്. ഇപ്രാവശ്യവും രാഷ്ട്രീയ ചർച്ചകൾക്ക് ശേഷം മേജർ സാഞ്ചെസ് ഉൾപ്പെടെയുള്ള തടവുകാർ വിട്ടയയ്ക്കപ്പെട്ടു.

പക്ഷേ, റേഡിയോ വാർത്തകൾ അത്ര ശുഭസൂചകമായിരുന്നില്ല. താടി എടുത്തുകളഞ്ഞ് വായിൽ പൈപ്പ് കടിച്ചുപിടിച്ചിട്ടുള്ള ചെയുടെ ഒരു ഫോട്ടോ കലാപകാരികളുടെ ക്യാമ്പിൽ നിന്നു കണ്ടുകിട്ടിയിട്ടുണ്ടെന്നും അവരുടെ ഒരു ആയുധശേഖരവും അധികൃതരുടെ കൈയിലായിട്ടുണ്ടെന്നും ഈ വാർത്തകളിൽ പറഞ്ഞിരുന്നു.

ഈ വിജയങ്ങൾക്കുശേഷവും ക്യൂബക്കാരേയും ബൊളീവിയക്കാരേയും ഒരുമിപ്പിക്കാനുള്ള ചെയുടെ ശ്രമങ്ങൾക്ക് ഉദ്ദേശിച്ച ഫലമുണ്ടായില്ല. ഏപ്രിൽ 12-ലെ കുറിപ്പിൽ ചെ ഇപ്രകാരമാണ് പറഞ്ഞിരിക്കുന്നത്. റൂബിയൊയുടെ സ്മരണയ്ക്ക് മുന്നിൽ ആദരാഞ്ജലി അർപ്പിക്കുവാനും അങ്ങനെ ആദ്യം ചിന്തിയ രക്തം ക്യൂബക്കാരന്റേതാണെന്ന വസ്തുത അടിവരയിട്ടു കാണിക്കാനുമായി ദുർബലരായ നാലുപേരൊഴിച്ച് ബാക്കിയുള്ളവരെയെല്ലാം രാവിലെ ആറരയ്ക്ക് ഞാൻ ഒരിടത്തു വിളിച്ചുകൂട്ടി. ഈ മുന്നണി ദളത്തിൽ ക്യൂബക്കാരോടും അവജ്ഞയോടെയുള്ള ഒരു പെരുമാറ്റം ദൃശ്യമായിരുന്നതിനാലാണ് ഇത് ചെയ്യേണ്ടിവന്നത്. ക്യൂബക്കാരോട് തനിക്ക് വിശ്വാസം കുറഞ്ഞു കുറഞ്ഞു വരികയാണെന്ന് കംബ ഇന്നലെ പ്രസ്താവിച്ചത് ഇതിനുള്ള ദൃഷ്ടാന്തമായിരുന്നു.... ഞാൻ വീണ്ടും ഐക്യത്തിനു വേണ്ടി അഭ്യർഥിച്ചു. നമ്മുടെ സംഖ്യാബലം വർധിപ്പിക്കുന്നതിനുള്ള ഒരേയൊരു മാർഗം അതാണെന്നു ഞാൻ പറഞ്ഞു. യൂണിറ്റിന്റെ ഫയർപവർ വർധിക്കുകയും രണാങ്കണത്തിൽ വച്ചുള്ള മാമോദിസമുക്കൽ നടക്കുകയും ചെയ്തിരുന്നെങ്കിലും അടുത്ത കാലത്തായി അതിന്റെ സംഖ്യാബലം വർധിക്കുന്നതിനുപകരം ചുരുങ്ങുകയാണ് ചെയ്തിട്ടുള്ളതെന്നു ഞാൻ ചൂണ്ടിക്കാട്ടി.

"മനീല"യിൽനിന്ന് ഇതിനിടയിൽ അവർക്ക് കിട്ടിയ കോഡ്സന്ദേശത്തിൽ ജൂവാൻ ലെച്ചിൻ ഹവാനയിലുണ്ടെന്നും, ചെയുടെ നീക്കങ്ങളെപ്പറ്റി അയാൾക്കറിയാമെന്നും, പിന്തുണ വാഗ്ദാനം ചെയ്തുകൊണ്ടുള്ള ഒരു പരസ്യപ്രഖ്യാപനം നടത്താൻ അയാൾ സമ്മതിച്ചിട്ടുണ്ടെന്നും, ഗെറില്ലാകളോടൊപ്പം പണിയെടുക്കാൻ ഇരുപതു ദിവസത്തിനുള്ളിൽ നിയമവിരുദ്ധമായി ബൊളീവിയയിലേക്ക് മടങ്ങാൻ കഴിയുമെന്നാണ് അളുടെ പ്രതീക്ഷയെന്നും പറഞ്ഞിരുന്നു.

ഇക്കാലമത്രയും ഒളിപ്പോരാളികളുടെ യൂണിറ്റ് രഹസ്യആയുധശേഖരത്തിൽനിന്നും ഗോപ്യമായി സൂക്ഷിച്ചിട്ടുള്ള ആഹാരക്കലവറയിൽ നിന്നും വളരെ അകലാതെ നങ്കാഹുവാസു പരിസരങ്ങളിലുള്ള അവരുടെ പ്രവർത്തനം തുടർന്നുകൊണ്ടിരുന്നു. കുതിരയിറച്ചിയായിരുന്നു ഈ കാലഘട്ടത്തിൽ അവരുടെ പ്രധാന ആഹാരം. ഏപ്രിൽ 16-ാം തീയതി താന്യയും അലെക്സാണ്ട്രോയും 39 ഡിഗ്രിസെന്റിഗ്രേഡ് (102.2 ഡിഗ്രി ഫാരൻഹൈറ്റ്) പനി പിടിച്ചു കിടപ്പിലായി. മോയിസെയും കിടപ്പിലായിപ്പോയി. ഈ സാഹചര്യങ്ങളിൽ തന്റെ ഗ്രൂപ്പിൽ പെട്ട 13 പേരെ ജോകിന്റെ നേതൃത്വത്തിൽ അവിടെ വിട്ടിട്ടുപോകാൻ ചെ തീരുമാനിച്ചു. ഗെറില്ലാ സ്ഥാനത്തു നിന്ന് നീക്കം ചെയ്ത നാലു ബൊളീവിയക്കാരും അലെക്സാണ്ട്രോയും താന്യയും ഈ 13 പേരിൽ ഉൾപ്പെട്ടിരുന്നു. "പ്രധാന ഗ്രൂപ്പിൽനിന്നു ശ്രദ്ധതിരിച്ചു വിടാനായി പരിസരങ്ങളിലെവിടെയെങ്കിലും ചെറിയ തോതിലുള്ള ഒരു സൈനികനടപടി സ്വീകരിച്ചിട്ട് മൂന്നു ദിവസത്തിനുള്ളിൽ ഞങ്ങൾ മടങ്ങി വരുന്നതുവരെ അവിടെത്തന്നെ കാത്തു നിൽക്കാൻ ഞാൻ ജോകിനു നിർദേശം നൽകി. ബാക്കി സമയമത്രയും അയാൾ നേരിട്ടുള്ള സംഘട്ടനങ്ങൾക്കൊന്നും പോകാതെ ഞങ്ങൾ തിരിച്ചെത്തുന്നതുവരെ ഈ മേഖലയ്ക്കുള്ളിൽ തന്നെ ഉണ്ടായിരിക്കണം.

ഇങ്ങനെയൊരു നടപടി സ്വീകരിക്കാൻ ചെ നിർബന്ധിതനാവുകയാണുണ്ടായത്. ദേബ്രെക്കും ബുസ്റ്റോസിനും സ്ഥലംവിടാനുള്ള അവസരം സൃഷ്ടിക്കുന്നതിനായി അദ്ദേഹത്തിന് നങ്കാഹുവാസുവിൽ നിന്നുള്ള യാത്രാപരിപാടി ത്വരിതപ്പെടുത്തേണ്ടിവന്നു. നങ്കാഹുവാസുവും ഏതു സമയത്തും ശത്രുവലയത്തിൽ പെടാനുള്ള സാധ്യത ഉണ്ടായിരുന്നു. ജോകിനും ചെയും തമ്മിൽ പിന്നീടൊരിക്കലും കണ്ടുമുട്ടിയില്ല...

സൈനിക നടപടികൾ ആരംഭിച്ചിട്ട് ഒരു മാസത്തോളമായിരുന്നു. പൊതുവിൽ അതിന്റെ ഫലം ഒളിപ്പോരാളികൾക്ക് അനുകൂലവുമായിരുന്നു. എന്നിട്ടും പൊതുവിൽ കർഷകർ അവരുമായി സഹകരിക്കാൻ വിസമ്മതിക്കുകയാണുണ്ടായത്. ഒളിപ്പോരിൽ കർഷകരുടെ പിന്തുണയ്ക്ക് നിർണായകമായ പ്രാധാന്യം കൽപിച്ചിരുന്ന ചെയ്ക്ക് ഇത് ശ്രദ്ധിക്കാതിരിക്കാൻ കഴിയുമായിരുന്നില്ല. ഏപ്രിൽ 17-ാം തീയതി തന്നെ അദ്ദേഹം ഇതെപ്പറ്റി എഴുതുകയും ചെയ്തു: ഞങ്ങൾ സമീപിച്ച നിരവധി കർഷകരിൽ സൈമൺ എന്ന ഒരൊറ്റയാൾ, മാത്രമാണ് ഞങ്ങളെ സഹായിക്കാൻ സമ്മതിച്ചിട്ടുള്ളത്. അയാൾപോലും പേടിച്ചരണ്ടിരിക്കുകയാണ്.

ചെ ഈ വരികൾ ഡയറിയിൽ രേഖപ്പെടുത്തിക്കൊണ്ടിരുന്ന അതേ സമയത്ത് ഹവാനാ റേഡിയൊ ആഫ്രോ-ഏഷ്യൻ-ലാറ്റിൻ അമേരിക്കൻ ജനകീയ ഐക്യദാർഢ്യസംഘടനയ്ക്കുള്ള അദ്ദേഹത്തിന്റെ ഒരു സന്ദേശം പ്രക്ഷേപണം ചെയ്യുകയായിരുന്നു. ഈ സന്ദേശത്തിൽ ചെ തന്റെ സ്വതസ്സിദ്ധമായ ആവശത്തോടെ ലാറ്റിൻ അമേരിക്കയിലെങ്ങും സാമ്രാജ്യത്വത്തിന്റെ വിഷപ്പല്ലു പറിക്കുന്നതിനുള്ള സമരകേന്ദ്രങ്ങൾ തുറ

ക്കാൻ ആഹ്വാനം ചെയ്തിരുന്നു. ഒരൊറ്റ വിയറ്റ്നാമിനെ നേരിടാൻ തന്നെ യു എസ് എയ്ക്ക് പ്രയാസമാണെങ്കിൽ രണ്ടോ മൂന്നോ വിയറ്റ്നാമുകൾ ആയാൽ അവർ അതിലും വിഷമിക്കുമെന്നതായിരുന്നു ചെയുടെ യുക്തി വാദം. ഇനിയുള്ള കുറേക്കാലം രക്തരൂക്ഷിതമായ സായുധസമരത്തിന്റേതായിരിക്കുമെന്ന് അദ്ദേഹം പറഞ്ഞു. തങ്ങളുടെ വിഭാഗീയ സംഘർഷങ്ങൾ അവസാനിപ്പിച്ചിട്ട് പൊതു ശത്രുവിനെതിരായി പോരാടുന്നതിനായി ഒത്തൊരുമിച്ച് നിൽക്കാൻ അദ്ദേഹം വിപ്ലവകാരികളെ ആഹ്വാനം ചെയ്തു.

ആ സന്ദേശം അവസാനിപ്പിച്ചിരുന്നത് ഇങ്ങനെയാണ്. ഞങ്ങളുടെ ഓരോ ചുവടുവയ്പും സാമ്രാജ്യത്വത്തിനെതിരായ സമരത്തിനുള്ള ഒരു ഉശിരൻ ആഹ്വാനവും മനുഷ്യരാശിയുടെ പരമശത്രുവായ അമേരിക്കൻ ഐക്യനാടുകൾക്കെതിരായ ജനകീയ ഐക്യത്തെ പ്രകീർത്തിക്കുന്ന ഒരു വിപ്ലവഗാനവുമാണ്. യാദൃച്ഛികമായി പൊടുന്നനെ മരണത്തെ മുഖത്തോടു മുഖം നേരിടേണ്ടിവന്നാൽ തന്നെയും ഞങ്ങളുടെ സമരാഹ്വാനം മറ്റാരെങ്കിലും ചെവിക്കൊള്ളുന്നുണ്ടാകുമെന്നും ഞങ്ങളുടെ പക്കലുള്ള ആയുധങ്ങൾ ഏന്താൻ മറ്റു കരങ്ങൾ മുന്നോട്ടു നീളുമെന്നും യന്ത്രത്തോക്കുകളുടെ ഗർജനവും അടർക്കളത്തിലേക്കും വിജയത്തിലേക്കുമുള്ള ഉശിരൻ സമരാഹ്വാനങ്ങളും പശ്ചാത്തലമാക്കിക്കൊണ്ടുള്ള ആ ഗാനം ഉറക്കെപ്പാടാൻ മറ്റാളുകൾ മുന്നോട്ടുവരുമെന്നുമുള്ള പ്രതീക്ഷയോടെ ആയിരിക്കും ഞങ്ങളതിനെ സ്വാഗതം ചെയ്യുന്നത്.

ഈ രേഖയോടൊപ്പം ചെയുടെ ഏഴു ഫോട്ടോകളും പ്രസിദ്ധീകരിക്കപ്പെട്ടു. ഗെറില്ലാ ക്യാമ്പിൽ വച്ചെടുത്ത ഈ ഫോട്ടോകളിൽ കുറ്റിത്താടിയുമായി നിൽക്കുന്ന ചെയുടെ പുതിയ രൂപം തെളിഞ്ഞുകാണാമായിരുന്നു. ചീനൊ ആയിരിക്കണം ഈ ഫോട്ടോകൾ ക്യൂബയിലെത്തിച്ചത്. പിന്നീട് തന്റെ പ്രതിമാസക്കുറിപ്പിൽ ചെ ഇപ്രകാരം എഴുതുകയുണ്ടായി: ഹവാനയിൽനിന്ന് എന്റെ സന്ദേശം പ്രക്ഷേപണം ചെയ്തതിനുശേഷം ഞാൻ കൃത്യമായി എവിടെയാണെന്നതിനെക്കുറിച്ച് ആർക്കും യാതൊരു സംശയവും ഉണ്ടാകാനിടയില്ല."

ഏപ്രിൽ 19-ന് പത്രപ്രവർത്തകനോ ഫോട്ടോഗ്രാഫറോ ആണെന്നു പറഞ്ഞുനടന്ന ജോർജ് റോത്ത് എന്നൊരു ഇംഗ്ലീഷുകാരൻ ഗെറില്ലാകളുടെ പിടിയിൽ പെട്ടു. റോത്ത് സി ഐ എയുടെ ഏജൻറായിരുന്നിരിക്കാനും ഇടയുണ്ട്. ഏതായാലും പസ് കോർ ഇൻസ്ട്രക്ടറായി അയാൾ പ്യൂർട്ടോറിക്കൊയിൽ പണിയെടുത്തിരുന്നുവെന്നതു തീർച്ചയാണ്. ഒളിപ്പോരാളികളെപ്പറ്റിയുള്ള സംഭ്രമജനകമായ ഒരു റിപ്പോർട്ട് എഴുതി കുറച്ചു കാശുണ്ടാക്കാമെന്ന വിചാരത്തോടെയാണ് ചിലിയിൽനിന്ന് താൻ ബൊളീവിയയ്ക്കു പോന്നതെന്ന് അയാൾ പ്രസ്താവിച്ചു. ഏതോ ഗെറില്ലാ ഒളിസങ്കേതത്തിൽ നിന്നു കണ്ടുകിട്ടിയ ഒരു ഡയറി ബൊളീവിയൻ ഓഫീസർമാർ തന്നെ കാണിച്ചുതരികയുണ്ടായെന്നും അയാൾ പറഞ്ഞു. ബ്രൗള്യോയുടേതായി

രുന്നു ഈ ഡയറി. 1966 നവംബർ 20–ാം തീയതി ഹവാനയിൽനിന്ന് മോസ്കോയും പ്രാഗും ബ്യൂനോസ് എയേഴ്സും വഴി താൻ ലാപാസിലെത്തിയ കഥ ബ്രൗള്യോ ഈ ഡയറിയിൽ എഴുതിവച്ചിരുന്നു. ഇതു കേട്ടപ്പോൾ ചെയ്ക്കുണ്ടായ അലോഹ്യം ഊഹിക്കാവുന്നതാണ്. അദ്ദേഹം എഴുതുന്നു: "പതിവുള്ള കഥയാണിത്. അച്ചടക്കരാഹിത്യവും നിരുത്തരവാദിത്വവുമാണ് നമ്മുടെ ആൾക്കാരുടെ ഇപ്പോഴത്തെ പ്രധാന സവിശേഷതയെന്ന് തോന്നുന്നു." ബ്രൗള്യയുടെ ഡയറിയിൽ റമോൺ എന്ന പേരിലാണ് ചെയെ പരാമർശിച്ചിരുന്നത്. അതിനാൽ, അദ്ദേഹം ഫെർണാണ്ടൊ എന്ന പുതിയൊരു പേര് സ്വീകരിച്ചു. മുങ്ങിച്ചാകാൻ പോകുന്നവൻ വയ്ക്കോൽത്തുരുമ്പിൽ കയറിപ്പിടിക്കുന്നതുപോലെ ദേബ്രെ റോത്തിനെ മുറുകെപ്പിടിച്ചു. തന്നെയും ബുസ്റ്റോസിനേയും ശത്രുവലയത്തിൽനിന്നു രക്ഷപ്പടാൻ സഹായിച്ചാൽ ഗെറില്ലാ സമരകഥ പറഞ്ഞുകൊടുക്കാമെന്ന് ആ ഇംഗ്ലീഷുകാരനോട് നിർദേശിക്കാൻ ദേബ്രെ ചെയെ നിർബന്ധിച്ചു. ബുസ്റ്റോസ് മനസില്ലാമനസോടെ ഇതിനു സമ്മതിച്ചു. എന്നാണ് ചെ ഈ സംഭവത്തെപ്പറ്റി എഴുതുന്നത്. ഇതിൽ എനിക്ക് യാതൊരു പങ്കുമില്ലെന്ന് പറഞ്ഞ് ഞാനും കൈകഴുകി. അന്നുതന്നെ റോത്തും ദേബ്രെയും ബുസ്റ്റോസും ആ ഒളിപ്പോർ സങ്കേതം വിട്ടു.

പക്ഷേ, ബൊളീവിയൻ അധികൃതർ അവർ മൂവരേയും അറസ്റ്റ് ചെയ്തതായി പിറ്റേന്നത്തെ റേഡിയോവാർത്തകളിൽ നിന്ന് ചെ മനസിലാക്കി. അവരുടെ അറസ്റ്റ് ചെയ്ക്ക് വലിയൊരു പ്രഹരമായിരുന്നു. അദ്ദേഹം ഇതെപ്പറ്റി എഴുതിയത് ഇങ്ങനെയാണ്: അവരുടെ തന്നെ ധിറുതി കാരണമാണ്, എങ്ങനേയും രക്ഷപ്പെടണമെന്ന അങ്കലാപ്പു കാരണമാണ്, ഡാന്റ്റണും കാർലോസും (ബുസ്റ്റോസ്) ഈ വെട്ടിൽ ചെന്നുചാടിയത്. ഞാൻ ശക്തിയായി എതിർത്തില്ലെന്നതും ഇതിന് കാരണമാണ്. ക്യൂബയുമായുള്ള ബന്ധം (ഡാന്റ്റൺ മുഖേനയുള്ളത്) അറ്റുപോവുകയും അർജന്റീനയിൽ സമരം ആരംഭിക്കാനുള്ള പദ്ധതി (കാർലോസ്) പൊളിയുകയും ചെയ്തുവെന്നതാണ് ഇതിന്റെ ഫലം..."

അടുത്ത പത്തു ദിവസക്കാലം ചെയും കൂട്ടരും അവരുടെ പഴയ സ്ഥാനത്തുനിന്ന് വടക്കോട്ടു വടക്കോട്ട് നീങ്ങിക്കൊണ്ടിരുന്നു. നാട്ടിൻപുറങ്ങളിലെ ആളുകൾ ഭയത്തോടും അവിശ്വാസത്തോടും കൂടിയാണ് ഈ ഒളിപ്പോരാളികളെ വീക്ഷിച്ചിരുന്നത്. ലാവില്ലായിൽ ചെയുടെ ലിയസോൺ ഉദ്യോഗസ്ഥനായിരുന്ന റൊളാണ്ടൊ സർക്കാരിന്റെ പട്ടാളവുമായുള്ള ഒരു ഏറ്റുമുട്ടലിനിടയിൽ മരിച്ചുപോയി. ചെയ്ക്ക് അയാളെ വലിയ കാര്യമായിരുന്നു. തന്റെ ഡയറിയിൽ അദ്ദേഹം അയാളെപ്പറ്റി ഇപ്രകാരം എഴുതി: "ഇരുളടഞ്ഞ ഈ സാഹചര്യങ്ങളിൽ റൊളാണ്ടൊയുടെ മരണത്തെപ്പറ്റിയുള്ള ഈ വരികൾ ഭാവിയിൽ ആരെങ്കിലും വായിക്കാനിടയാകുമെങ്കിൽ എനിക്കയാളെപ്പറ്റി ഇത്രയേ പറയാനുള്ളു. വലിപ്പംകൊണ്ട് ചെറുതെങ്കിലും നിർഭയനായൊരു പോരാളിയായിരുന്നു നിങ്ങൾ. മരണം നിങ്ങളെ

മഹാനും അമരനുമാക്കിയിരിക്കുന്നു." ഈ സന്ദർഭത്തിൽ ലോറൊയും അവരുടെ യൂണിറ്റ് വിട്ടുപോയി. അങ്ങനെ അണികൾ സാവധാനത്തിലെങ്കിലും അടിക്കടി ശോഷിച്ചുവന്നു. പുതുതായി ആരെയെങ്കിലും കിട്ടാനാകട്ടെ യാതൊരു മാർഗവുമുണ്ടായിരുന്നില്ല. പോകുന്ന വഴിക്കുള്ള ഗ്രാമങ്ങളിൽ നിന്ന് ഒരൊറ്റ കർഷകനും അവരുടെ കൂടെ കൂടിയില്ല. അമേരിക്കക്കാരുടെ വക എണ്ണപ്പാടങ്ങളിൽ പണിയെടുക്കുന്നവർക്കിടയിൽനിന്നും ഒരൊറ്റ തൊഴിലാളിയും അവരുടെ കൂടെ ചേർന്നില്ല. വഴിയിലുള്ള വാസകേന്ദ്രങ്ങളിലെ ആളുകളോട് സാമ്രാജ്യത്വത്തിന്നെതിരായി വിപ്ലവം നടത്തുന്നതിനെപ്പറ്റി അവർ തീപ്പൊരി പ്രസംഗങ്ങൾ നടത്തി നോക്കിയെങ്കിലും ആളുകളുടെ വിശ്വാസം ആർജിക്കാൻ അവർക്ക് കഴിഞ്ഞില്ല. ഇതൊരു താൽക്കാലികമായ അവസ്ഥാവിശേഷം മാത്രമാണെന്നു ചെ അപ്പോഴും വിശ്വസിച്ചു.

ഏപ്രിലിലെ മാസാന്ത്യക്കുറിപ്പ് ഇതിനു ദൃഷ്ടാന്തമാണ്. ഗെറില്ലകളുടെ കുറ്റങ്ങളും കുറവുകളും ഇതിൽ എടുത്തുപറയുന്നുണ്ടെങ്കിലും മൊത്തത്തിൽ ശുഭാപ്തിവിശ്വാസം നിറഞ്ഞതാണ് ഇത്. ഇതിലെ ഏറ്റവും ശ്രദ്ധേയമായ ഭാഗങ്ങൾ ചുവടെ ചേർക്കാം.

റൂബിയൊ, റോളാണ്ടൊ എന്നിവരുടെ മരണം വലിയൊരു നഷ്ടമാണെങ്കിലും കാര്യങ്ങൾ ഏറെക്കുറെ സാധാരണഗതിയിലാണ് നീങ്ങുന്നത്. ഇതിൽ റോളാണ്ടൊയുടെ മരണം നമുക്ക് വലിയൊരടിയാണ്. അയാളെ സ്വന്തനിലയിൽ പ്രവർത്തിക്കുന്ന ഒരു യുണിറ്റിന്റെ കമാണ്ടറാക്കാൻ ഉദ്ദേശിച്ചിരുന്നതാണ്. നാലു പ്രാവശ്യം കൂടി പട്ടാളവുമായി ഏറ്റുമുട്ടി. നാലും തരക്കേടില്ലായിരുന്നു. പ്രത്യേകിച്ചും റൂബിയൊയുടെ മരണത്തിനിടയാക്കിയ ആ ഏറ്റുമുട്ടൽ.

"അതേസമയം തന്നെ, നാം തികച്ചും ഒറ്റപ്പെട്ട സ്ഥിതിയിലാണ്. രോഗം മൂലം ചിലരുടെ ആരോഗ്യം അമ്പേ തകർന്നിരിക്കുകയാണ്. തന്മൂലം നമ്മുടെ ആളുകളെ പല ഗ്രൂപ്പുകളായി തിരിക്കാൻ നാം നിർബന്ധിതരായി. ഇതുകാരണം പല അവസരങ്ങളും നഷ്ടപ്പെടുകയും ചെയ്തു. ജോകിന്റെ ഗ്രൂപ്പുമായി സമ്പർക്കം സ്ഥാപിക്കാൻ ഇനിയും സാധിച്ചിട്ടില്ല. കർഷകരുടെ യാതൊരു സഹായവും നമുക്ക് ലഭിക്കുന്നില്ല. എന്നാൽ പേടിപ്പിച്ചു നിറുത്തിയിട്ട് അക്കൂട്ടത്തിലെ ഏറ്റവും വലിയ വിരുദ്ധന്മാരെ നിഷ്പക്ഷമാക്കി നിർത്താൻ കഴിഞ്ഞിട്ടുണ്ട്. കാലക്രമത്തിൽ അവർ നമ്മെ പിന്താങ്ങാതിരിക്കില്ല... പുതുതായി ഒരൊറ്റ ആളെയും കിട്ടിയിട്ടില്ല. രണ്ടുപേർ മരണമടഞ്ഞതിനു പുറമേ ലോറൊ വിട്ടുപോവുകയും ചെയ്തിട്ടുണ്ട്.

"ചുരുക്കത്തിൽ, ഒളിപ്പോരിൽ അനിവാര്യമായ യാദൃച്ഛികതയുടെ കാര്യം കണക്കിലെടുത്താൽ കാര്യങ്ങളെല്ലാം ഒരുവിധം മംഗളമായി പര്യവസാനിച്ച ഒരു മാസമാണിത്. ഒളിപ്പോരാളികളെന്ന നിലയ്ക്കുള്ള പ്രാരംഭ പരീക്ഷണത്തെ അതിജീവിച്ചവരെല്ലാം നല്ല ഉഷാറിലാണ്."

മെയ് മാസത്തിൽ ചെയുടെ ഈ ഒളിപ്പോർ യൂണിറ്റ് ആദ്യത്തെ മാർച്ച് നടത്തിയ ആ വഴിയിലൂടെ മുന്നോട്ടു നീങ്ങിക്കൊണ്ടിരുന്നു. ആഹാരസാധനങ്ങളും മറ്റും ആ വഴിയിലുള്ള പല പൊത്തുകളിലും അവർ ഒളിച്ചുവച്ചിരുന്നു. പക്ഷേ, മോശമായ ആഹാരം തന്നെ വേണ്ടത്ര അവർക്ക് ലഭ്യമായിരുന്നില്ല. കുടിക്കാനുള്ള വെള്ളവും അവിടെങ്ങും കിട്ടാനുണ്ടായിരുന്നില്ല. അതിലുമുപരി തളർച്ചയും മാനസികസംഘർഷവും കൂടിയായപ്പോൾ ചെ ഉൾപ്പെടെയുള്ള ഒളിപ്പോരാളികളുടെ ആരോഗ്യം തകർന്നു. ഏതാണ്ടെല്ലാവർക്കും വയറുകടി ഉണ്ടായിരുന്നു. ചിലർക്ക് പനിയും പിടിപെട്ടു. മെയ് 9–ലെ ഡയറിക്കുറിപ്പിൽ നിന്ന് ചെയുടെ സ്ഥിതിയെപ്പറ്റി ഏതാണ്ടൂഹിക്കാം.

ബോധംകെട്ടു വീണുപോകുമെന്ന് തോന്നിയതിനാൽ ഞാൻ ഒരിടത്തു കിടന്ന് രണ്ടുമണിക്കൂർനേരം ഉറങ്ങി. അതു കഴിഞ്ഞപ്പോൾ വളരെ പതുക്കെ ഇഴഞ്ഞിഴഞ്ഞ് നീങ്ങാമെന്ന സ്ഥിതിയായി. മെയ് 13–ാം തീയതിയിലെ സ്ഥിതിയും അതുതന്നെയാണ്. എനിക്ക് വല്ലാതെ വന്നെങ്കിലും ഛർദിച്ചില്ല... മൂന്നു ദിവസം കഴഞ്ഞ് വീണ്ടും അസഹ്യമായ വയറുവേദനയേയും. ഓക്കാനത്തേയും വയറ്റിളക്കത്തേയും പറ്റി ചെ എഴുതുന്നുണ്ട്. ഈ സ്ഥിതിയിലും അദ്ദേഹം തന്റെ ഡയറിക്കുറിപ്പുകൾ നിറുത്തിയില്ല. എന്നു മാത്രമല്ല മക്കളുടേയും മറ്റു ഉറ്റബന്ധുക്കളുടേയും ജന്മദിനം അദ്ദേഹം അതിൽ പ്രത്യേകം രേഖപ്പെടുത്തുകയും ചെയ്തു.

മെയ് മാസത്തിൽ പട്ടാളവുമായി നടന്ന രണ്ട് ഏറ്റുമുട്ടലുകളിലും വിജയം ഒളിപ്പോരാളികൾക്കായിരുന്നു. മെയ് 8–നു 27 പട്ടാളക്കാർ ഒളിപ്പോരാളികളുടെ ഒരു കെണിയിൽ പെട്ടു. വെടിയും പുകയുമെല്ലാം അടങ്ങിയപ്പോൾ രണ്ടു ഭടന്മാരും ഒരു ജൂനിയർ ലെഫ്റ്റനന്റും ഉൾപ്പെടെ മൂന്നുപേർ കൊല്ലപ്പെടുകയും മുറിവേറ്റ രണ്ടാൾ ഉൾപ്പെടെ പത്തുപേർ തടവിലാവുകയും ചെയ്തു. ലെഫ്റ്റനന്റ് ലറേഡൊയുടെ ദേഹത്തിൽ നിന്നുകണ്ടുകിട്ടിയ ഡയറിയിൽ അയാൾ തന്റെ സൈനികരെ ഭീരുക്കളെന്നും തൊഴിലാളികളെ മടിയന്മാരായ പരാന്നഭോജികളെന്നും പറഞ്ഞു ആക്ഷേപിച്ചിരുന്നു. ലറേഡൊയുടെ ഭാര്യ എഴുതിയ ഒരു കത്തും ഡയറിയുടെ കൂട്ടത്തിൽ കണ്ടുകിട്ടി. തനിക്കും തന്റെ ഒരു സ്നേഹിതയ്ക്കും സ്വീകരണമുറിയുടെ മോടികൂട്ടുന്നതിനായി ഓരോ "ഗെറില്ലാ ഉച്ചിത്തൊലി" അയച്ചുതരണമെന്ന് ആ കത്തിൽ അയാളുടെ ഭാര്യ ആവശ്യപ്പെട്ടിരുന്നു. താൻ കൊന്നിട്ടവരുടെ തൊലിയുരിച്ചെടുത്ത് വിളക്കിന്റെ ഷെയിഡായി ഉപയോഗിക്കുന്ന നാസി ആയാലും, വിയറ്റനാം ദേശാഭിമാനികളുടെ ചെവി അറുത്തെടുത്ത് സുവനീറായി സൂക്ഷിക്കുന്ന അമേരിക്കൻ സാമ്രാജ്യവാദി ആയാലും തന്റെ ശ്രീമതിക്ക് ഒളിപ്പോരാളിയുടെ ഉച്ചിത്തൊലി സമ്മാനിക്കാൻ ആഗ്രഹിക്കുന്ന ബൊളീവിയൻ റെയിഞ്ചറായാലും വർഗശത്രുവിന്റെ മനോഭാവം എല്ലായിടങ്ങളിലും ഒന്നുതന്നെയാണ്.

ലറേഡൊയുടെ ഡയറിയും ആ കത്തും എടുത്ത് ചെ തന്റെ ഡയ

റിയോടൊപ്പം ചുമലിൽ തൂക്കുന്ന ഭാണ്ഡത്തിൽ സൂക്ഷിച്ചുവയ്ക്കുകയു ണ്ടായെന്ന് ഇൻടി പറയുന്നു.

മെയ് 30-നു നടന്ന മറ്റൊരു ഏറ്റുമുട്ടലിൽ പട്ടാളക്കാരുടെ മൂന്നാളു കൾ മരിക്കുകയും ഒരാൾക്ക് പരുക്കേൽക്കുകയും ചെയ്തു. ഒളിപ്പോരാ ളികൾക്ക് ഇതിൽ ആൾനഷ്ടമൊന്നുമുണ്ടായില്ല.

ഈ ക്യാമ്പയിൻ നടത്തുന്നതിനിടയിൽ ഒളിപ്പോരാളികൾ പിറിറെന്ദ എന്നും കറഗുവാതറേന്ദ എന്നും പേരുള്ള രണ്ടു വലിയ ജനവാസകേന്ദ്ര ങ്ങളിൽ പ്രവേശിച്ച് അവിടുത്തെ ആൾക്കാരുമായി അടുത്തു പെരുമാറു കയും, തങ്ങളുടെ പരിപാടിയും ഉദ്ദേശ്യലക്ഷ്യങ്ങളും അവർക്ക് വിവരി ച്ചുകൊടുത്തിട്ട് തങ്ങളുടെ കൂടെ വോളണ്ടിയർമാരായി ചേരാൻ അവ രോടഭ്യർഥിക്കുകയും ചെയ്തു. പക്ഷേ, പേടികാരണമോ മനസിലാകാ ഞ്ഞിട്ടോ അതോ വിദേശ ആക്രമണകാരികളും പിടിച്ചുപറിക്കാരും ബലാൽസംഗക്കാരുമായി ചെയുടെ കൂട്ടരെ വിവരിക്കുന്ന സർക്കാർ പ്രച രണത്തിന്റെ സ്വാധീനം കാരണമോ എന്തോ അന്നാട്ടുകാർ അവിശ്വാസ പൂർവം അകന്നുനിന്നതേയുള്ളു. കൃഷിക്കാർക്കിടയിൽ അൽപംകൂടി ഊഷ്മളത പ്രകടമായിരുന്നെങ്കിലും അവരും ഒളിപ്പോരാളികളുടെ കൂടെ ചേരാൻ വിസമ്മതിച്ചു.

ജോകിന്റെ യൂണിറ്റിനെപ്പറ്റി യാതൊരു വിവരവുമില്ലെന്നതാണ് ചെയെ വിമ്മിഷ്ടപ്പെടുത്തിയിരുന്ന മറ്റൊരു സംഗതി. അവർ മായാജാല ത്താൽ അപ്രത്യക്ഷരായപോലെയായിരുന്നു. ജോകിന് വഴിതെറ്റിയിരി ക്കാമെന്നാണ് ചെ വിചാരിച്ചത്. ലാപാസുമായുള്ള എല്ലാവിധ സമ്പർ ക്കവും അറ്റുപോയിരുന്നു. ഇതു പുനഃസ്ഥാപിക്കാൻ സമീപഭാവിയിൽ സാധ്യതയൊന്നും കാണാനുണ്ടായിരുന്നുമില്ല. മെയ് 16-ന് "മനീല"യിൽ നിന്നു ചെയ്ക്ക് കിട്ടിയ കോഡ് സന്ദേശവും ഞങ്ങളുടെ പരിപൂർണമായ ഒറ്റപ്പെടലിനെ സ്ഥിരീകരിക്കുന്നേയുള്ളു എന്നാണ് ചെ എഴുതിയത്. ലാപാസിൽ ഉണ്ടായിരുന്ന ഒളിപ്രവർത്തനഘടകം താന്യ പോയതിനെ ത്തുടർന്ന് പൊളിഞ്ഞെന്നാണ് ഇതിന്നർഥം. പുതിയൊരു സംഘടന സ്ഥാപിക്കുന്നതിനു കുറച്ചു സമയം പിടിക്കും....

ഒളിപ്പോരാളികൾക്ക് പിന്തുണ വാഗ്ദാനം ചെയ്തിരുന്ന ജുവാൻ ലെച്ചിനേയോ മറ്റ് രാഷ്ട്രീയനേതാക്കളേയോ സംബന്ധിച്ചും യാതൊരു വിവരവും ഉണ്ടായിരുന്നില്ല.

ജൂണിൽ സാന്റാക്രൂസിനും കാമിറിക്കും ഇടയിലുള്ള അതേ മേഖ ലയിൽ തന്നെ ആയിരുന്നു ചെയുടെ പ്രവർത്തനം. ആയുധങ്ങളും മറ്റും ഒളിച്ചു വച്ചിട്ടുള്ളിടങ്ങളിൽ നിന്ന് അവർ വളരെ അകലേക്ക് നീങ്ങിയിരു ന്നില്ല. ജോകിന്റെ ഗ്രൂപ്പുമായി ചേരാൻ കഴിയുമെന്ന് അവർക്കപ്പോഴും വിചാരമുണ്ടായിരുന്നു. തന്റെ ജന്മദിനമായ ജൂൺ 14-ാം തീയതി ചെ ഡയറിയിൽ ഇപ്രകാരം കുറിച്ചുവച്ചു. എന്റെ 39-ാം പിറന്നാളാണ് ഇന്ന്. വർഷങ്ങൾ എത്ര വേഗമാണ് കടന്നുപോകുന്നത്. ഒരു ഒളിപ്പോരാളിയെന്ന

നിലയ്ക്ക് എനിക്കിനി എത്രകാലം കൂടിയുണ്ടെന്ന് യാതൊരു നിശ്ചയവുമില്ല. ഇതുവരെ ഏതായാലും ഞാൻ നല്ല സ്ഥിതിയിലാണ്.

അതെ, ശരിക്കും "നല്ല സ്ഥിതിയിൽ" തന്നെ ആയിരുന്നു അദ്ദേഹം. പ്രാണികൾ അദ്ദേഹത്തെ ജീവനോടെ പിടിച്ചുതിന്നുകയായിരുന്നു. ആസ്മ അദ്ദേഹത്തെ ശ്വാസം മുട്ടിച്ചുകൊല്ലുകയായിരുന്നു. വയറിന്റെ അസ്വസ്ഥത അദ്ദേഹത്തെ അനുനിമിഷം വേദനിപ്പിക്കുകയും ചെയ്തിരുന്നു. അടിയുറച്ച ആ വിപ്ലവകാരിയുടെ ദൃഢനിശ്ചയം ഒന്നുമാത്രമാണ് ദുർബലവും പരിക്ഷീണവുമായ ആ ശരീരം തളർന്നുവീഴാതെ നോക്കിയത്. അൽപമാത്രമായ പരാതിയോ ദൗർബല്യ പ്രകടനമോ ഇല്ലാതാക്കിയതും ആ ഇച്ഛാശക്തിതന്നെയാണ്. അദ്ദേഹത്തിന്റെ മനസിന്റെ വ്യക്തതയും സമചിത്തതയും പഴയപടി നില നിന്നു. ആ ഡയറിയുടെ പേജുകൾ തന്നെയാണ് ഇതിനുള്ള സ്പഷ്ടമായ തെളിവ്. താൻ ഏറ്റെടുത്തിരുന്നതും തന്റെ ജന്മദേശമായ ലാറ്റിൻ അമേരിക്കയുടെ താഴ്വരകളിലും പീഠഭമികളിലുമെല്ലാം തുടർന്നും നടത്താൻ കഴിയുമെന്ന് താൻ പ്രതീക്ഷിച്ചിരുന്നതുമായ ആ സമരത്തിന്റെ വരുംവരായ്കളേയും അവസരങ്ങളേയും സാധ്യതകളേയും അന്യാദൃശ്യമായ നിഷ്പക്ഷതയോടെ സസൂക്ഷ്മം അദ്ദേഹം ഈ പേജുകളിൽ കൃത്യമായി എടുത്തു കാട്ടുന്നുണ്ട്. അദമ്യമായ ആവേശത്തോടും ധൈര്യത്തോടും കൂടി അദ്ദേഹം തന്റെ ചെറിയ ദളത്തെ മുന്നോട്ട് നയിച്ച രീതി അദ്ദേഹത്തിന്റെ ആൾക്കാർക്കിടയിൽ ആശ്ചര്യവും ഏതാണ്ടൊരു അന്ധവിശ്വാസത്തിനു തുല്യമായ ആരാധാനാ മനോഭാവവും സൃഷ്ടിച്ചു.

ചെയുടെ കൂടെയുണ്ടായിരുന്നവർക്ക് മാത്രമല്ല അദ്ദേഹത്തോട് അഗാധമായ സ്നേഹാദരങ്ങൾ ഉണ്ടായിരുന്നത്. ഒളിപ്പോരാളികൾക്ക് കടന്നുപോകേണ്ടിയിരുന്ന ജനപദങ്ങളിലെ ആളുകളും ഈ കമാൻഡറെ വിസ്മപൂർവം നോക്കിനിന്നിരുന്നു. കീറക്കുപ്പായം ധരിച്ച് താടിവളർത്തി നടക്കുന്ന വിളറിവെളുത്ത ഈ വിദേശിയെ, തങ്ങളുടെ കുഞ്ഞുങ്ങളെ മടിയിലിരുത്തിക്കളിപ്പിക്കുകയും അവരുടെ പല്ലു പറിച്ചു കൊടുക്കുകയും ചെയ്തിരുന്ന ഈ ഫെർണാണ്ടൊ സാക്കമുയേലാസിനെ (പല്ലുപറിക്കുന്നയാൾ)–അങ്ങനെയാണ് കർഷകർ അദ്ദേഹത്തെ വിളിച്ചിരുന്നത്–ഒരുതരം പ്രവാചകനെപ്പോലെയാണ് ആ കർഷകർ വീക്ഷിച്ചിരുന്നത്. എങ്കിലും ഈ ബൊളീവിയൻ കർഷകർക്കും അദ്ദേഹത്തിനുമിടയിൽ, ആരുടെ സന്തോഷത്തിനു വേണ്ടിയാണോ അദ്ദേഹവും കൂട്ടുകാരും ജീവൻപോലും വെടിഞ്ഞ് സമരം ചെയ്യാൻ എത്തിയിരുന്നത്, ആ കർഷകർക്കും അദ്ദേഹത്തിനുമിടയിൽ, അദൃശ്യമായ ഒരു ഭിത്തി ഉയർന്നുനിന്നിരുന്നതുപോലെ തോന്നി.

"കർഷകർ ഇനിയും നമ്മുടെ കൂടെ ചേരുന്നില്ല," ജൂണിലെ മാസക്കുറിപ്പിൽ അദ്ദേഹം എഴുതി. "നാം ഒരു വിഷമവൃത്തത്തിൽ പെട്ടിരിക്കുകയാണ്. പുതിയ റിക്രൂട്ടുകളെ കിട്ടാൻ കൂടുതൽ ജനവാസമുള്ള

കേന്ദ്രങ്ങളിൽ ചെന്ന് നിരന്തരം സജീവമായി പ്രവർത്തിക്കേണ്ടതുണ്ട്. പക്ഷേ, ഇതിന് കൂടുതലാളുകളെ വേണം ...

"സൈനികനിലപാടിൽ നിന്നു നോക്കിയാൽ നമ്മുടെ പ്രവർത്തനം വേണ്ടത്ര കാര്യക്ഷമമല്ല. പക്ഷേ, കർഷകർക്കിടയിലെ പ്രവർത്തനം തരക്കേടില്ല. ഇതിന്റെ പ്രാധാന്യം കുറച്ചുകാണാൻ പാടുള്ളതുമല്ല. കാരണം, നമ്മുടെ ലക്ഷ്യത്തെപ്പറ്റിയുള്ള നുണപ്രചരണവും പേടിപ്പെടുത്തലും വഴി അവർ തദ്ദേശവാസികൾക്കിടയിൽനിന്ന് ഒറ്റുകാരെ റിക്രൂട്ടു ചെയ്യുന്നുണ്ട്."

നാട്ടുകാരായ കർഷകരുമായി സംസാരിക്കാൻ അവരെ ഓടിച്ചിട്ടു പിടിക്കേണ്ടുന്ന സ്ഥിതിയാണുള്ളത്. പേടിച്ചരണ്ട കൊച്ചുജീവികളെപ്പോലെയാണവർ." ജൂലൈ 19-ാം തീയതി അദ്ദേഹം എഴുതി. എങ്കിലും ഗെറില്ലാകളുമായി സഹകരിക്കാൻ തയാറുള്ളവരെ ഇടയ്ക്കിടയ്ക്ക് കണ്ടുകിട്ടിയിരുന്നു. പോളീനൊ എന്ന ക്ഷയരോഗിയായ കർഷകയുവാവ് ഇങ്ങനെ ഒരാളായിരുന്നു. ജൂലൈ 20-ാം തീയതി ഒരു ഗ്രാമത്തിൽ വച്ചാണ് ചെ ഇയാളെ കണ്ടുമുട്ടിയത്. ഞങ്ങളുടെ ആദ്യ റിക്രൂട്ടായിരുന്നു ഇയാൾ" എന്നാണ് ഇൻടി ഇയാളെപ്പറ്റി എഴുതിയിരിക്കുന്നത്. അവസാനത്തെ റിക്രൂട്ടും ഇയാൾ തന്നെയായിരുന്നുവെന്നു കൂടി ഇൻടിക്ക് വേണമെങ്കിൽ കൂട്ടിച്ചേർക്കാമായിരുന്നു. കൊച്ചബാംബയിൽ ചെന്ന് ഇൻടിയുടെ ഭാര്യയെക്കണ്ട് "മനീല"യ്ക്ക് ഒരു സന്ദേശമെത്തിക്കാൻ ചെ ഇയാളെ നിയോഗിച്ചു. കാരണം, അവരുടെ പക്കലുള്ള പ്രക്ഷേപണ ഉപകരണം ഊർധ്വശ്വാസം വലിക്കാൻ തുടങ്ങിയിരുന്നതിനാൽ "മനീല"യിൽനിന്ന് ഇങ്ങോട്ടുള്ള സന്ദേശങ്ങൾ സ്വീകരിക്കാനല്ലാതെ അങ്ങോട്ടെന്തെങ്കിലും അറിയിക്കുക അസാധ്യമായിരുന്നു. തന്റെ യൂണിറ്റിന്റെ സൈനികനടപടികളെപ്പറ്റിയുള്ള നാലു സംഗ്രഹ റിപ്പോർട്ടുകളും അദ്ദേഹം പോളീനൊയുടെ കൈയിൽ കൊടുത്തയച്ചു. പക്ഷേ, കൊച്ചബാംബയിൽ എത്തുന്നതിനു മുൻപ് അയാൾ അറസ്റ്റുചെയ്യപ്പെടുകയും ചെയുടെ സന്ദേശങ്ങൾ പോലീസിന്റെ കൈയിൽ പെടുകയും ചെയ്തു...

ജൂലൈ 26-ം തീയതി നടന്ന ഒരു ഏറ്റുമുട്ടലിൽ പോംബൊയ്ക്ക് പരുക്കേൽക്കുകയും തൂമ എന്ന ക്യൂബക്കാരൻ കൊല്ലപ്പെടുകയും ചെയ്തു. വിനയശീലനും രണധീരനുമായ തൂമയെ സ്വന്തം മകനെപ്പോലെയാണ് ചെ കണക്കാക്കിയിരുന്നത്. അയാളുടെ മരണം അദ്ദേഹത്തെ വല്ലാതെ ഉലച്ചു. ശത്രുവിന്റേയും നാലുപേർ മരിക്കുകയും മൂന്നുപേർക്ക് പരുക്കേൽക്കുകയും ചെയ്തു. പക്ഷേ, അവർക്ക് നിഷ്പ്രയാസം നികത്താവുന്നതായിരുന്നു ഈ ആൾനഷ്ടമെല്ലാം. ഗെറില്ലാകൾക്കാണെങ്കിൽ, ചെ തന്റെ ഡയറിയിൽ എഴുതിയിട്ടുള്ളതുപോലെ, ഓരോ ആളിന്റേയും നഷ്ടം ഒരു വമ്പിച്ച പരാജയംപോലെ ആയിരുന്നു. പട്ടാളത്തിന് ഇക്കാര്യം നിശ്ചയമുണ്ടായിരുന്നില്ലെന്നു മാത്രം.,

ഗവൺമെൻറ് ഭാഗത്തു നിന്നുള്ള റേഡിയോ വാർത്തകൾ ചെ പതിവായി ശ്രദ്ധിച്ചിരുന്നു. ഗെറില്ലാകൾക്കിടയിൽ ഒരുകാലത്ത് ഏറ്റവും മികച്ച

അമേരിക്കൻ റെജിമെന്റുകളെ തകർത്ത അനുഭവസമ്പന്നരായ വിയറ്റ്നാമീസ് കമാൻഡർമാരുണ്ടെന്ന് ദേബ്രെയെ ഉദ്ധരിച്ചുകൊണ്ട് ഗവൺമെന്റ് പക്ഷത്തു നിന്ന് തറപ്പിച്ചുപറഞ്ഞു. ദേബ്രെ ആവശ്യത്തിലധികം വാചകമടിച്ചെന്നാണ് തോന്നുന്നത്. ചെ തന്റെ ഡയറിയിൽ എഴുതി.

പെറുവിൽ ഒരു ഒളിപ്പോർസംഘടന ഉണ്ടായിട്ടുണ്ടെങ്കിലും അവിടെ ഒരു ഒളിപ്പോർ സമരം ആരംഭിക്കാനുള്ള സാധ്യത ഇനിയും തെളിഞ്ഞിട്ടില്ലെന്ന് ജൂലൈ 30-ാം തീയതി "മനീല" ചെയെ അറിയിച്ചു. യാതൊരഭിപ്രായവും കൂടാതെ ചെ ഇത് തന്റെ ഡയറിയിൽ കുറിച്ചുവച്ചു.

പട്ടാളവുമായുള്ള ഏറ്റുമുട്ടലിൽ ഇപ്പോഴും വിജയം ഒളിപ്പോരാളികൾക്കായിരുന്നെങ്കിലും ജൂലൈ മാസത്തിലെ അവരുടെ സ്ഥിതി വളരെ മോശമായി. ആൾനഷ്ടം താങ്ങാൻ അവർക്ക് ഒട്ടും കെൽപ്പുണ്ടായിരുന്നില്ല. സീറാ മെസ്ത്രയിലും കോംഗോയിലും സമരംചെയ്ത (ചെയുടെ ഡയറിയിൽ നിന്നു മനസിലാകുമ്പോലെ) റിക്കാർഡൊ എന്ന ക്യൂബക്കാരനും റൗൾ എന്ന ബൊളീവിയക്കാരനും കൊല്ലപ്പെട്ടു. മറ്റു രണ്ടു ഒളിപ്പോരാളികൾക്ക് മുറിവേറ്റതിനാൽ അവർക്ക് തനിയെ എഴുന്നേറ്റു നടക്കാൻ പറ്റുമായിരുന്നില്ല. ചെയ്ക്ക് തന്നെ ആസ്മയുടെ ശല്യം ഭയങ്കരമായിരുന്നു. അതിനുള്ള സർവപ്രധാനമായ ആ മരുന്ന് തീർന്നുപോവുകയും ചെയ്തിരുന്നു. കൂനിന്മേൽ കുരുവെന്നപോലെ, മരുന്നുകളും ദൂരദർശിനികളും അതിലുമുപരി മനീലയിൽനിന്നുള്ള കോഡ് ഭാഷ റിക്കാർഡ് ചെയ്തിരുന്ന ടേപ്പ് റിക്കാർഡറും വച്ചിരുന്ന പതിനൊന്ന് കെട്ടുകൾ ഒരു ഏറ്റുമുട്ടലിൽ അവർക്ക് നഷ്ടമായി. അങ്ങനെ ഹവാനയുമായുള്ള ബന്ധം പാടെ മുറിഞ്ഞുപോയി. റേഡിയോ പ്രക്ഷേപണങ്ങൾ മാത്രമായി വാർത്തകളറിയാനുള്ള അവരുടെ ഒരേയൊരു മാർഗം. പക്ഷേ, ഈ റിപ്പോർട്ടുകൾ പരസ്പരവിരുദ്ധവും അവിശ്വസനീയവുമായിരുന്നു. ദേബ്രെയുടേയും ബുസ്റ്റോസിന്റെയും ആസന്നമായ വിചാരണയ്ക്കാണ് ബൊളീവിയൻ റേഡിയോയുടെ അധികസമയവും നീക്കിവച്ചിരുന്നത്. അറസ്റ്റിനുശേഷമുള്ള അവരുടെ പെരുമാറ്റത്തെപ്പറ്റി ചെയ്ക്ക് ശക്തിയായ വിമർശനമുണ്ടായിരുന്നു. ജൂലൈ 10-ലെ ഡയറിക്കുറിപ്പിൽ അദ്ദേഹം പറയുന്നു. ദേബ്രെയും പെലാഡൊയും ചെയ്യരുതാത്ത ചില പ്രസ്താവനകൾ ചെയ്തു. ഗെറില്ലാകൾക്ക് ഭൂഖണ്ഡാന്തരീയ പദ്ധതികളുണ്ടെന്ന് അവർ ഒരിക്കലും പറയാൻ പാടില്ലായിരുന്നു."

ജൂലൈ മാസക്കുറിപ്പിൽ ചെ എഴുതിയത് ഇപ്രകാരമാണ്.

തലേ മാസത്തിലെ ആ പ്രതികൂലസാഹചര്യങ്ങളെല്ലാം ജൂലൈ മാസത്തിലും നിലനിന്നു. അതായത്, ജോക്വിനുമായും നമ്മുടെ സുഹൃത്തുക്കളുമായും ബന്ധപ്പെടാൻ കഴിഞ്ഞില്ല. അണികളിലുള്ള നഷ്ടവും തുടർന്നു.

പ്രധാനപ്പെട്ട സവിശേഷതകൾ ചുവടെ വിവരിക്കുന്നു.

1) ബന്ധങ്ങൾ പാടെ അറ്റുപോയിരിക്കുന്നു. 2) കർഷകർ ഇപ്പോഴും

നമ്മുടെ കൂടെ ചേരുന്നില്ല. എന്നാൽ, പ്രോത്സാഹജനകമായ ചില ലക്ഷണങ്ങൾ കാണുന്നുണ്ട്. പഴയ പരിചയക്കാരെ കാണുമ്പോൾ അവർ അൽപംകൂടി ഹാർദമായി സ്വാഗതം ചെയ്യുന്നുണ്ട്. 3) ഒളിപ്പോരാളി ഐതിഹ്യം നമ്മുടെ ഭൂഖണ്ഡത്തിലാകെ വ്യാപിക്കുന്നുണ്ട് .... 4) പോളീനോ വഴി ബന്ധം സ്ഥാപിക്കാനുള്ള ശ്രമം പരാജയപ്പെട്ടു. 5) ഓരോ സംഘട്ടനം കഴിയുന്തോറും ഒളിപ്പോരാളികളുടെ വീര്യവും സമരാവേശവും ഏറിയേറിവരുന്നുണ്ട്. കംബയും ചപ്പാക്കൊയും വളരെ ക്ഷീണിതരാണ്. 6) പട്ടാളത്തിനു പിടിപ്പ് കുറവാണെങ്കിലും അവരുടെ ചില യൂണിറ്റുകൾ കുറേക്കൂടി ചൊടി കാണിക്കുന്നുണ്ട്. 7) ഗവൺമെന്റ് (ബൊളീവിയയിലെ) വഷളായിക്കൊണ്ടിരിക്കുന്ന ഒരു രാഷ്ട്രീയ പ്രതിസന്ധിയുടെ നടുവിലാണ്. എന്നാൽ, ബൊളീവിയൻ വീക്ഷണത്തിൽ നിന്നു നോക്കുമ്പോൾ വമ്പിച്ച പ്രാധാന്യമുള്ള തുച്ഛമായ വായ്പകൾ യു എസ് എയിൽ നിന്നു അവർക്ക് ലഭിക്കുന്നുണ്ട്. അസംതൃപ്തി തെല്ലൊന്നു ശമിപ്പിക്കാൻ ഇത് സഹായിക്കും.

"സമ്പർക്കം പുനഃസ്ഥാപിക്കുകയും പുതിയ വോളണ്ടിയർമാരെ റിക്രൂട്ടു ചെയ്യുകയും മരുന്നുകൾ സമ്പാദിക്കുകയും ചെയ്യുകയെന്നതാണ് നമ്മുടെ സർവപ്രധാനമായ കടമകൾ."

ചെയുടെ ആസ്മാശല്യം കാരണം ഓഗസ്റ്റിലെ സ്ഥിതി പിന്നെയും വഷളായി. ചെയ്ക്ക് അനങ്ങാൻ വയ്യാത്ത നിലയായി. അൽപം മരുന്നുണ്ടെങ്കിലേ എന്തെങ്കിലും ആശ്വാസം ഉണ്ടാക്കാൻ കഴിയുമായിരുന്നുള്ളൂ. പക്ഷേ, അടുത്തൊരിടത്തും അതു കിട്ടാനില്ലായിരുന്നു. ഓഗസ്റ്റ് 7–ാം തീയതി ചെ എഴുതി. "ഗെറില്ലാ യൂണിറ്റ് രൂപീക്കരിച്ചിട്ട് ഒൻപതുമാസം തികയുന്ന ദിവസമാണിന്ന്. ആദ്യമുണ്ടായിരുന്ന ആറു ഒളിപ്പോരാളികളിൽ രണ്ടുപേർ മരിക്കുകയും രണ്ടുപേർ മുറിവേറ്റ് അവശരാവുകയും ഒരാളെ കാണാതാവുകയും ചെയ്തു. ശേഷിച്ചിരിക്കുന്ന ഞാൻ വല്ലാത്ത ആസ്മാശല്യത്തിന്റെ പിടിയിലുമാണ്."

ഓഗസ്റ്റ് 8–ാം തീയതി അവരുടെ യൂണിറ്റ് പതിവുപോലെ ഒരു മലമ്പ്രദേശത്തുകൂടി നീങ്ങുകയായിരുന്നു. ചെയെ വഹിച്ചിരുന്ന പെൺകുതിരയ്ക്ക് പട്ടിണിയും ക്ഷീണവും കാരണം ഒരു ചുവടുപോലും മുന്നോട്ടു വയ്ക്കാൻ കഴിഞ്ഞിരുന്നില്ല. ആസ്മയുടെ ശ്വാസംമുട്ടലും നീരുവന്നു വീർത്ത കാലിന്റെ ദുസ്സഹമായ വേദനയും കാരണം അദ്ദേഹം വലഞ്ഞു. കുതിരയെ മുന്നോട്ടു നീക്കാൻവളരെയേറെ പണിപ്പെട്ടു. അതു പക്ഷേ, നിന്നേടത്തു തന്നെ നിന്നതേയുള്ളൂ. ദേഷ്യം സഹിക്കവയ്യാതെ അദ്ദേഹം പോക്കറ്റിൽ കിടന്ന കത്തിയെടുത്ത് അതിന്റെ കഴുത്തിൽ ആഞ്ഞൊരു കുത്തുകൊടുത്തു. കുറച്ചു കഴിഞ്ഞ് സമചിത്തത വീണ്ടുകിട്ടിയപ്പോൾ അദ്ദേഹം യൂണിറ്റിലുള്ളവരെ വിളിച്ചുകൂട്ടിയിട്ട് പറഞ്ഞു, "നാം വളരെ വലിയ വിഷമസ്ഥിതിയിലാണ്. ഞാൻ തന്നെ മനുഷ്യന്റെ ഒരു നിഴലായിത്തീർന്നിരിക്കുന്നു. എന്റെ ആത്മനിയന്ത്രണം നിശ്ശേഷം ഇല്ലാതാകുന്ന

സന്ദർഭങ്ങളുണ്ടെന്നാണ് ആ കുതിരയോടുള്ള എന്റെ പ്രവൃത്തി വ്യക്തമാക്കുന്നത്. മറ്റു സഖാക്കളുടെ പെരുമാറ്റവും ഒട്ടും മെച്ചമല്ല. നിർണായകമായ തീരുമാനമെടുക്കേണ്ട ഒരു സന്ദർഭമാണിത്. പരീക്ഷണസാഹചര്യങ്ങളിൽ നാം നടത്തിക്കൊണ്ടിരിക്കുന്ന ഈ സമരം വിപ്ലവകാരികളുടെ അഗ്നിപരീക്ഷയെ അതിജീവിക്കാൻ നമുക്കൊരവസരമാണ്. നമുക്കെല്ലാം ഈ ഉന്നതഗുണമുള്ള ഒരു മനുഷ്യനായിത്തീരാൻ കഴിയും. പക്ഷേ, ഇതു സാധിക്കണമെങ്കിൽ നമുക്ക് നമ്മെത്തന്നെ കീഴടക്കാൻ കഴിയും. അതിനു കഴിവുള്ളവർ മാത്രം നിന്നാൽ മതി. ബാക്കിയുള്ളവർക്ക് പിരിഞ്ഞുപോകാം."

"ക്യൂബക്കാരിൽ എല്ലാവരും ബൊളീവിയക്കാരിൽ ചിലരും അന്ത്യം വരെ സമരം തുടരണമെന്ന് അഭിപ്രായമുള്ളവരാണ്. ചെ ഇതെപ്പറ്റി ഡയറിയിൽ എഴുതി.

പഴയ ക്യാമ്പിനടുത്ത് ഒരു റേഡിയോ റിസീവറും ആസ്മായ്ക്കുള്ള കുറച്ചു മരുന്നും ഒളിച്ചുവച്ചിരുന്ന ആ ഗൂഢസങ്കേതത്തിൽ എത്താൻ ചെ തന്റെ സർവകഴിവുകളും സംഭരിച്ചു. എട്ടുപേരെ മുന്നിൽ വിട്ടിട്ട് അദ്ദേഹം ബാക്കിയുള്ളവരോടൊപ്പം പതുക്കെ പതുക്കെ പിന്നാലെ നടന്നു. ജോകിന്റെ ഗ്രൂപ്പിനെ കണ്ടെത്താൻ പറ്റിയില്ലെങ്കിൽ അവർക്കെന്തു സംഭവിച്ചെന്നറിയാനെങ്കിലും കഴിയുമെന്ന് അദ്ദേഹത്തിന് അപ്പോഴും പ്രതീക്ഷയുണ്ടായിരുന്നു.

ജനവാസകേന്ദ്രങ്ങൾ ഒഴിവാക്കിക്കൊണ്ട് വാടിത്തളർന്ന ആ ഗെറില്ലാഭടന്മാർ പഴയ ക്യാമ്പിലേക്ക് ഞൊണ്ടി ഞൊണ്ടി നീങ്ങി. വിശപ്പിന്റെ യുദ്ധത്തിൽ അവർ മുട്ടുകുത്താൻ തുടങ്ങുകയായിരുന്നു. ബൊളീവിയക്കാരനായ ചപ്പാക്കൊയിൽ ബുദ്ധിഭ്രമത്തിന്റെ ലക്ഷണങ്ങൾ കണ്ടു തുടങ്ങി. ചെയുടെ കാലിന്റെ ഉപ്പൂറ്റിയിൽ വലിയൊരു വ്രണം വന്നു പഴുത്തു. അദ്ദേഹത്തിന് പനിയും പിടിപെട്ടു. കാലിലെ വ്രണം കുത്തിപ്പൊട്ടിച്ച് കമാൻഡറുടെ വേദന കുറയ്ക്കാൻ സുഹൃത്തുക്കൾ ശ്രമിച്ചെങ്കിലും ചെയുടെ സ്ഥിതി പിന്നെയും ശോചനീയമായിരുന്നു. ഡയറിയിൽ അദ്ദേഹം ആ വിവരം കുറിച്ചുവയ്ക്കുകയും ചെയ്തു.

കൃത്യം ഈ സമയത്ത് അവരുടെ വിദൂരസ്ഥമായ ഹവാനയിൽ ബൊളീവിയ ഉൾപ്പെടെ ഒട്ടുമുക്കാലും ലാറ്റിൻ അമേരിക്കൻ രാജ്യങ്ങളുടെ പ്രതിനിധികളും മറ്റു ഭൂഖണ്ഡങ്ങളിൽനിന്നുള്ള നിരീക്ഷകരും പങ്കെടുക്കുന്ന ഒരു സമ്മേളനം നടക്കുകയായിരുന്നു. ഈ സമ്മേളനം ലാറ്റിൻ അമേരിക്കൻ ഐക്യദാർഢ്യസംഘടനയ്ക്ക് രൂപം നൽകുകയും ഈ മേഖലയിൽ ഒളിപ്പോർ പ്രവർത്തനം സംഘടിപ്പിക്കുന്നതിന് അംഗീകാരം നൽകുകയും ചെയ്തു. സമ്മേളനഹാളിന്റെ അധ്യക്ഷവേദി ചെയുടെ ബൃഹത്തായൊരു ചിത്രംകൊണ്ട് അലങ്കരിച്ചിരുന്നു. ആലങ്കാരികമായി പറഞ്ഞാൽ, അദ്ദേഹമാണ് ആ സമ്മേളനത്തിൽ ആധ്യക്ഷം വഹിച്ചിരുന്നത്.

"മേജർ ചെ ഗുവേരയ്ക്ക് ഒരു അനുമോദന സന്ദേശം" അയ

യ്ക്കാനും നിരവധി വിയറ്റ്നാമുകൾ സൃഷ്ടിക്കാൻ ആഹ്വാനംചെയ്തു കൊണ്ടും ലാറ്റിൻ അമേരിക്കയെ യു എസ് സാമ്രാജ്യത്വത്തിന്റെ പട്ടട"യാക്കി മാറ്റിക്കൊണ്ട് അവിടെങ്ങും പുതിയ പുതിയ ഗെറില്ലാ കേന്ദ്ര ങ്ങൾ രൂപം കൊള്ളുമെന്നു പ്രവചിച്ചുകൊണ്ടും ചെ ചെയ്ത പ്രസ്താവ നയെ പൂർണമായി ശരിവയ്ക്കാനും സമ്മേളനം തീരുമാനിച്ചു.

പല പ്രതിനിധികളും നിർദേശിച്ചതനുസരിച്ച് ഒരു പ്രതീകമെന്ന നിലയ്ക്ക് "ലാറ്റിൻ അമേരിക്കൻ രാഷ്ട്രം" എന്നൊന്നു രൂപീകരിച്ചിരി ക്കുന്നതായും മേജർ ഏണസ്റ്റൊ ചെ ഗുവേരയെ നമ്മുടെ പൊതുവിലുള ള മാതൃഭൂമിയായ ലാറ്റിൻ അമേരിക്കയിലെ ഒരു ബഹുമാന്യ പൗരനാ ക്കിയിരിക്കുന്നതായും" സമ്മേളനത്തിന്റെ അധ്യക്ഷവേദിയിൽ നിന്നു പ്രഖ്യാപിച്ചു.

ബൊളീവിയയിലെ ഒളിപ്പോർ പ്രസ്ഥാനത്തോട് ഐക്യദാർഢ്യം പ്രകടമാക്കിക്കൊണ്ടുള്ള ഒരു പ്രമേയവും സമ്മേളനം അംഗീകരിച്ചു., എന്നാൽ തോതിലോ ഉള്ളടക്കത്തിലോ ഈ പ്രമേയം ഗോട്ടിമാലയിലും കൊളംബിയയിലും വെനിസ്വേലയിലുമുള്ള ഗെറില്ലാ പ്രസ്ഥാനങ്ങളോട് ഐക്യദാർഢ്യം പ്രകടിപ്പിച്ചുകൊണ്ടുള്ള പ്രമേയങ്ങളിൽ നിന്ന് ഒട്ടും വ്യത്യസ്തമായിരുന്നില്ല. നിഗൂഢതയുടെ പരിഗണനകൾ വച്ചുകൊണ്ടാ യിരിക്കാം അങ്ങനെ ചെയ്തത്. എന്നാൽ ചെ ബൊളീവിയയിലുണ്ടെന്ന സംഗതി അപ്പോഴേക്ക് പരസ്യമായ ഒരു രഹസ്യമായിരുന്നു.

ഈ ഹവാനാ സമ്മേളനം പല നാടകീയ രംഗങ്ങൾക്കും സാക്ഷ്യം വഹിക്കുകയുണ്ടായി. ഫിദൽ കാസ്ട്രോയുടെ വധത്തിനു യു എസ് ചാര വിഭാഗം തങ്ങളെ ചട്ടംകെട്ടിയ കഥ സി ഐ എയുടെ ഏജൻറുമാരായി രുന്ന നാലുപേർ അവിടെ കൂടിയിരുന്ന പ്രതിനിധികൾക്ക് വിവരിച്ചുകൊ ടുത്തു. ക്യൂബയുടെ ആഭ്യന്തര കാര്യങ്ങളിൽ കുറ്റകരമായ കൈയിടൽ നടത്താനുള്ള യു എസ് ശ്രമങ്ങൾക്ക് മറ്റൊരു ദൃഷ്ടാന്തമായിരുന്നു ഇത്. 1959 മുതൽക്ക് ഇത്തരത്തിലുള്ള ഡസൻകണക്കിന് വിധ്വംസകരേയും കൊലയാളികളേയും യു എസ് എ യിൽ നിന്നയച്ചിരുന്നുവെന്നതാണ് സത്യം.

ഹവാനാ റേഡിയോയ്ക്കു പുറമെ ലാറ്റിൻ അമേരിക്കയിലുടനീള മുള്ള മറ്റു റേഡിയോ സ്റ്റേഷനുകളും ഈ സമ്മേളനത്തിന് വമ്പിച്ച പ്രസി ദ്ധീകരണം നൽകിയിരുന്നു. അതിൽ പങ്കെടുത്തിരുന്നവർക്കെതിരായി വാഷിംഗ്ടൺ ഘോരാട്ടഹാസങ്ങൾ മുഴക്കി. വിപ്ലവ പ്രബുദ്ധ ക്യൂബയ്ക്കെ തിരായി എതിർനടപടികൾ സ്വീകരിക്കാൻ ഒ എ എസ് അതിന്റേതായ സമ്മേളനം വിളിച്ചു കൂട്ടാൻ തീരുമാനിച്ചു. ക്യൂബയ്ക്കെതിരായ ഇടപെ ടൽ നടത്തണമെന്ന് ബാരിയെന്റോസ് മുറവിളികൂട്ടി. ഈ ഹവാനാ സമ്മേ ളനത്തിന്റെ റിപ്പോർട്ടുകളുടേയും അതു സംബന്ധിച്ച പ്രഖ്യാപനങ്ങളു ടേയും റേഡിയോ തരംഗങ്ങൾകൊണ്ട് അന്തരീക്ഷമാകെ മുഖരിതമായി...

കഴിവതുംവേഗം ജീവരക്ഷയ്ക്കുള്ള ഔഷധങ്ങളും ആഹാരസാധ

നങ്ങളും പൂഴ്ത്തിവച്ചിരുന്ന ഒളിസങ്കേതത്തിലെത്താൻ ചെ തിരക്കുകൂട്ടി. പക്ഷേ, ലക്ഷ്യസ്ഥാനത്തോടടുത്തപ്പോഴാണ് ശത്രു തങ്ങളെക്കാൾ മുൻപേ അവിടെ എത്തിയെന്ന കാര്യം അവർക്കു മനസിലായത്.

"ഇന്നൊരു കരിദിനമായിരുന്നു," ഓഗസ്റ്റ് 14-ാം തീയതിയിലെ ഡയറിക്കുറിപ്പിൽ ചെ എഴുതി. "ഞങ്ങൾ പതിവുപോലെ നീങ്ങി. രാത്രിയിൽ റേഡിയൊ കേട്ടപ്പോഴാണ് ഞങ്ങളുടെ ലക്ഷ്യസ്ഥാനമായ ഒളിസങ്കേതം പട്ടാളത്തിന്റെ കൈയിലായെന്നു മനസിലായത്. ഈ റിപ്പോർട്ടിന്റെ സത്യാവസ്ഥയെപ്പറ്റി ശങ്കിക്കാൻ ഇടയില്ലാത്ത വിധത്തിലുള്ള വിശദാംശങ്ങൾ അവർ പ്രക്ഷേപണം ചെയ്തിരുന്നു. ഇനി എത്ര കാലത്തേക്ക് ഈ ആസ്മ സഹിക്കേണ്ടിവരുമെന്നറിയില്ല. പല പല രേഖകളും ഫോട്ടോകളും കണ്ടുകിട്ടിയിട്ടുണ്ടെന്നും റേഡിയോ റിപ്പോർട്ടിൽ പറഞ്ഞിരുന്നു. ഇതു വളരെ വലിയൊരു പ്രഹരമാണ്. ആരാണ് ഒറ്റുകൊടുത്തത്? ആരാണത്? ഇനിയും അതൊരു രഹസ്യമാണ്."

സെൻട്രൽ ക്യാമ്പിന്റെ പരിസരങ്ങളിൽ നിന്ന് നാലു പൊത്തുകൾ കൂടി പട്ടാളത്തിനു കണ്ടുകിട്ടിയിട്ടുണ്ടെന്ന് പിറ്റേന്നത്തെ റേഡിയോ വാർത്തകളിൽ കേട്ടു. ഒളിപ്പോരാളികളുടെ സപ്ലൈ മുഴുവൻ പട്ടാളത്തിന്റെ കൈയിൽ പെട്ടെന്നായിരുന്നു ഇതിന്നർഥം.

അങ്ങനെ ലോകവുമായുള്ള ബന്ധം മുഴുവൻ അറ്റ്, "മനീല" യുമായും ജോകിനുമായും ബൊളീവിയൻ സഹപ്രവർത്തകരുമായുമുള്ള ബന്ധം മുഴുവൻ അറ്റ്, ശത്രുതയോടെ വീക്ഷിക്കുന്ന ഒരു ജനതയാൽ വലയം ചെയ്യപ്പെട്ട്, കുടിക്കാൻ വെള്ളമോ പിടിച്ചുതിന്നാൻ വന്യമൃഗങ്ങളോ ഇല്ലാത്ത ഒരു കാട്ടുപ്രദേശത്തിന്റെ നടുക്ക് അവർ അലഞ്ഞു നടന്നു. ആ പൊത്തുകളിൽ ഒളിച്ചുവച്ചിരുന്ന ആഹാരവും ഔഷധങ്ങളും ഉണ്ടായിരുന്നെങ്കിൽ ഭാഗ്യം തെളിയുമെന്ന പ്രതീക്ഷയിൽ കുറച്ചുകാലം കൂടി എങ്ങനെയും പിടിച്ചു നിൽക്കാമായിരുന്നു. അങ്ങനെ മരണമല്ലാതെ മറ്റൊരാശ്രയവുമില്ലെന്ന സ്ഥിതിയിലായിരുന്ന ആ ഒളിപ്പോർ ദളം കടന്നുപോന്ന കല്ലും മുള്ളും നിറഞ്ഞ മാർഗത്തെ ചെയുടെ ഡയറി സത്യസന്ധമായും നിർദാക്ഷിണ്യമായും പ്രതിഫലിപ്പിക്കുന്നുണ്ട്.

"സർവതും കുഴഞ്ഞു" എന്നു പറഞ്ഞാണ് ഓഗസ്റ്റ് 26-ലെ കുറിപ്പ് തുടങ്ങുന്നത്. അതേ ദിവസം തന്നെ ആത്മനിയന്ത്രണം വിട്ട് കോപാന്ധനായ അദ്ദേഹം ഏതോ നിർദേശം നടപ്പാക്കാൻ വിട്ടുപോയ കുറ്റത്തിന് അന്റോണിയൊയെ പ്രഹരിച്ചു.

"ഏതെങ്കിലും രക്ഷാമാർഗം കണ്ടെത്താനുള്ള അറ്റ ശ്രമത്തിലാണ് ഇന്നത്തെ ദിവസം മുഴുവൻ ചെലവിട്ടത്. പക്ഷേ എന്നിട്ടും വ്യക്തമല്ല" എന്നു പറഞ്ഞാണ് പിറ്റേന്നത്തെ കുറിപ്പ് ആരംഭിക്കുന്നത്.

"കാറും കോളും നിറഞ്ഞ കഷ്ടപ്പാടിന്റെ ദിവസം", 28-ാം തീയതിയിലെ തുടക്കം അങ്ങനെയാണ്.

വിഷമം നിറഞ്ഞതും വളരെയേറെ കഷ്ടപ്പാടുള്ളതുമായ ദിവസം"

ഓഗസ്റ്റ് 29-ാം തീയതി ചെ എഴുതി. അസഹനീയമായ ദാഹത്താൽ അവരെല്ലാം വലഞ്ഞു.

ഓഗസ്റ്റ് 30-ാം തീയതി എഴുതിയിരിക്കുന്നത് ഇങ്ങനെയാണ്. "തീർത്തും അസഹനീയമായ സ്ഥിതിയാണിപ്പോഴുള്ളത്. ചിലർക്ക് ബോധക്ഷയമുണ്ടായി. മിഗുവലും ഡാറിയോയും ചീനൊയും മൂത്രം ഒഴിച്ചു കുടിച്ചു. ഫലം വയറിൽ വല്ലാത്ത അസ്വസ്ഥതയും വേദനയുമാണ്. അർബനൊയും ബെനീഗ്നൊയും ജൂലിയൊയും ഒരു മലയിടുക്കിലേക്കിറങ്ങിച്ചെന്നപ്പോൾ അവിടെ അൽപം വെള്ളം കണ്ടുകിട്ടി. കോവർകഴുതയ്ക്കുപോലും അവിടെ ഇറങ്ങിപ്പറ്റാൻ സാധ്യമല്ലെന്ന് അവർ പറഞ്ഞു. നാറ്റൊയോടൊപ്പം ഞാൻ മുകളിൽ തന്നെ നിന്നു. എങ്കിലും ഇൻടി ഞങ്ങൾക്ക് കുറച്ചു വെള്ളം കൊണ്ടുവന്നുതന്നു. അങ്ങനെ ഞങ്ങൾ മൂവരും അൽപം കുതിരമാസം (ചെ കുത്തി മുറിവേൽപ്പിച്ച കുതിരയുടെ മാംസം) കഴിക്കാനിരുന്നു. റേഡിയോ സെറ്റ് മലയിടുക്കിൽ പെട്ടുപോയതിനാൽ വാർത്തകൾ കേൾക്കാൻ ഞങ്ങൾക്ക് കഴിഞ്ഞില്ല.

സൈനിക നടപടികളിലും തീരെ വിജയം കൈവരിക്കാൻ സാധിക്കാതെ പോയ ഒരു മാസമായിരുന്നു ഇത്. ശത്രുവുമായി നടന്ന ഒരേയൊരു ഏറ്റുമുട്ടലിൽ ഒരു പട്ടാളക്കാരനെ മുറിവേൽപിക്കാൻ മാത്രമേ അവർക്ക് കഴിഞ്ഞുള്ളു.

മാസാവസാനം ആയതോടെ ചെ പതിവുള്ള സൂക്ഷ്മതയോടും സത്യസന്ധതയോടും കൂടി മാസക്കുറിപ്പുകൾ തയാറാക്കി.

"സൈനികനടപടികൾ ആരംഭിച്ചതിനുശേഷമുള്ള ഏറ്റവും വിഷമം പിടിച്ച മാസമായിരുന്നു ഇതെന്നതിൽ സംശയമില്ല. പട്ടാളം നമ്മുടെ രഹസ്യപ്പൊത്തുകളെല്ലാം പിടിച്ചു. വല്ലാത്ത ഒരു അടിയായിരുന്നു ഇത്. പ്രത്യേകിച്ചും മാനസികമായി. രണ്ടാളുകളുടെ മരണവും കുതിരയിറച്ചി മാത്രം കഴിച്ചുള്ള ജീവിതവും ആളുകളെ വല്ലാതെ നിർവീര്യരാക്കി. കാംബ യൂണിറ്റ് വിട്ടുപോകാൻ അനുവാദം ആവശ്യപ്പെടുന്നേടത്തോളം കാര്യങ്ങൾ കുഴഞ്ഞു. ജോകിനുമായുള്ള ബന്ധം അറ്റുപോയെന്നതും അയാളുടെ അണികളിൽ നിന്നുള്ള ഏതോ തടവുകാർ അവർക്കറിയാവുന്ന മുഴുവൻ വിവരങ്ങളും പട്ടാളത്തെ ധരിപ്പിച്ചുവെന്നതും ആളുകളെ വല്ലാതെ തളർത്തി. എന്റെ രോഗം കാരണം അണികളിലെ അസ്വസ്ഥത വർധിച്ചു. ഇതെല്ലാം ഈ മാസത്തിലെ ഒരേയൊരു ഏറ്റുമുട്ടലിൽ പ്രതികൂലഫലം ഉളവാക്കി. ശത്രുവിന് വമ്പിച്ച നാശനഷ്ടം വരുത്താമായിരുന്നെങ്കിലും ഒരൊറ്റ ആളിന് മുറിവേൽപിക്കാൻ മാത്രമാണ് നമുക്ക് കഴിഞ്ഞത്. അതേസമയം തന്നെ, കുടിക്കാൻ വെള്ളം പോലുമില്ലാതെ മലമ്പാതകളിലൂടെയുള്ള ദുഷ്കരമായ യാത്ര ആളുകളിലുള്ള അനഭിലഷണീയമായ ചില സ്വഭാവവിശേഷങ്ങൾ പുറത്തുകൊണ്ടുവരികയും ചെയ്തു.

"സ്ഥിതിഗതികളുടെ പ്രധാനസവിശേഷതകൾ താഴെ പറയുന്നവയാണ്.

1) "മുമ്പത്തെപ്പോലെ ഇപ്പോഴും യാതൊരുവിധ സമ്പർക്കവുമില്ല. സമീപഭാവിയിൽ എന്തെങ്കിലും സമ്പർക്കം ഉണ്ടാകുമെന്ന് പ്രതീക്ഷിക്കാൻ വഴി കാണുന്നുമില്ല."

2) "മുമ്പത്തെപ്പോലെതന്നെ കർഷകർ നമ്മുടെ കൂടെ ചേരാൻ വിസമ്മതിക്കുന്നു. അടുത്ത കാലത്തായി നാം അവരെ അപൂർവമായേ കണ്ടിട്ടുള്ളുവെന്നതിനാൽ ഇത് സ്വാഭാവികവുമാണ്."

3) അണികളിൽ വല്ലാത്ത വീര്യക്ഷയം കാണാനുണ്ട്. പക്ഷേ, ഇത് താൽക്കാലികമായിരിക്കുമെന്ന് പ്രതീക്ഷിക്കാം.

4) പട്ടാളം പഴയതിലും കൂടുതൽ കാര്യക്ഷമമായോ ഊർജിതമായോ പ്രവർത്തിച്ചു കാണുന്നില്ല.

സമരോത്സാഹം നന്നേ ഇടിഞ്ഞ ഒരു കാലയളവിലൂടെയാണ് നാം കടന്നുപൊയ്ക്കൊണ്ടിരിക്കുന്നത്. ഗെറില്ലാ ഐതിഹ്യത്തിനും അൽപം മങ്ങൽ തട്ടിയിട്ടുണ്ട്. സമ്പർക്കം പുനഃസ്ഥാപിക്കുക, അണികൾ വിപുലപ്പെടുത്തുക, ആഹാരവും ഔഷധവും കണ്ടെത്തുക എന്നീ മുൻമാസത്തിലെ കടമകൾ തന്നയാണ് ഇന്നും നമ്മുടെ മുന്നിലുള്ളത്.

"ഇൻടിയും കൊക്കൊയും അടിയുറച്ച ഉശിരൻ വിപ്ലവനേതാക്കളാണെന്നതിന് അവർ കൂടുതൽ കൂടുതൽ തെളിവുനൽകിക്കൊണ്ടിരിക്കുകയാണെന്നുകൂടി ഇവിടെ പ്രസ്താവിക്കേണ്ടതുണ്ട്.

ചെ ഈ വരികൾ കുറിക്കുന്ന സമയത്ത് അദ്ദേഹമിരിക്കുന്നിടത്തുനിന്ന് കുറേ ഡസൻ കിലോമീറ്റർ മാത്രം അകലെ, സെൻട്രൽ ക്യാമ്പിനടുത്ത്, റിയോ ഗ്രാൻസ് എന്ന സ്ഥലത്ത് ജോകിനും കൂട്ടരും ബൊളീവിയൻ പട്ടാളക്കാരുടെ നടുവിൽ നിന്ന് ഒരു ജീവന്മരണപ്പോരാട്ടം നടത്തുകയായിരുന്നു.

ചെ പിരിഞ്ഞതുമുതൽക്ക് ജോകിനും കൂട്ടുകാരും തങ്ങളുടെ കമാൻഡറേയും കാത്ത് സെൻട്രൽ ക്യാമ്പിന്റെ പരിസരങ്ങളിൽ ചുറ്റിക്കറങ്ങിക്കൊണ്ടിരുന്നു. അവരുടെ സ്ഥിതി ഒട്ടും എളുപ്പമുള്ളതായിരുന്നില്ല. താന്യയും മോയിസെയും ഉൾപ്പടെ അവരുടെ കൂട്ടത്തിൽപെട്ട നാലുപേർ രോഗബാധിതരായിരുന്നു. ക്യൂബക്കാരനായ മാർക്കോസ്, പെറുക്കാരനായ എൽനേഗ്രൊ, ബൊളീവിയക്കാരനായ ഏണസ്റ്റോ എന്നിങ്ങനെ മൂന്നു ഡോക്ടർമാർ കൂട്ടത്തിലുണ്ടായിരുന്നെങ്കിലും യാതൊരു ഔഷധവും കൈവശമില്ലാതെ ആ രോഗികളുടെ വേദന ശമിപ്പിക്കാൻ അവർക്ക് കഴിയുമായിരുന്നില്ല. ബൊളീവിയക്കാരനായ സെറാപ്യോയും ഇടുപ്പിലെ പിടിത്തം കാരണം ഞൊണ്ടിഞൊണ്ടിയാണ് നടന്നിരുന്നത്. അയാൾ എപ്പോഴും മറ്റുള്ളവർക്ക് പിന്നിലായിപ്പോവുകയും ചെയ്തിരുന്നു. ഭീരുത്വംകാരണം ഗെറില്ലാ സ്ഥാനത്തുനിന്ന് നീക്കം ചെയ്യപ്പെട്ടിരുന്ന പാക്കൊ, പെപ്പെ, ചിംഗോളൊ, യൂസേബ്യൊ എന്നീ നാല് ബൊളീവിയക്കാരായിരുന്നു മറ്റൊരു പ്രശ്നം. അവരുടെ മേൽ പ്രത്യേകം നോട്ടം ഉണ്ടായിരിക്കേണ്ടതാവശ്യമായിരുന്നു. കാരണം, അവർ ഒളിച്ചോടിച്ചെന്ന് ശത്രുവുമായി

സമ്പർക്കം സ്ഥാപിച്ചാൽ യൂണിറ്റിനെപ്പറ്റിയുള്ള വിലപ്പെട്ട ധാരാളം വിവരങ്ങൾ അവർക്ക് കിട്ടാൻ സാധ്യത ഉണ്ടായിരുന്നു.

സംഖ്യാബലംകൊണ്ട് ജോകിന്റെ ഗ്രൂപ്പ് ചെയുടേതിനെക്കാൾ ചെറുതാണെന്നു മനസിലാക്കിയ ബൊളീവിയൻ അധികൃതർ ആദ്യം ആദ്യത്തേതിനെ ശരിപ്പെടുത്താനുറച്ചു. ജനറൽ ബാരിയെന്റോസിന്റെ മകൾ സിന്തിന്തയുടെ പേരിൽ അവരെ വളഞ്ഞു വകവരുത്താനുള്ള ഒരു പദ്ധതി ആവിഷ്കരിക്കപ്പെട്ടു. കേണൽ ലൂയി റോക്ക് തെറാന്റേയും കേണൽ ജോകിൻ സെന്റനൊ അനായയുടേയും കീഴിലുള്ള രണ്ടു സൈന്യവിഭാഗങ്ങൾക്കു പുറമേ നാലും എട്ടും ഡിവിഷനുകളിലെ പട്ടാളവും വ്യോമസേനയും ജോകിന്റെ ഗ്രൂപ്പിനെ പിന്തുടർന്നു. വ്യോമസേനക്കാർ നിരന്തരമായ നിരീക്ഷണത്തിനു പുറമെ ആകാശത്തുനിന്നുള്ള ആക്രമണവും നടത്തിയിരുന്നു.

മെയ് 23-ാം തീയതി പെപ്പെ എന്ന ബൊളീവിയക്കാരൻ ജോകിന്റെ ഗ്രൂപ്പിൽനിന്ന് ഒളിച്ചോടിച്ചെന്ന് പട്ടാളത്തിന് ഗെറില്ലാകളെ സംബന്ധിച്ച് സർവവിവരങ്ങളും നൽകി. പക്ഷേ, അതുകൊണ്ട് അയാൾ രക്ഷപ്പെട്ടില്ല. കോപാകുലരായിരുന്ന പട്ടാളക്കാർ ഈ ഒളിച്ചോട്ടക്കാരനെ കൊന്നുകളഞ്ഞു.

ജൂൺ 4-ാം തീയതി ശത്രുവുമായുള്ള ഒരു ഏറ്റുമുട്ടലിനിടയിൽ ക്യൂബക്കാരനായ മാർക്കോസും (മേജർ അന്റോണിയൊ സാഞ്ചെസ് ഡിയാസ്) ബൊളീവിയക്കാരനായ വിക്ടറും (കാസിൽഡൊ കൊണ്ടോരി വർഗാസ്) ജീവൻ വെടിഞ്ഞു. ജൂലൈ മധ്യത്തോടെ ജോകിന് മറ്റൊരാളെക്കൂടി നഷ്ടപ്പെട്ടു. ബൊളീവിയക്കാരനായ സെറാപ്യൊ ആയിരുന്നു ഇത്. ഇയാളുടെ ശരിയായ പേരെന്താണെന്നത് ഇന്നും അജ്ഞാതമാണ്.

ഒരു മാസം കഴിഞ്ഞ് ശത്രുവുമായുള്ള മറ്റൊരു ഏറ്റുമുട്ടലിനിടയിൽ യുസേബ്യൊ, ചിംഗോളൊ എന്നിവരും സർക്കാർ പട്ടാളത്തിന്റെ അടുത്തേക്ക് ഒളിച്ചോടിച്ചെന്ന് അറിയാവുന്ന സർവവിവരവും പറഞ്ഞുകൊടുത്തു. രഹസ്യമായി വച്ചിട്ടുള്ള പൊത്തുകളുടെ കാര്യവും പട്ടിണിയും രോഗവും കാരണം അവശരായ ജോകിന്റെ ആൾക്കാരുടെ സ്ഥിതിയും അങ്ങനെ പട്ടാളത്തിന് മനസിലായി.

പട്ടാളം അവരുടെ നടപടി കുറേക്കൂടി ഊർജിതമാക്കി. എങ്കിലും വളരെ സാവധാനത്തിലും ഉറപ്പില്ലാത്ത മട്ടിലുമായിരുന്നു അവരുടെ നീക്കം. കമാൻഡർമാരുടെ പിടിപ്പുകേടോ മറ്റ് ഒളിപ്പോർ ദളങ്ങൾ വഴിക്കുണ്ടാകുമെന്ന പേടിയോ ആയിരുന്നിരിക്കാം ഇതിനുള്ള കാരണം. അതല്ലെങ്കിൽ, ഗെറില്ലാവിരുദ്ധസമരത്തിന്റെ അമേരിക്കൻ രക്ഷാധികാരികളെക്കൊണ്ട് കൂടുതൽ ഡോളർ ഇറക്കിക്കാൻ കരുതിക്കൂട്ടി അവരങ്ങനെ നടപടികൾ തളർത്തിയിട്ടതായിരിക്കാം.

അതെന്തായാലും, ഓഗസ്റ്റ് 9-ാം തീയതി തദ്ദേശീയരായ കർഷരുടെ സഹായത്തോടെ വീണ്ടും ഗെറില്ലാകളുടെ പിന്നാലെ എത്തിയ പട്ടാള

വുമായി മറ്റൊരു ഏറ്റുമുട്ടൽ നടന്നു. ഇതിൽ ഇരുപത്താറുകാരനായ പെഡ്രൊ (അന്റോണിയൊ ഫെർണാണ്ടസ്) പട്ടാളത്തിന്റെ ഒരു വെടിയുണ്ടയ്ക്കിരയായി. ബൊളീവിയയിലെ കമ്യൂണിസ്റ്റ് യൂത്ത് ലീഗ് നേതാക്കളിൽ ഒരാളായിരുന്നു പെഡ്രൊ.

അതോടെ ജോകിന്റെ ഗ്രൂപ്പിന്റെ സംഖ്യാബലം താന്യയുൾപ്പെടെ പത്തായി ചുരുങ്ങി. നാലു വശത്തുനിന്നും ശത്രു അവരെ വളഞ്ഞ് ഒറ്റപ്പെടുത്തിയിരുന്നു. ആഹാരവും ഔഷധവുമില്ലാതെ അവർ വലഞ്ഞു. എങ്കിലും കീഴടങ്ങുന്നതിനെപ്പറ്റി ഒരാളും മിണ്ടിയില്ല. ചെയുമായി കണ്ടുമുട്ടാൻ കഴിയുമെന്ന് അവർക്കപ്പോഴും പ്രതീക്ഷയുണ്ടായിരുന്നു.

ഓഗസ്റ്റ് 30–ാം തീയതി ജോകിന്റെ ഗ്രൂപ്പ് റിയൊ ഗ്രാൻഡിലുള്ള ഒണറാറ്റൊ റോജാസ് എന്നൊരു കർഷകന്റെ കുടിലിൽ എത്തി. പരിശീലനമാർച്ചിനിടയ്ക്ക് ചെയും ഇയാളുമായി കണ്ടിരുന്നതാണ്. “അപകട സാധ്യതയുള്ളവൻ” എന്ന് അന്നേ അദ്ദേഹം പറയുകയും ചെയ്തിരുന്നതാണ്.

എങ്കിലും കുറേക്കൂടി അടുത്തറിഞ്ഞപ്പോൾ ഒളിപ്പോരുകാർ അയാളുടെ സഹായം തേടാൻ തുടങ്ങി. എട്ടു കുട്ടികളുള്ള ഒരു വലിയ കുടുംബത്തിന്റെ ഭാരം പേറേണ്ടിയിരുന്ന ഒരാളാണ് റോജാസ്. ആ മേഖലയിലുള്ള മറ്റു കർഷകരെപ്പോലെ പട്ടിണിയും പരിവട്ടവും നിറഞ്ഞതായിരുന്നു അയാളുടെ ജീവിതവും. 1963–ൽ കുഞ്ഞുങ്ങൾക്ക് ആഹാരത്തിന് മറ്റു യാതൊരു വകയുമില്ലാതായപ്പോൾ സ്ഥലത്തെ ജന്മിയുടെ വക ഒരു കാളയെ കൊന്നതിന് ആറുമാസത്തെ ജയിൽ ശിക്ഷ അനുഭിച്ചവനുമായിരുന്നു റോജാസ്. അതിനാൽ അധികൃതരോടു എന്തെങ്കിലും മമത കാണുമെന്ന് അയാളെപ്പറ്റി ശങ്കിക്കേണ്ടതില്ലായിരുന്നു. കുറച്ചുകാലം വാല്ലെ ഗ്രാന്റിൽ ചെന്ന് അയാൾ ഒളിപ്പോരുകാർക്കു വേണ്ടുന്ന ആഹാരവും വസ്ത്രവും ഔഷധവും മറ്റും വാങ്ങിക്കൊടുക്കുകയും ചെയ്തിരുന്നു. 1967 ജൂണിൽ മറ്റു നാൽപതു കർഷകരോടൊപ്പം അയാളേയും അറസ്റ്റ് ചെയ്ത് വാല്ലെ ഗ്രാന്റിലേക്ക് കൊണ്ടുപോവുകയുണ്ടായി. ഒളിപ്പോരാളികളെ അമർച്ച ചെയ്യുന്നതിനു പ്രത്യേകം നിയുക്തമായ സേനാവിഭാഗക്കാർ തടവുകാരെയെല്ലാം ചോദ്യം ചെയ്യലിനും ഭേദ്യം ചെയ്യലിനും വിധേയരാക്കി. ഇക്കൂട്ടത്തിൽ റോജാസിനെ അവർ പ്രത്യേകം ശ്രദ്ധിച്ചു. അവർ അയാളെ ലാത്തികൊണ്ടടിച്ചവശനാക്കുകയും അയാൾക്ക് ഇലക്ട്രിക്ക് ഷോക്കേൽപിക്കുകയും ചെയ്തു. എന്നിട്ടും അയാൾ ഒരു വാക്കുപോലും ഉരിയാടാതെ പിടിച്ചുനിന്നു. അതു കഴിഞ്ഞ് സ്വതന്ത്രനാക്കിയെങ്കിലും അവർ അയാളെ പ്രത്യകം ശ്രദ്ധിച്ചുകൊണ്ടിരുന്നു. അയാളുടെ കുടിലിനു സമീപത്തായി ഒരു ഔട്ടുപോസ്റ്റ് സ്ഥാപിക്കാനും ബാരക്കുകൾ പണിയാനുംപോലും പട്ടാളം തയാറായി. കുറേക്കഴിഞ്ഞ് പോലീസ് റോജാസിനെ വീണ്ടും അറസ്റ്റ് ചെയ്തു. ഇപ്രാവശ്യം സാന്റാ ക്രൂസിലേക്കാണ് അവർ അയാളെ കൊണ്ടുപോയത്. ഇർവിങ്ങ് റോസ് എന്ന തഴക്കംവന്ന

സി ഐ എ ക്കാരനാണ് അയാളെ ചോദ്യം ചെയ്തത്. അയാളെ ഭേദ്യം ചെയ്യുന്നതിനു പകരം ഇരയിട്ട് മീൻ പിടിക്കാനായിരുന്നു റോസിന്റെ ശ്രമം. ഒളിപ്പോരാളികളെ പിടിക്കാൻ ഞങ്ങളെ സഹായിച്ചാൽ തനിക്ക് മൂവായിരം ഡോളർ കിട്ടും. മാത്രവുമല്ല, കുടുംബസഹിതം തന്നെ അമേരിക്കയ്ക്ക് അയയ്ക്കുകയും ചെയ്യാം. അവിടെ കുറച്ചു ഭൂമിയും തരാം. അങ്ങനെ തനിക്കവിടെ ഒരു പണക്കാരനായിക്കഴിയാം." വർഷങ്ങൾക്കു മുൻപ് സീറാ മെസ്ത്രയിലെ യൂട്ടീമിയൊ ഗേറയെപ്പോലെ ഹേമദണ്ഡനം കൊണ്ടു കുലുങ്ങിയില്ലെങ്കിലും പണക്കാരനാകാമെന്ന പ്രലോഭനത്തിന്റെ മുന്നിൽ റോജാസും ആടിപ്പോയി. റോസുമായി സഹകരിക്കാൻ അയാൾ സമ്മതിച്ചു. പിന്നീട് ഒളിപ്പോരാളികൾ ഈ വഞ്ചകനുമായി ബന്ധപ്പെടാൻ വരുന്നതുവരെ കാത്തിരിക്കുകയെന്ന ഒരു ജോലി മാത്രമേ അവർക്കുണ്ടായിരുന്നുള്ളു. ഇതിൽ അയാളെ സഹായിക്കുന്നതിനായി അവർ റോജാസിന്റെ കുടിലിനോടു തൊട്ടു സ്ഥാപിച്ചിരുന്ന ഔട്ട് പോസ്റ്റിലെ പട്ടാളക്കാരെ പിൻവലിക്കുകയും ചെയ്തു.

ജോകിനും കൂട്ടരും റോജാസിന്റെ കുടിലിൽ എത്തുന്നതിന് കുറച്ചുമണിക്കൂർ മുമ്പായി ഫൗസ്റ്റിനൊ ഗാർസ്യ എന്നൊരു മെഡിക്കൽ ശിപായി ഫിദൽ റിയ എന്ന പട്ടാളക്കാരന്റെ കൂടെ അവിടെ തലകാണിച്ചു. എന്തിനാണവർ റോജാസിനെ കാണാൻ വന്നത്. ഒളിപ്പോരാളികളെപ്പറ്റിയുള്ള വിവരം തേടാനായിരിക്കണമെന്നതിൽ സംശയമില്ല. ഗാർസ്യ റോജാസുമായി സംസാരിച്ചുകൊണ്ടിരുന്നപ്പോൾ പട്ടാളക്കാർ വല്ല കാട്ടുജന്തുക്കളേയും വേട്ടയാടാൻ പറ്റുമോയെന്ന് നോക്കാൻ പുറത്തേക്കു പോയി.

കൃത്യം ഈ സമയത്താണ് ജോകിനും മറ്റും റോജാസിന്റെ കുടിലിലേക്ക് നടന്നടുത്തത്. താൻ അവിടെ നിൽക്കുന്നതു കണ്ടാൽ കാര്യം അത്ര പന്തിയാവില്ലെന്നു മനസിലാക്കിയ ഗാർസ്യ ഓടിച്ചെന്ന് ഒരു പലകത്തട്ടിൽ കയറിക്കിടന്ന് ഒരു ചാക്കെടുത്തു പുതച്ചു. സുഖമില്ലാതെ കിടക്കുന്ന ഒരു ശിപായി ആണെന്നു പറഞ്ഞേക്കാൻ അയാൾ റോജാസിനെ ചട്ടംകെട്ടി.

റിയയുടെ തോക്കിൽ നിന്നുള്ള വെടിയുടെ ശബ്ദം കേട്ടിരുന്നതിനാൽ പട്ടാളക്കാരുടെ വായിൽ ചെന്നുചാടുമോയെന്നു ഭയന്ന് വളരെ സൂക്ഷിച്ചാണ് ജോകിനും കൂട്ടരും റോജാസിന്റെ കുടിലിലേക്ക് നടന്നടുത്തത്. പക്ഷേ, കുടിലിനു ചുറ്റും സംശയാസ്പദമായ സംഗതികളൊന്നും ഇല്ലാതിരുന്നതിനാൽ ധൈര്യമവലംബിച്ച് അവർ അതിനുള്ളിലേക്ക് കടക്കാൻ തീരുമാനച്ചു.

ചിരകാലമായി കാത്തിരിക്കുന്ന അതിഥികളെയെന്ന പോലെയാണ് റോജാസ് അവരെ സ്വീകരിച്ചത്. ആവശ്യമായ ആഹാരസാധനങ്ങൾ വാങ്ങിക്കൊണ്ടുവരാനും റിയൊ ഗ്രാൻഡിലെ പറ്റിയൊരു കടത്തുകടവ് കണ്ടുപിടിച്ചുകൊടുക്കാനും അയാൾ സമ്മതിച്ചു. നദിയുടെ മറുകരയിൽ

ഒളിച്ചിരിക്കാൻ പറ്റിയ നല്ല സ്ഥലം ഉണ്ടാകുമെന്ന് അയാൾ അവർക്ക് ഉറപ്പുകൊടുത്തു.

കുറച്ചു പണം റോജാസിനെ ഏൽപ്പിച്ചിട്ട് പിറ്റേന്നു വരാമെന്നു പറഞ്ഞ് അവർ സ്ഥലം വിടുകയും ചെയ്തു.

അവരവിടെനിന്നു നടന്നു മറയുന്നതിനു മുൻപുതന്നെ ഗെറില്ലാകൾ സ്ഥലത്തുണ്ടെന്നും ആ വിവരം 13 കിലോമീറ്റർ അകലെ ലാലോജയിലുള്ള പട്ടാളയൂണിറ്റിനെ അറിയിക്കണെന്നും പട്ടാളക്കാരോട് പറയാനായി റോജാസ് എട്ടുവയസ്സുള്ള തന്റെ മകനെ നിയോഗിച്ചു.

വിവരംകിട്ടിയ ഉടൻതന്നെ ക്യാപ്റ്റൻ മാറിയൊ വർഗാസ് തന്റെ യൂണിറ്റിനേയും കൊണ്ട് റോജാസിന്റെ കുടിലിനെ ലക്ഷ്യമാക്കി കുതിച്ചു പാഞ്ഞു. വഴിക്കു നിന്ന് സഹായത്തിന് ജോസ് കാർഡോണാ ടൊളേസൊ എന്നൊരു കർഷകനേയും കൂട്ടിക്കൊണ്ടാണ് അവർ പോന്നത്.

ഓഗസ്റ്റ് 31–ാം തീയതി നേരം പരാപരാ വെളുത്തപ്പോഴേക്ക് വർഗാസിന്റെ യൂണിറ്റ് റോജാസിന്റെ കുടിലിലെത്തി. ഇതിനിടയിൽ തന്നെ പറഞ്ഞേൽപിച്ചിരുന്ന സാധനങ്ങളെലല്ലാം വാങ്ങിവച്ചിരുന്നെങ്കിലും പേടിതോന്നിയിട്ടോ എന്തോ പട്ടാളത്തിനോടൊപ്പം പോകേണ്ടതില്ലെന്ന് റോജാസ് തീരുമാനിച്ചിരുന്നു. എന്തായാലും, വർഗാസ് വരുമ്പോൾ അയാൾ വീട്ടുകാരെയെല്ലാം കൊണ്ട് തന്റെ കുടിൽ വിട്ടു പോകാൻ തയാറെടുക്കുകയായിരുന്നു.

പക്ഷേ, വർഗാസ് അയാളോട് അവിടെത്തന്നെ നിന്നിട്ട് ഗെറില്ലാകൾ വരുമ്പോൾ അവരെ കടത്തുകടവിലേക്കു കൂട്ടിക്കൊണ്ടുവരാൻ ആജ്ഞാപിച്ചു. ഈ കുടിലിൽ നിന്ന് ഒന്നര കിലോമീറ്റർ അകലെയുള്ള കടവിൽ പട്ടാളക്കാർ ചെന്നു പാത്തുകിടന്നു.

അന്ന് വൈകുന്നേരം ഏകദേശം അഞ്ചു മണിയോടടുത്തപ്പോൾ ജോക്വിനും ചങ്ങാതിമാരും റോജാസിന്റെ കുടിലിൽ എത്തിയപ്പോൾ അയാൾ വീണ്ടും സൽക്കാരപ്രിയനായ ആതിഥേയനായി അഭിനയിച്ച് അവർക്ക് ആഹാരം കൊടുത്തു. അതിനുശേഷം അവർക്കായി വാങ്ങിവച്ചിരുന്ന സാധനങ്ങൾ അവരെ ഏൽപിച്ചിട്ട് അയാൾ അവരെ നേരത്തെ നിശ്ചയിച്ചിരുന്ന യെസ്സൊ കടവിലേക്കു കൂട്ടിക്കൊണ്ടുപോയി. അവിടെ എത്തിയിട്ട് ഗെറില്ലാകൾ പുഴയിലിറങ്ങി അക്കരെയ്ക്ക് നീന്താൻ തുടങ്ങി. ബ്രൗള്യൊ ആണ് ആദ്യം വെള്ളത്തിലേക്കിറങ്ങിയത്. എല്ലാവർക്കും പിറകിൽ ജോക്വിനും അതിനു തൊട്ടു മുൻപായി താന്യയും പുഴയിലേക്കിറങ്ങി.

ആയുധങ്ങൾ തലയ്ക്കു മുകളിൽ ഉയർത്തിപ്പിടിച്ചുകൊണ്ട് അവരെല്ലാം വെള്ളത്തിലേക്കിറങ്ങി നീന്താൻ തുടങ്ങിയപ്പോൾ വർഗാസിന്റെ പട്ടാളക്കാർ പുഴയുടെ ഇരുകരകളിലും നിന്നു ഉഗ്രമായ പീരങ്കി വെടി ആരംഭിച്ചു. ഒരു ഉണ്ടവന്നുകൊണ്ടു മുറിവു പറ്റിയിട്ടും ബ്രൗള്യൊ തിരിച്ചുവെടിവയ്ക്കുകയും, മരിച്ചു വീഴുംമുൻപ് ഒരു പട്ടാളക്കാരനെ ശരിപ്പെടുത്തുകയും ചെയ്തു. താന്യയും മോയിസെ ഗുവേരയും ഉൾപ്പെടെ മറ്റു

ആറു സഖാക്കളുംകൂടി റിയൊഗ്രാൻസിലെ ആ ചെളിവെള്ളത്തിൽ നിന്നു കൊണ്ട് ധീരമായി പൊരുതിമരിച്ചു. അവരിൽ ഓരോ ആളിന്റേയും ദേഹ ത്തിൽ ഏഴും എട്ടും വെടിയുണ്ടകൾ തുളഞ്ഞുകയറിയിരുന്നു. എൽ നേഗ്രൊ എന്ന പെറുവിയൻ ഡോക്ടർ (റെസ്റ്റിറ്റ്യൂട്ടൊ ജോസ് കബ്രേര) കുറ്റിച്ചെടികൾക്കിടയിൽ ഒളിച്ചിരുന്നെങ്കിലും കുറച്ചു ദിവസം കഴിഞ്ഞു പട്ടാളക്കാരുടെ പിടിയിൽ പെട്ടപ്പോൾ അവർ ആ മനുഷ്യനെ തോക്കിന്റെ പാത്തികൊണ്ട് അടിച്ചുകൊന്നു. പാക്കൊ (ഗെറില്ലാ സ്ഥാനത്തു നിന്ന് ഒഴിവാക്കപ്പെട്ടിരുന്നവരിൽ ഒരാൾ)യും ഡോക്ടർ ഏണസ്റ്റോയും (ഫ്രെഡ്ഡി മൈവൂര) മാത്രമാണ് ജീവനോടെ പിടിക്കപ്പെട്ടത്. പാക്കൊയുടെ ദേഹത്ത് മൂന്നു ഉണ്ടകൾ തുളഞ്ഞുകയറിയിരുന്നു. അയാളെ പരിചരിക്കുമ്പോഴാണ് ഡോക്ടർ ഏണസ്റ്റൊ പിടിക്കപ്പെട്ടത്.

മൃഗീയമായിരുന്നു തടവുകാരോടുള്ള പട്ടാളക്കാരുടെ പെരുമാറ്റം. അവർ അവരെ തല്ലിച്ചതച്ചിട്ട് ചെയെപ്പറ്റിയുള്ള വിവരം ആവശ്യപ്പെട്ടു. ഫ്രെഡ്ഡി മൈവൂര അന്തസോടെ തന്നെ തല ഉയർത്തിനിൽക്കുകയും ഇടതു തോളിലൂടെ ഒരു ഉണ്ട പാഞ്ഞുകയറുമ്പോഴും എന്തെങ്കിലും വിവരം നൽകാൻ വിസമ്മതിക്കുകയും ചെയ്തു. പിന്നെ പാക്കൊ മാത്ര മാണ് ശേഷിച്ചത്. തനിക്കാറിയാവുന്നതു മുഴുവൻ പറഞ്ഞുകൊടുത്ത തിനാൽ അയാളെ അവർ കൊന്നില്ല. പിന്നീട് അയാൾ വിട്ടയയ്ക്കപ്പെടു കയും ചെയ്തു. അങ്ങനെ ജോകിന്റെ യൂണിറ്റിൽ പെട്ടവരിൽ ജീവനോടെ ശേഷിച്ച ഒരേ ഒരാൾ പാക്കൊ മാത്രമായി.

വെടി നിലച്ചപ്പോൾ പട്ടാളക്കാർ പുഴയിലിറങ്ങി ശവശരീരങ്ങൾ തെര ഞ്ഞുപിടിച്ച് വാല്ലെ ഗ്രാന്റിൽ എത്തിക്കുകയും ഒരൊറ്റ കുഴിയിൽ അവരെ എല്ലാംകൂടി അടക്കം ചെയ്യുകയും ചെയ്തു.

ഒരാഴ്ച കഴിഞ്ഞ് സമരരംഗത്തുനിന്ന് മൂന്നു കിലോമീറ്റർ അകലെ ഒരിടത്തുനിന്നാണ് താന്യയുടെ മൃതദേഹം കണ്ടുകിട്ടിയത്. ആ വിവരമ റിഞ്ഞ് പ്രസിഡന്റ് ബാരിയെന്റോസ് തന്നെ ഹെലികോപ്റ്ററിൽ അവി ടേക്ക് പറന്നെത്തുകയും, മൃതദേഹം ഹെലികോപ്റ്ററിൽ ചേർത്തു വച്ചു കെട്ടി വാല്ലെ ഗ്രാന്റിലേക്ക് കൊണ്ടുപോവുകയും ചെയ്തു. ആ ധീരവ നിതയെ അവർ കൊണ്ടുചെന്ന് അടക്കംചെയ്തത് എവിടെയാണെന്ന വിവരം ഇന്നും ആർക്കും നിശ്ചയമില്ല.

ഒറ്റുകാരനായ റോജാസിന് വാഗ്ദാനം ചെയ്തിരുന്ന ആ മൂവായിരം ഡോളർ കിട്ടിയില്ല. അയാളെ യു എസ് എയിലേക്ക് അയച്ചതുമില്ല. ബാരി യെന്റോസ് അയാൾക്ക് സാന്റാ ക്രൂസിനടുത്ത് ചെറിയൊരു തുണ്ട് ഭൂമി അനുവദിച്ചുകൊടുത്തു. അയാൾ സകുടുംബം അവിടെച്ചെന്നു താമസ മാക്കുകയും ചെയ്തു. 1969–ൽ ആരോ അയാളുടെ തലയ്ക്കു തന്നെ ഉന്നം നോക്കി ഒരുണ്ട പായിച്ചു. യെസ്സൊക്കടവിൽ നടത്തിയ നരനായാ ട്ടിൽ വഹിച്ച പങ്കിന് ക്യാപ്റ്റൻ വർഗാസിനെ മേജറാക്കി ഉയർത്തിയെ ങ്കിലും താമസിയാതെ അയാൾക്ക് ചിത്തഭ്രമം പിടിപെട്ടു....

ജോകിന്റെ യൂണിറ്റിന്റെ സംഹാരത്തെപ്പറ്റിയുള്ള പരസ്പരവിരുദ്ധങ്ങളായ പലേ കഥകളും പ്രചരിച്ചിരുന്നു. ഒടുവിൽ 1971-ൽ *പ്രെൻസാ ലാറ്റിന*യുടെ ബൊളീവിയൻ പ്രതിനിധിയാണ് ഇതിന്റെ സത്യാവസ്ഥ വെളിച്ചത്തുകൊണ്ടുവന്നത്. ഈ പത്രപ്രവർത്തകൻ പാക്കൊയുമായും ജോസ് കാർഡോണാ ടൊലീഡൊ എന്ന വഴികാട്ടിയുമായും കാണുകയുണ്ടായി. ബ്രൗള്യോയുടെ ഡയറി പരിശോധിക്കാനും അദ്ദേഹത്തിനു സാധിച്ചു. അദ്ദേഹത്തിന്റെ അന്വേഷണവിവരങ്ങൾ *ക്യൂബാ ഇന്റർനത്സ്യനാൽ* എന്ന പത്രികയുടെ 1971-ലെ സെപ്തംബർ ലക്കത്തിൽ പ്രസിദ്ധീകരിച്ചിരുന്നു.

അഞ്ചു മക്കളുള്ള ഒരു ദരിദ്ര കർഷകനായിരുന്നു കാർഡോണ. ക്യാപ്റ്റൻ വർഗാസിന്റെ വഴികാട്ടിയാകാൻ സമ്മതിച്ചതെന്തിനാണെന്ന് മേൽപറഞ്ഞ പത്രപ്രതിനിധി കാർഡോണയോട് ചോദിച്ചപ്പോൾ അയാളുടെ മറുപടി ഇപ്രകാരമായിരുന്നു.

അവർ കൃതജ്ഞത കാണിക്കുമെന്നാണ് ഞാൻ വിചാരിച്ചത്. പക്ഷേ, ജനറൽ ബാരിയെന്റോസിൽ നിന്ന് എനിക്ക് കിട്ടിയത് 200 പെസൊ മാത്രമാണ്. ലാപാസിൽ ചെന്നാൽ കുറച്ചു ഭൂമി തരാമെന്ന് അദ്ദേഹം വാക്ക് തന്നിരുന്നു. ഞാൻ അവിടെച്ചെന്ന് ഒരു മാസം കാത്തുകിടന്ന് എഴുന്നൂറു പെസൊയോളം ചെലവിടുകയും ചെയ്തു. പക്ഷേ, പ്രസിഡന്റിനെ കാണാതെ വെറുംകൈയോടെ എനിക്ക് മടങ്ങേണ്ടിവന്നു.

"ഒളിപ്പോരാളികൾ എന്തിനു വേണ്ടിയാണ് സമരം ചെയ്തിരുന്നതെന്നറിയാമോ?"

കമ്യൂണിസം വരുത്താനാണ് അവർ നടക്കുന്നതെന്ന് പട്ടാളക്കാർ ഞങ്ങളോട് പറഞ്ഞിരുന്നു. കമ്യൂണിസത്തിൻകീഴിൽ എല്ലാവരും ഭരണകൂടത്തിന്റെ വേലക്കാരായ് മാറുമെന്നും എല്ലാവരും ഒരേ വേഷം ധരിച്ച് നടക്കേണ്ടിവരുമെന്നും കുടുംബം എന്നൊന്നുണ്ടാവില്ലെന്നും അവർ ഞങ്ങളെ ധരിപ്പിച്ചു. സ്ത്രീകളെ ബലാൽസംഗം ചെയ്യുകയും പിടിച്ചുപറി നടത്തുകയും തങ്ങളുടെ ചൊൽപടിക്ക് നിൽക്കാത്തവരെയെല്ലാം കൊന്നുകളയുകയുമാണ് ഒളിപ്പോരാളികളുടെ പണിയെന്നും,. ഞങ്ങളെയെല്ലാം അടിമകളാക്കാനാണ് അവർ വന്നിട്ടുള്ളതെന്നും ഞങ്ങൾ കേട്ടിരുന്നു. പക്ഷേ, സ്വാതന്ത്ര്യം ഞങ്ങൾക്കെത്ര പ്രിയപ്പെട്ടതാണെന്നറിയാമല്ലോ..."

ജോകിന്റെ യൂണിറ്റ് കശാപ്പു ചെയ്യപ്പെട്ടതിന്റെ പിറ്റേന്ന് സെപ്തംബർ ഒന്നാം തീയതി വൈകുന്നേരം ചെയും അദ്ദേഹത്തിന്റെ യൂണിറ്റിൽപെട്ടവരും റോജാസിന്റെ കുടിലിൽ വന്നുകയറുകയുണ്ടായെന്നതാണ് ഈ നാടകത്തിൽ ഏറ്റവും വിസ്മയാവഹമായിട്ടുള്ളത്. ആ കുടിൽ ശൂന്യമായിരുന്നു. അവിടെയോ പരിസരങ്ങളിലോ സംശയാസ്പദമായി എന്തെങ്കിലുമുള്ളതായി അവർക്ക് തോന്നിയില്ല. റോജാസിന്റെ കുടിലിൽ ഉണ്ടായിരുന്ന ആഹാരസാധനങ്ങളെടുത്ത് ലഘുവായൊരു ശാപ്പാട് തയാറാ

ക്കിക്കഴിച്ചിട്ട് അവർ സ്ഥലം വിടുകയും ചെയ്തു. ഒരു ദിവസം കൂടി നേരത്തെ ചെയ്ക്ക് അവിടെ എത്താൻ കഴിഞ്ഞിരുന്നെങ്കിൽ ജോകിന്റേയും ആ യൂണിറ്റിന്റേയും കഥയാകെ വ്യത്യസ്തമാകുമായിരുന്നു....

പിറ്റേന്ന് സ്ഥലത്തെ കൃഷിക്കാരനെ ചെ കണ്ടു സംസാരിച്ചെങ്കിലും ജോകിന്റെ ഗ്രൂപ്പിന്റെ ദുരന്തത്തെപ്പറ്റിയോ അതിൽ റോജാസ് വഹിച്ച പങ്കിനെപ്പറ്റിയോ അവരാരും ഉരിയാടിയതുപോലുമില്ല.

കാമിറിയുടെ പ്രാന്തത്തിലെവിടെയോ വച്ച് ബൊളീവിയൻ പട്ടാളം ജോകിൻ എന്ന ക്യൂബക്കാരന്റെ നേതൃത്വത്തിലുള്ള പത്തുപേരുടെ ഒരു യൂണിറ്റിനെ തകർത്ത വിവരം 'വോയിസ് ഓഫ് അമേരിക്ക'യുടെ പ്രക്ഷേപണത്തിൽ നിന്ന് ചെ മനസിലാക്കിയെങ്കിലും അദ്ദേഹമത് വിശ്വസിച്ചില്ല. ആ ഗ്രൂപ്പ് അപ്പാടെതന്നെ തുടച്ചുനീക്കപ്പെട്ടിരിക്കുമെന്ന വസ്തുത അംഗീകരിക്കാൻ അദ്ദേഹത്തിനു കുറച്ചു സമയം വേണ്ടിവന്നു. സെപ്തംബറിന്റെ അവസാനത്തിൽ താന്യ ഉൾപ്പെടെയുള്ള അവരുടെയെല്ലാം മരണത്തിന്റെ വിശദവിവരങ്ങൾ ബൊളീവിയൻ റേഡിയോ റിപ്പോർട്ടു ചെയ്തപ്പോൾ മാത്രമാണ് അദ്ദേഹം ആ സത്യം അംഗീകരിക്കാൻ തയാറായത്. എന്നാൽ, "എല്ലാവരും മരിച്ചിട്ടുണ്ടാവില്ലെന്നും അതിൽ നിന്നു രക്ഷപ്പെട്ടവരുടെ ഒരു കൊച്ചുഗ്രൂപ്പ് പട്ടാളത്തിനു പിടികൊടുക്കാതെ അവിടെങ്ങാനും അലഞ്ഞുതിരിയുന്നുണ്ടാകുമെന്നും" അദ്ദേഹം അപ്പോഴും വിശ്വസിച്ചു. സർവരും മരണമടഞ്ഞെന്ന റിപ്പോർട്ട് നുണയായിരിക്കാം. കുറഞ്ഞപക്ഷം അതൊരു അതിശയോക്തിയെങ്കിലുമായിരിക്കാം....."

* * * * *

ഓഗസ്റ്റിലെ ചെയുടെ ഡയറിക്കുറിപ്പുകൾ വച്ചുനോക്കിയാൽ അദ്ദേഹത്തിന്റെ സ്ഥിതി അത്യന്തം പരിതാപകരമായിരുന്നിരിക്കണം. ആസ്മയും നിരന്തരമായ വയറിന്റെ അസുഖവും കാരണം അദ്ദേഹം വല്ലാതെ കഷ്ടപ്പെട്ടു. എന്നാൽ, റോജാസിന്റെ വീട്ടിൽ നിന്നു കിട്ടിയ ആ ചൂടുള്ള ആഹാരം അദ്ദേഹത്തിന്റെ കരുത്തും ഉന്മേഷവും വീണ്ടെടുക്കാൻ വളരെ സഹായകമായി. സെപ്തംബർ ഒന്നാംതീയതി അദ്ദേഹം എഴുതി. "ഡോക്ടറുടെ അസുഖം മാറിയിട്ടില്ല. പക്ഷേ ഞാൻ സുഖപ്പെട്ടിരിക്കുന്നു. ഈ കോവർകഴുതയുടെ പുറത്തു കയറി നടക്കുമ്പോൾ ഞാൻ നല്ല ഉഷാറിലാണ്."

ഓഗസ്റ്റിന് വിപരീതമായി സെപ്തംബറിൽ മൂന്നു പ്രാവശ്യം മാത്രമേ അദ്ദേഹം തന്റെ ഡയറിയിൽ തന്റെ അനാരോഗ്യത്തെപ്പറ്റി പരാതിപ്പെടുന്നുള്ളു.

സെപ്തംബറിൽ കുറേക്കൂടി ജനവാസമുള്ള ഒരു പ്രദേശത്തു കൂടിയാണ് ചെയുടെ യൂണിറ്റ് നീങ്ങിയത്. ഇടയ്ക്ക് പലേടങ്ങളിലും കർഷകക്കുടിലുകളും ഉഴുത വയലുകളും അവർക്ക് കാണാൻ കഴിഞ്ഞിരുന്നു.

അൽപം കൂടി മെച്ചമായ ആഹാരം കഴിക്കാനും ദാഹം തീർക്കാനും തന്മൂലം അവർക്ക് അവസരം ലഭിച്ചിരുന്നു. പക്ഷേ, കർഷകരുമായുള്ള സമ്പർക്കം വളരെ അപകടകരവുമായിരുന്നു. ഒളിപ്പോരാളികളെ സഹായിക്കുന്നതിനു പകരം അവർ വാസ്തവത്തിൽ പട്ടാളവുമായി സഹകരിക്കുകയാണ് ചെയ്തിരുന്നത്. ഇക്കാര്യത്തിൽ ചെയ്ക്ക് വ്യാമോഹമൊന്നും ഉണ്ടായിരുന്നുമില്ല. "കർഷകജനത നമുക്ക് യാതൊരു സഹായവും തരുന്നില്ലെന്നു മാത്രമല്ല, അവരിൽ ചിലർ ഒറ്റുകാരായി മാറുന്നുമുണ്ട്" എന്ന് സെപ്തംബറിലെ മാസക്കുറിപ്പിൽ അദ്ദേഹം വെട്ടിത്തുറന്നു പറയുന്നുണ്ട്.

സെപ്തംബറിൽ തെല്ലൊരാശ്വാസം കിട്ടിയ ചെ അനാരോഗ്യത്തെപ്പറ്റിയുള്ള പരാതി അവസാനിപ്പിച്ചെങ്കിലും അദ്ദേഹത്തിന്റെ കൂടെയുള്ളവർ ഓരോരുത്തരായി പുറകോട്ടു പൊയ്ക്കൊണ്ടിരുന്നു. ഒൻപതു മാസത്തെ അമാനുഷികമായ കഠിനാധ്വാനം അവരെ മാനസികമായും കായികമായും തളർത്തിയിരുന്നു. ഇല്ല, അന്തിമലക്ഷ്യത്തിലുള്ള വിശ്വാസം അവർക്കപ്പോഴും നശിച്ചിരുന്നില്ല. ഇനിയും ആയുധമെടുത്ത് പോരാട്ടത്തിനിറങ്ങാൻ അവർ തയാറായിരുന്നു. പക്ഷേ, അതിനുമുമ്പായി അൽപം വിശ്രമവും ഉറക്കവും കുറച്ചു നല്ല ആഹാരവും അത്യന്താപേക്ഷിതമായിരുന്നുവെന്നുമാത്രം. അന്റോണിയൊ ഒരു ഭ്രാന്തനെപ്പോലെ ആയെന്ന് സെപ്തംബർ 12-ാം തീയതിയിലെ കുറിപ്പിൽ ചെ പറയുന്നു. ചപ്പാക്കൊയുടെ ഓർഡർ അനുസരിക്കാൻ അയാൾ വിസമ്മതിച്ചു. മാനസികമായ രോഗലക്ഷണങ്ങൾ കാട്ടിത്തുടങ്ങിയിരുന്ന ഡേറിയൊയോട് യൂണിറ്റ് വിട്ടുപൊയ്ക്കൊള്ളാൻ സെപ്തംബർ 13-ാം തീയതി ചെ പറഞ്ഞു. സെപ്തംബർ 16-ാം തീയതി അന്റോണിയൊയും ചപ്പാക്കൊയും തമ്മിൽ വലിയൊരു വഴക്കുണ്ടായി. നാറ്റൊ തന്റെ വീതത്തിൽ കവിഞ്ഞ ആഹാരം കവർന്നെടുത്തെന്നു പറഞ്ഞ് യുസ്താകിയൊ അയാളുമായി ബഹളമുണ്ടാക്കി. രോഗിയായ ആ ഡോക്ടർ വെറുതെ രോഗം ഭാവിക്കുകയാണെന്നു പറഞ്ഞ് ജൂലിയൊയും കലഹത്തിന് ഒരുമ്പെട്ടു. സെപ്തംബർ 18-ാം തീയതി ഏതോ നിർദേശം നടപ്പിലാക്കാൻ വിസമ്മതിച്ച ബെനിഗ്നൊയെ ചെ വല്ലാതെ ശകാരിച്ചപ്പോൾ അയാൾ വിതുമ്മിക്കരഞ്ഞുപോയി. പട്ടാളവുമായുള്ള അടുത്ത ഏറ്റുമുട്ടലിനിടയിൽ വില്ലി (ബൊളീവിയക്കാരനായ സൈമൺ ക്യൂബ) ഓടിപ്പോയേക്കുമെന്ന് ചെ സംശയിച്ചു.

എങ്കിലും "ശേഷിച്ചവരിൽ ഭൂരിപക്ഷത്തിന്റേയും സമരവീര്യത്തിനു കോട്ടമൊന്നും തട്ടിയിട്ടില്ലെ"ന്ന് ചെ തന്റെ മാസക്കുറിപ്പിൽ രേഖപ്പെടുത്തി. തങ്ങളുടെ മഹത്തായ വിമോചനാദർശങ്ങൾക്കുവേണ്ടി അവസാനത്തെ തുള്ളി ചോരയും ചിന്താൻ തയാറുള്ള ഈ ധീരസേനാനികളെ... ഈ ബെനിഗ്നൊയേയും പാബ്ലിറ്റൊയേയും അന്റോണിയൊയേയും.... എല്ലാം അദ്ദേഹം ജീവനെക്കാൾ അധികം സ്നേഹിച്ചിരുന്നുവെന്നതിൽ സംശയമില്ല. പലരുടേയും ജന്മദിനത്തിന്റെ കാലമായിരുന്നു അത്. അതിനാൽ അൽപം അരിയെടുത്തു വേവിക്കാൻ ചെ അവരെ അനുവദിച്ചു.

തന്റെ ആളുകൾക്ക് അൽപം വിശ്രമിക്കാനും ആഹാര സാധനങ്ങൾ മേടിക്കാനുമായി അപകടസാധ്യത അറിഞ്ഞിരുന്നുകൊണ്ടും ചില ജന വാസകേന്ദ്രങ്ങളിൽ കയറാൻ ചെ നിർബന്ധിതനായി. അവിശ്വാസ ത്തോടും ഭയത്തോടും ശത്രുതാഭാവത്തോടും കൂടിയാണ് കർഷകർ അവരെ സ്വീകരിച്ചത്. പലരും അവർക്ക് ഭക്ഷണം വിൽക്കാൻപോലും വിസമ്മതിച്ചു. കർഷകരുമായി രാഷ്ട്രീയ ചർച്ച നടത്താനുള്ള അവരുടെ ശ്രമവും ഫലിച്ചില്ല.

സെപ്തംബർ 22-ാം തീയതി അവർ ആൾട്ടൊ സെക്കൊ എന്ന ഗ്രാമ ത്തിൽ പ്രവേശിച്ചു. കൊച്ചാ ആദിവാസികളുടെ 50 കൊച്ചു കുടിലുകളാ ണവിടെ ഉണ്ടായിരുന്നത്. അവിടെയുള്ള സ്കൂളിൽ വച്ച് അവർ ആ ഗ്രാമ വാസികളുടെ ഒരു യോഗം സംഘടിപ്പിച്ചു. നിശബ്ദരായിരിക്കുന്ന ആ കർഷകരോട് ആദ്യമായി സംസാരിച്ചത് ഇൻടിയാണ്. പേടിച്ചാണെങ്കിലും അവർ ഇൻടിയും അതു കഴിഞ്ഞ് ചെയും പറഞ്ഞ സംഗതികൾ ശ്രദ്ധി ച്ചുകേട്ടു. ആദിവാസികളുടെ കഷ്ടസ്ഥിതിയെപ്പറ്റിയും ജന്മിമാരും ദുഷിച്ച ഉദ്യോഗസ്ഥന്മാരും നടത്തുന്ന ചൂഷണത്തെപ്പറ്റിയും ഇൻടി സംസാരിച്ചു. കർഷകരുടെ ജീവിതം മെച്ചപ്പെടുത്താനുള്ളതാണ് ഒളിപ്പോരാളികളുടെ സമരമെന്ന് ഇൻടി വിശദീകരിച്ചു. അവിടെ കൂടിയിരിക്കുന്നവർ എത്ര ദാരിദ്ര്യത്തിലാണ് കഴിയുന്നതെന്നതിനെപ്പറ്റി ചെ അനുസ്മരിപ്പിച്ചു. “ഞങ്ങളിവിടെനിന്നു പൊയ്ക്കഴിയുമ്പോൾ അധികൃതർ നിങ്ങളുടെ കാര്യ ത്തിൽ ആദ്യമായി എന്തെങ്കിലും താൽപര്യം കാണിക്കുന്നത് നിങ്ങൾക്ക് കാണാൻ കഴിയും. ഒരാശുപത്രിയോ അതുപോലെന്തെങ്കിലുമോ പണി തുതരാമെന്ന് അവർ വാഗ്ദാനം ചെയ്യും. ഞങ്ങൾ ഈ പ്രദേശത്തു പ്രവർത്തനം നടത്തുന്നതുകൊണ്ടു മാത്രം നിങ്ങൾക്ക് ലഭിക്കുന്നതായി രിക്കും ഈ വാഗ്ദാനം. അതു നിറവേറിയാൽ ഗെറില്ലാ പ്രസ്ഥാനം കൊണ്ടുള്ള ഗുണം പരോക്ഷമായെങ്കിലും നിങ്ങൾക്കനുഭവപ്പെടുകയും ചെയ്യും. ചെയുടെ അവസാനത്തെ പ്രസംഗമായിരുന്നു അത്.

സെപ്തംബർ 26-ാം തീയതി ചെയുടെ യൂണിറ്റ് 2,280 മീറ്റർ ഉയര ത്തിലുള്ള ഹിഗുവേറാ ഗ്രാമത്തിലേക്ക് കടന്നു ചെന്നു. അവിടെ നിന്ന് നേരെ ഒരു കെണിയിലേക്കാണ് അവർ ചെന്നു ചാടിയത്. തുടർന്നുണ്ടായ ഹ്രസ്വമായ പോരാട്ടം ഏതാണ്ട് വിനാശകരമായിരുന്നു. കൊക്കൊ, മിഗു വെൽ, ജൂലിയൊ എന്നീ മൂന്നു പേർ കൊല്ലപ്പെട്ടു. ബെനീഗ്നൊയ്ക്കു പരിക്കേറ്റു. പാബ്ലിറ്റൊയുടെ കാലു വയ്യാതായി. ബൊളീവിയക്കാരായ കാംബയും ലിയോണും ഓടിച്ചെന്ന് കീഴടങ്ങി. ബാക്കിയുള്ളവർ കഷ്ടിച്ച് ഓടിരക്ഷപ്പെട്ടു.

ചുറ്റുമുള്ള പ്രദേശമാകെ പട്ടാളത്തിന്റെ കർശനമായ നിയന്ത്രണ ത്തിലായിരുന്നു. എല്ലാ വഴികളിലൂടെയും പട്ടാളം നീങ്ങുന്നത് കാണാ മായിരുന്നു. ആൾതാമസമുള്ളേടങ്ങളിലേക്കു തിരിഞ്ഞുനോക്കാൻപോലും സാധിക്കുമായിരുന്നില്ല. കാരണം അവിടങ്ങളെല്ലാം ശരിക്കുള്ള കെണി കളായി മാറിയിരുന്നു.

സെപ്തംബർ 28-ാം തീയതി ചെ എഴുതി. കാളരാത്രി പോലത്തെ ഒരു ദിവസമാണിത്. ഇത് അവസാന ദിവസമാണെന്ന് പോലും ഞങ്ങൾ പലപ്പോഴും വിചാരിച്ചു." എവിടേക്ക് തിരിഞ്ഞാലും പട്ടാളക്കാരെ മാത്രമേ കാണാനുണ്ടായിരുന്നുള്ളു. ചെറിയൊരു ഏറ്റുമുട്ടലുണ്ടായാൽ അതോടെ ആ ഒളിപ്പോരാളികളുടെ കഥ അവസാനിക്കുമായിരുന്നു. ചെയെ വളഞ്ഞു കഴിഞ്ഞെന്നും സമീപഭാവിയിൽ ആ യൂണിറ്റ് തുടച്ചുമാറ്റപ്പെടുമെന്നും റേഡിയോ മുഖേനയുള്ള പട്ടാള റിപ്പോർട്ടുകളിൽ പറഞ്ഞിരുന്നു.

സെപ്തംബർ 30-ാം തീയതി തന്റെ പ്രതിമാസക്കുറിപ്പിൽ ചെ ഇപ്രകാരം എഴുതി.

"തലേ മാസത്തെപ്പോലെ തന്നെയായിരുന്നു ഇതും. പക്ഷേ, ഇപ്പോൾ പട്ടാളത്തിന്റെ നടപടികളിൽ വളരെയേറെ കാര്യക്ഷമത കാണുന്നുണ്ട്....

ഇവിടം വിട്ടിട്ട് കുറേക്കൂടി അനുകൂലമായ ഒരു മേഖല കണ്ടെത്തുകയെന്നതാണ് ഏറ്റവും അടിയന്തിരമായ കടമ. കൂടാതെ പുതിയ സമ്പർക്കങ്ങൾ സ്ഥാപിക്കുകയും വേണം. ലാപാസിലെ ഏർപ്പാടാകെ പൊളിഞ്ഞിരിക്കുകയാണ്. അവിടെയും നമുക്ക് കനത്ത പ്രഹരമേറ്റിട്ടുണ്ട്."

ഒക്ടോബറിലെ ആദ്യത്തെ ദിവസം സമാധാനപരമായി കടന്നുപോയി. രാവിലെ അവർ അടുത്തുള്ള അത്ര നിബിഡമല്ലാത്ത ഒരു കാട്ടിലേക്ക് കടന്ന് ക്യാമ്പ് സ്ഥാപിക്കുകയും പ്രവേശനമാർഗങ്ങളിൽ കാവലിന് ആളെ നിർത്തുകയും ചെയ്തു. തൊട്ടുതാഴെയുള്ള മലയിടുക്കിൽ പട്ടാളക്കാർ റോന്തു ചുറ്റിയിരുന്നു. സമീപസ്ഥലങ്ങളിൽ കാണാൻ കഴിഞ്ഞ ചില കർഷകക്കുടിലുകളിലും പട്ടാളക്കാരുണ്ടായിരുന്നു. രാത്രി വളരെയായതിനുശേഷം മാത്രമാണ് ഒളിപ്പോരാളികൾക്ക് അൽപം വെള്ളം എടുക്കാനും എന്തെങ്കിലും ആഹാരമുണ്ടാക്കിക്കഴിക്കാനും സാധിച്ചത്. പിറ്റേന്ന് പട്ടാളക്കാരെല്ലാം എവിടെയോ പോയിമറഞ്ഞു. അപ്പോൾ ചെയും കൂട്ടുകാരും മലയിടുക്കിലേക്കിറങ്ങി. രാത്രി അവിടെ ചെലവിടാമെന്നായിരുന്നു അവരുടെ പ്രതീക്ഷ. പക്ഷേ, എന്തുകൊണ്ടോ അവർ മടങ്ങാൻ തീരുമാനിച്ചു. എന്നാൽ വഴിതെറ്റിയതിനാൽ രാത്രി മുഴുവൻ ഉറക്കിമിളച്ചു നടക്കേണ്ടിവന്നു. ഇത് അവരുടെ വിശപ്പും ദാഹവും ഒന്നുകൂടി വർധിപ്പിച്ചതേയുള്ളു.

ഒക്ടോബർ 3-ാം തീയതി എവിടുന്നോ കുറച്ചു വെള്ളമെടുത്ത് അൽപം ആഹാരമുണ്ടാക്കാൻ അവർക്ക് സാധിച്ചു. വഴിയിലെ ആവശ്യത്തിനും കൂടി കുറച്ച് ആഹാരം ഉണ്ടാക്കിക്കൊണ്ട് അവർ പിന്നെയും നടത്തം ആരംഭിച്ചു. കാംബയേയും ലിയോണിനേയും തടവുകാരായി പിടിച്ച വിവരം റേഡിയോ മുഖേന പ്രക്ഷേപണം ചെയ്തിരുന്നു. ചെ ഇതെക്കുറിച്ച് ഡയറിയിലെഴുതിയിട്ടുണ്ട്. ഫെർണാണ്ടൊയേയും (ചെയുടെ അവസാനത്തെ ഒളിപ്പേര്) അയാളുടെ രോഗത്തേയും മറ്റു സർവകാര്യങ്ങളേയും സംബന്ധിച്ച് വളരെയേറെ വിവരങ്ങൾ അവർ നൽകി.

പരസ്യമാക്കപ്പെടാത്ത പലേ സംഗതികളും അവർ പറഞ്ഞുകൊടുത്തിരിക്കണം."

അടുത്ത മൂന്നു ദിവസം കർഷകരുടേയോ ഇടയ്ക്കിടയ്ക്ക് ദൂരെ കാണാൻ കഴിഞ്ഞിരുന്ന പട്ടാളക്കാരുടേയോ മുന്നിൽ ചെന്നു ചാടാതെ അവർ ഒരു മലയിടുക്കിൽ നിന്ന് മറ്റൊരു മലയിടുക്കിലേക്ക് സഞ്ചരിച്ചുകൊണ്ടിരുന്നു. ദാഹംകൊണ്ട് അവർ വലഞ്ഞു. ബെനീഗ്നൊയുടെ മുറിവ് പഴുത്തു. ഡോക്ടർക്ക് മുതുകുവേദന അസഹ്യമായി. ഒക്ടോബർ 7-ാം തീയതി അവർ ക്വെബ്രാഡാഡ് യൂറൊ[2] എന്ന മലയിടുക്കിൽ പ്രവേശിച്ചു. വാസ്തവത്തിൽ യുറോ എന്നും സാൻ അന്റോണിയൊ എന്നുമുള്ള രണ്ട് മലയിടുക്കുകളാണിത്. അവയെ തമ്മിൽ ബന്ധിപ്പിക്കുന്ന വഴിക്ക് ഫിലൊ എന്നും പറയുന്നു. അന്നത്തെ ഡയറിയിൽ ചെ എഴുതിയിട്ടുള്ളത് ഇപ്രകാരമാണ്.

നങ്കാഹുവാസുവിൽ എത്തിയിട്ട് പതിനൊന്നു മാസം തികയുന്ന ഇന്നത്തെ ദിവസം കുഴപ്പം കൂടാതെ കഴിഞ്ഞു. വാസ്തവത്തിൽ വളരെ ഭംഗിയായിക്കഴിഞ്ഞെന്നു പറയാം. ഉച്ചയ്ക്ക് പന്ത്രണ്ടരവരെ എല്ലാം ശാന്തമായിരുന്നു. ആ സമയത്ത് ഒരു വൃദ്ധ തന്റെ ആടുകളേയും മേച്ചുകൊണ്ട് ഞങ്ങൾ ക്യാമ്പടിച്ചിരുന്ന മലയിടുക്കിലെത്തി. ആ സ്ത്രീയെ തടഞ്ഞു നിർത്താതിരിക്കാൻ തരമുണ്ടായിരുന്നില്ല. പട്ടാളക്കാരെപ്പറ്റി വ്യക്തമായൊന്നും ആ സ്ത്രീക്ക് പറയാനുണ്ടായിരുന്നില്ല. എന്തുചോദിച്ചാലും താൻ ഇവിടെ വന്നിട്ട് ഒരുപാടു കാലമായെന്നതു മാത്രമായിരുന്നു ഒരേയൊരു മറുപടി. അവിടുത്തെ വഴികളെപ്പറ്റി മാത്രമാണ് ആ വൃദ്ധ എന്തെങ്കിലും പറഞ്ഞുതന്നത്. ആ സ്ത്രീ പറഞ്ഞതുവച്ചു നോക്കിയാൽ ഞങ്ങൾ ഹിഗുവേരയിലും ജാഗ്വെയിലും നിന്ന് ഏതാണ്ട് മൂന്നു നാഴികയും പുക്കാറയിൽ നിന്ന് ആറുനാഴികയും അകലെയായിരുന്നിരിക്കണം. വൈകുന്നേരം അഞ്ചരയ്ക്ക് ഇൻടിയും അനിസെറ്റൊയും പാബ്ലിറ്റൊയും ആ വൃദ്ധയോടൊപ്പം അവരുടെ കുടിലിലേക്ക് പുറപ്പെട്ടു. വൃദ്ധയ്ക്ക് അൻപത് പെസൊ കൊടുത്തിട്ട് ഞങ്ങളെപ്പറ്റി ഒരക്ഷരം മിണ്ടരുതെന്ന് പറഞ്ഞേൽപിച്ചിട്ടുപോന്നു. പക്ഷേ, അവർ വാക്കു പാലിക്കുമെന്നു യാതൊരുറപ്പുമുണ്ടായിരുന്നില്ല. മങ്ങിയ നിലാവെളിച്ചത്തിൽ ഞങ്ങൾ പതിനേഴുപേർ വീണ്ടും യാത്ര ആരംഭിച്ചു. ഈ നടത്തം ഞങ്ങളെ വളരെ അവശരാക്കി. പലേടങ്ങളിലും ഉരുളക്കിഴങ്ങ് കൃഷിചെയ്തിട്ടുണ്ടെങ്കിലും വീടുകളൊന്നും കാണാനില്ലാത്ത ആ മലയിടുക്കിൽ ഞങ്ങൾ നടന്നതിന്റെ പല പാടുകളും ശേഷിച്ചു. ഞങ്ങൾ നേരത്തെ ക്യാമ്പടിച്ചിരുന്നതിനടുത്തുള്ള അരുവിയിൽ നിന്നുള്ള കൈത്തോടുകൾ മുഖേനയാണ് ഉരുളക്കിഴങ്ങുകൃഷിക്കുള്ള വെള്ളം എത്തിച്ചിരുന്നത്. വെളുപ്പിന് രണ്ടുമണിയായപ്പോൾ ഞങ്ങൾ അൽപം വിശ്രമിക്കാൻ തീരുമാനിച്ചു. കാരണം, പിന്നെയും അങ്ങനെ നടക്കുന്നതിൽ യാതൊരർഥവുമുണ്ടായിരുന്നില്ല. രാത്രിയിലെ മാർച്ചുകൾക്കിടയിൽ ചീനൊ (അയാൾക്ക് ഇരുട്ടത്ത് തീരെ കണ്ണു കാണുമായിരുന്നില്ല) വലിയൊരു ഭാരം തന്നെയായിരുന്നു.

വലയം ചെയ്യപ്പെട്ടിരിക്കുന്ന 37 ഒളിപ്പോരാളികളുടെ വഴി തടസപ്പെടുത്തിക്കൊണ്ട് സെറാനൊയിൽ 250 പട്ടാളക്കാരെ കാവലിട്ടിട്ടുണ്ടെന്നും, അക്കേറൊ, ഓറൊ എന്നീ നദികൾക്കിടയിലെവിടെയോ ആണ് ഞങ്ങൾ ഉള്ളതെന്നുമുള്ള വിചിത്രമായൊരു വാർത്ത പട്ടാളത്തിന്റെ വകയായി പ്രക്ഷേപണം ചെയ്യപ്പെട്ടു. അതു കേട്ടപ്പോൾ ചിരിതോന്നി."

ഒക്ടോബർ എട്ടിന് പുലരിക്ക് രണ്ടിനും നാലിനും ഇടയിലെഴുതിയ ഈ കുറിപ്പോടെ ചെയുടെ *ബൊളീവിയൻ ഡയറി* മുറിഞ്ഞു പോകുന്നു.

ആ ഞായറാഴ്ച നടന്നതെന്താണെന്ന് ഇൻടി, പോംബൊ, ബെനീഗ്നൊ, ഉൾബാനൊ എന്നിവരുടെ വിവരണത്തിൽ നിന്നാണ് നമുക്ക് മനസിലാകുന്നത്. വെളുപ്പിനു നാലുമണിക്ക് ചെയുടെ യൂണിറ്റിൽ പെട്ട പതിനേഴുപേർ രണ്ടു മണിക്കൂർ വിശ്രമം കഴിഞ്ഞ് വീണ്ടും നടത്തം ആരംഭിച്ചു.

പൊടുന്നനെ ദൂരെനിന്നുള്ള ഒരു വെളിച്ചം മുന്നിൽപോയിരുന്നവരുടെ ശ്രദ്ധയിൽപെട്ടു. ആരോ വലിയൊരു ടോർച്ച് ലൈറ്റ് മിന്നിച്ചുകൊണ്ട് നടന്നുവരുന്നതുപോലെയാണ് തോന്നിയത്. അവർ ശ്രദ്ധിച്ചുനോക്കി. കുറച്ചു കഴിഞ്ഞപ്പോൾ ആ വെളിച്ചം അപ്രത്യക്ഷമായി. അതൊരു മിഥ്യാബോധമായിരിക്കുമെന്നു കരുതി അവർ വീണ്ടും മാർച്ച് ചെയ്യാൻ തുടങ്ങി. ഒളിപ്പോരാളികളുടെ ശബ്ദം കേട്ടിട്ട് അന്വേഷിച്ചിറങ്ങിയ ഒരു കർഷകനായിരുന്നു അതെന്ന് പിന്നീടു മനസിലായി. ചെയുടെ യൂണിറ്റിനെപ്പറ്റി വിവരം നൽകുന്നവർക്ക് പാരിതോഷികമായി നൽകുമെന്ന് വാഗ്ദാനം ചെയ്തിരുന്ന ആ വലിയ സംഖ്യനേടാമെന്ന വിചാരത്തിൽ അയാൾ അവരെക്കണ്ടയുടൻ തന്നെ ഓടിച്ചെന്ന് പട്ടാളക്കാരെ അറിയിച്ചു. തലേന്നു കണ്ട വൃദ്ധയും വിവരം നൽകിയിരുന്നു.

തങ്ങൾ നിൽക്കുന്ന മലയിടുക്കിനുചുറ്റും തീരെ ചെറിയ കുറ്റിക്കാടുകളും ചുറ്റുമുള്ള കുന്നുകളിൽ അങ്ങിങ്ങായി വളർന്നുനിൽക്കുന്ന വൃക്ഷങ്ങളും മാത്രമാണുള്ളതെന്ന് കിഴക്ക് വെള്ളവീശിയതോടെ ആ ഒളിപ്പോരാളികൾക്ക് മനസിലായി. എവിടുന്നു നോക്കിയാലും അവരെ കാണാവുന്ന ഒരു സ്ഥിതിയാണുണ്ടായിരുന്നത്. കാര്യം അപകടമാണെന്നു ചെയ്ക്ക് മനസിലായി. ഉടനെതന്നെ ചെ അന്വേഷണത്തിനായി തന്റെ ആളുകളിൽ ചിലരെ മുന്നോട്ടും മറ്റുള്ളവരെ ഇടത്തോട്ടും വലത്തോട്ടും നിയോഗിച്ചു. അധികം താമസിയാതെ വലതു വശത്തേക്ക് പോയിരുന്നവർ തിരിച്ചെത്തി. പട്ടാളക്കാർ ആ മലയിടുക്കിന്റെ നാലുവശത്തുനിന്നും വളഞ്ഞിരിക്കുകയാണെന്ന് അവർ റിപ്പോർട്ടു ചെയ്തു. അവരുടെ വാച്ചുകളിൽ മണി എട്ടര ആയിരുന്നു.

തങ്ങൾ അവിടെയുള്ള കാര്യം അറിഞ്ഞുകൊണ്ടാണോ അതോ വെറും ഊഹംവെച്ചുകൊണ്ടാണോ പട്ടാളക്കാർ നീങ്ങുന്നതെന്നു ചെയ്ക്ക് അറിയാമായിരുന്നില്ല. അതിനാൽ ആവുംവിധം പ്രച്ഛന്നവേഷം ധരിച്ച് മറഞ്ഞിരിക്കാൻ ചെ ആളുകൾക്കു നിർദേശം നൽകി. സന്ധ്യയോടെ ആ വലയം ഭേദിച്ചു കടക്കാമെന്നായിരുന്നു അദ്ദേഹത്തിന്റെ പ്രതീക്ഷ.

ചെ തന്റെ ആളുകളെ പലേടങ്ങളിലായി ഇപ്രകാരം അണിനിരത്തി. വലതു പാർശ്വത്തിൽ തോളിനു മുറിവുള്ള ബെനീഗ്നയെയും ഡേറിയെയും ഇൻടിയും. ഇടത് പോംബൊയും ഉർബാനൊയും. ചെയും പതിനൊന്നുപേരും അവിടെത്തന്നെ നിന്നു. വലയം ഭേദിക്കാൻ കഴിഞ്ഞാൽ പിദെൽപാർഗൊ നദിയുടെ തീരത്തുവച്ചു സന്ധിക്കാമെന്നായിരുന്നു ധാരണ.

ഉച്ചതിരിഞ്ഞ് ഒന്നരമണിക്ക് പോംബൊയേയും ഉർബാനോയേയും വിടുതൽ ചെയ്യാനായി ചെ നാറ്റൊയേയും അനിസെറ്റൊയേയും അവിടേക്കയച്ചു. അവർ അതിനായി ആ വഴിക്ക് പുറപ്പെട്ടപ്പോൾ ഒരു വെടി പൊട്ടുകയും അനിസെറ്റൊ അവിടെത്തന്നെ മരിച്ചുവീഴുകയും ചെയ്തു. പോംബൊയുടേയും ഉർബാനൊയുടേയും അടുത്തെത്തിയപ്പോൾ നാറ്റൊയും നിലംപതിച്ചു.

റൈഫിളും യന്ത്രത്തോക്കും കൈബോംബും എല്ലാം ഉപയോഗിച്ച് ഭയാനകമായൊരു തീമഴതന്നെയാണവിടെ നടന്നത്. ഇരുട്ടുവോളം ഈ വെടിവയ്പ് തുടർന്നു. മുകളിൽ നിന്നു നോക്കിയാൽ ആ മലയിടുക്കിൽ എന്താണ് നടക്കുന്നതെന്നതിനെപ്പറ്റി ഒരു പിടിയും കിട്ടുമായിരുന്നില്ല. ഏഴുമണിക്ക് വെടിയുടെ ശബ്ദം ഒന്നു നിലച്ചതോടെ പാർശ്വങ്ങളിൽ നിന്നിരുന്നവർ അൽപനേരം കാത്തു നിന്നിട്ട് ചെയെ അന്വേഷിച്ച് മലയിടുക്കിന്റെ താഴ്ഭാഗത്തേക്കിറങ്ങി. പക്ഷേ, അവിടെ ആരെയും കാണാനുണ്ടായിരുന്നില്ല. ചുമലിലിടുന്ന ഭാണ്ഡക്കെട്ടുകൾ അവിടെത്തന്നെ കിടന്നിരുന്നു. പക്ഷേ, പണവും രേഖകളും അവയിൽ നിന്നെടുത്തു മാറ്റിയിരുന്നു. ചെ നേരത്തെ നിശ്ചയിച്ച സ്ഥലത്തേക്ക് പിൻവാങ്ങിക്കാണുമെന്ന പ്രതീക്ഷയിൽ അവർ അവിടേക്കു തിരിച്ചു. ചെ ആഹാരം കഴിക്കാൻ ഉപയോഗിച്ചിരുന്ന അലുമിനിയം കിണ്ണം വഴിയിൽ ഒടിഞ്ഞു ചതഞ്ഞു കിടക്കുന്നതും കുറേയധികം ആഹാരസാധനങ്ങൾ, പ്രത്യേകിച്ചും അരിമാവ് അവിടെല്ലാം വാരിവിതറിയിരിക്കുന്നതും ഇൻടി കണ്ടു. ഇത് അവർ പ്രത്യേകം ശ്രദ്ധിച്ചു. കാരണം, എന്തു സംഭവിച്ചാലും ആഹാരസാധനങ്ങൾ ചെ ഒരിക്കലും എറിഞ്ഞു കളയുമായിരുന്നില്ല. സന്ധിക്കാൻ നിശ്ചയിച്ചിരുന്ന സ്ഥലത്തേക്കുള്ള കാൽപ്പാടുകൾക്കിടയിൽ ചെയുടേതു കണ്ടുപിടിക്കാൻ അവർക്ക് പ്രയാസമേതുമുണ്ടായില്ല. എന്തുകൊണ്ടെന്നാൽ ഊറയ്ക്കിടാത്ത തോലുകൊണ്ടുള്ള പാപ്പാസ് അവരുടെ കൂട്ടത്തിൽ മറ്റാർക്കുമുണ്ടായിരുന്നില്ല. അതിനാൽ അദ്ദേഹത്തെ കണ്ടെത്താൻ കഴിയുമെന്നുതന്നെയായിരുന്നു ഇപ്പോഴും അവരുടെ പ്രതീക്ഷ. പക്ഷേ, സന്ധിക്കാമെന്നു നിശ്ചയിച്ചിരുന്നേടത്ത് ആരുമുണ്ടായിരുന്നില്ല. ഇൻടിക്കും കൂട്ടുകാർക്കും വല്ലാത്ത പരിഭ്രമമായി. ചെയുടെ കാൽപാടുകൾ നോക്കി നോക്കി അവർ ഹിഗുവേര വരെ നടന്നു. അങ്ങനെ നടന്നു നടന്ന് ഒരു ഗ്രാമീണ വിദ്യാലയത്തിനടുത്തുള്ള കുറ്റിക്കാട്ടിലെത്തിയ

പ്പോൾ അവരവിടെ നിന്നു. പരുക്കേറ്റ ചെ ആ സമയത്ത് ശത്രുവിന്റെ പിടിയിലമർന്ന് ആ വിദ്യാലയത്തിത്തിലെ ഒരു മുറിക്കുള്ളിൽ കഴിയുകയായിരുന്നെന്ന് അവർ വിചാരിച്ചതേയില്ല.

ആ ഒക്ടോബർ എട്ടാം തീയതി യൂറോ മലയിടുക്കിൽ വച്ച് ചെയ്ക്കും സഖാക്കൾക്കം വാസ്തവത്തിലെന്താണ് സംഭവിച്ചത്. തങ്ങൾക്കറിയാവുന്ന വിവരം വച്ചുകൊണ്ട് പോംബെയും ബെനീഗ്നയൊയും ഉർബാനൊയും ആ സംഭവങ്ങളെപ്പറ്റി ഊഹിക്കുന്നത് താഴെ പറയുംപ്രകാരമാണ്. വെടിവയ്പ് തുടങ്ങിയ ഉടൻതന്നെ ചെ തന്റെ പോരാളികളെ രണ്ടായി വിഭജിച്ചു. രോഗികളായ ഡോക്ടറും യുസ്താകിയൊയും ചപ്പാക്കൊയും ഒരു ഗ്രൂപ്പിലായിരുന്നു. കഴിവതും വേഗം അവരെ പിഡെൽപാർഗൊ നദിക്കരയിലെത്തിക്കാനായി അദ്ദേഹം ആരോഗ്യവാനായ പാബ്ലിറ്റൊയെ നിയോഗിച്ചു. ചെയും വില്ലിയും അന്റോണിയൊയും അർടൂറൊയും പാച്ചൊയും ഈ ഗ്രൂപ്പിന്റെ പിന്മാറ്റത്തിന് ഒത്താശകൾ ചെയ്യാൻ തയാറായിനിന്നു. പരസഹായം കൂടാതെ നീങ്ങാൻ നിവൃത്തിയില്ലാത്ത ചീനൊയും ഇക്കൂട്ടത്തിൽ കൂടി. അങ്ങനെ പരുക്കേറ്റവരെ സഹായിക്കാൻ ചെയും സഖാക്കളും ശത്രുവിന്റെ വെടിയുണ്ടകൾ സ്വയം ഏറ്റുവാങ്ങി. വെടിനിലച്ചപ്പോൾ അന്റോണിയൊയും, അർട്ടൂറൊയും പാച്ചൊയും ജീവൻ വെടിഞ്ഞുകഴിഞ്ഞിരുന്നു. ചെ കാലിൽ പരുക്കേറ്റു കിടന്നു. അദ്ദേഹത്തിന്റെ റൈഫിൾ ശത്രുവിന്റെ ഒരുണ്ടയേറ്റ് തകർന്നുപോയിരുന്നു. അദ്ദേഹത്തിന്റെ കൈത്തോക്കിന്റെ അറ കാലിയുമായിരുന്നു. കഴിവതും വേഗം അവിടെ നിന്നു രക്ഷപ്പെടേണ്ടതാവശ്യമായിരുന്നു. വില്ലി ചെയെ അടുത്തുള്ള ഒരു പാറക്കൂട്ടത്തിനിടയിലേക്ക് ഏടുത്തുകൊണ്ടുപോയി. അവിടെ അങ്ങിങ്ങായുള്ള ചില കുറ്റിച്ചെടികൾക്കിടയിൽ അവർ ഒളിച്ചിരുന്നു. അവരെ പിന്തുടരാൻ ശ്രമിക്കവെ കണ്ണട നഷ്ടപ്പെട്ടുപോയതിനാൽ ചീനൊ അവരെ അന്വേഷിച്ച് ഇഴഞ്ഞു നീങ്ങാൻ തുടങ്ങി. കുറച്ചു കഴിഞ്ഞ് ചില പട്ടാളക്കാർ ചെയും വില്ലിയും ഒളിച്ചിരുന്ന പാറക്കൂട്ടത്തിനരകിൽ വന്ന് കൈബോംബുകൾ വിക്ഷേപിക്കുന്നതിനുള്ള ഒരു ഉപകരണം സ്ഥാപിക്കാൻ തുടങ്ങുകയായിരുന്നു. അപ്പോഴാണ് കുറ്റിക്കാടുകൾക്കിടയിൽ എന്തോ അനങ്ങുന്നതായി അവർക്ക് തോന്നിയത്. അവർ അവിടേക്ക് ഓടിച്ചെന്നു. ചെ തന്റെ കാലിലെ മുറിവ് വെച്ചുകെട്ടുന്നതാണ് അപ്പോൾ അവർ കണ്ടത്. ഉടൻ അവർ വെടി ആരംഭിക്കുകയും നിമിഷത്തിനകം ചെയും വില്ലിയും അവരുടെ പിടിയിലാകുകയും ചെയ്തു. അവർ ആ തടവുകാരെ കുട്ടിക്കെട്ടിയിട്ട് അടുത്തുള്ള സ്കൂളിലേക്ക് അയച്ചു. അവിടെ ഒരു താൽക്കാലിക ജലിലാക്കി മാറ്റപ്പെട്ടിരുന്നു. താമസിയാതെ ബന്ധനസ്ഥനായ ചീനൊയും അവരുടെ കൂടെക്കൂടി.

പക്ഷേ, വളരെക്കഴിഞ്ഞു മാത്രമാണ് പോംബെയ്ക്കും ചങ്ങാതിമാർക്കും ഈ വിവരങ്ങളെല്ലാം മനസിലായത്. ആ സമയത്ത് പ്രഭാതമാകുന്നതിനു മുൻപായി ഹിഗുവേരയിൽ നിന്ന് കഴിയുന്നതും അകലാനാ

യിരുന്നു അവരുടെ ശ്രമം. പകൽസമയത്ത് ഒരു ഹെലികോപ്റ്റർ ഹിഗുവേരയിൽ വന്നിറങ്ങുന്നതും വേഗം തന്നെ തിരിച്ചുപോകുന്നതും അവർ കണ്ടു. ചെയുടെ മൃതദേഹം എടുത്തുകൊണ്ടുപോകുന്നതിനാണ് ആ ഹെലിക്കോപ്റ്റർ അവിടെ എത്തിയിരുന്നത്. പക്ഷേ, അന്ന് അതൊന്നുമറിയാൻ അവർക്ക് യാതൊരു മാർഗവുമുണ്ടായിരുന്നില്ല.

ബെനീഗ്നൊയുടെ കൈയിൽ അപ്പോഴും ഒരു റേഡിയോ സെറ്റുണ്ടായിരുന്നു. ചെയുടെ അറസ്റ്റിനേയും മരണത്തേയും പറ്റിയുള്ള റേഡിയോ വാർത്ത അങ്ങനെ അവർ കേട്ടെങ്കിലും തങ്ങൾ പേടിച്ചിരുന്ന ആ സംഗതി യഥാർഥത്തിൽ സംഭവിച്ചെന്ന് വിശ്വസിക്കാൻ അവർ വിസമ്മതിച്ചു.

പിറ്റേന്ന് ഒക്ടോബർ 16-ാം തീയതി എല്ലാ റേഡിയോ സ്റ്റേഷനുകളിലും നിന്ന് ഈ സംഭവങ്ങളെപ്പറ്റിയുള്ള പലതരം വിശദാംശങ്ങൾ കേട്ടപ്പോൾ മാത്രമാണ് അവരുടെ സംശയങ്ങൾ അസ്തമിച്ചതും ചെ ജീവനോടില്ലെന്ന വസ്തുത അംഗീകരിക്കാൻ ഇൻടിയും സഖാക്കളും നിർബന്ധിതരായതും. പക്ഷേ, നേതാവിന്റെ ചമരവാർത്ത എത്ര തന്നെ ഹൃദയഭേദകമായിരുന്നെങ്കിലും അന്ത്യം വരെ സമരം ചെയ്യാനുള്ള അവരുടെ ദൃഢനിശ്ചയത്തെ അത് ഒരുതരത്തിലും ഉലച്ചില്ല...

ശേഷിച്ച പത്ത് ഒളിപ്പോരാളികളെ പിടിക്കാനുള്ള ശ്രമം പട്ടാളം ഊർജിതപ്പെടുത്തിയിരിക്കുകയാണെന്ന് അന്നുതന്നെ അവർ റേഡിയോയിൽ കേട്ടു. നാലുപേരുടെ ഒരു ഗ്രൂപ്പ് വേറെയും ശേഷിച്ചിട്ടുണ്ടെന്നും ചെയോടൊപ്പം ആറുപേർ കൂടി മരിക്കുകയോ തടവുകാരാക്കപ്പെടുകയോ ചെയ്തിട്ടുണ്ടെന്നും ഈ റിപ്പോർട്ടിൽ നിന്ന് അവർ ഊഹിച്ചു.

ഒക്ടോബർ 12-ാം തീയതി മിസ്ക് നദിയുടെ ഉത്ഭവസ്ഥാനത്തു വച്ചു നടന്ന ഒരു ഏറ്റുമുട്ടലിൽ ക്യൂബൻ ഡോക്ടറായ മോറൊയും ബൊളീവിയക്കാരനായ പബ്ലിറ്റൊയും (ഫ്രാൻസിസ്കൊ ഹുവാങ്കഫ്ളോറെസ്) പെറുക്കാരനായ യുസ്താകിയൊയും (റേഡിയോ എഞ്ചിനീയർ ലൂസ്യൊ ഗൽവാൻ ഹിഡാൽഗൊ) ബൊളീവിയക്കാരനായ ചപ്പാക്കൊയും (ജെയിമെ അറാന കമ്പേറൊ) ചരമമടഞ്ഞ വിവരവും അവർക്ക് റേഡിയോ മുഖേന മനസിലായി. അവരുടെ ഗ്രൂപ്പിലുള്ള ആറുപേർ മാത്രമാണ് ഇനി ജീവനോടെ ശേഷിച്ചിരുന്നത്. അവരുടെ പക്കൽ ആയുധങ്ങളുണ്ടായിരുന്നു. അവസാനം വരെ പോരാടാനുള്ള ദൃഢനിശ്ചയവും അവരിൽ ശേഷിച്ചിരുന്നു.

പോംബൊയുടെ നേതൃത്വത്തിൽ ഈ ചെറിയ യൂണിറ്റ് രണ്ടു പ്രാവശ്യം ശത്രുവലയം ഭേദിച്ചു പുറത്തുകടന്നു. നവംബർ 13-ാം തീയതി അവർ കൊച്ചബാംബ-സാന്റാ ക്രൂസ് ഹൈവേയ്ക്കടുത്തെത്തിയപ്പോൾ മറ്റൊരു സംഘട്ടനംകൂടി നടന്നു. ഇതിൽ വച്ച് അവർക്ക് തങ്ങളുടെ പ്രിയങ്കരനായ നാറ്റൊയെ (ജൂലിയൊ ലിസ് മെന്ദെസ്) നഷ്ടപ്പെട്ടു. മുപ്പതുകാരനായ ഈ ബൊളീവിയൻ കമ്യൂണിസ്റ്റുകാരൻ ഒരു സകലകലാവല്ലഭനായിരുന്നു. തങ്ങൾക്ക് സഹായികളുള്ള ഒരു മേഖലയിലാണ് അവർ

ഇപ്പോൾ എത്തിയിരുന്നത്. അവരെ പിടിച്ചുകൊടുക്കുന്നവർക്ക് ഒരു കോടി പെസൊ (430,000 ഡോളർ) കൊടുക്കാമെന്ന് ബൊളീവിയൻ ഗവൺമെന്റ് വാഗ്ദാനം ചെയ്തിരുന്നെങ്കിലും സഹായത്തിനായി അവർ സമീപിച്ച ഒരൊറ്റ കർഷകനും അവരെ ഒറ്റിക്കൊടുത്തില്ല. ആ നാട്ടിലെ ജനതയുടെ നന്മയ്ക്കായി ജീവാർപ്പണം ചെയ്ത ചെയുടെ വീരകഥ ബൊളീവിയയിലെങ്ങും പ്രചരിച്ചു കഴിഞ്ഞിരുന്നു. അദ്ദേഹത്തിന്റെ വീരേതിഹാസം സൃഷ്ടിച്ച ആ യൂണിറ്റിൽപ്പെട്ട ശേഷിച്ചവരെ സഹായിക്കുകയെന്നത് തങ്ങളുടെ പവിത്രമായ കടമയാണെന്ന് പല കർഷകർക്കും തോന്നി...

ഇൻടിയും കൂട്ടുകാരും കൊച്ചബാംബാ–സാന്റാക്രൂസ് ഹൈവേയുടെ പരിസരങ്ങളിലുണ്ടെന്ന വാർത്ത നഗരങ്ങളിലുള്ള അവരുടെ ആൾക്കാർക്കു ലഭിച്ചു. വേട്ടയാടപ്പെട്ടുകൊണ്ടിരുന്ന അവരെ രക്ഷിക്കാൻ കഴിവതെല്ലാം ചെയ്യണമെന്ന് ഈയാളുകൾ തീരുമാനിച്ചു. അവരുമായി സമ്പർക്കം സ്ഥാപിക്കാനായി അവരുടെ സുഹൃത്തുക്കൾ കാറിൽ കയറി ഹൈവേയിലൂടെ അങ്ങോട്ടും ഇങ്ങോട്ടും സഞ്ചരിക്കാൻ തുടങ്ങി. ഇൻടി എങ്ങനെയോ ആ വാഹനങ്ങളിലൊന്നിന്റെ മുന്നിൽ ചെന്നുപെട്ടു. അതായിരുന്നു അവരുടെ രക്ഷ. അവരെ അഞ്ചുപേരെയും ഈ സുഹൃത്തുക്കൾ കൊച്ചബാംബയിൽ കൊണ്ടുവന്ന് സുരക്ഷിതസ്ഥാനങ്ങളിൽ പാർപ്പിച്ചു. 1968 ഫെബ്രുവരിയിൽ പോംബൊ, ബെനീഗ്നൊ, ഉർബാനൊ എന്നീ ക്യൂബക്കാർ ബൊളീവിയയുടെ പടിഞ്ഞാറൻ അതിർത്തിയിൽ എത്തിയിട്ട് ചിലിയിലേക്കു കടന്നു.

ചിലിയിൽ വച്ച് അറസ്റ്റു ചെയ്യപ്പെട്ടെങ്കിലും വേഗം തന്നെ അവർ ഈസ്റ്റർ ദ്വീപിലേക്കു അയയ്ക്കപ്പെട്ടു. അവിടെനിന്ന് വിമാനമാർഗം മൂവരും ശാന്തസമുദ്രം കടന്ന് പാരീസിലെത്തി.അൽപ ദിവസങ്ങൾക്കുള്ളിൽ അവർ സ്വദേശമായ ഹവാനയിലും എത്തിച്ചേർന്നു.

ഇൻടിയും ഡേറിയൊയും ബൊളീവിയയിൽ തന്നെ നിന്നു. തങ്ങളുടെ കമാൻഡർ ഏണസ്റ്റോ ചെ ഗുവേരയുടെ അഭീഷ്ടം അനുസരിച്ചു സായുധസമരം തുടരാൻ തന്നെ അവർ തീരുമാനിച്ചു. 1969 മാർച്ച് 9–ാം തീയതി പൊലീസുകാർ ലാപാസിൽ ഇൻടി ഒളിച്ചുതാമസിച്ചിരുന്ന വീട് വളഞ്ഞു. തുടർന്നുണ്ടായ പരസ്പരമുള്ള വെടിവയ്പിൽ ചെയുടെ ഈ നിർഭയനായ ചങ്ങാതി മരണമടഞ്ഞു. അക്കൊല്ലം തന്നെ ഡിസംബർ 31–ാം തീയതി ഡേറിയൊയും (ഡേവിഡ് അഡ്രിയസോള) പൊലീസിന്റെ തുരുതുരായുള്ള വെടിയുണ്ടകളേറ്റു നിലംപതിച്ചു.

ഇൻടിയുടെ ഗ്രൂപ്പിനെ തുടച്ചുനീക്കാൻ നിയുക്തനായിരുന്ന റോബർട്ടൊ കിന്റാനില്ല എന്ന പൊലീസ് ഏജന്റിന് പിൽക്കാലത്ത് പുരസ്കാരസുചകമായി ഹാംബർഗിലെ ബൊളീവിയൻ കോൺസൽ ഉദ്യോഗം നൽകപ്പെട്ടെങ്കിലും ഒടുവിൽ അയാൾക്കും കിട്ടേണ്ടത് കിട്ടി. 1971 ഏപ്രിൽ മാസത്തിൽ മൂന്നു ഉണ്ടകൾ തുളച്ചുകയറിയ അയാളുടെ ശവശരീരം പൊലീസ് എവിടുന്നോ കണ്ടെടുത്തു.

ഫെർണാണ്ടൊ അഥവാ റമോൺ അഥവാ മോംഗോ എന്ന ചെയുടെ ഒളിപ്പോർ യൂണിറ്റിന്റെ കഥ ഇതോടെ അവസാനിച്ചെങ്കിലും ചെയുടെ ജീവിതകഥ ഇതുകൊണ്ടു തീരുന്നില്ല.

കുറിപ്പുകൾ

1. ഗറില്ലാ സൈനിക നടപടികളുടെ നാലു ലഘുറിപ്പോർട്ടുകളും ദേശീയ വിമോചനസേനയുടെ ഒരു മാനിഫെസ്റ്റോയും ചെ എഴുതിത്തയാറാക്കി. മാനിഫെസ്റ്റോ ബൊളീവിയൻ ജനതയെ സംബോധനചെയ്തു കൊണ്ടുള്ളതായിരുന്നു. ബൊളീവിയൻ ഖനിത്തൊഴിലാളികളോടുള്ള ഒരു അഭ്യർഥനയും അദ്ദേഹം എഴുതി. പക്ഷേ, ഇതിൽ ഒരു യുദ്ധറിപ്പോർട്ട് മാത്രമേ ബൊളീവിയൻ പത്രങ്ങളിൽ വന്നുള്ളു. ബാക്കിയെല്ലാം അധികൃതരുടെ കൈയിൽ പെട്ടുപോയി. ചെയുടെ മരണശേഷം മാത്രമാണ് അതെല്ലാം പുറത്തറിഞ്ഞത്.
2. ചെയുടെ ബൊളീവിയൻജീവിതവുമായി ബന്ധപ്പെട്ട പല സ്ഥലങ്ങൾക്കും വ്യത്യസ്തമായ പേരുകൾ നൽകിക്കാണുന്നുണ്ട്. ഉദാഹരണത്തിന് നങ്കാഹുവാസുവിന്റെ നക്കാഹുവാസു എന്നും യൂറൊക്ക് ചുറൊ എന്നും മറ്റും പറഞ്ഞു കാണുന്നുണ്ട്.

8

ബാരിക്കേഡുകളുടെ മറുപുറത്ത്

നിന്ദ്യനായ ശത്രുവിന്റെ കൈയിൽ പെട്ടു കഴിയേണ്ടിവന്ന ആ അവസാന മണിക്കൂറുകൾ അദ്ദേഹത്തിന് അത്യന്തം കയ്പേറിയതായിരുന്നിരിക്കണം. പക്ഷേ, അങ്ങനെയൊരു പരീക്ഷണത്തിന് അദ്ദേഹത്തെപ്പോലെ തയാറെടുത്തിരുന്ന മറ്റാരും ഉണ്ടായിരുന്നിരിക്കില്ല.

ഫിദൽ കാസ്ട്രോ

ബൊളീവിയ പരിഷ്കൃതമായ ഒരു രാജ്യമാണ്. പക്ഷേ ...

ജനറൽ ആൽഫ്രെഡൊ ഒവാണ്ടൊ

എണ്ണമറ്റ വഞ്ചനകളിലൂടെ അധികാരത്തിൽ വന്ന തഴക്കം ചെന്ന ഒരു രാഷ്ട്രീയ ചരടുവലിക്കാരനെന്ന നിലയ്ക്ക് പുതിയ ബൊളീവിയൻ ഭരണാധികാരിയായ റെനേ ബാരിയെന്റോസ് ഒർട്ടുനൊ വിഖ്യാതനായിരുന്നു. 1919–ൽ കൊച്ചബാംബയ്ക്കടുത്താണ് ജനനം. അച്ഛൻ ഒരു സ്പാനിഷ് കുടിയേറിപ്പാർപ്പുകാരനും അമ്മ ഒരു ആദിവാസി സ്ത്രീയുമായിരുന്നു. അമ്മയിൽ നിന്ന് ക്വെചാഭാഷ നല്ലപോലെ വശമാക്കി. വ്യോമസേനാവിദ്യാലയത്തിൽ പഠിക്കുന്ന കാലത്ത് ഒളിവിലുള്ള വിപ്ലവപ്രബുദ്ധ ദേശീയപ്രസ്ഥാനത്തിൽ ചേരുകയാൽ ഈ ഭാവിപ്രസിഡന്റ് സ്കൂളിൽ നിന്നു പുറത്താക്കപ്പെട്ടു. തുടർന്ന് അറസ്റ്റു ചെയ്യപ്പെടുകയും 1946 മുതൽ 1949 വരെയും പിന്നീട് 1950ലും ജയിൽവാസം അനുഭവിക്കേണ്ടിവരികയും ചെയ്തു. എന്നാൽ, 1952–ൽ ലെഫ്റ്റനന്റ് പദവിയോടെ കരസേനയുടെ വ്യോമവിഭാഗത്തിൽ വീണ്ടും ജോലി കിട്ടി. അക്കൊല്ലം നടന്ന ഒരു കൊട്ടാരവിപ്ലവത്തിന്റെ ഫലമായി ദേശീയ വിപ്ലപ്രസ്ഥാനം" അധികാരത്തിൽ വന്നപ്പോൾ ബ്യൂനോസ് എയേഴ്സിലേക്ക് പറന്നുചെന്ന്

പ്രസ്തുത പാർട്ടിയുടെ നേതാവും ഭാവിപ്രസിഡന്റുമായ പാസ് എസ്റ്റെൻസ്സറൊയെ കൂട്ടിക്കൊണ്ടു വന്നത് ബാരിയേന്റോസ് ആയിരുന്നു.

പുതിയ ബൊളീവിയൻ ഭാരണാധികാരി ഈ യുവലെഫ്റ്റനന്റിന്റെ ത്യാഗങ്ങളും വ്യഗ്രതയും വേണ്ടത്ര കണക്കിലെടുത്തുവെന്നു പറയേണ്ടതില്ലല്ലൊ. ഉദ്യോഗക്കയറ്റത്തോടൊപ്പം അതിനേക്കാൾ വലിയൊരു പാരിതോഷികവും ബാരിയെന്റോസിന് ലഭിച്ചു. ദീർഘകാല പഠനത്തിന് യു എസ് എ യിലേക്കുള്ള ഒരു ഡപ്യൂട്ടേഷനായിരുന്നു ഈ പാരിതോഷികം. അങ്ങനെ, 1953–ൽ ബൊളീവിയൻ വിപ്ലവത്തെപ്പറ്റി നേരിട്ടറിയാനായി ചെ ആ രാജ്യം സന്ദർശിക്കുമ്പോൾ അദ്ദേഹത്തിന്റെ ഈ ഭാവി പ്രതിയോഗി ഓക്ലഹാമയിൽ താമസിച്ച് വ്യോമയാനശാസ്ത്രവും ഇംഗ്ലീഷും പഠിക്കുകയായിരുന്നു. യാങ്കിനാട്ടിലെ താമസം ബാരിയെന്റോസിന് വലിയ ഗുണം ചെയ്തു. അന്നുമുതൽതന്നെ അയാളുടെ മേൽ കണ്ണുണ്ടായിരുന്ന വിശ്വസ്ത അഭ്യുദയകാംക്ഷികളെ കണ്ടെത്താൻ കഴിഞ്ഞുവെന്നതാണ് ഈ നേട്ടം. നാട്ടിലും ബാരിയെന്റോസിന് അടിവച്ചുള്ള കയറ്റം തന്നെയായിരുന്നു. വ്യോമസേനയിലെ ജനറൽ സ്ഥാനം വരെ കരസ്ഥമാക്കാൻ അയാൾക്ക് കഴിഞ്ഞു. അടുത്തതായി വേണ്ടതെന്താണ്? രാഷ്ട്രപതിമന്ദിരം തന്നെ, സംശയമെന്താ! പക്ഷേ, അയാളുടെ ദുർഭാഗ്യത്തിന് എസ്റ്റെൻസ്സറൊയുടെ ഭരണം വളരെ ഉറച്ചതായിരുന്നു. ഭരണഘടനപ്രകാരമുള്ള നാലുകൊല്ലക്കാലവും ഈ പ്രസിഡന്റിന് അധികാരത്തിലിരിക്കാൻ കഴിഞ്ഞു. അടുത്ത നാലുകൊല്ലക്കാലത്തേക്ക് ഈ മനുഷ്യൻ അധികാരത്തിന്റെ താക്കോൽ തന്റെ വിശ്വസ്തസേവകനായ ഹെർനാൻ സൈലസ് സുവാസൊയെ ഏൽപിച്ചുകളഞ്ഞു. സർവ്വരേയും അത്ഭുതത്തിലാഴ്ത്തിക്കൊണ്ട് ഇയാളും നാലുകൊല്ലം മുഴുവനും അധികാരത്തിലിരുന്നു. ഇതു കഴിഞ്ഞപ്പോൾ ഇയാൾ വീണ്ടും ഏസ്റ്റെൻസ്സറൊയ്ക്ക് സ്ഥാനം ഒഴിഞ്ഞുകൊടുത്തു. പക്ഷേ, അപ്പോഴേക്ക് പതിവില്ലാത്ത ഈ രാഷ്ട്രീയ സ്ഥിരത ബൊളീവിയയിലെ എല്ലാ രാഷ്ട്രീയ പാർട്ടികൾക്കും മടുത്തുകഴിഞ്ഞിരുന്നു. എസ്റ്റെൻസ്സറൊയുടെ സ്വന്തം പാർട്ടിയായ ദേശീയ വിപ്ലവപ്രസ്ഥാനം തന്നെ രണ്ടായി പിളർന്നു. ജുവാൻ ലെച്ചിൻ എന്ന തൊഴിലാളിനേതാവിന്റെ ഇടതുപക്ഷവിഭാഗം പ്രതിപക്ഷത്തേക്ക് മാറി. പ്രസിഡന്റിന്റെ ഒരുകാലത്തെ വിശ്വസ്ത സേവകനായിരുന്ന സൈലസ് സുവാസൊപോലും മറ്റു രാഷ്ട്രീയ ഗ്രൂപ്പുകളുമായി ചേർന്ന് കുത്തിത്തിരിപ്പുകൾ നടത്താൻ തുടങ്ങി. ആ സ്ഥിതിയിൽ അധികാരം നിലനിർത്തുന്നതിന് പട്ടാളത്തിന്റെ മുന്നിൽ മുട്ടുമടക്കാനും ഒരു കാലത്ത് ജീവൻ പണയം വച്ചും അന്നത്തെ നിയുക്ത പ്രസിഡന്റിനെ ബ്യൂനോസ് എയേഴ്സിൽ നിന്ന് ബൊളീവിയൻ തലസ്ഥാനത്തേക്ക് വിമാനത്തിൽ കൂട്ടിക്കൊണ്ടുവരാൻ തയ്യാറായതുമുതൽ പട്ടാളത്തിലെ തന്റെ വിശ്വസ്തനായി കരുതിവന്നിരുന്ന ഈ ജനറൽ ബാരിയെന്റോസിനെത്തന്നെ ഭരണത്തിൽ പങ്കാളിയാക്കാനും എസ്റ്റെൻസ്സറൊ നിർബന്ധിത

നായി. പ്രസിഡന്റ് സ്ഥാനത്തേക്കുള്ള അടുത്ത ചുവടുവയ്പ് നടത്താൻ ധീരനായ ഈ ജനറൽ സന്നദ്ധനായിരുന്നു. പ്രത്യേകിച്ചും യു എസ് എ യിലുള്ള അഭ്യുദയകാംക്ഷികളുടെ പിന്തുണ തനിക്കുണ്ടാകുമെന്ന് നല്ല ഉറപ്പുണ്ടായിരുന്നതിനാൽ, ഒരു കാലത്ത് പാസ് എസ്റ്റെൻസ്റൊ ഏൽപി ച്ചുകൊടുത്ത ആയുധങ്ങൾ അപ്പോഴും കൈവശം വച്ചിരുന്ന ഖനിത്തൊ ഴിലാളികളുടെ കാര്യത്തിൽ ഈ അഭ്യുദയകാംക്ഷികൾ വളരെ അസ്വ സ്ഥരായിരുന്നു. തങ്ങളുടെ ഖനികൾ 'സ്വതന്ത്ര ബൊളീവിയൻ ഭൂപ്ര ദേശ'മായി പ്രഖ്യാപിക്കുന്നതിനെപ്പറ്റി സായുധരായ (എത്ര പഴഞ്ചനാ ണെങ്കിലും തോക്ക് തോക്കു തന്നെയാണല്ലൊ) ഇരുപതിനായിരത്തോളം ഖനിത്തൊഴിലാളികൾ കൂടുതൽ കൂടുതൽ വാചാലരായിക്കൊണ്ടിരുന്നത് അവർക്കൊരു കളിതമാശയായി തോന്നിയില്ല.

കുറച്ചു കാലംകൂടി തങ്ങൾ മിണ്ടാതെ അടങ്ങിയിരുന്നാൽ ബൊളീ വിയ ഒരു രണ്ടാം ക്യൂബ ആകുമെന്ന് പെന്റഗണും സ്റ്റേറ്റ് ഡിപ്പാർട്ടുമെന്റും ഭയപ്പെട്ടു. 'നട്ടെല്ലില്ലാത്ത' എസ്റ്റെൻസ്സറൊയെ മാറ്റിയിട്ട് തൽസ്ഥാനത്ത് പട്ടാളത്തിൽ നിന്നുള്ള വിശ്വസ്തനായ ഒരു 'ഗോറില്ല'യെ നിയമിക്കുന്ന തായിരിക്കും തങ്ങൾക്കുത്തമമെന്നും അവർ കരുതി. അധികാരക്കൊതി യനായ ബാരിയെന്റോസിനെ ഇതിന് പറ്റിയ 'ഗോറില്ല'യായി പെന്റഗണും സ്റ്റേറ്റ് ഡിപ്പാർട്ടുമെന്റും ഉയർത്തിപ്പിടിച്ചുകൊണ്ടുമിരുന്നു. പക്ഷേ, ഈ പദ്ധതി നടപ്പിലാക്കുന്നത് അത്ര എളുപ്പമായിരുന്നില്ല. ബാരിയെന്റോസിന് വ്യോമസേനയുടെ മാത്രം നിയന്ത്രണമേ ഉണ്ടായിരുന്നുള്ളു. ജനറൽ ഒവാണ്ടൊ കാണ്ട്യയുടെ കീഴിലായിരുന്നു കരസേന. ബാരിയെന്റോസിന് അകമ്പടി സേവിച്ചുനിൽക്കാൻ തെല്ലും അയാൾക്കാഗ്രഹമുണ്ടായിരുന്നില്ല. ഒവാണ്ടൊ വലിയൊരു പിടിവാശിക്കാരനും വഴങ്ങാത്തവനുമായി കാണ പ്പെട്ടു. അയാളുടെ പിന്തുണ നേടാനായി അയാളുടേയും ബാരിയെന്റോ സിന്റെയും കൂടിയുള്ള ഒരു ദ്വിമൂർത്തി ഭരണത്തിന് സമ്മതിക്കേണ്ടിയിരു ന്നു. അങ്ങനെ 1964 നവംബർ 4-ാം തീയതി പാസ് എസ്റ്റെൻസ്സറൊയെ അധികാരത്തിൽ നിന്ന് താഴെയിറക്കിയിട്ട് പെറുവിലേക്ക് കെട്ടുകെട്ടിച്ചു. അധികാരം രണ്ടു 'സഹപ്രസിഡന്റു'മാരുടെ കൈകളിലായി. ബൊളീവി യയുടെ വർണശബളമായ ചരിത്രത്തിൽപോലും ഇത് ഒരു അപൂർവ്വസം ഭവമായിരുന്നു. അതുകൊണ്ടുതന്നെയായിരിക്കണം ആ രാജ്യത്ത് എന്തും സംഭവിക്കാമെന്നു ആളുകൾ പറയുന്നത്.

പക്ഷേ, ബൊളീവിയയ്ക്കുപോലും ഒരു സമയത്ത് രണ്ടു 'ഗോറില്ല' കൾ എന്നത് കുറച്ചധികമായിരുന്നു. ഒന്നരക്കൊല്ലത്തോളം ഒന്നാം സ്ഥാന ത്തിനുവേണ്ടിയുള്ള ചരടുവലികൾ നടന്നു. ഇക്കാലയളവിൽ തന്നെ വധി ക്കാനുള്ള എട്ടു ശ്രമങ്ങൾ നടന്നെന്ന് ബാരിയെന്റോസ് അവകാശപ്പെട്ടു. എങ്കിലും അയാൾ ജീവനോടെ സുഖമായിത്തന്നെ കഴിഞ്ഞുവെന്നുമാ ത്രമല്ല, താൽക്കാലികമായെങ്കിലും തന്റെ പ്രതിയോഗിയായ ഒവാണ്ടൊയെ പുറകിലേക്ക് തള്ളുന്നതിൽ അയാൾ വിജയിക്കുകയും ചെയ്തു. ജനാ

ധിപത്യവാദിയും പരിഷ്ക്കർത്താവും വിപ്ലവകാരിയുമായി ഭാവിച്ച ബാരിയെന്റോസ് തന്റേതായ ഒരു രാഷ്ട്രീയ യന്ത്രം തട്ടിക്കൂട്ടിയെടുത്തു. ക്വെചയുടെ അത്ര തന്നെ ഇംഗ്ലീഷും ഭംഗിയായി സംസാരിക്കാൻ കഴിയുമായിരുന്ന ഈ 'ഊർജസ്വലനായ' (*തെക്കെ അമേരിക്കയ്ക്കുള്ളിൽ* എന്ന കൃതിയിൽ ജോൺ ഗുന്തർ ഉപയോഗിച്ച വിശേഷണം) ജനറൽ വ്യക്തമായിത്തന്നെ യാങ്കികളുടെ സഹായത്തിനഭ്യർഥിച്ചു. ബൊളീവിയയിലെ സി ഐ എ തലവനും ലാപാസ് എംബസിയിലെ സൈനിക അറ്റാഷെയുമായ അഡ്വേർഡ് ഫോക്സിന്റെ സമ്മർദഫലമായി പ്രസിഡന്റ് സ്ഥാനത്തുനിന്ന് പിൻവാങ്ങാൻ ഒവാണ്ടൊ നിർബ്ബന്ധിതനായി. നാലുകൊല്ലം കഴിഞ്ഞ് ബാരിയെന്റോസ് പ്രസിഡന്റ് സ്ഥാനം ഒഴിയുമെന്ന് ബാരിയെന്റോസും ഫോക്സും അയാൾക്ക് വാക്കു കൊടുത്തു. താനായിരിക്കും അടുത്ത പ്രസിഡന്റെന്നതിന് ഒരു ഗ്യാരണ്ടിയെന്നതുപോലെ കരസേനയുടെ കമാണ്ടർ സ്ഥാനത്തു തുടരാൻ ഒവാണ്ടൊയെ സമ്മതിക്കുകയും ചെയ്തു.

1966 ജൂലൈ മാസത്തിൽ ബാരിയെന്റോസും സൈലെസ് സലിനാസും പ്രസിഡൻറ്, വൈസ് പ്രസിഡന്റ് എന്നീ സ്ഥാനങ്ങളിലേക്ക് തിരഞ്ഞെടുക്കപ്പെട്ടു. സലിനാസ് 'ദേശീയ വിപ്ലവപ്രസ്ഥാന'ത്തിലെ ഒരു പ്രമുഖ വ്യക്തിയുംകൂടി ആയിരുന്നു. അക്കൊല്ലം ഓഗസ്റ്റിൽ അവരിരുവരും സത്യപ്രതിജ്ഞ ചെയ്ത് സ്ഥാനമേൽക്കുകയും ചെയ്തു. പക്ഷേ, അതുകൊണ്ടും രാജ്യത്തിലെ സംഘർഷാവസ്ഥ അവസാനിച്ചില്ല. ഒവാണ്ടൊ 'അസംതൃപ്ത'നാണെന്നും ഏതുസമയത്തും അയാൾ ബാരിയെന്റോസിനെ 'നീക്കം' ചെയ്തേക്കാമെന്നും പത്രങ്ങൾ പരസ്യമായിത്തന്നെ എഴുതി. അതു തികച്ചും സാദ്ധ്യമാണെന്ന് എല്ലാ രാഷ്ട്രീയ നിരീക്ഷകർക്കും തോന്നി. ആ സ്ഥിതിയിൽ മൂന്നാമതൊരു പ്രസിഡന്റ് സ്ഥാനാർത്ഥി കൂടി രംഗത്തെത്തി. കരസേനയിലെ ചീഫ് ഓഫ് സ്റ്റാഫായ കേണൽ മാർക്കോസ് വാസ്ക്വെസ് സെമ്പെർ തേഗ്വിയായിരുന്നു ഈ സ്ഥാനാർഥി. ഒവാണ്ടൊ അധികാരം പിടിച്ചെടുക്കാൻ തുനിഞ്ഞാൽ അയാളെ താഴെയിറക്കിയിട്ട് താൻ തന്നെ പ്രസിഡന്റ് സ്ഥാനത്തിന് ഒഴിവുവരാതെ നോക്കുമെന്ന് സെമ്പെർ തേഗ്വി മുന്നറിയിപ്പു നൽകി. പക്ഷേ, അങ്ങനെയൊരു ഭീഷണി വച്ചു പൊറുപ്പിക്കാനാവില്ലല്ലൊ. അതിനാൽ ഉടനടി അയാളെ മാറ്റിയിട്ട് ജുവാൻ ജോസ് ടോറെസിനെ തൽസ്ഥാനത്ത് നിയമിക്കാൻ തീരുമാനിക്കപ്പെട്ടു. ഈ നിയമനം തന്റെ കുഴിതോണ്ടുന്ന ഒന്നാകുമെന്ന് ഒവാണ്ടൊ സ്വപ്നേപി വിചാരിച്ചില്ല...

ബൊളീവിയയിലെ 'ഗോറില്ല'കൾക്കിടയിൽ ഒന്നാം സ്ഥാനം തീരുമാനിക്കാനുള്ള ഈ 'പൂച്ചയും എലിയും' കളി അങ്ങനെ നടന്നുകൊണ്ടിരിക്കുമ്പോൾ അവിടെ ഒരു ഗെറില്ലാ സമരം ഉടനടി പൊട്ടിപ്പുറപ്പെട്ടേക്കുമെന്നും ഏണസ്റ്റോ ചെ ഗുവേര സ്ഥലത്തെത്തിയിട്ടുമുണ്ടെന്നുമുള്ള കിംവദന്തി പടർന്നുപിടിച്ചു. വീമ്പിളക്കലിനും അഹങ്കാരത്തിനും വിഖ്യാത

നായ ബാരിയെന്റോസ് രണ്ടാമതൊന്നാലോചിക്കാൻ നിൽക്കാതെ ഈ കിംവദന്തികളെ പുച്ഛിച്ചുതള്ളി. 1967 മാർച്ച് 11–നു ലാപാസിൽ വച്ച് അയാൾ പത്രപ്രതിനിധികളോട് പറഞ്ഞു: "എനിക്ക് പ്രേതപിശാചുക്കളിൽ വിശ്വാസമില്ല. കമീലൊ സൻപ്യൂഗോസിനോയും കാസ്ട്രൊ ഭരണത്തിന്റെ മറ്റു രക്തസാക്ഷികളോടുമൊപ്പം ചെ ഗുവേരയും പരലോകത്താണെന്ന് എനിക്ക് നല്ല ഉറപ്പാണ്."

പക്ഷേ, ഇതേ മാർച്ച് 11 ാം തീയതിതന്നെയാണ് വിസേന്റെ റൊക്കാബെഡൊ ടെറാസാസ് എന്നും പാസ്റ്റർ ബരേരാ കിന്റാന എന്നും പേരായ രണ്ടാളുകൾ കലാമിനക്യാമ്പിൽനിന്ന് ഒളിച്ചോടിയത്. ഇതിലാദ്യത്തെയാൾ ഒരു പോലീസ് ചാരനും രണ്ടാമത്തെയാൾ ഒറ്റുകാരനാകാൻ തിടുക്കം കാട്ടിയ വെറുമൊരു ഒളിച്ചോട്ടക്കാരനുമായിരുന്നെന്ന് പിന്നീട് തെളിയുകയുണ്ടായി. തങ്ങളുടെ പക്കലുള്ള വിവരത്തിന് ലാപാസിൽ നല്ല വിലകിട്ടുമെന്ന് ഇരുവരും പ്രതീക്ഷിച്ചിരുന്നു. ആ വിവരത്തിന്റെ മൂല്യമെന്തെന്ന് ഇരുവർക്കും നല്ല നിശ്ചയമുണ്ടായിരുന്നു. കാരണം, ആ യൂണിറ്റിൽ ക്യൂബക്കാരുണ്ടെന്നും ചെ ഗുവേര തന്നെയാണ് അതിന്റെ നേതാവെന്നുമുള്ള സംഗതിയല്ലേ അവർക്കറിയാമായിരുന്നത്. അവർ അദ്ദേഹത്തെ നേരിൽ കണ്ടിട്ടില്ലെന്നത് ശരിയാണെങ്കിലും അദ്ദേഹത്തിന്റെ ഫോട്ടോ അവർ കണ്ടിരുന്നു. റമോൺ എന്ന പേരിലാണ് അദ്ദേഹം അറിയപ്പെട്ടിരുന്നതെന്നും അവർക്ക് മനസ്സിലായിരുന്നു. ബൊളീവിയയിൽ അദ്ദേഹം എത്തിയ തീയതിപോലും അവർക്ക് കൃത്യമായി പറയാൻ കഴിയുമായിരുന്നു. എന്നുമാത്രമല്ല, ദേബ്രെ, സുസ്റ്റോസ്, താന്യ, ചീനൊ എന്നിവരെ അവർ ക്യാമ്പിൽ വച്ചു കണ്ടുമുട്ടുകയും ചെയ്തിരുന്നു. പക്ഷേ, ഈ വിശ്വാസഘാതകർക്ക് ലാപാസിലെത്താൻ സാധിച്ചില്ല. വാല്ലെ ഗ്രാന്റിൽ വച്ച് അവർ അറസ്റ്റു ചെയ്യപ്പെട്ടു. പട്ടാളത്തിന്റെ ഇന്റലിജൻസ് വിഭാഗക്കാർ അവരെ അവിടെ വച്ച് മാർച്ച് 14, 15 തീയതികളിൽ ചോദ്യം ചെയ്തു.[1] ഈ ഒറ്റുകാർ കൊണ്ടുചെന്നുകൊടുത്ത വിവരം കേട്ടപ്പോൾ പട്ടാള അധികൃതർക്കുണ്ടായ പരിഭ്രമം ഊഹിക്കാവുന്നതാണ്. അവർക്ക് സ്വന്തം കാതുകളെത്തന്നെ വിശ്വസിക്കാൻ കഴിഞ്ഞില്ല. ലോകം മുഴുവൻ തെരഞ്ഞുകൊണ്ടിരുന്ന ചെ ഇവിടെ ബൊളീവിയയിൽ ഒരു വിളിപ്പാടകലെയുണ്ടെന്നോ! തലയ്ക്കു വെളിവു നഷ്ടപ്പെട്ട രണ്ടു ഖനിത്തൊഴിലാളികളുടെ പ്രലപനമല്ല ഇതെന്നുണ്ടെങ്കിൽ സംഗതി വളരെ കുഴപ്പമാണല്ലോ. വലിയ അപകടവുമാണല്ലൊ അത്! ഭയം എപ്പോഴും ഭാവനയ്ക്ക് ചിറകു വച്ചുകൊടുക്കുമല്ലൊ. ഐതിഹ്യപുരുഷനായ ചെ വെറുതെയങ്ങനെ ഈ ബൊളീവിയൻ കാടുകളിൽ വന്ന് ചുറ്റിത്തിരിയുമോ? ഒരു വമ്പിച്ച സൈന്യത്തേയും കൊണ്ടായിരിക്കും ആ മനുഷ്യൻ വന്നിട്ടുള്ളത്. ക്യൂബക്കാർ മാത്രമല്ല ലോകത്തെമ്പാടും നിന്നുള്ള കമ്യൂണിസ്റ്റുകാരും ആ ക്യാമ്പിൽ കാണുമായിരിക്കാം. പട്ടാളം ശരിക്കും പേടിച്ചു വിറച്ചുപോയി.

വല്ലേ ഗ്രാൻറിൽനിന്നു ലാപാസിലെ രാഷ്ട്രപതിഭവനത്തിലേക്ക് കമ്പിസന്ദേശങ്ങൾ തുരുതുരാ പ്രവഹിച്ചു. നങ്കാഹുവാസു നദിക്കരയിലെവിടെയോ ചെ ഗുവേര എത്തിയിട്ടുണ്ടെന്ന വാർത്ത വെറുമൊരു കെട്ടുകഥയായാണ് സർക്കാർ വൃത്തങ്ങളിൽ ആദ്യം കണക്കാക്കപ്പെട്ടത്. എങ്കിലും കലാമിനാ റാഞ്ച് കൈയേറാനും ഒറ്റുകാർ കൊടുത്ത വിവരം പരിശോധിക്കാനും ഉത്തരവ് പാസ്സാക്കപ്പെട്ടു.

ഈ ഉത്തരവിൻപടി പട്ടാളക്കാർ മാർച്ച് 16-ാം തീയതി കലാമിനയിൽ വന്നു പരിശോധന നടത്തിയപ്പോൾ ആ ഭാഗത്ത് ഒളിപ്പോരാളികളുടെ ക്യാമ്പുണ്ടെന്നു തെളിയിക്കുന്ന പല സംഗതികളും അവർക്ക് കണ്ടുകിട്ടി. അവിടെ റോന്തു ചുറ്റാൻ വിട്ടിരുന്ന ഒരു പട്ടാളക്കാരനെ അജ്ഞാതനായ ഏതോ അക്രമി കൊലപ്പെടുത്തി. ഗെറില്ലകളുടെ പണിയായിരുന്നോ ഇത്. നിസ്സംശയമായും, പിറ്റേന്ന് മാർച്ച് 17-ാം തീയതി, സലുസ്റ്റിയോ ചോക്ക് എന്ന പ്രസ്തുത യൂണിറ്റിലെ മറ്റൊരംഗം ഇത് ശരിവച്ചു. അധികൃതരുടെ പിടിയിൽ പെട്ട ഇയാളും ആദ്യത്തെ രണ്ടു ഒറ്റുകാരുടെ അത്രതന്നെ വായാടിയായിരുന്നു. മാർക്കോസുമായി കണ്ട വർഗാസ് എന്ന കർഷകൻ പിന്നെയും കൂടുതൽ വിശദാംശങ്ങൾ ഹാജരാക്കി. ഇയാളാണ് മാർക്കോസിന്റെ പിന്നാലെ നടന്ന് പട്ടാളക്കാരെ ഗെറില്ലാക്യാമ്പിന്റെ പടിവാതിൽവരെ എത്തിച്ചത്.

ദേബ്രെയുടെ വിചാരണയ്ക്കിടയിലാണ് ലോകം റൊക്കബാഡൊ, ബരേറ, ചോക്ക് എന്നിവരുടെ വഞ്ചനയെപ്പറ്റി അറിഞ്ഞത്. പട്ടാളത്തിന്റെ വഴികാട്ടിയായി പ്രവർത്തിച്ച വർഗാസിനെപ്പറ്റി ലോകം കേട്ടതും അപ്പോഴാണ്. അൽഗരനാസ് എന്ന അയൽക്കാരന്റെ ഒറ്റിന്റെ കാര്യം സ്പഷ്ടമായതും അന്നാണ്. ദേബ്രെ അവരെ തുറന്നുകാട്ടി, അവരെപ്പറ്റി പരാമർശിച്ചെന്നു പറയുന്നതായിരിക്കും കൂടുതൽ ഭംഗി. കാരണം തുറന്നുകാട്ടേണ്ട ആവശ്യമൊന്നുമുണ്ടായിരുന്നില്ല. ചെയുടെ യൂണിറ്റിനെ തുടച്ചുമാറ്റുന്നതിൽ തങ്ങൾ നൽകിയ 'സേവന'ത്തെപ്പറ്റി ജഡ്ജിമാരെ അനുസ്മരിപ്പിച്ചുകൊണ്ട് അവർ പ്രതിക്കൂട്ടിൽ ദേബ്രെയോട് തൊട്ടുതന്നെ ഇരിക്കുന്നുണ്ടായിരുന്നു.

ദേബ്രെയോടൊപ്പം ഈ വഞ്ചകരേയും വിചാരണം ചെയ്തത് എന്തിനാണെന്നതിനെക്കുറിച്ച് നമുക്ക് പിന്നീട് വഴിയേ ചർച്ചചെയ്യാം. ഇവിടെ നമുക്ക് ഒരു കാര്യം മാത്രമേ പ്രസ്താവിക്കേണ്ടതായുള്ളു. അതായത്, സർക്കാർപട്ടാളത്തിന് ലജ്ജാകരമായ പരാജയം വരുത്തിവച്ച മാർച്ച് 23-ലെ ഒളിപ്പോരുകാരുമായുള്ള ആദ്യത്തെ സംഘട്ടനത്തിന് വഴിവച്ചത് അവരുടെ ഒറ്റാണ്. പട്ടാളത്തിൽപ്പെട്ട ആറുപേർ മരിക്കുകയും പതിന്നാലുപേർ തടവുകാരാക്കപ്പെടുകയും എട്ടുപേർ ഓടിരക്ഷപ്പെടുകയും ചെയ്തു. പേടിച്ചരണ്ട അവർ കാമിറിയിലുള്ള നാലാം ഡിവിഷൻ ഹെഡ്ക്വാർട്ടേഴ്സിൽച്ചെന്ന് തങ്ങളുടെ ദുരന്തകഥ വിവരിച്ചപ്പോൾ ഒളിപ്പോരാളികളുടെ സംഖ്യ പതിന്മടങ്ങ് കൂട്ടിപ്പറയുകയുണ്ടായി.

ഇതെത്തുടർന്ന് കാമിറിയിൽനിന്ന് ലാപാസിലേക്ക് ഒരു കോഡ് സന്ദേശം കമ്പി മുഖേന എത്തിക്കപ്പെട്ടു. ചീഫ് ഓഫ് സ്റ്റാഫ് മേജർ ജനറൽ ജുവാൻ ജോസ് ടോറെസിന്റെ കൈയിലാണ് ഈ സന്ദേശം എത്തിയത്. അദ്ദേഹം അത് കരസേനാ കമാണ്ടർ ഒലാണ്ടൊയേയും സൈനിക ഇന്റലിജൻസ് വിഭാഗം തലവൻ ഫെഡറിക്കൊ അരാനയേയും അറിയിച്ചു. ഒവാണ്ടൊ ആ വാർത്ത പ്രസിഡന്റ് ബാരിയെന്റോസിന്റെ അടുക്കലെത്തിച്ചപ്പോൾ അരാന നേരെപോയത് ബൊളീവിയൻ സൈന്യത്തിന്റെ ജനറൽ സ്റ്റാഫുമായി ഘടിപ്പിച്ചിരുന്ന യു എസ് സൈനികസഹായവിഭാഗത്തിലെ ഡ്യൂട്ടി ഓഫീസറുടെ സമീപത്തേക്കാണ്.

ബാരിയെന്റോസും അമേരിക്കൻ ഉപദേഷ്ടാവും കൂടി ബൊളീവിയയിലെ യു എസ് അംബാസിഡർ ഡഗ്ലാസ് ഹെൻഡേഴ്സനെ കണ്ടു സംസാരിച്ചതോടെ ഈ സന്ദേശം പിന്നെയും ഒരു കൈകൂടി മറിഞ്ഞു. അങ്ങനെ ഒട്ടും താമസംവിനാ അത് കോഡുരൂപത്തിൽ വാഷിംഗ്ടണിലുമെത്തി. ലാറ്റിൻ അമേരിക്കൻ കാര്യങ്ങളിൽ പ്രസിഡന്റ് ജോൺസന്റെ ഉപദേഷ്ടാവായിരുന്ന വില്യം ബൗഡ്ലറാണ് അവിടെ ഇത് ആദ്യം കണ്ടത്. അവിടുന്ന് അത് അടിയന്തിര വിദേശപ്രശ്നങ്ങളിൽ പ്രസിഡന്റിന്റെ ഏറ്റവുമടുത്ത ഉപദേഷ്ടാവായ വാൾട്ട് വിറ്റ്മാൻ റോസ്റ്റൊയുടെ കൈയിലെത്തി. സി ഐ എ യുടേയും പെന്റഗന്റേയും സഹായത്തോടെ റോസ്റ്റൊ പ്രസിഡന്റിന്റെ മേൽ നടപടികൾക്കുള്ള ഒരു നക്കൽ തയാറാക്കാൻ തുടങ്ങി.

ഉടനടി അവിടെ ഇടപെടൽ നടത്തേണ്ടതാണെന്നും ഇതിനായി മേഖലാ സഹായ കമാൻഡ് എന്ന കോഡ്പേരിൽ ഒരു പ്രഹരഗ്രൂപ്പ് സംഘടിപ്പിക്കേണ്ടതാണെന്നും പെന്റഗൺ ശഠിച്ചു. ജോയിന്റ് ചീഫ് ഓഫ് സ്റ്റാഫ് തലവൻ ജനറൽ ജോൺസനും പനാമാ തോടിന്റെ മേഖലയിലുള്ള യു എസ് സായുധസേനാ ദക്ഷിണ കമാൻഡ് തലവൻ ജനറൽ റോബർട്ട് ഡബ്ലിയു. പോർട്ടറുമാണ് പെന്റഗണെ പ്രതിനിധീകരിച്ചത്. ചെയുടെ യൂണിറ്റിനെ തകർക്കുന്നപണി ഇന്റലിജൻസ് വിഭാഗത്തെ ഏൽപിക്കണമെന്ന് അന്നത്തെ സി ഐ എ തലവനായ റിച്ചാർഡ് എം ഹെംസും അഭിപ്രായപ്പെട്ടു.

വാഷിങ്ടന്റെ തീരുമാനവും ഹാരിയന്റോസിനുള്ള അവരുടെ നിർദേശവും എന്തായിരുന്നെന്നത് അയാളുടേയും വൈറ്റ് ഹൗസിലെ അയാളുടെ അഭ്യുദയകാംക്ഷികളുടേയും തദനന്തര നടപടികളിൽ നിന്ന് ഊഹക്കാവുന്നതാണ്. മേലുദ്യോഗസ്ഥന്റെ ഉത്തരവിനുവേണ്ടി അനുസരണയോടെ കാത്തിരുന്നിരുന്ന ബാരിയെന്റോസ് ആ നിർദേശങ്ങൾ വിശ്വസ്തതയോടെ നടപ്പിലാക്കി.

നങ്കാഹുവാസുവിനടുത്ത് ഒരു സാർവദേശീയ ഒളിപ്പോർദളം പ്രവർത്തിക്കുന്നുണ്ടെന്നും സുപ്രസിദ്ധ ഒളിപ്പോർ സേനാനായകനായ ചെയാണ് അതിന്റെ നേതാവെന്നുമുള്ള വിവരം 1967 മാർച്ചിൽ തന്നെ

അറിയാമായിരുന്നിട്ടും അക്കാര്യം ബഹുജനശ്രദ്ധയിൽ നിന്നു മറച്ചു വയ്ക്കാൻ വാഷിങ്ടണും ബൊളീവിയൻ അധികൃതരും ഇത്രയധികം കിണഞ്ഞുശ്രമിച്ചതെന്തിനാണെന്നത് എത്ര ആലോചിച്ചിട്ടും പിടികിട്ടാത്ത ഒരു വസ്തുതയാണ്.

യു എസ് എയും ബാരിയെന്റോസും അറിയരുതെന്നുവച്ചാണ് ഹവാന ഇതെപ്പറ്റി നിശ്ശബ്ദമായിരുന്നത്. റമോൺ ആണെന്ന് ഭാവിച്ച് ചെയും തന്റെ യഥാർഥ പേര് മറച്ചുവച്ചു. കാര്യങ്ങൾ പിടികിട്ടിയിട്ടും യു എസ് എ യും ബാരിയെന്റോസും ചെ എവിടെയാണെന്നതിനെപ്പറ്റി തങ്ങൾക്ക് നിശ്ചയമില്ലെന്ന് ഭാവിച്ചിരുന്നു. ബൊളീവിയയിൽ ഒളിപ്പോരാളികളുടെ നേതൃത്വം വഹിക്കുന്നത് ചെയാണെന്ന് അവിടുത്തെ പത്രങ്ങൾ എഴുതിയപ്പോഴും അവർ ഖനിത്തൊഴിലാളി നേതാവായ മോയിസെ ഗെരാവയെ ചെയുമായി കൂട്ടിക്കുഴയ്ക്കുകയാണെന്നു പറഞ്ഞ് അധികൃതർ തടതപ്പുകയാണുണ്ടായത്.

ഈ വിചിത്രമായ പെരുമാറ്റത്തിനെല്ലാമുള്ള വിശദീകരണം എന്താണ്. ബൊളീവിയയിൽ ഒരു ഒളിപ്പോർസംഘത്തെ നയിക്കാനായി ചെ എത്തിയിട്ടുണ്ടെന്നറിഞ്ഞാൽ ബൊളീവിയയിലേയും അമേരിക്കയിലേയും അധികൃതർ അതൊരു വലിയ വാർത്തയാക്കാൻ ശ്രമിക്കുമെന്നാണ് പ്രതീക്ഷിക്കേണ്ടിയിരുന്നത്.

ചെ ഒരു ഒളിപ്പോർസംഘത്തെ നയിക്കുകയാണെന്ന വാർത്ത ബൊളീവിയയിലേക്ക് 'നാവികപ്പടയെ അയയ്ക്കാൻ' ഒന്നാന്തരമൊരു ന്യായമാകുമായിരുന്നുവെങ്കിൽക്കൂടിയും വാഷിംഗ്ടൺ ഭരണവൃത്തങ്ങൾ അങ്ങനെയൊരു നടപടിക്ക് തുനിഞ്ഞില്ലെന്നതാണ് അതിലുമെല്ലാം വിചിത്രമായി തോന്നുന്നത്.

പക്ഷേ, എന്തായിരുന്നു ഇതിന്റെ അടിയിലുള്ള കാരണം. ബൊളീവിയയിൽ ഇടപെട്ടാൽ അത് ലാറ്റിൻ അമേരിക്കയിൽ ചെ പറഞ്ഞ ആ 'രണ്ടാം വിയറ്റ്നാം' സൃഷ്ടിച്ചേക്കുമെന്ന വല്ലാത്ത ഭയമായിരുന്നിരിക്കാം. ഇതിനുള്ള ഒരു കാരണം. കൂടാതെ, അമേരിക്കൻ നാവികപ്പടയുടെ പിന്നാലെ തെക്കോട്ട് അർജന്റീനയുടെ സൈന്യവും കിഴക്കോട്ട് ബ്രസീലിന്റെ സൈന്യവും കടന്നേക്കാൻ സാദ്ധ്യതയുണ്ടായിരുന്നു. ഈ രണ്ടു രാജ്യങ്ങളും ബൊളീവിയയിൽ സ്വാധീനം സ്ഥാപിക്കാൻ വളരെക്കാലമായി മത്സരിച്ച് വരികയായിരുന്നു. അങ്ങനെ യു എസ് എ അർജൻറീന, ബ്രസീൽ എന്നീ മൂന്നു രാജ്യങ്ങളുടെ പട്ടാളം ഒരേസമയത്ത് ബൊളീവിയയിൽ കടന്നു നിന്നിരുന്നെങ്കിൽ അതിനുള്ള ഭവിഷ്യത്തുക്കൾ പ്രവചിക്കാനാവാത്തതായിരുന്നു. മൂന്നുപേരുടേയും കൂടിയുള്ള ഇടപെടൽ ബൊളീവിയക്കാർക്കിടയിൽ വമ്പിച്ച പ്രതിഷേധക്കൊടുങ്കാറ്റു സൃഷ്ടിച്ചേക്കാനും ഇടയുണ്ടായിരുന്നു. ചിലിക്കും പെറുവിനുള്ള എതിർപ്പ് വേറെയും പ്രതീക്ഷിക്കേണ്ടിയിരുന്നു. കാരണം, അർജൻറീ

നയും ബ്രസിലും കൂടി ബൊളീവിയ പങ്കിട്ടെടുക്കാൻ പ്ലാൻ ചെയ്യുകയാണെന്ന് അവർക്ക് ഭയം തോന്നുമായിരുന്നു.

അങ്ങനെ, 'നാവികപ്പടയെ അയയ്ക്കാൻ' തീരുമാനിച്ചാൽ ചെ ആഗ്രഹിച്ചതായിരിക്കും വാഷിങ്ടൺ ചെയ്യുമായിരുന്നത്. അത് അദ്ദേഹത്തിന്റെ കൈയിൽ ചെന്നു കളിക്കുന്നതിന് സമമാവുകയും ചെയ്യുമായിരുന്നു. പക്ഷേ, പ്രസിഡന്റ് ജോൺസൺ ഒരൊറ്റ വിയറ്റ്നാം കൊണ്ടുതന്നെ തല ഊരാൻ വയ്യാത്ത സ്ഥിതിയിലായിരുന്നു. അതിനാൽ, രണ്ടാമതൊന്നേൽ കൂടി കയറി കൊത്താൻ അദ്ദേഹത്തിന് യാതൊരു ഉദ്ദേശവുമുണ്ടായിരുന്നില്ല. ഡൊമിനിക്കൻ റിപ്പബ്ലിക്കിലെ ഒരൊറ്റ ഇടപെടൽ കൊണ്ടുതന്നെ അദ്ദേഹത്തിന് മതിയും കൊതിയും തീർന്നിരുന്നു. യു എസ് എയിലും ലാറ്റിൻ അമേരിക്കയിലുടനീളവും മറ്റ് ഭൂഖണ്ഡങ്ങളിലും അത് ഒരു വമ്പിച്ച പ്രതിഷേധക്കൊടുങ്കാറ്റ് ഉയർത്തിയിരുന്നു. ഈ വീക്ഷണത്തിൽ നിന്ന് നോക്കിയാലും ബൊളീവിയൻ കാടുകളിലേക്ക് പട്ടാളത്തെ അയയ്ക്കാൻ ഉത്തരവിടുന്നത് വലിയ അപകടം വിളിച്ചു വരുത്തുമായിരുന്നു. അക്കാരണത്താൽ ഇതിലേക്കെടുത്തു ചാടാൻ ജോൺസണ് യാതൊരു തിടുക്കവുമുണ്ടായിരുന്നില്ല.

അങ്ങനെ നോക്കുമ്പോൾ ചെ ബൊളീവിയയിലുണ്ടെന്ന് സമ്മതിക്കുന്നതിൽ അർത്ഥമില്ലായിരുന്നുവെന്നത് ശരിയാണ്. മറിച്ചാണ് ചെയ്തിരുന്നതെങ്കിൽ യു എസ് എയിലെ അങ്ങേയറ്റത്തെ വലതു ഗ്രൂപ്പുകാർ നാവികപ്പടയെ അയയ്ക്കാൻ ജോൺസന്റെ മേൽ സമ്മർദ്ദം ചെലുത്തുമായിരുന്നു, മറുവശത്ത്, ചെയുടെ സാന്നിദ്ധ്യം സ്ഥിരീകരിച്ചാൽ അത് അന്നാട്ടിലെ വിപ്ലവപ്രതിസന്ധിയെ ഒന്നുകൂടി മൂർച്ഛിപ്പിക്കുകയും ബാരിയെന്റോസിന്റെ നിഷ്കാസനത്തിനു വഴിതെളിക്കുകയും ചെയ്യാൻ ഇടയുണ്ടായിരുന്നു. ഇതാകട്ടെ വൈറ്റ് ഹൗസിന് തീരെ ഇഷ്ടമുള്ള സംഗതിയുമായിരുന്നില്ല.

മറ്റേതെങ്കിലും വിധത്തിൽ ചെയെ ഒഴിവാക്കിയെടുക്കുകയെന്നതായിരുന്നു പിന്നെയുള്ള ഒരേയൊരു മാർഗ്ഗം. പെറുവിലും ഗോട്ടിമാലയിലും വെനിസ്യൂലയിലും അർജന്റീനയിലും ചെയ്തതുപോലെ നാടൻ പട്ടാളത്തെകൊണ്ട് ഇതു നടത്തിക്കുന്നതായിരുന്നു ഉത്തമവും. അമേരിക്കൻ സൈന്യത്തെ അയച്ചിട്ട് ബൊളീവിയയെ ഒരു രണ്ടാംവിയറ്റ്നാം അല്ലെങ്കിൽ ഒരു രണ്ടാം ഡോമീനിക്കൻ റിപ്പബ്ലിക്കെങ്കിലും ആക്കുകയെന്നത് അറ്റ കൈ ആയി പ്രയോഗിക്കാനുള്ള ഒരു തുറുപ്പുചീട്ടായിനീക്കിവെയ്ക്കേണ്ടതുണ്ടായിരുന്നു.

അങ്ങനെയൊരു നടപടി സ്വീകരിച്ചാൽ യു എസ് ഭരണവൃത്തങ്ങൾക്കും ബാരിയെന്റോസിനു വ്യക്തിപരമായും അത് വലിയ ദോഷഫലം ചെയ്തേക്കാനിടയുണ്ടായിരുന്നു. കാരണം, യാതൊരിടപെടലിനും നേരിടാൻ കഴിയാത്തത്ര ഒരു വമ്പിച്ച സൈന്യത്തെ ചെ തന്റെ പിന്നിൽ അണിനിരത്തിയാലോ. തൽക്കാലം എന്തായാലും മിണ്ടാതിരിക്കുന്നതാണ്

ബുദ്ധിയെന്നു തോന്നി. ചെയുടെ പക്കൽ കുറേ ഡസൻ ആളുകൾ മാത്രമാണുണ്ടായിരുന്നതെന്നതിൽ പരിഭ്രമിക്കാൻ വലിയ കാര്യമൊന്നുമുണ്ടായിരുന്നില്ല. എന്നാൽ, പത്തു കൊല്ലം മുൻപ് തുടക്കത്തിൽ ഫിഡലിന്റെ പക്കൽ ഇത്രപോലും ആളുകളുണ്ടായിരുന്നെല്ലെന്നത് ശരിയാണ്. പക്ഷേ, "ക്യൂബൻ മാതൃക" ഇവിടെ ആവർത്തിച്ചുകൊള്ളണമെന്നില്ലല്ലൊ. ഗോട്ടിമാലയിലും കൊളംബിയയിലും വെനിസ്യുലയിലും പെറുവിലും അതിനെ മറികടന്നതാണല്ലൊ. അവിടങ്ങളിൽ യു എസ് എ യുടെ നേരിട്ടുള്ള ഇടപെടൽ കൂടാതെ തന്നാട്ടുകാരുടെ ശക്തികൊണ്ടുതന്നെ ഒളിപ്പോർ ഭീഷണിയെ നേരിടാൻ കഴിഞ്ഞതാണല്ലൊ.

ഏപ്രിലിൽ ദേബ്രെ. ബുസ്റ്റോസ്, റോത്ത് എന്നിവരെ അറസ്റ്റ് ചെയ്തതോടെ ചെയുടെ വിഭവശേഷി പരിമിതമാണെന്നതിന് കുറേക്കൂടി സ്ഥിരീകരണം ലഭിച്ചു. ചെയെപ്പറ്റി മിണ്ടാതിരിക്കുന്നതാണ് അഭിലഷണീയമെന്നതിൽ ബൊളീവിയയുടെ വിധികർത്താക്കൾക്കെന്നപോലെ വാഷിംഗ്ടൺ അധികൃതർക്കും ഒന്നുകൂടി ഉറപ്പാവുകയും ചെയ്തു. കൂടാതെ, അമേരിക്കൻ കുഴലൂത്തുകാരുടെ ഏതു താളത്തിനുമൊത്ത് തുള്ളുന്ന മഞ്ഞപ്പത്രങ്ങൾ ചെയുടെ മരണവാർത്ത പലവുരു റിപ്പോർട്ട് ചെയ്തുകഴിഞ്ഞിരുന്നതുമാണല്ലൊ. ക്യൂബയിൽ വച്ചും പെറുവിവും കോംഗോയിലും എന്തിന് സോവിയറ്റ് യൂണിയനിലും വച്ചുപോലും അദ്ദേഹം കൊലചെയ്യപ്പെട്ടുകഴിഞ്ഞതാണല്ലോ. തനിക്ക് പ്രേതപിശാചുക്കളിൽ വിശ്വാസമില്ലെന്ന് ബാരിയെന്റോസും പറഞ്ഞുകഴിഞ്ഞിരുന്നു. അങ്ങനെയുള്ള ചെയെ ഒളിപ്പോരാളികളുടെ ഒരു യൂണിറ്റിന്റേയോ ഒരു സൈന്യത്തിന്റെ തന്നെയോ തലവനായി പുനരുജ്ജീവിപ്പിക്കുന്നത് വിഷമകരമാണ്. പേടിപ്പെടുത്തുന്നതുപോലുമാണത്.

അങ്ങനെ ചെയുടെ പേരു പറയുന്നത് തന്നെ നിഷിദ്ധമാണെങ്കിലും ദേബ്രെയെപ്പിടിച്ച് അൽപ്പം ബഹളം സൃഷ്ടിക്കുന്നത് സാദ്ധ്യമായിരുന്നു. അത് ആവശ്യമാണെന്നുപോലും കരുതിവന്നിരുന്നു. അഹന്തയോടെ സ്വയം ഡാന്റൺ എന്നു പറഞ്ഞു നടന്നിരുന്ന ഈ വിപ്ലവവേഷക്കാരന് അങ്ങനെ ഹ്രസ്വമായ ഒരു ഇടവേളയിൽ നായകനായിത്തന്നെ രംഗത്തു വന്നു നിൽക്കാൻ കഴിഞ്ഞു.

ഏപ്രിൽ 20-ം തീയതി ദേബ്രെ അറസ്റ്റുചെയ്യപ്പെട്ടു. അതോടെ തക്കതായ ഒരു 'ഭീകരനെ' കൈയിൽ കിട്ടിയ ഭാവമായിരുന്നു ബൊളീവിയൻ അധികൃതർക്ക്. അവർ ഈ തടവുകാരമന് വരകളോടുകൂടിയ ഒരു പ്രത്യേക ജയിൽ യൂണിഫോം പോലും നൽകി. അതിന്റെ പിന്നിൽ '001' എന്ന് വലിയ അക്കങ്ങൾ അടയാളപ്പെടുത്തുകയും ചെയ്തു. 'ഒന്നാം നമ്പർ ശത്രു' എന്നു സൂചിപ്പിക്കാൻ വേണ്ടിയായിരുന്നു ഇതെന്ന് പറയേണ്ടതില്ലല്ലൊ.

ഒളിപ്പോർ പ്രവർത്തനങ്ങളുടെ ബുദ്ധ്യുപദേശകനും ബൊളീവിയൻ പട്ടാളക്കാരുടെ 'കൊലയാളിയുമായി' ബൊളീവിയൻ പ്രചരണ മാധ്യമ

ങ്ങൾ പൊക്കിപ്പിടിച്ചത് ചെയ്ക്കു പകരം ഈ ഫ്രഞ്ചുകാരനെയാണ്, അഥവാ ഈ 'ഫ്രഞ്ച്-ക്യൂബൻ' യുവാവിനെയാണ്. "പൗരജനങ്ങൾ" (മഫ്ടിവേഷമിട്ട് പോലീസുകാർ) ദേബ്രെയെപാർപ്പിച്ചിരുന്ന കമാറിയിലെ ഓഫീസർമാരുടെ ക്ലബ്ബിൽ തടിച്ചുകൂടിയിട്ട് അയാൾക്ക് "വധശിക്ഷ" നൽകണമെന്ന് മുറവിളി കൂട്ടി. ബൊളീവിയയിൽ വധശിക്ഷ നിറുത്തലാക്കപ്പെട്ടിരുന്നെങ്കിലും അത് വീണ്ടും ഏർപ്പെടുത്താൻ ബാരിയെന്റോസ് തന്റെ കൈപൊക്കിപ്പാർലമെന്റിനോടഭ്യർത്ഥിച്ചു. പിന്നീട് ദേബ്രെയുടെ കാര്യത്തിൽ അതു പ്രയോഗിക്കാമെന്നായിരുന്നു അപ്പോൾ അയാളുടെ പ്രതീക്ഷ. രക്ഷപ്പെടാൻ ശ്രമിക്കുമ്പോൾ" ഈ തടവുകാരനെ തട്ടിയേക്കാൻ അയാൾക്ക് വേണമെങ്കിൽ തന്റെ പോലീസിനോട് നിർദ്ദേശിക്കാമായിരുന്നു. പക്ഷേ, ഡിഗോൾ ദേബ്രെയുടെ കാര്യത്തിൽ ഇടപെട്ടിരുന്നു. പ്രഞ്ച് പ്രസിഡന്റിൽനിന്നുള്ള ഒരു അഭ്യർഥന വെറുതെ അങ്ങനെ തള്ളിക്കളയാൻ ബാരിയെന്റോസിന് സാധിക്കുമായിരുന്നുമില്ല. ഒരു നൂറ്റാണ്ടു മുൻപ് അന്നത്തെ തന്റെ മുൻഗാമിയായിരുന്ന പ്രസിഡന്റ് മെൽഗാരെജോ കോപം മൂത്തിട്ട് അവിടുത്തെ ഇംഗ്ലീഷ് അംബാസിഡറെ ഒരു കഴുതപ്പുറത്തു കയറ്റി ലാപാസിൽ നിന്ന് ബ്യൂനോസ് എയേഴ്സിലേക്ക് അയച്ചതിന്റെ അനുഭവം ഈ ജനറലിന് നല്ല ഓർമ്മയുണ്ടായിരുന്നു. ഭൂപടങ്ങളിൽ നിന്ന് ബൊളീവിയയുടെ പേരുതന്നെ തൂത്തുമാച്ചുകളയാനാണ് ഇതിന് മറുപടിയായി വിക്ടോറിയാ മഹാരാജ്ഞി കൽപിച്ചത്. ജനറൽ ഡിഗോളുമായി വഴക്കിടാൻ ഒട്ടും താൽപ്പര്യമില്ലാതിരുന്നതിനാൽ 'പരിഷ്കൃതവും' 'നിയമാനുസൃതവുമായ' മാർഗ്ഗത്തിലൂടെ ദേബ്രെയുടെ ജീവൻ അപഹരിക്കാനായിരുന്നു ബാരിയെന്റോസിന്റെ തീരുമാനം.

ദേബ്രെയെ സംബന്ധിച്ചിടത്തോളമെങ്കിലുമുള്ള പദ്ധതി അതായിരുന്നു. വളരെ ആർഭാടമായ രീതിയിൽ അയാളുടെ വിചാരണ നടത്താൻ തിരുതകൃതിയായ ശ്രമങ്ങൾ ആരംഭിച്ചിരുന്നു. പക്ഷേ, അധികൃതരുമായി സഹകരിക്കാൻ ദേബ്രെ തയാറാകാഞ്ഞതിനാൽ വായാടിയായ ബുസ്റ്റോസിന്റെ കൂടെ അയാളേയും വിചാരണ ചെയ്യാനായിരുന്നു പരിപാടി. ചെയെപ്പറ്റിയും നങ്കാഹുവാസുവിനെപ്പറ്റിയും തനിക്കറിയാവുന്നതെല്ലാം ബുസ്റ്റോസ് തട്ടിവിട്ടിരുന്നു. അയാൾ ഗെറില്ലാ ക്യാമ്പിൽ വച്ച് താനുമായി തോളുരുമ്മിനടന്നിരുന്ന സർവ്വരുടേയും ചിത്രങ്ങൾ വരച്ചുകൊടുക്കുക പോലും ചെയ്തിരുന്നു. ഒരു അമച്വറെന്ന നിലയ്ക്ക് അയാളുടെ ആ ചിത്രങ്ങളൊന്നും ഒട്ടും മോശവുമായിരുന്നില്ല. ഒരു കരുതൽ നടപടിയെന്ന നിലയ്ക്ക് റൊക്കബാഡൊ, ബറേറ, ചോക്ക്, അൽഗറനാസ് എന്നീ പോലീസ് ദല്ലാളുകളേയും സുസ്റ്റോസിനോടൊപ്പം കൂട്ടിൽ കയറാൻ നിശ്ചയിച്ചിരുന്നു. 'പശ്ചാത്തപിക്കുന്ന' ഒളിപ്പോരാളികളുടെ ഭാഗം അഭിനയിക്കാനായിരുന്നു അവർക്കുള്ള നിർദ്ദേശം. ജോർജ് വാസ്ക്വെസ് മച്ചിയാഡൊ വിയാനയേയും പ്രതികളുടെ ലിസ്റ്റിലുൾപ്പെടുത്തിയിരുന്നു. ചെയെ കണ്ടപ്പോൾ ബോധക്ഷയത്തിനടുത്തെത്തിയ അതേ ബിഗോട്ടെസ്

തന്നെയായിരുന്നു ഇയാൾ. പക്ഷേ, 'രോഗം കാരണം ഇയാൾ കോടതിയിൽ ഹാജരായില്ല. എന്നാൽ പൊലീസിന്റെ മർദനം കാരണം അയാൾ മരിച്ചു കഴിഞ്ഞിരുന്നുവെന്നതാണ് സത്യം. ഇതു പുറത്തു പറയാൻ ഗവൺമെന്റിന് വിമ്മിഷ്ടമുണ്ടായിരുന്നതിനാൽ അയാളെ ഹാജരാക്കിക്കൊള്ളാമെന്ന് പലപ്രാവശ്യം പ്രോസിക്യൂട്ടർ കോടതിയെ അറിയിച്ചതാണ്. പക്ഷേ, അതു നടക്കാത്ത സംഗതിയായിരുന്നുവെന്നു പറയേണ്ടതില്ലല്ലോ. കാരണം, ആളുകളെ ചതച്ചു കൊല്ലാൻ ബൊളീവിയൻ പൊലീസിന് കഴിവുണ്ടായിരുന്നെങ്കിലും മരിച്ചുപോയ ഒരാളെ പുനരുജ്ജീവിപ്പിക്കാൻ അവർക്ക് ശക്തിയുണ്ടായിരുന്നില്ല. അതിനാൽ അയാൾ ഓടിരക്ഷപ്പെട്ടു" കളഞ്ഞെന്ന് കോടതിയെ അറിയിക്കാൻ അവർ നിർബ്ബന്ധിതരായി. അപ്പോൾ പരേതനെ വിചാരണ കൂടാതെ ശിക്ഷിക്കാൻ അവർക്ക് സാധിക്കുമല്ലോ.

പക്ഷേ, വിചാരണയ്ക്കുള്ള അഞ്ചുമാസത്തെ തയ്യാറെടുപ്പുകൾക്കോ വിചാരണയ്ക്കു തന്നെയോ ചെയെ ഇല്ലാതാക്കാൻ കഴിയുമായിരുന്നില്ല. അതിന് അദ്ദേഹത്തേയും അദ്ദേഹത്തിന്റെ യൂണിറ്റിനേയും ഭൗതികമായി നിർമ്മാർജ്ജനം ചെയ്യേണ്ടതുണ്ടായിരുന്നു. ബാരിയെൻന്റോസിന് ഇത് സാധിക്കുന്ന ലക്ഷണമൊന്നും കണ്ടുമില്ല.

യെസോ കടത്തുകടവിൽ വച്ച് ജോകിന്റെ യൂണിറ്റിനെ തുടച്ചു നീക്കിയ ആ കശാപ്പിന്റെ ഘട്ടംവരെ സർക്കാർ സൈന്യത്തിന് പരാജയങ്ങളുടെ ഒരു ഘോഷയാത്രയെയാണ് നേരിടേണ്ടിവന്നിരുന്നത്. ഒളിപ്പോരാളികൾ സത്യത്തിൽ അജയ്യരാണെന്നും ലക്ഷ്യപ്രാപ്തിയിലെത്താൻ കഴിഞ്ഞില്ലെങ്കിൽ ബാരിയെന്റേസിനെ സ്ഥാനഭ്രഷ്ടനാക്കുന്നതിനെങ്കിലും അവർക്ക് സാധിച്ചേക്കുമെന്നുമുള്ള ധാരണ പ്രബലമായി വന്നു. ബാരിയെന്റോസിന്റെ നിഷ്കാസനം അയാളുടെ പ്രതിയോഗികൾക്കും ഒളിപ്പോരാളികൾക്കും ഒരുപോലെ സൗകര്യപ്രദമാവുകയും ചെയ്യുമായിരുന്നു.

ചെയുടെ നേതൃത്വത്തിലുള്ള ഗെറില്ലാഗ്രൂപ്പിന്റെ ആവിർഭാവത്തെ സർക്കാർവൃത്തങ്ങളൊഴികയുള്ള ബൊളീവിയൻ ബഹുജനാഭിപ്രായമാകെത്തന്നെ സ്വാഗതം ചെയ്തിരുന്നുവെന്നത് ശ്രദ്ധേയമാണ്. ആദ്യമാസങ്ങളിലെ തുടർച്ചയായ വിജയങ്ങൾ ഈ അഭിപ്രായത്തെ ശക്തിപ്പെടുത്തിയതേയുള്ളു. വിക്ടർ പാസ് എസ്റ്റെൻസ്സൊറൊ ചെയ്ത പ്രസ്താവന ഇതിനു നല്ലൊരു ദൃഷ്ടാന്തമാണ്. "ഒളിപ്പോർ പ്രസ്ഥാനം ബൊളീവിയയിലെ സംഭവവികാസങ്ങളുടെ യുക്തിസഹമായ ഒരു പരിണാമമാണ്. എം.എൻ.ആർ. പ്രതിനിധികളായ ഞങ്ങൾക്ക് കലാപകാരികളോട് അനുഭാവമാണുള്ളത്.... ഈ അനുഭാവം വാക്കുകളിൽ മാത്രമുള്ളതായിരുന്നെങ്കിലും അതിൽനിന്ന് ഒരു കാര്യം തെളിയുന്നുണ്ട്. രാഷ്ട്രീയ ഞാണിന്മേൽക്കളിയിൽ വിദഗ്ദ്ധരായ എസ്റ്റെൻസ്സാറൊയെപ്പോലുള്ളവർപോലും ഒളിപ്പോരാളികൾ വിജയിച്ചേക്കുമെന്നു കരുതിയിരുന്നുവെന്നതാണ് ഈ സംഗതി.

കലാപകാരികളെ ഒതുക്കാൻ ബാരിയന്റോസിനെക്കൊണ്ടു കഴിയില്ലെന്നു വാദിച്ചുകൊണ്ട് അധികാരമത്സരത്തിൽ അയാളെ തള്ളിത്താഴെയിട്ട് സ്വയം പ്രസിഡന്റാകാൻ വേണ്ടി ജനറൽ, ഒവാണ്ടൊപോലും ഒളിപ്പോർ പ്രസ്ഥാനത്തെ പ്രയോജനപ്പെടുത്താൻ നോക്കിയിരുന്നു.

ബാരിയെന്റോസിന് ഗെറില്ലാകളെക്കാൾ തന്റെ കരസൈന്യാധിപനെയായിരുന്നു പേടി. പക്ഷേ, യു എസ് അംബാസഡർ ഹെൻഡേഴ്സന്റെ എതിർപ്പുകാരണം അയാളെ തൽസ്ഥാനത്തു നിന്നു മാറ്റാൻ ബാരിയോന്റോസിന് സാധിച്ചില്ല.

ഒളിപ്പോരാളികളെയെല്ലാം 'സമീപഭാവിയി'ൽ തുടച്ചു നീക്കുമെന്നുള്ള ആഭ്യന്തരകാര്യ മന്ത്രി അന്റോണിയൊ മെൻജിയേറ്റാ അർഗ്വെഡാസിന്റെ ഗർജ്ജനം അതിലുള്ള അദ്ദേഹത്തിന്റെ വീറിനെക്കാൾ ഗെറില്ലാകളുമായുള്ള തന്റെ ബന്ധത്തിന്റെ തെളിവുകൾ തേച്ചുമാച്ചുകളയാൻ വേണ്ടിയുള്ളതായിരുന്നെന്ന് നമുക്കിപ്പോൾ അറിയാം. അപ്പോൾ, സർക്കാരിലെ മൂന്നു ഉന്നതന്മാരുടെ കൂട്ടത്തിൽ ഒളിപ്പോരാളികളെ കഴിവതും വേഗം ഒതുക്കുന്നതിനായി ശ്രമിച്ചിരുന്നത് ബാരിയോന്റോസ് മാത്രമാണ്. ഒവാണ്ടൊ കാര്യമായ ഉത്സാഹമൊന്നും കാണിച്ചില്ല. അർഗ്വെഡാസ് ആകട്ടെ തീപ്പൊരിപ്രസംഗങ്ങളുടെ മറവിൽ തന്റെ സഹപ്രവർത്തകരുടെ പ്രവർത്തനങ്ങളെ വിഘ്നപ്പെടുത്താനാണ് ശ്രമിച്ചത്.

എന്നാൽ, ഒളിപ്പോരാളികളെ ഒതുക്കുന്നതിൽ ഓഗസ്റ്റ് വരെ ഗവൺമെന്റിന് വളരെയൊന്നും വീമ്പിളക്കാനുണ്ടായിരുന്നില്ലെങ്കിലും മറ്റു ഗവൺമെന്റ് വിരുദ്ധശക്തികൾക്കെതിരായ നടപടികളുടെ സ്ഥിതി ഇതായിരുന്നില്ല. പണിമുടക്കുകളും വിദ്യാർത്ഥിപ്രകടനങ്ങളും നിർദ്ദാക്ഷിണ്യം ഫലപ്രദമായി അടിച്ചമർത്തപ്പെട്ടു. കുറ്റവാളികളെ തുറുങ്കിലടയ്ക്കുകയോ നാടുകടത്തുകയോ കൊന്നൊടുക്കുകയോ ആണ് ചെയ്തിരുന്നത്.

ജൂൺ 25-ം തീയതി ഖനിത്തൊഴിലാളികളുടെ അധീനതയിലുള്ള കറ്റാവി-ഹ്വാനുനി മേഖലയ്ക്കെതിരായി പട്ടാളം ശരിയായൊരു കടന്നാക്രമണം ആരംഭിച്ചു. വൻതോതിലുള്ള ഒരു യുദ്ധംതന്നെ ഇവിടെ നടന്നു. എൺപതുപേർ കൊല്ലപ്പെടുകയും നൂറ്റുകണക്കിനാളുകൾക്ക് പരുക്കേൽക്കുകയും ചെയ്തു. ഖനിത്തൊഴിലാളികൾ നിരായുധരാക്കപ്പെട്ടു. ചെയുടെ ഒളിപ്പോർയൂണിറ്റിന് എന്തെങ്കിലും സഹായമെത്തിക്കാൻ കഴിയും മുൻപ് 'സ്വതന്ത്ര ഖനിത്തൊഴിലാളി മേഖല' തുടച്ചുനീക്കപ്പെട്ടു. കടന്നാക്രമണം നടത്തുന്നതുപോയിട്ട് സർക്കാരിന്റെ പട്ടാളത്തെ ചെറുത്തു നിൽക്കാൻ പോലും ഖനിത്തൊഴിലാളികൾക്ക് കഴിവുണ്ടായിരുന്നില്ലെന്ന് വ്യക്തമായി പട്ടാളാക്രമണത്തെ കാര്യമായി ചെറുക്കാൻ പോലും ശ്രമിക്കാതെ ഫലത്തിൽ അവർ സ്വന്തം നാശത്തിന് കളമൊരുക്കിക്കൊടുക്കുകയാണുണ്ടായത്. ഖനിത്തൊഴിലാളി റിപ്പബ്ലിക്ക് ഇങ്ങനെ തവിടുപൊടിയായതോടെ ബാരിയെന്റോസിന്റെ ആത്മധൈര്യം പതിന്മടങ്ങു വർദ്ധിച്ചു. ഇതിന്റെ ഫലമായാണ് ജൂലൈ 5-ാം തീയതി ചെ തന്റെ ജില്ലയിലുണ്ടെന്ന് പര

സ്യമായി പറയാനും ഒളിപ്പോരാളികളുടെ സംഖ്യാബലം നാനൂറോളമാണെന്ന് ഊതിവീർപ്പിച്ചു കാണിക്കാനും അയാൾ നാലാം ഡിവിഷൻ കമാൻഡർ ലൂയി റോക്ക് തെറാനെ അനുവദിച്ചത്. അതേദിവസം തന്നെ ദേബ്രെയെ കണ്ടു സംസാരിക്കാൻ അയാൾ പത്രക്കാരെ അനുവദിക്കുകയും ചെയ്തു. ചെ സത്യത്തിൽ അവിടെ 'ഉണ്ടായിരുന്നു' എന്ന വാർത്ത് ദേബ്രെ സ്ഥിരീകരിക്കുകയും ചെയ്തു. ഉണ്ടായിരുന്നുവെന്നു പറയുന്നതു കേട്ടാൽ തോന്നും അദ്ദേഹം പൊയ്ക്കഴിഞ്ഞെന്ന്!

പക്ഷേ, കുറേ ദിവസം കഴിഞ്ഞ് ഒളിപ്പോരാളികൾ കാമിറിയിൽ നിന്ന് 350 കിലോമീറ്റർ അകലെയുള്ള സമായിപ്പറ്റ എന്ന പട്ടണം പിടിച്ചെന്ന വാർത്ത സർക്കാരിന്റെ ശുഭാപ്തിവിശ്വാസത്തിന് ഒരു കനത്ത പ്രഹര മേൽപ്പിച്ചു. ഒളിപ്പോരാളികൾ ഒരു ബസ്സിൽ കയറി ആ പട്ടണത്തിൽ വന്നിറങ്ങിയപ്പോൾ ഒരു ലെഫ്റ്റനന്റ് കേണലിന്റെ കീഴിൽ അവിടെയുണ്ടായിരുന്ന പട്ടാളവിഭാഗം യാതൊരുവിധ എതിർപ്പിനും മുതിർന്നില്ലെന്നത് സർക്കാർ വൃത്തങ്ങളിലും അവരുടെ അമേരിക്കൻ രക്ഷാധികാരികൾക്കിടയിലും വലിയ അങ്കലാപ്പ് സൃഷ്ടിച്ചു. ഒളിപ്പോരാളികളെ കൈകാര്യം ചെയ്യാൻ ബൊളീവിയൻ ഗവൺമെന്റിന് വളരെ വിഷമമുണ്ടെന്ന് വാഷിംഗ്ടണിൽ ഒരു സെനറ്റ് കമ്മീഷൻ മുമ്പാകെ സംസാരിക്കവേ അംബാസഡർ ഹെൻഡേഴ്സൻ പ്രസ്താവിക്കുകയുണ്ടായി. ഒളിപ്പോരാളികൾ സൈനികമായി ശക്തിപ്രാപിച്ചുകൊണ്ടിരിക്കുകയാണെന്നും ബാരിയെന്റോസ് ഗവൺമെന്റിന് അവരെ അമർച്ച ചെയ്യാൻ കഴിയുമോയെന്നത് സംശയാസ്പദമാണെന്നും ന്യൂയോർക്ക് ടൈംസ് എന്ന പത്രവും എഴുതി.

ഇതിനിടയിൽ സർവ്വകലാശാലാ വിദ്യാർത്ഥികളുടെ സർക്കാർ വിരുദ്ധ പ്രകടനം തുടർന്നുകൊണ്ടിരുന്നു. അദ്ധ്യാപകർ പണിമുടക്കിലായിരുന്നു. രാജ്യത്തിന്റെ മറ്റു ഭാഗങ്ങളിലും ഗെറില്ലാ സമരകേന്ദ്രങ്ങൾ പൊന്തിവന്നിട്ടുണ്ടെന്ന കിംവദന്തികൾക്ക് കൂടുതൽ പ്രചാരം ലഭിക്കുകയും ചെയ്തു. ഓഗസ്റ്റിൽ ചിരകാലമായി പ്രതീക്ഷിച്ചിരുന്ന ദേബ്രെയുടെ വിചാരണ കാമിറിയിൽ ആരംഭിച്ചു. പക്ഷേ, അതിനുദേശീയവികാരങ്ങൾ ആളിക്കത്തിച്ചുകൊണ്ട് സ്വന്തം നില ഉറപ്പിക്കാൻ പറ്റുമെന്നുള്ള ഗവൺമെന്റിന്റെ കണക്കുകൂട്ടൽ തെറ്റി. ബഹുജനാഭിപ്രായം ഗവൺമെന്റിനെതിരായി തിരിഞ്ഞു. ഇതിന്റെ ഫലമായി 'ബൊളീവിയൻ വിപ്ലവ മുന്നണി' എന്ന പേരിൽ ബാരിയെന്റോസിനെ പിന്താങ്ങുന്നതിനായി തട്ടിക്കൂട്ടിയിരുന്ന വ്യത്യസ്ത രാഷ്ട്രീയ ഗ്രൂപ്പുകളുടെ അവിയൽ മുന്നണി നടുവേവച്ചു പിളർന്നു.

ഈ സന്ദർഭത്തിൽ അമേരിക്കക്കാർ എന്തു ചെയ്യുകയായിരുന്നു. ലാറ്റിൻ അമേരിക്കൻ രാജ്യങ്ങളുടെ ആഭ്യന്തര കാര്യങ്ങളിൽ നഗ്നമായ ഇടപെടൽ നടത്തിക്കൊണ്ട് അവർ ആ ഭൂഖണ്ഡത്തിൽ സാമ്രാജ്യത്വ വിരുദ്ധ വിപ്ലവപ്രസ്ഥാനത്തിന്റെ വളർച്ചയെ തടയുന്നതിനുള്ള ശ്രമം പഴയതിലും പതിന്മടങ്ങും ഊർജ്ജിതപ്പെടുത്തി. ക്യൂബയ്ക്കെതിരായ ഉപ

രോധത്തെ അവർ ശക്തിപ്പെടുത്തി. ഫിദൽ കാസ്ട്രോയെ ശാരീരികമായി രംഗത്തുനിന്ന് നീക്കം ചെയ്യാൻ സി ഐ എ മുഖേന അവർ തിരുതകൃതിയായ പരിശ്രമം നടത്തിക്കൊണ്ടിരുന്നു. ഹവാനയിൽ നടന്ന ലാറ്റിൻ അമേരിക്കൻ സമ്മേളനത്തിൽ ഇക്കാര്യം വെളിപ്പെടുത്തുകയുണ്ടായി. മറുവശത്ത് ഒരുഅന്തർ അമേരിക്കൻ സായുധസംഘടന രൂപീകരിക്കാനുള്ള ശ്രമം പെന്റഗണും ശക്തിപ്പെടുത്തി. ആ കുടക്കീഴിൽ നിന്നുകൊണ്ട് 'അനുസരണകെട്ട' ലാറ്റിൻ അമേരിക്കൻ രാജ്യങ്ങളിൽ നേരിട്ടുള്ള ഇടപെടൽ നടത്താനായിരുന്നു പരിപാടി.

ബൊളീവിയയെപ്പറ്റി പറഞ്ഞാൽ അവിടെ അമേരിക്കൻ ഏജന്റന്മാരെക്കൊണ്ടു നിറഞ്ഞു. അവിടെ നടക്കുന്ന സംഭവങ്ങൾ സശ്രദ്ധം വീക്ഷിക്കുകയും വിവരം ശേഖരിക്കുകയുമായിരുന്നു ഇവരുടെ ജോലി. ചെയുടെ യൂണിറ്റിനെ ഇല്ലായ്മ ചെയ്യാൻ വാഷിങ്ടണിൽ ഒരു പ്രത്യേക യൂണിറ്റു തന്നെ രൂപീകരിക്കപ്പെട്ടു. വ്യോമസേനയിലെ ബ്രിഗേഡിയർ ജനറൽ വില്യം കെ. സ്കെയറാണ് ഈ ഗ്രൂപ്പിന്റെ ചുമതല വഹിച്ചിരുന്നത്. പനാമാമേഖലയിലെ തെക്കൻ കമാൻഡിന്റെ ഇന്റലിജൻസ് വിഭാഗത്തിന്റെ മുഖ്യൻകൂടിയായിരുന്ന സ്കെയറിന് സ്പാനിഷ് ഭാഷ നല്ല വശമായിരുന്നു. പെറു, കൊളംബിയ, വെനിസ്വേല എന്നിവിടങ്ങളിലെ ഒളിപ്പോർ പ്രസ്ഥാനങ്ങളെ അമർത്തുന്നതിൽ ഈ ജനറൽ വലിയൊരു പങ്കു വഹിച്ചിരുന്നു. സ്പെഷ്യൽ ഫോഴ്സസ് എട്ടാം റെജിമെന്റിന്റെ (റേഞ്ചേഴ്സ്) കമാൻഡർ ലെഫ്. കേണൽ റെഡ്മണ്ട് വേബർ ഈ ഗ്രൂപ്പിന്റെ ഉപാദ്ധ്യക്ഷനായും നിയമിക്കപ്പെട്ടു. പനാമാമേഖലയിലാണ് ഈ റെമെന്റും പ്രവർത്തിച്ചിരുന്നത്. വേബർ തന്റെ വിധ്വംസകവിദഗ്ദ്ധർക്കിടയിൽ നിന്ന് 50 പേരടങ്ങിയ ഒരു സ്പെഷ്യൽ യൂണിറ്റ് രൂപീകരിച്ചു. ഈ മൊബൈൽ ട്രെയിനിങ്ങ് ഗ്രൂപ്പിന്റെ നേതൃത്വം 38 വയസ്സുള്ള മേജർ റാൾഫ് ഡബ്ലിയു. ഷെൽട്ടനായിരുന്നു. പാപ്പി എന്നാണ് എല്ലാവരും ഇയാളെ വിളിച്ചിരുന്നത്. ഷെൽട്ടൻ മുൻപ് ലാവോസിലും ഡൊമീനിക്കൻ റിപ്പബ്ലിക്കിലും ഒളിപ്പോർ വിരുദ്ധ സൈനിക വിദ്യാലയങ്ങളുടെ ചാർജ് വഹിച്ചിരുന്ന ആളാണ്. അറുന്നൂറ് ബൊളീവിയൻ റേഞ്ചർമാരുടെ ഒരു യൂണിറ്റ് രൂപീകരിക്കുന്ന ജോലിയാണ് ഷെൽട്ടനെ ഇപ്പോൾ ഏൽപ്പിച്ചിരുന്നത്. ഇതു ചെയ്യാൻ ഷെൽട്ടനു രണ്ടു മാസത്തെ സമയം അനുവദിച്ചിരുന്നു. അതേസമയം തന്നെ ഗെറില്ലാകൾക്കെതിരായി പടവെട്ടാനുള്ള മൂന്നു ഇൻഫൻട്രി യൂണിറ്റുകൾക്ക് ഊർജ്ജിതമായ പരിശീലനം നൽകാനും ഷെൽട്ടനോട് ആവശ്യപ്പെട്ടിരുന്നു. ഇത് ഒരു മാസത്തിനിടയിൽ തീർക്കേണ്ട ജോലിയായിരുന്നു. ഏപ്രിൽ അവസാനത്തോടെ സാന്റാക്രൂസിന് നൂറു കിലോമീറ്റർ പടിഞ്ഞാറുള്ള എസ്പെരാൻസാ കരിമ്പിൻ തോട്ടത്തിലേക്ക് പാഞ്ഞെത്താൻ ഈ യൂണിറ്റുകൾക്ക് നിർദ്ദേശം നൽകപ്പെട്ടു. അവിടമൊരു പരിശീലനകേന്ദ്രമാക്കി മാറ്റപ്പെട്ടിരുന്നു. ഏർണെസ്റ്റൊ ചെ ഗുവേ

രയുടെ ഭാവിഘാതകരെ പരിശീലിപ്പിക്കാൻ ഷെൽട്ടനും കൂട്ടരും അവിടെ അക്ഷമരായി കാത്തുനിന്നിരുന്നു.

ഈ യൂണിറ്റുകളെ സജ്ജമാക്കുന്ന പ്രവർത്തനത്തിൽ ചാരവൃത്തിക്ക് സുപ്രധാനമായൊരു പങ്ക് കൽപിച്ചിരുന്നു. ഇതിന്നായി പ്രത്യേക ഗ്രൂപ്പുകൾ സംഘടിപ്പിക്കുകയും ചെയ്തിരുന്നു. നാട്ടുകാർക്കിടയിൽനിന്ന് ദല്ലാളുകളെ റിക്രൂട്ടു ചെയ്യുകയെന്നത് മാത്രമായിരുന്നില്ല ഈ ഗ്രൂപ്പുകളുടെ കടമ. സ്ഥിരം ഒറ്റുകാരെ അവിടെ നിയോഗിക്കുന്നതും അവരുടെ ജോലിയായിരുന്നു. ഹെൽത്ത് ഇൻസ്പെക്ടർമാർ, വേട്ടക്കാർ, കൃഷിവിദഗ്ദ്ധർ, വിദ്യാർത്ഥികൾ, കച്ചവടക്കാർ, അദ്ധ്യാപകർ, തന്നാട്ടുകാരുടെ ബന്ധുക്കൾ, വെറും സഞ്ചാരികൾ എന്നിങ്ങനെയുള്ള ഏതെങ്കിലും വേഷത്തിലാണ് ഈ ഒറ്റുകാർ നടക്കേണ്ടിയിരുന്നത്. ക്യൂബക്കാരായ ഫെലിക്സ് റമോസ്, എഡ്വാർഡൊ ഗൊൺസാലെസ് എന്നീ ക്യാപ്റ്റന്മാരും പ്യൂർട്ടോറിക്കൊക്കാരനായ ക്യാപ്റ്റൻ മാർഗറിറ്റൊ ക്രൂസുമാണ് സാന്റാ ക്രൂസിനടുത്തുള്ള താവളത്തിൽ വച്ച് ഇവർക്ക് പ്രത്യേക പരിശീലനം നൽകിയിരുന്ന സി ഐ എ ഏജന്റുമാർ.

ഷെൽട്ടൻ പരിശീലിപ്പിച്ച റേഞ്ചർമാർ ഓഗസ്റ്റ് ആദ്യം ഒളിപ്പോർ മേഖലയിലേക്ക് നിയോഗിക്കപ്പെട്ടു. ശാസ്ത്ര വിഷയങ്ങളിൽ ഡോക്ടർ ബിരുദധാരികളായി ഭാവിച്ചു നടന്നിരുന്ന റമോസും ഗൊൺസാലെസും ആഭ്യന്തരവകുപ്പിന്റെ ഉപദേഷ്ടാവായ ഗബ്രിയേൽ ഗാർഷ്യയും (ഇയാളും ക്യൂബക്കാരനായിരുന്നു) ബാരിയെന്റോസ്, സൈനിക ഇന്റലിജൻസ് തലവൻ ഫെഡെറിക്കൊ അറാന, ബൊളീവിയയിലെ സി ഐ എ പ്രതിനിധി വില്യം കൗളെൻ എന്നിവരുടെ ശുപാർശകളോടെ കാമിറിയിലെ നാലാം ഡിവിഷൻ ഹെഡ്ക്വാർട്ടേഴ്സുമായി ബന്ധപ്പെട്ടുകൊണ്ട് അവിടുത്തെ എല്ലാവിധ ഇന്റലിജൻസ് പ്രവർത്തനത്തിന്റേയും ചുമതല സ്വയം ഏറ്റെടുത്തു. ഇവർ തന്നെ ദേബ്രെയേയും ഗെറില്ലാകളുമായി ബന്ധമുണ്ടെന്ന് സംശയമുള്ള മറ്റു തടവുകാരേയും ചോദ്യം ചെയ്തു. കൂടാതെ ഒറ്റുകാർക്ക് അപ്പപ്പോൾ വേണ്ട നിർദ്ദേശങ്ങൾ നൽകുന്ന ജോലിയും ഇവർ ഏറ്റെടുത്തു. നാലാം ഡിവിഷന്റെ ഇന്റലിജൻസ് വിഭാഗത്തിന്റെ തലവനായ അർണോൾഡൊ സെന്റോനൊ 1968 ജൂലൈ 13-ം തീയതി അന്റോണിയൊ അർഗ്വേഡാസിന്റെ വിചാരണയ്ക്കിടയിൽ പറഞ്ഞ സംഗതി ഇവിടെ ശ്രദ്ധേയമാണ്. ഒളിപ്പോരാളികൾക്കെതിരായ എല്ലാ പ്രവർത്തനങ്ങളിലും ഞങ്ങൾ ഫെലിക്സ് റമോസുമായും എഡ്വാർഡൊ ഗൊൺസാലസുമായും ഏറ്റവുമടുത്തു സഹകരിച്ചാണ് പ്രവർത്തിച്ചത്. കാരണം, ഒളിപ്പോർവിരുദ്ധ പോരാട്ടത്തിൽ നമ്മുടെ സഖ്യകക്ഷിയായ യു എസ് സർവ്വീസിലുള്ളവരാണ് ഇവരെന്ന് ഞങ്ങൾക്കറിയാമായിരുന്നു.

ചെയുടെ യൂണിറ്റുമായുള്ള അവസാനത്തെ പോരാട്ടത്തിൽ പങ്കെടുത്തിരുന്ന റേഞ്ചർമാരുടെ മൂന്നാം ബറ്റാലിയൻ കമാൻഡർ ലെഫ് കേണൽ ആൻഡ്രെസ് സെൽനിച്ച് ഷോൺ അതേ വിചാരണയ്ക്കിടയിൽ

വെളിപ്പെടുത്തിയ മറ്റൊരു സംഗതിയും ശ്രദ്ധേയമാണ്. യുദ്ധമേഖലയിൽ പ്രവർത്തിച്ചിരുന്ന സി ഐ എ ചാരന്മാർ സുപ്രധാനമായ ഒരു ദൗത്യമാണ് നിറവേറ്റിയത്. അവിടെയുള്ള ഒളിപ്പോരാളികളുടെ ഫോട്ടോകൾ അവർ ഞങ്ങൾക്ക് തന്നിരുന്നു. അവരെ തിരിച്ചറിയുന്നതിനുള്ള പലേ അടയാളങ്ങളും അവർ ഞങ്ങൾക്ക് പറഞ്ഞുതന്നിരുന്നു. അതിനാൽ, അവരെപ്പറ്റിയുള്ള സർവ്വസംഗതികളും ഞങ്ങൾക്ക് മുൻകൂട്ടി അറിയാമായിരുന്നു.

ബൊളീവിയയിലെ ഒരു ഇന്റലിജൻസ് ഓഫീസറായ മോയിസെ വാസ്കേ്വസും കോടതിയിൽ ഏതാണ്ടിതേ സംഗതി പ്രസ്താവിച്ചിരുന്നു: "ആഭ്യന്തര മന്ത്രികാര്യാലയത്തിൽ നിന്നുള്ള ഏതൊരു വിവരവും പട്ടാളത്തിലെ ഇന്റലിജൻസ് വിഭാഗത്തിലെത്തുന്നതിനു മുമ്പായി സി ഐ എ ഉദ്യോഗസ്ഥൻ ക്യാപ്റ്റൻ ഹ്യൂഗൊ മുറെ മുഖേന യു എസ് എംബസിക്ക് ലഭിച്ചിരുന്നു. മന്ത്രികാര്യാലയത്തിലെ തന്റെ ചാരന്മാരിൽ നിന്നാണ് അയാൾ ഈ വിവരം ശേഖരിച്ചിരുന്നത് .."

റമോസും ഗൊൺസാലെസും ഗാർഷ്യയും ആഭ്യന്തരവകുപ്പു മന്ത്രിയുടെ തലയ്ക്ക് മുകളിലൂടെ അവരുടെ എംബസിക്ക് വിവരങ്ങൾ എത്തിച്ചിരുന്നു വെന്ന് ആ മന്ത്രികാര്യാലയത്തിലെ ഇന്റലിജൻസ് ഡയറക്ടർ കേണൽ റോബർട്ടൊ കിന്റനാപ്പില്ലയും പറയുകയുണ്ടായി. പ്രത്യേകിച്ചും ഒറ്റുകാരെപ്പറ്റിയുള്ള വിവരങ്ങൾ. സ്വന്തനിലയ്ക്ക് ഞങ്ങളെ കണക്കിലെടുക്കാതെയാണ് അവരിത് ചെയ്തിരുന്നത്.

ചെയുടെ യൂണിറ്റിന്റെ ഗെറില്ലാ പ്രവർത്തനങ്ങൾക്കിടയിൽ മാത്രമാണ് സി ഐ എ ക്കാർ ഇത്തരം ധിക്കാരം പ്രവർത്തിച്ചിരുന്നതെന്നു കരുതാൻ നിവൃത്തിയില്ല. ക്യൂബൻ വിപ്ലവത്തിനും രണ്ടുകൊല്ലം മുൻപ് 1957–ൽ തന്നെ സി ഐ എ ബൊളീവിയയുടെ മേൽ അതിന്റെ നീരാളിപ്പിടിത്തം മുറുക്കാൻ തുടങ്ങിയിരുന്നുവെന്ന് അന്റോണിയൊ അർഡെ്വഡാസ് വെളിപ്പെടുത്തിയിട്ടുമുണ്ട്. ഇത് ബൊളീവിയയിലെ ഒളിപ്പോർ പ്രവർത്തനം ആരംഭിക്കുന്നതിനു പത്തു കൊല്ലം മുൻപുമായിരുന്നു.

യൂറൊ മലയിടുക്കിൽ 1967 ഒക്ടോബർ 8–ാം തീയതി നടന്ന പോരാട്ടത്തിൽ ചെയുടെ ആളുകൾക്കെതിരായി അണിനിരന്നത് സി ഐ എ ഏജന്റ് ഷെൽട്ടന്റേയും ക്യൂബൻ പ്രതിവിപ്ലവകാരികളായ റമേസ്, ഗൊൺസാലസ്, ഗാർഷ്യ, എന്നിവരുടേയും പരിശീലനം ലഭിച്ച റേഞ്ചർമാരുടെ യൂണിറ്റുകളായിരുന്നു.

കാമാറിയിൽ നിന്ന് 128 കിലോമീറ്റർ വടക്കുപടിഞ്ഞാറുള്ള ഒരു മലയിടുക്കിൽ ചെ ഗുവേരയുടെ യൂണിറ്റുള്ളതായി ബൊളീവിയൻ പട്ടാളത്തിന് വിവരം ലഭിച്ചിട്ടുണ്ടെന്നും സാന്റാ ക്രൂസിൽനിന്ന് അവിടേക്കു റേഞ്ചർ യൂണിറ്റുകളെ അയച്ചുകൊണ്ടിരിക്കുകയാണെന്നും സെപ്തംബർ 29–ാം തീയതിതന്നെ അമേരിക്കൻ ഇന്റലിജൻസ് വിഭാഗക്കാർ റിപ്പോർട്ട് ചെയ്തിരുന്നു.

തങ്ങളുടെ ആജന്മശത്രുവിനെ തട്ടിക്കളയുന്നതിൽ ഇപ്രാവശ്യവും

കീഴുദ്യോഗസ്ഥന്മാർ വിജയിക്കുകതന്നെ ചെയ്യുമെന്ന് അമേരിക്കക്കാർക്ക് നല്ല ഉറപ്പുണ്ടായിരുന്നു. അതുകൊണ്ടാണ് ചെയുടെ മരണം ആസന്നവും അനിവാര്യവുമാണെന്ന് ധ്വനിപ്പിച്ചുകൊണ്ട് "ചെയുടെ അവസാനമോ?" എന്ന ശീർഷകത്തിലുള്ള ഒരു ലേഖനം പ്രസിദ്ധീകരിക്കാൻ ഒക്ടോബർ 8-ലെ *ന്യൂയോർക്ക് ടൈംസ്* ധൈര്യപ്പെട്ടത്.

ഒക്ടോബർ 8-ാം തീയതി ചെയേയും വില്ലിയേയും പിടികൂടിയതിനുശഷം സാർജന്റ് ഹുവാൻസ ആ വിവരം യൂറോ മലയിടുക്കിൽ പ്രവർത്തിച്ചിരുന്ന റേഞ്ചർയൂണിറ്റിന്റെ കമാണ്ടറായ ക്യാപ്റ്റൻ ഗാരി പ്രാഡൊ സാൽമോനെ അറിയിച്ചു. ആദ്യമായി തങ്ങളുടെ കൈയിൽ പെട്ട ഈ തടവുകാരെ (കുറെ മണിക്കൂർ കഴിഞ്ഞാണ് ചീനൊയെ അവർക്ക് പിടികിട്ടിയത്) ഒരു നോക്കു കാണാൻ പ്രാഡൊ പാഞ്ഞെത്തി. അതിലൊരാൾ ചെയാണെന്ന് അയാൾ ക്ഷണംതന്നെ മനസ്സിലാക്കി. വിസ്മയം കാരണം എനിക്ക് ബോധക്ഷയം വരുമോ എന്ന് ഞാൻ ഭയപ്പെട്ടു. പ്രാഡൊ പിന്നീട് പത്രക്കാരോട് തുറന്നു സമ്മതിച്ചു. ഒട്ടും സമയം പാഴാക്കാതെ അയാൾ റെഡിയോ മുഖേന ഡിവിഷൻ കമാണ്ടർ കേണൽ സെന്റെനൊയ്ക്ക് '500 കൻസാഡൊ' എന്ന കോഡ് സന്ദേശം എത്തിച്ചു. 'ചെയെ പിടച്ചിരിക്കുന്നു' എന്നായിരുന്നു അതിന്റെ അർത്ഥം.

തൽക്ഷണം തന്നെ വലിയ ബന്തവസ്സോടെ ചെയും വില്ലിയും ഹിഗുവേരയിലേക്ക് കൊണ്ടുപോകപ്പെട്ടു. രണ്ടു പട്ടാളക്കാരുടെ തോളത്തു പിടിച്ചു ഞൊണ്ടിഞൊണ്ടിയാണ് ചെ നടന്നത്. വില്ലിയുടെ കൈകൾ രണ്ടും പിന്നിൽ പിണച്ചുവച്ചു കെട്ടിയിരുന്നു. അവർ ഹിഹുവേരയിലെത്തിയപ്പോൾ രാത്രി വളരെ വൈകിയിരുന്നു. സ്ഥലത്തെ സ്കൂളിലേക്കാണ് അവരെ കൂട്ടിക്കൊണ്ടുപോയത്. രണ്ടു മുറികളായി തിരിച്ച ഒരു ചെറ്റപ്പുരയായിരുന്നു ഈ സ്കൂൾ. ചെയേയും വില്ലിയേയും അവർ ഓരോ മുറികളിലിട്ടു പൂട്ടി. ഒരു മുൻകരുതലെന്ന നിലയ്ക്ക് ഇരുവരുടേയും കൈകൾ പിന്നിൽ പിണച്ചുവച്ച് കെട്ടിയിരുന്നു. കുറേ മണിക്കൂറുകൾക്കു ശേഷം ഫെർണാണ്ടൊ സാങ്കോ എന്ന പട്ടാള ഓർഡർലി വന്ന് ചെയുടെ കാലിലെ മുറിവ് കഴുകിത്തുടച്ച് വച്ചു കെട്ടി.

പ്രഭാതമായതോടെ വൻകിട പട്ടാള ഉദ്യോഗസ്ഥന്മാരേയും വഹിച്ചുകൊണ്ട് പല ഹെലികോപ്റ്ററുകളും അവിടെ വന്നിറങ്ങി. കേണൽ ആൻഡ്രെ സെൽനിച്ചും ഇന്റലിജൻസ് വിഭാഗത്തിലെ മേജർ മിഗുവെൽ അയറോവയുമാണ് ഏറ്റവുമാദ്യം എത്തിയത്. കേണൽ സെന്റെനൊ, കരസൈന്യാധിപൻ ജനറൽ ഒവാണ്ടൊ, റിയർ അഡ്മിറൽ ഉഗാർട്ടെഷെ, ഡോക്ടർ ഗൊൺസാലസ് എന്നിവരാണ് പിന്നീടെത്തിയത്. ഗോൺസാലെസിന്റെ കൂടെ മറ്റു സി ഐ എ ഏജന്റുമാരും ഉണ്ടായിരുന്നു. അവരെല്ലാം ചെയുടെ അടുക്കൽ ചെന്ന് അദ്ദേഹത്തെക്കൊണ്ട് സംസാരിപ്പിക്കാൻ ശ്രമിച്ചു.

ഈ അവസാനത്തെ മണിക്കൂറുകളിൽ ചെ തന്റെ ശത്രുക്കളോട്

പറഞ്ഞതെന്താണെന്ന് കൃത്യമായി അറിയാൻ യാതൊരു സാദ്ധ്യതയും കാണുന്നില്ല.

ആ സ്കൂളിലെ അദ്ധ്യാപികയുമായും അദ്ദേഹം സംസാരിച്ചു. 22 വയസുള്ള ജൂലിയാ കോർട്ടെസ് ആയിരുന്നു അവിടുത്തെ അധ്യാപിക. 'യൊ പുയോഡൊലീർ' എന്ന് സ്പാനിഷ് ഭാഷയിൽ ചോക്കുകൊണ്ട് ബ്ലാക്ക് ബോർഡിൽ എഴുതിയിരുന്നത് ചെയുടെ ശ്രദ്ധയിൽ പെട്ടു. (എനിക്കു വായിക്കാനറിയാം എന്നാണ് അതിന്റെ അർഥം).

ചെറിയൊരു പുഞ്ചിരിയോടെ ചെ ആ അധ്യാപികയോട് പറഞ്ഞു.

"ഊന്നൽ കൊടുത്തിട്ടാണ് പുയേഡൊ" എന്നെഴുതിയിരിക്കുന്നത്. ഇതു ശരിയല്ല. അതിനുശേഷം ക്യൂബയിലെ വിദ്യാഭ്യാസ പുരോഗതിയെപ്പറ്റി അദ്ദേഹം ആ സ്ത്രീയോട് പറഞ്ഞു. തന്റെ ആ അന്ത്യനിമിഷത്തിലും ആവുന്നത്ര രാഷ്ട്രീയ വിദ്യാഭ്യാസം നൽകാൻ അദ്ദേഹം മറന്നില്ല.

ഡോക്ടർ ഗൊൺസാലസ് ചെയെ ചോദ്യംചെയ്യാൻ ശ്രമിച്ചെങ്കിലും ചെ അയാളുടെ മിക്ക ചോദ്യങ്ങൾക്കും മറുപടി പറായൻ കൂട്ടാക്കിയില്ല.

എന്തിനെപ്പറ്റിയാണ് നിങ്ങൾ ആലോചിക്കുന്നത്. ഈ സി ഐ എ ക്കാരൻ ചോദിച്ചു.

"വിപ്ലവത്തിന്റെ അനശ്വരതയെപ്പറ്റി" എന്നായിരുന്നു അദ്ദേഹത്തിന്റെ മറുപടി.

ഒരുപക്ഷേ, ഇതായിരുന്നിരിക്കാം അദ്ദേഹത്തിന്റെ അവസാനവാക്കുകൾ.

ആ പ്രഭാതം മുഴുവൻ ഒവാണ്ടൊയും മറ്റു പട്ടാള ഉദ്യോഗസ്ഥന്മാരും ബാരിയെന്റോസുമായി സംസാരിച്ചുകൊണ്ടിരുന്നു. അതേസമയം ഗൊൺസാലെസും അയാളുടെ സി ഐ എ അകമ്പടിക്കാരും അമേരിക്കൻ എംബസിയുമായി സമ്പർക്കത്തിലായിരുന്നു.

ഗൊൺസാലസ് റേഡിയോ ടെലഫോണിലൂടെ തന്റെ മേലധികാരികയായ മേജർ റാൽഫ് ഷെൽട്ടനോട് വീമ്പിളക്കി.

"പാപ്പീ, അവൻ എന്റെ പിടിയിലായി."

അതെ അദ്ദേഹം തന്റെ ആജന്മശത്രുക്കളുടെ പിടിയിലായിക്കഴിഞ്ഞിരുന്നു.

ഉച്ചയോടെ സെൽനിച്ചും അയറോവയും ഒഴിച്ച് ബാക്കിയുള്ളവരെല്ലാം വാല്ലെ ഗ്രാന്റിലേക്ക് പോയി. ചെയുടെ പ്രസിദ്ധമായ ആ ഡയറിയുൾപ്പെടെ അദ്ദേഹത്തിന്റെ പുറത്തു തൂക്കുന്ന സഞ്ചിയിലുണ്ടായിരുന്ന രേഖകളെല്ലാം അവർ എടുത്തുകൊണ്ടുപോയി.

അപ്പോഴേക്ക് ചീനൊയും വില്ലിയുടെ അതേ ക്ലാസ്സ് മുറിലോക്കപ്പിലെത്തിക്കഴിഞ്ഞിരുന്നു.

1967 ഒക്ടോബർ 9–ാം തീയതി ഉച്ചയ്ക്ക് ഏകദേശം ഒന്നരമണിയായതൊടെ ടോമീഗൺ ധാരികളായ റേഞ്ചർമാർ ആ മുറിയിലേക്ക് കടന്നുചെന്ന് വില്ലിയേയും ചീനൊയേയും വെടിവച്ചുകൊന്നു. അന്ത്യശ്വാസം

വലിക്കുന്നതിനുമുൻപ് വില്ലിക്ക് ഇത്രയും വിളിച്ചു പറയാൻ സാധിച്ചു.

"ചെയോടൊപ്പം മരിക്കാൻ സാധിക്കുന്നതിൽ എനിക്ക് അഭിമാനമേയുള്ളു."

അധികം താമസിയാതെ മറ്റേ മുറിയിലേക്ക് ഓടിച്ചെന്ന് ചെയുടെ നെഞ്ചുനോക്കി സെക്കന്റ് ലഫ്റ്റനന്റ് മാറിയൊ തെറാനും ഒരു ഉണ്ട പായിച്ചു.

കുറിപ്പുകൾ

1. ചെ് ബൊളീവിയയിലുണ്ടെന്ന കാര്യം സി ഐ എയ്ക്ക് അതിന്റെ സ്വന്തം കേന്ദ്രങ്ങൾ മുഖേന അതിലും നേരത്തെ അറിവുണ്ടായിരുന്നിരിക്കാം. 1967 ഫെബ്രുവരി 26–ാം തീയതി തന്നെ സി ഐ എയ്ക്ക് ഇക്കാര്യം അറിയാമായിരുന്നെന്നാണ് ബൊളീവിയയിലെ മുൻ ആഭ്യന്തരമന്ത്രി അന്റോണിയൊ അർഗേഡാസ് തറപ്പിച്ചു പറയുന്നത്. 1969 ജനുവരി 14–ാം തീയതി ലാപാസിലെ ഒരു കോടതിയിൽ അർഗേഡാസ് പ്രഖ്യാപിച്ചതിങ്ങനെയാണ്: "ബൊളീവിയയിൽ ഒരു ഗറില്ലാ കേന്ദ്രം ആരംഭിക്കുന്നതിനെപ്പറ്റി നമ്മുടെ അധികൃതർക്ക് എന്തെങ്കിലും പിടികിട്ടുന്നതിനുമുമ്പു തന്നെ യു എസ് ചാരവിഭാഗക്കാർക്ക് അറിയാമായിരുന്നെന്നാണ് എന്റെ ഉറച്ച വിശ്വാസം. നങ്കാഹുവാസുവിലെ ആദ്യത്തെ ഏറ്റുമുട്ടലിന് (മാർച്ച് 23–ലെ) 34 ദിവസം മുൻപ് സി ഐ എക്ക് തൽസംബന്ധമായി കിട്ടിയ ഒരു റിപ്പോർട്ട് പിന്നീട് അവരുടെ ചില രേഖകളുടെ കൂട്ടത്തിൽ എനിക്ക് കാണാൻ കഴിഞ്ഞു. ഒളിപ്പോരാളികളുടെ ഖജാൻജിയായിരുന്ന ദഗ്നീനൊ പച്ചേക്കൊയുടെ എല്ലാ നീക്കങ്ങളേയും പറ്റി ഈ റിപ്പോർട്ടിൽ പറഞ്ഞിരുന്നു....." ചെയുടെ ഡയറിയിൽ സാഞ്ചെസ് എന്നു പറയുന്ന ആളാണ് ഈ പച്ചേക്കൊ.

9

അനശ്വരമായ വിപ്ലവം

ഞാൻ പരാജയപ്പെട്ടാൽ അതിന്നർഥം വിജയം അസാധ്യമാണെന്നല്ല, എവറസ്റ്റാരോഹണത്തിന് ശ്രമിച്ച പലർക്കും തോറ്റു പിന്തിരിയേണ്ടിവന്നെങ്കിലും ഒടുവിൽ മനുഷ്യൻ ആ കൊടുമുടിയുടെ മുകളിൽ തന്റെ വിജയവൈജയന്തി പാറിക്കുകതന്നെ ചെയ്തല്ലോ.

ഏണസ്റ്റോ ചെ ഗുവേര

ശത്രുക്കൾ ചെയെ കൊന്നു. അവർക്കതിന് വലിയ തിരക്കായിരുന്നു. എന്താണിതിനു കാരണം?

അവർ പരുക്കേറ്റു കിടക്കുന്ന ബന്ധനസ്ഥനായ ഒരു പടയാളിയുടെ കൊല നടത്തിയത് തങ്ങളുടെ രക്തദാഹം തീർക്കാൻ മാത്രമായിരുന്നില്ലെന്നതു വളരെ സ്പഷ്ടമാണ്.

പരുക്കേറ്റ് ചങ്ങലയ്ക്കിട്ട് തടവറയിൽ കഴിയുകയാണെങ്കിൽപോലും ചെ ജീവനോടിരിക്കുന്നത് അവർക്കെല്ലാം വലിയൊരു അപകടം തന്നെയായിരുന്നു.

പ്രതിക്കൂട്ടിൽ നിന്നുകൊണ്ടുള്ള ചെയുടെ എതിർവാദ പ്രസംഗത്തിനുശേഷം ബാരിയെന്റോസിന് അധികാരത്തിൽ തുടരാൻ കഴിയുമായിരുന്നുവോയെന്നത് സംശയാസ്പദമായ ഒരു സംഗതിയാണ്. ബാരിയെന്റോസിന്റെ അമേരിക്കൻ രക്ഷാധികാരികൾക്കും സംഗതി പ്രയാസമാകുമായിരുന്നു. വിചാരണ കൂടാതെ അദ്ദേഹത്തെ തടവറയിൽ വച്ചുകൊണ്ടിരിക്കുന്നത് അത്രതന്നെ അപകടകരമായിരുന്നു. ലോകം മുഴുവൻ അദ്ദേഹത്തിനുവേണ്ടി ശബ്ദമുയർത്തുമായിരുന്നു. അങ്ങനെ അദ്ദേഹം ബന്ധനസ്ഥനായിരിക്കുന്നേടത്തോളം കാലം ലാപാസിലും മറ്റു ലാറ്റിൻ അമേരിക്കൻ തലസ്ഥാനങ്ങളിലുമുള്ള 'ഗോറില്ലാ'കൾക്കോ വാഷിങ്ടണിലുള്ള

അവരുടെ ട്രെയിനർമാർക്കോ സുഖമായി കിടന്നുറങ്ങാൻ കഴിയുമായിരുന്നില്ല. ചെയുടെ മരണത്തിലൂടെ മാത്രമേ അവർക്ക് മനസ്സമാധാനവും ആത്മവിശ്വാസവും വീണ്ടെടുക്കാൻ കഴിയുമായിരുന്നുള്ളു.

തങ്ങളുടെ ഹീനകൃത്യം മറ്റാരും കണ്ടുപിടിക്കുകയില്ലെന്ന് ഉറപ്പുണ്ടായിന്നതുകൊണ്ടുകൂടിയാണ് അവർ അദ്ദേഹത്തെ വധിച്ചത്.

ഒക്ടോബർ 9-ാം തീയതി ഹെലികോപ്റ്റർ മുഖേന ചൂടുമാറാത്ത ചെയടെ മൃതദേഹം വാല്ലെ ഗ്രാന്റിൽ എത്തിച്ചിട്ട് പോസ്റ്റ് മോർട്ടത്തിനായി ഡോക്ടർമാരേയും കൊറോണറേയും ഏൽപ്പിക്കുമ്പോൾ ബൊളീവിയൻ പട്ടാള അധികൃതർ പത്രക്കാരോടു പറഞ്ഞത് യൂറോ മലയിടുക്കിൽ വച്ചുള്ള പോരാട്ടത്തിലേറ്റ മുറവാണ് ചെയുടെ മരണത്തിനിടയാക്കിയതെന്നാണ്.

പക്ഷേ, ബൂർഷ്വാ പത്രക്കാർ തന്നെ ഈ പച്ചക്കള്ളം തുറന്നുകാട്ടാൻ സഹായിച്ചു.

ചെയെ തടവുകാരനായി പിടിച്ചപ്പോൾ "ഞാൻ തോറ്റു" എന്ന് അദ്ദേഹം പറഞ്ഞതായി മേൽപ്പറഞ്ഞ കള്ളക്കഥ കെട്ടിച്ചമയ്ക്കുന്നതിന് മുൻപ് ഒവാണ്ടൊ തന്നെ പത്രക്കാരോട് വീമ്പിളക്കുകയുണ്ടായെന്നതാണ് ഇവിടെ ഒന്നാമതായി ശ്രദ്ധിക്കാനുള്ള സംഗതി. ചെയുടെ ശരീരത്തിൽ ഒൻപത് ഉണ്ടകൾ കൊണ്ടതിന്റെ മുറിവുകൾ ഉണ്ടായിരുന്നെന്നും, അതിൽ കഴുത്തിലും ഹൃദയത്തിലും കൊണ്ട രണ്ടു ഉണ്ടകളെങ്കിലും മാരകമായിരുന്നെന്നും വാല്ലെ ഗ്രാന്റിൽ പോസ്റ്റ്മോർട്ടം പരിശോധന നടത്തിയ ഡോക്ടർമാരും മൃതദേഹം കാണാൻ അവസരം ലഭിച്ച പത്രക്കാരും അവരെടുത്ത ഫോട്ടോകളും സംശയാതീതമായി തെളിയിക്കുന്നുമുണ്ട്. പടക്കളത്തിൽ വച്ചാണ് ഈ ഉണ്ടകളെല്ലാം ഏറ്റതെങ്കിൽ അദ്ദേഹത്തിന് ഒവാണ്ടൊ പരാമർശിച്ചതുപോലുള്ള ഒരു പ്രസ്താവന ചെയ്യാൻ സാധിക്കുമായിരുന്നില്ലെന്ന് പറയേണ്ടതില്ലല്ലൊ. അദ്ദേഹം അങ്ങനെയൊരു പ്രസ്താവന ചെയ്തിട്ടുണ്ടെന്നു പറയുന്നത് ശരിയാണെങ്കിൽ റേഞ്ചർമാരുടെ കൈയിൽ പെട്ടതിനുശേഷമാണ് അദ്ദേഹം കൊല്ലപ്പെട്ടതെന്നതിൽ സംശയമില്ലതന്നെ.

പത്രക്കാർ ഡസൻ കണക്കിന് സാക്ഷികളെ തെരഞ്ഞു കണ്ടുപിടിക്കുകയുണ്ടായി. ഹിഗുവേരയിൽ എത്തുന്ന സമയത്ത് ചെയുടെ കാലുകൾക്കു മാത്രമേ മുറിവേറ്റിരുന്നുള്ളുവെന്ന് ഈ സാക്ഷികളെല്ലാം സമ്മതിക്കുന്നുണ്ട്. അവിടെവച്ച് ഒരു ചോദ്യം ചെയ്യലിനുള്ള ശ്രമം നടന്നെന്നും ആ സ്കൂളിലെ അധ്യാപികയുമായി അദ്ദേഹം സംസാരിക്കുകയുണ്ടായെന്നും മാറിയൊ തെറാനാണ് അദ്ദേഹത്തെ കൊലചെയ്തതെന്നും ഇതിൽനിന്ന് തെളിയുന്നുണ്ട്. ചെയുടെ തൊട്ടടുത്ത മുറിയിൽ വച്ച് വില്ലിയും ചീനൊയും വെടിവച്ചുകൊല്ലപ്പെടുകയാണുണ്ടായതെന്ന വസ്തുതയെ ആരും ചോദ്യം ചെയ്തു കാണുന്നില്ല. എന്നാൽ, അന്നു പത്രങ്ങളിൽ ആരും അവരെ അത്ര ഗൗനിച്ചതായി തോന്നുന്നില്ല.

പത്രക്കാർ അസൗകര്യപ്രദങ്ങളായ ചില ചോദ്യങ്ങൾ തൊടുത്തു വിട്ടപ്പോൾ ബൊളീവിയൻ അധികൃതർക്ക് അതിനൊന്നും യുക്തിസഹമായ മറുപടികൾ നൽകാൻ കഴിഞ്ഞില്ല. ഓരോ വിശദീകരണവും ഓരോ ഖണ്ഡനവും കഴിഞ്ഞതോടെ അവരുടെ കഥ കൂടുതൽ കൂടുതൽ കുഴയുകയും ചെയുടെ കൊലയാളികൾ തൊലിയുരിച്ചു കാണിക്കപ്പെടുകയും ചെയ്തു.

ചെയുടെ കൊലപാതകത്തിന് പ്രധാന ഉത്തരവാദി—ബൊളീവിയക്കാർക്കിടയിൽ—പ്രസിഡന്റ് ബാരിയെന്റോസ് ആണെന്നാണ് പരക്കെ വിശ്വസിക്കപ്പെട്ടിരുന്നത്. തനിക്കെതിരായ ഈ ആരോപണങ്ങൾ നിഷേധിക്കേണ്ടത് ആവശ്യമാണെന്നു തോന്നിയ ബാരിയെന്റോസ് *വാഷിംഗ്ടൺ പോസ്റ്റി*ന്റെ ലേഖകനോട് പറഞ്ഞത് ചെയെ പിടികൂടിയ പട്ടാളക്കാർ ലാപാസിനോട് നിർദേശം ആവശ്യപ്പെട്ടിരുന്നില്ലെന്നും കൊന്നേക്കാനുള്ള യാതൊരു ഓർഡറും അവർക്ക് കൊടുത്തിരുന്നില്ലെന്നുമാണ്. പക്ഷേ, അങ്ങനെയൊരു ഓർഡറിന്റെ ആവശ്യമുണ്ടായിരുന്നില്ലെന്നതാണ് വാസ്തവം. കാരണം, തടവുകാരായി ആരേയും പിടിക്കേണ്ടതില്ലെന്ന് പട്ടാള യൂണിറ്റുകൾക്ക് നേരത്തെ നിർദേശം കൊടുത്തിരുന്നുവെന്ന് ബാരിയെന്റോസ് തന്നെ പറയുന്നുണ്ട്. കീഴടങ്ങുകയാണെന്നു പറഞ്ഞു വന്നിട്ട് അടുത്തെത്തുമ്പോൾ പട്ടാളത്തിന്റെ നേർക്ക് ഒളപ്പോരാളികൾ വെടിവച്ചതിന്റെ പല അനുഭവങ്ങളും ഉണ്ടായിരുന്നുവെന്നതാണ് ബാരിയെന്റോസ് ഇതിന് ന്യായമായി പറഞ്ഞത്. ഗുവേരയെന്ന ഒരു മിത്ത് നശിപ്പിക്കാൻ ചെയെ തടവുകാരനായി കിട്ടുന്നതായിരുന്നു തനിക്കിഷ്ടമെന്ന് ഈ പ്രസിഡന്റ് പറഞ്ഞു. രണ്ടുകോടി ഡോളറിന് ഫിദൽ കാസ്ട്രോയ്ക്ക് ചെയെ ജീവനോടെ തിരിച്ചേൽപിക്കുന്നതു സംബന്ധിച്ച ഒരു നിർദേശമുണ്ടായാൽ താനത് പരിഗണിക്കുമായിരുന്നുവെന്ന് കൂടി ഈ വിദ്വാൻ തട്ടിമുളിച്ചു.

ഭീരുത്വപൂർണവും ലജ്ജാകരവുമായ ഈ പ്രസ്താവം പച്ചക്കള്ളമായിരുന്നു.

ചെയുടെ കൊലപാതകം ലോകദൃഷ്ടിയിൽ നിന്ന് മറച്ചു വയ്ക്കുന്നത് കൂടുതൽ കൂടുതൽ പ്രയാസകരമായിരിക്കുമെന്ന് ബോധ്യമായതോടെ ബൊളീവിയൻ അധികൃതർ അദ്ദേഹത്തിന്റെ മൃതദേഹം ഒളിച്ചു മറവു ചെയ്തു കളഞ്ഞു.

ഒക്ടോബർ 10-ാം തീയതി വാല്ലെ ഗ്രാന്റിൽനിന്ന് ചെയുടെ മൃതദേഹം അവർ എവിടേക്കോ കടത്തിക്കളഞ്ഞു. തങ്ങൾക്കു മാത്രം അറിയാവുന്ന ഒരു സ്ഥാനത്ത് അതു മറവുചെയ്തിരിക്കുകയാണെന്ന് ബാരിയെന്റോസും ഒവാണ്ടൊയും പ്രസ്താവിച്ചു. ചെയുടെ മൃതദേഹം ദഹിപ്പിച്ചിട്ട് ചിതാഭസ്മമാണ് മറവുചെയ്തതെന്ന് മറ്റു ചിലരും പ്രസ്താവിച്ചു. സി ഐ എക്കാർ അത് പനാമയിലെ അമേരിക്കൻ മേഖലയിലേക്ക് കൊണ്ടുപോയെന്നുള്ള ഒരു കിംവദന്തിയും ഇക്കൂട്ടത്തിൽ പ്രചരിച്ചിരുന്നു.[1]

അതെന്തായാലും ഒരു കാര്യം സംശയാതീതമായി തെളിഞ്ഞു. ചെയുടെ കൊലയാളികൾ അദ്ദേഹത്തിന്റെ മൃതദേഹം മറവുചെയ്യുന്നതിനു മുമ്പായി അദ്ദേഹത്തിന്റെ മുഖത്തിന്റെ ഒരു പ്ലാസ്റ്റർമോഡൽ ഉണ്ടാക്കുകയും അദ്ദേഹത്തിന്റെ കൈപ്പത്തികൾ മുറിച്ചെടുത്ത് സ്പിരിറ്റിലിട്ട് സൂക്ഷിക്കുകയും ചെയ്തുവെന്നതാണ് ഈ സംഗതി. ചെയെത്തന്നെയാണ് തങ്ങൾക്ക് കൈയിൽ കിട്ടിയതെന്ന് ഉറപ്പുവരുത്താൻ അവർക്കിതാവശ്യമായിരുന്നു. കാരണം, ഇതു കൂടാതെ ചെയെപ്പോലൊരു ധീരസേനാനിയെ കൊല്ലാൻ തങ്ങൾക്ക് കഴിഞ്ഞെന്ന് ആളുകൾ വിശ്വസിച്ചേക്കുകയില്ലെന്ന് അവർ ഭയപ്പെട്ടിരിക്കണം.

പക്ഷേ, അവരുടെ ഭയം അസ്ഥാനത്തായിരുന്നു. ചെ അന്തരിച്ചെന്നതിൽ ആർക്കും സംശയമേതുമുണ്ടായിരുന്നില്ല. ബൊളീവിയയ്ക്ക് പുറത്ത് ഈ വസ്തുത അംഗീകരിച്ച ആദ്യത്തെ ആളുകളിൽ ഒരാൾ ഫിദൽ കാസ്ട്രോ തന്നെയായിരുന്നു.

ഒക്ടോബർ 10-മുതൽക്ക് ക്യൂബൻ പത്രങ്ങളിൽ ബൊളീവിയൻ സംഭവങ്ങളുടെ ദുരന്തഗതിയെപ്പറ്റിയുള്ള പലേ വിവരങ്ങളും പ്രസിദ്ധീകരിക്കപ്പെടാൻ തുടങ്ങി. ചെയുടെ മരണത്തിന്റെ വിശദാംശങ്ങളും അതു സംബന്ധിച്ച വ്യത്യസ്ത അഭിപ്രായങ്ങളും ഈ പത്രങ്ങളിൽ ചേർത്തിരുന്നു. പരുക്കൻ വസ്തുതകൾ മാത്രമാണ് ക്യൂബൻ പത്രങ്ങൾ കൊടുത്തിരുന്നതെങ്കിലും അതെല്ലാം വിരൽചൂണ്ടുന്നത് എന്തിലേക്കാണെന്ന് ക്യൂബൻ ജനതയ്ക്ക് മനസിലായി.

ഒക്ടോബർ 15-ാം തീയതി ചെയ്ത ഒരു റേഡിയൊ-ടെലിവിഷൻ പ്രസംഗത്തിൽ ഫിദൽ കാസ്ട്രോ ചെയുടെ മരണവാർത്ത പരസ്യമായിത്തന്നെ സ്ഥിരീകരിച്ചു. ചെയുടെ അന്ത്യനിമിഷങ്ങളുടെ വിശദാംശങ്ങൾ വെളിപ്പെടുത്തിക്കൊണ്ട് ക്യൂബൻ വിപ്ലവത്തിന്റെ ഈ അനിഷേധ്യ നേതാവ് തങ്ങളുടെ കുറ്റകൃത്യത്തിന്റെ തെളിവുകൾ തേച്ചുമാച്ചുകളയാൻ തിരക്കിട്ടു ശ്രമിച്ചുകൊണ്ടിരുന്ന കൊലയാളികളെ ശക്തിയായി അപലപിച്ചു. തന്റെ പ്രസംഗത്തിന്റെ അവസാനത്തിൽ അദ്ദേഹം ചെ ക്യൂബൻ ജനതയ്ക്കുവേണ്ടിയും സാമ്രാജ്യത്വ നുകത്തിൽനിന്നുള്ള മോചനത്തിനായി ലാറ്റിൻ അമേരിക്കൻ ജനത നടത്തുന്ന പോരാട്ടത്തിൽ അവർക്കാകെയും നൽകിയ വിലപിടിച്ച സേവനങ്ങളെ അനുസ്മരിച്ചുകൊണ്ടു ക്യൂബൻ മന്ത്രിസഭ അംഗീകരിച്ച ഒരു പ്രമേയം ശ്രോതാക്കളെ വായിച്ചു കേൾപ്പിച്ചു. ക്യൂബയിലെങ്ങും മുപ്പതു ദിവസത്തെ ദുഃഖാചരണം നടത്തുന്നതായിരിക്കുമെന്നും അദ്ദേഹം അറിയിച്ചു. ഒക്ടോബർ 8 'ധീരനായ ഒളിപ്പോരാളിയുടെ ദിന'മായി പ്രഖ്യാപിക്കപ്പെടുകയും ചെയ്തു. ദുഃഖാചരണത്തിന്റേയും ചെയുടെ സ്മരണ നിലനിർത്തുന്നതിനുള്ള നടപടികളുടേയും ചുമതല ഏറ്റെടുക്കുന്നതിനായി ജുവാൻ അൽമേഡയുടെ അധ്യക്ഷതയിലുള്ള ഒരു കമ്മീഷൻ രൂപീകരിക്കപ്പെടുകയും ചെയ്തു.

ഒകോട്ബർ 18-ാം തീയതി വൈകുന്നേരം പതിനായിരക്കണക്കി

ലുള്ള ഒരു വമ്പിച്ച ജനാവലി ചെ പതിവായി പ്രസംഗിക്കാറുണ്ടായിരുന്ന റെവല്യൂഷൻ സ്ക്വയറിൽ തടിച്ചുകൂടി. ലാറ്റിൻ അമേരിക്കൻ ജനതയുടെ സ്വാതന്ത്ര്യസമരത്തിനായി ജീവാർപ്പണം ചെയ്ത ആ മഹാന്റെ ധീരമായ പോരാട്ടത്തേയും ദുരന്തമരണത്തേയും പറ്റി ഫിദൽ ചെയ്ത പ്രസംഗം അവർ ശോകമൂകരായി കേട്ടു നിന്നു.

ചെ ചരമമടഞ്ഞെന്ന ദുഃഖവാർത്ത ലോകത്തിന്റെ പല ഭാഗങ്ങളിലുമുള്ള ആളുകളെ ഞെട്ടിച്ചു. കമ്യൂണിസ്റ്റ് പാർട്ടികളുടേയും മറ്റു പുരോഗമന സംഘടനകളുടേയും വ്യക്തികളുടേയും എല്ലാം അനുശോചന സന്ദേശങ്ങൾ ഹവാനയിലേക്ക് അനന്തമായി പ്രവഹിക്കാൻ തുടങ്ങി.

1967 ഒക്ടോബർ 17–ാം തീയതി സോവിയറ്റ് യൂണിയനിലെ കമ്യൂണിസ്റ്റ് പാർട്ടി കേന്ദ്രക്കമ്മിറ്റി ക്യൂബയിലെ കമ്യൂണിസ്റ്റ് പാർട്ടി കേന്ദ്രക്കമ്മിറ്റിക്ക് അയച്ച കമ്പിസന്ദേശം ഇക്കൂട്ടത്തിൽ എടുത്തുപറയത്തക്കതാണ്. അതിൽ പറയുന്നത് ഇപ്രകാരമാണ്.

"സഖാവ് ഏണസ്റ്റോ ചെ ഗുവേരയുടെ വീരചരമത്തെപ്പറ്റിയുള്ള വാർത്ത സോവിയറ്റ് യൂണിയനിലെ കമ്യൂണിസ്റ്റുകാരെ ഒന്നടങ്കം ദുഃഖാർത്തരാക്കിയിരിക്കുന്നു.

മർദനത്തിൽനിന്നും ചൂഷണത്തിൽനിന്നും ജനങ്ങളെ മുക്തരാക്കുകയെന്ന മഹനീയ ലക്ഷ്യത്തിനുവേണ്ടിയാണ് സഖാവ് ചെ ഗുവേര തന്റെ ജീവൻ വെടിഞ്ഞത്. നിർഭയനായൊരു വിപ്ലവകാരിയും അന്യാദൃശമായ ധാർമിക ഗുണങ്ങളും അളവറ്റ ആത്മാർപ്പണബോധവുമുള്ള ഒരാളുമെന്ന നിലയ്ക്ക് അദ്ദേഹം എന്നെന്നും ഞങ്ങളുടെ സ്മൃതിപഥത്തിലുണ്ടായിരിക്കും."

ഒക്ടോബർ 18–ലെ *പ്രാവ്ദ*യിൽ സി പി എസ് യു കേന്ദ്രക്കമ്മിറ്റി ജനറൽ സെക്രട്ടറി എൽ ഐ ബ്രെഷ്നേവും പോളിറ്റ് ബ്യൂറോയിലെ മറ്റംഗങ്ങളും ഒപ്പുവച്ച ഒരു ചമരസന്ദേശത്തോടൊപ്പം ഈ കമ്പിസന്ദേശവും പ്രസിദ്ധീകരിച്ചിരുന്നു.

ലാറ്റിൻ അമേരിക്കയിൽ ചെയുടെ മരണവാർത്ത യു എസ് സാമ്രാജ്യത്വത്തിനും അവരുടെ ബൊളീവിയൻ ചെരിപ്പുനക്കികൾക്കും എതിരായ വമ്പിച്ച രോഷാഗ്നി ആളിക്കത്തിച്ചു. ചെയുടെ സമരത്തോടുള്ള അഗാധമായ സാഹനുഭൂതിയും അവിടെങ്ങും ദൃശ്യമായി. വൈകാരിക തീവ്രതയുടെ കാര്യത്തിൽ അതിനു സമമായി മറ്റെന്തെങ്കിലും ഉണ്ടായിട്ടുണ്ടെങ്കിൽ അത് 1959–ൽ ക്യൂബൻ വിപ്ലവം വിജയിച്ചപ്പോഴുണ്ടായ ആ അനുഭവക്കൊടുങ്കാറ്റ് മാത്രമായിരുന്നു.

ചെയുടെ മരണം ലാറ്റിൻ അമേരിക്കയിൽ സാമ്രാജ്യത്വത്തിന് പതിനായിരക്കണക്കിനു പുതിയ ശത്രുക്കളെ സൃഷ്ടിക്കുകയും അവിടങ്ങളിലെ വർഗവൈരുധ്യങ്ങൾക്ക് മൂർച്ചകൂട്ടുകയും ചെയ്തു. ചെയുടെ മരണം ഒന്നിനും പരിഹാരമായിട്ടില്ലെന്നും, ഈ ഭൂഖണ്ഡത്തിലെ ജനങ്ങൾ ദാരിദ്ര്യപീഡിതരായിരിക്കുന്നേടത്തോളം കാലം സാമൂഹ്യമായ പുതിയ കോളി

ളക്കങ്ങൾ അനിവാര്യമാണെന്നും, ഏണസ്റ്റോ ചെ ഗുവേര നയിച്ചിരുന്നതിലും കരുത്തേറിയ പുതിയ വിപ്ലവപ്രസ്ഥാനങ്ങൾ ഉടലെടുക്കാതിരക്കുകയില്ലെന്നും യു എസ് എ യിലും ലാറ്റിൻ അമേരിക്കയിലുള്ള പല ബൂർഷ്വാ പത്രങ്ങൾപോലും എഴുതുകയുണ്ടായി.

ചെയുടെ ബൊളീവിയൻ പ്രവർത്തനകാലത്തെ സംബന്ധിച്ച ചില വിശദാംശങ്ങൾ, പ്രത്യേകിച്ചും അദ്ദേഹത്തിന്റെ മരണസാഹചര്യങ്ങളെക്കുറിച്ചുള്ള ചില വിവരങ്ങൾ, ഇവിടെ ഇനിയും വ്യക്തമാക്കേണ്ടതായുണ്ട്.

കാമിറിയിൽ ദേബ്രെ, ബുസ്റ്റോസ് തുടങ്ങിയ ഒളിപ്പോരുകാരുടെ വിചാരണ നടന്നുകൊണ്ടിരിക്കുമ്പോഴാണ് ചെ കൊലചെയ്യപ്പെട്ടത്. അദ്ദേഹം മരിച്ചുകഴിഞ്ഞ സ്ഥിതിക്ക് ഈ പ്രഹസനം ഇനിയും നീട്ടുക്കൊണ്ടുപോകുന്നതിൽ ബൊളീവിയൻ അധികൃതർക്ക് വലിയ താൽപര്യമൊന്നും ഉണ്ടായിരുന്നില്ല. അതിനാൽ നവംബർ 17-ാം തീയതി സൈനിക കോടതി ദേബ്രെയേക്കും ബുസ്റ്റോസിനും മുപ്പതുകൊല്ലത്തെ തടവുശിക്ഷ വിധിച്ചു. പ്രകോപനകാരികളേയും 'തടവുശക്ഷ'യ്ക്കു വിധിച്ചെങ്കിലും ഉടനടി തന്നെ അവരെ വിടുതൽ ചെയ്യുന്നതിന് ഇതൊരു തടസമായില്ല.

1971 ജനുവരി വരെ ദേബ്രെയും ബുസ്റ്റോസും കാമിറിയിൽ തടവുകാരായി കഴിഞ്ഞു അതിനുശേഷം അവർക്ക് മാപ്പു നൽകി. ചിലിയിലേക്കയച്ചു. ഒരു മാസം കഴിഞ്ഞു ദേബ്രെ ക്യൂബയിലെത്തി. ബൊളീവിയയിൽ തനിക്കനുഭവിക്കേണ്ടിവന്ന യാതനകളെപ്പറ്റി ദേബ്രെ പത്രക്കാരോട് സംസാരിക്കുമെന്ന് ക്യൂബൻ പത്രങ്ങളിൽ വാർത്ത വന്നിരുന്നെങ്കിലും അങ്ങനെയൊരു പത്രസമ്മേളനം നടന്നതായി കേട്ടിട്ടില്ല. താമസിയാതെ തന്നെ ദേബ്രെ ക്യൂബയിൽ നിന്ന് യൂറോപ്പിലെത്തുകയും പരേതനായ ചിലിയൻ പ്രസിഡന്റ് സാൽവഡോർ അലൻഡേയുമായുള്ള സംഭാഷണങ്ങളെക്കുറിച്ച് ഒരു പുസ്തകം പ്രസിദ്ധീകരിക്കുകയും ചെയ്തു.

1968 ജൂലൈ മാസത്തിൽ ബൊളീവിയയിൽനിന്നുള്ള ഏതോ അഭ്യുദയകാംക്ഷി ഏണസ്റ്റോ ചെ ഗുവേരയുടെ ഡയറിയുടെ ഒരു ഫോട്ടോകോപ്പി ഹവാനയിൽ എത്തിച്ചിട്ടുണ്ടെന്നുള്ള ഫിദൽ കാസ്ട്രോയുടെ അറിയിപ്പ് ഉദ്വേഗജനകമായ ഒരു വാർത്തയായി ലോകമെങ്ങും പ്രചരിച്ചു. ഈ ഡയറി ശരിക്കുള്ളതാണെന്ന് ഉറപ്പുവരുത്തിയതിനു ശേഷം ക്യൂബയിൽനിന്ന് സൗജന്യമായി വിതരണം ചെയ്യുന്നതിന് അതിന്റെ വലിയൊരു പതിപ്പ് അച്ചടിച്ചിറക്കാൻ ഉദ്ദേശമുണ്ടെന്നും കാസ്ട്രോ അക്കൂട്ടത്തിൽ പറഞ്ഞു. പ്രസ്തുത ഡയറിയുടെ പുനഃപ്രസിദ്ധീകരണം നടത്താൻ ആഗ്രഹിക്കുന്ന വിദേശ പ്രസാധകർക്ക് അതിന്റെ പ്രതികൾ സൗജന്യമായി വിതരണം ചെയ്യാനും ക്യൂബൻ നേതൃത്വം തീരുമാനിച്ചു.

ലാപാസിൽ പ്രസിഡന്റ് ബാരിയെന്റോസ് ഫിദലിന്റെ പ്രസ്താവനയെ നിഷേധിക്കാൻ ഒരു ശ്രമം നടത്തി. ചെയുടെ ഡയറിയുടെ എല്ലാ ഫോട്ടോകോപ്പികളും താൻതന്നെ ഭദ്രമായി സൂക്ഷിച്ചിരിക്കുകയാണെന്നും ഫിദൽ കാസ്ട്രോ പറയുന്നത് വ്യാജനിർമിതമായ ഏതെങ്കിലും

ഡയറിയെപ്പറ്റിയോ ബൊളീവിയൻ ഗവൺമെന്റ് തന്നെ പ്രസിദ്ധീകരിച്ച അതിൽനിന്നുള്ള ഭാഗങ്ങളുടെ ഒരു സമാഹാരത്തപ്പറ്റിയോ ആയിരിക്കുമെന്നും ബാരിയെന്റോസ് പ്രഖ്യാപിച്ചു.

1968 ജൂലൈ 3-ാം തീയതി ഹവാനാ ടെലിവിഷന്റെ ഒരു പരിപാടിയിൽ പങ്കെടുത്തുകൊണ്ട് ചെയുടെ ഡയറിയുടേയും ചെയുടെ പക്കൽനിന്ന് ബൊളീവിയൻ അധികൃതർ പിടിച്ചെടുത്ത മറ്റു രേഖകളുടേയും ഫോട്ടോകോപ്പികൾ ഫിദൽ ബഹുജനസമക്ഷം സമർപ്പിച്ചു. ഈ ഡയറി വിദേശ പ്രസാധനശാലകക്കാർക്ക് പത്തുലക്ഷം ഡോളറിന് വിൽക്കാൻ ബൊളീവിയൻ അധികൃതർ എട്ടുമാസമായി നടത്തിവന്നിരുന്ന ലജ്ജാകരമായ ഉപജാപങ്ങളെ അദ്ദേഹം അപലപിക്കുകയും ചെയ്തു.

ബൊളീവിയയുടെ പ്രസിഡന്റിന്റെയും വാഷിംഗ്ടണിലെ സി ഐ എ യുടേയും സേഫുകളിൽ അതുവരെ ഭദ്രമായി പൂട്ടിസൂക്ഷിച്ചു വച്ചിരുന്ന ചെയുടെ ഡയറിയും അദ്ദേഹത്തിന്റെ ഭാണ്ഡത്തിൽ നിന്നെടുത്ത മറ്റു രേഖകളും ഹവാനയിൽ കിട്ടിക്കഴിഞ്ഞിരുന്നുവെന്നത് നിസ്തർക്കമായിരുന്നു. ലാപാസിൽ നിന്നോ വാഷിങ്ടണിൽ നിന്നോ ആയിരിക്കില്ല. പിന്നെയോ ഹവാനയിൽ നിന്നായിരിക്കും അത് ഇനി പ്രസിദ്ധീകരിക്കപ്പെടാൻ പോകുന്നതെന്ന സംഗതിയും അത്രതന്നെ തീർച്ചയായിരുന്നു.

ചെയുടെ രേഖകളുടെ പ്രമാണികമായ ഫോട്ടോകോപ്പികൾ തന്നെയാണ് ഹവാനയിൽ കിട്ടിയിട്ടുള്ളതെന്നു സമ്മതിക്കാൻ കുറച്ചു ദിവസം കഴിഞ്ഞപ്പോൾ ബാരിയെന്റോസ് നിർബന്ധിതനാവുകയും ചെയ്തു. അങ്ങനെയാണെങ്കിൽ ആരാണതെല്ലാം ഹവാനയിൽ എത്തിച്ചുകൊടുത്തത്. വളരെ ഉന്നതസ്ഥാനത്തുള്ള ആർക്കെങ്കിലും മാത്രമേ അത് ചെയ്യാൻ കഴിയുമായിരുന്നുള്ളു. പക്ഷേ, ആരായിരിക്കാം അത്.

ഈ കടങ്കഥയ്ക്കുള്ള ഉത്തരം കണ്ടുപിടിക്കാൻ അധികകാലം കാത്തിരിക്കേണ്ടിവന്നില്ല. ആ ജൂലൈ 19-ാം തീയതി തന്നെ ബൊളീവിയയുടെ ആഭ്യന്തരവകുപ്പ് മന്ത്രിയും ബാരിയെന്റോസിന്റെ വിശ്വസ്തസേവകരിൽ ഒരാളുമായിരുന്നു അന്റോണിയോ അർഗ്വേഡാസ് ചിലിയിലേക്ക് ഓടിരക്ഷപ്പെട്ടു. വളരെ വർഷങ്ങളായി താൻ സി ഐ എയുടെ ഒരു ഏജന്റായിരുന്നെന്നും "മനുഷ്യരാശിക്കെതിരായി ഗൂഢാലോചനകൾ തട്ടിക്കൂട്ടുന്ന ഈ ദ്രോഹികളുമായുള്ള" ബന്ധം വിച്ഛേദിച്ചിട്ട് ചെയുടെ രേഖകൾ ഹവാനയിൽ എത്തിച്ചത് താനായിരുന്നെന്നും അർഗ്വേഡാസ് ചിലിയൻ പത്രപ്രതിനിധികളോട് പറഞ്ഞു.

തദനന്തര സംഭവങ്ങൾ ഏതൊരു അപസർപ്പക കഥയേയും അതിശയിക്കുന്ന തരത്തിലുള്ളതായിരുന്നു. അർഗ്വേഡാസ് ചിലിയിൽ നിന്ന് ലണ്ടനിലേക്കും, അവിടെ നിന്ന് ന്യൂയോർക്ക്, ലീമ എന്നിവിടങ്ങളിലേക്കും സഞ്ചരിച്ചു. വഴിനീളെ ആ മനുഷ്യൻ പരസ്പര വിരുദ്ധങ്ങളായ പല പ്രസ്താവനകളും നടത്തി. ലീമയിൽ എത്തിയപ്പോൾ അർഗ്വേഡാസ് വളരെ അപ്രതീക്ഷിതമായ ഒരു പ്രസ്താവന ചെയ്തു. താൻ ലാപാസി

ലേക്ക് മടങ്ങിപ്പോവുകയാണെന്നും അവിടെച്ചെന്ന് കോടതിയിൽ തന്റെ നടപടികൾ സാധൂകരിക്കാൻ തയാറാണെന്നുമായിരുന്നു ആ പ്രസ്താവനയുടെ സാരം.

അർഗേഡാസ് ലാപാസിലേക്ക് മടങ്ങുകയും അവിടെവച്ച് അറസ്റ്റ് ചെയ്യപ്പെടുകയും ചെയ്തു. വളരെ ഉയർന്ന ഒരു പട്ടാളക്കോടതി അദ്ദേഹത്തെ രഹസ്യമായി വിചാരണ ചെയ്തു. ഈ വിചാരണയെപ്പറ്റി കുറച്ചുകാലത്തേക്ക് ആർക്കും ഒന്നും നിശ്ചയമുണ്ടായിരുന്നില്ല. കോടതി യാതൊരു വിധിയും പ്രഖ്യാപിച്ചില്ലെന്നും അർഗേഡാസിനെ മോചിപ്പിച്ചെന്നും മാത്രമാണ് അന്ന് അറിവായത്.

ഒരു കൊല്ലത്തിനുശേഷം അജ്ഞാതരായ അക്രമികൾ പട്ടാപ്പകൽ സമയത്ത് ലാപാസിൽ വച്ച് ഓടിപ്പോകുന്ന ഒരു കാറിലിരുന്നുകൊണ്ട് അർഗേഡാസിനെ വെടിവച്ചിടാൻ നോക്കി. പരുക്കേറ്റ അദ്ദേഹത്തെ ആരോ ആശുപത്രിയിലെത്തിച്ചു. ആശുപത്രി വിട്ട അദ്ദേഹം നേരെ മെക്സിക്കൻ എംബസിയിൽ ചെന്ന് അഭയം തേടി.

1969 സെപ്തംബറിൽ അധികൃതർ അദ്ദേഹത്തെ ബൊളീവിയ വിട്ടുപോകാൻ അനുവദിക്കുകയും അദ്ദേഹം കുടുബസമേതം മെക്സിക്കോയിലേക്ക് പോവുകയും ചെയ്തു. കുറച്ചുകാലം ക്ഴിഞ്ഞപ്പോൾ അദ്ദേഹം ഹവാനയിൽ സ്ഥിരതാമസമാക്കി.

ഈ സംഭവങ്ങൾ കഴിഞ്ഞ് അധികമാകുന്നതിനു മുൻപ് അർഗേഡാസിന്റെ രഹസ്യവിചാരണയുടെ നടപടി റിപ്പോർട്ടിന്റെ 250 ഫോട്ടോ കോപ്പികൾ ബൊളീവിയയ്ക്ക് പുറത്ത് എത്തുകയും, അതിൽനിന്നുള്ള പല ഭാഗങ്ങളും ലാറ്റിൻ അമേരിക്കയിലും യൂറോപ്പിലുമുള്ള പത്രങ്ങളിൽ വരാൻ തുടങ്ങുകയും ചെയ്തു. അതിനുശേഷം *സി ഐ എ ബൊളീവിയയിൽ* എന്ന പേരിൽ ഈ വിചാരണ ആകെത്തന്നെ പുസ്തക രൂപത്തിൽ പ്രസിദ്ധീകരിക്കപ്പെട്ടു. ഗ്രിഗോറിയൊ സെൽസർ എന്ന അർജന്റീനക്കാരൻ ലേഖകനായിരുന്നു ഇതിന്റെ ഗ്രന്ഥകർത്താവ്. ഇതിൽ നിന്നുള്ള ചില ഭാഗങ്ങൾ നാം നേരത്തെ പരാമർശിച്ചു കഴിഞ്ഞിട്ടുള്ളതാണ്. അർഗേഡാസ് നൽകിയ കോടതിമൊഴിയിൽ അദ്ദേഹം സി ഐ എ യും അവരുടെ ബൊളീവിയൻ ഏജന്റുമാരും നടത്തുന്ന വിധ്വംസകപ്രവർത്തനങ്ങളെ തൊലിയുരിച്ചുകാട്ടി. തന്റെ പ്രവൃത്തികളെ ന്യായീകരിച്ചുകൊണ്ട് അർഗേഡാസ് കോടതിയിൽ പറഞ്ഞതിപ്രകാരമാണ്:

"എന്റെ രാജ്യത്തിന് അതിന്റെ രാഷ്ട്രീയ പരമാധികാരം നഷ്ടപ്പെട്ടിരിക്കുകയാണെന്നും ബൊളീവിയയിലുള്ള വടക്കേ അമേരിക്കൻ ഏജൻസികൾ സർവശക്തമാണെന്നും ആഭ്യന്തരകാര്യമന്ത്രി ആയിരിക്കുമ്പോൾ ബോധ്യമായതുകൊണ്ടാണ് ഞാൻ നാടുവിട്ടുപോയത്. യു എസ് ഗവൺമെന്റിന്റെ ദുഷ്ചെയ്തികൾക്ക് ഇരയായിത്തീർന്ന ഒരാളാണ് ഞാൻ."

ചെയുടെ ഡയറി ഹവനായിൽ എത്തിച്ചുകൊടുത്തത് താനാണെന്നും, യാതൊരു പ്രതിഫലവും ഇച്ഛിക്കാതെ ദേശസ്നേഹം ഒന്നുകൊണ്ടു

മാത്രമാണ് താനതു ചെയ്തതെന്നും അർഗേഡാസ് കോടതിയിൽ കുറ്റ സമ്മതം നടത്തി. മേജർ ഏണസ്റ്റോ ഗുവേരയുടെ ഡയറിയിൽ പലതും കൂട്ടിച്ചേർത്ത് അതിന്റെ സ്വന്തമായൊരു പതിപ്പ് പ്രസിദ്ധീകരിക്കാൻ കഴി യുമാറ് അതിൽ വലിയ താൽപ്പര്യം സൃഷ്ടിക്കാൻ യു എസ് ഗവൺ മെന്റിന് ഉദ്ദേശമുണ്ടെന്ന് വടക്കേ അമേരിക്കൻ ഉദ്യോഗസ്ഥന്മാരുമായുള്ള സംഭാഷണങ്ങളിൽ നിന്ന് എനിക്ക് മനസിലായി. അർഗേഡാസ് കോട തിയിൽ മൊഴി നൽകി: "ക്യൂബയ്ക്കെതിരായി ബഹുമുഖമായ ഒരു ആക്ര മണം സംഘടിപ്പിക്കുകയും രാജ്യത്തിനുള്ളിൽ വൻതോതിലുള്ള മർദനം അഴിച്ചുവിടുകയും ചെയ്യുകയെന്നതായിരുന്നു ഇതിന്റെ ലക്ഷ്യം. ഈ ഡയറി സാരമായ ഭേദഗതികളോടെ വളച്ചൊടിച്ച് പ്രസിദ്ധീകരിക്കുകയെ ന്നതായിരുന്നു പരിപാടി. പ്രകോപനമായിരുന്നു ഇതിന്റെ ഉദ്ദേശ്യം."

അർഗേഡാസ് വിചാരണയുടെ രേഖകൾ ബൊളീവിയൻ നാടക ത്തിലെ ആ അസാധാരണ കഥാപാത്രത്തിന്റെ രാഷ്ട്രീയ ഛായയെപ്പറ്റി വളരെ വിലപ്പെട്ട പല വിവരങ്ങളും നമുക്ക് നൽകുന്നുണ്ട്.

"നിങ്ങൾ കമ്യൂണിസ്റ്റുകാരനാണോ?" കോടതിയുടെ അധ്യക്ഷൻ ചോദിച്ചു.

"ഞാനൊരു മാർക്സിസ്റ്റ് മനുഷ്യസ്നേഹിയാണ്." പ്രതി യാതൊരു കൂസലും കൂടാതെ മറുപടി നൽകി.

"ഗുവേരയെപറ്റി നിങ്ങളുടെ അഭിപ്രായമെന്താണ്"

"അമേരിക്കയ്ക്കാകെ മാതൃകയായ ഒരു വീരപുരുഷനാണദ്ദേഹം."

"ഏണസ്റ്റോ ചെ ഗുവേരയുമായും പെരേഡൊ സഹോദരന്മാരുമായും നിങ്ങൾക്ക് പരിചയമുണ്ടായിരുന്നോ. ഉണ്ടായിരുന്നെങ്കിൽ അവരുമായുള്ള നിങ്ങളുടെ ബന്ധം എന്തായിരുന്നു?"

"മേജർ ഏണസ്റ്റോ ചെ ഗുവേരയെ നേരിട്ട് കാണാൻ എനിക്ക് സൗഭാഗ്യമുണ്ടായിട്ടില്ല. മേജർ ഇൻടി പെരേഡൊയുമായി എനിക്ക് ചെറി യൊരു പരിചമുണ്ടായിരുന്നു. മേജർ റോബർട്ടൊ പെരേഡൊയെപ്പറ്റി (കൊക്കൊയെപ്പറ്റി) പറഞ്ഞാൽ ഞങ്ങൾ തമ്മിൽ രാഷ്ട്രീയമായ കെട്ടു പാടുകളൊന്നും ഉണ്ടായിരുന്നില്ലെങ്കിലും ഞാൻ അദ്ദേഹത്തെ വളരെ യേറെ ബഹുമാനിച്ചിരുന്നു."

ചെയുടെ ഡയറി അതിന്റെ ശരിയായ രൂപത്തിൽ ഹവാനയിൽ നിന്ന് പ്രസിദ്ധീകരിക്കപ്പെട്ടതോടെ പ്രകോപനം സൃഷ്ടിക്കാനുള്ള സി ഐ എ യുടെ പദ്ധതികളാകെ പൊളിഞ്ഞു.

ഹവാനയിൽ എത്തുന്നതുവരെ നൂൽപ്പാലത്തേൽകൂടിയെന്നോണം നടന്നുകൊണ്ട് ഈ സംഭവങ്ങളിലെല്ലാം വളരെയേറെ ധൈര്യം പ്രദർശി പ്പിച്ച അർഗേഡാസ് ചെയുടെ ഭാണ്ഡക്കെട്ടിലുണ്ടായിരുന്ന രേഖകൾ മാത്ര മല്ല ഹവാനയിൽ എത്തിച്ചുകൊടുത്തത്. 1970-ൽ ജൂലൈ 26 പ്രസ്ഥാന ത്തിന്റെ വാർഷികാഘോഷത്തോടനുബന്ധിച്ച് നടന്ന ഒരു പൊതുയോ ഗത്തിൽ ഫിദൽ കാസ്ട്രൊ ഇക്കാര്യം പരസ്യമാക്കി.

"ഇവിടെ ഒരു കാര്യം കൂടി ചൂണ്ടിക്കാട്ടാൻ ഞാൻ ആഗ്രഹിക്കുന്നു." ഫിദൽ അന്നു പറയുകയുണ്ടായി.

"ഡയറിയുടെ കഥയെല്ലാം കഴിഞ്ഞിട്ടും ഡോ. അർഗ്വേഡാസ് സമരം തുടരുകയും ചെയെ കൊലചെയ്ത ദിവസം നിർമിക്കപ്പെട്ട അദ്ദേഹത്തിന്റെ മുഖത്തിന്റെ പ്ലാസ്റ്റർ മോഡൽ ക്യൂബയ്ക്കായി നേടിയെടുക്കാൻ ശ്രമിക്കുകയും ചെയ്തു. കൂടാതെ, ചെ ഗുവേരയുടെ കൈകളും സൂക്ഷിച്ചുവച്ചിട്ട് അദ്ദേഹം അവ നമ്മുടെ നാട്ടിലേക്ക് എത്തിച്ചുതന്നു.

ക്യൂബൻ സ്പെഷ്യലിസ്റ്റുകളുടെ പ്രയത്നഫലമായി ചെയുടെ കൈകൾ ഭദ്രമായി സൂക്ഷിച്ചുവയ്ക്കാൻ നമുക്ക് സാധിച്ചിട്ടുണ്ട്.

നമ്മുടെ നാടിന്റെ പാരമ്പര്യമെന്തെന്നത് എല്ലാവർക്കും നന്നായി അറിയാവുന്ന ഒരു സംഗതിയാണ്. നാം നമ്മുടെ സന്താനങ്ങളെ അടക്കം ചെയ്യുകയാണ് പതിവ്. ഓരോ രാഷ്ട്രത്തിനും അതിന്റേതായ പാരമ്പര്യമുണ്ട്. മാസ്യോയേയും മാർട്ടിയേയും നാം അടക്കം ചെയ്യുകയാണുണ്ടായത്. ഭാവിയിലും നാം ഈ പാരമ്പര്യമായിരിക്കും തുടരുന്നത്. പക്ഷേ, ചെയുടെ കൈകൾ എന്തു ചെയ്യണമെന്നത് നമ്മുടെ മുന്നിൽ വലിയൊരു പ്രശ്നമായിരുന്നു.

ഇത് അദ്ദേഹത്തിന്റെ മജ്ജയും മാംസവുമാണ്. അദ്ദേഹത്തിന്റേതായി നമുക്ക് കിട്ടിയിട്ടുള്ളത് ഇത് മാത്രവുമാണ്. അദ്ദേഹത്തിന്റെ ഭൗതികാവശിഷ്ടങ്ങൾ എന്നെങ്കിലും കണ്ടെത്താൻ കഴിയുമോയെന്ന് നമുക്കറിയാൻ പോലും വയ്യ. എന്നാൽ, അദ്ദേഹത്തിന്റെ കൈകൾ രണ്ടും നമ്മുടെ പക്കലുണ്ട്. ഏതാണ്ട് ഭദ്രമായി അവ സക്ഷിക്കാൻ നമുക്ക് സാധിച്ചിട്ടുമുണ്ട്."

അതിനാൽ ഈ പ്രശ്നം നാം ജനങ്ങളുടെ മുന്നിൽ അവതരിപ്പിക്കുകയാണ്. എന്താണ് നിങ്ങളുടെ അഭിപ്രായം? ('സൂക്ഷിച്ചുവയ്ക്കുക!' എന്ന് ജനങ്ങൾ ആർത്തു വിളിക്കുന്നു).

സൂക്ഷിച്ചു വയ്ക്കണമെന്നോ. ശരി എന്നാൽ ഒരു നിർദേശം കൂടി ജനങ്ങളുടെ തീരുമാനത്തിനു വിടാൻ ഞാൻ ആഗ്രഹിക്കുന്നു. അദ്ദേഹത്തിന്റെ മുഖത്തിന്റെ പ്ലാസ്റ്റർ മോഡലിന്റെ ഒരു പ്രതി നാം നിർമിച്ചിട്ടുണ്ട്. ഇനിയും അതിന്റെ എത്ര പ്രതികൾ കൂടി വേണമെങ്കിലും ഉണ്ടാക്കുകയും ചെയ്യാം. അതേസമയം മൂലരൂപത്തിലുള്ളത് സൂക്ഷിച്ചുവയ്ക്കുകയും ചെയ്യാം. ചെയുടെ കൈകളും ഒരു സ്ഫടികഭരണിയിലാക്കി നമുക്കിവിടെ സൂക്ഷിക്കാം. എന്നിട്ട് ആ ഭരണി മാർട്ടിയുടെ പ്രതിമയ്ക്കടുത്തായോ, അദ്ദേഹത്തിന്റെ ചരമവാർഷികത്തിന്റന്ന് ഏതെങ്കിലും ഹാളിലോ വയ്ക്കാം. ഈ കൈകളിൽ ആയുധമേന്തിയാണ് അദ്ദേഹം വിമോചനപ്പോരാട്ടം നടത്തിയത്. ഈ കൈകൾ കൊണ്ടാണ് അദ്ദേഹം തന്റെ ഉൽകൃഷ്ട വിചാരവികാരങ്ങൾ നമ്മെ എഴുതി അറിയിച്ചത്. ഈ കൈകൾ കൊണ്ടാണ് അദ്ദേഹം കരിമ്പിൻതോട്ടങ്ങളിലും തുറമുഖങ്ങളിലും നിർമാണസ്ഥലങ്ങളിലുമെല്ലാം പണിയെടുത്തത്. ആ സ്ഥിതിക്ക് നിങ്ങൾ സമ്മതിക്കുക്കയാണെങ്കിൽ നമുക്ക് എന്തെങ്കിലും ഒരു മ്യൂസിയം, ഒരുതരം താൽക്കാലിക മ്യൂസിയം ഇവിടെ സ്ഥാപിക്കാം.

ചെ നമ്മുടെ നാടിനു മാത്രം അവകാശപ്പെട്ട ആളല്ല. അമേരിക്കയ്ക്കാകെ അവകാശപ്പെട്ട ആളാണദ്ദേഹം. ഒരു നല്ല ദിവസം ഈ കൈകൾ അമേരിക്കൻ ജനതകൾ ആഗ്രഹിക്കുന്ന സ്ഥലത്ത് സ്ഥാപിക്കപ്പെടുന്നതായിരിക്കും. അതുവരെ നമ്മുടെ ജനത അവ ഭദ്രമായി കാത്തുസൂക്ഷിക്കുന്നതാണ്...

എന്തായാലും, ഡോ അർഗ്വേഡാസ് ചെയ്തു തന്നിട്ടുള്ള സേവനങ്ങൾക്ക് നാം അദ്ദേഹത്തോട് എന്നെന്നും കടപ്പെട്ടിരിക്കും.

അവർ ചെയെ കൊല ചെയ്തു, പക്ഷേ, അദ്ദേഹത്തിന്റെ ഡയറി ക്യൂബയിൽ എത്തുന്നത് തടയാൻ അവർക്ക് കഴിഞ്ഞില്ല. അവർ അദ്ദേഹത്തിന്റെ മൃതദേഹം ഒളപ്പിച്ചുവയ്ക്കാൻ നോക്കി. പക്ഷേ, അദ്ദേഹത്തിന്റെ കൈകൾ ക്യൂബയിൽ എത്തുന്നത് തടയാൻ അവർക്ക് സാധിച്ചില്ല. അദ്ദേഹത്തിന്റെ മുഖത്തിന്റെ പ്ലാസ്റ്റർ മോഡലുണ്ടാക്കാൻ അവർ തീരുമാനിച്ചതെന്തിനാണെന്ന് നമുക്കറിയില്ല. എന്നാൽ അത് ക്യൂബൻ ജനതയുടെ കൈയിൽ പെടുന്നത് തടയാൻ ആർക്കും കഴിഞ്ഞില്ല.

ചെ നിലകൊണ്ടിരുന്ന നീതിയുക്തമായ ആദർശങ്ങളും ലക്ഷ്യവുമാണ്, അദ്ദേഹത്തിന്റെ കഴിവും മഹത്വുമാണ്, അസാധ്യമായ ഈ സംഗതികൾ സുസാധ്യമാക്കിയിട്ടുള്ളത്. ചെയ്ക്കെതിരായി സമരം ചെയ്തിരുന്ന ബൊളീവിയൻ ഗവൺമെന്റിൽ മന്ത്രിയായിരുന്ന ഒരാൾതന്നെ ആദ്യം ചെയുടെ ഡയറിയും അതിനുശേഷം അദ്ദേഹത്തിന്റെ കൈകളും മുഖത്തിന്റെ പ്ലാസ്റ്റർ മോഡലും നഷ്ടപ്പെടാതെ സൂക്ഷിച്ച് നമുക്കെത്തിച്ചുതരാൻ വേണ്ടി ഒന്നിലധികം പ്രാവശ്യം തന്റെ ജീവൻ പണയം വയ്ക്കുകയുണ്ടായി.

ഇതാണ് എനിക്ക് നിങ്ങളോട് പറയാനുള്ള സംഗതി."

* * * * *

ഏണസ്റ്റോ ചെ ഗുവേരയുടെ മരണത്തെത്തുടർന്ന് ലാറ്റിൻ അമേരിക്കയിലുണ്ടായ സംഭവവികാസങ്ങളെപ്പറ്റി ആലോചിക്കുമ്പോൾ നമുക്കോർമവരുന്നത് *വിപ്ലവത്തിന്റെ കാറ്റ്* എന്ന ഗ്രന്ഥത്തിലൂടെ വായനക്കാർക്ക് ഇതിനകം പരിചിതനായിക്കഴിഞ്ഞിട്ടുള്ള ടാഡ് സുൽക്ക് നൽകിയ ഉപദേശമാണ്. ലാറ്റിൻ അമേരിക്കയെപ്പറ്റി അപഗ്രഥനം നടത്തുമ്പോൾ തർക്കശാസ്ത്രത്തിന്റേയോ യുക്തിയുടേയൊ നിയമങ്ങൾ പിന്തുടരുന്നത് ബുദ്ധിശൂന്യമായിരിക്കുമെന്ന് സുൽക്ക് തന്റെ സഹപ്രവർത്തകരെ അനുസ്മരിപ്പിക്കുകയുണ്ടായി. ഭാവി സംഭവവികാസങ്ങൾ പ്രവചിക്കാൻ പോകരുതെന്ന് അദ്ദേഹം കർശനമായി താക്കീതു ചെയ്യുകയുണ്ടായി. കാരണം, അങ്ങനെ ചെയ്താൽ അവസാനമാകുമ്പോൾ അപഗ്രഥനകാരൻ ശുദ്ധമഠയനായി മാറും. അരങ്ങ് നടീനടന്മാരെക്കൊണ്ട്

നിറഞ്ഞിരിക്കുകയാണ്. സംഭവങ്ങൾ നീങ്ങുന്നത് വളരെ പെട്ടെന്നുമാണ്. ദൃശ്യവും അദൃശ്യവുമായ ഊക്കേറിയ ഉറവിടങ്ങളിൽ നിന്നാണ് ഈ സംഭവപരമ്പരകൾക്കുള്ള ഉത്തേജനം ലഭിക്കുന്നത്.

ശരിയാണ് ചെയുടെ മരണസമയത്ത് ലാറ്റിൻ അമേരിക്കയിൽ അടുത്തതായി എന്താണ് നടക്കാൻപോകുന്നത് എന്നതിനെപ്പറ്റി കൃത്യമായി പ്രവചിക്കാൻ ലാറ്റിൻ അമേരിക്കൻ രഷ്ട്രീയരംഗത്തെ ഏറ്റവും അനുഭവസമ്പന്നായ നിരീക്ഷകനുപോലും പ്രയാസമായിരുന്നു. വാസ്തവത്തിൽ സംഭവങ്ങൾ നടന്നത് താഴെ വിവരിക്കും പ്രകാരവുമാണ്.

1968 ഒക്ടോബർ 3–ാം തീയതി അതിരാവിലെ പെറുവിലെ ഭരണാധികാരം സൈനികനേതൃത്വത്തിന്റെ കൈയിലായി. ജനറൽ ജുവാൻ വെലാസ്കൊ അൽവരാഡൊയുടെ നേതൃത്വത്തിൽ അവിടെ ഒരു സൈനിക ഗവൺമെന്റ് രൂപീകരിക്കപ്പെട്ടു. പുരോഗമനവാദികൾ സമ്മിശ്ര വികാരങ്ങളോടെയാണ് ഈ പട്ടാളവിപ്ലവത്തെ വീക്ഷിച്ചത്. എന്നാൽ, ജന്മിമാരുടേയും വിദേശ കുത്തകകളുടേയും താൽപര്യം കാത്തു രക്ഷിക്കാൻവേണ്ടിയല്ല തങ്ങൾ ഭരണാധികാരം ഉപയോഗപ്പെടുത്താൻ പോകുന്നതെന്ന് ഈ പുതിയ സൈനിക ഭരണകർത്താക്കൾ വേഗം തന്നെ പ്രവൃത്തിയിലൂടെ തെളിയിച്ചു. അൽവരാഡൊ ഗവൺമെന്റ് അമേരിക്കൻ ഇൻർനാഷനൽ പെട്രോളിയം കമ്പനിയുടെ വക പെറുവിലുള്ള ആസ്തികൾ മുഴുവൻ ദേശസാൽക്കരിക്കുകയും, സമൂലമായൊരു കാർഷിക പരിഷ്കാരം നടപ്പിലാക്കുകയും സോവിയറ്റ് യൂണിയനുമായും മറ്റു സോഷ്യലിസ്റ്റ് രാജ്യങ്ങളുമായും നയതന്ത്രബന്ധം സ്ഥാപിക്കുകയും ചെയ്തു.

രണ്ടുകൊല്ലം കഴിഞ്ഞപ്പോൾ ചിലിയിലും ജനകീയ ഐക്യമുന്നണിയുടെ നേതൃത്വത്തിലുള്ള പുരോഗമനശക്തികൾ പ്രസിഡന്റ് തിരഞ്ഞെടുപ്പിൽ വിജയിക്കുകയും സാൽവഡോർ അലൻഡെ തൽസ്ഥാനം ഏൽക്കുകയും ചെയ്തു. ലാറ്റിൻ അമേരിക്കയിൽ വിപ്ലവശക്തികൾ ജനാധിപത്യപരമായ തിരഞ്ഞെടുപ്പിലൂടെ അധികാരം കരസ്ഥമാക്കുന്നത് ഇതാദ്യമായിരുന്നു. വിപ്ലവകാരികളുടെ രക്തരഹിതമായ ഈ വിജയത്തിൽ ക്രുദ്ധരായ പിന്തിരിപ്പന്മാർ യുദ്ധകാര്യമന്ത്രി ഷൈഡറുടെ വധത്തിലൂടെയും മറ്റും ഒരു ആഭ്യന്തര യുദ്ധം കുത്തിപ്പൊക്കാൻ ശ്രമിച്ചെങ്കിലും അതെല്ലാം പൊളിഞ്ഞുപോയി. വിപ്ലവശക്തികളുടെ ഐക്യത്തിന്റെയും അധ്വാനിക്കുന്ന ജനതയുടെ പിന്തുണയുടേയും അടിസ്ഥാനത്തിൽ കൂടുതൽ കരുത്താർജിച്ചുകൊണ്ട് അലെൻഡെ ഗവൺമെന്റ് സ്വന്തം പരിവർത്തനപരിപാടികൾ ഒന്നൊന്നായി നടപ്പിലാക്കാൻ തുടങ്ങി. രാജ്യത്തിന്റെ പ്രധാന സമ്പത്തായ ചെമ്പ് ദേശസാൽക്കരിക്കപ്പെട്ടു. കാർഷിക പരിഷ്കാരം കൂടുതൽ ത്വരിതമാക്കപ്പെട്ടു. ക്യൂബയുമായും മറ്റു സോഷ്യലിസ്റ്റ് രാജ്യങ്ങളുമായുമുള്ള നയന്ത്രബന്ധം പുനഃസ്ഥാപിച്ചുകൊണ്ട് സ്വതന്ത്രമായ ഒരു വിദേശനയം നടപ്പിലാക്കപ്പെടാനും തുടങ്ങി.

പെറുവിലും ചിലിയിലും നടന്ന ഈ സംഭവങ്ങൾക്ക് അർജന്റീനയിലും അലയടി ഉണ്ടാകാതിരുന്നില്ല. ജനറൽ ലാന്യൂസ്സെയുടെ ഗവൺ

മെന്റ് പെന്റഗൺ സമ്മർദത്തെ ചെറുത്തുകൊണ്ട് പരസ്പരമുള്ള ഇട പെടാതിരിക്കലിന്റെയും പരമാധികാരത്തോടുള്ള പരസ്പര ബഹുമാന ത്തിന്റെയും അടിസ്ഥാനത്തിൽ പെറുവും ചിലിയുമായി സഹകരിക്കാൻ സന്നദ്ധനായി. 1973–ൽ പ്രസിഡന്റായി തിരഞ്ഞെടുക്കപ്പെട്ട പെരോൺ സാമൂഹ്യപരിഷ്കാരങ്ങൾ നടപ്പിലാക്കാമെന്നും വിദേശമൂലധനത്തിന് കടി ഞ്ഞാണിട്ടു കൊള്ളാമെന്നും വാഗ്ദാനം ചെയ്തു. അർജന്റീനയും ക്യൂബ യും തമ്മിലുള്ള നയതന്ത്രബന്ധം പുനഃസ്ഥാപിക്കപ്പെട്ടു. പെരോണിന്റെ മരണശേഷം അർജന്റീനയിലെ സ്ഥിതി വളരെ കുഴഞ്ഞുമറിഞ്ഞു. പര സ്പര വിരുദ്ധങ്ങളായ പല പല സാമൂഹ്യശക്തികളെ ഉൾക്കൊണ്ടിരുന്ന പെരോണിസ്റ്റ് പ്രസ്ഥാനത്തിനുള്ളിൽ അധികാരത്തിനുവേണ്ടിയുള്ള ഉഗ്ര മായ ഒരു വടംവലി ആരംഭിച്ചു.

ബൊളീവിയയിലും വലിയ ചില കോളിളക്കങ്ങൾ ഉണ്ടായി. 1967 ഏപ്രിൽ 27–ാം തീയതി ഒരു ഹെലികോപ്റ്റർ അപകടത്തിൽ പ്രസിഡന്റ് ബാരിയെന്റോസ് കൊല്ലപ്പെട്ടു.[2] വൈസ് പ്രസിഡന്റ് സൈലെസ് സാലി നാസ് ആ സ്ഥാനമേറ്റെങ്കിലും അഞ്ചുമാസത്തിനുശേഷം നടന്ന (സെപ്തംബർ 26) ഒരു പട്ടാളവിപ്ലവത്തിലൂടെ ജനറൽ ഒവാണ്ടൊ അയാളെ സ്ഥാനഭ്രഷ്ടനാക്കി. പക്ഷേ, പഴയ ഭരണരീതികൾ കൊണ്ടു കാര്യം നടക്കാത്ത ഒരു സാഹചര്യം സംജാതമായിരുന്നു. സ്വന്തം അധി കാരം നിലനിർത്താൻ വാക്കുകൾവിട്ട് രാജ്യതാൽപര്യാർഥമുള്ള പ്രവൃ ത്തികളിലേക്ക് നീങ്ങാനും ഈ രംഗത്ത് ചില നേട്ടങ്ങളെങ്കിലും കാട്ടി ക്കൊടുക്കാനും ഒവാണ്ടൊ നിർബന്ധിതനായി.

പെറുവിയൻ ജനറൽമാരെ അനുകരിച്ചുകൊണ്ട് അദ്ദേഹം യു എസ് ഗൾഫ് ഓയിൽ കോർപ്പറേഷന്റെ സബ്സിഡിയറി ആയ ബൊളീവിയൻ ഗൾഫ് ഓയിൽ കമ്പനിയുടെ ആസ്തികൾ ദേശസാൽക്കരിച്ചു. സോവി യറ്റ് യൂണിയനുമായി നയതന്ത്രബന്ധം സ്ഥാപിക്കാനും അദ്ദേഹം തയാ റായി. ചെ ഗുവേരയുടെ കൊലപാതകത്തിനുള്ള ഉത്തരവാദിത്വം മുഴു വൻ ബാരിയെന്റോസിന്റെ തലയിൽ കെട്ടിവയ്ക്കാൻ പോലും അദ്ദേഹം ശ്രമിച്ചു. ചെയെ എന്തു ചെയ്യണമെന്ന കാര്യം മന്ത്രിസഭയിൽ ചർച്ചയ്ക്കു വന്നപ്പോൾ അദ്ദേഹത്തെ കൊല്ലുന്നതിനെതിരായി താൻ വോട്ടുചെയ്ത താണെന്ന് ഒവണ്ടൊ വാദിച്ചു. എന്നു മാത്രമല്ല, ബൊളീവിയൻ വിപ്ലവ ത്തിന്റെ വളർച്ചയ്ക്ക് ചെ നൽകിയ ക്രിയാത്മക സംഭാവനയെ അദ്ദേഹം പ്രകീർത്തിക്കാനും തുടങ്ങി. ഒരു പൊതു പ്രസംഗത്തിൽ അദ്ദേഹം ഇതെ പ്പറ്റി പറഞ്ഞതിങ്ങനെയാണ്: "ഒരു ബൃഹത് ലാറ്റിൻ അമേരിക്കൻ മാതൃ ഭൂമിയെന്ന നമ്മുടെ അതേ ആദർശത്തിനു വേണ്ടിത്തന്നെയാണ് ഗുവേ രയും സമരം ചെയ്തിരുന്നത്. പക്ഷേ, അദ്ദേഹത്തിന്റെ മാർഗം വ്യത്യ സ്തമായിരുന്നെന്നുമാത്രം."

ഒവാണ്ടൊയുടെ പെരുമാറ്റം വാഷിംഗ്ടണിലെ ക്യാപ്പിറ്റോൾ ഹില്ലിൽ അതിയായ നീരസത്തിനു പാത്രമായി. വിദേശകാര്യ സൈനറ്റ് കമ്മിറ്റി

ക്കുള്ള ഒരു രഹസ്യഗവൺമെന്റ് റിപ്പോർട്ടിൽ 'ആദർശനിഷ്ഠയോ രാഷ്ട്രീയ വിശ്വാസമോ ഇല്ലാത്ത ഒരു അവസരവാദി' ആയാണ് ഒവാണ്ടൊയെ വിശേഷിപ്പിച്ചിരുന്നത്. ഈ റിപ്പോർട്ട് ശ്രദ്ധയിൽപെട്ടപ്പോൾ ബൊളീവിയൻ ഗവൺമെന്റ് വെറുക്കപ്പെട്ട യാങ്കികളെ വിധ്വംസക പ്രവർത്തനത്തിന് കുറ്റപ്പെടുത്തി. ഇൻഫർമേഷൻ വകുപ്പുമന്ത്രി അൽബേർട്ടൊ ബെയിലി ഗുട്ടിയേറെസ് ആണ് ഈ ആരോപണം നടത്തിയത്. ഞങ്ങളുടെ രാജ്യങ്ങളുടെ വളരെയേറെ സമ്പത്ത് കൊള്ളയടിക്കുകയും ഞങ്ങളെ എന്നത്തേയുംകാൾ കൂടുതൽ ദാരിദ്ര്യത്തിലാഴ്ത്തുകയും ചെയ്തിട്ടുള്ള സാമ്രാജ്യത്വ കോർപ്പറേഷനുകളുടേതിന് ഉപരിയായി സ്വന്തം രാജ്യതാൽപ്പര്യത്തെ കാണുന്ന ഏതൊരു ഗവൺമെന്റിന്റേയും മേൽ അവർ കമ്യൂണിസ്റ്റ് മുദ്ര കുത്തുമെന്നാണ് ബെയിലി പ്രസ്താവിച്ചത്.

പക്ഷേ, വാഷിങ്ടണിൽ അപ്രീതിക്കുപാത്രമായ ഒവാണ്ടൊയുടെ നടപടികൾക്ക് പിന്തുണ നൽകാൻ ബൊളീവിയക്കാർക്കിടയിലും ആരുമുണ്ടായില്ല. പട്ടാള ഓഫീസർമാർക്കിടയിൽ വിശേഷിച്ചും. അവരുടെ പിന്തുണയ്ക്ക് ഒവാണ്ടൊ വലിയ പ്രാധാന്യം കൽപ്പിച്ചിരുന്നതുമാണ്.

പട്ടാളത്തിലെ അമേരിക്കൻ ചാരപ്പണിക്കാർ, പ്രത്യേകിച്ചും, ഒളിപ്പോരാളികളെ അമർച്ച ചെയ്യുന്ന പ്രവർത്തനത്തിൽ പങ്കുകൊണ്ടിരുന്നവർ ഒവാണ്ടൊയെ ഏതാണ്ടൊരു രാജ്യദ്രോഹിയായാണ് കണ്ടിരുന്നത്. അതേ സമയംതന്നെ, ബാരിയെന്റോസിന്റെ അനുചരനായിരുന്ന ഇയാളെ ദേശാഭിമാനികൾ വീക്ഷിച്ചത് ചെയുടെ ചോരയിൽ പങ്കുള്ള അറപ്പുളവാക്കുന്ന ഒരുത്തനായിട്ടാണ്.

അങ്ങനെ എല്ലാവിധ പിന്തുണയും നഷ്ടപ്പെട്ട ഒവാണ്ടൊ 1970 ഒക്ടോബർ 6-ാം തീയതി അധികാരഭ്രഷ്ടനാക്കപ്പെട്ടു. പിന്നീട് കുറച്ചു കാലത്തേക്ക് അവിടെ ആകെ ഒരു കുഴപ്പമായിരുന്നു. താനാണ് പ്രസിഡന്റെന്നു പറഞ്ഞ് ആറോളം പട്ടാളപ്രമുഖർ മുന്നോട്ടു വന്നു. ഒടുവിൽ ബാരിയെന്റോസിന്റെ കീഴിൽ ചീഫ് ഓഫ് സ്റ്റാഫ് ആയിരുന്ന ജനറൽ ജുവാൻ ജോസ് ടോറെസ് പ്രസിഡന്റായി അവരോധിക്കപ്പെട്ടതോടെയാണ് സ്ഥിതിഗതികൾ ഒന്നു ശാന്തമായത്.

സാമൂഹ്യപരിവർത്തനത്തിനുള്ള ഒരു പുരോഗമനപരിപാടി അവതരിപ്പിച്ച ടോറെസിന് ഖനിത്തൊഴിലാളികളുടേയും കർഷകരുടേയും പിന്തുണ ലഭിച്ചു. ജനാധിപത്യ സ്വാതന്ത്ര്യങ്ങൾ പുനഃസ്ഥാപിക്കാനും ദേബ്രെ ഉൾപ്പെടെയുള്ള രാഷ്ട്രീയ തടവുകാരെ മോചിപ്പിക്കാനും ടോറെസ് നടപടികൾ സ്വീകരിച്ചു. പക്ഷേ, അതുകൊണ്ടൊന്നും അദ്ദേഹത്തിന് അധികാരം നിലനിർത്താൻ കഴിഞ്ഞില്ല. അങ്ങനെ 1971 ഓഗസ്റ്റിൽ ടോറെസും അധികാരത്തിൽ നിന്ന് നിഷ്കാസനം ചെയ്യപ്പെട്ടു. ഛിന്നഭിന്നമായി കിടന്നിരുന്ന ബൊളീവിയയിലെ ജനാധിപത്യശക്തികൾക്ക് പിന്തിരിപ്പൻ ഗ്രൂപ്പുകളെ ഉറച്ചുനിന്ന് നേരിടാനുള്ള കരുത്തുണ്ടായിരുന്നില്ല. 1967 ഏപ്രിൽ 10-ാം തീയതി ചെയുടെ ഒളിപ്പോരാളികളുടെ

കൈയിൽ പെട്ട കേണൽ റൂബെൻ സാഞ്ചെസ് എന്ന ആ പട്ടാള ഉദ്യോഗസ്ഥൻ കുഴപ്പം നിറഞ്ഞ ഈ ദിവസങ്ങളിൽ ജനങ്ങളുടെ ഭാഗത്ത് ധീരമായി ഉറച്ചുനിന്നിരുന്നുവെന്നത് ഇവിടെ പ്രത്യേകം പ്രസ്താവ്യമാണ്. അന്നത്തെ തടവുകാരനെന്ന നിലയ്ക്കുള്ള ആ അനുഭവം ജനറൽ ടോറെസിന്റെ വിശ്വസ്ത സഹായികളിൽ ഒരാളായിത്തീർന്ന ഈ സൈനികോദ്യോഗസ്ഥനെ സാരമായി സ്വാധീനിച്ചിരിക്കണം.

1973 സെപ്തംബറിൽ സി ഐ എയുടേയും പെന്റഗണിന്റേയും വിദേശകുത്തകകളുടേയും സഹായത്തോടെ അലൻഡെയുടെ ഗവൺമെന്റിനെ മറിച്ചിട്ടിട്ട് ഒരു ഫാസിസ്റ്റ് ഏകാധിപത്യം സ്ഥാപിക്കാൻ ചിലിയിലെ പിന്തിരിപ്പന്മാർക്ക് സാധിച്ചു. പക്ഷേ, ചിലിയിലെ ഈ പട്ടാളവിപ്ലവം ലാറ്റിൻ അമേരിക്കയിലെ വിപ്ലവപ്രക്രിയയ്ക്ക് കടിഞ്ഞാണിടുമെന്ന് കരുതിയിരുന്ന പിന്തിരിപ്പന്മാരുടെ ആശ സഫലമായില്ല. വെനിസ്വേലയും കൊളംബിയയും ഉൾപ്പെടെയുള്ള ചില ലാറ്റിൻ അമേരിക്കൻ രാജ്യങ്ങൾ ക്യൂബയുമായുള്ള സാമ്പത്തികവും നയതന്ത്രപരവുമായബന്ധം പുനഃസ്ഥാപിച്ചു. മിക്ക ഒ എ എസ് അംഗരാഷ്ട്രങ്ങളും യു എസ് കൽപനയെ ധിക്കരിച്ച് പശ്ചിമാർധഗോളത്തിൽ ക്യൂബയ്ക്കെതിരായി അടിച്ചേൽപിക്കപ്പെട്ടിരുന്ന ഉപരോധത്തിൽനിന്ന് വിട്ടുമാറി. യു എസ് എയിൽ തന്നെയും ക്യൂബയുമായുള്ള ബന്ധം സാധാരണ നിലയിലാക്കണമെന്ന് ആവശ്യപ്പെട്ടുകൊണ്ടുള്ള ഒരു ക്യാമ്പയിൻ ശക്തി പ്രാപിച്ചുവരികയാണ്.

ഒന്നാലോചിച്ചാൽ, ഈ സംഭവങ്ങൾക്ക് ഒരടുക്കും ചിട്ടയും ഉണ്ടെന്ന് നമുക്ക് കാണാൻ കഴിയും. വിപ്ലവപ്രക്രിയ വളർന്നുകൊണ്ടിരിക്കുകയാണ്. ലാറ്റിൻ അമേരിക്കൻ ജനതകളും യു എസ് സാമ്രാജ്യത്വവും തമ്മിലുള്ള വൈരുധ്യങ്ങൾക്ക് മൂർച്ചയേറിവരികയുമാണ്. സമൂഹത്തിലെ വർഗഘടനയ്ക്ക് മാറ്റം വന്നുകൊണ്ടിരിക്കുകയാണ്. പുതിയ പുതിയ ജനവിഭാഗങ്ങൾ സാമ്രാജ്യത്വവിരുദ്ധ സമരത്തിൽ ചേർന്നുകൊണ്ടിരിക്കുന്നുണ്ട്. പേടിച്ചരണ്ട ഭരണവർഗങ്ങളിൽപെട്ട ചിലർ മുകളിൽ നിന്നുള്ള മാറ്റങ്ങൾക്കായി ശ്രമിക്കുമ്പോൾ മറ്റു ചിലർ വിപ്ലവത്തെ മന്ദഗതിയിലാക്കാമെന്നോ പാളംതെറ്റിക്കാമെന്നോ ഉള്ള പ്രതീക്ഷയിൽ അതിന്റെ ഭാഗത്തേക്ക് ചാഞ്ഞുകൊണ്ടിരിക്കുന്നുണ്ട്. ഇനിയും മറ്റു ചിലർ ആത്മാർഥമായ ദേശാഭിമാനബോധം കാരണം സാമ്രാജ്യത്വത്തെ എതിർക്കുന്നുണ്ട്. പല പുരോഹിതന്മാരും ഓഫീസർമാരും വിപ്ലവകരമായ പരിവർത്തനത്തിനുവേണ്ടി വാദിക്കാൻ തുടങ്ങിയിട്ടുമുണ്ട്. വിപ്ലവം അനിവാര്യമാണെന്നും അതിന്റെ പ്രതിയോഗികൾക്ക് ഇഷ്ടപ്പെട്ടാലും ഇല്ലെങ്കിലും അത് നടക്കുകതന്നെ ചെയ്യുമെന്നുമുള്ളത് സർവർക്കും വ്യക്തമായിക്കൊണ്ടിരിക്കുകയാണ്.

ഇതെല്ലാം വിപ്ലവപ്രക്രിയയെ കൂടുതൽ സങ്കീർണമാക്കുകയും അതിന് ചിലപ്പോൾ ചില അസാധാരണ രൂപങ്ങൾ നൽകുകയും ചെയ്യുന്നുണ്ട്. ഈ രൂപങ്ങൾ പുറമേക്കു നോക്കിയാൽ അംഗീകൃത മോഡലു

കളിലും ഫോർമുലകളിലും ധാരണകളിലും നിന്നെല്ലാം വ്യത്യസ്തമാണെന്ന് തോന്നിയേക്കാം. പക്ഷേ, പുറംചട്ടവച്ച് പുസ്തകത്തെ വിലയിരുത്താനാവില്ലെന്നാണല്ലോ പറയുന്നത്. ഉള്ളടക്കമാണ്, ഇവിടെ വിപ്ലവ പ്രസ്ഥാനത്തിന്റെ യഥാർഥ പുരോഗതിയാണ് പ്രധാനമായിട്ടുള്ളത്. വർഷങ്ങൾക്കു മുൻപ് വിപ്ലവത്തിന്റെ അനശ്വരതയിലും അന്തിമ വിജയത്തിലും അടിയുറച്ച വിശ്വാസത്തോടെ പതിന്മടങ്ങ് പ്രബലമായ ശത്രുക്കൾക്കെതിരായി ആളുകൾ പൊരുതിമരിച്ചിരുന്ന ആ രാജ്യങ്ങളിൽപോലും ഇപ്പോൾ ഈ പ്രസ്ഥാനം ശക്തി പ്രാപിച്ചു വരികയാണ്. അന്ന് ആ വിപ്ലവകാരികൾ ചൊരിഞ്ഞ രക്തം വെറുതെയായിട്ടില്ല. വിപ്ലവം മുന്നേറിക്കൊണ്ടിരിക്കുകയാണ്. ഏണസ്റ്റോ ചെ ഗുവേരയെപ്പോലുള്ള വിപ്ലവകാരികൾ അതിനുള്ള വഴി വെട്ടിത്തെളിക്കുകയും അതിന്റെ അനശ്വരാദർശങ്ങൾക്ക് വേണ്ടി പൊരുതിമരിക്കുകയും ചെയ്തതുകൊണ്ടാണ് ഈ വിജയം വലിയൊരതിരുവരെ സാധ്യമായിട്ടുള്ളത്.

ലാറ്റിൻ അമേരിക്കയിൽ വിപ്ലവത്തിന് കൈവന്നിട്ടുള്ള പുരോഗതി ലോകത്തിൽ സാമ്രാജ്യത്വത്തിന്റെ നിലയെ സാരമായി ദുർബലപ്പെടുത്തിക്കൊണ്ടിരിക്കുകയാണ്. "മൊത്തത്തിൽ നോക്കിയാൽ ലാറ്റിൻ അമേരിക്കയിലെ വിപ്ലവപ്രസ്ഥാനത്തിന്റെ മുന്നേറ്റം ആഗോളവിപ്ലവ പ്രക്രിയയെ സംബന്ധിച്ചിടത്തോളം വമ്പിച്ച പ്രാധാന്യമുള്ള ഒന്നാണ്." സി പി എസ് യു കേന്ദ്രക്കമ്മിറ്റി സെക്രട്ടറി ബി പനമര്യോവ് എഴുതുകയുണ്ടായി: ആർക്കും തകർക്കാനാവില്ലെന്ന് അടുത്തകാലംവരെപ്പോലും കരുതിപ്പോന്നിരുന്ന അമേരിക്കൻ സാമ്രാജ്യത്വത്തിന്റെ പിന്നണി സാമ്രാജ്യത്വവിരുദ്ധ വിപ്ലവത്തിന്റെ ഒരു വൻകേന്ദ്രമായി മാറിക്കൊണ്ടിരിക്കുകയാണ്. യു എസ് എ എന്ന സാമ്രാജ്യത്വ ശക്തിദുർഗത്തിന്റെ കന്മതിലുകൾക്ക് തൊട്ടടുത്തായിത്തന്നെ വമ്പിച്ച കരുത്തുള്ള ഒരു വിപ്ലവ പ്രസ്ഥാനം വളർന്ന് ശക്തിപ്രാപിച്ചുകൊണ്ടിരിക്കുകയാണ്. ഈ മുന്നേറ്റങ്ങൾ ആഗോള നിലവാരത്തിലുള്ള ശക്തിസന്തുലനത്തിൽ ഇനിയും ഉണ്ടാകാൻപോകുന്ന മാറ്റങ്ങളിന്മേൽ ലോകതൊഴിലാളിവർഗത്തിനും സോഷ്യലിസത്തിനും അനുകൂലമായ ശക്തിയായസ്വാധീനം ചെലുത്തിക്കൊണ്ടിരിക്കുന്നുണ്ട്. ഭാവിയിലും അവ അങ്ങങ്ങനെതന്നെ സ്വാധീനം ചെലുത്തുകയും ചെയ്യും.[3]

* * * * *

ചെയുടെ മരണം ഡസൻ കണക്കിനു ഭാഷകളിലുള്ള നൂറുകണക്കിന് ഗ്രന്ഥങ്ങൾക്കും ലഘുലേഖകൾക്കും രൂപം നൽകി. അദ്ദേഹത്തിന്റെ ജീവിതത്തെപ്പറ്റിയുള്ള നിരവധി കവിതകളും നാടകങ്ങളും കഥകളും നോവലുകളും ഫിലിമുകളും അതിനുശഷം പുറത്തറങ്ങിയിട്ടുണ്ട്. അദ്ദേഹത്തിന്റെ മിത്രങ്ങളും ശത്രുക്കളും ഇതിനായി പേന കൈയിലെടുത്തവ

രിൽ ഉൾപ്പെടുമെന്നു പറയേണ്ടതില്ലല്ലോ. ശാരീരികമായി അദ്ദേഹത്തിന്റെ കഥകഴിച്ച ശത്രുക്കൾ ഇപ്പോൾ രാഷ്ട്രീയമായും അദ്ദേഹത്തെ തുടച്ചു നീക്കാനുള്ള ശ്രമത്തിലാണ് ഏർപ്പെട്ടിരിക്കുന്നത്. എന്തുകൊണ്ടന്നാൽ, അവരെ സംബന്ധിച്ചിടത്തോളം മരിച്ചുകഴിഞ്ഞ ചെയുടെ വിപ്ലവപ്രതിച്ഛായ ജീവിച്ചിരുന്ന ചെയുടെ അത്രതന്നെ അപകടം നിറഞ്ഞതാണ്. ദുഷ്ടബുദ്ധികളായ കൂലിയെഴുത്തുകാർ അദ്ദേഹത്തപ്പറ്റി എഴുതിക്കൂട്ടാത്തതായി എന്തെങ്കിലുമുണ്ടോയെന്നത് സംശയമാണ്. ചിലർ അദ്ദേഹത്തെ ഒരു ഒറ്റപ്പെട്ട അതിമാനുഷനും ഒരു ദുരന്തകഥാപാത്രവും ചാകാൻ നടക്കുന്ന ഒരു വിപ്ലവകാരിയും എല്ലാമായി ചിത്രീകരിക്കുമ്പോൾ അദ്ദേഹം ഒരു അരാജകവാദിയും ട്രോട്സ്കൈറ്റും മാവോ പക്ഷപാതിയുമൊക്കെ ആയിരുന്നെന്നു വരുത്തിത്തീർക്കാനാണ് മറ്റുചിലരുടെ ശ്രമം. ഡാനിയൽ ജയിംസ് എഴുതിയ അദ്ദേഹത്തിന്റെ ജീവചരിത്രം ഈ രണ്ടാമതു പറഞ്ഞതിന് ഒരുദാഹരണമാണ്.

ഏറ്റവും വഷളായ രീതിയിലാണ് ഈ വളച്ചൊടിക്കൽ ശ്രമങ്ങളെല്ലാം നടന്നിട്ടുള്ളത്. വിപ്ലവകാരിയായി അഭിനയിച്ചുനടക്കുന്നവരേയോ പൂച്ചസന്യാസിമാരെപ്പോലുള്ള വിപ്ലവകാരികളേയോ സെക്ടേറിയന്മാരേയോ പെറ്റി-ബൂർഷ്വാ വഞ്ചകരെയോ അതിവിപ്ലവകാരികളേയോ ട്രോട്സ്കൈറ്റുകളേയോ മറ്റു പ്രകോപനകാരികളേയോ ഒന്നും ചെയ്ക്ക് വച്ചുപൊറുപ്പിക്കാൻ കഴിഞ്ഞിരുന്നില്ല. അവരെല്ലാം എത്ര ഭഗീരഥ പ്രയത്നം ചെയ്താലും കമ്യൂണിസ്റ്റുകാരനെന്നും വിമോചനപ്പോരാളിയെന്നും സോവിയറ്റ് യൂണിയന്റെ സുഹൃത്തെന്നുമുള്ള അദ്ദേഹത്തിന്റെ ആ ചിത്രം തേച്ചുമാച്ചുകളയാൻ അവർക്കാവില്ല. അദ്ദേഹത്തിന്റെ ആ യഥാർഥചിത്രം ലോകത്തെങ്ങുമുള്ള പുരോഗമനവാദികളുടെയെല്ലാം മനസിൽ എന്നുമെന്നും മായാതെ കാത്തുസൂക്ഷിക്കപ്പെടുകതന്നെ ചെയ്യും.

* * * * *

ഈ ഗ്രന്ഥത്തിന്റെ അവസാനപേജുകൾ എഴുതിക്കൊണ്ടിരിക്കുന്ന അവസരത്തിൽ അനസ്താസ് ഇവാനൊവിച്ച് മിക്കൊയാനെ കണ്ട് ക്യൂബയെപ്പറ്റിയും ക്യൂബൻ നേതാക്കളെപ്പറ്റിയും അദ്ദേഹവുമായി സംസാരിക്കുന്നത് നന്നായിരിക്കുമെന്നെനിക്ക് തോന്നി. ക്യൂബൻനേതാക്കളെപ്പറ്റി വളരെ മതിപ്പുള്ള ഒരാളായിരുന്നു അദ്ദേഹം. ചെ ഗുവേരയേയും അദ്ദേഹത്തിനടുത്തറിയാമായിരുരന്നു. അതിനാൽ ചെയെക്കുറിച്ചുള്ള കൗതുകരമായ പലേ വിവരങ്ങളും നൽകാൻ അദ്ദേഹത്തിന് കഴിയുമെന്ന് എനിക്ക് നല്ല ഉറപ്പുണ്ടായിരുന്നു.

അങ്ങനെയാണ് 1971 മെയ് 25-ാം തീയതി ഞാൻ മോസ്കോ നഗരപ്രാന്തത്തിലുള്ള മിക്കൊയാന്റെ ദാച്ച'യിലെത്തിയത്.

സന്ധ്യ മയങ്ങിത്തുടങ്ങിയ നേരത്ത് അദ്ദേഹത്തിന്റെ താമസസ്ഥലത്തുള്ള മനോഹരമായ ഉദ്യാനത്തിലൂടെ ഞങ്ങൾ ഒന്നു നടക്കാനിറങ്ങി.

അദ്ദേഹത്തിന്റെ ക്യൂബൻ സുഹൃത്തുക്കളായ റൗൾ കാസ്ട്രോ, കാർലോസ് റഫേൽ റൊഡ്രീഗെസ്, അന്റോണിയൊ നൂനെസ് ജിമെനെസ് എന്നീ സ്നേഹിതന്മാരുടെ അന്വേഷണം അറിയിച്ചുകൊണ്ടാണ് ഞാൻ സംഭാഷണത്തിനു തുടക്കമിട്ടത്. സമീപകാലത്ത് ക്യൂബയിൽ പോയപ്പോൾ ഞാൻ അവരുമായെല്ലാം കണ്ടിരുന്നു. വിപ്ലവപ്രബുദ്ധമായ ക്യൂബയിലെ സംഭവഗതികളെപ്പറ്റി ശരിയായി മനസിലാക്കിയ ഒരാളാണ് താനെന്ന് അദ്ദേഹത്തിന്റെ സംസാരം വ്യക്തമാക്കി. ക്യൂബൻ ജനതയും ക്യൂബൻ നേതാക്കളും അവിടുത്തെ സ്ഥിതിഗതികളും ആ റിപ്പബ്ലിക്കിന്റെ നേട്ടങ്ങളും കോട്ടങ്ങളും എല്ലാം അദ്ദേഹത്തിന് താൽപര്യമുള്ള സംഗതികളായിരുന്നു. ഇതിൽ ആശ്ചര്യത്തിന് വകയുമില്ല. എന്തുകൊണ്ടെന്നാൽ, 1960–ൽ ക്യൂബയും സോവിയറ്റ് യൂണിയനും തമ്മിലുള്ള നയതന്ത്രബന്ധം പുനഃസ്ഥാപിക്കപ്പെടുന്നതിനും മുൻപ് വിപ്ലവപ്രബുദ്ധമായ ആ രാജ്യം സന്ദർശിച്ച ആദ്യത്തെ സോവിയറ്റ് നേതാവ് അദ്ദേഹമായിരുന്നല്ലൊ.

ക്യൂബയിലുള്ള അദ്ദേഹത്തിന്റെ ആദ്യത്തെ അനുഭവങ്ങളെപ്പറ്റി അന്വേഷിച്ചപ്പോൾ അദ്ദേഹം പറഞ്ഞു.

“സോവിയറ്റ് യൂണിയന്റെ ശാസ്ത്ര,സാങ്കേതിക, സാംസ്കാരിക നേട്ടങ്ങളുടെ പ്രദർശനത്തിന്റെ ഉൽഘാടനത്തിൽ പങ്കെടുക്കാനായി 1960 ഫെബ്രുവരി 4–ാം തീയതിയാണ് ഞങ്ങൾ ഹവാനയിൽ എത്തിയത്. പ്രധാനമന്ത്രി ഫിദൽ കാസ്ട്രോ, അന്ന് ക്യൂബൻ ദേശീയബാങ്കിന്റെ ഡയറക്ടറായിരുന്ന ഏണസ്റ്റൊ ചെ ഗുവേരാ, വിദേശകാര്യമന്ത്രി റൗൾ റോവ തുടങ്ങിയ ക്യൂബൻ വിപ്ലവത്തിന്റെ നേതാക്കൾ ഞങ്ങളെ സ്വീകരിക്കാൻ വിമാനത്താവളത്തിൽ സന്നിഹിതരായിരുന്നു. ധാരാളം ആളുകളും അവിടെ തടിച്ചുകൂടിയിരുന്നു. അത്യധികം ഊഷ്മളവും ഹൃദ്യവുമായിരുന്നു ആ കൂടിക്കാഴ്ച. സുഹൃത്തുക്കളുടേയും വളരെയേറെ ആശയപ്പൊരുത്തമുള്ളവരുടേയും ഇടയിലാണ് ഞാനെത്തിയിട്ടുള്ളതെന്ന് എനിക്ക് മനസിലായി. ക്യൂബൻ വിപ്ലവത്തിന്റെ നേതാക്കളുടെ താരുണ്യവും വിപ്ലവാഭിനിവേശവും ഉത്സാഹവും, നേതാക്കളിലെന്നപോലെ ബഹുജനങ്ങളിലും തെളിഞ്ഞുകണ്ട അതിരറ്റ ആത്മാർഥതയും ലക്ഷ്യത്തിലുള്ള അവരുടെ അടിയുറച്ച വിശ്വാസവും എല്ലാം ക്യൂബൻ വിപ്ലവം അവിടുത്തെ അധ്വാനിക്കുന്ന ബഹുജനങ്ങളുടെ ആഗ്രഹാഭിലാഷങ്ങൾക്ക് അനുരോധമാണെന്നുള്ളതിന് നല്ല തെളിവുകളായിരുന്നു.

ബഹുജനങ്ങൾക്കിടയിൽ ക്യൂബൻ നേതാക്കൾക്ക് വളരെയേറെ സ്വാധീനമുണ്ടെന്നും ജനങ്ങൾക്കവരോട് അതിരറ്റ സ്നേഹമുണ്ടെന്നുമുള്ളത് സ്പഷ്ടമായിരുന്നു. ആർക്കും അത് ശ്രദ്ധിക്കാതിരിക്കാൻ കഴിയുമായിരുന്നില്ല. അമേരിക്കയിൽ ആദ്യമായി യഥാർഥത്തിലുള്ള ഒരു സാമൂഹ്യവിപ്ലവം നടത്താൻ—അതും ഏറ്റവും കരുത്തേറിയ സാമ്രാജ്യത്വശക്തിയുടെ മൂക്കിന് താഴെ നിന്നുകൊണ്ട്—കഴിഞ്ഞിട്ടുള്ളത് തങ്ങൾക്കാണെന്നതിൽ ക്യൂബൻ ജനത ദേശീയമായിത്തന്നെ അഭിമാനിച്ചിരുന്നു.

ഞങ്ങൾ ക്യൂബ സന്ദർശിക്കുന്ന സമയത്ത് അക്ഷരാർഥത്തിലും ആലങ്കാരികമായി പറഞ്ഞാലും അവിടുത്തെ അന്തരീക്ഷം ചൂടുപിടിച്ചിരിക്കുകയായിരുന്നു. ക്യൂബയിലെ വിപ്ലവപ്രബുദ്ധ ഗവൺമെന്റ് പ്രധാനപ്പെട്ട ആഴമേറിയ സാമൂഹ്യപരിവർത്തനങ്ങൾ നടപ്പിലാക്കുന്നതിൽ ഏർപ്പെട്ടിരിക്കുകയായിരുന്നു. കാർഷിക പരിഷ്കാരത്തിനായിരുന്നു ഇതിൽ ഒന്നാം സ്ഥാനം. ചൂഷകവൃത്തങ്ങളും വിദേശമൂലധത്തിന്റെ പ്രതിനിധികളും ഈ മാറ്റങ്ങളെ സർവശക്തിയുമുപയോഗിച്ച് എതിർത്തിരുന്നു. രാജ്യത്താകെ വാശിയേറിയ വർഗസംഘർഷങ്ങൾ പടർന്നുപിടിച്ചിരുന്നു. അധ്വാനിക്കുന്ന ജനങ്ങളിൽ ബഹുഭൂരിപക്ഷവും വിപ്ലവഗവൺമെന്റിന്റെ പുരോഗമന നയങ്ങൾക്കും പരിപൂർണ രാഷ്ട്രീയ-സാമ്പത്തിക സ്വാതന്ത്ര്യം കരസ്ഥമാക്കുകയെന്ന ഗവൺമെന്റിന്റെ ലക്ഷ്യത്തിനും ഉറച്ച പിന്തുണ നൽകിയിരുന്നു. ഭാവിയിലെ വിജയത്തിനുള്ള വലിയൊരു ഉറപ്പുമായിരുന്നു ഇത്."

"1960-ലെ വിപ്ലവപ്രബുദ്ധമായ ക്യൂബ റഷ്യയിലെ സോവിയറ്റ് ഭരണത്തിന്റെ ആദ്യവർഷങ്ങളെപ്പറ്റി അനുസ്മരിപ്പിക്കുകയുണ്ടായോ?"

"ഒരതിരുവരെ. യഥാർഥ സാമൂഹ്യവിപ്ലവങ്ങൾക്കെല്ലാം തമ്മിൽ പൊതുവായ പലതും കാണും. ഈ വിപ്ലവങ്ങൾ അധ്വനിക്കുന്ന ബഹുജനങ്ങളിൽ വമ്പിച്ച ആവേശം സൃഷ്ടിക്കുകയും സമരം ചെയ്യാനുള്ള ആളുകളുടെ ദൃഢനിശ്ചയത്തെ ഒന്നുകൂടി അരക്കിട്ടുറപ്പിക്കുകയും ചെയ്യും. വിപ്ലവം ആളുകളെ രാഷ്ട്രീയബോധമുള്ളവരും ആത്മത്യാഗവും ധീരോദാത്തതയും പ്രദർശിപ്പിക്കാൻ കഴിവുള്ളവരുമാക്കും. സാമൂഹ്യവിപ്ലവങ്ങൾ ചരിത്രത്തിന്റെ ശരിയായ ആവിയന്ത്രങ്ങളാണെന്ന് മാർക്സ് പറഞ്ഞത് തികച്ചും ശരിയാണ്. അതേസമയംതന്നെ, ഓരോ വിപ്ലവത്തിനും അതതിന്റേതായ സവിശേഷതകളുണ്ടായിരിക്കും. അവയ്ക്ക് അതതിന്റേതായ ദേശീയനിറം ഉണ്ടായിരിക്കുമെന്ന് വേണമെങ്കിൽ പറയാം. അതതിടത്തെ സാഹചര്യങ്ങൾ, ചരിത്രം, പാരമ്പര്യം, ആളുകളുടെ മനശ്ശാസ്ത്രം, സാമ്പത്തിക വികസനത്തിന്റേയും വിദേശമൂലധനത്തിന്മേലുള്ള ആശ്രിതത്വത്തിന്റേയും തോത്, തൊഴിലാളിവർഗബോധത്തിന്റേയും, തൊഴിലാളിമുന്നണിദളത്തിന്റെ സ്വാധീനത്തിന്റേയും നിലവാരം തുടങ്ങിയ നിരവധി സംഗതികൾ ഓരോ വിപ്ലവത്തിനും ഒരു തരത്തിലല്ലെങ്കിൽ മറ്റൊരു തരത്തിലുള്ള പ്രത്യേകത കൈവരുത്തും. അതേസമയം തന്നെ സോഷ്യലിസ്റ്റ് മട്ടിലുള്ള വിപ്ലവങ്ങൾക്കെല്ലാം നിശ്ചിതമായ ഒരു പൊതുസ്വഭാവം ഉണ്ടായിരിക്കും. അധ്വാനിക്കുന്ന ജനങ്ങളുടെ സജീവമായ പങ്കാളിത്തത്തോടെയായിരിക്കും ഈ വിപ്ലവങ്ങൾ നടക്കുന്നത്. ഉൽപ്പാദനോപാധികളും ഭൂമിയും ദേശസാൽക്കരിക്കുന്നതും, അധ്വാനിക്കുന്ന ജനതയെ മർദിച്ചൊതുക്കിയിരുന്ന പഴയ ഭരണയന്ത്രത്തെ മാറ്റിയിട്ട് തൽസ്ഥാനത്ത് അധ്വാനിക്കുന്ന ജനതയുടെ താൽപ്പര്യാർഥം അവരിലൂടെ പ്രവർത്തിക്കുന്ന ഒരു പുതിയ വ്യവസ്ഥ നടപ്പിലാക്കുന്നതും സോഷ്യലിസ്റ്റ് പരിവർ

ത്തനത്തിനുള്ള പദ്ധതികൾ പ്രായോഗികമാക്കുന്നതും ഈ വിപ്ലവങ്ങളുടെ പ്രത്യേകതയായിരിക്കും.

ഓരോ ജനതയും സ്വാനുഭവത്തിന്റേയും സമൂർത്ത ചരിത്ര സാഹചര്യങ്ങളുടേയും അടിസ്ഥാനത്തിൽ അതിന്റേതായ മാർഗത്തിലൂടെയായിരിക്കും സോഷ്യലിസത്തിൽ എത്തിച്ചേരുന്നതെന്ന് ലെനിൻ പഠിപ്പിക്കുകയുണ്ടായല്ലോ. മഹത്തായ ഒക്ടോബർ സോഷ്യലിസ്റ്റ് വിപ്ലവത്തിന് ആഗോള പ്രാധാന്യമുണ്ടെന്ന് പറയുന്ന സമയത്തുതന്നെ ഈ അനുഭവത്തെ യാന്ത്രികമായി പകർത്തുന്നതിനെതിരായി ലെനിൻ മുന്നറിയിപ്പ് നൽകുകയും ചെയ്തിരുന്നു. യഥാർഥ ജനകീയ വിപ്ലവങ്ങളൊന്നും തന്നെ മറ്റു വിപ്ലവങ്ങളുടെ അനുഭവത്തെ അന്ധമായി അനുകരിക്കുന്നില്ലെന്നതു ഒരു പരമാർഥം മാത്രവുമാണല്ലോ. നിലവിലുള്ള സാഹചര്യങ്ങളനുസരിച്ചാണ് ഓരോ വിപ്ലവം വളർന്നു പുഷ്ടിപ്പെടുന്നത്. അതുകൊണ്ടുതന്നെ കൃത്യമായി പറഞ്ഞാൽ, ഓരോ വിപ്ലവവും സവിശേഷമായിട്ടുള്ളതാണ്. മഹത്തായ ഒക്ടോബർ സോഷ്യലിസ്റ്റ് വിപ്ലവത്തിന്റെ കാര്യത്തിലും ക്യൂബൻ വിപ്ലവത്തിന്റെ കാര്യത്തിലും മറ്റു പല സംഭവങ്ങളുടെ കാര്യത്തിലും ഇപ്പറഞ്ഞത് ശരിയാണ്. വിപ്ലവങ്ങൾ ഒരേ കുടുംബത്തിൽ പിറന്ന കുട്ടികളെപ്പോലെയാണ്. ഓരോ കുട്ടിക്കും അതിന്റെ സഹോദരീസഹോദരന്മാരിൽ നിന്ന് വ്യത്യസ്തമായ ചില സ്വഭാവവിശേഷങ്ങളുണ്ടായിരിക്കും. അതേസമയം തന്നെ അവർക്കെല്ലാം പൊതുവായ പലതും ഉണ്ടായിരിക്കും. അവർക്ക് പൊതുവായ പലേ കുടുംബസവിശേഷതകളും ഉണ്ടായിരിക്കും. ഈ രണ്ടാമതു പറഞ്ഞ സംഗതികളായിരിക്കും അവരെ കൂടപ്പിറപ്പുകളാക്കുന്നത്.

ഇതിലാണ് വിപ്ലവങ്ങളുടെ ശക്തി കുടികൊള്ളുന്നതും മുൻകൂട്ടി തയാറാക്കിയ ഒരു ബ്ലൂപ്രിന്റനുസരിച്ചാണ് എല്ലാ രാജ്യങ്ങളിലും വിപ്ലവം നടക്കുന്നതെങ്കിൽ അതിനെ നേരിടാൻ മുതലാളിമാർക്ക് യാതൊരു പ്രയാസവും ഉണ്ടാവില്ലല്ലോ. പക്ഷേ, ചരിത്രത്തിന് ബുദ്ധിവൈഭവത്തോടൊപ്പം സാമർഥ്യവുമുണ്ട്. ചിലപ്പോൾ തികച്ചും അസാധാരണമായ വേഷം ധരിപ്പിച്ചായിരിക്കും ചരിത്രം വിപ്ലവത്തെ അവതരിപ്പിക്കുന്നത്. അപ്പോൾ അതിന്റെ യഥാർഥസ്വഭാവം മനസിലാക്കാൻ ചൂഷകർക്ക് കുറേയേറെ സമയം വേണ്ടിവരും അത് അവർ മനസിലാക്കുമ്പോഴേക്ക് സമയം വളരെ വൈകിയുമിരിക്കും. അപ്പോൾ സംഭവഗതികളെ തിരിച്ചുവിടാൻ കഴിഞ്ഞെന്നു വരില്ല. എന്തുകൊണ്ടെന്നാൽ അപ്പോഴേക്ക് വിപ്ലവം അതിന്റെ വിജയവൈജയന്തി പാറിച്ചുകഴിഞ്ഞിരിക്കും. അത് പുറകോട്ടടിക്കാനാവാത്ത ഒരു പ്രക്രിയയായിക്കഴിഞ്ഞിരിക്കും.

സ്വന്തം വ്യക്തിത്വം സ്ഥാപിക്കുകയും വിജയത്തിലേക്കും സോഷ്യലിസത്തിലേക്കുമുള്ള ശരിയായ പാത കണ്ടെത്തുകയും ചെയ്യാൻ വിപ്ലവത്തിനും അൽപ്പം സമയം വേണ്ടിവന്നേക്കാം. ആഗോള വിപ്ലവപ്രക്രിയയുടെ ഏതെങ്കിലുമൊരു മേഖലയിൽ വിപ്ലവപ്രയോഗം വിപ്ലവസിദ്ധാ

ന്തത്തെ മറികടന്നെന്നും വന്നേക്കാം. ഇത് നല്ലതോ ചീത്തയോ? ശരിയായ നീക്കത്തിന്റേതായ ഒരു ചുവടുവയ്പ് വാസ്തവത്തിൽ ഡസൻകണക്കിനു പരിപാടികളെക്കാൾ എന്തുകൊണ്ടും മികച്ചതാണെന്ന് മാർക്സ് പറയുകയുണ്ടായി. ക്യൂബൻ വിപ്ലവം ഈ മാർക്സിസ്റ്റ് സത്യങ്ങളെ തികച്ചും ശരിവയ്ക്കുന്നുണ്ട്."

"താങ്കൾ തീർച്ചയായും ചെയുമായി കണ്ടിരിക്കുമല്ലോ. അദ്ദേഹവുമായുള്ള ആ കൂടിക്കാഴ്ചകളെപ്പറ്റി എന്താണ് തോന്നിയിട്ടുള്ളത്? ഒരു മനുഷ്യനും രാജ്യതന്ത്രജ്ഞനും വിപ്ലവകാരിയുമെന്ന നിലയ്ക്ക് അദ്ദേഹത്തെപ്പറ്റി താങ്കൾക്ക് എന്താണ് പറയാനുള്ളത്?"

"കാഴ്ചയ്ക്കുതന്നെ വളരെ ശ്രദ്ധാർഹനായ ഒരാളായിരുന്നു ചെ ഗുവേര. സ്പോർട്സ്മാന്മാരുടേതുപോലെ നല്ല വടിവൊത്ത ശരീരമായിരുന്നു അദ്ദേഹത്തിന്റേത്. എന്നാൽ, വാസ്തവത്തിൽ ആളൽപ്പം തടിച്ചുകൊഴുത്തതായിരുന്നു. അദ്ദേഹത്തിന്റെ മുഖത്ത് ദൃഢതയും കുലീനത്വവും ഒരുപോലെ സ്ഫുരിച്ചിരുന്നു. അദ്ദേഹവുമായി സംസാരിച്ചുകഴിയുമ്പോൾ ധാരാളം വായിച്ചിട്ടുള്ള സംസ്കാരസമ്പന്നനും വിദ്യാസമ്പന്നനുമായ ഒരാളുമായി കണ്ട സംതൃപ്തിയോടെയാണ് നാം മടങ്ങുക. എന്നാൽ ചെയെ ഒരു സമുന്നതവ്യക്തിയാക്കിയത് ഇതൊന്നുമായിരുന്നില്ല. അദ്ദേഹത്തിന്റെ ആകാരസൗഷ്ഠവമോ പാണ്ഡിത്യമോ അല്ല ഏറ്റവും മുഴച്ചുനിന്നത്. മറിച്ച്, ഉരുക്കുപോലെ ഉറച്ച ഒരു വിപ്ലവകാരിയായിരുന്നുവെന്നതാണ്. തന്റെ അഭിപ്രായം നൂറുശതമാനവും ശരിയാണെന്ന അടിയുറച്ച വിശ്വാസമുള്ള ഒരു വിപ്ലവകാരിയായിരുന്നുവെന്നതാണ്, അദ്ദേഹത്തിന്റെ ശ്രേഷ്ഠതയ്ക്കടിസ്ഥാനമെന്നു ഞാൻ പറയും. വിപ്ലവത്തിനുവേണ്ടിയും മുതലാളിത്തത്തിന്റെയും സാമ്രാജ്യത്വത്തിന്റേയും ശാപങ്ങളായ ദാരിദ്ര്യം, മർദനം ആദിയായവയിൽനിന്നുള്ള അധ്വാനിക്കുന്ന ജനതയുടെ വിമോചനത്തിനുവേണ്ടിയും നിസ്വാർഥമായി അർപ്പിക്കപ്പെട്ട ഒരു ജീവിതമായിരുന്നു അദ്ദേഹത്തിന്റേത്. അടിമുടി ഒരു വിപ്ലവകാരിയായിരുന്നു ചെ. വിപ്ലവത്തിനുവേണ്ടിയുള്ള ആത്മാർപ്പണമെന്നതായിരുന്നു അദ്ദേഹത്തിന്റെ ഏറ്റവും വലിയ ഉൽക്കണ്ഠയും സന്തോഷവും ആദർശവും. വിപ്ലവകരമായ സത്യസന്ധതയേയും ചുമതലയേയും പറ്റിയുള്ള ബോധം അദ്ദേഹത്തിൽ ആഴത്തിൽ വേരൂന്നിയിരുന്നു. അതുകൊണ്ടുതന്നെ വൈഷമ്യങ്ങളും അപകടങ്ങളും അദ്ദേഹത്തെ കൂടുതൽ ആകർഷിച്ചതേയുള്ളു. നിർഭയനായ അദ്ദേഹം തന്റെ ആദർശങ്ങൾക്കുവേണ്ടി ജീവൻ വെടിയാൻ സദാ സന്നദ്ധനായിരുന്നു. അതേസമയം തന്നെ നാട്യവും അഹങ്കാരവും വീരസ്യവും വാചകമടിയും അദ്ദേഹത്തിന് തീരെ ഇഷ്ടമായിരുന്നുമില്ല. അദ്ദേഹത്തിന്റെ ഓരോ വാക്കിലും ചലനത്തിലും പ്രവൃത്തിയിലും ആത്മാർഥതയും വിനയവും ലാളിത്യവും നിറഞ്ഞൊഴുകിയിരുന്നു.

പുസ്തകപ്രേമിയായ ഈ ബുദ്ധിജീവി വെറും കസേര വിപ്ലവക്കാരനോ ദന്തഗോപുര ബുദ്ധിജീവിയോ ആയിരുന്നില്ലെന്ന് ആർക്കും ഒറ്റ

നോട്ടത്തിൽ ബോധ്യമാകുമായിരുന്നു. സമരവും രണാങ്കണത്തിലെ ചൂടും വെല്ലുവിളികളും അദ്ദേഹത്തെ ആകർഷിച്ചിരുന്നു. എന്നാൽ, കാറ്റാടികളോടും അമൂർത്ത ശത്രുക്കളോടും പടയ്ക്കിറങ്ങിപ്പുറപ്പെടുന്ന ഒരു ഡോൺ ക്വിക്സോട്ടായിരുന്നില്ല അദ്ദേഹം. അദ്ദേഹത്തിന്റെ ശത്രു ഒരു മൂർത്തരൂപിയായിരുന്നു. സാമ്രാജ്യത്വമെന്നാണ് ഈ ശത്രുവിന്റെ പേരെന്നു നമുക്കറിയുകയും ചെയ്യാം. ഈ ശത്രുവിനെ സധൈര്യം നേരിടുന്നത് വിപ്ലവകരമായ ഒരു കർത്തവ്യവും അഭിമാനവുമായാണ് അദ്ദേഹം കണ്ടിരുന്നത്."

ചെ ഒരു റൊമാന്റിക്കായിരുന്നുവെന്നതിൽ സംശയമില്ല. പക്ഷേ, വിപ്ലവകാരിയായ ഒരു റൊമാന്റിക്കായിരുന്നു അദ്ദേഹം. ഇതു സംബന്ധിച്ച് ലെനിൻ പറഞ്ഞ സംഗതി ഇവിടെ സ്മരണീയമാണ്. റൊമാന്റിസിസം കൂടാതെ നമുക്ക് കഴിയാനാവില്ലെന്ന് പറയേണ്ടതില്ലല്ലോ. അത് ഇല്ലാതിരിക്കുന്നതിലും നല്ലത് അൽപ്പം കൂടുന്നതാണ്. വിപ്ലവകാരികളായ റൊമാന്റിക്കുകളുമായി യോജിക്കാനാവാത്തപ്പോഴും നമുക്കവരോട് അനുഭാവമേ ഉണ്ടായിരുന്നുള്ളൂ."

ചെയുമായി ഞാൻ പല പ്രാവശ്യം സംസാരിക്കുകയും വാദപ്രതിവാദം നടത്തുകയം ചെയ്തിരുന്നു. അക്ഷമനും നേരെ വാ നേരെ പോ എന്ന പ്രകൃതക്കാരനും സന്ധിയില്ലാത്ത സമരമനോഭാവക്കാരനും വിപ്ലവപ്രവർത്തനത്തിന്റെ അത്ഭുതശക്തിയിൽ അടിയുറച്ച വിശ്വാസമുള്ളവനുമായിരുന്നു ചെ. നമ്മളിൽ പലർക്കും സമചിത്തതയോടെ യുക്തിവാദം നടത്താനുള്ള കഴിവുണ്ടാക്കിത്തരുന്നത് ജീവിതാനുഭവമാണ്. ജീവിതത്തിലെ വിജയപരാജയങ്ങളെയാണ് ഞാനിവിടെ ഉദ്ദേശിക്കുന്നത്. വിപ്ലവാവേശത്തെ ചിട്ടപ്പെടുത്തുന്നതും പോർക്കളത്തിലേക്ക് വീണ്ടും ഇറങ്ങിത്തിരിക്കുന്നതിനുവേണ്ട ശക്തി സംഭരിക്കാനുള്ള അവസരമുണ്ടാക്കിത്തരുന്നതും ജീവിതം ഒന്നുമാത്രമാണ്. മഹത്തായ ഒക്ടോബർ സോഷ്യലിസ്റ്റ് വിപ്ലവത്തിന്റേയും സോവിയറ്റ് രാഷ്ട്രനിർമാണത്തിന്റേയും അനുഭവവും, അതുപോലെ തന്നെ സാർവദേശീയ കമ്യൂണിസ്റ്റ് പ്രസ്ഥാനത്തിന്റെ വളർച്ചയും വിരൽചൂണ്ടുന്നത് ഇതിലേക്കാണ്.

ചെ ഗുവേരയുമായി ഞാൻ ഇതേപ്പറ്റി സംസാരിക്കുകയുണ്ടായി. പലതിലും ഞങ്ങൾക്ക് യോജിപ്പുണ്ടായിരുന്നെങ്കിലും മറ്റു ചില സംഗതികളിൽ കടകവിരുദ്ധങ്ങളായ അഭിപ്രായങ്ങളാണ് ഞങ്ങൾക്കുണ്ടായിരുന്നത്. ആർമീനിയൻ ഭാഷയിൽ ചെ എന്നതിന്റെ അർഥം 'അല്ല' എന്നായതിനാൽ അദ്ദേഹത്തിന്റെ പേര് വളരെ അന്വർഥമാണെന്നുപോലും ഞാൻ ഒരിക്കൽ ചെയോട് പറയുകയുണ്ടായി അതു കേട്ടപ്പോൾ അദ്ദേഹം പൊട്ടിച്ചിരിച്ചുപോയി. ചെയെ എന്തിൽ നിന്നെങ്കിലും പിന്തിരിപ്പിക്കുന്നത് അത്ര എളുപ്പമുള്ള സംഗതിയല്ല. പക്ഷേ, അതുതന്നെ എന്നെപ്പറ്റിയും പറയാവുന്നതാണ്. അനുഭവത്തിനും വിപ്ലവപ്രക്രിയയുടെ വളർച്ചയ്ക്കും മാത്രമേ ഞങ്ങളുടെ വാദപ്രതിവാദത്തിന് തീർപ്പുകൽപ്പിച്ചുകൊണ്ട് തെറ്റും ശരിയും ഏതെന്നു ചൂണ്ടിക്കാട്ടാൻ കഴിയുമായിരുന്നുള്ളൂ. പക്ഷേ, ഞങ്ങളുടെ തർക്കം അടിസ്ഥാനപ്രമാണങ്ങളിൽ യോജി

പ്പുള്ളവരുടെ വിജോയിപ്പായിരുന്നുവെന്ന് ഓർക്കേണ്ടതുണ്ട്. ഞങ്ങളിരുവരും കമ്യൂണിസ്റ്റുകാരായിരുന്നു. ഇത് ഞങ്ങളിൽ പരസ്പര ബഹുമാനവും ഈടുറ്റ സൗഹൃദവും വളർത്തി.

ഫിദൽ കാസ്ട്രോയും ചെ ഗുവേരയും തമ്മിലുള്ള ബന്ധം എന്നെ അതിയായി ആകർഷിച്ചു. ഞങ്ങൾ പലപ്പോഴും ഒരുമിച്ചുണ്ടായിരുന്നു. ദ്വിഭാഷിയെ ഒഴിച്ചാൽ ചിലപ്പോൾ ഞങ്ങൾ മൂവരും മാത്രമാണുണ്ടായിരുന്നത്. അതിനാൽ, അവരുടെ ആ പ്രത്യേക സൗഹൃദം നേരിൽ കണ്ടറിയാൻ എനിക്ക് അവസരം ലഭിച്ചു. അങ്ങേയറ്റത്തെ പരസ്പര വിശ്വാസവും ധാരണയും നിറഞ്ഞതായിരുന്നു അവരുടെ ഈ സൗഹൃദം. ഈ രണ്ടു വിപ്ലവകാരികളുടേയും സ്വഭാവവിശേഷങ്ങൾക്ക് അജഗജാന്തരമുണ്ടായിരുന്നു. എങ്കിലും മുൻശുണ്ഠിക്കാരനും ആവേശക്കാരനും പെട്ടെന്നു വികാരങ്ങൾക്കടിപ്പെടുന്നവനുമായ ഫിദലും പുറമേക്ക് നിർവികാരനും ശാന്തനുമായ ചെയും തമ്മിൽ വളരെ ഒത്തൊരുമയോടെയാണ് കഴിഞ്ഞിരുന്നത്. ഇരുവർക്കും പരസ്പരം വളരെ ബഹുമാനവുമായിരുന്നു. ഒരുപക്ഷേ, അവരുടെ വ്യത്യസ്ത സ്വാഭാവവിശേഷങ്ങളായിരുന്നിരിക്കാം അവരുടെ ഈ അടുപ്പത്തിനു കാരണം.

ചെയുടെ ചരമത്തിനുശേഷം ഞാൻ ഫിദൽ കാസ്ട്രോയെ കണ്ടിട്ടില്ല. എന്നാൽ, അദ്ദേഹത്തിന്റെ സഹോദരൻ റൗൾ മോസ്കോയിൽ വന്നിരുന്നപ്പോൾ ഞങ്ങൾ തമ്മിൽ കാണുകയുണ്ടായി. ചെയുടെ നഷ്ടം അവരെ എത്രയേറെ വികാരാധീനരാക്കിയിട്ടുണ്ടെന്ന് എനിക്കപ്പോൾ മനസിലായി. അവരുടെ ഈ നഷ്ടബോധത്തിൽ ഞാനും പങ്കുചേരുന്നുണ്ട്."

"ചെയുടെ *ബൊളീവിയൻ ഡയറി*യെപ്പറ്റി എന്തെങ്കിലും പറയാനുണ്ടോ?"

"ഈ ഉൽകൃഷ്ട വിപ്ലവകാരിയുടെ സ്വന്തം ജീവരക്തം കൊണ്ടെഴുതിയ ഒന്നാണെന്നാണ് അതു വായിച്ചപ്പോൾ എനിക്ക് തോന്നിയത്.

അദ്ദേഹത്തിന്റെ അന്ത്യദിവസങ്ങളെപ്പറ്റിയുള്ള ആ അവസാന പേജുകൾ വേദനയോടെ മാത്രമേ വായിക്കാൻ കഴിയൂ. എത്ര കുറച്ചു വാക്കുകളിൽ എത്ര നാടകീയ സംഭവങ്ങളാണ് അതിൽ വിവരിച്ചിട്ടുള്ളത്! ആ താളുകളിൽ പ്രകടമാകുന്ന ധീരതയുടേയും ശേഷിയുടേയും അന്ത്യംവരെ പോരാടാനുള്ള ആ ദൃഢനിശ്ചയത്തിന്റെയും മുന്നിൽ ഞാനെന്റെ കൂപ്പുകൈ അർപ്പിക്കുന്നു. ഒരിക്കലും കീഴടങ്ങാത്ത ഒരു പോരാളിയെന്ന നിലയ്ക്കുള്ള അദ്ദേഹത്തിന്റെ സ്വാഭാവവിശേഷം കുറേക്കൂടി സ്പഷ്ടമാക്കുക മാത്രമാണ് ഇത് ചെയ്യുന്നത്. അന്ത്യംവരെയും അദ്ദേഹം അത് നിലനിർത്തുകയും ചെയ്തു. കാരണം, വളരെയേറെ പ്രതീക്ഷകളോടെ ആരംഭിച്ച തന്റെ ഗെറില്ലാ യൂണിറ്റിന്റെ പരാജയത്തെപ്പറ്റിയാണല്ലോ അദ്ദേഹം എഴുതുന്നത്. ചെയെപ്പോലുള്ളവർ ആരുമറിയാതെ അങ്ങനെ ജീവൻ വെടിയുന്ന കൂട്ടത്തിലല്ല."

അത്രയും പറഞ്ഞ് മിക്കോയാൻ മൂകനായി. സന്ധ്യ ഞങ്ങളെ ഇരുട്ടിലാഴ്ത്തിക്കഴിഞ്ഞിട്ട് നേരം വളരെയായിരുന്നു. കുറച്ചു സമയം കൂടി

നിശബ്ദരായി അങ്ങനെ ലാത്തിയിട്ട് ഞങ്ങൾ അദ്ദേഹത്തിന്റെ വസതിയിലേക്ക് മടങ്ങി.

അദ്ദേഹം എന്നെ അകത്തേക്ക് ക്ഷണിച്ചു. മറ്റു പല വിഷയങ്ങളേയും പറ്റി സംസാരിച്ചിട്ട് ഞാൻ യാത്ര പറയാൻ തുടങ്ങുകയായിരുന്നു. അപ്പോഴാണ് ചുമരിൽ തൂക്കിയിരുന്ന ചെയുടെ ചിത്രം എന്റെ ശ്രദ്ധയെ ആകർഷിച്ചത്. സുസ്മേരവദനനായ ആ ചെറുപ്പക്കാരൻ കരിമ്പുവെട്ടു കാർക്കിടയിൽ നിൽക്കുന്ന ഒരു ചിത്രമായിരുന്നു അത്. അവർ ഉയർത്തിപ്പിടിച്ചിരുന്ന ബാനറിൽ ഇപ്രകാരം കറിച്ചിരുന്നു.

"പട്രിയാ ഓ മുയേർത്തെ! വെൻസേറെമോസ്!"

കുറിപ്പുകൾ

1. ചെയും അദ്ദേഹത്തിന്റെ സഖാക്കളും കൊലചെയ്യപ്പെട്ട ആ സ്കൂൾക്കെട്ടിടം ഒരു തീർഥാടനകേന്ദ്രമായേക്കുമോയെന്ന് ഭയന്ന് അതു പൊളിച്ചുകളഞ്ഞിട്ട് അവിടെ ഡിസ്പെൻസറിയെന്ന പേരിൽ മറ്റൊരു ചെറ്റപ്പുര പണിയാൻ ബാരിയെന്റോസ് ഉത്തരവിടുകയുണ്ടായി. ബാരിയെന്റോസ് മരിച്ചപ്പോൾ അതു വീണ്ടും സ്കൂളാക്കി മാറ്റപ്പെട്ടു.
2. ഈ അപകടം സംഘടിപ്പിച്ചതിന് 1971-ൽ ജുവാൻ ടോറെസിന്റെ ഗവൺമെന്റ് ജനറൽ ആൽഫെഡൊ ഒവാണ്ടൊയ്ക്കെതിരായി നടപടികൾ ആരംഭിച്ചെങ്കിലും അന്ന് സ്പെയിനിൽ താമസമാക്കിയിരുന്ന ഒവാണ്ടൊ ബൊളീവിയയിലേക്ക് മടങ്ങാൻ കൂട്ടാക്കാഞ്ഞതിനാൽ ആ വിചാരണ നടന്നില്ല.
3. ബി പനമര്യോവ്: ആഗോളവിപ്ലവപ്രക്രിയയുടെ അടിയന്തര പ്രശ്നങ്ങൾ, കമ്യൂണിസ്റ്റ്, ലക്കം 15, 1971 ഒക്ടോബർ.
4. നഗരപ്രാന്തത്തിലുള്ള ഗ്രീഷ്മകാല വസതിക്കാണ് ദാച്ചയെന്നു പറയുന്നത്.

10

ഏണസ്റ്റോ ചെ ഗുവേരയുടെ ജീവിതത്തിലെ നാഴികക്കല്ലുകൾ

1928 ജൂൺ 14– ഏണസ്റ്റോ ഗുവേര ലിഞ്ചിന്റേയും സീലിയാ ദ് സെർനയുടേയും സീമന്തപുത്രനായി റൊസാറിയൊനഗരത്തിൽ ജനിച്ചു.

1946–53 ബ്യൂനോസ് എയേഴ്സ് ദേശീയ സർവകലാശാലയിലെ മെഡിക്കൽ സ്കൂൾ വിദ്യാർഥി.

1950– ഒരു എണ്ണക്കപ്പലിൽ ജോലിക്കാരനായി ട്രിനിഡാഡിലേക്കും ബ്രിട്ടീഷ് ഗയാനയിലേക്കുമുള്ള യാത്രകൾ.

1951 ഫെബ്രുവരി – 1952 ഓഗസ്റ്റ് അൽബോർട്ടൊ ഗ്രനാഡൈൻ്റെ കൂടെയുള്ള ലാറ്റിൻ അമേരിക്കൻ യാത്രകൾ. ചിലി, പെറു, കൊളംബിയ, വെനിസ്യൂല എന്നിവിടങ്ങളിൽ അവരൊന്നിച്ചു സഞ്ചരിച്ചു. വെനിസ്യൂലയിൽ നിന്ന് ചെ യു എസ് എ യിലുള്ള മിയാമി വഴി ബ്യൂനോസ് എയേഴ്സിലേക്ക് (വിമാനമാർഗം) മടങ്ങുന്നു.

1953 സർവകലാശാലാ പഠനം കഴിഞ്ഞ് ഡോക്ടറായി പ്രാക്ടീസ് ചെയ്യാനുള്ള സർട്ടിഫിക്കറ്റ് കരസ്ഥമാക്കുന്നു.

1953–54 ചെ ലാറ്റിൻ അമേരിക്കയിലൂടെ രണ്ടാമതൊരു പര്യടനത്തിനു പുറപ്പെടുന്നു. ബൊളീവിയ, പെറു, ഇക്വഡോർ, കൊളംബിയ, പനാമ, കോസ്റ്ററിക്ക, സാൽവഡോർ എന്നിവിടങ്ങൾ സന്ദർശിക്കുന്നു. ഗോട്ടിമാലയിൽ വച്ച് പ്രസിഡന്റ് അർബെൻസിന്റെ ഗവൺമെന്റിനെ കാത്തുരക്ഷിക്കാനുള്ള പ്രവർത്തനങ്ങളിൽ പങ്കെടുക്കുന്നു. ആ ഗവൺമെന്റ് പൊളിഞ്ഞപ്പോൾ മെക്സിക്കോയിൽ ചെന്ന് അവിടെ താമസമാക്കുന്നു.

1954–56 മെക്സിക്കോയിലെ കാർഡിയോളജി ഇൻസ്റ്റിറ്റ്യൂട്ടിൽ ചേരുകയും ഒരു ഡോക്ടറായി പ്രവർത്തനമാരംഭിക്കുകയും ചെയ്യുന്നു.

1955 ഫിദൽ കാസ്ട്രോയുമായി കാണുകയും അദ്ദേഹത്തിന്റെ വിപ്ല സൈനിക യൂണിറ്റിൽ ചേരുകയും ചെയ്യുന്നു. ഗ്രാന്മ എന്ന കേളീനൗകയിൽ ക്യൂബയിലേക്ക് പുറപ്പെടാനുള്ള തയാറെടുപ്പിൽ പങ്കെടുക്കുന്നു.

1956 ജൂൺ-ഓഗസ്റ്റ് ഫിദലിന്റെ യൂണിറ്റിലെ അംഗമെന്ന നിലയ്ക്ക് മെകിസ്ക്കോ നഗരത്തിൽ വച്ച് അറസ്റ്റ് ചെയ്യപ്പെടുന്നു. നവംബർ 25–ാം തീയതി തുക്സ്പാൻ എന്ന തുറമുഖത്തു നിന്ന് ഫിദൽ കാസ്ട്രോയുടെ നേതൃത്വത്തിലുളഅള 81 വിപ്ലവകാരികളോടൊപ്പം ഗ്രാൻമയിൽ കയറി ക്യൂബയിലേക്ക് പുറപ്പെടുന്നു. ഡിസംബർ 2–ാം തീയതി ഗ്രാന്മ ക്യൂബൻതീരത്തടുക്കുന്നു.

1956–59 ക്യൂബൻ വിമോചന സമരത്തിൽ പങ്കടുക്കുന്നു. ഇതിനടിയിൽ രണ്ടു പ്രാവശ്യം പരുക്കേൽക്കുന്നു.

1957 മെയ് 27–28 ഉവേറൊയിലെ പോരാട്ടം. ജൂൺ 5–ാം തീയതി മേജർ ആയും നാലാം കോളത്തിന്റെ കമാൻഡറായും നിയമിക്കപ്പെടുന്നു.

1958 ഓഗസ്റ്റ് 21 സീറൊ റെഡോണ്ടൊയുടെ നാമധേയത്തിലുള്ള എട്ടാം കോളത്തിന്റെ കമാൻഡറായി ലാവില്ലാസ് പ്രവിശ്യയിൽ ചെന്നു നിൽക്കാനുള്ള ഓർഡർ ലഭിക്കുന്നു. ഒക്ടോബർ 16–ാം തീയതി ഈ കോളം എസ് കാംബ്രെ പർവതങ്ങളിലെത്തുന്നു. ഡിസംബറിൽ സാന്റാ ക്ലാരയ്ക്കെതിരായ കടന്നാക്രമണം ആരംഭിക്കുന്നു. ഡിസംബർ 28 മുതൽ 31 വരെയുള്ള ദിവസങ്ങളിൽ സാന്റാ ക്ലാരയ്ക്കു വേണ്ടിയുള്ള പോരാട്ടത്തിന് നേതൃത്വം നൽകുന്നു.

1959 ജനുവരി 1 സാന്റാ ക്ലാര വിമോചിപ്പിക്കപ്പെടുന്നു. ജനുവരി 2–ാം തീയതി ചെയുടെ സൈന്യനിര ഹവാനയിൽ കടന്ന് കമ്പാനാ കോട്ട കൈവശപ്പെടുത്തുന്നു. ഫെബ്രുവരി 9–ാം തീയതി ഒരു പ്രസിഡൻഷ്യൽ ഡിക്രിയനുസരിച്ച് ക്യൂബയിൽ ജനിച്ച ഒരാളിനുള്ള എല്ലാ പൗരാവകാശങ്ങളോടും കൂടി ആ നാട്ടിലെ പൗരനാക്കപ്പെടുന്നു. ജൂൺ 2–ാം തീയതി അലൈഡാ മാർച്ചിനെ വിവാഹം കഴിക്കുന്നു. ജൂൺ 12നും സെപ്തംബർ 5നും ഇടയ്ക്ക് ഈജിപ്ത്, സുഡാൻ, പാകിസ്ഥാൻ, ഇന്ത്യ, ബർമ, ഇന്റോനേഷ്യ, സിലോൺ, ജപ്പാൻ, മൊറോക്കോ, യുഗോസ്ലാവ്യ, സ്പെയിൻ എന്നീ രാജ്യങ്ങൾ സന്ദർശിക്കുന്നു. ഒക്ടോബർ 7–ന് കാർഷിക പരിഷ്കാരത്തിനുള്ള ദേശീയ ഇൻസ്റ്റിട്ട്യൂട്ടിന്റെ (ഐ എൻ ആർ എ) വ്യവസായ വിഭാഗം തലവനായി നിയമി

ക്കപ്പെടുന്നു. നവംബർ 26ന് ക്യൂബൻ ദേശീയ ബാങ്ക് ഡയറക്ടറായി നിയമിക്കപ്പെടുന്നു.

1960 ഫെബ്രുവരി 5-ന് സോവിയറ്റ് ശാസ്ത്രീയ, സാങ്കേതിക, സാംസ്കാരിക നേട്ടങ്ങളുടെ പ്രദർശനത്തിന്റെ ഉൽഘാടനത്തിൽ പങ്കെടുക്കുകയും എ ഐ മിക്കൊയാനുമായി കാണുകയും ചെയ്യുന്നു. മെയ്മാസത്തിൽ *ഒളിപ്പോർ യുദ്ധമുറ* എന്ന കൃതി ഹവാനയിൽ പ്രസിദ്ധീകരിക്കപ്പെടുന്നു. ഒക്ടോബർ 22നും ഡിസംബർ 9-നും ഇടയിലുള്ള ദിവസങ്ങളിൽ സോവിയറ്റ് യൂണിയൻ, ചെക്കോസ്ലാവാക്യ, ജി ഡി ആർ, ചൈന, കൊറിയൻ ജനകീയ ജനാധിപത്യറിപ്പബ്ലിക്ക് എന്നീ രാജ്യങ്ങളിൽ ഒരു സാമ്പത്തികകാര്യ പ്രതിനിധിസംഘത്തിന്റെ തലവനായി പര്യടനം നടത്തുന്നു.

1961 ഫെബ്രുവരി 23 ന് വ്യവസായ വകുപ്പു മന്ത്രിയും ആസൂത്രണ സമിതി അംഗവുമായി നിയമിക്കപ്പെടുന്നു. താമസിയാതെ ആസൂത്രണ സമിതിക്ക് മാർഗദർശനം നൽകുകയെന്നതും ചെയുടെ ജോലിയായി മാറുന്നു. ഏപ്രിൽ 17-ന് ബേ ഓപ് പിഗ്സ് ആക്രമണം ആരംഭിക്കുമ്പോൾ പിനാൽ ഡെൽ റിയൊയിലെ പട്ടാളത്തിന്റെ കമാൻഡ് ഏറ്റെടുക്കുന്നു. ജൂൺ 2-ന് സോവിയറ്റ് യൂണിയനുമായുള്ള ഒരു സാമ്പത്തിക കരാറിൽ ഒപ്പുവയ്ക്കുന്നു. ജൂൺ 24 ന് ഹവാനയിൽ വച്ച് യൂറി ഗഗാറിനുമായി കാണുന്നു. ഓഗസ്റ്റിൽ പുണ്ടാ ഡെൽ എസ്തെ (ഉറുഗ്വെ) യിൽ നടക്കുന്ന അന്തർ അമേരിക്കൻ സാമ്പത്തിക സാമൂഹ്യ കൗൺസിൽ യോഗത്തിൽ ക്യൂബയെ പ്രതിനിധീകരിച്ചുകൊണ്ട് യു എസ് ആഭിമുഖ്യത്തിൽ ആരംഭിക്കുന്ന പുരോഗതിക്കുള്ള സഖ്യത്തിന്റെ സാമ്രാജ്യത്വസ്വഭാവത്തെ തുറന്നു കാട്ടുന്നു. അർജന്റീനയും ബ്രസീലും സന്ദർശിച്ച് ഫ്രോണ്ടിസി, ക്വാഡ്രോസ് എന്നീ പ്രസിഡന്റുമാരുമായി കൂടിയാലോചനകൾ നടത്തുന്നു.

1962 മാർച്ച് 2 ന് ഒ ആർ ഐ കമ്മീഷനിലേയും സെക്രട്ടേറിയറ്റിലേയും അംഗമായി നിയമിക്കപ്പെടുന്നു. മാർച്ച് 8-ന് ദേശീയ നേതൃത്വത്തിലെ അംഗമായി തിരഞ്ഞെടുക്കപ്പെടുന്നു. ഏപ്രിൽ 15-ാം തീയതി ഹവാനയിൽ നടന്ന ട്രേഡ് യൂണിയൻ കോൺഗ്രസിൽ സംസാരിക്കുന്ന കൂട്ടത്തിൽ സോഷ്യലിസ്റ്റ് മത്സരത്തെ പ്രോൽസാഹിപ്പിക്കാൻ ആഹ്വാനം ചെയ്യുന്നു. ഓഗസ്റ്റ് 27 മുതൽ സെപ്തംബർ 3 വരെ ക്യൂബൻ പാർട്ടിയുടേയും ഗവൺമെന്റിന്റേയും ഒരു പ്രതിനിധിസംഘത്തിന്റെ നേതാവെന്ന നിലയ്ക്ക് മോസ്കോ സന്ദർശിക്കുന്നു. മോസ്കോ കഴിഞ്ഞ് ചെക്കോസ്ലോവാക്യയ്ക്ക് പോകുന്നു. ഒക്ടോബർ പകുതികഴിഞ്ഞ് നവംബർ ആദ്യംവരെയുള്ള കാലത്ത് പിനാൽ ഡെൽ റിയൊയിൽ സൈന്യങ്ങളുടെ കമാൻഡ് ഏറ്റെടുക്കുന്നു.

1963– മെയ് മാസത്തിൽ ഒ ആർ ഐ ക്യൂബൻ സോഷ്യലിസ്റ്റ് വിപ്ലവത്തിന്റെ ഐക്യകക്ഷിയായി മാറുന്നതോടെ ചെ കേന്ദ്രകമ്മറ്റിയിലും പോളിറ്റ് ബ്യൂറോയിലും സെക്രട്ടേറിയറ്റിലും അംഗമാകുന്നു. ജൂലൈ മാസത്തിൽ അൾജീറിയയുടെ ഒന്നാം സ്വാതന്ത്ര്യ വാർഷികത്തിൽ പങ്കെടുക്കാൻ അവിടേക്ക് പോകുന്നു.

1964 ജനുവരി 16ന് സാങ്കേതിക സഹായം സംബന്ധിച്ച ക്യൂബൻ – സോവിയറ്റ് പ്രോട്ടോകോൾ ഒപ്പുവയ്ക്കുന്നു. മാർച്ച് 20 മുതൽ ഏപ്രിൽ 13 വരെയുള്ള ദിവസങ്ങളിൽ ജനീവയിൽ നടന്ന യു എൻ വാണിജ്യ വികസന സമ്മേളനത്തിൽ ക്യൂബൻ പ്രതിനിധിസംഘത്തിന്റെ നേതൃത്വം വഹിക്കുന്നു. ഏപ്രിൽ 15 –17 തീയതികളിൽ ഫ്രാൻസും അൾജീരിയയും ചെക്കോസ്ലാവോക്യയും സന്ദർശിക്കുന്നു. നവംബർ 5–19 തീയതികളിൽ മഹത്തായ ഒക്ടോബർ സോഷ്യലിസ്റ്റ് വിപ്ലവത്തിന്റെ 47–ാം വാർഷികത്തിൽ പങ്കെടുക്കുന്ന ക്യൂബൻ പ്രതിനിധിസംഘം നേതാവായി സോവിയറ്റ് യൂണിയൻ സന്ദർശിക്കുന്നു. നവംബർ 11 ന് സൗഹൃദഭവനത്തിൽ വച്ചു നടന്ന സോവിയറ്റ് ക്യൂബൻ സൗഹൃദസമിതി ഉൽഘാടനത്തിൽ പങ്കെടുക്കുന്നു. ഡിസംബർ 9–17 തീയതികളിൽ യു എൻ ജനറൽ അസംബ്ലിയിൽ ക്യൂബൻ പ്രതിനിധിസംഘത്തിന്റെ നേതൃത്വം വഹിക്കുന്നു.

1965 ജനുവരിക്കും മാർച്ചിനുമിടയിൽ മാലി, കോംഗോ (ബ്രസാവിൽ) ഗിനി, ഗാന, ദഹോമി, താൻസാനിയ ഈജിപ്ത്, അൾജീരിയ എന്നീ രാജ്യങ്ങൾ സന്ദർശിക്കുന്നു. അൾജീരിയയിൽ നടന്ന ആഫ്രോ–ഏഷ്യൻ ഐക്യദാർഢ്യസമിതിയുടെ രണ്ടാമത്തെ സാമ്പത്തിക സെമിനാറിൽ പങ്കെടുക്കുന്നു. മാർച്ച് 14–ാം തീയതി ഹവാനയിലേക്ക് മടങ്ങുന്നു. മാർച്ച് 15–ന് ക്യൂബയിൽ അവസാനമായി ഒരു പൊതുവേദിയിൽ പ്രത്യക്ഷപ്പെട്ട് വ്യവസായ മന്ത്രികാര്യാലയത്തിലെ ജോലിക്കാരോട് തന്റെ യാത്രകളെപ്പറ്റി വിവരിക്കുന്നു. ഏപ്രിൽ 1–ാം തീയതി ഫിദൽ കാസ്ട്രോയ്ക്കും മാതാപിതാക്കൾക്കും മക്കൾക്കുമുള്ള വിടവാങ്ങൽ കത്തുകൾ എഴുതുന്നു. ഒക്ടോബർ 3–ാം തീയതി ക്യൂബൻ കമ്യൂണിസ്റ്റ് പാർട്ടി കേന്ദ്രക്കമ്മിറ്റിയുടെ ഉൽഘാടന സമ്മേളനത്തിൽ ഫിദൽ കാസ്ട്രോ ചെയുടെ ഈ വിടവാങ്ങൽ കത്ത് വായിക്കുന്നു.

1966 ഫെബ്രുവരി 15–ാം തീയതി മകൾ ഹിൽഡയ്ക്ക് ജന്മദിനാശംസകൾ നേർന്നുകൊണ്ടുള്ള കത്തെഴുതുന്നു. നവംബർ ഏഴിന് ബൊളീവിയയിലെ നങ്കാഹുവാസുനദിക്കരയിലുള്ള ഒളിപ്പോർ സങ്കേതത്തിലെത്തുന്നു.

1967 മാർച്ച് 23–ന് ചെ (അഥവാ റമോൺ അഥവാ ഫെർണാണ്ടൊ) യുടെ വിമോചന സൈന്യം എന്ന ഒളിപ്പോർ യൂണിറ്റ് അതിന്റെ സൈനിക പ്രവർത്തനം ആരംഭിക്കുന്നു. ഏപ്രിൽ 17–ാം തീയതി

ത്രിഭൂഖണ്ഡ ഐക്യദാർഢ്യസംഘടനയ്ക്ക് ചെ അയച്ച സന്ദേശം പരസ്യമാക്കപ്പെടുന്നു. ഏപ്രിൽ 20-ാം തീയതി ദേബ്രേ, ബുസ്റ്റോസ്, റോത്ത് എന്നിവരെ ബൊളീവിയൻ അധികൃതർ അറസ്റ്റു ചെയ്യുന്നു. ജൂലൈ 29-ാം തീയതി ലാറ്റിൻ അമേരിക്കൻ ഐക്യദാർഢ്യസംഘടനയുടെ ഉൽഘാടന സമ്മേളനം ഹവാനയിൽ ആരംഭിക്കുന്നു. ഓഗസ്റ്റ് 31-ാം തീയതി താന്യ ഉൾപ്പെടെ ജോകിന്റെ യൂണിറ്റിലുള്ളവരെല്ലാം കൊല്ലപ്പെടുന്നു. ഒക്ടോബർ 8-ാം തീയതി യൂറൊ മലയിടുക്കിൽ വച്ചുള്ള ഒരു പോരാട്ടത്തിൽ ചെയ്ക്ക് മുറിവേൽക്കുകയും അദ്ദേഹം തടവുകാരനാക്കപ്പെടുകയും ചെയ്യുന്നു. ഒക്ടോബർ 9-ാം തീയതി ഹിഗുവേരാ ഗ്രാമത്തിലുള്ള സ്കൂൾ മുറിയിൽ വച്ച് റേഞ്ചർ വിഭാഗത്തിൽ പെട്ട പട്ടാളക്കാർ ചെയെ വെടിവച്ച് കൊല്ലുന്നു. ചെ ബൊളീവിയയിൽ വച്ചു കൊല്ലപ്പെട്ടെന്ന സംഗതി ഒക്ടോബർ 15-ാം തീയതി ഫിദൽ കാസ്ട്രൊ സ്ഥിരീകരിക്കുന്നു.

1968 ചെയുടെ *ബൊളീവിയൻ ഡയറി*യുടെ ആദ്യപതിപ്പ് ഹവാനയിൽ പ്രസിദ്ധീകരിക്കപ്പെടുന്നു.

www.ingramcontent.com/pod-product-compliance
Lightning Source LLC
LaVergne TN
LVHW040326051026
849518LV00001B/87

* 9 7 8 8 1 2 6 2 0 7 3 1 2 *

9 788126 207312